શું કરવું જ્યારે માઁ બનો

હવે શું થશે ?
કેવી રીતે થશે ?

હૈઈદી મર્કઑફ અને શૈરૉન મેજેલ

મહિલાઓની પોતાની પત્રિકા
ગૃહલક્ષ્મી
ની પ્રસ્તુતિ

ગુજરાત પુસ્તકાલય સ. સ. મંડળ લિ.
૧૧, ઈલોરા કોમર્શીયલ સેન્ટર, પહેલો માળ, રીલીફ સીનેમા પાછળ.
સવાપસ રોડ, અમદાવાદ–૩૮૦ ૦૦૧
ફોન : ૨૫૫૦ ૬૯૭૩

ડાયમંડ બુક્સ

એમ્મા અને વયાતના નામ (મારી સૌથી મોટી આશા)
એરિક (મારું બધું જ)
હરલીન માટે, પ્રેમની સાથે
બધી માતા, પિતા અને શિશુઓના નામે,
ભલે તેઓ ક્યાંય પણ હોય.

પ્રકાશક : ડાયમંડ પૉકેટ બુક્સ (પ્રા.) લિ.
X-30, ઓખલા ઇંડસ્ટ્રિયલ એરિયા, ફેઝ-II,
નવી દિલ્હી-110020
ફોન : 011-40712200
ઈ-મેઈલ : sales@dpb.in
વેબસાઈટ : www.diamondbook.in

SHUN KARVU JYARE MAA BANO

હું મારા પહેલા સાથી એરલીન આઈસબર્ગને એ જ કહેવા
માગું છું કે તમારી લાગણીઓ સભર પ્રાકૃતિક કાળજી,
અંતરની કરૂણા તથા સત્ય નિષ્ઠા હંમેશાં જીવંત રહેશે.
અમે હંમેશાં તમને પ્રેમ કરીશું તથા યાદ કરતાં રહીશું.

ખૂબ ખૂબ આભાર

મેં છેલ્લા ત્રેવીસ વર્ષોમાં બે વાતો ખાસ શીખી. કોઈપણ યાદગાર પુસ્તકનું એમને એમ જ સર્જન નથી થતું. બાળકો પણ પોતાની મેળે ઉછેર નથી પામતા. જો કે હવે તો હું મારા બાળકોના ઉછેરની કાળજીપૂર્વકની જવાબદારી અદા કરી ચૂકી છું પરંતુ એ કામમાં અને આ પુસ્તક લેખનમાં મારા પતિએ પૂરેપૂરો સાથ સહકાર આપ્યો. એટલું જ નહીં. આ પુસ્તક લખાતું હતું એ દરમિયાન મારા અનેક દોસ્તો અને સહકર્મચારીઓએ પોતાના અતિ કિંમતી સૂચનો, વિગતો, માહિતીઓ તથા દૃષ્ટિકોણ સૂચવ્યા છે.

અમુક સહૃદયીઓ આવતાં-જતાં રહ્યાં અને અમુક પહેલાં દિવસથી જ મારા આ કાર્યમાં જોડાયેલા રહ્યાં. હું એ તમામનો ખૂબ જ આભાર માનું છું.

સૈન્ડી હૈવાવે : તારા અતિ કિંમતી સાથ-સહકાર માટે આભાર. તું એક બહેનના સગપણે હોવા છતાં મારા માટે એક સારી મિત્ર પણ બની છે એ નહીં ભૂલી શકું.

સુજાને રેટર, મિત્ર- સંપાદક : આપે આ પુસ્તકના સંપાદન તથા તેના નવા રૂપ રંગ લાવવામાં મને વખતો વખત મદદ કરી. સેંકડો શીર્ષક, કાર્ટૂન તથા પેરોડી પણ બનાવી આપી.

પીટર વર્કમેન : એક કર્મશીલ અને વાંચનના પાકા પ્રકાશક. તેમણે અમારા પુસ્તક પર ત્યારે પૂરો વિશ્વાસ કર્યો, જ્યારે બુક સ્ટોરવાળા એવો વિશ્વાસ કરવા તૈયાર ન હતા. તેમણે આ પુસ્તક સંશોધિત રીતે લખાતું હતું ત્યાં સુધી ખૂબ જ ધીરજપૂર્વક રાહ જોઈને અમારા ઉત્સાહને વધાર્યો.

ડેવિડ મેટે કલાત્મક યોગદાનની સાથોસાથ મેકઓવરમાં મદદ કરી.

જોન ગિલમેને મેકઓવર તથા મિત્રોના નિર્માણમાં સાથ-સહકાર આપ્યો. લીઝ હોલેન્ડર શરૂઆતથી જ મારી મનપસંદ ડિઝાઈનર મહિલા રહી છે. તદ્ઉપરાંત વીંગટેગ, ટિમ ઓબ્રિયન તથા લિનેટનો ફાળો પણ ઉલ્લેખનીય છે. કૈટન, ટાર્સમિ ન્યૂઝમેન તથા પુસ્તકના સર્જનમાં પૂરી મદદ કરી.

હું મારા અન્ય મિત્રો સૂઝી, હેલને, બેથ, વોલ્ટર, જેપી, મેન્ડલ, કિમ તથા એમનું પણ નામ ઉમેરવા ઈચ્છીશ. વહાલી શેરોન, ડેનિયેલા, એરિયાને, કીરા તથા સોરિયા પણ ખૂબ જ મદદરૂપ બન્યા છે. ઘરમાં ડૉક્ટર 'જે'એ ઘણી સરસ જાણકારીઓ આપી. અમારા મેડિકલ સલાહકાર **ડૉ.ચાર્લ્સ લોકવુડનો** પણ ખૂબ આભાર. એમણે નાનામાં નાના મેડિકલ તથ્યો પર માહિતી આપી. ડૉક્ટર સાહેબ, આપની વિદ્વતા જોઈને ખરેખર હું તો ધન્ય બની ગઈ. મારા વૉટર ફ્રંટ મીડિયાના મિત્રો સ્ટીવન, માઈક, વેન, બોલિન, જિમ કર્ટિસ તથા સરાહ હટરને પણ ખૂબ ખૂબ આભાર, જેમણે પોતાની જાણકારી તથા સમસ્યાઓ મારી સાથે વહેંચી. માર્ક કેમલિનની ધારદાર પારખું દૃષ્ટિ, ધંધાદારી કુશળતા, મિત્રતા તથા સહયોગ તથા એલિન નૈવિસનું પ્રબંધન, ખૂબ જ ધીરજ, દૃઢતા તથા સમર્થન માટે આભાર.

જેનીફર ગ્રેડીજ તથા ફ્રાન ક્રિટઝ, જેમની મદદથી અમે અમારા તથ્યોની શુધ્ધતા તપાસી શકયા. ડૉ. જેસિકાને ગર્ભાવસ્થામાં ચામડીની સારવાર માટેની મુદ્દાસર સલાહ આપવા માટે ધન્યવાદ. ડૉ.હોવી મંડેલેએ હંમેશા પ્રશ્ન પૂછવા માટે પ્રેરિત કર્યા તે માટે આભાર. 'વૉટ ટુ

એક્સપેક્ટ ફાઉન્ડેશન'ની એક્ઝિક્યૂટિવ ડાયરેક્ટર લીસા વર્નસ્ટીન્, જો, ટેડી તથા ડેનનો પણ ખૂબ આભાર.

મારા પતિ એરિકે મને મારા કામમાં ડગલેને પગલે જે સહકાર આપ્યો છે તેની કોઈ સીમા નથી. ડિયર, હું આપની સાથે મારા લેખનકાર્ય દરમિયાન પણ ગૃહસ્થજીવનનો આનંદ લઈ શકી છું. મને આપના માટે ખૂબ જ પ્રેમ અને માન છે. આપણાં સંતાનો ઈમા અને વયાતને પણ હું ખૂબ જ ચાહું છું. કેમ કે તેમનાં દ્વારા જ હું માતા બનવાનું ગૌરવ હાંસલ કરી શકી છું.

સ્નેહી-પૂજ્ય પિતા તથા મિત્ર હોવર્ડ આઈસનવર્ગ, વિક્ટર શરગઈ તથા જોન એનીયેલો તથા દુનિયાના સહુથી શ્રેષ્ઠ સાસુ-સસરા એવી તથા નૉરમન મર્કઑફ, રૈચલ, ઈથાન, લિજ, સેન્ડી તથા ટિમ, આપ સહુનો ખૂબ ખૂબ આભાર.

દરેક ડૉક્ટરો,નર્સો તથા દાયણોને પણ ધન્યવાદ, જેઓ દરરોજ કોણ જાણે કેટલાં કુટુંબોમાં ગર્ભાવસ્થાને એક સુખદ તથા સહજ અનુભવમાં બદલવાના કામમાં ઓળઘોળ હોય છે.

સહુથી વધુ આભાર તો ભાવિ તથા વયસ્ક માતા-પિતાનો માનવાનો છે, જેમણે આ પુસ્તકના એક-એક પ્રકરણને પહેલેથી જ વધારેમાં વધારે લોકભોગ્ય અને ઉમદા જાણકારીયુક્ત બનાવવાનો પ્રયત્ન કર્યો, જેમ કે મેં પહેલાં પણ કહ્યું હતું માતા-પિતા જ મારી મોંઘામાં મોંઘી, અણમોલ વસ્તુ છે. આપ આપના કાર્ડ,પત્રો તથા ઈ-મેલ દ્વારા સંપર્ક ચાલુ રાખશો.

એકવાર ફરીથી આભાર. ખૂબ ખૂબ આભાર. ઈશ્વર કરે કે આપની તમામ આશાઓ- અરમાનો ફળીભૂત થાય.

heidi

કરોડો માતા-પિતા અને ડૉક્ટર આ પુસ્તકને શા માટે પસંદ કરે છે ?

''આ પુસ્તક વિના કોઈ માઁને ચાલે તેમ નથી.''

નીરા. એમ.ડી.

★★★

''આમાં ગર્ભાવસ્થા દરમિયાન માતાની મોટી તકલીફોનું અદ્‌ભૂત તલસ્પર્શી સમાધાન છે. આ પુસ્તકનો ઉપયોગ કરવો ખૂબ જ સરળ છે તથા તેની વિષય સૂચી પણ સરસ રીતે તૈયાર કરવામાં આવી છે. તમે જે વિષય વિશે જાણવા માગતા હોવ તેનાં અંગે જાણકારી તરત જ મળી શકે છે.''

- બ્રેન્ડા સ્માલેગૈન આર.એન.
બીએસએન.

★★★

''સુવાવડ દરમિયાન આ પુસ્તક મારા માટે ખૂબ જ મદદરૂપ અને સહયોગી બની શક્યું છે. એમાંથી આપ સંપૂર્ણ વિશ્વાસ સાથે તમારી ઈચ્છાઓને જાણી શકો છો.''

ટેરેસા ઓલ્સન (માઁ)

★★★

''આ પુસ્તક કોઈ જીવનરક્ષકથી ઓછું કિંમતી નથી.''

મિગુલ એ, કૈનો. એમ.ડી.
એફ એસી ઓ જી

★★★

''એક માતાના રૂપમાં આ પુસ્તક ઉપયોગી ગાઈડથી ઓછું ન હતું.''

બાલા, એમ.ડી.

★★★

''નવી માતાઓ માટે અદ્‌ભુત પુસ્તક છે. હું તેના વિના ખરેખર કશું જ કરી શકતી ન હતી.''

કૈથેરાઈન -એક માતા

★★★

''મને આ પુસ્તક પ્રત્યે પ્રેમ છે. કેમ કે તે જાણકારીઓથી ભરપૂર છે.''

સુજી. એમ.ડી.

★★★

''જ્યારથી મને મારી ગર્ભાવસ્થાની જાણ થઈ ત્યારથી મેં તેને વાંચવાનું શરૂ કર્યું. તેણે મને તણાવમુક્ત ગર્ભાવસ્થાનો લાભ અપાવ્યો.''

કૈરોલીન, ગોલ્ડ સ્ટીન- એક માતા

''ભાવિ માતા-પિતાને ચિંતામુક્ત કરવા તથા જાણકારી આપવા માટે આ પુસ્તક ઉત્તમ છે. હું આ પુસ્તકને વાંચવા માટે ભલામણ કરું છું.''

ડોનિકા. એમ.ડી.

★★★

''આ પુસ્તકે પ્રસવ પહેલાંની કાળજીના ક્ષેત્રમાં ક્રાંતિ લાવી દીધી છે.''

જેમ્સ, એમ.ડી.

★★★

''મેં મારી બે સુવાવડો દરમિયાન આ પુસ્તકને રસપૂર્વક વાંચ્યું તથા બાળ નિષ્ણાંત હોવાના કારણે નોંધ્યું કે આ બિલકુલ સચોટ છે.''

સૂસૈન, એમ.ડી.

★★★

''હું મારા દર્દીઓને માત્ર આ પુસ્તક જ વાંચવા માટે ખાસ ભલામણ કરું છું.''

એલિઝાબેથ ડોલી

★★★

''સંપૂર્ણ શ્રેણી ઉમદા છે. માતા-પિતા સહેલાઈથી સમજી શકે છે. હું હંમેશાં આ પુસ્તક વાંચવા માટે જ સલાહ આપું છું.''

- જેન. એમ.ડી.

★★★

''એક મેટરનિટી ડિઝાઈનર તથા માતા હોવાના સંબંધે હું માનું છું કે ગર્ભવતી સ્ત્રીઓ માટે આનાથી સારામાં સારું પુસ્તક બીજું કોઈ હોઈ જ ન શકે.''

મધર - ફાઉન્ડર સી.ઈ.ઓ,
લિઝ લૈંગી મેટરનિટી

★★★

વિષય-સૂચિ

ભાગ-૨ નવ મહિના અને તેની ગણતરી
(ગર્ભધારણથી પ્રસૂતિ સુધી)

ભાગ-૩: જોડિયા, ત્રણ કે પછી વધારે શિશુ
(જયારે આપ એકથી વધારે શિશુઓની માતા બનવાની હોય ત્યારે)

ભાગ-૪ શિશુના જન્મ પછી

ભાગ-૬ ગર્ભધારણ અને તમારું સ્વાસ્થ્ય

ભાગ-૭ જટિલ ગર્ભાવસ્થા

ચોથી આવૃતિની પ્રસ્તાવના

ચાર્લ્સ જે. લૉકવુડ, એમ.ડી.

અનિતા ઓ.કીફે (યાલ યૂનિવર્સિટી સ્કૂલ ઑફ મેડિસિન, ડિપાર્ટમેન્ટ એન્ડ ઑબ્સટ્રિક્સ ગાયનોકોલોજી એન્ડ રિપ્રોડ્ક્ટિવમાં વૂમેન હેલ્થના યુવાન પ્રોફેસર છે)

એક દિવસ મને કોઈ રોગીનો આભાર વ્યક્ત કરતો પત્ર મળ્યો, જેની સાથે એક કૉલેજના હોકી ખેલાડીની તસ્વીર પણ હતી. મારું કામ આમ તો ખૂબ જ મજાનું છે. મને માણસોની જિંદગીની સહુથી અદ્ભૂત, સુખદ તથા ખૂબસૂરત ક્ષણો 'શિશુના જન્મ'ને વહેંચવાનો અવસર મળ્યો છે. હું માનુ છુ કે પ્રસૂતિ નિષ્ણાંત હોવાના કારણે જિંદગી સરળ નથી લાગતી. રાતના ત્રણ ત્રણ વાગ્યા સુધી સુવાવડના કેસ ઉકેલવાના. જો પ્રસૂતિમાં કશી ગરબડ થાય તો એ કલંકને વેઠવાનું! જો કે કોઈ પડકારજનક કેસ સામે આવતાં જ હું પણ તેને ઉપાડી લેવા દરેક પળ તૈયાર જ હોઉં છું. અજબ-ગજબના મિશ્રણવાળી ભાવનાઓની ભરતી ઉમટે છે, પરંતુ ખરૂં કહું તો જગત પર નવા જીવના અવતરણના કામનો આનંદ જ નિરાલો છે.

આમ જોઈએ તો મારી નોકરી પણ ગર્ભાવસ્થા જેવી જ છે, જે થોડીક રોમાંચક હોવાની સાથોસાથ મસ્તીથી ભરપૂર હોય છે. આ પુસ્તક એક રીતે અંગત પ્રસૂતિ વિશેષજ્ઞની જેમ આપને માર્ગદર્શન આપે છે. હું વર્ષોથી મારા દર્દીઓને આ પુસ્તક વાંચવા માટે જ ભલામણ કરૂ છું. આમાં ઘણી અગત્યની ઉપયોગી જાણકારીઓ છે, જે મોટાભાગે આપના ડૉક્ટર, દાયણ કે કોઈ નિષ્ણાંતથી મળે છે. આ ગ્રંથ આપને ખૂબ જ સરળ રીતે ગર્ભધારણ પહેલાં શું શું કાળજી રાખવી તેની માહિતી આપે છે. આપની જીવનશૈલી, નોકરી કે ખોરાક-પાણીમાં કેવા ફેરફાર કરવા તે પધ્ધતિસર સમજાવે છે. એ પછી અઠવાડિયું, પ્રતિ અઠવાડિયું ગર્ભમાં ઊછરતાં શિશુની કાળજી અંગે ઝીણવટભરી જાણકારી આપે છે. એ દરમિયાન આપના શરીરના બાકી અંગો પર ગર્ભાવસ્થાની અસરો અંગેની વિશદ ચર્ચા કરે છે, તેનું સમાધાન પણ બતાવે છે. આપ કેવો અનુભવ કરી રહી છો? આપે કેવા ટેસ્ટ કયાં કરાવવા જોઈએ અથવા ડૉક્ટરને કયારે મળવું જોઈએ. પુસ્તકમાં ઝીણી ઝીણી બાબતોની જાણકારી આપવામાં આવી છે અને છેલ્લે આપને એ આવનારા ખાસ યાદગાર દિવસ માટે શારીરિક તથા માનસિક રીતે તૈયાર કરવામાં આવે છે. આમાં એવાં ઘણા બધા સવાલોના જવાબ છે, જેને આપ ડૉક્ટરને પૂછવા ઈચ્છતી હોવા છતાં પૂછી શકતી નથી.

પ્રસૂતિ પછી હતાશા, ચહેરા પર પડનારા અણગમતા ડાઘો ઉપરાંત દરેક લાંબા ગાળાના રોગોની જાણકારી પણ આપવામાં આવી છે. આમાં એક પ્રકરણમાં એવા લોકો માટે પણ સમજૂતિ છે જેઓ પોતાના શિશુને પ્રસૂતિ પહેલા કે પછી ગુમાવી ચૂકે છે. આ ગ્રંથ આપનો સાથીદાર તથા કોચ,

એમ બંનેની ગરજ સારે છે. જો જોડિયા કે બેથી વધારે બાળકો થાય તો શું કરવું ? તેની પણ ઉંડાણપૂર્વકની જાણકારી આપવામાં આવી છે.

એક વિશેષજ્ઞ હોવાના સંબંધે હું આ પુસ્તકથી ખૂબ જ ખુશ થયો છુ. એક સંપાદકના રૂપમાં મને એના સચોટ લેખને આકર્ષ્યો છે. પિતા અને પતિ હોવાના સગપણ મેં જોયુ કે લેખિકાએ પણ જાણે છે કે ભાવિ પિતાએ શું શું જાણવું જોઈએ. મારા હજારો દર્દીઓ, સ્ટાફ તથા બીજા દર્દીઓએ આ પુસ્તકને લગનથી વાંચ્યું છે. એ લોકો જ આ પુસ્તકના સાચા નિર્ણાયક રહ્યાં છે.

જો આપ આ પુસ્તક વાંચી રહ્યા છો તો કદાચ આપ ગર્ભવતી છો, કાં તો ગર્ભધારણ કરવાના છો. તમને અભિનંદન, વધામણા. હું તો એ જ સલાહ આપીશ કે પીઠના ટેકે આરામથી સૂઈ જાવ અને આ પુસ્તકમાંની સગર્ભાવસ્થાની જાણકારીઓમાં ખોવાઈ જાવ!

આ પુસ્તકનો જન્મ વારંવાર કેમ થયો?

ચોવીસ વર્ષ પહેલાં, મેં એક દીકરીને જન્મ આપ્યો તથા આ પુસ્તક લેખનની શરૂઆત કરી. દીકરીનું નામ ઈમા. પુસ્તક અને મારા હવે પછીના શિશુ, (નામ વયાત). તેના પાલન-પોષણ અને ઉછેરનું કામ ખૂબ જ થકવી દેનારૂં હતું. જો કે એ થાકમાં એક પ્રકારનો આનંદ અને મોજ- મસ્તી પણ અનુભવાઈ. હવે આ પુસ્તક આપ સૌ ભાવકોના હાથોમાં છે. મને તેનું નવીનતમ સંસ્કરણ પ્રસ્તુત કરવામાં હાર્દિક પ્રસન્નતા થઈ રહી છે.

હું મારા આ પુસ્તકની નવી આવૃત્તિ માટે ખૂબ જ ઉત્સાહિત છું. અઠવાડિયું, બીજુ અઠવાડિયું એમ સતત ભ્રૂણનું એક નાના શિશુના રૂપમાં અંકુરિત થવું દરેક માતા માટે અજીબો ગરીબ ઘટના હોય છે. આ દરમિયાન અનેક સ્ત્રીઓને છાતીની બળતરાની સમસ્યા રહે છે. એ તમામ સમસ્યાના જવાબ આ પુસ્તકમાંથી મળે છે. ગર્ભાવસ્થા દરમિયાન કામકાજ, ત્વચાની કાળજીપૂર્વકની જાળવણી નખ તથા વાળની કાળજી, ગર્ભાવસ્થાની જીવનશૈલી તથા સેક્સની છણાવટ કરી છે. આપના સંબંધો ભાવનાઓ, દરેક નાનામાં નાની તથા મોટામાં મોટી સમસ્યા પર ચર્ચા કરવામાં આવી છે. આપના ખોરાક સાથે જોડાયેલું વ્યવહારિક પ્રકરણ જે આપના તથા શિશુના પોષણ માટે ખૂબ જ મહત્વનું છે. ગર્ભધારણ પહેલાની સાવચેતી તથા જોડિયા બાળકોની કાળજી અંગેનું એક લાંબુ-વિસ્તૃત પ્રકરણ છે, આ ઉપરાંત ભાવિ પિતાના વિષયમાં જાણકારી તથા ગર્ભાવસ્થા સાથે સંકળાયેલી દરેક સંભવિત મુદ્દાઓની ચર્ચા કરવામાં આવી છે.

જયારે આ પુસ્તક લખવામાં આવ્યું ત્યારે તેનું એક જ મિશન હતું કે ભાવિ માતા-પિતા ચિંતા કરવાના બદલે ગર્ભાવસ્થાનો સંપૂર્ણ આનંદ લે. મિશન તો હજુ પણ એ જ છે પણ કેટલીક અલામ્ય માહિતીઓના ઉમેરણથી પહેલાથી વધારે વિસ્તૃત થઈ ગયું છે.

હું આશા રાખું છું કે એકે એક ભાવિ માતાઓ આ પુસ્તકનો લાભ લેશે તથા શિશુના વિકાસથી આનંદ અનુભવશે. આપ સહુ ગર્ભવતીઓને તકલીફ વિનાની પ્રસૂતિ થાય તે માટે ઈશ્વરને પ્રાર્થના. આપ એક ઉમદા માતા-પિતા બનશો. ભગવાન કરે આપ સહુની ઈચ્છાઓ પૂરી થાય.

heidi

ભાગ-૧

અમુક જરૂરી બાબતો

ગર્ભધારણ કરતાં પહેલાં

તો તમે પરિવાર બનાવવાનું કે તેને વિસ્તારવાનું નક્કી કરી લીધું ખરું ને! ખૂબ જ જલ્દી તમારા ઘરમાં બાલગોપાલ આવનાર છે અથવા તો તમારા બાળકને ભાઈ કે બહેન મળનાર છે. એ પહેલાં કે શિશુની પાપા-પગલીઓનો ગુંજારવ થાય. તમારે અમુક જરૂરી પગલાં ભરવા પડશે, જેથી તમે તથા તમારું આવનાર શિશુ સંપૂર્ણ રીતે તંદુરસ્ત રહે. આ સૂચનોની મદદથી તમે અને તમારા પતિદેવ આવનારા સમય માટે ખુદને પૂરી રીતે તૈયાર કરી શકે છે.

જો તમે હજુ સુધી ગર્ભવતી નથી થઈ શકી તો વાંધો નહીં. પ્રયત્ન ચાલુ રાખો. (પ્રયત્નની સાથે ખુશખબરી સાંભળી ચૂકી છો) તો પુસ્તકના બીજા પ્રકરણથી વાંચવાનું શરૂ કરો. આ પહેલું પ્રકરણ એવી માતાઓ માટે છે જે ગર્ભધારણ કરવા ઈચ્છે છે.

ગર્ભધારણ પહેલાં- અમુક સૂચન

નાનુ કુમળું બાળક આપના આંગણામાં આવવા માટે વ્યાકૂળ છે, પરંતુ તમે તેને બોલાવો એ પહેલાં નિમ્નલિખિત બાબતો પર ધ્યાન આપવું પડશે.

ગર્ભધારણ પહેલાં તપાસ : જો કે હજુ આપને પ્રસૂતિ પહેલાં દેખરેખ માટે ડૉક્ટરની જરૂર નથી. તમે તમારા લેડીઝ ડૉક્ટરને મળી શકો છો. જેની પાસે નિયમિત તપાસ કરાવો છો. આવી તપાસથી કોઈ મેડિકલ ખામીની પહેલેથી જ જાણ થઈ જશે, જેથી સારવાર કરાવવામાં અનુકૂળતા રહેશે. ડૉક્ટર આપને એવી દવાઓથી પણ દૂર રાખશે જે ગર્ભાવસ્થા દરમિયાન લેવાય નહીં. તમારૂ વજન, ખોરાક, ખાવા-પીવાની આદતો, જીવનશૈલી તથા રસીકરણ વગેરે વિષયો અંગેની જાણકારી તમારી લેડીઝ ડૉક્ટર પાસેથી મેળવી લો.

પ્રસૂતિ પહેલાં ડૉક્ટરની તપાસ :

કોઈ દાયણ મિડવાઈફ કે પ્રીનેટલ ડૉક્ટરની તપાસ જાતે શરૂ કરી દેવી જોઈએ. એ હકીકત છે કે હજુ આપ ગર્ભવતી નથી, પરંતું થોડાં સમય પછી આપ ખૂબજ વ્યસ્ત રહેવાની છો, માટે પાણી પહેલા પાળ બાંધી દો. જુદા જુદા ડૉક્ટરોને મળો. તેમના અભિપ્રાયો જાણો અને તેમાંથી તમને અનુકૂળ આવે તેવા ડૉક્ટરને નક્કી કરી લો.

ડેન્ટિસ્ટ સાથે મુલાકાત :- તમે ગર્ભવતી બનો એ પહેલા એકવાર ડેન્ટિસ્ટની પાસે જરૂર જાવ. કેમ કે આપની ભાવિ ગર્ભાવસ્થા દાંતો અને પેઢુઓ પર તેની અસર દેખાડી શકે છે. ગર્ભાવસ્થાના

હૉર્મોનના કારણે દાંત અને પેઢુઓની તકલીફ વધી શકે છે. સંશોધનમાં એવું પણ જાણવા મળ્યું છે કે ગર્ભાવસ્થાની આંટી-ઘૂંટીઓમાં દાંતના પેઢુના રોગ પણ ભળે છે. આપના શિશુને આ દુનિયામાં લાવતાં પહેલા જાતે એકવાર દાંતોના ડૉક્ટરને મળી લો. દાંતોના એક્સ-રે, રિલિંગ કે સર્જરી વગેરે કરાવી લો. કેમ કે ગર્ભાવસ્થા દરમિયાન આવી સારવાર થઈ શકશે નહીં.

વંશ-વેલાની તપાસ : તમારે તમારા ફેમિલી ટ્રી' પર એક નજર કરવાની સાથોસાથ પતિદેવના 'ફેમિલી ટ્રી'ને જોઈને તપાસ કરવાની રહેશે, જેથી જાણી શકાય કે બંને કુટુંબોમાં કોઈ વંશ પરંપરાગત રોગનો ઈતિહાસ તો નથી ને! આવા રોગોમાં ડાઉનસિંડ્રોમ, ટે-શેક રોગ, સિકલ સૈલ એનીમિયા, થેલેસીમીયા, હીમોફીલિયા, સિસ્ટિક ફાઈબરોસિસ કે ફ્રેગાઈલ એક્સ સિંડ્રોમનું નામ લઈ શકો છો.

ગર્ભાવસ્થાની પૂર્વ જાણકારી :

જો આપની પહેલી પ્રસૂતિમાં કોઈ તકલીફ આવી હતી, સમયથી પહેલા કે પછી પ્રસૂતિ થઈ હતી અથવા તો એકથી વધારે ગર્ભપાત થઈ ચૂક્યા છે તો તમારા ડૉક્ટરને મળો, જેથી એવી જ મુશ્કેલી આ વખતની સુવાવડમાં ઉભી ન થાય.

જો જરૂરી લાગે તો, જેનેટિક સ્ક્રીનિંગ કરાવો:

જો કોઈપણ સિસ્ટિક વારસાગત રોગ અંગે જાણ થાય તો ડૉક્ટર પાસેથી જેનેટિક સ્ક્રીનિંગ અંગે સલાહ લો. જો આપ કાકેસિયન છો તો સિસ્ટિક ફાઈબરોસિસ, યહૂદી કે યુરોપિયન છો તો ટે-શેક, આફ્રિકન છો તો સિકલ સૈલ ટ્રેટ કે પછી ગ્રીક, ઈટાલિયન, દક્ષિણપૂર્વના એશિયાઈ કે ફિલિપાઈનના મૂળ છો તો આપ થૈલાસીમિયા રોગનો ભોગ બની શકો છો.

પહેલાં અનેકવાર ગર્ભપાત થવો, કોઈ લોહીના સંબંધવાળા જોડે લગ્ન થવા, લાંબા સમય સુધી ગર્ભ ન રહેવો, જેવાં કારણોમાં પણ જેનેટિક સ્ક્રીનિંગની જરૂર પડી શકે છે.

તપાસ કરાવો: આ તમામ તબીબી તપાસ દરમિયાન તમારે તમારે અમુક ટેસ્ટ કરાવવા માટે તૈયાર રહેવું પડશે. તે છે -

- એનિમયાની તપાસ માટે હીમોગ્લોબિન કે હિમેટોક્રિટની તપાસ.
- આર.એચ. ફેક્ટર એ જોવા માટે કે આપ પૉઝેટિવ છો કે નેગેટીવ? જો આપ નેગેટીવ છો તો તમારા જીવન સાથીની તપાસ કરાવો. (જો બંને પતિ-પત્નીની તપાસ નેગેટીવ આવે તો એ અંગે વધારે ન વિચારો)
- રૂવેલા ટિટર, રૂવેલા માટે પ્રતિરોધ ક્ષમતાની તપાસ માટે.
- વૈરીસેલા ટિટર, વૈરીસેલા માટે પ્રતિરોધ ક્ષમતાની તપાસ માટે
- હેપેટાઈટિસ બી (જો આપે તેની રસી નથી લીધી અને આપ કોઈ હેલ્થ વર્કર છો)
- સાઈટોમૈગાલોવાયરસ એન્ટીબૉડીઝ તપાસ, જેથી જાણ થઈ શકે કે તપાસ કેવી થઈ. જો આપે એનો ઈલાજ કરાવ્યો છે તો છ મહિના સુધી ગર્ભધારણ ન કરો.
- ટૉક્સોપ્લાઝમોસિસ ટિટર, આપની કોઈ પાળેલી બિલાડી છે, જે બહાર ફરે છે, કાચું માંસ ખાય છે કે આપ મોજા વિના બગીચામાં સાફ-સફાઈ કરો છો. જો તમે રસી લીધેલી હોય તો આ બાબતે ગભરાવવાની કોઈ જરૂર નથી. જો નથી લીધી તો સાવચેતીની જરૂર ખરી.
- થાઈરૉઈડ ફંક્શન, એનાથી ગર્ભાવસ્થા પ્રભાવિત થઈ શકે છે. જો આપને કે પરિવારમાં કોઈને આ રોગ હતો કે આપને તેના લક્ષણ જોવા મળે કે તરત જ તપાસ કરાવો.
- યોન જનિત રોગ. યૌન-જનિત દરેક ગર્ભવતી મહિલાઓને નિયમિત રીતથી યૌનજનિત રોગો (જેવા કે સિફલિસ, ઝીણી ફોલ્લીઓ, કાલમીડિયા, હર્પીઝ, એચપીવી તથા

એચ.આઈ.વી.)ની તપાસ થાય છે. ભલે તમે આ રોગો તરફથી વચિંત હોવ પરંતુ એક વાર તપાસ કરાવી લેવી તમારા હિતમાં છે.

<u>સારવાર કરાવો</u> :- જો કોઈ પ્રકારની ડૉક્ટરી તપાસમાં નેગેટીવ નિદાન આવે તો તરત જ સારવાર લો. કોઈપણ નાની મોટી સર્જરી કે કોઈપણ સારવાર, જેને આપ ટાળતી હતી. તેને જલ્દીથી કરાવી લો. કેમ કે કયાંક એવું ન બને કે ગર્ભાવસ્થામાં મોટું સંકટ ઉભું થાય. આવી સામાન્ય લાગતી સમસ્યાઓ નીચે મુજબ છે.

- યૂટેરાઈન પોલિપ્સ, (જ્યારે ગર્ભાશયની આ જુબાજુ રહેનારી કોશિકાઓ, શરીરમાં ક્યાંક બીજે ફેલાઈ જાય છે)
- પેલ્વિક ઈન્ફલામેટ્રી રોગ.
- પેશાબાશયમાં વારંવાર થનારા સંકમણ કે બૅક્ટેરિયલ વેજીનોસિસ.
- કોઈ એસટીડી રોગ

<u>રસીકરણ કરાવો:</u> જો આપે છેલ્લાં દસ વર્ષોમાં આ જ સુધીમાં ટિટનેસ-ડિપ્થીરિયા બૂસ્ટરની રસી નથી લીધી તો એ સત્વરે લઈ લો. (રૂબેલા) મીજલ્સ મમ્સ અને રૂબૈલાની રસી ન લીધી હોય તો લઈ લો. રસી લીધા પછી ગર્ભધારણ માટે એક મહિનાની રાહ જુઓ. જો આપ ગર્ભવતી છો તો પણ ડરવાની જરૂર નથી. માનો કે આપને હૈપેટાઈટિસ બી કે ચિકનપોક્સનો કોઈ ડર નથી પરંતુ તેના માટે સાવચેત રહો. જો આપની ઉંમર છવ્વીસ વર્ષથી ઓછી છે તો એચપીવીના ત્રણ ડૉઝ લેવા પડશે, જેથી યોજના બનાવીને જ ચાલો.

<u>ક્રૉનિક રોગો પર કાબૂ મેળવો :</u> જો આપ દમ, ડાયાબિટિસ, હૃદયરોગ, એપીલેપ્સી કે કોઈપણ ક્રૉનિક એટલે કે લાંબા ગાળાના રોગના ભોગ બનેલા છો તો ગર્ભધારણ પહેલાં ડૉક્ટરની સલાહ લો તથા તમારા રોગ પર અંકુશ મેળવો. જો આપ જન્મથી 'ફિનાઈલકીટોનયૂરિયા'ના ભોગ છો તો આ જથી ફિનાઈલેલેનિન યુક્ત ભોજન શરૂ કરી દો. ગર્ભાવસ્થા સુધી ચાલુ રાખો. આપના માટે તથા શિશુ એમ બંનેના સ્વાસ્થ્ય માટે આવી કાળજી ઉમદા સાબિત થશે. જો આપને એલર્જી શોટ્સની જરૂર પડે છે તો એના પર અત્યારથી ધ્યાન આપો. હતાશા આપની પ્રસન્નતા ભરપૂર ગર્ભાવસ્થામાં અડચણ કરી શકે છે. એટલાં માટે તેનો પહેલેથી જ ઈલાજ કરાવી લો.

<u>બર્થ કંટ્રોલ બંધ કરો :</u> તમારા કંડોમ અને ડાયફ્રાગમ ફેંકી દો (જો કે ગર્ભાવસ્થા પછી તેની ફરીથી જરૂર પડશે) જો બર્થ કંટ્રોલ કરાવવાની ગોળીઓ, વૈજાઈનલ રિંગ કે પેચનો ઉપયોગ કરી રહ્યાં છો તો તે અંગે ડૉક્ટરની સલાહ લો. આપે તેને કેટલાંય મહિના પહેલા બંધ કરવી પડશે, જેથી પ્રજનન તંત્ર રાબેતા મુજબ કામ કરવા લાગે બે માસિક ચક્રનો ગાળો અનુકૂળ રહે. (એ દરમિયાન કંડોમનો ઉપયોગ કરો) બની શકે છે આપના માસિક ચક્રને નિયમિત થવામાં બે ત્રણ કે તેનાથી પણ વધારે મહિના લાગે.

જો આપ 'આઈયૂડી'લગાવો છો તો તેને કાઢી નંખાવો. ડેપોપ્રોવેરા બંધ કરવાના છ માસ સુધી રાહ જુઓ. અમુક મહિલાઓ તો તેને બંધ કરીને દસ મહિનામાં પણ ગર્ભવતી બની શકતી નથી. આપ એ હિસાબે આપની યોજના બનાવો.

<u>આહારમાં સુધારો</u> : બની શકે છે કે આપ અત્યારથી બે જણ માટેનું ભોજન નથી લેતાં, પણ સારી આદત કેળવવામાં મોડું શા માટે કરવું? આપ પોતાનો ફૉલિક ઍસિડનો ખોરાક લેવાનું ભૂલશો નહીં. આવા ખાદ્ય-પદાર્થથી ગર્ભધારણની ક્ષમતા વધશે. નવા સંશોધનોથી એ વાતની જાણ થઈ છે કે ગર્ભધારણ પૂર્વ, આહારમાં આ વિટામીનની અધિક માત્રા લેનારી ગર્ભવતી સ્ત્રીઓમાં 'ન્યૂરલ ટયૂબ ડિફેક્ટ'નું જોખમ મોટા પ્રમાણમાં ઘટી જાય છે. અનાજ તથા લીલા પાંદડાવાળી શાકભાજીઓ તથા રિફાઈન્ડ અનાજમાં આવું વિટામીન હોય

છે, જેથી આપે તેને ખોરાકની રીતે લેવું જોઈએ. તેના માટે ડૉક્ટરને પૂછો.

જંક અને ચરબીવાળા ભોજનને બાય બાય કરો. ભોજનમાં તાજાં ફળ, શાકભાજી, ઓછી ચરબીવાળા પદાર્થોની માત્રા વધારો. પુસ્તકમાં દર્શાવેલાં કોઠા મુજબ સમતોલન આહાર યોજના પર ધ્યાન આપો. આપને ગર્ભધારણ પહેલાં દરરોજ બે સર્વિંગ પ્રોટીન, ત્રણ સર્વિંગ કેલ્શિયમ અને છ સર્વિંગ અનાજ લેવું પડશે.આપે તેમાં કેલેરીનું પ્રમાણ વધારવાની જરૂર નથી.

માછલી બાબતે પણ સૂચવેલા તથ્યો પર ધ્યાન આપો, પરંતુ તેને બિલકુલ બંધ ન કરો. કેમ કે તેમાં ઘણાં પ્રમાણમાં પોષકતત્વ હોય છે.

જો આપની ખાવાપીવાની અમુક આદતો, ગર્ભાવસ્થામાં મૂંઝવણ (વ્રત રાખવું, એનોરેક્સિયાનવૉસ, બુલીમિયા, વિશેષ આહાર) પેદા કરી શકે છે. એના નિવારણ માટે પહેલેથી જ ડૉક્ટરના સૂચન મુજબ વર્તો.

પ્રસૂતિ પહેલાં વિટામિન લો: ફૉલિક ઍસિડના ભરપૂર પ્રમાણને ભોજનમાં સામેલ કરવા છતાં આપને ગર્ભધારણના બે મહિના પહેલાથી પ્રીનૅટલ પૂરકના રૂપમાં ૪૦૦ એમસીજીનો ખોરાક લેવો પડશે. તેના અનેક ફાયદા છે. અભ્યાસોથી જાણવા મળ્યું છે કે સ્ત્રીઓ ગર્ભધારણ પહેલાથી કે શરૂઆતના અઠવાડિયાઓમાં મલ્ટી વિટામિનનો ખોરાક લે છે. તેને ઉલટી કે જીવ ઉંચો થવા જેવી તકલીફો થતી નથી. એમાં ૧૫ એમજી ઝિંકની માત્રા પણ હોવી જોઈએ, જેનાથી ગર્ભધારણની ક્ષમતા વધશે. જો કે અમુક જરૂરથી વધારે પોષકતત્વોનું પ્રમાણ નુકશાન પણ કરી શકે છે માટે ડૉક્ટરની દેખરેખ મુજબ વર્તો.

વજનની તપાસ :- વજન વધ-ઘટ થવું એ બંને સ્થિતિઓ જ ગર્ભધારણ ક્ષમતાને અસર કરી શકે છે. જો આપે ગર્ભધારણ કરી લીધો તો ગર્ભાસ્થિામાં કેટલાય પ્રકારની આંટી ઘૂંટીઓ આવી શકે છે. એટલાં માટે જરૂર મુજબ જ કૅલેરીની માત્રા વધારો કે ઘટાડો.

વજન ઘટાડવું હોય તો ધીમેધીમે શરૂઆત કરો. ગર્ભધારણની યોજનાને બે મહિના માટે પાછી ઠેલી દો. ખૂબ જ સખત અને અનિયમિત ડાયેટીંગ આપના આરોગ્યને નુકશાન પહોંચાડી શકે છે. જો જોરદાર ડાયેટીંગ થઈ ચૂકી છે તો હવે સમતોલન આહાર લેવાનું શરૂ કરો, જેથી નાનકડો બાળગોપાલ એક નિરોગી શરીરમાં પોતાનું ઘર બનાવી શકે.

શેપ-અપ, પરંતુ શાંત રહો : કસરતની નિયમિતતા હશે તો આપના માટે સારી બાબત જ છે. માંસપેશીઓ લચકદાર અને મજબૂત બનશે. વધારાનું વજન પણ ઘટશે, પરંતુ વ્યાયમમાં પણ નિયમોને અનુસરો કેમ કે અધિક વ્યાયામથી ઓવ્યૂલેશનમાં તકલીફ ઉભી થશે અને આપ ગર્ભવતી નહીં બની શકો. વર્કઆઉટ દરમિયાન તમે તમારી જાતને મોકળી (ખુલ્લી) રાખો. હૉટ ટબ,સૂવું, હીટિંગપેડ અને ઈલેકટ્રિક કેબલનો વધારે ઉપયોગ ન કરો.

મેડિકલ કેબિનેટની તપાસ : અમુક દવાઓ એવી હોય છે. જેને ગર્ભાવસ્થા પહેલાં તથા એ દરમિયાન લેવી જોખમકારક બની શકે છે. જો આપ પણ નિયમિત રીતે કે કયારેક કયારેક કોઈ દવા લો છો તો એના વિશે આપના ડૉક્ટરને જરૂર જણાવો. જો કોઈ એવી દવા લેવી પડે તેમ છે તો તેનો વિકલ્પ શોધવાનો આ જ ખરો સમય છે.

જો કે હર્બલ કે વૈકલ્પિક દવાઓ પ્રાકૃતિક કુદરતી માનવામાં આવે છે, પરંતુ તેનો એ અર્થ નથી કે એ સલામત જ હશે! હવે તો અનેક હર્બલ દવાઓ, જેમકે ગિકંગો બિલોબા ગર્ભધારણમાં પણ મુશ્કેલી ઉભી કરી શકે છે. હર્બલ ડૉક્ટરની મંજુરી વિના એવી કોઈ દવા ન લો.

કૅફીનની માત્રા : અમે એવું નથી કહેતાં કે આપ કૅફીનયુક્ત પદાર્થ લેવાનું સદંતર છોડી દો.

જરા ધ્યાન આપો

એટલું તો નક્કી છે કે શિશુને જન્મ આપવાનો નિર્ણય લેતાં જ આપ બંનેની શારીરિક નિકટતા ખૂબ જ વધી જશે, પરંતુ આપના પ્રેમ સંબધનું શું થશે? ક્યાંક એવું તો નથી જો કે આપ આવનાર મહેમાનના ચકકરમાં સેક્સ જીવન પ્રત્યે ઉદાસીન બની ગઈ છે.

જ્યારે આપને હંમેશાં આવનાર તરફ ધ્યાન રહે છે ત્યારે સેક્સ મનોરંજન નહીં, માત્ર એક પ્રક્રિયા બની જાય છે. જ્યારે આપ એને એક યંત્રયત સાહચર્ય માની લો છો તો કેટલીય વાર પ્રેમ અને લાગણીઓમાં કડવાશ ઉભી થવા લાગે છે પરંતુ આપ ઈચ્છો તો એને પહેલાની જેમ જ તાજી અને રોમાંચક રાખી શકો છો. ગર્ભધારણના સમયે પતિની સાથે ભાવનાત્મક લાગણીઓ જાળવી રાખવાના આ રહ્યાં ઉપાયો

બહાર જાવ : આપે તથા આપના પતિએ ઘરથી દૂર કે શહેરથી બહાર થોડો સમય વીતાવવો જોઈએ. કેમ કે આ પછી કદાચ લાંબા ગાળા સુધી આવી રજાઓનો લાભ નહીં મળે. જો તમારી પાસે બહાર જવાનો સમય નથી તો વાંધો નહીં. એકબીજાની સાથે વીકએન્ડ તો મનાવી શકો છો ને ! (જેમાં ઘોડે સવારી અને રાફ્ટિંગ કરી શકાય)આવું બધું ગર્ભાવસ્થા દરમિયાન નહીં કરી શકો. કાં તો કોઈ મ્યુઝિયમમાં જાવ. મલ્ટીપ્લેક્સમાં કોઈ મૂવી જોવા જાવ. (હમણાં બેબીસિટરની જરૂર નથી) કાં તો તમારા મનપસંદ રેસ્ટોરન્ટમાં જમો.

રોમાન્સને તાજો કરો : સેક્સ કંટાળાજનક બની ન જાય તે માટે બેડરૂમમાં થોડી મોજ મસ્તીને આવવા દો. કોઈ સેક્સી નાઈટી હૉટ મૂવી કાં તો સેક્સી ટૉય્સ, કોઈ નવી કામક્રિડાની રીતને (કામસૂત્રની મદદ લો) સામેલ કરો. બેડની જગ્યાએ ડાઈનિંગ ટેબલ કેવું રહેશે? આઈસ્ક્રીમ પર હૉટ ફજ ખાવાના બદલે એકબીજા પર લગાવીને ખાવ તો... જો આપ વધારે રોમાન્સ પસંદ નથી કરતી તો ચાંદની રાતના પૂનમના દિવસે તળાવ કે સરોવર કિનારે જાવ. ફાયરપ્લેસની સામે બાહોમાં બાહો નાખીને સોનેરી સપનાઓમાં ખોવાઈ જાવ.

અમુક એમનાં વિશે : શું તે આપની જેમ શિશુના માટે ચિંતિત નથી? શું તે આપના બૉડી ટેમ્પરેચર ચાર્ટ બનાવવામાં મદદ કરવાને બદલે સ્ટોક માર્કેટના સમાચારોમાં ખોવાયેલાં છે? શું તેઓ દરેક વખતે બેબી બુટીક સામેથી જતી વખતે હાય...હાય...કરીને આહ તો નથી ભરતાં. આ તમામ બાબતોથી તેનો અર્થ એવો નથી કે આવનાર શિશુ માટે તે ઉત્સુક નથી. બની શકે છે કે તેઓ કામ પર વધારે ધ્યાન આપે. જેના પછી આપની સાથે વધારે સમય વીતાવી શકે. યાદ રાખવું જોઈએ કે તેઓ પણ પિતા બનવાના છે. આ એક ટીમવર્ક છે અને આપની જેમ તેઓ પણ આ અંગે ઘણા ગંભીર હશે જ. જ્યારે પણ તક મળે પતિ સાથે પ્રેમભરી વાતો કરો. તેમનાં પર ગુસ્સો કે અણગમો ન દાખવો. એકબીજાને વહાલભરી હુંફ આપવાથી જ આવનાર બાળકને પણ માતા-પિતા તરફ એવો જ પ્રેમ સદ્ભાવ રહેશે.

જો કે આપ ગર્ભવતી થવાની યોજના બનાવી ચૂકી છે કાં તો ગર્ભવતી છે તો પણ આપ દિવસના બે કપ કેફીનવાળી કૉફી કે કોઈ પીણું લઈ શકો છો, પરંતુ આપ જરૂરથી વધારેની ઈચ્છાવાળી છે તો તેના પરક અંકુશ રાખો. અનેક અભ્યાસોનું તારણ એવું આવ્યુ છે કે કેફી પીણાના વધારે સેવનથી પ્રજનનની ક્ષમતા ઘટે છે.

આલ્કોહોલની માત્રા : દારૂ પીતાં પહેલાં જરા વિચારો. જો કે ગર્ભાવસ્થાથી પહેલાં દિવસમાં એકાદ પેગ પીવાથી કોઈ ફરક નહીં પડે, પરંતુ પેગનું પ્રમાણ વધશે તો ગર્ભધારણ કરવામાં મોડું થશે. કાં તો બીજી કોઈ તકલીફ થઈ શકે છે. બની શકે છે કે આપ ગર્ભવતી છો તો દારૂ પીવાની બિલકુલ મનાઈ છે.

પિનપ્વાઈન્ટ ઓવ્યૂલેશન

આપ તો જાણો જ છે કે ગર્ભધારણ કરવા માટે ઓવ્યુલેશન કેટલી અગત્યતા રાખે છે? અહીં અમુક ઉપાય આપવામાં આવ્યા છે જેની મદદથી આપ એ દિવસનો અંદાજો કાઢી શકો છો.

કૅલેન્ડર જુઓ : મોટાભાગે તો ઓવ્યૂલેશન આપના માસિક ક્રમ વચ્ચેના ગાળામાં હોય છે. સરેરાશ ચક્ર ૨૮ દિવસનું હોય છે, જેને પહેલા પીરિયડના પહેલા દિવસથી આગળના પીરિયડના પહેલા દિવસ સુધી ગણવામાં આવે છે, પરંતુ ગર્ભાવસ્થાની જેમ માસિક ચક્રનો પણ પોતાનો હિસાબ હોઈ શકે છે. માસિક ચક્રના દિવસ ૨૩ થી ૨૫ વચ્ચે હોઈ શકે છે. આપનું પોતાનુ ચક્ર, માસ-પ્રતિમાસ ખસી શકે છે. પૂરા માસ સુધી માસિક ચક્રનું કૅલેન્ડર રાખવાથી આપને સામાન્ય ચક્રનો અંદાજ આવી શકે છે. જો માસિક ચક્ર અનિયમિત હોય તો આપને ઓવ્યૂલેશનના બાકી સંકેતો પર ધ્યાન આપવું જોઈએ.

પોતાનું તાપમાન તપાસો : આપે આપના બૅસલ બૉડી ટેમ્પરેચરનો રેકોર્ડ રાખવો પડશે. આપે સવારે પથારીમાંથી ઊઠતાં જ એક વિશેષ થર્મોમીટરથી તાપમાન જોવું પડશે. એ તાપમાન આપના ચક્ર પિરીયડની સાથે બદલાતું રહે છે. ઓવ્યૂલેશનના સમયે તાપમાન સહુથી ઓછું થઈ જાય છે. એ પછી અડધી ડીગ્રી સુધી વધે છે. આ ચાર્ટથી ના માત્ર ઓવ્યૂલેશનના દિવસની જાણ થશે, પરંતુ તેની સાબિતી પણ મળશે. થોડાક માહિનાઓં પછી આપને આપના માસિકચક્રના માળખાની જાણ થઈ જશે અને પ્રસૂતિની અંદાજીત તારીખનો તાગ પણ મેળવી શકશો.

આપના અંડરગારમેન્ટ્સની તપાસ કરો : સર્વાઈકલ મ્યુકૅસની માત્રા અને રંગમાં ફેરફારથી પણ આવા સંકેત મળે છે. પીરિયડ પૂરો થયા બાદ તેની વધારે આશા ન રાખો. ચક્ર વધવાની સાથોસાથ મ્યુકૅસની માત્રા પણ વધે છે જેને આંગળીઓ ઉપર લેવામાં આવે તો તે ચીકણો પદાર્થ તૂટી જાય છે. ઓવ્યૂલેશનની આ જુબાજુ આ સ્રાવ પહેલાંથી વધુ પાતળો, સાફ અને લપસણો (લીસો) બની જાય છે. આપ તેને આંગળીઓ વડે થોડે દૂર સુધી તારની જેમ ખેંચી શકો છો. આ પણ એ વાતનો સંકેત છે કે હવે આપે આપના શયનકક્ષમાં જવું જોઈએ. ઓવ્યૂલેશન પછી યોનિ શુષ્ક બની જશે કાં તો સ્રાવ ઘણો ગાઢ બની જશે.

સર્વાઈકલની સ્થિતિ અને બૅસલ બૉડી ટેમ્પરેચર એ બંનેની મદદથી આપ ઓવ્યૂલેશનની સાચી તારીખ જાણી શકો છો.

સર્વિક્સ સ્થિતિ : સર્વિક્સની સ્થિતિથી પણ ઓળખાતા ઓવ્યૂલેશનની જાણ થઈ શકે છે. ચક્રની શરૂઆતમાં યોનિ તથા ગર્ભાશય વચ્ચેનો માર્ગ થોડો સંકોચાયેલો તથા બંધ હોય છે પરંતુ ઓવ્યૂલેશન પછી તમે તેને ઓળખી શકો છો.

ધ્યાન રાખો : આપનું શરીર જાતે જ ઓવ્યૂલેશનનો અણસાર આપે છે. એ દરમિયાન પેટના નીચેના ભાગમાં દર્દ કે જકડન અનુભવાય છે. એનાથી જાણી શકાય છે કે ઓવરીમાંથી એગ પરિવર્તિત થઈ રહ્યું છે.

એક સ્ટિક પર પેશાબની તપાસ :

હવે બજારમાં 'ઓવ્યૂલેશન પ્રેડિક્ટર'ની કિટ પણ મળે છે. એ આ હોર્મોન તપાસથી ઓવ્યૂલેશનનો ખરો સમય બતાવી દે છે. આપે આપના પેશાબમાં આ સ્ટિકને પલાળીને તપાસ કરવી પડશે.

પોતાની ઘડિયાળ પર નજર : એક એવું યંત્ર બન્યું છે, જેને આપ ઘડિયાળની જેમ હાથ પર પહેરી શકો છો. આ મશીન આપના પરસેવામાંના ક્લૉરાઈડ, સોડિયમ તથા પોટેશિયમના પ્રમાણનું ધ્યાન રાખે છે, જે એકાદ માસમાં બદલાઈ શકે છે. આ ક્લૉરાઈડિયન ટેસ્ટ ચાર દિવસ પહેલાં પણ ઓવ્યૂલેશનની જાણ કરી શકે છે. આપે ખરા પરિણામો માટે આ યંત્રને ૬ કલાક સુધી તમારા હાથે પહેરવું પડશે.

થૂંકની તપાસ :

આપના સ્લાઈવા ટેસ્ટમાં એસ્ટ્રોજનની માત્રાથી જાણ થઈ શકે છે કે ઓવ્યૂલેશન થનાર છે. એ તપાસથી ઘણી હદ સુધી તેની પુષ્ટિ થઈ જાય છે. આ 'પી ઓન સ્ટિક' ટેસ્ટથી ઘણાં વ્યાજબી પણ હોય છે.

ધૂમ્રપાન છોડો : આ શોખ કે આદત આપના ઈંડાઓને નુકશાન પહોંચાડશે. જી હા, ગર્ભધારણમાં મુશ્કેલી આવે છે અને ગર્ભપાતનો ખતરો પણ વધી જાય છે. ધૂમ્રપાનની આદત છોડી દો. તમારો એ ત્યાગ આગંતુક બાળક માટે તંદુરસ્તીની મોટામાં મોટી ભેટ હશે. ધૂમ્રપાન છોડવાના વ્યસનમુક્ત થવાના કેટલાંક વ્યવહારિક સૂચનો આ ગ્રંથમાં છે. તેને ધ્યાનથી વાંચો અને લાભ ઉઠાવો.

ગેરકાયદેસરના ડ્રગથી ત્રાહિમામ્ : મારિજુઆના, કોકેન, ક્રેક, હેરોઈન કે અન્ય બીજા ડ્રગ્સ ગર્ભાવસ્થામાં ઘણાં જ જોખમકારક બની શકે છે. ભલે આપ તેનું દરરોજ સેવન ન કરતા હોવ કે ક્યારેક, આ ડ્રગ આપને ગર્ભવતી બનવા નહીં દે. આપને માતૃત્વથી વંચિત રાખશે. જો આપ ગર્ભવતી બની ગયા તો પણ આ ડ્રગ ભ્રૂણને મોટું નુકશાન પહોંચાડી શકે છે. જેનાથી ગર્ભપાત કે સાતમાં મહિને શિશુનો જન્મ થઈ શકે છે. ડ્રગ લેવાનું બિલકુલ બંધ કરી દો. એ પછી જ ગર્ભવતી થવાનું વિચારો.

રેડિએશનથી બચાવ : બની શકે તો એક્સ-રે દરમિયાન તમારા પ્રજનન અંગોનું ધ્યાન રાખો. જ્યારે આપ સગર્ભા બનવાની હોવ ત્યારે એક્સ-રે કરનારને જણાવી દો કે આપ ગર્ભવતી છો. માટે જરૂરી સાવચેતી રાખે.

પર્યાવરણમાં ફસાયેલાં જોખમો : અમુક રસાયણનો ભારે માત્રામાં ઉપયોગ થયો હોય કાં તો આપ એના સંપર્કમાં આવો તો ગર્ભધારણ પહેલાં જ કે ભ્રૂણને પછીથી નુકશાન પહોંચાડી શકે છે. કામકાજ દરમિયાન આવા રસાયણોનો સાવચેતેથી ઉપયોગ કરો. દવાઓ, દાંતની હૉસ્પિટલ, કલા-ફોટોગ્રાફી, વાહન-વ્યવહાર, ખેતીવાડી, લેન્ડસ્કેપિંગ, નિર્માણ કાર્ય, હેર ડ્રેસિંગ, કૉસ્મેટોલૉજી, ડ્રાઈક્લીનીંગ તથા ફેક્ટરીના કામોમાં વિશેષ કાળજી રાખો. જો બની શકે તો જોખમવાળા સ્થળથી થોડાંક સમય માટે બદલી કરાવી લો. જો કાર્યક્ષેત્ર કે ઘરમાં લેડ (સીસુ) ના પ્રમાણનું સ્તર વધારે હશે તો આપ તથા શિશુ, બંનેને અસર થઈ શકે છે. ઘરેલું ઝેરી પદાર્થોથી પણ બચતાં રહો.

નાણાંકીય રીતે ફીટ: આ ઘણી ખર્ચાળ પ્રક્રિયા છે. એટલા માટે તમારા જીવનસાથી સાથે પહેલેથી જ ડિલીવરીનું બજેટ બનાવી લો. તમારા હેલ્થ ઈન્સ્યોરન્સ દ્વારા જાણો કે પ્રસૂતિ પહેલા અને પછીનો ખર્ચ મળશે કે નહીં. જો હજુ આવી પોલીસી લીધી ન હોય તો થોડી રાહ જોયા વિના લઈ લો. આ જ શ્રેષ્ઠ સમય છે.

અમુક મહત્વના મુદ્દા : ગર્ભાવસ્થા વખતે તમારા કામકાજ અંગે વિચારી લો. જો આપ નોકરી બદલવા માટે વિચારી રહી છે તો આ જથી તેની કાર્યવાહી શરૂ કરી દો. કેમ કે આપ ઉપસેલા પેટની સાથે ઈન્ટરવ્યૂ આપવાનુ પસંદ નહીં કરો.

અમુક અનુમાન લગાવો : તમારા માસિક ચક્ર અને ઓવ્યૂલેશનને ધ્યાનમાં રાખો, જેથી આપ ખરા સમયે સંભોગ કરી શકો અને પછી ગર્ભધારણના યોગ્ય સમયની ધારણા નક્કી કરી શકો. સંભોગનો સમય તથા તારીખ લખવાથી પણ અનુમાનમાં સરળતા રહેશે.

થોડો સમય આપો : યાદ રાખો કે એક સરેરાશ સ્વસ્થ ૨૫ વર્ષની યુવતીને ગર્ભધારણ કરવામાં છ મહિના અને મોટી ઉંમરની સ્ત્રીઓને વધારે સમય લાગે છે. જો આપના જીવનસાથીની ઉંમર વધારે છે તો હજુ વધારે સમય લાગી શકે છે. કોઈપણ ડૉક્ટરની સલાહ લેતાં પહેલાં ઓછામાં ઓછા છ મહિના સુધી રાહ જુઓ. જો આપની ઉંમર વર્ષ ૩૫ થી વધારે છે તો આપને ૭ મહિના સુધી રાહ જોયા પછી જ ડૉક્ટરને મળવું જોઈએ.

આરામ કરો : કદાચ આ જ તો સહુથી જરૂરી કામ છે. જો કે આપ આવનારા સમય માટે ખૂબ જ ઉત્સાહિત, ઉત્તેજિત અને તણાવયુક્ત છે, પરંતુ આ જ તણાવ ગર્ભધારણમાં અડચણ રૂપ બની શકે છે. ખાસ તો ધ્યાન અને આરામદાયક વ્યાયામ કરવાનું શરૂ કરો. જીવનમાંથી કોઈ પણ પ્રકારના તણાવ અને ઉદ્વેગને દૂર કરી દો.

ભાવિ પિતાઓ માટે કેટલાક સૂચનો

એક પિતા હોવાના સંબંધે આપે આ જથી અલગ રૂમ બનાવવાની જરૂર અંગે વિચારવાની જરૂર તો નથી પરંતુ આપે આ પ્રક્રિયામાં સંપૂર્ણ રીતે સહકાર આપવો પડશે. (મમ્મી એકલી શું કરી લેશે) આ સૂઝાવથી આ પ્રક્રિયા વધારે સરળ બનાવી શકાય છે.

ડૉક્ટરને મળો : જો કે આપે ગર્ભધારણ કરવાના નથી તેમ છતાં ડૉક્ટર પાસે તપાસ કરાવી લેવી હિતાવહ છે. એક તંદુરસ્ત શિશુનો જન્મ, બે નિરોગી શરીરોનાં મિલનથી જ સંભવ બને છે. પૂરી તબીબી તપાસથી જાણી શકાશે કે આપ ટેસ્ટીકુલર સિસ્ટ કે ટ્યૂમર જેવા રોગથી ગ્રસ્ત તો નથી ને? તદ્ઉપરાંત માનસિક હતાશા (ડિપ્રેશન) આપને ‘પાપા, બનવાના સુખથી દૂર કરી શકે છે. ડૉક્ટર પાસેથી એક્સુઅલ ઈફેક્ટ, હર્બલ દવાઓ તથા તમામ જાણકારીઓ પછી આપ એક તંદુરસ્ત શિશુના પિતા બનવા માટે લાયક છો.

જેનેટિક સ્ક્રીનિંગ, જો જરૂર હોય તો! :- જો આપના પરિવારમાં કોઈ જેનેટિક રોગ જોવા મળ્યો હોય તો આપની જીવનસાથી તો સ્ક્રીનીંગ કરાવવા જાય છે જ તો આપ પણ તપાસ કરાવી લો.

આકારમાં સુધારો : પોષણ જેટલું સારૂ હશે સ્પર્મ એટલુ જ સ્વસ્થ હશે. આપે તાજા, ફળ, શાકભાજી, અનાજ તથા પ્રોટીનથી ભરપૂર સમતોલન આહાર લેવો જોઈએ. આ દિવસોમાં આપ વિટામીન મિનરલનો ખોરાક પણ લઈ શકો છો, કેમ કે ભોજનમાંથી દરેક અગત્યના પોષકતત્વ નહીં મળી શકે. તેમાં ફૉલિક ઍસિડ પણ સામેલ કરો. અમુક વાર તો આ જ તત્વની ખામીના કારણે ગર્ભધારણમાં સમય લાગે છે તથા શિશુમાં જન્મજાત વિકૃતિઓ પણ જોવા મળે છે.

જીવનશૈલી પર એક નજર : જો કે સંશોધન હજુ ચાલુ છે પરંતુ એટલું તો સ્પષ્ટ છે કે જો આપ ડ્રગ લો છો તથા વધારે પ્રમાણમાં આલ્કોહોલ લો છો તો આપ સહેલાઈથી પિતા બની શકશો નહીં. કૅફી પીણાંથી ના તો માત્ર સ્પર્મ ઘટે છે પરંતુ તેની સંખ્યામાં પણ ઘટાડો થાય છે. વળી ટેસ્ટોસ્ટેરોનનું સ્તર પણ ઘટે છે, આ ઠીક નથી. વધારે પ્રમાણમાં શરાબ પીવાથી બાળકના વજનમાં પણ ઘટાડો જોવા મળે છે. જો આપ આલ્કોહોલની માત્રા ઘટાડશો તો તમારા સાથી માટે પણ તેને અનુસરવાનું સહેલું થઈ પડશે. જો આપ વ્યસન મુકત નથી થઈ શકતાં તો તમારા ડૉક્ટરની મદદ લો.

વજનની તપાસ : જે પુરૂષોની બૉડી માસ ઈન્ડેક્સ વધારે હોય છે તે સામાન્ય પુરૂષોની સરખામણીમાં નપુંસક હોય છે. આપના વજનમાં ૨૦ પાઉન્ડની વૃધ્ધિ પણ એના પર અસર કરે છે એટલા માટે ગર્ભધારણ કરાવવાની પ્રક્રિયા પહેલાં આપનું વજન કરાવી લો.

ધૂમ્રપાન છોડો : અહીં કોઈ છટકબારી નહીં ચાલે. ધૂમ્રપાનથી સ્પર્મની સંખ્યા ઘટે છે. તેને છોડી દેશો તો આપના પૂરા પરિવારની તંદુરસ્તી માટે લાભકારક બનશે. તેમના માટે પણ આપની સિગારેટનો ધૂમાડો ઓછો ખતરનાક નથી. એનાથી આપનું શિશુ એસ.આઈ.ડી.એસ. (અચાનક સામુહિક હુમલો કરતાં રોગોના કારણે મૃત્યુ) થી પણ બચી શકે.

રસાયણોથી બચો : પેઈન્ટ અને વાર્નિશ રસાયણોના સીધા સંપર્કમાં આવવાથી તમારી જાતને બચાવો.બેદરકારી આપના માટે મોટી ઉપાધિ લાવી શકે છે.

તેને ઠંડુ રાખો : જયારે ટેસ્ટીકલ (વૃષણ) જરૂરથી વધારે ઉષ્ણ રહેતાં હોય ત્યારે સ્પર્મના ઉત્પાદન પર અસર પડે છે. ટેસ્ટીકલ શરીરના તાપમાનથી થોડા ઠંડા હોય છે, ત્યારે તે આપના શરીરથી અલગ લટકતાં રહે છે. આપે હૉટ ટબ બાથ, શયન, ઈલેકટ્રિક કેબલ તથા ટાઈટ જિન્સથી બચવું પડશે. સિન્થેટિકનુ પેન્ટ કે અંડરવિયર

કૉન્સેપ્શન - મિસ કૉન્સેપ્શન

(ગર્ભધારણ સાથે જોડાયેલી માન્યતા)

આપે ઈન્ટરનેટ પર અને જૂની દાયણો પાસેથી સાંભળ્યું હશે જ. અહીં અમે આપને થોડીક તથ્યાત્મક જાણકારી આપવા માગીએ છીએ.

મિથક (માન્યતા): દરરોજ સેક્સ કરવાથી સ્પર્મની ગણતરી ઓછી થાય છે તથા ગર્ભધારણ કરવાનું મુશ્કેલ બને છે.

તથ્ય : જો કે પહેલા અને સાચું માનવામાં આવતું હતું, પરંતુ અભ્યાસોથી જાણવા મળ્યું છે કે ઓવ્યૂલેશન દરમિયાન દરરોજ સંભોગ કરવાથી વધુ સારા પરિણામ સામે આવી શકે છે.

મિથક : બોક્સર શોટ પહેરવાથી પ્રજનન ક્ષમતા વધે છે.

તથ્ય : વૈજ્ઞાનિક તો હજુ આ ''બોક્સર વિરુદ્ધ બ્રીફ''ના વિવાદમાં અટવાયેલા છે, પરંતુ વિશેષજ્ઞોનું માનવું છે કે તેનો થોડો વધુ ફરક તો પડે જ છે. પુરૂષોએ એવા અંડરગારમેન્ટ્સ પહેરવા જોઈએ, જેનાથી વૃષણોનું તાપમાન ઠંડું રહે તથા તેને હવા મળતી રહે.

મિથક : ઈન્ટરકોર્સમાં મિશનરી પોઝિશન ગર્ભાધાન માટે સહુથી સારી હોય છે.

તથ્ય : ઓવ્યૂલેશનના સમયે જે મ્યુક્સ પાતળું થઈ જાય છે એ જ શુક્રાણુઓને ફેલોપિયન ટ્યૂબ સુધી લઈ જાય છે. જો શુક્રાણુઓ ત્યાં પહોંચી શકતાં નથી તો કોઈ પણ પોઝિશન કામમાં આવશે નહીં. આપે ઈન્ટરકોર્સ પછી થોડીવાર સીધા સૂઈ જવું જોઈએ જેથી સ્પર્મ અંદર જતાં પહેલાં વેજાઈનામાંથી બહાર આવી ન જાય.

મિથક : લુબ્રીકેન્ટ સ્પર્મને સાચી જગ્યાએ પહોંચાડવામાં મદદ કરે છે.

તથ્ય : આ સાચું નથી. એના કારણે વેજાઈનાનું પીએચ બેલેન્સ બદલાઈ શકે છે, જે સ્પર્મ માટે યોગ્ય નહીં હોય !

મિથક : દિવસમાં સંભોગ કરવાથી ગર્ભધારણ માટે સરળતા રહે છે.

તથ્ય : સવારના સ્પર્મનું સ્તર ઊંચું હોય છે, પરંતુ તેના કોઈ મેડિકલ પૂરાવા નથી. આપ ઈચ્છો તો સવારે પણ ઈન્ટરકોર્સ કરો, પરંતુ એવું ન વિચારો કે બપોરે મન થાય તો એ ન કરી શકાય.

પહેરો. ખોળામાં લૅપટોપ ન રાખો. આ ઉપકરણથી શરીરમાં નીચેના હિસ્સાનું તાપમાન વધી શકે છે. લૅપટોપનો ઉપયોગ ડેસ્કટૉપની જેમ કરો.

એને સલામત રાખો આપ કોઈ રમત જેમકે ફૂટબોલ, સૉકર, બાસ્કેટ બોલ, હૉકી, બેઝ બોલ, ઘોડે સવારી કરો છો તો રક્ષક ગાર્ડ બનાવીને તમારા જનનાંગોનું રક્ષણ કરો. વધારે પ્રમાણમાં સાયકલ ચલાવવાથી પણ મુશ્કેલી ઉભી થઈ શકે છે. અમુક ખ્યાતનામ નિષ્ણાંતોનું માનવું છે કે સાયકલની સીટ પર દબાણ થવાથી અનેક ધમનીઓને નુકશાન પહોંચાડી શકે છે. જ્યારે જનનાંગોમાં કંપન, ઝણઝણાટી કે જડતા દૂર ન થાય તો ડૉક્ટરને બતાવો.

વિશ્રામ : જી હા, આપે બધું જ શીખી લીધું છે. બસ હવે આરામથી આ તમામ મુદ્દાઓ પર અમલ કરવાનો છે. કોઈ પણ પ્રકારના ટેન્શનથી આપના પ્રદર્શનનું સ્તર ઘટી શકે છે. સ્પર્મ બનવામાં તકલીફ થઈ શકે છે. ચિંતા જેટલી ઓછી હશે તેટલું પરિણામ જલ્દી સામે આવશે. શાંત ચિત્તે પ્રયત્ન કરતાં રહો.

★★★

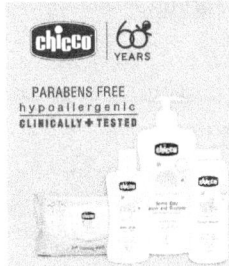

શું આપ ગર્ભવતી છો ?

બની શકે છે કે આપના પીરિયડમાં એક જ દિવસ મોડું થવાથી કાં તો પછી ત્રણ અઠવાડિયા થઈ ગયા હોય કાં તો આપને પહેલેથી જ લાગી રહ્યું હોય કે કોઈ ગરબડ છે. કાં તો ફર્સ્ટ આપને પીરિયડ ન હોવાના કારણે આપે અનુમાન લગાવી લીધું હોય ! બની શકે છે કે આપને ગર્ભધારણના સ્પષ્ટ લક્ષણ જોવા મળ્યાં હોય ! બની શકે છે કે આપ છેલ્લા છ મહિનાઓથી એ જ પ્રયત્ન કરી રહ્યાં હતા, અથવા તો બની શકે છે કે આપે બે અઠવાડિયા પહેલા ગર્ભનિરોધક વિના સંબંધ સ્થાપિત કરી લીધો હોય ! કાં તો આપ હજુ સુધી સક્રિય રીતે પ્રયત્ન કરતી ન હોય ! ભલે પરિસ્થિતિઓ ગમે તેવી હોય! ભલે આપ કોઈપણ હાલતમાં આ પુસ્તક વાંચવા બેઠી હોય, આપ જરૂર એવું જ વિચારીને આશ્ચર્ય પામી ગઈ હશો : શું હું ગર્ભવતી છું ? ચાલો, અમે બતાવવામાં મદદ કરીએ :

આપ શું વિચારી રહી છો ?

ગર્ભાવસ્થાના પ્રારંભિક લક્ષણ

મારી એક સહેલીએ કહ્યું કે તે પ્રેગનેન્સી ટેસ્ટ કરાવતા પહેલા જ જાણતી હતી કે તે ગર્ભવતી છે. શું હું પણ પહેલેથી જ આ રીતની જાણ મેળવી શકું છું ?

આનો સહુથી સહેલો રસ્તો તો એ જ છે કે આપનો પ્રેગનેન્સી ટેસ્ટ પોઝીટીવ આવે. ત્યારે જાણી શકાશે કે આપ માતા બનવાના છો કે નહીં. અનેક મહિલાઓને તો ઘણા અઠવાડિયા સુધી ગર્ભાવસ્થાના લક્ષણની જાણ થતી નથી. અને કેટલીય સ્ત્રીઓ પહેલેથી જ જાણી જતી હોય છે કે તે માતા બનવાની છે. જો આપને પણ કોઈ આવા અનુભવના લક્ષણ જોવા મળે તો હોમ પ્રેગનેન્સી ટેસ્ટ કિટ લાવવામાં મોડું ન કરો. આ કિટ કોઈ પણ કેમિસ્ટ સ્ટોરમાંથી મળી શક્યે.

નરમ વક્ષ સ્થળ તથા નિપ્પલ :

આપ તો જાણતી જ હશો કે પીરિયડ પહેલાં કેવી રીતે વક્ષ સ્થળને અડવા માત્રથી વેદના થાય છે. ગર્ભધારણ પહેલા વક્ષ સ્થળ ઘણા ગરમ બની જાય છે. અનેક મહિલાઓમાં હળવા સંવેદનશીલ, હર્યાભર્યા, સ્પર્શ કરવા માત્રથી દર્દ મહેસૂસ કરાવનારા વક્ષ, એ ગર્ભાવસ્થા શરૂ થઈ જાય તો વક્ષોના આકારમાં ફેરફારની સાથોસાથ

બીજા પણ અનેક પરિવર્તન જોવા મળે છે.

સ્તનગ્રાહોનું ઉપસવું : નિપ્પલોની (ડીંટડી) આ જુબાજુ શ્યામ હિસ્સો વધારે ગાઢ થવા લાગે છે. ગર્ભાવસ્થા દરમિયાન આવું થવું સહજ છે. સાથોસાથ તેનો આકાર પણ ભરાવદાર બની જાય છે. ત્વચામાં, રંગનું પરિવર્તન થવું એનો અર્થ એ છે કે આપના શરીરમાં પ્રેગનેન્સી હોર્મોન્સે પોતાનું કામ શરીરમાં કરી દીધુ છે.

ગુઝ બમ્પ ?: ના...ખરેખર ના...! પણ નિપ્પલોની આ જુબાજુના ગાઢ હિસ્સાઓ પર સામાન્ય ગુમડાં જેવા બમ્પ ઉપસી આવે છે. (મોન્ટગૂમરી ટ્યૂબરકલ્સ) હકીકતમાં આ એ ગ્રંથિઓ હોય છે, જે તેલી પદાર્થનો સ્રાવ કરે છે અને પોતાના નિપ્પલ તથા આસપાસના ભાગને તેલીય બનાવી દે છે. આ તમામ ફેરફારો એ વાતના સૂચક છે કે આપે આપના શિશુને સ્તનપાન કરાવવું પડશે. શરીર આવનાર સમય માટે સ્વયંને તૈયાર કરી રહ્યું છે.

ડાઘા : જ્યારે ભ્રૂણ ગર્ભાશયમાં તેની જગ્યા બનાવે છે ત્યારે અનેક મહિલાઓને સાધારણ સ્રાવ થાય છે. આવું આપના પીરિયડના અમુક દિવસ પહેલાં થઈ શકે છે. આ સ્રાવનો રંગ પાતળો ગુલાબી હોય છે, લાલ નહીં.

વારંવાર પેશાબે જવાની ઈચ્છા : આપને વારંવાર પેશાબ કરવાની ઈચ્છા થાય છે. ગર્ભધારણના બે-ત્રણ અઠવાડિયા પછી આપને ખૂબ ઝડપથી પેશાબ કરવા જવું પડે છે. આ પુસ્તકમાં તેના કારણો પણ આપ જાણી જશો.

થાક : એટલો બધો થાક અનુભવાય છે કે શરીર સાવ લેવાઈ જાય છે. ઊર્જા સમાપ્ત થઈ જાય છે અને પૂરા શરીરમાં આળસ છવાય છે. આપનું શરીર આવનારી સુવાવડ માટે તૈયાર થઈ રહ્યું છે.

ઉબકા-ઉલટી થવી : પહેલાં લક્ષણોમાં ઉબકા ઉલટીના કારણે આપને અવાર-નવાર બાથરૂમમાં જવું પડે છે. ગર્ભધારણ પછી તરત અનેક મહિલાઓ ઉબકા-ઉલટી (મોર્નિંગ સિકનેસ) ની ફરિયાદ કરે છે. જો કે આવી અસર છઠ્ઠા મહિનાની આસપાસ શરૂ થાય છે.

ગંધ તરફની સંવેદનશીલતા : નવી ગર્ભવતી સ્ત્રીઓની સૂંઘવાની ક્ષમતા ઘણી બધી રીતે સંવેદનશીલ થઈ જાય છે. તેમને દરેક સારી ખરાબ ગંધની તરત જ જાણ થઈ જાય છે.

ફૂલવું કે બ્લૌટિંગ : એવું લાગે છે કે પેટમાં કશુંક ફૂલી રહ્યું છે. જો કે પછીથી શિશુના કારણે પેટ ફૂલી જવાનું છે પરંતુ શરૂઆતમાં બાળક વિકાસ પામતું હોય તેનો અનુભવ થાય છે.

તાપમાન વધવુ : 'બૈસલ બૉડી તાપમાન' જો આપ ખાસ બૈસલ માપો તો આપ ખાસ બૈસલ બૉડી થર્મોમીટરથી સવારનુ તાપમાન માપો તો આપને જાણ થશે કે શરીરનું ઉષ્ણતામાન એક ડીગ્રી વધી ગયુ છે. આવું તાપમાન ગર્ભાવસ્થા દરમિયાન વધતું જ રહે છે. જો કે આ પાકો સંકેત નથી. પરંતુ આ નાનો સંકેત પેલી મોટી ખુશખબરીનો અણસાર તો આપે જ છે.

પીરિયડ ન થવો : જો હંમેશા આપના પીરિયડ સમયસર થાય છે તો અને આ વખતે પીરિયડ ન થયો તો પ્રેગનેન્સી ટેસ્ટ પહેલાં જ આપ પ્રેગનેન્ટ છો તેનું અનુમાન લગાવી શકો છો.

ગર્ભાવસ્થાની જાણ મેળવવી

"હું એ વાતની પાકી ખાતરી કેવી રીતે કરું કે હું ગર્ભવતી છું કે નહીં? "

સહુથી પહેલાં તો તમારા મનની વાત માનો. એનાથી જ આપને અમુક અણસાર આવી જશે. જો કે સાચા નિદાન માટે તબીબી વિજ્ઞાન તો છે જ. આ દિવસોમાં અનેક ટેસ્ટની ખરાઈ થઈ શકે છે કે આપ ગર્ભવતી છે કે નહીં.

હોમ પ્રેગનેન્સી ટેસ્ટ : આપ એને આપના બાથરૂમમાં ખૂબ જ શાંતિથી અને સંપૂર્ણ ગુપ્તતા સાથે કરી શકો છો. આ ટેસ્ટ ઘણા ઝડપી છે. કેટલાક તો એવા છે કે જેને આપ પીરિયડ મિસ કર્યા પહેલાં પણ કરી શકો છો. (જો કે વધારે સારા પરિણામ તો પીરિયડ પછી જ મળશે).

આમાં પેશાબમાં રહેલા એચસીજી હોર્મોનની તપાસ થાય છે, જેને પ્લેસેન્ટા બનાવે છે. એ પેશાબમાં તેની તપાસ થતાં જ આપને પોઝેટીવ પરિણામો મળી જશે. એ સંવેદનશીલ તો હોય છે પણ એટલાં નહીં. ગર્ભધારણના એક સપ્તાહ પછી આપના લોહીમાં એમસીજી તો હોય છે પણ ટેસ્ટમાં તેની તપાસ નથી થઈ શકતી. જો આપ પીરિયડથી સાત દિવસ પહેલાં પણ તપાસ કરાવશો તો ગર્ભાવસ્થા હોવા છતાં નેગેટીવ પરિણામ આવશે.

જો પીરિયડથી ચાર દીવસ પહેલા તપાસ કરશો તો ૬૦ ટકા સુધી સાચા પરિણામ મળી શકે છે. પીરિયડવાળા દિવસે ટેસ્ટ કરશો તો ૯૦ ટકા સુધી સારા પરિણામ મળશે અને એક અઠવાડિયા પછી એ ૯૭ ટકા સુધી સારા પરિણામ મળશે. જેમ જેમ સમય વધતો જશે. તેમ તેમ પરિણામ સારા અને સ્પષ્ટ થતાં જશે. આમ આપને આ ટેસ્ટની મદદથી ગર્ભવસ્થાની વહેલી જાણકારી મળે છે. એટલા માટે પહેલેથી જ ડૉક્ટર કે દાયણની સલાહ લઈને તમારી જાતે દેખભાળ શરૂ કરી શકો છો. જો કે એ પછી મેડિકલ ટેસ્ટ છે. સંપૂર્ણ તપાસ અને લોહીની તપાસથી બધું જ સારી રીતે પાકું થઈ જશે.

લોહીની તપાસ : ગર્ભધારણના એક સપ્તાહ પછી જો લોહીની તપાસ કરાવાય તો તેનાથી ૧૦૦ ટકા જાણ થાય છે કે આપ ગર્ભવતી છો કે નહીં? આમાં લોહીમાં એચસીજીનું સાચું પ્રમાણ તથા સ્તરનું અનુમાન લગાવીને ગર્ભાવસ્થાની તારીખ પણ જાણી શકાય છે. કેમ કે ગર્ભાવસ્થા વધવાની સાથોસાથ લોહીમાં એચસીજીનું પ્રમાણ પણ વધે છે. અનેક ડૉક્ટર લોહીની સાથોસાથ પેશાબની તપાસ માટે સૂચન કરે છે.

મેડીકલ તપાસ : જો કે લોહી અને પેશાબની તપાસથી ગર્ભાવસ્થાનું સાચુ નિદાન થઈ શકે છે, પરંતુ ગર્ભાશયનો આકાર, યોની અને સર્વિક્સના રંગ કે સર્વિક્સની બનાવટમાં ફેરફારથી પણ ગર્ભાવસ્થાની મેડિકલ તપાસ થઈ શકે છે.

એક પાતળી રેખા

"જયારે મેં ઘરમાં જ હોમ પ્રેગનેન્સી ટેસ્ટ કર્યો ત્યારે તેમાં માત્ર હળવી રેખા જોવા મળી શું હું ગર્ભવતી છું?"

આપના લોહી અને પેશાબમાં એચસીજીનું સ્તર જોવાથી જ આ ટેસ્ટમાં પોઝેટીવ પરિણામ જોવા મળે છે. આવું આપના શરીરમાં ત્યારે જ બને છે જયારે આપ ગર્ભવતી હોવ તો ! ટેસ્ટમાં ભલેને એક સામાન્ય પાતળી લીટી જોવા મળે પણ એ નક્કી છે કે આપ ગર્ભવતી છો.

આપને સ્પષ્ટના બદલે ઝાંખી રેખા એટલા માટે જોવા મળી, કેમ કે આપ જે ટેસ્ટ કરી રહી છે, એ સંવેદનશીલતાના સ્તર પર રહ્યો છે. એ સંવેદનશીલતાના સ્તર પર અલગ અલગ હોય છે. ગર્ભાવસ્થામાં એચસીજીનું પ્રમાણ દરરોજ વધે છે. એ પણ જોવા મળશે કે ગર્ભધારણ કરે કેટલો સમય વીતી ગયો છે. જો આપે તપાસ કરવામાં ઉતાવળ કરી છે તો તેમાં એચસીજીનો સામાન્ય સંકેત જ મળશે.

આપના પ્રેગનેન્સી ટેસ્ટની સંવેદનશીલતા તપાસવા માટે પેકેટ પાછળ આપેલ માપ તથા પ્રમાણને ધ્યાનથી વાંચો. એમાં ભળેલી ઈંટાપૈશનલ યૂનિટ પર લીટરની માત્રા જેટલી ઓછી હશે, ટેસ્ટ એટલો જ સંવેદનશીલ હશે. ૫૦ મિલીના બદલે ૨૦ મિલી વાળો ટેસ્ટ આપને ઝડપી અને સારું પરિણામ બતાવશે. વધારે મોંઘા ટેસ્ટ અધિક સંવેદનશીલ હોય છે. એ પણ યાદ રાખો કે ગર્ભાવસ્થામાં પ્રતિદિન એચસીજીનું સ્તર વધશે. જો આપ બહુ વહેલા ટેસ્ટ કરી રહ્યાં છો તો

રેખા પાતળી જ આવશે. બે દિવસ પછી ફરીથી ટેસ્ટ કરો. આપની તમામ શંકાઓ દૂર થઈ જશે.

પોઝેટિવ ના રહ્યો

"મારો પહેલો પ્રેગનેન્સી ટેસ્ટ પોઝેટીવ હતો પરંતુ થોડીવાર પછી નેગેટીવ પરિણામ જોવા મળ્યું પછી મારો પીરિયડ થયો આ શું થઈ રહ્યું છે?"

લાગે છે આપને કેમિકલ પ્રેગનેન્સી થઈ હતી. આવી ગર્ભાવસ્થા શરૂ થયા પહેલાં જ પૂરી થઈ જાય છે. આ ગર્ભાવસ્થામાં ઈંડુ ફર્ટિલાઈઝ થઈને ગર્ભાશયમાં ઈમ્પ્લાન્ટ થવા લાગે છે પરંતુ પૂરી રીતે પામવાના બદલે એ પીરિયડમાં જ ખતમ થાય છે. વિશેષજ્ઞોનું તારણ છે કે બધા જ ગર્ભાધાનોમાંથી લગભગ ૭૦ ટકા કેમિકલ જ હોય છે. મોટાભાગની સ્ત્રીઓને જાણ જ નથી શકતી કે તે ગર્ભવતી થઈ હતી. (હોમ પ્રેગનેન્સી ટેસ્ટ ન હતા ત્યારે સગર્ભાઓને ઘણા લાંબા સમય સુધી પોતે ગર્ભવતી છે તેની જાણ થતી ન હતી.) વહેલો પ્રેગનેન્સી ટેસ્ટ કરી લેવો અને પીરિયડનું મોડું થવું, આ જ કારણોથી કેમિકલ પ્રેગનેન્સીના લક્ષણ સામે આવે છે.

મેડિકલના દૃષ્ટિકોણથી, કેમિકલ પ્રેગનેન્સી એક ચક્ર જેવી હોય છે, જેમાં પ્રેગનેન્સીમાં કોઈ ગર્ભપાત થતો નથી. આપ જેવી નાજુક નમણી સ્ત્રીઓ માટે આ જુદી જ કહાણી બની જાય છે, જે ખૂબ વહેલા ટેસ્ટ કરી લે છે, જો કે એમાં ટેકનિકની રીતે નુકશાન નથી, બસ એક ઈચ્છા, વાયદો, આશા વેરણ ઈચ્છા બની જાય છે, જે આપને તથા આપના જીવનસાથીને પીડા પહોંચાડે છે. આ પુસ્તકમાં જ આપને આવી પરિસ્થિતિઓમાં શું કરવું એ વિવરણ જોવા મળશે.

અનિયમિતતાની તપાસ

જો પીરિયડ સમયસર નહીં આવે તો ટેસ્ટની તિથિ નક્કી કરવી પણ મુશ્કેલ બની જશે. જ્યારે પીરિયડનો જ અંદાજ (ગણતરી) નથી તો ટેસ્ટ કેવી રીતે કરશો? છેલ્લા છ મહિનાઓમાં જે સહુથી લાંબું પીરિયડચક્ર રહ્યું તે હિસાબે રાહ જોઈને ટેસ્ટ કરો. જો પીરિયડ ન હોય અને રિઝલ્ટ પણ નેગેટીવ હોય તો અમુક દિવસ કે અમુક સપ્તાહ પછી ફરીથી ટેસ્ટ કરો.

એક નેગેટીવ પરિણામ

"મને લાગે છે કે હું ગર્ભવતી છુ પરંતુ મારા ત્રણે ત્રણ ટેસ્ટ નેગેટીવ આવ્યા છે. મારે શું કરવું જોઈએ ?"

જો આપને ત્રણ નેગેટીવ ટેસ્ટ છતાં એવું લાગે છે કે તમે ગર્ભવતી છો તો એ તમામના પાકા પ્રમાણો મળે ત્યાં સુધી એ બધી જ સાવચેતી રાખો, જે એક નવી સગર્ભા સ્ત્રીએ સાચવવાની હોય છે. તમે તમારી જાતની એ જ રીતે સંભાળ લો, જે રીતે સંભાળ લેતા આવ્યા છો. બની શકે છે કે આપનું શરીર એ ટેસ્ટથી વધારે સારી રીતે જાણતું હોય ! એક અઠવાડિયું રાહ જોયા બાદ ફરીથી ટેસ્ટ કરવામાં ઉતાવળ કરી હોય! આપના ડૉક્ટર પાસે લોહીની તપાસ પણ કરાવી લો. એ વધારે ગંધીરતાપૂર્વક પેશાબમાં એચસીજીના સ્તર અંગે જણાવશે.

શક્ય છે કે બધા જ લક્ષણ જાણ્યા પછી તમને લાગે કે તમે ગર્ભવતી નથી. જો ટેસ્ટ નેગેટીવ

જો આપ ગર્ભવતી નથી તો...

જો આપની તપાસ નેગેટીવ નીકળે તો આપ ગર્ભવતી નથી અને ગર્ભવતી બનવા માંગો છો તો ગર્ભાધાનથી પહેલાવાળા સમય પર પૂરેપૂરૂં ધ્યાન રાખો. આપને ખૂબ જલ્દી ખુશખબર મળી જશે.

સ્માર્ટ ટેસ્ટિંગ

હોમપેકેઝ ટેસ્ટ ઘણા સરળ છે જેના માટે કશું શીખવાની જરૂર નથી પરંતુ આપે તેનાં નિર્દેશ જરૂર વાંચી જવા જોઈએ અને એ હિસાબે ચાલવું જોઈએ. નીચેના સૂચનો પર ધ્યાન આપો.

- બ્રાન્ડના હિસાબથી આપ કાં તો સ્ટિકને પેશાબના પ્રવાહમાં અમુક સેકન્ડ રાખશો. કાં તો પછી એક કપમાં પેશાબ લઈને તેમાં સ્ટિકને પલાળવાની સલાહ છે. કેમ કે એનાંથી પરિણામ સારૂં આવશે. એક બે સેકન્ડ સુધી પેશાબ કર્યા પછી રોકાઓ. હાથમાં સ્ટિક કે કપ લઈને એના પર પેશાબની ધાર રેડો.
- આમ તો સવારના પેશાબની તપાસ જ ફળદાયી હોય છે, પરંતુ જો આપ પીરિયડથી પણ પહેલા ટેસ્ટ કરી રહ્યાં છો તો ચાર કલાક સુધી પેશાબ રોક્યા પછી ટેસ્ટ કરો, જેથી પેશાબમાં એચસીજીનું વધારે પ્રમાણ સ્પષ્ટ રીતે આવી શકે.
- કંટ્રોલ ઈન્ડિકેટર પર ખાસ ધ્યાન આપો, જેથી જાણ થઈ શકે છે ટેસ્ટ બરાબર થઈ રહ્યો છે કે નહીં (ડિઝિટલ ટેસ્ટમાં એક ચમકતો કંટ્રોલ સિમ્બોલ હોય છે)
- ધ્યાનપૂર્વક જુઓ, કોઈપણ પરિણામ સુધી પહોંચતા પહેલા પુરું ધ્યાન આપો. કોઈપણ લાઈન જોવા મળે. (ગુલાબી કે લીલી, પોઝેટીવ સંકેત કે ડિઝિટલ રીડિંગ) માની લોકો આપ ગર્ભવતી છો, તો ધન્યવાદ-અભિનંદન. જો પરિણામ પોઝેટીવ ન હોય અને પીરિયડ પણ ન આવે તો બીજીવાર તપાસ કરો. ખરા પરિણામ સામે આવી જશે.

આવતાં રહે અને પીરીયડ પણ ન આવ્યો હોય તો ડૉક્ટરને કહો કે તેઓ આ લક્ષણોના બીજા જૈવિક કારણોની તપાસ કરે બની શકે છે કે આપ ભાવનાત્મક કારણોથી આવા લક્ષણનો અનુભવ કરી રહ્યાં હોવ! અમુકવાર મનની ઈચ્છા શરીર પર એટલી હદે સવાર થઈ જાય છે કે ગર્ભાવસ્થા ન હોવા છતાં તેના લક્ષણ જોવા મળે છે. બસ એક ગર્ભાવસ્થાની અદમ્ય ઉત્કંઠા કાં તો તેનાથી બચવાનો ભય.

પહેલી મુલાકાત ક્યારે થાય ?

"મારૂ હોમ પ્રેગનેન્સી ટેસ્ટમાં પરિણામ પોઝેટિવ આવ્યું છે. મારે ડૉક્ટર સાથે પહેલી મુલાકાત ક્યારે કરવી જોઈએ?"

કોઈપણ તંદુરસ્ત નવજાત શિશુના જન્મ માટે જરૂરી છે કે પ્રસૂતિ પહેલા ડૉક્ટરની દેખરેખમાં સાર-સંભાળ લેવાય! તમારો ટેસ્ટ પોઝેટિવ આવ્યો છે તો ડૉક્ટર પાસે જવામાં મોડું ન કરો. આ સિવાય પણ અમુક સરકારી પ્રસૂતિગૃહો છે, જ્યાં તમારે વધારે સજાગ રહેવું પડે. અમુક ડૉક્ટરો ઈચ્છે છે કે ગર્ભાવસ્થા શરૂ થવાના ૭-૮ અઠવાડિયા પછી જ તમામ ચેક-અપ થાય.

જો આપના ડૉક્ટરે મુલાકાતનો સમય આપ્યો નથી તો ગભરાવવાની જરૂર નથી પણ હા, ડૉક્ટરી સલાહ-સૂચન મળે એ પહેલાની સાચવણી શરૂ કરી દો. આપ જો ગર્ભવતી છો તો હવે તમારી જાતની કાળજી લેવાની છે. દારૂ-સિગારેટ છોડવાના છે. તદ્ઉપરાંત પ્રોટીનવાળો ખોરાક લેવાનો છે. જો તમે પ્રેગનેન્સી પ્રોગ્રામ બનાવવા માગો છો તો ડૉક્ટરને ઝોન કરીને પૂછવામાં સંકોચ શાનો? ડૉક્ટર આપને એક ફોર્મ ભરાવીને સમતોલન આહાર અને જરૂરી દવાઓનું લિસ્ટ બનાવી આપશે.

જો આપને મુલાકાતનો સમય નથી મળી રહ્યો

ગર્ભાવસ્થાના સંભવિત લક્ષણ

સંકેત	કયારે ડૂબશે	અન્ય સંભવિત કારણ
યોનિ સ્ત્રાવ તથા ગર્ભાશય મુખની માંસપેશીઓનો રંગ હળવો ભૂરો થવો	પહેલા ત્રણ મહિના	માસિક ચક્ર પૂરૂ ન થવું.
સર્વિક્સ અને ગર્ભાશયનું મંદ-ધીમું પડવું	લગભગ ૬ અઠવાડિયા	માસિક ચક્રમાં મોડું
પેટના નીચલા હિસ્સામાં તથા ગર્ભાશયમાં વિકાસ	ગર્ભધારણના ૮ થી ૧૨ અઠવાડિયા પછી	ફાયબ્રાયડ ટ્યૂમર
યૂટેરાઈન આર્ટરી પલ્સેશન	પ્રારંભિક ગર્ભાવસ્થા	ફાયબ્રાયડ ટ્યૂમર
ભ્રૂણનું હલન-ચલન	ગર્ભાવસ્થાના ૧૬થી૨૨ સપ્તાહમાં પ્રારંભ	ગેસ, પેટમાં સંકોચન

ગર્ભાવસ્થાના સકારાત્મક લક્ષણ

સંકેત	એ કયારે ઉપસે છે	અન્ય સંભાવિત કારણ
અલ્ટ્રાસાઉન્ડ★ની મદદથી ગેસ્ટેશનલ સૈક અથવા તો ભ્રૂણ દેખાવું	ગર્ભધારણના ૪ થી ૬ અઠવાડિયા પછી	કોઈ નહીં
ભ્રૂણના દિલની ધડકન★ (હૃદયના ધબકારા)	ગર્ભાવસ્થા★★ના ૧૦-૧૨ અઠવાડિયા પછી	કોઈ નહીં.

★ ગર્ભાવસ્થાના લક્ષણોની મેડીકલ તપાસ થાય છે

★★ એ એના પર નિર્ભર કરે છે કે કેવા યંત્રથી તપાસ થઈ રહી છે.

કાં તો છેલ્લા ગર્ભપાત કાં તો મેડિકલ હિસ્ટ્રીના કારણે ચિંતિત છે તો ડૉક્ટરને પૂછો કે આપ વહેલા તપાસ કરાવવા આવી શકો!

તમારી પ્રસૂતિની તિથિ

"મારા ડૉક્ટરે મને પ્રસૂતિની તિથિ બતાવી દીધી છે, પરંતુ એ કેટલી સાચી છે?"

જો અમે એ નિશ્ચિત રીતે કહી શકીએ કે આપનું બાળક, ડૉક્ટરે બતાવેલી તારીખે જ આ દુનિયામાં અવતરશે તો વધારે પડતું હશે. મોટાભાગના અભ્યાસોના તારણો એવું કહે છે કે વીસમાંથી માંડ એક શિશુ જ ડૉક્ટરે આપેલી ડયૂ ડેટે જન્મ લે છે. પૂરો વાસ્તવિક ગર્ભકાળ ૩૮ થી ૪૨ સપ્તાહનો હોઈ શકે છે. મોટાભાગના શિશુ એ તારીખથી બે અઠવાડિયાની આસપાસના ગાળામાં જન્મે છે, એટલા માટે માતા- પિતાની પાસે ધારણા સિવાય બીજો કોઈ ઉપાય નથી.

એને ઈ.ડી.ડી. (પ્રસૂતિની અંદાજિત તારીખ) કહે છે. આપને જે તારીખ આપવામાં આવે છે તે માત્ર એક ધારણા હોય છે એ ધારણા આ રીતે નક્કી થાય છે. આપના છેલ્લા માસિક ચક્રના પહેલા દિવસમાંથી ત્રણ મહિના ઘટાડી દો. પછી તેમાં સાત દિવસ ઉમેરી દો. ઉદાહરણ તરીકે આપનો છેલ્લો પીરિયડ ૧૧ એપ્રિલે શરૂ થયો હતો. પાછલા ત્રણ મહિના ગણશો તો (૧૧ માર્ચ, ૧૧ ફેબ્રુઆરી, ૧૧જાન્યુઆરી) આપ ૧૧ જાન્યુઆરી સુધી જશો. તેમાં સાત દિવસ ઉમેરી દો (૧૧+૭=૧૮) આપની પ્રસૂતિની અંદાજિત તારીખ હશે ૧૮ જાન્યુઆરી.

આ પધ્ધતિ એવા હિસ્સાઓમાં કામ આવે છે, જ્યાં મહિલાઓનું માસિક ચક્ર નિયમિત હોય છે, પરંતુ આપણું ચક્ર અનિયમિત છે તો આ પધ્ધતિની ગણતરી કામ લાગશે નહીં. માની લો કે દર ૬ થી ૭ સપ્તાહમાં પીરિયડ ન આવ્યો. તપાસથી જાણવા મળે છે કે આપને ગર્ભ રોકાયો છે. તો પછી આપે ગર્ભધારણ ક્યારે કર્યો? એક વિકાસપાત્ર ઈ.ડી.ડી.નું હોવુ જરૂરી છે. એટલા માટે આપ તથા આપના ડૉક્ટર તેની ભાળ મેળવવા ઈચ્છશો. જો કે બિલકુલ સાચી તારીખ તો નહીં મળે, પરંતુ અમુક સૂત્રો તથા સંકેતોથી મદદ લઈ શકાય છે.

પહેલો સંકેત છે આપના ગર્ભાશયનો આકાર. આપની અંદરની તપાસ દરમિયાન તેને પણ તપાસવામાં આવશે. એનાથી આપની ગર્ભાવસ્થાનો અમુક અણસાર આવી જવો જોઈએ. એક અલ્ટ્રાસાઉન્ડ જે તે તારીખનું અમુક સીમા સુધી સાચું નિદાન આપી દેશે. આમ તો તમામ મહિલાઓનું એટલું જલ્દી અલ્ટ્રા સાઉન્ડ નથી થતું. અમુક ડૉક્ટર નિયમિત રીતે તેને કરે છે તો અમુક ત્યારે કરે છે જયારે આપનો પીરિયડ અનિયમિત હોય કાં તો ગર્ભપાતનો ઈતિહાસ રહ્યો હોય કાં તો આપની અંદાજિત પ્રસૂતિ તિથિની જાણ ન થતી હોય! આ સિવાય બીજી પણ અનેક બાબતોથી તારીખની જાણ મેળવી શકો છો. ૯થી૧૨ અઠવાડિયામાં, ડૉક્ટરની મદદથી દિલના ધબકારા સાંભળી શકો છો. ૧૬ થી ૨૨ અઠવાડિયામાં જીવનમાં નવા જીવના સંચારનો અનુભવ કરી શકો છો અથવા ભ્રૂણની લંબાઈ કે સ્થિતિનો અણસાર મેળવી શકો છો. એ લગભગ ૨૦ માં અઠવાડિયામાં નાભિ સુધી પહોંચી જશે. એ સૂત્ર સહાયક હોવા છતાં પાકા માનવામાં આવતાં નથી. માત્ર શિશુ જ જાણે છે કે તે કયારે જન્મ લેશે અને તે આપને જાણ કરવા આવવાનો નથી.

ડૉકટરની પસંદગી

જો કે આપણે બધા જાણીએ છીએ કે મમ્મી-પપ્પા એક શિશુને આ ધરતી પર લાવે છે, પરંતુ કદાચ એક વ્યક્તિ બીજી પણ છે, જેના વિના આ કામ અતિ દુષ્કર બની શકે છે. એ જ તો નાજુક નમણાં શિશુને ખૂબ જ કાળજીપૂર્વક આ દુનિયામાં જન્માવે છે. જી.હા, એ છે ડૉક્ટર. આમ તો આપ તથા આપનો સાથી ગર્ભધારણ કર્યા પછીની એક એક બાબતો અંગે સાવચેત છો, પરંતુ હવે આપે આપના માટે ડૉક્ટરની પસંદગી પણ કરવાની છે. જો કે આ પસંદગી ખૂબ જ સમજી વિચારીને કરવાની છે. કેમ કે આપે એ ડૉક્ટરના વિશ્વાસે આપનો પ્રસૂતિકાળ પસાર કરવાનો છે.

પ્રસૂતિ નિષ્ણાંત ફેમિલી ડૉક્ટર અથવા દાયણ (મિડવાઈફ)

આપ કોઈ એવો ભરોસાવાળો ડૉક્ટર ક્યાંથી શોધી શકશો ? જે પ્રસૂતિ સુખરૂપ કરાવી શકે અને પ્રસૂતિ પછીની પણ કાળજી અંગે માર્ગદર્શક બની શકે. સૌથી પહેલાં તો આપે એ શોધવું પડશે કે આપની મેડિકલ હિસ્ટ્રીના હિસાબથી શું ઠીક રહેશે?

પ્રસૂતિ નિષ્ણાંત : શું આપ એવો ડૉક્ટર ઈચ્છો છે કે જે ગર્ભધારણથી લઈને પ્રસવકાળ એ પછી પણ દરેક પ્રકારના જોખમ અને મુશ્કેલીઓ સામે ઝઝુમી શકે! તેના માટે તમારે એક પ્રસૂતિ વિશેષજ્ઞ મહિલાની પાસે જવું જોઈએ. આવા નિષ્ણાંત ડૉક્ટરો પ્રસૂતાની દેખભાળ તો રાખશે પણ ગર્ભાવસ્થા સિવાય બીજા સ્ત્રી રોગોથી બચાવી શકશે. જેમ કે પૈપ સ્મીયર, ગર્ભનિરોધક, સ્તનોની તપાસ. કેટલાંય ડૉક્ટર સામાન્ય તબીબી સારવાર પણ આપે છે. એટલા માટે નાના મોટા બીજા રોગોનો ઈલાજ પણ કરાવી શકાય.

જો આપની હાઈ-રિસ્ક પ્રેગનેન્સી છે તો આપે પ્રસૂતિ વિશેષજ્ઞ મહિલા ડૉક્ટર પાસે જ જવું જોઈએ. બની શકે છે કે આપને કોઈ એવાં નિષ્ણાંતની પણ શોધ કરવી પડે, જે આ બાબતમાં આપને મદદ કરી શકે. સામાન્ય પ્રેગનેન્સી સિવાય આપ આપની સુવાવડ કોઈ નિષ્ણાંતથી જ કરાવશો, જેમ કે ૭૦ ટકા સ્ત્રીઓ કરે છે.

જો આપે કોઈ સારી સ્ત્રી રોગ નિષ્ણાંત પાસે પ્રસૂતિ કરાવવાનો નિર્ણય લઈ લીધો છે તો તેની તપાસનો શોધનો ખરો સમય આ જ છે. આ સમયમાં થોડો આરામ કરીને જાતે તપાસ કરી શકો છો. પતિ મદદરૂપ બની શકે છે.

ફેમિલી ડૉક્ટર : ફેમિલી ડૉક્ટર એ હોય છે જે એમ.ડી.કર્યા પછી પ્રાથમિક સારવાર, માતૃત્વ સંબંધી તથા શિશુ સંબંધી દેખરેખનુ શિક્ષણ લઈ ચૂક્યા હોય છે. તેઓ પણ આપને નિષ્ણાંત ડૉક્ટરની જેમ જ સારવાર આપી શકે છે. ફેમિલી ડૉક્ટરનો મોટામાં મોટા લાભ એ છે કે તેઓ આપના પૂરા કુટુંબના રોગ-દર્દોથી વાકેફ હોય છે. એટલાં માટે આપની તંદુરસ્તીના એકે એક પાસા પર

જન્મ માટે પસંદગી

આ જકાલ ગર્ભાવસ્થા દરમિયાન પણ પસંદગીના ધોરણની બોલબાલા છે. આપની ઈચ્છા મુજબ તથા સગવડોથી નક્કી કરી શકો છો કે તમારા શિશુને ક્યાં તથા કેવી પરિસ્થિતિઓ વચ્ચે જન્મ આપવા ઈચ્છો છો.

આપ નિમ્નલિખિતમાંથી કોઈ પણ સ્થાનને પસંદ કરી શકો છો. આપ જાતે તથા આપનો સાથી સાથે મળીને એના પર વિચાર કરો. યાદ રાખો કે આવા નિર્ણયો આખર સુધી મધ્યમાં રહે છે. આને પોતાની ઈચ્છાથી, અંત સુધી બદલી શકાય છે.

<u>બર્થિંગ રૂમ:</u>- બર્થિંગ રૂમમાં હૉસ્પિટલનો ખંડ, બાળકના જન્મથી લઈ આપને રજા ન મળે ત્યાં સુધી આપનો છે. જન્મ પછી શિશુને આપની પાસેના પારણામાં આપવામાં આવે છે. તે ખૂબ જ આરામદાયક હોય છે.

અમુક બર્થિંગ રૂમ માત્ર પ્રસવ-પીડા, પ્રસૂતિ અને સ્વાસ્થ્ય લાભ માટે ઉપયોગમાં લેવાય છે, જેને એલડીઆર કહે છે. જો આપ અને આપનું બાળક એલડીઆરમાં છે તો એક-બે કલાક પછી બંનેને પોસ્ટમોર્ટમ રૂમમાં મોકલી આપવામાં આવશે. કેટલીય હૉસ્પિટલોમાં આવા રૂમોમાં શિશુના પિતા ભાઈ-બહેન પણ સાથે રહી શકે છે.

મોટાભાગના બર્થિંગ રૂમ એવા હોય છે, જ્યાં દીવાલો પર સુંદર વૉલ પેપર, આછો પ્રકાશ, રોકિંગ ચેર, ઉમદા પડદાં તથા ખૂબસુંદર બેડ હોય છે. આ કમરા કોઈપણ રીતે

હૉસ્પિટલનો પ્રસૂતિ ખંડ લાગતો નથી. જો કે અહીં ગર્ભાવસ્થાના પ્રસવ દરમિયાન તબીબી ઉપકરણો તૈયાર હોય છે. તેને કબાટોમાં સાચવીને રાખવામાં આવે છે, જેથી જરૂર ઉભી થતાં તરત બેડને જ કાઢી શકાય.માથાના ભાગથી ઉપર નીચે કરી શકાય છે. તેના પગોવાળા ભાગોમાં પણ એટેન્ડેન્ટ માટે ઊભા રહેવાની જગ્યા બની જાય છે. પ્રસૂતિ પછી થોડાંક ફેરફાર થાય છે અને આપ એ જ બેડ પર ફરીથી પાછી ફરો છે. કેટલીય હૉસ્પિટલોમાં બર્થિંગ રૂમની સાથે શાવર કે વ્હર્લપુલ ટબની પણ સુવિધા હોય છે. તેઓ પ્રસવ પીડા દરમિયાન હાઈડ્રોથૅરેપી આપી શકે છે. બર્થિંગ સેન્ટર તથા હૉસ્પિટલોમાં વૉટર બર્થ માટે ટબ પણ હોય છે. કેટલીય જગ્યાએ સોફા પડેલાં હોય છે, જેથી આપનો પરિવાર તથા સગા-સંબંધી મિત્ર વગેરે ત્યાં બેસીને રાહ જોઈ શકે. અમુક જગ્યાએ સોફા કમ બેડની પણ સવલત હોય છે. જેથી આપનો જીવનસાથી નિરાંતે સૂઈને રાત વીતાવી શકે.

અમુક હૉસ્પિટલોમાં બર્થિંગ રૂમની સગવડ એવી જ મહિલાઓને માટે છે જેમની ગર્ભાવસ્થાને વધારે જોખમ હોતું નથી. જો આપ આ સૂચિમાં નથી આવતી તો આપને પારંપરિક લેબલ કે ડિલીવરી રૂમમાં જ જવું પડશે, જ્યાં વધારે સારી ટેકનિક કામમાં લાવી શકાય. ત્યાં સી-સેકશન ઑપરેશન પણ આરામથી કરી શકાય છે. અમે તો એવી જ પ્રાર્થના કરીએ છીએ કે આપને પારંપરિક હૉસ્પિટલના માહોલમાં પણ એવું જ મૈત્રીભર્યુ પોતાપણું મળે.

<u>બર્થિંગ સેન્ટર :</u> ત્યાં આપને પ્રસવ સંબંધી સારવાર, પ્રસૂતિ, સ્તનપાનની રીતો વગેરે તમામ પ્રકારની સગવડો એક તા નીચે જ મળી જાય છે. એમ તો લગભગ બર્થિંગ સેન્ટરોમાં પણ પ્રાઈવેટ રૂમ હોય છે, જે ખૂબ જ આરામદાયક અને સુખ-સુવિધાઓથી ભરપૂર હોય છે. એમાં પરિવારના બાકી સભ્યો માટે રસોઈ ઘરની પણ સગવડ હોય છે. અહીં મિડવાઈફ હોય છે, પરંતુ પ્રસૂતિના નિષ્ણાંત ડૉક્ટરોને પણ બોલાવવામાં આવે છે તે લોકો કટોકટી વેળાએ ઝડપથી પહોંચી જાય છે. જો કે અહીં વધારે અસરકારક સંવેદનશીલ ઉપકરણ હોતા નથી. એટલા માટે જરૂર ઉભી થાય ત્યારે આપને નજીકની કોઈ હૉસ્પિટલમાં મોકલી આપવામાં આવે છે. આવી જગ્યાએ એવી મહિલાઓએ જવું જોઈએ. જેમની ગર્ભાવસ્થાને વધારે જોખમ ન હોય! જો આપની ગર્ભાવસ્થામાં અનેક જટિલતાઓ છે તો એ જગ્યાએ પ્રસૂતિ માટે ન વિચારો.

<u>લેબોયર બર્થ :</u> જ્યારે ફ્રેન્ચ પ્રસૂતિ વિશેષજ્ઞ ફ્રેડરિક લેબોયરે હિંસા વિના, એટલે કે વાઢકાપ વિનાનો સિધ્ધાંત આપ્યો ત્યારે તબીબી જગતમાં ચકચાર મચી ગઈ હતી. વર્તમાનમાં તેમનાં અનેક ઉપાય કામમાં લેવામાં આવે છે, જેથી શિશુ શાંત તથા સહજ વાતાવરણમાં જન્મ લઈ શકે. બાળકનો જન્મ એવા રૂમમાં થાય છે. જેની ઝળાહળા રોશનીને જરૂર પડતાં સાવ ડીમ કરી દેવામાં આવે છે. બાળક માતાના ગર્ભમાં અંધારામાં ઉછેર પામે છે એટલાં માટે તે બહાર આવી રહ્યું હોય ત્યારે એવું જ વાતાવરણ મળે તો વધારે સારું. હવે તો નવજાત શિશુને ઊંધું કરીને જોરજોરથી થપથપાવવાની જરૂર પડતી નથી. જો તેનો શ્વાસ આપોઆપ ચાલુ ન થાય તો તેના માટે આક્રમક ઉપાયો અજમાવવામાં આવે છે. કેટલીય હૉસ્પિટલોમાં બાળક તથા માતાની નાળ એકદમ છૂટી પાડવામાં આવતી નથી. આ જ માતા શિશુનું આખરી શારીરિક બંધન હોય છે. જો કે તેમણે તો બાળકને હુંફાળા ગરમ પાણીમાં નવડાવવાની ભલામણ પણ કરી હતી, પરંતુ માની સોડમાં સોંપવાનો સિધ્ધાંત અવશ્ય અપનાવવામાં આવે છે.

જો કે એ સિધ્ધાંતોને મહદ અંશે અપનાવવામાં આવે છે, પરંતુ હળવું સંગીત, સાધારણ પ્રકાશ તથા બાળક માટે સ્નાન જેવી વાતો સહેલાઈથી ઉપલબ્ધ નથી. જો આપ આપના માટે આવું ઈચ્છો એ પહેલા ડૉક્ટરથી જાણ મેળવી લો.

<u>ઘરમાં બાળકોનો જન્મ :</u> અમુક મહિલાઓને માત્ર માંદગી આવે ત્યારે જ હૉસ્પિટલ જવાનું પસંદ છે, પણ તેઓ ગર્ભાવસ્થાને કોઈ બીમારી માનતા નથી. જો આપ પણ આવી સ્ત્રીની શ્રેણીમાં

છો તો કદાચ આપ પણ આપના બાળકને ઘરે જ જન્મ આપશો. જો કે તેમાં કોઈ વાંધો નથી. આપનું બાળક કુટુંબના સભ્યો વચ્ચે પોતાની આંખો ખોલશે તો આપને પોતાના ઘરના આરામનો લાભ અને ગુપ્તતા પણ મળશે. આપને હૉસ્પિટલના નીતિ-નિયમોને પાળવાની પળોજણમાંથી મુક્તિ મળશે, પણ આમાં નુકશાન એ છે કે જો કોઈ આકસ્મિક મુશ્કેલી આવી ગઈ તો એવાં સમયે શું કરશો? પછી તો નવજાત શિશુ અને આપના જીવનું જોખમ થઈ શકે છે. આપે નીચેની વિગતોને ધ્યાનથી વાંચવી જોઈએ.

★આપ ઉંચા લોહીના દબાણ, મધુપ્રમેહ કે કોઈ ક્રોનિક રોગથી ગ્રસ્ત તો નથી ને? આપની છેલ્લી પ્રસૂતિ નોર્મલ રહી હોય એટલે કે આપ ઓછા જોખમવાળ સુવાવડીની શ્રેણીમાં આવતાં હોય!

★આપને સલાહ આપવા તથા નર્સ કે દાયણની સહાયતા માટે એક ડૉક્ટર નજીક હોવો જોઈએ, જેથી મુશ્કેલીના સમયે સમયસરની સારવાર મળી શકે.

★આપની પાસે હૉસ્પિટલ સુધી પહોંચવા માટે વાહન તૈયાર હોવું જોઈએ, જેથી જરૂર પડતાં જ આપને હૉસ્પિટલ ઝડપથી પહોંચાડી શકાય.

<u>**પાણીમાં શિશુનો જન્મ :**</u> જો કે તબીબી જગતે તેને સંપૂર્ણ રીતે નથી અપનાવ્યું. આ વિધિમાં બાળકનો જન્મ પાણીની અંદર કરાવવામાં આવે છે. જેથી તેને બહાર નીકળતાં લાગે કે તે હજુ માઁની કૂખમાં જ છે. બાળકના જન્મ્યા પછી તરત જ પાણીમાંથી કાઢીને માની ગોદમાં સોંપવામાં આવે છે. ત્યાં સુધી શ્વાસ લેવાનું શરૂ થયું હોતુ નથી, એટલા માટે ડૂબવાનો પણ કોઈ ડર રહેતો નથી. આ પધ્ધતિ ઘર, બર્થ સેન્ટર કે હૉસ્પિટલમાં અપનાવી શકાય છે. કેટલાય પતિ પોતાની પત્નીને સહારો આપવા માટે ટબમાં સાથે બેસે છે.

ઓછા જોખમવાળી સુવાવડ હોય તો માતા આ પધ્ધતિ અપનાવી શકે છે. તેમાં શરત એ કે ડૉક્ટરે તેના માટે સંમતિ આપી હોવી જોઈએ. જો આપની ગર્ભાવસ્થા મુશ્કેલીઓથી ભરેલી છે તો તમારી દાયણની તૈયારી હોવા છતાં આ પધ્ધતિ ન અપનાવો.

જો કે આપ વ્હર્લપૂલ ટબ કે નિયમિત સ્નાનની રીત અપનાવી શકો છો. પાણીથી દર્દમાં રાહત મળે છે. ગુરૂત્વાકર્ષણના બળથી પણ છૂટકારો મળે છે. કેટલીય હૉસ્પિટલો તથા બર્થ સેન્ટરોમાં પણ ટબની સુવિધા કરાવવામાં આવે છે.

જાણકારી ધરાવતા હોય છે. જો કદાચ મુશ્કેલી ઉભી થાય તો તેઓ જાતે આપને પ્રસૂતિ નિષ્ણાંત પાસે જવાની સલાહ આપશે, પરંતુ તેમ છતાં આપની દેખભાળના મુદ્દાઓ સાથે જોડાયેલાં રહેશે. દાયણ કે નર્સ ઘરેલું પ્રસૂતિ કરાવવામાં આપને મદદ કરી શકે છે. એમ તો બર્થ સેન્ટર, બાળ પ્રસૂતિ ગૃહ તથા મેટરનીટી હૉસ્પિટલોમાં પણ તાલીમબદ્ધ દાયણો તથા નર્સો કામ કરે છે. આમાં સાચી વાત એ છે કે તેઓ નોર્મલ ડિલિવરી સુખરૂખ કરાવી શકે છે. જો કોઈ મુશ્કેલી એકાએક ઉભી થાય તો તેઓ પણ તાત્કાલિક મોટા સરકારી પ્રસૂતિ ગૃહો કે પ્રાઈવેટ નર્સિંગ હોમમાં મોકલી દે છે. આમ આપને જે અનુકૂળ આવે તે વિકલ્પના પ્રસૂતિ ડૉક્ટરો પસંદ કરી શકો છો.

<u>**યોગ્ય નર્સ - દાયણ :**</u> - જો તમે કોઈ એવા વ્યક્તિને શોધી રહી છો, જે મને ફક્ત એક દર્દી ના માનીને માણસ માને અને તમારી શારીરિક સમસ્યાઓની સાથે-સાથે ભાવનાત્મક સમસ્યાઓનો પણ હલ કરે, પોષણ અને સ્તનપાન સંબંધી મદદ કરે, બાળકના જન્મને એક કુદરતી પ્રક્રિયા બનાવી દે તો કદાચ તમે કોઈ નર્સ/દાયણની શોધમાં છો.

દાયણ કે નર્સ ઘરેલું પ્રસૂતિ કરાવવામાં તમારી મદદ કરી શકે છે. જો કે બર્થ સેન્ટર, પ્રસૂતિ ગૃહ અને હૉસ્પિટલોમાં પણ પ્રશિક્ષિત નર્સ કે દાયણો કામ કરે છે. જો કે સત્ય તો એ જ છે કે તેઓ ઓછા ખતરાવાળી પ્રસૂતિ જ સંભાળી શકે છે. જો અચાનક કોઈ મુશ્કેલી સામે આવી જાય તો એને પણ ડૉક્ટર અને હૉસ્પિટલની શરણ લેવી પડે છે. જો તમે આમાંથી કોઈને પસંદ કરવા ઈચ્છો તો જાણ કરી લો કે તે પ્રશિક્ષિત છે કે નહીં.

પ્રેક્ટિસના પ્રકાર

આપ આપના માટે તબીબો પ્રસૂતિ નિષ્ણાંત નર્સ,દાયણ, જેને પણ નક્કી કરી લીધા છે તો હવે આપે એ નક્કી કરવાનું હશે કે આપ કેવા પ્રકારની તબીબી સારવાર (મેડિકલ પ્રેક્ટિસ) અપનાવવા માંગો છે. દરેક કાર્યક્ષેત્રમાં તેના લાભ અને નુકશાન હોય છે.

એકલી મેડિકલ પ્રેક્ટિસ

અહીં ડૉક્ટર એકલો કામ કરે છે. જો તેને ક્યાંક બહાર જવાનું થાય તો તેના બદલામાં કોઈ બીજો ડૉક્ટર સેવા આપે છે. કોઈ ફેમિલી ડૉક્ટર કે પ્રસૂતિ નિષ્ણાંત આવી શ્રેણીમાં આવે છે. નર્સ અને દાયણો તેમની સાથે મળીને કામ કરે છે. એમની સાથે રહેવાથી એ ફાયદો થશે કે તેઓ દરેક મુલાકાતમાં આપને વધારે સારી રીતે જાણી જશે એટલા માટે આપને પ્રસૂતિ સમયે બધું જ આરામદાયક લાગશે.

નુકશાન એ છે કે ડૉક્ટર ક્યાંક બહાર ચાલ્યા જાય અને પછી આપને પ્રસવપીડા શરૂ થાય તો કેમ કે આપ પણ નથી જાણતા કે એ પ્રક્રિયા ક્યારે શરૂ થશે? જો કે ડૉક્ટર બધી વ્યવસ્થા કરાવીને જશે, પરંતુ એ વ્યવસ્થા પૂરતી સાબિત ન થઈ તો?

એક બીજું નુકશાન એ છે કે આપને ગર્ભાવસ્થા દરમિયાન એવું લાગે કે ડૉક્ટર ઠીક નથી. તમને જોઈતી સલાહ નથી મળતી દેખભાળ પૂરી થતી નથી તો આપે નવેસરથી ડૉક્ટરની શોધ કરવી પડશે.

ડૉક્ટર સમુહ (ગ્રુપ મેડિકલ પ્રેક્ટિસ)

આ પ્રક્રિયામાં બે અથવા તો તેનાથી વધારે દર્દીઓને તપાસવામાં આવે છે. તેઓ વારાફરતી દર્દીઓને નિરખે છે. જો કે આપ તો એવો જ પ્રયત્ન કરો છો કે એ જ ડૉક્ટરની પાસે લઈ જવામાં આવે, જે આપને સારો લાગે છે .પછી ગર્ભાવસ્થાના અંતિમ દિવસોમાં તેઓ એકબીજા સમૂહમાં આપની તપાસ કરે છે. ફેમિલી ડૉક્ટર તથા પ્રસૂતિ વિશેષજ્ઞ આ કક્ષામાં આવી શકે છે. સહુથી મોટો ફાયદો એ થશે કે બધા જ ડૉક્ટરો સાથે આપની ઓળખ થઈ જશે અને ડિલીવરી રૂમમાં આપને અજાણ્યો ચહેરો જોવા નહીં મળે. આમાં નુકશાન એ હશે કે આપ આપના પ્રિય ડૉક્ટરને ડિલીવરી સમયે ઈચ્છશો, પરંતુ એવું થવું જરૂરી નથી. જુદા જુદા ડૉક્ટરોનાં મંતવ્યથી આપ કદાચ અવઢવમાં પડી જાવ કાં તો આપને સગવડતા મળશે, એ આપના વલણ-વિચાર પર નિર્ભર કરે છે.

ચિકિત્સા સંગઠન કાર્ય: આ કાર્યક્ષેત્રમાં ડૉક્ટર તથા પ્રસૂતિ નિષ્ણાંતની સાથે નર્સ તથા દાયણો પણ સામેલ હોય છે. એમાં ફાયદા નુકશાન પણ સામુહિક કાર્યની જેમ જ છે. એક ફાયદો એ છે કે આપને નર્સ કે દાયણ તરફથી વધારે સમયના સલાહ-સૂચન અને હૂંફ મળતી રહે છે. આપની પાસે વિકલ્પ પણ હશે કે દાયણની સાથોસાથ ડૉક્ટર પણ પ્રસૂતિના સમયે હાજર રહે તથા કોઈપણ મુશ્કેલ ક્ષણોને સંભાળી લે.

માતૃત્વ કેન્દ્ર બર્થ સેન્ટર પ્રેક્ટિસ : અહીં તાલિમબદ્ધ નર્સો જ બધું સંભાળે છે. ડૉક્ટરને તપાસ જરૂરિયાત વખતે જ બોલાવવામાં આવે છે. અનેક હૉસ્પિટલોમાં પણ આવા બર્થ સેન્ટર હોય છે, જ્યાં ઓછા જોખમવાળી ગર્ભવતી મહિલાઓની સુવાવડ કરવામાં આવે છે.

આ જગ્યાએ જવાનો સહુથી મોટો ફાયદો એ છે કે અહીં ખર્ચ ઓછો આવે છે. નુકશાન એ છે કે કોઈ મુશ્કેલી વખતે આપે ડૉક્ટરને બોલાવવા પડશે કાં તો પ્રસૂતિ દરમિયાન જરૂર ઉભી થતાં કોઈ અજાણ્યા ડૉક્ટરથી કામ લેવું પડશે.

<u>એક સાચા મદદગારની શોધ :</u>

જ્યારે આપ પ્રસૂતિ માટે કોઈ ડૉક્ટરને નક્કી કરી લો તથા ચિકિત્સા કાર્યની પણ પસંદગી કરી લો ત્યારે આપને એક સાચા મદદગારની તપાસ કરવી પડશે. તે મદદગાર દોસ્ત કે ડૉક્ટર હોઈ શકે છે. તેના સારા સ્રોત માટે નીચેના મુદ્દાઓ પર ધ્યાન દો.

- તમારા સ્ત્રી રોગ નિષ્ણાંત તથા ફેમિલી ડૉક્ટર, તેઓ આપને સારી સલાહ આપી શકે છે.
- મિત્ર કે સહકર્મી, જે હમણાં જ આ પ્રક્રિયામાંથી પસાર થયા હોય, કાં તો તમારા જેવા વિચારો તથા સ્તર ધરાવતા હોય!
- કોઈ સ્થાનિક પ્રસૂતિ કરાવનારી દાયણ કે નર્સ
- આપના સ્થાનિક તબીબી ક્ષેત્રમાંથી પણ ડૉક્ટરોના નામ સરનામા મળી શકે છે.
- કોઈ સ્થાનિક હૉસ્પિટલ, જ્યાંથી આપને બર્થ સેન્ટરની પણ જાણકારી મળી શકે છે.
- જો કોઈ ઉપાય કારગત ન નીવડે તો યલોપેઈજની મદદ લો. એ ડિક્ષનેરીમાંથી આપ સારા ક્લિનીક તથા હૉસ્પિટલોના નામ-સરનામા લઈ શકો છો.
- જો આપની સ્વાસ્થ્ય વીમા કંપની ડૉક્ટરોની સૂચિ આપે છે તો તપારા મિત્રો તથા સહકર્મીઓની મદદથી તેમાંના સારામાં સારા ડૉક્ટરને શોધી શકો છો. જો એવું શક્ય ન બને તો ડૉક્ટરોને અંગત રીતે મળો. આપ જાતે તમારા માટે સારા ડૉક્ટરને મેળવી શકો છો.

પસંદગી તમારી છે

ડૉક્ટરના નામ-સરનામા મેળવ્યા પછી તેમને મળવાનો સમય નક્કી કરો. અમુક એવા સવાલોની યાદી તૈયાર કરો, જે આપ પહેલી મુલાકાતમાં પૂછવા ઈચ્છશો. એવું માનીને ના

વીમો ન હોય તો

જો આપે ગર્ભવતી હોવા છતાં વીમો ઉતરાવ્યો નથી તો પહેલાથી જ નક્કી કરી લો કે પ્રસવ પહેલા તથા તેના પછીનો ખર્ચ કેવી રીતે કાઢી શકાશે. આપની પ્રસૂતિ અંગેની સારવારનો ખર્ચ કોણ આપવાનું છે?

ચાલો કે આપ બંનેની વાતચીતથી દરેક બાબતનો ખુલાસો થઈ જશે. એ જાણવાનો પ્રયત્ન કરો કે તે ડૉક્ટર આપની સાથે ભાવનાત્મક લાગણી બતાવે છે કે નહીં? તમારી પૂરી વાત ધ્યાનથી સાંભળે છે કે નહીં ?

પછી તેની પાસેથી બાળકના જન્મ, સ્તનપાન, ઑપરેશન જેવી ખાસ બાબતો અંગે જાણવાનો પ્રયત્ન કરો. એ વાતની જાણ મેળવો કે દરેક મુદ્દા પર તેનો શો ખુલાસો હોઈ શકે છે. તેઓ કેવાં ઉપાયોને અજમાવવાનું પસંદ કરશે.

ડૉક્ટરથી આ પ્રકારના સાક્ષાત્કારથી તેના વિશે બધું જ જાણવાની સાથોસાથ તમે તારા વિશે પણ જણાવો. એક દર્દીની જેમ તમારા ડૉક્ટરથી કશું જ ન છુપાવો જેનાથી તેઓ સહજભાવથી આપની સાથે ચર્ચા કરી શકે.

આપને આ બર્થ સેન્ટર તથા હૉસ્પિટલ અંગે પણ જાણવું જોઈએ. જેની સાથે ડૉક્ટર પ્રત્યક્ષ કે પરોક્ષ રીતે જોડાયેલા હોય એ માહિતી મેળવો કે તેમની હૉસ્પિટલમાં કેવી સગવડો છે? શું આપ જરૂર પડે એ સવલતોનો લાભ ઉઠાવી શકશો? શું ત્યાં બાળકો તથા પિતાને જવાની રજા હશે? શું ત્યાં ઑપરેશનની સુવિધા છે?

આખરી નિર્ણય લેતાં પહેલા વિચારી લો કે આપ આંખો મીંચીને આપના ડૉક્ટર પર વિશ્વાસ કરી શકો છો? ગર્ભાવસ્થા આપના જીવનની અગત્યની યાત્રાઓમાંની એક છે. આપને અહીં એવા માર્ગદર્શકની જરૂર છે, જેના પર આપ સંપૂર્ણ વિશ્વાસ કરી શકો.

દર્દી અને ડૉક્ટરનો સંબંધ:

સાચા ડૉક્ટરની પસંદગી પહેલું પગલું હોય છે. એમાં આગળનુ પગલું હોય છે કે દર્દી તથા ડૉક્ટર વચ્ચે એક સારી મૈત્રી નભે. તેઓ મળીને

સરસ રીતે કામ કરી શકે.

- ડૉક્ટરને સાચી તકલીફ જણાવી દો. રોગ અંગેની કોઈ બાબત છુપાવો નહીં. તમારા મેડિકલ રિપોર્ટ આપી દો. ખાવા-પીવાની આદતો જણાવી દો. વ્યસન અંગે જાણ કરો. કોઈ પણ પ્રકારની દવાઓ જેવી કે હર્બલ,વૈધ-અવૈધ, તમાકુ કે સિગારેટ, દારૂ લેતી હોય તો તેના વિશે જણાવો. તમારે એ ભુલવું ન જોઈએ કે ડૉક્ટરને તમે જે પણ કહેશો તે તેમના સુધી જ રહેશે. ગુપ્તતા જળવાશે.

- ઘરમાં ફ્રિજ પર ટી.વી.પર, પર્સમાં, કામકાજના ટેબલ પર કે દરવાજાની પાસે રાઈટીંગ પેડ રાખો, જેથી આપની ડૉક્ટરને પૂછવા માટે જે સવાલ પણ યાદ, તેને તરત જ લખી લો. કેમ કે મોટાભાગે ડૉક્ટરને મળ્યાં પછી કેટલાય સવાલો પૂછવાના રહી જાય, કેમ કે ત્યારે યાદ આવતા નથી. આ રીતે ડૉક્ટરને મળ્યાં તારીખ, તેમને પૂછેલા સવાલોના જવાબ તમે લખી લો. એક અલગ રેકોર્ડ રાખો. કેમ કે ડૉક્ટરને મળ્યા પછીના થોડા દિવસોમાં બધું વિસ્મૃત થઈ જાય છે. જો ડૉક્ટર કોઈ બાબત અંગે કે દવા વિશે સંતોષજનક ખુલાસો ન આપે તો આપ તેનો જવાબ માગો. ડૉક્ટર પોતે અનેક દર્દીઓને મળતાં હોવાના કારણે તેમને બધાની હિસ્ટ્રી યાદ ન હોઈ શકે. તમે યાદ કરાવો. તેઓ જે સૂચન કરે તેને ઘરે આવીને નોટપેડમાં નોંધી લો, જેથી આપ કોઈ જરૂરી બાબતો ભૂલો નહીં.

- કોઈ શારીરિક લક્ષણથી આપ ગભરાઈ ગઈ છો કાં તો તમને એનો વહેમ પડે કે ડૉક્ટરે કોઈ ભળતી દવા આપી છે તો તરત જ તેમને ફોન કરો. બની શકે છે કે કોઈ દવા માફક ન પણ આવે. ખાલી બેસી રહીને ચિંતામાં ન પડો. સમસ્યા વધારે ગંભીર ન હોય તો ઈ-મેઈલ પણ કરી શકો છો.જો કોઈ બાબત કે પીડા અંગે પૂછવામાં સંકોચ ન કરો. પછી ભલેને તે બાબત મૂર્ખતાભરેલી કેમ ના હોય! આપની વ્યાકૂળતા દૂર થવી જોઈએ. ડૉક્ટર અને દાયણ સારી રીતે જાણે છે કે જો કોઈ સ્ત્રી પહેલીવાર માઁ બની રહી છે તો તેની પાસે મૂંઝવતા અનેક પ્રશ્નો હશે. જયારે પણ ફોન કે ઈ-મેલ કરો ત્યારે સ્પષ્ટ રીતે તકલીફના લક્ષણ જણાવો.

જો કોઈ જગ્યાએ દર્દ થઈ રહ્યું હોય તો એ જગ્યા, સ્થાન અને સમય જણાવો. એ દર્દ સહ્ય છે કે અસહ્ય, સહન થઈ રહ્યું છે કે નહીં? બની શકે તો એવું પણ જણાવો કે કોઈ પોઝિશન બદલવાથી પીડા ઓછી થઈ કે નહીં? જો યોનીમાંથી કોઈ સ્ત્રાવ થઈ રહ્યો હોય તો તેનો રંગ જણાવો. એકદમ લાલ,ભૂરો કે ગુલાબી યા સાધારણ પીળો! એ કયારે શરૂ થયો? તે સ્ત્રાવ ઓછો છે કે અધિક? તેની સાથે જ તાવ, ઉબકા, રૂંધામણ, ઉલટી, ઠંડી કે ઝાડા જેવા લક્ષણો હોય તો એ પણ જણાવો.

- સંપૂર્ણ રીતે અપડેટ રહો, એટલે કે પેરેટિંગ પર આવનારી પત્રિકાઓ તથા વેબસાઈટ પરની વિગતો જોતાં રહો. જો કે આપે એકે એક બાબત પર વિશ્વાસ કરવાની જરૂર નથી કેમ કે મીડિયામાં થયેલો રિપોર્ટ, જે તબીબી રીતે પ્રમાણિત હોય એવું જરૂર નથી. જયારે કશુંક નવુ વાંચો કાં તો સાંભળો તો તેનો પ્રયોગ કરતાં પહેલા તમારા ડૉક્ટરનો અભિપ્રાય લો. કેમ કે આપની જાણકારીનો સહુથી સારામાં સારો સ્ત્રોત તો એ જ છે.

- જો કોઈ એવી વાતની જાણ થાય જે આપના ડૉક્ટરે નથી જણાવી તો તેને તમારા સુધી ન રાખો. પડકારજનક લહેકામાં નહીં, પણ સામાન્ય રીતે પૂછો જેથી તથ્યની પુષ્ટિ થઈ શકે.

- જો ડૉક્ટર ભૂલથી કોઈ વાતમાં હાજીપો ભરી રહ્યાં હોય કાં તો ગેરસમજથી કશું કહે, (જેમકે કોઈ મેડિકલ હિસ્ટ્રી છતાં

ઈન્ટરકોર્સની રજા) તો તેમને આપની મેડિકલ હિસ્ટ્રીની એક-એક વાત યાદ હોય! આપ પણ આપની તંદુરસ્તી માટે જવાબદાર છો, એટલા માટે ખ્યાલ રાખો કે એવી કોઈ ભૂલ ન થાય. તેમની પાસેથી દરેક વાતનો ખુલાસો મળ્યો. એ બાબતની જાણ મેળવો કે આપ જે દવા લો છો તેનાથી કોઈ બીજી અસર તો થતી નથી ને! અથવા તો જે ટેસ્ટ બતાવવામાં આવ્યા છે, તેમાં શું જોખમ હોઈ શકે છે, કાં તો તેના પરિણામ કયાં સુધીમાં મળશે?

- જો ડૉક્ટર તેમની વિઝિટ દરમિયાન તમારા દરેક સવાલો આ જવાબ ન આપી શકે તો તેનું એક લિસ્ટ બનાવો. તેમને પૂછો કે શું હવે પછીની મુલાકાત માટે વધારે સમય આપી શકશો? કે પછી ફોન તથા ઈ-મેઈલના માધ્યમથી વાત થઈ શકે છે.
- ડૉક્ટરના સૂચનોનું પૂરી રીતે પાલન કરો. જેમ કે વજન, આરામ, દવાઓ, વિટામિન, વ્યાયામ વગેરે જો આમાંથી કોઈપણ નિર્દેશનું પાલન કરવામાં કોઈ સમસ્યા હોય તો ડૉક્ટરને તેનો વિકલ્પ પૂછો.
- યાદ રાખો કે આપની દેખભાળ આપે જ કરવાની છે. ખાવા પીવાની ખોટી આદતો છોડી દો. કેમ કે એક નિરોગી શિશુને જન્મ આપવો આપનું જ સૌભાગ્ય છે.
- કેટલીય વીમા કંપનીઓ વિવાદની સ્થિતિમાં ડૉક્ટર તથા દર્દીની વચ્ચે મધ્યસ્થ બને છે. જો આપને ડૉક્ટર સામે કોઈ ફરિયાદ હોય તો સ્વાસ્થ્ય સંગઠનની મદદ લો.

જો આપને લાગે કે આપે યોગ્ય ડૉક્ટર તથા દાયણની પસંદગી નથી કરી તો, આપના શિશુનો જન્મ જોખમકારક બની શકે છે. સારો ઈલાજ એ છે કે ડૉક્ટર બદલી લો.

★★★

આપની
પ્રેગનેન્સી-પ્રોફાઈલ

તપાસના તારણ આવી ગયા છે. આપ માતા બનવાની છો. ગર્ભાવસ્થાના વધતા કદની સાથોસાથ ઉત્તેજના અને પ્રશ્નોની સૂચી પણ વધી રહી છે. એ વાતમાં કોઈ શંકા નથી કે આપ એક અજબગજબ પ્રકારની ગર્ભાવસ્થાની આગાહીઓ તથા લક્ષણોનો અનુભવ કરી રહી છો, પરંતુ એમાંના અનેક ચિહ્નો તો આપની પ્રેગનેન્સી પ્રોફાઈલ સાથે જોડાયેલા હોઈ શકે છે. પ્રેગનેન્સી ફાઈલ શું છે? તેને આપ પોતાની ગર્ભાવસ્થાનો ઈતિહાસ કહી શકો છે. જેનો પ્રભાવ આપની આ વખતની ગર્ભાવસ્થા પર ઘણો પડી શકે છે, જેથી ડૉક્ટરને મળ્યા પછી આ બાબતે વાત થઈ શકે.

એ વાત યાદ રાખો કે આ પ્રકરણની ઘણી બધી બાબતો સાથે આપને લેવા-દેવા નથી. કેમ કે દરેક સ્ત્રીની ગર્ભાવસ્થાનો રિપોર્ટ (પ્રેગનેન્સી રેકોર્ડ) પોત પોતાની રીતે અલગ હોય છે. આપ આમાંની આપના કામની બાબતોને વાંચો અને બાકીનું છોડી દો.

આ પુસ્તક બધા માટે છે

જયારે આપ આ પુસ્તક વાંચશો તો પતિ-પત્ની અંગેના અનેક પારિવારિક સંબોધન આવશે. એનો મતલબ એ નથી કે એકલી રહેતી મમ્મી કે અપરણિત માઁ કે પછી ગેરપારંપારિક સંબંધો માટે આ જાણકારી નથી. જે વાક્ય આપને આપના માટે યોગ્ય નથી લાગતું તો તેને છોડી દો અને બાકીની જાણકારીનો પૂરો લાભ ઉઠાવો.

તમારી પૂર્વ શારીરિક જાણકારી

ગર્ભાવસ્થા દરમિયાન ગર્ભનિરોધક

"હું ગર્ભનિરોધક ગોળીઓનું સેવન કરતી હતી ત્યારે જ ગર્ભવતી બની ગઈ. હું આખો મહિનો ગોળીઓ લેતી રહી, કેમ કે મને ગર્ભાવસ્થાની જાણ થઈ જ નહીં. શું આનાથી મારા બાળક પર કોઈ અસર પડશે?"

આમ તો ગોળીઓનુ સેવન બંધ કર્યા પછી એક માસિક ચક્ર પુરૂં થતું અને ફરીથી આપ ગર્ભધારણ કરતી તો ઠીક રહેતું, પણ એ તો અચાનક જ થયું. જેથી કશું થઈ શકે નહીં. આમાં એટલા ગંભીર કે ચિંતિત થવાની કોઈ વાત નથી. એ વાતનો કોઈ પૂરાવો નથી મળતો કે આવી અવસ્થામાં શિશુને નુકશાન થઈ શકે. જો મનની શાતા ચાહો છો તો તમારા ડૉક્ટરનો અભિપ્રાય લો.

"હું કૉન્ડોમ અને સ્પર્મીસાઈડ્સનો ઉપયોગ કરતી હતી એ દરમિયાન જ ગર્ભધારણ થયો. હું અજાણતા જ એનો ઉપયોગ કરતી રહી. શું મને બાળક તરફથી કોઈ તકલીફ થઈ શકે છે?"

જો આપ કંડોમ સ્પર્મીસાઈડની સાથે ડાઈફરાગમ કે પછી સ્પર્મીસાઈડયુક્ત ડાઈફરાગમ વગેરેનો ઉપયોગ કરતી વખતે જ ગર્ભવતી બની છો તો એ જાણી લો કે સ્પર્મીસાઈડ અને જન્મજાત વિકારોમાં કોઈ સંબંધ નથી એ પણ સંશોધન થયું છે કે ગર્ભાવસ્થાના આરંભમાં તેના ઉપયોગથી કોઈ સમસ્યા થતી નથી. ભલેને આપ અજાણતામાં ગર્ભવતી થઈ છો. ખરેખર તો તમે સગર્ભા થયાનો આનંદ ભોગવો.

"હું ગર્ભનિરોધક માટે આઈયુડીનો ઉપયોગ કરતી હતી પરંતુ મને હમણાં જ જાણ થઈ કે હું ગર્ભવતી છું શું મારો ગર્ભ સ્વસ્થ અને સલામત હશે."

જો કે ગર્ભનિરોધકના ઉપયોગ છતાં ગર્ભવતી થવાની બાબત થોડીક ચિંતાજનક છે. જો કે ૧૦૦૦ માંથી એક કેસ જ એવો હોય છે જ્યારે આઈયુડીના ઉપયોગ છતાં ગર્ભ રહે. અથવા તો એ પોતાની જગ્યાએથી ખસી ગયો હશે અથવા તો સ્વાભાવિક રીતે ગર્ભ રહ્યો નહીં હોય!

આપની સામે બે વિકલ્પ છે, જેના અંગે જેમ બને તેમ જલ્દી ડૉક્ટર સાથે વાત કરવી જોઈએ. આઈયુડી રાખવું છે કે કાઢી નાખવું છે. ડૉક્ટર તપાસ કર્યા પછી નિદાન કરશે કે આપની બાબતે શું કરવું જોઈએ? જો આઈયુડી તેના સ્થાનેથી ખસી ગયું છે તો અને તેનો છેડો દેખાઈ રહ્યો છે તો તેને કાઢી શકાય છે, નહીંતર એ પ્રસૂતિ વખતે બહાર આવશે. જો તેનો છેડો ગર્ભાવસ્થાની શરૂઆતમાં જોવા મળે છે તો ચેપનો ખતરો વધી જાય છે. જો તેને જલ્દી કાઢી નાખવામાં આવે તો જ સફળ અને સ્વસ્થ ગર્ભાવસ્થાની આશા રાખી શકાય છે. જો તેને કાઢી નાખવામાં ન આવ્યું તો ગર્ભપાત પણ થઈ શકે છે.

જો પહેલા ત્રણ મહિના દરમિયાન પણ એ અંદર જ હોય તો કોઈપણ પ્રકારના રક્ત સ્રાવ, આંચકી-ચૂંક કે તાવ માટે સાવચેત રહો. કેમ કે આપને તેના કારણે કેટલાંય પ્રકારની મુશ્કેલીઓનો સામનો કરવો પડશે ડૉક્ટરને તમામ લક્ષણો જણાવવામાં મોડું ન કરો.

ફાયબ્રાયડ

"મને ઘણા સમયથી ફાયબ્રાયડ હતું, પણ તેના કારણે મને કોઈ તકલીફ થઈ નહીં. શું ગર્ભાવસ્થામાં તેના કારણે કોઈ મુશ્કેલી આવી શકે છે?"

આશા તો એ છે કે ફાયબ્રાયડ આપના અને ગર્ભાવસ્થા વચ્ચે દિવાલ નહીં બને. ગર્ભાશયની દિવાલો પર બનેલાં આ નૉનમેલિગનેટનો ભાર ગર્ભાવસ્થામાં કોઈ અડચણ નથી કરતો.

જો કે આવી ગર્ભવતી સ્ત્રીને ક્યારેક ક્યારેક પેટના નીચેના ભાગમાં દબાણ કે દર્દની ફરિયાદ રહે છે. જો કે આમાં ચિંતાની કોઈ વાત નથી, પણ તમારા ડૉક્ટરને જરૂર જણાવો. ચાર-પાંચ દિવસના આરામ કે સુરક્ષિત દર્દ નિવારક દવા લેવાથી બધું જ ઠીક થઈ જશે.

ક્યારેક ક્યારેક ફાયબ્રાયડના કારણે પ્લેસેંટાનું છૂટું પડવું, પ્રીટર્મ બર્થ કે બ્રીચ બર્થનો ખતરો વધી જાય છે, પરંતુ સાવચેતી રાખવાથી આવા જોખમોથી બચી શકાય છે. તમારા ડૉક્ટર સાથે પેટ છૂટી વાત કરો, જેથી તેઓ દરેક જોખમો અને સાવચણી અંગે જણાવી શકે. જો ડૉક્ટરને લાગે છે કે ફાયબ્રાયડના કારણે સામાન્ય પ્રસવમાં મુશ્કેલી આવી શકે છે તો તેઓ સી-સેકશન પ્રસૂતિની ભલામણ કરી શકે છે. મોટાભાગના આવા કિસ્સાઓમાં જ્યારે પ્રસવમાં ગર્ભાશયનો વિસ્તાર થતો હોય છે ત્યારે મોટું હાયબ્રાયડ પણ બહાર નીકળી આવે છે.

"મેં થોડા વર્ષો પહેલાં બે હાયબ્રાયડ કઢાવ્યાં હતાં. શું એનાથી મારી ગર્ભાવસ્થા પર કોઈ અસર થઈ શકે છે ?"

મોટાભાગના કિસ્સાઓમાં ગર્ભાશયના હાયબ્રાયડ ટ્યૂમર કાઢવાની સર્જરી લૅપરોસ્કોપિક હોય છે, એટલા માટે ગર્ભાવસ્થામાં કોઈ તકલીફ નથી પડતી. જો કે મોટું ફાયબ્રાયડ નીકળ્યું હોય તો ગર્ભાશય નબળું પડી જાય છે. તેનામાં પ્રસૂતિ માટેની તાકાત રહેતી નથી. જો તબીબ આપનો રેકોર્ડ જોઈને આવું જ અનુભવે તો તેઓ સી-સેકશનથી પ્રસૂતિની સલાહ આપી શકે છે. જો સર્જરીના સમયથી પહેલા જ પ્રસૂતિનું દર્દ શરૂ થાય તો એ લક્ષણોને ઓળખને જલ્દીથી ડૉક્ટરની પાસે પહોંચો.

ઍન્ડોમૈટ્રિઓસિસ

"વર્ષો સુધી ઍન્ડોમૈટ્રિઓસિસથી પીડિત રહ્યાં પછી હવે હું ગર્ભવતી બની છું. શું મારી ગર્ભાવસ્થામાં કોઈ સંકટ આવી શકે છે?"

આ કેસમાં બે પ્રકારના પડકારો જોડાયેલા છે. એક તો ગર્ભાધારણમાં વિપદાઓ અને બીજુ એ પરેશાની સાથે જોડાયેલી પીડા. ગર્ભવતી થવાનો મતલબ છે કે આપે પહેલો પડકાર તો પાર કરી લીધો છે. અભિનંદન. ગર્ભવતી થયા પછી બીજા પડકારને પાર પાડવામાં મદદ મળશે.

ગર્ભાવસ્થામાં, ઍન્ડોમૈટ્રિઓસિસના લક્ષણો તથા દર્દમાં સુધારો થાય છે. આવું હૉર્મોનલ ફેરફારોને આભારી છે. ઓવ્યૂલેશન પછી એન્ડોમેટ્રીયલ નાનો તથા નરમ પડી જાય છે. કેટલીય મહિલાઓમાં તો બીજા સારા પરિણામો સામે આવ્યા છે. અમુક સ્ત્રીઓમાં તો ગર્ભાવસ્થામાં એના લક્ષણ પણ જોવા મળતાં નથી. અમુક સગર્ભાઓને દર્દ તથા તણાવની ફરીયાદ જોવા મળે છે. અમુક સગર્ભાઓને શિશુના દર્દ તથા તણાવની ફરીયાદ જોવા મળે છે પરંતુ શિશુના જન્મમાં કોઈ મુશ્કેલી થતી નથી. જો ગર્ભાશયનું ઑપરેશન થઈ ગયેલું હોય તો ડૉક્ટર સી-સેકશનની સલાહ આપે છે.

ગર્ભાવસ્થામાં ઍન્ડોમેટ્રિઓસિસના લક્ષણોથી મુક્તિ મળે છે, પણ તેનો ઈલાજ નથી થતો. ગર્ભાવસ્થા તથા તેની સારવાર પછી ફરીથી એ લક્ષણો જોવા મળે છે.

કોલોપોસ્કોપી

"એક વર્ષ પહેલા હું ગર્ભવતી થઈ તો મને કોલોપોસ્કોપી અને સર્વાઈકલ બાયોપ્સી કરાવવી પડી. (શું મારી ગર્ભાવસ્થા માટે કોઈ જોખમ છે ખરું?"

જો પૅપ સ્મીયર(ગર્ભાશયના મુખના કેન્સરના નિદાન માટે કરાતું પરીક્ષણ છે. તેમાં અમુક ભાગમાં અદ્યતન પ્રકારના માઈક્રોસ્કૉપ જેવા સાધનથી ગર્ભાશયનાં મુખનું નિરીક્ષણ કરવામાં આવે છે. તેમાં અમુક અનિયમિત સર્વાઈકલ કોશિકાઓ જોવા મળે તો કોલોપોસ્કોપી કરવામાં આવે છે. સાધારણ પ્રક્રિયામાં યોનિ તથા સર્વિક્સને એક ખાસ માઈક્રોસ્કોપની મદદથી જોવામાં આવે છે. પૅપ સ્મીયરમાં અસામાન્ય કોશિકાઓ જોવા મળે તો ડૉક્ટર સર્વાઈકલ કાં તો કોન બાયોપ્સી કરે છે. ગર્ભાશયના મુખમાંથી એક નાનો ટુકડો કાપીને એની તપાસ કરવાની રીત જેમાં સંદિગ્ધ સંદેહવાળી જગ્યાએથી નમૂનો લઈને લૅબોરેટરીમાં તપાસ કરાવાય છે. એના માટે ક્રાયોસર્જરી (કોષોને થીજાવી દેતી ઠંડી પધ્ધતિ અને પછી કરવામાં આવતી શસ્ત્રક્રિયા) કાં તો લીપ સારવાર અપાય છે, જેમાં અસરકારક સર્વાઈકલ માંસપેશીઓને દર્દ રહિત ઈલેક્ટ્રીકલ કરંટથી કાઢી નાખવામાં આવે છે. સારાં સમાચાર એ છે કે આ પ્રક્રિયામાંથી પસાર થયા છતાં ગર્ભવતી મહિલાઓ તંદુરસ્ત શિશુઓને જન્મ આપે છે. જો કે કાઢી નંખાયેલી માંસપેશીની માત્રાના હિસાબથી અમુક સ્ત્રીઓને ગર્ભાવસ્થામાં હરકત આવી શકે છે. આપના ડૉક્ટરને એવી કોઈ સર્જરી કે ટેસ્ટ અંગે જરૂર જણાવો, જેથી તેઓ વધારે સારી રીતે દેખભાળ કરી શકે.

જો પહેલી સુવાવડ પહેલા તપાસમાં અસામાન્ય કોશિકાઓની જાણ થાય તો ડૉક્ટર કૉલોપોસ્કોપીની ભલામણ કરી શકે છે પરંતુ બાયોપ્સી વગેરે તો બાળકના જન્મ પછી જ કરાવી શકાય છે.

એચપીવી (હ્યૂમન પૈપિલોમાવાયરસ)

"શું જેનીટલ એચપીવી મારા ગર્ભાવસ્થાને હાનિ પહોંચાડી શકે છે?"

એચપીવી એક સેક્સુઅલી ટ્રાન્સમીટેડ વાયરસ છે. સામાન્ય રીતે તેના લક્ષણ સ્પષ્ટ રૂપથી સામે નથી આવતાં. તે ૬થી ૧૦ માસમાં આપ મેળે ઠીક થઈ જાય છે.

અમુક વાર એવું બને છે જયારે તેમાં લક્ષણ સામે આવીને ઉપસે છે. પૅપ સ્મીયરથી અમુક કોશિકાઓની અનિયમિતતાની જાણ થાય છે. કેટલીક વાર સામાન્ય પીળા કે ગુલાબી મસા પણ ઉપસી આવે છે, જે મોટેભાગે યોનિ, ગુદા તથા વલ્વા પર જોવા મળે છે. જો કે એમાં પીડા થતી નથી, પરંતુ કયારેક બળતરાં થાય છે અથવા તો પછી લોહી પણ નીકળી શકે છે.મોટાભાગના કેસોમાં આવા મસા એક-બે મહિનામાં આપ મેળે જ દૂર થઈ જાય છે.

જેનિટલ એચપીવી ગર્ભાવસ્થાને કેવી રીતે પ્રભાવિત કરે છે ? જો કે તેની કોઈ સીધી અસર થતી નથી પરંતુ અમુક ગર્ભવતી મહિલાઓમાં એ મસા વધારે સક્રિય બની જાય છે. જો આપના મસા પણ આપમેળે મટી જતાં ન હોય તો ડૉક્ટરની સલાહ લેવામાં મોડું કરશો નહીં. તેઓ તેને ફ્રીજિંગ,ઈલેકટ્રીક કે લેસરથેરેપીથી દૂર કરી દેશે. અમુક કિસ્સાઓમાં આવા ઈલાજને પ્રસૂતિ સુધી ટાળવો પડે છે.

જો આપ પણ એચપીવીના ભોગ બનેલા છો તો ડૉક્ટરે સર્વાઈકલ સેલની પણ તપાસ કરવી પડશે. જો બાયોપ્સી કરવાનું થાય તો તેને શિશુના જન્મ સુધી મુલતવી રાખવું પડશે.

એચપીવી સંક્રમણ એટલે કે ચેપી રોગ છે, એટલા માટે કોઈ એક જ સાથીની સાથે જ સંભોગ કરો. હવે ર૬ વર્ષથી ઓછી વયવાળી મહિલાઓ માટે તેનુ વેક્સીન પણ મળી શકે છે પરંતુ ગર્ભાવસ્થામાં તેનો ઉપયોગ ન કરવો. જો આપ વેક્સીન શરૂ કર્યા પછી ગર્ભવતી બનો છો તો બાકીનો પ્રયોગ શિશુના જન્મ સુધી રોકવો પડશે. આ સીરીઝને ત્રણ વખત દવાના ડોઝના ખોરાકથી પૂરી કરવામાં આવે છે.

હર્પીઝ

(એક પ્રકારનો વાયરસ વાયરસથી થતો રોગ)

"મને જેનિટલ હર્પીઝ છે. શું એ મારા બાળકને પણ થઈ શકે છે ?"

ગર્ભાવસ્થામાં હર્પીઝના હોવાનો મતલબ છે કે આપે ખૂબ જ ખબરદાર અને જાગૃત રહેવું પડશે તેમ છતાં એ કોઈ મોટા જોખમનું સૂચક નથી. જો આપ તથા આપના ડૉક્ટર તમામ પ્રકારની સાવચેતી રાખશો તો ગર્ભાવસ્થા અને પ્રસૂતિ સમયે કોઈ જ તકલીફ નહીં પડે અને શિશુ પણ તંદુરસ્ત રહેશે.સહુથી પહેલા તો નવજાતમાં આવા ચેપની શક્યતા એક ટકા સુધીની હોય છે.એવું બહુ જ ઓછું બને છે કે માતાના સંક્રમણ (ઈન્ટ્રેશન) ના કારણથી પણ શિશુ રોગગ્રસ્ત બની જાય! જો કે પહેલાં ત્રણ મહિનામાં થનારા ઈન્ફેકશનથી મિસ કેરેજ અને પ્રીમેચ્યોર તબીબી સારવારથી આપ તેમાંથી બચી શકો છો.

હર્પીઝવાળી માતાઓના સંતાનોના બચાવ માટે એમને એન્ટીવાયરલ દવાઓ આપવામાં આવે છે. જો શિશુને પણ ઈંફેકશન થઈ જાય તો તેને પણ એન્ટી-વાયરલ દવાઓ આપવામાં આવે છે.

પ્રસૂતિ પછી પણ સંક્રમણ ચાલુ રહે તો પણ અપેક્ષિત સાવચેતીઓ પછી માતા પોતાના બાળકને સ્તનપાન કરાવી શકે છે.

અન્ય એસ ટી ડી અને ગર્ભાવસ્થા

એમાં ચોંકી જવાની કોઈ વાત નથી કે મોટાભાગની એસટીડી ગર્ભાવસ્થાને અસર કરી શકે છે. જો કે તેના અંગે તપાસ કરીને ઈલાજ કરી શકાય છે, પરંતુ મહિલાઓને આ વિષયમાં જાણકારી જ થઈ શકતી નથી. એટલા માટે દરેક ગર્ભવતી સ્ત્રીઓની ક્લામાઈડિયા, ગોનોરિયા, ટ્રાઈકોમોનાઈસિસ, હેપેટાઈટિસ બી, એચઆઈવી તથા સિફલિસની તપાસ થવી જોઈએ.

એ વાત ખાસ યાદ રાખો કે એસટીડી રોગ કોઈ એક સમાજ કે આર્થિક સ્તરના પૈસાપાત્ર લોકોને જ થાય છે એવું નથી. આ રોગ દરેક જાતિ, ઉંમર, વર્ગ, નાના અંતરીયાળ ગામડાઓ તથા મહાનગરો, મોટાં શહેરોમાં વધતા સ્ત્રી-પુરૂષોમાંથી કોઈને પણ થઈ શકે છે. મુખ્ય એસટીડી રોગ છે :-

<u>**ગોનોરિયા :**</u> ગોનોરિયાને લાંબા ગાળાથી ભ્રૂણની કંજક્ટિવ આઈટિસ, અંધત્વ તથા ગંભીર સંક્રમણનું કારણ માનવામાં આવે છે, જે સંક્રમિતા ગર્ભનાળના કારણે થઈ શકે છે. આ જ કારણોસર પહેલી જ મુલાકાતમાં ગર્ભવતી મહિલાઓની તપાસ થાય છે. જો કોઈ મહિલાને ગર્ભાવસ્થામાં આ રોગનું મોટું જોખમ હોય તો પછી પણ એની તપાસ થઈ શકે છે. જો ગોનોરિયાનો ચેપ જોવા મળે તો એન્ટીબાયોટિક્સની મદદથી તેનો ઈલાજ કરવાની કોશિશ થઈ શકે છે. એ પછી એક બીજું કલ્ચર કરવામાં આવે છે. જેથી એ સ્ત્રી સંક્રમણથી સંપૂર્ણ રીતે મુક્ત બની જાય. વધારાની સાવચેતી રૂપે દરેક નવજાત શિશુની આંખોમાં એક એન્ટીબાયોટિકના ટીપા નાંખવામાં આવે છે. આ ઈલાજને ઓછામાં ઓછા એક કલાક સુધી ટાળી શકાય છે.

<u>**સિફલિસ :**</u> આ રોગના કારણે કેટલીય જન્મજાત વિકૃતિઓ પેદા થઈ શકે છે આથી તેની તપાસની સગવડ કરવામાં આવે છે. જો સંક્રમિત મહિલાને ચોથા મહિના પહેલાં જ એન્ટીબાયોટેક સારવાર આપવામાં આવે તો ભ્રૂણને નુકશાનથી બચાવી શકાય છે. કેમ કે એ જ સમયે સંક્રમણ ભ્રૂણ સુધી પહોંચે છે. એક સારી ખબર એ છે કે છેલ્લાં થોડા વર્ષોમાં માતા દ્વારા શિશુને લાગતા ચેપમાં ઘટાડો થયો છે.

<u>**ક્લામાઈડિયા :**</u> ૨૬ વર્ષથી ઓછી ઉંમરની મહિલાઓમાં સિફલિસ તથા ગોનોરિયાની અપેક્ષાએ ક્લામાઈડિયાના કેસ વધારે જોવા મળ્યાં છે. જો એ સંક્રમણ ચેપ, ભ્રૂણ સુધી પહોંચી જાય તો માતા તથા શિશુ એમ બંનેના માટે જોખમકારક બને છે. જો આપ અનેક સેક્સ પાર્ટનર જોડે સંબંધ સંબંધ ધરાવતી હોય તો સ્ક્રીનીંગ ખૂબ જ જરૂરી બની જાય છે, કેમ કે આવી બાબતોમાં ચેપનો ખતરો અધિક રહે છે. અડધાથી વધારે સ્ત્રીઓ આવા ચેપને ઓળખી શકતી નથી. એટલે તપાસ કર્યા વિના તેનો ઉપચાર પણ નથી થઈ શકતો.

ગર્ભાવસ્થા પહેલા કે એ દરમિયાન ક્લામાઈડિયાના રોગનો સરસ રીતે ઉપચાર થઈ જાય તો તેના રોગનો ચેપ (નિમોનિયા, આંખોમાંનો ગંભીર ચેપ) થી બચી શકાય છે. ખરી રીતે જોઈએ તો ગર્ભાધારણ પહેલાં જ ઉપચાર થઈ જવો જોઈએ, જેથી માતાનો ચેપ બાળક સુધી ન પહોંચે. જન્મ પછી નિયમિત રીતે નવજાત શિશુ માટે એંટીબાયોટિકનો ઉપયોગ થાય છે. તેનાથી ક્લામાઈડિયા અને ગોનોરિયાના રોગના ચેપથી બચી શકાય છે.

<u>**ટ્રાઈકોમોનાઈસિસ :**</u> ટ્રાઈકોમોનાઈસિસનું સહુથી મોટું લક્ષણ એ છે કે એમાં ચેપથી યોનિમાંથી લીલા રંગનો ખૂબ જ દુર્ગંધ મારતો સ્ત્રાવ થાય છે. અડધાથી વધારે રોગગ્રસ્ત

મહિલાઓને તેના લક્ષણની જાણ જ નથી થતી જો કે આ રોગથી કોઈ ગંભીર પ્રકારની મુશ્કેલી પેદા થતી નથી, પરંતુ તેનાથી બેચેની અનુભવાય છે. ગર્ભાવસ્થામાં એ જ મહિલાઓનો ઈલાજ કરવામાં આવે છે, જેના લક્ષણ સ્પષ્ટ જોવા મળે છે.

એચ.આઈ.વી (હ્યુમન ઈમ્યૂનેડેફિશિયેંસી વાયરસ) ચેપ : આમ જોઈએ તો દરેક મહિલાઓની ગર્ભાવસ્થાની શરૂઆતમાં જ એચઆઈવી ચેપની તપાસ થવી જોઈએ.

તેનો કોઈ પાછલો તબીબી ઈતિહાસ હોય કે ન હોય, પણ તેનાં કારણે એઈડ્ઝ થાય છે, જે માત્ર માતા માટે જ નહીં શિશુના માટે પણ હાનિકારક છે. ઉપચાર કર્યા વિના માતા શિશુને જન્મ આપે તો લગભગ ૨૫ ટકા શિશુઓમાં એ ચેપ ફેલાઈ શકે છે. (ગર્ભાવસ્થાના પહેલાં છ મહિલાઓમાં રોગ પૂરેપૂરી રીતે વકરી શકે છે) જો કે તેના ઉપચાર અંગે હવે ખૂબ જ જાગૃતિ આવી ગઈ છે, પરંતુ જે પણ ગર્ભવતી મહિલાની તપાસ પોઝેટીવ હોય તેણે બીજીવાર પણ તપાસ કરાવવી જોઈએ. તપાસ મોટેભાગે બરાબર જ હોય છે, પરંતુ અમુકવાર વાયરસ ન હોવા છતાં પોઝેટીવ પરિણામ જોવા મળે છે. જો બીજીવારની તપાસનું પરિણામ પણ પોઝેટીવ આવે તો સંક્રમિત માતાને એન્ટાયરટ્રોવાયરલ દવાઓ આપવામાં આવે છે. તેનાથી શિશુને ચેપ લાગવાનો ભય રહેતો નથી. જો સી-સેકશનની મદદથી પ્રસૂતિ કરાવવામાં આવે તો પણ સંક્રમણનું જોખમ ઘટે છે.

જો આપને લાગે છે કે આપ કોઈ પણ એસટીડી રોગનો ભોગ બનેલી છે તો આપના ડૉક્ટરનો સંપર્ક કરીને તેમની દેખરેખ નીચે તપાસ કરાવો. જો તપાસ પોઝેટીવ આવે તો જરૂરી હોય તો સંપૂર્ણ તપાસ કરાવો. આ રીતની સાવચેતીના કારણે આપણું અને આપના શિશુનું સ્વાસ્થ્ય જળવાઈ રહેશે.

પ્રસવ સંબંધી પૂર્વ જાણકારી વિશે

વિટ્રો ફર્ટિલાઈઝેશન

"મે વિટ્રો ફર્ટિલાઈઝેશનના માધ્યમથી ગર્ભધારણ કર્યુ છે. મારી ગર્ભાવસ્થા કેવી રીતે કેટલી અલગ હશે?"

ખૂબ ખૂબ અભિનંદન જો આપે પ્રયોગ શાળામાં ગર્ભધારણ કરેલ છે તો તેનો મતલબ એ નથી કે આપની ગર્ભાવસ્થામાં કોઈ મુશ્કેલી આવી શકે છે. આઈવીએફ ગર્ભાવસ્થાની બાબતમાં શરૂઆતના છ મહિના થોડા અલગ હોય છે. આપને કશું જ નિશ્ચિત લાગતું નથી. જો આપને અગાઉ મિસકેરેજ થયું હોય તો ઈન્ટરકોર્સ તથા બીજી શારીરિક ગતિવિધિઓ માટે મનાઈ થઈ શકે છે. એની સાથે જ ગર્ભાવસ્થાના પહેલા બે મહિનામાં પ્રોજેસ્ટેરૉન પણ આપી શકાય છે.

એકવાર આ સમય વીતી જાય તો આપને વિશ્વાસ થશે કે આપની ગર્ભાવસ્થા પણ સામાન્ય હશે, પણ એમાં શરત એ છે કે આપ એકથી વધારે ભ્રૂણને વિકસિત કરતી ન હોય! ૩૦ ટકાથી વધારે આઈવીએફ માતાઓની સાથે આવું જ થાય છે. આ પુસ્તકમાં આગળ એના વિશે વિસ્તારથી સમજાવ્યું છે.

બીજી ગર્ભાવસ્થા

"આ મારી બીજી સુવાવડ છે. એ પહેલી ગર્ભાવસ્થાથી કેટલી જુદી હોઈ શકે છે?"

કોઈપણ બે ગર્ભાવસ્થા હંમેશા એક સમાન નથી હોતી. અમે એવું પણ નથી કહી શકતા કે આપના નવ મહિના શરૂઆતથી છેલ્લે સુધી કેટલા

અલગ હશે. જો કે અમુક સામાન્ય બાબતોનો ઉલ્લેખ કરી શકાય છે, પરંતુ તે કાયમ સાચી હોતી નથી.

- આપને પહેલી વખતની સુવાવડ કરતાં આ વખતે ગર્ભાવસ્થાનો અણસાર જલ્દી આવી ગયો હશે. મોટાભાગે બીજીવારની સુવાવડના લક્ષણો ઓળખવા સહેલા છે. જો કે એ લક્ષણો ખૂબ જ ઘટી ગયા હોય છે. સવાર સવારમાં ઉલટી થવા જેવું ખાસ નહીં થાય. આપને થાક વધુ લાગશે, કેમ કે પહેલી સુવાવડ કરતા આ વખતે દિવસના આરામ કરવાનો કે બપોરના નીંદર લેવાનો સમય ઓછો મળશે.
- ખાવામાં અરૂચિ કે કોઈ ખાસ ચીજ ખાવાની ઈચ્છા જેવા ચિહ્ન, બીજી કે એ પછીની ગર્ભાવસ્થામાં વધારે જોવા મળતાં નથી. વક્ષસ્થળમાં પણ વધારે ફેરફાર નથી થતો. સંવેદનશીલતા અને ચિંતા પણ પહેલાં જેવી નથી રહેતી. પ્રસૂતિમાં પણ વધારે તકલીફ થતી નથી.
- આપ જલ્દી જ ગર્ભવતી દેખાવા લાગશો, એટલે કે ઊભાર સ્પષ્ટ જોવા મળશે. આપને ખુદને જાણ થશે કે આ ગર્ભાવસ્થા પહેલાં કરતા થોડીક અલગ છે. આપણું પેટ પહેલી સુવાવડ કરતાં આ વખતે વધારે ઉપસેલુ લાગશે. કેમ કે આ વખતનું બાળક, પહેલી સુવાવડ કરતા મોટું હશે. પેટ તથા પીઠનું દર્દ અને ગર્ભાવસ્થાની બાકીની મુશ્કેલીઓ પણ પહેલાં કરતાં ઓછી હશે.
- આપને શિશનું હલનચલન પહેલી સુવાવડ કરતાં વહેલું અનુભવાશે. માંસપેશીઓની ઢીલાશના કારણે એવું હશે. આપ તેને સહેલાઈથી અનુભવ કરી શકશો. બની શકે છે કે આપ પહેલી સુવાવડમાં આવી હલચલને ઠીક રીતે મહેસૂસ કરી શકી હોય હોય!
- આપમાં પહેલી સુવાવડ જેવો ઉશ્કેરાટ ઉતેજના નહીં હોય! જો કે મનોમન તો રોમાન્સ હશે જ, પરંતુ હવે દરેક સગા-સ્નેહીને આ ખુશખબર કહેવાનો ઉમળકો નહીં હોય! આ એક સામાન્ય પ્રક્રિયા છે, એમાંથી બીજા શિશુ માટે હેત પ્રીતમાં કોઈ કમી નહીં આવે. યાદ રહે કે હવે આપ પહેલા શિશુથી પણ શારીરિક રીતે જોડાયેલી છે.
- પ્રસવ પહેલી સુવાવડ કરતાં સરળતાથી થશે. પહેલા બાળકના જન્મના સમયે માંસપેશીઓ ઢીલી પડી ગઈ હશે, એટલા માટે બીજા શિશુના જન્મમાં વધારે સમય નહીં લાગે. પ્રસવપીડા અને પ્રસૂતિનું દરેક પગલું અનુકૂળ હશે અને શિશુને બહાર ધકેલવામાં પણ વધારે સમય નહીં લાગે.

આપે ખૂબ જ વહાલભરી રીતે પહેલા બાળકને બીજા મહેમાનના સાચા મનથી જાણ કરવી પડશે. તેના માટે આપે ખૂબ જ સમજી વિચારીને યોગ્ય શબ્દોનો ઉપયોગ કરવો પડશે. જેથી એ બાળક પણ નવા ભાઈ-બહેનના સ્વાગત માટે માનસિક રીતે તૈયાર થઈ શકે.

"મારૂં પહેલું બાળક તંદુરસ્ત હતું. હવે હું ફરીથી ગર્ભવતી છું, શું આ વખતે પણ હું એટલી જ ભાગ્યશાળી રહીશ?"

જી હા, આ વખતે પણ આપને બેબી જેકપોટ લાગવાનો છે. સહુથી સારી વાત એ છે કે આ વખતે પહેલા કરતા કેટલાય જોખમ ઓછા હશે અને આપ સારામાં સારી તબીબી સારવાર, વ્યાયામ તથા જીવનશૈલીના આધાર પર સુખરૂપ બાળકને જન્મ આપી શકશો.

પ્રસૂતિ અંગેના ઈતિહાસનું પુનરાવર્તન

"મારી પહેલી સુવાવડ વધારે અનુકૂળ રહી ન હતી. મેં તકલીફ આપનાર બધા જ લક્ષણોને સહ્યા છે. શું આ વખતે પણ એનું પુનરાવર્તન થવાનું છે?"

જો કે પહેલી પ્રસૂતિથી જ આવનારી બીજી સુવાવડોની જે તે લક્ષણોની સૂચના મળી જાય છે, એટલા માટે બની શકે છે કે આપને પહેલી સુવાવડ જેવી મુશ્કેલીઓને વેઠવી પડે, પરંતુ અમુક

પરિવર્તન પણ આવે છે. કેમ કે તમામ સુવાવડો એક સરખી હોતી નથી. જેમ કે પહેલી ગર્ભાવસ્થામાં ઉલટી-ઉબકા થવા તથા ખાવાની અરૂચિ વધારે હોવી પણ આ વખતે એવું નહીં હોય! આપના જેનેટિક અનુભવોથી પણ અણસાર મેળવી શકાય છે કે આ ગર્ભાવસ્થા કેટલી તકલીફવાળી કે આરામવાળી હશે? આમાં અમુક કારણ પણ સામેલ છે જેનાં પર આપ જાતે કાબૂ મેળવી શકે છે. તે છે -

<u>સામાન્ય તંદુરસ્તી:</u> જો આપ પૂરી રીતે નિરોગી હશો તો ગર્ભાવસ્થા ખૂબ જ આરામદાયક બની જશે, એટલા માટે આપના સ્વાસ્થ્ય પર ખાસ ધ્યાન આપો.

<u>વજન :</u> જો આપ ડૉક્ટરની સલાહ મુજબ ધીમેધીમે વજન વધારશો કે નકામા વજનને ઘટાડશો તો વૅરીકોજ વેન્સ, સ્ટ્રેચ માર્ક, પીઠમાં દર્દ, થાક, અપચો તથા શ્વાસ લેવામાં તકલીફ જેવી તમામ હેરાનગતિથી બચી શકો છો.

<u>આહાર :</u> ગર્ભવતી સ્ત્રી વધારેમાં વધારે સારો ખોરાક લેશે તો એનાથી એક નિરોગી બાળકને જન્મ આપવાની શક્યતા વધી જશે. તદ્ઉપરાંત ગર્ભાવસ્થા પણ ખૂબ જ આરામદાયક રહેશે. સમતોલન આહારથી ઉલટી-ઉબકા જેવી તકલીફોમાં રાહત તો મળશે જ, પણ સાથોસાથ થાક કબજિયાત, યોનિ ચેપ, એનીમિયા તથા માથાના દુઃખાવા જેવા દર્દથી પણ રાહત મળશે. જો ગર્ભાવસ્થા દરમિયાન કોઈ હેરાનગતિ થઈ તો પણ સ્વસ્થ શિશુના જન્મની આશા કાયમ રહેશે.

<u>સ્વસ્થતા (ફિટનેસ) :</u> આપે સંપૂર્ણ રીતે તંદુરસ્ત રહેવા માટે ફિટનેસ પર પણ ધ્યાન આપવું પડશે. બીજી તથા એ પછીની સુવાવડોમાં કસરત આગવુ મહત્વ ધરાવે છે. કેમ કે એમાંથી પેટના નીચેના ભાગની માંસપેશીઓની લચક (કોમળતા) વધે છે. અનેક પ્રકારની પીડા તથા ખાસ તો પીઠ દર્દમાં આરામ મળે છે.

<u>જીવનશૈલીમાં પરિવર્તન :</u> આ જકાલ માણસ પોતપોતાની ચિંતા કે કામના ધ્યાનમાં વ્યસ્તતાથી પાયાની બાબત વિસરી જાય છે. પહેલું સુખ તે જાતે નર્યાનો મંત્ર યાદ રાખવો જોઈએ. જો પોતાની તંદુરસ્તી માટે ધ્યાન રાખશો તો એ પછીની સુવાવડમાં કોઈ વિટંબણા ઉભી થશે નહીં. તમે ઉબકા-ઉલટી થાક,માથાનો દુઃખાવો, અપચો વગેરેથી રાહત મેળવી શકશો. તમારા માથે કામનો બોજ હોય તો કોઈની મદદ લો. ટેન્શન જેવું લાગવા માંડે ત્યારે કામને છોડીને ઘરમાં હરો ફરો. યોગાસન તથા ધ્યાન ધરીને મનને શાંત કરો. આનાથી આપને ઘણી જ રાહત મળશે.

<u>બીજા બાળકો:</u> કેટલીય ગર્ભવતી સ્ત્રીઓ, ઘરમાં બીજા બાળકો સાથે એટલી તો વ્યસ્ત રહે છે કે તેમને પોતાની ગર્ભાવસ્થાને લગતી તકલીફોનો અનુભવ જ થતો નથી. અમુક મહિલાઓને આ બેદરકારીના કારણે અનેક પીડાદાયક લક્ષણોનો ભોગ બનવું પડે છે. જેમ કે બાળકોને સવારે સ્કૂલ માટે તૈયાર કરવા કે રાતની રસોઈની તૈયારીઓની ચિંતામાં જીવ અકળાવો. ઉલ્ટી થવાની ઈચ્છા થવી તથા થાકની ફરીયાદ વધી જાય છે. પીઠમાં દુઃખાવો રહે છે. સમયસર શૌચક્રિયા ન કરવાથી કબજિયાત થાય છે. બાળકોના શરદી-સળેખમ તથા ખાંસીના જીવાણુઓના કારણે સગર્ભાને ચેપ પણ લાગી શકે છે.

એવું તો નથી થઈ શકતું કે આપ સગર્ભાના કારણે અન્ય સંતાનોને તમારાથી દૂર કરો. (તદ્ઉપરાંત આપને પહેલી સુવાવડ જેવી સારવાર કે હૂંફ મળી શકતી નથી) તમારે પોતે જ તમારી કાળજી રાખવી પડશે. બાળકોને સૂવાડતી વખતે તમે પણ નીંદર લઈ લો. તમારા ખાવા- પીવામાં ધ્યાન રાખો તથા એવા કામ ન કરો જેનાથી ગર્ભાવસ્થામાં કોઈ મુશ્કેલી ઉભી થઈ જાય કે તેનાથી પીડા વધી જાય.

"હું પહેલી ગર્ભાવસ્થામાં અમુક કષ્ટો ભોગવી ચૂકી છું, શું આ વખતે પણ એવું જ થશે? "

એક જટિલ ગર્ભાવસ્થાનો મતલબ એવો નથી કે બીજી પણ એવી અઘરી હશે. જો કે એમાંની

અમુક જટિલતાઓ બીજીવાર સામે આવી શકે છે. પરંતુ બધા માટે એવું કહી શકાય નહીં. આમાંની અમુક એવી પણ હશે, જે માત્ર એક જ વાર મુશ્કેલીમાં નાંખી ગઈ હોય! જેમ કે કોઈ ચેપ કે પછી કોઈ દુર્ઘટના. જો એ જટિલતાઓ રોજિંદી જીવન શૈલીના કારણે હતી તો કદાચ તેમાં ફેરફાર કરવાથી એ મુશ્કેલીઓ ઉભી ન થાય. (જેમ કે ધૂમ્રપાન, દારૂનું સેવન, માદક પદાર્થ કે કોઈ પર્યાવરણીય કારણ) બની શકે છે કે આપ આ વખતે એ જરૂરી તબીબી સારવાર લો, જે પહેલાં ન હતી લીધી. જો કોઈ ક્રૉનિક રોગના લીધે મુશ્કેલીઓ સર્જાઈ હતી જેની કદાચ આપે હવે ગર્ભધારણ પહેલા જ તેની સારવાર કરાવી લીધી હશે. જેમ કે મધુપ્રમેહ, ડાયાબિટીસ કે ઉંચુ લોહીનું દબાણ એ તમામ વિટંબણાઓને ધ્યાનમાં રાખીને જ ડૉક્ટર તાજેતરમાં પહેલેથી જ સાવધ બની ગયા હશે અને આપને સંપૂર્ણ રીતે સરસ સારવાર આપી રહ્યાં હશે. કારણ ભલેને ગમે તે હોય, જોઈતી કાળજી અને દેખરેખ દ્વારા તંદુરસ્ત બાળકના જન્મની ગેરંટી આપી શકાય છે.

ખૂબ ઝડપથી બીજી ગર્ભાવસ્થા થવી

"હું પહેલા બાળકને જન્મ દીધાના ૧૦ અઠવાડિયા પછી બીજીવાર ગર્ભવતી થઈ છું. આનાથી મારા તથા ગર્ભસ્થ શિશુના આરોગ્ય પર શું અસર પડી શકે છે?"

એક શિશુના જન્મ પછી ઝડપથી બીજીવાર ગર્ભવતી થવું એ બાબત આપના માટે ખૂબ જ ચિંતાજનક બની શકે છે. કેમ કે આપ એના માટે માનસિક રીતે તૈયાર ન હતી. સહુથી પહેલા તો તમે તમારા અંતર મનની ચિંતાઓને દૂર કરી છે. જો કે એકના પછી બીજી ગર્ભાવસ્થા માતાના આરોગ્ય પર ઉંડી અસર કરે છે ,પરંતુ તેમ છતાં આપ અમુક બાબતોનું ધ્યાન રાખીને આ પડકારને ઉપાડી શકો છો.

- ગર્ભાવસ્થાની જાણ થતાં જ પ્રસવ અંગેની સાર-સંભાળ શરૂ કરી દો.
- તમારા ખાવા-પીવાની આદતોમાં ફેરફાર કરો. જો આપ પહેલા શિશુને સ્તનપાન કરાવી રહી છે તો કદાચ હજુ આપના શરીરને જરૂરી પોષણ નહીં મળ્યું હોય! આપે આપના તથા ગર્ભાસ્થ શિશુના માટે પોષકતત્વથી ભરપૂર માત્રા લેવી પડશે. ડૉક્ટરની સલાહ મુજબ પ્રોટીન, આયર્ન તથા બીજા વિટામિનોને તમારા આહારમાં ઉમેરો. જમવા માટે પૂરો સમય લો. જો કે આપનો રોજિંદો ક્રમ ખૂબ જ વ્યસ્ત હશે, પરંતુ આપણા આરોગ્ય માટે સમય તો કાઢવો જ પડશે.
- પર્યાપ્ત પ્રમાણમાં વજન વધારવું પડશે. નવા ભ્રૂણ શિશુને એ જ બધું જોઈશે, જે આપે પહેલા શિશુને આપ્યું હતું. ડૉક્ટરનો અભિપ્રાય લો. તેના માર્ગદર્શન મુજબ વજન વધારો. ઉત્તમ પોષણયુક્ત ખોરાકની મદદથી ધીમે ધીમે તમારું વજન વધારો. જો પૂરેપૂરો પ્રયત્ન છતાં વજન ન વધે તો તમારી કૅલેરીના પ્રમાણ ઉપર ધ્યાન આપો.
- જો હમણાં સુધી આપ આપના શિશુને સ્તનપાન કરાવતી હતી તો હવે ડૉક્ટરના સૂચન મુજબ તેને ઉપરનું દૂધ આપી શકો છો. આપના નાના શિશુ તથા ગર્ભમાં ઉછરી રહેલા શિશુ એમ બંનેના આરોગ્યનો ખ્યાલ આપે રાખવાનો છે, પરંતુ જોડે જોડે તમારે જાતે આરામ પણ કરવાનો છે એ ન ભૂલાય.
- બની શકે છે કે આપના શરીરને બીજાઓની સરખામણીમાં વધારે આરામની જરૂર પડે. આપે આપની ગૃહસ્થી પણ સંભાળવાની છે, એટલા માટે પ્રાથમિકતા નક્કી કરો. એ જરૂરી નથી કે બીજા બિનજરૂરી કામ પણ આપે કરવા જોઈએ. જ્યારે શિશુ સૂઈ જાય તો તમે પણ આરામ કરો. રાતના શિશુના પપ્પાની ડ્યૂટી રાખો. શિશુ રડે ત્યારે તે

બોટલનું દૂધ પીવડાવે. જો સ્તનપાન કરાવતી હોય તો પણ રાતના શિશુને સાચવવાની જવાબદારી પપ્પાની છે. એટલી કસરત ચોક્કસ કરો, જેનાથી આપને થાક ન અનુભવાય. જો કસરત માટે સમય ફાળવવો હોય તો નાનકડા શિશુને સ્ટ્રૉલરમાં (બાબાગાડી) સૂવાડીને આંટાફેરા મારો. બેબીને કોઈની પાસે મૂકીને પણ વ્યાયામ કરી શકે છે. તમે તમારી જાતને ગર્ભાવસ્થાના જોખમોથી દૂર રાખો, જેમ કે ધૂમ્રપાન કે દારૂસેવન, આપે તથા ગર્ભસ્થ શિશુએ દરેક હાલતમાં ચિંતામુક્ત રહેવાનું છે. ટેન્શન ન રાખો. આનંદ અને મોજમાં રહો.

એક મોટો પરિવાર

"હું છઠ્ઠીવાર ગર્ભવતી બની છું. શું એનાથી મારા બાળકના આરોગ્ય પર ખરાબ અસર પડી શકે છે ?"

જો આપને દરેક પ્રસૂતિવેળાએ સંપૂર્ણ તબીબી સારવાર મળી છે તો આશા રાખી શકાય છે કે આ વખતે પણ આપના ત્યાં નિરોગી બાળકની પધરામણી થશે. જો જોડિયા કે ત્રણ બાળકોની ગર્ભાવસ્થા ન હોય તો મોટાભાગે આ સુવાવડ પણ અગાઉની જેમ સલામત હશે. આ સુવાવડનો પૂરેપૂરો આનંદ લો, પરંતુ સાથોસાથ નિમ્ન લિખિત બાબતો પર પણ ધ્યાન દો.

■ **આરામ કરો :** શક્ય હોય તેટલો વધુ આરામ કરો. જો કે આપ આરામ તો કરતી જ હશે પરંતુ જે ગર્ભવતી માને અગાઉ જન્મેલા નાના-કુમળા બાળકોની સાર-સંભાળ પણ રાખવાની છે, તેને આરામની વધારે જરૂર પડે છે.

■ **મદદ લો :** આપે આપના કામકાજોનું ભારણ ઓછું કરવા માટે કોઈની મદદ લેવી પડશે. પહેલા તમારા પતિની મદદ લો. તમારા મોટા બાળકોને જાતે કામ કરવાની ટેવ પાડો, તેમને તેમની ઉંમરને અનુકૂળ કામ સોંપો. જો આપ ઘરના બીજા સભ્યો પાસે કામ કરાવો તો પણ તમને રાહત મળશે.

■ **ખોરાક :** મોટાભાગે જેમને નાના બાળકો હોય છે એવી માતાઓ સંતાનોને ખવડાવવા-પીવડાવવામાં વ્યસ્ત રહીને પોતે પોતાના ખાન-પાનમાં ધ્યાનમાં નથી આપી શકતી. જો આપ સમયસર સમતોલન આહાર નહીં લો, અથવા તો જંકફૂડથી સંતોષ માનશો તો તમારી ઊર્જાનું સ્તર ઘટી જશે. ખાવા-પીવા માટે પૂરો સમય લો. પૌષ્ટિક આહારની ટેવ તંદુરસ્તી માટે આશીર્વાદ રૂપ બની શકે છે.

■ **વજન :** તમારા વજનને ચેક કરતાં રહો. મોટાભાગે ઘણીવાર ગર્ભવતી સ્ત્રીઓના વજનનો કાંટો વધી જાય છે. જો આપનું વજન વધી રહ્યું છે તો ડૉક્ટરની મદદથી વજનને ઓછું કરો. સાથો સાથ એ બાબતનું પણ ધ્યાન રાખો કે જરૂરથી વધારે વજન વધી ન જાય.

ગર્ભપાતની તકલીફ

"હું બે વાર ગર્ભપાત કરાવી ચૂકી છું. શું એનાથી મારા ગર્ભાવસ્થા પર કોઈ માઠી અસર પડશે."

પહેલા ત્રણ મહિનામાં ઘણીવાર ગર્ભપાત થયા હોય તો આવનારી ગર્ભાવસ્થા પર તેની કોઈ અસર

ડૉક્ટરને કહો

આપનું ચેકઅપ કે સ્ત્રીરોગનો જે પણ ઈતિહાસ રહ્યો હોય તેને વિગતવાર ડૉક્ટરને જણાવો. જેમ કે પહેલી ગર્ભાવસ્થા, મિસકેરેજ, ઍબોર્શન, સર્જરી કાં તો અમુક પ્રકારના ચેપ. ડૉક્ટરને આ તમામ બાબતોની જેટલી વધુ જાણકારી હશે, એટલી આપની સારસંભાળ સુંદર રીતે થશે. તમારી કોઈપણ વાતોને ડૉક્ટર છાની જ રાખશે.

થતી નથી. જો આપનો ગર્ભપાત ૧૪ અઠવાડિયા પહેલા થયો હતો તો તેમાં ચિંતાની કે ગભરાવવાની કોઈ વાત નથી. ૧૪ થી ૨૭ અઠવાડિયા વચ્ચે થનાર ગર્ભપાતથી સમયથી ગર્ભપાત ડૉક્ટરોને એ ગર્ભપાતોના વિષયમાં પહેલેથી જ જણાવી દો, જેથી આપને જોઈતી તમામ તબીબી સારવાર આપી શકાય.

પ્રી-ટર્મ બર્થ (અધૂરા માસે શિશુ જન્મ)

"મારી પહેલી સુવાવડમાં પ્રી-ટર્મ બર્થ થયું હતું. જો કે એની સાથેના તમામ જોખમોનો હું ઈલાજ કરાવી ચૂકી છું, પરંતુ શું હજુ પણ એવી જ સમસ્યા થઈ શકે છે?"

અભિનંદન, જો આપ પહેલા જ તમામ સારવાર કરાવી ચૂકી છો, તો આપનું બાળક બિલકુલ ખરા સમયે જ આ ધરતી પર પગલું મૂકશે.

તેમ છતાં આપ ડૉક્ટરને મળીને અમુક બીજા પગલાં પણ ધરી શકો છો, જેમાં પ્રી-ટર્મ બર્થનું કોઈ જોખમ જ ન હોય! સહુથી પહેલાં તો તમે તમારા ડૉક્ટરને પૂછો કે આ બાબતે તાજેતરમાં કોઈ નવુ સંશોધન થયું છે? સંશોધન કર્તાઓએ શોધ્યું છે કે ૧૬ થી ૩૬ અઠવાડિયા દરમિયાન જો શૉટ કે જૅલના રૂપમાં પ્રોજેસ્ટેરૉન હૉર્મોન આપવામાં આવે તો પ્રી-ટર્મ બર્થના જોખમને ઘણા મોટા પાયે ટાળી શકાય છે. આપ પણ આપના ડૉક્ટરની ભલામણથી તેને લઈ શકો છો.

પછી આપના ડૉક્ટરને પૂછો કે શું આપને સ્ક્રીનિંગ ટેસ્ટ કરવાની જરૂર છે કે નહીં? કેમ કે આ ટેસ્ટોના પોઝેટીવ પરિણામનો મતલબ એ હોય છે કે આગળ હજુ પણ તપાસ કરવી પડશે?

ફૈટલ ફાઈનરોનેક્ટીન (idwdo ileurqhfwlq)સ્ક્રીનિંગ તપાસથી યોનિમાં પ્રોટીનની જાણ ત્યારે થાય છે, જ્યારે એમ્નિયોટિક સૈક ગર્ભાશયની દીવાલોથી અલગ થઈ જાય (આ સમયથી પહેલા પ્રસૂતિ પીડાનો સંકેત છે) જો એ તપાસનો રિપોર્ટ નેગેટીવ આવે છે તો પછી ગભરાવવાની કોઈ વાત નથી. જો તપાસ પોઝેટીવ આવે છે અને પ્રી-ટર્મ લેબરનું જોખમ લાગે છે તો ડૉક્ટર આપની સુવાવડને લંબાવવાનો ઉપાય કરી શકે છે અથવા તો શિશુના ફેફસાઓને સમયથી પહેલા થનારી પ્રસૂતિ માટે તૈયાર કરી શકે છે.

બીજા સ્ક્રીનિંગ ટેસ્ટથી સર્વિક્સની લંબાઈની જાણ થાય છે.તેને અલ્ટ્રા સાઉન્ડની મદદથી માપી શકાય છે. જો તે નાની છે કાં તો તેનાં ખુલવાના સંકેત મળે છે તો ડૉક્ટર આપને બેડરેસ્ટની સલાહ આપી શકે છે. અથવા તો ફરી સર્વિક્સમાં ટાંકા લગાવી શકે છે. (જો હજુ ૨૨ અઠવાડિયા નથી થયા)

જાણકારીથી હંમેશા હિંમત-તાકાત મળે છે, પરંતુ આ બાબતમાં આપ બીજા શિશુનો સમયસરનો પ્રસવ નક્કી કરી શકો છો અને એ એક સારી વાત છે.

સર્વિક્સની ઓછપ

(ગર્ભાશયના મુખમાં કમી)

"મારે પહેલી સુવાવડના પાંચમાં મહિનામાં મિસકેરેજ થઈ ગયું હતું. તબીબોએ કહ્યું કે એવું થવાનું કારણ સર્વિક્સની ઓછપ હતું. હમણાં મારા હોમ પ્રેગનેન્સી ટેસ્ટની તપાસ પોઝેટીવ આવી છે. મને ચિંતા થઈ રહી છે કે ક્યાંક ફરીથી ગર્ભપાત ન થઈ જાય?"

આપના માટે શુભ સમાચાર એ છે કે એવું બીજીવાર નહીં થાય. કેમ કે અત્યાર સુધીમાં ડૉક્ટર આપની આ તકલીફની જાણ મેળવીને તેનો ઉપચાર પણ કરી ચૂક્યા હશે, જેથી આ ગર્ભવસ્થામાં કોઈ પરેશાની ન થાય. સંપૂર્ણ દેખભાળ અને સારવાર પછી આપ એક સરસ મજાના નિરોગી બાળકને જન્મ આપી શકશો.

જો આપે આ વખતે ડૉક્ટર બદલ્યાં છે તો તેને

પણ એ બધી બાબતો જરૂર જણાવો, જેથી તે અપેક્ષિત તબીબી સારવાર તથા દેખરેખ રાખી શકે.

જો સર્વિક્સમાં કમી છે તો તે ગર્ભાશય પર વધતાં દબાણના લીધે સમય પહેલા પહોળી થઈ જાય છે. આવું ૧૦૦માંથી ૧-૨ સુવાવડમાં બને છે. સામાન્ય રીતે બીજા ત્રણ મહિનાના ૧૦ થી ૨૦ ટકા મિસકેરેજનું કારણ પણ આ જ છે. આવું જેનેટિક નબળાઈ, પ્રસૂતિ દરમિયાન સર્વિક્સ પર પડનાર દબાણ, ખેંચાણ,બાયોપ્સી, સર્વાઈકલ સર્જરી અથવા તો લેસર થેરેપીના લીધે થઈ શકે છે. એકથી વધારે શિશુ હોવાના લીધે પણ એ હરક્ત થઈ શકે છે, પરંતુ જો એક જ શિશુ ગર્ભમાં હોય તો આવી સમસ્યા બીજીવાર થતી નથી.

જયારે કોઈ ગર્ભવતી સ્ત્રી બીજા ત્રણ મહિનામાં, ગર્ભાશયનું સંકોચન કે યોનિના રક્તસ્ત્રાવ વિના, દર્દ વિનાનો ગર્ભપાત થઈ જાય છે તો એ વખતે જ સર્વિક્સની આ તકલીફની જાણ થાય છે.

જો આવી મુશ્કેલી જોવા મળે છે તો ડૉક્ટર સર્વિક્સને સ્ટિચ કરી દે છે.(૧૨થી ૨૨ અઠવાડિયા વચ્ચે) હજુ આ વિષયમાં ઘણું સંશોધન બાકી છે. જો કે મોટાભાગના ડૉક્ટર આ પ્રક્રિયાને ત્યારે જ અપનાવે છે જયારે તેમને લાગે છે કે સર્વિક્સ ખુલી રહ્યું છે.આ પ્રક્રિયા લોકલ એનેસ્થેસિયા દ્વારા યોનિ (વૅજાઈના)ના મધ્યથી કરવામાં આવે છે. સર્જરીના બાર કલાક પછી આપ સામાન્ય રોજિંદી ક્રિયાઓ કરી શકો છો. જો કે ગર્ભાવસ્થાના બાકીના સમયમાં આપ ઈન્ટર કોર્સ નહીં કરી શકો. વળી અવાર નવાર તબીબી તપાસ કરાવવા પણ જવું પડશે. ટાંકા ક્યારે ખોલશે, એ ડૉક્ટરના અભિપ્રાય તથા આપની હાલત પર નિર્ભર કરે છે. જો કે એને અનુમાનિત પ્રસવ તિથિ આવતાં પહેલાં ખોલી દેવામાં આવે છે. અમુક કિસ્સાઓમાં તેને પ્રસવ પીડા શરૂ થાય ત્યાં સુધી કાઢવામાં આવતા નથી જ્યાં સુધી એમાં કોઈ ચેપ, રક્તસ્ત્રાવ કે મૈમ્બ્રેમની ખરાબી ન હોય!

આપે પહેલાં અને બીજા ત્રણ મહિનાના કેટલાક લક્ષણો પર ધ્યાન આપવું પડશે. જેમકે પેટના નીચેના ભાગમાં દબાણ, લોહીની સાથે ડિસ્ચાર્જ, પેશાબનો ચેપ કે યોનિમાં કોઈના (શિશુનો) હોવાનો આભાસ! આવા કોઈપણ લક્ષણનો અનુભવ થાય તો એ જ વખતે ડૉક્ટરનો સંપર્ક કરો.

આર એચ પ્રતિકૂળતા

"મારા ડૉક્ટરના કહેવા મુજબ બ્લડટેસ્ટમાં નેગેટીવ નિદાન થયું છે, આમાથી મારા શિશુને શું કોઈ નુકશાન થઈ શકે છે?"

જો કે હવે ગભરાવવા જેવી કોઈ વાત નથી. કેમ કે એ બાબતની ડૉક્ટર તથા આપને જાણ થઈ ગઈ છે. જેથી હવે આપ સરળતાથી અમુક એવા પગલાં ભરી શકો છો. જેથી શિશુ સંપૂર્ણ રીતે સલામત રહી શકશે.

આમ તો આર એચ પ્રતિકૂળતા શું છે અને આપના શિશુને તેનાથી બચવાની જરૂર શા માટે છે? જીવ વિજ્ઞાનના નાનકડા પાઠથી એ બાબત સમજાઈ શકે તેમ છે. શરીરની પ્રત્યેક કોશિકા પર સપાટી ઉપર અસંખ્ય એન્ટીજ હોય છે. એમાનું એક છે.

આર એચ ફેક્ટર. દરેક માણસ પોતાના લોહીમાંની રંગોમાં આરએચ ફેક્ટર મેળવે છે કાં તો નથી મેળવતા અને જો આર એચ ફેક્ટર હોય તો તેને આર એચ પ્રોઝેટીવ કહે છે. આર એચ ફેક્ટર ન હોય તો તેને આર એચ નેગેટીવ કહે છે. ગર્ભાવસ્થામાં જો માતા આરએચ નેગેટીવ હોય અને શિશુ પોતાના પિતાના કારણે આરએચ પોઝેટીવ હોય તો એ માતાની ઈમ્યૂન પ્રણાલી માટે અજનબી બની જાય છે. ઈમ્યુન પ્રતિક્રિયામાં માતાની સિસ્ટમ આ એન્ટીબૉડી સામે લડવા માટે પૂરી સેના તૈયાર કરી લે છે, જેને આપણે આર એચ પ્રતિકૂળતા કહીએ છીએ.

દરેક ગર્ભવતી મહિલાની શરૂઆતની તપાસ દ્વારા આરએચ ફેક્ટરની શોધ કરવામાં આવે છે.

જો એ મહિલા આર એચ પોઝેટીવ છે તો એ વાતથી વધારે ફરક નહીં પડે કે શિશુ આર એચ પોઝેટીવ છે કે આર એચ નેગેટીવ!

જો માતા આર એચ નેગેટીવ હોય, પિતા પણ આર એચ નેગેટીવ હોય તો શિશુ પણ આર એચ નેગેટીવ હશે, કેમ કે બે નેગેટીવ સાથી એક પોઝેટીવ શિશુ નથી બનાવી શકતાં, પરંતુ જો આપનો સાથી આરએચ પોઝેટીવ છે તો આપનું બાળક પણ આરએચ પોઝેટીવ હોઈ શકે છે, જેમાં માતા તથા શિશુ વચ્ચે પ્રતિકૂળતા પેદા થઈ શકે છે.

પહેલી ગર્ભાવસ્થામાં આવી સમસ્યા નથી ઉદ્દ્ભવતી. જો પ્રસવ, એબોર્શન કે મિસકેરેજ દરમિયાન શિશુનું લોહી માતાના લોહી પરિભ્રમણ તંત્રમાં ભળી જાય તો મુશ્કેલી ઉભી થાય છે. તે વખતે માતાના શરીરમાં આરએચ ફેક્ટરના માટે એન્ટીબૉડીઝ પેદા થઈ જાય છે. માતા જ્યાં સુધી બીજા આરએચ શિશુ સાથે ગર્ભવતી નથી થતી, ત્યાં સુધી તે એન્ટીબૉડીઝને કોઈ નુકશાન નથી પહોંચાડતી પછી તે પ્લેસેંટાને પાર કરીને શિશુના લાલ લોહીની કોશિકાઓ પર હુમલો કરી દે છે, જેનાથી ભ્રૂણમાં સામાન્યથી લઈને ગંભીર એનીમિયા થઈ શકે છે. એવું બહુ ઓછું બને છે કે આ એન્ટીબૉડીઝ પહેલી ગર્ભાવસ્થાને કોઈ નુકશાન કરે.

આવી સ્થિતિથી છુટવાનો સહુથી સારો ઉપાય એ જ છે કે એન્ટીબૉડીઝ બનવા દેવામાં ન આવે. ૨૮માં અઠવાડિયામાં ડૉક્ટર આર એચ નેગેટીવ ગર્ભવતી મહિલાને આર એચ ઈમ્યૂન ગ્લોબ્યૂલિનનું ઈન્જેક્શન આપે છે. એને આરએચ ઓર્ગન કહે છે. જો લોહીની તપાસથી જાણ થાય કે શિશુ આરએચ પોઝેટીવ છે તો પ્રસૂતિના ૭૨ કલાક પછી એક બીજું ઈન્જેક્શન આપવામાં આવે છે. જો શિશુ આર એચ નેગેટીવ છે તો કોઈ ઉપચારની જરૂર નથી.એ ઈન્જેક્શન કોઈ મિસકેરેજ, એક્ટોપિક પ્રેગનેન્સી,એબૉર્શન, કોરિઓનિક વિલ્સ સેંપલિંગ, એમ્નિઓસેંટેસિસ, યોનિમાંથી રક્તસ્રાવ કે આઘાત દરમિયાન પણ આપવામાં આવે છે. જો તેની જરૂર પડે તે વખતે ત્રણ ઈન્જેક્શન લેવામાં આવે તો ગર્ભાવસ્થા ખૂબ જ સલામત બને છે.

જો કોઈ આરએચ નેગેટીવ ગર્ભવતી સ્ત્રીને આ અગાઉની સુવાવડ વખતે આરએચ ઓગૈમ આપવામાં આવ્યું ન હતું અને ટેસ્ટથી જાણ થાય છે કે તેના શરીરમાં આરએચ એન્ટીબૉડીઝ પેદા થઈ છે તો એમ્નિઓસેંટેસિસની મદદથી ભ્રૂણની તપાસ થઈ શકે છે. જો એ આરએચ નેગેટીવછે તો માતા તથા શિશુનું લોહી અનુકૂળ હશે, જેથી કોઈ ઉપચારની જરૂર નહીં પડે. જો એ આરએચ પોઝેટીવ છે તો, અને માતાના લોહી સાથે મેળ નથી ખાતું તો માતાના શરીરમાં એન્ટીબૉડીના સ્તરનું નિયમિત રીતે ધ્યાન રાખવું પડશે.

જો આ સ્તર જોખમકારક રીતે વધી જાય તો અલ્ટ્રાસાઉન્ડની મદદથી ભ્રૂણની સ્થિતિની જાણ મેળવી શકાય છે. જો તેના માટે કોઈ પ્રકારનું જોખમ પેદા થઈ જાય તો, ભ્રૂણનું આરએચ નેગેટીવ રક્ત સ્થાપન (લોહી આપવું બ્લડ ટ્રાંસફયૂજન) જરૂરી બની જાય છે.

આરએચ ઓગૈમના પ્રયોગથી લોહી સ્થાપના (બ્લડ ટ્રાંસફયૂજન)ની જરૂર નથી પડતી અને ભાવિ તમામ ગર્ભાવસ્થાઓ પણ ખૂબ જ સલામત બની જાય છે.

લોહીમાં બીજી પણ અનિયમિતાઓના લીધે પ્રતિકૂળતા પેદા થઈ શકે છે. જેમ કે કૈલ એન્ટીજન, જો કે એ આરએચ ફેક્ટરની સરખામણીમાં ઓછું થાય છે. જો માતાને એ એન્ટીજન નથી અને પિતાની પાસે છે તો તેનાથી સમસ્યા પેદા થઈ શકે છે. પહેલા રૂટીન ટેસ્ટમાં માના શરીરમાં એન્ટી બૉડીઝની તપાસ થાય છે. જો એન્ટીબૉડીઝ જોવા મળે છે તો શિશુના પિતાની તપાસ થાય છે કે કયાંક તે પોઝેટીવ તો નથી ને! આવી સ્થિતિમાં એ જ સારવાર થાય છે. જેમકે આરએચ પ્રતિકૂળતામાં થતી હોય છે.

આપની પ્રેગનેન્સી પ્રોફાઈલ અને પ્રીટર્મ બર્થ

આમ તો આપના માટે શુભ સમાચાર એ છે કે ફક્ત ૧૨ ટકા પ્રસવ પીડાની બાબતો એવી હોય છે, જેને પ્રીમેચ્યોર કે પ્રીટર્મ કહે છે. એટલે કે જે પ્રેગનેન્સીના ૧૧માં અઠવાડિયા પહેલાથી થાય છે. આમાંની અડધી બાબતો એવી સ્ત્રી સાથે થાય છે, જે જાણે છે કે તેની ડીલીવરી સમય પહેલાં (પ્રીમેચ્યોર ડિલીવરી) થઈ શકે છે.

જો આપ પણ આવા જોખમનો અનુભવ કરી રહી છો, તો શું આ આવા પ્રસવથી છૂટવા માટે કોઈ ઉપાય અજમાવી શકો છો! અમુક મામલા તો એવા છે, જેમાં જોખમને ઓળખ્યા પછી પણ તેના પર કાબૂ મેળવી શકાતો નથી, પરંતુ અમુક કિસ્સાઓમાં જોખમનો દર ઘટાડી શકાય છે. આમાંના જે કોઈ લક્ષણ આપને જોવા મળે તો તેના પર કાબૂ મેળવો જેથી નાનકડું શિશુ સહી સલામત અને યોગ્ય સમયે આ ધરતી પર અવતરી શકે.

<u>વજન ઓછું કે વધારે હોવું :-</u>

વજન જરૂરથી વધારે કે ઓછું હોવાના કારણોસર પણ પ્રસૂતિ સ્વાભાવિક રહેતી નથી. સમય પહેલા પ્રસવ થઈ જાય છે. આપે ડૉક્ટરની દેખરેખ નીચે સપ્રમાણ વજન કરવું પડશે. તેના માટે એક આરોગ્ય પ્રદ વાતાવરણ ઉભું કરવું પડશે. જેથી આપનું બાળક ગર્ભકાળ પૂરો થતાં આ દુનિયામાં હેમખેમ આવી શકે.

<u>પોષણમાં ઓછપ</u> : માત્ર પ્રમાણસર વજન ઘટાડવું જ પર્યાપ્ત નથી. શિશુનું સરસ રીતે ગર્ભમાં પોષણ થાય અને તેનું આરોગ્ય જળવાઈ રહે તે માટે આપે જાતે પણ નિયમિત પૌષ્ટિક આહાર લેવો પડશે. ખાવાનું ગમે કે ન ગમે પણ દિવસમાં પાંચેક વાર તો થોડું થોડું જમવું પડશે. આ રીતના આહારથી વહેલી પ્રસૂતિનું જોખમ ટળે છે.

<u>લાંબા સમય સુધી ઊભા રહેવું તથા તનતોડ મહેનતનું કામ કરવું :</u>

ગર્ભના અંતિમ દિવસોમાં ડૉક્ટરના અભિપ્રાય મુજબ ઓછામાં ઓછો સમય પગ પર ઊભા રહો. ઘણા લાંબા ગાળા સુધી ઊભા રહેવાથી તથા શારીરિક શ્રમ કરવાથી પ્રીટર્મ લેબરના કેસો બને છે.

<u>ભાવનાત્મક દબાણ :</u>

અનેક સંશોધનોથી જાણવા મળ્યું છે કે ભાવનાત્મક તણાવ પણ સમય પહેલાની અસ્વાભાવિક પ્રસવ પીડા સાથે ગાઢ સંબંધ ધરાવે છે. જેને આપ કોઈપણ પ્રકારે ઓછા કરી શકો નહીં. જેમ કે નોકરી ગુમાવવી કે કુટુંબમાં કોઈનું મૃત્યુ થવું તો આવા આઘાતનો કેવી રીતે દૂર કરી શકાય? સારૂ પોષણ, રિલેક્સ થવાની ટેકનિક, વ્યાયામ તથા આરામનું ખરૂ સમતોલનપણું તથા મિત્રો તથા સાથીદારો સાથે વાર્તાલાપ દ્વારા આવા દબાણને ઘટાડી શકાય છે. આપના ડૉક્ટરની આપ મદદ પણ લઈ શકે છે.

<u>દારૂ તથા નશાકારક દ્રવ્યોનું વ્યસન :</u>

દારૂ તથા માદક દ્રવ્યોનું સેવન કરનારી ગર્ભવતી મહિલાઓ માટે ક્સમયની (ક્સુવાવડ) પ્રસવ પીડાનો ખતરા વધી જાય છે.

<u>ધૂમ્રપાન</u> : ધૂમ્રપાનના લીધે પણ સમય પહેલાં પ્રસૂતિ થઈ શકે છે. ગર્ભધારણ પહેલાથી કે ગર્ભકાળ દરમિયાન તેને છોડી દો. જો હજુ પણ નથી છોડ્યું તો આ જના જેવો ઉમદા સમય કયો હશે? વ્યસન મુકત બની જાવ.

<u>દાંતના પેઢાનો ચેપ :</u>

અનેક અભ્યાસોથી જાણવા મળ્યું છે કે પેઢાના રોગોનું પણ કાળપૂર્વ પ્રસવ પીડાથી સંબંધ છે. અમુક સંશોધકોનું માનવું છે કે પેઢામાં બળતરા પેદા કરનાર બેક્ટેરી લોહીના પ્રવાહમાં

ભળે છે. કેટલાય સંશોધકો એક બીજી પણ શક્યતા જણાવે છે, તેમનું માનવું છે કે પેઢામાં સોજો કરનાર બૅક્ટેરિયા પ્રતિરોધક (રોકનાર) તંત્રને ઉત્તેજિત કરી દે છે, જેમાંથી સર્વિક્સ અને ગર્ભાશયમાં પણ બળતરાં થવા લાગે છે અને એના કારણે પ્રસવ ક-સમયે થઈ જાય છે. આ ઉપાય માટે આપના મુખને બરાબર સાફ કરવું પડશે. મોમાં બૅક્ટેરિયાથી દાંતોની જાળવણી કરવી પડશે જેથી આપ સમય પહેલા પ્રસવ-પીડાના જોખમને ઘટાડી શકો.

ગર્ભાવસ્થા પહેલા જ આવા ચેપનો ઉપચાર કરાવી શકાય તો અનેક પ્રકારની ગૂંચવણોની સાથોસાથ સમય પહેલાની પ્રસૂતિ પીડાનો ખતરો ઘટી શકે છે.

સર્વિક્સમાં ઓછપ: અમુકવાર સર્વિક્સ નબળું હોવાના કારણે વહેલું (ઉઘડી) ખુલી જાય છે. ગર્ભવતી મહિલાને મિસકેરેજ કે અસામાન્ય પ્રસવ પીડા પછી તેની જાણ થાય છે. અલ્ટ્રાસાંઉડ દ્વારા અવાર-નવાર સમય મળે તપાસ કરવાથી તેની સ્થિતિ વિશે જાણી શકાય છે અને આવી તપાસથી જોખમને અમુક હદ સુધી ટાળી શકાય છે.

સમય પહેલાંની અસામાન્ય પ્રસૂતિ : જો આપની પહેલી સુવાવડમાં પણ આવું થઈ ચૂક્યું છે, તો આપના ડૉક્ટર સમય પહેલાની પ્રસૂતિનુ જોખમ ટાળવા માટે બીજા મહિને કે ત્રીજા મહિનામાં પ્રોજેસ્ટરૉનનું ઈંજેક્શન આપી શકે છે.

નિમ્નલિખિત જોખમોને ટાળી તો શકાતા નથી પરંતુ અમુક અંગે સુધારા તો થઈ શકે છે. ડૉક્ટર આવા જોખમો સામે ઝઝુમવા માટે આપને તથા સ્વયંને પહેલાથી તૈયાર પણ કરી શકે છે.

મલ્ટીપ્લાઈ :

એકથી વધારે શિશુ હોવાના કારણે ગર્ભવતી મહિલા સરેરાશથી ત્રણ અઠવાડિયા પહેલા શિશુઓને જન્મ આપે છે (જો કે જોડિયા બાળકોનો પૂરો પ્રસૂતિકાળ ૨૭ અઠવાડિયાનો હોય છે, જેનો અર્થ એ છે કે ત્રણ અઠવાડિયા પહેલાનો જન્મ વહેલો ન ગણાય) પ્રસવ પૂર્વ સારામાં સારી સારવાર, પર્યાપ્ત પોષણ તથા બાકીના જોખમોને ઘટાડવા માટે છેલ્લા ત્રણ મહિનામાં સંપૂર્ણ આરામ લેવાથી અમુક જોખમોને ઘટાડી શકાય છે.

સર્વિક્સની સમસ્યા : અનેક મહિલાઓમાં સર્વિક્સના લીધે પણ સમયથી પહેલા પ્રસવ પીડાની સમસ્યા થઈ જાય છે. જો સમયાંતરે અલ્ટ્રાસાઉન્ડથી તપાસ થતી શકે તો જોખમના વર્તુળમાં આવનારી મહિલાઓને મદદરૂપ થઈ શકાય છે.

ગર્ભાવસ્થાની મહિલાઓ: ગેસ્ટેશનલ ડાયાબિટિસ, પ્રીએક્લેંપસિયા તથા જરૂરથી વધારે એમ્નિયોટિક ફ્લડ તથા પ્લેસેંટાથી સંકળાયેલી સમસ્યાઓના કારણે સમયથી પહેલા પ્રસવ પીડા થઈ શકે છે. આ અટપટી બાબતો પર કાબૂ મેળવીને ગર્ભ ધારણ કરવાનો સમય વધારી શકાય છે.

લાંબાગાળાના રોગ : ઊંચું લોહીનું દબાણ, હૃદય, કિડની કે લીવરના રોગ તથા ડાયાબીટીસ વગેરે દીર્ઘકાલીન રોગ પણ સમય પહેલાની પ્રસવ પીડા માટે કારણરૂપ બને છે, પરંતુ સારી તબીબી સારવાર તથા ચોક્કસાઈથી તેમાંથી બચી શકાય છે.

સામાન્ય ચેપ : સેક્સજનિત રોગોના લીધે, સમય પહેલા પ્રસૂતિ થઈ શકે છે. જો ચેપ પ્રવેશથી શિશુને જોખમ હોય તો સ્ત્રીનું શરીર શિશુના રક્ષણ માટે સમયથી પહેલાં પ્રસવનો ઉપાય કરે છે. ચેપથી બચવાના ઉપાય દ્વારા આવી સમસ્યાથી બચી શકાય છે.

૧૭ વર્ષથી ઓછી ઉંમર : ૧૭ વર્ષથી ઓછી ઉંમરની ગર્ભવતી છોકરીઓ માટે સમયથી પહેલાં પ્રસવનું જોખમ વધી જાય છે. સારૂં પોષણ તથા પ્રસવ પહેલાની તકેદારીથી માતા તથા શિશુનો યોગ્ય શારીરિક વિકાસ કરી શકાય છે.

એઈડ્ઝનો અર્થ

"હું અને મારા પતિ, અમે બંને લગ્નગ્રંથિથી જોડાયા એ પહેલા કેટલાક અન્ય સાથે પણ અમારા શારીરિક સંબંધ રહ્યાં હતાં. જો કે એઈડ્ઝના લક્ષણ અમુક વર્ષો પછી જોવા મળે છે, તો હું એ બાબતે કેવી રીતે વંચિત બની જાઉં કે મને આ રોગ નથી અને એ મારા બાળક સુધી નહીં પહોંચે?"

જો આપ તથા આપના પતિ હાઈરિસ્ક ગ્રુપ હોમોફીલિએમ્સ, આઈ બી, ડ્રગનો ઉપયોગ કરનારા દ્વિલિંગી કે સમલિંગી પુરૂષથી સેક્સ કરનારાઓ જેવા નથી તો અનેક પુરૂષ કે સ્ત્રી સાથે શારીરિક સંબંધ થયો હોવા છતાં એઈડ્ઝ થવાની શક્યતા નથી. જો તપાસમાં નિદાન પોઝેટીવ આવે તો પણ એ જ સમયે ઉપચાર થઈ જશે. આપની તો નહીં, પણ શિશુની સાચવણી રક્ષણ થઈ શકે છે.

"જ્યારે ડૉક્ટરે મને એચ.આઈ.વી. ટેસ્ટ વિશે પૂછ્યું તો હું હેરાન થઈ ગઈ. હું તો હાઈ-રિસ્ક ગ્રુપમાં પણ નથી આવતી."

ભલે ગર્ભવતી મહિલાઓના મેડિકલ ઈતિહાસમાં એચ.આઈ.વી.નો ઉલ્લેખ હોય કે ના હોય, એમની એચઆઈવી તપાસ સામાન્ય થતી જઈ રહી છે. આમ પણ આ બચાવની દૃષ્ટિએ ઉત્તમ છે. પરેશાન ના થાઓ, ડૉક્ટરે તમારા સારા માટે જ તપાસ કરવાની વાત કરી છે.

આપની પૂર્વ તબીબી તપાસની જાણકારી

રૂબેલા એન્ટીબૉડી લેવલ

(રૂબેલા નામના વાયરસથી થતી બીમારી સામે રક્ષણ આપતી રસી)

"હું જયારે બાળકી હતી ત્યારે રૂબેલાની રસી લીધી હતી, પરંતુ ગર્ભવતી થયા પછી લોહીની તપાસમાં જાણ થઈ કે મારા રૂબેલા એન્ટીબૉડીનું લેવલ ખૂબ જ ઓછું છે. મારે શું કરવું જોઈએ?"

ગર્ભાવસ્થા તથા રસીકરણ

અનેક પ્રકારના ચેપ ગર્ભાવસ્થામાં મુશ્કેલી પેદા કરી શકે છે, એટલા માટે ગર્ભધારણ પહેલાં રસીકરણનો કોર્સ પૂરો કરો. કેમ કે ગર્ભાવસ્થામાં તેની રસી નથી લઈ શકાતી. જેમ કે એમએમઆર વગેરે. ગર્ભાવસ્થામાં અમુક રસી મૂકાવી શકાય છે અને અમુક નહીં. એક એક ગર્ભવતી મહિલાએ ટિટનેસ,ડિપ્થીરિયા,હેપેટાઈટિસ બીની રસી કાળજીપૂર્વક લઈ લેવી જોઈએ.

આપે રૂબેલા અંગે આટલી ચિંતામાં પડવાની જરૂર નથી. એમાંથી ગર્ભસ્થ શિશુને કોઈ પણ પ્રકારનું જોખમ નથી. આ રોગ અંગે પહેલાથી ખૂબ જ સાવચેતી રાખવામાં આવી રહી છે.

જો કે આપને ગર્ભાવસ્થામાં તો તેની રસી મૂકાવી શકાય તેમ નથી, પરંતુ આપને પ્રસૂતિ પછી તેની રસી આપવામાં આવશે. એથી આપનો શિશુને સ્તનપાન કરાવવામાં તકલીફ નહીં થાય.

જાડાપણું (મોટાપો)

"મારૂ વજન ૬૦ પાઉન્ડ જેટલું છે. શું તેનાથી મને કે મારા શિશુને ગર્ભાવસ્થામાં કોઈ જોખમ થઈ શકે છે?"

આમ જોઈએ તો મોટા કદવાળી અને ભારેખમ ગર્ભવતી મહિલાઓએ પણ નિરોગી બાળકોને જન્મ આપ્યાના કિસ્સા અનેક છે. જો કે મોટાપાના લીધે આરોગ્યને નુકશાન થઈ શકે છે

અને ગર્ભાવસ્થામાં પણ કેટલીક ગરબડ થઈ શકે છે. ગર્ભાધારણ વખતે જો આપનું વજન વધારે છે તો ગેસ્ટેશનલ ડાયાબીટીસ ઉપરાંત ઊંચા લોહીનાં દબાણની ફરિયાદ પણ થઈ શકે છે. એનાથી કેટલીય વ્યવહારિક ગર્ભાવસ્થાની તકલીફો પણ પેદા થાય છે. શરૂઆતમાં અલ્ટ્રાસાઉન્ડ પણ પેદા થાય છે. શરૂઆતના અલ્ટ્રાસાઉન્ડ વગર આપની પ્રસવની અંદાજિત તારીખની જાણ થઈ શકતી નથી. જેમ કે કદાવર મહિલાઓમાં ઓવ્યૂલેશનનો સમય અનિયમિત જોવા મળે છે. અનેક ડૉક્ટર ગર્ભાશયનો આકાર, સ્થિતિ કે હૃદયના ધબકારા સાંભળીને જે અનુમાન લગાવે છે. એવી ધારણા વસાના (એટલે કે ચરબીના પડોના) કારણે થઈ શકતી નથી.

ડૉક્ટર ભ્રૂણના આકારનો તથા સ્થિતિનો સાચો અણસાર મેળવી શકતા નથી અને આપને પણ બાળકની સહુ પ્રથમ હલન ચલનનો સરળતાથી અનુભવ થતો નથી. જો ભ્રૂણ સામાન્ય કદ કરતાં મોટું થયું તો પ્રસવમાં મુશ્કેલી થઈ શકે છે. મોટાભાગે મોટી કદાવર મહિલાઓની સાથે આવું જ થાય છે (એમાં તેઓ પણ સામેલ છે જે ડાયાબીટીસના રોગી છે કે ગર્ભાવસ્થામાં પણ પૂરતો ખોરાક નથી લેતી) જો સિજેરિયન કરાવવું જ પડે તો સર્જરી દરમિયાન તથા તેના પછી પણ મુશ્કેલી થઈ શકે છે. વળી ગર્ભાવસ્થા દરમિયાન પડનારી મુશ્કેલી તથા અસહજતાનું અનુમાન તો આપ જાતે જ લગાવી શકો છો. વધારે ભાર વધવાથી પીઠમાં દર્દ રહેશે. વેરીકૉજ વેન્સ, સોજો અને છાતીમાં બળતરાં જેવી સમસ્યા ચાલુ જ રહેશે. ગભરાઈ ગઈ. ના...ના...ડૉક્ટર અને આપ મળીને શિશુ માટે જોખમકારક બાબતોનું નિરાકરણ કરી શકો છો.

મેડિકલ સ્તર પર આવા જોખમવાળી ગર્ભવતી મહિલાઓની તુલનામાં વધારે ઝીણવટ પૂર્વકની તપાસ કરાવવી જરૂરી છે. આપને શરૂઆતમાં અલ્ટ્રાસાઉન્ડ પણ કરાવવું પડશે. જેથી પ્રસવની અંદાજિત તારીખની જાણ થઈ શકે. પછી

ગૅસ્ટ્રિક બાયપાસ પછી ગર્ભાવસ્થા

અભિનંદન ! આપે ખૂબ જ વજન ઘટાડીને પછી ગર્ભધારણ કરેલ છે, પરંતુ આપ વિચારી રહી હશો કે આ બાયપાસ પછી આપની ગર્ભાવસ્થા કેટલી સલામત રહેશે? જો કે આપને ડૉક્ટરે સૂચન કર્યું જ હશે કે સર્જરીના ૧૨-૧૮ મહિના સુધી ગર્ભધારણ ન કરશો. કેમ કે તેમાં વજન ઘણું ઘટે છે અને કુપોષણનો ભય પણ રહે છે, પરંતુ એ સ્થિતિને વીતાવ્યા પછી આપ સહેલાઈથી સુરક્ષિત ગર્ભાવસ્થાની આશા રાખી શકો છો. જો કે તેના માટે આપે થોડીક અનિશ્ચિત મહેનત કરવી પડશે.

- તમે તમારા ગૅસ્ટ્રિક બાયપાસ ડૉક્ટરની પ્રસૂતિ નિષ્ણાંત સાથે વાતચીત કરાવી દો, જેથી આપના વિશે કોઈ ખાસ સૂચન આદેશ હોય તો તેઓ તેમને સમજાવી શકે.
- આપને ગર્ભધારણ કર્યા પછી વિટામિન આર્યન, ફૉલિક ઍસિડ તથા વિટામિન બી-૧૨ની ભરપૂર માત્રા લેવી પડશે. આ અંગે ડૉક્ટરના કહ્યાં મુજબ દવાઓ લો.
- આપે આપના વજનને પણ જણાવવું પડશે. હવે ધીમે ધીમે વજન વધારવું જોઈએ. જો વજન નહીં વધે તો શિશુનો પૂરો વિકાસ નહીં થાય.
- આપે ભોજનના પ્રમાણને બદલે તેની ગુણવત્તા પર ધ્યાન આપવું જોઈએ. એવું ભોજન લો, જેનું ઓછું પ્રમાણ પણ વધારેમાં વધારે પોષકતા આપી શકે.
- જો ક્યારેય પણ પેટમાં અસહ્ય દર્દ થવા લાગે કે રક્તસ્રાવ થાય તો તરત જ ડૉક્ટરને મળો.

શિશુના આકાર તથા સ્થિતિ માટે ગ્લૂકોઝ ટૉલરેન્સ ટેસ્ટ અને સ્ક્રીનિંગ કરાવવી પડશે, જેથી જાણ થાય કે આપ ગૅસ્ટેશનલ ડાયાબીટીસની રોગી તો નથી ને. કેવી સ્થિતિ છે એ જાણવા માટે નોનસ્ટ્રેસ તથા બીજા ટેસ્ટ કરાવવા પડશે.

આપ જાતે જ આપની કાળજી રાખશો તો ઘણો ફરક પડશે. જાતની કાળજી રાખવામાં ધૂમ્રપાન તથા દારૂ જેવા વ્યસનોને છોડવા પડશે કેમ કે આવા પીણા ગર્ભાવસ્થાના જોખમોને વધારી દે છે. આપના વજનને જાળવી રાખવું પડશે. જો કે એ વજન અન્ય સંભવિત માતાઓથી ઓછું જ હશે. અવાર નવાર ડૉક્ટરને બતાવીને તેમના સૂચન મુજબ વર્તવું જોઈએ. ભલે તબીબોના આ અંગે અલગ અલગ અભિપ્રાય હોય પણ આપ ડૉક્ટરના મતને વળગી રહો. આપે આપના રોજિંદા ભોજનમાં પોષકતત્વોવાળા ખોરાક લેવો જોઈએ. કેલેરીની માત્રા પર ધ્યાન આપવું પડશે. વિટામિન, પ્રોટીન તથા ખનીજ લવણની ભરપૂર માત્રા લેવી જોઈએ આપે આપના ભોજનમાં પ્રમાણની જગ્યાએ ગુણવત્તા પર ધ્યાન આપવું જોઈએ. ખોરાક ઉપરાંત વિટામિન વગેરેની ગોળીઓ પણ ડૉક્ટરના સૂચન મુજબ લેવી જોઈએ. ડૉક્ટરને પૂછીને પધ્ધતિસર વ્યાયામ કરવો જોઈએ, જેથી બિન જરૂરી વજન વધે નહીં અને આપને તથા શિશુના ઉછેરમાં પૂરતું પોષણ મળતું રહે.

જો તેમ છતાં પણ ગર્ભધારણનું નક્કી કરી લીધું હોય તો તમારૂ પ્રમાણસરનું નક્કી વજન જાળવી રાખીને જ આગળ વધો, જેથી ગર્ભાવસ્થાનો પૂરેપૂરો સમય સુરક્ષિત તથા સુખદાયી રહે.

વજન ઓછું થવું

"મારૂ વજન ખૂબ જ ઓછું છે, તો શું તેના કારણે મારી ગર્ભાવસ્થામાં કોઈ જોખમ થઈ શકે છે?"

આમ તો ગર્ભાવસ્થામાં પુરું ભોજન લેવું જોઈએ, જેથી માતા અને શિશુના આરોગ્યને કોઈ નુકશાન ન થાય, પરંતુ જો આપનું વજન ખૂબ જ ઓછું હોય તો આપે ભોજનનું પ્રમાણ વધારી દેવું જોઈએ. જો ખાવા-પીવામાં અરૂચિ ધરાવશો તો ઓછા વજનવાળા શિશુને પેદા કરવાનો ખતરો ઊભો થઈ શકે છે.

તાજા ફળ અને લીલા શાકભાજીથી ભરપૂર ભોજન ભરપેટ જમો, જેથી શરીરમાં પોષકતત્વોનો સમાવેશ થઈ શકે.

બની શકે છે કે ડૉક્ટર આપને સરેરાશ સ્ત્રીઓની તુલનામાં થોડું વધારે વજન વધારવાની સલાહ આપે.

અનિયમિત ભોજન

"હું છેલ્લા દસ વર્ષથી બુલીમિયા (ભૂખ મરી જવી) રોગથી પીડિત છું. વિચાર્યું હતું કે ગર્ભાવસ્થામાં તેમાંથી હું મુક્તિ મેળવી લઈશ પરંતુ એવું થયું નથી શું આનાથી મારા શિશુને નુકશાન થઈ શકે છે?"

આપ ઘણાં વર્ષોથી બુલીમિયા (એનોરેક્સિયા) નામના રોગ પર કાબૂ મેળવી શકી નથી. આનો મતલબ એ છે કે આપના શરીરમાં પોષણનું સ્તર ઘણું ઘટી ગયું છે. ભાગ્યથી ગર્ભાવસ્થાના આરંભ કાળમાં વધારે પોષણની જરૂર નથી પડતી એટલા માટે આપના માટે હજુ પણ ચેતી જવાનો સમય છે. આપ શરીરના પોષકતત્વોની ઓછપને દૂર કરી શકો છો. જેથી એક તંદુરસ્ત બાળકને જન્મ આપી શકો.

જો કે આ ક્ષેત્રમાં હજુ ખૂબ જ ઓછું સંશોધન થયું છે. એના લીધે માસિક ચક્રમાં મુશ્કેલી આવી શકે છે. અભ્યાસોથી નીચે મુજબની જાણકારીઓ મળી છે.

- જો આપ ખાવા-પીવાની ટેવમાં સુધારો કરી શકો છો, તેને નિયમિત કરી લે છો, તો આપના ત્યાં પણ નિરોગી બાળકનો જન્મ થશે.
- તમારા ડૉક્ટરને આ બાબતમાં વિગતવાર હિસ્ટ્રી જણાવી છે. નહીંતર હાલત વધુ બદતર બની શકે છે.
- આપના કેસમાં કોઈ નિષ્ણાંતની સલાહ ઉપયોગી બની શકે છે, પરંતુ ગર્ભાવસ્થા પછી તો એ એક રીતે અનિવાર્ય બની જાય છે.
- જો આપ બુલીમિયાના ઉપચાર માટેની દવાઓ

ચાલુ જ રાખશો તો શિશુના વિકાસમાં એ આડઅસર કરી શકે છે. જેમકે એ દવાઓ આપના શરીરમાંથી પોષણ તથા દ્રવ્યને ખેંચી લેશે અને શિશુને તેના પોષણમાં લાભ નહીં મળે. નિયમિત પ્રયોગથી ભ્રૂણ તેની સામાન્ય સ્થિતિ ગુમાવી શકે છે. ડૉક્ટરના મતને જાણ્યા વિના દવાઓનો ઉપયોગ ન કરવો.

- બુલીમિયાના કારણે, ગર્ભપાત, સમય પહેલા પ્રસૂતિ પીડાનો કે વિષાદનો ખતરો વધી જાય છે. હવે આપે જૂની આદતો ભૂલીને શિશુની તથા તમારા આરોગ્યની ચિંતા કરવી જોઈએ. જો એવું કરવામાં કોઈ અવરોધ જણાય છે તો કોઈની મદદ પણ લઈ શકાય છે.

- ગર્ભાવસ્થામાં પધ્ધતિસર વજન ન વધવાના કારણે અનેક પ્રકારની મુશ્કેલીઓ આવી શકે છે. બની શકે છે કે શિશુ પોતાની ગૅસ્ટેશનલ આયુષ્યથી નાનું પેદા થાય. આપે સહુથી પહેલા સાચા પગલાં ભરવાના છે જેથી એ ગર્ભસ્થ શિશુના માટે નિર્ણાયક સારવાર થઈ શકે. આપે સમજવું પડશે કે ગર્ભાવસ્થામાં વજન વધારવું જેટલુ જરૂરી છે?

- ગર્ભાવસ્થામાં આપના શરીરના એ ગોળ આકાર એ વાતનો સંકેત આપે છે કે ગર્ભસ્થ શિશુ વધી રહ્યું છે. આપે પણ આપના શરીરનો એ આકાર મેળવશો એમાં મીનમેખ નથી.

- સમયસર પધ્ધતિસરનો આહાર લેવાથી આપને વજન વધારવામાં કોઈ મુશ્કેલી નહીં પડે. એ બાબતે નિશ્ચિંત રહો કે પ્રસૂતિ પછી આપનું શરીર ફરીથી તેના મૂળ આકારમાં આવી જશે. સાથોસાથ આપ એક તંદુરસ્ત બાળકની માતા પણ બની જશો.

- આપ ભૂખ્યા રહો છો તો શિશુને પણ ભૂખ્યા રહેવું પડે છે. બાળકના શારીરિક વિકાસ માટે આપે પૂરતો આહાર લેવો, કેમ કે ગર્ભસ્થ શિશુ મોટાભાગના પોષકતત્વો માટે આપના પર નિર્ભર છે. આપ નહીં ખાવ તો તે ભૂખ્યું રહેશે. જો ઉલટી કે લેમ્સેટિનના લીધે પોષક તત્વો શરીરમાંથી નીકળતાં રહ્યાં તો શિશુને વિકાસ પામવામાં તકલીફ પડશે.

- કસરત દ્વારા પણ આપ વજન વધારી શકો છો. બસ એટલું ધ્યાન રાખવાનું છે કે આપનો વ્યાયામ આપની ગર્ભાવસ્થાને અનુકૂળ હોવો જોઈએ. આના માટે તમારે ડૉક્ટરની સલાહ મુજબની કસરત કરવી. જેમ કે અમુક કસરતનું પ્રમાણ વધી જાય તો નુકશાનકારક બને છે.

- પ્રસવ પછીના સમયમાં વજન નથી વધતું કે નથી ઘટતું. તમે તેને ધીમેધીમે ઘટાડી શકો છો. તમારા પ્રસવ પહેલાની ફિગર માટે થોડોક વધારે સમય લાગી શકે છે, બુલીમિયાના રોગવાળી મહિલાઓને ખાસ. બુલીમિયાગ્રસ્ત સ્ત્રીઓ પ્રસવ પછી નકારાત્મક વિચાર સાથે બીજીવાર એ જૂની આદતો અપનાવી લે છે. તે ઈચ્છતી હોવા છતાં પધ્ધતિસર પોતાના શિશુને સ્તનપાન નથી કરાવી શકતી. આવી મહિલાઓને પ્રસૂતિ પછી પણ પોતાના તબીબી નિષ્ણાંતની સલાહ લેતાં રહેવું જોઈએ, જેથી ખાવા-પીવાની ખોટી અને અનિયમિત આદતોને સુધારી શકે.

- સહુથી જરૂરી વાત એ છે કે ગર્ભાવસ્થામાં આપના આરોગ્યથી જ શિશુનું સ્વાસ્થ્ય જોડાયેલું છે. જો આપ દુરસ્ત નથી તો શિશુ કેવી રીતે તંદુરસ્ત હોઈ શકે! તમારૂં ઘર, ઓફિસ, ફ્રિજ, ટેબલ કે દીવાલ પર સ્વસ્થ, હસતાં-કિલ્લોલ કરતાં શિશુઓના ચિત્ર લગાવો, જેથી આપને પણ પ્રેરણા મળી શકે. કલ્પના કરો કે આપ જે કંઈપણ આરોગી રહ્યાં છો તેના પોષક તત્વ શિશુ સુધી પહોંચી રહ્યાં છે. જો ડિસ ઓર્ડર પર કાબૂ મેળવવો મુશ્કેલ હોય તો તબીબની સલાહથી હૉસ્પિટલમાં ભરતી થઈને ઉપચાર કરાવો.

૩૫ વર્ષની ઉંમર પછી માતા બનવું

"મારી ઉંમર ૩૮ વર્ષની છે અને હું પહેલી વાર માતા બનવાની છું. મેં સાંભળ્યું છે કે ૩૫ વર્ષે સગર્ભાવસ્થામાં અનેક જોખમો હોઈ શકે છે. મારે શું કાળજી રાખવી જોઈએ?"

છેલ્લા થોડાં વર્ષોમાં એવી સ્ત્રીઓની સંખ્યા ઘણી વધી છે. જે ૩૫ વર્ષની ઉંમર પછી માતા બને છે. આપની ઉંમર ૩૫ વર્ષથી વધારે છે તો આપ એટલું તો જાણતી હશો કે જિંદગીમાં કોઈ જોખમ ન હોય તેવું નથી. જિંદગી જો જોખમોથી

૩૫ નો આંકડો શું જાદુઈ આંકડો છે?

આપે ૩૫ વર્ષની ઉંમર પાર કરી લીધી છે. તેનો મતલબ એવો નથી કે આપનાથી ઓછી ઉંમરવાળી ગર્ભવતી મહિલાઓની જેમ સ્ક્રીનિંગ તથા અન્ય ટેસ્ટ આપ કરાવી શકો નહીં.

દરેક વયની સ્ત્રીઓએ આવો ટેસ્ટ કરાવવો જરૂરી હોય છે. જો આવા ટેસ્ટોના નિદાન પછી કોઈ અસમાનતા જોવા મળે તો બીજા ટેસ્ટ અને તપાસની જરૂર પડી શકે છે.

ભરેલી છે. જો કે હવે ગર્ભાવસ્થામાં એટલા જોખમ નથી રહ્યાં, પરંતુ ઉંમર વધવાની સાથોસાથ અમુક જોખમનો ભય રહે છે, પણ આ જે તો મેડીકલ સગવડો એટલી બધી છે કે આપની પાસે અનેક વિકલ્પો છે. વળી સગવડ મુજબના પરિવારને વધારવાની સ્વતંત્રતા વધી છે.

૩૫ વર્ષની વય પછીની અમુક સ્ત્રીઓ માટે મોટામાં મોટું જોખમ ગર્ભધારણનું છે. અમુક સ્ત્રીઓ ગર્ભવતી નથી થઈ શકતી. જો આપ આ કારણને પાર કરીને ગર્ભવતી બનો છો તો આપે એક બીજા પડકારનો સામનો કરવો પડશે. આપને કદાચ ડાઉન સિંડ્રોમ ગ્રસ્ત શિશુ જન્મી શકે છે. માતાના આયુષ્યની સાથો સાથ આવા શિશુના જન્મનો ખતરો વધી જાય છે. ૨૫ વર્ષની માતાઓમાં, ૧૨૫૦માંથી એક, ત્રીસ વર્ષની માતાઓમાં ૧૦૦૦માંથી ૩, ૩૫ વર્ષની માતાઓમાં ૫૦૦માંથી એક. આમાં ધ્યાન એ રાખવાનું છે કે એ જોખમ ધીમે ધીમે વધે છે. ૩૫ વર્ષની ઉંમરમાં અચાનક નથી વધતું એમ માનવામાં આવે છે કે ગર્ભવતી મહિલાઓમાં ક્રોમોસોમલનું પ્રમાણ અસામાન્યપણે જોવા મળે છે. તે ત્યાં સુધીમાં કેટલીય દવાઓ, એક્સ-રે, ચેપ તથા ડ્રગ્સના સંપર્કમાં આવી ચૂકી હોય છે. એમ તો એવું પણ તારણ જાણવા મળ્યું છે કે ઘણીવાર ઉંમરલાયક પિતાના સ્પર્મના લીધે પણ અમુક મુશ્કેલીઓ પેદા થાય છે.

ઉંમર વધવાની સાથોસાથ બીજા અન્ય જોખમો પણ વધી જાય છે. જો આપનું વજન વધારે હોય તો આપ ઊંચા લોહીના દબાણનો ભોગ બની શકો છો, પણ હવે સામાન્ય રીતે આવા લક્ષણો પર કાબૂ મેળવી શકાય છે. વયસ્ક ગર્ભવતી મહિલાઓને ગર્ભપાત, પ્રીએક્લેંપસિયા અને પ્રી-ટર્મ લેબરની ઉપાધિ વહોરવી પડે છે.

સરેરાશ આ આયુમાં પ્રસવપીડા (લેબર) અને પ્રસવ (ડિલીવરી) નો સમય પણ થોડો લંબાય છે. માંસપેશીઓની ટોન અને લચકની કમીના લીધે પ્રસૂતિમાં થોડીક કઠણાઈ થઈ શકે છે. જો આપનું ફિગર બિલકુલ ઠીક છે. સમયસર કસરત કરો છો અને સંપૂર્ણ પૌષ્ટિક આહાર લો છો તો આપને આ બાબતે ચિંતા કરવાની જરૂર નથી.

આ તમામ સાવચેતીઓ ઉપરાંત આપના માટે એક ખુશ ખબર છે કે ભલને ડાઉન સિંડ્રોમથી બચાવ ન થઈ શકે, પરંતુ અનેક પ્રકારના સ્ક્રીનિંગ અને ટેસ્ટથી તેને ઓળખી તો શકાય છે ને! તે ટેસ્ટ એવા છે, જેમાં વાઢકાપની કોઈ જરૂર નથી. પૈસા તો બચે જ છે પણ સાથે તણાવની સ્થિતિમાંથી મુક્તિ મળે છે. મોટી ઉંમરની ગર્ભવતી મહિલાઓ અનેક પ્રકારના દીર્ઘકાલીન રોગો પર સરળતાથી કાબૂ મેળવી શકે છે. દવાઓ અને તબીબી દેખભાળથી અનેક જાતના જોખમોને ટાળી પણ શકાય છે.

એમ તો દવાઓ અને તબીબી સારવાર ઉપરાંત આપ જાતે પણ આપની ગર્ભાવસ્થાને સુરક્ષિત તથા સ્વસ્થ બનાવવા માટે ઘણું બધું કરી શકો છો. આપ પણ આહાર, વ્યાયામ અને પ્રસવ પહેલાની કાળજી પર પુરું ધ્યાન આપો. જો આપ પ્રેગનેન્સી પ્રોફાઈલના જોખમને ઘટાડી શકી તો એ રીતે એક સ્વસ્થ શીશુનો જન્મ કરાવી શકશો, જે પ્રકારે યુવાન માતાઓ કરાવી શકે છે. કદાચ એમના કરતાં સુખદ સુવાવડ થઈ શકે છે.

એટલા માટે આરામથી તમારા ગર્ભાવસ્થાનો આનંદ લો. ૨૫ વર્ષથી વધારે ઉંમર પછી પણ માતા બનવામાં કોઈ સમસ્યા નડતી નથી.

પિતાની ઉંમર

"મારી ઉંમર ૩૧ વર્ષની છે પણ મારા પતિની ઉંમર ૫૦ વર્ષથી વધારે છે. શું આનાથી મારા બાળક પર કોઈ અસર પડી શકે છે?"

સામાન્ય રીતે આ જ સુધી એવું જ માનવામાં આવતું હતું કે પ્રજનન પ્રક્રિયામાં પિતાની જવાબદારી માત્ર ગર્ભાધાન સુધીની જ છે, પરંતુ ૨૦મી સદીમાં જાણ થઈ કે પિતાના સ્પર્મથી જ એ નક્કી થાય છે કે રજૂ થનાર શિશુનું લિંગ શું હશે? તે છોકરી હશે કે છોકરો? આવી માનસિકતાને આ જ કારણે કેટલીય રાણીઓના માથા ધડથી અલગ કરાયા હતા, કેમ કે આ એવી સ્ત્રીઓ હતી જે પુત્રની માતા બનવાના બદલે પુત્રીની માતા થવાની હતી. એના ઘણા વર્ષો પછી સંશોધકોને એવો સંદેહ પણ થવા લાગ્યો કે મોટી ઉંમરના પિતાના શુક્રાણુઓ (સ્પર્મ)ના લીધે જ જન્મજાત વિકૃતિ તથા ગર્ભપાતનું જોખમ ખૂબ વધી જાય છે. આધેડ માતાઓની જેમ આધેડ આયુના પિતાના સ્પર્માટોસાઈટિસ પણ પર્યાવરણના કારણોથી પ્રભાવિત થાય છે, એના પર પણ ખરાબ અસર પડી શકે છે. સંશોધકોએ જોયું કે માતાની ઉંમર ઉપરાંત આધેડ ઉંમરના દંપત્તિ માટે ગર્ભપાતનું જોખમ વધારે હોય છે. જો પિતાની વય ૫૦ કે તેનાથી વધું છે તો ડાઉન સિંડ્રોમના કિસ્સા પણ ઘણા વધી જાય છે.

જો કે આ અંગેના કોઈ સતાવાર પૂરાવા નથી મળતાં, કેમ કે હજુ સંશોધન પૂરું થયું નથી એમ તો જેનેટિક સલાહકાર દરેક વયની ગર્ભવતી માતાના માટે જે સ્ક્રીનિંગની ભલામણ કરે છે તેનાથી આપને અમુક કદ સુધી રાહત મળી શકે છે. જો આપના સ્ક્રીનિંગની તપાસ સામાન્ય છે તો આ અંગે નિશ્ચિત બની જાવ. આપને એમનિયોસેંટેનિસ કરાવવાની પણ કોઈ જરૂર નથી.

જેનેટિક સલાહ

"મને એ જ ડર હંમેશાં સતાવ્યા કરે છે કે જો મને કોઈ જેનેટીક રોગ થયો અને તેની ખબર ન પડી તો? શું મારે જેનેટિક સલાહ લેવી જોઈએ?"

જો કે આ પ્રકારની વિકૃતિઓ વત્તાઓછા પ્રમાણમાં જોવા મળે છે, પરંતુ એ જરૂરી નથી કે માતા-પિતાની ખામીઓ બાળકોમાં પણ જોવા મળે.

ગર્ભાધાન પહેલાં કે પછીથી માતા-પિતા કે કોઈ એકની સારી તપાસ થઈ શકે છે, પરંતુ આવી તપાસની હંમેશા જરૂર નથી પડતી. કોઈ કાયમની અનિયમિતતા જોવા મળે. આ સંકેત ભૌગોલિક કે જાતીય પણ હોઈ શકે છે. જેમકે દરેક કૉકેશિયંસને સિસ્ટિક ફાઈબ્રોસિસની તપાસની ભલામણ કરાય છે. જે યહૂદી દંપત્તિઓના પૂર્વ જ પૂર્વ યૂરોપથી આવ્યા હતા. તેમને ટે-શેક તથા કાનાવાન નામના રોગ માટે તપાસની સલાહ અપાય છે. જો આપના પરિવારમાં કોઈપણ રોગનો ઈતિહાસ રહ્યો હોય તો તેની તપાસ અવશ્ય કરાવવી જોઈએ. એ જ પ્રકારને શ્યામ રંગવાળા દંપત્તિઓને સિકલ સેલ એનીમિયા ટ્રેટની તથા એશિયાઈ લોકોએ પૈલાસીમીયાની તપાસ કરાવવી જોઈએ.

જો કે મોટાભાગના કિસ્સાઓમાં બંનેમાંથી કોઈ એકની તપાસની જરૂર પડે છે. જો તે તપાસ પોઝેટીવ આવે તો જ બંનેની તપાસ કરવી પડે છે.

ગર્ભાવસ્થા અને સિંગલ મધર

જો આપ એક સિંગલ મોમ છો તો તેનો મતલબ એવો નથી કે ગર્ભાવસ્થામાં આપની મદદ માટે કોઈ નહીં હોય! કોઈ સારો મિત્ર કે સગો, કોઈ સંબંધી તમારો મદદગાર બની શકે. તે આપની શારીરિક તથા ભાવનાત્મક દેખરેખ રાખી શકે છે. કદાચ એ આપના ડર, ચિંતા તથા તણાવને સમજી શકે એવો સાથીદાર બની શકે છે. અત્યારના સમયને એકાંતમાં ગાળવાના બદલે કોઈ સાથી કે સહાયક શોધી લો, જેથી અત્યારનો સમય સહેલાઈથી વીતી જાય અને આપની એકલતાને દૂર કરનાર નાનકડો શિશુ આ દુનિયામાં સુખરૂપ આવી શકે.

આપના દાદા-દાદી તથા અન્ય નજીકના સગાઓથી આપ જૂના રોગોના ઈતિહાસની તમામ જાણકારી મેળવી લેવી જોઈએ, જેથી ગર્ભાધાન પહેલા જ તમને એ અંગેની માહિતીથી રાહત મળે.

મોટાભાગના માતા-પિતાઓને કોઈ પણ જેનેટિક સલાહની જરૂર નથી પડતી. અમુક કિસ્સાઓ જ એવા હોય છે, જેના ડૉક્ટરે એવા માતા-પિતા સાથે આ વિષયમાં વાત કરવી પડે છે. જેમકે જે દંપત્તિઓના લોહીની તપાસમાં જેનેટિક રોગોની જાણ થાય છે, જે તેમના બાળકો સુધી પહોંચી શકે છે. તે છે -

- જે દંપત્તિઓને ત્યાં ત્રણથી વધારે વાર ગર્ભપાત થયો છે.
- જે દંપત્તિઓના પારિવારિક ઈતિહાસમાં કોઈ જેનેટિક રોગ વારસાગત હોય! અમુક મામલાઓમાં માતા-પિતાના ડીએનએ તપાસથી પણ અનેક શંકાઓ સ્પષ્ટ થઈ જાય છે.
- એવા માતા-પિતા જેમા કાં તો માતા કે પિતા જન્મ જાત વિકૃતિથી ગ્રસ્ત હોય!
- એવી ગર્ભવતી માતા જેના સ્ક્રીનિંગ ટેસ્ટનું નિદાન પોઝેટીવ આવ્યું હોય!
- નજીકના સગપણવાળા દંપત્તિઓમાં પણ આવી ફરીયાદ જોવા મળે છે.

ગર્ભાધાનથી પહેલા જ જેનેટિક સલાહ લેવી જોઈએ. ડૉક્ટર એવી સલાહ આપી શકે છે કે દંપત્તિ એક નિરોગી શિશુને જન્મ આપી શકશે કે નહીં? તેમને બધી જ સંભવિત તપાસ કે સારવારની જાણકારી થઈ શકે છે. જેનેટિક સલાહના મદાર પર અસંખ્ય દંપત્તિઓને પછીથી થનારી કળતર તથા તકલીફથી મુક્તિ મળે છે અને સારવાર પછી તેઓ તંદુરસ્ત બાળકના જન્મનું સ્વપ્ન સાકાર કરી શકે છે.

"હું અને મારા પતિ ગર્ભપાતમાં વિશ્વાસ કરતાં નથી. મારી ઉંમર હજુ માત્ર ૩૭ વર્ષ છે. મારે શિશુના જન્મ પહેલાંની તપાસ શા માટે કરાવવી જોઈએ?"

આ પ્રકારની તપાસ કરાવવાથી આપ નિશ્ચિંત બની શકો છો. મોટાભાગના શિશુ આવી તપાસ પછી ક્લીનચીટ મેળવી લે છે.

જો તપાસમાં કોઈ નેગેટીવ નિદાન થયું તો અને કદાચ ગર્ભપાત કરવાની નોબત આવે તો મા-બાપને એ આઘાતને પચાવવાનો સમય મળે છે. અથવા તો પછી તેઓ આ શિશુની દેખરેખ માટે માનસિક રીતે તૈયાર થઈ જાય છે. જે સ્પેશ્યલ બાળકોના લિસ્ટમાં ઉમેરાઈ શકે છે. તેની પોતાની અમુક વિશેષ માંગ થઈ શકે છે તપાસથી એ જાણવામાં પણ મદદ મળશે કે ડિલીવરી ક્યાં અને કેવી થવી જોઈએ?

માતા-પિતાને ડિલીવરી પહેલા જ જાણ થઈ જાય છે કે તેમણે આવનારા સમયમાં કેવી પરિસ્થિતિઓનો સામનો કરવાનો છે? અમુકવાર તો એ બાબતની પણ જાણ થાય છે કે જન્મ પહેલા જે તે ખામીઓને સુધારી શકાય છે. જો ડૉક્ટરે આપને આવી તપાસ કરવાની સલાહ આપી છે તો તેનો સ્વીકાર કરો. તમારા ડૉક્ટર કે જેનેટિક નિષ્ણાંતની સલાહ લો. જો ડૉક્ટર આવી તપાસથી કોઈ ખાસ નિદાન જાણવા માંગે છે તો તેમને રોકો નહીં.

પ્રસવ પહેલા નિદાન

છોકરો હશે કે છોકરી? તેના વાળ ભૂરા હશે કે સોનેરી? આંખો વાદળી હશે કે લીલી? શું તેનો ચહેરો મમ્મી જેવો અને ડિમ્પલ પપ્પા જેવા હશે? શું તેનો અવાજ પપ્પા જેવો હશે?

બાળક પોતાના જન્મ પહેલા, એટલે સુધી કે ગર્ભધારણથી પણ પહેલા, માતા-પિતા માટે એક અનુમાનનો વિષય બની રહે છે, પરંતુ એક સવાલ

એવો છે, જેનાથી માતા-પિતા સહુથી વધારે હેરાન-પરેશાન થાય છે. શું અમારૂં આવનાર સંતાન તંદુરસ્ત હશે?

હમણાં સુધી શિશુના જન્મ સુધી આ પ્રશ્નનો જવાબ આપવાનું કામ મુશ્કેલ હતું, પરંતુ હવે તો પહેલા ત્રણ મહિનામાં જ આ સવાલનો જવાબ આપી શકાય છે. જેમ કે હવે પ્રસવ પહેલા જ અનેક તબીબી તપાસ અને સ્ક્રીનિંગ કરવામાં આવે છે.

મોટાભાગની ભાવિ માતાઓ પોતાના ચાલીસ અઠવાડિયાના પ્રસવકાળમાં જ અનેક જાતના પરીક્ષણોમાંથી પસાર થાય છે, આમાં એવી માતાઓ પણ સામેલ છે. જેમના બાળક ઉંમર, સારૂ પોષણ તથા પ્રસવ પહેલાની શ્રેષ્ઠ દેખભાળના કારણે નિરોગી સ્વસ્થપણે જન્મ લે છે. આવા સ્ક્રીનિંગ ટેસ્ટથી માતા કે શિશુને કોઈ નુકશાન થતું નથી. તેની તંદુરસ્તીની ખાતરી થઈ જાય છે.

જો કે સીવીએસ તથા એમનિયો જેવા વિસ્તારપૂર્વકના અલ્ટ્રા સાઉન્ડની બધાને જરૂર નથી પડતી. જે માતા-પિતાના ટેસ્ટનો રિપોર્ટ નકારાત્મક આવે છે તે આગળના એડવાન્સ ટેસ્ટ પણ કરાવતાં રહે છે, જેથી ગમે ત્યાંથી નિરોગી બાળકને જન્મ આપવાનું આશ્વાસન મળી શકે. આવા ટેસ્ટો માટે નિમ્નલિખિત મહિલાઓને યોગ્ય ગણી શકાય.

- **૩૫ વર્ષથી વધારે ઉંમરની સ્ત્રીઓ :** જો કે અમુક માતાઓ પ્રારંભિક સ્ક્રીનિંગ તપાસથી જ સંતોષ માનીને પોતાના ડૉક્ટરની હવે પછીના ટેસ્ટ માટેની સલાહને નકારી શકે છે.
- પોતાના ડૉક્ટરને પૂછીને તેમનો અભિપ્રાય લઈ શકાય છે કે કોઈ બાબતમાં પ્રસવ પહેલાની તમામ જાણકારી જરૂરી છે કે નહીં?
- પરિવારમાં જેનેટિક રોગનો ઈતિહાસ કે રોગની જાણકારી મેળવવી.
- કોઈપણ જાતના ચેપની જાણ થવી, જે બાળકના જન્મ સાથે જોડાયેલી હોય!(રૂબેલા ટોક્સોપ્લાઝમોસિસ)પહેલા ગર્ભપાત થવો કે જન્મજાત વિકારોવાળા શિશુનો જન્મ.
- પ્રસવ પૂર્વે સ્ક્રીનિંગ તપાસમાં પોઝેટીવ નિદાન થવું.

આવી તપાસ શા માટે કરાવવામાં આવે છે જેમાં શિશુને જોખમ થઈ શકે છે? ખરેખર તો આનું સહુથી મોટું કારણ એ છે કે જો શિશુને કોઈ રોગ છે તો તેનો ઉપચાર થઈ શકે અને કશું નથી તો તેના મમ્મી-પપ્પા ચિંતામુક્ત થઈને ગર્ભાવસ્થાનો પૂરો આનંદ લઈ શકે.

પહેલા ત્રણ મહિના

પહેલા ત્રૈમાસિક અલ્ટ્રાસાઉન્ડ: આ શું છે? આ એક સામાન્ય પ્રકારનો સ્ક્રીનિંગ ટેસ્ટ છે. તેમાં એવા ધ્વનિ તરંગોનો પ્રયોગ કરવામાં આવે છે જેને કાન વડે સાંભળી શકીએ છીએ. સોનોગ્રાફીના ભ્રૂણના એક્સ-રે લીધા વિના તેની તપાસ થઈ શકે છે. જો કે એમાં અનેક જન્મજાત વિકૃતિઓની જાણ થઈ જાય છે, પરંતુ અમુકવાર મોટામાં મોટા દોષને પારખવામાં ભૂલ થઈ જાય છે. (બધું ઠીક થયું હોવા છતાં ઠીક ન હોવું કાં તો એનાથી અવળું બની શકે છે)

પહેલા ત્રણ મહિનાનો અલ્ટ્રા સાઉન્ડ કરવામાં આવે છે જેથી :

- ગર્ભાવસ્થાની રીતસરની તપાસ
- ગર્ભાવસ્થાની તારીખ
- ભ્રૂણની સંખ્યા
- જો રક્તસ્ત્રાવ છે તો તેનું કારણ
- ગર્ભાધારણના સમયે લગાડવામાં આવેલા આઈડીયૂની શોધ.
- સીબીએસથી પહેલા ભ્રૂણની શોધ.
- ક્રોમોસોમલ અસામાન્યતાના જોખમની તપાસ

એ કેવી રીતે થાય છે? ટ્રાંસએબડ્રામિનલની તપાસ માટે બ્લૅડરને સંપૂર્ણ ભરવું પડે છે. ઘણું

બધું પાણી કે પેપ પદાર્થ લીધા પછી પેટ ભરાઈ જવાના કારણે થોડી મૂંઝવણ થાય છે. આ સિવાય કોઈ દર્દ કે તકલીફ નથી થતી. પેટના નીચેના ભાગે જૈલ લગાવીને એક કોર્ડને એના પર ફેરવવામાં આવે છે.

આપને પીઠના બળે સૂવાડવામાં આવે છે.જૈલ લગાડવાથી ધ્વનિની તીવ્રતામાં સુધારો થાય છે. જો ટ્રાંસવૈજાઈનલ તપાસવી હોય તો ટ્રાંસડ્યૂસરને યોનિમાં નાખવામાં આવે છે. આ યંત્ર આપના શરીરના ધ્વનિ તરંગોને સ્ક્રીન પર તસ્વીરના રૂપમાં પ્રસ્તુત કરી દે છે.

એ ક્યારે થાય છે ? એને પહેલા ત્રણ મહિનામાં ગમે ત્યારે કરી શકાય છે. બસ તેને કરવાના કારણો અલગ અલગ હોઈ શકે છે. આપના અંતિમ પીરિયડના સાડા ચાર અઠવાડિયાના પછી જૈસ્ટેશન સૈકને અલ્ટ્રાસાઉન્ડની મદદથી જોઈ શકો છો. ૫ થી ૬ અઠવાડિયા પછી હૃદયના ધબકારા પણ સાંભળી શકો છો.

એ કેટલું સલામત છે? વર્ષોના અભ્યાસથી એ સ્પષ્ટ છે કે એનાથી કોઈ નુકશાન નહીં પણ ફાયદો જ થાય છે મોટાભાગના ડૉક્ટરો, ગર્ભાવસ્થામાં ઓછામાં ઓછું એક વાર અલ્ટ્રા સાઉન્ડ માટે ભલામણ કરે છે. આમ જોઈએ તો કહેવાય છે એવું કે કોઈ તબીબી ગંભીર કારણ હોય તો જ અલ્ટ્રા સાઉન્ડ કરાવવું જોઈએ.

પહેલા ત્રણ મહિના (એક સાથે સ્ક્રીનિંગ)

આ શું છે? પહેલા ત્રણ મહિનાની કંબાઈન્ડ સ્ક્રીનિંગમાં અલ્ટ્રા સાઉન્ડ, શિશુની સાથે લોહીની તપાસ પણ થાય છે. પહેલા અલ્ટ્રા સાઉન્ડ, શિશુની પીઠના પાછળના ભાગમાં એકત્ર થયેલ દ્રવ્યનાં પાતળા પડને માપે છે. જો એ દ્રવ્યમાં ન્યૂકલ ટ્રાંસલૂસેંસીનું પ્રમાણ વધારે હોય તો ક્રોમોસોમલ અસામાન્યતાઓ (ડાઉન સિંડ્રોમ, કૉનજેનનિટલ હાર્ટ ડિફેકટ) તથા બીજા જેનેટિક ડિસ ઓર્ડરનું જોખમ વધી જાય છે.

પછી લોહીની તપાસ પીએપીપી-એ અને એચસીજી (ભ્રૂણ દ્વારા ઉત્પાદિત બે હૉર્મોન), જે માતાના રક્ત પ્રવાહમાં સામેલ થાય છે)ની જાણ મેળવી શકાય છે. એ સ્તરોને એનટીના માપ અને માતાની ઉંમર સાથે જોડવામાં આવે છે અને ડાઉન સિંડ્રોમના જોખમની તપાસ કરાય છે.

કેટલાય મેડિકલ સેન્ટર,આ અલ્ટ્રાસાઉન્ડમાં ભ્રૂણની નસલ બોનની પણ તપાસ કરે છે. અભ્યાસોથી જાણવા મળ્યું છે કે જો શરૂઆતના (પહેલા) અલ્ટ્રાસાઉન્ડમાં એ બોનની જાણ ન થાય તો ડાઉન સિંડ્રોમનું જોખમ વધી જાય છે. જો કે અમુક અભ્યાસ એના વિરૂધ્ધ છે. આમ આ મામલો હજુ વિવાદાસ્પદ છે.

જો કે એક સાથે થનારી આ સ્ક્રીનિંગથી આપને એ પરિણામ નથી મળતું, જે ઈન્વેસિવ ડાયગ્નૉસ્ટિક ટેસ્ટથી મળે છે. આમ એની મદદથી આપ નિર્ણય લઈ શકો છો કે આપે ડાયગ્નૉસ્ટિક ટેસ્ટ કરાવવો જોઈએ કે નહીં? જો આપને એ ટેસ્ટથી જાણવા મળે છે કે શિશુમાં ક્રોમોસોમલ (જનીન કોષ) વિકાર હોઈ શકે છે તો સીવીએસ (કોરિઓનિક વિલ્લસ સૈમ્પલિંગ) કે એમનિયો સેંટેસિસ તપાસ કરવાનું સૂચન થશે.

જો ટેસ્ટમાં વધારે જોખમ જણાતું નથી તો ડૉક્ટર આપને બીજા ત્રણ મહિનામાં કવૈડ સ્ક્રીન ટેસ્ટ કરાવવાની સલાહ આપશે. જેથી ન્યૂરલ ટ્યૂબ ડિફેક્ટની જાણ થઈ શકે. જો કે આ બાબત હૃદયના રોગો કે વિકારોથી પણ જોડાયેલી છે એટલા માટે વીસમાં અઠવાડિયા દરમિયાન ફૈટલ ઈકોકાર્ડિયોગ્રામ કરાવવાની સલાહ પણ મળી શકે છે. જેથી હૃદયના વિકારોની જાણકારી મેળવી શકાય. એન.ટી.ની તપાસ ઠીક ન હોવાથી પ્રી-ટર્મ લેબરનું જોખમ પણ વધી શકે છે એટલે આપે તે માટે પણ ધ્યાન રાખવું પડશે.

એ ક્યારે થાય છે? પહેલા ત્રણ મહિના કંબાઈન્ડ સ્ક્રીનિંગ ગર્ભાવસ્થાના ૧૧ થી ૧૪

અઠવાડિયા વચ્ચે કરવામાં આવે છે.

એ કેટલું અનુકૂળ હોય છે? આ સ્ક્રીનટેસ્ટ પ્રત્યક્ષ રીતે ક્રોમોસોમલ તકલીફોની તપાસ નથી કરતું અને એ કોઈ નિશ્ચિત સ્થિતિનું નિદાન પણ નથી કરતું ,માત્ર એટલુ જ અનુમાન થઈ શકે છે કે શિશુને કોઈ તકલીફ પજવી શકે છે. આસામાન્ય પરિણામનો અર્થ એ નથી કે તેને કોઈ ક્રોમોસોમલ રોગ જ હશે. માત્ર જોખમનો સંકેત હોઈ શકે.

સામાન્ય રીતે અસામાન્ય પરિણામોવાળી સ્વસ્થ મહિલાઓ પણ સામાન્ય તથા નિરોગી શિશુઓને જન્મ આપે છે. સામાન્ય પરિણામ પણ એ વાતની ખાતરી નથી કરાવતા કે નિરોગી બાળકનો જ જન્મ થશે! એ પણ બની શકે છે કે એ બાળક ક્રોમોસોમલ વિકારથી ગ્રસ્ત હોય!

આવા કંબાઈન્ડ સ્ક્રીન ટેસ્ટથી ૮૦ ટકા ડાઉન સિંડ્રોમની સમસ્યાઓની જાણ થાય છે.

એ કેટલું સલામત છે? અલ્ટ્રાસાઉન્ડ અને લોહીની તપાસ, બંને દર્દ વિનાની છે. (જો આપ સોઈ ખોસવાનું દર્દ સહી લો તો) આ તપાસમાં માતા અને શિશુને કોઈ જોખમ હોતું નથી. બસ એક જ વાત છે કે આ પ્રકારના સ્ક્રીન ટેસ્ટ માટે ખૂબ ઉતમ અલ્ટ્રાસાઉન્ડ ટેકનિકની જરૂર પડે છે. એટલાં માટે આપે તેને વિશેષ ઉપકરણ (સારી ક્વૉલિટી)થી જ કરાવવું જોઈએ. ડૉક્ટર તથા સોનોગ્રાફર પણ પ્રશિક્ષિત હશે તો ઠીક રહેશે. એ વાત ખાસ યાદ રાખો કે હલકા મશીનોથી ટેસ્ટ કરાવવાથી ખરા-ખોટા નિદાન થઈ શકે છે. જે આગળ ઉપર કદાચ જોખમકારક બની શકશે. એ પરિણામોના હિસાબથી કોઈપણ નિર્ણાયક પગલું લેતાં પહેલા એ નિદાનો કોઈ પણ જાણીતા જેનેટિક સલાહદાર કે અનુભવી ડૉક્ટરને બતાવી જુઓ. જો કોઈ શંકાસ્પદ બાબત હોય તો ડૉક્ટરના સૂચન મુજબ વર્તો.

કોરિઑનિક વિલ્લસ સૈંપલિંગ

આ શું છે? સીવીએસ એક પ્રસવ પૂર્વનું નિદાન છે, જેમાં પ્લેસેંટાની આંગળી જેટલા આકારમાંથી નાની કોશિકાઓના નમૂના લઈને તપાસ કરાય છે કયાંય ક્રોમોસોમલ અસામાન્ય તો નથી ને! તાજેતરમાં ડાઉન સિંડ્રોમ, ટે-શેક, સિકિલ સેલ એનીમિયા તથા સિસ્ટિક ફાઈબરોસિસની તપાસ માટે સીવીએસ ટેસ્ટ લેવામાં આવેલ છે. હવે આવા ટેસ્ટ સલામત બન્યા છે.

જો કે એનાથી ન્યૂરલ ટયૂબ તથા એનાટોમિક્લ વિકારોની ખબર નથી પડતી. કોઈ વિશેષ રોગની તપાસ ત્યારે જ કરાય છે જયારે પરિવારમાં એનો ઈતિહાસ રહ્યો હોય, અથવા તો માતા-પિતામાંથી કોઈ એકને એ રોગ (માનવામાં આવે છે કે સીવીએસથી એવા ૧૦૦૦ થી વધુ વિકારોની જાણ થઈ શકે છે) હોય તો તેના માટે વિકૃત જીન્સ કે ક્રોમોસોમલ જવાબદાર જણાય છે.

એ કેવી રીતે થાય છે? એનો ટેસ્ટ હૉસ્પિટલમાં જ થાય છે જો કે તેને ડૉક્ટરના પ્રાઈવેટ ક્લિનિકમાં પણ કરાય છે. પ્લેસેંટાની સ્થિતિ અનુસાર વૈજાઈના કે સર્વિક્સ ટ્રાંસસર્વાઈકલ કે પેટના નીચેના ભાગની દીવાલ સુધી શોય ખોસીને (ટ્રાંસએબ્ડૉમિનલ સીવીએસ) કોશિકાઓનો નમૂનો લેવામાં આવે છે. કોઈ પણ રીતે એવી નથી, જે સંપૂર્ણ રીતે દર્દ રહિત હોય છે. ઓછી વત્તી તકલીફ દરેક પ્રણાલીમાં થાય છે. અમુક મહિલાઓને નમૂનો લેતી વખતે વળ-આમળની સાથે સાધારણ પીડા અનુભવાય છે. આવા ઉપાયોમાં શરૂથી લઈને આખર સુધીમાં ૩૦ મિનિટનો સમય લાગે છે જયારે નમૂના લેવામાં માંડ એક-બે મિનિટનો સમય લાગે છે.

ટ્રાંસએબ્ડૉકલ પ્રણાલીમાં આપને ચત્તેપાટ (પીઠના બળ) સૂવાડીને અલ્ટ્રા સાઉન્ડની મદદથી પ્લેસેંટાની સ્થિતિ અને યૂટેરાસની દીવાલોનો અંદાજો મેળવાય છે. પછી પેટના નીચેના હિસ્સામાં એક સોય ખોસવામાં આવે છે અને એની મદદથી બધા કામ થાય છે.

ભ્રૂણની તપાસથી તેના જેનેટિક મેકઅપનો પૂરો અંદાજ આવી શકે છે. એક-બે અઠવાડિયામાં

તપાસના પરિણામ પણ આવી જાય છે.

એ કયારે થાય છે? એ ગર્ભાવસ્થાના ૧૦ થી ૧૩ અઠવાડિયા વચ્ચે થાય છે. એનો સહુથી મોટો ફાયદો એ હોય છે કે તેને પહેલા ત્રણ મહિનામાં કરવામાં આવે છે અને તે એમનિયોસેંટિસથી બહુ જલ્દી પરિણામ આપી દે છે. જે મોટાભાગે ૧૬ અઠવાડિયા પછી થાય છે. પ્રારંભિક નિદાન એવા લોકો માટે છે જે પહેલાથી જ કોઈ પરેશાની કે તકલીફને અનુભવીને તેનો ઉપચાર કરવા માંગે છે. આ જ પ્રકારે જો ગર્ભપાત પણ પહેલાથી જ થઈ જાય તો વધારે મુશ્કેલી નથી પડતી અને આઘાત પણ નથી લાગતો.

એ કેટલું સત્ય હોય છે? સીવીએસ ૯૮ ટકા સુધી ક્રોમોસોમલ સમસ્યાનું સાચે-સાચી જાણ લગાવી લે છે.

એ કેટલું સલામત છે? આ સુરક્ષિત અને વિશ્વાસપાત્ર છે. ૧૭૦ માંથી માત્ર ૧ ગર્ભપાતનો કિસ્સો બની શકે છે. આપે સારા રેકોર્ડવાળા તપાસ કેન્દ્રને પસંદ કરવું જોઈએ તથા બરાબર ૧૦ અઠવાડિયા સુધી રાહ જોવી જોઈએ જેથી આ વિધિથી જોડાયેલા કોઈ પણ ખતરાને ઘટાડી શકાય.

સીવીએસ પછી યોનિમાંથી થોડાંક રક્તસ્ત્રાવ થાય તો તેને ગંભીર ન ગણાતા તમારા ડૉક્ટરને બતાવો. જો રક્તસ્ત્રાવ ત્રણ દિવસથી વધારે દિવસ રહે તો ડૉક્ટરને ખાસ જણાવો. જો કે ઈન્ફેક્શનનો કોઈ ડર નથી હોતો, પરંતુ થોડા દિવસોમાં જ તાવ આવે તો પણ ડૉક્ટરને બતાવો.

પહેલા તથા બીજા ત્રૈમાસિક

ઈંટીગ્રેટેડ સ્ક્રીનિંગ

એ શું છે? :-પહેલા ત્રણ મહિનાની કંબાઈન્ડ સ્ક્રીનિંગની જેમ ઈંટીગ્રેટેડ સ્ક્રીનિંગ ટેસ્ટમાં અલ્ટ્રા સાઉન્ડ અને બ્લડ ટેસ્ટ એમ બંને થાય છે. આ બાબતમાં અલ્ટ્રા સાઉન્ડ (એનટીની તપાસ), પહેલું બ્લડ ટેસ્ટ, પીએપીવીની તપાસ વગેરે પહેલા ત્રણ મહિનામાં કરવામાં આવે છે. બીજો બ્લડ ટેસ્ટ (ક્વૈડ સ્ક્રીનિંગની જેમ ચાર તથ્યોની તપાસ માટે) બીજા ત્રણ મહિનામાં કરવામાં આવે છે. આ ત્રણેય ટેસ્ટોના મિશ્રિત નિદાનથી સારવાર થાય છે.

બીજા સ્ક્રીનિંગ ટેસ્ટની જેમ આ પણ પ્રત્યક્ષ રીતે ક્રોમોસોમલ કોયડાઓની તપાસ નથી કરતું અને કોઈ વિશેષ દવાની તપાસ પણ નથી કરતું. આ ટેસ્ટ માત્ર એવી ધારણા પર થાય છે કે શિશુને કદાચ કોઈ તકલીફ થઈ શકે છે. આવી જાણકારી કરી શકો છો કે આપ ડાયગ્નૉસ્ટિક ટેસ્ટ કરાવવા માંગો છો કે નહીં?

એ કયારે થાય છે? :-આ અલ્ટ્રાસાઉન્ડ ૧૦ થી ૧૪ અઠવાડિયા વચ્ચે થાય છે. પહેલો બ્લડ ટેસ્ટ, અલ્ટ્રાસાઉન્ડવાળા દિવસે જ લેવાય છે અને બીજો બ્લડ ટેસ્ટ ૧૬ થી ૧૮ અઠવાડિયા વચ્ચે થાય છે. બીજા બ્લડ ટેસ્ટ પછી તપાસના રિપોર્ટ આપવામાં આવે છે. આ ટેસ્ટ કેટલા સાચા હોય છે. ગર્ભાવસ્થામાં પહેલા અને બીજા ત્રૈમાસિક એટલે કે છ મહિનાના જુદાજુદા ટેસ્ટના તપાસના પરિણામ અગાઉની તપાસથી (સગર્ભાવસ્થાની શરૂઆત પહેલાની તપાસ) વધારે સ્પષ્ટ હોય છે.ઈન્ટીગ્રેટેડ સ્ક્રીનિંગ ટેસ્ટમાં ૯૦ ટકા ડાઉન સિંડ્રોમ કેસ તથા ૮૦ થી ૮૫ ટકા સુધી ન્યૂરલ ટેસ્ટ ડિફેક્ટ્સની જાણ મેળવી શકાય છે.

એ ટેસ્ટ કેટલું સલામત છે?:- અલ્ટ્રા સાઉન્ડ અને બ્લડ ટેસ્ટમાં કોઈ પીડા થતી નથી. આમાં માતા કે શિશુને પણ કોઈ ખતરો નથી.

બીજા ત્રણ મહિના

ક્વૈડ સ્ક્રીનિંગ

આ શું છે? તેમાં ભ્રૂણ દ્વારા બનનાર ચાર પદાર્થોની તપાસ થાય છે, જે માતાના રક્તપ્રવાહમાં ભળે છે. ઑલ્ફા ફીટોપ્રોટીન, એસજી એસ્ટ્રીઓલ અને ઈનહિબિન એ, એમ

આ ત્રણ પદાર્થોની જ અમુક ડૉક્ટરો તપાસણી કરે છે. એએફવીના વધેલા સ્તરથી ન્યૂરલ ટ્યૂબ ડિફેક્ટનો અંદાજ લગાવાય છે. એએફવીનું ઘટતું સ્તર અને તેનાં અસામાન્ય સ્તર સંકેત આપી શકે છે કે ઉછેર પામી રહેલા શિશુને ક્રોમોસોમલ અસામાન્યતાથી જોખમ છે. કેમ કે ડાઉન સિંડ્રોમ બધાં સ્ક્રીન ટેસ્ટની જેમ ક્વૈડ પણ જન્મજાત વિકારોની જાણ કરી શકતું નથી. તે માત્ર જોખમનો અણસાર મેળવી શકે છે. કોઈ પણ અસામાન્ય ઉપાયનો એ જ મતલબ હશે કે હજુ આગળ તપાસની જરૂર છે.

રોચક રીતે અભ્યાસોથી જાણવા મળ્યું છે કે મહિલાઓ ક્વૈડ સ્ક્રીનિંગના નિદાનો અસામાન્ય આવે છે, પણ તેના પછીના ટેસ્ટ સાચા આવે છે, આવી મહિલાઓને ગર્ભાવસ્થાની અનેક મુશ્કેલીઓન સામનો કરવો પડે છે. જો આપને પણ એવા પરિણામ મળ્યા છે તો એ બાબતે ડૉક્ટર સાથે ચર્ચા કરી લો. આમાં એ વાતનું ધ્યાન રાખવાનું છે કે આવી જટિલતાઓ અને અસામાન્ય પરિણામોમાં ગાઢ સંબંધ હોઈ શકે છે.

એ ટેસ્ટ ક્યારે થાય છે?:- એ ટેસ્ટ ૧૪ થી ૨૨ સપ્તાહ વચ્ચે થાય છે.

એ ટેસ્ટ કેટલો સાચો હોય છે? :- એ લગભગ ૮૫ ટકા સુધી ન્યૂરલ ટ્યૂબ ડિફેક્ટની તપાસ કરી શકે છે. ૮૦ ટકા સુધી ડાઉનસિંડ્રોમ તથા ટ્રિસોમીની ૧૮ જાતની સમસ્યાની જાણ કરી શકે છે. સ્વતંત્ર ક્વૈડ સ્ક્રીનિંગના ખોટા પોઝેટીવ પરિણામ પણ આવે છે. ફક્ત ૫૦માંથી એક કે બે મહિલાઓમાં હાઈ રીડિંગ છતાં ભ્રૂણ પ્રભાવિત થાય છે. બાકીના ૪૮ અને ૪૯ માં આગળની તપાસથી જાણવા મળે છે કે હૉર્મોનલ સ્તર અસામાન્ય છે. જેમ કે ત્યાં એકથી વધારે ભ્રૂણ છે. એ ભ્રૂણ વિચારેલી વયથી નાના-મોટા હોઈ શકે છે અથવા તો પછી ટેસ્ટના પરિણામ ખોટા હોય છે. જો મહિલા એક જ ભ્રૂણને વિકસિત કરી રહી છે અને અલ્ટ્રાસાઉન્ડથી સાચી તિથિઓની જાણ થઈ જાય તો તેના પછી એમનિઓસેંટેસિસની સલાહ આપવામાં આવે છે.

એ કેટલું સલામત છે ? આ ટેસ્ટ સુરક્ષિત અને વિશ્વાસપ્રાત્ર છે.આ ટેસ્ટમાં માત્ર લોહીનો નમૂનો જોઈએ એટલા માટે એ ખૂબ સલામત છે. સહુથી મોટું જોખમ એ જ છે કે પોઝેટીવ પરિણામ પછી જોખમી તપાસ કરવાની શક્યતાઓ હોય છે. આ સ્ક્રીનિંગના આધાર પર કોઈપણ નિર્ણય લેતાં પહેલા કોઈ અનુભવી તબીબ કે જેનેટિક નિષ્ણાંતનો મત જાણો.

આ એક સરપ્રાઈઝ છે

ડાયગ્નૉસ્ટિક ટેસ્ટથી આપના શિશુના લિંગ અંગે જાણવા મળે છે, પરંતુ એ આપે નક્કી કરવાનું છે કે આપ આ તપાસ દરમિયાન એને જાણવા માગશો કે બર્થરૂમમાં જ એ રહસ્યને ખોલવા ઈચ્છશો. તમારા ડૉક્ટર સાથે એ બાબતે વાત કરી લો. જેથી આપનું સરપ્રાઈઝ જળવાઈ રહે. ભારત દેશમાં હવે લિંગની તપાસ કરાવવી ગુનો બને છે.

એમનિઓસેંટેસિસ

એ શું છે? ભ્રૂણની આ જુબાજુ ઘેરાયેલાં એમનિઓસેંટેસિસ દ્રવ્યમાં ભ્રૂણ કોશિકાઓ રસાયણ તથા માઈક્રોઑર્ગેનિઝ્મની મદદથી વિકસિત થઈ રહેલા શિશુ અંગે ઘણી જાણકારી લઈ શકાય છે. જેમ કે જેનેટિક મેકઅપ, વર્તમાન અને પરિપક્વતાની સ્થિતિ. પ્રસવ પૂર્વે નિદાનમાં આ તપાસ અગત્યની હોય છે. એ ત્યારે કરાય છે જ્યારે :-

- જ્યારે કોઈ સ્ક્રીનિંગ ટેસ્ટનું પરિણામ અસામાન્ય આવે ત્યારે ભ્રૂણના એમનિઓટિક દ્રવ્યની તપાસ ખૂબ જરૂરી બની જાય છે. જેથી જાણ થઈ શકે છે ક્યાંક ભ્રૂણમાં કોઈ અસામાન્યતા તો નથી ને!

- જો માતાની ઉંમર ૩૫ વર્ષથી વધારે છે તો શિશુ ડાઉન સિંડ્રોમનો ભોગ બની શકે છે, જેથી ડૉક્ટરના અભિપ્રાયથી આની તપાસ કરી શકાય છે.
- ઘરમાં પહેલેથી જ એક બાળક જન્મ લઈ ચૂક્યું છે, જે ક્રોમોસોમલ અસામાન્યતાથી ગ્રસ્ત છે, જેમ કે સિંડ્રોમ, મેટાવૉલિક ડિસ ઓર્ડર કે એન્જાઈમ ડેફીશિએન્સી વગેરે.
- જો માઁ કોઈ એક્સ લિંકડ જેનેટિક અસામાન્ય. જેમ કે હીમોશીલીયા રોગથી ગ્રસ્ત છે.
- ટૉમ્સોપ્લાઝમોસિસ, ફિફથો ડીસીઝ, સાઈટો મૈગાલોવાયરસ કે કોઈ અન્યથી ભ્રૂણના ચેપની શક્યતા છે.
- ગર્ભાવસ્થામાં પછીથી ભ્રૂણના ફેફસાઓની તપાસ અનિવાર્ય બની જાય છે.

એ કેવી રીતે થાય છે?:- આપને ચત્તે પાટ સુવાડીને અલ્ટ્રા- સાઉન્ડની મદદથી શિશુ અને પ્લેસેંટાની જાણ મેળવી શકાય છે, જેથી ડૉક્ટર આ પ્રક્રિયામાં તેને સ્પષ્ટ રીતે જોઈ શકે. બની શકે છે કે લોકલ એનેસ્થીસિયાનું ઈન્જેક્શન આપીને પેટના નીચેના ભાગને બહેરો કરવામાં આવે, પરંતુ આ ઈન્જેક્શનની પ્રક્રિયા ખૂબ જ પીડાકારક હોય છે. એટલાં માટે ડૉક્ટર ઈન્જેક્શન આપતા નથી. આપના ગર્ભાશયમાં એક લાંબી પોલી સોય પહોંચી જાય છે અને એમાં થોડું એમનિઓટિવ દ્રવ્ય લેવામાં આવે છે. (ભ્રૂણ પોતાની મેળે એ દ્રવ્યની ફરીથી પૂર્તિ કરી લે છે) તેની સાથોસાથ અલ્ટ્રાસાઉન્ડ પણ થતો રહે છે, જેથી ભૂલથી પણ ભ્રૂણને કોઈ પ્રકારની ઈજા ન પહોંચે કે તેને સોય ન ખૂંચે. આ પૂરી પ્રક્રિયામાં અડધો કલાક લાગે છે, જ્યારે દ્રવ્ય લેવામાં માંડ ૧-૨ મિનિટ લાગે છે. જો આપ આરએચ નેગેટીવ છો તો આપને એમનિઓસેંટેસિસ પછી આરએચ ઓર્ગેમ ઈમ્યૂન ગ્લોબૂલિનનું ઈન્જેક્શન આપવામાં આવે છે, જેથી આર એચ સાથે સંકળાયેલી સમસ્યાઓ ઉભી થઈ ન શકે.

એ ક્યારે થાય છે? :- આ ગર્ભાવસ્થા ૧૬ થી ૧૮ અઠવાડિયા વચ્ચે થાય છે, પરંતુ ઘણીવાર ૧૩ કે ૧૪ કે પછી ૨૩ કે ૨૪માં અઠવાડિયામાં પણ કરી શકાય છે. ૧૦ થી૧૪ દિવસમાં તપાસના રિપોર્ટ આવી જાય છે. અનેક પ્રયોગ શાળાઓમાં ફિશ ટેકનિક (ફલોરોસેંટ ઈન સિટૂ હાઈબ્રીડિજેશન)નો પ્રયોગ કરાય છે. જેમાં કોશિકાઓના નિશ્ચિત ક્રોમોસોમલના નંબર ઝડપથી ગણી શકાય છે. આને એમનીઓસેંટેસિસ નમૂનામાં પણ ઝડપથી પરિણામ મેળવવા માટે કરી શકાય છે. જો કે આ પરિણામો પૂરા નથી થતાં આથી લેબમાં બીજી ક્રોમોસોમલ તપાસ પણ કરી શકાય છે. આ ટેસ્ટ આખરના ત્રણ મહિનામાં પણ થઈ શકે છે, જેથી ભ્રૂણના ફેફસાઓની પરિપક્વતા તપાસી શકાય.

એ કેટલા સાચા હોય છે ? :- એ ૯૯ ટકાથી વધારે સાચા હોય છે. એક સામાન્ય ફિશ ટેસ્ટ લગભગ ૯૮ ટકા સાચો હોય છે.

એ કેટલા સલામત છે? :-આ ટેસ્ટને પૂરી રીતે સલામત માનવામાં આવે છે. ૧૬૦૦માંથી એક કિસ્સામાં ગર્ભપાતની શક્યતા હોઈ શકે છે. આ પ્રક્રિયા પછી અમુક કલાક સુધી સામાન્ય (આંચકી ચૂક) વળ-આમળ જેવું થાય છે. અમુકવાર દર્દ થાય છે. અમુક ડૉક્ટર આ ટેસ્ટ પછી આરામ કરવાનું સૂચવે છે, અમુક નથી પણ સૂચવતા ક્યારેક સામાન્ય પ્રકારનો રક્તસ્રાવ કે દ્રવ્યનો સ્રાવ થઈ શકે છે. જો કે થોડા આરામથી રાહત

એમનિયો જટિલતા

એમ તો સમનિયોસેંટેસિસમાં તકલીફો ઓછી થાય છે. ૧૦૦માંથી માત્ર એકને ટેસ્ટમાં એમનિયોટિક દ્રવ્યના સ્રાવની ફરીયાદ જોવા મળે છે. જો આપને યોનિ દ્વારા કોઈ સ્રાવની જાણ થાય તો એ જ વખતે ડૉક્ટરને બતાવો. બની શકે છે કે સ્રાવ થોડા દિવસમાં બંધ થઈ જાય પરંતુ આ દિવસોમાં પૂરો આરામ અને સાવધાની રાખવાની જરૂર પડશે.

મળે છે પરંતુ સાવચેતી રાખવાનું ભૂલશો નહીં.

બીજા-ત્રણ મહિના અલ્ટ્રાસાઉન્ડ

એ શું છે? :- ભલે આપ ગર્ભધારણ પછી પહેલી તિમાહીમાં કે ફરી કંબાઈન્ડ કે ઈંટીગ્રેટેડ સ્ક્રીનિંગ ટેસ્ટમાં આપનું અલ્ટ્રાસાઉન્ડ કરાવી ચૂકી છો, પરંતુ તેમ છતાં આપને બીજા ત્રેમાસિકમાં અલ્ટ્રાસાઉન્ડ કરાવવો પડશે. જેમ કે એનાથી ભ્રૂણના વિકાસ તથા અંગોની રચનાનું પણ અનુમાન થઈ શકે છે, તેમાં આપને શિશુની વધારે સરસ છબી જોવા મળે છે.

આ જકાલ અલ્ટ્રાસાઉન્ડની તસ્વીરો એટલી સારી હોય છે કે, જે તેના નિષ્ણાંત નથી તેવા માતા-પિતા શિશુની નખશિખ છબીને જોઈને રાજી થાય છે. આપ એ અલ્ટ્રાસાઉન્ડમાં ડૉક્ટરની મદદથી તમારા શિશુનું ધબકારા લેતું હ્યદય, તેના કરોડ વળાંક ચહેરા, બાહુ તથા પગોને જોઈ ઓળખી શકો છો. બની શકે છે કે તે આપને અંગૂઠો ચૂસતું પણ જોવા મળે. આ રીતે લિંગની ઓળખ પણ થઈ જાય છે. જો આપ તેને સરપ્રાઈઝ રાખવા ઈચ્છો છો તો ડૉક્ટરને પહેલેથી જ જણાવી દો. મોટાભાગના કિસ્સાઓમાં આપ એ અલ્ટ્રા-સાઉન્ડની ૩-ડી કે ૪-ડી ડિઝિટલ વીડિયો ઘરે લાવી શકો છો. જેથી કુટુંબના સભ્યો અને ખાસ સંબંધીઓને બતાવી શકાય.

એ કયારે થાય છે? ખાસ કરીને ૧૮ થી ૨૨ અઠવાડિયા આ ટેસ્ટ થાય છે.

એ કેટલું સલામત છે? :- આમાં કોઈ જોખમ નથી, પરંતુ ફાયદા અનેક છે. ડૉક્ટર ખાસ કરીને ગર્ભાવસ્થામાં અનેકવાર અલ્ટ્રા સાઉન્ડ પરીક્ષણની સલાહ આપે છે, અમુક વિશેષજ્ઞ એવા છે, જેમનાં મત અનુસાર વિશેષ સંજોગોમાં જ અલ્ટ્રા સાઉન્ડ ટેસ્ટ થવો જોઈએ, બાકી નહીં.

અન્ય પ્રકારની જન્મ પૂર્વેની તપાસ :- દિન-બ દિન વિજ્ઞાન વિકાસ પામી રહ્યું છે. નવી નવી શોધો થઈ રહી છે. અનેક રોગોની નવી નવી દવાઓ બજારમાં આવી રહી છે. અનેક પ્રકારના ટેસ્ટ તથા તપાસ પણ થવા લાગ્યા છે, જેમાના મુખ્ય નીચે મુજબ છે.

પરક્યુટેનિયસ અમ્બલીકિલ બ્લડ સૈંપલિંગ :પીયુબીએસ ટેસ્ટ ગર્ભાવસ્થાના ૧૮માં અઠવાડિયામાં થાય છે. એનાંથી અનેક લોહી તથા ચામડીના રોગોની જાણ થાય છે, જે ફ્રમનિઓસેંટેસિસમાં જાણ થતી નથી. જો એમનિઓસેંટેસિસના પરિણામથી જાણવા મળે છે કે શિશુ કોઈ ગંભીર રોગના ચેપનો ભોગ તો નથી બન્યુ ને! જેમ કે રૂબેલા, ટૉક્સો પ્લાઝમોસિલ, ફિક્ક ડીસીઝ. જો કે આ ટેસ્ટ નવો છે પણ તેના પરિણામ સંતોષકારક જોવા મળ્યાં છે.

એ ટેસ્ટ પણ એમનિઓસેંટિસિસની જેમ જ હોત, પણ એમ્નિયોટિક સૈકમાં નાખવાના બદલે ગર્ભવસ્થા શિશુના અંબલિકન કોર્ડની રક્ત વાહિનીમાં નાખવામાં આવે છે. એના જે તે રિપોર્ટ ત્રણ દિવસમાં મળે છે. આ તપાસથી સહુથી પહેલા ડિલીવરી થવી કે બરોળના ફાટવાનો સામાન્ય ભય પણ હોય છે.

ભ્રૂણ લિંગ નિર્ધારણના માટે મેટરનલ બ્લડ ટેસ્ટ : જો કે આ ટેસ્ટ હજુ પ્રયોગ અવસ્થામાં છે, પરંતુ વારસાગત કારણો શોધવાના સ્ક્રીનિંગ માટે એ શ્રેષ્ઠ છે, જે માત્ર નર શિશુ પર જ અસર કરે છે.

સ્ક્રીન સેમ્પલિંગ : ભ્રૂણની ચામડીના થોડા નમૂનાને લઈને તપાસ થાય છે.

ભ્રૂણ સ્ક્રીન

અનેકવાર સ્ક્રીનમાં વારંવાર તપાસ કરાવવા છતાં પણ સાચું પરિણામ જોવા મળતું નથી, ત્યારે આપ એવી ચિંતામાં પડી જાવ છો કે જેનાથી આપ ખરેખર બચવા ઈચ્છતા હતા. આ બાબતમાં આપ ડૉક્ટરનો અભિપ્રાય લીધા પછી જ કોઈ બીજા પગલાં ભરો. મોટાભાગે ૯૦ ટકા મહિલાઓ પોઝેટીવ સ્ક્રીન ટેસ્ટ પછી તંદુરસ્ત શિશુઓને જન્મ આપે છે.

જો કોઈ સમસ્યા હોય તો

સામાન્ય રીતે પરિણામોથી એની જાણ થાય છે કે બધું જ સમુસૂંતરૂં હશે, પરંતુ ઘણીવાર એવી ખબર પણ સામે આવી જાય છે. જે મા-બાપને ચિંતાગ્રસ્ત કરવા માટે પૂરતી હોય છે.આવી હાલતમાં, આવનાર સમય માટેઆપ નિષ્ણાંતની સલાહ લો, જે શક્ય એટલા સારા વિકલ્પ આપી શકે છે.

ગર્ભાવસ્થામાં લેવાતી સલાહ : કેટલાય મામલામાં એવાં હોય છે કે માતા-પિતાને જાણ થાય છે કે આવનાર શિશુ સ્વસ્થ અને સામાન્ય નથી અને તેઓ કોઈપણ હાલતમાં ગર્ભપાત કરાવવા નથી માંગતા. આવા સંજોગોમાં તેઓ શિશુના જન્મથી પહેલા જ પોતાની જાતને એવી વિકટ સ્થિતિ માટે તૈયાર કરવા લાગે છે. તેઓએ શિશુના જીવનની ઉત્તમતાના ઉપાય જાણી શકે છે. એમાં માવતર સમસ્યાઓથી છૂટકારો મેળવવા માટે હામ ભીડી શકે છે અને ભાવનાત્મક તથા વ્યવહારિક રીતે પડકારનો સામનો કરી શકે છે.

ગર્ભાવસ્થાની સમાપ્તિ- પૂર્ણતા : જો કોઈ એવું પરિણામ સામે આવે છે જેમાં વિકૃતિ જીવલેણ હોઈ શકે છે તો એવા સમયે મા-બાપ નિષ્ણાંતની સલાહથી ગર્ભપાત કરવા માટે તૈયાર થઈ શકે છે. જો કે તેઓએ પહેલા ઓટોપ્સીનો અભિપ્રાય લઈ શકે છે, જેમાં ભ્રૂણની કોશિકાઓનું સાવચેતીપૂર્વક પરીક્ષણ થાય છે. આવા પરીક્ષણથી હવે પછીની ગર્ભાવસ્થામાં આ પ્રકારની અસમાનતા જોવા ન મળે. તેઓએ તપાસ તથા નિષ્ણાંતના મત પછી સ્વયંને હવે પછીની સામાન્ય ગર્ભાવસ્થા માટે તૈયાર કરે છે. આવાં મોટાભાગના કિસ્સાઓમાં તંદુરસ્ત બાળકનો જન્મ થાય છે.

ભ્રૂણની પ્રસૂતિ પહેલાં સારવાર : આમાં બ્લડ ટ્રાંસફ્યૂઝન આરએચ રોગમાં સર્જરી (જેમકે બંધ બ્લેડરને કાઢવું) એન્જાઈમ કે કોઈ દવા દેવી (જ્યારે ડિલીવરી જલ્દી કરવી હોય તો શિશુના ફેફસાનો વિકાસ ઝડપી કરવા માટે) કે પછી કોઈ બીજી પ્રસવ પૂર્વની સર્જરી, જેનેટિક મેનીપુલેશન વગેરેને સામેલ કરી શકો છો. આ જકાલ આ બધું સામાન્ય થતું જાય છે.

અંગદાન કરવું: જો તપાસમાં જણાયું કે ભ્રૂણ જીવતું નહીં રહી શકે તો માતા-પિતા તેનાં નિરોગી અંગ કોઈ બીજા નવજાતને દાનમાં આપવાનો નિર્ણય લઈ શકે છે. આવું અંગદાન કરવાથી તેમને લાગે છે કે તેમના નુકશાનની થોડી તો ભરપાઈ થશે. આવી સ્થિતિમાં કોઈ નિયોનેટોલૉજિસ્ટ સાચી જાણકારી આપી શકે છે.

જ્યાં સુધી પ્રસવ પૂર્વના નિદાનની વાત છે ત્યાં સુધી હંમેશા એ યાદ રાખો કે સારામાં સારી સગવડોવાળી લૅબોરેટરીમાં પણ ગરબડ થઈ શકે છે. નિષ્ણાંતો અને સારી ટેકનિકો છતાં ભૂલો થઈ શકે છે. આવી અવસ્થામાં કોઈ વિશેષજ્ઞની સલાહ વિના આગળ વધશો નહીં.

યાદ રાખો કે મોટાભાગે આવા કિસ્સા જૂજ જોવા મળે છે, જેમાં શિશુને એવી તપાસમાં સમસ્યા હોય. સામાન્ય રીતે તંદુરસ્ત માતાઓ, તંદુરસ્ત બાળકને જન્મ આપે છે. છેલ્લે બધી જ સમસ્યાઓ તથા સંદેહોનું ધુમ્મસ દૂર થાય છે અને ગર્ભાવસ્થાનું સુખદ પરિણામ સામે આવે છે.

એમ આર આઈ : આમાં ભ્રૂણ તથા તેની વિશેષતાઓના વિષયમાં સંપૂર્ણ જાણકારી મળી જાય છે. સંશોધકો વધારે ઉત્તમ સારવારની શોધ માટે પ્રયોગશીલ છે. ગર્ભાવસ્થામાં એનો પ્રયોગ પૂરી રીતે સલામત છે.

કોકાર્ડિયો ગ્રાફી : આનાથી ભ્રૂણના હૃદયની તપાસ થાય છે. આ ટેસ્ટ (અલ્ટ્રા સાઉન્ડ) હૃદયમાં જનાર રક્ત પ્રવાહને દર્શાવે છે.

★★★

આપની ગર્ભાવસ્થાની જીવનશૈલી

નિશ્ચિત જ રીતે હવે આપ તમારી રોજિંદી જિન્દગીમાં અમુક પરિવર્તન લાવવા ઈચ્છશો. કેમ કે હવે આપ માત્ર આપના માટે નહીં, કોઈ બીજા માટે પણ જીવી રહી છો, પરંતુ આપને એ વાતની હેરાની હશે કે આપની જીવનશૈલીમાં કેટલો મોટો ફેરફાર થવાનો છે! ડિનર પહેલાની કોકટેલને યાદ કરો! શું તેને પ્રસવ સુધી (મુલતવી રાખવું) છોડવું પડશે? હૉટ ટબમાં ડૂબકીઓ અને જિમ પણ છૂટી જશે ને! શું આપ એ ખરાબ વાસવાળા તરલ પદાર્થથી આપના ઘરના સિંકને સારૂ કરી શકશો? હવે આપને આપની બિલાડીની થૂંકવાળી વાત પર પણ ધ્યાન દેવું પડશે. પ્રેગનેન્ટ થવાનો મતલબ છે કે આપે આપના ઓરડામાં સહેલી દ્વારા સિગારેટનો ધુમાડો અને માઈક્રોવેવમાં ખાણું રાખવા જેવી બાબતો પર પણ બે વાર વિચારવું પડશે. એવી વાતો, જેનાં અમુક બાબતોમાં અમે કહીશું કે હા..એ ઠીક છે (જેમ કે હું વાહન નહીં ચલાવું.. આભાર..) પરંતુ બાકીની તમામ બાબતોમાં આપે થોડીક સાવચેતી રાખીને, પહેલાંની જેમ મોજ-મસ્તીમાં જીવવાનું છે.

આપ શું વિચારી રહી હશો ?

રમત-ગમત અને કસરત

"શું હું ગર્ભવતી હોવા છતાં મારો નિયમિત વ્યાયામ કરી શકું ખરી?"

મોટાભાગના મામલામાં ગર્ભાવસ્થાનો મતલબ એ નથી થતો કે આપ રમવાનું છોડી દો. બસ એટલું ધ્યાન રહે કે આપે આપના ગર્ભસ્થ શિશુને પણ સાચવવાનું છે. અમુક ડૉક્ટર ગર્ભવતી મહિલાઓને એવી જ સલાહ આપે છે કે તે થોડી કાળજી રાખીને પોતાના વર્કઆઉટ રૂટીન કે રમત ગમત, હરવું-ફરવું-ચાલુ રાખી શકે છે. એ વાત ખાસ અગત્યતા ધરાવે છે કે આપ કોઈ નવી રમત કે વર્કઆઉટ શરૂ કરતાં પહેલા ડૉક્ટરની સલાહ લો. એટલી કસરત પણ ન કરો કે થાકીને લોથપોથ થઈ જાવ.

કૅફીન

હું દિવસ દરમિયાન અનેક કપ કૉફી પી જતી હતી. શું હવે મારે કૉફી પીવાનું છોડી દેવું જોઈએ?

આપે સંપૂર્ણ રીતે કૉફી પીવાનું છોડવું જોઈએ નહીં. બસ તેનું થોડું પ્રમાણ ઘટાડવું જરૂરી છે. અનેક પૂરાવાઓથી જાણ થઈ છે કે આવી અવસ્થામાં દરરોજની ૨૦૦ મિ.ગ્રામથી કૉફી વધી ન જાય તે રીતે લેવાથી સલામત છે. અહીં એ વાત પર પણ નિર્ભર કરે છે કે આપ દૂધની સાથે લો છો કે માત્ર બ્લેક કૉફી? જો એવું હોય તો આપે બે કપનું પ્રમાણ રાખવું પડશે. સામાન્ય કૉફી કરતાં વિશેષ કૉફીનું પ્રમાણ તો ઘટાડવું જ પડશે.ખરેખર તો આપ કૉફીમાં જે કૅફીન લો છો, તે કૉફી સિવાય પણ બીજા ઘણા તરલ પદાર્થોના હોય છે. એ કેવી રીતે, કંઈ કહે શિશુ સુધી પહોંચે છે એના વિશે કહી શકતાં નથી. જો કે તાજી જાણકારી તો નથી પણ ગર્ભના શરૂઆતના દિવસોમાં કૅફીનની વધુ માત્રાથી ગર્ભપાત થઈ શકે છે.

કૅફીન અંગે બીજી એક પણ જાણકારી છે. તેમાં પિક-મી અપ તાકાત તો છે પરંતુ એ કૅલ્શિયમ અને બીજા પોષક તત્વોને શરીરમાં પૂરેપૂરા ભેળવતાં પહેલા જ વહાવી દે છે. આના કારણે આપને વારંવાર પેશાબ કરવા જવું પડે કૅફીનના માદક દ્રવ્ય આપના મૂડમાં વધ-ઘટ કરી શકે છે. તો કદાચ રાતની નીંદર નિરાંતથી નહીં લઈ શકો. જો વધારે કૅફીનની માત્રા લેવાઈ ગઈ તો ગર્ભસ્થને (શિશુને) મળતી આર્યનની માત્રા ઘટી શકે છે.

દરેક ડૉક્ટર આ અંગે જુદા જુદા મત આપે છે એટલા માટે આપના ડૉક્ટરને તેના સેવનની માત્રા જણાવીને ડૉક્ટરના સૂચન મુજબ વર્તી શકે છે. રોજની કૉફીની માત્રાનો અંદાજો, પ્રતિકપ કૉફીની જેમ લગાવી ન શકાય. કૉફી ઉપરાંત પેય પદાર્થો, આઈસ્ક્રીમ, ચા, એનર્જી બાર તથા ડ્રિંક અને ચોકલેટમાં પણ કૅફીન હોય છે. ઉત્પાદકોના હિસાબથી પ્રમાણ જૂદું જૂદું હોઈ શકે છે. આપે એ પણ માનવું પડશે કે ઘરમાં બનેલી બ્રૂની તુલનામાં કૉફી હાઉસની બ્રૂમાં વધારે કૅફીન હોય છે.

આપ કૅફીનની આદતથી કેવી રીતે મુક્તિ મેળવી શકો? કોઈપણ આદતને છોડવી માણસના પોતાના હાથમાં છે. આપના માટે કૅફીન શા માટે મહત્વનું છે? તેમાં શું છે? શું એ આપની સવારનો ખાસ હિસ્સો છે? કામના માટે જરૂરી છે? બપોરની નીંદર પછી જોઈએ કે દિવસમાં મરજી મુજબ? આદત છોડવા માટે સહુથી પહેલા દૃઢ મનોબળ બનાવો. ભલે સવારે એકવાર કૉફી પીવો, પરંતુ એ પછીના બીજા કપનું પ્રમાણ ઘટાડવું પડશે. એકદમ નહીં ઘટે. બપોરની કૉફીના આખા કપના બદલે અડધો કપ લો. આપ કૉફીમાં એસપ્રેસોનું પ્રમાણ ઘટાડીને દૂધની માત્રા વધારો. આનાથી આપને કૅલ્શિયમનું બોનસ પણ મળશે.

જો આપ કૉફીની વ્યસની છે તો એ પણ જાણતી હશો કે એને છોડવું સહેલું નથી. કોઈ પણ વસ્તુનું વ્યસન થઈ જાય તો તેને છોડવાના કારણે બીજી આડ અસરો, તકલીફો ઉભી થાય છે. જેમ કે માથાનો દુઃખાવો, બેચેની, થાક,આળસ, કંટાળો વગેરે. આપે જે વ્યસનને છોડવું હોય તેનું પ્રમાણ ધીમેધીમે ઓછું કરવું.આપ પહેલા એક કપની માત્રા ઘટાડો જ્યારે તેની આદત પડી જાય તો દરેક એક કપને અડધો કરી દો.આ રીતે તમે ધીમેધીમે કૉફીના વ્યસનમાંથી મુક્ત થઈ જશો.

જો આપ નીચે જણાવેલા સૂચનોનો અમલ કરશો તો ઊર્જા મેળવવા માટે વારંવાર કૉફીની જરૂર નહીં રહે.

- તમારા બ્લડ સુગર અને ઊર્જાનું સ્તર ઊંચું રાખો. તાજા અને પોષ્ટિક આહારથી પણ આપને કૅફીન લેવાની જરૂર નહીં પડે.
- દરરોજ થોડી કસરત કરો. એનાથી ઊર્જાનું સ્તર તથા એંડ્રોફિનનો સ્રાવ વધશે. કસરતની સાથે મળેલી તાજી હવા તો કમાલનો જાદુ કરશે.
- સમયસર ઊંઘ લો. રાતભર નિરાંતની નિદ્રાના કારણે આપ સવારે તાજગી અને સ્ફૂર્તિ અનુભવશો. કદાચ આપને કૉફી પીવાની જરૂર જ ન પડે.

કૅફીન કાઉન્ટર

આપ દરરોજ કૅફીનને કેટલા પ્રમાણમાં લો છો, તેનું અનુમાન ૨૦૦ મિ.ગ્રા.થી વધતું-ઘટતું ચિત્ર સ્પષ્ટ થઈ જશે. નીચેની સૂચીની મદદ લો.

૧ કપ બ્રૂ કૉફી (૮ ઔંસ)	=	૧૩૫ મિગ્રા.
૧ કપ ઈંસ્ટન્ટ કૉફી	=	૯૫ મિગ્રા.
૧ કપ ડીકેફ કૉફી	=	૫ મિ.ગ્રા.
૬ ઔંસ કૈપેચીનો	=	૯૦ મિ.ગ્રા.
૧ ઔંસ એસ્પ્રેસો	=	૯૦ મિ.ગ્રા.
૧ કપ ચા	=	૯૦ થી ૬૦ મિ.ગ્રા.
(લીલી ચાના બદલે કાળી ચામાં વધારે કૅફીન હોય છે)		
૧ કેન કોલા (૧૨ ઔંસ) ૨૩૫ મિ.ગ્રા. કૅફીન		
૧ કેન ડાઈટ કોલા	=	૪૫ મિ.ગ્રા.
૧ ઔંસ મિલ્ક ચોકલેટ	=	૬ મિ.ગ્રા.
૧ ઔંસ ડૉર્ક ચોકલેટ	=	૨૦ મિ.ગ્રા.
૧ કપ ચોકલેટ મિલ્ક	=	૫ મિ.ગ્રા.
૮ ઔંસ કૉફી આઈસ્ક્રીમ	=	૪૦-૮૦ મિ.ગ્રા.

દારૂનું સેવન કરવું

મને ખબર ન હતી કે હું ગર્ભવતી છું. મેં અજાણતામાં બે વાર દારૂ પીધો. શું એનાંથી શિશુને નુકશાન થઈ શકે છે?

સામાન્ય રીતે શરૂઆતના ગાળામાં માતાને સગર્ભા હોવાની જાણ થતી નથી. આ દરમિયાન સગર્ભા સ્ત્રી એવા એક- બે કામ કરી લે છે. જો તેને સગર્ભા હોવાની જાણ હોત તો ન કરતી. આથી અમે અહીં કેટલાક મુદ્દાઓની ચર્ચા કરીએ છીએ.

એ વાતનો કોઈ પૂરાવો નથી મળતો કે ગર્ભના શરૂઆતના સમયમાં થોડો-ઘણો દારૂ પીવાથી ભ્રૂણને નુકશાન થયું હોય! એટલા માટે ચિંતા કરવાની જરૂર નથી.

એ સાચું છે કે હવે આપે દારૂ પીવાના શોખને છોડવો પડશે. કદાચ આપે એવી મહિલાઓ વિશે સાંભળ્યું પણ હશે, જે પૂરા નવ મહિના સુધી રાતના સૂતી વખતે પણ એક ગ્લાસ વાઈન લેવા છતાં તમામ તંદુરસ્ત બાળકોને જન્મ આપી શકી હતી, પરંતુ આવા કિસ્સા એ વાતની ગેરંટી નથી આપતાં કે આપ પણ નિરોગી શિશુને જન્મ આપી શકશો?

અમેરિકન અકાદમીના બાળકોનાં નિષ્ણાંત ડૉક્ટરોની સલાહ લે છે કે ગર્ભવતી માતા માટે આલ્કોહોલનું સેવન નુકશાનકારક હોય છે. આવી ભલામણ પછી પણ આપે કરેલા દારૂ સેવન માટે ગભરાશો નહીં. આપ ઈચ્છો તો આપના ડૉક્ટરની સલાહ લઈને નિશ્ચિંત બની શકો છો.

જ્યારે પણ નાનકડો મહેમાન આવવાનો હોય ત્યારે આપણે જાતે જ ખુદની દેખરેખ રાખવામાં શું ખોટું છે? જો કે એની કાળજીની માત્રા અંગે કોઈ જાણતું નથી પરંતુ ગર્ભાવસ્થામાં આલ્કોહોલના સેવનની વાત આવે છે તો દરેક મહિલાના હિસાબથી દારૂ માતા દ્વારા બાળકના લોહીમાં ભળે છે. આમ કહી શકાય કે એક ગર્ભવતી સ્ત્રી એકલી દારૂ પીતી નથી. તે દરેક વાઈન, કોકટેલ કે બીયરનો ગ્લાસ પોતાના બાળક સાથે પીવે છે. આમાં જેવા પરિણામની શક્યતા હોઈ શકે છે તે અંગે આપ જ અંદાજ લગાવી લો.

જો ગર્ભવતી મહિલા દરરોજ દારૂ કે બીયર પાંચ-છ પેગ લે તો અનેક જાતની ગંભીર પ્રકારની

હેરાનગતિ થઈ શકે છે. કહે છે કે આ હેગઓવર આખી જિન્દગી જળવાઈ રહે છે. આવી હાલતમાં જન્મ લેનાર શિશુઓનો આહાર સંપૂર્ણ થતો નથી. માનસિક વિહવળતા જોવા મળે છે. માથું, મોં, હૃદય, હાથ-પગ તથા કેન્દ્રીય નાડીઓના તંત્રમાં પણ ગરબડ થઈ શકે છે. આવા બાળકો ઓછી ઉંમરે જન્મે છે. જે બાળકો બચી જાય છે તેમને કોઈને કોઈ શારીરિક તકલીફ હંમેશા ચાલુ રહે છે. તેઓ મંદબુધ્ધિના હોઈ શકે છે. આવા બાળકો જાતે કોઈ નિર્ણય લઈ શકતા નથી. તેઓ પોતે ૨૧ વર્ષની ઉંમર થતાં સુધીમાં દારૂના બંધાણી બની જાય છે. આમ ગર્ભાવસ્થામાં શરાબ પીવાનું છોડી દેવાથી જ આવનાર બાળક તંદુરસ્ત જન્મી શકે છે. દારૂ પીવાથી પ્રસૂતિ સમયે તકલીફ પડી શકે છે ગર્ભપાતનો ભય રહે છે. જન્મ વખતે બાળક ઓછાં વજનનું પેદા થાય છે. આ તમામ મુશ્કેલીથી બચવા દારૂ સેવન બંધ કરવુ તમારા તથા શિશુના હિતમાં છે.

અમુક મહિલાઓ માટે ગર્ભાવસ્થામાં દારૂથી છૂટકારો સરળ બને છે. કેમ કે આવી સ્ત્રીઓને દારૂની ગંધ ગમતી નથી. આમ તેમનું દારૂનું વ્યસન ગર્ભાવસ્થાથી જ છૂટે છે. વળી જે ડિનરમાં રેડ વાઈન લે છે, તેમણે તેમની જીવનશૈલીમાં થોડો ફેરફાર કરવાની જરૂર છે. જો આપ મોજ શોખ કે નિરાંત અનુભવવા પીઓ છો તો બીજા ઉપાયો શોધો, જેમ કે સંગીત સાંભળો, ગરમ પાણીમાં સ્નાન કરો, માલિશ કે વ્યાયામ કરો અથવા તો વાંચન કરો. જો આપને પીધા વિના ચાલે તેમ નથી કે દારૂ છોડવા નથી માગતી તો લંચમાં બ્લડી મેરીની જગ્યાએ વર્જિન મેરી લો. ડિનરમાં જયૈસ કે નોન-આલ્કોહોલ બીયર લો. જયૂસમાં પાણી મેળવીને એવી રીતે લો, જેમ આપ વાઈન લો છો! ગ્લાસ અને માહોલ પણ એવો જ હોય! જો એમાં પતિદેવ સાથ આપશે તો મજા બમણી થઈ જશે.

જો આલ્કોહોલ છોડવામાં પરેશાની થઈ રહી હોય તો આપના ડૉક્ટરની સલાહ લો. તેઓની પાસે કોઈ તબીબી કોર્સ કરાવો જે તમને મદદરૂપ બની શકે છે.

પાઈપ અને સિગારથી બચો

પાઈપ તથા સિગાર પીવાનું છોડશો તો સહુથી મોટામાં મોટો ઉપકાર તમે તમારા બાળક પર કરશો. કદાચ એ મનોમન આપનો આભાર માને. થેંક્યુ મમ્મી..!! પાઈપ તથા સિગારમાં સિગારેટ કરતાં ધૂમાડાનું પ્રમાણ વધુ હોય છે. તે તમારા શ્વાસોમાં જાય છે અને બાળક માટે મોટુ જોખમ ઊભું કરે છે. જો આપ આપના આવનાર નાનકડા મહેમાનની તંદુરસ્તી ઈચ્છતી હોય તો ધૂમ્રપાન બંધ કરી દો. એનાં બદલે ચોકલેટથી બનેલા સિગાર તથા પાઈપનો ઉપયોગ કરી શકો છો.

ધૂમ્રપાન

"હું છેલ્લાં દસ વર્ષોથી સિગારેટ પીવું છું, શું એનાથી મારા બાળકને નુકશાન થશે?"

આપના માટે ખુશીની વાત છે કે આપે ગર્ભવસ્થા પહેલાં જે ધૂમ્રપાન કર્યુ છે, તેની કોઈ અસર ગર્ભસ્થ શિશુ પર નહીં થાય, પરંતુ ગર્ભાવસ્થા તથા ખાસ કરીને ત્રીજા મહિને ધૂમ્રપાન કરવાથી આપને તથા શિશુના આરોગ્યને જોખમ થઈ શકે છે. જયારે આપ ધૂમ્રપાન કરે છો તો તમારા ભ્રૂણને ધૂમાડાથી ભરેલી કૂખમાં ઉછેરો છો. એનાથી ભ્રૂણથી હૃદયગતિ વધી જાય છે અને ઑક્સિજનની ઓછપના લીધે તે સ્વાભાવિકપણે વિકાસ પામી શકતું નથી.

એના મોટા જોખમકારક પરિણામો આવી શકે છે. ગર્ભાવસ્થા દરમિયાન પણ અનેક પ્રકારની સમસ્યાઓ પેદા થઈ શકે છે. ઈક્ટોપિક પ્રેગનેન્સી, એબનોર્બલ પ્લેસેંટલ ડિટેચમેંટ, પ્રીમેચ્યોર રપ્ચર ઑફ મૅમ્બ્રેન વગેરે પણ સામેલ છે. એટલે સુધી કે પ્રસવ પહેલા જ પ્રસૂતિ થઈ જાય છે અને અધુરા મહિને બાળક જન્મે છે. પૂરાવા મળ્યા છે કે ધૂમ્રપાનથી શિશુનો વિકાસ ખરાબ રીતે અવરોધાય છે. સહુથી મોટું જોખમ તો એ હોય છે જે જન્મ

લેનાર બાળકોનું વજન ઓછું હોય છે. લંબાઈ ઓછી હોય છે અને માથાનો ઘેરાવો પણ ઓછો હોય છે. આના લીધે શિશુ પ્રસવ વખતે બીમાર થઈ જાય છે કાં તો તેનુ મૃત્યુ પણ થઈ જાય છે.

ધૂમ્રપાન કરનારી મહિલાઓના શિશુઓમાં સિડસસિંડ્રોમ જોવા મળે છે. તેઓ એ બાળકો જેવા તંદુરસ્ત નથી હોતા, જે મહિલાઓ ધૂમ્રપાન નથી કરતી. એ શિશુઓમાં શારીરિક તથા બૌધ્ધિક ખામી જોવા મળે છે, જે માતા-પિતા તેની આ જુબાજુ ધૂમ્રપાન કર્યા કરે છે ત્યારે તો જોખમ વધી જાય છે. ધૂમાડાથી શિશુઓની ઈમ્યુન સિસ્ટમ નબળી પડે છે, શ્વસનતંત્રમાં હાનિ થાય છે. કાનમાં તો ધૂમાડાનો તરત જ ચેપ લાગે છે. અભ્યાસ સંશોધનોનું તારણ છે કે આવા બાળકોમાં મોટાભાગે વહેવાર સાથે જોડાયેલી ખામીઓ પણ જોવા મળે છે. તેઓએ બાળકોની સરખામણીમાં જન્મના શરૂઆતના વર્ષના ગાળામાં વધારે માંદા પડે છે આમાં સહુથી વધારે ખેદજનક બાબત એ છે કે જે સ્ત્રીઓ ધૂમ્રપાન કરતી ન હતી તેમના સંતાનો મોટા

શિશુના માટે અણમોલ ભેટ

જયારે પણ નવા બાળકના સંભવિત જન્મની જાણ થાય છે ત્યારે આખું ઘર ખુશ બની જાય છે. એવામાં આપને સિગારેટ તથા દારૂનો સદંતર ત્યાગ કરવો પડશે. એમ તો આપે એવી સ્ત્રીઓ વિશે પણ જાણ્યું હશે, જેઓ દારૂ અને સિગારેટ પીવાની સાથોસાથ નિરોગી બાળકને જન્મ આપે છે, પરંતુ આ બધુ એના પર નિર્ભર કરે છે કે તેઓ કેટલા પ્રમાણમાં દારૂ તથા સિગારેટ પીએ છે? બની શકે છે કે આપ તથા આપનું બાળક એટલા કિસ્મતવાળા ન હોય! ગર્ભવતી માતાઓ અને શિશુ અલગ-અલગ પ્રકારે પ્રતિક્રિયા આપે છે. બની શકે છે કે એ વખતે કોઈ લક્ષણ જોવા ન મળે પરંતુ વર્ષો પછી મોટું થયેલું સંતાન કોઈ અસાધ્ય રોગનું ભોગ બને કે હાઈપર એક્ટિવ થઈ જાય અને કોઈપણ વસ્તુ શીખવામાં મુશ્કેલી થાય.

દારૂ તથા સિગારેટ જેવી ખરાબ આદતોને છોડવાની મથામણ કપરી છે, પણ જો આપ એમાંથી પાર ઉતરો છો તો જાણી લો કે આપ ગર્ભસ્થ શિશુને માટે ખરાબ આદતો છોડીને મોટામાં મોટી ભેટ આપી રહી છો.

ધૂમ્રપાનની આદત છોડવી

અભિનંદન! આપે આપના શિશુને ધૂમાડા વિનાનું સ્વચ્છ પર્યાવરણ આપવાનો નિર્ણય લઈ લીધો. આવું વિચારવું એ જ પહેલા તો ઉત્તમ પગલું છે. ખરેખર હવે સિગારેટ છોડવામાં વધારે મુશ્કેલી નહીં પડે. અમારા નીચે મુજબના સૂચનોને પણ અપનાવો

તમારા ઉદ્દેશને ઓળખો: આપ ગર્ભવતી છો. સિગારેટ છોડવાનો આનાથી મોટો ઉદ્દેશ્ય શું હોઈ શકે?

છોડવાની પધ્ધતિ: આ આદતને આનંદપૂર્વક છોડી દો. હવે પછીના દિવસો માટે મોજ મસ્તીવાળા કામ પંસદ કરો, જેનાથી સિગારેટની ઊણપ અનુભવાય નહીં.

પીવાના ઉદ્દેશ્યને ઓળખો : જાણ કરો કે આપ આનંદ, ઉશ્કેરાટ કે વિશ્રામ, આમાંની કંઈ બાબત માટે સિગારેટ પીવો છો? શું આપ કંટાળો અને તણાવને દૂર કરવા માનો છો? કે પછી મોં અને હાથમાં કશુંક પકડી રાખવા માગો છો ? આપની ઈચ્છા શાંત પાડવા માગો છો કે પછી ખાલી એમ જ સિગારેટના કશ લેવા ઈચ્છો છો? જો એકવાર આપે આપના ઉદ્દેશ્યને જાણી લીધો તો વિકલ્પ શોધવામાં સરળતા રહેશે.

- જો માત્ર હાથોને વ્યસ્ત રાખવા માટે પીઓ છો તો હાથોમાં પેન્સિલ, રબરબેંડ, કે તણખલાને પકડવાની ટેવ પાડો. ગૂંથણ કરો. કૉમ્પ્યુટર પર કોયડાને ઉકેલો, વિડીયો ગેમ રમો, તમારા ઈ-મેલ તપાસો. બસ કશુંક એવું કરો કે સિગારેટ યાદ જ ન આવે.
- મોંમા કશુંક રાખવાની આદતના કારણે

સિગારેટ પીઓ છો તો તેના બદલે ટૂથપિક, ગમ, કાચી શાકભાજી, પોપકોર્ન કે લોલીપોપ અજમાવો.

■ જો સ્ફૂર્તિ માટે પીઓ છો તો ઘરમાં કે આંગણામાં ચાલો. કાં તો કોઈ પુસ્તક વાંચો અથવા તો મિત્રોની સાથે ગપસપ કરો.

■ જો તણાવને ઘટાડવા માટે પીઓ છો, તો કસરત કરો. આરામ કરવાની જુદીજુદી રીત અપનાવો. હળવું સંગીત સાંભળો, ફરવા જાવ, શરીરની માલિશ કરો અથવા તો પછી સેક્સ માટે તૈયાર થઈ જાવ.

■ જો આપે ધૂમ્રપાનની સાથે કોઈ વિશેષ ખાન-પાનની પસંદગી કરી છે તો એ આદતો બદલો. જો આપ નાસ્તા પછી સિગારેટ પીવો છો અને પથારીમાં નથી પીતી તો પથારીમાં નાસ્તો કરવાનો વિચાર ખોટો નથી.

■ જ્યારે પણ સિગારેટની તલબ લાગે ત્યારે થોડી થોડીવારના અંતરે ઊંડા શ્વાસ લો પછી તેને ધીમે ધીમે બહાર કાઢો. એવો દેખાવ કરો કે આપ સિગારેટના ધૂમાડા કાઢી રહી છે.

જો સિગારેટ જોવા મળે તો

■ કોઈ જગ્યાએ સિગારેટ જોવા મળે તો પણ એના તરફ ખાસ ધ્યાન આપ્યા વિના એ સિગારેટની બાબતે વિચારો, જેને આપ પી ચૂકી છો. મનોમન યાદ કરો કે હવે આપ સિગારેટ પીતી નથી એ જ બાબત આપના બાળક માટે કેટલી લાભદાયક છે!

શિશુ પાસેથી પ્રેરણા લો...

■ આપના રસોઈ ઘરમાં નાના ફૂલ જેવા બાળકની એક છબી લગાવી દો. તમારા કબાટ પર કે મેજ પર શિશુના અલ્ટ્રા સાઉન્ડની છબી રાખો. જો એવું નથી તો અન્ય સુંદર બાળકોની તસ્વીરો દરેક રૂમમાં ભરાવી દો.

થોડી મદદ લો

■ હિપ્નોસિસ એક્યૂપંચર તથા આરામ કરવાની અવનવી ટેકનિકની મદદથી ધૂમ્રપાન છોડી શકાય છે. અમુક સંસ્થાઓ પણ છે, જે આપને મદદ કરી શકે છે. આપ અન્ય ગર્ભવતી મહિલાઓ પાસેથી ઓનલાઈન મદદ પણ મેળવી શકો છો, જેઓ ધૂમ્રપાન છોડવાનો પ્રયત્ન કરી રહી છે.

વારંવાર પ્રયત્નો કરો

નિકોટીન એક તાકાતવાળું ડ્રગ છે, જેનાથી છૂટકારો મેળવવો રહેલો નથી. પહેલી વારમાં સફળતા ન મળે તો પણ લગાતાર પ્રયત્ન ચાલુ રાખો. પ્રયત્નો માટે તમારી પીઠને થપથપાવો. હાર પર હતાશ થવાના બદલે બમણા ઉમંગથી જોશથી ફરીથી પ્રયત્નો કરો. આપને સતત પ્રયત્નોથી જરૂર સફળતા મળશે.

નોંધ : ગર્ભાવસ્થા દરમિયાન નિકોટીન પૅચ, લાંજિસ કે ગમનું સેવન પણ જોખમકારક બની શકે છે. ડૉક્ટર તેને લેવા પર પ્રતિબંધ ફરમાવે છે.

થઈને ધૂમ્રપાનના બંધાણી બને છે.

તમાકુની પણ ખરાબ અસર પડે છે. આખા દિવસમાં એક પેકેટ સિગારેટ પીનારી મહિલાઓના શિશુઓનું વજન, જન્મથી જ ખૂબ ઓછું હોય છે. જો આપ સિગારેટ પીવો છો તો ઉંડા કશ લેવાનું છોડી દો. બની શકે તો સિગારેટનો મોહ ત્યાગો ઓછા નિકોટીનવાળી સિગારેટ પીવાથી જોખમ નહીં ઘટે.

એવું પણ જાણવા મળ્યું છે કે જે ગર્ભવતી મહિલાઓ ગર્ભના પહેલા ત્રણ મહિનામાં (તિમાહીમાં) જ ધૂમ્રપાન છોડી દે છે તેમના માટે જોખમ ઘણુ ઘટી જાય છે. અમુકવાર તો મહિલાઓ શરૂઆતમાં નિકોટીન નથી છોડી શકતી, તેઓ પછી પોતાના અંદરનો આંર્તનાદ સાંભળીને સિગારેટ પીવાનું છોડી દે છે. જો વહેલા છોડી દે તો સારૂ છે, પરંતુ પછીથી પણ છોડી દેશે તો શિશુના માટે ઑક્સિજનનું પ્રમાણ નિયમિત થઈ જશે. જો આપને લાગે છે કે ધૂમ્રપાન છોડી દેવાથી વજન વધી જશે તો જાણી લો કે હજુ સુધી એ બાબતે કોઈ પૂરાવા મળ્યા નથી. અનેક ધૂમ્રપાન ન કરનારી પ્રસૂતાઓ પણ જાડી અને વજનદાર હોય છે. જો

કે છોડવાની પ્રક્રિયામાં વજન થોડુંક વધી શકે છે પણ પછી એ વજનને સરળતાથી ઘટાડી શકાય છે. આ પ્રક્રિયા દરમિયાન ડાયટિંગનો વિચાર દિમાગમાંથી કાઢી નાંખો. આમ પણ એ આપના અને શિશુના આરોગ્ય માટે યોગ્ય નથી.

અનેક લોકોમાં સિગારેટ છોડ્યા પછી ઘણી પ્રકારની તકલીફ જોવા મળે છે. જે જુદાજુદા લોકોમાં અલગ અલગ હોઈ શકે છે. જેમ કે બેચેની, ઉશ્કેરાટ, આવેશ, તણાવ, અંગ જકડાવું-અકળાવું, શરીર અચેતન થવું, હાથ-પગમાં કંપન, માથું ચકરાવું, થાક, નિદ્રા તથા ગેસની તકલીફો સામાન્ય છે.અમુક લોકોનું માનવું છે કે એનાથી માનસિક તથા શારીરિક પ્રદર્શન પણ અસરગ્રસ્ત બને છે. અમુક લોકોને કફની તકલીફ થઈ જાય છે.

નિકોટીનની અસર ઘટાડવા માગો છો તો કૅફીન લેવાનું બંધ કરો. થાકને દૂર કરવા માટે હળવી કસરતો કરો. પૂરો આરામ લો. વધારે મગજને થકવી દેનારા કામ કરવાના બદલે સામાન્ય પ્રકારના કામ કરો. જો હતાશા ખૂબ વધી જાય તો ડૉક્ટરનો અભિપ્રાય લેવામાં મોડું ન કરો.

આની અસરો અમુક દિવસોથી લઈને થોડાક અઠવાડિયા સુધી રહે છે પરંતુ તેનો લાભ તો આ જવન મળશે ને!

સેકન્ડહેન્ડ સ્મોક

હું સિગારેટ પીતી નથી, પરંતુ મારા પતિ પીવે છે. શું એનાથી શિશુને નુકશાન થઈ શકે છે?

ધૂમ્રપાનથી તેના ધૂમાડાથી માત્ર પીનારને જ નુકશાન થાય છે એવું નથી, સિગારેટનો ધૂમાડો આસપાસના વાતાવરણ અને માતાના ગર્ભમાં ઉછરી રહેલ શિશુ પર પણ માઠી અસર કરે છે. જો આપના પતિ ઘરમાં સિગારેટ પીવે છે તો ગર્ભસ્થ શિશુને એટલું જ નુકશાન થઈ શકે છે, જેટલું કદાચ આપ સિગારેટ પીતી હોત! જો તે સિગારેટ પીવાનું છોડી શકે તેમ ન હોય તો તેમને સમજાવો કે તે આપનાથી દૂર જઈને સિગારેટ પીએ.(જો કે તેમ છતાં વત્તા-ઓછા પ્રમાણમાં સિગારેટની માઠી અસર તો રહેશે)આપના પતિ માટે સિગારેટ હાનિકારક છે. જો એની આદત છોડી દેશે તો તેમનું આરોગ્ય સારૂ રહેશે અને આપના શિશુનું સ્વાસ્થ્ય પણ જોખમ નહીં બને. સિગારેટના ધૂમાડાના લીધે શિશુના શ્વસનતંત્રમાં મુશ્કેલી થઈ શકે છે. તેના નાજુક-નમણાં ફેફસાઓને હાનિ પહોંચી શકે છે. સહુથી મોટું નુકશાન એ થશે કે આપનું બાળક પણ એક દિવસે સ્મોકર બની જશે.

આપણે મિત્રો અને સગા-સંબંધઓમાં સ્મોકરોને રોકી શકતા નથી, પરંતુ જેટલું શક્ય હોય એટલું એમનાથી અંતર રાખો. (જ્યારે તે સિગારેટ પીતા હોય ત્યારે) જો આપના કાર્યક્ષેત્ર પર પણ સિગારેટ પીવાની મનાઈ કરો તો આપ તાજી અને સ્વચ્છ હવામાં શ્વાસ લઈ શકશો. જો એવું નથી તો આપના સહકર્મીઓને જણાવો કે ધૂમ્રપાનથી ભ્રૂણને કેટલું નુકશાન થઈ શકે છે? તેમ છતાં વાતની ગંભીરતાને સ્મોકર ના સમજે તો એવાં કાયદાના અમલનો પ્રયત્ન કરો કે લોકો ધૂમ્રપાન કરવાની નિશ્ચિત જગ્યાએ જાય. જો એવું શક્ય ન હોય તો અમુક સમય માટેની રજા પર ઉતરી જાવ. અથવા તો તે જોબ છોડી દો.

મારિજુઆનાનો પ્રયોગ

"હું ઘણા વરસોથી સામાજિક રીતે મારિજુઆનાનો પ્રયોગ કરતી રહી છું. શું તેનાથી મારા ગર્ભસ્થ શિશુને કોઈ નુકશાન થઈ શકે છે? શું મારિજુઆનાનો પ્રયોગ, તેનું સેવન ગર્ભાવસ્થામાં હાનિકારક બને છે?"

મારિજુઆના નામના રૂપના સેવને હજુ સુધી આપને નુકશાન કર્યું નથી. આપની તંદુરસ્તી તથા શરીરનું બંધારણ તેને પચાવી ગયુ છે. જે વીતી ગયું છે તેને ભૂલી જાવ. જો કોઈ સમસ્યા ઉભી થવાની હોત તો ગર્ભધારણ વખતે આવતી, પણ હવે તો આપ ગર્ભવતી છો, એટલા માટે એ ડ્રગથી આપને તકલીફ નથી મળી એવો કોઈ પૂરાવો પણ મળતો નથી કે ગર્ભધારણ પહેલા લેવામાં આવેલ મારિજુઆના ડ્રગની માઠી અસરથી ભ્રૂણને નુકશાન થઈ શકે છે.

પણ હવે આપે મારિજુઆનાને છોડવું પડશે.

ગર્ભાવસ્થા દરમિયાન મારિજુઆના લેનારી મોટાભાગની મહિલાઓ, દારૂ, સિગારેટ તથા બીજા ડ્રગ્સની પણ ભોગ બને છે. આવી સ્ત્રીઓ પ્રસૂતિ પહેલાની કાળજી પણ નથી લઈ શકતી. એટલા માટે એ કહેવું મુશ્કેલ અઘરું છે કે શાના લીધે માઠા પરિણામો સામે આવે છે? આ જ સુધીના અભ્યાસોથી એટલું જ જાણવા મળ્યું છે કે જયારે આપ આનો નશો કરો છો તો તેની અસર ગર્ભસ્થ શિશુમાં પણ પહોંચે છે, આના કારણે ભ્રૂણ પૂરી રીતે વિકાસ પામી શકતું નથી. અમુક અભ્યાસોથી તો વધારે નકારાત્મક અસરો જોવા મળી છે, જેના કારણે શિશુના વિકાસમાં ઘણા પ્રકારના અવરોધો આવી શકે છે.આપે એને પણ અન્ય માદક દ્રવ્યોની જેમ ગર્ભાવસ્થા માટે નુકશાનકર્તા સમજીને છોડી દેવું પડશે. પહેલા જે થયું તે થયું પરંતુ ગર્ભાવસ્થામાં આવું બધું નહીં ચાલે. અમે સિગારેટ છોડવાના જે ઉપાયો બતાવ્યા છે, તેમાંથી અમુકનો ઉપયોગ કરી શકો છો. યોગ,ધ્યાન તથા માલિશ જેવી આરામ કરવાની પધ્ધતિઓ પર ધ્યાન દો, તેમ છતાં આદત ન છૂટે તો અન્યના ડૉક્ટરની સલાહ લો.

કૉફીન તથા અન્ય માદક દ્રવ્ય

મેં અઠવાડિયા પહેલા કૉફીન લીધું હતું પછી મને જાણ થઈ કે હું ગર્ભવતી છું. આનાથી મારા શિશુ પર કોઈ ખરાબ અસર તો નહીં થાય ને?

એ કૉફીનની ચિંતા ન કરો. બસ હવે એવું નક્કી કરી લો કે એ છેલ્લું જ કૉફીન બની રહે. અઠવાડિયા પહેલા લીધેલા કૉફીનની કોઈપણ પ્રકારની માઠી અસર ગર્ભસ્થ શિશુને નહીં થાય પણ જો હવે ગર્ભાવસ્થામાં પણ કૉફીન લેતી રહેશો તો એ ખતરનાક બની શકે છે. એ કેટલું જોખમકારક બની શકે છે તેનો અંદાજ નથી. એના પ્રભાવોને સ્પષ્ટ રીતે જાણી શકાતા નથી. કેમ કે મોટાભાગે કૉફીન લેનારા સિગારેટ પણ પીતા હોય છે. અભ્યાસોથી એ તો જાણવા મળ્યું છે કે માદક દ્રવ્યોની માઠી અસર ભ્રૂણ પર થાય છે. રક્તના પરિભ્રમણમાં તથા વિકાસમાં અવરોધ આવે છે. ખાસ તો શિશુના માથાના હિસ્સામાં ગર્ભપાત સમય પહેલા પ્રસવ જન્મ વખતે વજનમાં ઓછપ, કે જન્મ પછી શિશુને મોડે સુધી રડવા જેવી તકલીફો ઉપરાંત લાંબાગાળાની સમસ્યાઓ પણ પેદા થઈ શકે છે.ગર્ભવતી સ્ત્રી કૉફીનનો જેટલો પ્રયોગ કરે છે એટલો એ શિશુના માટે હાનિકારક બનતો જાય છે.

આ બાબતે ડૉક્ટર સાથે મંત્રણા કરી લો. તેમને કે મિડવાઈફને મેડીકલ હિસ્ટ્રીની જાણકારી જેટલી વહેલી થશે એટલી સારવાર સારી થશે.

હેરોઈન, એલસીડી, પીસીપી ઉપરાંત નારકોટિક, ટ્રૈંક્વલાઈજર્સ, સિડેટીવ તથા ઉંઘની ગોળીઓ પણ હાનિકારક બની શકે છે. આપની ગર્ભાવસ્થાને નશાના સેવનથી મુક્ત રાખો જેથી આપની ડિલીવરી સલામત રીતે થઈ શકે.

સૈલ ફોન

આપણે જાણીએ છીએ કે આ જકાલ દરેક સૈલ ફોનનો ઉપયોગ કરે છે.આપ સૈલ ફોન વાપરો છો ત્યારે અપરોક્ષ રૂપે ગર્ભસ્થ શિશુ પણ તેમાં જોડાયેલો હોય છે. જો કે એનાથી કોઈ ફરક પડતો નથી. આ જ સુધીમાં એવું કોઈ તારણ જાણવા મળ્યું નથી કે સૈલ ફોનના ઉપયોગથી ગર્ભાવસ્થામાં કોઈ નુકશાન થાય છે. આ બાબત તો આપના માટે ફાયદાકારક જ છે. કેમ કે હવે તો આપ સેલ ફોન દ્વારા જ આપના ડૉક્ટર કે મિડવાઈફનો સંપર્ક કરી શકો છો.

આમ જોઈએ તો સેલ ફોનથી કોઈ જોખમ નથી એવું માનવુ ભૂલભરેલું છે. ગાડી ચલાવતી વખતે મોબાઈલ પર વાત કરવામાં કયારેક સામેથી જોખમને નોતરો છો. બે ધ્યાન થવાથી અકસ્માતનો મોટામાં મોટો ખતરો થઈ શકે છે. આમ કાનમાં સાંભળવાના ઉપકરણ લગાવીને ચાલુ વાહને વાત કરો ત્યારે બેધ્યાન થવાય છે. જયારે પણ ફોન પર વાત કરો ત્યારે કોઈ સલામત સ્થળે વાહનને રોકીને નિરાંતે વાત કરો. સેલ ફોનને ગર્ભાવસ્થા સમયે આપની પથારીમાં કે ખિસ્સામાં ન રાખો.

માઈક્રોવેવ

હું દરરોજ માઈક્રોવેવમાં રસોઈ બનાવું છું કે ગરમ કરું છું, શું ગર્ભાવસ્થામાં તેનો ઉપયોગ સલામત છે?

આપ માતા બનવાના છો. આપને તો એ માઈક્રોવેવ કોઈ મિત્રથી ઓછું નથી. ઓછા સમયમાં અને થોડી મહેનતમાં તાજું તથા સ્વાદિષ્ટ ભોજન તૈયાર થઈ જાય છે. અભ્યાસોથી જાણવા મળ્યું છે કે તેનો ઉપયોગ સંપૂર્ણ રીતે સલામત છે. માઈક્રોવેવમાં એવી જ રસોઈ બનાવો, જેને તેમાં બનાવી શકાય અને પ્લાસ્ટિક રૈપનો ભોજનથી સ્પર્શ થાય નહીં તેની કાળજી રાખો.

હૉટ ટબમાં સૂઈ જવું

મારા ઘરમાં હૉટ ટબ છે શું ગર્ભાવસ્થામાં તેનો ઉપયોગ સલામત છે?

આપને ઠંડા પાણીથી સ્નાન કરવાની જરૂર નથી પરંતુ હૉટ ટબમાં જાવ, તેમાં સૂતા સૂતાં નાહવાની મજા લેવામાં જોખમ છે. તમે જાણતા જ હશો કે જે કોઈ વસ્તુથી શરીરનું તાપમાન ૧૦૨અંશ ફેરનફીટની વધી જાય તે આપના માટે તથા શિશુના માટે ખાસ તો શરૂઆતના મહિનાઓમાં ખતરનાક બની શકે છે. અભ્યાસોથી જાણવા મળ્યું છે કે પહેલી દસ મિનિટમાં તો શરીરનું ઉષ્ણતાપમાન નથી વધતું પરંતુ આપે આપના પેટને ગરમ પાણીથી સુરક્ષાની દૃષ્ટીએ બહાર જ રાખવું. મોટાભાગની મહિલાઓ શરીરનું તાપમાન ૧૦૨ સુધી પહોચે તે પહેલા જ ગરમ પાણીમાંથી બહાર આવી જાય છે. કેમ કે તેમને એ પાણી અસહ્ય લાગે છે આપ આપના મનના દિલાસા માટે ડૉક્ટરની સલાહથી ભ્રૂણ સાઉન્ડ કરાવી શકો છો.

સૂઈ જવું કે સ્ટીમ રૂમમાં પણ વધારે સમય સુધી રોકાવુ ઠીક નથી. ગર્ભવતી મહિલાઓમાં ડિહાઈડ્રેશન તથા લો બીપીનું જોખમ વધારે હોય છે. તેમાં તમે સ્ટીમરૂમમાં જાવ તો એ જોખમ વધી જાય છે. આ પુસ્તકમાં અમે સ્પા તબીબી સારવાર અંગે રાખવાની કાળજી અંગે જણાવ્યું છે. તેને ધ્યાનથી વાંચવા ભલામણ છે.

પાળેલી બિલાડી

મારા ઘરમાં બે બિલાડીઓ છે. મેં સાંભળ્યું છે કે તેના લીધે શિશુ રોગગ્રસ્ત થઈ શકે છે, શું મારે એ બિલાડીઓથી છૂટકારો મેળવવો જોઈએ?

- આપના ગમતાં મિત્રોથી આ રીતે મુક્તિ મેળવવાનું ના વિચારો. આપ બંને બિલાડીઓને ખૂબ જ લાડ-પ્યાર કરાવી ચૂકી છો. આપને બિલાડીઓ દ્વારા થતાં રોગની જાણકારી હશે. કદાચ આપને બિલાડીઓ સાથે સંકળાયેલા રોગ ટોસોપ્લાઝમોસિસ અંગે જાણકારી હશે તો તેની સારવાર પણ અપાઈ હશે. એક અંદાજ મુજબ ૪૦ ટકા અમેરિકાના એનો ભોગ બન્યા છે. જે લોકોની પાળેલી બિલાડીઓ ઘરની બહાર વધારે સમય વીતાવે છે. ત્યાં આવા જોખમોની શક્યતાઓ વધી જાય છે. કાચુ માંસ અને પેશ્ચ્યુરાઈઝર રહિત દૂધ પીનારી બિલાડીઓથી પણ આવું જોખમ પેદા થઈ શકે છે. જો આપ આપનો ટેસ્ટ કરાવી લો તો સલામતી રહેશે. જો ટેસ્ટથી કશું નક્કી ન થઈ શકે તો નીચે મુજબની સાવચેતીઓ

ઈલેક્ટ્રીક ધાબળો તથા હીટિંગ પેડ

કડકડતી શિયાળાની ઠંડીમાં હીટિંગ પેડ કે ઈલેક્ટ્રીક (ધાબળો) કંબલનો ઉપયોગ કરવાનું વિચારી રહી હોય તો તેને મુલતવી રાખો. તમારા પતિદેવના આલિંગનમાં હૂંફ મળશે. જો ઠંડી ખૂબ જ છે તો બંને જણ ઈલેક્ટ્રીક કંબલનો ઉપયોગ કરીને પથારીમાં ગરમાવો લાવી દો. ગરમાવો આવ્યા પછી એ ઉપકરણને હટાવી લો. હીટિંગ પેડને કોઈ ટુવાલમાં લપેટીને જ શરીરના અંગોને હીટ આપો. જેમ જેમ ગર્ભકાળ આગળ વધશે તેમ તેમ આપના શરીરમાં સ્વયંભૂ ગરમાવો આવવા લાગશે. હીટિંગ પેડનો ઉપયોગ પણ પંદર મિનિટથી વધારે ન કરો અને રાતના સૂતી વખતે તો બિલકુલ નહીં. એ એટલા માટે કે જો આંખ મળી ગઈ અને હીટિંગ પેડ ઓન પર રહ્યું તો પહેલા અમુક સમય સુધી હીટિંગ પેડ કે વીજળીવાળો ધાબળો ઉપયોગમાં લઈ ચૂકી છે તો એનાથી કોઈ ફરક નથી પડતો. આપ નિશ્ચિંત રહો.

રાખવી.

- સહુથી પહેલા તમારા બે બિલાડીની ડૉક્ટરી તપાસ કરાવી લો. જો તેમનામાં કોઈ ચેપ (ઈંફેક્શન) હોય તો અમુક મહિનાઓ માટે તમારી સહેલીને ત્યાં મૂકી આવો. સહેલીને બિલાડીની સારવારની વિગતો આપો. તેના ત્યાંથી બિલાડીઓ બહાર રખડીને કાચુ માંસ ન ખાય તે માટે ખાસ ભલામણ કરો. બીજું જંગલી બિલાડીઓના સંપર્કમાં ન આવે. ઘરના રૂમોમાં જયાં ત્યાં દોડાદોડ કરે નહીં કે ઉંદર કે પક્ષીનો આહાર કરે નહીં તે માટે સહેલીને ખાસ સમજાવો. તમારા ઘરમાં જો બિલાડી પાળેલી છે તો કોઈ બીજાને તેની સાર-સંભાળ ન સોંપો. જો આપે આ બધુ કરવાનું છે તો હાથમાં મોજા પહેરો. બિલાડીને રમાડ્યા પછી આપના હાથ સાબુથી ધોઈ નાંખો.
- બાગ-બગીચાના કામકાજ દરમિયાન હાથોમાં મોજા પહેરો. જો આપને લાગે છે કે માટીમાં બિલાડીએ મળ-પેશાબ કર્યા હશે તો ત્યાં માટી કામ ન કરો.
- બિલાડી કે બીજા પશુ-પ્રાણી પ્રયોગમાં લેવાયેલી રેત-માટીમાં બાળકોને રમવા ન દો.
- ઘરના બગીચામાંથી ચૂંટેલા ફળ તથા શાકભાજીને ગરમ પાણીમાં ધોઈને ઉપયોગમાં લો. ફળના ટૂકડાં કરીને તથા શાકભાજીને રાંધીને ખાવ.
- કાચુ માંસ તથા અધકચરૂં રાંધેલું મટન ન ખાવ. રેસ્ટોરન્ટમાં સારી રીતે રંધાયેલું માંસ જ ખાવ.
- કાચા માંસની સાફ-સૂફી તથા તેને સમાર્યા પછી સાબુથી હાથ ધોઈ નાખો.

કેટલાય ડૉક્ટર કહે છે કે પ્રત્યેક ગર્ભવતી મહિલાઓએ જેમણે કૂતરા- બિલાડા પાળ્યા હોય તેમણે તેમની તબીબી તપાસ કરાવવી જોઈએ. જેથી તેના સ્વાસ્થ્ય વિશે જાણ થઈ શકે તથા જો તે ચેપગ્રસ્ત હોય તો તેના વિશે જાણીને સાવચેતી લઈ શકે. ખરી સાવચેતી તો એ છે કે ડૉક્ટરને અવાર-નવાર મળતાં રહીને તેમની દોરવણી મુજબ સારવાર લેવી જોઈએ.

ઘરગથ્થૂ અડચણો

"મારે ઘરની સાફ-સૂફી માટેના પદાર્થો તથા મચ્છર મારવાના સ્પ્રેથી કેટલું ધ્યાન રાખવું જોઈએ? શું ગર્ભાવસ્થામાં પાણીના નળનું પાણી પીવું સલામત છે?"

ગર્ભાવસ્થામાં નાની નાની બાબતો પણ આગવું મહત્વ ધરાવે છે. આપે પણ વાંચ્યુ હશે અથવા સાંભળ્યું હશે કે જયારે આપ આપના અને ગર્ભસ્થ શિશુ બંને માટે જીવી રહી છો, ત્યારે સફાઈ કરવાના પદાર્થ, મચ્છર મારવાની દવાઓ તથા નળનું પાણી હાનિકારક પૂરવાર થઈ શકે છે. જો આપ થોડી જ કાળજી રાખશો તો શિશુના માટે આપના ઘરથી બીજું સલામત સ્થળ હોઈ જ ન શકે. આપને આ તથા કહેવાતી ઘરગથ્થૂ અડચણો અંગે નીચે મુજબની જાણકારી હોવી જોઈએ.

ઘરની સફાઈ માટે બનેલા ઉત્પાદન :- રસોઈ ઘરમાં પોતું મારવાનુ હોય કે ડાઈનીંગ ટેબલને ચમકાવવું હોય ત્યારે એ કામ સગર્ભા સ્ત્રીઓ જ કરવાના હોય છે. બસ થોડી સાવચેતી રાખો અને નીચેના સૂચનોને ધ્યાનમાં લો.

- તમે જે વાપરો છો તે સફાઈ પદાર્થની ગંધ વધારે આવતી હોય તો તેને નાક પાસે લઈ જઈને સૂંઘો નહીં. તેનો એવી જગ્યાએ ઉપયોગ કરો, જયાં હવાની અવર-જવર વધારે હોય! સારૂ એ હશે કે આપ પતિદેવને ટોયલેટ સાફ કરવાનું કામ સોંપો.
- એમોનિયા તથા ક્લૉરીનયુક્ત પદાર્થને (જયારે આપ સગર્ભા ન હોય ત્યારે) ભેળવો નહીં. આવું કરવાથી અચાનક ભડકો થઈ શકે છે.
- એવા ઉત્પાદનોનો ઉપયોગ ન કરો જેના પર અનેક જગ્યાએ એ ઝેરી હોવાના લેબલ હોય અથવા તો જેવા કે ઑવન સાફ કરનારા કે ડ્રાઈ ક્લિનિંગ માટે બનેલા દ્રવ્ય. કોઈપણ આવા સફાઈ દ્રવ્યનો ઉપયોગ કરતાં પહેલાં મોજા પહેરો, જેનાથી હાથોની ત્વચા સલામત રહેશે અને ચામડી સાથે રસાયણોનો સીધો સંપર્ક પણ નહીં થાય.

(સીસુ) લૈડઃ જો કે આ પદાર્થ બાળકો માટે એટલો બધો હાનિકારક નથી હોતો પરંતુ ગર્ભવતી મહિલાઓ તથા બાળકોને એમાંથી નુકશાન થઈ શકે છે એનાથી બચવા માટે :

- પીવાના પાણીમાં સીસુ જોવા મળે છે. તમારા પાણીને એનાથી બચાવો એટલે કે પાણીને શુધ્ધ કરો.
- જૂના પેઈંટીંગમાં પણ સીસુ હોય છે. જો આપનું ઘર ૫૦ વર્ષ જૂનું છે તો અને પેઈંટીગમાં પોપડા પડી ગયા હોય તો અને તેમાં પેઈન્ટ ઉતરતું હોલ તો એ કામકાજ પુરૂ થાય ત્યાં સુધી બીજે રહેવા જાવ! જો ઘરની કોઈ દીવાલ કે જૂના ફર્નીચરનું પેઈન્ટ ઉખડી ગયું છે તો તેને ફરીથી રંગ રોગાન માટે મોડું ન કરો.
- માટી, પૉટરી તથા ચીનાઈ માટીના જૂના વાસણોમાં પણ સીસુ જોવા મળે છે. જો કે તેનું પ્રમાણ સ્પષ્ટ નથી પરંતુ આપ ઘરની એવી પ્લેટો, કે વાસણમાં ખાટા ફળ, સિરકો, ટામેટા, દારૂ કે સોફ્ટ ડ્રિંક ના પીરસો.

નળનું પાણી :- મોટાભાગે તો નળ-ચકલીમાંથી આવતું પાણી સારૂ અને સ્વસ્થ જ હોય છે. સ્વચ્છ અને તાજું પાણી બાળક સુધી પહોંચે તેના માટે આપે નીચે મુજબના ઉપચાર કરવા જોઈએ :-

- આપ સ્થાનિક આરોગ્ય વિભાગથી પીવાનું પાણી કે પીવાના પાણીની શુધ્ધતાની તપાસ કરાવો. જાણ મેળવો કે આપના ત્યાં બીજા અન્ય ઘરોમાં આવતા પાણીથી ગંદુ કે દુર્ગંધવાળું પાણી તો નથી આવી રહ્યું ને? કેમ કે ક્યારેક ક્યારેક ડિસપોઝેબલ લાઈન પણ એમાં ભળી જાય છે અથવા પીવાના પાણીની પાઈપલાઈન ખરાબ હોઈ શકે છે. તેને પાણીને શુધ્ધ કરવાનો ઉપાય પૂછો અને કોઈપણ જાતની ફરીયાદ જણાતાં તપાસ અવશ્ય કરાવો.
- જો તપાસમાં પાણી ગંદુ આવે છે તો ફિલ્ટર લગાવો કે પછી પીવા માટે તથા રસોઈ બનાવવા માટે શુધ્ધ પાણીની બોટલ મંગાવી લો. એવું ન માની લો કે તમામ બંધ પાણીની બાટલીઓ સલામત હોય છે. એવું પણ બની શકે છે કે તેને સાદા પાણીથી ભરી હોય ! અમુક બોટલોના પાણીમાં ફ્લોરાઈડ પણ નથી હોતું જે આપના શિશુના દાંતો માટે જરૂરી છે શુધ્ધ એટલે કે ડિસ્ટિલ્ડ વોટર પણ ન લો, કેમ કે તેમાં પણ લાભકારક ખનીજને કાઢી લેવામાં આવે છે.
- જો તપાસ પછી પાણીમાં સીસાની માત્રા વધુ જોવા મળે તો પાઈપલાઈનનું કનેક્શન ક્યાંક બીજેથી લઈ લો. જો કે એવું હંમેશા સંભવ નથી થતું, એટલા માટે પીવાના અને રસોઈના માટે ઠંડા પાણીનો જ ઉપયોગ કરો. નળમાંથી પાણીનો ઉપયોગ કરવાનો હોય ત્યારે નળમાંથી પાણીને પાંચ મિનિટ વહી જવા દો.
- જો આપના પાણીમાં ક્લોરીનની વધારે વાસ આવે તો તેને ઉકાળીને અથવા તો ઢાંક્યા વિના ચોવીસ કલાક મૂકી રાખો. પછી જ તેનો ઉપયોગ કરો.

કીટનાશક દવા (પેસ્ટીસાઈડ) :- આપણે હંમેશા કીડી-મંકોડામાંથી બચવા માટે જંતુનાશક દવાઓનો ઉપયોગ કરવો પડે છે. જો કે ગર્ભાવસ્થામાં પણ અમુક સાવચેતીઓની સાથે બધું જ ઠીક થઈ શકે છે. જો આસ-પાડોશમાં છંટકાવ થયો હોય તો દવાની વાસની નજીક ન જાવ. બને તો ઘરની બારીઓ બંધ કરી દો.

જો આપના ઘરમાં જ સ્પ્રે કરાવવું પડે તો ધ્યાન રાખો કે ઘરના-રસોડાના વાસણ તથા ખાવા-પીવાની વસ્તુઓ સલામત રહે. ઘરમાંની ગંધ દૂર કરવા માટે ખાસ બારણાં ખુલ્લા રાખો. બધી જ જગ્યાએ કાળજી પૂર્વક સાફ-સફાઈ કરીને તેનો ઉપયોગ કરો. એમ તો પેસ્ટ કંટ્રોલ માટે કુદરતી પધ્ધતિઓ અપનાવવામાં જ લાભ છે. આપના બાગના મોટા પાઈપના ફુવારાનો ઉપયોગ કરો. આ કામ માટે ખાસ પધ્ધતિથી બનેલા સોપ મિક્સનો ઉપયોગ કરો. અમુક જીવ જંતુઓને પાળો, જે આપને હેરાન-પરેશાન કરનારા કીડા-મંકોડાને પોતાનો ખોરાક બનાવે.

જંતુનાશક દવાઓનો ઉપયોગ કરવાની જરૂર પડે તો એવી લો જે ખૂબ જ ઝેરી ન હોય. ઘરમાં નેફ્થલીન બૉલ્સ રાખવાના બદલે લીમડાના પાંદડા રાખો. એનાથી કપડાં વધારે સુરક્ષિત રહેશે.

ઘરમાં બાળકો અને પાળેલા પશુ-પક્ષી હોય તો તેને જંતુનાશક દવાઓથી દૂર રાખો. એટલે સુધી કે ઝેરી મનાતા કીટનાશકોમાં પણ બોરિક

એસિડ જોવા મળે છે, જે ગળવાથી કે સૂંઘવાથી તેમના માટે ઝેરીલા હોઈ શકે છે. આંખોમાં બળતરા પેદા કરે છે. કોઈ સ્થાનિક પર્યાવરણ કેમ્પમાંથી કુદરતી ઉપાયો અને વિધિઓ અંગે જાણકારી મળી શકે છે. જો કે આ વસ્તુઓનાં વત્તા-ઓછા પ્રમાણના પ્રયોગથી કોઈ હાનિ નથી થતી. તેનો લાંબા સમય સુધી ઉપયોગ કરાય તો, જેમ કે રસાયણ ફેક્ટરીમાં કામ કરવું તો તેની માઠી અસર સામે આવી શકે છે.

<u>પેઈન્ટની ગંધ :-</u> આખા પુરા પશુ જગતમાં નવા જીવની અવતરવાની અવધિ પહેલા તમામ તૈયારીઓ કરી લેવાય છે. પક્ષી માળો બનાવે છે. ખિસકોલીઓ પોતાના ઘરને ડાળી-શાખા તથા પાંદડાઓથી નરમ બનાવે છે. પુરૂષ તથા સ્ત્રી, ઓનલાઈન ડિઝાઈનના નમૂના જોવામાં વ્યસ્ત હોય છે. મોટાભાગે ખાસ કરીને તેમાં શિશુના રૂમનું પેઈન્ટિંગ પણ સામેલ હોય છે (જ્યારે આપ રંગ પસંદ કરી લો) જો કે આ જકાલના રંગોમાં સીસુ કે મરક્યુરી જોવા મળતું નથી. એટલા માટે તે ગર્ભાવસ્થામાં પણ પૂરી રીતે સલામત માનવામાં આવે છે, તેમ છતાં પણ અમુક એવા કારણો હોય છે કે જેના લીધે આપને આપનું પેઈન્ટિંગ બ્રશ કોઈ બીજાના હાથમાં સોંપવુ પડે છે. ગર્ભાવસ્થામાં વજન વધારે હોય છે. લગાતાર પેઈન્ટ કરવાથી પીઠની માંસપેશીઓ પર દબાણ થઈને તમને દુઃખાવોનો અનુભવ થાય છે. પેઈન્ટ કરતી વખતે સીડી પર ચઢવા જતાં પગ ફસકી પડે છે. પેઈન્ટની ગંધથી પણ જીવ અકળાય છે.

આમ જ્યારે ઘરમાં થઈ રહ્યું હોય ત્યારે આપને બહાર રહેવામાં જ ફાયદો છે. ઘરની તમામ બારીઓ રંગરોગાન વખતે ઉઘાડી દેવી. પેઈન્ટ રિમૂવરના ઉપયોગથી પણ બચો, કેમ કે એ ખૂબ જ ઝેરી હોય છે. જો જૂનું પેઈન્ટ કાઢી નાખવામાં આવે છે તો તેમાં મરક્યૂરી કે સીસાનો ઉપયોગ થઈ શકે છે.

વાયુ પ્રદૂષણ

શું શહેરનું વાયુ પ્રદુષણ મારા શિશુને નુકશાન પહોંચાડી શકે છે?

એક ઉંડો શ્વાસ લો એ ઉંડો શ્વાસ ઘણી બધી રીતે સલામત છે. કરોડો ગર્ભવતી મહિલાઓ આવી

> **ગ્રીન ગ્રીન ટિપ્સ**
>
> જો તમે ઘરની હવાને ખુશ્બુદાર બનાવવા ઈચ્છો છો તો આપના ઘરના બાગને લીલોતરી વનસ્પતિ અને ફૂલ-છોડથી આચ્છાદિત કરી દો. ઘરમાં ઠેરઠેર ફૂલોના કૂંડા ગોઠવી દો. કુંડાના છોડ ઘરના પ્રદુષણને દૂર કરીને લીલોતરીથી આપની આંખોને ઠંડક મળશે. ફિલોડેન ડ્રોન કે ઈગ્લિંશ આઈવી જેવા ઝેરી છોડવાના કુંડા ન ગોઠવો. જો કે આમ પણ જયારે શિશુ ઘૂંટણભેર ચાલવા લાગશે ત્યારે જાતજાતના છોડવાઓના કુંડાની ગોઠવણી બદલવી પડશે.

જ પ્રદુષિત હવામાં શ્વાસ લઈ રહી છે અને તંદુરસ્ત બાળકોને જન્મ આપતી રહી છે એમ તો આપને હવામાં પ્રદુષણ ફેલાવવાના કારણો અંગે થોડી સાવચેતી તો રાખવી જ પડશે. જેમકે,

- ધૂમાડાવાળા કમરામાં ન જાવ. જો એ કમરામાં સામૂહિક ધૂમ્રપાન થતું હોય તો તમાકુનો ધૂમાડો ભ્રૂણના વિકાસ પર માઠી અસર કરી શકે છે. આપના મિત્રો પરિવારનો સભ્યો તથા સહકર્મીઓને આપ કહો કે ગર્ભાવસ્થાને પ્રદુષિત હવા નુકશાન કરી શકે છે.
- આપના કારના ઈંધણની તપાસ કરાવો. ગેરેજનો દરવાજો બંધ રાખીને આપનો ડ્રાઈવર ગાડી ચાલુ ન કરે. જયારે એન્જિન ચાલુ હોય ત્યારે ગાડીનો દરવાજો તથા બારીનો કાચ બંધ ન કરે.
- આપના શહેરમાં અધિક પ્રદુષણ હોય તો વધારે સમય ઘરમાં જ વીતાવો. બારીઓ બંધ રાખો તથા એસી ચાલુ કરી દો. આરોગ્ય અધિકારીઓ દ્વારા સૂચવાયેલા તમામ સૂચનોનો અમલ કરો. જો વર્ક આઉટ કરવા ઈચ્છો તો જિમમાં જાવ કાં તો કોઈ ઈનડોર મોલમાં શોપિંગ કરી આવો.
- ભલે ગમે તે ઋતુ હોય પણ ગંદા પ્રદૂષિત વાતાવરણમાં ના તો કોઈ દોડે કે ના તો સાયકલ ચલાવે. જેથી આપ વધારે પ્રદુષિત હવા

શરીરમાં લેવાથી બચી જશો. કોઈ એવો રસ્તો પસંદ કરો. જ્યાં બગીચો હોય કે રસ્તો હોય, સડકના કિનારે ઘટાદાર વૃક્ષો હોય, મેઈન રોડથી ક્યારેય ન જાઓ, વૃક્ષ કોઈપણ સ્થળની હવાને શુધ્ધ કરે છે.

■ આપના ઘરમાં ફાયરપ્લેન, ગેસ, સ્ટવ તથા લાકડાના ચૂલાના ધૂમાડાને બહાર નીકળવાની પૂરી વ્યવસ્થા હોવી જોઈએ. ફાયરપ્લેસમાં આગ ચાંપતા પહેલા તેની ચીમનીને ખોલી દો.

■ અમારા બતાવેલા લીલાછમ- ગ્રીન ગ્રીન ઉપાયો અજમાવો અને પ્રદુષણથી બચો.

ઘરેલુ હિંસા

ગર્ભવતી સ્ત્રી એવું જ ઈચ્છે છે કે પોતાના શિશુની સરસ રીતે દેખભાળ થાય, પરંતુ ખૂબ જ અફસોસ સાથે કહેવું પડે છે કે કેટલીય મહિલાઓ ગર્ભાવસ્થા દરમિયાન પોતાનો બચાવ શુધ્ધા કરી શકતી નથી, કેમ કે તેને ઘરેલું હિંસાના ભોગ બનવું પડે છે. જો ગર્ભાવસ્થા પહેલાથી આયોજિત ન હોય તો કેટલીય વાર એ મહિલાના સાથી માટે દાઝ, ક્રોધ તથા રૂંધામણનું કારણ બની જાય છે. તેનાં મનમાં નકારાત્મક વિચારો જન્મ લે છે. ઘણીવાર એ જ ભાવનાઓ માતા તથા ગર્ભસ્થ શિશુ માટે હિંસાનું રૂપ લઈ લે છે.

ગર્ભાવસ્થાની જટિલતાઓ તથા કાર અકસ્માતોની તુલનામાં ગર્ભવતી સ્ત્રીઓ ઘરેલું હિંસાથી મોટા પ્રમાણમાં મરે છે. લગભગ ૨૦ ટકા મહિલાઓને પોતાના પ્રેમી સાથી કે પતિના હાથે હિંસાના ભોગ બનવું પડે છે. શારીરિક ત્રાસને વેઠનારી મહિલાઓના શિશુઓને સમય પહેલા જ જન્મ લેવાની શક્યતાઓ વધી જાય છે.

ગર્ભવતી મહિલા તથા બાળકને થયેલી કોઈ ઈજાની સરખાણીમાં શારીરિક તથા માનસિક ત્રાસ આકરો હોય છે. તે સગર્ભાને મોટુ નુકશાન પહોંચાડે છે. કુપોષણ તથા પ્રસૂતિ પહેલાની દેખરેખમાં રહી ગયેલી ખામીઓના કારણે આવી લાચાર માતાઓને ત્યાં તંદુરસ્ત બાળકો જન્મી શક્તા નથી.

જન્મ લીધા પછી તરત જ નવજાત શિશુ પણ પરોક્ષ રૂપે હિંસાનો ભોગ બનવા લાગે છે. સમાજના દરેક વર્ગોમાં આવી અસરગ્રસ્ત મહિલાઓ જોવા મળે છે. એ મહિલાઓમાં દરેક વય જાતિ કે શિક્ષિત સગર્ભાઓ પણ સામેલ છે.

જો આપ પણ ઘરેલું હિંસાનો ભોગ બનેલી સગર્ભા છે તો તેમાં આપનો એકલીનો દોષ નથી. આપે કશું જ ખોટું કર્યુ નથી. આપે આવા ખરાબ સગપણોમાંથી મુક્તિ મેળવવા માટે કોઈની મદદ લેવી પડશે. જો આ રીતની હિંમત નહીં દાખવો તો જુલમ વધતો જશે. જો આ લગ્નબંધનથી આપ સલામત નથી તો આપનું બાળક કેવી રીતે સલામત રહેશે?

આપના ડૉક્ટરને આપવીતી કહો. વિશ્વાસપાત્ર દોસ્તોને વાત કરો. કાં તો કોઈ સ્થાનિક ઘરેલું હિંસા હૉટલાઈન પર સંપર્ક કરો. કેટલાય રાજ્યોમાં એવા કાર્યક્રમો ચલાવવામાં આવે છે. જ્યાં આપને રહેવા-ખાજા પીવાની સગવડ તથા પ્રસૂતિ પહેલાની સારવાર મળી શકે છે.

પૂરક તથા વૈકલ્પિક સારવાર

જ્યારે વિજ્ઞાન વિકાસ પામ્યું ન હતું ત્યારે દાયણો જ આવી વિકટ પરિસ્થિતિઓનો સામનો પરંપરાગત જડીબુટ્ટીઓ અને ઘરગથ્થૂ પધ્ધતિઓ દ્વારા કરતી હતી, પરંતુ હવે તબીબી ક્ષેત્રમાં અનેક નવી નવી શોધો તથા તબીબી પધ્ધતિઓ પહેલા કરતા સક્ષમ બનીને આપણી સુવાવડ તબીબી સારવારની પૂરક બની ગઈ છે. સાચું કહીએ તો એ આપણા તમામના પરિવારનું અનન્ય અંગ બની રહી છે.

પૂરક અને વૈકલ્પિક તબીબ પોતાના દર્દીની પોષક ભાવનાત્મક, આધ્યાત્મિક તથા શારીરિક અસરોમાંની ખામીઓની પણ તપાસ કરે છે. આ

પધ્ધતિ એ સિધ્ધાંત પર વિશ્વાસ રાખે છે કે શરીર તો પોતાની તંદુરસ્તીની કાળજી રાખતું જ હોય છે બસ તેને અમુક પ્રાકૃતિક મિત્રો, જડી- બુટ્ટીઓ શારીરિક કૌશલ્ય, આત્મા તથા મનની મદદની જરૂર પડે છે.

ગર્ભાવસ્થા એક રોગ નહીં પરંતુ જીવનનું એક સામાન્ય પણ અદભૂત લક્ષણ છે. નવા જીવના ઉછેરનો કરિશ્મો છે. ગર્ભવતી મહિલાઓને પૂરક તથા વૈકલ્પિક તબીબી પધ્ધતિઓની મદદ લેવી જોઈએ. આ જકાલ એ બધી પધ્ધતિઓ ગર્ભાવસ્થા તથા પ્રસૂતિ માટે પૂરક રૂપે સિધ્ધ થઈ રહી છે તે છે :-

એક્યૂપંચર : ચીનના લોકો હજારો વર્ષોથી જાણતા હતા કે એક્યૂપંચરથી ગર્ભાવસ્થાના અનેક લક્ષણોથી મુક્તિ મેળવી શકાય છે, પરંતુ પારંપરિક પ્રસૂતિ વિજ્ઞાને અમુક સમયથી એના તરફ ધ્યાન આપવાનું શરૂ કર્યુ છે. વૈજ્ઞાનિક શોધ હવે પ્રાચીન બુધ્ધિમતા તરફ વળી રહી છે. સંશોધકોએ શોધી કાઢ્યું છે કે એક્યૂપંચરની મદદથી મગજમાં અનેક પ્રકારના રસાયણોનો સ્રાવ થાય છે, જેનાથી ગર્ભાવસ્થાની પીડાના લક્ષણોમાં ઘટાડો જોવા મળ્યો છે. આવું કેવી રીતે થાય છે? એક્યૂપંચરની પધ્ધતિના નિષ્ણાંત શરીરના જુદાજુદા મૈરીડિયનોમાં પાતળી સોયો જડે છે. પ્રાચીન પરંપરા અનુસાર આ માર્ગ ચેનલ છે, જેના માધ્યમથી શરીરની જીવન ઊર્જા 'ચી' પ્રવાહીત બને છે.

શોધકર્તાઓએ પણ જાણ મેળવી છે કે ઈલેક્ટ્રોપંચર રીતથી આ સોયોને ખોસી દેવામાં આવે છે તો સ્નાયુ ઉત્તેજિત બને છે, જેમાંથી એન્ડોરફિનનો સ્રાવ વધે છે તથા પીઠ દર્દ, જીવ ઉકાળે ચઢવો, ગર્ભાવસ્થાની હતાશા તથા અન્ય લક્ષણોથી છુટકારો મળે છે. એને પ્રસવ સમયે થનાર વેદનાને ઓછી કરવા માટે પણ ઉપયોગમાં લઈ શકાય છે.

એક્યૂપંચર દ્વારા વંધ્યત્વની સમસ્યામાં પણ મદદ લઈ શકાય છે.

એક્યૂપ્રેશર : એક્યૂપ્રેશરને ચીનીભાષામાં શિએત્સુ પણ કહે છે તે એક્યૂપંચરના સિધ્ધાંત મુજબ જ કામ કરે છે. આમાં સોયને ખોસવાના બદલે હાથની આંગળીઓ તથા અંગુઠાથી દબાવવામાં આવે છે કાં તો પછી અનાજના દાણાને દબાવીને ટેપ લગાવવામાં આવે છે. હાથના કાંડાની અંદરની તરફ એક ખાસ બિંદુ પર દબાણ આપવાથી જીવ ગભરાવા જેવી તકલીફથી મુક્તિ મળે છે. આ જ પ્રકારે એક્યૂપ્રેશરમાં હાથો-પગોમાં અનેક એવા પોઈન્ટ (બિંદુ) હોય છે. જેને કોઈ પ્રોફેશનલની મદદથી શીખ્યા પછી જાતે કરી શકો છો.

બાયોફીડબેક : આ એક એવી પધ્ધતિ છે, જેમાં દર્દીઓને શીખવામાં આવે છે કે તેઓ શારીરિક તથા ભાવનાત્મક તણાવથી છૂટકારો મેળવવા માટે પોતાની જૈવિક પ્રતિક્રિયાનો પ્રયાસ અનિદ્રા,પીઠ દર્દ, શરીરના કોઈપણ ભાગમાં થતાં દર્દને તથા જીવ ઉકાળે ચઢવા જેવાં ગર્ભાવસ્થાના અનેક લક્ષણોમાં આરામ આપી શકે છે. રક્તસ્રાવ ઘટાડવા, હતાશા, ઉત્તેજના તથા તણાવથી મુક્તિ માટે પણ બાયોફીડબેકનો ઉપયોગ કરી શકો છો.

કીરોપ્રેક્ટિક સારવાર: કરોડરજ્જુનું હાડકું તથા અન્ય સાંધાઓ તથા સ્નાયુઓ સામાન્ય ગતિથી કામ કરતાં રહે અને શરીરની જાતે સારવાર કરવાની ક્ષમતા આ પધ્ધતિથી મળે છે. આ સારવારની મદદથી ગર્ભવતી મહિલાઓને વમન, પીઠ-દર્દ, સાંધાનો દુઃખાવો, શિયાટિકા તથા અન્ય દર્દોથી મુક્તિ મળી શકે છે. કીરોપ્રેક્ટિક સગર્ભા મહિલાઓ માટે એવા જ ઉપાયો અજમાવાય છે. જેનાથી સગર્ભા સલામત રહી શકે અને તેના પેટના નીચેના ભાગ પર દબાણ ન પડે.

માલિશ : માલિશ દ્વારા ઉલ્ટીના કિસ્સામાં આરામ મળી શકે છે, પરંતુ અમુક ગર્ભવતી સ્ત્રીઓ માલિશ પછી જ જીવ ગભરાવા જેવી ફરીયાદ કરે છે. એનાથી પીઠ દર્દ, માથાનો દુઃખાવો તથા શિયાટિકામાં પણ રાહતની સાથોસાથ શરીરની માંસપેશીઓ પ્રસૂતિ માટે પણ તૈયાર થાય છે.

પ્રસવ પીડા દરમ્યાન પણ માલિશથી માંસપેશીઓને આરામ મળે છે અને પીડા ઓછી થાય છે. માલિશ કરાવતાં પહેલાં જેની પાસે માલિશ કરાવો છો તે તાલિમબદ્ધ છે કે નહીં તેની ચોક્કસાઈ કરી લો.

રિફલેક્સૉલોજી : એક્યૂપ્રેશરની જેમ રિફલેક્સોલૉજીમાં હાથ-પગ તથા કાનો પર સાધારણ દબાણ આપવામાં આવે છે, જેથી અનેક પ્રકારના દર્દના લક્ષણોમાંથી છૂટકારો મળી શકે.

જયારે પણ આપ આ સારવાર માટે જાવ ત્યારે તમે ગર્ભવતી છો તેની જાણ કરી દો. જેથી તે સારવારમાં પૂરી સાવચેતી રાખે અને તે નિયત બિંદુઓ પર જ દબાણ કરે.

જળ સારવાર (હાઈડ્રોથેરાપી) કેટલીય હૉસ્પિટલો કે બર્થ સેન્ટરોમાં પણ ગર્ભવતી મહિલાઓને ગરમ પાણીના ટબમાં સૂવાડવામાં આવે છે. કેટલીય મહિલાઓ પાણીમાં જ બાળકને જન્મ આપવા ઈચ્છે છે.

અરોમા થેરાપી : શરીર, મન અને આત્માના આરોગ્ય માટે શુધ્ધતા માટે સુગંધિત તેલોનો પ્રયોગ કરજામાં આવે છે. જો કે અમુક અરોમાના નિષ્ણાંતોનુ માનવું છે કે આ વિષયમાં જરૂરી સાવચેતી રાખવી જોઈએ. કેમ કે અમુક તેલ ગર્ભવતી મહિલાઓને નુકશાન પહોંચાડે છે.

ધ્યાન, માનસિક ચિત્રણ તથા રિલેક્સેશનની ટેકનિક : આની મદદથી ગર્ભવતી મહિલાઓને શારીરિક અને માનસિક તણાવથી રાહત મળે છે, જેમાં મોર્નિંગ સિકનેસથી લઈને પ્રસવ પીડા સુધીના દર્દોમાં પણ આરામ મળે છે. આનાથી ભાવિ માતાઓના ઉશ્કેરાટ અને અવઢવ પર ઘણી હદ સુધી કાબૂ મેળવી શકાય છે. આપ આ પુસ્તકમાં દર્શાવેલા વ્યાયામ તાલિમબદ્ધ તબીબી નિષ્ણાંતના માર્ગદર્શન હેઠળ કરી શકો છો.

વશીકરણ-સંમોહન વિધિ (હિપ્નોથેરાપી)

વશીકરણથી પણ ગર્ભાવસ્થામાંના અમુક લક્ષણોમાંથી મુક્તિ મળે છે. તણાવ ઘટે છે. અનિદ્રાના રોગથી રાહત થાય છે, પ્રસવ-પીડા દરમિયાન દર્દને ઓછું કરીને સરળતાપૂર્વક સુવાવડ થાય છે, અમુક સુવાવડ દર્દરહિત બને છે. આ પધ્ધતિમાં શરીરને ઉંડાણપૂર્વક રિલેક્સ કરી દેવામાં આવે છે. જેથી શરીરને દર્દનો અનુભવ થતો નથી. આમાં ખાસ એ ધ્યાનમાં રાખવાનું છે કે આ પધ્ધતિ બધાને અનુકૂળ આવતી નથી. અમુક લોકો પર જ સંમોહનના સૂઝાવોનો પ્રભાવ પડે છે. કોઈ સંમોહન નિષ્ણાંતની સેવાઓ લેતાં પહેલા ખાતરી કરી લો કે તે આ ક્ષેત્રમાં માન્ય છે, પ્રમાણિત છે અને ગર્ભાવસ્થા થેરાપીનો અનુભવ છે.

મૉક્સીબશન : આ વૈકલ્પિક ચિકિત્સા પધ્ધતિમાં એક્યૂપંચરની સાથોસાથ ઉસ્માને સામેલ કરવામાં આવે છે, જેથી બ્રીચ બેબીને ધીમેથી ઉલટાવી શકાય. જો આપ પણ આ ટેકનિકની મદદ લેવા ઈચ્છો તો કોઈ અનુભવી એક્યૂપંચરિસ્ટની મદદ લો.

જડી બુટ્ટીઓથી ઉપચાર: સદીઓથી જડી બુટ્ટીઓ રોગોનો ઉપચાર કરતી આવી છે. જડી બુટ્ટીઓ ગર્ભાવસ્થામાં તેના લક્ષણોને માઠી અસરોને દૂર કરવા સક્ષમ છે. જો કે નિષ્ણાંતો તેને સંપૂર્ણ રીતે પ્રયોગમાં લેવાની સલાહ આપતા નથી. કેમ કે આ વિષયમાં હજુ સંપૂર્ણ રીતે શોધ થઈ નથી.

જો કે પૂરક અને વૈકલ્પિક સારવાર પધ્ધતિ, પ્રસૂતિ વિજ્ઞાનમાં પ્રવેશ કરી ચૂકી છે. આ પ્રયોગ પહેલા જોઈતી સાવચેતી રાખવી જોઈએ.

- તમારી દાયણ કે લેડી ડૉક્ટરને પણ આ અંગે સૂચિત કરી દો, જેથી આપને સંપૂર્ણ પૂરક સારવાર મળી શકે. એનાથી આપને તથા શિશુને પૂરતું સંરક્ષણ મળશે.
- પૂરક દવાઓ (જડી બુટ્ટીઓથી તૈયાર)થી આપ સલામતી માટે સંપૂર્ણ રીતે આશ્વાસન લઈ શકો નહીં. જેમ કે તેમની તબીબી સારવાર થઈ હોતી નથી. જો કે તેના ઉપયોગમાં કોઈ મુશ્કેલી નથી. આપણે માત્ર અધિકારની રીતે તેમના લાભ હાનિઓ અંગે વ્યાખ્યા કરી શકીએ નહીં. જયાં સુધી આ વિષયમાં બીજી કોઈ જાણકારીઓ ન મળે ત્યાં સુધી આ દવાઓના પ્રયોગથી પૂર્વ અનુભવી નિષ્ણાંતોનો મત અવશ્ય લો.
- અમુક પૂરક પધ્ધતિઓ એવી પણ છે જે આમ તો લાભકારક છે, પરંતુ ગર્ભવતી મહિલાઓને તેમના પ્રયોગથી પહેલાં સાવધાની રાખવી પડે છે, એટલા માટે તમારા ડૉક્ટરને ગર્ભાવસ્થા અંગે જણાવવાનું ભૂલાય નહીં.
- એ ચિકિત્સા પધ્ધતિઓના પ્રયોગની રીત પર પણ મોટો મદાર રહે છે. એ યાદ રાખો કે કુદરતનો પ્રાકૃતિકનો મતલબ સુરક્ષિત અને રસાયણનો મતલબ હાનિકારક નથી થતો.
- આપની પૂરક ચિકિત્સા પધ્ધતિઓને ગર્ભાવસ્થાની સાથે લઈને ચાલો, પણ થોડી સાવચેતી સાથે.

★★★

નવ મહિના અને તમારા ખોરાક-પાણી

આપની અંદર એક નાનકડું-નમણું શિશુ ઉછરી રહ્યું છે. તેના હાથ-પગની આંગળીઓ, કાન અને આંખો આકાર પામી રહી છે. મગજની કોશિકાઓ પણ ઝડપથી વધી રહી છે. એ પહેલાં કે આપને જાણ થાય એ નાનકડું ભ્રૂણ આપનું શિશુ બની જશે, જેને બાહોમાં લઈને સુવાડી શકાશે.

એમાં કોઈ હેરાનગતિની બાબત નથી પણ તે કામમાં ઘણી મહેનત પડશે. ખુશીની વાત છે કે એકબીજાને પ્રેમ કરનારા માતા-પિતા અને શિશુનું કુદરત પણ ધ્યાન રાખે છે. આનો અર્થ એ છે કે આપને ત્યાં એક લાડકું-વહાલસોયુ નિરોગી શિશુ જન્મ લેશે. બસ આપે એટલી કાળજી રાખવાની છે કે આપની ગર્ભાવસ્થા સંપૂર્ણ રીતે આરામદાયક અને આરોગ્યપ્રદ રહે. જો કે આ બધું કરવું મુશ્કેલ નથી. જેમ કે આપ પહેલેથી જ સારવાર અંગે જાગૃત છો.

જી..હા, આપ દિવસમાં ત્રણ વખત ભોજન લો છો, પરંતુ ગર્ભાવસ્થાનો પડકાર માત્ર ખાવાથી જ પૂરો નહીં થાય. આપે એટલું જ ખાવું પડશે, જેટલું આપ ખાઈ શકો છો. સારી રીતે ભોજન કરવાનો મતલબ છે કે આપના લાડલા કે લાડલીને સારૂ આરોગ્યપ્રદ જીવનની ભેટ આપવાની છે.

ગર્ભાવસ્થા આહાર યોજના, આપને તથા શિશુને સમર્પિત છે એનાથી શિશુને શો લાભ થશે? ઘણા બધા લાભોમાંથી એક લાભ એ છે કે જન્મ વખતે તેનું વજન સપ્રમાણ હશે. મગજ સારી રીતે વિકાસ પામેલું હશે. જન્મ વખતે થનારા નુક્સ કે રોગ વધશે નહીં. આપ માનો કે ના માનો આપ આ જથી જ રાતના ભોજનમાં તાજું કોબીજ તથા બીજી લીલી શાકભાજીઓને ઉમેરી લો. આવા ખોરાકથી આપનું પ્રીસ્કૂલર બાળક ખાવા-પીવાની સ્વસ્થ આદતો અપનાવશે અને એક તંદુરસ્ત શરીરવાળો માણસ બનશે.

આનાથી માત્ર આપના શરીરને જ લાભ નહીં થાય પણ ગર્ભસ્થ શિશુ નિરોગી રહેશે. આપનો ગર્ભાવસ્થા આહાર એ વાતની ખાતરી આપે છે કે આપની સુવાવડ સલામત હશે. પૌષ્ટિક આહાર લેનારી મહિલાઓમાં એનીમિયા, ગેસ્ટેશનલ, ડાયાબીટીસ તથા પ્રીક્લેંપસિયા જેવી પરેશાનીઓ પેદા નથી થતી. સમજી વિચારીને પસંદ કરાયેલા ખાદ્ય-પદાર્થોથી પણ રાહત મળે છે. આવી સ્ત્રીઓની પ્રસૂતિ સમય પહેલા છે કે સમય પછી થવાના બદલે સમયસર થાય છે. પ્રસવ પછી શરીરને પોતાના મૂળ સ્વરૂપમાં આવતાં પણ મોડું થતું નથી.

જો આપ બધા ફાયદાઓનો અર્થ સમજી ગઈ છો તો તમારે ભોજનને પૌષ્ટિક બનાવવા માટે કમર કસવી પડશે, કેમ કે ગર્ભાવસ્થા આહાર અને સરેરાશ પૌષ્ટિક ભોજનમાં ખાસ અંતર હોતું નથી. બસ ગર્ભાવસ્થા આહાર માટે થોડાંક ફેરફાર કરવા પડે છે. જેમ કે શિશુના માટે અધિક માત્રામાં કેલેરી તથા પોષણની જરૂર હોય છે, બુનિયાદ (પાયો) તો એ જ રહેશે. પ્રોટીન તથા કેલ્શિયમ આખું

અનાજ, ફળ તથા શાકભાજીઓ અને આરોગ્ય પ્રદ વસા (ચરબીયુક્ત) પૌષ્ટિક સમતોલન આહાર એ બધુ સાંભળેલુ લાગે છે ને! અમારા પોષણ વિજ્ઞાની વર્ષોથી આપને આવા જ ભોજન માટે ભલામણ કરતાં આવ્યા છે.

એક સારી ખબર છે, જો કદાચ આપ આ જ સુધીમાં ઘણી ઓછી માત્રામાં આદર્શ ભોજનની આદી છે તો એમાં ફેરફાર કરવાનું કામ મુશ્કેલ નથી. કેમ કે ફેરફારનું વિચારતાંની સાથે જ તેનો અમલ જરૂરી છે. આપ આ જે પણ મજાથી આપના કેક અને ચિપ્સ ખાઈ શકો છો. બસ એમાં થોડો ફેરફાર કરવો પડશે. આપ અનેક સ્વાદિષ્ટ વાનગીઓના માધ્યમથી વિટામીન અને ખનીજ લવણનો પણ ઉપયોગ કરી શકો છો, જેથી આરોગ્યની સાથોસાથ જીભના સ્વાદ પર પણ ધ્યાન આપી શકાય.

શ્રેષ્ઠતા માટે આહારમાં ફેરફાર કરતાં પહેલાં એક વાતનું ખાસ ધ્યાન રાખો. આ લેખમાં ગર્ભાવસ્થાના સમય માટે કેવા પ્રકારનો ખોરાક લઈ શકાય તે દર્શાવાયું છે, પરંતુ જો આપને આવા પૌષ્ટિક ભોજનથી અરૂચિ થવા લાગે તો તમારી ઈચ્છા અનુસાર એમાં થોડોક ફેરફાર કરી શકો છો. બસ અમે એટલું જ કહેવા માંગીએ છીએ કે બિલકુલ અજાણ્યા રહેવાના બદલે થોડું સમજી વિચારીને ખોરાક પાણીની આદત અપનાવો આપના બર્ગર કે ફ્રેંચ ફ્રાઈ ખાવામાં કોઈ વાંધો નથી, પરંતુ થોડીક સલાહ જોડે હોય તો મજા મજા...!!

નવ મહિનાના આરોગ્યપ્રદ ભોજનના નવ પાયાના નિયમ

કોળિયા ગણો : આપે પૂરા નવ મહિના સુધી આપના શિશુ માટે ભરપેટ પૌષ્ટિક આહાર લેવાનો છે. એ ગર્ભસ્થ શિશુને માટે એક આરોગ્યપ્રદ શરૂઆત કરી દેવાની છે. જ્યારે પણ તમારૂં ભોજન ચાવો તો તમારા શિશુ માટે જ વિચારો. યાદ રાખો કે દરેક કોળિયાને બરાબર ચાવીને ખાવામાં આપના શિશુને લાભ છે. તમારા માટે શિશુને પોષણ આપવાનો આ સોનેરી અવસર છે.

આપની રીતે જ ચાલો

શું આપને આપના ખોરાક માટે કોઈ શંકા છે? શું આપ આહાર યોજના બનાવવા નથી ઈચ્છતી? શું ખાઈએ? કેટલું ખાવું એ સવાલ પૂછવા નથી માંગતી? વાંધો નહીં. આપ આપની રીતે જ ચાલો. આપ સમતોલન અને પૌષ્ટિક આહારમાં જો ફળ-દૂધ, દહી, અનાજ તથા શાકભાજી વગેરે ઉમેરો છો તો ઠીક છે આપે દરરોજ ૩૦૦ કેલેરી મળે એટલું ભોજન લેવાનું છે. આપ નિરોગી શિશુને જન્મ આપી શકશો.

બધી કેલેરી બરાબર નથી હોતી :- કેલેરી પસંદ કરતી વખતે સાવચેત રહો. એની માત્રાના બદલે ગુણવત્તા પર ધ્યાન આપો. ૧૦ (બટાકા) બટેટા ચિપ્સની ૧૦૦ કેલેરી, છોતરા સહિત બટેટાની ૧૦૦ કેલેરી બરાબર નહીં હોય! આપને તથા બાળકને ૨૦૦૦ ખાલી કેલેરીના બદલે ૨૦૦૦ પોષક કેલેરીથી વધારે લાભ થશે. પ્રસવ પછી આપના શરીર પર તેની અસર જોવા મળશે.

આપ ભૂખી રહેશો તો બાળક પણ ભૂખ્યું રહેશે : શું આપ નાનકડા શિશુને ભૂખ્યું રાખવા માગશો? જવાબ ના છે, તો તેને જન્મતા પહેલા પણ ભૂખ્યું શા માટે રાખવું? તેને પ્રતિદિન નિયમિત રીતે પોષણ મળે એ જરૂરી છે. આપ જ તો યૂટેરાઈન કેફેમાં ભોજન આપો છો. ભલેને આપને ભૂખ લાગી ન હોય ત્યારે વિચારો કે બાળક ભૂખ્યું છે. પોષણ મળવાનું છે માટે ભરપેટ નહીં તો પણ રૂચિ મુજબ ખાવ. અભ્યાસોથી જાણવા મળ્યું છે કે દિવસમાં પાંચવાર ખાનારી (ત્રણ ટંક ભોજન બે સ્નેક્સ કે છ વાર થોડું થોડું જમણ) માતાઓ ઘણી જ તંદુરસ્ત રહે છે. જો કે એ કહેવું સહેલું છે કે ભોજનની રૂચિ નથી. ઉબકા-ઉલટી થાય છે. આવું થતું હોય તેમના માટે પુસ્તકમાં આપને એવા ઉપાય મળશે જે આપની ભૂખને ઉઘાડી શકે છે.

<u>થોડી ઘણી કાર્ય કુશળતા :-</u> ક્યાંક આપ એવું વિચારીને ડરી રહી નથી ને કે આ રીતે ખાવાથી આપનું ફિગર બગડી જશે. એ અંગે વધારે ચિંતા ન કરો. આપે થોડીક વહેવારિક કુશળતા દાખવવી પડશે. જેમ કે જમવામાં ફૂલ ફેટ ચરબીવાળી ડેરીની બનાવટની ચીજવસ્તુઓ તથા તળેલી વસ્તુઓના બદલે શેકેલું અથવા તો બાફેલું ભોજન, માખણનું પ્રમાણ ઓછું રાખો. કાં તો તેને શેકતી વખતે જૈતુનનું અને શિશુને પૂરતું પોષણ મળી શકે.

<u>કાર્બોહાઈડ્રેટ બાબતે :</u> અનેક ગર્ભવતી મહિલાઓ વજન વધી જવાના લીધે પોતાના ભોજનમાંથી કાર્બોહાઈડ્રેટની માત્રા ઘટાડી દે છે. જેમ કે બટાકા. એ વાતમાં કોઈ શંકા નથી કે રિફાઈન્ડ કાર્બોહાઈડ્રેટ વધારે પોષક નથી હોતા પરંતુ કોમ્પ્લેક્સ કાર્બોહાઈડ્રેટ (આખા અનાજની ડબલ રોટી, બ્રાઉન ભાત, તાજા ફળ તથા શાકભાજી, સુકકી બીંસ તથા નાશપાતી તથા છાલ સાથે બટાકા, આ તમામ વિટામિન-બીમાં ઉમેરો કરે છે, જરૂરી રેશા તથા પ્રોટીનની માત્રા આપે છે. એ શિશુની સાથોસાથ આપના માટે પણ લાભદાયી છે. આવા ખાદ્ય પદાર્થોથી ઉલટી ઉબકા કે જીવ ગભરાવવા જેવી તકલીફો દૂર થશે. કબજિયાત પણ મટી જશે. એમાંથી પેટ ભરેલું જ અનુભવાશે આપનું વજન પણ નહીં વધે.

એકબીજા સંશોધનથી જણાયું છે કે કૉમ્પલેક્સ કાર્બોહાઈડ્રેટનુ વધારે પ્રમાણ થવાથી ગૅસ્ટેશનલ ડાયાબીટીસ હોવાનું જોખમ ઘટી જાય છે. રેશાનું પ્રમાણ ધીમેધીમે વધશે. એકદમ જલ્દીથી રેશાનું પ્રમાણ વધારશો તો પેટમાં વાયુ ગેસ બની શકે છે.

<u>કંઈક ગળ્યું થઈ જાય :</u> ગળ્યું જમવાનું કોને ન ગમે? પરંતુ સંશોધકોનું માનવું છે કે ગળપણની અધિક માત્રા આપના માટે નુકશાનકારક બની શકે છે. એનાથી મોટાપાની સાથે દાંતો અને પેઢુઓના રોગ, ડાયાબિટીસ, હૃદયરોગ તથા કોલોન કેન્સરનું જોખમ પણ વધી શકે છે. મોટાભાગે અમુક ગળ્યાં પદાર્થોમાં પોષકતત્વોનું પ્રમાણ જૂજ હોય છે. આપના પૂરાવા માટે કેન્ડી અને સોડા સહુથી પહેલા મગજમાં આવે છે.

રિફાઈન્ડ કરતી ખાંડ બજારમાં અનેક સ્વરૂપે જોવા મળે છે જેમાં આપ કોર્ન સીડ ડીહાઈડ્રેટેડ જ્યૂસને તેમાં ગણાવી શકો છો.

મધ એક એવું સુગર છે, જે રિફાઈન્ડ નથી થતું. એમાં રોગો સામે લડનારા એન્ટીઓક્સીડેન્ટ જોવા મળે છે. આપ તેની મદદથી અનેક પ્રકારના

આરોગ્યપ્રદ વિકલ્પ

આપના પ્રિય ભોજનના અમુક આરોગ્યપ્રદ વિકલ્પ જોઈએ, તો આ સૂચિને વાંચો :-

આના બદલે	આને ખાવ
બટાકા ચિપ્સ	સોયા ચિપ્સ
તળેલું ચિકન	શેકેલું ચિકન
હૉટ ફજ ઈંડા	ફળ તથા ગ્રેનોલા સાથે ઠંડુ દહીં
ટાકો ચિપ્સ તથા ચીજ સોસ	બૅજીસ તથા ચીજ સૉસ
ફ્રેંચ ફ્રાઈ	શેકેલા ગળ્યાં બટાકા ચિપ્સ
સફેદ બ્રેડ	લોટની બ્રેડ
મૃદુ પીણું (સૉફ્ટ ડ્રિંક)	ફળોનો રસ
સુગર કુકીજ	હોલગ્રેન ફિગ ન્યૂટન

'સિક્સ મીલ' સોલ્યૂશન

ખૂબ જ તરસ લાગવી, છાતીમાં બળતરાં, કબજિયાત કે પછી કોઈપણ કારણસર આપને જમવામાં રૂચિ થતી ન હોય! તમારો ખોરાક ઓછો થઈ રહ્યો હોય તો સિક્સ મીલનું સમાધાન અપનાવો. સિક્સ મીલ એટલે દિવસમાં ત્રણ ચાર વાર જમવાના બદલે થોડું થોડું કરીને છ વાર જમવું. આ રીતે ભોજન તરફનો અણગમો નહીં રહે. આ રીતની ગોઠવણથી ધીમે ધીમે આપની તકલીફો દૂર થશે. આમ આપની ઊર્જાનું સ્તર જળવાઈ રહેશે. માથાનો દુઃખાવો હશે તો તેમાં રાહત થશે અને આપ મૂડમાં આવી જશો.

પૌષ્ટિક વ્યંજનો તૈયાર કરી શકો છો. જો કે આપે એ તમામ ખાદ્ય-પદાર્થોને બંધ કરી દેવા પડશે, જેમાં ખાંડની ભરપૂર માત્રા જોવા મળે છે. આ રીતે આપ અમુક એવા પૌષ્ટિક પદાર્થને પસંદ કરી શકશો, જેમાં તમારી મનપસંદ મીઠાશ ભળી હોય છે.

જો આપ સ્વાદિષ્ટ અને પૌષ્ટિક ગળ્યું જમવા ઈચ્છો છો તો ખાંડના બદલે ફળ, મેવા કે ફળોનો રસ લો. આમાં આપને મીઠાશની સાથોસાથ વિટામિન, ખનિજ લવણ તથા ફાઈટોકેમિકલ પણ મળશે. આપ કૅલેરી ફ્રી શુગર પણ વિકલ્પ તરીકે અપનાવી શકો છો, જે ગર્ભાવસ્થામાં બિલકુલ નુકશાન નથી પહોંચાડતું.

<u>પૌષ્ટિક ભોજનના સ્ત્રોતઃ</u> પ્રકૃતિનો પોષણથી ગાઢ સંબંધ છે. બહુધા અનેક પ્રાકૃતિક ખાદ્ય-પદાર્થ પોતાના મૂળ રૂપમાં પોષકતત્વોથી ભરપૂર હોય છે. તાજી મોસંબી ખાવ. ડબ્બામાં પેક ફળ ન લો તો ઠીક છે. જો તેને લેવા પડે તો પણ એવાં પેક પસંદ કરો, જેમાં મીઠું, ખાંડ અને ચરબીનું પ્રમાણ ઓછામાં ઓછું હોય! દરરોજ કાચા ફળ તથા સલાડ જરૂર ખાવ. જયારે ફળ કે શાકભાજીઓને પકાવવું પડે તો આછી વરાળમાં જ પકાવો. આ રીતે બાફવાથી વિટામીન તથા ખનીજ લવણ નાશ પામતાં નથી.

પ્રોસેસ્ડ ફૂડમાં અનેક પ્રકારના રસાયણ, ચરબી, તથા ખાંડને ભેળ-સેળ કરવામાં આવે છે, જેનાથી તેમનાં પોષકતત્વો ઘણી માત્રામાં ઘટી જાય છે. સ્મોકડ ટર્કીના બદલે તાજી બાફેલી ટર્કી લો. ચીજ પણ તાજી લેવામાં લાભ છે. આપ તાજું ઓટમીલ પણ લઈ શકો છો.

<u>સ્વસ્થ ભોજનની શરૂઆત ઘરથી થાયઃ</u> અમે માનીએ છીએ કે જયારે આપના મિસ્ટર સોફામાં જોડે બેસીને મોટા કટોરામાંથી આઈસ્ક્રીમ ખાઈ રહ્યાં હોય તો આપના માટે આપના મનને સમજાવવું થોડુંક મુશ્કેલ બને છે. એ વખતે આપનું સમગ્ર ધ્યાન તાજાં ફળ પર તો બિલકુલ નહીં જાય. રસોઈ ઘરનાં ફ્રીઝમાં કે ઘરના કબાટમાં સંતરી ચીઝ બોલ્સ પડયા છે તો આપને સોયા ચિપ્સનો સ્વાદ નહીં આવે. એટલા માટે ઘરના બધા જ સભ્યોની મદદથી આરોગ્યદાયક માહોલ બનાવવાનો પ્રયત્ન કરો.

ઘરમાં લોટની ડબલરોટી રાખો. ફ્રિજમાં તાજું દહીં પડયું હોય! એ સ્નેક્સને ત્યાંથી હટાવી દો, જે સ્નેક્સ આરોગ્યપ્રદ ખાદ્ય-પદાર્થોની શ્રેણીમાં નથી આવતાં. પ્રસવ પછી પણ આ જ ગોઠવણી ચાલુ રાખો.

સારા ખોરાકથી ગર્ભાવસ્થામાં ઉત્તમ પરિણામો જોવા મળે છે અને અનેક જાતના રોગનું જોખમ પણ ઘટે છે, જે પરિવાર હળી-મળીને આરોગ્યદાયક ભોજન કરે છે એ હંમેશા સ્વસ્થ રહે છે.

<u>ખરાબ આદતોથી બચો</u> : પ્રસૂતિ પહેલાં નિરામય ભોજન લેવું જ પ્રર્યાપ્ત નથી. આપે દારૂ, તમાકુ તથા બીજા માદક દ્રવ્ય છોડવા પડશે. આ આદતો છોડવા માટે આ જથી જ શરૂઆત કરો.

અપરાધભાવ કેવો ?

હવે તો આપ બે જણના માટે જમો છો. તેથી દરેક પ્રકારના ખાદ્ય-પદાર્થને સમજી-વિચારીને ખાવામાં લેવાના છે. જો કે આપને સખ્તાઈ પૂર્વકની કાળજી રાખવાની જરૂર નથી. ખાવા પીવામાં થોડી ઘણી છુટછાટ લઈ શકાય છે. જો અમુક મનપસંદ વાનગી (ઓછા પોષક તત્વોવાળી) ખાવાની ઈચ્છા થાય તો એકાદવાર લેવામાં નુકશાન નથી. આપણે જાણીએ છીએ કે બ્લ્યૂવૅરી મફિનમાં બ્લ્યૂવૅરી કરતાં ખાંડનું પ્રમાણ વધું હોય છે, પણ મન કરે તો ખાવું જોઈએ. જયારે પણ મનગમતી કેન્ડી,બર્ગર, કુકીઝ ક્રીમને ખાવાની ઈચ્છા થાય ત્યારે જરૂર આરોગો, પરંતુ તેની સાથે કશુંક એવું લો, જેમકે અખરોટવાળી કેન્ડી લો. આઈસ્ક્રીમ પર થોડો મેવો અને કેળાની ચીપ્સ નંખાવો. ચીઝ તથા ટામેટાવાળો બર્ગર મંગાવો. સાથે થોડાં સલાડ પણ લો.

પ્રયત્ન એવો કરો કે આવું ખાવાનું વધારે પ્રમાણમાં લેવાય નહીં. તેને માત્ર લિજ્જત માટે ખાવ. જો જરૂર કરતાં વધારે ખાશો તો તકલીફ થશે.

ગર્ભાવસ્થા દરમિયાન ખાનપાન

કૅલેરીઝ

એ તો બધા જાણે છે કે ગર્ભવતી મહિલાએ એક નહીં, બે જણના માટે ખાવું પડે છે, પરંતુ એ વાત યાદ રાખો કે અત્યારે બેમાંથી એક જીવ ખૂબ જ નાનો છે. તેને પોતાની મમ્મીથી ઘણી ઓછી કૅલેરીની જરૂર હશે ! જો આપ સરેરાશ વજનવાળી છો, તો આપને ફકત ૩૦૦ કૅલેરીથી વધારે જરૂરિયાત પડશે. જો કે બે ગ્લાસ મલાઈ કાઢેલું દૂધ (રિક્મડ મિલ્ક) અને એક કટોરો ઓટ મીલ લેવાથી એ કૅલેરી મળી જશે.

પહેલાં ત્રણ મહિનામાં આમ પણ વધારે પોષણની જરૂર નથી પડતી. કેમ કે એ સમયમાં ભ્રૂણનો આકાર વટાણાના દાણા જેવડો હોય છે. એ પછીના બીજા ત્રણ મહિનામાં આપને તેનાં માટે વધારે પોષણની જરૂર પડશે. પછી શિશુનો આકાર વધવા લાગશે તેમ આપને દરરોજની ૫૦૦થી વધારે કૅલેરીની જરૂર પડી શકે છે.

તમારી અને શિશુની કૅલેરી જરૂર કરતાં વધારે ખાવાથી નહીં વધે, એનાથી કદાચ આપનું વજન બિનજરૂરી વધી શકે છે. એટલું જ નહીં, ગર્ભાવસ્થામાં બાળકના વિકાસની સાથોસાથ કૅલેરીની પર્યાપ્ત માત્રા નહીં લેવાય તો ગર્ભસ્થ શિશુના વિકાસમાં તકલીફ થઈ શકે છે. વિકાસ ધીમો પડી જાય છે.

આ પાયાના નિયમના ચાર અપવાદ છે. જો આમાંનો એકપણ આપને લાગું પડે છે તો પહેલાં તમારા ડૉક્ટરથી કૅલેરીની જરૂર અંગે વાતચીત કરી લો. જો આપનું વજન પહેલેથી જ વધારે છે તો આપને યોગ્ય પોષણ સાથે એ જ સંબંધમાં વધારે કૅલેરીની જરૂર હશે! જો આપ હજુ કિશોરી છો તો આપના પોષણની માંગ પણ જુદી હશે? જો આપ જોડિયા બાળકોને જન્મ આપનારી છો તો આપને પ્રતિ શિશુ દીઠ ૩૦૦ કૅલેરીથી પણ વધારેની જરૂર રહેશે.

ગર્ભાવસ્થામાં કૅલેરીની ગણતરીથી એવો અર્થ ન કાઢશો કે આપે ખરેખર તેને ગણવાની છે! દરેક ભોજન પછી તેને ગણવાને બદલે એક-બે અઠવાડિયા પછી તપાસ કરો. આપની પ્રગતિની જાણ થશે. જે તે દિવસના એ જ સમયે તમારૂં વજન તપાસો. ત્યાં જ કપડાં પહેરો કે નિર્વસ્ત્ર બનીને વજન કરો, જેથી કોઈ એક વખતના ભારે ભોજન કે જીન્સના લીધે વજનમાં તફાવત આવી ન જાય. જો આપનું વજન દિનચર્યાના હિસાબે બિલકુલ યોગ્ય રીતે વધી રહ્યું છે તો તેનો મતલબ એ છે કે આપ કૅલેરીને પ્રમાણસર લઈ રહી છે. જો વજન ઓછું છે તો આપ પૂરતાં પ્રમાણમાં કૅલેરી લઈ શકતી નથી. આવશ્યકતાના હિસાબે આપ ભોજનની માત્રા ઘટાડો કે વધારો, પરંતુ કૅલેરીની સાથે લેવાતાં પોષક તત્વોને પણ નજર અંદાજ ન કરો.

પ્રોટીન આહાર : દિવસમાં ત્રણ વખત :

<u>**આપના શિશુનો વિકાસ કેવી રીતે થશે?**</u> આપ જે પ્રોટીન લેશો, તેના ઍમીનો ઍસિડ તથા અન્ય પોષક તત્વોની મદદથી એ વધશે. આમ તો બાળકની કોશિકાઓ ઝડપથી વધી રહી છે એટલા માટે આપના ભોજનમાં પ્રોટીનની માત્રા ઘણી મહત્વની બની જાય છે. આપે દરરોજ ૯૫ ગ્રામ પ્રોટીન લેવાનું લક્ષણ રાખવું પડશે.

જો સાંભળવામાં નવાઈજનક લાગી રહ્યું હોય તો જરા ધ્યાન આપો, મોટાભાગના અમેરિકન નાગરિક તો આટલી માત્રા તો એમને એમ પ્રતિ દિવસ લે છે. જે લોકો હાઈપ્રોટીન આકાર પર હોય છે. તેઓ આનાથી પણ અધિક માત્રા લે છે.

આપને આપવામાં આવેલી સૂચિમાં, દિવસમાં ત્રણવાર પ્રોટીનવાળો ખોરાક લેવો પડશે. પ્રોટીનની ગણતરી કરતી વખતે ઉંચા કૅલ્શિયમ ભૂલશો નહીં. એક ગ્લાસ દૂધ તથા એક ઔંસ ચીઝમાંથી ત્રીજા ભાગનું પ્રોટીન મળે છે. એક કપ

દહીંમાંથી એક વખતના અડધા પ્રોટીનની પૂર્તિ થાય છે. આખું અનાજ ઘંઉ, બાજરી તથા વગેરે મગફળીઓમાં પણ પ્રોટીનનું પ્રમાણ જોવા મળે છે.

દરરોજ નીચેની સૂચી મુજબ પ્રોટીન પદાર્થોનું માપ નક્કી કરો અને તમારા ખોરાકમાં ઉમેરો. યાદ રહે કે ડેરી બનાવટની ચીજ વસ્તુઓથી પણ પ્રોટીનનો ઘટાડો પૂરો થાય છે.

૨૪ ઔંસ દૂધ કે છાશ
૧ કપ પનીર (ચીઝ)
૨ કપ દહીં
૩ ઔંસ કોળું ચીઝ
૪ મોટા આખા ઈંડા
૭ ઈંડાની સફેદી
૩.૫ ઔંસ પેકબંધ ટયૂના કે સાર્ડિન
૪ ઔંસ ડબ્બામાં પેક સાલમન.
૪ ઔંસ પડાવેલી શૈલફિશ (શ્રિંપ, લોબસ્ટર ક્લામ્સ, મૂસલ)
૪ ઔંસ (પકાવતા પહેલાં) તાજી માછલી
૪ ઔંસ (પકાવતા પહેલા) ચીકન, ટર્કી, ડક કે અન્ય પોલ્ટ્રી ઉત્પાદન.
૪ ઔંસ (પકાવતાં પહેલાં) લીન બ્રીફ, લૈંબ, બીલ, પોસ્ક કે બફેલો, માંસાહાર)

કૈલ્શિયમ આહાર દિવસમાં ચાર વખત

આપે સ્કૂલમાં જરૂર વાંચ્યું હશે કે બાળકોના દાંતો અને હાડકાંની મજબૂતી માટે ખૂબ જ પ્રમાણમાં કેલ્શિયમની જરૂર પડે છે. ભ્રૂણ પણ વિકાસ પામીને શિશુ બને છે. કેલ્શિયમ માંસપેશીઓ, હૃદય, સ્નાયુ વિકાસ, લોહીના જમાવ તથા એન્જાઈમ ગતિવિધિઓ માટે પણ ખૂબ જ મહત્વનું હોય છે. જો આપ પૂરતાં પ્રમાણમાં કેલ્શિયમવાળો આહાર નહીં લો તો માત્ર શિશુને જ નહીં, હાડકાં પણ નબળાં પડશે. શિશુના કુમળાં હાડકાં માટે કેલ્શિયમની જરૂર આપના શરીર મારફતે થશે. આપના શરીરનું કેલ્શિયમ ઓછું થવાના કારણે ભવિષ્યમાં આપ ઑસ્ટિયોપોરોસિસનો ભોગ બની શકો છો. આથી આપે દરરોજ દિવસમાં ચાર વાર કેલ્શિયમના તત્વોવાળા ખોરાક લેવો જોઈએ. શું દરરોજ ચાર ગ્લાસ દૂધ પીવાની વાત હજમ નથી થતી? આમ તો કેલ્શિયમ હંમેશા ગ્લાસોમાં જ નથી મળતું. તેને આપ એક કપ યોગર્ટ કે ચીઝના રૂપમાં પણ લઈ શકે છે. એને સ્મૂદીઝ, સૂપ, કૈસેરોલ, સૈરેલ ડીપ, માંસ અને ડેઝર્ટના રૂપમાં પણ લઈ શકો છો.

જે લોકો ડેરી પ્રૉડક્ટ નથી લેતાં, તેમનાં માટે કેલ્શિયમ સામાન્ય રૂપમાં પણ મેળવી શકાય છે. કેલ્શિયમયુક્ત સંતરાના રસનો એક ગ્લાસ કેમ રહેશે? ૪ ઔંસ ડબ્બામાં પેક સાલમનથી કેલ્શિયમની સાથોસાથ પ્રોટીન પણ મળશે. તાજા પકાવેલાં લીલા શાકભાજીમાંથી વિટામિન-સીની પણ પૂર્તિ થઈ જશે.

જો અમુક ગર્ભવતી સ્ત્રીઓને આહારમાંથી પૂરતાં પ્રમાણમાં કેલ્શિયમની પૂરી માત્રા મળતી ન હોય તો તેમને કેલ્શિયમના ઈંજેક્શન લેવા જોઈએ. કેલ્શિયમની ગોળીઓ પણ લઈ શકાય.

આપે દરરોજ દિવસમાં ચાર વાર કેલ્શિયમવાળો ખોરાક લેવાનો છે. આ ગણતરીમાં પેલું અડધું કપ દહીં (યોગર્ટ)ને સામેલ કરવાનું ભૂલશો નહીં, જેને આપે ચીઝની સાથે લીધું હતું.

નીચે આપેલી નોંધમાં દરેક વાનગી કે ખાદ્ય પદાર્થમાં ૩૦૦ મિ.ગ્રામ કેલ્શિયમની માત્રા સામેલ છે. અમુક ખાદ્ય-પદાર્થોમાં કેલ્શિયમની સાથોસાથ પ્રોટીનની પૂર્તિ પણ થાય છે.

એક કપ દુધ કે લસ્સી
૧/૪ કપ કોળુ ચીઝ
૧ ઔંસ સખત ચીઝ ૧/૨ કપ પેશ્ચ્યુરાઈઝ્ડ રિસોટ્ટા ચીઝ.
૫ ઔંસ કેલ્શિયવાળું દૂધ (પીતા પહેલા હલાવી લો)
૧/૩ કપ ચરબી વિનાનું મલાઈ ઉતારેલું દૂધ (આનાથી એક કપ તૈયાર થશે)

૧ કપ દહી.

૧ કપ કેલ્શિયમયુક્ત રસ (પીતા પહેલાં હલાવો)

૪ ઔંસ ડબ્બામાં પેક સાલમન (હાડકાં સહિત)

૪ ઔંસડબ્બામા પેક સાર્ડિન (હાડકાં સહિત)

૩ મોટી ચમચીના માપના પીસેલા તલ

૧ કપ પકાવેલી શલગમ (ગાજર જેવું એક કંદ)

૧- ૧/૨ કપ પકાવેલી ખાંડ અને કોબીજ.

૧- ૧/૨ કપ પકાવેલા એડામામે

૧- ૧/૩ મોટી ચમચી બ્લેક સ્ટ્રેપ મોલાસિસ

આપ આ ઉપરાંત કૉટેઝ ચીઝ, ટોફૂ, સુકા અંજીર, બદામ, તાજું કોબીજ બ્રોકલી, પાલક ભાજી, સૂકી બીન્સ વગેરેમાંથી પણ કેલ્શિયમ મેળવી શકો છો.

શાકાહારી પ્રોટીન

જો આપ દરરોજ (મગફળી, અનાજ બીજ તથા મેવાઓ) નું પ્રમાણ લો છો, તો આ સૂચિના હિસાબથી પસંદ કરો. આવું પોષણ તમામ ગર્ભવતી મહિલાઓ માટે જરૂરી છે.

લેગ્યૂમ્સ (હૉફ પ્રોટીન સર્વિંગ)

૩/૪ કપ પકાવેલા બીન્સ, દાળ

૩/૪ કપ લીલા વટાણા.

૧-૧/૨ ઔંસ મગફળી

૩ મોટી ચમચી પીનર બટર

૧/૪ કપ મીસો

૪ ઔંસ ટોફૂ (બીનકર્ડ)

૩ ઔંસ ટેમ્પે

૧-૧/૨ કપ સોયા મિલ્ક

૩ ઔંસ સોયા મિલ્ક

૧/૪ કપ વેજ ગ્રાઉન્ડ બીફ

૧ મોટું વેજ હૉટ ડોગ કે બર્ગર.

૧ ઔંસ (પકાવતા પહેલા) સોયા કે હાઈ પ્રોટીન પાસ્તા

ગ્રેન્સ (હૉફ પ્રોટીન સર્વિંગ)

૩ ઔંસ (પકાવતાં પહેલા) સાબૂત ઘંઉમાં આટાનું ચળામણ

૩/૪ કપ જવનું ચોકર

૧ કપ પાક્યા વિનાના (૨ કપ પકાવેલ) જવ.

૨ કપ રેડી ટૂ ઈટ સેરેલ.

૧/૨ કપ પાક્યા વિનાના (૧/૨ કપ પકાવેલા) કૉશકોસ વલ્ગર કે બકવીટ.

૧/૨ કપ પાક્યા વિનાના કુઈનોવા

૪ સ્લાઈસ ઘઉની બ્રેડ

૨ સાબુત પીટા કે ઈંગ્લીંશ મફિન

નટ્સ તથા સીડ્સ (હૉફ પ્રોટીન સર્વિંગ)

૩ ઔંસ નટ (અખરોટ કે બદામ)

૨ ઔંસ તલ, સૂરજમુખી કે કોળાના બીજ.

૧/૨ કપ પિસેલા ફ્લૈક્સીડ

(પ્રોટીનની માત્રા અલગ હોઈ શકે છે. એટલા માટે હૉફ સર્વિંગ ૧૨ થી ૧૫ ગ્રામ પ્રોટીનના માટે લેબલ તપાસો)

વિટામીન-સી ભોજન : દિવસમાં ત્રણ વખત

આપને તથા શિશુને માંસપેશીઓની મરામત, જખમ ભરવા તથા અનેક ચયાપચય ક્રિયાઓ માટે વિટામીન સી જોઈએ. મજબૂત હાડકાં તથા દાંતોના માટે પણ એની જરૂર હોય છે. તેને શરીર સ્ટોર કરી શકે છે, એટલા માટે એની નિયમિત માત્રા અવશ્ય લો. વિટામીન સી અમુક એવા ખાસ પદાર્થોમાંથી મળે છે, જે ખાવામાં ખૂબ જ સ્વાદિષ્ટ હોય છે. આપને સૂચીથી જ જાણ થશે કે માત્ર સંતરાનો રસ જ વિટામિન સીનો સહુથી શ્રેષ્ઠ સ્રોત નથી.

એ પણ યાદ રાખો કે વિટામીન સી મુજબ ભોજન, લીલા પાંદડાવાળી તાજી શાકભાજીઓ

તથા પાકા ફળોની કમી પણ પૂરી કરે છે.

૧/૨ મધ્યમ આકારનુ ગ્રેપફ્રૂટ

૧/૨ કપ ગ્રેપફ્રૂટનો રસ.

૧/૨ સામાન્ય આકારના સંતરા.

૧/૨ કપ સંતરાનો રસ, બે મોટી ચમચી સંતરાનો રસ, સફેદ દ્રાક્ષ કે બીજા જ્યૂસ કોન્સટ્રેટ.

૧/૪ કપ લીંબુનો રસ

૧/૨ મધ્યમ આકારની કેરી

૧/૨ મધ્યમ આકારનુ પપૈયું

૧/૮ નાનુ કૈન્ટાલોપ કે હનીડયુ (૧/૨ કપ ક્યૂબ)

૧/૭ કપ સ્ટ્રૉબેરી

૨/૭ કપ બ્લેકબેરી કે રસભરી

૧/૨ મધ્યમ આકારની કીવી

૧/૨ કપ તાજું કાપેલું અનાનસ

૨ કપ તરબૂચના ટૂકડાં

૧/૪ મધ્યમ આકારનું લીલા, પીળું કે સંતરાનું બેલ પેપર

૧/૨ મધ્યમ આકારનું લીલું બેલ પેપર

૧/૨ કપ કાચી જે પકાવેલું કોબીજ (બ્રોકલી)

૧ મધ્યમ આકારનું ટામેટું

૩/૪ કપ ટામેટાનો રસ

૧/૨ કપ શાકભાજીઓનો રસ.

૧/૨ કપ કાચું કે પકાવેલું ફૂલાવર

૧/૨ કપ પકાવેલા માલા

૧ પેક્ડ કપ પાલકનો રસ કાં તો ૧/૨ કપ પકાવેલી પાલક.

૧/૪ કપ પકાવેલ મસ્ટર્ડ કે શલગમ (ગાજર જેવું કંદ)

૩/૪ કપ કાપેલા લાલ પાંદડાવાળું કોબીજ,

૧ શક્કરિયું કે છાલ સાથે શેકેલા બટાકા.

લીલા પાંદડાવાળી તથા તાજી શાકભાજી તથા પાકા ફળ

દિવસમાં ૩થી ૪ વાર લો :-

એનાથી વિટામીન-એ મળે છે. બીટા કેરોટિન બાળકની કોશિકાઓ, તંદુરસ્ત-સુંવાળી ત્વચા-ચામડી, હાડકાઓ તથા આંખોના માટે લાભકારી છે. લીલી પાંદડાવાળી શાકભાજીઓ તથા પાકા ફળોમાં વિટામિન-ઈ રાઈબોફ્લોબિન, વિટામિન બી, અનેક ખનિજ લવણ (ક્ષાર), રોગોનો પ્રતિકાર કરનાર ફૉટોકેમિકલ તથા રેશા હોય છે. નીચે આપેલી યાદીથી આપને તેના વિશે સંપૂર્ણ માહિતી મળી શકે છે. શાકભાજી ન ખાનારાઓને એ જાણીને વિસ્મય થશે કે માત્ર બ્રોડલી અને પાલક જ વિટામિન-એનું એક માત્ર સ્ત્રોત નથી. સૂક્કું જરદાળુ, પીળા રંગનું પીચફળ કૈટાલોપ અને કેરીમાં પણ વિટામિન-એની ભરપૂર માત્રા હોય છે. પોતાના મનપસંદ સલાડોનો રસ પીવાની ઈચ્છા રાખનારને એ જાણીને આનંદ થશે. તેઓ લીલા તથા તાજા શાકનો દરરોજના ખોરાકમાં આ રીતે ઉપયોગ કરી શકે છે. શાકનો રસ, એક કટોરી ગાજરનું સૂપ કે કેરી સ્મૂદી લઈ શકે છે.

દિવસમાં ત્રણથી ચાર વખતે થોડું થોડું ખાવ. આમાંનું અમુક કાચું પણ હોય, સલાડ વગેરે જેથી રેસાદાર પદાર્થ પણ તેમાંથી મળી શકે. વિટામિન સીની ઊણપને દૂર કરે છે.

૧/૮ કૈંટાલોપ (૧/૨ કપ ક્યૂવ)

૨ મોટું તાજું કે જરદાળું

૧/૨ મધ્યમ આકારની કેરી

૧/૨ મધ્યમ આકારનું પપૈયું

૧ મોટ નેક્ટેરાઈન કે પીળા રંગનું પીચ નામનું ફળ.

૩/૪ કપ ગુલાબી ગ્રેપફ્રૂટનો રસ.

૧ ગુલાબી કે લાલ ગ્રેપફ્રૂટ.

૧ ક્લેમેંટાઈન

૧/૨ ગાજર (૧/૪ કપ કોળુ)

૧/૨ કપ કાચું કે પકાવેલું લીલું કોબીજ (બ્રોકલી)ના ટૂકડાં

૧ કૉલેસ્લા

૧/૪ કપ પકાવેલ સ્વિસ કાર્ડ

૧ કપ પૈકડ લીલા પાંદડાવાળું સલાડ.

૧ પૈક્ડ કપ તાજું પાલક કે ૧/૨ કપ પકાવેલું પાલક.

૧/૪ કપ પકાવેલી વિંટર સૂંવશ.

૧/૨ નાનું શક્કરિયું.
૨ મધ્યમ આકારના ટામેટાં
૧ મધ્યમ આકારનું લાલ સિમલા મરચું
૧/૪ કપ શેકેલો અજમો (પાર્સલે)

અન્ય ફળ તથા શાકભાજીઓ

દરરોજ ૧ કે ૨ વાર લો. બીટા કેરોટિન તથા વિટામીન સીની માત્રા લેવા છતાં જાત જાતનું ફળ તથા શાકભાજીઓ લો, જેથી આપના શરીરમાં ખનીજ લવણ, પોટેશિયમ તથા મેગ્નેશિયમ ભરપૂર માત્રામાં જઈ શકે.

આમાંથી અનેક ફળોમાં તો ભરપૂર માત્રામાં ફાઈટોકેમિકલ તથા એન્ટીઑક્સીડેન્ટ પણ જોવા મળે છે. માની લો કે આપ દરરોજ એક સફરજન ખાવ છો તો તેની સામે દાડમ અને બ્લ્યૂબેરી પણ લો. જેથી પોષણમાં કોઈ ઊણપ ન રહે.

અનેક ફળો અને શાકભાજીઓની નોંધમાંથી આપને મનગમતી વસ્તુ મળી જશે. નીચેની યાદીમાંથી પસંદ કરો.

૧ મધ્યમ આકારનું સફરજન
૧/૨ કપ સફરજનનો રસ કે સૉસ
૧/૨ કપ દાડમનો રસ.
૨ મોટી ચમચી સફરજનના રસનો કૉન્સન્ટ્રેટ
૧ મધ્યમ આકારનું કેળું.
૧/૨ કપ તાજી બેરી
૧/૪ કપ પકાવેલ કાર્નબેરી
૧ મધ્યમ આકારનું સફેદ પીચ નામનું ફળ
૧ મધ્યમ આકાર એક (ખટમધુરૂ ફળ) ના સપાતી ફળ
૧/૨ કપ અનાનસનો જ્યૂસ (મીઠો નહીં)
૨ નાના આલૂચા નામનું સૂકવેલું ફળ
૧/૨ કપ બ્લ્યૂ બેરી
૧/૨ મધ્યમ આકારનો ઍવોકૈડો
૧/૨ કપ પકાવેલ લીલુ બીન્સ.
૧/૨ કપ પકાવેલ ઓકરા.
૧/૨ કપ કાપેલી ડુંગળી
૧/૨ કપ પકાવેલ ચુકંદર (પાર્સનિપ્સ) (ગાજર જેવું એક શાક)
૧/૨ કપ પકાવેલ જુકીની
૧ કપ કતરા સલાડ પત્તા.
૧/૨ કપ લીલા વટાણા કે સ્નો પીઝ

સાબુત અનાજ અને મગફળીઓ

૬ થી કે એનાથી વધારે વાર દિવસમાં જરૂર લો. અનાજ લેવું ખૂબજ જરૂરી છે. સાબૂત અનાજ એટલે આખું, દળાયા વિનાનું જેમાં જવ ઘઉં, મકાઈ, ચોખા, જુવાર અને વટાણા, બીન્સ, મગફળી જેવા ખાદ્ય-પદાર્થ પોષકતત્વોથી ભરપૂર હોય છે. એમાં વિટામીન બી-૧૨, (તે માત્ર પશુ-ઉત્પાદનમાં હોય છે) છોડીને વિટામિન-બીના દરેક તત્વ હોય છે. જે શિશુના શારીરિક વિકાસમાં મદદરૂપ બને છે. એ જટિલ કાર્બોહાઈડ્રેટ આયર્ન અને ખનીજ લવણથી પણ ભરપૂર હોય છે. જેમ કે જિંક, સેલેનિયમ અને મેગ્નેશિયમ આ પણ ગર્ભાવસ્થામાં ખૂબ જ ઉપયોગી હોય છે.

સ્ટાર્ચવાળા ખાદ્યપદાર્થ લેવાથી પણ મોર્નિંગ સિકનેસ ઘટી શકે છે. એમાં અનેકપોષકતત્વ એક સમાન છે અને દરેક રીતે તે પોતાની રીતે તાકાતવાન છે. ભરપૂર પોષણ મેળવવા ઈચ્છો તો આપના ભોજનમાં સાબૂત અનાજની બનાવટના આકારમાં ફળદાર પદાર્થને સામેલ કરો.

થોડાં નવા પ્રયોગ કરો. આપ માછલી કે ચિકનને સાબૂત ઘઉંની ડબલ રોટીમાં લપેટીને હુબર્સ તથા પારમેઝન ચીઝ છાંટીને ખાઈ શકો છો. અન્ય

સફેદ આખા ઘઉં

હવે આપ સફેદ ઘઉંની ડબલ રોટીનો સ્વાદ લઈ શકો છો. એ કુદરતી સફેદ ઘઉંમાંથી બની હોય છે, જેમાં સાધારણ મીઠાશ હોય છે. એ સામાન્ય બ્રેડની જેમ પ્રોસેસ અનાજથી બનતી નથી. જેથી તેમાં ભરપૂર પોષકતત્વો હોય છે. આપના સ્વાદ તથા જરૂરના હિસાબે ગમે તેને પસંદ કરી શકો છો.

પ્રોટીનયુક્ત અનાજ ક્વિનોઆને સાઈડ ડિશ તરીકે લો. આપની સ્વાદિષ્ટ રેસિપીમાં થોડો લોટ ભેળવી દો. સૂપમાં લીમાની જગ્યાએ નેવી બીન્સ ભેળવો. જો કે આપને જાણ હોવી જોઈએ કે રિફાઈન્ડ અનાજમાં સાબૂત અનાજના તમામ ગુણ તથા ખૂબીઓ જોવા મળતી નથી. પ્રોટીન, વિટામિન તથા ખનિજ લવણની માત્રા વધારે હોતી નથી.

આપવામાં આવેલી યાદીમાંથી તમારા મનગમતાં વ્યંજન પસંદ કરો અને દરરોજ લો. તે શરીરમાં પ્રોટીનની ઊણપની ભરપાઈ કરી દેશે.

૧ કોઈપણ આખું અનાજ, ઘઉં કે સોયાથી બનેલી ડબલ રોટીનું સ્લાઈસ.

૧/૨ સાબૂત અનાજથી બનેલ પીટા, રોલ, બૅગલ કે ટાર્ટિલા.

૧ કપ સાબૂત અનાજ (ખાવા માટે તૈયાર સૈરેલ)

૧/૨ કપ ગ્રેનોલા

૨ મોટી ચમચી વ્હીટ જર્મ

૧/૨ કપ પકાવેલ જુવાર, બાજરી કે ક્વિનોઆ

૧ ઔંસ (પકાવતાં પહેલાં)સાબુત અનાજ કે સોયા પાસ્ત્ર.

૧/૨ કપ પકાવેલ ચીન્સ, દાળ, સ્પિલ્ટ.

૨ કપ પોપકોર્ન

૧ ઔંસ સાબુત અનાજ સોયા ક્રિસ્પ

૧/૪ કપ સાબૂત અનાજ કે સોયા લોટ.

આર્યનયુક્ત પદાર્થ દરરોજ લો

આ નવ મહિનાઓમાં આપને તથા આપના શિશુને શરીરની તમામ જરૂરી ગતિવિધિઓ માટે ખૂબ જ મોટા પ્રમાણમાં આયર્નની જરૂર પડશે. એટલા માટે તમારા ભોજનમાં આયર્નની માત્રા વધારો વિટામીન-સી વાળો ખોરાક લેવાની સાથોસાથ આયર્નથી ભરપૂર ભોજન પણ લેવું પડશે.

આપ અમારી યાદીમાંથી મનપસંદ વાનગીને પસંદ કરી શકો છો.

જો કે માત્ર આહારથી આયર્નની પૂર્તિ નહીં થાય. એટલાં માટે ડૉક્ટર આપને શરીરમાંના આયર્નના હિસાબથી એની ગોળીઓ પણ આપશે. આયર્નનો ભરપૂર લાભ લેવા માંગો, તો તેને બે ભોજનની વચ્ચમાં વિટામિન સીથી ભરપૂર રસની સાથે લો. જેમ કે (કૅફીનયુક્ત પેય પદાર્થ, રેશાયુક્ત પદાર્થ, અન્ય કેલ્શિયમયુક્ત પદાર્થ)

બધી જ જાતની શાકભાજીઓ, ફળો, અનાજ તથા માંસમાં આયર્નની થોડી ઘણી માત્રા જોવા મળે છે, પરંતુ આપને તો આયર્નથી ભરપૂર માત્રા જોઈએ. એ આયર્નયુક્ત પદાર્થ, શરીરની બાકીની જરૂરિયાતો પૂરી કરશે.

બીફ, બફેલો, ડક, ટર્કી પકવેલ ક્લામ્સ, ઑયસ્ટર, શેકેલા બટાકા, પાલક જેવા શલગમ સી વીડ, આટાનું ચળામણ, જવ, બલ્ગર તથા ક્વિનોઆ લીન્સ અને વટાણા, સોયા બનાવટ, સુકો મેવો, બ્લેકસ્ટ્રેપ મોલેસિઝ, તાજા ફળ.

ચરબી તથા ઉચ્ચ ચરબીયુક્ત ભોજન- દિવસમાં ચાર વાર (આપના વજનના હિસાબે)

આપ તો જાણે છે જ કે ચરબીની પૂર્તિ ઘણીવાર જરૂરથી પણ વધારે થતી હોય છે. એટલા માટે તાજાં પાદળાવાળી શાકભાજીઓ તથા વિટામિન સી લેવામાં કોઈ નુકશાન નથી. ચરબીનું સેવન

થોડા પ્રમાણમાં ચરબી

કેલેરી ઘટાડવા માંગો છો તો સલાડની ડ્રેસિંગ તથા તળવા ભૂંજવવાના તેલથી પરેજી પાળો. વઘાર કરેલું કે તળેલું ન ખાવ. તમારી શાકભાજીઓમાં થોડી ચરબી એટલે કે તેલીય પદાર્થ ઉમેરો. કેમ કે અભ્યાસોથી જાણવા મળ્યું છે કે શાકભાજીમાં થોડી ચરબી ઉમેરવાથી તે સંપૂર્ણ રીતે અવશોષિત થઈ જાય છે. સલાડમાં ડ્રેસિંગ, સ્ટિર ફ્રાઈ તથા નટ્સનો છંટકાવ કરીને ચરબીને મેળવો, કેમ કે આ થોડીક ચરબી લાંબા સમય સુધી સાથ નિભાવશે.

સીમિત માત્રામાં જ કરો. જેથી થોડું બીનજરૂરી વજન ઉતરી શકે. ભોજનમાંથી ચરબીને એકદમ ઓછી કરવી પણ યોગ્ય નથી, જેમકે શિશુને ચરબી જોઈએ. ત્રીજા ત્રણ મહિનાના ગાળામાં એટલે કે પૂરા મહિના બેસી જાય ત્યારે મહત્વપૂર્ણ બની જાય છે.

ગુડ ફૈટ કે ફૈકટ્સ

શું આપ વસા (ચરબી)થી ડરો છો? તેનાથી ડરવાના બદલે ગુડફૈટ અપનાવો. તમામ વસા ખરાબ નથી હોતી. અમુક વસા તો ગર્ભાવસ્થામાં ખૂબ જ લાભદાયી હોય છે. જેમ કે ઓમેગા ૩ ફેટી એસિડ. આપે આ વસાને ખોરાકમાં લેવી જોઈએ. ડીએચએથી ભ્રૂણ તથા શિશુના મસ્તિક તથા આંખોનો પૂરેપૂરો વિકાસ થાય છે. સંશોધકોએ શોધ્યું છે કે ગર્ભાવસ્થામાં ભરપૂર ડીએચએ લેનારી માતાઓના શિશુઓમાં હાથ અને આંખનો ઉત્તમ તાલમેળ જોવા મળ્યો છે. છેલ્લાં ત્રણ મહિનામાં તથા નર્સિંગ દરમિયાન તો એની જરૂરિયાત ખૂબ જ વધી જાય છે.

જે શિશુ માટે તો લાભદાયી છે જ, પણ આપના માટે પણ ફાયદાકારક છે. આનાથી આપનો મૂડ જળવાશે. બાળકની સૂવાની રીત પણ સારી હશે. તમે જે ભોજન લો છો તેમાં ડીએચએની ભરપૂર માત્રા જોવા મળે છે. જેમકે સોલમન, બીજી તેલીય ફિશ, જેમ કે સાર્ડિન- અખરોટ, ઈંડા, આરૂગુલા, કેવ તથા શ્રિંપ, ફલેમનડ તથા ચિકન. આપ ડૉક્ટરને ગર્ભાવસ્થામાં સુરક્ષિત ડીએચએ સપ્લીમેંટ અંગે પૂછી શકો છો. અમુક પ્રસવ પૂર્વ સપ્લીમેંટમાં ડીએચએ પણ જોવા મળે છે.

દરરોજની ચરબીનો હિસાબ રાખો. તમારો ક્વૉટા પૂરો કરો, પણ જરૂરથી વધારે ચરબી ન લો. એ ન ભૂલો કે જમવાનું બનાવતી વખતે પણ ચરબીની જરૂર પડે છે. જો આપને ચમચી માખણમાં અંડા ફ્રાઈ (અડધું સર્વિંગ) મેયોનીઝ (એક સર્વિંગ) નાખેલ છે તો આ દોઢ સર્વિંગને આપણી ગણતરીમાં રાખો.

જો પૌષ્ટિક ભોજન લેવા છતાં વજન વધતું ન હોય તો થોડી ચરબીની માત્રા વધારી દો. જો વજન ઝડપથી વધે છે તો ચરબીની થોડી માત્રા ઘટાડી દો.

નીચે આપેલી યાદીના દરેક ખાદ્ય પદાર્થ ચરબીયુક્ત છે. જો કે માત્ર એ જ ચરબીના સ્રોત નથી પરંતુ આપને એની ઘણી જરૂર છે. જો આપનું વજન યોગ્ય રીતે વધી રહ્યું છે, તો એક દિવસમાં ચાર પુરી સર્વિંગ લો. નહીં તો ચરબીની માત્રામાં એ જ હિસાબથી વધ-ઘટ કરી લો.

૧ મોટી ચમચી તેલ (જૈતૂન, કનોલા, તલ)
૧ મોટી ચમચી માખણ (માર્જરીન)
૧ મોટી ચમચી રેગ્યુલર મેયોનીજ
બે મોટી ચમચી સલાડ ડ્રેસિંગ
બે મોટી ચમચી ભારે ક્રીમ.
૧/૪ કપ હૉફ એન્ડ હૉટ
૧/૪ કપ સૉર ક્રીમ
૨ મોટી ચમચી રેગ્યુલર ક્રીમ ચીઝ
૨ મોટી ચમચી મગફળી કે બદામનું માખણ

નમકીન ખાદ્ય પદાર્થ (સીમિત માત્રામાં)

શરૂઆતના ગાળામાં ગર્ભાવસ્થામાં ઓછામાં ઓછું નમકીન ખાદ્ય-પદાર્થ લેવાની સલાહ આપવામાં આવતી હતી. કેમ કે એનાથી શરીરમાં સોજા ઉપસી આવતાં હતા, પરંતુ પછી જાણ થઈ કે ગર્ભાવસ્થામાં શરીરમાં તરલ પદાર્થોનો વધારો સામાન્ય હોય છે. તરલ પદાર્થોની માત્રાનું સંતુલન હોય છે. તરલ પદાર્થોની માત્રાનું સંતુલન જાળવી રાખવા માટે સોડિયમ લેવું પણ જરૂરી છે. જો શરીરમાં સોડિયમની ઓછપ થાય તો ભ્રૂણને નુકશાન થઈ શકે છે. જો કે અથાણું, ચટણી તથા સૉસની જરૂરથી વધારે માત્રા પણ નુકશાન કરે છે. સોડિયમની અધિક માત્રાનો ઉંચા લોહીના

દબાણ સાથે સીધો સંબંધ છે. એનાથી ગર્ભાવસ્થા તથા પ્રસૂતિમાં અનેક પ્રકારની તકલીફો પેદા થાય છે. જેથી જમવામાં સાદા મીઠાનો ઉપયોગ કરો. અથાણું ખાવાનું મન થાય તો એકાદ ટૂકડો ખાઈ લો. આયોડીનયુક્ત મીઠું વાપરો, જેથી શરીરમાં તેની ઊણપ ન વર્તાય. બને તો થાઈરૉઈડની તપાસ કરાવી લો.

તરલ પદાર્થ : ૮ ઔંસનો ગ્લાસ દરરોજ

આપે બે જીવ માટે ખાવાની સાથોસાથ પાણી પણ પીવાનું છે. આપની જેમ શિશુનું શરીર જળથી બનેલું છે. આ દિવસોમાં શરીરને તરલ પદાર્થોની ખૂબ જરૂર પડે છે. જો આપ ઓછું પાણી પીવો છો તો ચેતી જાવ. આપે દિવસ દરમિયાન ઓછામાં ઓછા ૮ ગ્લાસ પાણી પીવું જોઈએ. આનાથી આપની ત્વચા તાજી રહેશે. કબજિયાત નહીં થાય. શરીરના ઝેરી તત્વો પેશાબ દ્વારા બહાર નીકળી જશે. પ્રસૂતિમાં પણ સરળતા રહેશે. જો વધારે ગરમી છે કે વ્યાયામ કરો છો તો પાણીનું પ્રમાણ વધારી દો પણ જમતા પહેલા પાણી ન પીવો.

પાણી ઉપરાંત દૂધ પીઓ, ફળો ખાવ, જાત જાતની શાકભાજીનો રસ લો. જ્યૂસ, સૂપ કે ઠંડી કે ગરમ ચાથી પણ પ્રવાહી ખોરાકની ઓછપ દૂર થાય છે.

ફ્રૂટ જ્યૂસમાં અડધું પાણી ભેળવીને લો, કૅલેરી પણ નહીં વધે.

પ્રસવપૂર્વ વિટામિન સપ્લીમેન્ટ એક પ્રેગનેન્સી ફૉર્મ્યૂલા દરરોજ

આટલું સરસ પૌષ્ટિક ભોજન લીધા પછી પણ વિટામિનની દવા લેવાની શા માટે જરૂર પડે છે? હા, જો આપ કોઈ પ્રયોગશાળામાં રહેતી તો કદાચ જરૂર ન પડતી, કેમ કે ત્યાં આપને જોઈતા વિટામિન માપસર-પ્રમાણસર મળી રહેતાં, પરંતુ હકીકતમાં એવું થઈ શકતું નથી. આથી આપને શિશુને ગમે તે હાલતમાં વિટામિન તો જોઈએ. વિટામિનથી એ તમામ ઊણપ પૂરી થશે, જે ખોરાકમાંથી મળતી ન હતી.

જો કે દવા તો દવા છે. એ કદી ખોરાકની જગ્યા ન લઈ શકે. હા, પૂરક બની શકે. એટલાં માટે આપ ભોજનમાં વિટામિન તથા પ્રોટીન વાળા ખાદ્ય-પદાર્થ સામેલ કરો. ભોજનથી આપને જળ તથા રેશાનું પૂરતું પ્રમાણ મળે છે. અમુક અગત્યની કૅલેરી તથા પ્રોટીન તો દવાઓથી મળી જ ન શકે. એવું ન સમજો કે વિટામિન વધારે લેવાથી ફાયદો જ થશે.

અમુક વિટામીનો અધિક માત્રામાં લેવાથી નુકશાન પણ થઈ શકે છે. વિટામિન-પ્રોટીનની કોઈપણ દવા ડૉક્ટરને બતાવ્યા વિના લેવી નહીં. આ જ રીતે હર્બલ દવાઓમાં પણ સાવચેત રહેવું જોઈએ. આહારમાં ગાજર અને બ્રોકલીનું પ્રમાણ વધારે થાય તો પણ નુકશાન નથી થતું એ આપને લાભ કરશે.

દવામાં શું છે?

એ આપના પર નિર્ભર કરે છે કે આપ કઈ દવા લો છો? ડૉક્ટર આપની મેડિકલ હિસ્ટ્રીના હિસાબે આપને દવા આપે છે. જો આપ સ્વંય કેમિસ્ટની દુકાનેથી દવા લેવા ઈચ્છે છો, તો આને વાંચો .

- વિટામીન એની ૪૦૦૦ આઈયુ (ના માટે) મિ.ગ્રા.થી વધારે માત્રા ન લો. ૧૦,૦૦૦ આઈયુથી અધિક માત્રા ઝેરી હોઈ શકે છે. અનેક ઉત્પાદકોએ વિટામિન એની માત્રા ઘટાડી દીધી છે. કાં તો તેની જગ્યાએ બીટા-કેરોટિનનો ઉપયોગ કરવા લાગ્યા છે.
- ઓછામાં ઓછું ૪૦૦ થી ૬૦૦ મિ.ગ્રા. ફૉલિક ઍસિડ.
- ૨૫૦ મિ.ગ્રા. કેલ્શિયમ. જો આહારમાં કેલ્શિયમ નથી લેવાતું તો આપે ૧૨૦૦ મિ.ગ્રા. સુધીની કેલ્શિયમની દવા પીવી

પડશે. સપ્લીમેંટ આયર્નની સાથે કેલ્શિયમની માત્રા ૨૫૦ મિ.ગ્રા.થી વધારે ન લો, કેમ કે મિનરલ આયર્નના અવશોષણમાં અવરોધ ઊભો થશે. આયર્ન સપ્લીમેન્ટ લીધાના બે કલાક પહેલા કે પછી કેલ્શિયમ લો.

- ૩૦ મિ.ગ્રામ આયર્ન
- ૫૦થી ૮૦ મિ.ગ્રા. વિટામિન સી ૧૫ મિ.ગ્રા.જિંક.
- ૨ મિ.ગ્રા.કૉપર
- ૨ મિ.ગ્રા.વિટામિન બી
- વિટામિન ડી ૫૦૦ મિ.ગ્રા.થી વધારે નહીં.
- વિટામિન ઈ (૧૬ મિ.ગ્રા.)
  થિયામિન (૧/૪ મિ.ગ્રા.)
  રાઈબોફલેવિન (૧/૪ મિ.ગ્રા.)
  નિયાસિન (૧૮ મિ.ગ્રા.)
  વિટામિન બી (૨.૬ મિ.ગ્રા.)
  ઉપર મુજબના પ્રમાણમાં લેવાથી કોઈ નુકશાન નહીં થાય.
- અનેક દવાઓમાં મેગ્નેશિયમ, ફલોરાઈડ, બાયોટીન, ફોસ્ફરસ, પૈંટોથૈનિક, ઍસિડ તથા બી૬ પણ સામેલ થઈ શકે છે.

પોતાના ડૉક્ટરની સલાહ વગર કોઈ દવા ના લો.

આપ શું વિચારતી હશો?

મિલ્ક ફ્રી-મૉમ

"મને દૂધ માફક આવતું નથી. દિવસમાં ચાર કપ દૂધ પી શકતી નથી, પરંતુ શું શિશુને દૂધ ન જોઈએ?"

શિશુને દૂધ નહીં, કેલ્શિયમ જોઈએ અને આપનો ખોરાક જ દૂધ-કેલ્શિયમનો મોટામાં મોટો કુદરતી સ્રોત છે. ગર્ભાવસ્થામાં દૂધ પીવાની શીખ એટલા માટે જ આપવામાં આવે છે. પરંતુ અમુકને દૂધ પીવુ ગમતું નથી. મોં બગાડે છે. દૂધથી ગેસ થાય છે. આવી સભર્ગાઓએ દૂધ પીવું નહીં. ખરી રીતે જોઈએ તો શિશુના દાંત તથા હાડકાં માટે માત્ર દૂધમાંથી કેલ્શિયમ નહીં મળે. એના બીજા પણ વિકલ્પ છે. આપ હાર્ડ ચીઝ, યોગર્ટ, કે લૅક્ટોઝ ફ્રી મિલ્ક જેવી ડેરી બનાવટની ચીજો લઈ શકો છો. આવા ખાદ્ય-પદાર્થોમાં કેલ્શિયમ ફોર્ટીફાઈડ પણ હોય છે. આપ દૂધ પીતી હો તો તેમાં લૈકટોસ ટેબ્લેટ ઓગળી શકે છે, જેથી દૂધ પીધા પછી પેટમાં ગરબડ ન થાય. તે સરળતાથી પચી શકે.

એમ તો એના ત્રણ મહિના થતાં થતાં આપને જાતે અમુક ડેરી બનાવટની ચીજો લેવાની આદત પડી જશે. એ સમયે ભ્રૂણને કેલ્શિયમની સહુથી વધારે જરૂર હશે. અમુક એવી ચીજ-વસ્તુઓની શોધમાં રહો, જેનાથી આપને વધારે પરેશાની ન થાય. જો આપ ડેરી બનાવટની ચીજોથી એલેર્જિક છો તો કેલ્શિયમયુક્ત જ્યૂસ કે એવી નોન ડેરી બનાવટની વસ્તુઓ લો, જેમાં કેલ્શિયમ હોય!

જો આપને દૂધનો સ્વાદ ગમતો નથી તો અમુક બીજા વિકલ્પ શોધો કાં તો સેરેલ, સૂપ તથા સ્મૂદીઝ દૂધમાં મેળવો.

જો આપને ખોરાકમાંથી જોઈતું કેલ્શિયમ

પાશ્ચરાઈઝ

લૂઈ પાશ્ચરે ૧૮૦૦માં મધ્યકાળમાં પાશ્ચરાઈઝ કરવાની જે ટેકનિક શોધી એ ખરેખર લાજવાબ છે. જો આપને તથા શિશુને બેકટેરિયાના ચેપથી બચાવવા માંગો છો. તો હંમેશા શુધ્ધ કરેલું, મલાઈ ઉતારેલું દૂધ પીઓ. પાશ્ચરાઈઝ ડેરી બનાવટની ચીજો વધુ લો. આજકાલ તો ઈંડા પણ પકવવામાં આવે છે, જેથી આપ અનેક રોગોથી બચી શકો. ગર્ભાવસ્થામાં આવી નાની નાની સાવચેતીઓ પણ ઘણી લાભકર્તા બને છે. એને નજરઅંદાજ ના કરો.

મળતું નથી તો ડૉક્ટરને જણાવો. આ જકાલ તો કેલ્શિયમની મીઠી ગોળીઓ પણ મળે છે જેને મોંમા રાખીને ચૂસી શકાય છે. આપને કેલ્શિયમ ઉપરાંત વિટામીન ડીની માત્રા પર પણ ધ્યાન આપવું પડશે, જે મોટાભાગે ગાયના દૂધમાંથી મળે છે. એને પણ કેલ્શિયમની સાથે લેવું જરૂરી છે.

આપના આહારમાં રેડ મીટ (લાલ મટન) ઉમેરો નહીં

"હું ચિકન અને ફિશ તો ખાઉં છું પણ રેડ મીટ નથી ખાતી. શું એના વિના પણ શિશુને પૌષ્ટિક તત્વ મળતાં રહેશે?"

ગર્ભાવસ્થામાં ફિશ તથા પોલ્ટ્રી બનાવટના ખાદ્ય પદાર્થો વધારે પૌષ્ટિક તત્વ આપશે. માત્ર આપને આયર્ન નહીં મળે, જે રેડમીટમાં હોય છે. એની પૂર્તિ આપ બીજા વિકલ્પોથી કરી શકો છો.

શાકાહારી ડાયેટ

"હું આરોગ્યશીલ શાકાહારી છું. પરંતુ દરેક જણ કહે છે કે મારે તંદુરસ્ત બાળક માટે માંસ-મટન ખાવું જોઈએ?"

જો શાકાહારી પોતાના ભોજનમાં નજીવા ફેરફાર કરી દે તો તેઓ પણ માંસાહારીઓ જેમ પૂરતું પોષણ મેળવી શકે છે. શાકાહારી ભોજનમાં નીચેના પોષકતત્વો સામેલ કરી શકાય છે.

<u>પૂરતાં પ્રમાણમાં પ્રોટીન</u> : જો આપ દૂધ કે ઈંડા લો છો તો ચિંતા કરવાની જરૂર નથી. એમાંથી પૂરતાં પ્રમાણમાં પ્રોટીન મળે છે, પણ જો આપ ચૂસ્ત શાકાહારી છો, એટલે કે દૂધ અને ઈંડા પણ નથી લેતી તો આપે ભોજનમાં સુકી બીન્સ, વટાણા, મૈસૂર, તોફૂ તથા સોયા બનાવટની માત્રા વધારવી પડશે, જેથી પ્રોટીનની ઊણપ પૂરી થઈ શકે.

<u>પૂરતાં પ્રમાણમાં કેલ્શિયમ</u>: ડેરી બનાવટની ચીજો લેનાર શાકાહારીઓ માટે કોઈ મુશ્કેલી નથી, પણ જો આપ ડેરી બનાવટ પણ નથી લેતાં, તો તમારા માટે કેલ્શિયમવાળું જ્યૂસ, લીલા પાંદડાવાળા તાજા શાકભાજીઓ, તલ, બદામ, સોયા બનાવટ વગેરે કામ આવી શકે છે. આવું ન કરી શકો તો કેલ્શિયમની દવા ડૉક્ટરની સલાહ મુજબ લઈ શકો છો.

વિટામિન બી-૧૨ :- આમ તો બી-૧૨ની કમી દુર્લભ હોય છે, પણ ચૂસ્ત શાકાહારીઓને આ વિટામિન નથી મળતું, કેમ કે આ પોષકતત્વ માત્ર પશુ બનાવટના ખાદ્ય-પદાર્થોમાંથી મળે છે. આપે ડૉક્ટરને પૂછીને ફૉલિક ઍસિડ કે આયર્નની સાથે વિટામિન બી-૧૨ ની દવા પણ લેવી જોઈએ. આ ઉપરાંત સોયા દૂધ, ફોર્ટીફાઈડ સેરેલ, પૌષ્ટિક ખમીર વગેરેમાંથી આ કમીની પૂર્તિ કરી શકો છો.

<u>વિટામિન-ડી</u> : સૂર્યના કિરણોમાંથી આપણાં શરીરની ત્વચા જાતે વિટામિન ડી બનાવે છે, પરંતુ જરૂરથી વધારે તડકામાં રહેવાથી ચામડી શ્યામ પડી જાય છે. શ્યામ વર્ણવાળી મહિલાઓ સૂર્યના તડકામાંથી એને પૂરતા પ્રમાણમાં મેળવી શકતી નથી. જો આપ ગાયનું દૂધ નથી પીતી તો વિટામિન ડી યુક્ત સોયા દૂધમાં લો કાં તો પછી તેને દવામાં સામેલ કરો. બ્રેડ તથા સેરેલ પણ વિટામિન ડી ફોર્ટીફાઈડ હોય છે.

<u>લો-કાર્બ ડાયેટ</u>

"હું વજન વધારવા માટે લો કાર્બ હાઈ પ્રોટીન ડાયેટ પર હતી. શું હું ગર્ભાવસ્થામાં પણ આ જ આહાર લઈ શકું?"

ગર્ભાવસ્થામાં કોઈપણ પૌષ્ટિક તત્વનાં પ્રમાણને ઓછું મનાશે નહીં. આપે તો દરેક પૌષ્ટિક તત્વ પ્રમાણસર માત્રામાં લેવાના છે. ઓછા કાર્બનવાળા આહારથી ફૉલિક ઍસિડની પણ કમી થઈ જશે, જે શિશુના વિકાસ માટે ખૂબ જરૂરી છે. શિશુ માટે જે ખોટું છે એ જ માતા માટે પણ ખરાબ હોઈ શકે. કૉમ્પ્લેક્સ કાર્બન આપને કબજિયાતથી બચાવે છે તો વિટામિન બી મોર્નિંગ સિકનેસમાં લડવા માટે પૂરક બને છે.

ગર્ભાવસ્થા ડાઈટિંગનો નહીં, પૂરતું પોષણ લેવાનો સમયગાળો છે. વજન ઘટાડવાની વાતને વિસ્મૃત કરો અને શિશુને પ્રમાણસર પોષણ આપો.

કૉલેસ્ટ્રૉલની ચિંતા

"મેં અને મારા પતિએ અમારા ખોરાકમાં કૉલેસ્ટ્રૉલનું પ્રમાણ ઓછું રહે તેવી ગોઠવણ કરી છે. શું હું ગર્ભાવસ્થામાં આવી ગોઠવણ ચાલુ રાખી શકે?"

અમને નથી ખબર કે આપે શું સાંભળ્યું છે અને શું નથી સાંભળ્યું ? ગર્ભાવસ્થામાં આપને કૉલેસ્ટ્રૉલ ઘટાડવાની કોઈ જરૂર નથી. આ ઉંમરમાં આપને કૉલેસ્ટ્રૉલના લીધે ધમનીઓમાં દબાવ-જમાવની તકલીફ થતી નથી. ખરેખર જોઈએ તો ભ્રૂણના વિકાસમાં પણ કૉલેસ્ટ્રૉલની જરૂર હોય છે. ગર્ભવતી માતાના શરીરમાં જાતે જ તેનો વધારો થઈ જતો હોય છે. લોહીના કૉલેસ્ટ્રૉલનું સ્તર ૨૫ થી ૪૦ ટકા સુધી વધી જાય છે. જો કે આપે આપના તરફથી કૉલેસ્ટ્રૉલ વધારવો ખોરાક લેવાની જરૂર નથી, પણ આપ લહેરથી ઈંડાનો ખીમો ખાઈ શકો છો. કેલ્શિયમની પૂર્તિ માટે ચીઝ લઈ શકાય કે પછી ખૂબ મજાથી તમારા બર્ગરનો સ્વાદ માણી શકો છો.

જંક ફૂડનું સેવન

"હું નટ્સ, ચિપ્સ અને ફાસ્ટ ફૂડની ઘેલી છું મને ખબર છે કે મારે આરોગ્યપ્રદ ખોરાક લેવો જોઈએ અને હું એવું કરવા પણ માંગુ છું પણ હું મારા આદતોને બદલી શકતી નથી."

જો આપનું દૃઢ મનોબળ હશે તો આપ આદતો સુધારી શકશો. તમે માનસિક રીતે તૈયાર છો તો હવે થોડાંક ગંભીર પગલાં ભરવા પડશે. એવા અનેક રસ્તા છે, જેની મદદથી તમે તમારી મંઝિલને પ્રાપ્ત કરી શકશો. આ રહ્યાં તે :-

<u>૧. જમવાનું સાથે લઈ જાવ :</u> જો નાસ્તાના ટેબલ પર કૉફી પીવાની ઈચ્છા થાય તો ઘરેથી જ પૌષ્ટિક તથા આરોગ્યપ્રદ નાસ્તાનું ટિફિન લઈને જાવ.જેમાં કૉમ્પ્લેક્સ કાર્બન અને પ્રોટીનનું મિશ્રણ હોય! એનાથી આપનું પેટ ભરેલું રહેશે. જેથી જંક ફૂડ ખાવાની મરજી જ નહીં થાય. જો આપને લાગે છે કે તમે દુકાને જશો તો ત્યાંનું જમવાનું જોઈને લલચાઈ જશો તો ત્યાં જાવ નહીં. તમારી આ જુબાજુની દુકાનથી હેલ્દી સેન્ડવીચ ઓર્ડર કરો કે પછી એવી જગ્યાએ જાવ જ્યાં તળેલા મસાલેદાર વ્યંજન મળતાં ન હોય!

<u>૨. થોડી પ્લાનિંગ જરૂરી છે :</u> ગર્ભાવસ્થા દરમિયાન એકધારૂ સતત આરોગ્યપ્રદ અને પૌષ્ટિક ભોજન જોઈએ. આપના ઘરના કબાટોમાં આવા ખાદ્ય-પદાર્થો જરૂર રાખો. એવી હૉટલો અને રેસ્ટોરન્ટના ટેલિફોન નંબર નોંધી રાખો, જેથી જરૂર પડે પૌષ્ટિક ખાવાનું મંગાવી શકાય. કકડીને ભૂખ લાગે તે પહેલા જ જમવાનો ઓર્ડર આપી દો. ઘર, ઓફિસમાં બેગ તથા કારમાં એવા સ્નેક્સ રાખો, જે ભૂખને તૃપ્ત કરી શકે. જેમ કે ફળો,ટ્રેલ મિક્સ, શોયાચિપ્સ,ક્રેકર, યોગર્ટ કે સ્મૂદીઝ અને સ્ટ્રિંગ ચીઝ કે વેજીસ. બીજીવાર તરસ લાગવાથી સોડા પીવાની ઈચ્છા ન થાય તે માટે આપની પાસે પાણીની બેગ (વોટર બેગ) રાખો.

<u>૩. લાલચથી બચો :</u> કેન્ડી,ચિપ્સ, કુકીઝ, તથા સોફ્ટ ડ્રિંકને ઘરમાંથી વિદાય આપી દો, જેથી મગજમાં તેનો ખ્યાલ ન આવે. પેસ્ટ્રીના ડબ્બાની લાલચમાં ન આવો. કેમ કે એ લાલચ આપને મોંઘી પડી શકે છે.

<u>૪. વિકલ્પ શોધો :</u> કોઈપણ ખાદ્ય પદાર્થ જે આપને ખૂબ જ સ્વાદિષ્ટ લાગતા હોય તેનો વિકલ્પ પણ શોધતાં રહો. વિકલ્પ એવો હોય કે સ્વાદની તલબ પણ પૂરી થઈ જાય અને આપને પૂરતાં પ્રમાણમાં પોષકતત્વ પણ મળી શકે. જો આપને આઈસ્ક્રીમ ખાવાનું મન થયું છે તો તેના બદલે

જ્યુશબાર કે ગાઢ ક્રીમી ફ્રૂટ સ્મૂદીઝ પણ લઈ શકો છો.

૫. બાળકનું રાખો ધ્યાન : આ જે ખાવ છો તે બાળક જ ખાય છે, પરંતુ અમુકવાર આપનું મન મનગમતા સ્વાદ માટે લલચાઈ રહ્યું હોય ત્યારે બાળકના પોષણનું માધ્યમ આપ જ છો એ ભૂલી જવાય છે. આપના રૂમમાં ચારેબાજુ સુંદર બાળકોના ફોટા લગાવો, ઘર, ઓફિસ કે ખુરશીની આસપાસ લગાવેલ બાળકોના એ ફોટાઓ ખરા-ખોટા સ્વાદોથી આપને બચાવશે.

૬. આપની મર્યાદાઓને પરખો : અમુક જંક ફૂડ અમુકવાર જ ખાઈ શકાય. ખરેખર તો ન ખાવ એ જ ઉત્તમ વલણ છે. જો આપને જંક ફૂડના ઓછા પ્રમાણથી સંતોષ નથી કે એકવાર ખાધા પછી બીજીવાર ખાવાની ઈચ્છા થાય છે તો આપે આપની મર્યાદાઓને ઓળખવી પડશે.

૭. સારી આદતો લાંબા સમય સુધી સાથ નિભાવે છે : ડિલીવરી પછી પણ નવી માતાને ખૂબ માત્રામાં ઊર્જા જોઈએ, એ વખતે સારી આદતો જ કામ આવશે. આ રીતે શિશુ પણ શરૂઆતથી સારી આદતો સાથે ઉછેર પામશે.

આરોગ્યપ્રદ ખાણી પીણીના શોર્ટકટ

ફાસ્ટ ફૂડ પણ આરોગ્યપ્રદ બની શકે છે, જેમકે-

- જો આપ કામકાજના લીધે વ્યસ્ત રહો છો તો યાદ રાખો બર્ગર માટે લાઈનમાં સમય બગાડવાના બદલે શેકેલી ટર્કી ચીઝ, સલાડ તથા ટામેટાનું સેંડવીચ લઈ શકાય.
- જો દરરોજ રાતના ડિનર બનાવી શકતી નથી તો બે ત્રણ રાતનું ડિનર બનાવીને મૂકી રાખો.
- પૌષ્ટિકતાથી ભરપૂર વાનગી બનાવતી વખતે વધારે તકલીફ ન લો. બસ એટલું જ વિચારો કે આપ જે બનાવી રહી છો, તે સાદી અને પૌષ્ટિક વાનગી છે ને! આપ બાફેલી બોનલેસ વરખ લગાવીને તેને બ્રોલરમાં તૈયાર કરી શકો છો. અહીં આપે આપની મરજી મુજબ અમુક ફેરફાર કરવા પડશે.
- જ્યારે ખરેખર કશું પણ બનાવવાનો સમય ન હોય તો સુપર માર્કેટમાં મળતાં સૂપ, જ્યૂસ કે રેડીમિક્સ ખાદ્ય-પદાર્થ મંગાવી શકાય છે. એવી શાકભાજીઓ અને ખાદ્ય પદાર્થો લો. જેને માઈક્રોવેવમાં સહેલાઈથી રાંધી શકાય.

ઘરથી બહાર જમવાનું

"હું આરોગ્યપ્રદ આહાર લેવાનો પૂરેપૂરો પ્રયત્ન કરી રહી છું , પણ મોટાભાગે બહાર ખાવાના કારણે એમાં સફળ થતી નથી."

અમુક ગર્ભવતી મહિલાઓ માટે એ સહેલું નથી હોતું કે તેઓ રેસ્ટોરન્ટમાં મિનરલ વોટર પીએ અને માર્ટિનીને નજર અંદાજ કરી દે. આપે આપના માટે એવું ભોજન પસંદ કરવું પડશે, જે શિશુના સ્વાસ્થ્યની સાથોસાથ આપની કેલેરી બેંકના હિસાબે પણ હોય! નીચે બતાવેલા ઉપાયોની મદદથી આપ ઘર કરતાં બહાર લેવાતાં લંચ કે ડિનરને પણ આપને અનુકૂળ બનાવી શકો છો.

- બ્રેડ પર ધ્યાન દેતાં પહેલા સાબૂત આખા અનાજમાંથી બનાવેલા પદાર્થ કે બ્રેડ લો. બ્રેડ પર થોડું માખણ કે જૈતૂનનું તેલ લગાવો. આ સિવાય રેસ્ટોરન્ટમાં બનતી સલાડની ડ્રેસિંગ કે શાકભાજીમાં માખણ તથા તેલમાં વસા હોય છે.
- પહેલા કોર્સમાં જ લીલું સલાડ લો. તેની સાથે આપ શ્રિંપ કૉકટેલ, સ્ટીમ્ડ સી ફૂડ, ગ્રિલ્ડ શાકભાજીઓ કે સૂપ લઈ શકો છો.

- જો સૂપ લો તો તે શાકભાજીઓના બેઝવાળી (શક્કરિયું, ગાજર, ટામેટાં) હોય! લેંટિલ કે બીન સૂપમાં પણ પ્રોટીનની ઘણી માત્રામાં હોય છે. એના પર કોળાની ચીઝ નાખીને જમવાની રીતે પણ લઈ શકો છો.
- આપના મુખ્ય ફુડમાં ગ્રિલ્ક, બૉયલ્ડ, સ્ટીમ્ડ કે પોચર્ડ ફિશ, સી ફૂડ, ચિકન બ્રેસ્ટ કે બીફથી પ્રોટીનની ભરપાઈ કરો. આ સિવાય આપ ચિકન બ્રેસ્ટને ડ્રાય કરવાના બદલે એની અવેજીમાં ગ્રિલ્ડ લઈ શકો છો. જો શાકાહારી છો તો મેન્યૂમાં ટોફૂ, બીન્સ, વટાણા, ચીઝ કે એને અનુરૂપ મેળને સામેલ કરો.
- આપના માટે બેક્ડ સફેદ કે ગળ્યો ભાત, બાજરી, વટાણા તથા તાજી લીલોતરીવાળી શાકભાજી અનુકૂળ રહેશે.
- આપ રેસ્ટોરન્ટમાં ફળ પણ મંગાવી શકો છો. જેમ કે તાજા વૈરી. આપને માત્ર ફળ કાપીને ખાવાની જરૂર નથી. કાપેલાં ફળ પર બે ચમચી ફેંટી ક્રીમ, સોડાવોટર કે આઈસ્ક્રીમ નાખીને બાજાઓની જેમ ડેઝર્ટ સ્વાદ લો.

લેબલ વાંચવું

"હું સારો પૌષ્ટિક ખોરાક લેવા માંગુ છું પરંતુ ખરીદેલા ડબ્બાના લેબલ વાંચવા મુશ્કેલ છે તે મને સમજાતાં જ નથી."

લેબલ આપની મદદ માટે જ લગાડવામાં આવે છે. હવે પછી જ્યારે પણ ડબ્બાપેક ખાદ્ય-પદાર્થોની ખરીદી કરો ત્યારે ઝીણા અક્ષરોમાં લખેલી યાદી વાંચો, જેમાં પોષણ મૂલ્ય તથા સામેલ કરેલી સામગ્રીઓ લખેલી હોય છે.

એ યાદીથી આપને જાણ થશે કે એ બનાવટમાં કયા પદાર્થની માત્રા સહુથી વધારે છે અને કયાં પદાર્થની સહુથી ઓછી?

માત્ર એક નજર કરવાથી જ આપને ખ્યાલ આવી જશે કે સેરેલમાં રિફાઈન્ડ અનાજ છે કે સાબૂત. એમાં બીજા પદાર્થોની વધારે માત્રા તો નથી ને! જો ખાંડ સહુથી ઉપર હોય કે નોંધમાં જુદાજુદા રૂપે જોવા મળે તો (જેમકે કૉર્ન શિરપ, મધ, ખાંડ) એનો મતલબ છે કે એ ખાદ્ય પદાર્થ ખાંડથી ભરપૂર છે.

ઘણીવાર ખાંડનુ પ્રમાણ,પોષકતત્વોની માત્રાથી અલગ પણ દર્શાવેલું હશે. બની શકે છે કે ફ્રૂટ ડ્રિંક તથા સંતરાના જ્યૂસના ડબ્બા પર લગાવેલા લેબલોમાં ખાંડની માત્રા એક સરખી હોય પરંતુ તેનો મતલબ એ નથી કે તે સમાન જ હશે. જેમ કે ઑરેંજ તથા કોર્નસિપની તુલના કરો. સંતરાના અસલી જ્યૂસમાં ફળથી ખાંડની મીઠાશ મળે છે, જ્યારે ફ્રૂટ ડ્રિંકમાં ખાંડ ઉમેરાય છે.

જે ગર્ભવતી મહિલા પ્રોટીન તથા કેલેરીનું અનુમાન કરીને ચાલતી હોય તેમના માટે આવું લેબલ વાંચવું ઘણું લાભકારક બને છે. જે પણ ખાદ્ય-પદાર્થમાં પોષક પદાર્થોની માત્રા અધિક જોવા મળે તો તેને ખરીદી લો.

ઘણીવાર મોટા અક્ષરોમાં સૂચના હોય છે. **ઈંગ્લિંશ મફિનઃ** રોજ વપરાશમાં લેવાતા ઘઉં, આટાનું ચળામણ તથા અનાજથી બનેલા જો તેની નીચે લખેલા ઝીણા અક્ષરો વાંચશો તો જાણ થશે કે તે મેદામાંથી બન્યા છે. અને યાદીમાં આટાના

બહારના આવરણથી ગુણવત્તાની જાણ થતી નથી

જી હા, ફળો શાકભાજીઓના બહારના દેખાવથી છેતરાશો નહીં. જે ફળોના રંગ (છાલ નહીં) જોવા મળે છે એ હકીકતમાં વિટામિન અને ખનીજ-દ્રવ્યોથી ભરપૂર હોય છે. ગાઢ લીલી છાલવાળા ખીરાની જગ્યાએ એના ખીરા લો જે છોલ્યા પછી લીલા રંગના હોય એવી સક્કરટેટી લો, જે બહારથી પીળી હોય પણ કાપો તો અંદરથી (ઘાટા) ગાઢ રંગની હોય!

ચળામણનું તો નામોનિશાન નહીં હોય! મધનું તો માત્ર નામ છે. એમાં ખાંડ જ નાખવામાં આવી છે.

એનરિચ્ડ કે ફોર્ટીફાઈડ બેનર્સથી પણ સાવચેત રહો. કોઈપણ ખાદ્ય-પદાર્થમાં અમુક વિટામીન ભેળવવાથી એ સારૂં નથી બનતું આપે એ રિફાઈન્ડ સેરેલના (૧૨ ગ્રામ શુગર તથા વિટામિન સહિત) બદલે ઓટમીલ લેવું જોઈએ, જેમાં કુદરતી પોષકતત્વો જોવા મળે છે.

સુશી લઉં કે નહીં?

"સુશી નામનું જાપાની ભોજન મારૂં મનગમતું ખાણું છે. મેં સાંભળ્યું છે કે તેને ગર્ભાવસ્થામાં લઈ શકાય નહીં. શું આ સાચુ છે?"

માફ કરજો. આપે સુશી, સાશીસ, કાચા ઑયસ્ટર, સેવિયચ, ફિશ ટાર્ટરસ, કારપૅશિયસ જેવા ખાદ્ય પદાર્થોથી બચવું પડશે. ઓછા તાપે શેકેલી માછલી તથા રોલ ફિશ વગેરે બધું જ સી-ફૂડ પકાવેલ હોતાં નથી. એટલા માટે આપ બીમાર પડી શકો છો પણ એનો મતલબ એવો નથી કે આપ મનગમતી જાપાની રેસ્ટોરન્ટમાં જવાનું બંધ કરી દો. આપ પકવેલ માછલી, સી-ફુડ કે શાકભાજીઓ લઈ શકો છો. જો આ જ સુધી આપ આવું ભોજન લેતી રહી હોય તો પણ ચિંતા કરવાની કોઈ વાત નથી.

હૉટ-હૉટ ફિશ

"મને ગરમ તથા તીખું ભોજન જ ભાવે છે શું ગર્ભાવસ્થામાં આ રીતે ભોજન શકાય?"

જો આપને છાતીમાં બળતરા અને અપચા જેવી તકલીફો ન હોય તો બેશક લઈ શકો છો. તમતમતું ભોજન, સાલ્સા તથા સ્ટિર ડ્રાયની મજા લઈ શકો છો. કેમ કે અમુક મસાલાઓમાં તો વિટામિન સી હોય છે.

ખરાબ ભોજન (વાસી)

"આ જે સવારે મેં એવું યોગર્ટ ખાઈ લીધું જે વાસી હતું અને અઠવાડિયા પહેલા એની એક્સપાયરી ડેટ પૂરી થઈ હતી. સ્વાદ તો બરાબર હતો, પરંતુ શું એ નુકશાન કરી શકે છે?"

જે થઈ ગયું થયું, તે થઈ ગયું. જો કે એક્સપાયરી ડેટ પછી ડેરી બનાવટ લેવી જોખમકારક બની શકે છે. જો જમ્યા પછી આઠ કલાકમાં ફૂડ પોઈઝનિંગના લક્ષણો જોવા ન મળ્યા હોય તો તેનો મતલબ છે કે આપને કોઈ નુકશાન નથી. બની શકે છે કે આપનું યોગર્ટ ફ્રિજમાં હશે. હવે પછી કશું પણ ખાતા પહેલા એની એક્સપાયેરી ડેટ જરૂર વાંચો.

"મને ગઈ રાતના જમ્યા પછી ભોજનમાં ફૂડ પોઈઝિનિંગ થઈ ગયું, જેના કારણે ઉલટી અને ઝાડા થઈ ગયા છે. શું આનાથી મારા બાળકને કોઈ હાનિ પહોંચશે?"

શિશુથી વધારે નુકશાન આપને થશે. આપ બંને માટે વધારે જોખમ ત્યારે થશે જયારે ઉલટી અને ઝાડાના લીધે શરીરમાં પાણીનું પ્રમાણ ઘટી જશે. આના માટે આપ પ્રવાહી ખોરાક લેવાનું શરૂ કરી દો. જો ઝાડામાં લોહી કે મ્યુક્સ પણ આવવા લાગે તો ડૉક્ટર પાસે જલ્દી પહોંચો.

ખાંડનો વિકલ્પ

મારે વજન વધારવું નથી, પરંતુ મીઠી ચીજ-વસ્તુઓ ખૂબ જ ભાવે છે. શું હું ખાંડના વિકલ્પને અજમાવી શકુ?

સાંભળવામાં ભલે સારૂ લાગે, પરંતુ ગર્ભવતી મહિલાઓ માટે ખાંડના વિકલ્પોની ઓછી-વત્તી અસર જ થાય છે. જો કે આમ તો એ સલામત છે પરંતુ હજુ આ વિષયમાં સંશોધન નથી થયું.

સુક્રાલોઝ (સ્પલેંડા) : આ બનાવટ ખાંડમાંથી જ બને છે, પરંતુ તેને રાસાયણિક પ્રક્રિયા દ્વારા એ રીતે બદલી નાંખવામાં આવે છે કે શરીર એને અવશોષિત નથી કરી શકતું. જે ગર્ભવતી

મહિલાઓ કેલેરી નથી વધારવા માગતી એણે આ બનાવટ લેવી જોઈએ. આપ એને ચા, કૉફી કે પછી અમુક વસ્તુ બનાવતાં કે બેક કરતી વખતે લઈ શકો છો. અથવા તો પછી એવી બનાવટ જ લો કે જેમાં સુક્રાલોઝ મળેલી હોય! (જેમ કે ડ્રિંક, યોગર્ટી તથા ફ્રોજન ફૂડમાં મેળવી શકો છો. કાં તો પછી એવી બનાવટ જ લો કે જેમાં સુક્રાબોજ મળેલી હોય! (જેમકે ડ્રિંક, યોગર્ટ, કેન્ડી કે આઈસ્ક્રીમ) યાદ રાખો કે પ્રમાણસર જ લાભકર્તા રહેશે. જો કે આ બનાવટ નવી છે. એટલા માટે તેના વિશે વધારે આંકડા પણ ઉપલબ્ધ નથી.

એસ્પાર્ટમ (ઈક્વલ, ન્યટ્રાસ્વીટ): આને ડ્રિંક, યોગર્ટ તથા ફ્રોજન ફૂડમાં મેળવી શકો છો. પરંતુ પકાવી કે બેક કરી શકતા નથી. કેમ કે વધારે પકાવવાથી એની મીઠાશ જતી રહે છે. મોટાભાગના ડૉક્ટર એને સલામત માનતા એવો ખુલાસો પણ કરે છે કે તેનો વત્તા ઓછાં પ્રમાણમાં ઉપયોગ કરી શકાય છે. અમુક ડૉક્ટર કહે છે કે ગર્ભવતી મહિલાઓને કૃત્રિમ મીઠાશની પસંદગી કરતી વખતે સાવચેતી રાખવી જોઈએ. આપ ડૉક્ટરનો મત જાણીને જ પ્રયોગ કરો.

સેકરીન : મનુષ્યોમાં સેકરીનના ઉપયોગ પર વધારે સંશોધન થયું નથી પરંતુ જાનવરો પર થયેલા પ્રયોગોથી જાણવા મળ્યું છે કે એનું પ્રમાણ વધારે લેનારી સામાન્ય સ્ત્રીઓમાં કેન્સરની શક્યતા વધે છે, પણ એ સ્પષ્ટ થયું નથી કે શું ગર્ભવતી મહિલાઓને પણ કેન્સરનું જોખમ થઈ શકે છે? મોટાભાગના ડૉક્ટરો સગર્ભાઓને સેકરીનથી ચેતવે છે. જો કે જે સેકરીન આપ પહેલા લઈ ચૂકી છે એ વિશે વિચારીને ચિંતા કરવાની જરૂર નથી.

ઍસુલફેમ-કે (સુનૈટ) : ખાંડથી પણ બસો ગણું ગળ્યું આ સ્વીટનર બેકડ પદાર્થો, જિલેટીન ડેઝર્ટ ગરમ કે સોફ્ટ ડ્રિંક્સમાં નાખવામાં આવે છે. એફડીએના અનુસાર ગર્ભાવસ્થામાં તેનો ઓછા પ્રમાણમાં પ્રયોગ કરી શકાય છે, પણ એ પહેલાં આપના ડૉક્ટરને પૂછો. તેમનું શું માનવું છે?

સૉરબીટૉલ : આ ખાંડ લગભગ કુદરતી અમુક ફળોમાં તથા બૈરીમાં જોવા મળે છે. ખાંડથી ઓછી મીઠાશવાળી સૉરબીટૉલને ખાવા-પીવાની વસ્તુઓમાં ભેળવવામાં આવે છે. ગર્ભાવસ્થામાં માપસરનું ઓછા પ્રમાણનું સેવન અનુકૂળ રહેશે. વધારે માત્રા લેવાથી ગેસની તકલીફ કે ડાયેરિયા થઈ શકે છે.

મેનીટૉલ: આ બનાવટ ખાંડથી ઓછી મીઠાશવાળી હોય છે. વળી એ ખાંડ કરતાં ઓછી કેલેરી આપે છે. સૉરબીટૉલની જેમ ખૂબ જ ઓછા પ્રમાણમાં ઉપયોગ કરી શકો છો. પરંતુ પ્રમાણ વધી જવાથી ગેસ્ટ્રોઈંટેસ્ટાઈનલની ગરબડ થઈ શકે છે.

જાઈલિટૉલ : આ કુદરતી વનસ્પતિઓ તથા ફળોમાં જોવા મળતી મીઠાશ છે. શરીર પણ સામાન્ય અવસ્થામાં મેટાબોલિઝ્મની ક્રિયામાં આને બનાવે છે. આવી મિઠાશ ચ્યૂઈંગમ, ટૂથપેસ્ટ કેન્ડી તથા અમુક ખાદ્ય પદાર્થોમાં હોય છે. આ મીઠાશ દાંતોનો સડો રોકે છે. એમાં ખાંડથી ૪૦ ટકા ઓછી કૅલેરી હોય છે. ગર્ભાવસ્થામાં આનો મર્યાદિત ઉપયોગ કરો. જાઈલીટૉલવાળી એક ચ્યૂઈંગમ ફાયદો કરશે પરંતુ આપ એના પાંચ પેકેટ ચાવવાનું પસંદ નહીં કરો.

સ્ટેવિયા : દક્ષિણ અમેરિકી જડી-બૂટ્ટીમાંથી બનેલી સ્ટેવિયા એક એવું સ્વીટનર છે, જેનાં અંગે હજુ સત્તાવાર સંશોધન થયું નથી. તેનો ઉપયોગ કરતાં પહેલા ડૉક્ટરનો મત જાણવો જરૂરી છે.

લૅક્ટોજ : આ મિલ્ક શુગરમાં ખાંડની હિસ્સા જેટલી મીઠાશ હોય છે. એ ખાદ્ય-પદાર્થોમાં સામાન્ય ગળપણ પેદા કરે છે. લૅકટોજમાં ઈન્ટૉલરેંટનાં લક્ષણ હોય તો ઉપયોગ ન કરવો.

મધ : એન્ટી ઑક્સીડેન્ટ તત્વોના લીધે આ જકાલ મધ (હની) ખૂબ જ ચલણમાં છે. આમ તો એ ખાંડનો સારામાં સારો વિકલ્પ છે, પરંતુ એમાં કેલેરીની માત્રા ઓછી હોતી નથી. મધમાં એક મોટી ચમચી ખાંડની કેલેરીની સરખામણીમાં ૧૦

કૅલેરી વધારે હોય છે.

<u>ફ્રૂટ જ્યૂસ કૉન્સન્ટ્રેટ :</u> દ્રાક્ષ તથા સફરજન જેવાં જ્યૂસ કૉન્સન્ટ્રેટ ગર્ભાવસ્થામાં ઘણાં જ અનુકૂળ અને સલામત રહે છે. આપ અનેક મીઠી વાનગીઓમાં ખાંડની જગ્યાએ તેનો ઉપયોગ કરી શકો છો. એ સુપર માર્કેટથી ફ્રોઝન અવસ્થામાં મળે છે. જૈસ, જૈલી, સાબૂત અનાજની ફ્રુકીન, મફીન, સેરેલ, ગ્રેનોલા બાર અને પોપ અપ ટોસ્ટર પેસ્ટ્રીઝમાં પણ આ ફ્રૂટ જ્યૂસનો ઉપયોગ થાય છે.

હર્બલ ચા

"હું ઘણા કપ હર્બલ ચા પીવું છું, એનાથી ગર્ભાવસ્થામાં કોઈ પ્રોબ્લેમ તો નહીં થાય ને?"

શું આપના અને શિશુ એમ બંનેના માટે હર્બલ ચા પીવી જોઈએ? ખરેખર તો આ અંગે સત્તાવાર શોધ થઈ નથી, જેથી આપના સવાલનો સાચો જવાબ આપી શકાય તેમ નથી. અમુક હર્બલ ચા સલામત માનવામાં પણ આવે છે અને અમુક નહીં. જેમ કે રસબૈરી લીફ ચા જો વધારે પ્રમાણમાં પીવાય તો કાન્ટ્રેકશન શરૂ થઈ શકે છે. એ આપની અવસ્થાના હિસાબથી લાભકર્તા કે નુકશાન કરતાં બની શકે છે.

આમ તો એવું કહેવાય છે કે ગર્ભાવસ્થામાં આ અંગે પૂરતી સાવચેતી રાખો. એનાં માટે સીમિત માત્રામાં હર્બલ ચા અનુકૂળ છે તે અંગે પૂછો. આપ પણ જે હર્બલ ચા લેતી હોય તેના પેકેટ પરના લેબલને ધ્યાનથી વાંચો. લખેલું હશે કે તે શામાંથી બની છે? અમુક ફ્રૂટબેસની સાથોસાથ જડીબુટીઓમાંથી પણ બનેલી હોય છે. આપના સાધારણ કાળા ઉકાળામાં સંતરા, સેબા, અનાનસ, ફ્રુટ, નાશપતી, લવીંગ, આદુ, ખાંડ-ઈલાયચીને ભેળવી શકે છે. દરેક ચાના માટે એવું કહેવાય છે કે એનાથી ફોલિક એસિડ ઘટી શકે છે જે ગર્ભાવસ્થામાં અગત્યની ભુમિકા ભજવે છે. એટલા માટે હર્બલ ચા પીઓ છો તો મર્યાદિત પીઓ તમારા ઘરમાં આંગણામાં ઉગાડેલી ચાનો ઉપયોગ કરતાં પહેલા એ જાણી લો કે તમારા માટે સલામત છે કે નહીં?

ખાદ્ય-પદાર્થોમાં રસાયણ

"ડબ્બાપેક ભોજનમાં પ્રીજર્વેટિવ, શાકભાજીઓ પર પેસ્ટીસાઈડ, ફિશમાં જીસીબી અને મર્કરીમાં, ઍન્ટીબોમોટિ હૉટ ડૉગ્સમાં નાઈટ્રેસ હોય છે. તો ગર્ભાવસ્થામાં એવું શું ખાઈએ, જેનાથી હું અને મારો નાનકો સલામત રહી શકીએ?"

આપે ચિંતા કરવાની જરૂર નથી. આપ જાણી લો કે ખાદ્ય-પદાર્થોમાં સામેલ તત્વોમાંથી અમુક જ એવા હોય છે , જે આપના શિશુને નુકશાન પહોંચાડે એટલા માટે સહુથી સારો રસ્તો એ છે કે આપ કાળજીપૂર્વક ખોરાકને પસંદ કરો.

આ રહી આપ તથા આપના શિશુના સ્વસ્થ ખાન-પાન માટેની અમારી ટિપ્સ,જેથી આપને ખાદ્ય પદાર્થોની ખરીદી કરતી વખતે વધારે વિચારવું ન પડે.

- સહુ પહેલા તો ગર્ભાવસ્થાના ખોરાકની નોંધમાંથી તમારૂં ભોજન પસંદ કરો. આ રીતે આપ અનેક પ્રકારના પ્રોસેસ્ડ ફૂડથી બચી જશો. આ રીતની પસંદગીથી આપને તાજા પાંદડાવાળા શાકભાજીઓ, ફાઈટો કેમિકલયુક્ત ફળ તથા અન્ય શાકભાજીઓ મળશ જે ભોજનના ઝેરી તત્વોનો નાશ કરશે.
- જયારે શક્ય હોય ત્યારે ફ્રૉજન કે ડબ્બાપેક ઑર્ગેનિક પદાર્થ જ ખાવ. એનાથી પ્રોસેસ્ડ ફૂડથી તેનાં સ્ટોરેન્સથી બચી જશો અને આપનું ભોજન પહેલાથી વધારે પૌષ્ટિક બની જશે.
- જયારે પણ સમય મળે ત્યારે કુદરતની સાથે ચાલો એટલે કે એવું જમો, જેમાં બનાવટી રંગ કે પ્રીઝર્વેટિવ ન હોય! લેબલ ધ્યાનથી વાંચો.

યાદ રાખો કે એ દરેક પદાર્થ આપના માટે સલામત નથી કે પછી પૌષ્ટિક નથી.

- નાઈટ્રેટયુક્ત હૉટ ડૉગ, સલામી, બોલોગના, સ્મોકડ ફિશ તથા માંસ ન ખાવ. એવા જ બ્રાન્ડ લો. જેમાં આવા પ્રીઝર્વેટિવ ન હોય!
- ફિશમાંથી આપને લીન પ્રોટીન મળે છે એમાં ઓમેગા-૩ ફૈટી એસિડ પણ હોય છે, જે શિશુનાં મસ્તિકના વિકાસમાં મોટો ભાગ ભજવે છે. આ આપના માટે ઘણી લાભદાયી વાનગી છે, પણ જો આપે તેને આ પહેલા કદી આરોગી નથી તો એનાથી અરૂચિ થઈ શકે છે.
- સંશોધકોના અભ્યાસોમાં પણ એ તથ્યની પુષ્ટિ થઈ છે કે ગર્ભવતી મહિલાઓ માછલી ખાય તો તેમને પાવરફૂલ માઈન્ડવાળા બાળકો જન્મે છે. માછલી ભલે ખાવ પણ એની જ પસંદગી કરો જે આપને અનુકૂળ હોય! જાતજાતની માછલીઓ મળે છે. જેમ કે શાર્ક, સ્વેલ્ડ ફિશ, કિંગ મૈકેરેલ, ટાઈલફિશ અને કયૂના સ્ટીટ્સ જેવી માછલીઓથી દૂર રહો. આ મોટી માછલીઓમાં મિથાઈલ મર્કરી નામનું રસાયણ હોઈ શકે છે, જે ભ્રૂણના વિકાસશીલ સ્નાયુ તંત્રને હાનિ પહોંચાડી શકે છે. જો પહેલાંથી ખાઈ ચૂકી છે તો ચિંતા કરવાની જરૂર નથી. બસ હવે ખાતા નહીં.

જો આપે એક બે વાર સ્વૉડ ફિશ આરોગી હશે તો પણ ચિંતા કરવાની જરૂર નથી. કેમ કે જો એને દરરોજ ખવાય તો નુકશાન થાય. તદ્ઉપરાંત ડબ્બાપેક ટ્યૂના તથા તાજા પાણીમાંથી પકડેલી માછલી પણ ખાવ નહીં. આપ તો મોટાભાગે બજારમાંથી મળનારી ફિશનો જ ઉપયોગ કરો. ઘણીવાર અમુક માછલીઓ પ્રદુષણના લીધે ઝેરી પણ બની જાય છે આપ ડૉક્ટરને પૂછીને જ ફિશ અંગનો નિર્ણય લો.

સાલમન, સોલ, ફ્લાઉંડર, હૈડડૉક, ટિલાપિઆ, હૈલીબટ, ઓશન પર્ચ, પૈલોક, કૉડ તથા ટ્રાઉટ જેવી માછલીઓ ઉપરાંત સમુદ્રની નાની ફિશ પણ લઈ શકો છો. માત્ર એટલું જ ધ્યાનમાં રાખવાનું છે કે સારા સી ફૂડ તથા ફિશ સારી રીતે ચઢી (પકાઈ) ગયા હોવા જોઈએ.

- મીટના લીન કટ જ પસંદ કરો. તેને બનાવતાં પહેલાં તેની ફાલતું ચરબી કાઢી લો. પોલ્ટ્રીમાં વસાની સાથોસાથ થોડી ખાલ-ચામડી પણ કાઢી નાખો, જેથી ઓછામાં ઓછા રસાયણોનું પ્રમાણ અંદર જાય. લીવર કે કિડની જેવા મીટ ન ખાવ તો સારૂ.
- જો આપનું બજેટ હોય તો આર્ગેનિક મીટ તથા પોલ્ટ્રી બનાવટ જ લો. એમાં હોર્મોન તથા એન્ટી બાયોટિક્સના તત્વો હોતાં નથી. આપના ડેરી ઉત્પાદનની ચીજો કે એગ પણ ઓર્ગેનિક હશે તો ઉત્તમ રહેશે. આ રસાયણોથી ફૂડ પોઈઝિનિંગ થતું નથી. તથા એનાથી ચેપની પણ શક્યતા નથી રહેતી એ કૅલેરીમાં ઓછું તથા પ્રોટીન રેશાઓથી ભરપૂર હોય છે. એમાં શિશુના માટે લાભકારક ઓમેગા ફૅટી એસિડ પણ હોય છે.

ઑર્ગેનિક પસંદ કરો

હંમેશા આપના ખિસ્સા ખાલી કરવાનું ન વિચારો. ઓર્ગેનિક ચીજ-વસ્તુ ખરીદતી વખતે નીચે મુજબની સાવચેતીઓ રાખો.

આને ઓર્ગેનિક તરીકે જ લો : આના પર ધોયા પછી પણ પેસ્ટીસાઈડની અસર જોવા મળે છે. જેમ કે સફરજન, ચેરી, દ્રાક્ષ, નાશપાતી, બટાકા, રાસબરી, વેલપેપર, પાલકની ભાજી, પીચ નામનું ફળ

આને ઓર્ગેનિક તરીકે ન લો : મોટાભાગે એ બનાવટો પર પર પેસ્ટીસાઈડ નથી ટકતું, જેમ કે કેળાં, લીચી, કેરી, અનાનસ, અજમોદ, અવોકૈડો બ્રોકલી ફૂલ કોબીજ, કોર્ન, ડુંગળી મટર બીફ તથા પોલ્ટ્રી બનાવટ પણ જો ઓર્ગેનિક લેવી હોય તો ખિસ્સું હળવું કરવું પડશે, કેમ કે એ થોડા મોંઘા પડે છે.

■ જો બની શકે તો ઓર્ગેનિકની બનાવટ જ ખરીદો એ દરેક પ્રકારની રસાયણિક અસરોથી મુક્ત હોય છે, જેથી તેને ઘણી સલામત માનવામાં આવે છે. જો આ બધું સ્થાનિક રીતે મેળવી શકાય તેમ છે તો તેને જરૂર ખરીદો. જો બજેટની ચિંતા છે તો અમુક ખાસ જૈવિક બનાવટ ખરીદો.

■ સાવચેતીની દૃષ્ટીએ દરેક શાકભાજી અને ફળોને સ્વચ્છ પાણીમાં ધોવા જોઈએ. જો શાકભાજીઓ તથા ફળોને હાથથી મસળીને પાણીમાં ડૂબાડશો કે પાણીને સ્પ્રે કરશો તો માલમાં સરસ રીતે સફાઈ થશે.

■ સ્થાનિક વેપારીઓનાં માલમાં પોષકતત્વોની માત્રા વધારે હોય છે, એટલા માટે એ જ માલ ખરીદો. તેમની ચીજવસ્તુ જૈવિક ન હોવા છતાં વધારે હાનિકારક નહીં હોય. કેમ કે અમુક ખેડૂતો ઈચ્છીને પણ ઓર્ગેનિકનું પ્રમાણપત્ર મેળવી શકતાં નથી.

■ આપના આહારમાં વિવિધતા લાવો. જાત-જાતના ભોજનથી જ પોષણ મળશે. મોંઘા ઋતુ વિનાના ફળો- શાકભાજીઓ લેવાના બદલે સીઝનેબલ ફળ-શાક લો.

■ માનીએ છીએ કે આપને તંદુરસ્તીની ચિંતા છે, પરંતુ હેલ્થ ફૂડ પાણીની ચિંતા આપના આરોગ્યને બગાડે નહીં, તેનું પણ આપે ધ્યાન રાખવાનું છે. આમ રીલેક્સ રહો અને આરામથી મનપસંદ આહાર પસંદ કરો.

પ્રોટીનની પૂર્તિ

મોટાભાગની સગર્ભા મહિલાઓ ગર્ભાવસ્થામાં પ્રોટીનની પૂર્તિ કરી જ લેતી હોય છે, પરંતુ જો આપને લાગે છે કે આપ ભરપૂર પ્રમાણમાં પ્રોટીન નથી લઈ શકતી, તો હાઈ-પ્રોટીનવૈડટાઈમ સ્નૅક લઈને તેની કમી પૂરી કરી શકો છો. એક ઈંડા કે બે ઈંડાની સફેદીથી એગસલાડ બનાવીને અડધા પ્રોટીન સર્વિંગની કમી પૂરી થઈ શકે છે. એની સાથે સાબૂત અનાજથી બનેલાં ક્રેકર્સ લો. બમણું મિલ્ક શેક ત્રીજા ભાગની કમી પૂરી શકશે. ૩/૪ કપ કમ વસાયુક્ત ચીઝથી પણ પ્રોટીન સર્વિંગની જરૂરિયાત પૂરી થશે. આપ તેને તાજા ફળો, કિશમિશ, મુનકકોપ કાપેલા ટામેટાં કે સાલ્સામાં સજાવી શકો છો.

આપે એક વાતનું ધ્યાન રાખવું. પ્રોટીનની પૂર્તિ કરવા માટે પ્રવાહી કે ચૂર્ણ રૂપે મળતાં પ્રોટીનના પાઉડરનો ઉપયોગ ન કરવો. કેમ કે તેમાં એવા તત્વોની ભેળસેળની શક્યતા છે. જે આપને ગર્ભાવસ્થામાં હાનિ પહોંચાડી શકે છે. વળી આવા પ્રોટીનો ખૂબ જ મોંઘા પણ હોય છે. આ રીતના પ્રોટીન લેવાથી આપનામાં પ્રોટીનનું પ્રમાણ વધી શકે છે. પ્રમાણ વિનાનું પ્રોટીન અમુક સગર્ભાઓને નુકશાનકારક બને છે.

બંને માટે સલામત આહાર

ફળોનાં ઉછેર વખતે અને તેની માવજત માટે જતુંનાશક દવા છાંટવામાં આવે છે. આના કારણે આપ ચિંતિત છો. ચિંતા રાખવી જોઈએ કેમ કે અત્યારે આપ જે ફળહાર કરો છો તે બે જીવ માટે છે,પરંતુ શું આપે વિચાર્યું છે કે જે સ્પંજથી આપે એક ખટમધુરા ફળ પીચ નામના ફળને સાફ કર્યું તે ત્રણ અઠવાડિયાથી આપના શિંકમાં એમને એમ પડયું હતું. શું તે સારૂ હતું? શું આપ એ જ છરીથી નાશપાતીને નથી કાપી રહી, જેનાથી આપે રાતના ચિકનને કાપ્યું હતું આવી નાની નાની, સામાન્ય લાગતી બેદરકારીઓનાં કારણે અમુક વાર મોટી ઉપાધિ

થઈ જાય છે. પેટમાં ધીમા દર્દથી લઈને ગંભીર ગડબડ સુધીની તથા છાતીમાં બળતરાનું એક કારણ આવી બેદરકારી હોઈ શકે છે. એટલાં માટે જરા સ્માર્ટ મૉમ બનો.

- જયારે પણ કોઈ ખાવા પીવાની ચીજોની કાળજીનો સવાલ ઊભો થાય, તેમાં બેકાળજી જણાય ત્યારે એ ભોજનને ફેંકી દેવામાં જ લાભ છે. ખાતાં પહેલા પેકેટના લેબલને વાંચવાનું ચૂકશો નહીં.
- જે મીટ, ઈંડા કે ફિશ ફ્રિજમાં રાખેલાં હોય કે તેના પર બરફ પડેલો ન હોય તેને કદી ના ખરીદો તે વાસી હોઈ શકે છે. ડબ્બાને ખોલતાં પહેલા સાફ કરો અને આપના કૈન ઓપનરને પણ સમય મળે ગરમ પાણીથી ધૂઓ.
- ખાતા પહેલા મીટ, ઈંડા તથા માંસને અડતાં પહેલા આપના હાથને ધોઈ નાંખો. હાથમાં કોઈ કાપો હોય તો જમવાનું બનાવતા પહેલા હાથના મોજા પહેરો. એને પણ સમયસર ધોતાં રહો.
- કિચનનું કાઉન્ટર તથા સિંક સાફ રાખો. વાસણ ધોવાના સ્પંજ તથા કપડાં પણ સ્વચ્છ રાખો. શક્ય હોય તો અવાર-નવાર બદલો. ઠંડું ખાણું ઠંડું જ અને ગરમ ખાણું ગરમ જ પીરસો. વધેલી ખાણું એ જ સમયે ફ્રિજમાં મૂકો. જયારે ખાવા બેસો ત્યારે એ ખાણું ગરમ કરીને જ ખાવ. ફ્રિજરમાં મૂકેલી ખાવાની ચીજ વસ્તુઓ જો ઓગળી ગઈ હોય તો બીજીવાર ફ્રીજ કરીને ન ખાવ.
- ફ્રિજના ઉષ્ણાતામાનની અવાર નવાર તપાસ કરો. ફ્રિજનું તાપમાન ઝીરો અંશ ફેરનહીટ પર હોવું જોઈએ. જો આપનું ફ્રિજ એવું નથી તો પણ કોઈ વાત નહીં.
- ફ્રિજમાં રખાતાં ભોજનને ઓરડાના તાપમાન મુજબ ન રાખો. જો આપ જલ્દીમાં છો તો તેને ઠંડા પાણીમાં ગાળીને ઉપયોગમાં લો. મીટ, ફ્રિશ કે પોલ્ટ્રીને કાઉન્ટના બદલે ફ્રિજમાં મેરીનેટ કરો. પછી મેરીનેટ હટાવી દો. કેમ કે તેમાં ઝેરીલા બટન હોઈ શકે છે. જો આપ મેરીનેટને ડિપની જેમ વાપરવા ઈચ્છો તો અમુક હિસ્સો પહેલેથી જ કાઢી રાખો. દરેક વખતે મેરીનેટ માટે શું લગાવીએ?
- ગર્ભાવસ્થામાં કાચું કે અધકચરૂં મીટ, પોલ્ટ્રી, ફ્રિશમાં સી-ફૂડ ન ખાવ. એ તમામ ખાદ્ય પદાર્થ ઉંચા તાપમાનમાં પકાવવા જોઈએ.
- ઈંડા સારી રીતે ફેટ કરીને જ પકાવો જો કોઈ વાનગીમાં કાચા ઈંડા નાખવામાં આવ્યા છે તો તમારી આંગળીઓથી તોડો નહીં. જો ઈંડા વિલાયતી હશે તો સારું રહેશે. કાચી શાકભાજીઓને સારી રીતે ધૂઓ. એ જરૂરી નથી કે ઓર્ગેનિક શાક ધૂળ માટી અને પ્રદુષણ વિનાની હશે.
- એવા અંકુરિત પદાર્થ ન લો, જેમાં બેકટેરીયા થવાની શક્યતા હોય!
- પાશ્ચ્યુરાઈઝ્ડ ડેરી બનાવટ જ લો તથા તેને ફ્રિજમાં રાખો. અનપાશ્ચ્યુરાઈઝ્ડ દૂધમાંથી બને તો ચીઝ તથા ડેરી બનાવટ ન જ લો. જો એ ખાવાના હોય તો તેને સારી રીતે પકાવી લો.
- હૉટ ડોગ, ડેલીમીટ તથા કોલ્ડ સ્નોકડ સી ફૂડ પણ ચેપી હોઈ શકે છે. સાવચેતીનાં પગલા રૂપે કોઈપણ મીટ ખાતા પહેલાં ગરમ કરો.
- જ્યૂસ પેશ્ચ્યુરાઈઝ હોવું જોઈએ. ફૂડ સ્ટોર હોય કે શેડના કિનારે બનેલું સ્ટેન્ડ ત્યાંથી હંમેશા પેશ્ચ્યુરાઈઝ જ્યૂસ જ પીઓ. જો તેના વિશે પાકી ખાતરી ન હોય તો ન પીઓ.
- બહારનું જમતી વખતે એ જગ્યાની સાફ-સૂફીનું ખાસ ધ્યાન રાખો. જો ખરાબ થયેલાં ખાદ્ય-પદાર્થ ઝેરી તેમ પડયાં હોય જો તેમના બાથરૂમ પણ ગંદા હોય તો ત્યાંથી માખી મચ્છર આવવાની શક્યતા છે. આવી જગ્યાએ જમવાનું મુલતવી રાખવું.

ભાગ-૨

નવ મહિના અને તેની ગણતરી

(ગર્ભધારણથી લઈ પ્રસૂતિ સુધી)

પહેલો મહિનો

(લગભગ એકથી ચાર અઠવાડિયા)

અભિનંદન ! ગર્ભાવસ્થામાં આપનું સ્વાગત છે. જો કે હજુ આપ નિરખવાથી ગર્ભવતી લાગતી નથી, પરંતુ આશા છે કે આપને સગર્ભા થયાનો અણસાર આવી ગયો હશે. બની શકે છે કે થાક અને બ્રેસ્ટમાં થનાર ફેરફારો ઉપરાંત બીજા લક્ષણ પણ સામે આવવાના શરૂ થશે. જેમ જેમ સમય વીતતો જશે તેમ તેમ આપને શરીરના એકએક ભાગમાં પરિવર્તન થતું અનુભવાશે. એવા હિસ્સાઓમાં પણ હલચલ જણાશે જેની આપે કદી કલ્પના કરી ન હતી. આપની જીવનશૈલીમાં પણ ખાસ્સુ એવું પરિવર્તન આવવાનું છે. અરે ગભરાવ નહીં. હજુ તો આરામથી બેસીને આપની ગર્ભાવસ્થાની શરૂઆતની મોજ માણો કેમ કે એ આપના જીવનનો મોટા રોમાન્ચોમાંથી એક છે.

આ મહિને આપના શિશુનો વિકાસ

પહેલુ અઠવાડિયું : આ સપ્તાહે બાળકનું કાઉન્ટ ડાઉન શરૂ થયું છે. બસ ફરક એ છે કે હજુ શિશુ નથી દેખાતું કે નથી એના અંદર હોવાનો આભાસ થતો. તો એને ગર્ભાવસ્થાનું પહેલું અઠવાડિયુ કેમ કહે છે? ખરેખર હમણાં એ ખરા સમયનું ત્યારે અનુમાન નથી લગાવી શકતા જ્યારે સ્પર્મ એમને મળે છે. (આપના સાથીનો સ્પર્મ આપના શરીરમાં ઘણા સમય સુધી રહી શકે છે. જ્યાં સુધી એ ઓગર્ન ન મળે કે પછી આપનું એગ, સ્પર્મને મળવા માટે એક દિવસ સુધી રોકાઈ શકે છે)

અમે આપના છેલ્લા માસિક ધર્મનાં પહેલા દિવસને શોધી શકીએ છીએ. એનાથી આપની પુરા અઠવાડિયાની ગર્ભાવસ્થાની શરૂઆત માનવામાં આવે છે. આપ આ પધ્ધતિથી ગર્ભાવસ્થા શરૂ થાય એ પહેલાં જ એની ગણતરીમાં આવી જાવ છો.

બીજુ અઠવાડિયું: જી નહીં.. બાળક તો હજુ પણ નથી પણ એ બ્રેક લેવાની તૈયારીમાં જ છે. ખરેખર ઓવ્યૂલેશનની તૈયારી ચાલી રહી છે. આપની ગર્ભાશયની દીવાલો મોટી થઈ રહી છે (ફર્ટીલાઈઝ્ડ એગનું માળખું તૈયાર થઈ રહ્યું છે) આપની ઓવરીના ફૉલિકલ પરિપકવ થઈ રહ્યાં છે. જેમાના અમુક ખુબ જ સ્ફૂર્તિથી એમનું કામ કરી રહ્યાં છે. કોઈ એક ફૉલિકલમાં એક ઈંડુ ખૂબ જ ઉત્સુકતાથી પોતાની યાત્રા આરંભ કરવાની પ્રતીક્ષા કરી રહ્યું છે. એ એક કોશીય જીવ એક છોકરો કે છોકરી બનનાર છે, પરંતુ પહેલા એને ફૈલોપિયન ટ્યૂબમાં મિ.રાઈટ (લકી સ્પર્મ)ને મળવું પડશે.

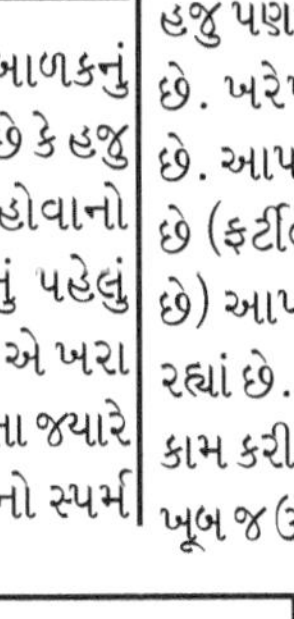

પહેલા મહીનામાં આપનું બાળક

ત્રીજુ અઠવાડિયું : અભિનંદન, આપે ગર્ભ ધારણ કરી લીધો છે, જેનો મતલબ છે કે ઘણી જલ્દી જ આપના

ગર્ભમાં એક શિશુ હશે, જેને જન્મ પછી દિલ ભરીને લાડ પ્યાર, હેત-પ્રેમ અને મમતાના અમીથી ભીંજવી શકાશે. થોડા જ કલાકોમાં જયારે સ્પર્મ અને એગ મળશે ત્યારે ફર્ટિલાઈઝડ સેલ (એકા ઝાઈગોટ) વહેંચાશે અને પછી લગાતાર વહેંચાતો રહેશે. થોડાંક દિવસોમાં આપનું શિશુ કોશિકાઓનો માઈક્રોસ્કોપિક (દડો) બોલ બની જશે. બ્લાસ્ટોસાઈટ ફેલોપિયન ટ્યૂબથી એ ગર્ભાશય સુધીની યાત્રા શરૂ કરી દેશે.

<u>ચોથુ અઠવાડિયું:</u> આ ઈમ્પ્લાંટેશનનો સમય છે. એ ડિલીવરી સુધી ગર્ભાવસ્થામાં જ રહેશે. એકવાર પોતાની જગ્યા બનાવ્યા પછી એ બે ભાગમાં પહેંચાઈ જશે. અડધામાં આપના દીકરો-દીકરી તથા બાકીનો અડધો પ્લેસેંટા, જે આપના બાળકની લાઈફ હશે. જો કે એ હજુ પણ કોશિકાઓની નાની કડીથી વધી નથી પણ એને ઓછું ન સમજો. એ લાંબી યાત્રા કરીને આવ્યું છે (એમનીયોટિક સેક) પાણીની થેલી તૈયાર થઈ રહી છે .ભ્રૂણની એક એક ગડી શરીરના વિશેષ અંગો બનવા તત્પર છે. અંદરની ગડી (એન્ડોડર્મ) પાચન તંત્ર રચશે. લીવર બનાવશે અને ફેફસાઓને આકાર આપશે. વચ્ચેની ગડીથી (મેસોંડર્મ) દિલ (હૃદય), સેક્સ અંગ, હાડકાં, કિડની તથા માંસ પેશીઓ બનશે. ત્રીજી ગડીથી (એક્ટોડર્મ) સ્નાયુતંત્ર, વાળ, ત્વચા (ચામડી) તથા આંખો બનશે.

પ્રેગનેન્સી ટાઈમ ટેબલ

ખરી રીતે જોઈએ તો ગર્ભાવસ્થા મહિનાઓમાં માપી શકાય છે. (નવ મહિના) પરંતુ ડૉક્ટર તથા મિડવાઈફ એને અઠવાડિયામાં ગણે છે. આપના માટે આવી ગણતરી કરવી થોડી મુશ્કેલ બની શકે છે. જો કે સાધારણ ગર્ભાવસ્થા ૪૦ અઠવાડિયાની હોય છે પરંતુ એની ગણતરછ આપના છેલ્લાં માસિક ધર્મના પહેલા દિવસથી કરી શકાય છે. ઓવ્યૂલેશન તથા ગર્ભધારણ એના બે સપ્તાહ સુધી નથી થતું. આપની ગર્ભવસ્થાના ત્રીણ અઠવાડિયામાં આપ ખરા અર્થમાં ગર્ભવતી થાવ છો. જેમ જેમ આ તબકકાઓમાંથી પસાર થતી જશો તેમ તેમ આપને પણ સાપ્તાહિક કેલેન્ડરના હિસાબથી ફેરફારોને નોંધવાનું માપવાનું આવડી જશે. આ પુસ્તક મહિનાઓનાં હિસાબથી લખાયું છે પણ અહીં મહિનાના બદલે સપ્તાહ પણ દર્શાવ્યા છે જેમકે,

૧થી૧૩ અઠવાડિયા=પહેલા ત્રણ માસ=૧થી૩ માસ

૧૪ થી ૨૭ અઠવાડિયા= બીજા ત્રણ માસ=૪થી ૬ માસ

૨૮ થી ૪૦ અઠવાડિયા=ત્રીજા ત્રણ માસ=૭થી૯ માસ લગભગ માનવામાં આવે છે.

આપ શું અનુભવ કરી રહી છો?

ગર્ભાવસ્થા ખરેખર એક અજીબો ગરીબ અવસ્થા છે, જેમાંથી આપે કેટલાય અણધાર્યા નવા અનુભવો તથા લક્ષણોમાંથી પસાર થવું પડે છે. અમુકવાર તો આપ બધાની સામે બાળક અંગેનો ઉલ્લેખ કરી લો છો પરંતુ અમુકવાર કશું જ કહી શકતી નથી. ઉબકા-ઉલ્ટી અંગે તો જણાવી શકાય છે પરંતુ ગેસ (વાછૂટ) થયો હોય તો? અમુકવાર તો ભૂલવાની સમસ્યા પણ થઈ જાય છે. ગર્ભાવસ્થા લક્ષણો અંગે ખાસ ધ્યાન રાખો. દરેક મહિના અને તેની ગર્ભાવસ્થા કુદરતી રીતે જ જુદી જુદી હોય છે. માત્ર અમુક લક્ષણો એવા છે કે જે બધામાં એક સરખા જોવા મળે છે. જો આપની બહેન કે સહેલીને ગર્ભાવસ્થામાં એકવાર પણ ઉલટી ન થઈ હોય પણ આપને સવારે ઉઠતાં જ ઉલટીની શરૂઆત થઈ શકે છે. એમ તો આવનારા સમયમાં આપને અનેક શારીરિક અને માનસિક લક્ષણો તથા ફેરફારોના દોરમાંથી પસાર થવાનું છે જેમાના મોટાભાગના સામાન્ય જ હોય છે તેમ છતાં જો આપના મનમાં જરા જેટલી શંકા હોય તો ડૉક્ટરને મળીને ખુલાસો કરી લો.

બની શકે છે કે આપને નીચે મુજબના લક્ષણોનો અનુભવ થયો હોય!

શારીરિક

- જ્યારે ફર્ટિલાઈઝ એગ આપના ગર્ભાશયમાં ઈમ્પલાંટ થશે ત્યારે સાધારણ લોહીનો ડાઘ પડ્યો હોય એવું લાગશે. એને મહિલાઓ ઈમ્પલાંટેશન બ્લીડીંગ પણ કહે છે.
- બ્રેસ્ટમાં અનેક જાતના ફેરફાર થશે. ઢીલાપણું ભારેપણું, મુલાયમ, પહેલાથી વધારે સંવેદનશીલ, નિપ્પલોની આ જુબાજુના ભાગનો રંગ ગાઢ થવો.
- પેટ ભરેલું જ હોય તેમ લાગવું. અમુકવાર આફરો.
- થાક, ઊર્જામાં ઓછપ,આંખો ઘેરાવી , અવાર-નવાર પેશાબે જવું.
- ઉલટી થવી, જીવ મૂંઝાવો, અમુક મહિલાઓમાં આવા લક્ષણો છઠ્ઠા અઠવાડિયા સુધી શરૂ થતા નથી. અથવા તો અમુક મહિલાઓને મોંમાથી વધાર લાળ ઝરે છે.
- ગંધની પારખવાની શક્તિ વધે છે.

ભાવનાત્મક

- પી.એમ.એસ.ની જેમ ભાવનાત્મક ચઢાવ ઉતાર, અમુકવાર રડી પડવું, ચીડિયાપણું તથા બેચેની વગેરે.
- હોમ પ્રેગનેન્સી ટેસ્ટ કરવાની તાલાવેલી અને ઉત્સુકતા.

લક્ષણ જલ્દી શરૂ થઈ ગયા

મોટાભાગના લક્ષણ છઠ્ઠા અઠવાડિયામાં જોવા મળે છે, પરંતુ બની શકે છે કે આપના કિસ્સામાંઓ લક્ષણ વહેલા જોવા મળે, કાં તો પછી મોડા જોવા મળે. કેમ કે દરેક ગર્ભાવસ્થા એની રીતે અદભૂત હોય છે.

ગર્ભાવસ્થાની પ્રથમ તપાસ

ગર્ભાવસ્થામાં પહેલી વાર તપાસ કરાવવા જઈ રહ્યાં છો. તો જાણી લો કે એનું આપના માટે ખૂબ જ મહત્વ છે. અનેક પ્રકારની મેડિકલ તપાસ તથા ટેસ્ટ સિવાય નવા નવા સવાલો પૂછાશે, જેથી આપની મેડિકલ હિસ્ટ્રીનો પૂરેપૂરો ખ્યાલ આવી શકે. ડૉક્ટર આપને અનેક પ્રકારની સલાહ આપશે અને આપ પણ મૂંઝવતી બાબતોનો ખુલાસો ઈચ્છશો. જેમકે આપ વિટામિનની ગોળીઓ લઈ શકો કે નહીં? આપને કેવો વ્યાયામ અનુકૂળ આવે? વગેરે

ઘરેથી જ આવા સવાલોની નોંધ લઈને જાવ. આપે ડાયરી અને પેન પણ રાખવી જોઈએ જેથી ખાસ વિગતોને નોંધી શકાય. મોટાભાગે ડૉક્ટરોની તપાસની પધ્ધતિ જુદીજુદી હોઈ શકે છે.

એક નજર

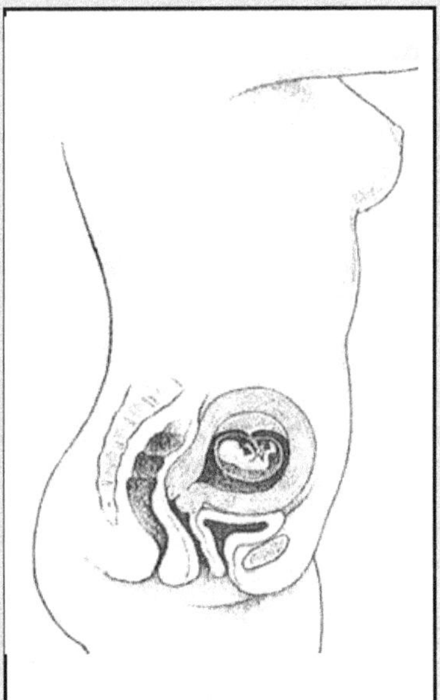

જો કે ઉપરથી જોઈએ અંદરની સ્થિતિની ખબર પડતી નથી, પરંતુ આપ શરીરમાં થનાર અમુક શારીરિક ફેરફારોને ઓળખી શકો છો. આપના પેટમાં સાધારણ આફરો રહેશે. વક્ષ સંવેદનશીલ બની જશે. આ સમયે તમારી પાતળી કમર પર એક નજર કરો, કેમ કે આવતાં નવ મહિના સુધી પેટ આગળ આવવાના લીધે આપ તેને નિરખી નહીં શકો.

ગર્ભાવસ્થાની પૂષ્ટિ : - આપના ડૉક્ટર નીચે મુજબની તપાસ કરશે.

આપના ગર્ભાસ્થાના લક્ષણ, આપના છેલ્લા માસિક ધર્મનો પહેલો દિવસ, જેથી પ્રસૂતિની નિર્ધારિત તિથિની જાણ મેળવી શકાય. ગર્ભાવસ્થામાં ખરી ઉંમરનું અનુમાન લગાવવા માટે યૂટસ અને સર્વિક્સની તપાસ, ગર્ભાવસ્થાની જાણ મેળવવા માટે પ્રેગનેન્સી ટેસ્ટ (પેશાબ તથા લોહીની તપાસ) કરાશે. અમુક ડૉક્ટરો આ જ અવસ્થામાં અલ્ટ્રાસાઉન્ડ પણ કરે છે. જે ગર્ભાવસ્થાની તારીખ મેળવવાનો ખરો ટેસ્ટ છે.

સંપૂર્ણ હિસ્ટ્રી: આપની સારી રીતે સારવાર થાય તે માટે જરૂરી છે કે ડૉક્ટરને બધી બાબતોની જાણ હોય. ડૉક્ટરને મળવા જતાં પહેલા ઘરેથી બધી જ તૈયારી કરીને જાઓ. તમારા છેલ્લામાં છેલ્લા મેડિકલ રેકોર્ડ વાંચો, કોઈ ગંભીર બિમારી, એલર્જી, પૌષ્ટિક્તાથી જોડાયેલી દવાઓ અથવા કોઈ એવી દવા જે અત્યાર સુધી કે ગર્ભધારણ સુધી લેતી રહી હોય, તમારા પરિવારના મેડિકલ ઈતિહાસ (જેનેટિક ડિસઑર્ડર, લાંબા રોગ, ગર્ભાવસ્થાના અસાધારણ પરિણામ વગેરે), તમારા સ્ત્રી રોગો સંબંધી ઇતિહાસ (પહેલા માસિક ધર્મ સમયે ઉંમર, ચક્રનો સમય અને નિયમિતતા), ગર્ભાવસ્થા સંબંધિત પાછલો રેકોર્ડ (જન્મ, મિસકેરેજ અથવા ઍબોર્શન) આ ઉપરાંત પાછલી પ્રસૂતિ અને ડિલીવરી! તમારાથી તમારી ઉંમર, નોકરી, જીવનશૈલી સાથે જોડાયેલી આદતો (ખાન-પાન, કસરત અને ધૂમ્રપાન) વગેરે અને અંગત જીવન સાથે જોડાયેલા એ કારણો વિશે પણ પૂછવામાં આવશે, જે તમારી ગર્ભાવસ્થા પર અસર કરતાં હોય, જેમ કે બાળકના પિતા અને તેમની અન્ય જાણકારી.

એક સંપૂર્ણ શારીરિક તપાસ : આમાં આપનું હૃદય, ફેફસાં, છાતી, પેટ, લોહીનું દબાણ વગેરેની તપાસ થશે. આપનું વજન મપાશે. ઊંચાઈ નોંધાશે. આપના બાહુઓ હાથ અને પગોની તપાસ દ્વારા એ જાણવાની કોશિશ થશે કે ક્યાંક આપ વૈરીકોઝ વેન્સનો ભોગ બનેલી નથી ને! આ ઉપરાંત આપના દરેક અંદરના અંગોના આકાર તથા પરસ્પરના અનુકરણની તપાસ થશે.

કેટલાય પ્રકારના ટેસ્ટ : દરેક ગર્ભવતી મહિલાઓને અનેક જાતના ટેસ્ટ નિયમિત રીતે કરાવવા પડે છે. અમુક ટેસ્ટ એવા છે જે માત્ર જરૂર પડે કરવામાં આવે છે. પહેલી મુલાકાતના મોટાભાગે નીચે મુજબના ટેસ્ટ થશે.

- લોહીનો પ્રકાર તથા આરએચ (આરએચ)ના થરની તપાસ, એનસીજી થર તથા પાંડુરોગ એનિમિયાની તપાસ માટે બ્લડટેસ્ટ.
- ગ્લૂકોઝ પ્રોટીન રક્તકણ નળિકાઓ, લોહી તથા બેક્ટેરીયાની તપાસ માટે યૂરીનલેસિસ.
- એન્ટીબૉડી થર તથા રૂવેલા જેવી બીમારીઓ માટે ઈમ્યૂનીટી ટેસ્ટ માટે બ્લડ સ્ક્રીન.
- સિફલિસ (માંદી) ગોનોરિયા, હેપેટાઈટિસ બી, ક્લમાઈડિયા કે એચઆઈવી જેવા ચેપની તપાસ.
- અસામાન્ય સર્વાઈકલ કોશિકાઓની તપાસ માટે પૈપ સ્મીપર આપની નિશ્ચિત અવસ્થાના હિસાબથી નીચે મુજબના ટેસ્ટ પણ કરાવવા પડે છે.
- સિસ્ટિક ફાઈબ્રોસિસ, સિક્લ સેલ એનિમીયા તથા બીજા જેનેટિક રોગો માટે જેનેટિક ટેસ્ટ.
- ડાયાબીટિસ, ઉંચુ લોહીનું દબાણ, જો પહેલા ઘણા વજનદાર શિશુનો જન્મ થયો હોય જન્મજાત વિકૃતિ હોય પહેલી ગર્ભાવસ્થામાં વજન ઘણુ વધી ગયું હોય તો બ્લડ શુગર ના સ્તરની તપાસ (દરેક મહિલાઓના ગેસ્ટેશનલ ડાયાબિટીસની તપાસ માટે ગ્લૂકોઝ સ્ક્રીનિંગ ટેસ્ટ કરવામાં આવે છે. એ લગભગ ૨૮માં અઠવાડિયે થાય છે)

ચર્ચાની તક : આ સમયે આપની પાસે અનેક જિજ્ઞાસાઓને પરિતૃપ્ત કરવાનો અને સવાલોના જવાબ મેળવવાનો યોગ્ય સમય છે.

આપ શું વિચારી રહી હશો ?

બ્રેકિંગ ન્યૂઝ

"આપણે દોસ્તો અને મિત્રોને ક્યારે જણાવવું જોઈએ કે હું ગર્ભવતી છું ?"

આ સવાલનો જવાબ તો આપ જ આપી શકો છો. અમુક ભાવિ માતા-પિતા તો આવી ખુશખબરી દરેક જણને ફટાફટ જણાવવા માંગે છે. અમુક એવા હોય છે કે આમાં શું જણાવવું છે? વાજતું-ગાજતું માંડવે આવવાનું જ છે ને! અમુક લોકો પહેલા ત્રણ મહિના તથા એનાથી જોડાયેલા ટેસ્ટ થાય ત્યાં સુધી ખુશ ખબરીને અંતર મનમાં જાળવી રાખે છે. આપને જે રીતે યોગ્ય લાગે તે રીતે વર્તો પણ એ ભૂલાય નહીં કે સહુથી પહેલી ખુશખબરી આપ બંને સાથે જોડાયેલી છે.

સંપૂર્ણ સ્વસ્થ ગર્ભાવસ્થા

એ વાતમાં કોઈ શંકા નથી કે આ પ્રથમ ગર્ભાવસ્થા અંગે ડૉક્ટર સાથેની મુલાકાતનો સંબંધ કાળજી માટેનો છે. આ રીતે આપ એક તંદુરસ્ત શિશુને જન્મ આપી શકશો અને કોઈપણ પ્રકારની ગંભીર પ્રસૂતિની સમસ્યાથી બચી પણ શકશો.

જો કે સ્વાસ્થ્યની દેખરેખ અહીંથી જ શરૂ થાય છે, પરંતુ માત્ર ડૉક્ટરની પાસે નિયમિત રૂપે જવું જ પૂરતું નથી. આપે પણ શરીરના તમામ અંગોનું પુરૂ ધ્યાન રાખવું પડશે.

પૂરા નવ મહિના સુધી તમારા સંપૂર્ણ આરોગ્યને જાળવી રાખવાનો દૃઢ નિર્ધાર કરી લો. દાંતોના ડૉક્ટરની પાસે દાંતોની પણ તપાસ કરાવી લો. જોઈ કોઈ જૂના રોગની દવા લેતાં હોય તો તમારા ફેમિલી ડૉક્ટરને જણાવો, કદાચ એવું બની શકે કે સારવારમાં અમુક ફેરફાર કરવા પડે.

જો બીજી કોઈ શારીરિક તકલીફ જણાય તો તરત જ આપના ડૉક્ટરને જાણ કરો. નાની મોટી તકલીફોને પણ ગંભીર રીતે જુઓ. કેમ કે બેદરકારી ઘણું નુકશાન કરી શકે છે. આપના શિશુને એક સંપૂર્ણ નિરોગી માતાની જરૂર છે. કેમ કે તેને આપના દ્વારા જ પોષણ મળવાનું છે. માતા તંદુરસ્ત તો બાળક તંદુરસ્ત.

વિટામિન સપ્લીમેન્ટ

"શું મારે વિટામિન સપ્લીમેન્ટ લેવી જોઈએ ?"

કોઈપણ માણસ સંપૂર્ણ પૌષ્ટિક આહાર લઈ શકતો નથી. એમાં ગર્ભવતી મહિલાઓ શરૂઆતના દિવસોમાં મોર્નિંગ સિકનેસના લીધે પૂરો ખોરાક લઈ શકતી નથી. ભલે વિટામિનની ગોળીઓ, પોષ્ટિક આહારની જગ્યા નથી લઈ શકતી પરંતુ આનાથી આહાર સાથે જોડાયેલી કેટલીક જરૂર અવશ્ય પૂરી થાય છે. આ દિવસોમાં જ શિશુના વિકાસનો આરંભ થઈ રહ્યો છે.

ખોરાકની સાથોસાથ વિટામિન કે ફોલિક એસિડ લેવાની ગર્ભવતી માતાઓના શિશુ અનેક જન્મજાત રોગોથી બચી જાય છે. સંશોધનોથી જાણ થઈ છે કે વિટામીન બી-૬ના સેવનથી મોર્નિંગ સિકનેસ ઘટે છે.

આપ ડૉક્ટરની મદદથી આપની દવાની ગોઠવણી કરી શકો છો. અમુક સ્ત્રીઓને મોર્નિંગ સિકનેસના લીધે દવા લેવામાં પણ તકલીફ થાય છે. માટે દવા એવા સમયે લો જ્યારે મનમાં ઉચાટ ન હોય, મન શાંત હોય અને ઉલટી જેવું થતું ન હોય! ગોળી લેવામાં ગળવામાં સરળતા રહે છે. જો આપ ઈચ્છો તો ચૂસવાની ગોળી પણ લઈ શકો છો. ઉબકા વધારે આવે તો અમુક ઘરગથ્થું ઉપચાર કરો. જેમ કે આદુનો રસ. આપની દવા ગર્ભાવસ્થાને અનુકૂળ હોવી જોઈએ. દવા બદલતાં પહેલા ડૉક્ટરનો અભિપ્રાય લો.

અમુક મહિલાઓને આયર્નના લીધે કબજિયાત કે ડાયેરિયા (મરડો-ઝાડા) થઈ જાય છે. ડૉક્ટર આપની ફરીયાદ મુજબ દવા બદલશે. તેઓ પ્રયત્ન કરશે કે આપને બીજી રીતે આયર્ન આપવામાં આવે.

"હું ખૂબ જ પૌષ્ટિક સેરેલ તથા બ્રેડ લઉં છું અને સાથે વિટામિનની દવાઓ પણ લઉં છું, શું વિટામીનની માત્રા વધુ થાય તો નુકશાનકર્તા બને ખરી?"

સામાન્ય ખોરાકની સાથે વિટામિનની દવા લેવામાં ફાયદો રહે છે, પરંતુ જો આપ ફોર્ટીફાઈડ બનાવટોની સાથે વિટામીનની દવાઓ લઈ રહી છે તો આપે થોડાંક સપ્લીમેન્ટ સામેલ કરવા પડશે. પણ સહુથી શ્રેષ્ઠ ઉપાય ડૉક્ટરનો અભિપ્રાય છે. જે ખોરાક આપ લો છો, તેમાંથી વિટામિનની રોજની પૂર્તિ થતી હોય તો વિટામિન એ,ડી, ઈ,કે,નું વધુ પ્રમાણ નુકશાનકર્તા બની શકે છે.

જો કે બાકીના વિટામીન પાણીમાં ધોવાઈ જતાં હોય છે. એટલા માટે એમની અધિક માત્રા પેશાબની સાથે બહાર નીકળી જાય છે. એટલે તો સપ્લીમેન્ટના ઘેલા અમેરિકનોના પેશાબને દુનિયામાં સહુથી મોઘું કહેવાય છે.

થાક

"અત્યારે હું ગર્ભવતી છું. મને આખો દિવસ થાક અનુભવાય છે. અમુકવાર તો એવું લાગે છે કે દિવસ કેવી રીતે વીતશે?"

શું સવારે ઓશીકામાંથી માથું પણ ઉંચુ કરી શકતી નથી? આખો દિવસ પગે ઘસડાવું પડે છે? રાતના સૂવાના સમયનો પણ ખ્યાલ રહેતો નથી. આવા ફેરફારોથી આપે ચિંતા કરવાની જરૂર નથી. કેમ કે આપ ગર્ભવતી છો. ભલે ઉપરથી કશું ન દેખાય, પરંતુ અંદરને અંદર શિશુ બનવાની કુદરતી પ્રક્રિયા જોરમાં છે. એટલા માટે આપનું શરીર એક સામાન્ય સ્ત્રીની તુલનામાં ખૂબ જ પરિશ્રમ કરી રહ્યું છે. પરિશ્રમ હોય તો ત્યાં થાક પણ વર્તાવાનો જ છેને!

તો પછી આપનું શરીર શું ચાહે છે? અત્યારે શિશુનું જીવન-રક્ષક તંત્ર પ્લેસેંટા તૈયાર થઈ રહ્યું છે. જે પહેલા ત્રણ માસ સુધી સ્તર ખૂબ જ વધી ગયું છે. આપ વધારે લોહી બનાવી રહી છે. આપના હૃદયનું દબાણ ઉંચુ છે અને બ્લડશુગર ઓછું છે.ચયાપચપ (મેટાબૉલિજમ) સતત ઊર્જા લઈ રહ્યું છે. (ભલેને આપ સૂતેલા જ ન હોય) આપ વધારે પાણી તથા પોષક પદાર્થોની માત્રા વાપરી રહી છે. આપનું શરીર ગર્ભાવસ્થાની કેટલીય શારીરિક તથા માનસિક માંગોની પૂર્તિમાં રોકાયેલું છે. એ વાતમાં કોઈ શંકા નથી કે આ કામના લીધે આપ આખો દિવસ ચૂસ્ત, ઉદાસ અને થાકેલી જણાવ છે.

આવું ન થાય તેના અમુક ઉપાય છે, જેની મદદથી આપને આરામ મળશે. ચોથા મહિનાની નજીક જયારે હૉર્મોનલ અને ભાવનાત્મક ફેરફાર પૂરા થઈ જશે તો આપને થાક ઓછો લાગશે. ત્યાં સુધી યાદ રાખો કે થાકનો મતલબ છે કે આપે બધું જ સહજ રીતે કરવાનું છે. આપના શરીરનો સાદ સાંભળો અને તેને પૂરો આરામ આપો. આપ અમારી અમુક ટિપ્સને અજમાવી શકો છો.

<u>તમારૂં ધ્યાન રાખો :</u> જો આપ પહેલીવાર માતા બનાવાના છો તો અત્યારના સમયને પૂરો આનંદ માણો. કેમ કે જિન્દગીમાં આવો સમય ભવિષ્યમાં બીજીવાર તમે ઈચ્છો અને ઈશ્વર ઈચ્છે ત્યારે આવવાનો છે. પણ પહેલી સુવાવડની રોમાંચકતા જ જુદી છે, અદભૂત છે અને અદ્વિતિય છે.

માનો કે આપના ઘરમાં પહેલાથી જ એક-બે બાળકો છે, તો આપનું ધ્યાન એમાં પણ પરોવાશે. બસ આ સમયે સુપર મૉમ બનવાનો પ્રયત્ન ન કરો. ઘરમાં સ્વાદિષ્ટ વાનગી બનાવવામાં કે ઘરની સાફ સફાઈના કામથી શ્રેષ્ઠ છે કે આપ શરીરને પૂરતો આરામ આપો. સિંકમાં એઠા વાસણ પડી રહેવા દો. ટેબલની નીચે માટી જામી છે તો કોઈ વાંધો નહીં, ખરીદદારી કરવાના બદલે ઓનલાઈન શોપિંગ કરો. ઘરના અન્ય સભ્યો જેવા કે સાસુ માં, નણંદે ઘરના કામકાજની જવાબદારી ઉપાડી લેવી જોઈએ. જો કોઈ સહેલી પોતાના શોપિંગની સાથે આપનો પણ જરૂરી સામાન લઈ આવે તો ઉત્તમ રહેશે.આ રીતે આપ પોતાના માટે ઘણી ઊર્જા બચાવી શકશો. સૂતાં પહેલા થોડા

પગલાં ચાલવાની કસરત સારી રહેશે.

પૂરતી ઊંઘ લો: દિવસ આથમે તે પહેલા ખૂબજ થાકી જાવ છો? બપોરના સમય માટે તો આડે પડખે થાવ, જો ઉંઘ ન આવેતો સૂતા સૂતા કશુંક વાંચો. એનાથી શરીરને આરામ મળશે. જો આપ નોકરિયાત છો તો ઓફિસમાં નિદ્રા લેવાનું મુશ્કેલ બને કેમ કે દરેક ઓફિસમુ આરામદાયક સોફા કમબેડ નથી હોતા. જો આપના ત્યાં લેડીઝ રૂમ છે તો ત્યાં ખુરશી કે સોફામાં પગ ઉંચા કરીને બેસો. જો આપ લંચના સમયે આરામ કરી રહી છે તો ખાવામાં પણ કાળજી રાખો.

બાળકોથી મદદ લો : શું આપને અન્ય બાળકો છે? અમુકવાર વધારે કામના બોજાના લીધે થાક વધારે વર્તાય છે. જો કે આપને થાકની આદત પડી ગઈ છે, પતુ ગર્ભાવસ્થામાં તો પોતાની જાતની કાળજી રાખવી જ પડશે. અન્ય બાળકોને જણાવો કે તેઓ આપનું ધ્યાન રાખે. આપના કામમાં મદદરૂપ થાય. જેથી આપને આરામનો સમય મળી શકે. પાર્કમાં બાળકોની પાછળ દોડધામ કરવાના બદલે ત્યાં સૂતા સૂતા કશુંક સારૂં વાંચો. કોયડા ઉકેલો કાં તો મોબાઈલમાં ફિલ્મ જુઓ! જ્યારે બાળકો પણ ઝોકે પડે ત્યારે આપ પણ થોડી ઉંઘ ખેંચી લો.

થોડી વધારે ઊંઘ લો : રાતના એક કલાકની પણ નીંદર વધારે લેશો તો સવારે તાજગી અને સ્ફૂર્તિ અનુભવશો.

મોડી રાતની ફિલ્મો જોવાના બદલે વહેલા સૂઈ જાવ. પતિદેવને કહો કે તેઓ સવારે નાસ્તો બનાવે. જેથી આપ આરામથી પૂરી નીંદર લઈ શકો, પરંતુ એ પણ ધ્યાનમાં લેજો કે જરૂરથી વધારે નીંદર પણ થાક વર્તાવે છે.

ખાવા-પીવામાં ખાસ ધ્યાન આપો : ઊર્જાનું સ્તર કાયમ રાખવા માટે ખાવા-પીવામાં ખાસ કાળજી રાખવી પડશે. દરરોજ માટે કેલેરીની ભરપૂર માત્રા લો. એવા એનર્જી બુસ્ટર પર પસંદગીસ કરો. જે લાંબા સમય સુધી ઊર્જાનું સ્તર જાળવી રાખો. જેમકે પ્રોટીન, કોમ્પ્લક્સ કાર્બોકાઈડ્રેટ તથા આપને યુક્ત ભોજન વગેરે તેના પણ ઝડપથી ઊર્જા મળે છે. એનર્જી ડ્રિંકથી બ્લડ શુગર હાઈ હોય છે પરંતુ તેના પછી પહેલા કરતા પણ વધારે થાક વર્તાય છે. આમ પણ અમુક ડબ્બાયેક એનર્જી ડ્રિંકમાં એવા તત્વ હોઈ શકે છે જે ગર્ભાવસ્થામાં હાનિ પહોંચાડી શકે છે.

થોડા થોડા સમય પછી ખાવ : ગર્ભાવસ્થાના અન્ય લક્ષણોની જેમ થાક પણ હંમેશા છવાયેલો રહેશે તેના માટે યોગાભ્યાસ કરો. એ વાતમાં કોઈ શંકા નથી કે પથારી હંમેશા સારી લાગતી નથી. કેમ કે વધારે આરામ પણ થાક જગવે છે. શરીરનું હલન ચલન થતું રહેશે તો આરામ જણાશે. આપના કામને તથા આરામની વચ્ચે બેલેન્સ જાળવી રાખો.

જો કે ચોથા મહિના સુધીમાં થાક ઘણો ઘટી જશે, પરંતુ છેલ્લા ત્રિમાસિકમાં એ થાક પાછો વર્તાશે. આપ રાતોને ઉજાગર કરીને વીતાવશો. કદાચ કુદરત આ રીતે શીખવે છે. કેમ કે શિશુના જન્મ પછી આપની જવાબદારીઓ વધવાની છે.

મોર્નિંગ સિકનેસ

"મને હજી સુધી કોઈ મોર્નિંગ સિકનેસ નથી થઈ. શું હું હજુ પણ ગર્ભવતી બની શકું છુ?"

ગર્ભાવસ્થામાં મોર્નિંગ સિકનેસ અમુક એવા પ્રકારની હોય છે. જેમ અથાણું કે આઈસ્ક્રીમ ખાવાની ઈચ્છા. અભ્યાસોથી જાણવા મળ્યું છે કે લગભગ ૭૫ ટકા ગર્ભવતી મહિલાઓ મોર્નિંગ સિકનેસથી થનારી ઉલટી ઉબકાથી હેરાન થાય છે. એનો મતલબ છે કે બાકીની ૨૫ ટકા મહિલાઓની સાથે ફકત એકાદવાર જીવ ગભરાવવાની કે ઉલટીની ફરીયાદ થઈ હોય! આપ તો માત્ર ગર્ભવતી જ નહીં કિસ્મતવાળી પણ છો.

"મારી મૉર્નિંગ સિકનેસ આખો દિવસ રહે છે. મને ડર છે કે હું બાળકને પૂરા પોષક તત્વ નથી આપી રહી."

તમારું નાક જાણે છે

શું આપે કદી એ વાતની નોંધ લીધી છે કે ગર્ભવતી થયા બાદ જયારે પણ રેસ્ટોરન્ટમાં જવાનું થાય ત્યારે આપ જાણી શકો છો કે ત્યાં શું તૈયાર થઈ રહ્યું છે? કંઈ વાનગી બની રહી છે?

ખરેખર તો ગર્ભાવસ્થાના હોર્મોનના લીધે આપની ગંધ પારખવાની ક્ષમતામાં વધારો થાય છે. એના કારણે ઘણીવાર મોર્નિંગ સિકનેસ થાય છે. આપ આવી તકલીફોથી બચવા માટે નીચે મુજબના ઉપાય કરી શકો છો.

- જો ગંધ સહન ન થાય તો રસોઈ ઘરમાંથી બહાર નીકળી જાવ. ડિપાર્ટમેન્ટલ સ્ટોરના પરફ્યૂમ કોર્નર કે એ રેસ્ટોરન્ટમાંથી પરત ફરો.
- ખરાબ ગંધને દૂર કરવા માટે ઓરડાઓની બારીઓ ખોલી દો, કાં તો પછી એડજોસ્ટ ફેન લગાવો.
- ટોયલેટમાં પણ ઓછી ગંધવાળા સામાનનો ઉપયોગ કરો.
- આપના સાથીને કહો કે તે પોતાની શારીરિક સ્વચ્છતા પ્રત્યે સજાગ રહે. જમ્યા પછી બ્રશ કરો. કપડાં બદલો. તીવ્ર પરફ્યૂમવાળા કે ધૂમ્રપાન કરનારાઓથી દૂર રહો.
- ફૂદીનો, લીંબુ અને આદુની વાસ આપને ગમશે. જો કે અમુક મમ્મીઓને બેબી પાવડરની સુગંધ ગમે છે.

જો કે આ મોર્નિંગ સિકનેસ, દિવસના, બપોરના, સાંજના કે રાતના, ગમે ત્યારે થઈ શકે છે, પણ તેને મોર્નિંગ સિકનેસ જ કહેવાય છે. અત્યારે આપના શિશુને પોષકતત્વોનું પ્રમાણ વધે તેવું જરૂરી નથી. કેમ કે તેનો આકાર વટાણાના દાણાથી મોટો હોતો નથી. જે મહિલાઓ આ સમય દરિમયાન પોતાનું વજન ઘટાડી દે છે. તેમના શિશુઓને પણ કોઈ નુકશાન થતું નથી. કેમ કે તેઓ પછીના મહિનાઓમાં પોતાનું વજન વધારી લે છે. મોર્નિંગ સિકનેસ ૧૨ થી ૧૪ અઠવાડિયા સુધી જ રહે છે (અમુક અપવાદો)માં આ સ્થિતિ બીજા ત્રિમાસિક સુધી અને અમુક કિસ્સાઓમાં ત્રીજી ત્રિમાસિક સુધી પણ રહી શકે છે.

મોર્નિંગ સિકનેસ શા માટે થાય છે? એ અંગે પાકી રીતે કોઈ જાણતું નથી, પરંતુ અમુક લોકોનું માનવું છે કે પહેલા ત્રણ માસમાં લોહીમાં એમસીજીની અધિક માત્રા, એસ્ટ્રોજનનું વધતું સ્તર, ગેસ્ટ્રોઈસોફાજિયલ રિફ્લક્સ, પાચનમાં તકલીફ તથા ગંધ તરફ વધેલી સંવેદનશીલતાના કારણે એવું થાય છે.

બધી ગર્ભવતી મહિલાઓને એક સમાન મોર્નિંગ સિકનેસ નથી થતું. અમુક મહિલાઓને અવાર-નવાર જીવ ગભરાવા લાગે છે. ઉબકા આવે છે પણ ઉલટી થતી નથી જેવા લક્ષણ જોવા મળે છે, તો અમુક લગાતાર ઉલટીઓ પણ કરે છે અમુક કયારેક કયારેક. એના પણ અનેક કારણો હોઈ શકે છે. જેમ કે -

હોર્મોનનું સ્તર : સાધારણથી ઉંચુ સ્તર મોર્નિંગ સિકનેસને વધારી શકે છે. ઘટતું સ્તર તેને ઘટાડી પણ દે છે અને મટાડી પણ દે છે. જો કે સામાન્ય સ્તરવાળી મહિલાઓને પણ મોર્નિંગ સિકનેસ હોઈ શકે છે અથવા તો બિલકુલ હોતું નથી.

સંવેદનશીલતા : અમુક મગજ જરૂરથી વધારે સંવેદનશીલ હોય છે. એટલે કે આવી ગર્ભવતી મહિલાઓનો જીવ ગભરાય છે. જો આપ પણ ઝડપથી કારસિક, સી સિક કે ટ્રેબલ સિકનેસનો ભોગ બનો છો તો ગર્ભાવસ્થામાં આ તમામ બાબતો મુશ્કેલી ઉભી કરી શકે છે.

તણાવ : એ તો બધા જ જાણે છે કે ભાવનાત્મક તણાવના લીધે પણ ગેસ્ટ્રોઈન્ટેસ્ટાઈનલ જેવી સમસ્યા ઉદ્‌ભવી શકે છે. એટલા માટે જો આપ તણાવગ્રસ્ત છો તો મોર્નિંગ સિકનેસના લક્ષણ ખરાબ હોઈ શકે છે.

થાક : શારીરિક અને માનસિક થાક પણ મોર્નિંગ સિકનેસના લક્ષણોને તાજા કરે છે (જરૂરથી વધારે મોર્નિંગ સિકનેસ આપને થકવી દે છે.)

પહેલીવારનું ગર્ભાવસ્થાનું સ્તર : પ્રથમ સુવાવડમાં દરરોજ મોર્નિંગ સિકનેસનું સ્તર ઘણું ગંભીર હોય છે, જેમાં શારીરિક તથા માનસિક એમ બંને કારણો સામેલ હોઈ શકે છે. પહેલું કારણ તો એ છે કે શરીર હજુ આ પ્રકારના ફેરફારને અનુકૂળ થયું હોતું નથી. ભાવનાત્મક રૂપથી પણ પહેલીવાર ગર્ભવતી થનારી મહિલાઓ ખૂબ જ ઉત્તેજિત હોય છે, જેના લીધે તેમની પરેશાની વધી જાય છે. એ પછી સુવાવડમાં એમનું ધ્યાન પહેલા બાળકની દેખરેખમાં રહે છે એટલા માટે એવા લક્ષણ નથી પેદા થતાં. જો કે આના પણ અમુક અપવાદ છે કારણ ગમે તે હોય પણ મોર્નિંગ સિકનેસનો પ્રભાવ એક સરખો જ હોય છે. જો કે તેનો કોઈ સચોટ ઈલાજ નથી પણ એ સમયાંતરે અને તેનો પ્રભાવ ઘટાડવા માટે નીચેના ઉપાય કરી શકાય.

- સવારે ઉઠતા જ સહુથી પહેલા નાસ્તો કરી લો. કેમ કે (થાક) એ સવારે જ વધુ અનુભવાય છે કેમ કે પેટ ખાલી હોય છે તો એમાંના બચેલા આમને પચાવવા માટે કશું હોતુ નથી, જેથી તમને ઉબકા આવે છે. આવું ન થાય તે માટે રાતના જ પથારી પાસે અમુક નાસ્તો મૂકી રાખો. જેથી રાતના ભૂખ વર્તાય તો રસોઈ ઘરમાં જવું ન પડે. રાતના મળ-પેશાબ માટે ઊઠો ત્યારે પણ હાથ સ્વચ્છ ધોઈને થોડો નાસ્તો કરી લેવો. જેથી સવારે પેટને ખાલી હોવાનો અહેસાસ ન થાય.

- રાતના મોડા ખાવ. રાતના સૂતાં પહેલા એક મફિન તથા દૂધને ગ્લાસ, સ્ટ્રિંગ ચીઝ કે સૂકું જરદાળુ ખાવ જેના કારણે સવારે ઊઠશો ત્યારે પેટ ભરેલું હશે.

- સાદો ખોરાક ખાવ. પેટમાં કાચા આમનો ભરમાવો થવાથી પણ જીવ ઉકાળે પડે છે. વામીટ જેવું થાય છે. ભૂખ લાગે ત્યારે બધું એક સાથે ખાવાને બદલે થોડું થોડું કરીને ચાર-પાંચ વાર ખાવ.

- આપના બ્લડ સુગરને માપસર રાખવાની કાળજી રાખો, જેથી આપને પેટ ભરેલું હોય તેવું લાગે. ક્યાંય બહાર જતાં હોવ તો જોડે નાસ્તો રાખો જેમ કે સાદા સ્નેક્સ (સૂકા ફળ-મેવા, ગ્રેનોલા બાર, સૂકુ સેરેલ, કૈકર્સ, સોયા ચિપ્સ કે પ્રેજલ્સ) આપનો ખોરાક પ્રોટીન અને કોમ્પ્લેક્સ કાર્બોહાઈડ્રેટથી ભરપૂર હોવો જોઈએ. સારા પોષણથી પણ આપને ઘણી મદદ મળી શકે છે.

- જે ભાવે તે ખાવ. હવે તો પેટમાં થોડાંક ખાદ્ય પદાર્થ જાય એ માટે પહેલી પ્રાથમિકતા હોવી જોઈએ. ગર્ભાવસ્થામાં પછી સમતોલન ભોજન કરવા માટે ઘણો સમય હશે. જે પણ ખાવ એ પૌષ્ટિક આહાર સક્ષમ હોવો જોઈએ.

- પ્રવાહી ખોરાક પણ લો. ઉલટીના લીધે શરીરમાંથી પાણી ઘટે છે. તેથી વધારેમાં વધારે પ્રવાહી ચીજ વસ્તુઓ લેવી જોઈએ. સ્મૂદીઝ, સૂપ તથા જ્યૂસના માધ્યમથી પણ જોઈતાં વિટામિન તથા ખનિજ લવણ મળી શકે છે. જો એક સાથે ખાવાથી પેટમાં ભારેપણું અનુભવાય તો ખાવાની વચ્ચે તરલ પદાર્થ લો.

- તાપમાન બદલીને પણ જુઓ . અનેક ગર્ભવતી મહિલાઓનો ઠંડા પ્રવાહી પદાર્થ તથા ભોજન લેવામાં અનુકૂળતા રહે છે, તો અમુકને સામાન્ય ગરમ ખાદ્ય-પદાર્થ ખાવાનું ગમે છે (ઠંડાના બદલે ગરમ ચીઝ સેન્ડવીચ)

- ભોજનમાં ફેરફાર કરો. જે ક્રેકર્સ આપને

ખૂબ જ ગમતી હતી. હવે તેનું નામ સાંભળતા જ તમને ઉબકા આવવા માંડે તો તમારા માટે ખાવામાં બિજું કશું પસંદ કરો.

- જે જમવાનું કે ખોરાકની ગંધ સહન ન થાય તેને પરાણે ન ખાવ. ન ગમતી વાસથી દૂર રહો. આપને પોતાને ખબર હશે કે તમને ગળ્યું વધારે ગમે છે કે નમકીન. જો ગળ્યું ગમે છે તો બ્રોકલી કે ચિકનના બદલે પીચ નામનું એક ખટમધુરૂ ફળ તથા યોગર્ટથી વિટામિન એ તથા પ્રોટીન લેવાનો પ્રયત્ન કરો તથા નમકીન પસંદ આવે તો નાસ્તામાં પીઝા લો.

- ગર્ભવતી મહિલાઓ જાતે જ જાણે છે કે એને કેવી ગંધ ગમતી નથી. એક સમયે પોતાના પતિના, જે આફટર શેવની ગંધની ઘેલી હતી એજ હવે આપને બાથરૂમમાં દોડી જવા મજબૂર કરે છે, એટલે કે એ ગંધથી આપને ઉલટી થઈ શકે છે.

- <u>**સપ્લીમેન્ટ :**</u> જે પોષકતત્વ આપને નથી મળતાં એની ભરપાઈ કરવા માટે વિટામિનો લો. જ્યારે જીવ ગભરાતો હોય ત્યારે દવા ન લો. કેમ કે એ ઉલટીની સાથે બહાર આવી જશે. જો આપના લક્ષણ વધારે ગંભીર હોય તો ડૉક્ટરને મળીને વિટામિન બી-૬ ઉપરાંતના વિટામિન અંગે પૂછો.

- આદુનો ઉપયોગ કરી જુઓ. ઉલટીમાં આદુ અક્સીર ઈલાજ છે. તમારા ભોજનમાં સૂપમાં કે મફિનમાં આદુનો ઉપયોગ કરો.આદુવાળી ચા પીઓ આપ જિંજર કેન્ડી કે લોલીપોપ પણ ખાઈ શકો છો. આદુનું સરબત પણ ફાયદો કરે છે.

- જો તમારો જીવ ઉકાળે ચડ્યો હોય તો આદુનો ટકડો સૂંઘવાથી પણ રાહત મળે છે. અમુક મહિલાઓને લીંબુ ચૂસવાથી પણ ઉબકામાં રાહત મળે છે. જો લીબુ પણ અસર ન કરે તો આપ ખાટી-મીઠી ગોળીઓ ચૂસી શકો છો.

- થોડો વધારાનો આરામ અને નીંદર લો. કેમ કે શારીરિક અને ભાવનાત્મક થાક જીવને ઉકાળે ચડાવે છે.

- સવારે ઉઠતાં જ હાંફળા-ફાંફળા ન થાવ, એથી તો જીવ વધારે મૂંઝાશે અને જીવ ઉકાળે ચડશે. આરામથી ઊઠો. નજીકના ટેબલ પરથી નાસ્તાની પ્લેટમાંથી કશુંક ખાવ પછી આરામથી નાસ્તો કરો.જો આપને પહેલી સુવાવડનું સંતાન છે તો નાસ્તો કરવાનું કામ થોડું મુશ્કેલ છે, પણ એ સંતાન ઊઠે તે પહેલા આપ ઊઠીને પરવારી શકો છો, કાં તો આપના પતિ તમને મદદરૂપ બની શકે. પહેલાં સંતાનની તમે દેખરેખ રાખો, તે દરમિયાન પતિ તમારો નાસ્તો તૈયાર કરી શકે.

- મગજ પર કોઈ ટેન્શન ન રાખો, કેમ કે એનાથી પણ ઉબકા ઉલટી થઈ શકે છે.

- દાંતોને બરાબર સાફ કરો. ઉલ ઉતારો. ઉલટી થાય તે વખતે બરાબર કોગળા કરો. આટલી કાળજી રાખશો તો દાંત અને પેઢાને નુકશાન નહીં થાય.

- સી- બેંડ ટ્રાઈ કરો. એક ઈંચ પહોળા ઈલાસ્ટિક બેંડ બંને હાથના કાંડા પર પહેરી લો. એનાથી ભીત કાંડા એક્યૂપ્રેશર બિંદુઓ પર દબાણ થશે. જેથી જીવ ઉકાળે નહીં ચડે. આ વસ્તુઓ મોટાભાગે દવાવાળાની દુકાને મળે છે. તેનાથી કોઈ નુકશાન થતું નથી. આપના ડૉક્ટર બેટરીવાળું બેંડ પહેરવાની સલાહ આપી શકે છે.એને રિલીફ બેંડ કહે છે. ઈલેકટ્રોનિક સ્ટિમુલેશનના માટે એનો ઉપયોગ થાય છે.

- મોર્નિંગ સિકનેસના ગંભીર લક્ષણોથી બચવા માટે વૈકલ્પિક તબીબી પધ્ધતિઓ એક્યૂપંચર,એક્યૂપ્રેશર, બાયોફીડબેક, હિપ્નોસિસ વગેરેનો પ્રયોગ કરો. ધ્યાન તથા વિજયુલાઈઝેશન (માનસિક ચિત્રણ)નો પ્રયોગ પણ કારગત નીવડે છે.

જો કે મોર્નિંગ સિકનેસ માટે અમુક દવાઓ પણ બની છે, (ડૉક્સીલેમાઈન) આ દવા ત્યારે આપવામાં આવે છે જ્યારે હાલત ખૂબ જ ગંભીર હોય. એનાથી ઘેન અનુભવાય છે. નીંદર આવે છે, પણ જો આપ ગાડી લઈને જોબ પર જવાના છો તો આ દવા ન લેવી. સાચી વાત એ છે કે કોઈપણ દવા ડૉક્ટરને બતાવ્યા વિના પીવી નહીં. હર્બલ દવા પણ ન લો.

માત્ર પાંચ ટકા કિસ્સાઓ જ એવા હોય છે કે જ્યાં મેડીકલ સારવારની જરૂર પડતી હોય છે.

જરૂરથી વધારે લાળ બનવી

"મારા મોંમા હંમેશા લાળ બનતી રહે છે અને તેને ગળવાથી મને ઉબકા જેવું થાય છે. આવું શા માટે થાય છે?"

ગર્ભાવસ્થામાં મોટાભાગની સ્ત્રીઓને લાળનો પ્રશ્ન સતાવે છે. મોર્નિંગ સિકનેસથી ગ્રસ્ત મહિલાઓની આ સમસ્યા જો કે અમુક મહિનાઓ પછી આપોઆપ દૂર થાય છે.

આપને લાળના કારણે અવાર નવાર થૂંકવું પડે એ મોટી પરેશાની છે. આના ઉપાય માટે આપ દાંતોને મિન્ટયુક્ત પેસ્ટથી બ્રશ કરો. અવાર નવાર કોગળા કરો, કાં તો ખાંડ વિનાની બબલગમને ચાવો.

મૈટેલિક સ્વાદ

"મારા મોંમા હંમેશા મૈટેલિક સ્વાદ રહે છે આ ગર્ભાવસ્થાના કારણે છે કે કશુંક ખાવામાં આવ્યું હોવાથી આવું થઈ રહ્યું છે?"

હૉર્મોનલ ફેરફારોના લીધે ગર્ભવતી સ્ત્રીઓના મોંનો સ્વાદ બદલાઈ જાય છે. હૉર્મોન આપના સ્વાદ પર ઘણુ નિયંત્રણ રાખે છે. જ્યારે તે નિયંત્રણ જળવાતું નથી ત્યારે સ્વાદ ગ્રંથિઓ પર પણ એની અસર પડે છે. જ્યારે હૉર્મોનનું સ્તર જળવાવા લાગે છે (બીજા ત્રિમાસિકનો ગાળો) ત્યારે આ સમસ્યા પણ આપોઆપ દૂર થવા લાગે છે.

એ ગાળા દરમિયાન આપે આ તકલીફ વેઠવી જ પડશે. તેના ઉપાય માટે ખાટા ફળ, લેમનેડ અને કેન્ડી ખાવ,એમાંથી લાળ બનવાનું ઓછું થશે, પણ દાંતોની સાથોસાથ જીભ પરથી ઉલ ઉતારવાનું ભૂલશો નહીં. બને તો મોમાં પીએચ પ્રકારનું ન્યુટ્રાલાઈઝ કરી શકાય.આપ ડૉક્ટરની સલાહ મુજબ વિટામિનની દવાઓ પણ બદલી શકો છો.

વારંવાર શૌચ (પેશાબ) જવું

"મારે દરેક અડધા કલાક પછી જાજરૂ (પેશાબ) માટે જવું પડે છે શું આ સામાન્ય છે?"

માનીએ કે જાજરૂ એ આપના ઘરની સારી જગ્યા નથી પરંતુ મોટાભાગની મહિલાઓએ તેનો સ્વીકાર કરવો જ પડે છે. જ્યારે જરૂર પડશે ત્યારે જવું જ પડશે. દિવસ હોય કે રાત, આપે ઊભા થઈને બાથરૂમ ટોયલેટ જવું જ પડશે. જો કે આ રીતે વારંવાર જવાનું કોઈને ન ગમે પણ એ જરૂરી છે.

વારંવાર પેશાબની ઈચ્છા કેમ થાય છે? હોર્મોનના લીધે લોહીની સાથોસાથ પેશાબના પ્રવાહમાં પણ ગતિ આવે છે. બીજુ, ગર્ભાવસ્થામાં કિડની વધારે કાર્યક્ષમ બને છે. જેના કારણે શરીર સહેલાઈથી વ્યર્થ પદાર્થોથી છૂટકારો મેળવી લે છે. (એક તો આપના માટે શિશુ એમ બે જણ માટે જાજરૂ કરો છો) ગર્ભાશયના વધતા આકારથી બ્લેંડર પર દબાવ આવે છે અને આપને વારંવાર પેશાબ કરવા જવું પડે છે. જ્યારે બીજા ત્રિમાસિકના ત્રણ મહિનામાં ગર્ભાશય પેટના ખાલી ભાગ તરફ

સરકે છે તો એ દબાવ આપોઆપ ઘટી જાય છે. એ ત્રીજા મહિના સુધી નીચે નથી આવતું ત્યાં સુધીમાં શિશુનું માથું પેલ્વિસ સુધી નથી પહોંચતું. શરીરના આંતરિક અંગોની કાર્યપ્રણાલીના હિસાબથી મહિલાઓના શરીરમાં એની પ્રતિક્રિયાઓ જુદીજુદી હોઈ શકે છે. અમુકવાર તો કેટલીક મહિલાઓને એનાથી કોઈ ફરક પડતો નથી અને અમુક તો પૂરા નવ મહિના આ કારણે હેરાન પરેશાન થાય છે.

આપે બાથરૂમ કરતી વખતે બ્લેડર (પેશાબાશય) સંપૂર્ણ રીતે ખાલી કરી દેવું જોઈએ, જેથી આ રીતે વારંવાર બાથરૂમ જવાની કવાયત તો થોડીક ઘટશે. આ તકલીફથી ગભરાઈને પ્રવાહી પદાર્થોનુ સેવન બંધ ન કરશો. આપના શરીરને પ્રવાહી પદાર્થો ખૂબ જ જોઈએ જેમ કે ડીહાઈડ્રેશનના લીધે પેશાબનું સંક્રમણ પણ થઈ શકે છે.

આપે કૅફીનની માત્રા ઘટાડી દેવી જોઈએ. જો રાતના વારંવાર પેશાબ જવું પડતું હોય તો સૂતી વખતે પ્રવાહી પદાર્થોનું પ્રમાણ ઓછું કરો.

જો પેશાબ એકવાર ગયાની ગણતરીની ક્ષણોમાં ફરીથી પેશાબની ઈચ્છા થાય તો ડૉક્ટરને મળો, બની શકે છે કે આપને પેશાબાશયનો ચેપ હોય!

"મારે વારંવાર શૌચ (પેશાબ) માટે શા કારણે જવું પડતું નથી?"

જો આપને વારંવાર પેશાબ જાજરૂ માટે જવું પડતું નથી તો બની શકે છે કે આ બાબત આપને માટે સામાન્ય હોય તેમ છતાં દિવસમાં ઓછામાં ઓછા આઠ ગ્લાસ પાણી પીવાનું શરૂ કરી દો. ઉલટીઓ થતી હોય તો પાણી પીવાનું વધારી દો. જો પાણી તથા પ્રવાહી પદાર્થોનું ઓછું પ્રમાણ હશે તો પેશાબાશયમાં સંક્રમણની સાથોસાથ ડિહાઈડ્રેશન પણ થઈ શકે છે.

સ્તનોમાં થતો ફેરફાર:

"મારા બ્રેસ્ટ ખૂબ જ મોટી અને ભરાવદાર બની ગઈ છે. વળી પહેલાથી થોડી નરમ પણ બની છે. શું એ હંમેશા એવી રહેશે કે શિશુના જન્મ પછી પ્રમાણસર થઈ શકશે?"

લાગે છે કે આપે ગર્ભાવસ્થામાં સહુથી પહેલા મોટી થનારી વસ્તુને જોઈ લીધી છે. જો કે બીજા ત્રણ મહિના સુધી પણ પેટ વધારે નથી વિકસતું પરંતુ ગર્ભધારણના અમુક સમય પછી જ છાતી કે બ્રેસ્ટ મોટી થવા લાગે છે. અમુક સમય પછી આપની બ્રાનો કપ સાઈઝ ત્રણ ગણો થઈ જાય. આપની છાતીમાં ચરબી એકઠી થઈ રહી છે અને લોહીનો પ્રવાહ પણ ગતિશીલ બન્યો છે. આનો મતલબ એ છે કે આપના સ્તન નાના શિશુને દૂગ્ધપાન કરાવવા માટે વિકસી રહ્યાં છે.

આપને બ્રેસ્ટના આહાર સિવાય પણ બીજા અનેક પરિવર્તનો જોવા મળશે. નિપ્પલ (ડીંટડી) ની આ જુબાજુનો ભૂરો ભાગ ફેલાશે અને રંગ પણ ઘણો ગાઢ બનશે. એના ઉપર નાની નાની ઉપસેલી નસોનો ઊભાર જોવા મળશે. એ ગ્રંથિઓ છે, જે ગર્ભાવસ્થામાં વધારે સ્પષ્ટ જોવા મળશે. પછી સામાન્ય થઈ જશે. આપના વક્ષ સ્થળ પર વાદળી નસો ઉપસેલી જોવા મળશે. જેનાથી જાણ થાય છે કે માતા તરફથી શિશુને પોષક તત્વો પહોંચી રહ્યાં છે. શિશુને સ્તનપાન શરૂ થાય અને પ્રસૂતિ પછી એ વાદળી રહલી નસો સામાન્ય થઈ જશે.

જો કે પૂરા નવ મહિના સુધી એના આકારમાં ફેરફાર થશે, પરંતુ સંવેદનશીલતા પહેલા બે-ચાર મહિનાઓ દરમિયાન વધારે હશે. એ સમયે સામાન્ય ગરમ ઠંડો શેક લાભદાયી બને છે.

જો આપ બ્રેસ્ટને યોગ્ય રીતે સપોર્ટ નહીં આપો તો એ ઢીલી થઈને લટકી શકે છે. આપે સારી સપોર્ટ આપનારી બ્રા પહેરવી પડશે. કોટનની સ્પોર્ટસ બ્રા પહેરો. એ ઘણી અનુકૂળ રહેશે.

અમુક મહિલાઓને સ્તનોના આકારમાં એકદમ ફેરફાર જોવા મળે છે અને અમુકમાં આવો ફેરફાર ધીમો હોય છે, જેના કારણે એ ફેરફારની ખબર જ નથી પડતી.

ગર્ભાવસ્થાના બાકીના ફેરફારોની જેમ બ્રેસ્ટમાં થનારા ફેરફારો પણ સામાન્ય હોય છે. જો સ્તનોના આકારમાં વધારે ફેરફાર નહીં થાય તો આપે બ્રાને બદલવી નહીં પડે. એનાથી સ્તનપાન કરાવવાની ક્ષમતા પર પણ કોઈ અસર નહીં થાય.

"પહેલી ગર્ભાવસ્થામાં મારી છાતી ખૂબ જ મોટી થઈ ગઈ હતી, પણ હવે બીજી ગર્ભાવસ્થામાં

એવુ નથી થયું તો શું આ બાબત ચિંતાજનક તો નથી ને?''

પહેલીવાર આપની પહેલી સુવાવડ હતી. હવે બ્રેસ્ટને સુવાવડનો અનુભવ થઈ ચૂકયો છે. એટલા માટે બની શકે છે કે એમાં આ વખતે પહેલા જેવો નાટકીય ફેરફાર ન થાય. કદાચ એવું પણ બને કે આ વખતે તેના આકારમાં ધીમેધીમે વધારો થાય કાં તો પછી પ્રસવ બાદ સ્તનપાન માટે આકાર વધે. જો કે આ ધીમેધીમે વધવાની પ્રક્રિયા બિલકુલ સામાન્ય છે. આ વખતની સુવાવડનો ફેરફાર બે ગર્ભાવસ્થા વચ્ચે રહેનાર અંતરમાંનો એક છે.

પેટના નીચેના ભાગમાં દબાવ

''મારા પેટના નીચેના હિસ્સામાં સાધારણ દબાવ જેવું લાગ્યા કરે છે. શું મારે તેના તરફ ધ્યાન આપવું જોઈએ?''

એવું લાગે છે કે આપ શરીરના દરેક અવાજને ઓળખો છો. આ એક સારો સંકેત છે, પરંતુ જયારે આપ તેની જોડે સંકળાયેલા દર્દ તથા તકલીફો સાથે વધારે જોડાવ છો તો એ બાબત સારી નથી.

ચિંતા ન કરો. પહેલી ગર્ભાવસ્થામાં પેટના નીચેના ભાગમાં સાધારણ વળ-આમળ કે દબાવનો મતલબ છે કે બધું જ ઠીકઠીક છે. કશું જ ખોટું નથી થતું. બની શકે છે આપનું સંવેદશનીલ બૉડી રડાર, એ નાટકીય ફેરફારોના સંકેત આપી રહ્યું હોય, જે પેટના નીચલા હિસ્સામાં થઈ રહ્યું છે.

બની શકે છે કે આપને વધી રહેલા રક્તપ્રવાહ,યુટેરાઈન લાઈનિંગના બનવાનો અને ગર્ભાશયના વિકસિત થવાનો અનુભવ થઈ રહ્યો હોય! અમુકવાર કબજિયાત કે ગેસના દર્દથી પણ આવું ફિલિંગ થાય છે.

જો એવો અનુભવ સતત જોવા મળે તો આપ ડૉક્ટરને મળીને જે તે મત જાણી શકો છો.

સામાન્ય ડાઘ થવો

''હું ટોયલેટમાં હતી, ત્યારે મને મારા વસ્ત્રોમાં લોહીનો સામાન્ય ડાઘ જોવા મળ્યો, શું મારૂ મિસકેરેજ થઈ ગયું છે?''

ગર્ભાવસ્થામાં આ પ્રકારનો લોહીનો ડાઘ ચોંકાવી દેનારો, ડરાવી દેનારો હોય છે,પરંતુ તેનો મતલબ એ નથી કે આપની સાથે કશુંક ખોટું થયું હશે. પાંચમાંથી એક ગર્ભવતી મહિલાને બહુધા આ પ્રકારના સામાન્ય રક્તસ્ત્રાવ (બ્લીડીંગ)નો અનુભવ થતો હોય છે, તેમ છતાં તેઓ નિરોગી બાળકને જન્મ આપે છે. બની શકે છે કે એ સાધારણ ડાઘ પિરિયડની શરૂઆત કે અંતનો સંકેત આપતો હોય! દિલ થામીને આગળ લખેલી વિગતો વાંચો કદાચ એ ડાઘનું કારણ નીચે લખેલી કોઈપણ શક્યતાનું કારણ હોઈ શકે છે.

<u>**યુટેરાઈન, વોલમાં એમ્બ્રિઓનું ફરી સાજું થવું:**</u> ૨૦ થી ૩૦ ટકા મહિલાઓને આ સ્પોટિંગ એટલે કે ઈમ્પ્લાન્ટેશન બ્લીડિંગની ફરિયાદ હોય છે. ગર્ભધારણના પાંચથી દસ દિવસ પછી જયારે આપના પીરિયડના આવવાનો સમય હોય છે. ત્યારે આવું બની શકે છે. આવું આપના માસિક ધર્મથી ખૂબ ઓછું અમુક કલાકોથી લઈ અમુક દિવસોમાં જ બની શકે છે. આ બ્લીડીંગ સામાન્ય ગુલાબી કે ભૂરા રંગનું હોય છે. આવું ત્યારે થાય છે જયારે કોશિકાઓની નાની દડી, ગર્ભાશયની દિવાલથી પોતાનો માર્ગ બનાવે છે. ઈમ્પ્લાન્ટેશન બ્લીડીંગનો મતલબ કદી એવો હોતો નથી કે કશુંક ખોટું થઈ રહ્યું છે.

<u>**ઈન્ટરકોર્સ (સહવાસ) કે આંતરિક પેલ્વિક તપાસ કે પ્રેમ સ્મીપરઃ**</u> ગર્ભાવસ્થામાં સર્વિક્સ પહેલાથી જ ખૂબ જ મૃદુ નાજુક હોય છે અને રક્તવાહિનીઓ ઉપસી આવે છે, જે ઈન્ટરકોર્સની અંદરની તપાસના લીધે સાધારણ બ્લીડિંગનું કારણ બની શકે છે. આવું બ્લીડિંગ ગર્ભાવસ્થામાં કોઈપણ સમયે થઈ શકે છે,પરંતુ આપ આપના દિલાસા માટે ડૉક્ટર પાસે ચેકઅપ કરાવી શકો છો.

<u>**વેજાઈના (યોનિમાર્ગ) કે સર્વિક્સ સંક્રમણઃ**</u> આ બંનેના ચેપથી પણ સાધારણ બ્લીડિંગ થઈ

ડૉક્ટરને ફોન ક્યારે કરવો ?

કોઈપણ સંકટ સમયની અગાઉથી તૈયારીઓ કરી લો. જો અચાનક કોઈ નવું લક્ષણ જોવા મળે તો નીચે મુજબના ઉપાયો અજમાવી જુઓ.

સહુથી પહેલા ડૉક્ટરને ફોન કરો. જો તેઓ હાજર નથી તો લક્ષણ દર્શાવતી સૂચના આપી દો. જો અમુક જ મિનિટોમાં ત્યાંથી ફોન ન આવે તો બીજીવાર ફોન કરો. નજીકના ઈમરજન્સી રૂમમાં નર્સને જે તે સ્થિતિ જણાવો. જો તેઓ દવાખાને બોલાવે તો ડૉક્ટરને સૂચના આપવાનું કહીને ત્યાં પહોંચો.

આપની સમસ્યા કે જે તે સમયના લક્ષણ બતાવતી વખતે દરેક એ લક્ષણના વિશે જણાવો, જેને અનુભવ થયો હોય તેમને જણાવો કે લક્ષણને સહુથી પહેલા ક્યારે જોયું, અનુભવ્યું અને તે કેટલીવાર અનુભવાયું અથવા તો તે કેટલું સાધારણ કે ગંભીર હતું?

તરત જ ફોન કરો :

- સાધારણ વળ-આમળ સાથે પેટના ચીલા ભાગમાં પીડા સાથે બ્લડિંગ થવું.
- પેટના નીચેના ભાગે, વચમાં કે બંને તરફ એકધારૂ દર્દ થવું. બ્લીડિંગ થવું.
- જરૂરથી વધારે તરસ લાગવી, શૌચ (પેશાબ)માં ઓછપ કે આખો દિવસ ઝાડા-પેશાબ ન થવા.
- જાજરૂ (પેશાબ) વખતે બળતરા કે દર્દ. ભારે તાવની સાથે માથાનો દુઃખાવો.
- ૧૦૧.૫ અંશ ફેરનફીટથી વધારે તાવ હાથ-પગ અને આંખોમાં અચાનક ભારે સોજા. ઝાંખુ દેખાવું, અચાનક વજન વધવું.
- નજરે ઝાંખપ આવવી અને એક વસ્તુ ડબલ દેખાવી (અમુક સમય સુધી)
- માથાનો સખત દુઃખાવો (સતત બે-ત્રણ કલાક)
- લોહીયુક્ત ડાયેરિયા (ઝાડા-મરડો)

એ જ દિવસે ફોન કરો (આગલી સવારે અથવા રાત્રે તકલીફ થાય તો)

- પેશાબની સાથે લોહી ભળવું.
- હાથ-પગોમાં તથા આંખોમાં સોજા
- બળતરા સાથે પેશાબ થવો.
- બેહોશી
- કોલ્ડ કે ફ્લૂના લક્ષણો વિના સખત તાવ.
- જીવ ગભરાવો કે ઉલટી થવી. (ગર્ભાવસ્થા પછીના દિવસોમાં)
- પેશાબનો ગાઢ પીળો રંગ, મળમાં પીળાશ કે કમળાના લક્ષણ.

ડૉક્ટર પોતાની રીતે તથા લક્ષણોના હિસાબે આપને દવાખાને બોલાવશે. એટલા માટે પહેલેથી જ આ પ્રોટોકૉલના વિષયમાં પૂછી લેવું જોઈએ.

યાદ રાખો કે અમુકવાર કોઈ લક્ષણ ન દેખાતા હોવા છતાં આપ બેચેની અને થાક અનુભવ કરો છો. જો એક-બે દિવસ આ બાબતની નોંધ લીધા પછી પણ થાક ન મટે તો ડૉક્ટરને બતાવો. બની શકે છે કે આપના શરીરમાં લોહીની ઓછપ હોય, શરીરમાં કોઈ પ્રકારનો ચેપ હોય! જેમ કે યૂટીઆઈ કોઈપણ જાતના લક્ષણ દર્શાવ્યા વિના પણ પોતાનુ કામ કરતાં રહે છે એટલા માટે બેદરકાર રહેવાના બદલે ડૉક્ટરને જરૂર જણાવો.

શકે છે.

<u>સબકૉરિઓનિક બ્લીડિંગ :</u> આવો રક્તસ્રાવ ત્યારે થાય છે જ્યારે કોરિયન (પ્લેસેટાની સાથે બહારનું ફૈટલ મૈમ્બ્રેન) કે ગર્ભાશય કે પ્લેસેંટા વચ્ચે લોહી ભેગુ થઈ જાય છે. આના કારણે સાધારણ કે ભારે બ્લીડિંગ થઈ શકે છે, જે મોટાભાગે સામાન્ય અલ્ટ્રાસાઉન્ડની પકડમાં નથી આવતું આવો રક્તસ્રાવ આપ મેળે જ બંધ થઈ જાય છે અને તેના લીધે કોઈ તકલીફ ઉભી થતી નથી.

સાધારણ ગર્ભાવસ્થાના અન્ય લક્ષણોની જેમ

સાધારણ બ્લીડીંગ પણ સામાન્ય લક્ષણ છે. અમુક મહિલાઓને તો પૂરી ગર્ભાવસ્થા દરમિયાન બ્લીડીંગ ચાલુ જ રહે છે. અમુક મહિલાઓને માત્ર એક કે બે દિવસ બ્લીડીંગ થાય છે તો અમુક મહિલાઓને મ્યુક્સની સાથે ભૂરી કે ગુલાબી બ્લીડિંગ થાય છે તો અમુકને લાલ બિંદુઓમાં આ તમામમાં સુપેરે પૂરી થઈ અને તમામે નિરોગી સંતાનને જન્મ આપ્યો. આપે ચિંતા કરવાની જરૂર નથી પણ આ બાબતે બિલકુલ બેપરવાહ બનવું એ પણ ઠીક નથી.

જો સાધારણ વળ-આમળ હોય (આંચકી-ચૂંક સાથે લાલ લોહીના ધાબા જોવા મળે. જેનાથી પુરું પેડ લાલ થઈ જાય) તો આપે ડૉક્ટરને જરૂર મળી લેવું જોઈએ. તેઓ અલ્ટ્રાસાઉન્ડની ભલામણ કરી શકે છે. જો છ અઠવાડિયા વીતી ગયા છે તો આપ શિશુના હૃદયના ધબકારા પણ સાંભળી શકો છો, જેનાથી આપને જાણ થશે કે બધું ઠીક ઠાક છે.

જો આ સામાન્ય ડાઘ ભારે બ્લીડિંગમાં જોવા મળે તો આપે એ સમયે જ ડૉક્ટર પાસે જવું પણ મનમાં ગર્ભપાતના વિચારો ન કરવા. અનેક ગર્ભવતી મહિલાઓને કોઈપણ કારણ વિના પણ બ્લીડીંગ થતું જોવા મળ્યું છે અને એમણે તંદુરસ્ત બાળકોને જન્મ આપ્યો છે એ ભૂલવું જોઈએ નહીં.

એચસીજી લેવલ

"ડૉક્ટરે મને બ્લડ ટેસ્ટનો રિપોર્ટ આપ્યો છે, જેમાં એચસીજીનું લેવલ (સ્તર) ૪૧૨ એમએલ યુ/એલ આવ્યું છે. આ નંબરનો શો અર્થ થાય?"

એનો અર્થ એ છે કે આપ નિશ્ચિત રીતે ગર્ભવતી છો. નવી વિકસિત પ્લેસેંટા કોશિકાઓ ફર્ટિલાઈઝ્ડ એગનું ઈમ્પ્લાન્ટ થવાના થોડા દિવસની અંદર જ એચસીજીને બનાવે છે. આપના પેશાબની તપાસ થતાં એની જાણ થાય છે એ પછી ડૉક્ટર, લોહીમાં એની તપાસ કર્યા બાદ ગર્ભાવસ્થાની ખાતરી આપે છે. ગર્ભાવસ્થાની શરૂઆતમાં લોહીમાં એનું સ્તર વધુ નથી હોતું, પરંતુ થોડા દિવસોમાં એ ખૂબ વધવા લાગે છે. એ ગર્ભાવસ્થાના ૭ થી ૧૨ અઠવાડિયામાં પોતાની ચરમસીમા પર હોય છે પછી ઘટવા લાગે છે.

આપને બીજી ગર્ભવતી સહેલીઓની સાથે આ નંબરની સરખામણી કરવી જોઈએ નહીં. કેમ કે એમના એચસીજીનું સ્તર પણ એક સરખું હોતું નથી. એ દરેક વ્યક્તિ તથા સમયના હિસાબે જૂદું જૂદું હોય છે.

એચસીજી સ્તર

શું આપ એચસીજી નંબર ગેમ રમવા માગો છો? અહીં આપના માટે થોડીક રેંજ આપવામાં આવી છે.

ગર્ભાવસ્થાના અઠવાડિયા	એચસીજીની માત્રા એમએલ યુ/એલમાં
૩ અઠવાડિયા	૫થી૫૦-૫થી ૫૦
૪ અઠવાડિયા	૫ થી ૪૨૬-૫થી ૨૬
૫ અઠવાડિયા	૧૯થી૭૩૪૦-૧૯થી ૭૩૦
૬ અઠવાડિયા	૧૦૮૦ થી ૫૬૫૦૦
૭ થી ૮ અઠવાડિયા	૭૬૫૦ થી ૨૨૯૦૦૦
૯થી૧૨ અઠવાડિયા	૨૫,૭૦૦ થી ૨૮૮,૦૦૦

સહુથી પહેલા નોંધવા જેવી વાત એ છે કે આપના એચરીજીનું સ્તર એની પોતાની સંખ્યાના આધારે એક નિશ્ચિત કક્ષા સુધી વધશે અને પછી એ એની મેળે જ ઘટવા લાગશે. અહીં આપેલા બૉક્સની મદદથી આપને તેનો અંદાઝ આવી જશે. જો કે એ જરૂરી નથી કે બૉક્સમાં આપેલુ રીડિંગ આપના નંબરથી મેળ ખાશે જેથી આપે તે અંગે ચિંતા કરવી જોઈએ નહીં.

જો આપની ગર્ભાવસ્થા સામાન્ય રીતે આગળ વધી રહી છે તો આપે આ અંગે વધારે વિચારવું જોઈએ નહીં. એ માટે તો ડૉક્ટર જ ધ્યાન આપશે. અલ્ટ્રા સાઉન્ડના પરિણામોથી પણ ઘણી સ્પષ્ટ રીતે સારી તસ્વીર સામે આવી જાય છે. જો તેમ છતાં

ચિંતા ન કરો

અમુક ગર્ભવતી મહિલાઓ કોઈપણ કારણ વિના પોતાના પહેલા ત્રણ મહિનામાં કે પૂરેપૂરી ગર્ભાવસ્થા દરમિયાન ચિંતામાં રહે છે. આ તમામ ચિંતાઓમાં સહુથી મોટી ચિંતા હોય છે: ગર્ભપાતની. મોટાભાગની ગર્ભવતી મહિલાઓ સામાન્ય લક્ષણો તથા નાની મોટી તકલીફો છતાં નિરોગી શિશુને જન્મ આપે છે. દરેક સામાન્ય લક્ષણની જેમ પેટના નીચેના ભાગમાં વળ-આમળ, દર્દ, સામાન્ય રક્તસ્રાવ વગેરે પણ સાધારણ જ હોય છે. આવા બધાં લક્ષણોના સંકેત આપના માટે ચિંતાનું કારણ બની જાય છે, પરંતુ આપે એવું ન માનવું જોઈએ કે એનાથી ગર્ભાવસ્થાને જોખમ છે. જો કે આપે આપની હવે પછીની ડૉક્ટર સાથેની મુલાકાત વખતે એમનો અભિપ્રાય જાણી લેવો જોઈએ.

જો નીચે લખેલા કારણ જોવા મળે તો ચિંતા કરવાની જરૂર નથી.

- સાધારણ વળ-આમળ, પેટના નીચે, વચ્ચે કે છેડાના ભાગોમાં સામાન્ય પીડા.
- અમુકવાર ગર્ભાશયને સહારો આપનાર લિગામેંટમાં ખેંચાણના લીધે પણ એવું થાય છે.
- જો સખત વળ-આમળની સાથે બ્લીડિંગ ન હોય તો ચિંતાની કોઈ વાત નથી.
- રક્તસ્રાવ-બ્લીડિંગ માત્ર ગર્ભપાતના કારણે જ થાય એવું નથી હોતું. અમે તેના કારણ પહેલેથી જ સ્પષ્ટ કરી ચૂકયા છીએ.

અમુકવાર તો કોઈ લક્ષણો જોવા ન મળે કે ઓછા જોવા મળે ત્યારે પણ ગર્ભવતી મહિલાઓ ગભરાઈ ઊઠે છે. મોટાભાગે પહેલાં ત્રણ મહિનામાં જ એમને લાગે છે કે તેણીઓ ગર્ભવતી જ નથી બની. આ ચિંતાના કારણે તેઓ ખૂબ જ અવઢવમાં પડી જાય છે. પણ સાચી વાત એ છે કે પોતાની ગર્ભાવસ્થાની ખાતરી થયા પછી ગભરાવવાનું શા માટે?

જરૂરી તો નથી ને જે બીજી ગર્ભવતી સ્ત્રીઓની જેમ આપને પણ મોર્નિંગ સિકનેસ થાય કે વક્ષ સ્થળનો આકાર વિસ્તરે. બની શકે છે કે આપમાં એવા લક્ષણો પેદા ન થાય કાં તો મોડા પેદા થાય, પરંતુ દરેક ગર્ભવતી મહિલામાં જુદા જ પ્રકારના લક્ષણ હોય છે કાં તો હોતા જ નથી.

કોઈ બાબત શંકાસ્પદ લાગે તો તરત જ ડૉક્ટરને પૂછો.

તણાવ

"મારા કામના ક્ષેત્રમાં ખૂબ જ તણાવ રહે છે. જો કે હું હમણાં માતા બનવા ઈચ્છતી ન હતી પરંતુ અચાનક ગર્ભવતી થઈ ગઈ. શું મારે કામ છોડી દેવું જોઈએ?"

તણાવ કામના ભારણને આપ કયાં રૂપમાં મૂલવો છો, એમાંથી એ નક્કી થશે કે સાચુ શું ને ખરાબ શું? જો આપ તેને સારી રીતે લેવા માગો છો તો એના જ બળ પર સારામાં સારૂ પ્રદર્શન કરી શકો છો નહીંતર એ આપના પર હાવી થઈને આપને જ મોટું નુકશાન પહોંચાડશે.

અભ્યાસોથી જાણવા મળ્યું છે કે ગર્ભાવસ્થા અમુક ખાસ પ્રકારના તણાવના સ્તરથી કદી પ્રભાવિત થતી નથી. જો આપ એ તણાવને પચાવી શકો છો તો આપનું શિશુ પણ એને વેઠી લેશે, પરંતુ જો આવા તણાવના કારણે આપને રાતના ઉજાગરા થાય, આપ હતાશાથી ઘેરાઈ જાવ, માથાનો દુઃખાવો, પેટનો દુઃખાવો કે ભૂખની કમી અનુભવો તો તણાવ તમારા પર સવાર છે. એ તણાવને દૂર કરવા ધૂમ્રપાન, મદિરાપાન જેવી ખરાબ આદતો અપનાવો તો એ આપના માટે મોટી સમસ્યા બની જશે.

જો બીજા ત્રિમાસિક કે ત્રીજા ત્રિમાસિક ગાળામાં પણ તણાવ માટેના આવા નકારાત્મક વલણો ચાલુ રહે તો તેને તાત્કાલિક દૂર કરવા જોઈએ. નીચે લખેલા ઉપાયો કારગત નીવડે.

રિલેક્સ થઈ જાવ

શાનું ટેન્શન તમારા પર વધી રહ્યું છે ? જો એવું છે તો આપે યોગની રિલેક્સેશનની ટેકનિકો અપનાવવી પડશે. આપ કોઈ યોગાશ્રમમાં કે ડીવીડીની મદદથી ઘરે પણ સરળતાથી યોગાસન શીખી શકો છો. આપ જ્યારે પણ ચિંતામાં હોવ, તો એને (યોગ) દિવસમાં એકવાર કરીને રાહત અનુભવી શકો છો. આંખો બંધ કરીને બેસી જાવ. કોઈ સુંદર દેખાયાની કલ્પના કરો અને વિચારો કે આપ બાળકને હૈયે ચાંપીને બેઠી છે. શરીરની દરેક માંસપેશીઓને ઢીલી કરીને હા કે ના શબ્દ જોરથી બોલો.

એનું ૧૦ થી ૨૦ મિનિટ સુધી રટણ કરો. ૧-૨ મિનિટ પણ કરી શકશો તો પણ ઘણો ફરક પડશે. આપને તણાવ અને બેચેનીમાંથી ઉશ્કેરાટમાંથી મુક્તિ મળશે.

<u>ભાર હલ્કો કરો :</u> તમારા મનની ચિંતાઓને વાતચીત દ્વારા ઓકી કાઢો. તમારા જીવનસાથી સાથે મનની એક-એક વાત કરો. રાતના પથારીમાં જતાં પહેલા દરેક ચિંતા-ફિકરને ભૂલી જાવ. ઉંઘવાનું છે એટલુ જ યાદ રાખો. સવારે રિલેક્સ થઈને તમારી સમસ્યાનું સમાધાન શોધો પણ સમાધાનનું ટેન્શન ન લો. બંને જણ મોજ મસ્તીમાં રહો. ચિંતાને વહેંચો, તમારો સાથી પણ તણાવગ્રસ્ત હોય એવા સંજોગોમાં કોઈ બીજાની મદદ લો. જો દબાણથી શારીરિક કોઈ તકલીફના લક્ષણ જણાય તો તરત જ ડૉક્ટરને મળો. બીજી ગર્ભવતી માતાઓ સાથે સંબંધ વધારો. કેમ કે મૈત્રીપૂર્ણ વાતાવરણમાં આપ મનને ઘણી સારી રીતે શાંત કરી શકો છો.

<u>આ અંગે કશું કરો :</u> આપના જીવનના તણાવ-દબાણ સ્રોતોને શોધો અને જુઓ કે છોડી દો જે પ્રાથમિકતાની યાદીમાં આવતાં ન હોય! જો આપના માથે ઘરની અને ઓફિસની જવાબદારીઓ હોય તો ઘરનું કામ કોઈને સોંપી શકાય તે નક્કી કરો. કાં તો ક્યાં સુધી તેને મુલતવી રાખી શકાય છે?

કામનું ભારણ વધી જાય ત્યારે કાગળ કલમ લઈને કામની અગત્યતાના ક્રમમાં લિસ્ટ બનાવો. પછી તેને અનુકૂળતા મુજબ પૂરાં કરો. આ રીતે આપ ઘરના કામકાજ વ્યવસ્થિત કરી શકશો અને નોકરી પર પણ નિયમિત જઈ શકશો. કામની ગોઠવણ થઈ ગઈ હોવાના કારણે આપને પણ હળવાશ અનુભવાશે. ઓફિસના કામોમાં પણ એકાગ્રતા જાળવી શકશો. જે કામ પૂરા થાય તે લિસ્ટમાંથી દૂર કરો. જેથી લાગે કે ભારણ થોડુંક ઓછું થયું છે.

આશાવાદી બનો

એવું કહેવાય છે કે આશાવાદી વધુ લાંબુ અને તંદુરસ્ત જીવન જીવે છે. જો ગર્ભવતી આશાવાદી ના હોય તો બાળકમાં પણ એ ગુણ ઉતરે છે. સંશોધકોએ જોયું અને શોધ્યું કે ગર્ભવતી મહિલાઓમાં પ્રસૂતિ પહેલાના જોખમોના સંભાવના ખૂબ જ ઓછી હોય છે. આ રીતે ગર્ભાવસ્થા સાથે જોવા મળતાં જોખમો પણ ઘટી જાય છે.

આશાવાદી મહિલાઓમાં ગર્ભાવસ્થાના જોખમો નિશ્ચિત રીતે ઘટી જાય છે. તણાવના ઉચ્ચ સ્તર પર ગર્ભાવસ્થાના સમયે તથા પછી મહિલાઓ સ્વાસ્થ્યની અનેક પીડાઓથી ઝઝુમતી હોય છે. જેમ કે મહિલાઓ જે આશાવાદી હોય છે. એ હંમેશા પોતાની કાળજી સારી રીતે લે છે. જેમકે સમયસર ખાવું-પીવું, કસરતમાં સમય ફાળવવો. વળી આશાવાદી મહિલાઓ ધૂમ્રપાન તથા મધપાનથી દૂર રહીને દવાઓનો યોગ્ય વ્યવહાર તથા ચિંતનથી ગર્ભાવસ્થા પર હકારાત્મક અસર પ્રભાવ પાડે છે.

આપ પણ આપની ગર્ભાવસ્થામાં આવા આશાવાદી વલણ દ્વારા ઘણું બધું મેળવી શકો છો. એ માટે આપે દૂધથી ભરેલા ગ્લાસને અડધો ખાલી જોવાના બદલે અડધો ભરેલો એ દષ્ટી અપનાવવી પડશે.

પૂરતી નીંદર લો : નીંદર પણ કોઈ દવાથી કમ નથી. એનાથી એનાથી તન-મન-બંનેને રાહત મળે છે. અમુકવાર તો ગાઢ નિદ્રા તણાવ અને મનના અજંપાને દૂર કરી દે છે. જો આપને ઉંઘ ન આવે તો આ પુસ્તકમાં બતાવેલા ઉપાયો વાંચો.

જરૂરી પોષણ : વ્યસ્ત દિનચર્યા આપના ખાનપાનની આદતોને પણ અસર કરે છે. ગર્ભાવસ્થામાં તો ખોટી ટેવ વધારે પીડા આપે છે. દિવસમાં ઓછામાં ઓછુ છ વાર થોડું થોડું ખાવ. ભરપૂર કાર્બોજ તથા પ્રોટીનવાળો ખોરાક લેતા કૉફીન તથા ખાંડની માત્રા ઘટાડો. પોષક આહાર લેવાથી પણ તણાવ કંટાળો દૂર થાય છે.

સ્નાન કરો : સાધારણ ગરમ પાણીથી સ્નાન કરો. એનાથી મનને રાહત મળશે. ખોટા વિચારો દૂર થશે અને ગાઢ નીંદર આવી જશે.

યોગા કરો : આપના કંટાળા અને દબાવને દૂર કરવા માટે યોગાસન કરો. સ્વીમીંગપુલમાં તરવા લાગો. આવી કસરતો માટે વ્યસ્ત દિનચર્યામાંથી સમય કાઢો. ફાયદો થશે.

વૈકલ્પિક સારવાર : અનેક પૂરક તથા વૈકલ્પિક ચિકિત્સા પધ્ધતિઓના માધ્યમથી પણ મનનો અજંપો ઘટાડી શકાય છે. જેમ કે એક્યૂપંચર, બાયોફીડબેક, સંમોહન થેરાપી કે માલિશ. ધ્યાન તથા માનસિક ચિત્રણ પણ કારગત નીવડે છે. મનોમન સુંદર કુદરતી દૃશ્યોની કલ્પના કરો. રિલેક્સેશનની ટેકનિકોનો અભ્યાસ પણ રાહત આપે છે.

આનાથી દૂર રહો: તણાવની સાથે લડો. તેનો સામનો કરો. કોઈ સારી ફિલ્મ જુઓ. પુસ્તક વાંચો કે સંગીત સાંભળો, બાળક માટે સુંદર મોજા ગૂંથો. કોઈ સહેલી સાથે લંચ પર જાવ. ડાયરી લખો. ઓનલાઈન સર્ચ કરો. કાં તો પછી એમને એમ ચાલવા માટે નીકળી જાવ...

કારણ જ મીટાવી દો: જો કોઈ કારણ એવું છે, જે મટાડી શકાય કે હટાવી શકાય તેમ છે તો એમાં મોડું ન કરો. કામનું વધારે ભારણ હોય તો તેને બીજાઓ સાથે વહેંચો. જો વધુ તણાવના લીધે નોકરી બદલવા માગો છો તો હમણાં થોડા સમય માટે એ વિચારને મુલતવી રાખો. શિશુના જન્મ પછી જ એ અંગે વિચારજો.

યાદ રહે કે શિશુના આવ્યા પછી તણાવનું પ્રમાણ વધવાનું છે, એટલા માટે અત્યારથી તેનાથી છૂટવાના ઉપાયો શીખી લેજો.

ગર્ભાવસ્થામાં પ્રેમભરી દેખભાળ

એ વાતમાં કોઈ શંકા નથી કે સગર્ભા સ્ત્રીઓના ચહેરા પર એક જુદા જ પ્રકારની અદ્વિતીય ચમક અને સુંદરતા જોવા મળે છે. તેમ છતાં આપના લાવણ્યને વધારે નિખારવા માટે મેકઓવરની જરૂર પડશે. ગર્ભવતી થયા પછી તમારા ખીલ માટે ક્રીમ વાપરતા પહેલા કાં તો બિકની વૅક્સનો સ્પા લેતાં પહેલા કે પછી ફેશિયલ કરાવતા પહેલાં આપે ઘણું બધું જાણવું પડશે. અહીં આપને માથાથી લઈને પગ સુધીની દેખભાળથી જોડાયેલી ટિપ્સ આપીએ છીએ. જેની મદદથી આપ સુંદર આકર્ષક દેખાવની સાથે સલામત પણ રહેશો.

આપના વાળ

ગર્ભાવસ્થામાં કાં તો આપના વાળ ખૂબ જ શુષ્ક અને બરછટ થઈ જાય છે અથવા તો પહેલાથી વધારે સુંવાળા બની શકે છે. હૉર્મોનના લીધે વાળનું પ્રમાણ વધે છે પરંતુ અફસોસની વાત એ છે કે એવું માત્ર માથાના વાળ સાથે નહીં થાય પણ પૂરા શરીરના વાળ રૂંવાટી પર એની ભારે અસર જોવા મળશે.

કલરીંગ : જયારે આપ ગર્ભાવસ્થામાં પણ વાળને કલર કરવા ઈચ્છો છો ત્યારે સદાય ત્વચાના રસાયણોની ખાસ ચર્ચા થાય છે પરંતુ આ જ સુધી એવા કોઈ પૂરાવા મળ્યા નથી કે કલર નુકશાનકારક છે. અમુક નિષ્ણાંતો હજુ પણ એવી સલાહ આપે છે કે આપે પહેલા ત્રણ મહિના આ બાબતે સાવચેતી રાખવી જોઈએ.અમુક લોકોનું માનવું છે કે પૂરી ગર્ભાવસ્થામાં વાળને ડાઈ કરવામાં કોઈ જોખમ નથી. આપે આ અંગે ડૉક્ટરનો મત જાણીને જ આગળ વધવું. જો બધા વાળને રંગવામાં શંકા હોય તો તેમને હાઈલાઈટ કરો. આ રીતથી રંગના કેમિકલ વાળ સુધી નહીં પહોંચે અને એ વાળ લાંબા સમય

સુધી જળવાઈ રહેશે. વળી આપને સુવાવડ દરમિયાન વારંવાર પાર્લરમાં જવું નહીં પડે.

આપે પહેલા ત્રણ મહિના આ બાબતે સાવચેતી રાખવી જોઈએ. અમુક લોકોનું માનવું છે કે પૂરી ગર્ભાવસ્થામાં વાળને ડાઈ કરવામાં કોઈ જોખમ નથી. આપે આ અંગે ડૉક્ટરનો મત જાણીને જ આગળ વધવું. જો બધા વાળને રંગવામાં શંકા હોય તો તેમને હાઈલાઈટ કરો. આ રીતથી રંગના કેમિકલ વાળ સુધી નહીં પહોંચે અને એ વાળ લાંબા સમય સુધી જળવાઈ રહેશે. વળી આપને સુવાવડ દરમિયાન વારંવાર પાર્લરમાં જવું નહીં પડે.

આપ આપના હેર કલરિસ્ટને પૂછી શકો છો કે શું એ આપના વાળોને એમોનિયા વિના ડાઈ કરી શકશે ? એ યાદ રાખો કે હૉર્મોનલના ફેરફારોના લીધે આપના વાળ વિચિત્ર પ્રકારની પ્રતિક્રિયા આપી શકે છે. તે એ રીતના નહીં રહે જેમ કે સામાન્ય રીતે રહેતા હતા, આખા માથાના વાળને રંગતા પહેલાં થોડા વાળને પૈચ ટેસ્ટ કરી લો. કેમ કે ક્યાંક એવું ન બને કે લાલ વાળને બદલે આપના તમામ વાળ ભૂરા થઈ જાય !

<u>**વાળને સ્ટ્રેટ કરનારી ટેકનિકો :-**</u> શું આપ આપના વાંકડિયા વાળને સીધા કરવા માટે વિચારી રહી છો ? જો કે એવો કોઈ પૂરાવો મળ્યો નથી કે ગર્ભાવસ્થામાં આ ટેકનિકથી કોઈ નુક્સાન થાય છે. બીજી વાત એ છે કે એ ટેકનિક સલામત છે ખરી ? એટલાં માટે આપના ડૉક્ટરનો મત જાણો. જો કે આપે સાંભળ્યું હશે કે પહેલાં ત્રણ મહિનામાં વાળને એની કુદરતી અવસ્થામાં રહેવા દેવામાં જ સારું છે.

જો આપ વાંકડિયા વાળને સીધા કરવા માગો છો તો બની શકે છે કે હૉર્મોનલ ફેરફારોના લીધે જોઈએ તેવું પરિણામ ન મળે. બીજું એ છે કે ગર્ભાવસ્થામાં વાળ જલ્દી વધે છે. બની શકે છે કે વાળને સીધા કરાવ્યા છતાં તે મૂળમાંથી ખૂબ જલ્દી વાંકડિયા થવા લાગે. એનાં માટે આપ ''થર્મલ રીકન્ડીશનિંગ પ્રક્રિયા''નો ઉપયોગ કરી શકો છો. કેમ કે આ પ્રક્રિયામાં સખત રસાયણનો વપરાશ થતો નથી, પરંતુ આ પ્રયોગ કરતાં પહેલાં ડૉક્ટરને પૂછી લો. કાં તો એક ફ્લૈટ આયરન ખરીદી લો અને વાળને આરામથી સીધા કરો.

<u>**પરમેનેન્ટ કે બૉડી વૅવ :-**</u>આપના વાળ એટલા વાંકડિયા નથી, જેટલા આપ ઈચ્છો છો, પરંતુ ગર્ભાવસ્થામાં પરમેનેન્ટ કે બૉડી વૅવ અંગે ન વિચારો તો સારું. જેમ કે અમે નથી ઈચ્છતા કે હૉર્મોનલ ફેરફારોને લીધે એની પ્રતિક્રિયા શું હશે? કાં તો આ ટેકનિક સંપૂર્ણ રીતે સલામત છે કે નહીં? ક્યાંક એવું ન બને કે વાળની સ્વાભાવિક સુંદરતા તથા દેખાવ પણ નાશ પામે.

<u>**હેર રિમુવલ અને લાઈટનિંગ ટ્રીટમેન્ટ :-**</u> ગર્ભાવસ્થામાં શરીર પર વધતાં વાળના લીધે આપ પરેશાન છો તો ચિંતા ન કરો. આ સ્થિતિ લાંબા સમય સુધી ચાલવાની નથી. બની શકે છે કે એ હૉર્મોનના લીધે આપની બગલ, હોઠો પર, છાતીએ, પીઠના તથા પેટના ભાગ પર વાળનું પ્રમાણ ઘણું વધારે થઈ જાય, જેથી ડૉક્ટરને બતાવ્યા વિના આ ટેકનિકનો ઉપયોગ ન કરો. લેઝર, ઈલેક્ટ્રોલિસિસ ડેપિલેટરીઝ (બ્લીચિંગ) ટેકનિક.

કોઈ એવા પૂરાવા મળ્યા નથી કે ગર્ભાવસ્થામાં વાળ દૂર કરવાની કે તેનો રંગ સામાન્ય કરવાની ટેકનિક સલામત છે. આપની ભલાઈ એમાં છે કે પહેલાં ત્રણ મહિનાને પસાર થવા દો. જો કે કદાચ આપ કોઈ ટ્રીટમેન્ટ લઈ ચૂકી હોય તો પણ ચિંતા કરવાની જરૂર નથી. કેમ કે એમાંથી કોઈ મોટું નુકશાન નહીં થાય.

<u>**શેવિંગ, વાળ ખેંચીને ઉખાડવા તથા વૈક્સિંગ**</u> :- ગર્ભાવસ્થામાં શરીરના કોઈ પણ ભાગ પર આપમેળે વાળ ઊગી શકે છે. જો કે આ સારી વાત નથી, પણ બીજી સારી વાત એ છે કે આપ આવા વાળને શેવ કરી શકો છો. વૅક્સ કરી શકો છો, એટલે સુધી કે બિકની વેક્સ પણ ઉપયોગમાં લઈ શકો છો, પરંતુ થોડી સાવચેતી રાખવી પડશે. કેમ કે ગર્ભાવસ્થામાં ત્વચા ઘણી સંવેદનશીલ, સુંવાળી બની જાય છે, જેથી સરળતાથી નુકશાન થઈ શકે છે. જો આપ કોઈ હેર સલૂનમાં જાવ છો તો કોઈ પણ ટ્રીટમેન્ટ લેતાં પહેલાં તેને જણાવી દો કે આપ ગર્ભવતી છો, જેથી તે કાળજી રાખી શકે.

આપનો ચહેરો

ભલેને ગર્ભાવસ્થાની જાણ આપના પેટથી ન થાય, પરંતુ ચહેરા પરની સગર્ભાની ચમક તો જોવા મળે જ છે. ગર્ભાવસ્થા દરમિયાન ચહેરાની સાથે સારું, ખરાબ અને ખૂબ જ ખરાબ એમ ગમે તે થઈ શકે છે.

<u>**ફેશિયલ :-**</u> આપના ચહેરા પરના જે સૌંદર્ય

વિશે વાંચ્યું છે, એ ચહેરાનું વરદાન દરેક સગર્ભાઓને મળતું નથી. જો કે ગર્ભાવસ્થા દરમિયાન ફેશિયલ કરાવવું સલામત રહેશે. પરંતુ હોર્મોન ફેરફારોના લીધે ત્વચા ઘણી સંવેદનશીલ બની જાય છે. એટલા માટે ''ગ્લાઈકોલિક પીલ'' કે ''માઈક્રોડર્માબ્રિસિયન'' જેવા ઉપચાર ન કરાવો એ તમારા હીતમાં રહેશે. એનાથી ફાયદો થવાના બદલે નુક્સાન થઈ શકે છે. ફેશિયલ દરમિયાન માઈક્રોકરંટ પણ આપવામાં આવે છે. આપ પાર્લરમાં આપની ગર્ભાવસ્તાની સૂચના આપો, જેથી તેઓ એ બાબતે પૂરું ધ્યાન આપી શકે. જો કોઈ ઉપચારની સલામતી માટે શંકા થાય તો ડૉક્ટરનો અભિપ્રાય જાણીને આગળ વધો.

એન્ટીરિંકલ ટ્રીટમેન્ટ :- કરચલી જેવી ચામડીના નવજાત શિશુ બધાને ગમે છે, પરંતુ મમ્મીના ચહેરા પર કરચલી દેખાય તો ન ગમે. જો આવું હોય તો કોઈ ડર્મેટોલોજિસ્ટની પાસે જતાં પહેલા નીચેની બાબતો પર ધ્યાન દો. એ જાણી લો કે કોલંજાન, રિસ્ટાઈલેન, જુવેડર્મ કે બોટોક્સ અને ગર્ભાવસ્થા જેવાં વિષય પર ખાસ સંશોધન થયું નથી, એટલા માટે એનાથી તો દૂર જ રહો. જો એન્ટીરિંકલ ક્રીમ વાપરવા માંગો છો તો ઉપયોગ કરતાં પહેલાં એના નિર્દેશને વાંચો તથા ડૉક્ટરનો મત પણ જાણી લો. આપે થોડાં સમય માટે એવા ઉત્પાદનોને વિદાય આપવી પડશે, જેમાં વિટામેન ''એ, કે, અથવા બી એચ'' એ (બીટા હાઈડ્રોક્સી ઍસિડ)ની માત્રા હોય. જો અન્ય બાબતો અંગે સંદેહ હોય તો આપના ડૉક્ટર પાસે ખુલાસો મેળવો. ડૉક્ટર કદાચ ફ્રૂટ એસિડ એએચએ (એલ્ફા-હાઈડ્રોક્સી એસિડ) માટે ભલામણ કરી શકે છે, પરંતુ તેના માટે પણ સ્પષ્ટતા કરી લો. એમ તો આપે ધ્યાનમાં લીધું જ હશે કે ગર્ભાવસ્થામાં ચહેરા પર કરચલીઓ મોટા પ્રમાણમાં જોવા મળતી નથી, જેથી આપ કોસ્મેટિક પ્રક્રિયાઓ વિના પણ ચલાવી શકો છો.

ખીલનો ઉપચાર : - શું યુવાવસ્થામાં વધારે ખીલ થઈ ગયા છે? આપ ગર્ભાવસ્થા હૉર્મોનને તેના માટે દોષિત માની શકો છો. આપના મનપસંદ કામ તથા દવાઓના ઉપયોગ પહેલાં ડૉક્ટરને પૂછવાનું ભૂલો નહીં. આપને પ્રસૂતિ પહેલાં, લેઝર ટ્રીટમેન્ટ અને કેમિકલ પીલ જેવાં ઉપચારોથી બચવું પડશે. ખીલની બે ખૂબ જ જાણીતી દવાઓ બીટા હાઈડ્રોક્સી એસિડ તથા સેલી સાઈકલિક એસિડ ગર્ભાવસ્થા માટે સંશોધિત રીતે માન્ય નથી થઈ. શક્ય છે કે તેનાં લેવાથી ચામડી પર માઠી અસર થાય. ડૉક્ટરને મળીને આગળ વધો. મોટા ભાગે આવી દવાઓ તથા બેનીજોલ પેરાક્સાઈડની માત્રાવાળી દવાઓને સલામત માનવામાં આવતી નથી. ગ્લાઈકોલિક એસિડ એક્સ ફોલિએટિંગ સ્ક્રબ તથા એરીપ્રોમાઈસિન જેવી એન્ટી બાયોટિકનો ઉપયોગ કરી શકાય છે, પરંતુ પહેલાં ડૉક્ટરને મળો અને તેમના મત મુજબ ચાલો. કેમ કે આવી દવાઓ અમુકવાર ત્વચામાં સળવળાટ પેદા કરી શકે છે. આપ કુદરતી ઉપાયો પણ અજમાવી શકો છો. જેમ કે દવાઓ ન લેવી હોય તો પુષ્કળ પાણી પીઓ. સમયસર ભોજન લો. ચહેરાને રોજેરોજ સાબુથી સાફ કરો. આનાથી ચહેરાની ચામડીને નુકશાન નહીં થાય.

આપના દાંત

આપે ગર્ભાવસ્થા દરમિયાન હસતાં રહેવાનું છે. ગર્ભાવસ્થા આનંદનો ઉત્સવ છે પરંતુ શું આપના દાંત સ્વચ્છ છે, ચોખ્ખા છે, મોતીના દાણાં જેવા ચમકતાં અને એકધારા છે? જો કે આ જકાલ કોસ્મેટિક દંત ચિકિત્સા ઘણી લોકપ્રિય છે, પરંતુ ગર્ભાવસ્થામાં તેનો ઉપયોગ થતો નથી.

દાંતોની ચોખ્ખાઈ- સફેદી : મોતીઓ જેવાં ચમકતાં દાંત બધાને ગમે છે. જો કે ગર્ભાવસ્થામાં દાંતોને ચમકતા રાખવા માટે દાંતોની દવાઓથી કોઈ તકલીફ થતી નથી, પરંતુ આપ એ ઉત્પાદનોને વાપરવા માટે થોડી રાહ જુઓ, તેમ છતાં દાંતોને દરરોજ સાફ કરો. અત્યારે સમય એવો છે કે આપના પેઢુંઓને પણ કાળજીપુર્વક સારા રાખવા જોઈએ.

<u>ઢોળ કે માથાના ઉપલા ભાગનું આવરણ</u> : - (વીનર્સ):- એમાં કોઈ જોખમવાળી વાત નથી, પરંતુ તેમ છતાં આપને દાંતો સાથે જોડાયેલી કોઈ પણ સારવાર કે ટ્રીટમેન્ટ પહેલાં, ડિલીવરી સુધી રાહ જોવી જોઈએ. કેમ કે આ અવસ્થામાં પેઢા ખૂબ જ સંવેદશીલ બની જાય છે અને કોઈ પણ દંત ચિકિત્સા પહેલાં કરતાં વધારે પીડાકારક હોય છે.

આપનું શરીર

ગર્ભાવસ્થામાં આપનું શરીર કેટલી મહેનત કરે છે તેની કદાચ આપ કલ્પના પણ નહીં કરી શકતી હોય. અત્યારે તો તમારા શરીરને ખૂબ જ લાડ અને પ્રેમ સાથેનો આરામ અને સારસંભાળ જોઈએ. આવો, આપ એની ટીપ્સ જાણો.

<u>માલિશ (મસાજ) : -</u>પીઠનો દુઃખાવો કે રાતના ઉજાગરાની બેચેનીથી રાહત મેળવવા ઈચ્છો છો તો શરીરની માલિશ કરો. ગર્ભાવસ્થામાં તણાવ અને પીડાથી બચવાનો આ શ્રેષ્ઠ ઉપાય છે, તેમ છતાં આપ એની સાથે રાખવાની કાળજીને જાણી લો.

- માલિશ કરનાર પાસે તેનું લાયસન્સ છે કે નહીં ? તેને ગર્ભાવસ્થા અંગેની તમામ કાળજીની જાણકારી છે ને ?
- ગર્ભાવસ્થાનાં પહેલા ત્રણ મહિનામાં માલિશ ન કરાવો. કેમ કે એનાથી મોર્નિંગ સિકનેસ-ઊંઘવાપણું વધી જશે. જો આપ પહેલાં ત્રણ મહિનામાં માલિશ કરાવી ચૂકી છો તો પણ વાંધો નથી. કેમ કે એમાં કોઈ જોખમની વાત હોતી નથી.
- સીધા સૂઈ જાવ. ચોથા મહિના પછી જરૂરથી વધારે સમય સુધી પડખાભેર રહેવામાં વાંધો નથી પણ પીઠ પર ન સૂવો. તમારા મસાજ થેરેપિસ્ટને કહો કે માલિશ વખતે ખાસ પ્રકારના ઓશીકાંનો ઉપયોગ કરે. કાં તો પીઠ નીચે ફોમવાળા કુશન લગાવો, જેથી આપના શરીરને આરામ મળે.
- ગંધ વિનાના લોશનનો જ ઉપયોગ કરો. કેમ કે સુગંધીદાર લોશનથી આપને તકલીફ થઈ શકે છે.
- મસાજ નિષ્ણાંતને કહો કે તે સાચી જગ્યાએ જ માલિશ કરે. શરીરના અમુક હિસ્સા એવા છે, જેના પર દબાણ થવાથી કોન્ટ્રેક્શન વધી શકે છે. આપના મસાજ થેરપિસ્ટની પાસે ગર્ભાવસ્થાની દેખભાળનું સર્ટીફિકેટ હોવું જોઈએ. પેટના નીચેના ભાગે માલિશ ન કરાવો. જો મસાજ કરનાર વધારે જોરથી માલિશ કરતી હોય અથવા તો આપને પીડા થતી હોય તો તેને રોકીને જણાવો. જો કે આ અંગે આપ જ તેને વધારે સારી રીતે મસાજ કરવા માટે સમજાવી શકો છો.

<u>અરોમાથેરાપી :-</u> ગર્ભાવસ્થામાં સેન્ટનો ઉપયોગ કરવામાં થોડું કોમનસેન્સ રાખો. કેમ કે એનાં વધારે ઉપયોગથી નુક્સાન થઈ શખે છે. કોઈ પણ અરોમા થેરેપીનો સાવચેતીપૂર્વક ઉપયોગ કરો. ગુલાબ, લૈવેન્ડર, ચમેલી, જાસ્મિન, ટૈંગિન, નૈરોલી તથા પલાંગ જેવાં તેલનો ઓછાં પ્રમાણમાં ઉપયોગ કરી શકો છો.

ગર્ભવતી મહિલાઓએ બેસિલ, જૂનીયર રોજમૈરી, સેગ પિપરમિન્ટ, મારીનો તથા થાઈમ વગેરે તેલોનો ઉપયોગ કરવો નહીં, કેમ કે એનાથી યૂટેરાઈન કોંટ્રક્શન થઈ શકે છે. (મિડવાઈફ, પ્રસૂતિ વખતે આવાં તેલોનો ઉપયોગ કરે છે) જો આપ આવાં તેલોનો ઉપયોગ કરી ચૂકી છો તો પણ ગભરાવાની જરૂર નથી. આવા તેલ ત્વચામાં હવે શોષણ પામી શકતા નથી, કેમ કે પીઠની ચામડી વિશાળ હોય છે. બાથ તથા બ્યૂટી શોપ પર વેચાનારા બધાં જ ઉત્પાદનો સલામત હોય છે, પણ એમાં શરત એ છે કે એનું સેન્ટ કોન્સન્ટ્રેટેડ ન હોય તો.

<u>બૉડી ટ્રીટમેન્ટ, સ્ક્રબ, રૈપ, હાઈડ્રોથેરાપી :-</u> જો બૉડી સ્ક્રબ આપની સંવેદનશીલ ત્વચાને નુક્સાન ન પહોંચાડે તો તેને સલામત માનવામાં આવે છે. અમુક હર્બલ રૈપ લાભકર્તા હોય છે, પરંતુ એનાથી આપના શરીરનું ઉષ્ણતામાન વધી શકે છે. હાઈડ્રોથેરાપીમાં પણ ૧૦૦ અંશ ફેરનહીટ સુધીનું ગરમાગરમ (કોકરવાયું) સ્નાન કરી શકાય છે, પરંતુ સૂતું બાથ, સ્ટીમ રૂમ તથા હૉટ ટબથી બચવું.

<u>ટૈનિંગ બૈડ, સ્પ્રે તથા લૉશન : -</u> આપ ગર્ભાવસ્થામાં ચહેરા પર છવાયેલી પીળાશથી

પરેશાન છો? માફ કરજો, પરંતુ ટૈનિંગ બેડ આપને અનુકૂળ નહીં આવે. કેમ કે એનાથી આપના શરીરનું ઉષ્ણતામાન એટલું બધું વધી શકે છે કે જે આપના શિશુના શારીરિક વિકાસમાં ઘાતક બની શકે છે. જો આપ સનગ્લાસ ટેનિંગ લોશન કે સ્પ્રેને વાપરવાનું વિચારો છો તો પહેલા ડૉક્ટરનો વિચાર જાણી લો. આપને જાણ હોવી જોઈએ કે અમુકવાર હૉર્મોનલ પરિવર્તનના લીધે પણ શરીરનો રંગ બદલાય છે, અમે આપને આ પુસ્તકમાં જ ટૈટૂ, હીના તથા સલામતી અંગે પણ બતાવીશું. એના પર પણ ધ્યાન આપો.

સ્પાનો એક દિવસ

આહ ! ગર્ભવતી મહિલા માટે એક આરામદાયક સ્પાથી વધીને બીજું કશું જ ન હોઈ શકે. આ જકાલ અનેક જગ્યાએ સ્પાની સવલત વિશેષ રીતથી આપવામાં આવી રહી છે. સ્પા માટે જાવ ત્યારે તરત જ જણાવી દો કે આપ ગર્ભવતી છો. જો ડૉક્ટરે અમુક સાવચેતીઓ રાખવા માટે કહ્યું છે તો તેમને પણ જણાવી દો, જેથી તેઓ એ હિસાબે ટ્રીટમેન્ટ આપી શકે. જો ડૉક્ટરની મંજૂરી લઈને જાવ તો તમારા હિતમાં રહેશે.

ગર્ભાવસ્થા અને તમારો મેકઅપ

ગર્ભાવસ્થામાં ચહેરા પર આવેલો સોજો, ત્વચાના રંગમાં આવેલો ફેરફાર આપને પજવે છે, પણ આમાં ચિંતાની કોઈ વાત નથી. સુવાવડની આ અસર છે. આપ થોડાં મેક-અપના ઉપયોગથી આપના ચહેરાને સહજ અને સુંદર બનાવી શકો છો.

ક્લોઝ્મા તથા ડિકલેરેશનના લીધે ચહેરામાં આવી ખામીઓ થઈ શકે છે. તેને દૂર કરવા માટે કરેક્ટિવ કન્સીલર વાપરો. ડાર્ક સ્પોટ માટે એવા બ્રાન્ડ લો, જે હાઈપર પિગમેન્ટેશનને છુપાવી શકે, પણ ધ્યાન રાખો કે એ મેક-અપ નોન કાર્મેડોજીનિક હોવો જોઈએ. પોતાની રંગતથી એક સામાન્ય કન્સીલરનો ઉપયોગ કરો. એને ખૂણા પર લગાવીને પછી આખા ચહેરા પર લગાવો. પછી તેને પાઉડરથી સેટ કરો.

ચહેરા પરના પિંપલ (ખીલ)ને સંતાડવા માંગતા હોવ તો પણ તેના પર વધારે મેક-અપ ન લગાવો. ફાઉન્ડેશન પછી ત્વચા સાથે મેળ ખાતા કન્સીલરને લગાવો. પછી આંગળીઓથી માલિશ કરો.

તમારા ગાલોને સુંદર ગુલાબી આભા આપો, જેથી આપની સુંદરતામાં ચાર ચાંદ લાગી જાય. બની શકે છે કે ગર્ભાવસ્થાના લીધે આપના નાક પર સાધારણ સોજો ઉપસી આવે. આપ એને ફાઉન્ડેશનની મદદથી પાતળો બનાવી શકો છો, એટલે કે આપનું નાક ઉપસેલું કે સોજાવાળું લાગશે નહીં.

આપના હાથ-પગ

એમ તો આપ ત્રીજા ત્રિ-માસિકના ત્રણ મહિના પછી તમારા પગોને ઢંગથી જોઈ નહીં શકો, તેમ છતાં ગર્ભાવસ્થામાં હાથ-પગ પર એની અસરો જોવા મળે છે. જો કે આપના હાથ-પગોમાં સોજા હશે તેમ છતાં એ સારાં જ દેખાતાં હશે.

મેનીક્યોર તથા પેડીક્યોર :- આપ ગર્ભાવસ્થામાં પણ સરળતાથી મેનીક્યોર તથા પેડીક્યોર કરી શકો છો. આ દિવસોમાં આપના નખ પણ પહેલાં કરતાં મજબૂત અને લાંબા થશે. જે પણ સલૂનમાં જાવ એ હવા-ઉજાસવાળું હોવું જોઈએ. કેમ કે ત્યાંના ભારે રસાયણોની ગંધ આપને પજવી શકે છે. મેનીક્યોર કરનારને કહો કે તે પેડીક્યોર દમિયાન ઘૂંટીના હાડકાં અને એડી વચ્ચે મસાજ ન કરે. જ્યાં સુધી એક્રેલિકનો સવાલ છે, એ અંગે થોડી કાળજી રાખો. કેમ કે ગર્ભાવસ્થામાં એક એક બાબતે કાળજી જરૂરી હોય છે. આ કાળજી આપને અનેક મુંઝવણોથી બચાવી લે છે.

રિલેક્સ થઈ જાવ

આપ યોગ અને ધ્યાન ઉપરાંત અનેક ઉપાયોથી રિલેક્સ થવાનું શીખી શકો છો. આપ કોઈ સમૂહમાં સામેલ થઈ શકો છો. કાં તો કોઈ યોગ ગુરૂ પાસેથી તાલિમ લઈ શકો છો. જો આપની પાસે એના માટે સમય નથી તો સહેલી રિલેક્શન ટેકનિક અપનાવો. થોડું દબાણ વધતાં- ટેન્શન જણાતાં એનો અભ્યાસ કરો.

(૧) આંખો બંધ કરીને બેસો. કોઈ શાંત તથા સુંદર દશ્યની કલ્પના કરો. પછી ધીમે ધીમે તમારા શરીરના બધાં જ અંગોની માંસપેશીઓને ઢીલી કરવાનું શરૂ કરી દો. જો શક્ય હોય તો નાકથી શ્વાસ લો અને મનોમન કોઈ પણ સહેલા શબ્દને વારંવાર બોલવા લાગો. દસથી વીસ મિનિટ સુધી અભ્યાસ કરો.

(૨) નાક દ્વારા ધીમેથી પણ ઊંડો શ્વાસ લો, જેનાથી પેટ બહારની તરફ આવશે. ચાર સુધી ગણો. પછી ખભા અને ગળાની માંસપેશીઓને ઢીલી કરીને થોડી દો. ધીમેથી શ્વાસ છોડતાં છ સુધી ગણો. એને પણ ચારથી છ વાર ગણીને, મહાવરો કરીને તણાવને દૂર કરી શકો છો.

ગર્ભપાતના સંભવિત લક્ષણ

ડૉક્ટરને જલ્દી ક્યારે બોલાવવા?

૧. જ્યારે પેટના નીચેના ભાગમાં રક્તસ્રાવ સાથે પીડા હોય. પ્રારંભિક ગર્ભાવસ્થામાં એ ઈક્ટોપિક ગર્ભાવસ્થાના લક્ષણ પણ હોઈ શકે છે.

૨. જ્યારે એક દિવસથી વધારે પીડાકારક દર્દ રહે અને લોહીનો સામાન્ય ડાઘ જોવા મળે.

૩. જ્યારે વધારે રક્તસ્રાવ થાય અને સામાન્ય રક્તસ્રાવ બે-ત્રણ દિવસ સુધી રહે.

૪. જો ગર્ભપાત, રક્તસ્રાવ કે વળ-આમળની મેડિકલ હિસ્ટ્રી રહી હોય.

સંકટ સમયની મદદ ક્યારે લેવી?

૧. જ્યારે ખૂબ ભારે રક્તસ્રાવ થયો હોય અને તે અસહનીય હોય.

૨. જ્યારે સામાન્ય સ્લેટી કે ગુલાબી સ્રાવ હોય તો જાણી લો કે ગર્ભપાત શરૂ થયો છે. જો આપના ડૉક્ટર પાસે ન પહોંચી શકો તો કોઈ બીજા નજીકના ક્લિનિકમાં તરત જ પહોંચો. તેઓ આપને આ સ્ત્રાવને ટબમાં રાખવાનું કહેશે, જેથી જાણ થઈ શકે કે ગર્ભપાત પૂરો થયો કે નહીં. કોઈ જોખમ છે કે નહીં. ડી એન્ડ સી કરવી પડશે કે નહીં?

★★★

બીજો મહિનો

લગભગ ૫ થી ૮ અઠવાડિયા

ભલે આપે હજુ સુધી એ ખબર કોઈને નથી ને સંભળાવી, જો કે કોઈપણ એને આપ બતાવો નહીં ત્યાં સુધી જાણી ન શકે (જયાં સુધી આપ જાતે ન ઈચ્છો) તેમ છતાં શિશુની હરકત પેટમાં શરૂ થઈ ચૂકી છે. અનેક લક્ષણ જોવા મળી રહ્યાં છે. આપ જયાં પણ જાવ છો, ઉબકાં અને લાળ, આપનો પીછો છોડતાં નથી. પ્રતિદિન બાથરૂમના ચકકર થઈ રહ્યાં છે અને પેટ ગેસના લીધે ભારે ભારે ફૂલેલું રહે છે.

આ તમામ લક્ષણોએ આપને એટલી તો ખાતરી કરાવી દીધી જ હશે કે આપની અંદર એક નવો જીવ આકાર લઈ રહ્યો છે. આપે જાણી લીધું છે કે આપ ગર્ભવતી બની ગઈ છે. પેટની ગરબડના લક્ષણ નથી. આપે સ્વયંને સમજાવવાનું શરૂ પણ કરી દીધું હશે. જયારે થાક વધારે લાગે કે બાથરૂમ માટે વારંવાર જવું પડે એનો મતલબ કે આપ ગર્ભવતી છો એટલા માટે આ બધું થઈ રહ્યું છે. હૃદયને પકડીને બેસો, આ તો હજુ શરૂઆત છે.

આ મહિને આપના શિશુનો વિકાસ

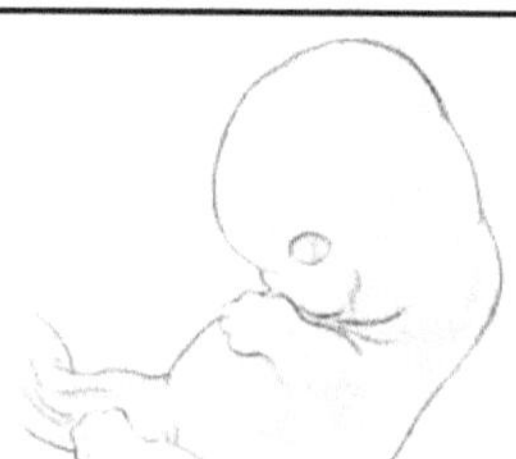

તમારું બે મહીનાનું બાળક

<u>પાંચમુ અઠવાડિયું :</u> આપનું નાનકડું પૂંછ સહિત ભ્રૂણ અત્યારે એક શિશુ કરતાં વધારે ટૈડપોલ લાગે છે. એ ઝડપથી વધીને સંતરાના બીજ જેટલું થઈ ગયું છે. હજુ નાનું છે પણ પહેલાં કરતાં વધારે મોટું થઈ ગયું છે. આ અઠવાડિયે હૃદય પણ પોતાનો આકાર લેવા લાગ્યું છે. સહુથી પહેલાં રક્ત પરિસંરણ તંત્ર અને હૃદય જ તૈયાર થાય છે. જો કે હજુ સુધી પૂરી રીતેથી કામ કરવાને યોગ્ય નથી. આપ અલ્ટ્રાસાઉન્ડમાં એની ધડકન સાંભળી શકો છો. ન્યૂટલ ટયૂબ પણ કામ કરી રહી છે, જે આપના શિશુનું બ્રેઈન અને સ્પાઈનલ કૉર્ડ બનવાની છે. હજુ એ ટ્યૂબ ખુલી છે. પરંતુ આવતા સપ્તાહ સુધીમાં

બંધ થઈ જશે.

છઠ્ઠું અઠવાડિયું : ગર્ભાશયમાં શિશુના પૂરા આકારને માપવામાં થોડી તકલીફ થાય છે. કેમ કે તેના નવા નાના નાના પગો વળેલા છે. એટલા માટે તેને માત્ર ક્રાઈનથી બોટમ સુધી માપી શકાય છે. આ અઠવાડિયે તેનું કદ નખનાં ટોચથી વધારે નહીં હોય! આ અઠવાડિયે શિશુનું જડબું, ગાલ તથા હડપચી (દાઢી) નો વિકાસ પણ શરૂ થશે. કાન બનવાની તૈયારી પણ શરૂ થઈ જશે. ચહેરા પરના બે નાના છેદોમાં આંખો બનશે. માથાનો આગળનો નાનકડો ઊભાર થોડા જ દિવસોમાં બટન જેવા નાકમાં રૂપાંતર પામશે. આ અઠવાડિયે કિડની, લીવર અને ફેફસા પણ પોતાનો આકાર બનાવવાનું શરૂ કરશે. આપના નાના શિશુનું નાનકડું હૃદય એક મિનિટમાં ૮૦ વાર ધડકે છે અને દરરોજ એની ગતિમાં વધારો થતો જશે.

સાતમું અઠવાડિયું : આપના શિશુ અંગે એક વિસ્મયકારક વાત. હવે તે ગર્ભધારણની તુલનામાં ૧૦,૦૦૦ ગણો મોટો થયો છે. એક બ્લ્યૂબેરી જેટલો આ વિકાસ મોટાભાગે માથાના ભાગમાં થયો છે. મગજની નવી કોશિકાઓ ૧૦૦ કોશિકા પ્રતિમિનિટના હિસાબે પેદા થઈ રહી છે. તેના હાથ તથા પગના અંગ બની રહ્યાં છે. શિશુની કિડની પણ સાચી જગ્યાએ જઈને પોતાનું કામ કરવા લાગી છે. પેશાબ નિર્માણ (પેશાબ વિસર્જન) અંગે આપે અત્યારથી ગંદા ડાયપરોની ચિંતા કરવાની જરૂર નથી.

આઠમું અઠવાડિયું : આપનું શિશુ ઝડપથી વિકસી રહ્યું છે. એ અત્યારે લંબાઈમાં અડધો ઈંચ કાં તો મોટી રસભરી જેવડો થઈ ગયો છે. એ નાનકડી રસભરી હવે મોટાભાગે માનવ આકૃતિ લાગવા માંડી છે. કેમ કે તેના હૉઠ, નાક, પાંપણો, પગ તથા પીઠ પોતાના આકારમાં આવવા લાગ્યા છે. આપ બહારની નથી સાંભળી શકતી, પરંતુ આપના શિશુનું હૃદય એક મિનિટમાં ૧૫૦ વાર ધબકારા લેવા લાગ્યું છે. (જે આપની હૃદયગતિથી બમણાં છે) આ સપ્તાહે થોડુંક નવું પણ થઈ રહ્યું છે. આપનું શિશુ લગાતાર હલન ચલન કરવા લાગ્યું છે, પરંતુ આપ હજુ તેને અનુભવી શકતી નથી.

આપને શું લાગી રહ્યું હશે ? : અગાઉ કહ્યું તેમ યાદ રાખો કે બે ગર્ભાવસ્થા એક સમાન હોતી નથી. બની શકે છે કે આપને આ બધા જ લક્ષણોનો સામનો કરવો પડે કાં તો એક-બે લક્ષણ જ જોવા મળે. અમુક લક્ષણ ગયા મહિનાથી જ ચાલ્યા આવતાં હશે અને અમુક બિલકુલ નવા હશે. એ પણ શક્ય છે કે વધારે લક્ષણ જોવા મળ્યાં ન હોય! પણ તમે મૂંઝાવ નહીં. લક્ષણ હોય કે ના હોય. એનાથી આપની ગર્ભાવસ્થા પર કોઈ ફરક પડતો નથી. આ મહિને આપ નિમ્નલિખિત લક્ષણ અનુભવી શકો છો.

શારીરિક : થાક, ઊર્જામાં કમી, ઉંઘવાપણું, વારંવાર પેશાબની ઈચ્છા, ઉબકા, ઉલટી સહિત કે ઉલટી વિના વધારે લાળ ઝરવી, કબજિયાત, છાતીમાં બળતરાં, અપચો, પેટમાં આફરો, ખાવાની રૂચિ-અરૂચિ.

બ્રેસ્ટમાં ફેરફાર : સંવેદનશીલતા, ભારેપણું, નિપ્પલોની આ જુબાજુના પિગમેંટનું ઘેરું થવું, એનાં પર મોટામોટા ગુમડાનો ઊભાર, સાધારણ ભૂરી રેખાઓનું જાળું, આપના બ્રેસ્ટ માટે લોહીની આપૂર્તિ વધી જશે.

- યોનિમાંથી સાધારણ સફેદ સ્ત્રાવ.
- ક્યારેક ક્યારેક માથામાં દુઃખાવો.
- સાધારણ બેહોશી કે માથું ભમવું.
- પેટનું સાધારણ ગોળાઈમાં આવવું.

ભાવનાત્મક : ભાવનાત્મક ઉતાર-ચડાવ, (જેમ પીએમએસમાં થાય છે.) બેચેની, વ્યાકૂળતા કાં તો કારણ વિના રડવાની ઈચ્છા.

- ભય આનંદ કે એવા જ આંતરભાવો પ્રગટવા.
- ગભાવસ્થા ન હોવાનો ભય.

આ માસનું ચેકઅપ : જો આ આપની પહેલી મેડિકલ તપાસ છે તો એ અંગે અમે અગાઉ બતાવી ચૂક્યા છીએ. આ બીજી તપાસ છે તો પહેલાં કરતાં

ઓછી તપાસ રહેશે. જો પહેલા બધા ટેસ્ટ થઈ ગયા છે તો આ વખતે વધારે ખેંચતાણની જરૂર નથી. જો કે દરેક ડૉક્ટર પોતાની સ્ટાઈલમાં ચેક કરે છે, પરંતુ આપ આ ટેસ્ટમાં નીચે મુજબની તપાસની આશા રાખી શકો છો.

- વજન તથા લોહીનું દબાણ.
- પેશાબ, શુગર તથા પ્રોટીનની તપાસ માટે.
- સોજા માટે હાથ-પગ તથા વૈરીકોઝ વેન્સ માટે પગ.
- અમુક એવા લક્ષણ, જેને આપ મહેસૂસ કરી રહી હોય!
- અમુક પ્રશ્ન તથા જિજ્ઞાસાઓ જે આપ જાણવા ઈચ્છો.

(યાદી સાથે લઈ જાવ)

એક નજર

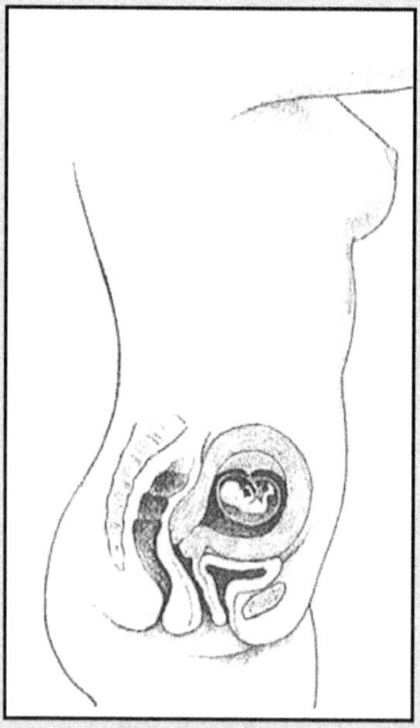

જો કે આપ હજુ પણ આપની આ જુબાજુ-વાળાઓને ગર્ભવતી નથી દેખાતી, પરંતુ આપને તો વસ્ત્રો કમરેથી ટાઈટ લાગશે. કદાચ આપને શરૂઆતથી જ મોટી બ્રાની જરૂરત હશે. આ મહિનાના અંત સુધીમાં આપનું મૂઠ્ઠી આકારનું ગર્ભાશય મોટા ગ્રેપફ્રૂટ જેટલું થઈ જશે.

આપ શું વિચારી રહી હશો ?

છાતીમાં બળતરા તથા અપચો

“મને હંમેશા છાતીમાં બળતરા તથા અપચાની ફરિયાદ હોય છે. શા માટે ? એના માટે હું શું કરી શકું?”

કોઈપણને ગર્ભવતી મહિલાની છાતીમાં બળતરાં થતી નથી, પણ આપને તો કદાચ પૂરી ગર્ભાવસ્થા સુધી આવી તકલીફ રહેવાની છે. ગર્ભાવસ્થાની શરૂઆતમાં આપના શરીરમાં ખૂબ વધારે પ્રમાણમાં પ્રોજેસ્ટેરૉન તથા રિલેક્સિન નામના હૉર્મોન બને છે, જે આખા શરીરની માંસપેશીઓને શીથિલ કરી દે છે. જેમાં ગેસ્ટ્રોઈંટિસ્ટાનિલ ટ્રેક્ટ પણ ભળેલું છે, જેથી ભોજન આપના પાચનતંત્રમાં મોડું હજમ થાય છે અને આપને અપચાની ફરિયાદ રહે છે. પેટનાં ઉપરના ભાગમાં આફરો તથા છાતીમાં બળતરા બંને અપચાના લક્ષણ છે. એ આપને માટે પીડાકારક બની શકે છે, પરંતુ શિશુના માટે ફાયદાજનક છે. આ ધીમી પ્રક્રિયામાં પોષક તત્વ ખુબ જ સરસ રીતે લોહીના પ્રવાહમાં ભળે છે તથા પ્લેસેંટા સુધી પહોંચે છે.

જયારે ઈસોફૈગસને પેટથી અલગ કરનારી માંસપેશીઓની રિંગ શિથિલ બની જાય છે ત્યારે ખાવાનું ધીમેધીમે પચે છે. પેટમાં બનનાર એસિડ સંવેદનશીલ ઈસોફૈગીયલ દિવાલોને ઉત્તેજિત કરી દે છે, જેનાં લીધે આ જુબાજુના ભાગ તથા છાતીમાં બળતરાં થવા લાગે છે. જો કે આ સમસ્યાનો આપના દિલ સાથે કોઈ સંબંધ નથી. છેલ્લાં બે ત્રિમાસિકના ગાળામાં આ સમસ્યા વધી શકે છે. કેમ કે આપનું વિકસિત ગર્ભાશય પેટ પર ભાર નાંખે છે.

એવું નથી થઈ શકતું કે ગર્ભાવસ્થાના પૂરા નવ મહિના આપ આવી હેરાનગતિથી બચી શકે. જો કે આ અપચાની બળતરાથી બચવાના તથા તકલીફ ઓછી કરવાના આ રહ્યાં કેટલાક ઉપાયો.

- જો કોઈ ખાવાની ચીજવસ્તુથી તકલીફ વધે છે તો તેને ન ખાવ. આપે તીખાં તમતમતા અને સ્વાદિષ્ટ ભોજન માટે પરેજી પાળવી પડશે. તળેલું મસાલેદાર ભોજન લો. પ્રોસેસ્ડ મીટ, ચોકલેટ, કૉફી, કાર્બન રેડ પેય પદાર્થ તથા મીટનું વધારે પ્રમાણમાં સેવન કરો.
- પાચનતંત્રને તકલીફ પડે એ રીતે ન જમો. અમુક અંતરે થોડું થોડું જમો. ત્રણવારની જગ્યાએ છ વાર જમો. આપના માટે સિક્સ મીલ સોલ્યૂશન જ ઉતમ રહેશે.
- આપ ઉતાવળે જમો છો ત્યારે મોટા પ્રમાણમાં હવા પણ પેટમાં જાય છે. જેનાથી ગેસ બને છે. ઉતાવળે ખાવાનો અર્થ એ છે કે તમે કોળિયો પૂરો ચાવતાં પણ નહીં હોય જેના કારણે એ ખોરાકને પચાવવામાં પાચનતંત્રને ખૂબ મહેનત કરવી પડે છે. ભલે કકડીને ભૂખ લાગી હોય કાં તો આપ ઉતાવળમાં હોવ પણ નાના નાના કોળિયા ખાતા આરામથી જમો.
- જમવાની સાથે પાણી ન પીઓ. જઠરાગ્નિને પાણી મંદ પાડી દે છે. જમતી વખતે બને ત્યાં સુધી કોઈ પીણા ન પીઓ.

જરા ધ્યાન આપો

જો આપ જી.ઈ.આર.ડી.થી ગ્રસ્ત છો તો ગર્ભાવસ્થામાં એના ઉપચારમાં ફેરફાર કરવો પડશે. બની શકે છે કે છાતીની બળતરા મટાડવાની જે દવાઓ લો છો તે હવે સલામત ન હોય! પહેલાં ડૉક્ટરને પૂછીને લો પછી અમારા બતાવેલા ઉપાયને અજમાવો.

છાતીની બળતરા અને વાળ?

કહેવાય છે કે છાતીમાં બળતરા હશે તો શિશુના વાળ એટલા જ ગીચ હશે. આ બંનેના માટે જવાબદાર હૉર્મોન એક જ હોય છે. એટલા માટે અત્યારથી જ બેબી શેમ્પૂની સગવડ કરી દો.

- સૂતાં સૂતાં કશું પણ ન ખાવ. આનાથી પાચક રસોને વધારે ઉછળ-કૂદ કરવી પડે છે. જમ્યા પછી તરત સૂઈ ન જાવ. એક ટેકનિક એવી છે કે કમરેથી ઝુકવાના બદલે ઘૂંટણો પર ઝૂકો, આપનું માથું જેટલીવાર નીચે હશે એટલી બળતરા વધારે થશે. માથું ઉંચુ રાખો.
- આપનું વજન ધીમે ધીમે વધારો. ધીમે ધીમે વજન વધારવાથી પાચનતંત્ર પર ઓછામાં ઓછું ભારણ પડશે.
- કમર કે પેટની આ જુબાજુ શરીરને કસે એવા વસ્ત્રો ન પહેરો. ફીટ રીતે પેટ બંધાયેલું રહેવાથી પણ છાતીમાં વધારે બળતરાં થાય છે.
- કેલ્શિયમયુક્ત પૉપ આપની બળતરામાં થોડી રાહત આપી શકે છે. ડૉક્ટરને પૂછ્યા વિના આવી બળતરાં મટાડવાની કોઈ દવા ન લો. એન્ટીએસિડથી કંટાળ્યા છો, તો ઘરેલું ઉપાય અજમાવો . સાધારણ ગરમ દુધના ગ્લાસમાં એક ચમચી મધ નાખો. તેને પી જાવ. અથવા થોડી બદામ કે પછી તાજું પપૈયું પણ ખાઈ શકાય.
- ખાધા પછી ખાંડ વિનાની ગમ ચાવવાથી પણ રાહત મળે છે. ઘણા લોકોનું માનવું છે કે મિંટથી પરેશાની વધે છે એટલા માટે મિંટયુક્ત ગમ ન લો.
- જો હજુ પણ આપ ધૂમ્રપાન કરતી હોવ તો તેને છોડી દો.
- તણાવ પણ બળતરાં તથા અપચાનું મુખ્ય કારણ હોય છે. થોડા શાંત સ્વભાવના થાવ. ધ્યાન, માનસિક, ચિત્રણ, બાયોફીડબેક તથા હિપ્નોસિસ જેવી ટેકનિક અપનાવો.

ભોજનની પસંદ-નાપસંદ

"જે ભોજન કે ખાદ્યપદાર્થ શરૂથી જ (પહેલેથી) પસંદ હતાં, એ હવે ભાવતા નથી. હું એવા ખાદ્ય પદાર્થ લેવા લાગી છું, જે મને પહેલા ગમતાં ન હતા. આ શું થઈ રહ્યું છે?"

- આપે કદાચ ફિલ્મોમાં જોયું હશે કાં તો વાંચ્યું

હશે કે કઈ રીતે ગર્ભવતી મહિલાનો પતિ અડધી રાત્રે પાયજામા પર રેઈનકોટ પહેરીને ધોધમાર વરસાદમાં પોતાની પત્ની માટે મનપસંદ આઈસ્ક્રીમ લેવા જાય છે, પરંતુ હકીકતમાં આવું થતું નથી. પતિદેવે આટલી કઠોર જહેમત ઉઠાવવી પડતી નથી.

જો કે મોટાભાગની માતાઓના મોંના સ્વાદમાં ફેરફાર થાય છે. તેમને કોઈ એક અરૂચિ થઈ જાય છે. પહેલાં ત્રૈમાસિકમાં આવનારા હોર્મોનલને તેના માટે જવાબદાર ગણાવી શકાય. અમુકવાર આપના શરીરને જે વસ્તુ સારી લાગે છે, તેનો સ્વાદ આપને ઉત્તેજે છે અને જે સારી નથી લાગતી, તેને શરીર સ્વીકાર નથી કરતું.

આપે આપના શરીરમાં બદલાયેલા વલણોને ઓળખીને વર્તવું જોઈએ. જો આપ કોટેજ ચીઝ ખાવા ઈચ્છો છો. તો તેને આરોગીને તૃપ્ત થવું જોઈએ .પછી ભલેને આપની ડાયેટમાં થોડીક વધ-ઘટ થાય. કેમ કે ડાયટને તો બીજી રીતે પણ પ્રમાણસર કરી શકાશે.

જો આપને લાગે છે કે આપની મનપસંદ ચીજ બિલકુલ અલગ છે તો એનો એવો વિકલ્પ શોધો. જે થોડો ઘણો સ્વાદિષ્ટ હોય અને તેમાં ફક્ત કૅલેરી ન હોય! ફ્રોજન ચૉકલેટ બારની જગ્યાએ ચૉકલેટ ફ્રોજન યોગર્ટ લો. જૈલી બીન્સની જગ્યાએ બ્રોદ્ય મિક્સની બેગ લો. બેક્ડ ચીજ પકાવીને ખાવ. આપના મનને થોડુંક મોજમાં રાખો. ક્યાંક ફરવા જાવ. દોસ્તો સાથે ગપ્પાં મારો. જો આપ કોઈ પૌષ્ટિક સ્નેક્સ ખાઈ શકતી નથી તો તેનાં માટે અફસોસ ન કરો. બસ એટલું જ ધ્યાનમાં રાખો કે એ ચીજ શિશુ માટે અનુકૂળ નથી.

ચોથા મહિના સુધીમાં આવા લક્ષણ મોટાભાગે શાંત થઈ જાય છે. ઘણીવાર ભાવનાત્મક માંગણીઓના કારણે મનપસંદ ભોજન માટેની ઈચ્છાઓ બાકી રહી જાય છે. જો આપ અને આપના સાથી એને સમજો છો તો તેને શાંત કરવામાં કોઈ મુશ્કેલી નહીં પડે. જો અડધી રાત્રે અમુક ખાટુમીઠું એ ઈચ્છા પૂરી કરી શકાય. કાં તો પછી સાથીની સાથે એક રોમાંટિક સ્થળે પહોંચી શકાય.

અમુક મહિલાઓ માટી, રાખ કે કાગળ જેવી ચીજો ખાવા લાગે છે, પણ આવી આદત ખતરનાક પૂરવાર થઈ શકે છે. આવી ચીજો ખાવાની ઈચ્છા એટલાં માટે થાય છે કે શરીરમાં પૌષ્ટિકતત્વોની ઊણપ છે.ખાસ તો આયર્નની કમી. આપના ડૉક્ટરને એ માટે બતાવો. બરફ ખાવાની ઈચ્છા પણ આયર્નની કમી સૂચવે છે.

નસો દેખાવી

"મારી છાતી તથા પેટ પર સાધારણ ભૂરા રંગની નસો દેખાવા લાગી છે. શું આ સામાન્ય છે?"

એના કારણે આપની છાતીઓ અને પેટ રોડ મેપ જેવા લાગે છે, પરંતુ ચિંતા કરવાની જરૂર નથી. આ એ વાતનો પૂરાવો છે કે શરીર સરસ રીતે તેનું કામ કરી રહ્યું છે.એ એવી નસોની પ્રવાહની પૂર્તિ માટે હોય છે. જાડી અને પાતળી ત્વચાની સ્ત્રીઓમાં એ નસો સ્પષ્ટ દેખાય છે, જ્યારે ઘાટા રંગવાળી સ્ત્રીઓમાં એ નસો નથી દેખાતી કાં તો ઘણા સમય પછી દેખાય છે.

સ્પાઈડર નસો

જયારથી હું ગર્ભવતી બની છું, ત્યારથી મારી જાંઘો પર સાધારણ કરોળિયા જેવી ભૂરી લાલ રેખાઓ ઉપસી છે. શું એ બૈરીકોઝ બેન્સ છે?

એ સુંદર તો નથી લાગતી, પણ તે બૈરીકોજ બેન્સ નથી.એ સ્પાઈડ વેન્સના નામથી ઓળખાય છે એ આપના પગો પર પોતાનું ઘર શા માટે બનાવે છે?એમાં પણ કેટલાક કારણ છે. લોહીના વધુ પ્રવાહના લીધે રક્તનલિકાઓ- નસો પર દબાણ થાય છે અને એ ઉપસીને દેખાવા લાગે છે. બીજું કારણ સુવાવડ હોર્મોન છે.

ત્રીજુ કારણ જેનેટિક છે.જો આપના શરીરમાં સ્પાઈડરવેન્સ બનવાની છે તો તેને આપ રોકી

નહીં શકો. એ આપના ખોરાક જેટલી જ સ્વસ્થ હોય છે. એટલા માટે આપના આહારમાં વિટામિન સી વાળું ભોજન સામેલ કરો. એનાથી શરીર કોલાજન અને ઈલાસ્ટિન બનાવે છે. એ રક્તવાહિનીઓની મરામત કરે છે. આપે પ્રતિદિન વ્યાયામ કરવો જોઈએ અને બને ત્યાં સુધી પગને વાળીને બેસવું નહીં.

ઉપચાર કર્યા પછી પણ ફરક ન પડે તો પણ ચિંતા કરવાની જરૂર નથી. કેમ કે ડીલિવરી પછી એ ઉપસેલી નસો આપોઆપ ગાયબ થઈ જશે. જો ન થાય તો જ કોઈ ચામડીના રોગના ડૉક્ટરને મળો. તે આપને સેલાઈન તથા ગ્લિસરીનના ઈંજેકશન આપશે. કાં તો પછી લેઝરની મદદ લેશે, પણ ગર્ભાવસ્થામાં આવો ઈલાજ કરાવવો નહીં. તેને છુપાવવા માટે આપ ક્લીંજરની મદદ લઈ શકો છો.

વૅરીકોઝ વેન્સ

"મારી મા તથા દાદી, બંને ગર્ભાવસ્થામાં વૅરીકોઝ વેન્સના ભોગ બન્યા હતા. શું હું ગર્ભાવસ્થામાં એનાથી બચાવ કરી શકું ખરી?"

આ રોગ વારસાગત છે અને એ કદાચ આપના પગોમાં પણ હશે, પરંતુ જો આપ ઈચ્છો તો થોડા પરેજી પાળીને આ વારસાગત પરંપરાને મટાડી શકો છો.

આ મોટાભાગે પહેલી ગર્ભાવસ્થામાં જોવા મળે છે અને પછીની દરેક ગર્ભાવસ્થામાં ખૂબ જ પજવે છે. ગર્ભાવસ્થામાં લોહીનો વધારાનો પ્રવાહ રક્તવાહિનીઓ પર દબાણ કરે છે. ખાસ કરીને પગોની નસોમાં, જેણે ગુરૂત્વાકર્ષણ વિરૂધ્ધ કામ કરવું પડે છે એટલે કે વધારાના લોહીને આપના હૃદય સુધી ધકેલવું પડે છે. ગર્ભાશયના લીધે પેલ્વિક રક્ત નલિકાઓ પર પણ દબાણ પડે છે. અમુક હોર્મોનની અસર હોય છે અને આપ વૅરીકોઝ વેન્સનો ભોગ બનો છો. (પગની પીંડીઓ ફૂલી જવી) એના લક્ષણને ઓળખવા મુશ્કેલ નથી, પણ તે ઘણી બધી રીતે અલગ હોઈ શકે છે. જેમ કે પગોમાં સાધારણ દુ:ખાવો કાં તો અસહ્ય પીડા, ભારેપણું, સોજો કાં તો પછી કશું જ થતું નથી. પગની પીંડામાં સાધારણ ભૂરા રંગની રેખા જોવા મળે છે કાં તો પછી ચૂપી (ગુલ્ફ)થી ઉપર જાંઘ સુધી સર્પાકાર નસો હોઈ શકે છે.

ગંભીર કિસ્સાઓમાં નસોની ઉપરની ત્વચા સોજાના લીધે શુષ્ક થઈ જાય છે. (ડૉક્ટરના મતે આપ મૉશ્ચ્યુરાઈઝરનો ઉપયોગ કરી શકો છો) અમુકવાર નસોની સપાટી પર સાધારણ બળતરા પણ થઈ શકે છે.એટલાં માટે ડૉક્ટરને તેના લક્ષણ બતાવવામાં મોડું ન કરો.

- લોહીનું વહેણ જાળવી રાખો. જરૂરથી વધારે ઊભા ન રહો. વધારે બેસેલા રહેવું પણ ઠીક નથી. ઊભા હો કે બેઠા હો ત્યારે તમારા ઘૂંટણને હલાવો. સૂતી વખતે તમારા પગોની નીચે ઓશિકું રાખી લો. આરામ કરતી વખતે કે સૂતી વખતે ડાબે પડખે સૂવો.
- વજન ન વધે તેનું ધ્યાન રાખો. જરૂરથી વધારે વજન હશે તો રૂધિરાભિસણ તંત્રને બમણી મહેનત કરવી પડશે.
- વજનદાર સામાન ન ઉંચકો. એનાથી પેલી નસો સુજી શકે છે.
- શૌચક્રિયા વખતે જોર ન કરો. સ્વાભાવિક શૌચ થવા દો. જો જોર કરશો તો નસો પર પણ દબાણ થશે. કબજિયાત થવા ન દો
- સહારો આપનાર પૈન્ટી હોઝ પહેરો કાં તો ઈલાસ્ટિકની સ્ટાકિંસ પહેરો તેને રાતમાં સૂતા પહેલા કાઢી નાખો.
- એવા કપડાં ન પહેરો, જેનાથી લોહીની અવર જવરમાં અડચણ થાય.
- ટાઈટ પૈન્ટી, બેલ્ટ, પૈન્ટી હોઝ કે ઈલાસ્ટિકવાળા સોક્સ વગેરે ન પહેરો. ઉંચી એડીના ચંપલ પણ નુકશાન પહોંચાડી શકે છે.

- દરરોજ થોડીક કસરત કરો કાં તો કારના ગ્રાઉન્ડમાં ચાલો. જો તકલીફ હોય તો એરોબિક્સ, જોગિંગ, સાઈકલીંગ કે વજન ઉપાડવા જેવી કસરત ન કરો.
- આહારમાં વિટામિન સીથી ભરપૂર માત્રાવાળા ખાદ્ય પદાર્થ સામેલ કરો. એનાંથી નસોની લચક બની રહે છે અને રાહત થાય છે.

ગર્ભાવસ્થામાં આવી નસોની સર્જરીની ભલામણ નથી.એને આપ ડિલિવરીના અમુક મહિના પછી (જો એ આપોઆપ બેસી ન જાય તો) સર્જરી કરાવી શકો છો.

પેલ્વિક (કૂલાઓમાં) સોજો અને પીડા

"મારા પેલ્વિક એરિયામાં ઘણો સોજો અને દર્દ છે. મને લાગે છે કે મારા વલ્વામાં પણ કોઈ તકલીફ છે. આ બધું શું થઈ રહ્યું છે?"

પગોમાં વૅરીકોઝ વેન્સની ફરિયાદ હોય છે, પરંતુ તેનો એકાધિકાર નથી ચાલતો. વૅરીકોઝ વેન્સ આપના રૈક્ટમની આ જુબાજુ પણ હોઈ શકે છે. અહીં એને હીમોરાઈડ્સ કહે છે. લાગે છે કે આપને પણ એ જ સમસ્યા છે. તેને પેલ્વિક કંજેશન સિંડ્રોમ કહે છે.

એમાં એ હિસ્સામાં કે પેટમાં પીડા રહે છે તથા સોજાનો સતત આભાસ થયા કરે છે. ઘણીવાર ઈન્ટરકોર્સ પછી પણ દર્દ થાય છે. વૅરીકોઝ વેન્સવાળા બધા જ ઉપાય અહીં પણ અજમાવો. ફરક ન પડે તો ડૉક્ટરને બતાવો. જો કે એનો ઉપચાર પણ ડિલીવરી પછી જ થાય છે.

ખીલ-મસો

"મારા ચહેરાની ત્વચા પર એ રીતના મસા-ખીલ થયા છે, જે રીતે યુવાવસ્થામાં થાય છે. શું મને કોઈ સમસ્યા થશે?"

ગર્ભાવસ્થામાં ચહેરા પર જોવા મળતી ચમક, લાલાશ એ પ્રસન્નતાના કારણે હોતી નથી. એ હોર્મોનલ ફેરફારો તથા તેલી ગ્રંથિઓના સ્ત્રાવના લીધે થાય છે. અમુક ગર્ભવતી મહિલાઓની ત્વચા પર મસા-ખીલ થવા લાગે છે. અમુક ઉપાયોની મદદથી આપ તેમાંથી બચી શકો છો.

- કોઈ સામાન્ય ક્લિંજરથી દિવસમાં બેથી ત્રણવાર ચહેરો ધોવો, પરંતુ જરૂરથી વધારે સ્ક્રબ ન કરો. નહીંતર આપના ચહેરાની ત્વચા વધારે સંવેદનશીલ બની જશે અને મસા-ખીલ પણ નહીં મટે.
- મસા માટેની કોઈ દવા ડૉક્ટરની મંજુરી વિના ન વાપરો. ત્વચાને સુકી રાખવા માટે તેલવિનાનું મોશ્ચ્યુરાઈઝર વાપરો.
- અમુકવાર તો જરૂરથી વધારે શુષ્ક ત્વચા પર પણ મસા-ખીલ થવા લાગે છે.
- એવા કૉસ્મેટિક્સ વાપરો, જે આપના ચહેરાના રોમ બંધ ન કરે. એના પર છિદ્ર નૉન-કૉમેડો જૈનિક લખેલું હોય છે.
- ચહેરાને અડનારી દરેક ચીજને સાફ-સ્વચ્છ રાખો. ખાસ તો આપના મેકઅપ બેગમા તમામ બ્રશ ચોખ્ખાં હોવા જોઈએ.
- આપના ખીલ-મસાને ખોતરો નહીં, ખણો નહીં. તેને ઉખાડો નહીં કે હાથો વડે દબાવો નહીં. કેમ કે એનાથી ઈંફેક્શન થઈને એ વકરી શકે છે. ગર્ભાવસ્થામાં તો આનો ખાસ વધારે ડર રહે છે. એમાંથી ત્વચા પર નિશાન-ડાઘ પણ પડી જાય છે.
- સમતોલન પૌષ્ટિક આહાર લો.
- પાણી ખૂબ જ પીઓ. દિવસ દરમિયાન આઠ-દસ ગ્લાસ પી જાવ, એનાથી આપની ત્વચા નરમ સુંવાળી અને સ્વચ્છ ચહેરો.

શુષ્ક ત્વચા

"મારી ચામડી ખૂબ જ બરછટ છે. શું આ પણ ગર્ભાવસ્થાનું પ્રતિક છે?"

- આપ આપના હોર્મોનને સુકી ત્વચા માટે દોષિત ગણી શકો છો. હોર્મોન આપની ત્વચાનું સુંવાળય અને મુલાયમતા ખૂંચવી લે છે. ત્વચાને આપના શિશુની જેમ કોમળ

બનાવી રાખવા માટે નીચે મુજબના ઉપાયો અજમાવો.

- એવું ક્લિંજર અપનાવો, જે સાબુ રહિત હોય! તેને દિવસમાં એકવાર કાં તો ફરી રાતના મેકઅપ ઉતાર્યા પછી ઉપયોગમાં લો. તદ્ઉપરાંત ચહેરાને પાણીથી ધોવો.
- સામાન્ય ભીની ત્વચા પર મોશ્ચ્યુરાઈઝર લગાવો તથા દિવસમાં અનેકવાર ઉપયોગ કરો.
- સ્નાનમાં વધારે સમય ન લગાડો. ચહેરો વધારે ધોવાથી ત્વચા શુષ્ક બની જાય છે. સાધારણ ગરમ પાણીથી જ. વધારે ગરમ પાણી ચહેરાની કુદરતી ચીકાશને સુકવી દે છે, જેનાંથી ચામડી શુષ્ક અને નિર્જીવ લાગે છે.
- તમારા ટબમાં ગંધવાળા બાથ ઓઈલ ભેળવો, પણ ત્યાં સાવધાની રાખો. કયાંક આપનો પગ લપસી ન પડે.
- આખો દિવસ પૂરતાં પ્રમાણમાં પાણી પીવો. ભોજનમાંચરબીનેભેળવો. ઓમેગા-૩ શિશુની સાથે આપની ત્વચા માટે લાભદાયી છે.
- તમારા ખંડમાં બફારો ન રહે તેની કાળજી રાખો.
- તડકામાં નીકળતી વખતે શરીર પર સન સ્ક્રીન લગાવો.

ઍક્ઝીમા

"મને શરૂઆતથી જ ઍક્ઝીમાની તકલીફ રહી છે, પરંતુ ગર્ભાવસ્થામાં તો હાલત વધારે બગડી છે. હું શું કરી શકું?"

દઊર્ભાગ્યવશ ગર્ભાવસ્થાના હોર્મોન ઍક્ઝીમાને વધારે પીડાકારક બનાવી દે છે. જે મહિલાઓ આનો ભોગ બનેલી હોય છે, તેમનાં માટે ત્વચાની ખંજવાળ અને તેનુ દર્દ અસહ્ય હોય છે. અમુક ઍક્ઝીમા એવા પણ હોય જે થોડાંક મહિના માટે ગાયબ પણ થઈ જાય છે. ખરેખર એવા દર્દીઓ (મહિલાઓ) નસીબદાર છે.

જો કે આપ ગર્ભાવસ્થામાં ઓછા ડોઝવાળી હાઈડ્રોકૉર્ટીસૉન દવાઓ તથા ક્રીમ વાપરી શકો છો. આપના ચામડીના નિષ્ણાતની સલાહ લો. એન્ટીહિસ્ટેમાઈનથી પણ રાહત મળે છે. પરંતુ પહેલા ડૉક્ટરને પૂછી જુઓ. બની શકે છે કે સામાન્ય રીતે વપરાતા એન્ટીબાયોટિક્સ આવા કેસમાં સલામત ન હોય, એટલા માટે ડૉક્ટરને પૂછી લો. નવા નોન-સ્ટીરોઈડલની રજા નથી અપાતી. કેમ કે તેને ગર્ભાવસ્થા માટે માન્યતા મળી નથી.

જો આપ ઍક્ઝીમાથી ગ્રસ્ત છો, તો એ પણ જાણતી હશો કે ઈલાજ કરતાં પરેજી ઉતમ હોય છે.

- સામાન્ય ખંજવાળ માટે નખનો નહીં પણ ઠંડા સેકનો ઉપયોગ કરો. ખણવાથી હાલત બગડી જશે અને ઈંફેક્શન પણ થઈ શકે છે. આપના નખ કાપી નાખો, જેથી એકદમ ખંજવાળમાં ચામડી ઉખડી ન જાય.
- લોન્ડ્રી ડિટર્જન્ટ, હાઉસ હોલ્ડ ક્લિનર સાબુ, બનલ બાથ, કૉસ્મેટિક્સ, પરફ્યૂમ, વૂલ, છોડ, જણસો, માંસ તથા ફળોના રસ જેવા પ્રોત્સાહકોથી ઉત્પાદનોથી બચો.
- સાધારણ ભીની ત્વચા પરજ મોઈશ્ચરાઈઝર લગાવો, જેથી તે સૂકાય નહીં. તેના પર ડાઘ પડે નહીં.
- પાણીમાં વધારે સમય ન રહો. (ખાસ રીતે ગરમ પાણીમાં).
- પરસેવો થવા ન દો. આમ પણ ભાવિ માતાઓને પરસેવો ખૂબ જ વળે છે. સામાન્ય સુતરના કપડાં પહેરો. સિન્થેટિક કપડાંનો ત્યાગ કરો.
- તણાવથી બચો. જયારે પણ તણાવ જેવું લાગે ત્યારે ધીમે ધીમે ઉંડા શ્વાસ લો.

જો કે આ વારસાગત છે. જો આપને ઍક્ઝીમા છે, તો તે શિશુને પણ થઈ શકે, પણ કહે છે કે

સ્તનપાન કરનારા શિશુઓમાં એની શક્યતા ઘટી જાય છે. આપ શિશુને સ્તનપાન કરાવો, એ તેના માટે બોનસ બની શકે છે.

ઊભાર દેખાય અને છુપાઈ જવો

"ખૂબ જ વિચિત્ર વાત છે. એક દિવસે મને પેટ ઉપસેલું લાગ્યું પણ પછીના દિવસે ઊભાર ગાયબ આ બધું શું છે?"

આ કમાલ કબજિયાત અને ગેસની છે. આપને પેટ ઉપસેલું લાગ્યું ત્યારે પેટમાં ગેસ થયો હતો. સપાટ લાગ્યું ત્યારે ગેસ નીકળી ગયો હતો. ચિંતા ન કરો. ખૂબ જલ્દી આપનાં પેટનો ઊભાર જોવા મળશે, જે નવ મહિના સુધી ગાયબ નહીં થાય એ ઊભારમાં આપનું શિશુ મોજથી ઉછરશે.

મારૂં ફિગર

"શું શિશુના જન્મ પછી મારું ફિગર પહેલા જેવું થઈ જશે?"

એનો આધાર આપના પર છે. દર સરાસરી મહિલાનું વજન ૨થી૪ પૌંડ સુધી વધે છે અને પછી ડિલીવરી બાદ ઘટી જાય છે. જો આપ સાચી રીતે સાચા દરથી તથા સાચું સારૂ ભોજન ગ્રહણ કરી રહી છો તો બની શકે છે કે ડિલીવરી પછી આપનું ફિગર પહેલા જેવું જ બની શકશે. જો આપ શિશુના જન્મ પછી પણ યોગ્ય ખોરાક-પાણી અને નિયમિત કસરત કરો છો તો તમારો અસલ શેપ (દેખાવ) પાછો મળશે, પરંતુ એ પ્રક્રિયામાં ઓછામાં ઓછા છ મહિના તો લાગશે. ગર્ભાવસ્થામાં વજન વધવાની ચિંતા છોડી દો, કેમ કે વજન જરૂરી છે. એ આપના શિશુના પોષણ તથા તેના સ્તનપાન ખૂબ જ જરૂરી છે.

નાભિછેદન

આ ફૂલ છે. સ્ટાઈલિશ છે.પોતાની સુંદર નાભિ બતાવવાની કમાલની રીત છે, પરંતુ જયારે પેટ વધવા લાગશે ત્યારે તો શું આપની પોતાની બૈલી રિંગ કાઢવી પડશે? આમ તો આ જગ્યા સૂજૈલી અને સંક્રમિત હોવી જોઈએ નહીં. આ એ સ્થાન છે, જયાંથી આપ આપની મમ્મી સાથે જોડાયેલી હતી. શિશુથી તેને કોઈ લેવા દેવા નથી, સંબંધ નથી. એટલે કે નાભિછેદનથી આપના શિશુને કોઈ તકલીફ નહીં થાય. એના જન્મ કે ઑપરેશન સમયે પણ કોઈ પરેશાની નહીં થાય.

પરંતુ જયારે આપનું પેટ મોટું થશે ત્યારે આ બૈલી રિંગ વસ્ત્રોમાં ફસાઈ શકે છે કાં તો આપને ખૂંચી શકે છે. જો આપ તેને કાઢી નાંખવા ઈચ્છો છો તો થોડાક દિવસ પછી રિંગને છેદમાંથી ધુમાવ્યા કરો, નહીંતર એ બંધ થઈ જશે. જો પહેરેલી રાખવા માગો છો તો ટૈફલોનથી બનેલી રિંગ પહેરો, જે લચકદાર હોય છે.

જો ગર્ભાવસ્થામાં નાભિછેદન કરાવવા ઈચ્છો છો તો એને મુલતવી રાખો. એને ડિલીવરી પછી જ કરાવો. ગર્ભાવસ્થામાં ત્વચામાં છેદ કરાવવું ઠીક નથી. કેમ કે એનાંથી ચેપનું જોખમ ખૂબ જ વધી જાય છે.

ગર્ભાશયનો આકાર

"તપાસ દરમિયાન મિડવાઈફે બતાવ્યું કે મારા ગર્ભાશયનો આકાર થોડોક નાનો છે. શું એનો અર્થ એ છે કે શિશુનો વિકાસ યોગ્ય રીતે નહીં થતો હોય?"

માતા-પિતા મોટાભાગે ગર્ભસ્થ શિશુના વજન બાબતે ચિંતામાં રહે છે, પણ આમાં ચિંતા જેવી કોઈ બાબત નથી. બહારથી આપના ગર્ભાશયના આકારને માપીને વૈજ્ઞાનિક રીતે કશું કહી શકાય

નહીં. બની શકે છે કે આપની મિડવાઈફ અલ્ટ્રાસાઉન્ડ કરવા માંગે. કેમ કે એના વિના તો કશું પણ કરવાનું શક્ય નથી. એનાંથી એને ગર્ભાશયનો આકાર તથા ગર્ભાવસ્થાની અંદાજિત તારીખનો ખ્યાલ આવશે.

ગર્ભાશયનો મોટો આકાર

"મને કહેવામાં આવ્યું કે મારા ગર્ભાશયનો આકાર દસ અઠવાડિયાના હિસાબે છે, જયારે માસિક ધર્મના હિસાબથી મારી ગર્ભાવસ્થા આઠ અઠવાડિયાની છે. મારા ગર્ભાશયનો આકાર મોટો કેમ છે?"

એ પણ બની શકે છે કે આપથી કોઈ ગણતરીમાં ભૂલ થઈ હોય કાં તો આપને તારીખ યાદ ન હોય! બની શકે છે કે પેટમાં જોડિયા શિશુ હોય. જો કે એ આટલી જલ્દી ગર્ભાશયના આકારને પ્રભાવિત નથી કરતાં ડૉક્ટર આપને અલ્ટ્રાસાઉન્ડની સલાહ આપશે. એ પછી જ જે તે વસ્તુ જાણવા મળશે.

જાજરૂ-પેશાબમાં તકલીફ

"છેલ્લાં ઘણા દિવસોથી મને પેશાબ કરવામાં ખૂબ જ તકલીફ થઈ રહી છે. બ્લેડર ભરેલું હોવા છતાં પેશાબ નથી કરી શકતી ?"

એ સંભવ છે કે આપનું ગર્ભાશય આગળના બદલે પાછળની તરફ ઝૂકેલું હોય! પાંચમાંથી એક ગર્ભવતી મહિલાની સાથે આ સમસ્યા હોય છે. એ બ્લેડર તરફથી આવનારી ટ્યૂબ યૂરેથ્રા પર દબાણ કરે છે, જેનાથી પેશાબ કરવામાં મુશ્કેલી પડે છે. જયારે બ્લેડર પુરું ભરાઈ જાય છે ત્યારે બાથરૂમ લીક (રિસાવ) પણ થવા લાગે છે.

દરેક મામલાઓમાં કોઈ મેડિકલની દખલ વિના ગર્ભાશય પહેલાં ત્રૈમાસિકના અંત સુધીમાં પોતાની અસલ સ્થિતિમાં આવી જાય છે. જો આપને ખરેખર વધારે તકલીફ થતી હોય તો આપના ડૉક્ટરને મળો. બની શકે છે કે તેઓ ગર્ભાશયને હાથ નાખીને યોગ્ય જગ્યાએ ગોઠવી દે, જેથી યૂરેથ્રા પર દબાવ ન પડે. મોટાભાગે આ ઉપાય કારગત નીવડે છે. જો કારગત ન નીવડે તો કૈથેટરાઈઝેશન એટલે કે ટ્યૂબથી પેશાબ કરાવવો જરૂરી બની જાય છે.

એ પણ બની શકે છે કે પેશાબ-માર્ગમાં ચેપના કારણે પેશાબ કરવામાં તકલીફ થતી હોય!

મૂડમાં ઉતાર-ચડાવ

"હું જાણું છું કે મારે મારી ગર્ભાવસ્થામાં ખુશ રહેવું જોઈએ અને એ માટે હું સતત પ્રયત્નશીલ હોઉં છું તેમ છતાં કયારેક ખૂબ જ ઉદાસ બની જાઉં છું અને રડી પડાશે એવું લાગે છે?"

ઉતાર-ચડાવ તો જીવનમાં આવતાં જ રહે છે. ગર્ભાવસ્થામાં તો આ મૂડ એ રીતે બને છે અને બગડે છે કે શું કરીએ? એક પળમાં આપ ચાંદામામાના ઘરે હોય છે અને બીજીપળે વીમાની રકમ માટે રડી રહી છે. શું હોર્મોનને એના માટે દોષિત ગણાવી શકાય? પહેલા ત્રૈમાસિકમાં જયારે હોર્મોન પોતાના અસલ રૂપને દેખાડે છે ત્યારે તો આ સમસ્યા ચરમસીમાએ હોય છે. સામાન્ય રીતે જે મહિલાઓ પોતાના પીએમએસ દરમિયાનના મૂડના ઉતાર-ચડાવમાંથી પસાર થાય છે. તેમનાં માટે ગર્ભાવસ્થામાં પણ એ સામાન્ય વાત હોય છે. કોઈપણ શારીરિક, ભાવનાત્મક કે માનસિક ફેરફાર આપના મૂડમાં સુધારો લાવી શકે છે.

જો કે પહેલા ત્રૈમાસિક પછી આ બધું અમુક હદે શાંત પડી જાય છે. આપ ગર્ભાવસ્થાના એ ફેરફારોને અનુકૂળ પણ બની જાય છે. જો કે અમે એ વસ્તુથી પૂરેપૂરી રીતે બચાવી નથી શકતાં પરંતુ તેના ઉપાય તો કરી શકીએ છીએ.

<u>આ રહ્યાં એ ઉપાય :</u>

- આપની બ્લડ શુગરનું સ્તર ઉંચુ રાખો. આને અને મૂડને શું લેવા દેવા છે? ખૂબ લેવા-દેવા છે. જયારે બ્લડ શુગર ઘટે છે તો મૂડ બગડે છે, (એટલા માટે તો ચા પીવાય છે) આપના

ત્રણ ટાઈમના ભોજનને સિક્સ મીલ સોલ્યૂશનમાં ગોઠવો. એમાં કૉમ્પલેક્સ કાર્બન તથા પ્રોટીનને ઉમેરો. આનાથી બ્લડ શુગરનું સ્તર ઉંચુ રહેશે અને મૂડપણ નહીં બગડે.

- ખાંડ અને કૅફીનની માત્રા ઘટાડો. જેમ કે એના સેવનથી બ્લડ શુગરનું સ્તર જેટલી ઝડપથી વધે છે એટલી જ ઝડપે ઘટી જાય છે. એ બંનેને સિમીત માત્રામાં લો.
- આપ ગર્ભાવસ્થા આકાર યોજનાનો યોગ્ય રીતે અમલ કરો. આકારમાં ઓમેગા ૩ ફેટી એસિડ સામેલ કરો. (અખરોટ, માછલી તથા ઈંડા) એનાંથી મૂડમાં સુધારાની સાથોસાથ શિશુના મસ્તિકનો પણ વિકાસ થશે.
- વ્યાયામથી એન્ડોરફિનનો સ્રાવ થાય છે. એનાથી આપ સ્ફૂર્તિમાં આવો છો. આપના ડૉક્ટરના મતને જાણીને રોજિંદો વ્યાયામ કરો.
- થોડાક રોમેન્ટિક બની જાવ. સેક્સ માટે જ નહીં, પણ એકબીજાની હૂંફ માટે એકબીજાના હાથમાં હાથ પરોવીને સોફા પર બેસો. વીતેલાં મોજીલાં દિવસોને યાદ કરો. આલિંગન અને ચુંબન પણ મૂડ સુધારી દે છે. આપ બંને અત્યારે નવા પડકારોનો સામનો કરી રહ્યાં છો. આત્મીયતા બંનેને વધુ નજીક લાવશે અને મૂડ પણ બની જશે આપના જીવનમાં ઉજાસ જરૂરી છે. સંશોધનોથી જાણ થઈ છે કે સુરજના કુમળા તડકાથી પણ મૂડી બનાય છે અને વિટામિન પણ મળે છે, પણ સુરજના તડકામાં જાવ ત્યારે સનસ્ક્રીન લગાવવાનું ભૂલશો નહીં.
- ચિંતા, ટેન્શન, હેરાનગતિ, અસલામતિ વગેરેના કારણે ગર્ભાવસ્થા જોખમી બને છે. તમને આવા ટેન્શન ઘેરી વળે ત્યારે કોઈની સાથે ફોન પર વાત કરો. તમારી કોઈ સહેલીને મનની વાતો કહી દો. મનમાં વિચારોનું ભારણ રાખો નહીં. આવું કરશો તો મૂડમાં આવશો.
- બને એટલો આરામ કરો. તણાવ આપને માનસિક અને શારીરિત રીતે પકવી દે છે. તેને દૂર કરવાના ઉપાય અજમાવો.
- આપના જીવનમાં એક વ્યક્તિ એવો છે, જે આપની વિકળતાથી દુઃખી હશે તે છે આપનો જીવનસાથી. એણે એ સમજવું પડશે કે આપ આ રીતનું વર્તન શા માટે કરો છો? એથી તેને એ પણ સમજાશે કે એ આપને કેવી રીતે મદદ કરી શકે છે. તેને જણાવો કે આપ શું ઈચ્છો છો? કાં તો નથી ઈચ્છતી? કંઈ વાતથી આપને ખોટું લાગે છે કે કંઈ વાતથી આપને સારૂ લાગે છે? તમારી મૂંઝવણ તમે સ્પષ્ટ શબ્દોમાં કહો, જેથી કોઈ ગેરસમજને અવકાશ ન રહે.

ડિપ્રેશન

"મને ગર્ભાવસ્થામાં, મૂડના ઉતાર-ચડાવના લક્ષણની તો જાણ હતી, પરંતુ હું તો હંમેશા જ ડિપ્રેશનથી ઘેરાયેલી રહું છું."

- દરેક ગર્ભવતી મહિલા મૂડમાં ઉતાર-ચડાવનો સામનો કરે છે, પરંતુ જો આપ લગાતાર હતાશાથી ગ્રસ્ત રહો છો તો આપ એ ૧૦ થી ૧૫ ટકા ગર્ભવતી મહિલાઓમાં એક છો, જે ગર્ભાવસ્થા દરમિયાન ડિપ્રેશનની લપેટમાં આવી જાય છે.
- મૂડ ડિસ ઓર્ડરનો અંગત કે પારિવારિક ઈતિહાસ.
- નાણાંકીય કે વિવાહ સંબંધી તણાવ.
- શિશુના પિતા તરફથી ભાવનાત્મક સહારાની અને પ્રેમની કમી.
- ગર્ભાવસ્થાની જટિલતાઓમાં કારણે હૉસ્પિટલમાં દાખલ થવું કે પથારીમાં આરામ.

- જો કોઈ મહિલા ક્રૉનિક રોગી રહી છે તો પોતાના આરોગ્યની ચિંતા કે અગાઉની ગર્ભાવસ્થા વખતે થયેલી તકલીફો કે માંદગીનો ડર.
- જો મિસકેરેજ, જન્મજાત ખોડ કે બીજી સમસ્યાઓનો અંગત કે પારિવારિક ઈતિહાસ હોય તો પોતાના શિશુની ચિંતા, એકલતા, ભાવનાત્મક ચિંતા.
- આ ઉપરાંત ઉદાસી, ઊંઘ વધારે કે થોડી આવવી, ખાવા પીવાની આદતોમાં ફેરફાર, લાંબા ગાળાનો થાક, કામ,રમત તથા અન્ય ગતિવિધિઓમાં લાંબા ગાળાનો થાક, કામ, રમત તથા અન્ય ગતિવિધિઓમાં અરૂચિ, એકાગ્રતામાં કમી, મૂડમાં ઉતાર-ચડાવ, પોતાની જાતને ઈજા પહોંચાડવાની ઈચ્છા, શરીરમાં કયાંકને કયાંક દુખ:પીડાનો અનુભવ વગેરે ડિપ્રેશનના લક્ષણ છે. જો આપ પણ તેનો ભોગ બની છો તો અમારા આપેલા ઉપાયો અજમાવો.

જો આવા લક્ષણ બે અઠવાડિયા સુધી રહે તો ડૉક્ટરને બતાવો. ડૉક્ટર થૉયરાઈડની તપાસ માટે સૂચવી શકે છે. કેમ કે ડિપ્રેશન વધે છે તો ફરીથી સાઈકોથેરાપીની સારવાર અપાય છે. કેમ કે યોગ્ય રીતની મદદ મળવી જરૂરી છે.ડિપ્રેશનના લીધે આપ પોતાની અને શિશુની દેખભાળ રાખી નહીં શકો. ગર્ભાવસ્થામાં નિરાશાને કારણે અનેક મુશ્કેલીઓ પણ વધી જાય છે. એ આપના આરોગ્યને પણ મોટું નુકશાન પહોંચાડે છે. ડૉક્ટર કે થેરેપસ્ટિ જ નક્કી કરશે કે ઈલાજમાં એન્ટીડિપ્રેશનની દવા સામેલ કરાય કે નહીં? કાં તો તેના શું ફાયદા-નુકશાન હોઈ શકે છે?

કોઈપણ વૈકલ્પિક ઉપચાર કરતાં પહેલાં પણ ડૉક્ટરનો મત જાણો. વૈકલ્પિક તબીબી પધ્ધતિઓ ઘણી રીતે સહાયક બની શકે છે. આપ ડૉક્ટરને પૂછીને ઓમેગા-૩ ફેટી એસિડની સપ્લીમેન્ટ પણ લઈ શકો છો.

ગર્ભાવસ્થામાં હતાશા થવાથી ડિલીવરી પછી પણ ડિપ્રેશનનું જોખમ ઘણું વધી જાય છે. સારી ખબર એ છે કે ગર્ભાવસ્થા પહેલાં તથા પછી પધ્ધતિસરની સારવાર લેવાથી ડિપ્રેશનને રોકી શકાય છે. આપના ડૉક્ટરને મળીને તેમનો મત જાણો.

ગભરાટ ભરેલાં હુમલા

પહેલીવારની ગર્ભાવસ્થા કોઈપણ સ્ત્રીને ચિંતા અને ગભરાટમાં નાખી દે છે, પણ જો આ ચિંતા ડરનું રૂપ લે તો?

જો આપને પહેલા પણ ડરના વિચારો આવ્યા હોય તો હવે કાળજી રાખજો. ડરના કારણે હૃદયની ગતિ વધી શકે છે. પરસેવો વળે છે. હાથ-પગમાં કંપારી આવે છે. શ્વાસ લેવામાં તકલીફ થાય છે. ગળું સૂકાઈ જાય છે. છાતીમાં દર્દ થવા લાગે છે.પેટમાં ગરબડ, હૉટ, ફલેશ ચિલ્શ ફલેશની તકલીફ થાય છે. એનાથી શિશુ પર કોઈ અસર થતી નથી.

આવું થાય તો તરત જ ડૉક્ટર પાસે જાવ. આને કારણે જો તમારું ખાવાનું-પીવાનું અને ઊંઘવાનું દુષ્કર થઈ રહ્યું હોય તો ડૉક્ટર થેરપિસ્ટની મદદથી હળવી દવાનો ખોરાક આપી શકે છે.

દવાની સાથોસાથ કોઈ બીજી તબીબી પધ્ધતિની મદદ પણ લેવી પડે છે આપના આહારમાં ઓમેગા-૩ ફેટી એસિડ ઉમેરો. ખાંડ-કેફીન ન લો. દરરોજ વ્યાયામ કરો. ધ્યાન તથા બીજી રિલેક્સેશનની ટેકનિક શીખો. બીજી ગર્ભવતી માતાઓ સાથે વાર્તાલાપ કરો. આવું કરશો તો આપની ઉત્તેજના પર કાબૂ મેળવી શકશો.

ગર્ભાવસ્થા અને તમારું વજન

કોઈક બે ગર્ભવતી મહિલાઓને ડૉક્ટરના રૂમની બહાર વેઈટિંગ લિસ્ટ, લિફ્ટ કે બિઝનેસ મીટીંગમાં ઉભી કરી દો. તેઓ અમુક આવા જ સવાલ પૂછે છે:

આપની ડ્યૂડેટ શું છે?

શું બાળક લાતો મારે છે?

શું આપ માંદગીનો અનુભવ કરો છો?

સહુથી ભારે સવાલ હોય છે... આપનું વજન કેટલું વધ્યું છે?

ગર્ભાવસ્થામાં દરેક મહિલાનું વજન વધે છે. વજન વધવું અમુક હદ સુધી જરૂરી પણ છે. કેમ કે યોગ્ય રીતે વજન વધવાથી શિશુનો વિકાસ પણ સારી રીતે થાય છે, પણ વજનનું સાચું પ્રમાણ શું? કેટલું વધવાથી વધારે વજન ગણાશે અને કેટલું ઘટવાથી ઓછું ગણાશે? આપે તેને કેટલી ઝડપી વધારવું જોઈએ? શું ડિલીવરી પછી વજન ઓછું થશે? જવાબ જી, હા. જો આપ યોગ્ય રીતે યોગ્ય પ્રમાણમાં ભોજન લો તો જોઈતું વજન વધારી શકો છો?

આપે કેટલું વજન વધારવું જોઈએ?

જો કે શિશુનો વિકાસ થતો હોય ત્યારે વજન વધવું ખૂબ જરૂરી છે, પરંતુ જો આપ વધારે વજન વધારી દો છો તો પણ મૂંઝાવાની જરૂર નથી. તેને ઉતારી શકાય, પણ જો ઉતરે નહીં તો મુશ્કેલી ઉભી થઈ શકે છે. શિશુ અને આપના માટે પણ એ વજન મુસીબત ઉભી કરી શકે છે. જો ઓછું વજન હોય તો પણ મુશ્કેલી થાય છે. તો પછી પ્રેગનેન્સીમાં સાચું વજન વધારવાની ફોર્મ્યુલા શું? જો કે દરેક ગર્ભાવસ્થા તથા ગર્ભવતી મહિલા અલગ હોય છે, એટલે એક માટેની ફોર્મ્યુલા બીજાના કામમાં આવતી નથી. આપને ચાલીસ અઠવાડિયાની ગર્ભાવસ્થા માટે કેટલા પાઉન્ડ વજન વધારવું છે? આ ફોર્મ્યુલા એ વાત પર નિર્ભર કરે છે કે ગર્ભાવસ્થા પહેલા આપનું વજન કેટલું હતું?

ડૉક્ટર આપને પધ્ધતિસર વજન વધારવાનું લક્ષ આપશે. તેઓ આપની ગર્ભાવસ્થાના હિસાબથી સલાહ આપી શકશે. સામાન્ય રીતે પ્રી પ્રેગનેન્સી બીએમઆઈના હિસાબથી વજનનો લક્ષ્યાંક નક્કી થાય છે. એ શરીરની વસાનું માપ છે, જેમાં આપના વજનને પાઉન્ડમાં ૭૦ થી ગુણાકાર થાય છે. પછી આપની ઈંચ સ્કવેર હાઈટથી ભાગાકાર કરવામાં આવે છે. જો બીએમઆઈ સરેરાશ છે. (૧૮.૫ થી ૨૬ વચ્ચે) તો આપને ૨૫ થી ૩૫ પાઉન્ડ વધારવાની સલાહ આપવામાં આવશે, (જે સરેરાશ ગર્ભવતી મહિલાઓ માટે છે) જો આપ પ્રેગનેન્સીની શરૂઆતમાં ઓવરવેઈટ છો (૨૬ થી ૨૯ બીએમ આઈ) તો આપનું લક્ષ્ય ૧૫ થી ૨૫ પાઉન્ડનું હશે. જો આપ જાડી છો (૨૯ થી અધિક બીએમઆઈ) તો ૧૫ થી ૨૦ પાઉન્ડ કાં તો એનાથી પણ ઓછું વજન વધારવાની સલાહ અપાશે. આપ ખૂબ પાતળી છો (૧૮.૫ થી ઓછુ બીએમઆઈ) તો આપને ૨૮ થી ૪૦ પાઉન્ડ સુધી વજન વધારવું પડશે. જો બાળક એકથી વધારે છે, તો વજનની જરૂરત પણ એ હિસાબે વધી જશે.

આદર્શ વજનનું લક્ષ રાખવું એક અલગ વાત છે અને તેને મેળવવું એ જુદી વાત છે, કેમ કે આદર્શ કદી હકીકત સાથે મેળ ખાતા નથી. સાચા પાઉન્ડમાં વજન મેળવવાનો મતલબ એ નથી કે બસ આપે માત્ર ખાવા-પીવા પર જ ધ્યાન આપવાનું છે. એ ઉપરાંત અનેક કારણો હોઈ શકે છે. આપનું મેટાબોલિજમ, જીન્સ ગતિવિધિઓનું સ્તર, ગર્ભાવસ્થાના લક્ષણ, (છાતીમાં બળતરા, ઉબકા, ભોજનથી અરૂચિ) એ તમામ આપને યોગ્ય પાઉન્ડના વજનની ગણતરીથી વિમુખ કરવામાં ખાસ ભૂમિકા નિભાવે છે. એટલાં માટે આપે સતત કાંટ પર (ઘડિયાળ પર) નજર રાખવાની છે.

કયા દરથી વજન વધારવું જોઈએ?

ગર્ભાવસ્થામાં વજન ઘટાડવાના પગલા ગણતરીપૂર્વક લેવા પડશે. એનાથી આપના શિશુ

અને આપના માટે અનુકૂળતા રહેશે. પાઉન્ડની ગણતરીની સાથોસાથ ક્યાં દરથી વજનને વધારવું છે. એ બાબત પણ ઘણી અગત્યની છે. એ એટલા માટે મહત્વની કેમ કે શિશુને આપની કૂખમાં ઉછેર મળવાનો છે. તેને પોષક તત્વો તથા કૅલેરીની ભરપૂર માત્રા જોઈશે.

યોગ્ય રીતે વજન વધવાથી આપના પર કોઈ પણ જાતનો શારીરિક ભાર નહીં વધે. વળી સ્ક્રીન પર સ્ટૈચ માર્ક પણ નહીં થાય. આ રીતે શિશુના જન્મ પછી આપનો શેપ ફરીથી પરત મેળવવામાં વધારે વાર નહીં લાગે.

શું ધીમેનો મતલબ એ છે કે ત્રીસ પાઉન્ડને પૂરા ચાલીસ અઠવાડિયાના હિસાબે વહેંચી દેવાય. ના, આ કથન ઠીક નથી. પહેલાં ત્રૈમાસિકમાં શિશુનો આકાર નાના દાણાથી મોટો હોતો નથી. એ સમયે જેટલું બને તેટલું વજન વધે એ જરૂરી છે. પહેલાં ત્રણ મહિનામાં બેથી ચાર પાઉન્ડ ઘણું છે. જો કે અમુક મહિલાઓ આટલું વજન પણ વધારી શકતી નથી. (મોર્નિંગ સિકનેસ તથા ઉલટીઓના લીધે) કેટલીય મહિલાઓ કૅલેરીયુક્ત ભોજન લેવાના લીધે વધારે વજન મેળવી શકે છે. જે મહિલાઓ ધીમેધીમે વજન વધારે છે તેમનાં માટે આગળની સ્થિતિ સરળ રહે છે. તેમને પોતાના લક્ષ સુધી પહોંચવામાં મુશ્કેલી પડતી નથી.

બીજા ત્રૈમાસિકમાં શિશુ વિકાસ પામવા લાગે છે, એટલે આપે વજન વધારવાનું ચાલુ જ રાખવું જોઈએ. આપનું વજન ૪ થી ૬ અઠવાડિયામાં સરેરાશ પ્રતિ સપ્તાહ ૧થી૧/૨ પાઉન્ડ વધવું જોઈએ. એટલે કે કુલ ૧૨ થી ૧૪ પાઉન્ડ.

વજનની વધ-ઘટમાં અવરોધ

(વજન અંદાજિત છે)

શિશુ	૭-૧/૨ પૌંડ
પ્લેસેંટા	૧/૨ પૌંડ
એમીનાયોટિક ફ્લ્યૂડ	૨ પૌંડ
યટૂરાઈન એન્લાર્જમેન્ટ	૨ પૌંડ
મેટરનલ બ્રેસ્ટ ટિશ્યુ	૨ પૌંડ
મેટરનલ બ્લડ વોલ્યૂમ	૨ પૌંડ
મેટરનલ ટિસ્યૂમાં ફ્લ્યૂડ	૪ પૌંડ
મેટરનલ ટિસ્યૂમાં ફ્લ્યૂડ	૪ પૌંડ
મેટરનલ ફૈટ સ્ટોર	૭ પૌંડ
કુલ સરાસરી	૩૦ પૌંડ કુલ વજન વધશે.

વજન વધવાથી જોખમ

જો આપ બીજા ત્રૈમાસિકમાં એક સપ્તાહમાં ૩ પૌંડથી વધારે વજન વધારી લો છો. અને તે ફાલતું ખાનપાસ સાથે નથી જોડાયેલ કાં તો આપ ૪ થી ૮ માસ વચ્ચે સતત બે સપ્તાહ સુધી વજન નથી વધારતાં તો બંને પરિસ્થિતિઓમાં ડૉક્ટરને મળો.

વજન વધારવું

ગર્ભાવસ્થામાં જરૂરથી વધારે વજન પણ કષ્ટદાયક બને છે.વજન વધવાના કારણે આપના બાળકના માપના સાચો અંદાઝ કાઢી શકાશે નહીં. ગર્ભાવસ્થાના લક્ષણ પણ વધારે બગડશે. એનાથી પ્રીટર્મ લેબર, ગૅસ્ટેશનલ ડાયાબિટિસ કે હાઈપર ટેન્શનનું જોખમ વધી જશે.મોટા આકારના શિશુને યોનિમાર્ગમાંથી બહાર આવવામાં તકલીફ પડશે. સ્તનપાનમાં પણ મુશ્કેલી થશે.

ગર્ભાવસ્થા દરમિયાન જમા થયેલું બીનજરૂરી વજન પ્રસવ પછી પણ સહેલાઈથી ઘટતું નથી. અમુકવાર તો તેના વધવાનું જોખમ ઉભું થાય છે. જે શિશુની માતાઓ ૨૦ પૌંડથી ઓછું વજન વધારે છે તે શિશુ પ્રીમેચ્યોર બની શકે છે તથા ગર્ભાશયમાં તેનો આકાર યોગ્ય રીતે ઘડાતો નથી (જો કે એનાં અપવાદ પણ છે).

છેલ્લાં ત્રિમાસિકમાં આપનું વજન ૮થી૧૦ પાઉન્ડથી વધારે વધવું જોઈએ નહીં. એ સમયે શિશુનું પણ વજન વધવું જરૂરી છે. કેટલીય મહિલાઓનું વજન નવમા મહિનામાં બિલકુલ વધતું નથી કાં તો એકાદ પાઉન્ડ જેટલું વજન ઘટી જાય છે.

આપ આ લક્ષને કેવી રીતે પુરૂ કરી શકો છો? ક્યારેક ખાવાનું મન નહીં થાય તો ક્યારેક ઉલટીઓ થશે. આપ લક્ષ સુધી કેવી રીતે પહોંચશો? વળી અમુક અઠવાડિયા એવાં હશે જ્યારે ખાતા જ બધું બહાર આવી જશે. આવા સંજોગોમાં આપ કાંટાની (ઘડિયાળ) ચિંતા ન કરો. વજનકાંટામાં જો આપનું સરેરાશ વજન દરેક અઠવાડિયે યોગ્ય રીતે વધી રહ્યું છે તો ચિંતા કરવાની જરૂર નથી. દિવસમાં એક જ નિયત સમયે અગાઉ જેવા વસ્ત્રોમાં સપ્તાહમાં એકવાર વજન તપાસો. જો આપ વધારે કાળજી રાખવા માંગો છો, તો અઠવાડિયામાં બે વાર વજન વધારી ચૂકયા છો કાં તો બીજા ત્રૈમાસિકમાં જોઈએ તેટલું વજન મેળવી નથી શક્યા તો એને સરખું કરવા માટે પ્રયત્ન કરો. ગર્ભાવસ્થામાં અમ કદી પણ ડાયેટીંગની સલાહ નહીં આપીએ. એ જોખમી બની શકે છે. આપના ડૉક્ટરની મદદથી વજનનું લક્ષ ફરીથી નક્કી કરો અને આપના શિશુના વિકાસ માટે જાગૃત રહો.

સુરક્ષિત રહેવાનું શીખો

ઘર, હાઈ-વે, આંગણઃ મોટાભાગની ગર્ભવતી મહિલાઓને ગર્ભાવસ્થાની કાળજી-બેકાળજી કરતા ઘરમાં, હાઈ વે કે પોતાના આંગણામાં કંપાઉન્ડમાં રોડ પરના અકસ્માતો કરતાં વધારે હાનિ થાય છે. જો કે આ તમામ અનિચ્છનીય ઘટનાઓ, દુર્ઘટનાઓ આપણી જ બેદરકારીનું પરિણામ હોય છે. થોડીક કાળજી, સાવચેતી તથા કોઠાસૂઝથી એને નિવારી શકાય છે.

ગર્ભાવસ્થામાં આપ નીચે મુજબની બાબતો પર ધ્યાન રાખીને સલામત રહી શકો છો :

- પહેલાં તો એ જાણી લો કે આપ પહેલાં જેવી નથી. તમે ગૃહિણી છો. ગર્ભવતી છો, જેથી તમને ખબર હશે કે પેટનો ઘેરાવ વધવાની સાથોસાથ ગુરૂત્વાકર્ષણનું કેન્દ્ર બિન્દુ પણ બદલાઈ ગયું છે. આપ ગમે ત્યાં આપનું સમતોલનપણું ગુમાવીને ઢળી પડી શકો છો. ધીમેધીમે આપને પગ સુધ્ધા દેખાવાના બંધ થઈ જશે અને આ ફેરફાર કોઈ દૂર્ઘટનાનું કારણ પણ બની શકે છે.
- ભલે તમે રીક્ષામાં બેઠાં હો કે પ્લેનમાં, તમારી સીટનો પટ્ટો બાંધીને જ બેસો. જો આપ કારની આગળની સીટ પર એરબેગની સાથે બેઠી છે તો સીટ પાછળની તરફ ઢાળો. જો કાર જાતે ચલાવી રહી છો તો સ્ટીયરીંગ વ્હીલને છાતી તરફ ઝુકાવી લો તથા તેનાથી ઓછામાં ઓછા ૧૦ના અંતરે બેસો, જેથી એ પેટને અડે નહીં. આપની ગોદમાં કે ડૈશબોર્ડ પર કોઈ સામાન ન મૂકો, જો બની શકે તો કારમાં પાછળ જ બેસો.
- કોઈપણ ખખડધજ ખુરશી કે ખરાબ સીડી પર ન ચડો. તેના પરથી પડી જવાનું જોખમ છે.
- ઉંચી એડીના અને લપસી પડાય તેવા ચંપલ મોજડી ન પહેરો. લપસણી ફરશ પર મુલાયમ પગના મોજા કે સ્ટોકિંગ પહેરીને ચાલો નહીં.
- બાથટબમાં જવામાં કે બહાર આવવામાં કાળજી રાખો. એમાં એવી મેટ લગાવેલી રાખો જે આપને લપસતાં બચાવી શકે.
- ઘરેલું અડચણોથી દૂર રહો. સીડીઓ પર નકામો સામાન પડી રહેવા ન દો. સીડીઓમાં અંધારૂં રહેવા ન દો. ફર્શ પર કોઈ તાર કે સળિયા ન હોવા જોઈએ. સીડીઓ પર બરફ પણ જામેલો હોવો જોઈએ.
- રાતના ટોયલેટના રસ્તાની લાઈટ ચાલુ રાખો. ત્યાં કોઈ નકામો સામાન ન મૂકો. આપને રાતના સમયે ત્યાં જવું પડે ત્યારે કોઈ મુશ્કેલી ન થાય તે માટે કાળજી જરૂરી છે.
- જે પણ રમત રમો, એ રમતની સલામતીના નિયમનું પાલન કરો. કોઈ કામમાં ઉતાવળ ન કરો. અમુકવાર થાકના કારણે પણ કોઈ દૂર્ઘટના બની જાય છે. ★★★

ત્રીજો મહિનો

લગભગ ૯ થી ૧૩ અઠવાડિયા

જ્યારે આપ પહેલાં ત્રૈમાસિકના અંતિમ મહિનામાં પહોંચો છો ત્યારે ગર્ભાવસ્થાના ઘણા પ્રારંભિક લક્ષણ પહેલા કરતાં વધારે જોવા મળશે. એ કહેવું મુશ્કેલ બનશે કે આપને પહેલાં ત્રૈમાસિકથી ખ્યાલ છે કે ગઈરાતના આપને ત્રણ ચાર વખથ બાથરૂમ જવા ઊભા થવું પડ્યું. એનો એ થાક છે. જો હિંમત હોય તો માથું ઉઠાવીને વાત કરો. સારા દિવસો આવવાના છે. જો મોર્નિંગ સિકનેસે હાલત બગાડી દીધી છે તો પણ ચિંતા કરવાની જરૂર નથી. કેમ કે હવે મોર્નિંગ સિકનેસ દૂર થશે. ઊર્જાનું સ્તર ઉંચુ થશે અને બાથરૂમના આંટાફેરા પણ ઓછા થઈ જશે. આ મહિનાની તપાસમાં આપ બાળકના હૃદયના ધબકારા પણ સાંભળી શકશો. આપને આ બધી વેદનાઓ તે વખતે યાદ પણ નહીં રહે.

આ મહિને આપના શિશુનો વિકાસ

નવમું અઠવાડિયું : હવે આપના શિશુની લંબાઈ ૧ એટલે કે એક મધ્યમ લીલા જૈતુન બરાબર થઈ ગઈ છે. તેનું માથું સરસ રીતે શિશુની જેમ વિકાસ પામી રહ્યું છે. આ સપ્તાહે નાની માંસપેશીઓનું સર્જન થઈ રહ્યું છે, જેથી તે પોતાના હાથ-પગને હલાવી શકે. લગભગ એક માસ પછી આપને તેના મુક્કા અને લાતની જાણ થશે. હમણાં તો આપને કંઈ સંભળાઈ નહીં શકે. હા, આપ ડૉપલર ઉપકરણ દ્વારા તેના હૃદયના ધબકારા સાંભળી શકો છો, જેને શ્રવણ કર્યા પછી આપના દિલની ધડકનો વધી જશે.

દસમું અઠવાડિયું : લગભગ ૧-૨/૩ ઈંચ લાંબુ આપનું શિશુ નિશદિન વિકસી રહ્યું છે. એના હાડકા, કાર્ટીલેજ, ઘૂંટણ તથા ઘૂંટી બની રહ્યાં છે. તેના હાથની કોણીઓ પણ અત્યારથી કામ કરવા લાગી છે. પેઢામાં બેબી દાંત ઉગવાના શરૂ થયા છે. પેટમાં પાચક રસ બની રહ્યાં છે. કિડની પેશાબ બની રહ્યાં છે. જો આપનો શિશુ એક છોકરો છે તો તેના વૃષણ (ટેસ્ટૉસ્ટીરોન) બની રહ્યાં છે. (ગમે તે પણ છોકરાં તો છોકરા જ રહેશે.)

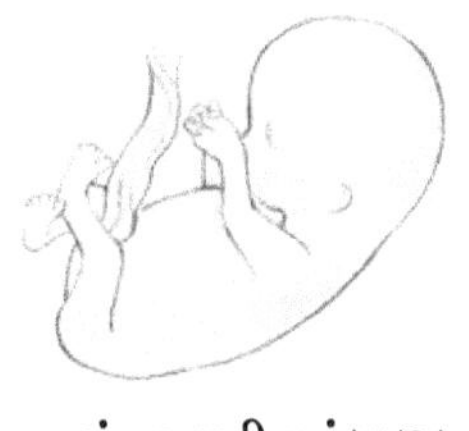

તમારું ત્રણ મહિનાનું બાળક

અગિયારમું અઠવાડિયું : હવે આપનું શિશુ ૨ ઈંચ જેટલું લાંબુ છે અને તેનું વજન એક ત્રીજો ભાગ જેટલું ઔંસ છે. તેનું શરીર લાંબુ થઈ રહ્યું છે. માથા પર વાળ અને હાથ-પગના નખના વેઢા નીકળવાની તૈયારીમાં છે. (થોડા મહિનાઓમાં નખ બનશે) ભલે આપ અલ્ટ્રાસાઉન્ડથી તેનું લિંગ જાણી ન શકો, પરંતુ જો તે છોકરી છે, તો તેની ઓવરી બનવાની શરૂઆત થઈ ગઈ છે.

હવે તો તેનામાં તમામ માનવીય વિશેષતાઓ આવી ચૂકી છે. શરીરના આગળના ભાગમાં હાથ-પગ છે. કાન એની આખરી અવસ્થામાં તૈયાર થવા પર છે. નાકના બંને નસકોરા તૈયાર થઈ રહ્યાં છે. મોંમા જીભ અને તાળવું છે અને નિપ્પલ દેખાય છે.

બારમું અઠવાડિયું : શિશુનું કદ છેલ્લાં ત્રણ સપ્તાહથી બમણું થયું છે હવે તેનું વજન લગભગ ૧-૨/૩ ઔંસ અને લંબાઈ ૨-૧/૨ થઈ ગઈ છે. તેનું શરીર દરેક અંગોના વિકાસના માટે સખત પરિશ્રમ લઈ રહ્યું છે. જો કે એનાં દરેક તંત્રનું માળખું વ્યવસ્થિત રીતે બની ગયુ છે, તેમ છતાં હજુ ઘણું કામ બાકી છે. પાચનતંત્રએ સંકોચવાનો અભ્યાસ શરૂ કરી દીધો છે, જેથી એ ખાવાલાયક બને. બોન-મેરો સફેદ-રક્ત કોશિકાઓ બનાવી રહ્યું છે, જેથી શિશુ આ જુબાજુના અનેક કીટાણુંઓથી લડી શકે. બ્રેઈનમાં પિટયૂરી ગ્લૈંડ હોર્મોન બની રહ્યું છે. જેથી એક દિવસ આપનું બાળક પોતાના શિશુને તૈયાર કરી શકે.

તેરમું અઠવાડિયું : પહેલા ત્રૈમાસિકનો જન્મ થવાનો છે.અત્યારે શિશુનો આકાર લગભગ ૩ લાંબો પીચ નામના ફળના જેટલો છે. હવે તેનું માથું એની લંબાઈથી લગભગ અડધું છે, પણ બહુ જલ્દી માથું એના અનુસરણમાં આવી જશે. ત્યાં સુધી શિશુના આંતરડા (જે હજુ સુધી અંબલિંકલ કૉડમાં હતા) પેટમાં એની યોગ્ય જગ્યાએ ગોઠવાઈ જશે. આ સપ્તાહ એના વૉકલ કૉડ પણ બની જશે. એટલે કે એ રડવાની તૈયારી કરી રહ્યું છે.

આપ શું અનુભવી શકો છો?

હંમેશાની જેમ યાદ રાખો કે દરેક ગર્ભાવસ્થા પોતાની રીતે અદ્ભૂત છે, અદ્વિતિય છે અને દરેક મહિલા પણ અલગ હોય છે. આપ એક જ સમયમાં કે પછી અલગ અલગ વર્ષોમાં એના દરેક લક્ષણોને અનુભવી શકો છો. અમુક લક્ષણ તો ગયા મહિનાથી શરૂ થયા હશે અને અમુક નવા જણાશે. આ ઉપરાંત અમુક એવા લક્ષણ પણ હોઈ શકે છે જે સામાન્ય ન હોય! આ મહિને આપ નીચે દર્શાવિલા લક્ષણોનો અનુભવ કરી શકો છો.

શારીરિક :-

- થાક, ઊર્જાની ઓછપ, ઉંઘવાપણું.
- વારંવાર પેશાબે જવાની ઈચ્છા.

એક નજર

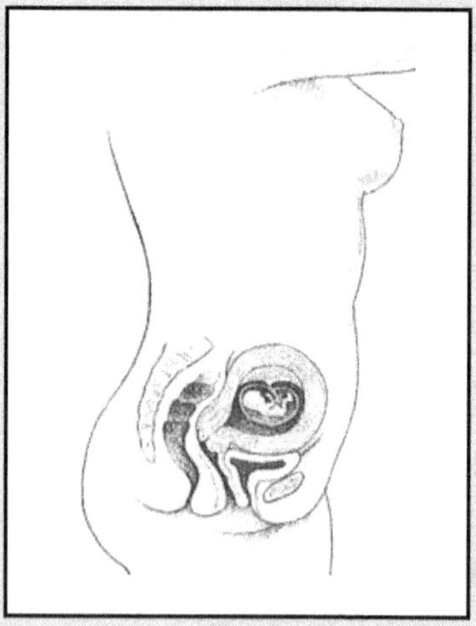

આ મહિને તમારા ગર્ભાશયનો આકાર ગ્રેપફ્રૂટથી મોટો હશે અને કમર મોટી થવા લાગશે. મહિનાના અંદરમાં, તમારા વ્યૂનિક બોનના ઉપર પેટના નિચેના ભાગમાં ગર્ભાશયને અનુભવી શકાશે.

- ઉલટી કે ઉલટી વિનાના ઉબકા.
- વધારે લાળ ઝરવી-વારંવાર થૂંકવું.
- કબજિયાત
- ભોજનની પસંદ ના પસંદ.
- ભૂખ ઉઘડવી. જો મોર્નિંગ સિકનેસ ઠીક થઈ જાય.
- બ્રેસ્ટમાં ફેરફાર. ભારેપણું, સંવેદશનીલતા, છાતીના નિપ્પલની આ જુબાજુનો ભાગ ઘેરો બનવો. એના ભાગ પર ગુમડાં જેવું થવું ત્વચાની નીચે ભૂરી રેખાઓનું ઝાળુ ફેલાવું.
- પેટ, પગ કે શરીરના અમુક અંગોમાં નસો ઉપસવી.
- યોનિસ્ત્રાવમાં સાધારણ વધારો.
- અમુકવાર માથાનો દુઃખાવો થવો.
- કયારેક કયારેક માથું ભમવું.
- પેટનો સાધારણ ઊભાર, કપડા ફીટ પડવા.

ભાવનાત્મક :-

- લાગણીઓનાં આરોહ-અવરોહ, મૂડ સારો થવો કે બગડવો. અચાનક હૃદય ભરાઈ આવવું, બેચેની, ચીડિયાપણું.
- ઈર્ષ્યા, ભય, આનંદ વગેરે લાગણીઓ પ્રગટ થવી.
- શાંતિનો નવો અનુભવ.
- ગર્ભાવસ્થા ન હોવાનો ભય.

આ મહિનાનું ચેકઅપ : આ મહિને આપ નિમ્નલિખિત તપાસની આશા રાખી શકો છો. જો કે દરેક ડૉક્ટર પોતાની રીતે ચેકઅપ કરે છે એ ભૂલવું જોઈએ નહીં.

- વજન અને લોહીનું દબાણ.
- પ્રોટીન માટે પેશાબ તથા સુગરની તપાસ.
- ભ્રૂણના હૃદયના ધબકારા.
- ગર્ભાશયનો આકાર. (બહારથી)
- ફંડસ (ગર્ભાશનો ઉપરનો ભાગ) ઊંચાઈ.
- હાથ-પગના સોજા, વૅરીકોઝ વેન્સના માટે પગો.
- અમુક પ્રશ્ન તથા જિજ્ઞાસાઓ, જે આપ જાણવા ઈચ્છો.

આપ શું વિચારી રહી હશો ?

"મને છેલ્લાં ઘણા સપ્તાહથી કબજિયાતની તકલીફ છે. શું એ સામાન્ય બાબત છે ?"

અનિયમિતતા :- પેટમાં આફરો, ગેસ વગેરે ગર્ભાવસ્થાની સામાન્ય સમસ્યા છે. એનાં પણ કારણ છે. પ્રોજેસ્ટેરૉન હોર્મોનની હાજરી આપના શરીરની તમામ માંસપેશીઓને શિથિલ કરે છે અને ભોજન ઘણા સમય સુધી પાચનતંત્રમાં પડ્યું રહે છે. એટલે કે પાચનતંત્રની ક્રિયા પણ મંદ પડી જાય છે. આનો ફાયદો એ થાય છે કે એ સમયે પોષકતત્વ આપના રક્તપ્રવાહમાં ભળે છે તથા સરસ રીતે શિશુ સુધી પહોંચે છે. એનું નુકશાન એ છે કે આપના શરીરના વ્યર્થ પદાર્થોનો ટ્રાફિક થઈ જાય છે. આપનું વધતું ગર્ભાશય પણ આંતરડા પર દબાણ કરે છે. આ રીતે આપ સમજી શકો છો કે કબજિયાત શા માટે રહે છે? એવું પણ નથી કે સંપૂર્ણ ગર્ભાવસ્થામાં કબજિયાત આપને પજવશે.

આપ એનાથી છૂટકારો મેળવવા માટે નીચે ઉપાય અજમાવી શકો છો.

રેશાદાર પદાર્થ : આપ તથા આપના કોલોનને દરરોજ ૨૫ થી ૩૫ ગ્રામ રેશાની માત્રા જોઈએ. જો કે આપે ગણવાની જરૂર નથી, બસ રેશાવાળું ભોજન લેવાનું શરૂ કરી દો. જેમ કે તાજા ફળો, શાક, (કાચા કે સાધારણ પાકેલા, છાલ સાથે) અનાજમાંથી બર્નલ બ્રેડ, બીન્સ તથા વટાણા, સૂકો મેવો, તાજી પાંદડાવાળી શાકભાજીઓ ફાયદાકારક બનશે. એની સાથે જ આપ રસાળ મીઠી કીવી (અંકવાનુ ફળ જેમા ખૂબજ લેક્સેટિવનું તત્વ જોવા મળે છે) ને ભોજનમાં ઉમેરી શકો છો. જો આપે આ પહેલાં રેશાવાળા પદાર્થો વધારે પ્રમાણમાં ખાધા નથી તો આ માત્રાને ધીમેધીમે વધારો, નહીંતર પાચનતંત્ર વિદ્રોહ કરી શકે છે. પેટનો વાયુ વધી શકે છે.

આપ ખોરાકમાં ઘઉંના આટાનું ચળામણ પણ ઉમેરી શકો છો. બની શકે ત્યાં સુધી અતિ ઉત્સાહમાં ફાઈબર વધારે ન લો. એ ઝડપથી આપના તંત્રમાં પહોંચે છે. આ રીતે તો અગત્યના પોષકતત્વ પણ પાચનમાં ભળ્યા વિના બહાર નીકળી જશે.

રિફાઈન્ડ પદાર્થોની મનાઈ : જે રીતે ફાઈબર કબજિયાત માટે લાભદાયી છે. એ જ રીતે રિફાઈન્ડ કબજિયાતને વધારે છે. સફેદ બ્રેડ, ભાત તથા બેક્ડ તૈયાર ખાદ્ય પદાર્થોથી દૂર રહો.

પ્રવાહી પદાર્થોનું સેવન : જો આપ પૂરતાં પ્રમાણમાં પ્રવાહી ખોરાક લો છો તો કબજિયાત ટકી નહીં શકે. પાણી, જ્યૂસ, શાકનો રસ, ભોજનને પાચનતંત્રમાં પચાવી દે છે. જો જમ્યા પછી સાધારણ ગરમ પાણી પીશો તો હિતકારી બનશે. એનાથી આપના પેટના આંતરડામાં સંકોચનક્રિયા સતેજ બનશે.

સમયસર જાજરૂ જાવ: આંતરડાની પ્રક્રિયાને નિયંત્રણમાં રાખનારી માંસ પેશીઓ નબળી પડી જાય છે. એના માટે જાજરૂ માટે સમય નક્કી કરી લો. તમારો ફાઈબરવાળો નાસ્તો સમયથી પહેલા લો, જેથી ટ્રાફિકમાં અટવાયેલી કારમાં જાજરૂ જવાની ઈચ્છા ન થાય. આપ ઘરેથી પેટ સાફ કરીને નીકળો.

સિક્સ મીલ સોલ્યૂશન : ભારે ખોરાકથી કે તેના અતિ પ્રમાણથી પાચનતંત્ર પર માઠી અસર પડે છે. પાચનતંત્રએ ખૂબ મહેનત કરવી પડે છે, તેમ છતાં કાચો આમ કબજિયાત કરે છે. દિવસમાં ત્રણ વખતે પેટ ભરીને ખાવાના બદલે એને છ ભાગમાં છ વાર લો. આના કારણે ગેસ-વાયુ અને આફરાથી બચી શકાશે.

સપ્લીમેન્ટ તથા દવાઓ : અનેક ગર્ભાવસ્થા સપ્લીમેન્ટ તથા દવાઓ લાભ કરવાના બદલે કબજિયાતને વધારી દે છે. એન્ટીએસિડ નામની દવા ગર્ભવતી મહિલાઓ માટે મિત્ર કહેવાય છે. આપના ડૉક્ટરને પૂછીને લઈ શકો છો. એમ તો મૅગ્નેશિયમ સપ્લીમેન્ટ પણ કબજિયાત સામે લડવામાં મદદરૂપ થાય છે.

અમુક બેક્ટેરિયા લો : પ્રોબૉયોટિક્સ બેક્ટેરિયા આંતરડાના બેક્ટરીયાને ઉત્તેજિત કરી શકે છે, જેથી ભોજનનું પાચન સારી રીતે થઈ શકે. દહીં તથા યોગર્ટથી બનેલા પાણીઓનો સ્વાદ લો.આપ ડૉક્ટરને પૂછીને પ્રોબૉયોટિક્સ સપ્લીમેન્ટ લઈ શકો છો. એનો કોઈ સ્વાદ નથી હોતો. એનાં પાઉડર ફોર્મને સરળતાથી કોઈ પણ સ્મૂદીઝમાં ભેળવી શકો છો.

કસરત કરો : સક્રિય શરીરમાં કબજિયાત નથી રહેતી. આપના રૂટીનમાં ઓછામાં ઓછું અડધો કલાક જેટલું ચાલવાનું રાખો. એની સાથે ગર્ભાવસ્થામાં કરવાના સલામત વ્યાયામ પણ સામેલ કરી શકો છો.

જો આપ તમામ ઉપાયો પછી પણ નિષ્ફળ બનો તો ડૉક્ટરને મળો પણ આપની મરજી મુજબના કોઈપણ હર્બલ ઉપાય કે કૈસ્ટર ઑઈલ વગેરે વાપરો નહીં.

કબજિયાત

"મારી બધી જ ગર્ભવતી સહેલીઓને કબજિયાતની તકલીફ રહે છે પણ મને નથી. હું નિયમિત રીતે લેટરીન જાઉં છું. શું મારી સિસ્ટમ સારી રીતે કામ કરી રહી છે?"

બની શકે છે કે આપ શરૂથી એક સમતોલન જીવનશૈલીમાં જીવી રહ્યા હોય કે ગર્ભધારણ પછી આપની જીવન પધ્ધતિમાં ફેરફારો કર્યા હોય પ્રવાહી ખોરાક, કસરત તથા ફાઈબરવાળા ભોજનથી જરૂર ગર્ભાવસ્થાની કબજિયાતનું નિવારણ થઈ શકે છે. જો આપના માટે ફાઈબરયુક્ત આહારની શૈલી થોડી નવી હોય તો થોડી તકલીફ થઈ શકે છે. કેમ કે આપના શરીરને રેશાવાળા ખોરાકની આદત નથી તેમ છતાં આપનું પેટ રોજ સમયસર સાફ થતું રહેશે.

થાક, કબજિયાત તથા મૂડ બગડવાનું/બનવાનું કારણ

આમ તો આ બધું થવાનું કારણ ગેસ્ટેશનલ હૉર્મોન છે, પરંતુ અમુકવાર થાયરોક્સિન હૉર્મોનની કમીના લીધે પણ આવું થાય છે. ત્વચાની સમસ્યા, વજન વધવુ, માંસ પેશીઓની પીડા, વળ-આમળ, યાદ શક્તિની ઓછપ, હાથ પગમાં સોજા, ઠંડી પ્રત્યે સંવેદનશીલતા વગેરે એના જ લક્ષણ છે. આ ઉપરાંત હાઈપોથયરાઈડિઝ્મની ફરિયાદ જેમાં થાયરાઈડની કમી હોય છે. હાઈપરથાય રાઈડિઝ્મમાં થાઈરાઈડ વધારે પ્રમાણમાં બને છે. એના લક્ષણ લગભગ ગર્ભાવસ્થાના લક્ષણો જેવાં જ હોય છે. જો આપ પહેલા થાઈરાઈડની દવા ખાઈ ચૂકેલી હોય તો તમારા ડૉક્ટરને જણાવો. કેમ કે ગર્ભાવસ્થામાં થાઈરાઈડની જરૂરત વધી ઘટી શકે છે. જો પરિવારમાં કોઈને આ રોગ થયો હોય તો તરત જ ડૉક્ટરને બતાવો. એક નાના બ્લેડ ટેસ્ટથી એની ખાતરી થઈ શકે છે.

ડાયેરિયા

"મને તો બિલકુલ કબજિયાત નથી. પરંતુ છેલ્લાં બે અઠવાડિયાથી મને પાતળા ઝાડા થઈ રહ્યાં છે. એને ડાયેરિયા કહી શકો. શું એ સામાન્ય છે?"

જ્યારે પણ ગર્ભાવસ્થાના લક્ષણોની વાત આવે છે ત્યારે એ જ રીતે તે સામાન્ય હોય છે, જે રીતે આપના માટે સામાન્ય છે. આપની બાબતમાં લૂઝ મોશન (પાતળા ઝાડા) પણ સામાન્ય હોઈ શકે છે. દરેક શરીર ગર્ભાવસ્થા હોર્મોન તરફ એક જ પ્રકારની પ્રતિક્રિયા કરે છે. બની શકે છે કે આપના શરીરમાં પાચનની પ્રક્રિયા સ્વાભાવિક રહેવાના બદલે ગતિશીલ બની હોય એ પણ બની શકે છે કે આપના આહારમાં સકારાત્મક ફેરફાર અને વ્યાયામની આદતોનું સારું પરિણામ હોય!

આપ ઈચ્છો તો ખાવામાં સૂકા મેવા જેવા ખાદ્ય પદાર્થોની માત્રા ઘટાડીને કેળાને સામેલ કરી શકો છો. પાતળા ઝાડાના કારણે શરીરમાં પાણીની કમી થઈ શકે છે, એટલા માટે પૂરતા પ્રમાણમાં પ્રવાહી પદાર્થ લો.

જો આપને દિવસમાં ઓછામાં ઓછાં ત્રણ વાર પાતળા, લોહીવાળા કે મ્યુક્સયુક્ત ઝાડા થઈ રહ્યાં હોય તો ડૉક્ટરને મળો. આપને તાત્કાલિક સારવારની જરૂર પડી શકે છે.

ગેસ

"મારૂં પેટ હંમેશા ફૂલેલું રહે છે અને ગેસ પસાર થતો રહે છે. શું ગર્ભાવસ્થામાં આવું જ થશે?"

શું આપ વાછૂટ દ્વારા ખૂબ જ ગેસ કાઢી રહી છો? શું આપની આ જુબાજુનું વાતાવરણ પણ એનાં લીધે દૂર્ગંધવાળું બની જાય છે? માફ કરજો. ગર્ભવતી મહિલા માટે આ સામાન્ય વાત છે.

ગેસનો એ ખરાબ અવાજ તથા બદબૂથી આપ બચવા માંગો છો તો નીચેના ઉપાય અજમાવો.

<u>**નિયત સમયે જાજરૂ જાવ :**</u> કબજિયાત તથા ગેસના કારણે પણ પેટ ફૂલે છે. દરરોજ સમયસર શૌચ જાવ.

<u>**સીક્સ મીલ :**</u> દિવસમાં ત્રણવાર ભરપેટ ખાવાના બદલે ત્રણ ટાઈમના ભાગ પાડીને ત્રણ વખતનું ભોજન છ વાર લો. વધારે ગેસથી આફરો ચડશે અને પાચનતંત્રને પણ વધારે મહેનત કરવી પડશે, જેથી સિક્સ મીલ સોલ્યૂશન અપનાવો.

<u>**ખાવાનું ગળો નહીં :**</u> જયારે ઘરના કામકાજના કારણે જલ્દી પરવારવા જમવામાં ઉતાવળ કરો છો ત્યારે તમે જેમ તેમ ચાવીને કોળિયાને ગળા નીચે ઉતારી દો છો. આ રીત ખોટી છે. એકે-એક કોળિયો બરાબર ચાવીને પ્રવાહી કરીને ગળા નીચે ઉતારો. લાળરસ પાચનતંત્રમાં

ઉપયોગી છે, તેને પુરૂં ઝરવા દો. વળી ઉતાવળથી કોળિયા સાથે ઘણી બધી હવા પેટમાં જાય છે. એ જ આપના પેટમાં જઈને ગેસ બને છે. ખાતા પહેલા ઉંડા શ્વાસો લેવાથી આપને આરામ મળી શકે છે.

શાંત રહો : ખાતી વખતે તણાવ થાય, વાદ વિવાદ કે જો ઉશ્કેરાટ હોય તો પણ પેટમાં ખૂબ જ હવા જાય છે અને આપ ગેસની ટેંક બની જાવ છો, માટે શાંતિથી જમો. મનને શાંત રાખો.

ગેસ કરતાં ખાદ્ય-પદાર્થ : દરેક માણસ માટે ખાદ્ય-પદાર્થોની અસર જુદી જુદી હોય છે. આપ જાતે જાણી શકો છો કે કંઈ ચીજ-વસ્તુ ખાવાથી ગેસ બને છે. આમ જોઈએ તો સામાન્ય રીતે ડુંગળી, પાંદડાવાળુ કોબીજ, તળેલું શેકેલું ઘોસ, કડક-સોસ, ખાંડવાળી મીઠાઈઓ, કાર્બોનિટેડ પીણાઓ અને બીન્સ ગેસ કરે છે.

ઉતાવળ ન કરો : આપની મરજી મુજબ કોઈ પણ એન્ટીગેસ દવા લેવાના બદલે પહેલા ડૉક્ટરનો મત જાણો. ઘરગથ્થુ ઈલાજમાં આપ ગરમ પાણીમાં લીંબુનો રસ મેળવીને પીઓ. એનાથી ગેસ દૂર થશે. આ એક સચોટ ઉપચાર છે.

માથામાં દુઃખાવો

"મને પહેલાં કરતા વધારે માથાનો દુઃખાવો રહેવા લાગ્યો છે. શું મારે કશુંક લેવું જોઈએ?"

ગર્ભાવસ્થામાં મહિલાઓએ પેઈનકિલર દવાઓથી બચવું જોઈએ અને આ જ દિવસોમાં એમને માથાનો દુઃખાવો હેરાન કરે છે, પણ આ પરિસ્થિતિ અમુક સ્ત્રીઓમાં પ્રસવ સુધી રહે છે. તેનાંથી બચવાના ઉપાયો અજમાવી શકાય છે. આપણે એવા ઉપાય અપનાવી શકીએ જેમાં દવા લેવાની જરૂર ન પડે.

સહુથી પહેલાં તો માથાના દુઃખાવાનું કારણ જાણવું પડે. અનેક ફેરફારોના લીધે પણ સિર દર્દ, થાક, તણાવ, ભૂખ, શારીરિક અને માનસિક દબાણ વગેરે મોટા પ્રમાણમાં વધી જાય છે. જો કે એનાથી બચવાના અનેક ઉપાય હોઈ શકે છે, પણ એ તમામ માટેની કોઈ એક દવા કે કેપ્સૂલ મળતી નથી. અમુક કિસ્સાઓમાં થોડીક કોશિશ કરવાથી સફળતા મળે છે.

રિલેક્સ : ગર્ભાવસ્થામાં ઉત્તેજના અને તણાવના લીધે માથાનો દુઃખાવો થાય છે. અમુક મહિલાઓને ધ્યાન તથા યોગાથી ઘણી મોટી રાહત મળે છે. આપ પણ રિલેક્સેશન ટેકનિકો શીખી શકો છો. અંધારૂં હોય એવા રૂમમાં ૧૦ મિનિટ માટે સૂઈ જાવ કાં તો ૧૦-૧૫ મિનિટ માટે ડેસ્ક કે સોફા પર પગ ઉંચા કરી લો. આ પ્રયોગથી પણ તણાવ અને માથાના દુઃખાવામાં રાહત મળશે.

પૂરો આરામ લો : ગર્ભાવસ્થામાં આરામ ન મળવાથી પણ માથાનો દુઃખાવો થઈ શકે છે. ખાસ તો પહેલા અને ત્રીજા ત્રૈમાસિકમાં થાક વધારે જણાય છે. જે મહિલાઓ લાંબા સમય સુધી કામ કરે છે કાં તો જેમને બાળકોની દેખરેખ રાખવી પડે છે એવી મહિલાઓ તો પોતાના ઉપસેલા પેટને જોઈને જાતજાતના વિચારોમાં પડે છે. જેમ કે શું હું આરામ મેનેજ કરી શકીશ? આવા વિચારોથી માનસિક રીતે વિચાર્યા વિના તક મળે ત્યારે આરામ કરી લો. આરામ કરશો તો માથાના દુઃખાવામાં ફરક પડશે. અમુક વાર વધારે પડતી ઊંઘથી માથું દુઃખે છે.

નિયત સમય પર જમો : બ્લડપ્રેશર ઘટી ગયું હોય તો ભૂખના લીધે પણ માથું દુઃખે છે. ભૂખ્યા ન રહો. આપની બેગ, કારના ખાવામાં કે ઘરમાં હંમેશા પૌષ્ટિક સ્નેક્સ (સોયા ચિપ્સ, ગ્રેનોલા બાર, સૂકા મેવા) રાખો જેથી ભૂખ લાગતાં જ તેને આરોગી શકાય.

થોડા શાંત રહો : જો આપ ઘોંઘાટથી સંવેદનશીલ છો, અવાજ નથી ગમતો, તો જ્યાં ભીડ અને ખૂબ જ વાહન-વહેવારનો અવાજ હોય ત્યાં ન જાવ. જો આપની નોકરી ઘોંઘાટથી ધમધમતા વિસ્તારમાં છે તો તમારા બોસની સાથે તમારી તકલીફની વાત કરો. કાં તો કોઈ શાંત

કૉરપસ લૂટેયમ સિસ્ટ શું છે ?

આપણ જાણવા માંગશો કે ભલા કૉરપસ લૂટેયમ સિસ્ટ શું છે? આપના પ્રજનન જીવનના દરેક માંસમાં ઓવ્યૂલેશન પછી કોશિકાઓનું પીળું શરીર જેવું રૂપ બને છે, જેને યલો બૉડી (કૉરપસ લૂટેયમ) કહે છે. એની અમુક માત્રાઓ પ્રૉજેસ્ટોરૉન તથા હેસ્ટ્રોજન બનાવે છે. જયારે આપ ગર્ભવતી બનો છો ત્યારે એ ઘટવાના બદલે ફરી સાજું થવા લાગે છે. (પ્લેસેંટા બને ત્યાં સુધી) મોટાભાગે લગભગ દસમાં સપ્તાહ સુધીમાં એ વળી કામ કરવાનું બંધ કરી દે છે, પરંતુ અમુક ગર્ભાવસ્થાઓમાં એ સિસ્ટમાં રૂપાંતર પામે છે.

એ ગર્ભાવસ્થા પર કોઈ માઠી અસર કરતું નથી. તે આપોઆપ બીજા ત્રૈમાસિકમાં તો નામશેષ થઈ જાય છે. એમ તો ડૉક્ટર એના પર નજર રાખે છે અને અલ્ટ્રા સાઉન્ડના માધ્યમથી એની તાજી જાણકારી આપતાં રહે છે એટલે કે આપને આપના શિશુની ઝલક મેળવવાની બીજી અનેક તક મળે છે.

વિસ્તારમાં બદલી કરાવી લો. ઘરમાં ટીવી, ટેલિફોન તથા રેડિયાનો અવાજ ધીમો રાખો.

હવા ઉજાસવાળી જગ્યાએ રહો : આપ ભીડ ભાડવાળી તથા બફારાવાળી જગ્યામાં ન રહો, નહીંતર માથું દુઃખવા લાગશે. જો આપ કોઈ એવી જગ્યાએ અટવાઈ ગયા છો, તો બહાર નીકળીને ઉંડા શ્વાસથી તાજી હવા લો. સ્વેટર વગેરે ઉતારી દો. બહાર નીકળી શકાય તેમ ન હોય તો બારીઓ ખોલી દો.

લાઈટનું રાખો ધ્યાન : આપની આ જુબાજુની ઝાકમઝોળને એક નવી નજરે નિરખો. અમુક જગ્યાએ ફ્લૉરોસન્ટ બલ્બનું અજવાળું પણ માથાનો દુઃખાવો કરે છે. જો લાઈટ કર્યા વિના ચાલે તેમ ન હોય તો અવાર નવાર બહાર નીકળીને તાજી હવા શ્વાસમાં લો.

વિકલ્પ અજમાવો: એક્યુપંચર, એક્યૂપ્રેશર, બાયોફીડબેક તથા માલિશ જેવી વૈકલ્પિક તબીબી પધ્ધતિઓ અજમાવો.

ગરમ અને ઠંડો સેક : સાઈનસના સિર દર્દ માટે બચાવ સારૂં દિવસમાં ચારવાર ૧૦ મિનિટ સુધી ૩૦ સેકન્ડ માટે માથા પર ગરમ કે ઠંડા પાણીનો સેક કરો. તણાવના કારણે દુઃખાવો હોય તો ગરદનના પાછળના ભાગે બરફ ઘસો તથા આંખો બંધ કરો. સામાન્ય આઈસ પેક કે જૈલ બેસ્ડ નૈક પિલો વાપરો.

પોશ્ચર સીધું રાખો : ઝુકીને કે આડા-અવળાં બેસીને લાંબા સમય સુધી કામ (શિશુના મોજા વગેરે) ન કરો. આપના પોશ્ચર પર પુરું ધ્યાન દો.

દવા લો : જો આરામ ન થાય તો દવા લો. જો કે ટાઈલીજોલથી ઘણી રાહત મળે છે. તેને ગર્ભાવસ્થામાં સલામત પણ માનવામાં આવે છે. ડૉક્ટરની મદદથી યોગ્ય ખોરાક લો. જો અમુક કલાકો સુધી સતત જૂદું જ દર્દ જણાય, તાવ હોય અને દર્દ વધી રહ્યું હોય કે હાથ-પગમાં સોજા આવી ગયા હોય તો ડૉક્ટરની મદદ લો.

"મને માઈગ્રેનનું દર્દ સતાવ્યા કરે છે. મેં સાભળ્યું છે કે એ ગર્ભાવસ્થામાં ખૂબ જ વધી જાય છે. શું આ સાચું છે?"

અમુક ગર્ભવતી મહિલાઓને એવું લાગે છે કે ગર્ભાવસ્થામાં એમના માઈગ્રેનનું દર્દ ખૂબ વધી ગયું છે. અમુક હિંમતવાળી મહિલાઓ જ એવી હોય છે, જેમની બાબતમાં આ દર્દ ઘટે છે. હજુ એ વાતની શોધ થઈ નથી કે માઈગ્રેનની માત્રા ઓછી કે વધુ શા માટે થાય છે?

જો આપ પહેલેથી જ માઈગ્રેનથી પીડિત છો તો આપના ડૉક્ટરને પૂછો કે ગર્ભાવસ્થામાં કંઈ દવા લેવાનું સલામત રહેશે? આ રીતે આપ પહેલેથી જ જીવલેણ દર્દથી બચવાનો ઉપાય કરી શકશો.

જો આપ જાણો છો કે માઈગ્રેન શાના લીધે થાય છે, તો આપ તેને રોકવાનો ઉપચાર પણ કરી શકો છો. ચોકલેટ, ચીઝ, કૉફી કે પછી તણાવ... આપના મોં પર ઠંડા પાણીની છાલક મારો. ચહેરા પર ઠંડુ કપડું (મુલાયમ) લઈને લૂછો. ઘોંઘાટ, પ્રકાશ અને કોઈપણ ગંધથી દૂર કોઈ અંધારા રૂમમાં ૨-૩ કલાક સૂઈ જાવ. આંખો બંધ કરીને ધ્યાન ધરો કાં તો સંગીત સાંભળો. કશું જ ન વાંચો અને ના તો ટી.વી. જુઓ. બાયોફિડબેક કે એક્યુપંચર જેવી ટેકનિક પણ અપનાવી શકો છો.

સ્ટ્રેચ માર્ક

"મને ડર છે કે મારા શરીર પર સ્ટ્રેચ માર્ક થઈ જશે. શું તેને રોકી શકાય છે?"

તેને તો કોઈ ગમાડતું નથી, પરંતુ મોટાભાગની ગર્ભવતી મહિલાઓને ગર્ભાવસ્થા દરમિયાન બ્રેસ્ટ, હિપ્સ કે પટ પર સાધારણ લાલ કે ગુલાબી સ્ટ્રેચ માર્ક થઈ જ જાય છે.

બંનેના માટે બૉડી આર્ટ

હૉટ મમ્માનું ટેટુ-છુંદણું કરવા જાવ છો, તો જરા થોભો, એ છુંદણાની ઈંક (શાહી) આપ મેળે તો આપના લોહીમાં નહીં ભળે, પરંતુ સોયથી (સંક્રમણ) ચેપ લાગી શકે છે. જોખમ શા માટે ઉઠાવવું? અમુકવાર એવું પણ બને છે કે ગર્ભાવસ્થા દરમિયાન છુંદાયેલું ટેટુ ડિલીવરી પછી વિચિત્ર લાગવા માંડે છે એટલા માટે બૉડી આર્ટ કરતાં પહેલા થોડી રાહ જુઓ. આપના શિશુને આ દુનિયામાં આવી જવા દો.

એમ તો શોખ પૂરો જ કરવો હોય તો હિના મહેંદી મૂકાવી શકો છો. અહીં પણ આપે કુદરતી હિનાનો ઉપયોગ કરવાનો છે. કેમિકલયુક્ત હિના (કાળી મહેંદી) નુકશાન કરી શકે છે. એ શોખ પૂરો કરતાં પહેલાં તમારા ડૉક્ટરને પૂછી લો. કેમ કે આપની (સુંવાળી) સંવેદનશીલ ત્વચા પર એલર્જી થઈ શકે છે. એને આપની ત્વચા પર લગાવીને પેચ ટેસ્ટ કરો. જો ચોવીસ કલાક સુધીમાં કોઈ લક્ષણ ન દેખાય તો જ ઉપયોગ કરો.

જ્યારે આપની ત્વચાની નીચે માંસપેશીઓના થરમાં સામાન્ય ચીરો પડે છે તો એવા નિશાન ઉપસી આવે છે. એ પોતાની રીતે ફેલાતા જાય છે અને જે ગર્ભવતી માતાઓની ત્વચામાં વધારે લચક હોય છે કાં તો જેમણે પોષણ તથા કસરતથી ત્વચાને ધારદાર બનાવી હોય છે, તેઓ કેટલીકવાર માતા બન્યા પછી આવા સ્ટ્રેચ માર્કથી હેરાન થતી નથી. જો આપ એ નસીબદાર મહિલાઓમાંની એક છો તો કદાચ આપને પણ બચી જવાની શક્યતા છે, પણ જો આપની મમ્મીને પણ એમની સુવાવડ વખતે આવા સ્ટ્રેચ માર્ક થયા હોય તો કદાચ આપ તેનો ભોગ બનશો.

એમ તો આપ ઈચ્છો તો જાતે આ સતામણીથી બચી શકો છો. જેમ કે ધીમે ધીમે વજન વધારવું. (ત્વચા જેટલી વધારે ખેંચાશે એટલા જલ્દી નિશાન પડશે) જેથી એની લચક જળવાઈ રહે. આપ આના ઉપાય માટે કોકો વોટર જેવા કોઈ મોઈશ્ચરાઈઝરનો પણ ઉપયોગ કરી શકો છો. એનાથી ત્વચા સુંવાળી રહેશે અને બરછટતા નહીં આવે. આપના પતિદેવને મસાજની મજા આવશે.

જો આપના નિશાન ઘાટા થઈ ગયા છે તો પણ ગભરાવ નહીં. ડિલીવરીના થોડા મહિના પછી એ રેખાઓ આપોઆપ દૂર થવા લાગશે. જો દૂર ન થાય તો આપ કોઈ ચામડીના નિષ્ણાંતને બતાવીને ઈલાજ કરી શકો છો.

પહેલાં ત્રણ મહિના અને વજન વધવું

"પહેલાં ત્રણ મહિના પૂરા થવામાં છે, પણ હજુ સુધી મારૂ વજન વધ્યું નથી, કારણ ?"

અમુક ગર્ભવતી મહિલાઓ શરૂઆતમાં વજન વધારી શકતી નથી, વળી અમુક મહિલાઓનું વજન ઘટી પણ જતું હોય છે. આવું મોર્નિંગ સિકનેસના લીધે થાય છે. ભાગ્યથી કુદરત જાતે આપના શિશુનું રક્ષણ કરે છે. કુદરત જયારે રક્ષણદાર હોય ત્યારે આપને ઉબકા-ઉલટી થાય કે એના કારણે ધરાઈને ન ખવાય તો પણ કશો ફરક

પડતો નથી. આમેય નાના ભ્રૂણને વધારે પોષણની જરૂર હોતી નથી. એનો મતલબ છે કે તમારૂં વજન નહીં વધે તો અત્યારે તો કોઈ માઠી અસર શિશુ પર થવાની નથી. જેમજેમ બાળક વિકાસ પામશે તેમ તેમ વધારે પોષણ તથા કેલેરીની જરૂર પડશે. એ વખતે આપે વજન વધે તેવો પૌષ્ટિક ખોરાક લેવો પડશે.

અત્યારે એ બાબતે ફિકરમાં ન રહો. ચોથા મહિનાથી આપનું વજન સારી રીતે વધવા લાગશે. જો વજન વધારવામાં કોઈ તકલીફ હોય તો આપના ભોજનમાં કેલેરીવાળા ખાદ્યપદાર્થો વધારી દો. દિવસ દરમિયાન સ્નેક્સ ખાવાનું રાખો. બને તો પેટ ભરીને ખાવાના બદલે અમુક અંતરે જમો. સિક્સ મીલ સોલ્યૂશન અપનાવો. સલાડ તથા સૂપને મેઈનકોર્સથી અલગ કરો. કેમ કે બની શકે છે કે સલાડ અને સૂપ જ આપના પેટને ભરી દે. જેથી બીજુ ખાવાની ભૂખ જ ન રહે. વસાયુક્ત ભોજન (મેવા, બીજ, એવોકાડો, જૈતુનનું તેલ)ની મજા લો, પરંતુ જંક ફૂડ ન ખાવ. જો આવા પ્રકારના ખોરાકથી અતિ વજન વધશે તો એની અસર શિશુ પર નહીં પણ આપના કૂલા અને સાથળો પર પડશે.

"મને ૧૨ અઠવાડિયાનો ગર્ભ છે. હું વજન કરાવતાં ચોંકી ગઈ હતી કે મેં અત્યારથી જ ૧૩ પૌંડ વજન વધારી લીધુ છે. હવે મારે શું કરવું જોઈએ?"

સહુથી પહેલા તો ચિંતા છોડો. કેટલીય મહિલાઓને પહેલાં ત્રણ મહિનામાં આવા આંચકાનો અનુભવ થાય છે. એ વજન કાંટા પરથી ઉતરતાં જ નવાઈ પામે છે કે વજન આટલું બધું કેમ વધી ગયું? આવું થવાનું કારણ પેટ ભરીને ખાવાની આદત. કેમ કે અમુક મહિલાઓ માને છે કે તેણે બે જણ માટે ખાવાનું છે. અમુકવાર જીવ ગભરાય કે ઉબકા જેવું થાય ત્યારે જરૂરથી વધારે આઈસ્ક્રીમ,પિસ્તા,બર્ગર કે બ્રેડ વધારે લેવાય છે. જેના કારણે વજન વધે છે, પણ વાંધો નહીં. તમારૂં આ વજન છ મહિના સુધી નહીં રહે. કેમ કે શિશુના વિકાસ સાથે ધીમે ધીમે વધારે પોષણની જરૂર પડશે, એટલે કેલેરી ઘટાડવા અંગે ન વિચારો. એમ તો આપ થોડી કાળજી રાખીને વજનને માપસર કરી શકો છો.

ડૉક્ટરનો મત જાણો. હવે પછીના બે ત્રૈમાસિક એટલે કે છ મહિના માટે વજનનું લક્ષ રાખો અને એના હિસાબે વજન વધશે તો તકલીફ થશે, પણ વજન પ્રમાણસર રહે તેની કાળજી રાખો. જો કે હાલના વજનથી શિશુને પૂરતું પોષણ મળશે અને આપને ડિલીવરી પછી બિનજરૂરી વજન ઘટાડવાની ચિંતા નહીં રહે.

ગર્ભવતી દેખાવું

"હું હજુ પહેલા ત્રૈમાસિકમાં છું અને મારૂં પેટ દેખાવા લાગ્યું ?"

અમુક સગર્ભા મહિલાઓના પેટનો ઊભાર ઘણા સમય સુધી દેખાતો નથી અને અમુકને તો શરૂઆતથી જ પેટનો ઊભાર જોવા મળે છે. આવું એટલા માટે છે કે દરેક સ્ત્રીની ગર્ભાવસ્થા પોત પોતાની રીતે અલગ હોય છે. આપને કદાચ એવો ડર છે કે ત્રણ મહિનામાં આટલું પેટ બહાર આવ્યું છે તો આગળ ઉપર શું થશે? ગભરાવ નહીં. ઓછામાં ઓછી આપને એ વાતની નિરાંત છે ને કે આપ ગર્ભવતી છો.

જલ્દી પેટનો બહાર ઉપસી આવવાના અમુક

છોકરાં તો છોકરાં જ છે

બીજુ ત્રૈમાસિક પુરૂં થતાં જ આપની મરી પરવારેલી ભૂખની ઈચ્છા સતેજ બને છે, પરંતુ જો ખૂબ જ ભૂખ લાગે છે તો કદાચ આપની અંદર એક નર ભ્રૂણ વિકસી રહ્યું છે. અભ્યાસોથી જાણવા મળ્યું છે કે છોકરાંઓની માતાઓ છોકરીઓની માતાઓની સરખામણીમાં વધારે ખાય છે, એટલા માટે તો જન્મ વખતે છોકરાઓનું વજન વધારે હોય છે. આપ બસ ભોજન અને માત્ર ભોજનના માટે જ વિચારતી રહો છો, એ હકીકત છે.

કારણો નીચે મુજબ છે.

- આપનો બાંધો નાનો છે. આપના વધતાં ગર્ભાશયને છૂપાઈ જવાની કોઈ જગ્યા ના મળવાથી આપના પેટનો ઊભાર સ્પષ્ટ દેખાશે.
- જો આપની માંસપેશીઓની ટોન ઓછી હશે તો પણ પેટનો ઊભાર જલ્દી દેખાશે. બીજી ગર્ભાવસ્થામાં પણ ઊભાર જલ્દી દેખાવા લાગે છે. કેમ કે તેના પેટની માંસપેશીઓ પહેલેથી જ ખેંચાઈ ચૂકેલી હોય છે .
- જો આપ ગર્ભવતી થયાનું જાણીને જરૂરથી વધારે ખાવા-પીવા લાગ્યા છો તો પણ આપના પેટની વૃધ્ધિ ઊભાર જલ્દી દેખાશે. આખરે વસા-ચરબી કયાં જશે?
- જો આપને ગર્ભધારણની સાચી તારીખની ખબર નથી તો પણ આવું બની શકે છે.
- અમુકવાર પેટમાં ગેસ તથા આફરાની તકલીફ હોય તો પેટ ફૂલેલું લાગે છે.
- અમુકવાર પહેલાં ત્રણ મહિનામાં જ ઊભાર દેખાવા લાગે છે. આવી મહિલાઓના પેટમાં જોડિયા બાળકો પણ હોઈ શકે છે. જો કે સામાન્ય રીતે પેટના આવાં ઊભારનો એવો મતલબ પણ નથી કે આપે બે શિશુને ઉછેરવા પડશે.

જોડિયા બાળકો

"ડૉક્ટર કેવી રીતે નિદાન કરશે કે મારા પેટમાં જોડિયા બાળકો છે કે નહીં?"

શું આપને લાગી રહ્યું છે કે પેટમાં જોડિયા છે? એને જાણવા માટેના અનેક ઉપાયો છે.

<u>**સમયથી પહેલા મોટું ગર્ભાશય :**</u> જોડિયા બાળકોની જાણકારી આપવામાં આવે છે. જો ડ્યૂ ડેટની તુલનામાં ગર્ભાશય વધારે ઝડપથી વધી રહ્યું છે તો આપને મલ્ટીપલ પ્રેગનેન્સી થઈ શકે છે. માત્ર મોટા પેટથી જ ધારણા ન થઈ શકે.

<u>**ગર્ભાવસ્થામાં વધેલા લક્ષણ :**</u> જોડિયા બાળકોના કિસ્સામાં ગર્ભાવસ્થાના લક્ષણ વધારે બગડેલા રૂપે (મોર્નિંગ સિકનેસ અને અપચો વગેરે) જોવા મળે છે પરંતુ આ તમામ લક્ષણ એક ભ્રૂણવાળી ગર્ભાવસ્થામાં પણ હોય છે.

<u>**ઝૂકવું :**</u> કેટલાય કારણો નક્કી કરે છે કે માતા એક કે બે બાળકોને જન્મ આપશે. ૩૫ વર્ષથી વધારે ઉંમરની મહિલાઓ તથા આઈવીએફમાં આવું બની શકે છે.અમુકવાર જેનેટિક પ્રભાવના કારણે પણ આવું થાય છે.

ડૉક્ટર બંનેના હૃદયના ધબકારા જુદી-જુદી રીતે સાંભળવાનો પ્રયત્ન કરે છે. પરંતુ આ કોઈ વૈજ્ઞાનિક રીતનથી. અલ્ટ્રાસાઉન્ડથી જ જોડિયા બાળકોની સારી રીતે જાણ થઈ શકે છે. સામાન્ય રીતે આ જ ઉપાય સફળ નીવડે છે (જો એક ભ્રૂણ બીજા ભ્રૂણની પાછળ સંતાયેલું ન હોય) અને આ રીતે મલ્ટીપલ પ્રેગનેન્સીનું નિદાન થઈ શકે છે.

શિશુના હૃદયના ધબકારા

"મારી સહેલીએ શિશુના હૃદયની ધડકન ૧૦માં અઠવાડિયામાં સાંભળી હતી. હું તેનાથી એક સપ્તાહ વહેલી છું, પરંતુ હજુ પણ શિશુના ધબકારા સાંભળી શકાયા નથી"

કોઈપણ ભાવિ માતા-પિતા માટે નાનકડાં શિશુના હૃદયના ધબકારા મધુર સંગીતથી પણ વિશેષ હોય છે. આપ ભલે એને અલ્ટ્રાસાઉન્ડમાં વહેલાં સાંભળી ચૂકી છે, પરંતુ ડૉક્ટરની ઓફિસમાં ડૉપલરની મદદથી સાંભળવાનો લહાવો અનન્ય છે, અદભૂત છે. જો કે ૧૦ થી ૧૨ અઠવાડિયા વચ્ચે ડૉપલરની મદદથી શિશુના હૃદયના ધબકારા સાંભળી શકાય છે, પરંતુ દરેક માતા-પિતાને આવો અવસર જલ્દી મળતો નથી. અમુકવાર શિશુ કે પ્લેસેંટાની સ્થિતિના લીધે એ શક્ય બનતું નથી. કાં તો આપના પેટ પર વસાના અનેક પડ જમા હોય તો પણ એવું બને છે. ડ્યૂડેટનું ખોટું અનુમાન પણ તેનું કારણ બને છે. ૧૪ માં અઠવાડિયા સુધી નિશ્ચિત રીતે આપ શિશુના દિલની

છોકરો કે છોકરી

જૂનવાણી દાયણો અને જૂના અમુક ડૉક્ટરોનું માનવું છે કે હૃદય ગતિથી શિશુના લિંગનો અંદાઝ આવી શકે છે. ૧૪૦ થી વધારે હૃદય ગતિ થવાથી છોકરી અને ૧૪૦ થી ઓછી થવાથી છોકરો હોઈ શકે છે. આને રમુજ ખાતર કદાચ સાચી માની લઈએ તો પણ એ ગણતરીએ નર્સરીના રંગોની પસંદગી ના કરશો.

ધડકન સાંભળી શકશો. જો આપ આટલી રાહ જોવા રાજી નથી તો ડૉક્ટર અલ્ટ્રાસાઉન્ડ દ્વારા જણાવી દેશે.

જ્યારે પણ શિશુના દિલની ધડકન સાંભળો ત્યારે થોડાંક સતર્ક રહો.આપની સરેરાશ હૃદયની ગતિ પ્રતિ મિનિટ ૧૦૦ વારની હોય છે. શિશુની ઉત્તમ ગતિ ગર્ભાવસ્થાના આરંભમાં ૧૧૦ થી ૧૬૦ વાર પ્રતિ મિનિટ, મધ્યકાળમાં ૧૨૦ થી ૧૬૦ વાર પ્રતિ મિનિટ હશે. દરેક શિશુના દિલની ધડકન જુદી-જુદી હોઈ શકે છે. એની કોઈ બીજાના શિશુ સાથે સરખામણી ના કરો.

૧૮ થી ૨૦ સપ્તાહ પછી આપ આ ધબકારાને ડૉપલર વિના રેગ્યુલર સ્ટેથેસ્કોપની મદદથી પણ સાંભળી શકો છો.

ઍટ-હોમ ડૉપલર

આપ પણ એક પ્રીનૈટલ હાર્ટ લિસનર લેવા માંગો છો, જેનાથી આપ ઘરે બેસીને આરામથી શિશુના ધબકારા સાંભળી શકો. આ ઉપકરણ સલામત તો છે, પણ એ એટલાં સંવેદનશીલ હોતા નથી. એ પાંચમા મહિના સુધી શિશુના દિલની ધડકન સંભળાવી શકતાં નથી. જો પાંચ મહિના પહેલાં એનો ઉપયોગ કરશો તો આપના હાલમાં નિરાશા સિવાય કશું નહીં આવે. જો શિશુ સારી સ્થિતિમાં ન હોય તો પણ એના દિલની ધડકન સાંભળી શકાશે નહીં. યાદ રાખો, ઉપકરણ જેટલું ઉત્તમ હશે એટલું એનું પરિણામ શ્રેષ્ઠ આવશે.

સેક્સની ઈચ્છા

"મારી દરેક સહેલીઓએ જણાવ્યું કે ગર્ભની શરૂઆત વખતે એમની સેક્સની ઈચ્છા તીવ્ર બની ગઈ હતી. હું શા માટે એવું મહેસૂસ કરતી નથી?"

ગર્ભાવસ્થાથી આપના જીવનના અનેક પાસાઓમાં પરિવર્તન આવે છે. સેક્સ લાઈફ પણ એમાંની એક છે. હૉર્મોન કાં તો શિથિલ કરી દે છે, પરંતુ ઉત્તેજિત કરે છે કાં તો શિથિલ કરી દે છે, પરંતુ દરેક મહિલા પર એની અસર ભિન્ન ભિન્ન રીતે થાય છે. અમુક તો ઉત્તેજિત થઈ જાય છે અને અમુક પર જાણે બરફનું ઠંડું પાણી પડી જાય છે. અમુક ગર્ભવતી મહિલાઓ તો ખરી રીતે જોઈએ તો આ અવસ્થામાં સેક્સ માણતા ચરમસુખ (ઑર્ગેઝ્મ) અનુભવે છે, પણ અમુક મહિલાઓ, જે સેક્સ જીવનમાં પૂરેપૂરી રીતે રૂચિ ધરાવતી હતી, એ અચાનક જ પોતાની જાતને એનાથી દૂર કરી લે છે. તેને સેક્સની ઈચ્છા થતી જ નથી. જો કે હોર્મોન સેક્સ ઈચ્છાને જાગૃત કરે છે, પરંતુ અવળી રીતે થાક અને બીજા લક્ષ પણ અવરોધક બને છે. આ બધાં જ ફેરફાર સામાન્ય હોવા છતાં મનમાં અપરાધભાવ જગાવે છે, જેથી અપરાધભાવ પીડિત સ્ત્રીઓ સેક્સથી વિમુખ બને છે.

આપે એ યાદ રાખવું પડશે કે આ દિવસોમાં આપની ભાવનાઓમાં પણ ઘણો ફેરફાર આવે છે. જો એક પળ આપને સેક્સ મહેસૂસ થાય છે તો બીજી પળે આપનો મૂડ ખરાબ થઈ જાય છે. આવી બાબતોમાં તો પરપસ્પર સાથીની સમજ એકબીજાની હૂંફની ઝંખના તથા હાસ્ય વિનોદ મોજ-મસ્તી જ મદદરૂપ બની શકે છે. ચિંતા ન કરો, બીજા ત્રૈમાસિક સુધીમાં બધું જ પહેલા જેવું થઈ જશે.

"જ્યારથી હું ગર્ભવતી બની છું, ત્યારથી સેક્સની ઈચ્છા ખૂબ વધી ગઈ છે, પરંતુ મારી

ઈચ્છા પૂરી થતી નથી, શું આ સામાન્ય છે?''

આમાં અસામાન્ય જેવી પણ કોઈ વાત નથી. આપ તો નસીબદાર છો કે પહેલા ત્રણ મહિનાના એ મુશ્કેલ લક્ષણો છતાં આપની સેક્સની ઈચ્છા અકબંધ છે. આપ એના માટે એ હોર્મોનનો આભાર માની શકો છો, જેના લીધે પેલ્વિક રીજનમાં લોહીનો પ્રવાહ વધી ગયો છે અને આપ પોતાને હૉટ અનુભવી રહી છો. આ સમયે તો આપ કોઈ સેક્સી મમ્માથી કમ નથી. કદાચ આ જ એ પળ છે જયારે સંભોગ કર્યા પછી કોઈપણ જાતની ચિંતા રહેવાની નથી. સેક્સ જીવનની આ રોચક દાસ્તાન પહેલા ત્રણ મહિના સુધી ચાલશે કાં તો આખી સુવાવડ સુધી પણ આપ ભોગ વિલાસનો ધર્મ અદા કરી શકો છો.

આપની સંભોગની ઈચ્છા બિલકુલ સહજ છે અને આપે તેના માટે શરમ-સંકોચમાં પડવાની જરૂર નથી. જો આપ કોઈ સારા આસનથી ચરમસુખને મહેસૂસ કરી રહી છે તો એમાં ગભરાવાની કોઈ વાત નથી. જો સગર્ભામાં આવું ચરમસુખ પહેલીવાર મળી રહ્યું છે તો મોજથી માણો. જો ડૉક્ટર રજા આપે તો પેટનો ઊભાર વધે એ પહેલાં નવા આસન અજમાવો અને સમયનો સ્નેહ સભર ભરપૂર ઉપયોગ કરી લો.

''આ દિવસોમાં મને સેક્સની ઈચ્છા થાય છે પરંતુ મારા પતિનો તેના માટે મૂડ હોતો નથી. મને હવે મારી માગણી માટે પસ્તાવો થાય છે.''

જયારે આપ બિલકુલ તૈયાર છો તો તેઓ શા માટે નિરૂત્સાહ રહે છે? આમાં ઘણા કારણો હોઈ શકે છે. સહુથી પહેલાં તો આપની અને આપના બાળકની કાળજી. જાતિને મનોમન ડર હોય કે આપને કે આપના બાળકને કોઈ હાનિ ન થાય. (જો કે એવું થતું નથી) વળી બાળક પેટમાં હોય ત્યારે અવું ન થાય એવો અપરાધભાવ. કાં તો એમને (પતિને) એમ થાય કે બાળક એમના લિંગને જોઈ રહ્યું છે. એટલું જ નહીં પતિ અત્યારે આપના શરીરમાં આવતાં-જોવાં મળતાં ફેરફારોથી જ એમની જાતને સમજાવી રહ્યાં હોય કે આપ કોઈની માતા બનવાની છો. એવું પણ બની શકે છે કે આપના પતિ, પતિ મટીને પિતાની લાગણી અનુભવતા હોય! આમ ભાવિ પિતાઓની સેક્સની ભાવનાઓ ઘટી જાય છે. કારણ ગમે તે હોય આપ તેમના વલણથી દુઃખી ન થાવ. મનમાં અપરાધ ભાવ કે અણગમો ન જન્માવો. તમે પતિની સાથે ખુલ્લાં દિલે વાત કરો. એમને ખાતરી કરાવો કે આ દિવસોમાં સેક્સ સલામત છે. આવનાર બાળકને સેક્સ સાથે કોઈ લેવા દેવા નથી. એમના તરફથી પહેલા ન થાય તો તમે એક સેક્સી નાઈટી પહેરીને કાં તો મૂનલાઈટ અને હળવુ સંગીત કેવું રહેશે? જો માલિશથી પણ એમનો મૂડ ન આવે તો સોફા પર જ પ્રેમ કરવામાં કોણ રોકવાનું છે? પતિના ખોટા ખ્યાલોને દૂર કરી શકો તો એમનો મૂડ મહોબ્બતનાં જામ છલકાવશે.

ઑર્ગૈઝ્મ પછી વળ-આમળ

''મને ઑર્ગૈઝ્મ પછી પેટમાં વળ-આમળ જેવું અનુભવાય છે. શું આ સામાન્ય છે કે આ કંઈક ખોટું થઈ રહ્યું છે?''

ચિંતા ન કરો અને એનાં કારણે સેક્સથી દૂર ન ભાગો. ઓછા જોખમવાળી ગર્ભાવસ્થામાં પણ ઘણીવાર ઑર્ગેઝ્મ પછી કે એ દરમિયાન જ પીઠમાં દર્દ, પેટમાં વળઆમળ જેવી તકલીફ થઈ શકે છે. ગર્ભાશયમાં સામાન્ય સંકોચન તથા ઈન્ટરકોર્સ પછી આવું બની શકે છે. અમુકવાર આ બધું માનસિક પણ હોય છે. સેક્સ દરમિયાન શિશુને ઈજા થવાનો ભય સતાવતો રહે છે. એ માનસિક તથા શારીરિક કારણોનો મેળ પણ હોઈ શકે છે.

બીજા શબ્દોમાં કહીએ તો વળ-આમળ એટલે આંચકા-ચૂંક એનાથી એવું કદી થવાનું નથી કે જયારે આપ સેક્સ ભોગવો ત્યારે શિશુને ઈજા થાય. કોઈ તકલીફ થાય. જો ડૉક્ટરે લીલી ઝંડી ફરકાવી દીધી છે તો આપને ડર કેવો? તેમ છતાં પણ વળ-આમળ ચાલુ જ હોય તો સાથીની પાસે પીઠ પર માલિશ

કરાવી દો. એનાંથી આપનો તનાવ પણ દૂર થશે.

અમુક મહિલાઓને સેક્સ પછી પગોમાં પણ ખાલી ચડી જાય છે. આપને આ જ પુસ્તકમાંથી એનાંથી બચવાના ઉપાય મળી જશે.

નોકરી અને ગર્ભાવસ્થા

પહેલેથી જો આપ માતા બનવાની છો તો આપે આપનું ઘણું કામ વધારી દીધું છે. નોકરીની સાથે શિશુને જન્મ આપવાનું કામ પણ આપના માથે છે, એટલે કે ઓવરટાઈમ જોબ. આપનું વર્કલોડ બમણું થઈ ગયું છે. આપને ગ્રાહકો તથા ડૉક્ટરોથી મીટિંગ, બૉથરૂમ તથા મોલરૂમની ટ્રિપ, બિઝનેસ લંચ તથા મોર્નિંગ સિકનેસ, સહેલીથી લઈને બૉસને બતાવવાની ઈચ્છા, ઉત્સુકતા, સ્વસ્થ તથા પ્રેરણાથી ભરપૂર રહેવાની તૈયારીઓ જેવા પડકારોનો સામનો કરવાનો છે. અહીં અમે આપની મદદ માટે અમુક ટિપ્સ આપીએ છીએ.

બૉસને ક્યારે કહેવું? :- આપ પણ વિચારી રહ્યાં હશો કે આ ખબર બૉસને ક્યારે સંભળાવવી જોઈએ? જો કે એનો કોઈ ખાસ નિયમ નથી પણ આપે થોડી ઉતાવળ કરવી પડશે. ક્યાંક આપના પેટનો ઊભાર સચ્ચાઈની ચાડી ન ખાય. આ બધું એ બાબત પર આધાર રાખે છે કે આપનો કામકાજ કરવાનો માહોલ કેટલો મૈત્રીપૂર્ણ કે ઔપચારિક છે? શારીરિક અથવા ભાવનાત્મક રીતથી તેને આપ કેવી રીતે મૂલવો છો.?

આપ કેવું અનુભવી રહી છે? :- જો મોર્નિંગ સિકનેસના લીધે આપનો ઘણો સમય સિંક પર વીતી રહ્યો છે, તો આપ પર પહેલાં ત્રૈમાસિકનો થાક ખરાબ રીતે છવાયેલો છે. એનાં કારણે આપ પથારીમાંથી તમામ સગર્ભાની વાત વધારે સમય સુધી છુપી નહીં રહે. ભલાઈ એમાં છે કે આપ જાતે જ બધાને અને બોસને આ અંગે જણાવી દો. જો આપ આપને બિલકુલ બરાબર અનુભવો છો તો તમારી ઈચ્છા મુજબ આ ખબરને થોડા દિવસો સુધી છાની પણ રાખી શકો છો.

આપ કેવું કામ કરો છો ? જો આપ એવી હાલતમાં કામ કરો છો જે આપના તથા શિશુના માટે હાનિકારક બની શકે તેમ છે, તો આપને બદલી માટે કાં તો કામ બદલવા માટે સગર્ભા બન્યાની આ ખબર આપવી જ પડશે.

કામ કેવું ચાલી રહ્યું છે? જયારે પણ કોઈ ગર્ભવતી મહિલા આવી ખબર ઓફિસમાં મોવડીને આપે છે તો એનાં મનમાં એ જ સવાલ પેદા થાય છે કે શું એ ગર્ભાવસ્થા દરમિયાન કામ કરી શકશે? ક્યાંક એનું મન કામના બદલે ગર્ભસ્થ બાળકમાં તો નહીં રમે ને? ક્યાંક એ અમારા કામને અધુરૂં તો છોડી નહીં દે ને?

આપ આ ખબર ત્યારે જ આપો જયારે કોઈ ડીલ કરો. કોઈ નવો આઈડિયા આપો કાં તો એ સાબિત કરી દો કે આપ ગર્ભવતી હોવા છતાં કામમાં કોઈ કસર બાકી રાખવાની નથી.

કોઈ ખબર આવવાની હોય તો? જો આપના કામના પ્રદર્શનનું કોઈ પરિણામ આવવાનું છે. વેતન વધવાનું છે કે પછી પ્રમોશનનો ચાન્સ છે તો આપની આ ખબરને ત્યાં સુધી દબાવીને રાખવામાં આવે તે ઈચ્છનીય છે. કેમ કે જો આપે પહેલાં સગર્ભાની જાણ કરી દીધી તો પ્રગતિના માર્ગમાં અવરોધ આવી શકે છે. કેમ કે તેમને લાગશે કે આપ આગામી સમયમાં એક ઉત્તમ વર્કર બનવાનાં બદલે શ્રેષ્ઠ મધર બનવામાં ધ્યાન પરોવશો.

ગપ્પાઓની ફેક્ટરી : જી..હા, જો આપ ગપ્પાંની ફેક્ટરીમાં કામ કરો છો તો થોડા ચેતી જાવ. શું આપ ઈચ્છશો કે આપ જણાવો એ પહેલાં જ કોઈ ખબરને બૉસ સુધી પહોંચાડી દે? આપે માત્ર વિશ્વાસલાયક સાથીઓને જ આ વાત જણાવવી જોઈએ, જેથી તેઓ આપની મરજી વિના બીજાઓની આગળ મોં ન ખોલે.

નિયોજકનું વર્તન: આપે આ બાબતે તમારી નિયોજકનું વર્તન જાણવું પડશે. એ મહિલાઓને પૂછો જે તાજેતરમાં જ માતા બની છે, પરંતુ આવી પૂછપરછ ખાનગી રીતે થવી જોઈએ. એ જાણો કે ઓફિસમાં મેટરનિટી લીવ માટે શું નિયમો છે? આપ એચ.આર.ના કોઈ વ્યક્તિથી પણ મિટીંગ કરી શકો છો. તેઓ આપને સારામાં સારી જાણકારી આપશે. જો કંપની ગર્ભવતી માતાઓની સવલતોનું ધ્યાન રાખે છે તો આપે મોડું કર્યા વિના વહેલી તકે કહી દેવું જોઈએ. જો કંપની એવી કોઈ સુવિધા નથી આપતી તો આપ પણ સારી રીતે સમજો છો કે શું કરવું જોઈએ?

ખબર સંભાળવવી : જો આપ એકવાર ગર્ભવતી થયાની જાણ કરવાનું નક્કી કરી લો છો તો એ ખબર સારી રીતે પહોંચે તે માટે કાળજી રાખો.

તમારી જાતને તૈયાર કરો : તમારી ખબર સંભળાવતાં પહેલાં થોડી બરાબર તપાસ કરી લો. આપની ઓફિસની મેટરનિટી લીવ પોલીસીની જાણકારી મેળવો. અમુક જગ્યાઓ વેતન સાથેની રજાઓ મળતી હોય છે. કેટલીય જગ્યાએ રજાનું વેતન આપવામાં આવતું નથી. હા, અમુક જગ્યાએ આપની સિક-લીવને આ રજાઓમાં ભેળવવાની નીતિ-રીતિ હોય છે.

આપના અધિકાર જાણો : આપને જાણ હોવી જોઈએ કે ગર્ભવતી મહિલાઓને કેવાં અધિકાર છે? જાણકારી હશે તો જ આપ એ લાભો મેળવી શકશો.

યોજનાઓ બનાવો : દરેક કામ સંપૂર્ણ રીતે યોજનાબધ્ધ હોવું જોઈએ, જેનાથી આપની કાર્ય કુશળતાની પ્રશંસા પણ થશે. જ્યારે પણ આ ખબર સંભળાવો ત્યારે યોજના પણ બનાવી લો કે આપ આશરે કેટલા સમય સુધી ઓફિસ જઈ શકશો. કેટલા દિવસની રજાઓ લેશો? રજા પર જતાં પહેલા કામ કેવી પુરૂં કરશો કે આપના કામનો હવાલો બીજાઓને કેવી રીતે સોંપશો? જો આપ પછીથી પાર્ટટાઈમ જોબ કરવા માંગો છો તો એ પણ અત્યારથી જણાવી દો. જો આ યોજના વિગતવાર લખેલી હશે તો આપ કશું જ ભૂલી શકશો નહીં અને વધારે કૌશલ્યતાના અંક પણ મેળવશો.

સમય કાઢો : સીડી, લીફ્ટ કે મીટિંગમાં જતાં-આવતાં આ ખબર ન જણાવો. આપના બૉસને મળવાનો સમય લો, જેથી તેઓ આનાકાની કર્યા વિના આપની વાત સાંભળી શકે. જ્યારે ઓફિસમાં કામનું વધારે ભારણ ન હોય ત્યારે મળવાનો સમય નક્કી કરો. દરમિયાન વાતાવરણ ગરમ થઈ જાય તો મીટિંગ મૂલતવી રાખો.

સકારાત્મક રહો : આપની ખબર માફી ક્ષમા અને બહાનાઓથી શરૂ ન કરો. ખૂબ જ આત્મવિશ્વાસ સાથે જણાવો કે આપ ગર્ભવતી થવાના લીધે ખૂબ જ આનંદમાં છો. આપ તેમ છતાં ઘર અને ઓફિસના કામ લગન અને ખંતથી કરી શકશો.

નમ્રતા જાળવી રાખો : પોતાની યોજના બનાવીને એમાં ફેરફાર થાય તો સ્વીકારવાની તૈયારીઓ રાખો, જેથી તેમને લાગે કે આપ આપની જિદ પર અડેલી નથી, તેમ છતાં એકદમ કોમળ ન બનો. એક વહેવારિક બોટમ લાઈન નક્કી કરી લો તથા એના હિસાબે જ ચાલો.

યોજના લેખિત રૂપે રાખો: આપના પ્રેગનેન્સી પ્રૉટોકોલ તથા મેટરનીટી લીવની યોજના બનાવી લીધા પછી તેને એક નોટબુકમાં લખી લો, જેથી ગેરસમજને અવકાશ જ ન રહે. (મેં તો આવું કહ્યું ન હતું...)

કામ તથા આરામ એક સાથે : થાક, ઉબકા, પીઠ તથા માથાનો દુ:ખાવો, સૂઝી ગયેલાં ઘૂંટણ અને વારંવાર પેશાબની હેરાફેરી આટલી બધી તકલીફોથી ઘેરાયેલી કોઈ ગર્ભવતી મહિલા, નોકરીના કલાકોમાં નિરાંતનો શ્વાસ કેવી રીતે લઈ શકે? જો તેને સૂઝેલા પગને લઈને વારંવાર ઝૂકવું પડે કાં તો સામાન ઉપાડવો પડે તો ગર્ભાવસ્થામાં નોકરીમાં આરામ મેળવવા માટે અમારા ટિપ્સ વાંચો.

- આરામદાયક કપડાં પહેરો. તંગ અને ફીટ વસ્ત્રો ન પહેરો, જેથી લોહીની અવર-જવરમાં

થોડીક તૈયારીઓ

માન્યું કે હજુ આપના ઘરમાં નાનું બાળક નથી. આપને ગર્ભાવસ્થા અને નોકરીના કલાકો વચ્ચે જ તાલ-મેળ કરવાનો છે. જો આપ પહેલાથી જ તમામ તૈયારી તથા મહાવરો કરી લેશો તો આવનારા સમયમાં ખૂબ જ રાહત રહેશે. અમારાં ઉપાયોની મદદથી આપના બે-ત્રણ કામ એક સાથે થશે. તેમાં આપને લાભ એ છે કે આપ થાકી જતાં નથી અને સ્વાભાવિક રીતે રહી શકો છો.

- સમજી વિચારીને દિનચર્યા નક્કી કરો. આપના દરેક પ્રકારના ટેસ્ટ તથા તપાસનો સમય બપોરનો નક્કી કરો. જો અડધા દિવસની રજા લેવી છે તો પહેલા બૉસને પૂછી લો. આ દિવસોના તમામ કામકાજની નોંધ રાખો.
- આપના મગજની યાદશક્તિ જાળવી રાખો. દરેક કામનું લિસ્ટ બનાવો. વળી કાગળ પેન હાથ-વગા રાખો, જેથી કોઈ કામ યાદ આવતાં તેને નોંધી શકાય.
- આપની મર્યાદાને ઓળખો અને એનાથી આગળ ન વધો. અત્યારે ફાલતું કામ હાથમાં લેવાનાં બદલે બીજાઓને આપો. જો તમારે જાતે કામ કરવું હોય તો ભારણ લાગે એ રીતે કામ ન કરો,
- જો કોઈ મદદ કરવા માંગે તો હા કહેવામાં સંકોચ ન રાખો. બની શકે છે કે ભવિષ્યમાં એ પણ આપની પાસે મદદ માંગે, પરંતુ અત્યારે તો તમે લાભ ઉઠાવી લો.
- તમે તમારી જાતને રિચાર્જ કરો. થોડું હરો ફરો.
- બાથરૂમ સુધી જઈ આવો. રિલેક્સેશન ટેકનિકો અપનાવો અથવા તો પછી અમુક સમય માટે પોતાનામાં ખોવાઈ જાવ.
- જ્યારે પણ મન ઉદાસ થાય ત્યારે તમારી વાત કહેવામાં સંકોચ ન કરો. આખરે આપ પણ એક (લેડીઝ) માણસ છો. જો ટેબલ પર ફાઈલોનો ઢગલો હોય અને માથું ઉંચકવાની હિંમત ન હોય તો બૉસથી ફાલતું મદદ કે સમય માંગો. યાદ રાખો કે આપ કામચોર નથી. આપ ગર્ભવતી છો.

અવરોધ થાય. ઉંચી હિલ પણ તકલીફ કરી શકે છે. સ્પોર્ટિંગ હોઝ પહેરશો તો વૅરીકોઝ વેન્સથી બચી શકશો. કેમ કે બની શકે છે કે આપને અમુક કલાક ઊભા રહેવું પડતું હોય!

- આપના ભીતરની સ્થિતિ જાણો. શહેરનું હવામાન ભલે ગરમ હોય, પણ ગર્ભાવસ્થામાં આપના શુગરનું ઉષ્ણતામાન બદલાતું રહે છે. એક મિનિટમાં પરસેવો છૂટે છે તો બીજી મિનિટમાં ઠંડીથી ઠરી જવાય છે. આપે કપડાં એવી બધી તૈયારીઓ સાથેના પહેરવાના છે, જેથી ગરમી અને શરદી એમ બંને તાપમાનથી બચી શકાય. જો શક્ય હોય તો તમારી ગાડીનાં ડ્રોઅરમાં સ્કાર્ફ તથા સ્વેટર રાખો. જ્યારે અચાનક વાતાવરણ બદલાય અને ઠંડી લાગવા માંડે તો આપને ઝડપથી ગરમાવો મળી શકે. આ દિવસોમાં આપના શરીરનું તાપમાન ઝડપથી વધી ઘટી શકે છે.
- આપના પગ પર વજન દઈને ઊભા ન રહો. જો કામના કલાકોમાં સતત ઊભા રહેવાનું હોય તો વચ્ચે વચ્ચે બેસી જાવ કાં તો સાધારણ હરો ફરો. એક પગને નાના ટેબલ પર રાખો તથા ઘૂંટણને વાળો. આ રીતે ઊભા રહેવાનો ભાર ઘટશે. વારંવાર પગને બદલતાં રહો તથા તેને હલાવતાં રહો.
- કોઈપણ બોક્સ કે ઉંચી ચીજ જોવા મળે તો થોડીવાર માટે પગ ઉંચા કરી લો.
- અવાર-નવાર બ્રેક લો. બેઠાં હોય તો ઊભા થઈને એક ચક્કર મારો. ઊભા છો તો પગને ઉંચા કરીને બેસી જાવ. જો કેબિનમાં સોફા હોય તો તક મળતાં જ સીધા સૂઈ જાવ. શરીરમાં ખેંચાણ આવે તેવા વ્યાયામ કરો, જેથી પીઠ, પગ તથા ગરદનને આરામ મળે. લગભગ દર એક કલાક પછી બંને હાથ પીઠ પાછળ લઈ જઈને ડાબા-જમણે શરીરને હલાવો. જો બેઠા

બેઠા ઝૂકી શકો તો તમારા હાથોને પગો સુધી લઈ જઈને ગરદન તથા ખામીની તણાવને દૂર કરો.

- આપની ખુરશીને ઠીક કરો. જો પીઠને આરામ આપવા માગો છો તો કુશન લગાવો. સીટની નીચે સામાન્ય ઓશિકું રાખો. જો ખુરશી ખસી જાય તેમ હોય તો ટેબલ તથા ખુરશીની વચ્ચે થોડી જગ્યા બનાવી લો, જેથી આપના પેટને પૂરી જગ્યા મળી શકે.
- વોટર કુલરની આ જુબાજુ રહો. જી નહીં, ગપ્પા મારવા નહીં, પણ પાણી ભરવા માટે. આપે દિવસમાં પૂરતાં પ્રમાણમાં પાણી પીવાનું છે, જેથી શરીરમાં સોજા ન આવે અને પેશાબાશયમાં ચેપ પણ ન લાગે. જો આ રીતની કાળજી રાખશો તો બીજી પણ કેટલીય જાતની તકલીફોથી છૂટકારો મળશે.
- દર બે કલાકે પેશાબ કરવા જાવ. આ રીતે તમે સંક્રમણથી બચી શકશો. જરૂર હોય કે ન હોય ટોયલેટ જરૂર જાવ. હવે આપની અવઢવમાં જાજરૂ માટે દોડવાના દિવસો નથી રહ્યાં.

કારપલ ટનલ સિંડ્રોમ

રાત-દિવસ કી બોર્ડ પર આંગળીઓથી કામ કરનારા કારપલ ટનલ સિંડ્રોમ અંગે જાણે છે. આમાં હાથની આંગળીઓમાં પીડા થાય છે. કયારેક તે ચેતનવિહોણા બની જાય છે, ભાવિ માતાઓને પણ આવી જ તકલીફ થઈ શકે છે. આ ખતરનાક તો નહીં પણ થોડું તકલીફ કરનારું તો છે જ. અમારા અમુક ઉપાય કામ આવી શકે છે.

- એવું કી બોર્ડ રાખો, જે કાંડાને અનુકૂળ હોય!
- ટાઈપિંગ કરતાં સમયે કાંડાનો બેલ્ટ પહેરો.
- કોમ્પ્યુટરથી થોડા થોડા અંતરે બ્રેક લો.
- ફોન પર લાંબી વાત માટે સ્પીકર ફોન કે હેડસેટનો ઉપયોગ કરો.
- સાંજે ઠંડા પાણીમાં હાથ બોળી રાખો, જેથી સોજા મટે.
- ડૉક્ટરના મત મુજબની દવા લો તથા એક્યૂપંચર વગેરે કરાવો.

- દરેક ગર્ભવતી માતા માટે સહુથી મોટામાં મોટું કામ હોય તો શિશુનું પેટ ભરવું. આપના વ્યસ્ત શિડ્યૂલ વચ્ચે પણ ખાવા માટે સમય કાઢવાનું ભૂલશો નહીં. આપનાં ટેબલ પર પણ પૌષ્ટિક સ્નેક્સ હોવા જોઈએ. જો પર્સ મોટું હોય તો તેમાં પણ કોઈ ખાદ્ય પદાર્થ-ફળ વગેરે રાખો. સમય મળે કંઈને કંઈ ખાવું જોઈએ.
- વજન કાંટા પર નજર રાખો. કયાંક એવું ન બને કે ઓફિસમાં કામના ભારણના કારણે આપ તું જા હું આવું એ રીતે ઉતાવળે કોળિયા ભરો. ખાવામાં પધ્ધતિસર ખાવ. ચાવીને અને શાંતિથી જમો, પણ એવું ન જમો કે વજન વધે. કેમ કે જો આપની ઓફિસ કોઈ વેડીંગ મશીન કે જંક ફૂડ રેસ્ટોરન્ટની પાસે છે તો તમારે વજન ન વધે એ રીતે જમવું પડશે.
- આપની પાસે દાંતોનું બ્રશ રાખો. ઉલટીઓથી હેરાન થાવ છો તો ઉલટીઓ વખતે વચ્ચે વચ્ચે દાંતોને બ્રશ કરવાથી દાંતોની સફાઈ થશે અને શ્વાસ પણ નહીં ચડે. ઉલટીઓ બંધ થશે. ઉલટીઓમાં માઉથવૉશ પણ કામમાં આવી શકશે. જો વધારે પ્રમાણમાં લાળ બની રહી હોય તો એનાંથી ફરક પડશે. (પહેલા ત્રૈમાસીકમાં હંમેશા આવું થાય છે જે ઓફિસમાં અણગમો જગાવી શકે છે.)
- સામાન આરામથી ઉઠાવો, જેથી પીઠ પર કોઈપણ પ્રકારનું દબાણ ન આવે.
- ધૂમાડાવાળા સ્થળોથી દૂર રહો. ધૂમાડો આપના તથા શિશુ માટે હાનિકારક છે. એનાંથી થાક વર્તાય છે.
- જરૂરથી વધારે કોઈપણ વાતનું ટેન્શન ન લો. શાંત રહો. આઈપોડથી સંગીત સાંભળો. આંખો બંધ કરીને ધ્યાનમાં બેસો. મકાનની આ જુબાજુ ચકકર લગાવો.
- જો ખૂબ જ થાક જણાય તો જલ્દીથી રજા લઈને ઘરે જવામાં વાંધો નથી.

નોકરી તથા આપની સલામતી : કેટલીય એવી નોકરીઓ હોય છે, જયાં મોટાભાગની માતા બનનારી મહિલાઓ પોતાના ગર્ભસ્થ શિશુને પૂરતું પોષણ તથા સલામતી આપી શકે છે, જો કે એ મહિલાઓ માટે બહુ મોટી ખુશખબરી છે, જે

નોકરી તથા ગર્ભાવસ્થા બંને સાથોસાથ સાચવવા માંગે છે, તેમ છતાં અમુક જોબ એવી હોય છે, જે બીજાઓની સરખામણીમાં વધારે સલામત માનવામાં આવે છે. જો થોડીક સાવચેતી રાખવામાં આવે તો આપની મરજી મુજબ ચેન્જ કરી શકો છો. આપ ડૉક્ટરના સૂચન મુજબ વર્તો

ઓફિસનું કામ : દરેક જણ જાણે છે કે લગાતાર ટેબલ-ખુરશી પર કામ કરનારાઓને ડોક, પીઠ, પગ તથા માથામાં કેવું દર્દ થતું હોય છે? એમાં વળી ગર્ભવતી મહિલા માટે આવી તકલીફો ઘણી વધી જાય છે. શિશુને તો કોઈ નુકશાન નથી થતું, પરંતુ માતાના શરીરને તકલીફ વેઠવી પડે છે. જો આપ બેઠાબેઠા લાંબા સમય સુધી એકધારૂં કામ કરો છો તો વચ્ચમાં ઊભા થઈને ચાલવું જોઈએ. તમારા હાથને આમ-તેમ હલાવવા જોઈએ. ખુરશી પર બેઠાબેઠા ગરદન તથા ખભા જકડાઈ જાય તો ખુરશી નજીક કોઈ સ્ટુલ પર પગને પાથરીને થોડીવાર આરામ કરો.

કૉમ્પ્યૂટરથી સલામતી : ભગવાનનો એટલો આભાર માનવો જોઈએ કે કૉમ્પ્યુટર સ્ક્રીન તથા લૅપટોપ ગર્ભવતી મહિલાઓ માટે હાનિકારક નથી હોતા. હા, કૉમ્પ્યુટર સામે કલાકો સુધી રહેવાથી માથું ભમે છે. માથાનો દુઃખાવો, કાંડામાં મચકોડ તથા બંને હાથ જકડાઈ જવા જેવી તકલીફો થાય છે. એનાંથી બચવા માટે એવી ખુરશી વાપરો, જેનાથી પીઠને સંપૂર્ણ આરામ મળે.

મોનીટર પણ યોગ્ય રીતે ગોઠવાયેલું હોય! એના ટોપનું આંખોની સાથે લેબલ હોય અને એ એક હાથ જેટલું દૂર હોય! એવું સ્ક્રીન વાપરો જેનાથી કારપલ ટર્નિંગ સિંડ્રોમનો ડર ન હોય! જ્યારે પણ કી બોર્ડ પર હાથ રાખો તો એ આપની કોણીઓની નીચે હોય!

આરોગ્ય સેવાથી જોડાયેલા કાર્ય : દરેક હેલ્થ કેર પ્રોફેશનલની સહુથી પહેલી પ્રાથમિકતા એ જ હોય છે કે સ્વંય સ્વસ્થ રહો, પરંતુ જો આપ માતા બનનાર છે તો એવી કાળજી આપે વધારે રાખવાની છે. સહુથી પહેલાં તો આપને ઉપકરણ સ્ટરલાઈઝ કરનારા કેમીકલ્સોથી તમારી જાતને તથા શિશુને બચાવવાનું છે. (જેમકે એથલીન ઓક્સાઈડ તથા ફૉરમલડિહાઈડ) અમુક એન્ટી કેન્સર દવાઓ, હેપેટાઈટિસ બી તથા એઈડસ જેવા અમુક સંક્રમણ તથા રેડિએશન વગેરેથી પણ જાળવવું પડશે. ઓછા ડોઝવાળી એક્સ-રેની સાથે કામ કરનાર ટેકનેશિયનોને રેડિએશનનું જોખમ હોતું નથી. ભલામણ કરાય છે કે જે સ્ત્રીઓ સંતાન ઉત્પન્ન કરવાની વયમાં છે, તેઓ અધિક ડોઝવાળા રેડિએશનના સંપર્કમાં આવતાં પહેલા, વિશેષ પ્રકારના ઉપકરણ પહેરે છે જેથી તેઓ સલામત રહી શકે. આપે કામના હિસાબે સલામતીના ઉપાય કરવા જોઈએ. બને તો કોઈ સલામત નોકરી શોધી

શાંત રહો

લગભગ ૨૪ સપ્તાહમાં આપના શિશુના સંપૂર્ણ રીતે કાન બની ગયા છે. ૨૭થી ૩૦ સપ્તાહમાં એ બહારના ધ્વનિને સાંભળી શકશે. જો કે ભારે અવાજ એના કાન સુધી નહીં પહોંચે, પરંતુ તેમ છતાં આપે ઘોંઘાટથી બચવું જોઈએ. વધારે અવાજથી બાળકની સાંભળવાની ક્ષમતા નંદવાય છે તો એનાથી પ્રિમેચ્યોર બેબી કે ઓછા વજનના શિશુના જન્મની શક્યતા વધે છે. ૫૫૦ થી ૧૫૫ ડેસીબલ ધ્વનિ તીવ્રતાથી પણ એ જ સમસ્યા સર્જાય છે. ખૂબ જ ઘોંઘાટવાળી કલબ, ખૂબ જ અવાજ કરતી મશીનો જોડે કામ કરતી મહિલાએ રજા પર ઉતરી જવું જોઈએ. જો કેસેટ સાંભળવી હોય તો એમ્ફીથિયેટરની વચ્ચે બેસો. ચાલુ ગાડીમાં મોટા અવાજે સંગીત ન સાંભળો. બને તો હેડ ફોન લગાવીને ધીમા અવાજે સંગીત સાંભળો.

લેવી જોઈએ.

નિર્માણ કાર્ય : જો આપ એવી જગ્યાએ કામ કરો છો જ્યાં ખૂબ જ ભારે અને જોખમી મશીનરી બને છે તો આપે આપના બૉસ સાથે ડયૂટી બદલવા અંગે વાત કરવી જોઈએ. આપ ઉત્પાદનકર્તાઓ સાથે એ સાધન-સરંજામની સલામતી અંગે પણ વાત કરી શકે છો. કંઈ ફેક્ટરીમાં શું બને છે અને તે લોકો તેને કેવી રીતે બનાવે છે? એના પર પણ ઘણી બાબતોનો મદાર છે.

ભારે શારીરિક શ્રમ : જો કોઈ ગર્ભવતી મહિલાને વજનદાર સામાન ઉઠાવવાનું કે કલાકો સુધી ઊભા રહેવું પડે, એવી જગ્યાએ શારીરિક શ્રમનું કામ કરે છે તો તેના માટે પ્રીટર્મ લેબરનું જોખમ વધી જાય છે. આપે બૉસને વિનંતી પૂર્વક આગ્રહ કરવો જોઈએ કે આપને ૨૦થી ૨૮ અઠવાડિયા-સાતેક મહિના માટે બીજું કોઈ એવું કામ સોંપે, જેમાં અતિ શારીરિક શ્રમ ન હોય! ડિલીવરી પછી આપ પોતાની મૂળ જગ્યાએ જઈ શકો છો.

ભાવનાત્મક રીતે તણાવમુક્ત કાર્ય: ઘણીવાર કાર્ય ક્ષેત્રમાં તણાવથી પણ ગર્ભવતી મહિલાઓ પર માઠી અસર પડે છે. આપે તણાવની માત્રાને ઘટાડવાનો પૂરો પ્રયત્ન કર વો જોઈએ. કાં તો પછી મેટરનિટી લીવ જલ્દી લઈ લો, કાં તો પછી જ્યાં ઓછું ભારણ હોય એવી જગ્યાએ જોબ કરો, પણ આવું કરવું સહેલુ નથી. જોબ કંઈ રસ્તામાં પડી નથી કે તરત જ મળી જાય. જો એ આર્થિક રીતે ખૂબ જ જરૂરી છે તો નોકરી છોડતા અને બીજી નોકરી ન મળે ત્યાં સુધી સારવાર અને આર્થિક તકલીફ વધી જશે.

આપે નિયમિત વ્યાયામ, ધ્યાન તથા સ્વાસ્થ ક્રિયાઓથી ટેન્શનને ઘટાડવું જ પડશે, આપના બૉસને વાત કરો કે જરૂરથી વધારે કામ, દબાણ અને ટેન્શન આપની ગર્ભાવસ્થા માટે નુકશાનકારક બની શકે છે. જો આપ સેલ્ફ-એમ્પલોઈ છો તો કામને ઘટાડવું થોડું મુશ્કેલ બનશે. કેમ કે આપ જાતે જ બોસ છો પરંતુ અહીં તો કાળજી રાખવામાં જ બે જીવનું ભલું છે એ ભુલવું જોઈએ નહીં.

બીજા કાર્ય: શિક્ષિકાઓ તથા સમાજસેવિકાઓ નાના બાળકોની સાથે રહેવાના લીધે આવા સંક્રમણનાં સંકજામાં આવી શકે છે, જે ચેપ ગર્ભાવસ્થા પર માઠી અસર કરે છે. જેમ કે ચિકનપોક્સ, ફિફ્થ ડિસીઝ તથા સીએમવી પશુઓની સાથે કામ કરનારા તથા માંસ વેચનારા ટૉક્સોપ્લાઝમોસિસનાં ભોગ બની શકે છે. (જો કે તેમનામાં પ્રતિકાર ક્ષમતા પેદા થઈ ગઈ છે તો શિશુને કોઈ જોખમ નથી) જો એવી જગ્યાએ કામ કરો છો, જ્યાં કોઈપણ પ્રકારના ઈંફેકશનની પૂરેપૂરી શક્યતા છે, તો તમારા તરફથી પુરૂ ધ્યાન આપો. સમય સમય પર હાથ ધોવો. મોજા અને માસ્ક પહેરો.

ફલાઈટ અટેન્ડેન્ટ કે પાયલોટ માટે પ્રીટર્મ લેબરનું જોખમ થોડું વધી જાય છે. હાઈ-એટીટયૂડ વાળી ફલાઈટમાં સૂર્યના રેડિએશનમાં સંપર્કમાં આવવાના કારણે એવું થાય છે. તેમણે ઓછાં અંતરની યાત્રાઓ કરવી જોઈએ કાં તો પ્રેગનેન્સી દરમિયાન ગ્રાઉન્ડ વર્ક કરવું જોઈએ.

કલાકારી, ફોટોગ્રાફી, કેમિસ્ટ, કોસ્મેટીશિયન તથા ડ્રાઈક્લિનીંગના કામમાં સેવા આપતી ગર્ભવતી મહિલાઓ અનેક જાતના કેમિકલોના સંપર્કમાં આવી શકે છે. એટલા માટે ખૂબ જ કાળજી રાખો કાં તો થોડા સમય માટે એ સ્થાન છોડી દો.

નોકરી પર ટકી રહેવું : શું આપે સુવાવડ સુધી કામ કરવાનું નક્કી કરી લીધું છે? કેટલીય ગર્ભવતી મહિલાઓ પૂરા નવ મહિના સુધી બંને કામ યોગ્ય રીતે નિભાવી લેતી હોય છે. જો કે અમુક નોકરીઓ પણ એવી હોય છે જ્યાં તેમને વધારે તકલીફ હોતી નથી. જો આપ ટેબલવર્ક સંભાળો છો તો કદાચ આપે અહીંથી જ સીધા બર્થરૂમમાં જવાનું કર્યું હશે. જો નોકરી આરામદાયક છે તો આપ ઘરે રહીને વૅક્યૂમ ક્લિનરથી હેરાન થવા નહીં ઈચ્છો. કેમ કે ઓફિસમાં જ વધારે આરામ મળશે. ઓફિસથી પગપાળા આવવા-જવાનો વોકીંગનો પણ લાભ મળશે પણ એમાં શરત એ હશે કે ભારે વજન ઉપાડીને ચાલવાનું ન હોવું જોઈએ.

એક અભ્યાસથી જાણવા મળ્યું છે કે

ગર્ભાવસ્થા અને દુર્વ્યવહાર

શું ગર્ભાવસ્થાના લીધે આપના કાર્યક્ષેત્રમાં આપની સાથે ઓરમાયું વર્તન થઈ રહ્યું છે? જો એવું હોય તો ચૂપચાપ સહન કરવાના બદલે કોઈ ભરોસાલાયક કર્મચારીને આપનાં મનની વાત કરો. એવી તમામ બાબતો, બીનાઓ, ઘટનાઓની નોંધ-યાદી તથા રેકોર્ડ આપની પાસે રાખો, જેથી જરૂર પડે પૂરાવા માટે રજૂ કરી શકાય.

અઠવાડિયામાં ૬૫ કલાક કામ કરનારી ગર્ભવતી મહિલાઓ પણ ગર્ભાવસ્થાની જટિલતાઓથી એટલી સલામત રહી, જેટલી કે ઓછું કામ કરનારી ગર્ભવતી મહિલાઓ હોય છે. જો કોઈ મહિલા પહેલેથી જ માતા છે. એ તેની બીજી ગર્ભાવસ્થામાં ઘણા કલાકો ઊભા રહીને કામ કરે છે, તણાવની સાથે જીવે છે કે ભારે વર્ક કરે છે તો વજનના શિશુના જન્મનું જોખમ વધી જાય છે. શું સેલ્સગર્લ, રેસ્ટોરન્ટ વર્કર, પોલીસ અધિકારી, ડૉક્ટર તથા નર્સ (સગર્ભાઓએ) અઠવાડિયા પછી કામ કરવું જોઈએ?

ડૉક્ટર તો એવું કહે છે કે જો તેને આરામ છે કોઈ તકલીફ નથી તો તે સામાન્ય રીતે કામ ચાલુ રાખી શકે છે. જો કે શારીરિક તકલીફોનું પ્રમાણ તો વધી જ જાય છે. જેમને પીઠમાં દર્દ, વૅરીકોઝ વેન્સ તથા હેમરેજ વગેરે. બની શકે તો વહેલા રજા પર ઉતરો. વધારે થકવી દે તેવા કામ ન કરો, જેમાં પડવા-વાગવાથી ઈજા થવાનો ભય હોય ખાસ વાત તો એ જ છે કે દરેક ગર્ભવતી મહિલાની દરેક જોબ તથા દરેક ડૉક્ટરને મળીને આપની સ્થિતિના હિસાબે નિર્ણય લઈ શકો છો.

<u>નોકરી બદલવી :</u> જિન્દગીમાં આવનારા અનેક ફેરફારો ઉપરાંત કદાચ આપ એક નવું જ પરિવર્તન લાવવા ઈચ્છો છો. જો કે એના ડઝનબંધ કારણો હોઈ શકે છે. એક ગર્ભવતી માતા પોતાની નોકરી કેમ બદલવા માંગે છે? બની શકે છે કે વાતાવરણ મૈત્રીપૂર્ણ ન હોય! કામ અને માતૃત્વ વચ્ચે બેલેન્સ જાળવવું મુશ્કેલ હોય! કામના કલાકો વધુ હોય કાં તો એ કામથી કંટાળી ગઈ હોય! બની શકે છે કે ત્યાં ગર્ભવતીઓને તથા શિશુને જોખમ હોય કારણ ભલે ગમે તે હોય પણ જોબ છોડતા પહેલા અમુક મુદ્દાઓ પર શાંતિથી વિચારી લો.

નવું કામ શોધવા માટે સમય, ઊર્જા અને ફોકસ જોઈએ. જો કે આપ નોર્મલ પ્રેગનેન્સી અંગે વિચારો છો. એટલાં માટે બીજા ભય ચિહ્નો દેખાતાં નથી. આપે ઈન્ટરવ્યૂમાં જવું પડશે. સવાલ-જવાબો થશે. પ્રેગનેન્સીના કારણે કોઈ નોકરીમાં નહીં પણ રાખે. નોકરી છોડી દેતાં આર્થિક પ્રશ્ન ઊભો થશે. કદાચ નવી નોકરી મળી જાય તો પણ દરેકનું ધ્યાન આપના તરફ હશે એટલે કામ પણ ચીવટથી કરવું પડશે. નક્કી કરી લો કે શું આપની પાસે એટલી હિંમત અને કાબેલિયત છે?

વળી નવી જગ્યાએ જતાં પહેલા સારી રીતે જાણી લો કે ત્યાં જવાથી લાભ છે કે નુકશાન? શું કંપની આપને સામાન્ય રજાઓ આપવાના બદલે હેલ્થ ઈન્સ્યૉરન્સની બમણી રકમ આપી શકશે? શું એ લોકો પરથી અમુક વર્ક કરીને આવવાની રજા આપશે? શું વેતન પહેલી જગ્યા કરતાં સારૂં હશે? યાદ રાખો કે જોવામાં સહેલું લાગતું કામ ખરેખર સહેલું કે સરળ હોતું નથી. આપના ઘરના માહોલ એનાથી પહેલા કરતા વધારે અસ્ત-વ્યસ્ત રહેશે? શું આપ ઈચ્છશો કે ઓફિસમાં પણ એવું થાય? એ પણ યાદ રાખો કે કેટલીય કંપનીઓ પોતાના કર્મચારીઓને પહેલા વર્ષે ઓછું વેતન ઓછી સગવડો આપે છે.

આમ તો કોઈપણ સંભાવિત નિયોજકને એ હક્ક નથી કે તે આપને ગર્ભાવસ્થાના કારણે જોબ ન આપે, પણ જો એ વાત આપ છૂપી રાખો છો અને કામ પર ગયાના થોડાં દિવસો પછી મેટરનીટિ લીવ ઈચ્છો છો તો એનાથી આપનાં કંપની સાથેનાં સંબંધ કથળી શકે છે. જયારે તેઓ જોબ પર રાખે ત્યારે જ જાહેર કરી દો કે આપ ગર્ભવતી છો અને થોડાં મહિનાઓ પછી પ્રેગનેન્સી લીવની જરૂર પડશે.

માનો કે આપને ખબર નથી અને નવી નોકરી મેળવી અને પછી જાણ થાય કે આપ સગર્ભા છો તો? તો પણ ચિંતા કરવાની જરૂર નથી. આપ તેનો હરખભેર સ્વીકાર કરો અને બને તો તમારા બૉસને વધામણાં આપો. આપને આપની નોકરીની સલામતિ અંગેના અધિકારોની જાણ પણ હોવી જોઈએ, જેનાંથી આપ વચિંત રહી શકો.

નોકરી દરમિયાન સલામતી અને આરામ

માન્યું કે આ આપનું પ્રથમ શિશુ હશે, પરંતુ આપને નોકરી અને પરિવાર વચ્ચે સમતોલન જાળવવાનું તો શીખવું જ પડશે. પહેલા ત્રૈમાસિક અને અંતિમ ત્રૈમાસિકમાં જયારે ગર્ભાવસ્થાના લક્ષણ સ્પષ્ટ થશે ત્યારે તો આપના પર થાક સવાર થયેલો અનુભવાશે. અમારી ટિપ્સ અપનાવીને આપ ના તો માત્ર બંને મોરચે સારી રીતે બેલેન્સ કરી શકશો પણ એ તમને ખૂબ જ સહેલું અને સલામત પણ થઈ પડશે.

- દિવસમાં ત્રણવાર ભોજન કરો. વચ્ચે વચ્ચે ભૂખ જેવું લાગે તો હળવો નાસ્તો કરો. આપની પૂરી વ્યસ્તતા વચ્ચે પણ હેલ્દી સ્નેક્સ ખાવાનું ન ભૂલશો. આપ ઈચ્છો તો પર્સમાં પણ અમુક ખાવાની ચીજ-વસ્તુ રાખી શકો છો.
- આપનું વજન તપસો. જાણ મેળવો કે તણાવ આપનું વજન ઘટાડી નથી રહ્યું ને. વોટરકુલરને દોસ્ત બનાવો. આપે અવારનવાર આપનું વોટરબેગ ભરવા જવું પડશે કાં તો મેજ પર પાણીની બોટલ રાખવી પડશે. જે ખાલી થતાં ભરી લેવી પડશે. જેટલું પાણી પીશો એટલા આપ પેશાબાશયના સંક્રમણથી બચી શકશો. પેશાબને રોકો નહીં. દર બે કલાકે પેશાબ કરવા જાવ.
- આપના વસ્ત્રો ખુલ્લાં હોવા જોઈએ. ટાઈટ કે લોહીની નસો દબાય એવા વસ્ત્રો ત્યાગો. જો આપ અમુક કલાકો સુધી સતત ઊભા રહીને કામ કરો છો તો સ્પોર્ટીંગ હોઝ પહેરો. વચ્ચે વચ્ચે આંટાં ફેરા મારો. જો કોઈ સ્ટુલ મળી શકે તો ઊભા થતી વખતે તમારો એક પગ તેના પર ટેકવો. નીચે મૂકો. કામમાંથી બ્રેક લો. ઊભા હોય તો બેસો. બેઠાં હોય તો ઊભા થાવ. જો શક્ય હોય તો સોફા પર આડે પડખે થઈને પીઠને આરામ આપો. પીઠ,પગ તથા ગરદન માટે વ્યાયામ કરો.
- આપના શ્વાસ પર ધ્યાન કેન્દ્રિત કરો. ધૂમાડાવાળી જગ્યાએ ન જાવ. કેમ કે ધૂમાડાથી શિશુને નુકશાન થશે.
- આપ થાક અનુભવશો.
- કોઈપણ સામાન ઉપાડતી વખતે પીઠ પર જોર પડે નહીં તેનું ધ્યાન રાખો.
- દર વખતે જમ્યા પછી દાંત સાફ કરો. એનાંથી શ્વાસ સ્વચ્છ રહેશે, તાજો રહેશે, દાંત પણ સાફ રહેશે, જેનાંથી આપને ઉબકાં, ઉલટી કે જીવ ગભરાવા જેવું થશે નહીં. જો મોંમા વધારે લાળ થાય તો માઉથવૉશનો ઉપયોગ કરો. પહેલાં ત્રૈમાસિકમાં ખાસ આવું થાય છે.
- કોઈપણ ટનલ સિંડ્રોમનું પીઠ દર્દ ઓફિસ વર્ક કરનારાઓને વધારે પજવે છે. આ અંગે આપે ખાસ કાળજી રાખવી જોઈએ.
- તણાવથી મુકત રહો. જયારે પણ મોકો મળે ત્યારે રિલેક્સ થાવ. સંગીત સાંભળો. આંખો બંધ કરીને સૂઈ જાવ. ધ્યાનમાં બેસો. આંટાં ફેરા કરો. કશું પણ એવું કરો, જેથી આપ પહેલાથી વધારે ઉત્સાહી-ઉમંગી બની શકો.
- આપના શરીરને સમજો જો થાક જણાતો હોય તો કામની ગતિ ઘટાડી દો. થોડો આરામ કરી લો.

★★★

ચોથો મહિનો

લગભગ ૧૪ થી ૧૭ અઠવાડિયા

બીજા ત્રૈમાસિકની શરૂઆત થઈ ગઈ ખરૂ ને. આ સમયગાળો મોટાભાગની ગર્ભવતી મહિલાઓ માટે ઘણો જ આરામદાયક હોય છે. એની સાથે શરીરમાં ખાસ ફેરફાર જોવા મળે છે. ગર્ભાવસ્થાની તકલીફ આપનારા લક્ષણો હવે લગભગ ઘટી જાય છે. ખાવા-પીવાની વસ્તુઓમાં ફરીથી સ્વાદ આવવા લાગે છે. ઊર્જાનું સ્તર પહેલા કરતાં ઘણું બધું વધી જાય છે. આ દિવસોમાં આપના ગર્ભનો ઊભાર પણ સ્પષ્ટ રીતે જોવા મળે છે.

આ મહિને આપના શિશુનો વિકાસ

૧૪મું અઠવાડિયું : આ સપ્તાહમાં ભ્રૂણોનો વિકાસ દર જુદોજુદો હોય છે. એ દર ઉપરાંત દરેક શિશુઓનાં વિકાસનો માર્ગ તો એક જ હોય છે. આ મહિના સુધી આપનું બાળક બંધ મૂઠીના આકાર જેટલું હતું. હવે તો ઘણી ખરી રીતે સીધી અવસ્થામાં આવી રહ્યું છે. ગરદન પહેલાંથી લાંબી થઈ છે અને માથું સીધું થઈ રહ્યું છે. કદાચ નાનેરા માથા પર સાધારણ વાળ ઉગવાની શરૂઆત પણ ગઈ થઈ છે. શરીરના વાળની સાથોસાથ ભ્રમરના વાળ પણ ઉગવા માંડ્યા છે. વાળના એ પડ એને ગરમાવો આપશે. શરીરમાં ચરબી જમા થઈ હશે તો વાળના પડ ઘટી જશે. જલ્દી પેદા થનારા અમુક શિશુઓમાં વાળના અસ્થાયી પડો જોવા મળે છે.

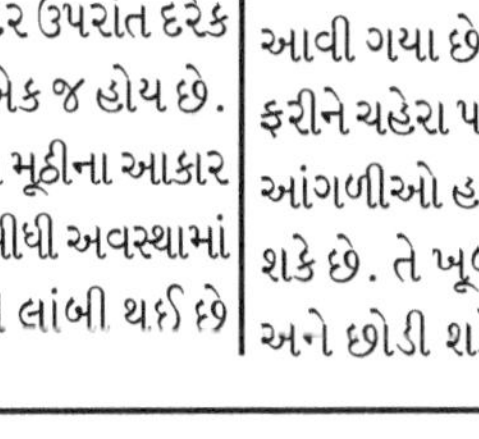

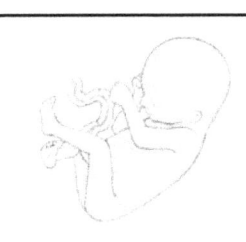

તમારું ચાર મહીનાનું બાળક

૧૫મું અઠવાડિયું : આ સપ્તાહે શિશુનું માપ ૪-૧/૨ ઈંચ તથા વજન ૨થી ૩ ઔંસ હશે. તે એક નાનકડા સંતરા જેવું છે. તેના કાન યોગ્ય જગ્યાએ આવી ગયા છે. આંખો પણ માથાના ખૂણાઓથી ફરીને ચહેરા પર આવી ગઈ છે. એ પોતાના પગની આંગળીઓ હલાવી શકે છે. પોતાનો અંગુઠો ચૂસી શકે છે. તે ખૂબ જ સહજ રીતે શ્વાસ લઈ શકે છે અને છોડી શકે છે. જો કે આપ તેના સંચારનો અનુભવ નથી કરી શકતી, પરંતુ તે ખૂબ જ મોજથી હાથ-પગ હલાવે છે.

૧૬મું અઠવાડિયું : હવે તેનું વજન ૩ થી ૫ ઔંસ અને લંબાઈ ૪ થી ૫ ઈંચ હશે. એની માંસપેશીઓ પહેલા કરતાં વધારે મજબૂત બની છે. તેનો ચહેરો પણ સુંદર બની રહ્યો છે. આંખો કામ કરવા લાગી છે. એ સ્પર્શ માટે પણ સંવેદનશીલ

બની ગયું છે. આપ પેટના ઉપસેલા ભાગે હાથ ફેરવો છો તો એને એ સ્પર્શનો અહેસાસ થાય છે. આપ એના હલન ચલનને પારખી શકતી નથી.

૧૭મું અઠવાડિયું : હવે શિશુ આપની (હથેળી) જેટલું બની ગયું છે. એનું વજન ૫ ઔંસથી વધારે અને લંબાઈ ઉંચાઈ ૫ ઈંચની નજીક છે. એની પારદર્શી ત્વચા છે. શરીરની વસા બનવા લાગી છે. એણે આ દિવસોમાં ચૂસવાની અને ગળવાની કળા શીખી લીધી છે. કેમ કે દુનિયામાં આવતાં જ તેને પેટ ભરવા માટે સહુથી પહેલાં આ જ કામ કરવાનું છે. હવે તેની હૃદયગતિ પણ નિયમિત બની ગઈ છે.

આપ શું અનુભવ કરી શકો છો ?

હંમેશાની જેમ યાદ રાખો કે દરેક મહિલા અને ગર્ભાવસ્થા પોત-પોતાની રીતે અલગ હોય છે. આપ ઉપર જણાવ્યા એ તમામ લક્ષણ અનુભવ કરો છો કાં તો પછી એક-બેને મહેસૂસ કરો છો. પાછલાં મહિનાથી અમુક લક્ષણો ચાલ્યા આવતાં હશે. અમુક આ મહિનાથી શરૂ થશે. અમુક લક્ષણોની તો જાણ પણ નહીં થાય એવું બને, કેમ કે આપ એનાથી ઘડાઈ ગઈ છો. આપના અમુક ઓછા લક્ષણો હોઈ શકે છે. આ મહિને આપ નીચે જણાવેલા લક્ષણ અનુભવી શકો છો.

શારીરિક

- થાક
- વારંવાર પેશાબે જવાથી અનિચ્છા કાં તો એની ઊણપ.
- ઉલટી-ઉબકા બંધ થવા કે ઓછા થવા. અમુક મહિલાઓ માટે મોર્નિંગ સિકનેસ ચાલુ રહે.
- કબજિયાત
- છાતીમાં બળતરાં, અપચો, આફરો, પેટ ફૂલવું
- વક્ષસ્થળના આકારમાં વધારો, પરંતુ તેની કોમળતામાં કમી.
- કયારેક કયારેક બેહોશ થવું કે માથું ભમવું.
- નાક બંધ થવું, કયારેક નાકમાંથી લોહી નીકળવું.
- કાનમાં મેલ
- બ્રશ કરતી વખતે પેઢામાંથી લોહી નીકળવું.
- ભૂખ વધવી.
- ઘૂંટણો પગોમાં કે હાથ-પગમાં સોજા થવા.
- પગોનું વૅરીકૉઝ વેન્સ, હેમરૉયડસ
- યોનિસ્ત્રાવમાં સાધારણ વધારો.
- માસના અંતમાં ભ્રૂણની ગતિવિધિ વધવી. (આટલી જલ્દી નહીં...)

એક નજર

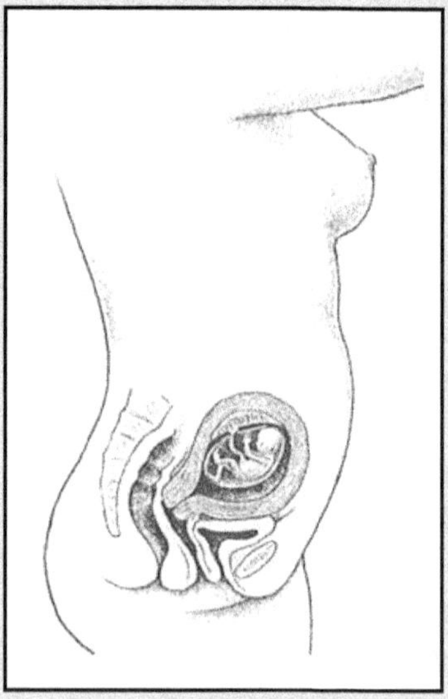

નાના સકરટેટીના આકારનું આપનું ગર્ભાશય આ માસમાં પેલ્વિકના કેવિટીમાંથી બહાર આવી જશે. આપ દૂંટીના ૨ ઈંચ નીચે એનાં ટોપને અનુભવી શકો છો. ડૉક્ટરની મદદથી જ એની જાણ મેળવી શકાશે. આ દિવસોમાં આપના અગાઉના વસ્ત્રો ફીટ પડી શકે છે.

ભાવનાત્મક

- મૂડમાં ચઢ-ઉતર, બેચેની, ચીડિયાપણું, અચાનક રડવાની ઈચ્છા થવી.
- ગર્ભવતી દેખાવાની ઉત્સુકતા.
- કોઈપણ જાતના કપડાં ફિટ ન થવાની ચિંતા.
- કેમ કે હજુ આપ ગર્ભાવસ્થાના વિશેષ કપડાંને લાયક નથી.
- પોતાની તબિયત બરાબર ન હોવાનો અહેસાસ. ભૂલવાની તથા એકાગ્રતામાં ઓછપ.

આ મહિનાનું ચેકઅપ :

આ મહિને ડૉક્ટર આપનું નીચે મુજબનું ચેકઅપ કરી શકે છે.અહીંયા ઘણું બધું તમારી જરૂરિયાત અને ડૉક્ટરની શૈલી પર પણ નિર્ભર કરે છે.

- વજન તથા લોહીનું દબાણ.
- શુગર તથા પ્રોટીનની તપાસ માટે પેશાબની જાંચ.
- ભ્રૂણની હૃદયગતિ.
- ગર્ભાશયનો આકાર (બહારની તપાસ)
- ગર્ભાશયના ઉપરી હિસ્સાની ઊંચાઈ.
- હાથ-પગના સોજા તથા વૅરીકૉઝ વેન્સ.
- અમુક જુદા પ્રકારના લક્ષણ.
- પ્રશ્ન અને જિજ્ઞાસાઓ, જે આપ પૂછવા ઈચ્છો.

આપ શું વિચારી રહી હશો?

દાંતો સાથે સંકળાયેલી સમસ્યાઓ

"મારા મોંની હાલત ઘણી ખરાબ છે. બ્રશ કરતી વખતે પેઢામાંથી લોહી નીકળે છે. કદાચ એમાં છેદ છે? શું અત્યારે દાંતની સારવાર કરાવવી યોગ્ય રહેશે?"

- સ્મિત વેરો. આપ ગર્ભવતી છો પરંતુ પેટના ઉપસેલા ભાગ પર ધ્યાન આપવાના બદલે આપ મોં અને દાંતોની સમસ્યામાં અટવાઈ છે. ગર્ભાવસ્થા હોર્મોન આપના પેઢાને લાયક નથી. તે આપના બીજા મ્યુક્સ મેમ્બ્રેનની જેમ સૂજી જાય છે. તેમાં બળતરાં થાય છે તથા લોહી નીકળે છે. એના લીધે પેઢા પ્લૉક બેકટેરિયા માટે ખૂબ જ સંવેદનશીલ બની જાય છે.અમુક મહિલાઓની સ્થિતિ તો ખૂબ જ બગડી જાય છે તેમને આના કારણે જિંજીવાઈટીસ (પેઢુનો સોજો)થઈ જાય છે. અમારા ઉપાય અજમાવો અને સ્વસ્થ દાંતના પેઢુને જાળવો.

સાવધાન

જો દાંતોના બ્રશ કરતી વખતે લોહી નીકળે તો ડૉક્ટરને બતાવો. બની શકે છે કે આવું (ગર્ભાવસ્થાની ગાંઠ) ના લીધે થતું હોય જો કે એનાથી કોઈ નુકશાન થતું નથી. આમ તો એ ડિલીવરી પછી આપ મેળે જ મટી જાય છે, પરંતુ જો એ વધારે તકલીફ આપવા માંડે તો ડૉક્ટર કે ડેન્ટિસ્ટ પાસે ઉપચાર કરાવી શકો છો.

- દાંતોની સફાઈ માટે ક્લૉરાઈડયુક્ત ટૂથપેસ્ટ વાપરો. ઉલ પણ ઉતારો. એનાથી શ્વાસ ચોખ્ખો રહેશે અને બેકટેરીયા નહીં થાય.
- ડૉક્ટરની સલાહ મુજબ કોગળા કરવાનો પાવડર વાપરો, જેથી દાંતના પેઢુ મજબૂત બને.
- જો જમ્યા પછી બ્રશ ન કરી શકો તો શુગર વિનાની ગમ ચાવો. એનાથી મોંમા લાળ વળશે જે દાંતને સાફ કરી દેશે. જો ગમ જાઈલોટોલયુક્ત હશે તો દાંતોનો સડો પણ રોકાશે, કાં તો સખ્ત ચીજનો ટૂકડો ચાવો. એનાથી મોંની અમ્લતા ઘટશે. ખટાશપણું ઓછું થશે.
- ભોજન વચ્ચે જે પણ ખાવ પરંતુ તેને યાદ રાખજો. મીઠું ત્યારે જ ખાવ, જયારે આપ ખાધા પછી બ્રશ કરવાના હોય! વિટામિન સી યુક્ત ખાદ્ય-પદાર્થ લો, જેથી પેઢા મજબૂત રહે અને તેમાંથી લોહી ન નીકળે. કેલ્શિયમની રોજ ગોળીઓ લઈ શકો.

- ભલે કોઈ તકલીફ હોય કે ન હોય, ગર્ભાવસ્થાના નવ મહિના દરમિયાન એકવાર દાંતોની તપાસ અવશ્ય કરાવો. જો પહેલેથી જ પેઢામાં તકલીફ રહેતી હોય તો આપના ડૉક્ટરને જણાવો.

ડૉક્ટર કે દંત ચિકિત્સકની મળવામાં બિલકુલ વાર ના કરો. જિંજીવાઈટિસના (પેઢુના સોજાનો) ઉપચાર ન થાય તો પેઢુની ઘણી ગંભીર મુશ્કેલી થઈ શકે છે. દાંતોના સડાથી સંક્રમણ થઈ શકે છે, જે આપ બંનેના માટે જોખમી છે.

જો ગર્ભાવસ્થામાં દંત તબીબી સારવારની જરૂર પડે તો? જો કે આમ તો લોકલ એનસ્થેટિક તથા પહેલા ત્રૈમાસિક પછી નાઈટ્રિસ ઓક્સાઈડ સામાન્ય દવા સલામત છે, પરંતુ અત્યારે ગંભીર સારવારને તો ટાળવી જોઈએ. ઘણીવાર દંતચિકિત્સાથી પહેલા તથા પછી ભારે એન્ટીબાયોટિક્સ લેવાં પડે છે એટલાં માટે પહેલા આપના ડૉક્ટરને પૂછી જુઓ.

એક્સ-રે

આમ તો સલામતીની રીતે કોઈપણ ડેન્ટલ એક્સ-રેને ડિલીવરી સુધી ટાળવામાં આવે છે. વળી એના જોખમને અમુક અંશે ઘટાડી પણ શકાય છે. એક્સરે મોંનો થશે, એટલા માટે એ ગર્ભાશયથી ખાસ્સુ દૂરના અંતરે છે. એનું રેડિએશન એટલું જ થાય છે જેટલું સામાન્ય રીતે અમુક દિવસમાં સનબાથથી (સૂર્યસ્નાન) મળે છે. તેમ છતાં એક્સ-રે કરાવવું જ પડે તો નીચેની સાવચેતીઓ રાખજો.

- એક્સ-રે કરનારને પહેલેથી જ જાણ કરી દો કે આપ ગર્ભવતી છો.
- કોઈ સારા અનુભવી ટેકનિકોનાં જાણકાર નિષ્ણાંત વડે જ એક્સ-રે કરાવો.
- ફક્ત જરૂરી ભાગ જ રેડિએશનના સંપર્કમાં આવે. ગર્ભાશયની સલામતી માટે લીડ એપ્રેન તથા ગરદનની સુરક્ષા માટે થાઈરૉઈડ કોલર પહેરો.
- તસ્વીર લેતી વખતે હલશો નહીં, જેથી બીજીવાર એક્સરે લેવાની નોબત ન આવે.
- જો આપે અજાણતામાં પહેલા એક્સરે કરાવ્યો હોય તો પણ ચિંતા કરવાની જરૂર નથી.

શ્વાસ લેવામાં તકલીફ

"અમુકવાર મને શ્વાસ લેવામાં મુશ્કેલી પડે છે શું આ સામાન્ય છે?"

ઉંડા શ્વાસ લો અને શાંત બની જાવ. બીજા ત્રૈમાસિકની શરૂઆતમાં મોટાભાગે અમુક મહિલાઓ સાથે આવું બની શકે છે. તેના માટે આપ ગર્ભાવસ્થા હોર્મોનને દોષિત ગણી શકો છો. એનાથી આપને શ્વાસ લેવા-છોડવામાં રૂંધામણનો અનુભવ થાય છે. જેના કારણે આપ થાક અનુભવો છો. આનાથી શરીરની કૈલીપરીઝ સૂજી જાય છે. જેમાં શ્વસનતંત્ર પણ સામેલ છે. ફેફસા તથા બ્રોકાઈલ ટયૂબની માંસપેશીઓ (એટલે શ્વાસનળીના સ્નાયુઓ) નબળી પડી જાય છે. જેથી શ્વાસ લેવામાં તકલીફ થવા લાગે છે. અમુકવાર ગર્ભાવસ્થા વધવાથી ગર્ભાશયના લીધે પણ આવું થાય છે. કેમ કે ફેફસા પૂરતાં ફૂલી શકતા નથી. જો કે આનાથી આપને થોડુંક અસ્વાભાવિક લાગે છે, પરંતુ એનાંથી શિશુના વિકાસમાં કોઈ તકલીફ થતી નથી. એની પાસે પ્લેસેન્ટામાં ઓક્સિજનનું ભરપૂર પ્રમાણ હોય છે. જો આપને શ્વાસ લેવામાં વધારે મુશ્કેલી હોય, હૉટ અને આંગળીઓના વેઢા વાદળી-ભુરા થવા લાગે, છાતીમાં દર્દ કે નસોના ધબકારા વધી જાય તો ડૉક્ટરને મળવામાં મોડું ન કરશો.

નસકોરાંની ગંદકી અને નાકમાંથી લોહી નીકળવું

"મારા નસકોરા ગંદકીથી ખૂબ જ ભરાઈ જાય છે. કયારેક કયારેક કારણ વિના નાકમાંથ લોહી નીકળવા માંડે છે. શું ગર્ભાવસ્થાના કારણે છે?"

આ દિવસોમાં કેવળ આપનું પેટ જ નથી ફૂલી

રહ્યું પણ એસ્ટ્રોજન તથા પ્રોજેસ્ટેરૉનની વધતી માત્રા નાકમાં મ્યુક્સ કે ગંદકીને પણ વધારી રહી છે. આ મ્યુક્સ એટલે કે નાકમાં ગંદકી પેદા થવાનું એક જ કારણ છે કે આપ સંક્રમણ ચેપ ફેલાવનાર કીટાણુઓથી બચો. ગર્ભાવસ્થામાં નાક ભરાઈ જશે અને કયારેક કયારેક લોહી પણ નીકળશે.

જો નાક ખરાબ રીતે બંધ થઈ જાય તો આપ સ્પ્રે કે એલાઈન સ્ટ્રિપ નામની દવા વાપરી શકો છો. ઓરડામાં હયૂમડીફાયર નામનું લગાવેલ હશે તો પણ નાક ખુલવામાં સુગમતા રહેશે. ગર્ભાવસ્થા દરમિયાન એન્ટીહિસ્ટે માઈન સ્પ્રે વાપરવા પર મનાઈ છે, પરંતુ આપ ડૉક્ટરને પૂછીને કોઈ બીજો ઉપાય કરી શકો છો.

વિટામિન સી યુક્ત આકારની સાથે વિટામિન સીની ૨૫૦ મિ.ગ્રામની ગોળીઓ આપને આરામ દેશે અને નાકમાંથી રક્તસ્રાવનું જોખમ ટળી જશે.

જો નાકમાંથી લોહી નીકળે તો સાધારણ નમીને ઊભા રહી જાવ કાં તો તો બેસી જાવ. એ વખતે સૂઈ જતાં નહીં. આપના અંગુઠા તથા તર્જનીની મદદથી નસકોરાનો ઉપરી ભાગ દબાવો તથા પાંચ મિનિટ સુધી પકડી રાખો. જો લોહી નીકળવાનું બંધ ન થાય તો એ જ પ્રક્રિયા બીજીવાર અજમાવો. જો ત્રણ વાર પ્રયત્નો કરવા છતાં પણ લોહી નીકળવાનું બંધ ન થાય અથવા તો લોહી વધારે પ્રમાણમાં નીકળે તો ડૉક્ટર પાસે જાવ.

નસકોરાં બોલવા

"મારા પતિએ જણાવ્યું કે હું દરરોજ રાતના નસકોરાં બોલાવું છું, આવું શા માટે થાય છે?"

નસકોરા બોલાવનાર અને સાંભળનાર બંનેની નીંદર ચિત્ર-વિચિત્ર અવાજથી ઉડી જાય છે. પરંતુ ગર્ભાવસ્થામાં આ એક સામાન્ય બાબત છે. નાકમાં ગંદકી ભરાઈ જવાના લીધે કાં તો નાક બંધ થવાના લીધે આવું થાય છે, પણ સૂતા પહેલા નોજલ ડ્રોપ નાંખવાથી કે માથું ઉંચુ રાખીને સૂવાથી આવી તકલીફમાં ઘણા અંશે રાહત મળે છે. વજન વધારે હોવાથી પણ નસકોરાં બોલે છે, એટલા માટે આપનું વજન જરૂરથી વધારે થવા ન દો.

ક્યારેક ક્યારેક નસકોરા સ્લીપ એપનિયા નામના રોગની શક્યતાને સૂચવે છે. જેમાં સૂતી વખતે શ્વાસ અમુકવાર માટે રોકાઈ જાય છે. પછી જોરથી શ્વાસ ગળા દ્વારા લેવાના કારણે નસકોરાનો અવાજ મોટો થઈ જાય છે. જો કે આપ બે જણના માટે શ્વાસ લો છો એટલા માટે ડૉક્ટરને બતાવવું સારું.

> **ઊંઘ નથી આવતી ?**
>
> **શું પ્રેગનેન્સી હૉર્મોન અને પેટનો વધેલો ભાગ સારી નીંદરમાં ખલેલ પહોંચાડે છે. કોઈપણ નિદ્રા લાવવાની દવા લેતાં પહેલા ડૉક્ટરને પૂછી લેવું કાં તો અમારા બતાવેલા ઉપાય અજમાવો, જે આ જ પુસ્તકમાં આપવામાં આવેલાં છે.**

એલર્જી

"ગર્ભાવસ્થાની શરૂઆત સાથે જ મારી એલર્જી બગડવા લાગી છે. મારૂં નાક હંમેશા ભરાઈ જાય છે. મારે શું કરવું?"

જો કે ગર્ભાવસ્થામાં નાકમાં મ્યૂક્સ વધી જાય છે. કયાંક આપ સામાન્ય કંજૈશનને તો એલર્જી સમજી નથી રહીને! આ અંગે અમુક લોકોનું માનવું છે કે ગર્ભાવસ્થામાં એની એલર્જી અમુક અંશે કાબૂમાં આવી જાય છે પરંતુ અમુક લોકોનાં લક્ષણ વધારે કપરાં બની જાય છે. અમુક એવા પણ છે, જે કહે છે કે એમના લક્ષણ પહેલા જેવા જ રહે છે. લાગે છે કે આપના લક્ષણ પણ વધી રહ્યાં છે અને આપ એ નસીબદાર સ્ત્રીઓના લિસ્ટમાં નથી. કેમિસ્ટની દુકાનેથી એલર્જી માટેની કોઈપણ દવા લેતાં પહેલા આપના ડૉક્ટરને મળો અને તે લખી આપે તો દવા લો. કેમ કે દરેક એન્ટીહિસ્ટેમાઈન દવાઓ ગર્ભાવસ્થામાં સલામત હોતી નથી. જો કે આપ અજાણતામાં જે દવાઓ લઈ ચૂકી છે, તેને ભૂલી જાવ અને કોઈ ચિંતા ન કરો.

ગર્ભધારણ પહેલાં એલર્જી શોટ લઈ શકાય છે. આમ તો એલર્જીસ્ટનું માનવું છે કે ગર્ભધારણ

એલર્જીમાં આપનો ખોરાક

હંમેશા એ ડર રહ્યાં કરે છે કે મારી એલર્જીનો ચેપ મારા ગર્ભસ્થ શિશુને ન લાગે. અભ્યાસોથી જાણવા મળ્યું છે કે સ્તનપાન કરાવતી મહિલાઓ જો એલર્જી કરતાં ખાદ્યપદાર્થોનું વધારે પ્રમાણમાં સેવન કરતી રહે તો એના શિશુને એલર્જી થઈ શકે છે.

જો આપને કોઈ એલર્જી છે તો ખાવામાં ફેરફાર કરતાં પહેલા ડૉક્ટરને મળો. જો એ કહે કે આ કે તે ખાદ્ય પદાર્થ બંધ કરો તો તેનો અમલ કરો.

પછી એલર્જી શોટ લેવા યોગ્ય નથી. વળી આપે પણ સાંભળ્યું હશે કે ઈલાજથી વધારે પરેજી જરૂરી છે. સહુથી પહેલાં તો આપની એલર્જીનું કારણ જાણો. પછી એનાંથી બચવાના ઉપાયો કરો. એ રીતે આગંતુક શિશુ પણ એ એલર્જીથી બચી જશે.

અમારા ઉપાય અજમાવો :

- જો આપ બહારના પ્રદુષણોથી હેરાન છો તો ઘરમાં એ.સી. ખંડમાં જ રહો. જયારે પણ બહારથી આવો ત્યારે હાથ-મોં સાફ કરી લો. નવા વસ્ત્રો પહેરી લો. પહેરેલા કપડાંને ધોવા નાંખો. ઘરની બહાર જાવ એ વખતે મોટી ફ્રેમવાળા ગોગલ્સ કે ચશ્મા પહેરો. જેથી પ્રદુષણ આપની આંખોમાં ન જાય. જો ધૂળની એલર્જી છે તો ઘર ઘાટીને રાખો. કામવાળી બાઈને ઝાડુના બદલે વૅક્યૂમ ક્લિનર વાપરવાનું શીખવાડી દો. ધૂળ ભરેલા કબાટો અને જૂના પુસ્તકોથી દૂર રહો.
- જો આપને કોઈ ખાસ પ્રકારના જમણથી એલર્જી છે તો એ જમણ બદલી નાખો. તમે અમારા પાંચમા પ્રકરણની મદદથી ગર્ભાવસ્થાનો ખોરાક નક્કી કરી શકો છો.
- જો પશુઓથી પણ એલર્જી છે તો આપના મિત્રોને એ અંગે જણાવી દો. જેથી આપ એમના ત્યાં જાવ તો પાળેલા કૂતરા-બિલાડીને તમારી પાસે આવવા ન દે, જો આપના પોતાના ઘરમાં ગાય-ભેંસ, બકરી કે કૂતરાં-બિલાડી છે તો તેમના માટે રહેવાની જગ્યા તમારાથી દૂર રાખો, જેથી એ તમારી પાસે આવી ન શકે.
- આપ સહેલાઈથી સિગારેટના ધૂમાડાથી અને તમાકુથી બચી શકો છો, કેમ કે સરકારે કેટલીય જગ્યાએ તેના માટે પ્રતિબંધ જાહેર કર્યો છે, તેમ છતાં આવા પ્રદુષિત ધૂમાડાથી બચો.

યોની-સ્ત્રાવ

"મારી યોની (વૅજાઈના) માર્ગમાંથી સામાન્ય પાતળો સફેદ પ્રવાહ નીકળે છે. શું મને ઈન્ફેક્શન થયું છે."

પાતળું દૂધ જેવું તથા સાધારણ ગંધ મારનારૂં ડિસ્ચાર્જ (લ્યુકોરિયા) સામાન્ય રીતે ગર્ભાવસ્થામાં થાય છે જ. એ આપની યોનિને ઈંફેકશનથી બચાવે છે અને બૅક્ટેરીયાનું સ્વસ્થ સંતુલન જાળવી રાખે છે. દઊર્ભાગ્યથી એનાં લીધે આપનું અંડર-વિયર ખરાબ થાય છે. જો કે આ અંતિમ મહિનાઓમાં એ બંધ થવાનું હોય એ પહેલાં ગાઢ બની જાય છે એટલાં માટે અનેક મહિલાઓ પૈંટી લાઈનર પેડ લગાવે છે. આમાં ટૈંપૂન ન ચાલે. કેમ કે એના લીધે યોનિમાં અનિચ્છનીય કીટાણુઓ પેદા થઈ શકે છે.

જો કે આનાથી આપના સાથીને ઓરલ સેક્સ કરવામાં થોડી હેરાનગતિ થઈ શકે છે અને આપને પણ મુશ્કેલી થઈ શકે છે, પરંતુ એમાં કોઈ ચિંતા કરવાની વાત નથી. આપ યોનીના ભાગને સાફ રાખશો તો બધું જ સારૂ રહેશે. પરંતુ એના માટે ડાઉન ન કરો. એનાંથી યોનિમાં માઈક્રો-ઓર્ગૅનિઝ્મનું સામાન્ય સંતુલન બગડી શકે છે તથા બૅક્ટેરિયલ વેજાઈનોસિસ થઈ શકે છે.

વધેલું લોહીનું દબાણ

"જયારે હું છેલ્લે ડૉક્ટર પાસે ગઈ તો મારૂં લોહીનું દબાણ થોડું વધેલુ હતું. શું ચિંતાની કોઈ બાબત છે?"

ગભરાવ નહીં. બ્લડપ્રેશરથી ચિંતા જ મોટાભાગે લોહીના દબાણને વધારે છે. જે દિવસની આ વાત કરો છો તે દિવસે ટ્રાફિકમાં ફસાઈ જવાથી, ઘરે જઈને ઘણું કામ કરવાનું છે વગેરે ચિંતાઓથી તમે જાતે દબાણ વધારી દો છો. બની શકે છે કે એક કલાક પછી આપના સામાન્ય બનતા લોહીનું દબાણ પણ નોર્મલ બની ગયું હશે. હવે પછી જયારે પણ આના માટે ડૉક્ટર પાસે જાવ ત્યારે મનને શાંત રાખવાની અમુક ટેકનિકો અપનાવો. જેમ કે સારી મોજમસ્તીના જ વિચારો કરો. માનો કે બીજીવાર પણ લોહીનું દબાણ વધેલું લાગ્યું તો પણ ગભરાવાની જરૂર નથી. એનાંથી કોઈ નુકશાન નહીં થાય એ ડિલીવરી પછી આપોઆપ નોર્મલ થઈ જશે.

મોટાભાગની ગર્ભવતી માતાઓનું લોહીનું દબાણ બીજા ત્રૈમાસિકમાં થોડુ ધીમું થઈ જાય છે. કેમ કે શરીરને શિશુના વિકાસ માટે અનેક કલાકો સુધી મહેનત કરવી પડે છે, પરંતુ ત્રીજા ત્રૈમાસિકમાં એ થોડું વધી જાય છે. પ્રેશર ઉંચું થતું જાય તો ડૉક્ટર ધ્યાનથી ચેકઅપ કરશે. કેમ કે એનો સંબંધ પેશાબમાં પ્રોટીન, હાથ-પગના સોજા તથા અચાનક વજન વધવાથી પણ હોઈ શકે છે.

પેશાબમાં શુગર

"છેલ્લીવાર ડૉક્ટરને મળી ત્યારે તેમણે જણાવ્યું હતું કે મારા પેશાબમાં શુગર છે, પરંતુ ચિંતા કરવાની વાત નથી. શું આ ડાયાબિટીસનું લક્ષણ તો નથી ને?"

ડૉક્ટરની સલાહ માનો. ચિંતા ન કરો. આપનું શરીર એજ કરી રહ્યું છે, જે એણે કરવું જોઈએ. તે બાબતની પાકી વ્યવસ્થા કરી રહ્યું છે કે આપના ભ્રૂણને પૂરતા પ્રમાણમાં ગ્લૂકોઝ (શુગર) મળે.

ઈન્સૂલિન હોર્મોન આપના શરીરમાં ગ્લૂકોઝના સ્તરને નિયંત્રણમાં રાખે છે અને એ વાતની કાળજી રાખે છે કે શરીરની કોશિકાઓને પૂરતાં પ્રમાણમાં પોષણ મળે. ગર્ભાવસ્થામાં આપનું શરીર પ્રયત્ન કરે છે કે લોહીના પ્રવાહમાં પર્યાપ્ત માત્રામાં શુગર હોય! જેથી આપના ભ્રૂણનું પોષણ થઈ શકે પરંતુ એ હંમેશા સારી રીતે કામ કરતું નથી. કેટલીય વાર એન્ટી ઈન્સ્યુલિનની અસર એટલી હોય છે કે માતા તથા બાળકનાં રક્ત પ્રવાહમાં જરૂરથી વધારે શુગર ભળી જાય છે અને કિડની પણ એને રોકી શકતી નથી. આ જ વધારે માત્રા પેશાબ (યૂરીન)માં આવી જાય છે. બીજા ત્રૈમાસીકમાં અને સામાન્ય બાબત ગણવામાં આવે છે. સામાન્ય રીતે ૫૦ ટકા મહિલાઓને આવી સ્થિતિ ભોગવવી પડતી હોય છે.

મોટાભાગની મહિલાઓમાં બ્લડ શુગર વધવાથી શરીર ઈન્સ્યૂલિનની માત્રા વધારીને પ્રતિક્રિયા આપે છે. આપ હવે પછી તપાસ માટે જશો તો બધુંજ નોર્મલ હશે,પરંતુ અમુક મહિલાઓ જે ડાયાબિટિસની રોગી છે કાં તો ડાયાબિટિસના લક્ષણ ધરાવે છે, અમુક સ્ત્રીને વધારે પ્રમાણમાં શરીરમાં ઈન્સ્યૂલિન બનતું ન હોય, આવી તમામ સ્ત્રીઓમાં પેશાબમાં તથા લોહીમાં શુગરનું વધારે પ્રમાણ જોવા મળે છે. વળી જે મહિલાઓ પહેલેથી જ ડાયાબિટીસનો ભોગ બનેલી ન હતી. એમના માટે આ ગેસ્ટેશનલ ડાયાબિટિસ છે.

આપને પણ દરેક ગર્ભવતી મહિલાઓની જેમ ૨૬માં અઠવાડિયામા ગ્લૂકોઝ સ્ક્રીનિંગ ટેસ્ટ કરાવવો પડશે, જેથી ગેસ્ટેશનલ ડાયાબિટીસની તપાસ થઈ શકે. ત્યાં સુધી પેશાબમાં જતી શુગર પર ખાસ ધ્યાન ન આપો.

એનિમીયા-પાંડુરોગ

"મારી એક સહેલી ગર્ભાવસ્થામાં એનિમિયાનો ભોગ બની હતી. શું આ સામાન્ય છે?"

સામાન્યપણે ગર્ભાવસ્થામાં આયર્નની કમીથી એનિમિયા થાય છે, પરંતુ આપ એનાથી બચી શકો છો. ડૉક્ટર સાથે પહેલી મુલાકાત પછી એનિમિયા માટે આપની તપાસ થઈ હશે પરંતુ એ જરૂરી નથી કે આપના શરીરમાં આયર્નની ઓછપ રહી હશે?

જેમ જેમ સમય વીતશે તેમ તેમ લગભગ ૨૦ અઠવાડિયા પછી શરીરમાં લાલ રક્ત કોશિકાઓના નિર્માણ માટે આયરનની જરૂર વધશે. આપ સારી રીતે આયર્નની દવાઓ લઈ રહી છે તો એનિમિયાનો ભોગ નહીં બનો.

ગર્ભાવસ્થા દરમિયાન ડૉક્ટર જ આપને દવા લખી આપશે. આપે ખોરાકમાં આયર્નયુક્ત પદાર્થોનું પ્રમાણ વધારી દેવું જોઈએ. એની સાથે જ વિટામિન સી યુક્ત આહાર લેવાથી પણ આયર્નમાં ઉમેરો થશે.

એનિમિયાના લક્ષણ

એનિમિયાનો ભોગ બનેલી માતાના ચહેરા પર ફિક્કાશના કારણે પીળાશ દેખાય છે. એ ખૂબ જ નબળી થઈ જાય છે. જલ્દી થાકી જાય છે. અમુકવાર બેભાન પણ થઈ જાય છે. જો કે દરેક ડૉક્ટર આયર્નની ગોળીઓ આપે છે, પરંતુ જે માતાઓ જલ્દીમાં બે-ત્રણ શિશુઓને જન્મ આપી ચૂકી હોય છે, જેમને ઉલટીઓ બંધ થતી ન હોય, મોર્નિંગ સિકનેસના લીધે ખાઈ-પી શકતી ન હોય, ઈટીંગ ડીસઓર્ડરથી ઓછું પોષણ પામી હોય, આવી તમામ સ્ત્રીઓ એનિમિયાનો ખૂબ જ ઝડપથી ભોગ બને છે. એમને બચાવી શકે તેમ હોય તો ડૉક્ટરની લખેલી દવાઓનું નિયમિત સેવન અને ખોરાક પાણી.

ભ્રૂણનું હલન ચલન

"મને હજુ સુધી ભ્રૂણનું હલન ચલન અનુભવવા મળ્યું નથી. શું કશુક ખોટું થઈ શકે છે કાં તો કદાચ હું હલનચલનને ઓળખી શકતી નથી?"

એ તમામ ટેસ્ટ અલ્ટ્રા સાઉન્ડ, પેટનો ઊભાર, શિશુના દિલની ધડકન વગેરે તમે ભૂલી જાવ માત્ર શિશુનું હલન ચલન જ એ વાતનો પૂરાવો છે કે આપ માતા બનવાની છો.

હવે આપે તેને અનુભવવું છે તો સામાન્ય રીતે આ હલન ચલનની જાણ ચોથા મહિના સુધીમાં થઈ જાય છે.જયારે એમ્બ્રિયો ભ્રૂણ સાતમા અઠવાડિયાથી હલન ચલન શરૂ કરી દે છે. માતાઓને એ નાના પગો તથા હાથોના હલન ચલનની ખબર પડતી નથી. ૧૪ થી ૨૬ અઠવાડિયા વચ્ચે લગભગ બાળકના અણસારની જાણ થઈ જતી હોય છે, પરંતુ ૧૮ થી ૨૨ સપ્તાહમાં હલનચલન અનુભવાતું હોય છે. અગાઉ માતા બનેલી મહિલા આવા હલનચલનને જલ્દી અનુભવી શકે છે. અગાઉ સુવાવડ થઈ હોવાના લીધે પેટ તથા ગર્ભાશયની માંસપેશીઓ પણ ઢીલી થઈ હોય છે. એટલા માટે વધારે તકલીફ થતી નથી. પહેલી વાર માતા બનતી મહિલા જો શરીરે જાડી છે તો એને પણ પ્લેસેંટાની સ્થિતિથી પણ ઘણી અસર પડે છે. એનાં લીધે હલનચલન અનુભવવામાં અનેક સપ્તાહનો સમય લાગે છે.

અમુકવાર ગર્ભાવસ્થાની (નિયત તારીખ) ડયૂડેટમાં ગરબડ થવાની ખોટી ધારણાથી પણ શિશુના હલનચલનને અનુભવવામાં ગરબડ થાય છે. અમુકવાર હલનચલનને સમજી લે છે. આમ આરંભિક હલચલો અંગે કશું કહેવું કે સાંભળવુ, બંને ખૂબ જ મુશ્કેલ છે. અમુકવાર લાગે છે કે પેટમાં ગભરામણ જેવું થાય છે કાં તો કોઈ નાનકડી વસ્તુ પેટને બહારની તરફ ધકેલી રહી છે. કેમ કે દરેક માતા આ હલન ચલનને કે હલચલના અહેસાસને પોતાની રીતે મૂલવે છે પણ તેમ છતાં આનાથી આપના ચહેરા પર એક ખુશીનું સ્મિત તો ફરકે છે.

બૉડી ઈમેજ

"મેં હંમેશાથી મારા વજન પર ધ્યાન આપ્યું છે. હવે હું જયાર દર્પણમાં મારી જાતને જોઉ છું કાં તો

વજનના કાંટા પર પગ મૂકુ છું તો હું ટેન્શનમાં આવી જાઉં છું. કેમ કે હું મોટી દેખાવા લાગી છું."

માન્યું કે આપ હંમેશા તમારી શારીરિક છબીના માટે જાગૃત રહ્યાં છો અને તમારી નજર વજન કાંટા પર રહે છે એટલા માટે આ બધું ટેન્શનવાળું બની શકે છે, પરંતુ આવું થવું જોઈએ નહીં. તમે જાણી લો કે ગર્ભાવસ્થામાં તો આવું પરિવર્તન થવાનું! આપનું વજન વધ્યું છે એ સારી નિશાની છે. કેમ કે આપના બાળકને પણ પૂરતું પોષણ જોઈએ કે નહીં !

જો કે મોટાભાગના લોકોને ગોળ-મટોળ અને સુંદર ગર્ભવતી માતાઓ સારી લાગે છે. એમના સાથી પણ તેમને વધારે ગમાડે છે, પણ આપના વીતેલાં દિવસોની યાદમાં દુઃખી થવાનાં બદલે બદલાયેલાં ફિગરનો પૂરેપૂરો આનંદ લો. આપના વધતા વજનની ચિંતા છોડીને નાના શીશુના સ્વપ્નાઓ જુઓ. જો આપ ડૉક્ટરની સલાહથી સારી રીતે યોગ્ય ખોરાક લેશો તો ગર્ભાશયમાં માત્ર વજન વધશે પણ આપ મોટી નહીં દેખાવ. વધેલું વજન એ વાતની સાબિતી છે કે આપના શિશુને પર્યાપ્ત પોષણ મળી રહ્યું છે. શિશુ જયારે આ ધરતી પર આવશે ત્યારે એનું વજન ઓછું થશે, જેથી આપનું વજન માફકસર થઈ જશે.

જો આપે ડૉક્ટરની સલાહ પર ધ્યાન ન આપ્યું તો ટેન્શન વારંવાર આપને ફ્રિજની તરફ ખેંચી જશે. આપ કંઈને કંઈ ખાશો અને ખરેખર આપ ખરા અર્થમાં જાડા બની જશો. આપને એકદમ વજન ઓછું કરવાની અવઢવથી બચવાનું છે. આપે ખોરાકમાંની ફાલતું કૅલેરી ઘટાડવાની છે, પરંતુ પોષક આહારની માત્રા ઓછી કરવાની નથી.

ગર્ભાવસ્થાની તસવીરો

બહુ ઝડપથી આપ ગર્ભાવસ્થાના દિવસોને ભૂલી જશો. કેમ કે આપ હવે પછી શિશુનાં ઉછેરમાં વ્યસ્ત થવાના છો. ગર્ભાવસ્થાના દરેક મહિનામાં એક એક તસવીર પડાવીને ફોટો આલ્બમ બનાવો. એમાં આપ અલ્ટ્રાસાઉન્ડની કોપી પણ લગાવી શકો છો. આ દિવસોની સુંદર યાદો આપનાં બાળકને પણ ખૂબ ગમશે.

ઉઠાવ-ઊભારની સાથે આકર્ષક (પાતળા) દેખાવાની ઈચ્છા

ગર્ભાવસ્થામાં અમુક સ્ત્રીઓ જાડી અને બેડોળ લાગે છે. આ જાડાપણું દૂર કરવા તથા પાતળા દેખાવાના અમુક ઉપાય અહીં પ્રસ્તુત છે.

કાળો રંગ : કાળો, નેવી બ્લ્યુ, ચોકલેટ કે ભૂરા જેવો ઘાટો રંગ આપના શરીરને પાતળો આકાર આપે છે. પછી ભલેને આપે ટી શર્ટ અને ઝભ્ભા જેવું પેન્ટ પહેર્યુ હોય!

એક જ રંગની પસંદગી : આખા શરીર પર એક જેવા પ્લેન કપડાં પહેરવાથી પણ આપ પાતળી અને આકર્ષક લાગશો. બે રંગવાળા વસ્ત્રોમાં મોટા ભાગે બધાનું ધ્યાન એ તરફ જશે, જયાં માંસના થડ ચડવા લાગ્યા છે.

લંબાઈવાળા વસ્ત્રો : પહોળા કરતાં ઉભી લંબાઈવાળા વસ્ત્રો પહેરવાથી આપ પણ ઉંચી, લાંબી અને પાતળી જણાશો. પહોળા વસ્ત્રોથી તો વધારે જાડા અને બેડોળ દેખાશે. એવાં જ વસ્ત્રો પહેરો, જેમાં લંબાઈમાં ઝીપ બટન અને સિવણ થયેલું હોય!

અમુક ખાસ : આપના શરીરમાં જે અંગોને ઢાંકી રાખવા ઈચ્છતી હોય તેને એવા જ કપડાંથી ઢાંકો, જાણે સુજૈલા ઘૂંટણો કોઈને બતાવવા ઈચ્છતા ન હોઈએ. તેમને આરામદાયક બૂટ-ચંપલ કે પેન્ટથી ઢાંકો.

ફિટ રહો : એવા કપડાં પસંદ કરો કે તંગ ન હોય, પરંતુ પૂરી રીતે ફીટ હોવા જોઈએ. ઝુકેલા ખભાઓથી આપની ઢીલી ઢીલી તસ્વીર જ સામે આવશે, પણ જો કપડાં ફીટ હશે તો આપ પાતળી અને સ્માર્ટ દેખાશો.

આપના વજન પર નજર રાખો અને વ્યાયામ કરો, જેથી આપના શરીરમાં દરેક અંગોમાં સારી રીતે વજનનો વધારો થાય. વ્યાયામ કરવાથી એન્ડોરફિનનો સ્ત્રાવ પણ થશે અને આપ ખુશમાં રહેશો.

તમારા માટે અમુક ગર્ભાવસ્થા માટેના ખાસ ફેશનેબલ વસ્ત્રોને પસંદ કરો. કેમ કે એવા વસ્ત્રો પહેરવાનો આ સમય છે. જો આપ અગાઉના સમયનું નાનું ટોપ પહેરવાનો પ્રયત્ન કરશો તો તમે હાસ્યાસ્પદ લાગશો. આપના વાળની સ્ટાઈલ તથા મેકઅપની પધ્ધતિઓમાં થોડો ચેન્જ લાવો અને આકર્ષક દેખાવ.

ગર્ભાવસ્થાનો પહેરવેશ

"હું મારો જૂનો ડ્રેસ પહેરી શકતી નથી, પરંતુ મને ગર્ભાવસ્થાનો પહેરવેશ ખરીદવાની હિંમત નથી થતી."

એ જમાનો વીતી ગયો જયારે ગર્ભવતી મહિલાઓ ઝભલાં જેવા લાંબા પોશાકોમાં નવ મહિના વીતાવી દેતી હતી. હવે તો ફેશનનો સ્ટાઈલનો જમાનો છે. આ જકાલ તો એકથી એક સુંદર રંગબેરંગી જાત-જાતના પોષાકો બજારમાં તૈયાર મળે છે. આપનાં ઘરની આ જુબાજુ કોઈ મેટરનીટી કોર્નરથી તમારા મનપસંદ વસ્ત્રો ખરીદો. ગર્ભાવસ્થાના અદ્યતન-ફેન્સી વસ્ત્રો આપનું મન મોહી લેશે અને આપ અનોખો આનંદ તથા રોમાન્સ અનુભવશો.

<u>ખરીદી કરતી વખતે નીચેની બાબતોનું ધ્યાન રાખો</u>

- આપનું શરીર હજુ ઘણું મોટુ થવાનું છે. આ વસ્ત્રો ખૂબ જ મોંઘા હોઈ શકે છે. એટલા માટે સમજી વિચારીને જ ખરીદો. બજાર જતાં પહેલા આપના કબાટના વસ્ત્રોને તપાસી લો. બની શકે છે કે અમુક કામના વસ્ત્રો ત્યાંથી જ મળી જાય. મેટરનીટિ સ્ટોર્સમાં પ્રેગનેન્સી પીલો પણ હોય છે. કપડાં ખરીદતી વખતે એ વાતનું ધ્યાન રાખો કે અમુક મહિના પછી પણ એ કપડાં આપને ફિટ આવશે કે નહીં?
- કપડાં ગમે તે સ્ટોર્સમાંથી લીધા હોય, પણ જો એ આપને અનુકૂળ આવે તો જ પહેરો. એનાંથી બિનજરૂરી ખર્ચ પણ થશે નહીં. પણ જો આપ જરૂરથી વધારે ફેશનના ચકકરમાં પડશો તો નુકશાન જ થશે. કેમ કે મેટરનિટી કલોથ નવ મહિના પછી તો કામના રહેવા નથી. ડિલીવરી પછી જયારે સુવાવડનું ફેટ ઓછું થશે તો આપને એ વસ્ત્રો જોવા નહીં ગમે.
- કપડાં એવા પહેરો, જેનાથી પેટનો ઊભાર થોડો ઢંકાઈ જાય. એના માટે લો-કટ જિન્સ તથા પેન્ટ પહેરવું સારૂં રહેશે.
- આપના આંતરવસ્ત્રોની સાથે સમાધાન ન કરો. કોઈ સારા સ્ટોરમાંથી એવી બ્રા પસંદ કરો, જે આપના વધતાં વક્ષ સ્થળને માફકસરનો આકર્ષક આકાર આપે. એકવારની ખરીદીમાં બેથી વધારે બ્રા ના ખરીદો. કેમ જયારે આપના વક્ષ સ્થળમાં તેના આકારમાં વૃધ્ધિ થશે ત્યારે નવી બ્રા ખરીદવાની જ છે.
- જો કે વિશેષ મેટરનીટિ અંડરવિયર પહેરવાની જરૂર નથી, પરંતુ જો પહેરવા ઈચ્છો તો અમે આપને જણાવી દઈએ કે નવા સ્ટાઈલિશ થાંગ્સ અને બિકની પૈટીંઝ વસ્ત્રો આપના માટે પ્રસ્તુત છે. તમારી સાઈઝથી થોડી મોટી સાઈઝના લો. એ વધારે સેક્સી લાગે છે. મનગમતા રંગ પસંદ કરો, પણ આ વસ્ત્રો સુતરના હોવા જોઈએ.
- આપના સાથીના કબાટમાં નજર કરો. એમાંથી કેટલાક વસ્ત્રો આપને અનુકૂળ આવશે. પહેલા પાંચ છ મહિના સુધી તો આપ મોજથી પેન્ટ, ટી શર્ટ, લૈગિંગ, શર્ટ પહેરી શકો છો. એ પછી આપે ચારેક મહિનાના વસ્ત્રોનો બંદોબસ્ત કરવાનો રહેશે.
- મેટરનિટી કપડાઓની બાબતમાં લેવું કે દેવુંની નીતિ અનુકૂળ રહેશે. બીજાના વસ્ત્રો ફિટ આવતા હોય તો લેવામાં કોઈ વાંધો નથી.

આપ એ પોશાકને આપની સહાયક સામગ્રીના રૂપમાં પહેરો, એનાથી આપોઆપ નવીનતા અનુભવાશે. જો આપ મેટરનીટિ વસ્ત્રો પહેરવા ઈચ્છતી નથી તો તમારી સખીઓને એ ભેટ આપી દો. આમ ખૂબ જ ઓછા ખર્ચમાં જ વસ્ત્રોનો મામલો થાળે પડશે.

- ગર્ભાવસ્થામાં મેટાબોલિકનો દર અધિક હોવાના લીધે આપનું શરીર ગરમ રહે છે એટલે સૂતરાઉ વસ્ત્રો પહેરવા સારા. આ રીતે આપ હીટ રેશથી પણ બચી જશો. સાધારણ રંગબેરંગી આરામ દાયક કપડાં પણ યોગ્ય રહેશે. વાતાવરણ ઠંડું હોય તો ખુલ્લા વસ્ત્રો પહેરો, જેથી ગભરામણ થાય ત્યારે વસ્ત્રોનો ભાર ઓછો કરી શકાય.

પ્રી-બેબી સિટર

"હવે મારા પેટનો ઊભાર સ્પષ્ટ દેખાવા લાગ્યો છે. હું ખરેખર ગર્ભવતી છું, જો કે અમે સમજી વિચારીને એનો નિર્ણય કર્યો હતો, પરંતુ હવે અમને ડર લાગે છે?"

લાગે છે કે આપનો કિસ્સો પણ પ્રી-બેબી સિટરનો છે. આપ જેવા અનેક માતા-પિતા ગર્ભાવસ્થામાં આવી માનસિકતાનો ભોગ બને છે. જરા વિચારો તો ખરા, આ એક નિર્ણયના લીધે આપની પૂરી જિન્દગીમાં પરિવર્તન આવવાનું છે. આપ બંને જણ ક્યારે ખાશો, પીશો, સૂઈ જશો કે પછી કેવી રીતે જીવશો? એ તમામ આવનાર શિશુ નક્કી કરશે. માનો કે આપની લાઈફ નવેસરથી પ્રોગ્રામ થશે. અમુક માનસિક અને શારીરિક માગણીઓ વધી થશે.

અત્યારે થનારી ચિંતા કે ગભરામણ બરાબર જ છે. આ રીતે શિશુના આવતાં પહેલા જ આપ લોકો માનસિક રીતે તૈયાર થઈ જશો અને દરેક પ્રકારના પડકારોનો સરળતાથી સામનો કરી શકશો. આપના દોસ્તો તથા સહકર્મીઓને સગર્ભાના વધામણા આપો, જેથી એ આપના મનના અજંપાને દૂર કરી શકે, આપને આશ્વાસન આપી શકે.

જો કે જીવન એકદમ બદલાઈ જશે, પરંતુ આપને જલ્દી જ એ વાત સમજમાં આવશે કે આ ફેરફારો સારાપણાની નિશાની છે. તે ઉમદા છે. ઉતમ છે.

વણમાગી સલાહ

"બધાને દેખાય છે કે હું આ દિવસોમાં ગર્ભસ્થ છું. સગા-સંબંધીઓથી લઈને સહેલીઓ સુધી મને જાત જાતની સલાહ આપવા લાગ્યા છે. મને લાગે છે કે હું ગાંડી બની જઈશ?"

ખરેખર આપના પેટનો દેખાવ જ દરેક અનુભવી મહિલાને સલાહ આપવા માટે મજબૂર કરી દે છે. જયારે આપ સવારે પાર્કમાં મોર્નિંગ વૉક કરતી હશો ત્યારે પણ બાગના કોઈ ખૂણામાંથી શીખ ટપકી પડશે અરે! આવી હાલતમાં દોડવું ઠીક નથી. જો આપ સુપર માર્કેટમાંથી બે થેલા ઉપાડીને ચાલશો તો પણ કોઈને કોઈ જરૂર કહેશે આપે આવી અવસ્થામાં વજન ઉપાડવું ન જોઈએ. જો આઈસ્ક્રીમ પાર્લરમાં આઈસ્ક્રીમ પર ડબલ ડીપ નાખશો તો કોઈ જરૂર કહેશે. હની, આટલું બેબી ફેટ ઘટાડવું મુશ્કેલ બની જશે.

આ દરમિયાન સલાહ આપનારા એ પણ અંદાજ લગાવી દે છે કે આપને ત્યાં છોકરો આવશે કે છોકરી. જો કે આપણી દાયણોની ઘણી વાતો વૈજ્ઞાનિક કસોટી પર પરખમાં આવી છે, પરંતુ જે વાતો ધડ-માથા વિનાની હોય એને તો એક કાનેથી સાંભળીને બીજા કાનથી કાઢી જ નાંખવામાં જ લાભ છે. જો કોઈની સલાહ શંકાસ્પદ લાગે તો ડૉક્ટરની સલાહ લેવામાં મોડું ન કરશો. આમ તો આવી તમામ વાતોથી તમને મોજ પડવી જોઈએ. કેટલા જાણ્યા-અજાણ્યા લોકો પણ નવજાત શિશુના હિતમાં સલાહ આપે છે. તેનું ટેન્શન લેવાનું ન હોય! બને તો આવા સમયે મજાકિયા સ્વભાવથી થેંકયુ કહેવું પણ ખોટું ન લગાડવું. અમુક સલાહ આપનારાઓને તમે કહી શકો કે આપે વિશ્વાસપાત્ર ડૉક્ટરની સલાહને જ પ્રાધાન્ય

આપ્યું છે, પણ લાગણી બદલ આભાર.

આમ ધીમેધીમે આપ આવા સલાહકારોથી ટેવાઈ જશો. આવનારા સમયમાં તો સલાહકારોની ભીડ વધે પણ ખરી. નાના શિશુની માને વણ માગી સલાહ આપનારાઓની આ જગતમાં અછત નથી.

પેટને સ્પર્શવું

"મારા સહકર્મીઓ ઉપરાંત અમુક અજાણી મહિલાઓને પણ મારા પેટના ઊભારને સ્પર્શ કરવાનું ગમે છે, પરંતુ મને એ બિલકુલ સારૂં નથી લાગતું, હું શું કરૂ?"

નાના શિશુમાં લાડવા જેવો ગોળમટોળ ઊભાર ખરેખર સ્પર્શ કરવાનું મન થાય એવો હોય છે. કોઈ પણ જિજ્ઞાસુ બનીને સ્પર્શે કેમ કે એ ખૂબ જ સારો લાગે છે. એ સ્પર્શમાં શિશુ તરફ વહાલ હોય છે. જો કે માતાની મરજી વિના એના ગર્ભસ્થ શિશુને સ્પર્શવાનું મન થાય પણ તે શિષ્ટાચાર વિરૂધ્ધ છે. અમુક મહિલાઓને આકર્ષણનું કેન્દ્ર બનવાનું ગમે છે તો અમુકને નથી ગમતું, જો આપને પૂછ્યા વિના કોઈ પેટને સ્પર્શ કરવા જાય તો રોકી લો સ્પષ્ટ કહી દો કે તમને એ પસંદ નથી. સામેની વ્યક્તિને ખોટું ન લાગે તેમ કહો કે, મેડમ આપને મારા પેટને સ્પર્શવામાં આનંદ આવે છે, પરંતુ મને એ ગમતું નથી. હાથ ન લગાવો. બાળક ઉંઘે છે. એ સિવાય આપ થોડી પડખાભેર થઈને પેટના ઊભારને ઢાંકી શકો છો? આપ આપની મરજી વિરૂધ્ધ કોઈને પણ પેટે અડવા ન દો. પેટ તરફ આવતા હાથને પકડીને રોકી લો અને કહી દો કે આપને આવું બધુ ગમતું નથી.

ભૂલવાની આદત

"ગયા અઠવાડિયે હું મારૂં પર્સ ઘરે જ ભૂલી ગઈ હતી, આ જે તો મને એ ખાસ મિટીંગના મુદ્દા પણ યાદ નથી. હું મારા મગજને ફોકસ કરી શકતી નથી લાગે છે મારૂં મગજ ભૂલકણું બની ગયું છે?"

સામાન્ય રીતે ગર્ભવતી મહિલાઓને લાગે છે કે તેમને ભૂલી જવાનો રોગ થયો છે. કેમ કે ગર્ભાવસ્થામાં ભૂલવાની માત્રા વધતી જાય છે. પોતાની સંગઠનાત્મક શક્તિ પર વિશ્વાસ કરતી સ્ત્રીઓ પણ જટિલ હાલતથી ગભરાવા લાગે છે. તેઓ પોતાની ચીજવસ્તુઓ તો ભૂલે છે, પણ પોતાના પરનો આત્મવિશ્વાસ પણ ભૂલી બેસે છે.

અભ્યાસોથી જાણવા મળ્યું છે કે ગર્ભવતી મહિલાઓના મગજની કોશિકાઓની માત્રામાં અછત ઉભી થાય છે. કહે છે કે દીકરાઓને જન્મ આપતી માતાઓની તુલનામાં છોકરીઓની માતાઓ વધારે ભૂલકણી બને છે. સારી વાત એ છે કે આ બધું થોડા સમય માટે હોય છે. ડિલીવરી થયા પછીના થોડા મહિનાઓમાં મગજ ફરીથી સ્ફૂર્તિથી કામ કરવા લાગે છે. આવું પણ હોર્મોનના ફેરફારોથી થતું હોય છે. ઉંઘ પૂરેપૂરી ન મળે તો પણ ઊર્જા ઘટે છે અને મગજ કેન્દ્રિત રહી શક્તું નથી. ભાવિ માતાઓનું પૂરું મગજ, નાના શિશુના વસ્ત્રો, તેના રંગ તથા નામ શું રાખવાનું એમાં જ માતા રચેલીપચેલી રહે છએ.

જો આપ આના ટેન્શનમાં રહેશો તો કશું યાદ નહીં રહે. ટેન્શન-મુક્ત બનો. તમારૂં મગજ સક્રિય જ છે. આપ અત્યારે એક નવસર્જનની રચનાકારની ભૂમિકા અદા કરો. માત્ર બાળકમાં જ રમમાણ છો. તો બાકીનું શું યાદ રહે? તેમ છતાં આપ ઘરમાં જે કામ કરવાના છે તેની યાદી બનાવો. ઘરની ચાવીઓ કયાં રાખેલી છે તે યાદીમાં નોંધો. પર્શ વગેરેમાં મૂકો છો તે દર્શાવો. આ રીતે તમારી દિનચર્યામાં કશું નહીં ભૂલો પણ યાદ રાખો. યાદ શક્તિની દવા કે ગોળીઓ લેશો નહીં.

ધીમેધીમે તમને યાદી મુજબના કામો કરવાની આદત પડી જશે. શિશુના આગમન પછી મગજની ચૂસ્તી સ્ફૂર્તિ ફરીથી જોવા મળશે, હશે આપ ઘસઘસાટ ઉંઘી પણ શકશો.

ગર્ભાવસ્થા અને કસરત

આખા શરીરમાં કળતર છે. આપ સૂઈ નથી શકતી. પીઠમાં સખત દુ:ખાવો છે. ઘૂંટણોમાં સોજા છે. અકળાવનારી કબજિયાત છે. પેટમાં આફરો છે અને આપ એવી તો ગંદી વાસ છોડી રહી છે કે ન પૂછો વાત. આટલી વાછૂટ તો સ્કૂલ બસમાં બેઠેલાં ફૂટબોલ ખેલાડીઓ ભેગા મળીને પણ છોડતા નથી. બીજા શબ્દોમાં કહીએ તો આપ ગર્ભવતી છો. આપ તો એટલું જ કરી શકો છો કે આ દુ:ખ

વર્ક આઉટ ?

આપે ગર્ભાવસ્થામાં દરરોજ ૩૦ મિનિટ વર્કઆઉટનો સમય ફાળવ્યો જ છે. જો એ અઘરૂં લાગે તો એને ૧૦-૧૦ મિનિટમાં વહેંચી લો. દિવસમાં ત્રણવાર દસ-દસ મિનિટ આંટા-ફેરા મારવાથી પણ વર્કઆઉટ થશે. એને આપના રૂટીનમાં ભેળવો, કેમ કે તો જ આપ તેના માટે નિયમિત બનશો. જો રૂટીનમાં જિમમાં જવાનો સમય નથી તો ઓફિસેથી પાછા ફરતાં બસમાંથી બે સ્ટોપ પહેલા ઉતરીને ઘર સુધી ચાલો. કાર હોય તો દૂર પાર્ક કરીને ઘરના ઝાંપા સુધીનો ફેરો કરી, ઝાંપો ખોલીને કારને કંપાઉન્ડમાં પાર્ક કરો. લિફટની જગ્યાએ સીડીનો ઉપયોગ કરો. આપની ઓફિસમાં સહુથી દૂરના લેડીઝ ટોયલેટનો ઉપયોગ કરો, જેથી એટલુ વધારે વૉકીંગ થાય.

સમય તો છે પણ પ્રેરણાની અછત છે. પ્રેગનેન્સી વ્યાયામ ક્લાસમાં જાવ. પ્રેગનેન્સી યોગા કરો. પ્રેગનેન્સી ડી.વી.ડી.ની મદદથી પણ વર્કઆઉટ કરી શકો છો.

જો કે એવો સમય પણ આવશે જ્યારે ખરેખર શરીરને હલાવવાનું મન નહીં થાય, પરંતુ આપે હિંમત જાળવી રાખવાની છે અને કોઈ પણ પ્રકારે વર્કઆઉટ ચાલુ રાખવાનું છે.

તકલીફોને ઘટાડવાનો થોડો પ્રયત્ન કરો. બસ આ સીવાય બીજો કોઈ ઉપાય નથી.

સામાન્ય રીતે દિવસમાં ૩૦ મિનિટનો વ્યાયામ કરવાથી ઘણી તકલીફો દૂર થઈ શકે છે. અને આળસને ખંખેરીને દિવસમાં ઓછામાં ઓછી અડધો કલાક કસરત કરવી જોઈએ.

મોટાભાગની મહિલાઓ આ પ્રમાણે કસરતને અપનાવીને પોતાના શરીરને ફીટ રાખી શકે છે. આપ પણ ડૉક્ટરને પૂછીને કસરત કરી શકો છો. આપને ખબર હોવી જોઈએ કે આવા અડધા કલાકના વ્યાયામથી આપને તથા શિશુને મોટો લાભ થાય છે.

વ્યાયામથી લાભ :

નિયમિત વ્યાયામથી :-

- અમુકવાર વધારે આરામથી પણ આપ થાક અનુભવો છો, પણ એમાંથી સમય ફાળવીને વ્યાયામ કરશો તો આપની ઊર્જાનું સ્તર વધશે.
- વ્યાયામ કરવાથી આપની ઉંઘ પહેલાંથી વધારે ગાઢ બનશે. આપ સૂઈને ઊઠ્યા પછી આપને અતિ ઉત્સાહી અને સ્ફૂર્તિલા અનુભવશો.
- વ્યાયામથી કોસ્ટેશનલ ડાયાબિટીસથી બચી શકશો. વ્યાયામ કરવાથી મસ્તિષ્કમાંથી એન્ડોરફિન નામનો સ્રાવ થાય છે, જેનાંથી આપનો મૂડ સારો બનશે અને આપ ઉત્સાહિત રહેશો. તણાવ અને ઉશ્કેરાટ ઘટે છે.
- પીઠનું દર્દ તથા અન્ય દુ:ખાવામાં રાહત મળે છે.
- સ્ટ્રેચિંગ કરવાથી માંસપેશીઓને આરામ મળે છે તથા તેની લચક ખૂબ જ વધી જાય છે. માંસ પેશીઓનું ખેંચાણ ઘટે છે. આ કસરત ગમે ત્યાં ગમે ત્યારે કરી શકાય છે. એનાં માટે પરસેવો

કીગલ વ્યાયામ

જો આપ માત્ર એક જ વ્યાયામ કરવા માંગો છો તો તેને વળગી રહો. કીગલથી આપના પેલ્વિક ક્ષેત્રને મજબૂતાઈ મળે છે. આ રીતે આપ કુદરતી રીતે પેશાબ ટપકવાની સમસ્યા પર અંકુશ મેળવી શકો છો. વળી આપનું શરીર આ રીતે લેબર અને ડિલીવરી માટે પણ તૈયાર હશે તથા આપ ઑપરેશનની ઝંઝટથી (સિજેરિયન ડિલીવરી) બચી શકશો. કીગલ દરમિયાન આપે શરીરને માસપેશીઓને એ રીતે કેળવી છે કે જે પ્રકારે પેશાબ વખતે તેને રોકી શકાય છે.આનાથી ડિલીવરી પછી આપની સેક્સક્ષમતા પણ વધશે. આ જ પુસ્તકમાં કીગલના વિષયમાં વધારે જાણકારી આપી છે.

કીગલ વ્યાયામ

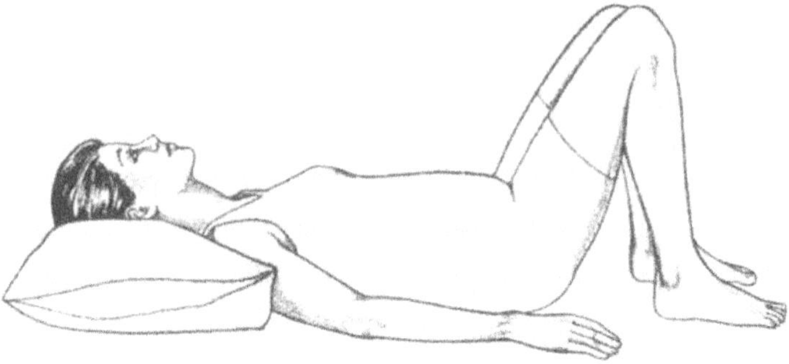

એક્સરસાઈઝ સ્માર્ટ

ગર્ભસ્થ શિશુની સાથે વ્યાયામ કરો છો તો અમારા સૂચનોનું પાલન કરો.

- વ્યાયામ પહેલાં કશુંક પીઓ, (જયૂસ, સરબત, પાણી) તરસ ન હોય તો પણ પીણું પીઓ. શરીરમાં પાણીની અછત નહીં રહે. વર્કઆઉટ પછી પણ કશુંક પીવાનું ભૂલશો નહીં. પરસેવો વહેવાથી જે પ્રવાહી પદાર્થ ઘટી ગયા છે. એની પૂર્તિ કરવાનું પણ ન ભૂલો.
- હલકા-ફૂલકા સ્નેક્સ લો. વ્યાયામથી થોડાં સમય પહેલાં ખાધેલું હશે તો ઊર્જાનું સ્તર જળવાશે. જો આપ વધુ કૅલેરીને ઓગાળી રહી છે તો ખાવું જરૂરી બને છે.
- ઠંડા વાતાવરણમાં રહો. એવો કોઈ વ્યાયામ ન કરો, જેનાથી આપના શરીરનું ઉષ્ણાતામાન ૧.૫ અંશથી વધારે થાય. સ્ટીમરૂપ અને હૉટ ટબથી દૂર રહો. વધારે ગરમ વાતાવરણ કે ભીડભાડવાળી જગ્યામાં ન રહો.
- ખુલ્લા અને સ્વચ્છ વસ્ત્રો પહેરો, જેને પહેરવાથી સહેલાઈથી શ્વાસોશ્વાસની ક્રિયા થઈ શકે. એવી બ્રા પહેરો, જેમાંથી વક્ષ સ્થળને ટેકો મળે. આમ તો સ્પોર્ટ બ્રા યોગ્ય ગણાશે.
- સહુથી પહેલાં તો પગો પર ધ્યાન આપો. જો સ્લીપર્સ બદલવાની છે તો પગોમાં ઈજા થાય એ પહેલાં બદલી લો. એવા જૂતાં પસંદ કરો, જે વર્કઆઉટમાં પણ અનુકૂળ રહે.
- વ્યવસ્થિત સપાટ જગ્યાને પસંદ કરો.
- ટાઈલ્સ કે સીમેન્ટના ફર્શ પર વર્કઆઉટ કરવાના બદલે લાકડાની કે કારપેટવાળી ફર્શ પસંદ કરો. લપસણી ફર્શ પર વર્કઆઉટ ન કરો. સખત ડામરની સડકોનાં બદલે ઘાસ કે માટીવાળી ફૂટપાથ, ઉબડખાબડ જગ્યાને બદલે સમતળ ફર્શ પસંદ કરો.
- ઢળાવવાળી જગ્યાઓથી દૂર રહો, કેમ કે પડી જતાં સહુથી પહેલા પેટને ઈજા પહોંચી શકે છે. એવી કોઈ રમત ન રમો, જેને આપ પહેલીવાર રમી રહી હોય કાં તો ઈજા થવાની શક્યતા હોય!
- સપાટી પર જ રહો. જો આપ ઉંચાઈવાળા સ્થળે નથી રહેતી તો કદી પણ ૩૦૦૦ ફૂટ ઉપર જનારીકોઈપણ પ્રવૃતિઓમાં ભાગ ન લો. અત્યારના સમયની સ્કૂવા ડાઈવિંગ

જેવી રમતો અંગે વિચારશો જ નહીં. ચોથા મહિના પછી સીધા સૂતાં સૂતાં કોઈ વ્યાયામ ન કરો. ગર્ભાશયના વધેલા ભારથી રક્તનળીઓ પર દબાણ પડવાની શક્યતા છે અને એના કારણે લોહીના પ્રવાહમાં અવરોધ આવી શકે છે.

- એવાં કોઈપણ કામકાજ ન કરો, જેનાથી શરીરના કોઈપણ ભાગમાં વળઆમળ થાય કે ઈજા પહોંચે. અચાનક લાગતાં ઝટકા, અથવા તો કોઈ આઘાતથી પણ નુકશાન થઈ શકે છે. શરીરને જાળવી રાખો. ખોટી રીતે બેસવું-ઉઠવું પણ જોખમકારક છે. અહીં આપ માત્ર એટલું જ યાદ રાખો કે હવે આપ એક નહીં પરંતુ બે છો.

વહેવડાવવાની પણ જરૂર પડતી નથી.

- દસ મિનિટના આંટ-ફેરા પણ આપને કબજિયાતમાં રાહત આપે છે. દરરોજ નિયમિત કસરત કરવાથી અપચો-ગેસની તકલીફ દૂર થાય છે. જેથી આપનો ચહેરો તાજગીભર્યો બની જાય છે.
- કહેવાય છે કે વ્યાયામ કરતી ગર્ભવતી મહિલાઓને પ્રસૂતિ સમયે વધારે તકલીફ નથી પડતી. તેમની પ્રસવ સરળતાપૂર્વક જલ્દીથી થાય છે. સી-સૅકશનની ચિંતા પણ નથી રહેતી.

થર્ટી મિનિટ પ્લસ

જો ડૉક્ટરે રજા આપી હોય તો આપ દિવસમાં કલાકથી વધારે વર્કઆઉટ કરી શકો છો. અત્યારની સ્થિતિમાં થાક જલ્દી લાગે છે અને ઈજાનું જોખમ છે. વધારે થાકથી શરીરમાં પાણીની અછત થાય છે, જેનાથી શ્વાસ લેવામાં મુશ્કેલી પડે છે. અત્યારે વધારે કેલેરી વપરાશે તો બીજી કેલેરી લેવી પડશે. એટલાં માટે થર્ટી મિનિટ પ્લસના વ્યાયામમાં એનો પણ બંદોબસ્ત કરી લો.

- વ્યાયામ કરવાથી આપ ગર્ભાવસ્થા પછી પણ ફીટ રહેશો. ફિગર તમારા પહેલાવાળા આકારમાં આવી જશે અને આપ મોજથી આપના જૂનાં જીન્સને પહેરી શકશો.
- શિશુને વ્યાયામથી શું ફાયદો થાય છે એવા સવાલના જવાબમાં સંશોધકોનું આ રહ્યું તારણ: શિશુ વર્કઆઉટ દરમિયાન થનારા અવાજો તથા કંપારીનો અનુભવ કરે છે. વ્યાયામ કરનારી માતાઓ નિરોગી બાળકને જન્મ આપે છે.
- શિશુને પ્રસવ વખતે નવી દુનિયામાં આવતા વધારે કષ્ટ પડતું નથી. તેઓ જન્મની તકલીફોમાંથી જલ્દી છૂટકારો મેળવી લે છે.
- માનો ન માનો, પણ અભ્યાસોથી જાણવા મળ્યું છે કે વ્યાયામ કરતી માતાઓનાં બાળક સરેરાશ બાળકોથી વધારે બુધ્ધિશાળી તથા સશક્ત હોય છે. એનાંથી એમની માંસપેશીઓની સાથોસાથ મગજ શક્તિ પણ વધે છે.
- આવા બાળકો રાતના પૂરતી-નિરાંતની નીંદર લે છે. તેઓ કૉલિક નથી હોતા અને પોતાની જાતને સારી રીતે સાચવી શકે છે.

પધ્ધતિસર વ્યાયામ

જે પ્રકારે ગર્ભાવસ્થામાં જૂના કપડાં અનુકૂળ નથી આવતાં, એ જ પ્રમાણે આપે આપના ફિટનેસ રૂટીનમાં પણ થોડું પરિવર્તન કરવું પડશે. હવે આપને એકના માટે નહીં પણ બે જણના માટે વ્યાયામ કરવાનો છે. પછી ભલે આપ જિમમાં જતી હોય કે વૉકીંગ કરતી હોવ! અમારા આ સૂચનો પર ધ્યાન આપો.

ડૉક્ટરની પાસે : વ્યાયામની શરૂઆત કરતાં પહેલા ડૉક્ટરને મળી. જો આપની ગર્ભાવસ્થામાં કોઈ જોખમ હશે તો ડૉક્ટર આપને વ્યાયામ માટે ના પાડી શકે છે. અથવા તો બીજા અન્ય વ્યાયામો માટે છૂટ પણ આપે. તેમની પાસેથી સારી રીતે જાણી લો કે આપની અવસ્થાના પ્રમાણે કેવો ફિટનેસ રૂટીન યોગ્ય રહેશે? જો આપ તંદુરસ્ત છો તો પણ અમુક કસરતો એવી છે, જે ગર્ભાવસ્થા

ખભા અને પગોના સ્ટ્રેચ

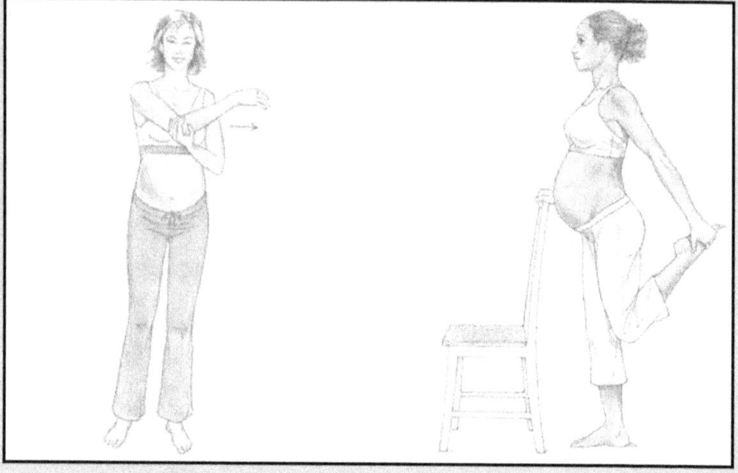

ખભાનાં દબાણને ઘટાડવા માટે આપના પગને સપ્રમાણ રાખીને ઊભા રહો. ચિત્રમાં બતાવ્યા મુજબ જમણા હાથની કોણીએ ડાબો હાથ લો. પછી ડાબી બાજુ છાતી સુધી લાવીને હળવે રહીને મુકો. તમારી જમણી બાજુ, ડાબી કોણી પર ટેકવ્યા પછી શ્વાસ છોડતાં એને જમણાં ખભા તરફ ધકેલો. આ સ્ટ્રેચને પથી ૧૦ મિનિટ સુધી કરો.

ઊભા થઈને પગને સ્ટ્રેચ કરવા માટે કોઈ ખુરશી કે કાઉન્ટરનું ટોપ પકડો. ઘૂંટણને વાળીને પગને નિતંબો સુધી લઈ જાવ. ડાબા હાથથી પગ પકડો. પછી એડીને નિતંબ સુધી લઈ જઈને ફેલાવો. પીઠને સીધી જ રાખો. આ સ્ટ્રેચને ૧૦ થી ૩૦ સેકન્ડ રાખીને જમણા પગ વડે સ્ટ્રેચ એટલી જ સેકન્ડ કરો.

માટે યોગ્ય હોતી નથી.

શરીરના ફેરફારોનો આદર કરો :

શરીરના હિસાબથી આપના રૂટીનમાં પણ ચેન્જ લાવો. શરીરનું સંતુલન બદલવાની સાથોસાથ વર્કઆઉટમાં પણ પરિવર્તન લાવવું પડશે. અમુક વ્યાયામોની સંખ્યા ઓછી કરવી પડશે. ભલે આપ વર્ષોથી ચાલવાની ટેવવાળી હોય, પરંતુ ગર્ભાવસ્થામાં પગના સાંધા ઢીલા પડી જાય છે. પગોમાં સોજા આવે છે, એટલાં માટે આપને અભ્યાસ-પ્રેક્ટિસ ઘટાડવા પડશે. પીઠ પર સીધા સૂઈ જઈને તાઈ ચીની મુદ્રાઓ પણ લોહીના પ્રવાહમાં મુશ્કેલી સર્જી શકે છે. તાઈ ચીની કસરત તો બિલકુલ ન કરવામાં જ ભલાઈ છે.

શરૂઆત ધીમેથી હોય : ધીમેધીમે કસરતની શરૂઆત કરો. જરૂરથી વધુ જોર કરવાની જરૂર નથી. આવું જોર ફાયદાના બદલે નુકશાન કરે છે. પહેલા દિવસે ૧૦ મિનિટ હળવું વાર્મઅપ કરીને ૫ મિનિટ વર્કઆઉટ કરો. થાક લાગે તો બંધ કરી દો. તથા કૂલ-ડાઉન થઈ જાવ. થોડાક દિવસોમાં શરીરને તેની ટેવ પડી જશે, તો આપ વર્કઆઉટનો સમય વધારી શકો છો. જો આપ પહેલાંથી જીમમાં જાવ છો તેમ છતાં આ દિવસોમાં કોઈ નવો વ્યાયામ તમારી મરજીથી ન કરો.

વર્કઆઉટ પહેલાં : માન્યું કે આપ વર્કઆઉટ શરૂ કરવામાં ઉતાવળ કરી રહ્યાં છો, પરંતુ આપે વર્કઆઉટ પહેલાં શરીરને વાર્મઅપ કરવાનું છે, જેથી હૃદયના ધબકારા એકદમ ન વધે. ઓછામાં ઓછી ઈજા થાય. શરદી તથા ગર્ભાવસ્થામાં એનું ખાસ ધ્યાન રાખો. દોડતા પહેલા ધીમેધીમે ચાલો.

એ જ રીતે તરતા પહેલાં ધીમેથી તરો કે જોગિંગ કરો.

__વર્કઆઉટ પછી :__ જો આપ એકાએક વર્કઆઉટ બંધ કરો છો તો માંસપેશીઓમાં જ લોહી રહી જાય છે અને શરીરના બાકીના ભાગોને લોહી નથી મળી શકતું, જેના કારણે માથું ભમે, ઉલટીઓ અને બેહોશી થાય છે. દોડ્યા પછીની પાંચ મિનિટ બાદ ચાલો. ઝડપી તરણ પછી સામાન્ય રીતે તરો. શરીરને ધીમેથી સહજ થવા દો. જો જમીન પર વ્યાયામ કરતાં હોવ તો ત્યાંથી ધીમે ધીમે રહીને ઊભા થાવ.

__ઘડિયાળ પર નજર રાખો :__ થોડો કે અતી વધારે વ્યાયામ કદી લાભ કરતો નથી. પ્રમાણસર વ્યાયામ કરો. વાર્મઅપથી લઈને કૂલ ડાઉન સુધીના પૂરા વર્કઆઉટમાં અડધા કલાકથી લઈને એક કલાક વ્યાયામ થાય છે. થાક લાગે તેવો વ્યાયામ ન કરો.

__વર્કઆઉટને વહેંચો:__ ૩૦ મિનિટના વર્કઆઉટ જેટલો સમય નથી મળતો. આપના વ્યાયામને બે-ત્રણ કે પછી ચાર ભાગમાં વહેંચી દો. આ રીતે માંસપેશીઓ પણ મજબૂતાઈ જાળવી રાખશે.

__વ્યાયામ જરૂર કરો:__ દરેક અઠવાડિયે ચારવાર અને આગળના સપ્તાહમાં બિલકુલ વ્યાયામ ન કરવો, આવી આદતો પાડશો નહીં. જો આપ નિયમિત વર્કઆઉટથી થાકી ગઈ છો, તો પણ વાર્મઅપ કસરત તો કરી શકો છો. આ રીતે આપની વ્યાયામની નિયમિતતા જળવાશે.

ઘણી ગર્ભવતી મહિલાઓનું માનવું છે કે ભલે એ દરરોજ પૂરૂં વર્કઆઉટ ન કરે, પણ થોડો-ઘણો વ્યાયામ કરવાથી પણ સારું લાગે છે.

__કૅલેરીની પૂર્તિ કરે:__ આપને દરરોજના વર્કઆઉટમાં ખર્ચાતી કૅલેરીને સરભર કરવા માટે

ડ્રોમડ્રે ડ્રૂપ

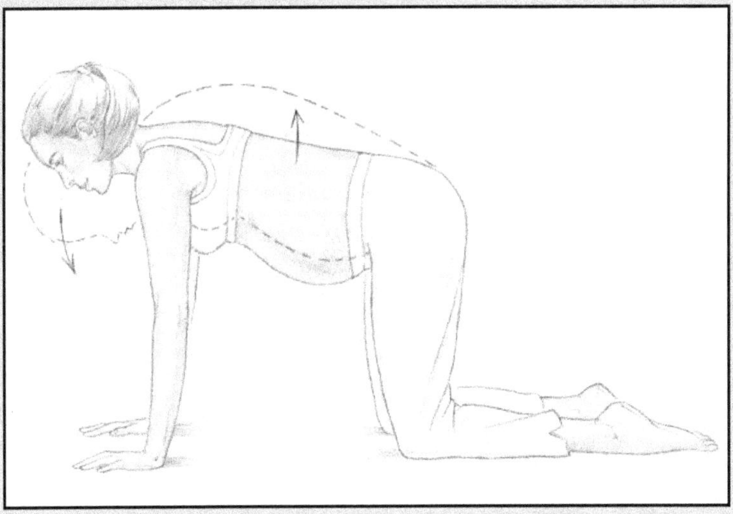

પીઠના દુઃખાવાને ઘટાડવા માટે હાથો અને ઘૂંટણો પર બેસો. માથું સીધુ રાખો. ગરદન કરોડની અસ્થિ (હાડકાની)ની સમાંતર રાખો. પીઠને ધનુષ્યાકાર કરો, જેથી નિતંબોમાં (ખેંચાણ) જકડન મહેસૂસ થાય. માથું થોડું નીચે ઝુકાવો. પછી પહેલાવાળા આસનમાં જ પાછા ઊભા થાવ. જો ઊભા રહીને કે બેઠા બેઠા કામ કરો છો તો આ વ્યાયામને દિવસમાં અનેકવાર કરો.

ગળાનો આરામ

આ કસરતથી ગળું જકડાઈ જવાની ફરિયાદ રહેશે નહીં. એક સારી ટેકાવાળી ૧૭૦ ઉપર ખુરશીમાં સીધા બેસો. આંખો બંધ કરીને ઉંડા શ્વાસ લો. ગળું એક તરફ ઝુકાવતાં ઝુકાવતા ખભા સુધી લઈ જાવ. આમાં ખાસ કાળજી એ રાખવાની છે કે ખભો ઉંચો થઈને માથાને ન અડે. કાં તો માથાને પરાણે નીચે ન લાવો. એને ૬ સેકન્ડ રોક્યા પછી બીજી તરફથી એ જ રીતે કસરત કરો. એ પછી આપના માથાને આળગ ઝુકાવો. હડપચીને છાતી સુધી લઈ જાવ.પછી ગળાને જમણાં ખભા તરફ ગરદનને ફેરવો. વારાફરતી આ કસરત ૩ થી ૬ સેકન્ડ સુધી કરો. આ કસરતને દરરોજ ત્રણ-ચાર વાર કરો.

ફાલતું ભોજન કરવું પડશે. દરરોજના અડધા કલાકના વ્યાયામ માટે ૧૫૦ થી ૨૦૦થી પણ વધુ કૅલેરીની જરૂર પડી શકે છે. જો આપને લાગે છે કે આપ ઘણી બધી કૅલેરી લીધા પછી પણ વજનને વધારી નથી શકતી તો એવું પણ બની શકે છે કે આપ જરૂરથી વધારે વ્યાયામ કરો છો.

<u>પ્રવાહી પદાર્થોની માત્રા</u> : દર અડધા કલાકની કસરત કર્યા પછી આપને એક ગ્લાસ ફાલતું પ્રવાહી પદાર્થ જોઈએ, જેથી એ પરસેવાની ભરપાઈ થઈ શકે. જો પરસેવો વધુ થાય, વાતાવરણ ગરમ હોય તો વધારે પાણી જોઈએ. વ્યાયામથી પહેલા, પછી તથા એ દરમિયાન પાણી પીવો, પરંતુ એકવારમાં ૧૬ ઔંસથી વધારે પાણી ન પીઓ. આપના વર્કઆઉટથી ૩૦-૪૫ મિનિટ પહેલાથી જ પ્રવાહી લેવાનું શરૂ કરી દો.

<u>સાચા અને સારા સમૂહને પસંદ કરો:</u> જો આપ વ્યાયામ માટે કોઈ ગ્રુપને પસંદ કરવાનું વિચારો છો તો એવા સમૂહને પસંદ કરો, જે ગર્ભવતી મહિલાઓ માટે જ હોય! (જાણ મેળવી લો કે સમૂહનો સંચાલક કેવો છે?) અમુક મહિલાઓ માટે એકલાં વ્યાયામ કરવાનું ગમતું હોતું નથી. આવી સ્ત્રીઓ માટે સમૂહ વ્યાયામ યોગ્ય રહે છે. કેમ કે તેમને કોઈના સહારાની તથા ફીડબેકની સતત જરૂર હોય છે. તેમની પાસે મેડિકલ તથા એક્સરસાઈઝ નિષ્ણાંત પણ હોય છે, જે આપના મૂંઝવતાં પ્રશ્નોનું નિરાકરણ પણ કરી દે છે.

<u>થોડી મોજ-મસ્તી થાય :</u> કોઈપણ વ્યાયામ, કે કામકાજ, આપના માટે સજા નહીં, મજા હોવી જોઈએ. આપ જે કંઈપણ મનથી નક્કી કરો એની સાથે જ રહો. આમાં પ્રસવ પૂર્વ યોગથી લઈને ડિનર પછીની આંટાફેરાની, ચાલવાની કસરત પણ સામેલ છે. કોઈ મિત્ર, સખીને પણ ચાલવામાં સાથ આપવાનું કહી શકો છો.

<u>જરા આરામથી :</u> એટલો વ્યાયામ ના કરો કે એ આપને થકવી દે. ભલેને સારામાં સારા એથ્લીટ (દોડવીર) હોવ, પણ પૂરી ક્ષમતા સુધી વ્યાયામ ન કરો. વધારે વ્યાયામ તો થવા જ ન દો. વ્યાયામ એવો કરો કે શરીરને ગમે અને થાક ન લાગે. જો વ્યાયામ કરતાં દર્દ જેવું લાગે તો તરત જ બંધ કરી દો. થોડો પરસેવો વળવો કે સાધારણ શ્વાસ ચઢવો, ત્યાં સુધી તો ઠીક છે, પરંતુ શ્વાસ એવો ન ચઢે કે આપનાથી બોલાય પણ નહીં. વર્કઆઉટ પછી સારી એવી કસરત કરી લીધી છે. કસરત પછી આપને થોડું સારૂ લાગવું જોઈએ. જો એવું નથી તો કસરતે

શરીરની તાકાત નીચોવી લીધી છે.

કયારે રોકાવાનું છે ? આપનું શરીર સ્વયં થાકનો સંકેત આપે છે. એ સંકેતને સમજીને કસરત કરવાનું બંધ કરી દો. જો નિતંબો, પીઠ, પેલ્વિસ, છાતી કે માથામાં અચાનક વેદના થવા લાગે તો ડૉક્ટરને તરત જ મળો.

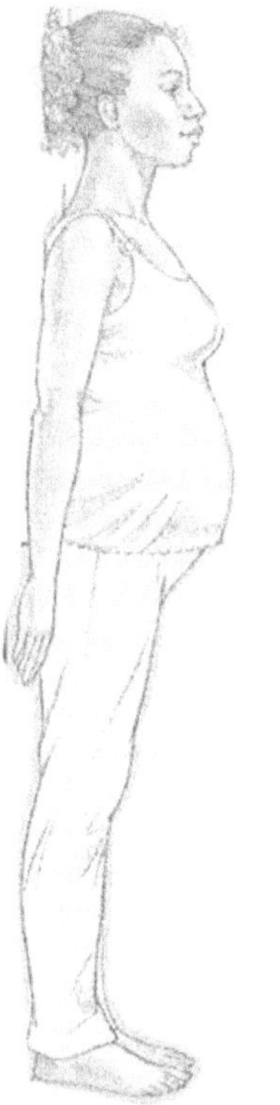

કસરત બંધ કર્યા પછી પણ વળ-આમળ ચાલુ રહે, પેશાબાશયમાં સંકોચન થાય , સાધારણ માથું ભમે, દિલની ધડકન ઝડપી બને, શ્વાસ લેવામાં ખૂબ તકલીફ હોય ચાલી પણ ન શકાય, માંસપેશીઓ પર કાબૂ ન રહે, અચાનક માથાનો દુઃખાવો ઉપડે, હાથ-પગ તથા ઘૂંટણમાં સોજો વધી જાય, એમ્નિયોટિક દ્રવ્ય ઝરવા માંડે કે યોનિમાં રક્તસ્રાવ થાય, કાં તો ૨૮ માં સપ્તાહ પછી શિશુનું હલન ચલન ઘટી જાય કે બંધ થઈ જાય તો પણ ડૉક્ટરને બોલાવો. બીજા અને ત્રીજા ત્રૈમાસિકમાં આપની ક્ષમતા અને પ્રદર્શનમાં થોડી કમી આવી શકે છે.આ એક સામાન્ય પ્રક્રિયા છે.

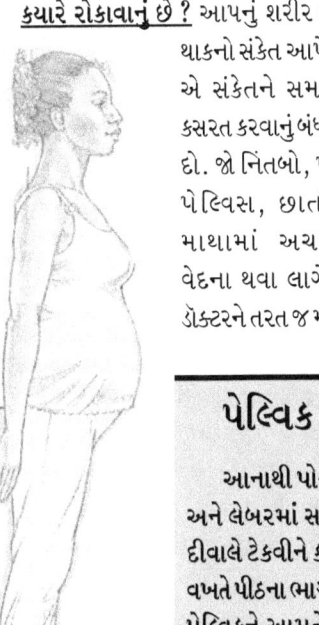

અંતિમ ત્રૈમાસિકમાં : મોટાભાગની મહિલાઓને લાગે છે કે અંતિમ ત્રૈમાસિકના નવમાં મહિનામાં એમણે થોડું પ્રદર્શન ઘટાડવું પડે છે. જ્યારે સ્ટ્રેચિંગ (રૂટીન વ્યાયામ)ને રૂટીન સામાન્ય આંટાં ફેરા કે વોટર વર્કઆઉટથી જ ઘણી કસરત થઈ જાય છે. જો આપ સારા એથલેટિક (દોડવીર) શેપમાં છો અને વધારે અઘરી કસરત કરવા માંગો છો તો ડૉક્ટરના અભિપ્રાયથી તમારા વ્યાયામ ચાલુ રાખી શકો છો.

ભલે વ્યાયામ ન કરો : કોઈપણ જાતનું કામ કર્યા વિના લાંબા સમય સુધી બેસી રહો તો પણ આપના પગોની નસો લોહીથી ભરાઈ જાય છે, જેનાંથી પગ સૂજી જાય છે. આ સિવાય પણ બીજી ઘણી તકલીફો થઈ શકે છે. જો આપ ઘણા કલાકો સુધી બેસીને ટી.વી. જોઈ રહ્યાં છો તો વચ્ચે વચ્ચે ઊભા થાવ. બસમાં કે લાંબી યાત્રામાં પણ આ બાબતનું ધ્યાન રાખો. ૫ થી ૧૦ મિનિટ ચાલો. સીટ પર બેઠા બેઠા જ વ્યાયામ કરો. ઉંડા શ્વાસો લો. થોડાં પગને લાંબા-ટૂંકા કરો. પગની આંગળીઓને હલાવો. તમારા પેટ તથા નિતંબોની માંસ પેશીઓને ખેંચો છોડો. પેટને અંદર બહાર કરો. કમરની કસરત કરી નિતંબોને પણ આરામ આપો. જો હાથોમાં પણ સોજા આવ્યા છે તો હાથને ઉપર- માથા સુધી લઈ જાવ. હાથને ઉપર-નીચે કરો. મૂઠ્ઠીઓ પણ ઉઘાડ બંધ કરો.

પેલ્વિક ટિલ્ટ (નિતંબ જોખલાનો ઝુકાવ)

આનાથી પોશ્ચરમાં સુધારો થશે. માંસપેશીઓને મજબૂતી મળશે અને લેબરમાં સરળતા રહેશે. અહીં ચિત્રમાં બતાવ્યા મુજબ પીઠને દીવાલે ટેકવીને કરોડનાં હાડકાંને ટેકો આપો. શ્વાસ લેતી અને છોડતી વખતે પીઠના ભાગને દીવાલે દબાવો. સિયાટિકા માટે પીઠને સીધી કરતા, પેલ્વિકને આમતેમ ઘુમાવો. આ કસરતને દિવસમાં અનેકવાર કરી શકાય છે.

બાઈસૅપ કર્લ

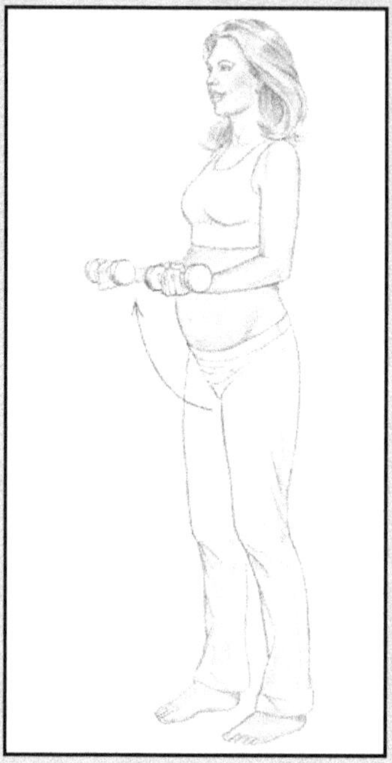

વજન ઉંચકવાની આ કસરતમાં જો પહેલી વાર ભાર ઉપાડી રહી છો તો શરૂઆત ૫ પાઉન્ડના વજનથી કરો. ૧૨ પાઉન્ડથી વજનદાર ભાર ક્યારેય ન ઉપાડો.

આપે પગને સમતોલન રાખીને ઊભા રહેવાનું છે. આપના બે પગો વચ્ચે ખભાની પહોળાઈ જેટલી જગ્યા ખુલ્લી રાખો. કોણીઓ અંદરની તરફ અને છાતી ઉંચી હોય! બંને હાથને સામે કરતા, હાથો પરના વજનનો ભાર ખભા તરફ લાવો અને શ્વાસ લો. જયારે ભાર છાતી સુધી પહોંચી જાય તો ધીમેથી નીચે લાવો અને પછી એ જ કસરત બીજી વાર કરો. ૮ થી ૧૦ વાર કરો. જો થાક લાગે તો બ્રેક લો. માંસપેશીઓમાં બળતરાં જેવું અનુભવાશે પરંતુ તમારા પર દબાણ નાંખશો નહીં અને શ્વાસ પણ રોકશો નહીં. બિલકુલ હળવાશથી કસરત કરો.

પગોને ઉઠાવવા

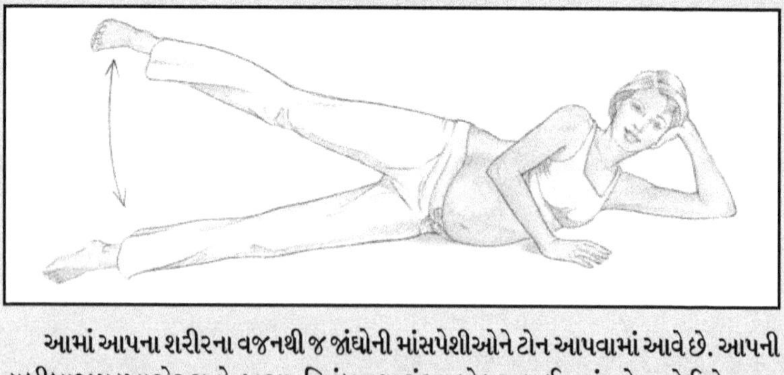

આમાં આપના શરીરના વજનથી જ જાંઘોની માંસપેશીઓને ટોન આપવામાં આવે છે. આપની ડાબીબાજુ પડખાભેર સૂવો. ખભા, નિતંબ તથા ઘૂંટણ એક જ લાઈનમાં રહેવા જોઈએ. ડાબા હાથને ફર્શ પર ટેકવીને આપના માથાને ટેકો આપો. શ્વાસ લેતાં આપના ડાબા પગને જેટલો બની શકે તેટલો ઉંચે લઈ જાવ, પછી પાછો લાવો. આ રીતના આસનમાં આ કસરત ૧૦ વાર કરીને બીજા પગ વડે એ જ ક્રિયાને દોહરાવો, પણ બળપૂર્વક ઉંચે લઈ જશો નહીં. જેટલો જાય તેટલો જ જવા દેજો.

ટેલર સ્ટ્રેચ

પગોને વાળીને-પલાંઠીવાળીને બેસો. શરીરને બંને હાથ ઉંચા કરીને ખેંચાણ આપો. આનાથી પૂરા શરીરને આરામ મળશે. બંને હાથને માથા ઉપર લઈ જાવ. એક હાથને ઉપર લઈ જાવ. બીજાને નીચે રહેવા દો. એક હાથને ઉંચે લઈ જઈને બીજી તરફ મૂકાવવાનો પ્રયત્ન કરો. આવું અવાર નવાર કરો. વારાફરતી કરો.

યોગ્ય ગર્ભાવસ્થાના વ્યાયામની પસંદગી

એ સાચું છે કે આપ ગર્ભાવસ્થામાં વૉટર સ્કી કે ઘોડે સવારીની હરિફાઈમાં ભાગ ન લઈ શકો. પણ અમુક ફિટનેસ વ્યાયામ તો કરી જ શકો છો. ગર્ભવતી મહિલાઓ માટે કસરતની ગોઠવણી કરતાં પહેલાં ડૉક્ટરને પૂછી લો. આપને ખબર હશે કે આ અવસ્થામાં કેટલાંય કાગો અને કસરતો એવી હોય છે, જે જોખમી બની શકે છે. જેમ કે ફૂટબોલ, બાસ્કેટ બોલ, સ્કૂબા ડાઈવિંગ કે પછી માઉન્ટન બાઈકિંગ, પ્રેગનેન્સી વર્કઆઉટ.

આ તમામ કસરતોમાં શું કરવુ અને શું ના કરવું, એ જાણવા માટે નિમ્નલિખિત ટિપ્સ વાંચો.

<u>લટાર મારવી:</u> આ વ્યાયામ તો ગમે ત્યાં, ગમે ત્યારે કરી શકાય છે. આપની વ્યસ્ત દિનચર્યામાં આનાથી સહેલી અને અનુકૂળ કસરત બીજી કોઈ નથી. યાદ રાખો કે કુતરાને લઈને ફરવા નીકળવું કે પછી બજારમાંથી પગપાળા જઈને સામાન ખરીદી લાવવાનું કામ પણ આ કસરતમાં સામેલ છે. આવા કામ આપ નવમા મહિના સુધી ચિંતા વગર કરી શકો છો.એનાં માટે કોઈ ઉપકરણ જીમના સભ્ય બનવાની જરૂર નથી કે એની ફી આપવાની હોતી નથી. બસ આપે સરસ મજાના વસ્ત્ર અને સારા બૂટ-ચંપલ પહેરીને ફરવા નીકળી પડવાનું છે, તેમ છતાં થાક લાગે એવું ચાલશો નહીં. તમારા દોસ્તો, પતિ કે સાથીની સાથે લટાર મારો. આપ ઈચ્છો તો મૉલમાં પણ લટાર મારી આવો.

<u>જોગિંગ :</u> જો આપ અનુભવી નથી તો આપને જોગિંગનો સમય અને અંતરનું ધ્યાન રાખવું પડશે. ટ્રેડમિલ પર પણ આ વાતનું ધ્યાન રાખો. એ ભૂલાય નહીં કે ગર્ભાવસ્થામાં લિગામેંટ તથા સાંધાઓની ઢીલાશના લીધે દોડવું અઘરૂં બની શકે છે તથા ઈજા પહોંચી શકે છે. એટલાં માટે વધારે ચાલવું નહીં.

<u>કસરતની મશીનો :</u> ગર્ભાવસ્થામાં ટ્રેડમિલ, એલિપ્ટિકલ્સ તથા સ્ટેમર કલાઈમ્બર્સ સાધન સારા રહે છે. મશીનની ગતિ, જોક-ઢાળ-તણાવને એ

હિપ ફ્લૅક્સર્સ

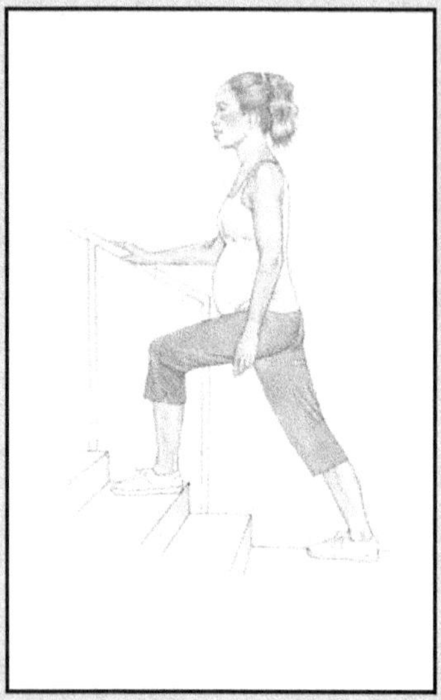

આ જ માંસપેશીઓની મદદથી આપ ઘૂંટણને વાળો છો તથા કમરને ઝુકાવો છો. આનાથી પ્રસવ સમયે ખૂબ જ સરળતા રહેશે. આ કસરતમાં તમારા ઘરની સીડીઓનાં નીચેના ભાગે ઊભા રહો. એક હાથથી રેલિંગનો સહારો લો. પહેલી કે બીજી સીડીના પગથિયા પર એક પગ મૂકો. હવે ઘૂંટણને વાળો. બીજા પગને પાછળ નીચે જ રાખો. ઘૂંટણ સીધો અને પગ ફર્શ પર હોય એવી મુદ્રામાં આપના વાળેલા ઘૂંટણ તરફ મુકો. પીઠ સીધી રાખો. સીધા પગમાં ખેંચાણ અનુભવાશે. આ રીતે પગોને બદલીને વારાફરતી કસરત કરો.

ઉભડક મુદ્રા

આ મુદ્રામાં એડી પર ઉભડક મુદ્રામાં બેસવાનું હોય છે. આનાથી જાંઘોની માંસપેશીઓ ટોન થાય છે. ઉભડક મુદ્રામાં ડિલીવરી ઈચ્છતી મહિલાઓ આ વ્યાયામ કરે. આપના પગોને ખભાની પહોળાઈ બરાબર ફેલાવીને ઊભા રહો. પીઠ સીધી રહેવા દઈને ઘૂંટણોને વાળીને ધીમેધીમે નીચે બેસી જાવ. ૧૦થી ૩૦ સેકન્ડ સુધી આ જ મુદ્રામાં રહો. પછી ધીમેધીમે ઊભા થઈ જાવ. આ વ્યાયામને પાંચવાર કરો. જો કે વ્યાયામોમાં સાંધાઓનું પણ ધ્યાન રાખો. સાંધામાં ઈજા પહોંચી શકે છે.

રીતે નક્કી કરો કે આપના માટે આરામદાયક હોય! પહેલીવાર ધીમેધીમે શરૂઆત કરો. અંતિમ ત્રૈમાસિકમાં મશીનોનું વર્કઆઉટ ખૂબ જ અઘરૂં હોઈ શકે છે.

એરોબિક્સ : સારી શેપવાળી અનુભવી એથલીટ ગર્ભાવસ્થામાં પણ ડાન્સ એરોબિક ચાલુ રાખી શકે છે. તમારી જાતને આ કસરતથી થકવી ન દો. જો આપ નવા છો તો પાણીવાળા વ્યાયામ કરો. એ આપના માટે અનુકૂળ રહેશે.

સ્ટેપ રૂટીન : જો આપ પહેલાંથી જ સારી શેપમાં છે અને સ્ટેપ રૂટીનનો અનુભવ પણ છે તો એને ગર્ભાવસ્થામાં પણ ચાલુ રાખી શકો છો. બસ એટલું જ ધ્યાનમાં રાખજો કે આ દિવસોમાં સાંધાઓમાં સહેલાઈથી ઈજા પહોંચી શકે છે. એટલાં માટે વધારે પ્રમાણમાં શરીરને થાકવા ન દો. કોઈ ઉંચી જગ્યાએ પગ ન મૂકો, જયાંથી પડી જવાનું જોખમ હોય! પેટ જો વિસ્તરી રહ્યું હોય, ખેંચાતું હોય તેમ લાગે તો એવી કસરતો ન કરો, જેમાં સમતોલન જળવાય નહીં.

કિક બૉક્સિંગ : આ કસરત માટે ખૂબ મહેનત અને ઝડપ જોઈએ. ગર્ભવતી મહિલાના માટે એ બંને કસરતો યોગ્ય નથી. જો આપ આ બાબતમાં ખૂબ અનુભવી છે તો એનો થોડો અભ્યાસ કરી શકો છો. નવા ખેલાડીઓને તો અમે ન જ પાડીશું. એવી કોઈ કસરત ન કરો, જેનાંથી આપના પર દબાણ પડે. બીજા કિક બૉક્સર્સથી દૂર રહો. આપ નહીં ઈચ્છો કે કોઈ ભૂલથી આપના પેટ પર કિક મારી દે. તાલિમ વર્ગમાં બધાને જાણ હોવી જોઈએ કે આપ ગર્ભવતી છો. કાં તો આપ ગર્ભવતી મહિલાઓના ક્લાસમાં જ જાવ.

તરવું તથા પાણીમાં વર્કઆઉટ : માન્યું કે આપ આ દિવસોમાં નાની બિકીની પહેરવાના મૂડમાં નથી, પરંતુ પાણીમાં વર્કઆઉટ આપના માટે ખૂબ જ લાભદાયી છે. એનાંથી આપની મજબૂતી અને ચપળતા વધશે. સાંધાની પણ કોઈ તકલીફ ઉભી થશે નહીં. વળી જરૂરથી વધારે ગરમી લાગવાની પણ ચિંતા નહીં.

પગો અને સાંધાઓનાં સોજા તથા શિયાટિકા : શિયાટિકા એટલે કરોડરજ્જૂના તાર જયારે બે મણકાની વચ્ચે દબાતાં હોય ત્યારે તેના કારણે

કમર ઘુમાવવી

જો આપ થોડીવાર માટે બેસી ગઈ છે કાં તો કારણ વિના જ બેચેની અનુભવી રહી છો તો બંને પગોને પહોળા કરીને ઊભા રહો. પછી બંને હાથને જમણી તરફ વળાંક આપતા કમરને ઘુમાવો. કમરને ઘુમાવવાની આ કસરત વારા ફરતી ડાબા-જમણે થઈને કરો, પણ આમાં ધ્યાન એ રાખવાનું છે કે પીઠ સીધી રહે. આપ બેઠા બેઠા પણ કમરને ફેરવવાની આ કસરત કરી શકો છો.

ઉત્પન્ન થતી બિમારી

દર્દમાંથી રાહત મળશે. અમુક જગ્યાએ પૂલમાં ઍરોબિક્સની સગવડ પણ આપવામાં આવે છે. ત્યાં માત્ર લપસણી જગ્યાનું ધ્યાન રાખવાનું છે તથા છલાંગ મારવાની નથી. ક્લૉરીનયુક્ત પૂલમાં જ જાવ.

આઉટડોર રમત (હાઈકિંગ, સ્કેટિંગ, બાયસાઈકલિંગ તથા સ્કીઈંગ): ગર્ભાવસ્થા કોઈ કોઈ નવી રમતના પડકારને ઉપાડવાની અવસ્થા નથી, ખાસ તો જેમાં વધારે સમતોલન જાળવવું પડે છે. જો કે અનુભવી ખેલાડી પોતાના અભ્યાસને ચાલુ રાખી શકે છે. હાઈકિંગ કરતી વખતે જરા સાવચેત રહેજો. બાઈકિંગ કરતાં હેલ્મેટ પહેરો. લપસણી જગ્યા પર બાઈક ન ચલાવો. (પડતાં બચો) રેસમાં વધારે ન ઝૂકો. આમે પણ આ સમય રેસ લગાવવાનો નથી. આઈસ સ્કેટિંગ શરૂઆતમાં કરી શકો છો, પરંતુ પછી આપને સમતોલન જાળવવામાં મુશ્કેલી થઈ શકે છે. એ જ રીતે ઘોડે સવારીમાં પણ સાવધ રહો. ગમે તેવા આઉટ ડોર ખેલમાં તમારી જાતને થાક લાગવા ન દો. થાક લાગે તો કસરત બંધ કરો.

ભાર ઉપાડવામાં કાળજી : વજન કે કોઈપણ પ્રકારનો ભાર ઉંચકવાથી આપની માંસપેશીઓના ટોનમાં વધારો થઈ શકે છે. પરંતુ એવું વજન ન ઉંચકો, જેમાં શ્વાસ રોકવો પડે છે. એનાથી ગર્ભાશય તરફ જતાં લોહીના પ્રવાહમાં અવરોધ ઊભો થઈ શકે છે. આપ ઈચ્છો તો સાધારણ પ્રકારનો ભાર ઉપાડી શકો છો.

યોગઃ યોગથી શિથિલતા આવે છે તથા કેન્દ્રિત ધ્યાનસ્થ થવામાં મદદ મળે છે. આ ગર્ભાવસ્થા માટે સહુથી શ્રેષ્ઠ કસરત છે. આનાથી શિશુને વધારે ઑક્સિજન મળે છે. શરીરની લચક વધે છે. ડિલીવરી તથા પ્રેગનેન્સી બંનેમાં જ સરળતા રહે છે. એવાં ક્લાસમાં જાવ જયાં ગર્ભવતી મહિલાઓને જ યોગ શીખવાડતાં હોય! કેમ કે ગર્ભાવસ્થાના વીતતાં સમયની સાથોસાથ

છાતીને ખેંચવી

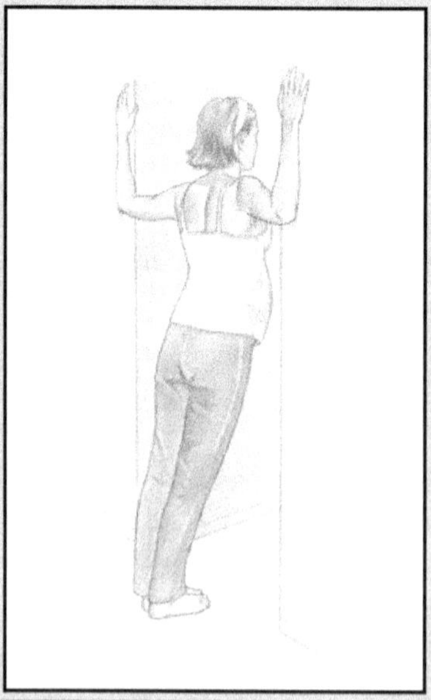

ગર્ભાવસ્થામાં પોશ્ચર તથા ગુરૂત્વાકર્ષણમાં ફેરફાર થાય છે. શરીરને જાતજાતની બાંધછોડ કરવી પડે છે, જેના કારણે અનેક ભાગોમાં તકલીફ કે દર્દ રહેવા લાગે છે. છાતીની માંસપેશીઓને સામાન્ય ખેંચાણ આપવાથી આરામ મળશે. રક્તપ્રવાહમાં પણ સુધારો થશે. તમારા બે હાથ દરવાજાની બંને બાજુ ટેકવી દો. આગળ થોડા ઝુકીને છાતીમાં ખેંચાણ અનુભવો. ૧૦ થી ૨૦ સેકન્ડ સુધી આ જ મુદ્રામાં રહો. પાંચ વાર આ કસરત કરો.

મુદ્રાઓમાં પણ થોડો ફેરફાર કરવો પડે છે.

નોંધ : - બિક્રમ યોગ ન કરશો. કેમ કે એ ગરમ ઉષ્ણતામાનમાં કરવામાં આવે છે

<u>પિલૈટ્સ :</u> આ કસરત પણ યોગના જેવી જ હોય છે. આના નિયમિત અભ્યાસથી માંસ પેશીઓની ચપળતા અને તાકાત વધે છે. વળી આપના પોશ્ચરમાં સુધારો થાય છે તથા પીઠદર્દમાં આરામ મળે છે. આ કસરત માટે ગર્ભવતી મહિલાઓના જ કલાસમાં જાવ અને આપના તાલિમ આપતાં શિક્ષકને જણાવી દો કે આપ ગર્ભવતી છો.

<u>તાઈ ચી :</u> આ ધ્યાનની એક પ્રાચીન પધ્ધતિ છે. એની ધીમી પ્રક્રિયાઓથી શરીરને કોઈ ઈજા થતી નથી, પરંતુ શરીરને મજબૂતી મળે છે. જો આપ આ પધ્ધતિની અનુભવી છો તો ગર્ભાવસ્થામાં પણ એને ચાલુ રાખી શકો છો. ગર્ભવતી મહિલાઓનાં ક્લાસમાં જ જાવ તથા એવી મુદ્રાઓ જ કરો, જેમાં આપ સહેલાઈથી સમતોલનપણું જાળવી શકો.

<u>શ્વસનક્રિયા :</u> માનો કે ના માનો પણ જો સારી રીતે શ્વાસ લેવામાં આવે તો શ્વસનક્રિયા પણ એક વ્યાયામ બની શકે છે. ઉંડા શ્વાસ લેવાથી શરીરને નવી તાજગી મળે છે. આપ વધારે પ્રમાણમાં ઑક્સિજન લઈ શકો છો. આ ક્રિયામાં સીધા બેસીને આપના બંને હાથ પેટ પર રાખો. શ્વાસ લેતી વખતે તથા છોડતી વખતે પેટનું સંકોચાવું, ફૂલવું એ ક્રિયાને અનુભવો. નાકથી શ્વાસ લો અને મોંથી છોડો. શ્વાસ ગણતાં તેના પર ધ્યાન ધરો. શ્વાસ લેતી વખતે તથા છોડતી વખતે ૬ સુધી ગણો. દરરોજ શ્વાસ પર ધ્યાન ધરવાનો અભ્યાસ કરો.

જો આપ વ્યાયામ નથી કરતી

આમ તો ગર્ભાવસ્થામાં વ્યાયામ ખૂબ જ લાભદાયી બને છે. પરંતુ જો આપ કોઈ લાચારી કે સમય ન મળવાના કારણે વ્યાયામ નથી કરતી તો વાંધો નહીં, ડૉક્ટરની સૂચના મુજબ આપ શિશુનું જ ધ્યાન રાખી રહી છે તો સારી વાત છે. જો આપનું કોઈ મિસકેરેજ, સમય પહેલા ડિલીવરી, સર્વિક્સમાં ઓછપ, બીજા-ત્રીજા ત્રૈમાસિકમાં રક્તસ્રાવ, હૃદયરોગ કે પ્રીક્લૈંપસિયાની પૂર્વ મેડિકલ હિસ્ટ્રી હોય તો ડૉક્ટર આપને વ્યાયામ કરવાની રજા નહીં આપે.

જો આપ જોડિયા બાળકને જન્મ આપવાની છો. લોહીનું ઉંચુ દબાણ, થાઈરૉઈડ, એનિમિયા કે કોઈ બીજા રોગનાં ભોગ બનેલા છો તો અત્યારે આપનું વજન જરૂરથી વધારે કરવાનું છે, આ જ સુધીમાં આપ ખૂબ સારી જીવન શૈલીમાં ઉછરી છો તો પણ વ્યાયામ માટે મનાઈ હોઈ શકે છે. અમુક કિસ્સાઓમાં ગણ્યા ગાંઠયા વ્યાયામ કરવાની છૂટ મળી શકે છે. ગર્ભાવસ્થામાં કોઈપણ વ્યાયામ કરતાં પહેલાં ડૉક્ટરનો અભિપ્રાય લેવાનું ભૂલશો નહીં.

★★★

પાંચમો મહિનો

લગભગ ૧૮ થી ૨૨ અઠવાડિયા

આ જ સુધીમાં જેનું કોઈ અસ્તિત્વ ન હતું, એ જ હવે એક સુંદર કદ ધારણ કરી ચૂક્યું છે. હવે ખૂબ ઝડપથી આપ શિશુના સંચારને અનુભવી શકશો. આપના પેટનો ગોળ ઉઠાવ-ઊભાર આપને ગર્ભાવસ્થાની સચ્ચાઈનો અણસાર આપી રહ્યો છે. જો કે હજુ શિશુ આપની નર્સરીમાં નથી પરંતુ એ અનુભવ ખૂબ જ રોમાંચક છે કે થોડા મહિના પછી આપની ફૂલવાડીનું એ એક મધમઘતું વહાલસોયું પુષ્પ હશે.

આ મહિને આપના શિશુનો વિકાસ

૧૮મું અઠવાડિયું: હવે આપનું શિશુ લગભગ ૧/૨ ઈંચ લાંબુ થયું છે અને તેનું વજન ૫ ઔંસ થઈ ગયું છે. એ ચિકનબ્રેસ્ટ જેટલું છે પરંતુ એનાથી એ ઘણું વધારે વહાલું છે. આપને તેની લાતો, મુક્કા અને તેના હલન ચલનથી અંદાજ તો આવી જ ગયો હશે કે તે વિકસી રહ્યું છે. હવે એને આળસ અને હેડકી લેતાં પણ આવડી ગયું છે. કદાચ આપ પણ તેની હેડકીઓ અનુભવ શકો છો. તેનાં હાથો તથા પગની અદ્‌ભૂત છાપ તૈયાર થઈ ગઈ છે.

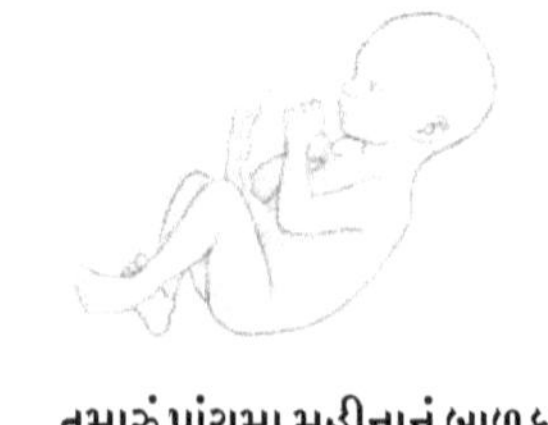

તમારું પાંચમા મહીનાનું બાળક

૧૯મું અઠવાડિયું : આ અઠવાડીયે આપના શિશુની લંબાઈ ૬ ઈંચ પૂરી થઈ ગઈ છે અને વજન લગભગ અડધા પાઉન્ડનું છે. આ અઠવાડિયે એ એક ફળની જેમ છે. એક મોટા આકારની કેરી જણાય છે. જાણે ગ્રીસી વસ્તુમાં ડૂબેલી કેરી! એક ગ્રીસી સફેદ પદાર્થ એની ત્વચાને વળગેલો છે, જે શિશુને એમ્નિયોટિક દ્રવ્યથી બચાવે છે. આવી સુરક્ષા વિનાનું શિશુ જન્મ્યા પછી ખૂબ જ કરચલીઓવાળું જોવા મળે છે. ડિલીવરી પહેલાં આ સુરક્ષા કવચ દૂર થાય છે, પરંતુ અમુક શિશુ જે સમય પહેલા જન્મ છે તે તો એ કોટિંગની અંદર જ હોય છે.

૨૦મું અઠવાડિયું : આ અઠવાડિયે આપના શક્કરટેટી જેવા પેટમાંના ગર્ભાશયમાં કૅંટાલોપ જેટલું મોટું શિશુ ઉછરી રહ્યું છે. એ લગભગ ૬-૧/૨ લાંબુ અને ૧૦ ઔંસ વજનનું છે. અલ્ટ્રાસાઉન્ડની મદદથી આ મહિને શિશુના લીંગની જાણકારી મેળવી શકાય છે. જો એ છોકરી છે તો એનું પણ ગર્ભાશય બની ગયું છે. એની

ઓવરીઝ પણ છે. યોનિમાર્ગ પણ તૈયાર થઈ રહ્યો છે. શિશુની પાસે આપની કૂખમાં ઉછળવા-કૂદવાની, કળાબાજી બતાવવાની તથા પડખું ફેરવવા માટેની ઘણી જગ્યા છે. આવનારા અમુક સપ્તાહમાં આપ બહુ સારી રીતે એના સંચારને અનુભવી શકશો.

૨૧મું અઠવાડિયું : આ અઠવાડિયે શિશુનો આકાર લગભગ ૭ ઈંચ લાંબો છે. ૧૧ ઔંસ વજન છે. જો આપ ઈચ્છો છો કે શિશુને કેળા ખાવાના ગમશે તો આ મહિને જ કેળા દૂધમાં ખાવાના શરૂ કરી દો. કેમ કે એમ્નિયોટિક દ્રવ્ય દરરોજ આપના ભોજનના હિસાબે બદલાશે. શિશુ દરરોજ એને જ ખાઈને ગળવાની તથા પચાવવાની પ્રેક્ટિસ કરી રહ્યું છે. આપ જે પણ ખાવ છો, એનો સ્વાદ એને પણ મળી રહ્યો છે. એનાં હાથ-પગ સંપૂર્ણ રીતે સમતોલનમાં છે. મગજ તથા માંસપેશીઓ વચ્ચે ન્યૂરોન જોડાઈ ગયા છે. હવે એનું હલન ચલન પહેલાં કરતાં વધારે ચોક્કસ હશે.

૨૨મું અઠવાડિયું : આ અઠવાડિયે શિશુનું વજન ૧ પાઉન્ડ અને લંબાઈ લગભગ ૮ ઈંચ હશે. તે એક સાવ નાની ઢીંગલી જેવું છે, પરંતુ આપની આ ઢીંગલીની દરેક ઈન્દ્રિયો વિકાસ પામી રહી છે. એ અત્યારથી જ આપના વાળને કેવી રીતે પીંખી નાખવાનો અભ્યાસ કરી રહ્યું છે. જો કે ત્યાં ગાઢ અંધારૂં છે, પરંતુ શિશુ ઉજાસ અને અજવાળાનો ભેદ મહદ અંશે સમજવા લાગ્યું છે. જો આપ પેટ પર ફ્લેશલાઈટ કરશો તો શિશુ એની પ્રતિક્રિયા આપશે અને અજવાળાથી દૂર થવાનો પ્રયત્ન કરશે. શિશુ આપનો તથા આપના પતિનો અવાજ, પેટમાંની ગરબડ, રક્તપ્રવાહનો સ્વર, આપના હૃદયનના ધબકારા, ટી.વી.નો ઉંચો અવાજ, સાયરન કે કુતરાના ભસવાના અવાજ શુધ્ધા સાંભળી શકે છે. તેને શું ખાવાનું ગમે છે? એ જ બધું જે આપ ખવડાવવા ચાહો છો તો પછી ઝડપથી સલાડની પ્લેટ લઈ આવો અને ખાવાનું શરૂ કરી દો.

આપ શું મહેસૂસ કરી શકો છો ?

હંમેશાંની જેમ યાદ છે ને દરેક ગર્ભાવસ્થા તથા ગર્ભવતી મહિલા પોત પોતાની રીતે અલગ હોય છે. બની શકે છે કે આપ એક દિવસમાં જ આ તમામ લક્ષણ મહેસૂસ કરી રહી હોય! અથવા તો એમાંના થોડા લક્ષણ અનુભવતી હોય! પણ એનાં અમુક લક્ષણ એના હશે જેની કદાચ આપને ટેવ પડી ગઈ હોય. આમ તો આપ આ મહિને નીચે દર્શાવેલા લક્ષણોની આશા કરી શકો છો.

શારીરિક

- અધિક ઊર્જા.
- યોનિસ્ત્રાવમાં વૃધ્ધિ
- પેટના નીચેના ભાગમાં તથા કિનારીઓ પર દર્દ.
- કબજિયાત.
- છાતીમાં બળતરાં, અપચો, આફરો.
- કયારેક કયારેક માથાનો દુઃખાવો, માથું ભમવું (ચકકર આવવા).
- પીઠનો દુઃખાવો.
- નાક અને કાનમાં મેલ, કયારેક કયારેક નાકમાંથી લોહી નીકળવું.
- બ્રશ કરતી વખતે પેઢામાંથી લોહી ઝરવું.
- કકડીને ભૂખ લાગવી.
- પગોમાં કળતર.
- ઘૂંટણ, પગો, ચહેરા પર તથા હાથોમાં સાધારણ સોજો.
- પગોની વૅરીકોઝ વેન્સ (શિરાઓનું ફૂલી જવું)
- ચામડી, પેટ કે ચહેરાના રંગમાં પરિવર્તન.
- નાભિમાં ઊભાર, સોજો.
- હૃદયના ધબકારા વધવા.
- ઓર્ગેઝમમાં સરળતા કાં તો પછી કઠિનતા.

એક નજર

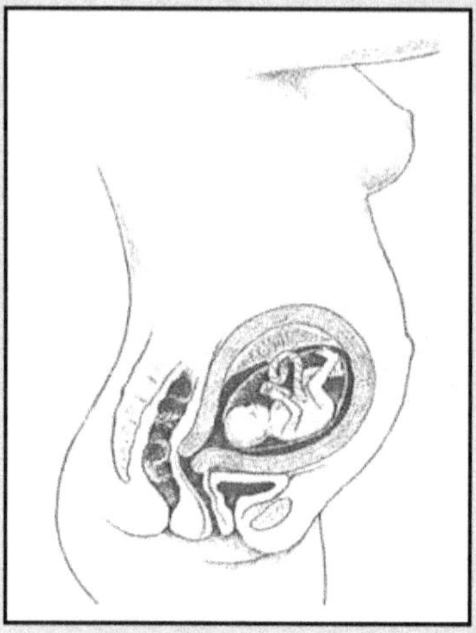

ગર્ભાવસ્થાનો અડધો અડધ સમય વીતી ગયો છે. લગભગ ૨૦માં અઠવાડિયામાં ગર્ભાશય આપની નાભિને સ્પર્શ કરશે. આ માંસના અંતમાં ગર્ભાશય, નાભિથી લગભગ ૧ ઈંચ ઉંચું હશે. એટલે કે હવે આપ કોઈનાથી છુપાવી શકો એમ નથી કે આપ ગર્ભવતી નથી.

ભાવનાત્મક

- ગર્ભાવસ્થાની વાસ્તવિકતાનું જ્ઞાન
- મૂડના ચડ-ઉતરમાં કમી
- મગજ અને મનનું ભૂલું પડવું.
- આ મહિને ડૉક્ટર નીચે મુજબની તપાસ કરી શકે છે. આમ તો એ તપાસ ઘણી રીતે આપની અવસ્થા તથા ડૉક્ટરની તપાસ શૈલી પર આધારિત છે.
- વજન અને લોહીનું દબાણ.
- પેશાબ, શુગર તથા પ્રોટીન માટે
- ભ્રૂણના હૃદયના ધબકારા.
- બહારથી ગર્ભાશયના આકારની તપાસ.
- ગર્ભાશયની ઉંચાઈ
- અમુક વિશેષ લક્ષણ
- આપના પ્રશ્નો તથા જિજ્ઞાસાઓ.

આપ શું વિચારી રહી હશો ?

ગરમી લાગવી

"મને હંમેશા ગરમી લાગે છે અને પરસેવો છૂટ્યાં કરે છે, જ્યારે બાકીના લોકોને તો તાપમાન સામાન્ય લાગે છે. આ શું છે?"

સુવાવડના આ દિવસોમાં ગરમી લાગવાનું કારણ હોર્મોન છે. ગર્ભાશસ્થાનાં આ હોર્મોનથી બચવાના અમે કેટલાંક ઉપાય નીચે દર્શાવીએ છીએ જેને અજમાવીને આપ ગરમીથી રાહત મેળવી શકશો.

- ખુલ્લાં અને ઢીલાં કપડાં પહેરો. એક જ મોટું કપડું પહેરવાની જગ્યાએ બે-ત્રણ પડોવાળા વસ્ત્રો પહેરો, જેથી ગરમી લાગતાં એક-બેને કાઢી શકાય.
- ગરમીમાં વ્યાયામ ન કરો. રાતના જમ્યા પછી લટાર મારવા નીકળો. કાં તો એ.સી. ફીટનેસ સેન્ટરમાં જાવ. જરૂર કરતાં વધારે ગરમી લાગે તો કસરત બંધ કરી દો.
- ગરમી લાગે તો સ્નાન કરી લો. જો તરતાં આવડતું હોય તો તરણની મજા લો.
- ઘરમાં એ.સી. નખાવો, માત્ર પંખાની હવાથી ગરમી દૂર નહીં થાય. જો એ.સી.ન હોય તો આપનો મોટા ભાગનો સમય ફિલ્મ, મ્યુઝિયમ, મૉલ કે કોઈ મિત્રના ઘરે વીતાવો.
- ઘરમાં ઉષ્ણતામાનને તમારા હિસાબથી રાખો, ભલે પછી એસીની ઠંડીથી આપના પતિદેવને સ્વેટર પહેરવું પડે.
- ખૂબ જ પાણી પીવો. શરીરમાં પાણીની અછત થવા ન દો. એક દિવસમાં ઓછામાં ઓછું આઠ ગ્લાસ પાણી જરૂર પીઓ. જો વ્યાયામ કરો છો તો એનો સમય વધારી દો.

■ થોડી બીજા સુગંધવાળો પાવડર છાંટવાથી પણ શરીરને ગરમીથી રાહત મળશે.

■ આમ તો શરીરમાંથી જેટલો પરસેવો છુટશે. એટલી દુર્ગંધ-પરસેવાની વાસ ઓછી થશે.

માથું ભમવું

"જયારે હું સૂઈને ઊઠું છું ત્યારે માથું ભમવા લાગે છે. કાલે તો હું બજારમાં ખરીદી કરતાં કરતાં બેભાન થઈ ગઈ હતી. શું હું ઠીક છું?"

ગર્ભાવસ્થામાં હંમેશા આવી અસરો જોવા મળે એટલા માટે ગભરાવ નહીં. એને ગર્ભાવસ્થાનું એક સામાન્ય લક્ષણ માનવામાં આવે છે.

■ પહેલા ત્રૈમાસિકમાં લોહીની આપૂર્તિ ઓછી થવાથી એવું થઈ શકે છે. બીજા ત્રૈમાસિકમાં ગર્ભાશય વિસ્તરીને લોહીની નાડીઓને દબાવવા લાગે છે, જેથી લોહીની ઓછપથી ચકકર આવે છે.

■ સંપૂર્ણ ગર્ભાવસ્થામાં આપની રૂધિર વાહિનીઓ નબળી પડી જાય છે. શિશુ તરફ રક્ત પ્રવાહ ઝડપી બને છે. આનાથી લોહીનું દબાણ ઘટે છે તથા મગજમાં પૂરતું લોહી પહોંચી શકતું ન હોવાથી માથું ચકરાવા લાગે છે.

■ એકદમ અચાનક ઊભા થવાથી સાધારણ માથું ભમી શકે છે. આપે ધીમેથી સહારો લઈને ઊભા થવું જોઈએ. જો દોડીને ફોન ઉપાડવા જશો તો માથું ભમશે અને આપને સોફા પર બેસી જવું પડશે.

■ બ્લડ શુગર ઓછી થવાથી પણ માથું ચકરાય છે. આપના ભોજનમાં પ્રોટીન તથા કૉમ્પ્લેક્સ કૉર્બ ઉમેરો. બે વખત ખાધા પછી વચ્ચેના ગાળામાં કશુંક હળવું ખાતા રહો. આપની સાથે અમુક સ્નેક્સ જરૂર રાખો.

■ હિડાઈડ્રેશનના લીધે પણ આવું થાય છે. પ્રવાહી પદાર્થોની પૂરતી માત્રા લો. જો પરસેવો આવે છે તો પ્રવાહી પદાર્થોનું પ્રમાણ વધારી દો.

■ કોઈ ભીડવાળા વિસ્તારમાં બસ, ઓફિસ કે ગુંગળામણ જેવાં માહોલમાં પણ માથું ભમે છે. વધારે વસ્ત્રો પહેરવાથી પણ ગભરામણ જેવું થાય છે. તાજી હવામાં ફરવા નીકળો. જો બહાર ન જઈ શકો તો ઘરની બારીઓ ખોલી દો. વસ્ત્રો ઉતારવા શક્ય ન હોય તો ગળામાંના કમરની આ જુબાજુના વસ્ત્રોને ઢીલાં કરો.

જો બેભાન થવાય તો આપ ડાબી બાજુના પડખે સૂવો. પગોને ઉંચા રાખો. કાં તો ઘૂંટણભેર થઈને બેસી જાવ. ઉંડા શ્વાસ લો તથા કપડાં ઢીલાં કરો. જો થોડુ સારૂં લાગે અને બેહોશ ન થવાય તો કશુંક ખાવ, પીણું પીઓ.

હવે પછીની મુલાકાતમાં ડૉક્ટરને જરૂર બતાવો. જો કે આપ બેહોશ નહીં થાવ. જો કદાચ સામાન્ય ઘેન જેવું થઈ જાય તો પણ ચિંતા કરવાની જરૂર નથી. એનાંથી શિશુને કોઈ જોખમ નથી. ડૉક્ટરને આ અંગે જણાવવાનું ભૂલાયનહીં, તે જોજો.

જયારે થઈ જાય હદ બહાર

જોગિંગ કરતી વખતે થાક લાગે છે. ઘરની સાફ-સૂફી વખતે વેક્યૂમ ક્લિનર ચલાવવામાં મુશ્કેલી પડે છે. આ રીતે તમારી જાતને હદ બહાર થકવવાની જરૂર નથી આનાથી શિશુ પર પણ અવળી અસર પડશે. તમારી જાતને આરામ આપો. કામ કરતાં જો આપને વધારે થાક જેવું લાગે તો એને આવનારા સમયની ટ્રેનીંગ માનો. કેમ કે શિશુના આગમન પછી કામોની યાદીનું લિસ્ટ વધવાનું છે અને આપ સહેજપણ નવરી પડવાની નથી.

પીઠનો દુ:ખાવો

"મારી પીઠમાં ખૂબ જ દર્દ રહે છે. મને ડર છે કે હું પૂરા નવા મહિના કેવી રીતે વીતાવીશ ?"

જો કે ગર્ભાવસ્થામાં પીઠ તથા શરીરના બીજા ભાગોમાં પીડા થતી હોય છે પરંતુ એનો મતલબ

એ નથી કે આપ બિલકુલ હતાશ બની જાવ. એ પીડા તે વાતનો સંકેત આપે છે કે શરીર પળે પળ પોતાને આવનારા પ્રસવ માટે તૈયાર કરી રહ્યું છે. પીઠનો દુ:ખાવો પણ અપવાદ નથી. કેમ કે ગર્ભાવસ્થા દરમિયાન પેલ્વિસનાં સાંધા ખુલવા લાગે છે, જેથી શિશુને ડિલીવરી વખતે બહાર આવવામાં સુગમતા રહે. એટલે જ તો આપના ખભા તથા ગરદનમાં વેદના રહે છે. પેટનો ઊભાર વધવાથી બધાને ગર્ભાવસ્થાની સૂચના તો મળે છે, પરંતુ આપની પીઠનો વળાંક, માંસપેશીઓનું દર્દ તથા દબાણ ગર્ભાવસ્થાનાએ સંદેશને વધારે સ્પષ્ટ કરે છે.

આપ નિમ્નલિખિત ઉપાયોની મદદથી પીઠ દર્દમાં રાહત મેળવી શકો છો.

વ્યવસ્થિત બેસો. બેસવાથી કરોડના હાડકા પર ઘણી અસર પડે છે. ઘરમાં કે ઓફિસમાં આપની ખુરશી એવી હોય, જે પીઠને પૂરેપૂરી રીતે ટેકો આપી શકે. ખુરશીની પીઠ સીધી, બે બાજુ હાથા તથા સરળ કુશન હોવું જોઈએ. ખુરશીની પીઠ જો ધીમેથી પાછળ સરકી શકે તો એનાંથી પણ આરામ મળશે. ખુરશી પર બેસીને પગોને ધીમેથી ઉંચા રાખો. પગોને ક્રોસ ન કરો, નહીં તો આપની પેલ્વિસ આગળની તરફ નમી જશે અને માંસપેશીઓનું દબાણ ખૂબ વધી જશે.

- લાંબા સમય સુધી બેસી રહેવાથી પણ પીઠનું દર્દ ઘણું વધી જાય છે. જો આપ એક કલાક સુધી બેઠા રહ્યાં છો તો ઊભા થઈને ઘરમાં લટાર મારો. કંપાઉન્ડમાં આંટાફેરા કરો. પગોને સ્ટ્રેચિંગ કરો, આમ તો દર અડધા કલાકે ઊભા થઈને થોડું ચાલવામાં ફાયદો છે.
- એ જ રીતે લાંબા સમય સુધી ઊભા ન રહો. જો ઊભા જ રહેવું હોય તો આપનો એક પગ સ્ટુલ પર રાખો. એનાંથી પીઠના નીચેના ભાગમાં જોર નહીં પડે. જો મજબૂત ફર્શ પર ઊભા છો તો પગોની નીચે પગ લૂંછણિયું રાખો, જેનાથી પગો પર ઓછું વજન પડે.
- ભારે સામાન ન ઉંચકો. જો ઉપાડવો જ પડે તો ધીમે ધીમે ઉપાડો. આપનું સમતોલન જાળવો. ઘૂંટણો પર ઝુકો અને તમારા હાથ વડે સામાન ઉપાડો. જો અનાજ કરિયાણાનો

ઊઠતાં સમયે ઘૂંટણ વાળો

ભારે થેલો ઉપાડવાનો છે તો એને બે ભાગમાં વહેંચી દો. પછી બંને હાથ વડે એક એક થેલો ઉંચકતાં સમતોલન જાળવો. જણાવેલા નિર્દેશોનાં હિસાબે જ વજન વધારો. વધારે વજન થવાથી પીઠ પર ખૂબ જોર પડે છે. વ્યવસ્થિત બૂટ-ચંપલ પહેરો. વધારે ઉંચી હીલના સેન્ડલથી પણ પીઠ-દર્દ થાય છે. એટલાં માટે ૨ ઈંચની હીલ પહેરવી માફકસર રહેશે. એમ તો આપ માંસપેશીઓને આરામ મળે તેવાં આર્થોપિડિક જૂતાં પણ પહેરી શકો છો.

- જો રાતના એક બૉડી પિલો લગાવીને શરીરને આરામદાયક મુદ્રામાં રાખીને સૂઈ જશો તો સવારે તાજાં- માજા હશો. પીડામાં આરામ થયાની એ નિશાની છે. આ સિવાય પથારીમાં થોડીવાર બેસીને પગને લટકાવીને ઝુલાવવાથી પણ આરામ મળે છે.
- ઉંચી શેલ્ફો પર મૂકેલો સામાન જાતે ઉપાડવાની ઉતાવળ ન કરો. નાનુ સ્ટુલ ન વાપરો એનાંથી પીઠ પર જોર પડશે.
- ઠંડા અને ગરમ પાણીનો શેક રાહત આપી શકે છે.
- ૧૫ મિનિટ માટે આઈસપેક અને ૧૫ મિનિટ માટે હિટીંગપેડ લગાવો. એ બંનેને વસ્ત્રોમાં લપેટીને જ ઉપયોગમાં લો.
- સાધારણ ગરમ પાણીથી સ્નાન કરો તથા પીઠની માલિશ કરાવો.
- આપની પીઠની કોઈ અનુભવી મહિલા પાસે માલિશ કરાવો.
- આરામના અભાવે તથા અમુકવાર તણાવથી પણ પીઠ દર્દ ખૂબ વધી જાય છે. વેદના વધુ હોય તો શિથિલતાની ટેકનિક અપનાવો. તણાવને દૂર કરવાના ઉપાય અજમાવો.
- પેટની માંસપેશીઓને મજબૂતાઈ આપવા માટે સાદો વ્યાયામ કરો. જિમ્નેસ્ટિક કે યોગાના કલાસમાં જાવ.
- જો દર્દમાં રાહત ન મળે તો ડૉક્ટરના મત મુજબ વૈકલ્પિક ચિકિત્સા પધ્ધતિની (એક્યૂપંચરની) મદદ લો.

પેટમાં દુઃખાવો

"પેટના નીચેના ભાગમાં દુઃખાવો તથા તકલીફ શા માટે થવા લાગી છે?"

આપ પણ વિચારી રહી હશો કે ગર્ભાવસ્થાના વધવાની સાથે જાતજાતના દર્દ પણ વધવા લાગ્યા છે. આપના વૃધ્ધિ પામતાં ગર્ભાશયને ટેકો આપવા માટે માંસ પેશિઓ તથા લીગામેંટમાં ખેંચાણ થઈ રહ્યું છે. ટેકનિકલી રીતે એને રાઉન્ડ લિગામેંટ પેન કહે છે. મોટાભાગની ગર્ભવતી માતાઓને એનો અનુભવ થાય છે, પરંતુ એ અનુભવ દરેક સગર્ભા દીઠ જુદો પણ હોય છે. જેમ કે એ અનુભવ તીખાશવાળો હોઈ શકે છે. ડંખદાયક કે મીઠો પણ હોઈ શકે છે. જો એ અનુભવની સાથે તાવ, શરદી સળેખમ, રક્તસ્રાવ, માથું ભમવા જેવા લક્ષણ ન હોય તો એ પોતાની રીતે એક સામાન્ય લક્ષણ છે.

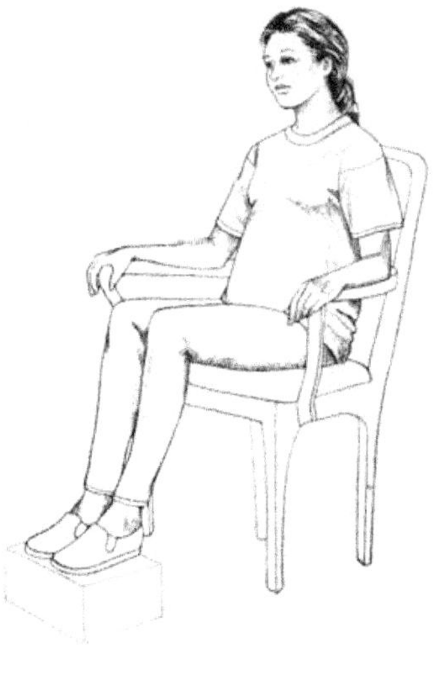

આરામથી બેસો

આપની નવી ત્વચા

ગર્ભાવસ્થા આપના આખા શરીર પર કોઈને કોઈ રીતે એના લક્ષણ દર્શાવે છે જ. ત્વચા પર પણ એની ઘણી અસર જોવા મળે છે. આ દિવસોમાં આપની ચામડીમાં નીચે લખ્યા મુજબના પરિવર્તન આવી શકે છે.

લીનિઆ નિગ્રા : જે પ્રકારે ગર્ભાવસ્થા હોર્મોનના લીધે નિપ્પલની આ જુબાજુનો રંગ ઘાટો બની જાય છે, એજ રીતે નાભિથી લઈને નીચે સુધી જનારી સફેદ રેખા પણ ગાઢ બની જાય છે. શ્યામ રંગની સ્ત્રીઓમાં એ સ્પષ્ટ રીતે જોવા મળે છે. એ બીજા ત્રૈમાસિકમાં જોવા મળે છે અને ડિલીવરીના થોડા મહિનાઓ પછી ઝાંખી પડીને મટી જાય છે.

આ અંગે જૂના જમાનાની દાયણોનું કહેવું છે કે જો આ રેખા નાભિ સુધી જાય છે તો છોકરી જન્મશે પણ જો એ લાઈન આપની પાંસળીઓ તરફ ચાલી જાય છે તો છોકરો જન્મે છે.

ગર્ભાવસ્થાનું કાળું ચકામું : ૫૦ થી ૭૫ ટકા ગર્ભવતી મહિલાઓના ચહેરા પર કાળા ચકામા હોય છે. શ્યામ મહિલાઓના માથે, નાક તથા ગાલો પર ચકામુ જોવા મળે છે. આમ તો આવા બધા રીએકશન ડિલીવરી પછી આપ મેળે દુર થાય છે. જો એ દૂર ન થાય તો બ્લીચ પીલ કે લેઝરની મદદ લઈ શકાય છે. અત્યારે તો આપે આવા ઉપચાર કરવાના નથી. હાલ તો કંસીલરની મદદથી એને છુપાવો.

હાઈપર પિગમેંટેશન : કેટલીય મહિલાઓની શરીરની ત્વચા અમુક અંગોમાં ખૂબ જ ગાઢ બની જાય છે તથા તલ પણ ખૂબ જ ઘાટા બની જાય છે, પણ ચિંતા કરવાની જરૂર નથી. એ પણ ડિલીવરી પછી મટી જાય છે. સૂરજના તાપમાં વધારે સમય ન રહો. સન સ્ક્રીનનો ઉપયોગ કરો. માથે મોટી હેટ અને આખી બાયના કપડા પહેરીને સૂરજની ગરમીથી બચી શકો છો.

હથેળીઓ તથા તાળવાની લાલાશ : લોહીનું પ્રમાણ વધવાથી આવું થાય છે. ઠંડા પાણીથી થોડી રાહત મળે છે. હાથોને સીધી ગરમીનો સેક મળે એવી વસ્તુઓથી દૂર રાખો. સાબુની ગોટી અને સુંગધીદાર લોશન વાપરશો નહીં. હાથની હથેળીઓ અને તાળવાની લાલાશ ડિલીવરી પછી આપોઆપ દૂર થશે.

મસા : મોટાભાગની મહિલાઓમાં મસાની જરૂરી-નકામી બીજી ચામડી વળે છે. આ પ્રોબ્લેમ બીજા-ત્રીજા ત્રૈમાસિકનાં ગાળામાં વધુ જોવા મળે છે, પણ ચિંતાની વાત નથી. એ પણ ડિલીવરી પછી આપ મેળે મટી જાય છે, જો ના મટે તો ડૉક્ટર એને દૂર કરી શકે છે.

હીટ રૅશેઝ : ગર્ભવતી માતાઓ હંમેશા હીટ રૅશેઝ ત્રાસી જાય છે. પરસેવાવાળી ત્વચા જયારે પરસ્પર એકબીજામાં ભળે છે, ઘસાય છે, ત્યારે ત્વચા લાલ બની જાય છે અને ત્યાં બળતરાં થવા લાગે છે. છાતીની નીચે બગલમાં, જાંઘોની વચ્ચે તથા પેટના નીચેના હિસ્સામાં વધારે તકલીફ થાય છે. આપના શરીરને સ્વચ્છ રાખો. જે જગ્યાએ ઘસારો જોવા મળે ત્યાં ચોખ્ખા કપડાથી જ સાફ-સફાઈ કરો. માત્ર કપડાથી થપથપાવો. ત્યાં પાવડર લગાવો. થોડું કૅલેમાઈન લોશન પણ સારું રહેશે. પરંતુ પહેલા આપના ડૉક્ટરને પૂછવાનું ન ભૂલતા જો બે-ત્રણ દિવસમાં રાહત ન જણાય તો ડૉક્ટરને મળો.

કંઈ પણ થઈ શકે છે : આ તમામ તો કેટલાક ઉદાહરણ છે. પણ આપની ચામડી કોઈપણ રીતની માઠી અસરો પ્રગટ કરી શકે છે.

આપના પગને થોડા ઉંચા કરીને સૂવાથી થોડો આરામ મળશે, તેમ છતાં બાકી લક્ષણોની જેમ આ અંગે પણ ડૉક્ટરને કહેવાનું ભૂલશો નહીં.

પગ વિસ્તરવા

"મારા જૂતાં ખૂબ જ ફીટ પડવા લાગ્યા છે. શું મારા પગોનો આકાર પણ વધી રહ્યો છે?"

ગર્ભાવસ્થામાં માત્ર પેટ જ નથી વધતું. અનેક ગર્ભવતી મહિલાઓની જેમ આપને પણ એક અહેસાસ હશે કે પગોને આકાર પણ વધી રહ્યો છે. આ દિવસોમાં પગની સાઈઝ શા માટે વધે છે? ગર્ભાવસ્થામાં પ્રવાહી પદાર્થની માત્રા તથા સોજા ઉપરાંત એનું એક બીજું પણ કારણ હોઈ શકે છે. ગર્ભાવસ્થા હોર્મોન રિલૈક્સિન.

એ આપની પેલ્વિસની આ જુબાજુના લિગામેંટ તથા સાંધાઓને ઢીલા કરી દે છે, જેથી ત્યાં શિશુના માટે જગ્યા બની શકે. એ રીતે પગોના લિગામેન્ટ પર પણ અસર પડે છે. જ્યારે પગોના લિગામેન્ટ ઢીલા પડી જાય છે ત્યારે તેની નીચેનાં હાડકા ધીમેથી ફેલાઈ જાય છે, જેનાથી અનેક મહિલાઓનાં પગો અર્ધો કે એક ઈંચ વધી જાય છે. જો કે ગર્ભાવસ્થા પછી સાંધા ફરીથી ટાઈટ થઈ જાય છે, પરંતુ બની શકે કે પગની સાઈઝ હંમેશા માટે વધેલી જ રહે છે. ત્યાં સુધી આપને પગના સોજા ઘટાડવાના ઉપાયો કરવાના છે. જો સાઈઝ એક ઈંચ વધી ગઈ છે, તો નવા આરામદાયક જૂતા ખરીદો, જેથી ગર્ભાવસ્થામાં આપને ઉઘાડા પગે રહેવું ન પડે. જૂતા ખરીદતી તે વખતે ફેશન કરતાં અનુકૂળતા આરામને ધ્યાનમા લો. શૂઝની હીલ ૨ ઈંચથી વધારે ન હોવી જોઈએ. શોલ એવા હોય કે આપનો પગ આરામથી ફીટ આવે. સાંજના સમયે ખરીદી કરો. એ વખતે પગમાં વધારે સોજા હોય છે. જૂતાં એવી સામગ્રીથી બનેલા હોય, જેનાથી આપના સૂઝેલા તથા પરસેવો ભરેલા પગોને પણ હવા મળતી રહે. (સિન્થેટિક લો)

શું સાંજના આપના પગોના સાંધામાં દર્દ થવા લાગે છે? જો એવું હોય તો ખાસ પ્રકારના બનેલાં જૂતાં આપની તકલીફ ઘટાડી શકે છે. તદ્ઉપરાંત આપને પીઠ તથા પગોના દર્દમાં પણ રાહત મળશે. જયારે પણ તક મળે, પગને ઉંચો કરીને સૂવો. ઘરમાં ઈલાસ્ટિકવાળા સ્લીપર પહેરો. જો કે એ ફેશનમાં નથી પણ પગોના થાક અને દર્દથી તે છુટકારો આપ છે.

વાળ તથા નખની ઝડપી વૃધ્ધિ

"એવું લાગે છે કે આ દિવસોમાં મારા વાળ અને નખ વધારે ઝડપથી વધી રહ્યાં છે, આવું કેમ?"

લાગે છે કે પ્રેગનેન્સી ફોર્મોને આપની આખી ગર્ભાવસ્થાને બદતર બનાવવાનું નક્કી કર્યું છે (કબજિયાત, છાતીમાં બળતરા, ઉલ્ટી) પરંતુ એમાં અમુક હોર્મોન એવા પણ છે, જે ગર્ભાવસ્થામાં અમુક ચીજોનો વધારો પણ કરે છે. એ ચીજો છે વાળ, નખ. આપ ઝડપથી વધતા નખોનું મેનીકયોર કરી શકો છો. આપના હેયર સ્ટાઈલિસ પાસે જતાં પહેલાં વાળને લાંબા કરી શકો છો. વાળ પહેલાથી વધારે ભરાવદાર અને ગાઢ બની શકે છે. એનાંથી રક્તસંચાર તથા મેટાબોલિઝમમાં વૃધ્ધિ થાય છે, જેનાથી વાળ અને નખની કોશિકાઓને પોષણ મળે છે. એ પહેલાથી વધારે સારા દેખાય છે.

જો કે દરેક ફાયદાની એક કિંમત હોય છે. આ પોષણના લીધે બીજા અનેક પ્રભાવો અસરો પણ સામે આવશે. એનાં લીધે શરીરમાં એવા ભાગો પર પણ વાળની વૃધ્ધિ થશે, જયાં કોઈપણ સ્ત્રી નથી ઈચ્છતી. હોઠ, હડપચી તથા ગાલ ઉપરાંત પગ, છાતી, પીઠ તથા પેટ પર પણ વાળ ઉગવા લાગે છે. આપના લાંબા નખ પણ સૂકાઈને બરછટ થઈ શકે છે. યાદ રાખો કે વાળ અને નખની આ વૃધ્ધિ અસ્થાયી છે. કેમ કે ડિલીવરી પછી બધું જ જેમનું તેમ થઈ જશે. વાળ પહેલાની જેમ નાના અને પાતળા થઈ જશે. નખ પણ ઝડપથી વધવાના

બદલે સહજ રીતે વધશે. ચાલો આમ પણ આપને શિશુના માટે તો તમારા નખ કાપવાના જ છે ને!

નજર ઝાંખી થવી

"ગર્ભાવસ્થા પછી મારી આંખો પહેલા કરતાં પણ વધારે નબળી થઈ ગઈ છે. મારા કૉન્ટેક્ટ લેન્સ પણ હવે ઝાંખા પડે છે. મારી આંખોના નંબર વધી ગયા છે કે શું?"

ના.. એવું બિલકુલ નથી. સુવાવડના આ દિવસોની એ અસર છે. સુવાવડમાં નજર ઝાંખી થાય છે, જેથી કૉન્ટેક્ટ લેન્સ અનુકૂળ નહીં આવે. આંખોમાં શુષ્કતા આવે છે, જેનાંથી બળતરા, ખંજવાળ હેરાન કરી શકે છે, જેનાંથી આપ બેચેન બની જાવ. જો આંખોમાંથી વધારે પાણી ઝરવા લાગે તો ડૉક્ટરને બતાવો. ડૉક્ટર એમ જ કહેશે કે આંખોની ભીનાશના કારણે ઝાંખુ દેખાય છે. વળી કૉન્ટેક્ટ લેન્સનો ઉપયોગ કારગત ન પણ નીવડે. ચિંતા ન કરો. ડિલીવરી પછી બધું જ સામાન્ય થઈ જશે.

એ પણ જાણી લો કે આ કરેક્ટિવ લેજર આઈ સર્જરી કરાવવાનો સમય નથી. જો કે શિશુ પર કોઈ અસર નહીં થાય, પરંતુ આપને ડિલીવરી પછી એમ કરવાની સલાહ છે. એવું પણ બની શકે છે કે આંખોમાં નાખવાના ના અમુક પ્રકારના ટીપાઓ ગર્ભવતી મહિલાઓના માટે અનૂકુળ ન હોય. આંખોના ડૉક્ટર કહે છે કે ગર્ભધારણ કર્યાના છ મહિના પહેલા તથા ડિલીવરી ના છ મહિના પછી આઈ સર્જરી કરાવવી જોઈએ.

જો કે આંખોમાંની થોડી ઘણી તકલીફથી કોઈ ફરક પડતો નથી, પણ જો વધારે ઝાંખુ દેખાય તો ડૉક્ટરને મળવામાં મોડું ન કરશો. જો એકાએક નજર ધૂંધળાઈ જાય, આંખોની આગળ ડાઘા જોવા મળે અને બે ત્રણ કલાક સુધી એમને એમ જ રહે તો ડૉક્ટરને મળો. અચાનક ઊભા થતાં આંખો આગળ ડાઘ જોવા મળે તો ગભરાવ નહીં, ડૉક્ટરને મળીને ઉપચાર જાણી લો.

ભ્રૂણની ગતિવિધિઓ:

"ગયા અઠવાડિયે મને દરરોજ પેટમાં સાધારણ હલનચલન અનુભવાયું, પરંતુ આ જે એવું થતું નથી. બધું બરાબર હશે ને?"

શિશુનું પેટમાં કિક મારવી, પલટવું, ઉછળવું તથા મુક્કા મારવા એ ખૂબ જ રોમાંચક લાગે છે. આ એ વાતનો પાકો પૂરાવો છે કે એક શક્તિથી ભરપૂર જીવતી-જાગતી જિન્દગી આપની અંદર ઉછરી રહી છે. જો કે આવી જ હલચલ ઘણીવાર ભાવિ માતાઓ માટે ચિંતાનો વિષય પણ બને છે. એક પળમાં આપને લાગે છે કે શિશુ પગોને હલાવી રહ્યું છે, પણ બીજી પળે એવી શંકા થાય છે કે પેટના ગેસના કારણે તો આવું નહીં થયું હોય! અમુકવાર શિશુ ખૂબ જ હલન-ચલન કરે છે. આખો દિવસ એ અનુભવ મળે છે અને બીજા દિવસે એ બિલકુલ હાલતુ-ચાલતું નથી જાણે ગાઢ નિદ્રામાં પડી ગયું ન હોય!

ગભરાવ નહીં, ગર્ભાવસ્થામાં અત્યારે શિશુની હલનચલન વિશે વિચારવાનું કે ચિંતા કરવાનું કોઈ કારણ નથી. હલન-ચલન ક્યારે તથા કેટલી વાર થશે. એનું માળખું ઘણે અંશે અલગ હોઈ શકે છે.અમુકવાર શિશુ પોતાની સ્થિતિ બદલી લે છે. એનાં લીધે પણ એનો અણસાર કે સંચાર મહેસૂસ થતો નથી કાં તો આપ પોતે ચાલતી હોય છે કે ગાઢ નિદ્રામાં હોય છે. અમુકવાર એવું થાય છે કે કામકાજના કારણે પણ એનું હલન ચલન પામી શકાતું નથી. અમુક બાળકો અડધી રાતના પોતાની હલચલ શરૂ કરે છે અને ત્યારે માતા તો ગાઢ નિદ્રામાં હોય છે.

જો આપ કેટલાય કલાકોથી શિશુના અણસારને અનુભવી શકી ન હોય તો એક ગ્લાસ દૂધ અને સંતરાનો રસ કાં તો કોઈ સ્નેક્સ લઈને એકાદ

કલાક માટે પડખાભેર થાવ. આપની નિષ્ક્રિયતા તથા ભોજનમાંથી મળેલી ઊર્જાથી શિશુ હલન ચલન કરવા લાગશે. જો તે હલન ચલન ન કરે તો ચિંતા ન કરો. કેમ કે કેટલાય શિશુઓનું હલન ચલન બે-ત્રણ દિવસ સુધી પણ અનુભવવા મળતું નથી. જો ચિંતા ન મટે તો ડૉક્ટરને મળો.

એ યાદ રાખો કે ૨૮માં અઠવાડિયા પછી એની હલચલ પહેલાથી વધારે ઝડપી બની જશે, એટલા માટે આપે તેની હલચલ અંગે જાગૃત રહીને સુવાવડનો આનંદ માણવો જોઈએ.

બીજા ત્રૈમાસિકનું અલ્ટ્રાસાઉન્ડ

"મારી ગર્ભાવસ્થા સહજ તથા સામાન્ય રીતે ચાલી રહી છે, પરંતુ તેમ છતાં મારા ડૉક્ટર ઈચ્છે છે કે મારે અત્યારે પણ અલ્ટ્રાસાઉન્ડ કરાવવું જોઈએ. શું ખરેખર તેની જરૂર છે ખરી?"

આ જકાલ તો બધી જ ગર્ભવતી મહિલાઓનું બીજા ત્રૈમાસિકમાં એટલે કે છઠ્ઠા મહિને અલ્ટ્રાસાઉન્ડ થાય છે. પછી ભલેને પ્રેગનેન્સી ગમે તેટલી સહજ તથા સ્વાભાવિક શા માટે ન હોય? ડૉક્ટર જોવા માંગે છે કે શિશુનો સંપૂર્ણ રીતે વિકાસ થઈ રહ્યો છે કે નહીં? બીજુ આપને પણ અલ્ટ્રાસાઉન્ડની મદદથી શિશુને જોવાનો મોકો મળે છે. આ જ સમયમાં શિશુના લિંગની પણ જાણ થાય છે.

ભલે આપ ગર્ભાવસ્થાની તારીખ જાણવા માટે અગાઉ પહેલા ત્રૈમાસિકમાં એટલે કે ત્રીજા મહિને અલ્ટ્રાસાઉન્ડ કરાવી ચૂકી હોય કે પછી વિસ્તૃત જાણકારી મેળવવા માટે સ્કેન પણ કરાવી ચૂકી હોય તેમ છતાં ફરીવારના અલ્ટ્રાસાઉન્ડથી આપના ડૉક્ટરને વધારે જરૂરી માહિતી મળે છે. જેમકે શિશુનો આકાર કે અંગ એમ્નિયોટીકની ખરી માત્રા તથા પ્લેસેંટાનું ખરૂ સ્થાન વગેરે. એમાંથી ડૉક્ટરને આપનું તથા શિશુનું સાચુ આરોગ્ય પ્રદ ચિત્ર જોવા મળે છે.

જો આપ એ બીજા અલ્ટ્રાસાઉન્ડને બરાબર સમજી ના શકો તો ડૉક્ટરને પૂછવામાં સંકોચ શરમ રાખશો નહીં.

એક અતિ સુંદર છબી

બીજા ત્રૈમાસિકના અલ્ટ્રાસાઉન્ડમાં આપને શિશુની પ્રેમાળ-સુંદર તસ્વીર મળી ગઈ છે. એને આપના કૉમ્પ્યૂટરમાં સ્કૅન કરીને સેવ કરો. અને ફોટો વેબસાઈટ પર સ્કૅન કરીને રિયલ ફોટો ઈન્કથી એસિડ ફ્રી પેપર પર પ્રિન્ટ કરાવી લો. આ રીતે આપની સુવાવડની યાદો ક્યારેય ધૂંધળી નહીં થાય. કાયમ માટે એક સંભારણું બની રહેશે.

પ્લેસેંટાનું સ્થાન

"ડૉક્ટરના મત અનુસાર મારા પ્લેસેંટાથી જાણ થાય છે કે એ નીચે સર્વિક્સની (ગર્ભાશયના મુખની)પાસે છે . જો કે તેમના હિસાબથી અત્યારે ચિંતાની કોઈ વાત નથી પણ મને તો ચિંતા ઘેરી વળી છે?"

આપનું શિશુ ગર્ભાશયમાં આમ-તેમ ફરે છે? ભ્રૂણની જેમ પ્લેસેંટા (ઓળ) જ ગર્ભાશયમાં પોતાની સ્થિતિ બદલી શકે છે. ફક્ત ૧૦ ટકા પ્લેસેંટા (ઓળ) ગર્ભાશયના નીચેના ભાગ સુધી જાય છે. ડિલીવરીનો સમય આવે ત્યાં સુધી મોટાભાગે પ્લેસેંટા ઉપરની તરફ જાય છે. જો એવું ન હોય અને પ્લેસેંટા સર્વિક્સ (ગર્ભાશયનું મુખ)ને ઢાંકે તો પ્લેસેંટા પ્રીવિયાની જાણ મેળવી શકાય છે. લગભગ ૨૦૦માંથી એક કિસ્સામાં જ આવું થાય છે. બીજા શબ્દોમાં કહીએ તો ડૉક્ટર સાચું કહી રહ્યાં છે, અત્યારથી ચિંતા ન કરો બધુ સારૂં જ થશે.

"અલ્ટ્રા સાઉન્ડ દરમિયાન ટેકનિશિયને જણાવ્યું કે મારૂ એન્ટીરિયર પ્લેસેંટા છે. આનો શો મતલબ?"

એનો મતલબ છે કે આપનું શિશુ પ્લેસેંટાની પાછળ છે . સામાન્ય રીતે એક ફર્ટીલાઈઝ્ડ ઈંડુ જાતે જ ગર્ભાશયના પાછળના ભાગમાં આપની કરોડની અસ્થિ બની છે. ક્યારેક ક્યારેક આ ઈંડુ,

ગર્ભાશયની ઉલ્ટી અવળી બાજુ નાભિની પાસે સ્થિર થાય છે. એ આપના ગર્ભાશયની આગળની તરફ વધવા લાગે છે અને શિશુ એની પાછળ હોય છે.આપના કિસ્સામાં પણ આવું જ બન્યું છે.

જો કે શિશુને એનાંથી કોઈ ફરક પડતો નથી કે એ કંઈ તરફ છે? પ્લેસેંટાને પણ એના વિકાસમાં કોઈ લેવા-દેવા નથી. આપને એટલું જ નુકશાન થઈ શકે છે. કે આપ શિશુનું હલનચલન, તેની લાતો અને ઉછળ કૂદને સારી રીતે અનુભવી નહીં શકો. પ્લેસેંટા આપ અને શિશુ વચ્ચે કુશનનું કામ કરશે.

એનાથી નકામી ચિંતા વધશે. એનાં લીધે ડૉક્ટરને પણ ભ્રૂણના હૃદયના ધબકાર સાંભળવામાં મુશ્કેલી પડશે, પરંતુ આ તમામ અગવડો છતાં ગભરાવવાની જરૂર નથી. એન્ટીટીયર પ્લેસેંટા મોટા ભાગે આપ મેળે પોસ્ટીરિયર પોઝિશનમાં આવી જાય છે.

સૂવાની રીત

"હું હંમેશા ઉંધી સૂવા માટે ટેવાયેલી છું, હવે મને ડર લાગે છે. મને બીજી કોઈ પણ રીતે સૂવાનું અનુકૂળ આવતું નથી. મારે શું કરવું?"

દઊર્ભાગ્યથી ગર્ભાવસ્થામાં સીધા કે ચતેપાટ કે ઉલટું સૂવું (આરામદાયક મુદ્રાઓમાં) યોગ્ય હોતું નથી. ઉંધા સૂઈ જશો તો તમને લાગશે કે કોઈ તરબૂચ પર સૂતા છો. સીધા સૂઈ જવું જ આરામદાયક છે,પરંતુ આપના ગર્ભાશયનો તમામ ભાર પીઠ, આંતરડાઓ તથા મુખ્ય રક્ત નળિકાઓ પર પડશે. વળી પાચનમાં તકલીફ થશે. લોહી પ્રવાહમાં અવરોધ આવશે. આપ હાઈપર ટેન્શન કાં તો લો બ્લડ પ્રેશરનો ભોગ બની શકો છો.

આનો મતલબ એ નથી કે આપને ઊભા ઊભા જ સૂવું પડશે.

આપની ડાબી બાજુ પડખું ફરો. બંને પગોની વચ્ચે ઓશિકું રાખો. એ શિશુ માટે ઠીક

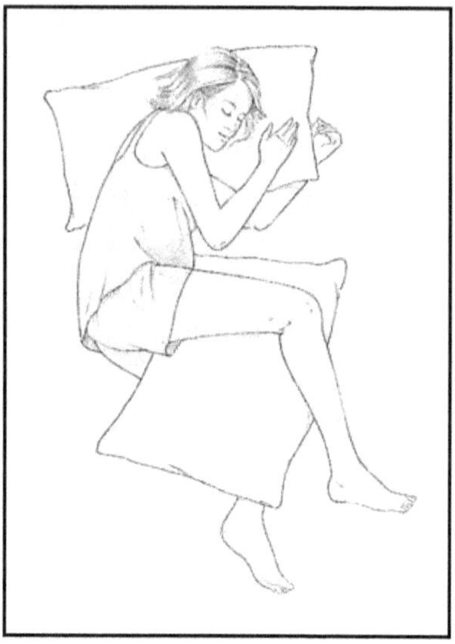

રહેશે.એનાથી પ્લેસેંટાના રક્તપ્રવાહમાં વાંધો નહીં આવે. કિડની પણ સારી રીતે કામ કરશે. એટલે કે વ્યર્થ પદાર્થ શરીરમાંથી બહાર નીકળતાં રહેશે. હાથ,પગ તથા ઘૂંટણમાં પણ સોજાનું પ્રમાણ ઓછું રહેશે.

બહુ ઓછા લોકો આખી રાત એક જ પડખે સૂઈ શકે છે. જો આપની ઉંઘ ઉડી જાય અને આપ પોતાને ઉંધા કે સીધા સૂતેલાં જુઓ તો ચિંતા ન કરશો.એમાંથી કોઈ નુકશાન નહીં થાય. બસ આપ પડખું ફેરવો. બની શકે છે કે અમુક રાતો સુધી થોડુંક અણગમતું લાગશે પણ જલ્દી જ આપને એની ટેવ પડી જશે. જો પાંચ ફૂટ લાંબુ કે બેઝના આકારનું ઓશિકું લેશો તો આપને એ રીતે પડખાભેર સૂવાની આદત પડી જશે. જો આપની પાસે એવું ઓશિકું ન હોય તો ચાલુ ઓશિકું લઈને શરીરને એવી આરામદાયક મુદ્રામાં લાવો કે આપને ઘસઘસાટ ઉંઘ આવી જાય.

કૂખમાં જ શિક્ષણ

"મારી સહેલીનું કહેવું છે કે ગર્ભસ્થ શિશુને કોન્સર્ટમાં લઈ જવાથી એ સંગીત વિશારદ બનશે. બીજી સહેલીના પતિ પોતાના શિશુને મોજ પડે

પાંચમો મહિનો

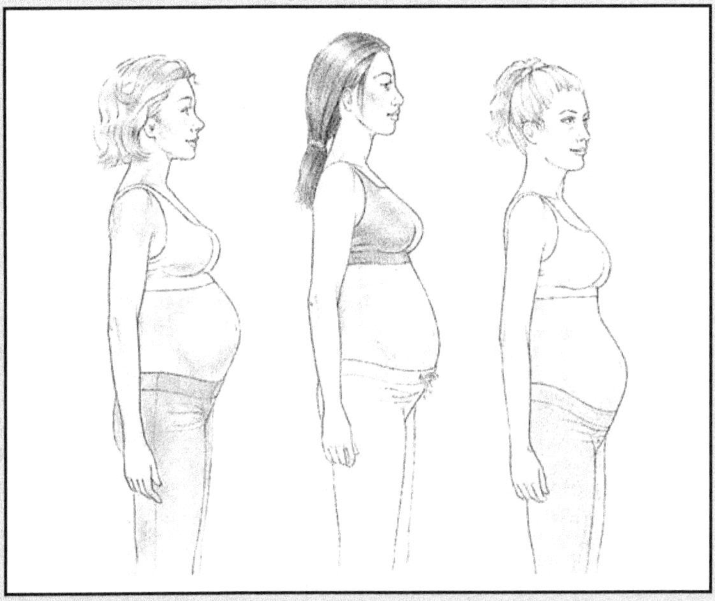

પાંચમા મહિનાના અંતમાં ગર્ભવતી મહિલાઓ ત્રણ અલગ પ્રકારથી નજરે પડે છે. આ બધું તમારા આકાર-પ્રકાર, વજન અને ગર્ભાશયની સ્થિતિ પર નિર્ભર કરે છે. તમને ઊંચો, થોડો નીચો, હલકો, ભારે અથવા પહોળો ગર્ભ દેખાઈ શકે છે.

એવી મજાની વાર્તાઓ સંભળાવે છે. શું મારે પણ આવું કશુંક કરવું જોઈએ? ''

દરેક માતા-પિતા ગમે તે રીતે પોતાનું બાળક ઉત્તમ બને તેવું ઈચ્છે છે, પરંતુ આપે અત્યારથી તેના ઘડતર અને અભ્યાસની શિક્ષણની ચિંતા કરવાની જરૂર નથી.

એ તો સાચું છે કે બીજા ત્રૈમાસિકના અંત સુધીમાં શિશુની શ્રવણ શક્તિ વિકાસ પામી જાય છે, પરંતુ તેનો મતલબ એ નથી કે એ કોન્સર્ટમાં સંગીત સાંભળશે અને જન્મ લીધા પછી સંગીત વિશારદ બની જશે.

નાના નાજુક-નમણા શિશુ પર અત્યારથી આટલી જવાબદારીઓનો બોજો ન નાખો. એ મોટો થઈને જાતે જ પોતાની ઈચ્છા તથા પ્રતિભાથી બધું જ શીખી લેશે. જો આપ પોતાની ઈચ્છા તથા પ્રતિભાથી બધું જ શીખી લેશો અને જો આ કૂખને જ શિક્ષણનો ખંડ બનાવવાની કોશિશ કરશો તો કદાચ એની કુદરતી ઉંઘમાં ખલેલ પહોંચી શકે છે. કાં તો એના કુદરતી વિકાસમાં અડચણો ઉભી થઈ શકે છે.

જો કે આપના શિશુને અંતરથી અનુભવવા માટે આપ કોઈપણ રીત અજમાવી શકો છો. એના માટે હાલરડું ગાઈ શકાય. એને કશુંક વાંચીને સંભળાવી શકાય. એને આપના હાથોનો સ્પર્શ કરાવો. આ પ્રકારના શિક્ષણના માહોલમાં એને કોઈ યુનિવર્સિટીની ડિગ્રી તો નહીં મળે, પણ એની તથા આપની નિકટતા વધશે, આત્મીયતા પાંગરશે.

ગર્ભસ્થ શિશુને શાસ્ત્રીય સંગીતની સ્વર લહેરિયો પણ માના મધુર અવાજથી ગમશે. એના જન્મ પછી તે આવા સંગીતથી આનંદ અનુભવશે.

તમારા હાથને પેટ પર ફેરવશો ત્યારે શિશુને માનું હેત મળ્યાનો અનુભવ થશે. માતા અને શિશુ એક અતૂટ લાગણીથી બંધાશે. આ રીતે શિશુ જોડે પ્રેમનું સગપણ જોડીને ખુબ જ ખુશી પામો. અત્યારથી એને શિક્ષણ આપવાના વિચારો છોડો. એના માટે તો આખી જિન્દગી પડી છે.

મોટા બાળકને તેડવું

"મારે ત્રણ વર્ષનું બાળક છે, જે હંમેશા ગોદમાં આવવા માટે હઠે ચડે છે. શું ગર્ભાવસ્થામાં પહેલાં બાળક સાથેનું વલણ યોગ્ય છે? હું તેને ગોદમાં લઉં છું તો પીઠમાં ખૂબ જ દુઃખાવો થાય છે."

જો ડૉક્ટરે મનાઈ કરી ન હોય તો આ ગર્ભાવસ્થામાં સામાન્ય ભાર (૩૫ થી ૪૦ પૌંડ) ઉપાડી શકાય છે. આપના ત્રણ વર્ષના બાળકને ગોદમાં લેવાથી દર્દ થતું હોય તો આપે એ બાળકની આદત છોડાવી દેવી જોઈએ. બાળકને ચાલવાનું કહો. એને ધીમેથી દોડાવો. સીડીઓ પર ચઢાવો. તમે પણ એની સાથે સાથે કોઈ ગીત ગાવ. જો એ આપની ગોદમાં જવાની જિદ ભૂલીને બે કદમ પણ ચાલવાની વાત માની જાય તો એના વખાણ જરૂર કરો. જ્યારે ચાલતાં ચાલતાં થાકીને બેસી જાય તો તેને ઉંચકીને હૈયે ચાપો. ખુબ જ લાડ-પ્રેમ કરો. આ રીતે બાળક એની આદત ભૂલી જશે અને આપને પણ રાહત રહેશે. ક્યારેક તેને માની ગોદ યાદ આવી જાય તો ઉંચકીને ગોદમાં લો. બાળકને વહાલ કરવામાં પીઠના દર્દને ભૂલી જશો.

માતા-પિતા બનવાની ઉત્સુકતા

"વિસ્મય થાય છે કે શું એ બધાથી મને કોઈ ખુશી મળશે? મને કશું જ સમજાતું નથી કે હું શું શું અનુભવવાની છું?"

મોટાભાગના લોકો જીવનમાં જાતજાતના પરિવર્તનોમાંથી પસાર થાય છે અને આપના ત્યાં કોઈ શિશુનો જન્મ પણ મોટો ફેરફારથી ઓછો નથી. નિશ્ચિત જ આ પરિવર્તન આપના જીવનમાં ખુશીઓ લાવશે. બસ આપે આપની આશાઓને, અરમાનોને વાસ્તવિકતાના વર્તુળમાં રાખવાનાં છે.

જો આપ એક હસતું-રમતું અને સુંદર મજાનું શિશુ હૉસ્પિટલમાંથી લાવવાના સ્વપ્નાઓ જોઈ રહી છો, તો આપે એ પણ જાણી લેવું જોઈએ કે મોટાભાગના નવજાત જન્મ પછી કેવા દેખાય છે? બની શકે છે કે આપનું શિશુ રડતું રડતું આપના ઘરે આવે. કેમ કે હજુ સુધી એનો આપની સાથે સંબંધ કેળવાયો નથી. કાં તો એને હજુ હસતાં આવડતું નથી. જ્યારે આપ કશુંક ખાવા બેસશો, બાથરૂમ જવાની હશો, કાં તો ગાઢ ઉંઘમાં હશો ત્યારે જ એને આંસુ પાડવાનું સૂઝશે.

આપ વિચારી રહી છો કે આવનારા સમયમાં આપ દરરોજ સવારે મોર્નિંગ વોક પર જશો. કદાચ બપોરનો ઝૂમાં જવાનો કાર્યક્રમ કર્યો હશે અને શિશુને સુંદર વસ્ત્રોથી શણગારશો. જો કે આપ ફરવા જઈ શકશો પરંતુ અમુક સવારો એવી પણ હશે જેને સાંજમાં ઢળતા વાર નહીં લાગે. આપ તથા આપનું શિશુ કશું જ જોઈ નહીં શકો. કેમ કે કેટલીય કપડાં એવા હશે જેમને શિશુએ ડાઘ-ધાબાઓથી (જાજરૂ-પેશાબ) ભરી દીધા ન હોય!

જો આપ હકીકતમાં અમુક આશાઓને પંપાળવા ઈચ્છો છો તો આપના જીવનમાં અમુક એવી ચમત્કૃતિસભર ક્ષણો આવશે, જે બીજા કોઈની એ ક્ષણો હોઈ જ ન શકે. આપના ગોળ-મટોળ નાજુક-નમણા શિશુને ગોદમાં લેવાનું, તેને ચૂમવાનું સુખ, એનું બોખુ હાસ્ય જે માત્ર આપના માટે હશે. આ બધું રાતોના ઉજાગરા કરવા છતાં અદ્દભૂત લાગશે. આપના બાળકનું એક માત્ર હાસ્ય આપને ખાવાનું ભૂલાવી દેશે. કપડાં ધોવાનું ભૂલી જશો અને પતિની સાથે સમય ન વીતાવી શકવાની પીડા પણ ભૂલી જશો.

ખુશ! બસ એ ક્ષણોની રાહ જુઓ.

સીટ બેલ્ટ લગાવવો

"શું કારમાં સીટ બેલ્ટ લગાવવો જરૂરી છે? એ અનુકૂળ રહેશે?"

ગર્ભવતી માતા અને ગર્ભસ્થ શિશુ માટે યાત્રા

દરમિયાન સીટ બેલ્ટ લગાવવો ખૂબ જરૂરી હોય છે. આમ તો એ અનેક જગ્યાએ કાયદેસર રીતે નક્કી થયેલો છે. સલામતી અને આરામ માટે બેલ્ટને પેટની નીચે જાંઘોની પાસે બાંધો. ખભાવાળો બેલ્ટ છાતીના ઊભારોની વચ્ચે પડતી જગ્યાએ બાંધો. એવું ન વિચારો કે બેલ્ટના દબાણથી શિશુને નુકશાન થશે. તે તો આપના ગર્ભાશયમાં સલામત છે.

જો આપ પેસેન્જર સીટ પર બેઠી છે તો આપની સીટને પાછળ તરફ ધકેલી દો, જેથી પગ લાંબા કરીને પીઠ ટેકવીને આરામની મુદ્રામાં બેસી શકો જો આપ ગાડી ચલાવી રહી છે તો ડ્રાઈવિંગ વ્હીલને છાતી પાસે લઈ આવો. જો બની શકે તો વ્હીલથી આપ ૧૦ ઈંચ દૂર રહો.

સફર

"શું હું આ મહિને (પાંચમો મહિનો) રજાઓ ગાળવા બહારગામ થઈ શકું ખરી?"

હા, હવે પછી કદી શિશુની સાથે આટલી સહેલી યાત્રા કરવાનો મોકો નહીં મળે. કેમ કે આવતાં વર્ષે તો આપની કારમાં શિશુની સાથે રમકડાં, કપડાં, ડાયપર તથા બોટલો હશે! અત્યારે પહેલા ત્રૈમાસિકના થાક, ઉબકા-ઉલટીઓ તથા ગભરામણ જેવી સ્થિતિમાંથી મુક્ત છો. હજુ આપ એ બિન્દુ પર નથી પહોંચી કે જયાં શિશુ પણ એક સામાન બની જાય.

પરંતુ સફર માટે આપનો સામાન પેક કરતાં પહેલાં ડૉક્ટરને જરૂર મળી લો. જો કોઈ મેડિકલ તકલીફ ન હોય તો ગર્ભાવસ્થામાં યાત્રા માટે કોઈ મનાઈ નથી. એકવાર ડૉક્ટરની લીલી ઝંડી થઈ જાય પછી આપે સલામત પ્રવાસ માટે થોડીક યોજના બનાવવી પડશે.

<u>સમય યોગ્ય છે :</u> સારી અને સુખદ સફર માટે સમય યોગ્ય હોય તે જરૂરી છે. કેમ કે આપે પહેલાં ત્રૈમાસિકમાં યાત્રાની યોજના બનાવી તો માથું ભમવું, ઉબકા-ઉલટી વગેરે તમને હેરાન-પરેશાન કરી દેશે અને અંતિમ ત્રૈમાસિકનાં અંતમાં ઘણીવાર પ્રવાસ માટે ડૉક્ટરની પરવાનગી મળતી નથી.

<u>સારી જગ્યાની પસંદગી :-</u> ગરમ અને બફારા જેવું વાતાવરણ આપની પરેશાની વધારી શકે છે. જો આપે એવી જગ્યા પસંદ કરી છે તો આપની હૉટલ તથા વાહન એ.સી. હોવા જોઈએ. વધારે ઉંચા સ્થળોની યાત્રાથી આપને તથા શિશુને ઑક્સિજનની અછત થઈ શકે છે. અમુક એવી જગ્યા, જયાં જઈને રસીકરણ જરૂરી બને છે, જયારે આપની ગર્ભાવસ્થામાં એની મનાઈ પણ થઈ શકે છે. આપના ડૉક્ટરને પૂછો. કોઈ ખાસ જગ્યાએથી ચેપનું જોખમ પણ થઈ શકે છે. જેને આપ

ગર્ભાવસ્થામાં બિલકુલ નહીં ઈચ્છો. ખાવા-પીવાથી થતી બિમારીઓને પણ ભૂલવી જોઈએ નહીં. આપે કોઈ ગ્રુપ ગાઈડની સાથે યાત્રા કરવાના બદલે પોતાની રીતે હરવું-ફરવું જોઈએ. કેમ કે ફરવાથી તથા શોપીંગથી આપ થાકી જશો અને આરામ ઈચ્છશો. ગાઈડ સાથે યાત્રા ન કરો નહીંતર આપ આરામ નહીં કરી શકો. એ તો એનાં શિડયૂલ મુજબ જ ચાલવા માંગશે.

<u>પ્રેગનેન્સી કિટ સાથે રાખો :</u> આપની પાસે વિટામિનની પૂરેપૂરી દવાઓ હોવી જોઈએ. અમુક સ્નેક્સ, સી બૈંડ, પેટની ગરબડની દવાઓ, આરામ આપે તેવા જૂતા, સનસ્ક્રીન વગેરે આપની પાસે રાખો.

જેટ લેગ

જો ગર્ભાવસ્થાના થાકની સાથે જેટ લેગને સામેલ કરશો તો સફર શરૂ થતાં પહેલાં જ પૂરી થઈ જશે. જો આપ ટાઈમ ઝોનથી પડનારી વિટંબણાઓને મટાડી શકતી નથી તો એને ઘટાડી તો શકો ને!

- જતાં પહેલા આપની ઘડિયાળ એ જ ટાઈમઝોનમાં સેટ કરો તથા આપની જાતને એ હિસાબે જ કેળવો. જો જહાજયાત્રા દરમિયાન ટાઈમઝોનના હિસાબે સૂવાનો સમય છે તો સૂઈ જાવ, નહીંતર જાગતાં રહો.
- લોકલ ટાઈમના હિસાબથી જ યાત્રા કરો. જો આપ નિશ્ચિત જગ્યાએ સવારે પહોંચી જાવ છો તો સૂવાના બદલે સ્નાનાદિ ક્રિયા પતાવીને લટાર મારવા નીકળો. થોડો આરામ કરી લો, પરંતુ ઉંઘી ન જાવ. રાતના ત્યાંના હિસાબથી ખાધા પછી જ સૂઈ જાવ, જેથી આપનું શરીર ત્યાંના ટાઈમ મુજબ કેળવાઈ શકે. સૂર્યસ્નાન કરવાથી પણ શરીરને બાયોલોજિકલ બ્લોકના હિસાબે ચાલવામાં મદદ મળશે. જો ત્યાં તડકો ન હોય તો થોડો સમય ખુલ્લામાં વીતાવો.
- ખાવા-પીવામાં કાળજી રાખો નહીંતર જેટ લેગના લક્ષણ થકવી દેશે. ઊર્જાનું સ્તર જાળવી રાખો. થોડો ઘણો વ્યાયામ પણ થાકને દૂર કરશે.
- ચમત્કારની આશા ન રાખો. આપના ડૉક્ટરની મરજી વિના, પૂછ્યા વિના કોઈપણ પ્રકારની દવા ન લો.
- આપ એક બે દિવસમાં ત્યાંના સ્થાનિક વાતાવરણનાં શરીરને કેળવી શકશો.
- આની સાથે આપને અનિદ્રાની ફરિયાદ હોઈ શકે છે. એ માત્ર જેટ લેગના લીધે નહીં, એ ભારના કારણે પણ છે, જેને આપે ગર્ભાશયમાં સાચવી રાખ્યો છે અને તમારી લાચારી જુઓ કે એ વહાલા પ્યારા શિશુનાં ભારને ઉંચકવા કુલીની પણ મદદ લઈ શકતાં નથી.

ગર્ભાવસ્થા અને ઉંચી જગ્યા

જો ગર્ભાવસ્થામાં વધારે ઉંચાઈવાળા પહાડી પ્રદેશમાં જવાનો વિચાર માંડી વાળો તો સારૂં રહેશે. કેમ કે ત્યાં પહોંચીને આપના માટે મુશ્કેલી વધી શકે છે. જો સમુદ્રની સપાટીથી ઉંચા પહાડી ક્ષેત્રમાં જવું પડે તો એક જ દિવસમાં ત્યાં પહોંચવાની કોશિશ ન કરો. એક જ દિવસમાં ૮૦૦૦ ફૂટની ઉંચાઈએ જવાના બદલે ૨૦૦૦ ફૂટની ઉંચાઈએ પહોંચો. માઉન્ટેન સિકનેસથી બચવા માટે ડૉક્ટરને પૂછીને દવા લો. ભારે ખોરાક ખાવાના બદલે દિવસમાં અવાર નવાર અમુક કલાકના અંતરે થોડું થોડું ખાવ. બને તો પાણી પુષ્કળ પીઓ. દિવસનાં આઠથી દસ ગ્લાસ પાણી પી જાવ.

જો આપ વિદેશ જાવ છો તો આખી દુનિયાના અંગ્રેજીના જાણકાર ડૉક્ટરોની યાદી હશે. અમુક મોટી હૉટલોમાં પણ આવી સુવિધા મળે છે. જો આપે મેડિકલ ટ્રાવેલ્સ ઈન્યોરન્સ કરાવી લીધો છે તો આપની પાસે તેનો નંબર અવશ્ય હોવો જોઈએ.

<u>ખાવા-પીવાની (સારી) સ્વસ્થ આદતો:</u> આપ ભલે રજાઓ લઈને હરો-ફરો, પણ શિશુ તો દિવસ-રાત મહેનત કરે છે. તેને પોષકતત્વોની ભરપૂર માત્રા જોઈએ. સમજી-વિચારીને ખાવાનો ઓર્ડર આપો, જેથી આપ સ્થાનિક ભોજનનો સ્વાદ લેવા ઉપરાંત શિશુના પોષણ સંબંધી જરૂરીયાત પણ પૂરી કરી શકે. સહુથી જરૂરી વાત એ છે કે આપનું ભોજન નિયમિત હોવું જોઈએ. છ કોર્સવાળા ડિનરના માટે નાસ્તો કે લંચ ન છોડો.

<u>પસંદ કરીને ખાવ :</u> અમુક વિસ્તારો એવાં હોય છે, જયાં છાલવાળી શાકભાજીઓ વેચાય છે. એને ખાવાથી નુકશાન થઈ શકે છે. ફળો ખરીદો અને આપ જાતે ફળને કાપો. પછી ફળ અને આપના હાથને ધોયા બાદ ફળ ખાવ. કાચું કે અધકચરૂં પકાવેલું મીટ, પોલ્ટ્રી કે ફ્રિજમાં રાખેલ ડેરી પ્રોડકટ્સ કદી ન ખાવ. જો ફળ ખાવા હોય તો કેળા કે સંતરા જેવાં ફળોની પસંદગી કરો.

ગર્ભવતી મહિલાઓનો સ્વાદ

જી..હા, ગર્ભવતી મહિલાઓ ખૂબ જ સ્વાદિષ્ટ હોય છે. વૈજ્ઞાનિકોનું પણ માનવું છે કે તેઓ સામાન્ય સ્ત્રીઓની તુલનામાં મચ્છરોને વધારે આકર્ષિત કરે છે. કદાચ તેઓ મચ્છરોની મનપસંદ કાર્બન ડાયઓક્સાઈડ ગેસ વધારે છોડે છે. આવી મહિલાઓના શરીરનું ઉષ્ણતામાન પણ વધારે હોય છે. જો આપ પણ કોઈ એવાં પ્રદેશમાં જઈ રહી છો, જ્યાં ખૂબ જ મચ્છરોનો ઉપદ્રવ છે તો મચ્છરોથી બચવાની પૂરી તૈયારી સાથે જજો.

જો પાણી ચોખ્ખું ન હોય તો પીઓ નહીં અને એનાથી બ્રશ ન કરો.

જો પીવાનું પાણી ચોખ્ખું સ્વચ્છ ન હોય તો ચોખ્ખા પાણીની બોટલનો ઉપયોગ કરો. બરફ પણ ત્યારે જ લો, જો એ બોટલ બંધ હોય કે ઉકાળેલા પાણીમાંથી બન્યો હોય!

<u>ગંદા પાણીમાં તરણ :</u> અમુક વિસ્તારોનાં સરોવર, તળાવ કે સમુદ્ર પ્રદુષિત હોઈ શકે છે. પાણીમાં તરવા જતાં પહેલાં તેની ચોખ્ખાઈ અંગે જાણી લો. આપ જે પણ પુલમાં તરવા જાવ પણ એનું પાણી ક્લૉરીનયુક્ત હોવું જોઈએ.

<u>કબજિયાતથી બચો :</u> ઘરમાંથી બહાર નીકળ્યા પછી અમુકવાર ખાવા-પીવાનું અનિયમિત બની જાય છે અને કબજિયાત થઈ જાય છે. રેશાવાળો પ્રવાહી ખોરાક તથા વ્યાયામ આપના રૂટીનમાં જાળવી રાખો. જો આપ સવારે જલ્દી નાસ્તો કરી લેશો તો હૉટલ છોડતાં પહેલા ફ્રેશ થવા માટે પણ સમય મળી જશે.

<u>બાથરૂમ જરૂર જાવ :</u> મળ-પેશાબ રોકવાથી કાં તો પેશાબાશયમાં સંક્રમણ થશે કાં તો કબજિયાત થઈ જશે. જ્યારે પણ જાજરૂ પેશાબની ઈચ્છા થાય તો તરત જ ટોયલેટ શોધો અને હળવા ફૂલ થઈને બહાર આવો.

<u>પગોનો આરામ :</u> ભલે આપને વૅરીકોઝ વેન્સની તકલીફ નથી, પણ યાત્રા દરમિયાન લાંબા સમય સુધી ઊભા રહેવું પડે કે ગાડીમાં બેસી રહેવું પડે ત્યારે આપના પગોને તથા ઘૂંટણોને સોજાથી બચાવવા માટે સ્પોર્ટ હોઝનો ઉપયોગ જરૂરી બને છે એ ભૂલશો નહીં.

<u>શરીરનું હલન ચલન કરો :</u> જો આપ લાંબા સમય સુધી બેસીને કામ કરશો તો પગની નસોમાં લોહીનો પ્રવાહ વધ-ઘટ થાય છે, જેથી પગને લાંબા ટૂંકા કરીને હલાવતાં રહો. બને તો ઊભા થઈને આટાં ફેરા મારો, જેથી નાડીઓનો રક્તપ્રવાહ સહજ રીતે વહેશે. બને તો પગોને વાળીને ન બેસો. થોડાં થોડાં સમયે પગને ઉંચા નીચા કરો. જો ટ્રેન કે જહાજમાં છો તો દર અડધા કલાકે લટાર મારો. જો ગાડીમાં છો તો એક કલાકથી વધારે યાત્રા ન કરો. કાં તો કંપાર્ટમેન્ટમાં હરો-ફરો.

<u>જો જહાજમાં છો તો :</u> જો જહાજમાં યાત્રા થતી હોય તો એ જાણી લો કે ત્યાં ગર્ભવતી સ્ત્રીઓ માટે વિશેષની સગવડો છે? કોઈ ખાસ નિયમ. જો એવું ન હોય તો બાથરૂમની આ જુબાજુ સીટ લો, જેથી પેશાબ જવામાં કોઈ તકલીફ ન પડે.

એ વાતની પણ જાણકારી મેળવો કે ત્યાંથી જ ભોજન મળશે કે આપે ખરીદીને ખાવું પડશે. જો ત્યાં માત્ર સ્નેક્સ મળે છે તો આપ આપનું ટિફિન ઘરેથી તૈયાર કરીને જાવ. ખાણાને વ્યવસ્થિત પૈક કરવું જોઈએ. પાણી પણ બોટલવાળું જ પીવું. આ રીતે અવાર-નવાર બાથરૂમ જવાથી પગને આરામ મળશે. આપની સીટના બેલ્ટને ખૂબ જ આરામથી પેટની નીચે બાંધો. જો આપ બીજા ટાઈમઝોનમાં જઈ રહ્યાં છો તો જેટ લેગનું ખાસ ધ્યાન રાખો. ત્યાં પહોંચીને ટ્રિપમાં તમારા આરામની પણ ગુંજાઈશ રાખો.

<u>જો કારમાં યાત્રા કરવી છે તો :</u> આપની સાથે પૌષ્ટિક સ્નેક્સનો થેલો તથા થર્મોસ ભરીને જ્યૂસ કે દૂધ લઈ જાવ, જેથી ભૂખ લાગે ત્યારે ગાડીને

બાજુ પર પાર્ક કરીને ખાઈ પી શકાય. હાઈ-વેની હૉટલોમાંથી કશું ના ખાશો. આપની સીટ આરામદાયક હોવી જોઈએ, જેથી પાછળ પીઠને ટેકો દેવા માટે કુશન લગાવેલું હોય! ગરદનના માટે ખાસ પ્રકારના બનેલા કુશન પણ વાપરી શકાય.

જો ટ્રેનથી યાત્રા કરી રહ્યાં છો તો : એ વાતની જાણકારી મેળવી લો કે એ ટ્રેનમાં ફૂલમેન્યુની સાથે ડાઈનિંગ કાર છે કે નહીં? જો આખી રાતની મુસાફરી હોય તો સ્લીપર શીટ બુક કરાવી લો. કયાંક એવું ન બને કે યાત્રા શરૂ કરતાં પહેલાં જ થાક આપના પર સવાર થઈ જાય.

સેક્સ અને ગર્ભવતી મહિલા

ધાર્મિક અને મેડિકલની અદભૂત કરામતોને ભૂલી જઈએ તો દરેક ગર્ભાવસ્થા સેક્સથી જ શરૂ થાય છે, તો પછી એ ચીજથી આપણે શા માટે દૂર ભાગીએ છીએ? જે આપને આ સ્થિતિ સુધી લાવી છે.

ભલે આપ થોડું સેક્સ કરતી હોય કે વધારે, આપ તેનો પૂરતો આનંદ લઈ રહી છે કે નહીં? પણ આમાં સહુથી મોટી ચિંતા-ફિકર તો એ વાતની છે કે પેટમાં શિશુના આવ્યા પછી આપના સેક્સ જીવનમાં ઘણો મોટો ફેરફાર થયો હશે. બેડરૂમ, કિચન કે કમરાના પગલૂછણીયામાંથી શું સલામત છે અને શું નહીં, આપના વધેલા પેટની સાથે કયું આસન ઠીક રહેશે? આપના બંનેનો મૂડ કેમ એકરૂપ બનતો નથી? આ તમામ વાતોની સાથે પ્રેગનેન્સી સેક્સ ખૂબ જ પડકારજનક બની જાય છે, પરંતુ ચિંતા ન કરો. થોડીક સહનશીલતા, થોડીક હાસ્યપ્રિયતા- હાસ્ય વિનોદ અને ખૂબ જ ધીરજપૂર્વક આપ પ્રેગનેન્સી સેક્સને પણ પહેલાંથી વધારે રોમાંચક અને આકર્ષણ બનાવી શકો છો.

સેક્સરસાઈઝ

જો સેક્સની સાથે કીગલ વ્યાયામ કરશો કે કીગલ વ્યાયામને જ સેક્સનું કેન્દ્ર બનાવશો તો ચરમસુખની સાથોસાથ વ્યાયામનું સુખ પણ મળી જશે. આ લાભકારક વ્યાયામ છે. આમ તો આમે આપ ગમે ત્યાં, ગમે ત્યારે કરી શકો છો, પરંતુ સેક્સ દરમિયાન આ વ્યાયામને આસન ગણશો તો મજા બમણી થઈ જશે. આપને લાગશે કે આ જસુધી કોઈપણ વ્યાયામમાં આટલી મોજ-મજા આવી નથી.

સેક્સ અને ત્રણ મહિના

દરેક દંપત્તિ જાણે છે કે ગર્ભાવસ્થાના નવ મહિનાઓમાં એમની સેક્સ લાઈફ રોલર-કોસ્ટરની જેમ ઉપર-નીચે થતી રહે છે. પહેલા ત્રૈમાસિકમાં ગર્ભાવસ્થા હોર્મોનના લીધે કેટલીય મહિલાઓમાં સેક્સની ઈચ્છા વધી જાય છે અને પછી ધીમે ધીમે સેક્સમાં રૂચિ ઘટવા માંડે છે. થાક, ઉબકા-ઉલટી, અને વક્ષોમાં સાધારણ પીડા વગેરે સેક્સમાં રસ લેવા દેતાં નથી, પરંતુ દરેક ગર્ભાવસ્થાની જેમ બે મહિલાઓ પણ એક સમાન નથી હોતી. આપે પણ નોંધ્યું હશે કે પહેલા ત્રિમાસિકમાં સેક્સની ઈચ્છા બળવત્તર હોય છે. આને આપ હોર્મોનનો ફેરફાર ગણાવી શકો. આપની ગુપ્ત ઈંદ્રિયો પહેલાંથી પણ વધારે ઉત્તેજિત સંવેદનશીલ બની જાય છે.

જ્યારે બીજા ત્રૈમાસિકમાં ગર્ભાવસ્થાના અનેક લક્ષણોના કારણે સેક્સના માટે ઊર્જા જ નથી બચતી. બેડરૂમના બદલે બાથરૂમમાં જ વધારે સમય વીતે છે. આ પહેલાં આપે કદી ચરમસુખ નથી મેળવ્યું, કદાચ આપને વારંવાર આ ઓર્ગેઝ્મને મેળવવાનો મોકો મળશે. એવું એટલાં માટે થાય છે કે ગુપ્તાંગોને પહેલાંથી કયારેક વધારે રક્તપ્રવાહ મળે છે. ઓર્ગેઝ્મ પહેલાંથી ઘણુ લાંબુ અને મજબૂત હોય છે, પરંતુ અમુક મહિલાઓ એવી પણ છે, જે બીજા ત્રૈમાસિકમાં આ હૃદયસ્પર્શ

પ્રેમાળ લાગણીઓને ગુમાવી બેસે છે .

અનેક મહિલાઓને તો પૂરા નવ મહિના સુધી એનો અનુભવ થતો નથી અને ગર્ભાવસ્થામાં આપ તેને સામાન્ય પણ કરી શકો છો.

જેમ જેમ ડિલીવરી નજીક આવતી જાય છે તેમ તેમ વધેલાં પેટની સાથે સેક્સ કરવું અશકય લાગે છે. ગર્ભાવસ્થાનું દુઃખ તથા કષ્ટ ગમે તેવા હૉટ પેશનને ઠંડું કરી દે છે અને એ સમયે બાળકની ડિલીવરી સિવાયની કોઈ બાબતમાં રસ પડતો નથી. તેમ છતાં અમુક શોખીન દંપત્તિઓ ગર્ભાવસ્થાની આવી તમામ અડચણોને પાર કરીને છેક સુધી સેક્સલાઈફની મજા માણે છે.

આપના મૂડમાં પરિવર્તન

ગર્ભાવસ્થામાં થનારા શારીરિક ફેરફારોના લીધે સેક્સની ઈચ્છા પણ સકારાત્મક કે નકારાત્મક રીતે પ્રભાવિત થાય છે. આપે એ નકારાત્મક પ્રભાવોનાં સકંજામાંથી જેમ બને તેમ જલ્દી છૂટવું પડશે જેથી સેક્સજીવન પર એની માઠી અસર ન પડે.

<u>ઉબકાં-ઉલટી :</u> મોર્નિંગ સિકનેસ આપના મોજીલા-મસ્તીભર્યા સમયમાં અવરોધક બની શકે છે. ડિનરના સમયે તો આપ કશું કરી શકવાની નથીને! એટલા માટે આપના સમયને સમજી-વિચારીને ઉપયોગી બનાવો. જો સૂરજ ઉગે ત્યારે આપ વધારે હેરાન થાવ છો તો સેક્સ માટે સાંજનો સમય ફાળવો. જો સાંજે પણ ઉબકાં-ઉલટીઓ જેવું થાય તો સવારનો સમય જ યોગ્ય રહેશે. જો આપની હાલત બંને સમયે અનુકૂળ ન હોય તો આપે ઉબકાં-ઉલટીનાં લક્ષણો દૂર થાય ત્યાં સુધી રાહ જોવી જોઈએ. પહેલા ત્રૈમાસિકના છેલ્લાં દિવસો સુધીમાં આપના ઉલટી-ઉબકાં મટી જશે, તેમ છતાં આપનું મન ન હોય તો આપ બળજબરીપૂર્વક ખુદને સેક્સ માટે ઉશ્કેરશો નહીં. કેમ કે એનાંથી સેક્સની સ્વાભાવિક મજા નહીં અનુભવી શકો.

<u>થાક :</u> જ્યારે આપને પોતાના વસ્ત્રો ઉતારવા જેવી સ્વાભાવિક સ્ફૂર્તિ અને ઉમંગ નથી ત્યારે સેક્સમાં શું મજા આવે? એટલે ખૂબ જ થાક અનુભવતા હોય ત્યારે સેક્સનો સવાલ જ ઊભો થતો નથી. જો કે ચોથા મહિના અંત સુધીમાં આપના શરીરનો થાક ઉતરી જશે, પણ એ થાક પાછો અંતિમ ત્રૈમાસિકમાં અનુભવાશે. ત્યાં સુધીના ગાળામાં આપ થોડાં રોમેન્ટીક બની જાવ.એનાં માટે રાતના જમ્યા પછીના સમયની રાહ ન જુઓ.

ગર્ભાવસ્થામાં સેક્સ

સેક્સનું કયું આસન સલામત રહેશે એનાં માટે નીચેના મંદા વાંચો.

<u>**મુખમૈથુન :**</u> ઓરલ સેક્સથી કોઈ નુકશાન નહીં થાય. બસ સાથીને કહો કે તે આપનાં ગુપ્તાંગોમાં જોરથી હવા ન ફૂંકે. જો ઈન્ટરકોર્સની રજા ન હોય તો એનાંથી બંને આનંદ લઈ શકો છો. એમાં શરત એ છે કે સાથીને કોઈ એસટીડી રોગ ન હોય!

<u>**ગુદા મૈથુન : (એનલ સેક્સ):**</u> જો આપ કરવા માંગો તો આ પણ સલામત છે. પરંતુ થોડી સાવચેતી રાખો.એનાં માટે પણ કંડોમ લગાવો. ગુદાથી યોનિ મૈથુન કરવા જાવ ત્યારે પહેલા સાફ કરી લો,નહીંતર હાનિકારક બેક્ટેરિયા યોનિ માર્ગથી ભીતર જઈ શકે છે તથા શિશુને ચેપનું જોખમ થઈ શકે છે.

<u>**હસ્ત મૈથુન**</u>: જો ગર્ભાવસ્થા જોખમકારક હોય કે ઑર્ગેઝ્મની પણ મનાઈ હોય તો હસ્તમૈથૂન કરી શકાય છે. આ પૂરેપૂરી રીતે સલામત છે. એનાંથી આપનાં તમામ થાક, કંટાળો અને તણાવ દૂર થશે.

<u>**વાઈબ્રેટર :**</u> જો ડૉક્ટર રજા આપે તો આપ યોનિમાં ઉત્તેજના માટે વાઈબ્રેટરનો ઉપયોગ કરી શકો છો. એટલું ધ્યાન રાખવું કે એ વધારે અંદર ન જાય. આપના સેક્સ ટોયસ(રમકડાં) સાફ ચોખ્ખા હોવા જોઈએ. આ રીતે યાંત્રિક ઉપકરણથી પણ સેક્સનો આનંદ માણી શકાય છે.

બપોરના એકાંત હોય તો આપના સાથી સાથે સહશયન કરો. બપોરની મોજ-મસ્તી આખો દિવસ આપને ઉત્સાહી બનાવશે.

આપનો બદલાતો આકાર : જ્યારે આપનું પેટ હિમાલય પર્વતની જેમ વિકસિત થઈ રહ્યું હોય ત્યારે પ્રેમ કરવો ખૂબ જ અસ્વાભાવિક હોય છે. આમ પણ આપનાં સાથીને કે આપને સેક્સની ઈચ્છા થતી નથી, પણ આપના સાથીને કદાચ આપ સેક્સી લાગો અને તેને સહજ રીતે સેક્સની ઈચ્છા થાય તો આપ શરીરને લેંસવાળી લિંગરીથી સજાવો કે પ્રેમના માળાને સામાન્ય કૅન્ડલ લાઈટથી પ્રકાશિત કરો. આપના મનમાંથી નકારાત્મક વિચારોને ફગાવી દો અને હંમેશા યાદ રાખો કે પ્રેગનેન્સીમાં બિગ ઈઝ બ્યૂટીફૂલ પેટના ઊભારનું કોઈ મહત્વ નથી તેમ છતાં તે અતિસુંદર છે.

કોલોસ્ટ્રમનું ઝરવું (પ્રસુતિ પછી શરૂઆતનું ઘાટું ધાવણ) : ગર્ભાવસ્થાના છેલ્લા થોડા મહિનાઓમાં અનેક મહિલાઓના વક્ષમાંથી કોલોસ્ટ્રમ ઝરવા લાગે છે. ફોર પ્લે દરમિયાન આપને એનાથી થોડો અણગમો થઈ શકે છે, પણ હેરાન થવાની જરૂર નથી. આપના સાથીને કોઈ તકલીફ નહીં થાય. આપ ત્યાંથી ધ્યાન હટાવીને શરીરનાં બીજા અંગો પર ધ્યાન લઈ જાવ.

સંવેદનશીલ વક્ષ : અમુક દંપત્તિઓ માટે તો આ દિવસો ઉત્તેજક અને ભરાવદાર વક્ષોના આકર્ષણને માણવાના હોય છે. તેઓ તેનો ભરપૂર લાભ ઉઠાવીને સેક્સ માણે છે, પણ અમુક મહિલાઓના વક્ષો સુજી જાય છે. તેને અડતા જ પીડા થાય છે જો આપનો સાથી પણ સ્તન મર્દનનો શોખીન છે તો એને પહેલેથી જ જણાવી દો કે એ એને અડે નહીં. આપે પણ ચિંતા કરવાની જરૂર નથી, કેમ કે પહેલા ત્રૈમાસિક પછી સ્તનો અનુકૂળ થઈ જાય છે.

યોનિના સ્ત્રાવમાં પરિવર્તન : ગર્ભાવસ્થામાં યોનિનો સ્રાવ વધી જાય છે. એના રંગ અને ગંધમાં પણ ફેરફાર થઈ શકે છે. જો આપની યોનિ પહેલાં ઘણી શુષ્ક એન કોરી રહેતી હતી તો અત્યારની આ ભીનાશ સેક્સને વધુ આનંદદાયક બનાવી શકે છે, પણ અમુકવાર ખૂબ જ ભીનાશ હોય તો આપના સાથી માટે સેક્સ કરવું મુશ્કેલ બને છે. સ્રાવની ગંધ તથા સ્વાદના લીધે મુખમૈથૂન પણ કરી શકાતું નથી. પ્યુબિક એરિયા તથા જાંઘો પર સાધારણ સુગંધિત તેલની માલિશથી થોડી રાહત મળી શકે છે. અમુક ગર્ભવતી માતાઓને કાયમ યોનિમાં (શુષ્કતાની) સૂક્કાપણાની ફરિયાદ રહે છે. તેઓ સેક્સ દરમિયાન વોટર બેઝ્ડ લૂબ્રીકેન્ટ (કે-વાઈ કે એસ્ટ્રોગ્લાઈડ) વાપરી શકે છે.

સર્વિક્સની (ગર્ભાશયના મુખની) સંવેદનશીલતાથી રક્તસ્રાવ : ગર્ભાવસ્થામાં ગર્ભાશયના મુખની સંવેદનશીલતા ઉત્તેજના પણ ખૂબ જ વધી જાય છે. જો સંભોગનાં સમયે શિશ્ન ખૂબ ઉંડે સુધી જાય તો સાધારણ રક્તસ્રાવ થઈ શકે છે. એનાંથી ગભરાવ નહીં, પરંતુ આપના ડૉક્ટરને એની જાણકારી જરૂર આપો.

એ સિવાય પણ બીજા અનેક ભાવનાત્મક કારણો આપના સેક્સના આનંદને ઘટાડી શકે છે. ભલાઈ એમાં છે કે દરેક વિષયો પર પેટ છૂટી વાત થાય.

ભ્રૂણની ઈજા થવાનો કે મિસકેરેજ થવાનો ભય : ચિંતા છોડો અને સેક્સનો ભરપૂર આનંદ લો. સામાન્ય ગર્ભાવસ્થામાં સેક્સથી કોઈ નુકશાન થતું નથી. શિશુ ખૂબજ આરામથી એમ્નિયોટિક દ્રવ્યમાં સલામત છે. આપનું ગર્ભાશય પણ સંપૂર્ણ રીતે બંધ થાય છે. જો ડૉક્ટર નહીં ઈચ્છે કે આપ ગર્ભાવસ્થામાં સંભોગ કરો, તો તેઓ એનું કારણ પહેલેથી જ જણાવી દેશે, નહીંતર આપ ખૂબ જ આરામથી આપની સેક્સલાઈફ જીવી શકો છો.

ઓર્ગેઝ્મથી મિસકેરેજ પર જલ્દી પ્રસવ થવાનો ડર : જો કે ચરમસુખ પછી ગર્ભાશયમાં ઘણુ સંકોચન થઈ શકે છે અને એ અનેક મહિલાઓમાં ઘણું વધારે થાય થાય પણ છે. એ સંભોગ પછી અડધા કલાક સુધી જળવાઈ રહે છે, પરંતુ એ લેબરનો સંકેત નથી. સામાન્ય ગર્ભાવસ્થામાં એનાંથી કોઈ નુકશાન નથી થતું. જો તેનાથી કોઈ બચવાનું કાળજી રાખવાનુ કારણ (મિસકેરેજ કે પ્રી-ટર્મ લેબરનો ડર) હોત તો ડૉક્ટરે પહેલેથી જ જણાવ્યું હોત.

એ વાતનો ડર કે ભ્રૂણ બધું જોઈ રહ્યું છે, કાં તો તેને ખબર પડે છે : આવું બની જ નથી શકતું. જો કે ચરમસુખના સંકોચનથી એને સામાન્ય ઝૂલણની મજા મળશે. પણ એ નથી જોઈ શકતું કે આપ શું કરી રહ્યાં છો અને ના તો એની પાસે આની યાદ રહેશે. પેશાબાશયની ગતિવિધિનાં કારણે

જ ભ્રૂણની પ્રતિક્રિયા (સેક્સ દરમિયાન હલન ચલન ઘટવી કે પછી હલન ચલન ઝડપી બનવી, લાતો મારવી, ચરમસુખ પછી હૃદયના ધબકારા વધવા) જોવા મળે છે.

શિશુના માથા પર ઈજા થવાનો ડર : જો કે આપનો સાથી મોંએથી ભલે ના કહે પણ એના દિલમાં ડર હોય છે. આમ જોઈએ તો કોઈપણ લિંગ એટલું લાંબુ કે મોટું હોતું નથી કે એ શિશુના માથા સુધી પહોંચી શકે. શિશુ મોજથી પોતાના ઘરમાં છે એટલે સુધી કે આપના શિશુનું માથું પેલ્વિસની પાસે પણ છે તો પણ લિંગ એને નુકશાન પહોંચાડી શકતું નથી. હા, જો એનાથી આપને બેચેની થતી હોય તો ના કરો.

સેક્સથી ચેપનો ભય : જો આપની સર્વિક્સનું મોં બંધ છે અને સાથીને મોંનો રોગ નથી તો સંભોગથી આપને તથા શિશુને સંક્રમણનું કોઈ જોખમ નથી, જેથી શિશુ વીર્ય તથા સંક્રમણના કીટાણુઓથી સંપૂર્ણ રીતે સલામત છે.

આકર્ષણ પર સવાર થતી ચિંતા : માન્યું કે આપ અત્યારે ટેન્શનમાં છો. શિશુને આવવાનો સમય નજીક આવી રહ્યો છે.આવા સંજોગોમાં સેક્સી ભાવનાઓ જાગૃત થતી નથી. આવનારી નવી જવાબદારીઓ, ભાવનાત્મક તથા આર્થિક પડકારો મગજમાં ઘુમરાયા કરે છે. ભલાઈ એમાં છે કે આ વાતોને પથારીમાં લાવવાને બદલે પહેલેથી જ કહી દો.

સંબંધોમાં આવે પરિવર્તન : બની શકે છે કે આપને આ બદલાતાં સગપણોની સાથે સમજૂતિ કરવામાં મુશ્કેલી થઈ રહી હોય! આપને લાગી રહ્યું હશે કે હવે આપ માત્ર પ્રેમી-પ્રેમીકા, પતિ-પત્ની જ નથી રહ્યાં, પણ મા-બાપ બનવાના છો. એ પણ થઈ શકે છે કે આ પરિવર્તન આપના સંબંધોને પહેલાંથી પણ વધુ મજબૂત અને મધુર બનાવી દે.

બળતરા-અદેખાઈ : બની શકે છે કે સાથીના મનમાં અદેખાઈ-દ્વેષ પેદા થાય. તેને લાગવા માંડે કે ગર્ભાવસ્થાએ આપને બધાનું આકર્ષણ કેન્દ્ર બનાવી દીધા છે. કાં તો પછી આપને લાગવા માંડે કે આપને ફસાવીને એ (પતિ) જિન્દગીની મજા લઈ રહ્યાં છે. એવી શંકા-કુશંકાઓને પથારીથી દૂર રાખો તો જ સારું. વહેમની કોઈ દવા નથી, એ યાદ રાખજો.

ગર્ભાવસ્થાના અંતમાં સેક્સથી પ્રસુતિ જલ્દી થઈ શકે છે : એ સાચું છે કે ગર્ભાવસ્થા નજીક હોય ત્યારે સંભોગના ચરમસુખ પછી થનારા સંકોચનથી પ્રસૂતિ નહીં થાય. અભ્યાસ તો એવું કહે છે કે ગર્ભાવસ્થાના અંત સુધી સેક્સમાં સક્રિય રહેનારી મહિલા યોગ્ય સમયે જ પ્રસૂતિ કરે છે.

વાત એક વાત બીજી પણ છે. પહેલાં આપના સેક્સનો ઉદ્દેશ્ય હતો, એક બાળકના જન્મની અપેક્ષા. હવે આપ માત્ર મનોરંજન માટે આ બધું કરી રહ્યાં છો. એટલાં માટે માસિકધર્મની તારીખ, ચાર્ટ, કેલેન્ડર કે ગર્ભનિરોધક સાધનોની કોઈ પળોજણ નથી. આ રીતના સેક્સથી અમુક દંપત્તિનું માનવું છે કે ગર્ભાવસ્થા એમને ખૂબ જ આત્મીય રીતે નજીક લાવે છે એટલાં માટે તેઓ વધેલા પેટને અડચણરૂપ નથી માનતા, પણ એને પ્રેમનું પ્રતિક ગણે છે.

આરામદાયક મુદ્રા

ગર્ભાવસ્થામાં સેક્સના આસનો બદલવા પડે છે જો આપનો સાથી આપના ઉપર ભાર નાખ્યા વિના સેક્સ માણે તો ઠીક છે, નહીંતર આપ એક પડખે કાં તો આપ સાથી ઉપર સંભોગ કરી શકો છો. મુદ્રા ભલે ગમે તે હોય, એ આપના માટે આરામદાયક હોવી જોઈએ.

જ્યારે સેક્સ મર્યાદિત બને છે

જો કે ગર્ભાવસ્થામાં પણ આપના તથા સાથીના માટે સેક્સ ઘણું જ આનંદદાયક બની શકે છે અને આપ બંને એનો પૂરેપૂરો આનંદ લઈ શકો છો, પરંતુ બધા જ એટલાં રોમેન્ટિક ન હોય. જોખમકારક ગર્ભાવસ્થામાં અમુક સમય માટે કાં તો પૂરા નવ મહિના માટે મનાઈ ફરમાવાય છે કાં

તો મહિલાના ચરમસુખ વિનાના સંભોગ માટે અપવાદ રખાય છે અથવા તો માત્ર ફોરપ્લેની જ રજા મળે છે, કાં તો પછી કંડોમ સાથે લિંગ પ્રવેશની મંજૂરી મળે છે. જો ડૉક્ટર દ્વારા આપના માટે પણ આવી મનાઈ થાય તો તેમની પાસેથી સંકોચ શરમ વિના પૂરેપૂરી જાણકારીઓ મેળવી લો. આપ ડૉક્ટરને પૂછો કે શા માટે મનાઈ છે? મનાઈ છે તો કેટલા સમયની છે? નીચે દર્શાવેલા કારણો અને અવસ્થાઓમાં સેક્સ માટે મનાઈ થઈ શકે છે.

- જો પ્રીટર્મ લેબરના સંકેત હોય! કાં તો પહેલા એવું થઈ ગયું હોય!
- જો ગર્ભાશયની કચાશ હોય કે પ્લેસેંટાની હેરાનગતિ હોય!
- જો આપને રક્તસ્રાવ થઈ રહ્યો છે કાં તો પહેલાં મિસકેરેજ થયું હોય!

જો કેવળ ઓર્ગેઝમની આજ્ઞા છે તો હસ્તમૈથુન કરો. જો સંભોગ કરી શકો છો પણ ઓર્ગેઝમ સુધીની મનાઈ છે તો ભલે સામાન્ય સંભોગ કરો, પણ ચરમસીમા પાર કરતાં પહેલાં રોકાઈ જાવ. જો કે આ રીતે આપને સેક્સનો પૂરો સંતોષ નહીં મળે, પરંતુ આપના સાથીની નજીક રહેવાનું ચરમસુખ તો મળશે ને! જો કોઈપણ વાતની રજા ન હોય તો આપનાં સંબંધમાં એ મનાઈઓને વિલન બનવા ન દો. પરસ્પર નજીક એકબીજાનીહૂંફમાં આવવાના ઉપાયો અજમાવો.જેમ કે હાથ પકડવો, પ્રેમથી પંપાળવો, આલિંગન બધ્ધ થવું કે બંનેએ કોઈ જગ્યાએ સાથે લટાર મારવા જવું.

થોડામાં મેળવો વધુ આનંદ

મોજીલા યૌન સંબંધ એક જ દિવસમાં કે રાતમાં માણી શકાતાં નથી. એના માટે ધીરજ, સમજદારી અને પસ્પરનો પ્રેમ જોઈએ. એ પણ સાચું છે કે ગર્ભાવસ્થામાં યૌન સંબંધોને અનેક પ્રકારના માનસિક તથા શારીરિક ફેરફારો સાથે માણવાના હોય છે. અહીં એ જ ફેરફારોને અનુકૂળ થઈને સેક્સી જીવન કાયમ રાખવાના ઉપાય સૂચવ્યા છે.

- સેક્સનું વિશ્લેષણ કરવાની જગ્યાએ એનો આનંદ માણો. આ રોમાંચક પળોને વ્યર્થ ગુમાવો નહીં. માત્રાના બદલે ગુણવત્તા પર ધ્યાન આપો. આપની પાછળની વીતેલી સેક્સલાઈફ અને આ દિવસોની સેક્સલાઈફની સરખામણી ન કરો. હવે તો એમાં ઘણું બધુ અંતર આવી ગયું છે.
- સકારાત્મક વિચારો ધરાવો. યાદ રાખો કે સેક્સથી આપનું શરીર આવનાર પ્રસવ માટે પણ તૈયાર થઈ રહ્યું છે. જો આપ ઈન્ટરકોર્સ (સંભોગ) દરમિયાન કીગલ કરી શકે, તો એનાંથી આપ ખૂબ જ આનંદ અનુભવશો. આપના ગોળ-મટોળ શરીરને સેક્સી જ માનો. એવું વિચારો કે એકે એક આલિંગનથી બંને જણ મનથી પણ ખૂબ જ નજીક આવી ગયા છે.
- થોડાક રોમાન્સને અપનાવો. જો જૂની પોઝિશનથી વાત બનતી નથી તો કશુંક નવું વિચારો. એમાં પણ ખાસ યાદ રાખવાનું છે કે કોઈપણ નવી પોઝિશનમાં ફીટ થવામાં સમય લાગે છે.
- પોતાની આશાઓને વાસ્તવિકતાની હદમાં રાખો. આ દિવસોમાં આપને અનેક પ્રકારના પડકારોનો સામનો કરવાનો આવી શકે છે. અમુક મહિલાઓને ચરમસુખ મેળવવામાં વાર લાગતી નથી અને અમુક તો નવ નવ મહિના સુધી રાહ જોતી રહે છે . યાદ રાખો કે ઘણીવાર ચરમસીમાનું સુખ ન મળવા છતાં પણ પરસ્પરની હૂંફમાં આલિંગનમાં રહ્યાંનું પરમસુખ તો મળ્યું જ છે ને! પરસ્પરનો આંતરિક પ્રેમ શું મોટી ઉપલબ્ધિ નથી?

યાદ રાખો કે સંબંધોમાં પરસ્પરનાં આંતરિક સાત્વિક પ્રેમનું પણ આગવું મહત્વ છે. પરસ્પર વાર્તાલાપથી આપ એ નવા પડકારોને પહોંચી વળાય છે. કોઈપણ કલહ, કંકાસ કે પ્રશ્નોને સમસ્યાઓને તમારી પથારી સુધી પહોંચવા ન દો. એ પહેલા જ તેનું સમાધાન કરી નાખો. જો એવું પણ શક્ય ન બને તો કોઈ વડીલોની સલાહ લો. હજુ તો આપ બંને એકબીજા માટે વિચારી રહ્યાં છો પરંતુ આવનારા સમયમાં પછી ત્રણ માટે વિચારવું પડશે.

યાદ રાખો કે દરેક દંપત્તિ, ગર્ભાવસ્થા સેક્સના માટે જુદીજુદી રીતે પ્રતિક્રિયા આપે છે. આપ બંનેના માટે અત્યારે એ જ સામાન્ય છે, જે આપને સારું લાગે. એકબીજાની બાહુપાશમાં ભીંસાઈ જાવ, કેમ કે આનો સારો સમય પછી નહીં મળે. ★★★

છઠ્ઠો મહિનો

લગભગ ૨૩ થી ૨૭ અઠવાડિયા

હવે તો પેટમાં થનારા હલનચલન માટે શંકાને કોઈ સ્થાન નથી. ના..ગેસ નહીં. એ જીવતાં જાગતા શિશુની કરામત છે, જો કે ગેસ પણ ઘણો થતો હશે. હવે તો નાજુક નમણી લાતો તથા હાથના મુક્કા મારવાના શરૂ થઈ ગયા હશે. કયારેક કયારેક સાવ નીરવતામાં આપને એની હેડકીનો અનુભવ પણ થયો હશે. આ મહિના પછી બીજા ત્રૈમાસિક પૂરા થશે. હવે આપ બંનેને વિકાસની નવી સીડીઓ ચડવાની છે. તમારા પગોને એકવાર નિરખી લો, કેમ કે ધીમેધીમે પેટનો ઊભાર આપને એ મોકો નહીં આપે.

આ મહિને આપના શિશુનો વિકાસ

૨૩ મું અઠવાડિયું : જો આપની કૂખમાં કોઈ બારી હોત તો આપ જોઈ શકતી કે અત્યારે શિશુની ચામડી કેવી લટકી રહી છે? એવું એટલા માટે છે કે ત્વચા-ચામડી, વસા કરતા જલ્દી વધે છે અને અત્યારે એટલી વસા (ચરબી) નથી કે ત્વચાને ભરી શકે. આ સપ્તાહમાં શિશુની લંબાઈ લગભગ ૮ ઈંચ અને વજન એક પાઉન્ડ જેટલું હશે. મહિનાના અંતમાં તેનું વજન બમણું થઈ જશે. એકવાર વસા બનવાની શરૂ થઈ તો એની પારદર્શિતા પણ ઘટી જશે. હજુ તો ત્વચા નીચેના અંગ તથા હાડકા જોઈ શકાય છે, પરંતુ આઠમા મહિના સુધીમાં આપનું શિશુ અત્યારની જેમ પારદર્શી નહીં રહે.

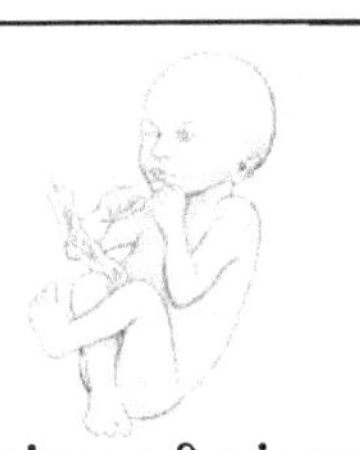

તમારું છઠ્ઠા મહીનાનું બાળક

૨૪ મું અઠવાડિયું : એની લંબાઈ લગભગ ૮-૧/૨ ઈંચ તથા વજન ૧/૧૨ પાઉન્ડ હશે. હવે આપના શિશુની સરખામણી ફળોના આકારથી નહીં કરી શકાય. એનું દરેક અઠવાડિયે લગભગ ૬ ઔંસ વજન વધે છે. આ તમામ વજન તેનાં અંગો, હાડકાં, માંસપેશીઓ તથા ચરબીના લીધે વધી રહ્યું છે. હવે તેનો પ્રેમાળ-રૂપાળો ચહેરો પૂરેપૂરી રીતે ઘડાઈ ગયો છે પણ એનાં વાળમાં પિગમેન્ટની અસર નથી, એટલાં માટે અમે એના વાળનો રંગ બતાવી શકતાં નથી.

૨૫મું અઠવાડિયું : શિશુ પરીકથાઓમાંની વાર્તાની રાજકુમારીની જેમ રાત્રે ન વધે એટલું દિવસે વધે છે અને દિવસે ન વધે એટલું રાત્રે વધે

છે. અત્યારે એની લંબાઈ લગભગ ૯ ઈંચ અને વજન ૧ ૧/૨ પાઉન્ડ જેટલું છે. તદ્ઉપરાંત બીજા પણ કેટલાક રોચક વૃધ્ધિના લક્ષણો જોવા મળે છે. એની રક્તનળીઓમાં લોહી ભરાઈ રહ્યું છે. આ અઠવાડિયાના અંત સુધીમાં ફેફસાં પણ તાજી હવા લેવા માટે પૂરેપૂરી રીતે ઘડાઈ જશે. જો કે હજુ ફેફસાં પૂર્ણ રીતે તૈયાર નથી. તેમાં ઘડતરમાં થોડો સમય જશે. તે હજુ રક્ત પ્રવાહમાં ઓક્સિજન પહોંચાડી શકવા જેટલા સક્ષમ નથી. આ અઠવાડિયે એનાં બંધ નસકોરા ઉઘડવાનાં છે. એ રીતે તે શ્વાસ લેવાનો અભ્યાસ કરી શકશે. એના વોકલ કૉડ પણ કામ કરી રહ્યાં છે. આપે તેની હેડકી તો અનુભવી હતી ને!

૨૬મું અઠવાડિયું: ૨ પાઉન્ડના કોઈ મટનના ટૂકડાને જુઓ, બસ શિશુ પણ એવડું જ છે. એની લંબાઈ લગભગ ૯ ઈંચ છે. એની આંખો ધીમે ધીમે ઉઘડવા લાગી છે. અત્યારે આંખોનો રંગ જણાવી શકાય તેમ નથી. જો કે શિશુ અંધારામાં થોડુ ઘણું જોઈ શકવા લાગ્યું છે. કોઈ ભારે અવાજ કે પ્રકાશ ઝબકે તો એ પ્રતિક્રિયા જરૂર આપે છે. એ ઝડપથી પોતાની પાંપણો પટપટાવા લાગે છે.

૨૭મું અઠવાડિયું: આ અઠવાડિયે એના વિકાસ ચાર્ટને નવેસરથી બનાવવો પડશે. હવે આપણે તેને માથાથી પગ સુધી માણી શકીએ છીએ. આ સપ્તાહ એની લંબાઈ લગભગ ૧૫ ઈંચ હશે અને વજન ૨ પાઉન્ડથી વધારે હશે. એની સ્વાદેન્દ્રિઓ જાગૃત થશે અને આપ જે પણ ખાશો તેનો સ્વાદ એમ્નિયોટિક દ્રવ્યના માધ્યમથી એને મળશે. દાખલા તરીકે આપ તીખું ખાશો તો શિશુ હેડકીઓ લેવા લાગે છે, કાં તો ઝડપથી લાતો મારવા લાગે છે.

એક નજર

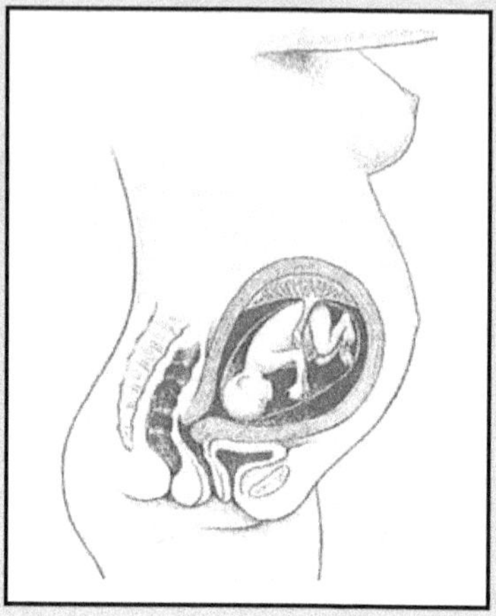

આ મહિનાની શરૂઆતમાં આપનું ગર્ભાશય (દૂંટી) નાભિથી લગભગ ૧ ૧/૨ ઈંચ ઉપર હશે. મહિનાના અંતમાં એની ઉંચાઈ ૨ ૧/૨ ઈંચ સુધી પહોંચી શકે છે. હવે એનો આકાર એક બાસ્કેટ બોલ જેટલો છે.

આપ શું મહેસૂસ કરી રહી હશો?

હંમેશાની જેમ આપને યાદ હશે કે દરેક ગર્ભવતી મહિલા અને ગર્ભાવસ્થા પોત પોતાની રીતે અદ્‌ભૂત અને અનોખી હોય છે. બની શકે છે કે આપ એક સાથે કાં તો પછી કયારેક કયારેક એ સઘળા લક્ષણોનો અનુભવ કરી રહી હોય! અમુક લક્ષણ ગયા મહિનાથી ચાલ્યા આવે છે અને અમુક નવા હશે. અમુક લક્ષણોની આપને એવી ટેવ પડી ગઈ હશે કે એને ઓળખી પણ શકતા નહીં હોવ! આપના લક્ષણ એમાંથી થોડા ઓછા પણ હોઈ શકે છે. આ મહિને આપ નીચે મુજબના લક્ષણ મહેસૂસ કરશો.

શારીરિક : -

- ભ્રૂણના હલન ચલનમાં વધારો.
- યોનિમાંથી એકધારો સ્રાવ.
- પેટના નીચેના ભાગે તથા બંને બાજુ પીડા.
- કબજિયાત.
- છાતીમાં બળતરાં, અપચો તથા આફરો.
- કયારેક કયારેક માથાનો દુઃખાવો, બેભાન કે માથું ભમવું.

- નાક બંધ થવું કે ક્યારેક નાકમાંથી રક્તસ્ત્રાવ.
- કાનમાં મેલ.
- બ્રશ કરતી વખતે પેઢુમાંથી જડબામાંથી લોહી ઝરવું.
- કકડીને ભૂખ લાગવી.
- પગોમાં ખાલી પીંડીઓની નસો ખેંચાવી, ખાલી ચડવી-વળ-આમળ.
- ઘૂંટણ તથા પગમાં સાધારણ સોજા.
- પગોની વૅરીકોઝ વેન્સ હેમેરોયડસ.
- પેટના નીચેના ભાગમાં ખંજવાળ.
- ડૂંટી બહાર આવવી.
- પીઠનો દુ:ખાવો.
- પેટના નીચેના ભાગમાં તથા ચહેરા પર પિગમેન્ટેશન.
- સ્ટ્રેચ માર્ક્સ.
- છાતીનો ફેલાવો.

ભાવનાત્મક

- મૂડમાં ચડ-ઉતર, ક્યારેક એમાં કમી.
- મગજ સૂનમૂન રહેવું.
- ગર્ભાવસ્થાથી સામાન્ય સૂગ.
- ભવિષ્ય તરફ થોડો તણાવ.
- ભવિષ્ય માટેની મોટી માત્રામાં ઉત્તેજના.

આ મહિનાનો ચેકઅપ

બીજા ત્રૈમાસિકના અંતમાં ડૉક્ટર નીચે મુજબની તપાસ કરી શકે છે. જો કે એ આપની અવસ્થા અને ડૉક્ટરની તપાસ પધ્ધતિ પર પણ ઘણે અંશે નિર્ભર છે.

- વજન અને લોહીનું દબાણ.
- સુગર તથા પ્રોટીનની તપાસ માટે પેશાબ.
- ગર્ભાશયની ઉંચાઈ.
- ગર્ભાશયનો આકાર તથા ભ્રૂણની સ્થિતિ, (બહારથી અનુમાન)
- હાથ-પગનાં સોજા.
- અમુક ખાસ પ્રકારના લક્ષણ, જે આપને માલૂમ થાય.
- અમુક પ્રશ્ન તથા જિજ્ઞાસાઓ, જે આપ પૂછવા ઈચ્છો.

આપ શું વિચારી રહી હશો?

ઊંઘમાં મુશ્કેલી

"મને મારા પૂરા જીવનમાં કદી ઉંઘવા માટે પડખા ફેરવવા પડયાં નથી. પણ હવે મને રાતના બિલકુલ ઉંઘ આવતી નથી."

અડધી રાતના વારંવાર બાથરૂમ જવું, પગો જકડાવા, છાતીમાં બળતરા, શરીરમાં ગરમાવો માલૂમ થવો અને પેટમાં આટલો ઊભાર હોય ત્યારે નીંદર આવી પણ કેવી રીતે શકે? આમ જોઈએ તો ચાલો એ પણ ઠીક છે. આપ આવનારા સમય માટે તાલિમ લઈ રહ્યાં છો. માનો શિશુ ધરતી પર આવ્યા પછી પણ આપને આ રીતે ઉજાગરા તો કરાવવાનું જ છે, પરંતુ અત્યારથી એટલો અભ્યાસ ન કરો. સારી ઉંઘ લાવવાના આ રહ્યાં અક્સીર ઉપાય :

- દિવસ દરમિયાન એકધારૂં ઘરકામ ભલે ન કરો, પણ શરીરને થાક લાગે તેટલું તો થોડું થોડું કામ કરો. આના કારણે થાકેલું શરીર તરત જ નિદ્રાધીન થશે. જો કોઈ કામ નથી તો વર્કઆઉટ કરો પરંતુ રાતના ઉંઘતા પહેલા કદી કસરત ન કરો, નહીંતર આપની રહી-સહી નીંદર પણ ઉડી જશે.
- આપના મગજને શાંત રાખો. જો ઘર કે ઓફિસમાં કામનું ભારણ વધી ગયું હોય તો એને બીજાઓ સાથે વહેંચી દો. જો કોઈ મદદ કરનાર ન હોય તો જે ચિંતાઓ મગજમાં હોય તેને કાગળમાં ઉતારી લો. આપને ગાઢ નિદ્રા આવી જશે. આ રીતે સમસ્યાનો કોઈપણ રીતે ઉકેલ લાવી શકાશે. રાતના સૂતી વખતે કાગળમાં ઉતારેલ ઉકેલ લાવી શકાશે. રાતના સૂતી વખતે કાગળમાં ઉતારેલ પ્રશ્ન અનુસાર વિચારો મનમાં લાવો.
- રાતના શાંતિથી જમો. ઉતાવળે કોળિયા ઉતારવાના બદલે ખૂબ જ ધીમેથી ચાવીને ખાવ, જેથી રાતના છાતીમાં બળતરાના લીધે પડખા ન ઘસવા પડે. જમ્યા પછી તરત જ સૂઈ ન જાવ. પેટમાં અનાજ જવાથી આપણે ઊર્જાથી ભરપૂર બની જઈએ છીએ, જેથી એકદમ નિદ્રા આવતી નથી.

- જરૂરથી વધારે ભોજન પણ નીંદરમાં અવરોધ બને છે. આપની પાસે સ્નેક્સ રાખો, જેથી ભૂખ માલૂમ પડે તો આરોગી શકાય. દાદીમાનું વૈદું અજમાવો. સૂતાં પહેલાં એક ગ્લાસ સાધારણ ગરમ દૂધ પીવો. પ્રોટીન અને કૉમ્પલેક્સ કાર્બન મેળથી પણ એવી જ અસર થાય છે. કોઈ ફળ ખાવ. કિશમિશવાળું દહીં લો. તમારા દૂધમાં એક મફિન કે ઓટમીલ કુકીઝ ભેળવીને ખાવ.
- જો વારંવાર પેશાબ માટે બાથરૂમ જવા નીંદર ઉડે છે તો સાંજના છ વાગ્યા પછી પ્રવાહી પદાર્થોની થોડી માત્રા ઘટાડી દો. તરસ લાગે તો પાણી જરૂર પીઓ. પરંતુ સૂવાના સમયે ૧૬ ઔંસથી વધારે પાણી ન પીઓ.
- બપોર પછી કોઈપણ રીતે કૅફીનથી બચો. એ આપને છ કલાક સુધી ચુસ્ત ફૂર્તિલા રાખી શકે છે. ખાંડ પણ એ જ કામ કરે છે. એ પણ આપની ઊર્જાના સ્તરને ઉંચે લઈ જઈ શકે છે.
- આપના સૂવાનો ટાઈમ નક્કી કરી લો. રૂટીન માત્ર બાળકો માટે જ નથી હોતું. જો આપ પણ એને અનુસરશો તો ઘસઘસાટ નિદ્રા લઈ શકશો. જમ્યા પછી તમારા કામકાજ ઘટાડી દો. હાસ્ય-વિનોદ જેવું હળવુ વાંચન કરો. અમુક સમય સુધી ટી.વી.જુઓ. હળવું સંગીત સાંભળો. યોગા તથા ધ્યાનનો અભ્યાસ કરો. સાધારણ ગરમ પાણીથી સ્નાન કરો કાં તો પછી થોડોક સાથી સાથે રોમાન્સ કરી લો. સાથીની હેતભરી હૂંફ પણ આપને રાહત આપશે અને કયારેક આંખ મળી ગઈ તેની ખબર પણ નહીં પડે.
- ગર્ભાવસ્થામાં પથારીમાં અનેક ઘણા બધા ઓશિકા આપના શરીરને ઘણો આરામ આપી શકે છે. એનાંથી આપના શરીરને સારી રીતે સહારો આપો અને આરામદાયક મુદ્રામાં સૂઈ જાવ. આપનું ગાદલું સારૂં હોવું જોઈએ. બેડરૂમ પણ વધારે શીતળ ઠંડો ન હોવો જોઈએ વધારે ગરમ પણ ન હોવો જોઈએ.
- ગૂંગળામણભર્યા વાતાવરણમાં નીંદર નથી આવતી. સૂવાના રૂમમાં ગૂંગળામણભર્યા વાતાવરણમાં નીંદર નથી આવતી. સૂવાનાં રૂમમાં હવાની અવર-જવર હોવી જોઈએ. તે માટે બારીઓ ખુલ્લી રાખો. માથે ઓઢીને ના સૂવો. એનાંથી ઓક્સિજનની અછત થશે. કાર્બન ડાયોક્સાઈડ વધી જશે જેનાંથી માથું દુઃખાવા લાગશે.
- ઉંઘની દવાઓ લેતાં પહેલાં ડૉક્ટરને પૂછી લો. જો ડૉક્ટરે મેગ્નેશિયમની દવા લખી આપી છે તો સૂતાં પહેલા એ લો. કેમ કે મેગ્નેશિયમ શરીરને સિથિલ બનાવી દે છે. ઘેન લાવી દે છે.
- પથારીમાં નીંદર અને સેક્સ સિવાયની કોઈ પ્રવૃત્તિ ન કરો. જેમ કે વાંચવું-લખવું, ટી.વી. જોવું એવા કામ ઘરના બીજા રૂમોમાં કરો, જેથી પથારીમાં જતા જ નીંદર આવી જાય.
- જેવો થાક લાગે તો સૂવા જાવ. જો ઘડિયાળ જોઈને સૂઈ જશો તો નિદ્રા નહીં આવે. બને ત્યાં સુધી જરૂરથી વધારે થાક શરીરને લાગે તેવાં કામ ન કરો. કારણ કે વધારે થાકના કારણે પણ નિદ્રા નથી આવતી. શરીર કળે છે.
- આપની ઉંઘને કલાકોમાં ન વહેંચો. અમુક લોકો કહે છે ને કે એમને ઉંઘ સાથે જોડાયેલી તકલીફો છે. ખરેખર તો આવા લોકો જરૂર કરતાં વધારે ઉંઘે છે.
- જો આપ લગાતાર થાક અનુભવ નથી કરતી તો એનો મતલબ છે કે આપ પૂરી નિદ્રા લઈ રહી છો.
- જો ઉંઘ ન આવે તો એમને એમ પથારીમાં પડખા ઘસ્યા કરતાં, ઊભા થઈને કોઈ કામ કરો. નિદ્રા નથી આવતી એની ચિંતા તો બિલકુલ ન કરો.
- આપની અધૂરી નીંદરની ચિંતામાં આગળની પૂરી નીંદર ખરાબ ન કરો.

સમયને કરી લો કેદ

આપની ગર્ભાવસ્થાની યાદોને કેદ કરવાની છે. એના માટે તસ્વીર વગેરે લો. એમાં શિશુના અલ્ટ્રાસાઉન્ડનો રિપોર્ટ પણ મૂકો. તદ્ઉપરાંત આપની મનપસંદ રેસ્ટોરન્ટનું મેનું, આ મહિનાનું કોઈ મેગેઝિન કે અખબાર પત્ર મૂકો. એ બોક્સને પછી બંધ કરીને સલામત જગ્યાએ મૂકી દો. જયારે શિશુ થોડો મોટો થશે ત્યારે તેને પોતાના જન્મ પહેલાંની એ ચીજો જોઈને આનંદ થશે.

નાભિનું બહાર આવવું

"મારી દૂંટી બિલકુલ અંદરની તરફ હતી. હવે તે બહાર નીકળી આવી છે. શું એ ડિલીવરી પછી આમ જ રહેશે?"

શું એ ઉપસેલી દૂંટી આપના વસ્ત્રોને ઘસાય છે? ચિંતા ન કરો. ગર્ભાવસ્થામાં આવું તો થતું રહે છે. જ્યારે સૂજેલું ગર્ભાશય ઉપરની તરફ આવે છે ત્યારે નાભિ આગળની તરફ ઉપસી આવે છે. એ ડિલીવરીના થોડા સમય પછી આપમેળે યથાવત થઈ જશે. ત્યાં સુધી તમે એમાંન ગંદકીને (મેલને) ધીમેધીમે સાફ કરો. જોએ પરેશનમાં ખપતી હોય તો કશું ન કરશો, પણ જો નડતી હોય તો તેને બેન્ડેઝથી ઢાંકી શકાય છે. આમાં શરમાવા જેવં કશું નથી. એને પણ તમે ગર્ભાવસ્થાના ગૌરવશાળી પુરસ્કારોમાનું એક ગણો.

શિશુનું લાતો મારવાનું

"કયારેક કયારેક મારૂં શિશુ આખો દિવસ લાતો માર્યા કરે છે. અને કયારેક કયારેક આખો દિવસ શાંત રહે છે. શું આ સામાન્ય છે?"

એ પણ માણસ છે. કયારેક કયારેક એનાં મનમાં થાય છે કે, એ મનભરીને ઉછળ-કૂદ મચાવે. કયારેક કયારેક દિલ કરે છે કે, ના, નથી હલવું, જેથી એ ચૂપચાપ રહે છે. એનું હલનચલન આપની ગતિવિધિઓ પર પણ આધાર રાખે છે. જો આપ આખો દિવસ કાર્યરત રહેશો તો એ આપના તાલ પર હલતું રહેશે. બહુ ઓછું હલનચલન કરશે. આપ વ્યસ્તતાના લીધે એ હલનચલનને જાણી નહીં શકો. જ્યારે આપ શાંત ચિત્તે બેઠા હશો ત્યારે એનું હલનચલન વધી જશે એટલે જ તો હંમેશા રાતના સૂતી વખતે કાં તો દિવસના આરામ કરતી વખતે જ એનું હલનચલન વધારે માલૂમ પડે છે. આપની ગભરામણ, રઘવાટ કે ઉશ્કેરાટ વખતે પણ એની હલનચલનની ક્રિયા ઝડપી બની જાય છે.

શિશુ સામાન્ય રીતે ૨૪ થી ૨૮ અઠવાડિયામાં સહુથી વધારે સક્રિય જોવા મળે છે. એ વખતે તે વધારે ઉછળ-કૂદ કે ગુલાંટ નથી ખાઈ શકતાં, જેથી કામમાં ગળાડૂબ માતા એની હલચલનો અંદાજ લગાવી શકતી નથી. ૨૮ થી ૩૨ સપ્તાહમાં ભ્રૂણનું હલનચલન સ્પષ્ટ ઝડપી અને સંગઠિત થઈ જાય છે.

જો એન્ટીટિયર પ્લેસેંટાની સ્થિતિ હોય તો શિશુના સંચારને માલૂમ કરવામાં વધારે સમય લાગે છે.

આપના શિશુના હલનચલનની તુલના બીજી સગર્ભાના શિશુ સાથે ન કરશો. દરેક શિશુનું હલનચલન અને વિકાસનું માળખું જૂદું જૂદું હોય છે. અમુક શિશુ કાયમ સક્રિય રહે છે તો અમુક શાંત રહેવાનું જ પસંદ કરે છે. અમુક એટલા નિયમિત હોય છે કે માતા એનાં હલનચલનથી ઘડિયાળનો ટાઈમ મેળવે છે. જ્યારે અમુક શિશુ એમની રીતે ચાલવાનું પસંદ કરે છે. ૨૮માં અઠવાડિયા સુધી શિશુના હલનચલનનો રેકોર્ડ રાખવો જરૂરી નથી.

"કયારેક કયારેક શિશુ એટલી ખરાબ રીતે લાત મારે છે કે મને સખત પીડા થાય છે."

ગર્ભાશયમાં આપનું બાળક પરિપકવ બની ગયું છે. એ દિવસે દિવસે મજબૂત બની રહ્યું છે. એટલાં માટે કોમળ માંસપેશીઓની લાત પણ હવે આપને ભારેખમ કીક બની ગયેલી લાગે છે. જો આપને પેટ, સર્વિક્સ કે પાંસળીઓમાં જોરથી લાત વાગવાથી પીડા થાય તો ચિંતા ન કરશો. જ્યારે પણ એવી લાતો શરૂ થાય ત્યારે આપ આપની સ્થિતિ બદલવાનો પ્રયત્ન કરો. એ રીતે શિશુનું સંતુલન બદલાશે અને એ થોડીવાર માટે પોતાના પગોને હલાવવાનું બંધ કરી દેશે.

"શિશુ હંમેશા લાતો માર્યા કરે છે. શું મારા પેટમાં જોડિયા બાળકો છે?"

દરેક ગર્ભવતી મહિલાને ગમે તે કારણે લાગવા માંડે છે કે એના પેટમાં જોડિયા ઉછરી રહ્યાં છે.

ખરેખર તો શિશુ અનેક પ્રકારની ગુંલાટો ખાતા હોય છે. જો આપને લાગે છે કે બે હાથો સિવાય આપને બીજા પણ મૂક્કાં વાગી રહ્યાં છે તો એ શિશુના ઘૂંટણ, કોણી કાં તો પગનું હલન ચલન થઈ શકે છે. જો આપના પેટમાં ખરેખર જોડિયા શિશુ હોત તો આપને અલ્ટ્રાસાઉન્ડથી જાણ થઈ હોત!

પેટ પર ખુજલી આવવી

"મને પેટ પર ખૂબજ ખંજવાળ આવ્યા કરે છે. ખણી ખણીને હું તો કંટાળી ગઈ છું."

ગર્ભાવસ્થામાં પેટ પર વલુર આવે છે. જેમ જેમ પેટ ફૂલશે તેમ તેમ ખુજલી વધતી જશે. કેમ કે પેટની ચામડી ખેંચાઈ રહી છે. જેનાથી એની સ્વાભાવિક સ્નિગ્ધતા-તૈલીપણું- ઓછું થયું છે, જેનાં કારણે શુષ્ક બનેલી ચામડીમાં ખંજવાળ આવે છે. ગમે તેવી ખુજલી આવે પણ નખથી ખંજવાળવાનું નથી. એનાંથી વધારે તકલીફ થશે. આમાં મોશ્ચરાઈઝર લાભ કરે છે. તે ઉપરાંત ખુજલીને મટાડવા માટે કૈલેમાઈન લોશન લગાવો કાં તો ઓટમીલ બાથ લો. જો આપને કોઈ એવી ખુજલી થાય છે જેને બરછટ ત્વચા સાથે લેવા દેવા નથી અથવા તો આપના પેટ પર રૈશેજ પડી રહ્યાં છે તો ડૉક્ટરને બતાવવામાં મોડું ન કરો.

બેડોળ-કઢંગી

"હું જે પણ ઉઠાવું છુ એ હાથમાંથી છટકી જાય છે. હું અચાનક આટલી બેડોળ કેવી રીતે બની ગઈ?"

પેટ પર નકામું માંસ ચઢવા ઉપરાંત આ ગર્ભાવસ્થામાં બીજા પણ અનેક જાતના ફેરફાર જોવા મળે છે. સાંધાઓ તથા લિગામેંટમાં ઢીલાશ તથા પાણી જમા થવાથી આપની પકડ ઢીલી થવા માંડે છે. આપ ગર્ભાવસ્થાના પડકારો સામે ઝઝુમી રહ્યાં છો, ભૂલકણાં બનતાં જાવ છો. એટલાં માટે આપ કોઈપણ વસ્તુ પર, વિષય પર પૂરેપૂરી રીતે એકાગ્રતા સાધી શકતા નથી. પેટનો ભાર વધવાથી આપનું ગુરૂત્વાકર્ષણનું કેન્દ્ર બદલાઈ ગયું છે, એટલાં માટે ક્યારેક ક્યારેક આપનું સમતોલનપણું જળવાતું નથી. જ્યારે આપ સીડીઓ ચઢો છો, ઢાળ ઉતરો છો કે ભારે સામાન ઉઠાવો છો ત્યારે બગડી ગયેલાં સમતોલનનો વધારે અનુભવ થાય છે. પેટ આગળ આવવાના લીધે આપ પગની આગળના સામાનને જોઈ શકતી નથી, જેનાં કારણે પડી જાવ છો. ગર્ભાવસ્થાના થાકને પણ આના માટે દોષિત ગણાવી શકાય છે.

આ પ્રકારની નાદાનીથી ચીડિયાપણું અનુભવાય છે. કારની ચાવીઓનું ઝૂમખું વારંવાર ફર્શ પર પડી જશે, તો એ અંગે ઉપાડવાના ચકકરમાં પીઠ કે ગરદનમાં દુ:ખાવો થઈ શકે છે.

જો આપ એકાએક પડી જાવ છો તો કોઈ ગંભીર ઈજા થવાથી સુવાવડમાં મુશ્કેલી થઈ શકે છે.

હવે આપે રોજિંદા કામકાજોમાં થોડો ફેરફાર કરવો પડશે. આપના ઘરના કામના વાસણોને સાફ કરવાનું કામ કોઈ બીજાને સોંપવું પડશે. જમીન પર બરફ હોય તો સાચવીને ચાલો. ટબમાં નકામા (કાપડના ટૂકડાં) કુશન રાખો. સીડીઓમાં સામાન ન મૂકો, કેમ કે આપ એમાં અટવાઈ શકો છો. ખુરશી પર ચઢીને કોઈ કામ ન કરો. થાક લાગતો હોય તો વધારે કામ ન કરો. તમારી મર્યાદાઓને સમજો અને એનાં અનુસાર જ ચાલો. આવી તકલીફોને ગંભીરતાથી ન લો.

હાથ બહેરો થવો

"અડધી રાત્રે હંમેશા આંખો ખુલે છે ત્યારે મને મારા હાથની આંગળીઓ બહેરી (ચેતનવિહોણી) લાગે છે. શું આ પણ ગર્ભાવસ્થાનું લક્ષણ છે?"

જ્યારે સૂજૈલી માંસપેશીઓના લીધે લોહીની નાડીઓ પર દબાણ થાય છે ત્યારે હંમેશા ગર્ભવતી મહિલાઓ હાથ-પગની આંગળીઓનાં સુનાપણું ને જડતાને અનુભવે છે. આ એક સામાન્ય લક્ષણ છે. જો આ દર્દ અને બહેરાપણું-જડતાં આપના

જમણા હાથમાં છે તો આપ કારપલ ટનલ સિંડ્રોમથી પણ ગ્રસ્ત હોઈ શકો છો. એક હાથથી ઘણું કામ કરનારા લોકોને હંમેશા આવી તકલીફ થઈ જાય છે. ઘણી ગર્ભવતી મહિલાઓમાં કારપલ ટનલ સિંડ્રોમ છે તો એનાંથી આંગળીઓ પર માઠી અસર થઈને તે સુન્ન બની શકે છે. એનાં લીધે સુન્ન થવું બળતરાં તથા પીડાનો અહેસાસ પણ થઈ શકે છે. આવા લક્ષણ કાંડા પર જોવા મળે છે. જો કે (કારપલ ટનલ સિંડ્રોમ) સીટીએસનું દર્દ દિવસમાં ગમે ત્યારે થઈ શકે છે, પરંતુ એ મોટાભાગે રાતના વધારે જોવા મળે છે. પોતાના હાથો પર માથું રાખીને સૂવાથી હાલત વધારે બગડે છે. સૂતી વખતે હાથોને ઉંચા ઓશિકા પર અલગ દૂર રાખીને સૂઈ જાવ. જડતા જેવું અનુભવાય તો હાથને ઝટકો આપો. જો એનાંથી ઉંઘમાં ખલેલ પહોંચી રહી હોય તો ડૉક્ટરને મળો. કાંડામાં સ્પિંલ્ટ પહેરવાથી કે એક્યૂપંચર કરાવવાથી ઘણી રાહત મળે છે.

સીટીએસ માટે આપવામાં આવતી નૉન સ્ટીરૉયડલ તથા ઍન્ટી ઈંકજામેટ્ર દવાઓ ગર્ભાવસ્થામાં લેવાની હોતી નથી. આપ ડૉક્ટરને મળીને જાણકારી મેળવી લો. જો કે આમેય ડિલીવરી પછી જયારે શરીરનાં સોજા ઉતરી જશે ત્યારે સીટીએસમાં પણ આપોઆપ રાહત થઈ જશે.

પગોમાં ખાલી ચડવી- જકડાઈ જવાં

"પગોમાં ખાલી ચડી જવાથી, વળ-આમળ થવાથી હું રાતના નિરાંતે સુઈ શકતી નથી."

- બીજા ત્રૈમાસિકમાં હંમેશા પગો જકડાઈ જવાની ફરિયાદ જોવા મળે છે. જો કે એનું સ્પષ્ટ કારણ શું છે એની તો કોઈને જાણ નથી. અમુક સિધ્ધાંત એવાં છે કે જે ગર્ભાવસ્થાના વજનને રક્તકોષોનું પગો પર દબાણને કે આહાર (ફોસ્ફરસનું પ્રમાણ વધુ તથા કેલ્શિયમ તથા મેગ્નેશિયમની કમી)ને દોષિત માને છે. આપ હૉર્મોનને પણ એનાં માટે દોષી ગણી શકો છો, કેમ કે એના લીધે પણ ગર્ભાવસ્થામાં અનેક પ્રકારની તકલીફો ઉભી થતી જોવા મળે છે.

કારણ ગમે તે હોય પણ આપ તેનાંથી બચવાના ઉપાય કરી શકો છો.

- જયારે પણ પગો જકડાઈ જાય ત્યારે એને ધીમેથી સીધા કરો. આપનાં ઘૂંટણ તથા પંજાને ઉપર તરફ ખેંચો. આનાથી દર્દ ઓછું થશે. પંજાને ઉપર તરફ ખેંચો. આનાથી દર્દ ઓછું થશે. રાતના સૂતા પહેલાં આ પ્રયોગ અવાર નવાર કરો.
- સ્ટ્રેચિંગ વ્યાયામથી પીડા થાય તે પહેલાં એનું નિરાકરણ થશે. સૂતા પહેલાં દીવાલથી ૨ ફૂટના અંતરે ઊભા રહો. આપની હથેળીઓ દિવાલ પર ગોઠવો. આગળની તરફ ઝુકો. આપનાં પગની એડીઓને ફર્શ પર સ્થિર રાખો. ૧૦ સેકન્ડ સુધી આ જ મુદ્રામાં રહો. પછી ૫ સેકન્ડ આરામ કરો. આ પ્રયોગ ત્રણવાર કરો.
- આપના પગોને નકામો ભાર ઘટાડવા માટે એને ઉંચો કરીને બેસો. દિવસના સ્પોર્ટ હોજ પહેરો.

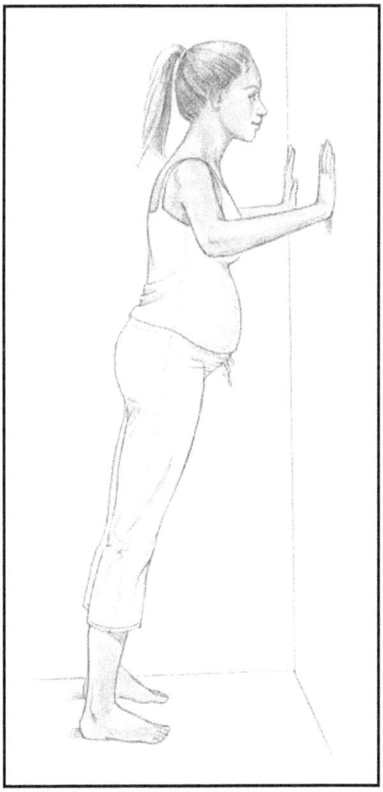

જયારે અમુક યોગ્ય ન લાગે

અમુકવાર પેટમાં સખત દુઃખાવો ઉપડે, યોનિના સ્ત્રાવનો રંગ બદલાયેલો લાગે, પીઠમાં કે પેલ્વિક ક્ષેત્રમાં પીડા જેવું કોઈપણ લક્ષણ ગંભીર લાગે તો ડૉક્ટરને બોલાવવામાં મોડું ન કરશો. ડૉક્ટર આવે ત્યારે ધીરજપૂર્વક આપ તેમને તમારા એ પહેલાના લક્ષણો વિશે પણ વિગતવાર જણાવો, જેથી પહેલાના અને અત્યારના લક્ષણોનું વિશ્લેષણ કરીને સાચું નિદાન કરી શકે. આપ એ ન ભૂલો કે તમારા શરીરને તમે જ સારી રીતે ઓળખો છો. સાંભળો કે એ આપને શું કહેવા માંગે છે?

- ઠંડી જગ્યાએ કોમળતા પ્રમાણસર જાળવી રાખો.
- ઠંડી જગ્યાએ ઊભા રહેવાથી પણ આવા જકડાઈ જવાના કિસ્સામાં આરામ મળે છે.
- આપ માલિશ કે શેક પણ કરી શકો છો, પરંતુ ફ્લેક્સિંગ કે ઠંડી ફર્શથી પણ આરામ ન મળે તો માલિશ કે શેક ન કરો.
- દિવસ દરમિયાન ઓછામાં ઓછા આઠ ગ્લાસ પાણી જરૂર પીઓ.
- સંપૂર્ણરીતે સમતોલન આહાર લો, જેમાં કેલ્શિયમ તથા મેગ્નેશિયમની ભરપૂર માત્રા હોય!

અમુકવાર વધારે જકડાઈ જવાથી માંસપેશીઓમાં પણ સોજો આવી જાય છે, પણ એનાથી ગભરાવ નહીં. જો પીડા વધારે હોય તો ડૉક્ટરને બતાવો. બની શકે છે કે નાડીમાં જામેલા લોહીની પોપડી હોય! થર હોય!

હીમરોયડ્સ

"મને હીમરોયડ્સની ફરિયાદ છે. સાંભળ્યું છે કે ગર્ભાવસ્થામાં એનાંથી હાલત વધુ ખરાબ થઈ જાય છે હું બચવા માટે શું કરી શકું?"

લગભગ ૫૦ ટકા મહિલાઓ આ તકલીફનો ભોગ બને છે. જે રીતે પગોમાં વૅરીકોઝ વેન્સનો ડર રહે છે, એ જ પ્રકારે (મળાશય) રેક્ટમના વેન્સ પર પણ આની અસર પડે છે. ગર્ભાશયનું વધતું દબાણ પેલ્વિક ક્ષેત્રમાં રક્તના પ્રવાહના વૃધ્ધિથી મળાશયની નસો સૂજી જાય છે અને તેમાં ધીમી ખંજવાળ થવા લાગે છે. કબજિયાત પણ થઈ શકે છે કાં તો પછી પાઈલ્સ થઈ શકે છે.એને પાઈલ્સ (મસા) એટલાં માટે કહીએ છીએ કેમ કે નસો દ્રાક્ષના પાઈલ જેવી બની જાય છે.

સહુથી પહેલાં તો કબજિયાત મટાડો. એનાં માટે કીગલ વ્યાયામ કરો. લાંબા સમય સુધી ઊભા રહીને કોઈ કામ ન કરો. વચ્ચે વચ્ચે બેસી જાવ. જાજરૂ આવે કે તરત જ જાવ. એમાં આળસ ન કરો. સ્ટેપ સ્ટુલ પર બેસવાથી શૌચમાં સરળતા રહેશે.

હૅઝલ પૅક કે આઈસ પૅકથી થોડી રાહત મળી શકે છે. સાધારણ ગરમ પાણીનું સ્નાન પણ રાહત આપશે. જો બેસવાથી પીડા થતી હોય તો નીચે ઓશીકું મૂકો. કોઈપણ દવા લેતાં પહેલા ડૉક્ટરને પૂછો. દાદીમાનું વૈધું ન કરો. દાદીમાનું વૈધું એક ચમચી મિનરલ ઓઈલ લગાવવાનું કહેશે, જેનાંથી ઘણા બધા અણમોલ પોષકતત્વ પાછળના દરવાજેથી બહાર નીકળી જશે. કહેવાનો મતલબ કે દીવેલ ન પીશો. ઝાડા માટે ખોટા નૂસખાં ન કરશો.

જો આ પ્રયોગ કર્યો અને ગુદાદ્વારેથી રક્તસ્ત્રાવ થયો તો ડૉક્ટરને મળો. જો કે હીમરૉયડ્સ ડિલીવરી પછી પણ મટી જાય છે. એ એટલું જોખમી નથી હોતું, વળી એ ડિલીવરી પછી પણ થઈ શકે છે.

વક્ષસ્થળમાં ગાંઠ

"મારા સ્તનપ્રદેશનાં એક ખૂણામાં સાધારણ નાની ગાંઠ જેવું છે. તે શું હોઈ શકે છે?"

જો કે હજુ શિશુને સ્તનપાન કરાવવાની ઘણીવાર છે,પરંતુ સ્ત્રીના આંચળોએ પોતાનું કામ શરૂ કરી દીધું છે. ગર્ભાવસ્થાના આ દિવસોમાં લાલ તથા નરમ ગાંઠો સ્તનપ્રદેશ પર મોટાભાગે જોવા મળે છે. સાધારણ શેક તથા હળવા હાથની માલિશથી એ ગાંઠો મટાડી શકાય છે. નિષ્ણાંતનું માનવું છે કે આ દિવસોમાં અંડર વિયર બ્રા ન

પહેરવી જોઈએ, પરંતુ જે પણ પહેરો, એ વસ્ત્રો એવાં હોવા જોઈએ કે સ્તનપ્રદેશને સહારો મળે.

તમારે એ ન ભૂલવું જોઈએ કે ગર્ભાવસ્થામાં પણ વક્ષસ્થળોની તપાસ કરાવવાની છે. જો કે વક્ષમાં થનારા ફેરફારોને લીધે એ તપાસ થોડી મુશ્કેલ બની શકે છે પરંતુ આ ગાંઠ અંગે ડૉક્ટરને અચૂક જણાવો.

બાળકના જન્મવેળા થનારું દર્દ

"હું માતા બનવા વ્યાકૂળ છુ પરંતુ બાળકના જન્મનો અનુભવ કેવો હશે? મને જન્મવેળા થનારી પીડાના ખ્યાલથી ચિંતા થાય છે."

મોટાભાગે દરેક સ્ત્રી આતુરતાપૂર્વક શિશુના જન્મની રાહ જોતી હોય છે, પરંતુ તેને લેબર, ડિલીવરી તથા દર્દના નામથી જ ગભરામણ થવા લાગે છે. આમાં નવાઈની કોઈ વાત નથી. શિશુના ધરતી પરનાં અવતરણની પીડા કષ્ટદાયક હોવા છતાં પ્રેમાળ હોય છે. એ પીડાની પાછળ પ્રસન્નતા હોય છે.

એ પણ ભૂલવું જોઈએ નહીં કે દરેક સ્ત્રીના ગર્ભાવસ્થાનું દર્દ એ નારી જીવનની પ્રક્રિયાનો એક ભાગ છે. સદીઓથી સ્ત્રીઓ એને સહન કરતી આવી છે. ઝૂંપડામાં રહેનારી સ્ત્રીથી લઈ રાજા-રજવાડાઓની નાજુક-નમણી સ્ત્રીઓ પણ સુવાવડની પીડાને હસતાં હસતાં સહન કરતી આવી છે. આ દર્દ એક સકારાત્મક ઉદ્દેશ્ય છે. પ્રસૂતિની પીડા પછી આપની ગોદમાં એક નાનું નમણું નવજાત શિશુ હશે, જેનું સર્જન આપના લોહીની એકએક બુંદથી થયું છે, જેથી તેને જોતાં જ પીડા ભૂલાઈ જશે. પ્રસૂતિની પીડા થોડા સમયની જ હોય છે. એના દર્દથી ન ગભરાવ. એના માટે દૃઢતાપૂર્વક તૈયાર થઈ જાવ. આપના મન અને શરીરને તેના માટે મજબૂત કરી નાખો. અમુકવાર બાળકનો જન્મ ખુબ જ સરળતાથી થાય છે ત્યારે પીડા વધારે કષ્ટદાયક હોતી નથી.

<u>જાણકારી મેળવો :</u> ખરેખર તો મહિલાઓને ખબર જ પડતી નથી કે તેમના શરીર સાથે શું થઈ રહ્યું છે? આપને જેના વિશે જાણ ન હોય એવી બાબતો વધારે ડરાવે છે. એટલા માટે એના વિશે વધારે જાણકારી મેળવવાનો પ્રયત્ન કરો.

<u>વ્યાયામ કરો :</u> આ તમામ પ્રક્રિયા શરીર સાથે સંકળાયેલી છે, એટલા માટે ડૉક્ટરની સલાહથી સ્ટ્રેચિંગ તથા ટોનિંગના તમામ વ્યાયામ કરતાં રહો, જેથી શરીરની મજબૂતાઈ, તેની લચક, પ્રસવ-ડિલીવરી સમયે કામમાં આવી શકે. કીગલ વ્યાયામ પણ કરો.

<u>ટીમ બનાવો :</u> કોઈ સહેલીને આપની અંગત મિત્ર બનાવો. આપનો પતિ પણ હમદર્દ બની શકે છે. એ પ્રસૂતિ વખતે આપને ટેકો આપશે, સહારો આપશે, જેથી આપનો ભય અને ચિંતા દૂર

ગર્ભાવસ્થાની વચ્ચે કે પછીના દિવસોમાં રક્તસ્ત્રાવ

બીજા કે ત્રીજા ત્રિ-માસિકમાં આછા ગુલાબી રંગનો રક્તસ્ત્રાવ જોઈને ગભરાઓ નહીં, આ અંદરના ચેકઅપ કે સંભોગને કારણે હોઈ શકે છે. જો આની સાથે વધારે દર્દ થાય અને બ્લીડિંગ વધારે ઝડપી થાય તો ડૉક્ટરની પાસે જવામાં વાર ના કરો. તે અલ્ટ્રાસાઉન્ડથી સાચી સ્થિતિની જાણ કરી લેશે.

પ્રીક્લૈમ્પસિયાનું નિદાન

પ્રીક્લૈમ્પસિયા એટલે કે ગર્ભાવસ્થા દરમિયાન 'હાઈપરટેન્શન'. આ બહુધા ૩ થી ૭ ટકા ગર્ભાવસ્થાઓમાં થાય છે. જો આની યોગ્ય સમય પર જાણ કરને સારવાર થઈ શકે તો કેટલીય જટિલતાઓથી બચી શકાય છે. આના પ્રારંભિક લક્ષણોમાં અચાનક વજન વધવું, હાથ-પગોમાં સોજા આવવા, માથું દુઃખવું, પેટમાં દુઃખાવો અથવા નજરમાં ઝાંખપ આવવાનું થઈ શકે છે. જો આવું કોઈ લક્ષણ દેખાય તો ડૉક્ટરને બતાવવામાં વાર ના કરો. નિયમિત મેડિકલ દેખભાળ તમને કોઈ પણ રોગની જટિલતાથી બચાવી શકે છે.

થઈ શકે.

પ્રસવ સાથે જોડાયેલો ભય

"મને ભય છે કે હું પ્રસૂતિ સમયે કોઈ ગરબડ કરી બેસીશ?"

જો કે હજુ આપ એ હાલતમાં નથી એટલાં માટે ચીસાસીચ કરવાની, ડરવાની કે કોઈ ગરબડ થવાના વિચાર માત્રથી પણ આપને ભય લાગે છે પરંતુ એકવાર પ્રસૂતિ થઈ ગઈ તો એ ભય નકામો હતો તેવું આપને જરૂર લાગશે. આપના રૂમમાં જે પણ નર્સ કે મદદગાર હશે, તેમણે આ બધું પહેલાથી અનુભવેલું છે. તેઓ જાણે છે કે સ્ત્રીઓ આ અવસ્થામાં કેવો વહેવાર કરે છે. જો આપ ખુલ્લા દિલે આપના મનના ભાવોને પ્રગટ કરવા ઈચ્છો છો તો ચીસાચીસ કરજો, પરંતુ જો આપને મૌન રહીને વેદના સહન કરતાં આવડે છે તો જરૂરી નથી કે આપ બીજાઓની દેખાદેખીથી પીડાના પોકારો કરો.

★★★

સાતમો મહિનો

લગભગ ૨૮ થી ૩૧ અઠવાડિયા

ત્રીજા-છેલ્લાં ત્રૈમાસિકમાં આપનું સ્વાગત છે. માનો કે ના માનો પણ એ આળસના દોરમાં આપ ખૂબ જ આગળ વધી ચૂકી છે. નાના શિશુને હૈયે ચાંપીને હેત કરવામાં હવે થોડો સમય જ બાકી છે. આ દિવસોમાં ગર્ભાવસ્થાની તકલીફ તથા હેરાનગતિઓ ઉપરાંત આપની ઉત્સુકતા, આતુરતાને ઉત્તેજના પણ સીમા બહાર હશે, જેનાં કારણે આપનો બોજો અનેકગણો ભારે લાગવા માંડશે.

ગર્ભાવસ્થાના અંતનો એ પણ મતલબ છે કે પ્રસૂતિ-ડિલીવરીનો સમય નજીક આવી રહ્યો છે. આપે તેના માટેનું પણ આયોજન કરવાનું છે અને એના વિશે જાણકારી મેળવવાની છે.

આ મહિને આપના શિશુનો વિકાસ

૨૮મું અઠવાડિયું: આ મહિને આપનું લાડલું શિશુ ૨-૧/૨ પાઉન્ડનું થઈ ગયું છે અને આશરે ૧૦ ઈંચ લંબાઈનું હોઈ શકે છે. એણે હવે ખાંસી ખાવાથી લઈને હેડકી લેવાનું પણ શીખી લીધું છે. શું આપ શિશુના સપનામાં ખોવાઈ ગયાં? બની શકે છે એ પણ નમણી પાંપણોને ફરકાવીને મમ્મીને સપનામાં જોઈ રહ્યું હોય! કેમ કે તેને પણ હવે રૈમ (રૈપિડ આઈ મૂવમેન્ટ) સ્લીપ કરવાનું આવડી ગયું છે. જો કે હજુ તે જન્મદિન માટે તૈયાર નથી. જો કે એના ફેફસા સંપૂર્ણ રીતે ઘડાઈ ગયા છે, પણ હજુ ઘણુ બધું વિકસવાનું બાકી છે.

૨૯ મું અઠવાડિયું: અત્યારે આપનું શિશુ લગભગ ૧૭ ઈંચ લાંબુ અને લગભગ ૩ પાઉન્ડ વજનનું થયું છે. જો કે એની લંબાઈ જન્મ માટે ખૂબ જ અનુકૂળ છે, પરંતુ હજુ કોઈ રચના બાકી છે. ખરેખર છેલ્લાં ૧૧ સપ્તાહમાં શિશુનું વજન બમણું કાં તો પછી ત્રણ ગણું પણ થઈ શકે છે. એ બધું જ વજન એના શરીરમાં જમા થયેલી વસાથી છે. હવે આપને આપની કૂખ પૂરેપૂરી ભરાયેલી લાગતી હશે અને હવે કિકની જગ્યાએ ઘૂંટણ કે કોણીઓના સ્પર્શનો અનુભવ થતો હશે.

તમારું ૭માં મહીનાનું બાળક

૩૦મું અઠવાડિયું : ૧૭ ઈંચ લાંબુ અને ૩ પાઉન્ડના વજનનું પ્રેમાળ શિશુ. એ દિવસેને દિવસે વધી રહ્યું છે. આપ પોતાના પેટની બહારથી એનો અંદાજ લગાવી ન શકો. એનું મગજ પણ બહારની દુનિયામાં આવવા માટે તૈયાર થઈ રહ્યું છે. એના મગજની માંસપેશીઓ ધીમેધીમે વિકાસ પામશે. કેમ કે એણે જન્મ લઈને

ઘૂંટણો દ્વારા પેટે ચાલવાનું છે. સ્કૂલે જવાનું છે અને પછી એક પરિપક્વ મગજવાળા માણસ બનવાનું છે. એમાં શરીરનું ઉષ્ણતામાન પણ નિયમિત બનવા લાગ્યું છે. એનાં શરીર પર રૂંવાટી ઉગી આવી છે.

૩૧મું અઠવાડિયું : જો કે શિશુનું વજન ૩ થી પાંચ પાઉન્ડ વચ્ચે છે, પરંતુ હજુ તેણે ડિલીવરી થાય ત્યાં સુધીમાં ઘણું વજન વધારવાનું છે. આ સપ્તાહ એનું વજન ૫ પૌંડથી પણ વધુ થઈ શકે છે. એ પોતાના જન્મની લંબાઈ સુધી ઝડપથી વધી રહ્યું છે. એનાં મસ્તિષ્કના સંપર્ક થવા લાગ્યા છે.એ પોતાની પાંચેય ઈન્દ્રિયોના સંકેત સમજવા લાગ્યું છે. આ દિવસોમાં એ ઘણીવાર સુધી રૈન સ્લીપમાં પણ રહેવા લાગ્યું છે. એની કિક મારવાની કે હલન ચલન કરવાની પેટર્નથી પણ આપ ઘણી સારી રીતે પરિચિત છો. એના સુવા-જાગવાની જાણ પણ આપ મેળવી શકો છો.

આપ શું અનુભવ કરી રહી હશો?

હંમેશાની જેમ યાદ રાખો કે દરેક ગર્ભાવસ્થા અને દરેક મહિલા પોત-પોતાની રીતે અદ્વિતીય અદ્ભૂત હોય છે. બની શકે છે કે આપ એક સાથે કે પછી અમુકવાર આવા લક્ષણોને મહેસૂસ કરી રહી હોય! અમુક લક્ષણ પાછલા મહિનાથી ચાલ્યા આવતા હશે અને અમુક નવા હશે. અમુક લક્ષણોની એવી આદત પડી ગઈ હશે કે એને પરખવા પણ મુશ્કેલ બનશે. આપના લક્ષણ એનાથી થોડા ઓછા પણ હોઈ શકે છે. આ મહિને આપ નીચે મુજબના લક્ષણો અનુભવશો.

બેબી બ્રેન ફૂડ

શું તમે શિશુના મસ્તિષ્કને પોષણ આપી રહી છો? એના મગજના વિકાસ માટે ત્રીજી ત્રૈમાસિકમાં ઓમેગા-૩ આપવું જરૂરી છે.

એક નજર

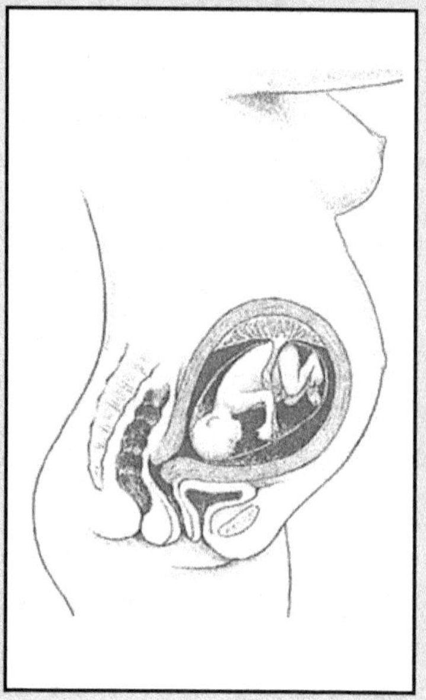

આ મહિનાના પ્રારંભમાં ગર્ભાશય પ્યૂબિક બોનથી લગભગ ૧૧" ઉપર હશે. આગલા મહિને શિશુનું માથું થોડું મોટું થઈ જશે. તમે આને નાભિ (ડૂંટી)થી ૪ ૧/૨" ઉપર અનુભવી શકશો. અત્યારે એણે ૮ થી ૧૦ અઠવાડિયા સુધી વધારે વિસ્તાર પામવાનો છે, હેરાન થઈ ગઈ ને!

શારીરિક :

- ભ્રૂણની પહેલા કરતાં વધારે ગતિવિધિઓ.
- યોનિના સ્રાવમાં વધારો.
- પેટના નીચેના ભાગમાં તથા બંને તરફ કળતર પીડા.
- કબજિયાત.
- છાતીમાં બળતરાં, અપચો તથા આફરો.
- માથાનો દુઃખાવો, બેહોશી કે માથું ભમવું.
- નાક બંધ થવું, નાકમાંથી લોહી નીકળવું, કાનમાં મેલ.

- બ્રશ કરતી વખતે પેઢામાંથી લોહી નીકળવું.
- પગોમાં વળ-આમળ (જકડાવું)
- પીઠનો દુ:ખાવો.
- પગોનું વૅરીકોઝ વેન્સ.
- હેમરૉયડ્સ.
- પેટ પર ખંજવાળ.
- નાભિનો ઊભાર.
- સ્ટ્રેચ માર્ક્સ.
- શ્વાસ લેવામાં તકલીફ.
- નિદ્રા ન આવવી.
- ગર્ભાશયનું સંકોચાવું - સંકોચન.
- બેડોળપણું.
- છાતીનો ફેલાવો.

ભાવનાત્મક

- ઉત્તેજનામાં વધારો.
- મગજ નિષ્ક્રિય રહેવું. ગૂમસૂમ રહેવું.
- અજાયબ તથા અનોખા સ્વપ્ના.
- નિરાશા તથા ઉબકાનો વધારો.
- જો શારીરિક રીતે આપ ફીટ છો તો સંતોષનો ભાવ.

આ મહિનાનું ચેકઅપ

આ મહિનાના ચેકઅપમાં બે બાબતો સામેલ થશે. ત્રીજા ત્રૈમાસિકની શરૂઆતમાં આપના નીચે મુજબના ચેકઅપ થઈ શકે છે. જો કે એ ઘણીવાર આપની અવસ્થા અને ડૉક્ટરની તપાસ શૈલી પર પણ નિર્ભર કરે છે.

- વજન તથા લોહીનું દબાણ.
- શુગર તથા પ્રોટીન માટે પેશાબની તપાસ.
- ગર્ભાશયની ઉંચાઈ.
- ગર્ભાશયનો આકાર તથા સ્થિતિ.
- હાથ-પગના સોજા.
- ગ્લૂકોઝ સ્ક્રીનિંગ ટેસ્ટ.
- એનિમિયા માટે લોહીની તપાસ.
- અમુક નવા લક્ષણ, જેને આપ અનુભવી રહી છો.

આપ શું વિચારી રહી હશો?

થાકની વિટંબણા

"પાછલાં છેલ્લાં અમુક મહિનાઓમાં મારી ગુમાવેલી ઊર્જા શક્તિ મેં પાછી મેળવી હતી. હું નોર્મલ થઈ હતી પણ હવે વળી એ જ સમસ્યા ઉભી થઈ છે. શું ત્રીજા ત્રૈમાસિકનાં આ જ રીતે હું થાકેલી રહીશ?"

ગર્ભાવસ્થા તો અનેક આરોહ-અવરોહ ભરેલી હોય છે. ઊર્જાના સ્તર માટે પણ એ વાત લાગૂ પડે છે. પહેલાં ત્રૈમાસિકના થાક પછી બીજા ત્રૈમાસિકમાં લગભગ ગુમાવેલી શક્તિ પાછી ફરે છે, એટલાં માટે આપ બીજા ત્રૈમાસિકમાં ગમે તે કરી શકો છો, (કસરત! સેક્સ! યાત્રા)પરંતુ ત્રીજા ત્રૈમાસિકમાં આવતાં આવતાં તો મોટાભાગની મમ્મીઓ થાક અનુભવવા લાગે છે. બસ એમને તો સોફામાં પડી રહેવું જ ગમે છે.

આમાં કોઈ ચિંતા કરવાની વાત નથી. જો કે ત્રીજા ત્રૈમાસિકમાં થાક લાગવો સહજ છે, પરંતુ તેનાં લીધે બીજા પણ અનેક કારણોથી આપ થાકી જાવ છો. જુઓને અત્યારે આપે કેટલો બધો ભાર ઉપાડયો છે? એ જ વધેલું વજન આપના થાકનું મુખ્ય કારણ છે. આ દિવસોમાં નીંદર પણ નહીં લઈ શકતાં હોવ! આપના મગજમાં ઢગલાબંધ કામોનું લિસ્ટ (સામાન, શિશુનું નામ, ડૉક્ટરને પૂછવાના પ્રશ્નોની યાદી વગેરે)ઘુમરાતું હશે. આનાં કારણે પણ બીજા બાળકોને ખવડાવવાનું, ઓફિસ તથા ઘરની અનેક જવાબદારીઓ મગજને જકડી રાખે છે, જેથી થાક બમણો થઈ જાય છે, પરંતુ હંમેશા ત્રીજા ત્રૈમાસિક સાથે થાક વણાયેલો જ છે. એનો મતલબ એ નથી કે આપ કામમાંથી રજા લઈને માત્ર આરામ જ કરો. થાક તો એક આરામ ઈચ્છે છે. બીનજરૂરી કામોને લિસ્ટમાંથી ભૂસી નાંખો. આપની દિનચર્યામાં અમુક ઢીલાશવાળી ટેકનિકો ભેળવો. થોડી કસરત કરો. ૩૦ મિનિટના આંટા ફેરા આપને ઊર્જા આપશે,

પરંતુ જો એક કલાક કરશો તો થાકી જશો. કસરત પણ સમયસર અને નિયમિત કરો. સૂતાં પહેલાં કસરત ન કરો. એનાથી સ્ફૂર્તિ આવશે અને મોડે સુધી ઉંઘ નહીં આવે. પેટને સાવ ખાલી ન રાખો. તમારી શક્તિને જાળવી રાખવા માટે અવાર-નવાર થોડું થોડું જમો. પૌષ્ટિક સ્નેક્સ, ચીઝ,ક્રૅકર્સ, ટ્રેલ, મિક્સ, યોગર્ટ, સ્મૂદીઝ કે મનપસંદ સ્નેક. આ તમામમાંથી ભૂખ લાગે ત્યારે એક એક ચીજ ખાવ. કૅફીન કે ખાંડના બદલે આ તમામ ખાવાની ચીજોમાંથી આપને ખૂબ જ ઊર્જા મળશે.

આમ તો ત્રીજા ત્રૈમાસિકના થાક દ્વારા કુદરત સંકેત કરે છે કે હવે ભાવિ માતાએ પોતાની ઊર્જાના એક એક ટીપાને ભેગું કરવાનું છે. પ્રસૂતિના માટે આપની તમામ શક્તિ જાળવી રાખવી પડશે. એ પછી તો તાકાત તથા ઊર્જાની ખૂબજ જરૂર પડવાની છે.

જો વધારામાં આરામ પછી પણ આપનો થાક ઓછો ન થાય તો આપના ડૉક્ટરને મળો. ક્યારેક ક્યારેક એનિમિયાના કારણે પણ ત્રીજા ત્રૈમાસીકમાં થાક અનુભવાય છે. એનાં લીધે ડૉક્ટર સાતમા મહિનામાં લોહીની તપાસ પણ કરાવી શકે છે, જેથી ફાજલ સમયમાં એનિમિયાનો ઉપચાર કરાવી શકાય.

સોજો

"દિવસ ઢળતાં જ મારા પગોમાં અને ઘૂંટણોમાં સોજો આવી જાય છે. એવું શા માટે થાય છે ?"

આ દિવસોમાં માત્ર આપનું પેટ જ નથી વિસ્તરતું પણ ગર્ભાશયના શિશુનો વિકાસ પણ એને વધારે ઉપસેલું દર્શાવે છે. હવે આપને બૂટ, ચંપલ કે મોજડી ફીટ પડશે. હાથોની વીંટીઓ પણ કાઢી નહીં શકો. આમ ગર્ભાવસ્થામાં હાથ-પગનો સોજો એ સામાન્ય બાબત છે. આવું થવાનું કારણ એ જ છે કે આ દિવસોમાં દ્રવ્યોનું પ્રમાણ વધી જાય છે. ગર્ભાવસ્થામાં લગભગ ૭૫ ટકા મહિલાઓ ગમે ત્યારે સોજાની ફરિયાદ કરે જ છે.

વીંટીઓનું શું કરું

આપના હાથોમાંની આંગળીઓમાં પહેરેલી વીંટીઓ ફીટ પડે છે. કેમ કે આંગળીઓમાં સોજા આવ્યા છે. હજુ મોડું થયું નથી. વીંટીઓને અત્યારે કાઢવામાં તકલીફ પડે છે. સવાર સવારમાં આપના હાથને ઠંડા કર્યા પછી અને સાબુ લગાવીને કળથી વીટીંઓને કાઢી લો.

જ્યારે માત્ર ૨૫ ટકા મહિલાઓને આવી ફરિયાદ હોતી નથી. આપે નોધ્યું હશે કે ગરમીની ઋતુમાં, વધારે સમય સુધી ઊભા રહેવાથી, બેસી રહેવાથી કાં તો પછી ઢળતી સાંજે આ સોજાં ખૂબ જ વધી જાય છે. સોજા ઉતારવાનો ઈલાજ છે, અમુક કલાકની નિરાંતની ઉંઘ.

સામાન્ય રીતે આ સોજાથી સાધારણ તકલીફ રહે છે, કાં તો પછી તેને ફેશનમાં ભેળવીને સમજૂતિ કરવી પડે છે. આપ સોજાના કારણે સ્ટાઈલિશ શૂઝ પહેરી શકતી નથી, તેમ છતાં પણ આપ જો આ સોજાથી રાહત મેળવવા માંગો છો તો આ રહ્યાં ઉપાય -

- લાંબા સમય સુધી ઊભા ઊભા એકધારૂં કામ ન કરો. વચ્ચે-વચ્ચે આરામ કરો. આંટાફેરા મારો. ઓફિસમાં પણ કામ કરતાં અમુકવાર ઊભા થાવ. ૫ મિનિટના આંટાફેરાથી શરીરનું લોહીનું ભ્રમણ રાબેતા મુજબનું થઈ જશે.
- આપના પગોને ઉંચા રાખો. માત્ર આપ જ છો, જેને બેસતી વખતે પગોને ઉંચા રાખવાનો પૂરો હક્ક છે.
- આપ પડખાભેર બેસીને આરામ કરો. જો આપ આ રીતે ન સૂઈ ગયા હોય તો આદત કેળવો. એનાથી કિડની પૂરી ગતિથી એનું કામ કરતી રહેશે.
- વ્યર્થના દ્રવ્ય શરીરમાંથી નીકળી જશે અને સોજા ઘટી જશે.

- અત્યારે આપે ફેશનને નહીં, પણ શરીરના આરામને પહેલાં પ્રાયોરિટી આપવાની છે. ઠીક છે, બહાર જાવ ત્યારે ફેશનનો સથવારો લો, પણ ઘરે આવતાં જ આરામદાયક સ્લીપર્સ પહેરી લો.
- જો ડૉક્ટરે રજા આપી હોય તો કસરત કરો. સોજા અમુકઅંશે ઘટી જશે. ચાલવાથી રક્તની અવર જવર થતી રહેશે. એક જગ્યાએ લોહી જામશે નહીં. તરવામાં કે પાણીમાં ઍરોબિક્સ પણ લાભદાયી બને છે. કેમ કે પાણીથી માંસપેશીઓ પર દબાણ થશે. દ્રવ્ય આપની રગોમાંથી વહેતું કિડની સુધી જશે અને પછી આપ એને શરીરની બહાર કાઢી શકશો.
- આપ જેમ બને તેમ ખૂબ જ પાણી પીઓ. દિવસનાં ઓછામાં ઓછા ૮ ગ્લાસ પાણી પીવાથી શરીરનો નકામો કચરો બહાર નીકળતો જશે. દ્રવ્ય કે પ્રવાહી પદાર્થની માત્રા ઘટાડવાથી સોજા નહીં ઘટે.
- સ્વાદ પ્રમાણે જ મીઠું લો. કહેવાય છે કે મીઠું ઓછું ખાવાથી સોજા ઘટે છે, પરંતુ હવે જાણ થઈ છે કે મીઠું ઓછું લેવાથી પણ સોજા વધે છે, એટલાં માટે મીઠું (નમક) લો, પરંતુ માફકસરનું.
- સ્પોર્ટ હોઝના દેખાવથી ભલે આપ સેક્સી ના લાગો પણ એ પહેરવાથી આપના પગોને ટેકો મળે છે. ગર્ભાવસ્થામાં પહેરવા માટે અનેક જાતના હોઝ મળે છે. આપ આપની પસંદગી મુજબ તેને ખરીદી શકો છો.
- સોજાની બાબતમાં સારી વાત એ છે કે એ કાયમી હોતા નથી પણ અસ્થાયી હોય છે. ડિલીવરી પછી આપના હાથ-પગના સોજાં આપમેળે મટી જશે. અમુક મહિલાઓને સોજા ઉતરતા એક અઠવાડિયું પણ લાગે છે અને અમુકને પૂરો મહિનો. ત્યાં સુધી એનો આનંદ લો. કેમ કે પેટ વધેલું હોવાના લીધે આપને પગોના સોજા જોવા જ નહીં મળે.

જો આપના સોજાં સામાન્ય નથી લાગતાં તો ડૉક્ટરને બતાવો. જરૂરથી વધારે સોજાં પ્રીક્લૈમ્પસિયાથી પણ થાય છે, પરંતુ એની સાથે અચાનક વજનમાં વધારો, લોહીનું દબાણ વધવું, કે પેશાબમાં પ્રોટીનનો વધારો, જેવા લક્ષણ પણ જોવા મળે છે. ડૉક્ટર દર વખતે એ લક્ષણોને ચેક કરે છે. એટલાં માટે એની ચિંતા ન કરો. જો સોજાંની સાથે વજન ખૂબ વધી જાય, માથામાં દુઃખાવો થવા લાગે કે પછી આંખોમાં ઝાંખપ લાગે તો ડૉક્ટર પાસે જવામાં મોડું ન કરો.

ત્વચા પર ઊભાર (ગુમડાં)

"જો કે આ સ્ટ્રેચ માર્કસ હમણાં સુધી તો ખાસ સૂગજનક લાગતાં ન હતા, પરંતુ હવે એનાં પર અમુક ગુમડાં જેવું પણ ઉપસી આવ્યું છે, એ શું છે?"

આનંદો...ડિલીવરીમાં હવે ત્રણ મહિનાથી ઓછો સમય રહી ગયો છે. આપ ખૂબ જ સહેલાઈથી એ બધા અણગમતાં અને કઢંગા લક્ષણોને અલવિદા કહી શકશો. ત્યાં સુધી એ ગુમડાઓ અંગે એટલું જાણી લોકો તે આપના માટે કે શિશુ માટે જોખમકારક નથી. એને મેડિકલ ભાષામાં પોલીમૉર્ફિક ઈપ્શન ઑફ પ્રેગનેન્સી કહે છે. ડિલીવરી પછી એ આપ મેળે મટી જાય છે અને આવનારી બીજી ગર્ભાવસ્થામાં પછી ઉપસતાં નથી. આમ તો એ પેટના સ્ટ્રેચ માર્કસ પર ઉપસે છે, પરંતુ ક્યારેક જાંઘોમાં, નિતંબો તથા બાવડાઓ પર પણ જોવા મળે છે. ડૉક્ટરને બતાવો. એ તમને કોઈ દવા, એન્ટીહિસ્ટેમાઈન કે એને ઘટાડવાનો ઉપાય બતાવશે.

ગર્ભાવસ્થામાં ત્વચા પર કોઈ પણ પ્રકારની પ્રતિક્રિયા જોવા મળી શકે છે. કોઈ પણ પ્રકારના લક્ષણ જોવા મળી શકે છે. જો કે આપે ડૉક્ટરને બતાવવું જોઈએ પણ એને બહુ ગંભીરતાથી લેવું

જોઈએ નહીં.

પીઠના નીચેના ભાગમાં તથા પગમાં દુઃખાવો (શિયાટિકા)

"મારી પીઠના નીચેના હિસ્સામાં તથા થાપાઓ નિતંબોમાંથી પસાર થતું દર્દ પગમાં ઉતરે છે. પીઠમાં અને પગમાં સખત દુઃખાવો થાય છે. આ કેવી પીડા છે?"

એવું લાગે છે કે આપના શરીરની શિયાટિકા નસ દબાઈ રહી છે. હવે આપનું બાળક ડિલીવરી માટે યોગ્ય સ્થિતિમાં આવી રહ્યું છે. આ પ્રક્રિયામાં એનું માથું અને વધેલું ગર્ભાશય શિયાટિકાની રગ પર દબાણ કરી રહ્યું છે. આ જ શિયાટિકા નસ દબાવાના કારણે આપની પીઠના નીચેના ભાગમાં અને નિતંબોથી શરૂ થઈને પગ સુધી કયારેક સખત કયારેક હળવો અને કયારેક અસહ્ય દુઃખાવો થાય છે કાં તો જડતાનો આભાસ થાય છે.

શિયાટિકાનું દર્દ ખૂબજ અસહ્ય હોય છે. જો શિશુ એની સ્થિતિ બદલી લે તો થોડો આરામ મળે છે. આ દુઃખાવો અમુક કિસ્સામાં ડિલીવરી સુધી રહે છે અને અમુક કિસ્સામાં ડિલીવરી પછી પણ અમુક સમય સુધી પજવે છે.

આપ શિયાટિકાથી રાહત મેળવવા માટે નીચેના ઉપાય કરી શકો છો.

- જ્યારે પણ તક મળે, આરામ કરો. સૂઈ જવાથી પણ પગને આરામ મળે છે. શરત એટલી કે આપને આરામદાયક મુદ્રા મળી જાય.
- પગને શેકો. હીટીંગ પેડથી દર્દમાં રાહત મળે છે. સાધારણ ગરમ પાણીથી શેક કરી શકો છો.
- પેલ્વિક ટિલ્ટ (નિતંબમેખલાનો ઝુકાવ) કે સ્ટ્રેચ વ્યાયામથી દબાણ થોડું ઘટી જશે.
- તરણ અને પાણીનો વ્યાયામ, શિયાટિકાના દુઃખાવાને દૂર કરવાનો અક્સીર ઉપાય છે. એનાથી પીઠની માંસપેશીઓમાં ખેંચાણ અને મજબૂતી આવે છે, જેનાથી પીડામાં રાહત મળે છે.
- કોઈ વૈકલ્પિક ઉપાય અજમાવો. એક્યુપંચર, કીરોપ્રેકટિક કે માલિશથી રાહત મળે છે.

જો પીડા અસહ્ય હોય તો ડૉક્ટરને બતાવીને તાત્કાલિક રાહતની કોઈ દવા લો.

પગોમાં વ્યાકૂળતા-બેચેનીના લક્ષણ

"હું રાતના થાકના કારણે તો ઉંઘી શકતી નથી પણ પગોમાં પણ અજબ ગજબનો સળવળાટ જોવા મળે છે. હું પગોની પીંડીઓના દુઃખાવાને દૂર કરવાના અનેક ઉપાય અજમાવી ચૂકી છું,બોલો આ સિવાય હું શું કરી શકું?"

અંતિમ ત્રૈમાસિકમાં હંમેશા રેસ્ટલેસ લેગ સિંડ્રોમ પણ આપની નીંદરને વેરણ છેરણ કરી શકે છે. પગોમાં અજબ ગજબની બેચેની, વ્યાકૂળતા, ચટપટીનો અનુભવ થાય છે. આમ જોઈએ તો આવું મોટાભાગે રાતના થતું હોય છે પરંતુ બપોરના આડેપડખે થતાં આવી જ ફરિયાદ પજવે છે.

આ ક્ષેત્રમાં નિષ્ણાંત ડૉક્ટરો પણ કહી નથી શકતાં કે ગર્ભવતી સ્ત્રીઓનાં પગોમાં ચટપટીના લક્ષણનું કારણ શું? કદાચ એનું કોઈ જેનેટિક કારણ હોઈ શકે છે. તેમને આના ઈલાજ અંગે પણ ખાસ જાણકારી નથી. પગોની આ ચટપટી મટાડવાના તમામ ઉપાય અહીં ફેઈલ થઈ જાય છે. દવા પણ સલામત નથી. કેમ કે પગોમાંની ચટપટીની બધી જ દવાઓ ગર્ભાવસ્થામાં અનુકૂળ છે કે નહીં એની ખાતરી થઈ નથી. આ અંગે તો આપ ડૉક્ટરના સૂચન મુજબ સારવાર કરો એ જ યોગ્ય રહેશે.

બની શકે છે કે તણાવ, ખોરાક તથા પર્યાવરણના બીજા કારણોનાં લીધે આ સમસ્યા વધી રહી હોય! આપની ખાણી-પીણી અને જીવનશૈલીની આદતો પર ધ્યાન આપો. જો અમુક મહિલાઓ રાતના કાર્બોહાઈડ્રેટ ખોરાક લે છે તો પગોમાં ચટપટીની સમસ્યા વધી જાય છે. અમુકવાર આયર્નની અછતના કારણે થનારા

એનિમિયાના લીધે પણ પગોમાં ચટપટી થવા લાગે છે. યોગા, એક્યૂપંચર તથા ધ્યાન વગેરેથી થોડી ઘણી રાહત મળી શકે છે. જો આપ ઉંઘની બાબતમાં પણ કમનસીબ છો, તો કદાચ આપને ડિલીવરી સુધી આ તકલીફને સહન કરવી પડશે. એવું પણ બની શકે છે કે આપ ડિલીવરી પછી પણ દવા ન લઈ શકો. કેમ કે એ વખતે આપ શિશુને સ્તનપાન કરાવતી હશો.

શિશુની હેડકીઓ

"ક્યારેક ક્યારેક મને પેટમાં હળવો ઝાટકો અનુભવાય છે. આ કિક છે કે બીજુ કંઈ?"

આપ માનો કે ના માનો પણ ખુશીની વાત એ છે કે પેટમાં પણ નાનકડું શિશુ હેડકીઓ લે છે. અનેક શિશુઓને તો દિવસમાં પણ ખૂબ જ લાંબા સમય સુધી હેડકીઓ આવે છે, તો અમુક શિશુઓને હેડકીઓ બિલકુલ આવતી જ નથી. જન્મ પછી પણ એ જ હેડકીઓને સિલસિલો ચાલું રહે છે.

આપે અત્યારથી હેડકીઓને રોકવાના ઉપાય કરવાની જરૂર નથી. કેમ કે એનાંથી તો આપના ગર્ભસ્થ શિશુને કોઈ તકલીફ નથી. હમણાં તો આપ પેટમાં ભજવાતા આવા મનોરંજનને મોજથી માણો.

અચાનક પડી જવું

"જ્યારે હું ઘરની બહાર હતી ત્યારે અચાનક પડી ગઈ અને મારૂં પેટ ફૂટપાથની ધારને અથડાયું પણ ખરૂં. શું આનાથી શિશુને ઈજા પહોંચી શકે છે?"

ત્રીજા ત્રૈમાસિકમાં હંમેશાં આવું થાય છે કે આપ સમતોલન ન રાખી શકો. આપનું પેટ વધવાથી ગુરૂત્વાકર્ષણનું કેન્દ્ર બદલાઈ જાય છે. સાંધા એટલા મજબૂત નથી રહેતા કે આપને પડી જતાં, ખાસ તો પેટના ભાગેથી પડી જતાં વાર લાગતી નથી. આપના હાથમાનો સામાન છૂટી જાય છે. આપ દિવસના પણ સપના જુઓ છો, જેથી પેટ નીચેના આપના પગોને જોઈ શકતી નથી, જેથી ગમે ત્યાં પડી જવાનો ડર કાયમ રહે છે.

આપ ચિંતા ન કરો. આપનું બાળક ગર્ભમાં સલામત છે. આપના સામાન્ય ઝટકા કે લસરકો, ઉઝરડો કે છોલાવું, વગેરે એને હાનિ પહોંચાડી શકે તેમ નથી. કેમ કે એ શોક એબ્સાર્બશન સિસ્ટમમાં સુરક્ષિત છે, જે એમ્નિયોટિક દ્રવ્ય, સખત મૈમ્બ્રેન, ઈલાસ્ટિક, માંસપેશીઓનું ગર્ભાશય અને પેટની કૈવિટીમાંથી બન્યું છે. જો આપ ગંભીર રીતે ઘાયલ થાવ છો તો જ શિશુને ઈજા પહોંચી શકે છે અને આપને હૉસ્પિટલમાં દાખલ થવું પડે છે. શું આપને હજુ પણ ચિંતા હોય તો ડૉક્ટરને મળી લો.

ચરમસુખ અને શિશુની લાતો

"ઓર્ગેઝ્મ (ચરમસુખ) પછી મારું શિશુ હંમેશાં અડધા કલાક સુધી લાતો મારવાનું બંધ કરી દે છે. શું એનો મતલબ છે કે આ સમયે સેક્સ સુરક્ષિત નથી?"

આપ જે પણ કરશો, શિશુ આ દિવસોમાં આપની સાથે રહેશે. જ્યારે સેક્સની વાત આવે છે ત્યારે શિશુને નીંદર આવી જાય છે. સેક્સ દરમિયાન રોકિંગ ગતિ અને ઓર્ગેઝ્મથી ગર્ભાશયમાં થનારા સંકોચનથી એ સપનાઓની દુનિયામાં ખોવાઈ જાય છે. આમાં અમુક શિશુઓ એવાં હોય છે કે જે એ પ્રક્રિયા પછી વધારે સક્રિય બની જાય છે. એ પ્રતિક્રિયાનો એવો મતલબ જરા પણ નથી કે સેક્સ સલામત નથી. એવું પણ નથી કે શિશુને ખબર પડે છે કે આપ બંને વચ્ચે શું ચાલી રહ્યું છે? એ તો એ સમયે ખૂબ જ મોજથી અંધારામાં હોય છે.

જો ડૉક્ટરે મનાઈ ફરમાવી ન હોય તો ખૂબ જ લહેરથી ડિલીવરી સુધી સેક્સલાઈફ માણી શકો છો. કેમ કે આવનારા સમયમાં આપને આવી તક જલ્દી નહીં મળે.

સ્વપ્નાઓ અને કલ્પનાઓ

"મને શિશુ બાબતે જાત જાતના દિવસ રાત ચિત્ર-વિચિત્ર સ્વપ્નાઓ આવે છે. શું મારૂં મગજ ખરાબ થયું છે?"

ગર્ભાવસ્થામાં સારા-નરસા સ્વપ્નાઓ દરેક ગર્ભવતી સ્ત્રીઓને આવતાં જ હોય છે.

ક્યારેક આપને લાગે છે કે શિશુને બસમાં જ ભૂલી ગઈ. ક્યારેક લાગે છે કે આપ એને પાર્કમાં

રમાડી રહી છો, અમુકવાર તો એવા સ્વપ્ના આવે છે કે આપે પૂંછડીવાળા એલિયનને જન્મ આપ્યો છે. આ તમામ સપનાઓ આ દિવસોમાં સંપૂર્ણ રીતે સામાન્ય છે. હા, આપને એવું લાગી શકે છે કે આપનું મગજ ખરાબ થઈ ગયું છે. અત્યારે આપનું અચેતન મન શિશુના માટે જાત જાતની ચિંતાઓ, ઉત્તેજના, દુઃખ, ઉત્સાહ તથા સુરક્ષા વગેરે લાગણીઓથી ભરેલું છે. આપ ઈચ્છતી હોવા છતાં આ તમામ ભાવનાઓને વ્યક્ત કરી શકતી નથી અને રાતના સપનાના માધ્યમથી એ ભાવો પ્રગટ થાય છે.

આમાં હૉર્મોનની પણ પૂરેપૂરી ભૂમિકા હોય છે. જો આપની ઉંઘ ગાઢ ન હોય તો જાગી જાવ ત્યારે એ સપના યાદ રહે છે. માનો કે આપ રાતના અવાર-નવાર પેશાબ-શૌચ માટે જાગી જાવ છો તો આપ રૈમ ડ્રીમ સાઈકલ વચ્ચે પણ ઉઠી જતી હશો, જેથી એ સપના આપને પૂરેપૂરા યાદ રહે છે.

ગર્ભાવસ્થામાં લગભગ મહિલાઓ નીચે મુજબના સ્વપ્નાઓ અને ફેન્ટેસી જુએ છે.

- ■ ઓહ સપના! કોઈ ચીજને ગુમાવવાના કે ખોટી જગ્યાએ મૂકવાના સપના (કારની ચાવીથી લઈને શિશુ સુધી) બાળકને ખવડાવવાનું વિસરાઈ ગયું. ડૉક્ટર પાસે જવાનું યાદ ન રહ્યું. બજાર પહોંચી ગઈ અને બાળક ઘરમાં એકલું રહી ગયું. શિશુની કાળજી માટે સંપૂર્ણ રીતે તૈયાર ન હોવું.
- ■ ઓહ સ્વપ્નાઓ! હુમલાખોર ગુંડાઓ કે જનાવર હુમલો કરીને ઘાયલ કરે છે અને આપ ધક્કો લાગતાં પડી ગઈ છો. બાળકનો પત્તો નથી.
- ■ બચાવો! સ્વપ્ના... કોઈ કાર, નાના કમરા, સુરંગમાં સરકી જવાનો ડર, કોઈ તળાવમાં ડૂબ્યાનો, નાના શિશુના આગમન પછી જિંદગી બંધિયાર બની જવાનો ભય એના બિહામણાં શમણાં.
- ■ અરે..ના..ના..સપના! વજન નથી વધી રહ્યું કે રાતોરાત વજન વધી ગયું છે. કશું જ ખાધું નથી અને અકરાંતિયાની જેમ ખાવાના સ્વપ્ના..
- ■ ઓહ..સપના..!આપ હવે આપના પતિને ગમતી નથી. એ કોઈ બીજી સ્ત્રી સાથે વાતો કરે છે એવા સપના..! આપને ડર છે કે ગર્ભાવસ્થાવાળી અત્યારની ફિગર કાયમ રહેશે અને આપ કદી રૂપાળી અને આકર્ષક નહીં લાગો તેવા સપના...!
- ■ સેક્સયુઅલ સપનાઓ! સંભોગના સકારાત્મક અને નકારાત્મક સપના. ગર્ભાવસ્થામાં સેક્સ માટેના ભ્રામક પ્રચારના દીવા સ્વપ્નો..!
- ■ મારવાના અને પુનર્જન્મના સપના. મા-બાપ કે સગાનું મૃત્યુ. કદાચ મન નવી જૂની પેઢી વચ્ચે સંબુધનો સેતુ રચવા માંગે છે.
- ■ શિશુની સાથે સમય વીતાવ્યાના સપના. એનો મતલબ કે આપ ડિલીવરી પહેલાં જ પોતાને પેરેટિંગ માટે તૈયાર કરી રહી છો.
- ■ બાળકને માટે જાત જાતની કલ્પનાઓ, ધારણાઓ એ નાનો હશે, મોટો હશે કે વાંકો-ચૂંકો હશે. આવી કલ્પનાઓમાં આપની ચિંતાઓની આરસી પડે છે. એનાં આરોગ્ય માટે આપ ચિંતિત છો. એ જ રીતે આપને સપના આવી શકે છે કે શિશુની આંખો અને વાળ મમ્મી પપ્પા, બંનેમાંથી કોઈ એકના જેવા છે. શિશુ અંગે આવનારા ડરામણાં સપનાઓ એ વાતનો સંકેત આપે છે કે હજુ આપ નવજાત શિશુને સાચવવા માટે અવઢવમાં છો. આપને ડર છે કે એ જવાબદારી પૂરી રીતે અદા નહીં થઈ શકે.
- ■ આ ઉપરાંત પ્રસૂતિ સાથે જોડાયેલાં સપનાઓ પણ આવી શકે છે. જેમ કે આપ શિશુને જન્મ નથી આપી શકતી. આવાં સપનામાં શિશુ તરફની આપની ચિંતા જોવા મળે છે.

સપના જરૂર જૂઓ, પણ એની પાછળ આપની નીંદરને વેરણ ન કરશો. કેમ કે સપનાઓ છાતીમાં બળતરાં કે સ્ટ્રેચ માર્કસની જેમ બિલકુલ સામાન્ય છે. યાદ રાખો કે માત્ર આપ જ એવા સપના નથી જોઈ રહી પણ શિશુના ભાવિ પિતા પણ અનેક જાતના સપના જુએ છે. ત્યાં તો હૉર્મોનને પણ દોષપાત્ર ગણાવી ન શકાય. જો આપ બંને

પોતપોતાના સપના એકબીજાને સંભળાવી શકો તો આપ બંનેને વધુ નજીક આવવાની તક મળશે.

બધું જ સંભાળવાનું

"મને ચિંતા થવા લાગી છે કે હું ઘર, નોકરી, લગ્નજીવન અને હવે શિશુ આ બધું કેવી રીતે સંભાળી શકીશ?"

એ વાત હંમેશા યાદ રાખો કે આપ બધું જ એક સાથે સંભાળી ન શકો, પણ બસ એટલું જ નક્કી કરી લો કે હવે તમે જે પણ કરશો એને સારી રીતે કરશો. આપ સુપર મૌમ બની શકતી નથી, પણ એક આદર્શ ગૃહિણી તો બની શકો છો ને! બનેલા જ છો. બસ એક બાળકની જવાબદારી વધવાની છે.

અત્યાર સુધી આપ બધું જ મેનેજ કરતાં આવ્યા જ છો ને!

એ હકીકત છે કે દરેક નવી માતા ઈચ્છે છે કે ઘર ચોખ્ખું અને સ્વચ્છ રહે. બાળકનો ઉછેર સારી રીતે થાય. મેલા કપડાંનો ઢગલો ન થાય. ઘરમાં સ્વાદિષ્ટ જમવાનું બનતું રહે અને તમે કેવી રીતે ભૂલો? આ તમામ કામ એક સાથે કરી શકાય નહીં. એ શક્ય પણ નથી.

આપ હવે આપના નવા જીવનને કેવા રૂપમાં લેશો એ વાત એનાં પર આધારિત છે કે આપ જલ્દી હકીકતને જાણો. વાસ્તવિકતાને ઓળખો. પડકારો ઘણા છે પણ એને આયોજનબધ્ધ પૂરા કરી શકાય.

સહુથી પહેલાં તો આપને મહત્વના હિસાબો

અમુક ખાસ તૈયારી

જો કે શિશુ ડિલીવરી માટે તૈયાર નથી પરંતુ આપે તો એનાં માટે શરીરને તૈયાર કરવાનું છે. પેલ્વિકની માંસપેશીઓ જ ગર્ભાશય તથા પેશાબાશય વગેરે અંગેનો સહારો આપે છે. એની રચના જ એવી રીતે થયેલી છે કે શિશુ સરળતાથી બહાર આવી શકે. એ જ માંસપેશીઓ હસતાં કે ખાંસી લેતી વખતે પેશાબને ઝરતું રોકે છે. પેશાબને ઝરવા દેતું નથી. આ જ માંસપેશીઓ આપની યૌન સંતુષ્ટિનું માધ્યમ પણ બને છે. કીગલ વ્યાયામોની મદદથી આપ ખૂબ જ સરળતાથી આ માંસપેશીઓનો વ્યાયામ કરી શકો છો. દિવસમાં ત્રણવાર કીગલ વ્યાયામ દીર્ઘકાલિન (લાંબા ગાળાનાં) અને અલ્પકાલિન (ટૂંકાગાળાના) લાભ કરે છે. ગર્ભાવસ્થા તથા એનાં પછીની ઘણી વિટંબણાઓ સહેલાઈથી દૂર થઈ જાય છે. પ્રસવ પછી યોનિને એનાં સ્વાભાવિક આકારમાં આવવામાં પણ સમય લાગતો નથી.

આપની યોનિ અને ગુદાની આ જુબાજુની માંસપેશીઓને એવી રીતે સંકોચો, તંગ કે ભેગી કરો કે માનો આપ પેશાબના પ્રવાહને રોકી રહી હોય! આ વ્યાયામમાં ૧૦ સેકન્ડ સુધી સંકોચન ચાલુ રાખો પછી એને ઢીલું છોડી દો. કીગલ કરતી વખતે આપનું સંપૂર્ણ ધ્યાન આ હિસ્સાની માંસપેશીઓ પર રહેવું જોઈએ. જો પેટ, જાંઘો તથા નિતંબોની માંસપેશીઓ સંકોચાય છે તો તેનો મતલબ નથી, જેથી એકાગ્રતા પર ધ્યાન આપો. આપ દુકાનમાં ખરીદતી વખતે કે કોઈ લાઈનમાં રાહ જોતી વખતે પણ આ જ વ્યાયામ કરી શકો છો. એનાથી પેલ્વિક ફ્લૉરની માંસપેશીઓ મજબૂત થશે. એને સેક્સ દરમિયાન પણ કરો. એમાં એક નવો જ આનંદ આવશે.

પ્રાથમિકતાઓનો ક્રમ ગોઠવવો પડશે. જો નોકરી અને પતિ એ બંનેમાંથી પતિ આપની પ્રાથમિકતા છે, તો કદાચ ઘરની સાફ-સફાઈ માટે કામવાળી બાઈને રાખવી પડશે. જમવા માટે ખાવાનું બનાવનાર રસોયણને રાખી લેવી પડશે. કચરા પોતાવાળી બાઈ ઘરની સફાઈ તથા વાસણ-માંજવા, કપડાં ધોવાનું કામ કરી શકે છે. બંનેના પગારમાં બે નોકરોને આરામથી રાખી શકાય. જો આપને એ અનુકૂળ નથી તો થોડા સમય માટે નોકરી છોડી શકો છો. કાં તો ઘરેથી જ ઓફિસના કામકાજ કરી શકો છો. પ્રાથમિકતા નક્કી કર્યા પછી એવી આશાઓ ન રાખો, જે બિલકુલ વાસ્તવિક ન હોય! કોઈપણ અનુભવી માતાને પૂછો એને વહેલા મોડા ખબર પડી જાય છે કે પોતે સંપૂર્ણ નથી. કોઈપણ સર્વગુણ સપન્ન હોતું નથી. એકલી સ્ત્રી બધું જ સંભાળી ન શકે. કદાચ એવું કરવા જશો, તો તણાવ અને રૂંધામણ સિવાય કશું હાથમાં નહીં આવે. અમુક એવી ક્ષણો આવશે ત્યારે આપને લાગશે બધું જ બેકાર છે, નકામું છે. પથારી અસ્ત-વ્યસ્ત હશે. મેલાં કપડાંનો ઢગલો થયો હશે.

સેક્સી દેખાવાનો મતલબ એ હશે કે પહેલા આપે તેલવાળા વાળ ધોવા પડશે. જો એવું નહીં કરો તો આપ પતિના પડખામાં પહોંચી નહીં શકો.

દરેક સફળ મમ્માની પાછળ એક પપ્પા હોય છે. ઘરના કામકાજમાં મદદ કરે છે, રાત્રે શિશુની જોડે ઉજાગરાં કરે છે. જો પતિની મદદ ન મળે, તેઓ કામમાં વ્યસ્ત હોય તો આપ ઘરના સભ્યો અને તે ન હોય તો ખાસ સહેલીની મદદ લઈ શકો છો.

ગ્લૂકોઝ સ્ક્રીનિંગ ટેસ્ટ

"ડૉક્ટરે કહ્યું છે કે મારે ગૅસ્ટેશનલ ડાયાબિટીસની તપાસ માટે ગ્લુકોઝ સ્ક્રીનિંગ ટેસ્ટ કરાવવો પડશે. મને તેની જરૂર શા માટે છે અને આ ટેસ્ટમાં શું થશે?"

જરા પણ ગભરાવ નહીં.મોટાભાગના ડૉક્ટર ૨૪ થી ૨૮ અઠવાડિયા વચ્ચેની મોટી કાયાવાળી ગર્ભવતી મહિલાઓ કે મધુપ્રમેહ જે વારસાગત ડાયાબિટીસ ધરાવે છે એવી સગર્ભાઓને આ ટેસ્ટ માટે ભલામણ કરે છે.

જો આપ ગળ્યું ખાવાની શોખીન છે તો આ ટેસ્ટ આપના માટે સરળ હશે. આપે ગળપણવાળું ગ્લૂકોઝ ડ્રીંક પીવું પડશે, જેનો સ્વાદ ઓરેન્જ સોડા જેવો હોય છે. એને પીવાથી કોઈ નુકશાન નહીં થાય. જો આપ ગળપણની શોખીન નથી તો સાધારણ ઉબકાં આવી શકે છે. જો આ ટેસ્ટના હિસાબથી પૂરતાં પ્રમાણમાં ઈન્સુલિન નથી બનાવી રહી તો આપને ગ્લૂકોઝ ટૉલરન્સ ટેસ્ટ કરાવવો પડશે.

સમયથી પહેલાં પ્રસૂતિના સંકેત

આમ જોઈએ તો શિશુ વહેલું જન્મે એવાં અણસાર તો ઘણા ઓછાં છે, પરંતુ દરેક માતા બનતી મહિલાને સમય પહેલાં પ્રસૂતિના સંકેતની જાણ હોવી જોઈએ. પહેલાંથી જ એના અણસાર વિશેની જાણકારી ઘણી મુસીબતોને ટાળી શકે છે. માન્યું કે આપને એની જરૂર નહીં હોય, પરંતુ આપને એનાં વિશે માહિતી હોવી જોઈએ. જો ૩૭ અઠવાડિયા પહેલા નીચે મુજબના કોઈ લક્ષણ જોવા મળે તો ડૉક્ટરને ફોન કરો.

૧. ડાયેરિયા,ઉલ્ટી કે અપચો ન હોય તેમ છતાં પેટમાં વળ-આમળ (આંચકી-ચૂંક)
૨. દરેક દસ મિનિટ પછી અસહ્ય વેદના કરતી પીડા,સંકોચન પણ એને બ્રેક્સન હિક્સ કંટ્રેક્શન સાથે ન જોડો.
૩. પીઠના નીચેના ભાગમાં સતત એકધારૂં દર્દ.
૪. યોનિસ્ત્રાવમાં ફેરફાર, જો એ ગુલાબી કે ભૂરા લોહીની સાથે હોય તો.
૫. પેલ્વિક એરીયામાં દર્દ કે દબાણ.
૬. યોનિમાં એકધારી ભીનાશ.

યાદ રાખો કે આમાંથી અમુક જ લક્ષણ જોવા મળે છે. બધાં એક સાથે નહીં. આવાં કોઈ લક્ષણ જોતા જ ડૉક્ટરને મળવામાં મોડું ન કરો. સાવચેતી તો હંમેશા રાખવી જ જોઈએ,એ ગર્ભાવસ્થાનો પહેલો નિયમ છે.

એમાં ગેસ્ટેશનલ ડાયાબિટિસની તપાસ થાય છે.

એ લગભગ ૪ થી ૭ ટકા ગર્ભવતી મહિલાઓને થાય છે અને અનેક જાતની જટિલતાઓ પેદા થાય છે. એમ તો ખોરાક,વ્યાયામ અને જીવન શૈલીથી પણ ઘણે અંશે બચાવ થઈ શકે છે. જરૂર પડે તો દવા લઈ શકાય છે.

ઓછા વજનવાળું બાળક

"હું ઓછા વજનવાળા શિશુના જન્મ અંગે ઘણી જગ્યાએ વાંચી ચૂકી છું. શું હું એનાંથી બચાવના કોઈ પગલાં ભરી શકું છું?"

ઓછા વજનવાળા શિશુઓના જન્મનાં અમુક હિસ્સાઓનો બચાવ થઈ શકે છે. જો આપ આ પુસ્તક વાંચી રહી છો તો આપ બચાવ માટેના પ્રયત્નો માટે જાગૃત છો. સામાન્ય રીતે દારૂ, તમાકુ કે ડ્રગ્સ લેનારી મહિલાઓમાં બાળકોનું વજન જન્મથી જ ઓછું હોય છે. ભાવનાત્મક તણાવ, કુપોષણ, પ્રસવ પહેલાં રાખવાની કાળજીના અભાવના કારણોસર બાળક વૃધ્ધિ પામતું નથી. આ ઉપરાંત જો માતા લાંબા સમયથી માંદી હોય તો ડૉક્ટરની સલાહથી ઉપાય કરી શકાય છે. અમુકવાર તો સમય પહેલાંની પ્રસૂતિને રોકી શકાય છે. અમુક શિશુ કોઈપણ કારણ વિના પણ જન્મથી જ નાના અને ઓછાં વજનના હોય છે, જેનો કોઈ ઉપાય નથી.

સગર્ભાનાં શરીરનો બાંધો પણ પાતળો હોય, વજન ઓછું હોય, જેમ કે જન્મ વખતે અમુક માતાઓનું વજન ઓછું હોય, પ્લેસેંટામાં અછત કે જેનેટિક ડિસઓર્ડર. નવ મહિનાથી ઓછા સમયની ગર્ભાવસ્થા આવાં કારણોસર થતી જોવા મળે છે, આવા કિસ્સાઓમાં પણ પૌષ્ટિક ખોરાક તથા પ્રસવ પૂર્વની સાર સંભાળથી શિશુનું વજન વધારી શકાય છે. જો શિશુ નાનું પણ હોય તો મેડિકલ કેર એને બચાવવા તથા સ્વસ્થ રાખવામાં મદદરૂપ થાય છે.

જો આપ આ બાબતે વધારે ચિંતામાં છો તો ડૉક્ટરનો સંપર્ક કરો. તેઓ અલ્ટ્રા સાઉન્ડમાં જોઈને આપને જણાવી દેશે કે ભ્રૂણ સામાન્ય ગતિથી ઉછરી રહ્યું છે કે નહીં? જો એનો વિકાસ થતો નહીં હોય તો તે અંગે ડૉક્ટર સત્વરે યોગ્ય સારવાર શરૂ કરી દેશે.

પ્રસૂતિ સમયે પીડા ઓછી થવી

આપે પીડા વેઠવી જ પડશે. દરેક સ્ત્રી વેઠે છે. એ લગભગ ૧૫ કલાક, જે પ્રસવ કહેવાય છે. એ પાર્કમાં હરવા-ફરવા જેવું મોજીલું નથી. પ્રસવ અને ડિલીવરીમાં સખત મહેનત છે. બાળકના જન્મના સમયે આપના ગર્ભાશયમાં વારંવાર સંકોચન અને પીડા થાય છે, જેથી આપની સર્વિક્સ (ગર્ભાશયનું મુખ) તથા યોનિમાર્ગથી શિશુ બહાર આવી શકે. જી..હા.. આ એ જ વેજાઈના છે, યોનિ છે, જેને આપ એક ટૅમ્પૂન માટે પણ સાંકડી અને નાની સમજતી હતી. એક વાત બીજી પણ છે કે આ પીડાનું એક સકારાત્મક પાસું હોય છે. એ વેદના પછી આપના પડખે એક નાનું પુષ્પ હોય છે, જેને આપે સર્જ્યું છે.

જો આપની નોર્મલ ડિલીવરી છે તો આપની પીડાને ઘટાડવાના અનેક ઉપાયો છે. આપ મેડિસિન કે નોન મેડીસિનલ દવાઓથી કોઈપણ રીતે દર્દને ઘટાડવાનો ઈલાજ શોધી શકો છો અથવા તો એ બંનેનો મેળ કરીને ઉપાય કરી શકાય છે. આપ દવા વિના પણ પ્રસવ કરાવી શકો છો કાં તો પછી એક્યૂપંચર, એક્યૂપ્રેશર કે સંમોહન જેવી વૈકલ્પિક ચિકિત્સા પધ્ધતિ પણ અપનાવી શકો છો, કાં તો આપ કોઈ દર્દ નિવારણ દવાની મદદથી શિશુનો જન્મ કરી શકો છો. એમાં આપને કોઈ પીડા અનુભવાશે નહીં અને એ તમામ વિધિ આપ ઉઘાડી આંખોએ જોઈ શકશો.

આપ કયો વિકલ્પ અપનાવવા ઈચ્છશો? આપે આવી તમામ સગવડોની જાણકારીથી વાકેફ રહેવું પડશે. આ બાબતે આપ ડૉક્ટરની સલાહને અનુસરો. પ્રસવની પ્રક્રિયામાંથી હેમખેમ પાર ઉતરેલી આપની સહેલીઓને પૂછો. એ પછી વિચારો કે આપના માટે સારો વિકલ્પ કયો હોઈ શકે? શું આપ એક જ ટેકનિક અપનાવવા ઈચ્છશો કે તમામ ટેકનિકોના મેળને સૂટ કરવા માંગશો? આ બધાની સાથે શરીરની નજાકતને અસર થાય તેવા ઉપાય ન કરશો.

જો ડૉક્ટર તરફથી આપને નોર્મલ ડિલીવરીનો સંકેત મળે છે તો આપ મનપસંદ કોઈપણ વિકલ્પ અપનાવી શકો છો, પણ આપના શરીરની ચપળતાને, લચકને જાળવી રાખજો, કેમ કે ડિલીવરી વખતે એની જ વધારે જરૂર પડે છે.

દવાઓ અને દર્દ

જો દર્દ નિવારક દવાની વાત કરીએ તો પ્રસવ દરમિયાન અનેક દવાઓ લઈ શકાય છે. એ દવાઓમાં એનસ્થેટિક (દર્દ જણાશે નહીં અને નીંદર આવી જશે) એનાલજૈસિક (દર્દ નિવારક),એટ્રેક્ઝિક્સ, (ટેકિંવલાઈજર્સ) વગેરે છે. આપ જાતે તેને પસંદ કરી શકો છો કે એમાં કંઈ દવા આપના માટે આરામદાયક રહેશે.

જો આપની કોઈ મેડિકલ હિસ્ટ્રી કે વર્તમાન અવસ્થા થોડી જુદી છે તો આપની પસંદ મર્યાદિત થઈ શકે છે.

આપે એ પણ જોવું પડશે કે કોઈ દવા દર્દને કેટલી હદ સુધી ઘટાડશે કે આપ પર એની શું અસર થશે? કેમ કે જુદી જુદી દવાઓ, જુદા જુદા લોકો પર જુદી જુદી અસર કરે છે એ પણ બની શકે છે કે જે દવા આપને જોઈએ છે એ વખતે નથી મળતી અને આપને કોઈબીજી દવા આપવામાં આવે.

અહીં લેબર તથા દર્દના માટે ખાસ દવાઓ અંગેની માહિતી આપી છે.

એપીડ્યુલરલ: (કરોડજજુના અમુક ચોકકસ આવરણનું નામ) ગર્ભવતી મહિલાઓ હૉસ્પિટલોમાં પીડા ઘટાડવા માટે આ જ દવા વાપરે છે. એની લોકપ્રિયતાનું એક કારણ એ પણ છે કે તેને વધારે પ્રમાણમાં લેવાની જરૂર પડતી નથી. શરીરના નીચેના ભાગમાં લોકલ પેન રિલીફ આપવામાં આવે છે, જેનાં કારણે આપ સંપૂર્ણ રીતે જાગૃત રહી શકો છો અને બાળકના સ્વાગત માટે તત્પર રહી શકો છો. આ દવા બીજી દવાઓની તુલનામાં વધારે સલામત છે. કેમ કે તેનું ઈંજેક્શન કરોડના હાડકામાં અપાય છે. આ દવા બીજી દવાઓની જેમ આપના લોહીમાં નથી ભળતી. આ આપને ત્યારે જ આપી શકાય છે, જયારે આપ ઈચ્છો છો. અભ્યાસોથી જાણવા મળ્યું છે કે એનાંથી ઑપરેશનમાં કોઈ જોખમ ઉભું થતું નથી. અને લેબરની પ્રક્રિયા પણ ધીમી પડતી નથી. ધારો કે લેબરની ગતિવિધિ ધીમી પડી પણ જાય તો ડૉક્ટર આપને પીટોસિન હૉર્મોન આપી શકે છે, જેથી પ્રસવ એની સ્વાભાવિક ગતિમાં આવી જાય.

એપીડ્યૂરલ દરમિયાન શું આશા રાખી શકો છો :-

- એપીડ્યૂરલ સારવાર પહેલાં,આઈ.વી.ચાલુ કરાય છે, જેથી આપનું બ્લડપ્રેશર ઓછું ન થઈ જાય.
- અમુક હૉસ્પિટલોમાં, બ્લેડરમાં કેથેટર નાંખવામાં આવે છે. જેથી એ પ્રક્રિયા દરમિયાન પેશાબ કરી શકાય. દવાના લીધે પેશાબ રોકાઈ શકે છે. અનેક હૉસ્પિટલોમાં જરૂર પડે ત્યારે તેનો ઉપયોગ થાય છે.
- આપની પીઠના વચ્ચેના તથા નીચલા હિસ્સા ઉપર એન્ટીસૅપ્ટિક લૉશન લગાવાય છે અને પીઠના એ ભાગને લોકલ એનેસ્થેસિયાથી નિર્જીવ-બહેરો કરવામાં આવે છે. બહેરા ભાગેથી એક મોટી સોય કરોડરજજુના હાડકાની એપીડ્યૂરલ વાળી જગ્યાએ નંખાય છે. એવું ત્યારે કરવામાં આવે છે જયારે આપ એકબાજુ પડખું ફરીને સૂઈ ગઈ હોય છો, કાં તો કોઈની મદદથી ટેબલ પર સૂતી છો. અમુકને સોયનું દર્દ થાય છે પણ જો આપ નસીબદાર છો તો મોટાભાગની મહિલાઓની જેમ આપને કંઈ

જ નહીં થાય. પ્રસૂતિની પીડાની તુલનામાં તો સોયનું દર્દ કશું જ નથી.

- સોય કાઢીને ત્યાં એક પાતળી કેથેટર ટ્યૂબ નાંખવામાં આવે છે. એ ટ્યૂબને પીઠ પર ટેપથી ચિપકાવી દેવામાં આવે છે, જેથી આપ હલનચલન કરી શકો. આ દવા આપ્યાની ૩ થી ૫ મિનિટની અંદર જ ગર્ભાશયના સ્નાયુ બહેરા થવા લાગે છે. ૧૦ મિનિટ પછી સંપૂર્ણ આરામ મળે છે. દવાથી શરીરનો પૂરો નીચલો હિસ્સો બહેરો બની જાય છે અને આપ કોંટ્રેકશન (સંકોચન) ને અનુભવી શકતાં નથી.
- આપનું બ્લડપ્રેશર સતત જોવામાં આવે છે. અમુકવાર એપીડ્યૂરલના લીધે ભ્રૂણના હૃદયની ધડકન ધીમી પડી જાય છે, એટલા માટે ભ્રૂણ પર પણ સતત નજર રાખવામાં આવે છે. જો કે એનાંથી આપના હલનચલનમાં તકલીફ થાય છે, પરંતુ ડૉક્ટરને આપ બંને ઉપર અને સંકોચન પર નજર રાખવામાં સરળતા રહે છે.

આનંદની વાત એ છે કે આ પ્રક્રિયાની સાઈડ ઈફેક્ટ ખૂબ જ ઓછી હોય છે. જો કે અમુક મહિલાઓને શરીરનો એક ભાગ જ જડ થયેલો લાગે છે. જો બેક લેબરનો મામલો હોય તો એ પૂરી રીતે દર્દ પર અંકુશ મેળવી શકતાં નથી.

<u>સ્પાઈનલ એપીડ્યૂરલ</u>: આ પણ પરંપરાગત એપીડ્યૂરલની જેમ જ દર્દ નિવારકનું કામ કરે છે, પરંતુ એમાં દવાનું પ્રમાણ ઓછું હોય છે. દરેક જગ્યાએ એવી સગવડ પણ નથી મળતી, જેથી આપ એનાં વિશે જાણ મેળવી લો. એનેસ્થેસિયાના ડૉક્ટર આપને સ્પાઈનલ દ્રવ્યમાં એનું થોડું પ્રમાણ આપીને દર્દથી છુટકારો અપાવી શકે છે, પરંતુ આપના પગો તથા માંસપેશીઓ બહેરી થતી નથી, એટલાં માટે એનો ઉપયોગ કરી શકો છો. જો આપને દર્દમાં રાહત ન મળે તો કેથેટરની મદદથી બીજી દવા આપી શકાય છે. જો કે પગ બહેરા તો નથી થતાં પણ આપ ઘણી નબળાઈ અનુભવો છો એટલાં માટે એ વખતે આપ ચાલવા પણ નહીં ઈચ્છો.

દર્દ વિના...

શું બાળકને ધકેલવા માટે પ્રસવ પીડાની જરૂર છે? ના..! મોટાભાગની મહિલાઓએ માન્યું છે કે એપીડ્યૂરલ પછી પણ એમને શિશુને બહાર ધકેલવામાં કોઈ મુશ્કેલી નથી આવી. નર્સ એમને સંકોચનનો સમય જણાવી દે છે અને તેઓ જોર લગાવે છે. જો પીડા વિના વાત ન બની રહી હોય તો એપીડ્યૂરલને રોકી દેવામાં આવે છે. પછી ડિલીવરી બાદ બીજીવાર દવા આપીને એ ભાગને બહેરો કરી શકાય છે.

<u>સ્પાઈનલ બ્લૉક કે સૅડલ બ્લૉક</u> : એ દિવસોમાં, આ બંને બ્લૉકોનો વપરાશ ન કરવા બરાબર હોય છે. જો આપે એપીડ્યૂરલ નથી લીધું અને ડિલીવરી માટે દર્દ નિવારક ઈચ્છો છો તો પ્રસવ દરમિયાન સ્પાઈનલ બ્લૉક આપી શકો છો. એમાં પણ સ્પાઈનલ કૉર્ડના દ્રવ્યમાં ઈંજેક્શન આપવામાં આવે છે. એનાં લીધે પણ બ્લડપ્રેશર ઓછું થઈ શકે છે.

<u>પુડેન્ડલ બ્લૉક</u>: એને વૅજાઈનલ (યોનિમાર્ગ) ડિલીવરી દરમિયાન લેવામાં આવે છે. આ સોય દ્વારા દવા આપવામાં આવે છે, જેથી એ હિસ્સો બહેરો થઈ જાય છે. જો ફોર સૅપ કે વૅક્યૂમ એક્સ્ટ્રેશન કરવું હોય તો આ ઉપાય કારગત છે. એની અસર એપીસિઓટોની સુધી થાય છે.

<u>જનરલ એનેસ્થેસિયા</u>: આ જકાલ સામાન્ય ડિલિવરીમાં એનો વપરાશ ખૂબ જ ઓછો થયો છે. માત્ર કટોકટીના જોખમી સર્વિકલ જન્મની બાબતમાં જ એનો ઉપયોગ કરાય છે. એનાંથી ઉંઘ આવી જાય છે અને આપ ડિલીવરી વખતે બેભાન રહો છો. ભાનમાં આવ્યા પછી જીવ ગભરાવો, ઉલ્ટી કે ખાંસીની ફરિયાદ થઈ શકે છે.

આનાથી માતાની સાથોસાથ શિશુ પર પણ અસર પડે છે. આમ તો કોશિકા એવી જ કરાય છે કે શિશુને વધુ અસર પહોંચે તે પહેલાં તેને બહાર કાઢી શકાય. ડૉક્ટર આપને ઓક્સિજન પણ આપી શકે છે. જેથી શિશુને પૂરેપૂરો પ્રાણવાયુ મળે અને

તેનાં પર દવાની વધારે અસર ન થાય.

ડેમેરોલ: આ દર્દનાશક દવાનો વધુ ઉપયોગ થાય છે. એનાથી દર્દ ઘટે છે તથા માતાને કૉન્ટ્રેક્શન ખમવામાં સરળતા રહે છે. એને બેથી ચાર કલાક પછી બીજીવાર લઈ શકાય છે. એની અમુક આડ અસરો પણ છે. જેમકે ઉલ્ટી, જીવ ગભરાવો કે લોહીનાં દબાણમાં ઓછપ. નવજાત શિશુ પર એની અસર એ વાત પર નિર્ભર કરે છે કે આપે ડિલીવરીની કેટલી નજીક આવીને દવા વાપરી છે. જો એને ડિલીવરીની સાથે આપવામાં આવી છે તો શિશુ સૂઈ શકે છે. એને શ્વાસ લેવામાં તકલીફ થશે અને તેને તાત્કાલિક ઑક્સિજન આપવું પડશે. આવી અસરો આમ તો અસ્થાયી હોય છે, જેનો ઉપચાર થઈ શકે છે. એને સામાન્ય રીતે ડિલીવરીથી ત્રણ-ચાર કલાક પહેલાં જ આપવાની કોશિશ થતી હોય છે.

ટૈક્વલાઈજર્સ : આ દવાથી માતા એકદમ શાંત બનીને બાળકને જન્મ દેવાની પ્રક્રિયામાં સહયોગ સહકાર આપી શકે છે. આમાં દર્દ નિવારકોની તાકાત પણ વધી જાય છે. જો માતાની વ્યગ્રતાના લીધે પ્રસવમાં તકલીફ થવાની હોય ત્યારે એ દવા આપવામાં આવે છે. અમુક મહિલાઓ હળવા ઘેનનું સ્વાગત કરે છે, તો અમુકને લાગે છે કે તેઓ એ પળોને ગુમાવી રહી છે, જે એમનાં જીવનની યાદગાર પળો છે. દવાથી ઘણો ફરક પડે છે. વધારે દવા થોડું નુકશાન પણ કરી શકે છે. જો કે એનાંથી શિશુને કોઈ જોખમ હોતું નથી. પરંતુ ડૉક્ટરને લાગે કે એની જરૂર છે તો જ તેને ઉપયોગમાં લે છે. આમ તો આપને ડિલીવરીની રૂંધામણને, ઉશ્કેરાટને શાંત કરવા માટે દવા લેવાનાં બદલે રિલેક્સેશન ટેકનિકો શીખવી જોઈએ.

દર્દ તથા વૈકલ્પિક ચિકિત્સા

કોઈપણ મહિલા પ્રસૂતિ દરમિયાન દવા લેવા નથી માગતી, પરંતુ એ અવસ્થાને આરામદાયક તો બનાવવા ઈચ્છે છે. એનાં માટે વૈકલ્પિક આજકાલ તો અનેક પારંપારિક ડૉક્ટર પણ એ ટેકનિકોની મદદ લેવા લાગ્યા છે. ભલેને આપને એપીડ્યૂરલ જ શા માટે લેવાનો હોય, પણ પ્રસવ પહેલાંથી જ આ ટેકનિકોનો અભ્યાસ શરૂ કરી દો અને કોઈ લાઈસન્સધારી નિષ્ણાંત પાસેથી જ એની તાલિમ લો, જેને ગર્ભાવસ્થા પ્રસૂતિ તથા ડિલીવરીનો અનુભવ હોય!

એક્યુપંચર તથા એક્યુપ્રેશર : વૈજ્ઞાનિક અભ્યાસોએ તારણ કાઢયું છે કે ચીની હજારો વર્ષોથી એક્યૂપંચર તથા એક્યૂપ્રેશર દ્વારા દર્દને નિવારવાની ટેકનિક જાણતાં હતાં. એક્યૂપ્રેશરમાં માત્ર આંગળીઓથી છિદ્રો પર દબાવ દેવામાં આવે છે. જો આપ પ્રસવના સમયે એમાંની કોઈ એક વિશેષતાને પધ્ધતિને અપનાવા માંગો છો તો આપના ડૉક્ટરને પહેલેથી જ જણાવી દો.

રિફ્લેક્સોલૉજી : તે માને છે કે જખમના કોઈ બિંદુઓ પર માલિશ કરવાથી પ્રસવનું દર્દ ઘટાડી શકાય છે. એનાંથી પ્રસૂતિ સમયનો ગાળો પણ ઘટે છે. અમુક બિંદુઓ તો એવાં શક્તિશાળી છે કે આપે પ્રસવમાં જતાં પહેલાં એને દબાવવા જોઈએ નહીં કે ઉત્તેજિત કરવા જોઈએ નહીં.

ફિઝીકલ થેરાપી : માલિશ અને ગરમ-ઠંડા શેકથી પણ પ્રસવ પીડાને ઘટાડી શકાય છે. કોઈ અનુભવી હાથોથી માલિશ થવાથી દર્દને ઓછું થવામાં મદદ મળે છે.

હાઈડ્રોથેરાપી : લેબર દરમિયાન કોકર વરણું (થોડુ ઉનું) પાણી ખૂબ જ રાહત આપે છે. લેબર વખતે પાણીથી ભરેલાં ટબમાં સૂઈને પ્રસવનું દર્દ ઘટાડી શકો છો. અનેક હૉસ્પિટલોમાં આવી સવલતો મળવા લાગી છે.

હિપ્રોબર્થિંગ : જો કે વશીકરણ ના તો દર્દને ઘટાડશે અને ના તો શરીરમાં કોઈ હિસ્સાને બહેરૂં કરશે પણ બસ આપ તેનાં સંમોહનનાં ઉંડાણમાં રિલેક્સ બની જશો. આ ટ્રીક દરેક પર અસર કરતી નથી. આપે ગર્ભાવસ્થા દરમિયાન જ કોઈ

અનુભવી નિષ્ણાંતની મદદ વડે એનો અભ્યાસ કરવો પડશે. આનો એક મોટો ફાયદો એ છે કે આપ શિશુના જન્મની તમામ કામગીરી જાતે જોઈ શકશો. શિશુ પર પણ કોઈ શારીરિક અસર નહીં પડે.

ડિસ્ટ્રેક્શન : આપ ડિસ્ટ્રેક્શન એટલે કે ધ્યાન મુક્ત કરનારી ટેકનિકો પણ ઉપયોગમાં લઈ શકો છો. જેમ કે ટી.વી. જોવું, સંગીત સાંભળવું, તદઉપરાંત આપ ધ્યાનસ્થ મુદ્રા પણ કરી શકો છો. આપનું મન દર્દ પરથી થોડું હટી જશે. આપ કોઈ સુંદર તસ્વીર કે સીનેરી પર પણ નજર કેન્દ્રિત કરી શકો છો. એ ઉપરાંત માનસિક ચિત્રણનો વ્યાયામ કરો. કલ્પના કરો કે શિશુ ગર્ભાશયમાંથી બહાર આવી રહ્યું છે અને આપ એને ગોદમાં લઈ રહી છે. આ રીતે આપ ખૂબ જ રાહત અનુભવશો.

ટ્રાંસકયૂટેનિયસ ઈલેકટ્રિકલ નર્વ્સ સ્ટિમ્યુલેશન : આ વિધિમાં ઈલેક્ટ્રોડ, હળવા વૉલ્ટેજના પલ્સથી ગર્ભાશય તથા સર્વિક્સના સ્નાયુને ઉત્તેજિત કરી શકાય છે.જેનાંથી દર્દ ઘટી જાય છે. જો કે આ અંગેના કોઈ પાકા પૂરાવા મળ્યા નથી.

નિર્ણય લેવો

આખરે આપે પ્રસવના સમયે થતી પીડાને ઘટાડવાના ઉપાય જાણી લીધા છે. એટલાં માટે આપે નિર્ણય લેવાનો છે, પરંતુ કોઈપણ નિર્ણય લેતાં પહેલા,

- ડૉક્ટર સાથે સ્પષ્ટતાથી વાત કરો, જેથી તેઓ આપના નિર્ણયમાં મદદરૂપ બનશે. દવાઓ, એ પધ્ધતિઓનાં સઘળાં ફાયદા અને નુકશાન વિશે જાણી લો.
- વિકલ્પ માટે તૈયાર રહો. કેમ કે આપ નથી જાણતાં કે ડિલીવરી વખતે પરિસ્થિતિઓમાં કેવો ફેરફાર થઈ શકે છે. જો આપે દવા ન લેવાનો નિર્ણય લીધો છે તો કદાચ એવું બને પરિસ્થિતિ વશ દવા લેવી પડે. માનો કે આપે દવા લેવાનું વિચાર્યું છે તો બની શકે છે કે એનાં વિના પણ ચાલી જાય. એટલાં માટે અનેક જાતની ટેકનિકોનો અભ્યાસ તથા જાણકારી રાખો.

ભલે પ્રસૂતિ પીડા આપના ઉપાયોથી ઘટે કે ડૉક્ટરની રીતથી, પણ છેલ્લે બસ પરિણામ સકારાત્મક આવવું જોઈએ. એટલે કે નાનકડું, નમણું નાજુક-ગોળમટોળ શિશુ બાહુઓમાં આવવું જોઈએ. એ જ તો આ તમામની ફળશ્રુતિ છે.

★★★

આઠમો મહિનો

લગભગ ૩૨ થી ૩૫ અઠવાડિયા

આઠમા મહિને પણ આપ દિન-બ-દિન એ આવનારી પળો માટે આપને તૈયાર કરી રહ્યાં હશો. આપનો ઉત્સાહ અને ઉમંગનો પાર નહીં હોય! આપ એક નવજાત શિશુને આ ધરતી પર અવતરવાની છો. જો આ આપની પહેલી સુવાવડ છે તો આપ બંનેને એવું જ લાગી રહ્યું હશે કે બસ આપનું બાળક જન્મવાનું છે. જો આપને ગભરામણ થતી હશે તો આપ માતા-પિતા, સગાસંબંધી અને સહેલીઓને વાત કરતી હશો. તેઓ પણ આપને ચિંતા ન કરવા સમજાવતાં હશે અને કહેતાં હશે કે પહેલી સુવાવડ દરમિયાન એવું માનસિક દબાણ સ્વાભાવિક છે.

આ મહિને આપના શિશુનો વિકાસ

<u>૩૨ મું અઠવાડિયું</u>: આ મહિને આપના શિશુનું વજન લગભગ ૪ પાઉન્ડ અને લંબાઈ ૧૯ ઈંચ હશે. આ દિવસોમાં માત્ર વિકાસ જ નથી થઈ રહ્યો. જે રીતે આપ આવતીકાલની તૈયારમાં છો, એ પ્રકારે શિશુ પણ એ પળોની તૈયારીઓ કરી રહ્યું છે. એણે હવેના સપ્તાહોમાં ચૂસવાનું, શ્વાસ લેવાનું, ગળવાનું અને પગોને હલાવવાનો અભ્યાસ કરવાનો છે, જેથી કૂખમાંથી બહાર આવ્યા પછી આપણી દુનિયામાં ભળી શકે, જીવી શકે. હવે એને પોતાનો અંગુઠો ચૂસવાનું આવડી ગયું છે. હવે શિશુની ત્વચા પારદર્શી નથી રહી. એ આપના જેવી થઈ ગઈ છે. કેમ કે એની નીચે મેદ (વસા) જમા થઈ ગયો છે.

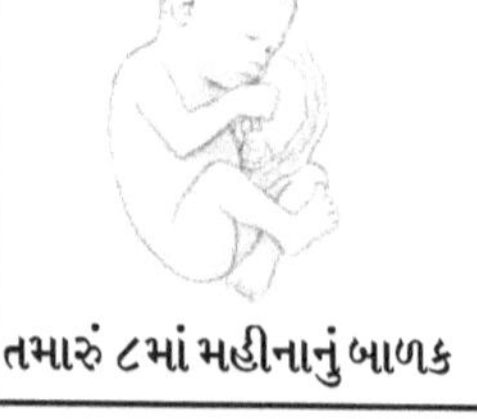

તમારું ૮માં મહીનાનું બાળક

<u>૩૩મું અઠવાડિયું</u>: શિશુ પણ ઝડપથી આપની જેમ તેનું વજન વધારી રહ્યું છે. એ હિસાબથી તેનું વજન લગભગ ૪-૧/૨ પાઉન્ડ હશે. આ સપ્તાહમાં લંબાઈ પૂરી ૧ ઈંચ વધી શકે છે અને વજન દિન-બ-દિન વધશે. હવે પેટમાં એમ્નિયોટિક દ્રવ્ય માટે જગ્યા નથી રહી, એથી જ તો શિશુની લાતોથી તકલીફ થાય છે. હવે દ્રવ્ય આપ બંનેના વચ્ચે કુશનનું કામ નથી કરતું આપનાથી એની પાસે એન્ટીબૉડીઝ પણ જઈ રહી છે, જેથી તેની ઈમ્યૂન સિસ્ટમ બની શકે. જ્યારે તે બહાર આવશે ત્યારે એન્ટીબૉડીઝ એની સાથે હશે અને તે અનેક પ્રકારના કીટાણુંઓથી બચી જશે.

<u>૩૪ મું અઠવાડિયું</u>: અત્યારે શિશુની લંબાઈ લગભગ ૨૦ ઈંચ અને વજન ૫ પાઉન્ડ હશે .જો

એ નર છે તો આ સપ્તાહમાં એનાં ગુપ્તાંગ તૈયાર થશે. હવે શિશુના નખ એની આંગળીના વેઢા સુધી આવી ગયા છે. આપના સામાનનાં લિસ્ટમાં નેઈલકટર લખવાનું ભૂલશો નહીં.

__૩૫મું અઠવાડિયું__ : જો શિશુ ઊભું થઈ શકે તેમ હોત એની લંબાઈ અત્યારે ૨૦ ઈંચ હોત, વજન લગભગ ૫-૧/૨ પાઉન્ડની નજીક છે. ડિલીવરી સુધીમાં તેનું વજન તથા મગજની કોશિકાઓમાં વૃધ્ધિ થશે. એનાં મગજનો વિકાસ ઝડપથી થઈ રહ્યો છે. બહુ ટૂંકાગાળામાં એ આપના ગર્ભાશયમાં ઉંધા મસ્તકની સ્થિતિમાં આવવાનું છે. ડિલીવરી દરમિયાન પહેલાં શિશુનું માથું બહાર આવે એ જરૂરી છે. શિશુનું માથું ભલે મોટું હોય, પરંતુ હજુ પણ એ ઘણું નરમ છે, નમણું છે, કોમળ છે.

એક નજર

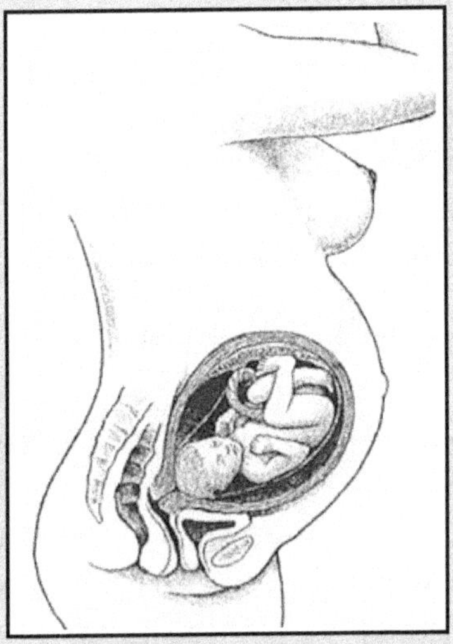

પ્યૂબિક બોનથી ગર્ભાશયની ઊંચાઈ સે.મી.માં માપવામાં આવે તો ગર્ભાવસ્થાના અઠવાડિયાથી એનો સંબંધ બને છે. તો ૩૪ અઠવાડિયામાં, પ્યૂબિક બોનથી ગર્ભાશયની ઉંચાઈ લગભગ ૩૪ સે.મી. હશે.

આપ શું મહેસૂસ કરી રહી હશો?

હંમેશાની જેમ યાદ રાખો કે દરેક મહિલાની ગર્ભાવસ્થા પોત-પોતાની રીતે અલગ અદ્વિતિય અને અદ્ભૂત હોય છે. બની શકે છે કે આપ એક સાથે અનેક લક્ષણો અનુભવ કરો. કાં તો જુદા જુદા સમયે જુદા લક્ષણો જોવા મળે. એમાં અમુક લક્ષણ જૂના હશે અને અમુક આ મહિનાના તેમાં ભળ્યાં હશે. એનાથી પર તો આપનું ધ્યાન પણ નહીં જાય, કેમ કે એનાંથી આપ ટેવાઈ ચૂકી છે. આ મહિને આપ શું અનુભવી શકો છો?

શારીરિક

- ભ્રૂણની ગતિવિધિઓમાં ઝડપ તથા મજબૂતી.
- ભ્રૂણની દૃઢ અને નિયમિત હલચલ.
- યોનિસ્ત્રાવમાં વૃધ્ધિ.
- કબજિયાતમાં પણ વધારો.
- છાતીમાં બળતરાં, અપચો અને આફરો.
- માથાનો દુઃખાવો, બેહોશી, માથું ભમવું.
- નાક બંધ થવું, નાકમાંથી લોહી નીકળવું કે કાનમાં મેલ થવો.
- દુઃખાવાનો અનુભવ કરાવતાં દાંતના પેઢાં.
- પગોમાં વળ-આમળ.
- પીઠનો દુઃખાવો.
- કૂલા પર દબાણ અને પીડા.
- ઘૂંટણ અને પગોમાં કે હાથ કે ચહેરા પર સાધારણ સોજો.
- પગના વૅરીકોઝ વેન્સ.
- હેમરોયડ્સ.
- દૂંટીનું ઉપસવું- નાભિ ફૂલવી.
- સ્ટ્રેચ માર્ક્સ.
- શ્વાસ લેવામાં રૂંધામણ.
- સૂવામાં મુશ્કેલી.
- સંકોચનનો અભ્યાસ (બ્રેક્સટન હિક્સ)
- સ્તનોનો વિકાસ ફેલાવો.

- નિપ્પલમાંથી કોલેસ્ટ્રમનું ઝરવું.

ભાવનાત્મક

- ગર્ભાવસ્થા સમાપ્ત થવાની ઉતાવળ-ઉત્સુકતા.
- લેબર અને ડિલીવરીની ચિંતા
- મગજ ખોયેલું-ખોયેલું રહેવું
- જો પહેલી વાર છે, તો માતા બનવાની વ્યગ્રતા
- એક અજબગજબ પ્રકારનો આવેશ-ઉશ્કેરાટ.

આ મહીનાનો ચેકઅપ

૩૨માં અઠવાડિયા પછી ડૉક્ટર તમને દરેક બે અઠવાડિયા પછી આવવાનું કહી શકે છે, જેથી તમારા અને શિશુના વિકાસ પર પૂરી નજર રાખી શકાય. આ મહિનાના ચેકઅપમાં તમે નિમ્નલિખિતની અપેક્ષા રાખી શકો છો. જો કે આ વધારે હદ સુધી ડૉક્ટરની તપાસ શૈલી અને તમારી અવસ્થા પર નિર્ભર કરે છે.

- વજન અને રક્તચાપ
- શુગર અને પ્રોટીન માટે પેશાબની તપાસ
- ભ્રૂણના હૃદયની ધડકન
- ગર્ભાશયની ઊંચાઈ
- બહારથી ભ્રૂણનો આકાર અને સ્થિતિ
- હાથ-પગના સોજા
- ગ્રુપ બી સ્ટ્રેપ ટેસ્ટ
- કેટલાક નવા અને અજાણ લક્ષણ
- તમારા કેટલાક પ્રશ્ન અને જીજ્ઞાસાઓ.

આપ શું વિચારી રહી હશો?

બ્રૈક્સટન હિક્સ કાન્ટ્રૈકશન

"ક્યારે ક્યારે મારૂં ગર્ભાશય ઉપરની તરફ જઈને સખત થઈ જાય છે. આ શું છે?"

આ અભ્યાસ છે, મહાવરો છે. ડિલીવરી થવાની છે. એટલા માટે શરીર પોતાને એ સંજોગો માટે વોર્મ અપ કરી રહ્યું છે. આને બ્રૈક્સટન હિક્સ કાન્ટ્રેશન કહે છે. એ આમ તો ૨૦માં સપ્તાહ પછી શરૂ થઈ જાય છે, પરંતુ અંતિમ મહિનાઓમાં એ વધારે સારી રીતે અનુભવાય છે. જો ગર્ભાવસ્થા પહેલાં થઈ ચૂકી હોય અને આ બીજી સુવાવડ હોય તો એ વધારે ગાઢ (ઘાટ્ટ) હોય છે. ગર્ભાશય ઉપરથી થોડું સંકોચાય છે અને પછી નીચે સુધી એની અસર પહોંચે છે. આ સ્થિતિ, આ સંકોચન ૧૫ થી ૩૦ સેકન્ડ સુધી રહે છે. ક્યારેક ક્યારેક બે મિનિટ કે એનાંથી વધારે સમયનું પણ હોઈ શકે છે.

જો એ વખતે આપનું ધ્યાન પેટ પર જાય તો આપને જાણ થઈ શકે છે કે આપ કેવી લાગણી કે દર્દ અનુભવી રહી છો એને જુઓ પણ ગંભીરતાથી નહીં.

જ્યારે સુવાવડ પૂરી થવાની હોય ત્યારે તો એ સંકોચનને ઓળખવું પણ મુશ્કેલ બને છે. એવું લાગે છે કે જાણે સુવાવડનું સાચુ દર્દ શરૂ થઈ ગયું છે. જો કે એ સંકોચન પીઠથી શિશુની ડિલીવરી તો થતી, પરંતુ સર્વિક્સની પ્રક્રિયા શરૂ થવામાં સુગમતા થઈ શકે છે.

આવી અવસ્થામાં આપ સ્થિતિ બદલો. જો ઊભા હોવ તો સૂઈ જાવ. જો બેઠાં છો તો ચાલવા લાગો. પૂરતાં પ્રમાણમાં પ્રવાહી પદાર્થ લો. આપ આ દરમિયાન આપનો લેબર વ્યાયામ તથા શિશુના જન્મ માટેની ટેકનિકોનો મહાવરો કરી શકો છો. આનાથી પછીના સમયમાં અનુકૂળતા અનુભવશો.

જો સંકોચાવાની ક્રિયા રોકાય નહીં અને પહેલાથી વધારે સંકોચ ન થવા લાગે તો ડૉક્ટરને જાણ કરો. જો એક કલાકમાં ચારવારથી વધારે વાર એવું થાય તો ડૉક્ટરને બતાવવું જોઈએ. ડૉક્ટરને સઘળી સ્થિતિ સ્પષ્ટરૂપે બતાવી દેવી જોઈએ.

પાંસળીઓમાં લાતો વાગવી

"એવું લાગે છે કે શિશુના પગ મારી પાંસળીઓમાં ફસાયા છે. એનાંથી ખૂબ જ પીડા થાય છે."

છેલ્લા મહિનાઓમાં મોટાભાગે આવું થતું જોવા મળે છે. જો આપ સ્થિતિ બદલશો તો શિશુ પણ પોતાની સ્થિતિ બદલી લેશે કાં તો પછી આપ એક વ્યાયામ કરો.

માથા ઉપર એક હાથને લઈ જતાં શ્વાસ લો. જ્યારે હાથ નીચે લાવો ત્યારે શ્વાસ છોડો. પછી બે હાથોને માથા ઉપર લઈ જતાં શ્વાસ લો અને નીચે લાવતા શ્વાસ છોડો. આ પ્રયોગ ત્રણ-ચાર વાર કરો. જો એનાંથી આરામ ન જણાય તો તમારા સાંધાને તપાસો. અમુકવાર સાંધાઓની ઢીલાશથી પણ આવી પરિસ્થિતિ સર્જાય છે, જે ગર્ભાવસ્થાના હોર્મોનની દેણ છે. એસીટેમિનોફેનથી દર્દમાં રાહત તો મળશે, પરંતુ એ દરમિયાન ભારે સામાન ઉંચકવાથી બચવાનું છે, નહીંતર પરિસ્થિતિ વધારે ખરાબ થઈ શકે છે.

શ્વાસ લેવામાં તકલીફ

"ક્યારેક ક્યારેક મને શ્વાસ લેવામાં મુશ્કેલી પડે છે. જો કે એ સમયે મારામાં ઊર્જા પણ ભરપૂર હોય છે. આવું શા માટે થાય છે? શું શિશુને પૂરો ઑક્સિજન નથી મળી રહ્યો?"

આ દિવસોમાં શ્વાસ ચઢવો એ સામાન્ય વાત છે. આપનું ગર્ભાશય વધતું હોવાથી શિશુઓનાં શરીરને ફેલાવતું હોવાથી એનાં જ અંશો પર દબાણ થઈ રહ્યું છે, જેના કારણે આપના ફેફસાં શ્વાસ લેતી વખતે સંપૂર્ણ રીતે ફૂલી શકતાં નથી. આ દિવસોમાં સીડીઓ ચઢતાં પણ શ્વાસ ચડી જાય છે. આમ તો આપના શિશુને કોઈ તકલીફ નથી કેમ કે એની પાસે તો ભરપૂર માત્રામાં ઑક્સિજન છે જ.

ડિલીવરીના બે ત્રણ અઠવાડિયા પહેલાં આ સ્થિતિમાંથી તમે છૂટકારો મેળવશો. ત્યાં સુધી આપ ઝુકીને બેસવાનાં બદલે સીધા બેસો કાં તો એક બે ઓશિકાનો સહારો લો.

શ્વાસ ચઢવાની તકલીફ એ ક્યારેક આયર્નની અછત સૂચવે છે. એટલાં માટે ડૉક્ટરને મળી લો. જો શ્વાસ લેવામાં ખૂબજ તકલીફ પડે, રૂંધામણ જેવું થાય તો આપ ડૉક્ટરને જણાવો. હોઠો કે આંગળીઓની ભૂરાશ (છાદળીપણું), છાતીમાં બળતરા કે દર્દ કે રંગોના ધબકારાઓની વધુ ગતિને નજર અંદાજ ન કરો.

બાળ નિષ્ણાંતની પસંદગી

આપે ખૂબ સમજી વિચારીને શિશુના માટે બાળ વિશેષજ્ઞ પસંદ કરવો પડશે. એ નિષ્ણાંત એવો હોવો જોઈએ કે આપ અડધી રાત્રે બોલાવો તો પણ તરત જ દોડતો આવે. આવાં નિષ્ણાંત માટે આપ આપના ડૉક્ટર, દોસ્તો, સહકર્મીઓ દ્વારા જાણકારી ભેળવી શકો છો. હૉસ્પિટલો અને બર્થ સેન્ટરોમાં પણ પૂછપરછથી યોગ્ય નિષ્ણાંત મળી શકે છે. તદ્ઉપરાંત આપે કોઈ વીમો ઉતરાવ્યો હોય તો એના કાગળોમાંથી પણ આવા નિષ્ણાંતોની વિગતો મળી શકે છે.

અનેક એવાં નિષ્ણાંતોને મળ્યા પછી આપને અનુકૂળ બાળ નિષ્ણાંત મળી જશે. આપને જે નિષ્ણાંત મળે તેની બાળ સારવારની હિસ્ટ્રી જાણો. એવી પણ જાણકારી મેળવો કે તે માન્યતા પામેલ ડૉક્ટર છે કે નહીં?શું એ નવજાતની સાર સંભાળ માટે હૉસ્પિટલ આવી શકશે? જે દવાખાને આપ જાવ એના ડૉક્ટર તથા હૉસ્પિટલ પ્રમાણિત છે કે નહીં?

બ્લેડર પરનો કાબૂ ગુમાવવો

"હું ગઈકાલ રાતના એક કોમેડી ફિલ્મ જોઈ રહી હતી. વારંવાર જોર-જોરથી હસવાના લીધે મારા બ્લેડરમાંથી સતત પેશાબ ઝરે છે. આ શું છે?"

વારંવાર દોડીને બાથરૂમમાં જવાની તકલીફ ઓછી હતી કે ત્રીજા ત્રૈમાસિકમાં એક બીજી તકલીફ ઉભી કરી. હવે તો આપ જ્યારે ખાંસી લેશો, છીંક લેશો કે ભારે સામાન ઉઠાવશો ત્યારે પેશાબાશયમાંથી પેશાબ ઝરશે જ. ગર્ભાશયના વધતાં આકારના લીધે પેશાબાશય પર દબાણ વધી રહ્યું છે. અમુક મહિલાઓને વારંવાર પેશાબ જવાની ઈચ્છા થાય છે. **અમારા નીચે મુજબના ઉપાય અજમાવી જુઓ.**

- જ્યારે પણ પેશાબ માટે જાવ તો આરામથી પેશાબાશયને ખાલી કરી દો.
- કીગલ વ્યાયામ કરશો તો તરત જ રાહત મળશે. આપ આવનારા સમયમાં સામાન્ય થઈ શકશો.

- ખાંસી લેતા, છીંકતાં કે હસતી વખતે કીગલ કરો કાં તો પગોને વાળી દો.
- પેન્ટીમાં લાઈનરનો ઉપયોગ કરો.
- જો સમયસર જાજરૂ કરવા ના જાવ તો એનાંથી બ્લેડર પર દબાણ થઈ શકે છે. કબજિયાતથી પણ પેલ્વિકની માંસપેશીઓ ઓછી થઈ જાય છે એનાથી બચાવ કરો.
- જો વારંવાર પેશાબની ઈચ્છા થાય તો બ્લેડરને કાબૂમાં રાખવાનું શીખો. પેશાબ રોકવાની રીતને અજમાવતાં રહો. કલાકના બદલે અડધા કલાકે બાથરૂમમાં જાવ. ધીમેધીમે પેશાબની આ સીમાને વધારતાં જાવ, જેથી આપને હાંફળા ફાંફળા બનીને બાથરૂમ તરફ દોડી જવું નહીં પડે.
- અગાઉ સૂચવ્યું છે તેમ ઓછામાં ઓછા આઠ ગ્લાસ પાણી પીઓ. જો પાણી પીવાનું ઓછું કરશો તો યોનિમાર્ગમાં ચેપ લાગી શકે છે.
- એ પણ જાણી લો કે જ્યારે તમે પેશાબ કરો છો તેમાં એમ્નિયોટિક દ્રવ્ય તો જતું નથી ને! તે જાણવા માટે પેશાબને સુંઘો. જો એ ગંધ પેશાબ જેવી ન લાગે તો તરત જ ડૉક્ટરને મળો.

આપ કેવી રીતે દેખરેખ રાખી રહી છો?

"દરેક કહે છે કે મારો ગર્ભ આઠ મહિનાથી ઓછો દેખાય છે. મારી દાયણનું કહેવું છે કે બધું જ બરાબર છે, પરંતુ મને શંકા છે કે મારા શિશુના

આઠમા મહિનામાં ગર્ભધારણ

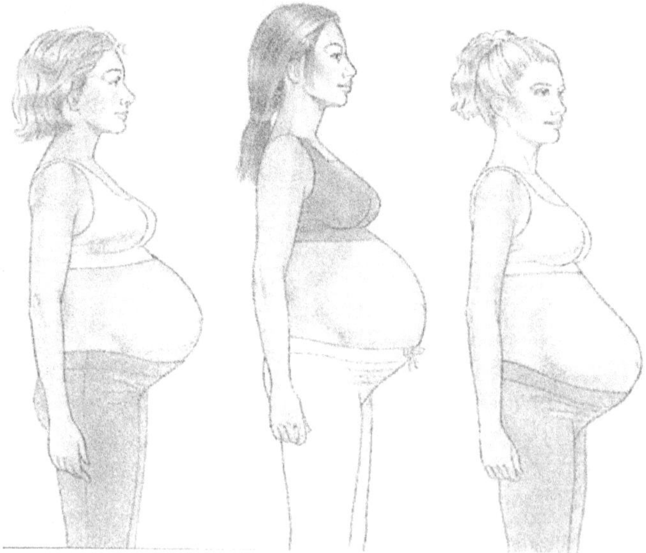

મહિલાઓ આઠમા મહિનાનાં ચિત્રમાં બતાવ્યા મુજબ ત્રણ જુદીજુદી રીતે ગર્ભધારણ કરેલી મુદ્રામાં જોવા મળે છે. આ ત્રણ મહિલાઓનાં પોતાના આકાર, સ્થિતિ, વજન અને શિશુની સ્થિતિ તથા તેનાં વજન પ્રમાણે ગર્ભધારણ હોય છે. જો અમુક સ્ત્રીઓ થોડી ઉંચી, થોડી નીચી, જાડી હોય તો એ પ્રમાણેનો ગર્ભધારણ કરી શકે છે.

વિકાસમાં ઉણપ તો નથી ને?"

કોઈપણ ગર્ભસ્થ સ્ત્રીનું પેટ જોઈને ધારણા કરવી સહેલી નથી. આપ ગર્ભને કંઈ રીતે ધારણ કરી રહી છો. એનું જ ખાસ મહત્વ છે.

- **તમારું પોતાનું શરીર :** આકાર અને હાડકાઓનું માળખું તથા પેટનો આકાર જાત જાતના હોઈ શકે છે. એક ઓછા કદવાળી મહિલાનો ઊભાર, લાંબી મહિલાની તુલનામાં થોડો ઓછો હોઈ શકે છે. જ્યારે અમુક લાંબી મહિલાનો ઊભાર અમુક કિસ્સાઓમાં ખાસ જોવા મળતો નથી. એનું કારણ એ છે કે લંબાઈના કારણે એવી મહિલાઓનાં પેટમાં પહેલેથી જ શિશુ માટે ઘણી જગ્યા હોય છે.
- **આપની માંસપેશીઓનો ટોન :** જો આપની માંસપેશીઓ સખત હશે તો ઢીલી માંસપેશીઓવાળી માતાની તુલનામાં આપનો ઊભાર વધારે જોવા નહીં મળે.
- **શિશુની સ્થિતિ :** આપનું શિશુ અંદર કેવી સ્થિતિમાં છે, એનાંથી પણ નક્કી થશે કે બહારથી આપનો ઊભાર કેવો દેખાય છે?
- **આપનું વજન :** માનું વજન વધ્યું હોય તો તેનો અર્થ એ નથી કે અંદર શિશુનું પણ વજન વધ્યું હશે.

આપની નણંદ, ભાભી કે સહકર્મીના બદલે ડૉક્ટર જ સાચું નિદાન કરી શકે છે કે શિશુનો વિકાસ કેવો થઈ રહ્યો છે? કેમ કે તેઓ સતત આપના ગર્ભાશય તથા તેના વિકાસ પર ધ્યાન રાખી રહ્યાં હોય છે. માત્ર પેટનો ઊભાર જોઈને શિશુના વિકાસની જાણ થતી નથી. એનાં માટે તો અલ્ટ્રાસાઉન્ડ વગેરે તથા બીજી મેડિકલ તપાસની જરૂર પડે છે. એટલે માત્ર પેટને જોઈને અંદર શું થઈ રહ્યું છે એનો અંદાજ બહારથી આવી ન શકે.

"દરેક જણ કહે છે કે મને દીકરો જન્મશે. કેમ કે મારા નિતંબોનો ઊભાર નથી. હાલ તો માત્ર પેટ જ ઉપસેલું છે. શું આમાં કોઈ સત્યતા છે?"

આ તો દાયણોનું અનુમાન છે, જે ૫૦ ટકા સાચું પડે છે. એવું બની શકે છે અને ના પણ બની શકે. આપ આવી ધારણાઓ કરી શકો છો, પરંતુ એનાંથી શિશુના વાનનો રંગ બદલાઈ જવાનો નથી.

આપનો આકાર અને ડિલીવરી

"મારૂં કદ પાંચ ફૂટ છે. શું મને ડિલીવરી વખતે કોઈ મુશ્કેલી થઈ શકે છે?"

જ્યારે શિશુને જન્મ આપવાની વાત આવે છે ત્યારે આપના બહારના દેખાવ કરતાં ભીતરના અંદરના આકાર પર બધો મદાર હોય છે. પેલ્વિક અને શિશુના માથાનો આકાર, નક્કી કરશે કે સુવાવડ સહેલાઈથી થશે કે નહીં? એનો આપના કદ સાથે કોઈ સંબંધ કે લેવા દેવા નથી. ઓછા કદનો મતલબ એવો નથી કે આપનો પેલ્વિક એરીયા પણ નાનો હશે. એ લાંબા કદની મહિલાઓથી પણ મોટો હોઈ શકે છે.

આપ આ આકારને કેવી રીતે જાણશો? કેમ કે એ લેવલ સાથે તો નથી રચાતા. (નાનો, મધ્યમ, થોડો મોટો) ડૉક્ટર પોતાનાં પહેલા ચેકઅપમાં એનાં આકારનો થોડો ઘણો તો અંદાજ લગાવી શકે છે. જો તેમને કોઈ ગરબડ જેવું લાગે તો (જેમકે શિશુના માથાને બહાર નીકળવામાં તકલીફ પડશે) તેઓ અલ્ટ્રાસાઉન્ડની મદદ લે છે.

સામાન્ય રીતે તો કુદરત એવું થવા દેતી નથી કે શિશુનું માથું મોટું હોય અને માતાનું શરીર એનાં માટે નાનું હોય! શિશુ ખૂબ આરામથી આપણી દુનિયામાં પ્રવેશે છે અને મને પૂરેપૂરી ખાતરી છે કે આપની સાથે પણ એવું જ થશે.

આપનું વજન તથા શિશુનો આકાર

"મારું વજન ખૂબ વધી ગયું છે. મને લાગે છે કે શિશુ પણ મોટું થઈ ગયું હશે અને ડિલીવરીમાં મને તકલીફ પડશે?"

આપનું વજન વધી ગયું છે. એનો મતલબ એ

નથી કે શિશુનું વજન પણ વધી ગયું હશે.આપના શિશુનું વજન બીજા કેટલાક કારણો પર પણ આધાર રાખે છે, જેમકે જેનેટિક, જન્મના સમયે આપનું પોતાનું વજન, ગર્ભાવસ્થા પહેલાં આપનું વજન અને આપ કેવો ખોરાક લો છો? આ હિસાબે ૩૫-૪૦ પાઉન્ડ વજન વધવાથી ૬-૭ પાઉન્ડનું શિશુ હોઈ શકે છે અને ૨૫ પૌંડ વજન વધવાથી ૮ પાઉન્ડનું શિશુ હોઈ શકે છે. સરેરાશ વજન જેમ જેમ વધે છે તેમ તેમ શિશુ મોટું થતું જાય છે.

ડૉક્ટર આપનું પેટ તથા ગર્ભાશયની ઉંચાઈ માપીને શિશુના આકારનો અંદાજ આપી શકે છે. જો કે એ ગણતરીમાં એકાદ પાઉન્ડ વજન વધ-ઘટ હોઈ શકે છે. અલ્ટ્રાસાઉન્ડથી પણ ધારણા થઈ શકે છે.પરંતુ એને પણ બિલકુલ સચોટ ન માનવું.

જો શિશુ મોટું પણ છે તો મુશ્કેલ ડિલીવરી માટે તેને કોઈ લેવા દેવા નથી. જો કે ૬-૭ પાઉન્ડનું શિશુ ૯-૧૦ પાઉન્ડવાળા શિશુની સરખામણીમાં ઝડપથી બહાર આવે છે. ઘણી બધી મહિલાઓ વધારે વજનવાળા શિશુને કોઈપણ તકલીફ વિના સહેલાઈથી જન્મ આપે છે. અહીં માત્ર જોવાનું એ છે કે આપની પેલ્વિકની સરખામણીમાં શિશુનું માથું કેટલું મોટું છે?

શિશુની સ્થિતિ

"હું કેવી રીતે જાણું કે મારા શિશુનું મો કંઈ તરફ છે? હું એ વાતની ખાતરી કરવા માંગું છું કે એ ડિલીવરીના યોગ્ય રસ્તે છે ને?"

જો કે બહારથી શિશુના હાથ-પગ, કોણીઓ તથા ઘૂંટણોનો અંદાજ લગાવવાની વૃત્તિ ખૂબ જ મનોરંજક હોઈ શકે છે પરંતુ અનુમાન એ શિશુની યોગ્ય સ્થિતિ મેળવવાનો માન્ય ઉપાય નથી. માત્ર ડૉક્ટર જ આપને શિશુના અંગોની સાચી સ્થિતિનો ચિતાર આપી શકે છે.

શિશુના હૃદયની ગતિથી પણ એની સ્થિતિ વિશે ધારણા કરી શકો છો. જો એનું માથું આગળ (પહેલું) છે તો હૃદયના ધબકારા પેટના નીચેના અડધા ભાગમાં સાંભળવા મળશે. જો શિશુની પીઠ આપની આગળની તરફ છે તો એ સ્વર વધારે સ્પષ્ટ સંભળાશે. જો કોઈ શંકા હોય તો અલ્ટ્રાસાઉન્ડથી ઘણું બધું જાણી શકો છો.

આમ આપ મનને રાજી રાખવા માટે આ સાધન પણ અજમાવી શકો છો.

- શિશુનો પીઠનો ભાગ સપાટ હોય છે તથા એનાં નાના નમણાં હાથ-પગ હોય છે.
- આઠમા મહિને એનું માથું પેલ્વિસની નજીક હોય છે.
- એનાં નિતંબ માથાથી વધારે (કોમળ) નરમ હોય છે.

બ્રીચ બેબી

"છેલ્લી મુલાકાતમાં ડૉક્ટરે મને જણાવ્યું કે શિશુનું માથું મારી પાંસળીઓ પાસે છે. શું એનો મતલબ એ બ્રીચ છે?"

બની શકે છે કે શિશુ અમુક જિમ્નેસ્ટિક કરી રહ્યું હોય! ખરેખર તો મોટાભાગના શિશુ ૩૨ થી ૩૮ સપ્તાહની વચ્ચે જ એમનાં સાચા સ્થાને પહોંચી જાય છે. અમુક શિશુઓ જ જન્મના થોડાં દિવસ રહ્યા હોવા છતાં એમની સ્વાભાવિક સ્થિતિમાં પહોંચી શકતાં નથી. એમનો નીચેનો ભાગ નીચેની તરફ જ છે. આનો મતલબ એવો નથી કે એ જન્મના સમયમાં પણ બ્રીચ હશે.

જો એણે ડિલીવરીથી પહેલા પણ બ્રીચ સ્થિતિ રાખી તો ડૉક્ટર આપને પૂછીને એનો કોઈને કોઈ ઉપાય કરી શકે છે. એટલાં માટે ચિંતા કરવાની

બ્રીચ શિશુને પલટવું

અમુક ડૉક્ટર બ્રીચ શિશુને પલટવા માટે વ્યાયામ કરવાની સલાહ આપે છે. પોતાનું માથું નીચે કરીને આપ હાથો-ઘૂંટણો પર બેસો. પછી આગળ-પાછળ ઘુમો પેલ્વિક ટિલ્ટમાં. પરંતુ આ વ્યાયામ કરતાં પહેલાં આપના ડૉક્ટરને મળો. તેમની રજા હોય તો જ આ વ્યાયામ કરો.

ચહેરો ક્યાં છે?

શિશુની પોઝિશનની ચર્ચા કરીએ તો જો શિશુનું માથું નીચે, મોં આપની પાછળ તથા (દાઢી) ચિબૂક છાતીને અડેલી છે તો આપ નસીબદાર છો. આ ઑકીપુટ એટીરિયર પોઝિશન જન્મવા માટે આદર્શ માનવામાં આવે છે. કેમ કે પ્રસવના સમયે એનું માથું સરળતાથી પહેલું બહાર આવી જાય છે. જો શિશુનું મોં આપના પેટની તરફ છે (ઑકીપુટ પોસ્ટીરિયર) તો એ નુકશાનકારક છે. એની ખોપરી આપની કરોડરજ્જૂ પર દબાવ કરી શકે છે તથા એને બહાર આવવામાં પણ મોડું થઈ શકે છે.

ડિલીવરીનો કાળ નજીક આવતાં ડૉક્ટર એની સ્થિતિને જાણવાની કોશિશ કરશે. જો એની સ્થિતિ પોસ્ટીરિયર છે તો ચિંતા ન કરો. અમુક શિશુ પ્રસૂતિ વખતે આપ મેળે સહજ સ્થિતિમાં આવી જાય છે. અમુક જગ્યાએ ડૉક્ટર પ્રસૂતિનાં વ્યાયામો દ્વારા પણ સ્થિતિને યથાવત્ કરવાનો પ્રયત્ન કરે છે.

શિશુ કેવી રીતે સુવે છે?

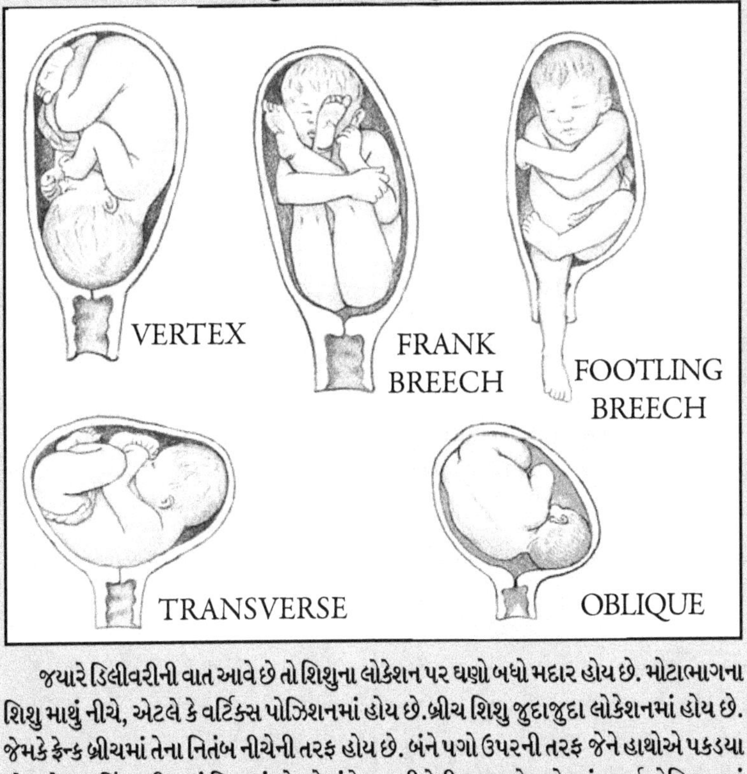

જ્યારે ડિલીવરીની વાત આવે છે તો શિશુના લોકેશન પર ઘણો બધો મદાર હોય છે. મોટાભાગના શિશુ માથું નીચે, એટલે કે વર્ટિક્સ પોઝિશનમાં હોય છે.બ્રીચ શિશુ જુદાજુદા લોકેશનમાં હોય છે. જેમકે ફ્રેન્ક બ્રીચમાં તેના નિતંબ નીચેની તરફ હોય છે. બંને પગો ઉપરની તરફ જેને હાથોએ પકડયા હોય છે. ફૂટલિંગ બ્રીચમાં શિશુનાં એક કે બંને પગ નીચેની તરફ હોય છે. ટ્રાંસવર્સ પોઝિશનમાં શિશુની પીઠ ગર્ભાશય મુખ તરફ હોય છે. ઓબ્લિક પોઝિશનના શિશુનું માથું માતાના નિતંબો તરફ હોય છે.

કોઈ વાત નથી.

બ્રીચ બાળકને પલટાવવા માટે શું કરી શકાય?

શિશુની સ્થિતિને સુધારવા માટે અનેક ઉપાય કરી શકાય છે. ડૉક્ટર આપને અમુક સહેલી કસરતો સૂચવી શકે છે, જેમ કે આ પુસ્તકમાં એવી વિગતો છે. એક્યુપંચર અને જડીબૂટીની મદદ પણ લઈ શકાય છે.

જો તેમ છતાં શિશુ ન માને તો ડૉક્ટર એની સ્થિતિને હાથો વડે વ્યવસ્થિત કરવાની રીત અપનાવી શકે છે. જેને તબીબી ભાષામાં એક્સટર્નલ સિફેલિક વર્જિલ ઈસીવી કહે છે. આ ઈસીવી લગભગ ૩૭ કે ૩૮માં સપ્તાહમાં કરવામાં આવે છે, જ્યારે શિશુ થોડુંક આરામદાયક અવસ્થામાં હોય છે. કેટલાંય ડૉક્ટરો એપીડ્યૂરલ પછી એને અજમાવે છે. તેઓ ધીરેધીરે શિશુને હાથો વડે નીચેની તરફ લાવવાની કોશિશ કરે છે. એ વખતે એક-એક બાબત પર ડૉક્ટર બાજ નજર રાખે છે.

ઈસીવીના ૨-૩ મામલાઓ બિલકુલ સફળ રહે છે. જે મહિલાઓ પહેલાં ગર્ભવતી થઈ હોય, તેમનાં માટે આ સફળતાનો દર વધુ ઉંચો રહે છે. અમુક શિશુ તો એ કાર્યવાહી દરમિયાન બિલકુલ સહકાર આપતાં નથી અને અમુક તો ગુલાંટ મારીને વળી બ્રીચ સ્થિતિમાં જ આવે છે.

"જો શિશુ બ્રીચ સ્થિતિમાં રહ્યું હોય તો લેબર તથા ડિલીવરી પર શું અસર થશે? શું હું યોનિમાર્ગ દ્વારા શિશુને જન્મ આપી શકીશ?"

આપ યોનિમાર્ગથી (વૈજાઈનલ બર્થ) શિશુને જન્મ આપી શકશો કે નહીં, એ અનેક કારણો પર આધારિત છે, જેમાં આપના ડૉક્ટરની નીતિ તથા આપની અવસ્થા પણ સામેલ છે. ઘણાં ડૉક્ટર બ્રીચ શિશુની સ્થિતિમાં સી-સેકશન કરવું પસંદ કરે છે. કેમ કે અનેક અભ્યાસોથી જાણવા મળ્યું છે કે સી-સેકશન કરવું મોટાભાગે ઘણું જ સફળ રહે છે. વળી સલામતી પણ જળવાય છે. માનો કે ફ્રેન્ક બ્રીચ સ્થિતિ છે તો પેલ્વિબરનમાં ઘણી જગ્યા હોય છે, જેથી સી સેકશન વિના પણ ડિલીવરી થઈ શકે છે. સહુથી અગત્યની વાત એ છે કે છેલ્લી ક્ષણોમાં શિશુ જે કોઈ સ્થિતિમાં હશે એના હિસાબે ડૉક્ટર નિર્ણય લેશે. ડૉક્ટરને મળીને દરેક શક્ય વિકલ્પો પર વિચાર કરી લો, જેથી એ વખતે આપ ગભરામણ કે ડર ન અનુભવો.

"ડૉક્ટરનું કહેવું છે કે શિશુ ઓબ્લિક સ્થિતિમાં છે. આ શું છે અને ડિલીવરી પર એની શું અસર થશે?"

આ સ્થિતિનો મતલબ છે કે શિશુએ થોડી અટપટી મુદ્રા બનાવી લીધી છે. એનું માથું નીચેની તરફ સર્વિક્સમાં જવાના બદલે આપના નિતંબ બાજુ છે. ડૉક્ટરના હાથોની સહાયથી એની સ્થિતિમાં સુધારો કરવો પડશે, નહીંતર યોનિમાર્ગથી બાળકને જન્મ લેતાં તકલીફ પડશે. જો એની સ્થિતિ સુધરી શકતી નથી તો પછી સી-સેકશન કરવું જ પડશે. ઘણીવાર શિશુ ટ્રાંસવર્સની સ્થિતિમાં પણ આવી જાય છે, ત્યારે આ જ ઉપાય અજમાવાય છે.

સિઝેરિયન ડિલીવરી

"ડૉક્ટરે મને સિઝેરિયન ડિલીવરી બાબતે કહ્યું છે. જેથી હું ખૂબ જ નિરાશ થઈ ગઈ છું."

માન્યું કે આ ઑપરેશન મોટું છે, પરંતુ તેમ છતાં તેને સલામત માનવામાં આવે છે. સામાન્ય રીતે પણ હવે સિઝેરિયનને અનેક સ્ત્રીઓ અપનાવે છે. લગભગ ૩૦ ટકા સ્ત્રીઓ આ ઑપરેશન દ્વારા જ શિશુને જન્મ આપે છે.

માનીએ છીએ કે આ ખબર આપના દિલને વધારે ઉદાસ કરશે. કેમ કે આપ એવું નથી ઈચ્છતી. આપ શિશુને કુદરતી રીતે જન્મ આપવા માંગો છો, પરંતુ હવે આપે ઑપરેશન સાથે સંકળાયેલાં કેટલાંક મુદ્દાઓને સમજવા પડશે.

જો કે હવે હૉસ્પિટલોમાં આ પધ્ધતિને ખૂબ જ આરામદાયક બનાવી દેવામાં આવી છે. જરા વિચારો કે આ ઑપરેશન શિશુ માટે પણ કેટલું

સગવડવાળું અને આરામદાયક હોય છે ! આપણે મેડિક્લ ટર્મની વાત કરીએ છીએ તો એ જ ડિલીવરી ઉત્તમ હોય છે, જે શિશુ માટે સલામત હોય! અત્યારના સમયમાં શિશુ માટે સી સેકશન ખૂબ જ સલામત ડિલીવરી છે, જેમાં શિશુ હેમખેમ કોઈ તકલીફ વિના આપની ગોદમાં ખુબ જ સલામત ડિલીવરી કરે છે, જેમાં શિશુ હેમખેમ, કોઈ તકલીફ વિના આપની ગોદમાં હશે. એ ઑપરેશનને સારૂં ને ઉતમ જ કહેવાશે ને!

"એવું શા માટે લાગે છે કે મારી બધી જાણકાર મહિલાઓ આ દિવસોમાં સી-સેકશનથી જ શિશુને જન્મ આપી રહી છે?"

છેલ્લાં ઘણા વર્ષોથી સી-સેકશનનું પ્રમાણ વધ્યું છે,જેમાં નીચે લખ્યા મુજબના કારણ હોઈ શકે છે.

સલામતી : એ માતા અને શિશુ માટે વધુ સલામત છે, કેમ કે આ જની અદ્યતન ટેકનોલોજીનો તેમાં ભરપૂર ઉપયોગ થાય છે.

મોટા શિશુ : હંમેશા શિશુનો આકાર મોટો થવાથી એને યોનિમાર્ગથી બહાર કાઢવાનું મુશ્કેલ બને છે જેથી આ ઑપરેશન કરવું પડે છે.

મોટા શરીરવાળી માતાઓ : જી..હા, જાડાપણાના લીધે પણ સી-સેકશન કરવું પડે છે. જો માતા મોટી છે તો એનો પ્રસૂતિકાળ લાંબો હશે અને ઑપરેશનના ટેબલ પરજ એ પૂરો થઈ શકશે.

વધારે ઉંમરની માતાઓ : ત્રીસ વર્ષથી વધારે વય ધરાવતી માતાઓને પણ સી-સેકશન કરાવવું પડે છે. અથવા તો કોઈ લાંબી માંદગીથી પીડિત મહિલાને આ ઑપરેશન દ્વારા જ પ્રસવ કરાવાય છે.

બે વાર સી-સેકશન : અમુક કિસ્સાઓમાં ડૉક્ટર એક સી-સેકશન પછી બીજીવારની સુવાવડમાં શિશુને યોનિમાર્ગથી જ જન્માવા ઈચ્છે છે. જો એવું શક્ય ન લાગે તો જ બીજા ઑપરેશનને યોગ્ય ગણે છે.

ઓછામાં ઓછા ઉપકરણો સાથે ડિલીવરી :

જાણકારી રાખો

આપની પાસે જેટલી માહિતી હશે, તેટલી શિશુને જન્મ આપવાની તૈયારી પણ ઉત્તમ હશે. પ્રસવ શરૂ થવાનો હોય એ પહેલાં નીચે મુજબના મુદ્દાઓ ડૉક્ટર પાસેથી જાણી લો.

- જો પ્રસવ શરૂ ન થયો હોય તો સી-સેકશન પહેલાં બીજા ઉપાય અજમાવી શકાય?
- કેવા પ્રકારનો પેટ ઉપર ચીરો થશે?
- જો શિશુ બ્રીચ છે તો શું કરવામાં આવશે?
- શું આપ કોચને સાથે રાખી શકો છો?
- શું આપનો સાથી (પતિ) શિશુના જન્મ પછી તરત તેને ગોદમાં લઈ શકશે?
- આપને ઠીક થવામાં કેટલો સમય લાગશે?
- આપને કેવા પ્રકારની તકલીફ કે કયાં સુધીની પરેશાની વેઠવાની છે?
- આ જ પ્રકારે સી-સેકશન અંગે પણ પૂરેપૂરી જાણકારી મેળવી લો.

આ જકાલ ઘણાં ઓછાં શિશુ ફોર સેપ કે પછી બીજા ઉપકરણોની મદદથી જન્મ લે છે આનો મતલબ એ થયો કે ડૉક્ટર એવું જોખમ લેવાનાં બદલે ઑપરેશનને વધારે સલામત માને છે.

સગર્ભાઓની મરજી : આ જકાલ માતાઓ પણ સી-સેકશનને યોગ્ય માને છે. કેમ કે એ સલામત અને પીડા વિનાની ડિલીવરી છે.

સંતોષ : હૉસ્પિટલોમાં આવી સુવાવડોને પહેલેથી વધારે આવકાર મળ્યો છે. આ પ્રક્રિયાથી મહિલાઓ પ્રસવની પીડા ભૂલીને શિશુને જન્મ આપે છે. વળી આ ડિલીવરીમાં પ્રસવની તુલનામાં સમય પણ ઓછો લાગે છે અને પ્રસૂતા નિરાંત અનુભવે છે.

"શું પહેલેથી જ જાણ થઈ જાય છે કે સિજેરિયન થશે? એની જાણ કટોકટીના સમયે જ કરાય છે. આનું શું કારણ હોઈ શકે છે?"

કેટલીય મહિલાઓને પહેલેથી એ વાતનો અણસાર કે અંદેશો નથી હોતો, તેમ છતાં અમુક

સ્ત્રીઓ તો અગાઉથી જ એનાં માટે માનસિક રીતે તૈયાર હોય છે. ઑપરેશન માટે બધા ડૉક્ટર જુદા જુદા પ્રોટોકોલ ઉપયોગમાં લેતાં હોય છે.

- જ્યારે માતા પ્રસવ કરવાની સ્થિતિમાં ન હોય તો ઑપરેશન કરવું પડે છે.
- જ્યારે શિશુનું માથું માના પેલ્વિસથી ઘણું મોટું લાગે.
- જ્યારે પેટમાં બે કે ત્રણ બાળક હોય.
- બ્રીચ કે પછી કોઈ બીજી માઠી સ્થિતિમાં શિશુ હોય.
- કોઈ માંદગી, જેનાં લીધે માતા પ્રસવનું જોખમ ઉઠાવી શકતી ન હોય!
- માતાનું જાડાપણું
- કોઈ યૌન સંબંધી ચેપ હોય.
- જ્યારે પ્લેસેંટા ગર્ભાશયની દિવાલોથી જલ્દી છૂટું પડી જાય. આ પ્લેસેંટા સર્વાઈકલના દ્વારને સંપૂર્ણ રીતે બંધ કરી દે.

અમુકવાર લેબર શરૂ થાય ત્યાં સુધી સી-સેકશનનો નિર્ણય નથી લઈ શકાતો :-

- જો પ્રસૂતિકાળ લંબાઈ જાય અને શિશુ બહાર નીકળી ન શકે અને ડૉક્ટરના તમામ પ્રયત્નો વ્યર્થ થાય.
- બાળકના માળનું ખસકવું.
- ગર્ભાશયનું ફાટવું.

જો આપને પહેલેથી આનો અણસાર આવી જાય કે ડૉક્ટર પોતાની તરફથી પાકું કરી લે તો એની સાથે જોડાયેલી દરેક જાતની જાણકારી મેળવો.

ઈલેક્ટિવ-સિજેરિયન

"અનેક મહિલાઓ સી-સેક્શનને પસંદ કરે છે. શું મારે પણ એવું કરવું જોઈએ?"

અત્યારના સમયમાં એનું ખૂબ જ ચલણ છે પરંતુ એ જરૂરી નથી કે એનાં લીધે આપ પણ એ પ્રમાણે કરો. આ બાબતને ગંભીરતાથી લો. ડૉક્ટરને મળીને એ અંગેના બધાં જ સારા-નરસા મુદ્દા પર ચર્ચા કરીને નિર્ણય લો.

આપની પાસે આપના જે પણ કારણ હોય, ઑપરેશનનો નિર્ણય ત્યારે જ કરો જો -

<u>યોનિમાર્ગથી શિશુ જન્મ વખતની પીડા :</u> જો આપ પ્રસવ પીડાથી બચવા માટે વાઢ-કાપ કરાવો છો તો એમાં કોઈ સમજદારી નથી. પીડાથી બચવા માટેના બીજા કોઈ ઉપાય અજમાવી શકાય છે.

<u>વૈજાઈના બર્થ પછીની સ્થિતિનો ડર :</u> આપને યોનિમાર્ગની માંસપેશીઓ ઢીલી પડે એનો ડર છે. આ ડર ખોટો છે. કીગલ વ્યાયામથી આ જોખમને ટાળી શકાય છે. એ ન ભૂલો કે ઑપરેશન પછી પણ સાઈડ ઈફેક્ટ થાય છે.

<u>ઈચ્છાનુસાર શિશુનો જન્મ :</u> આપને ઑપરેશન પછી લાંબા ગાળા સુધી હૉસ્પિટલમાં રહેવું પડશે. આપને તથા શિશુને સર્જરીથી કોઈ જોખમ પણ થઈ શકે છે.

<u>બીજા શિશુનો જન્મ :</u> જો આપ પહેલેથી જ આ ઑપરેશનની તકને ઝડપી લેશો તો આ બીજા શિશુના જન્મ વખતે આપ વૈજાઈના બર્થ કરી નહીં શકો. આપે બીજા શિશુને પણ ઑપરેશન દ્વારા મેળવવું પડશે.

ડિલીવરીનો યોગ્ય સમય એ જ હોય છે જ્યારે શિશુ આવવા માટે પૂરી રીતે તૈયાર હોય. જો આપે પહેલેથી જ ઑપરેશન કરાવવાનું નક્કી કર્યું છે તો એ તેના જન્મનો ખોટો સમય હોઈ શકે છે.

જો હજુ પણ આપ અન્ય સ્ત્રીઓને અનુભવવા માંગો છો તો પહેલાં ડૉક્ટરને પૂછો કે એ ઑપરેશન આપના તથા શિશુના માટે યોગ્ય રહેશે કે નહીં?

વારંવાર સિજેરિયન

"મારા બે સી-સેકશન થઈ ગયા છે. હું ઓછામાં ઓછા બીજા બે બાળકો ઈચ્છું છું, અને કેટલા સી-સેક્શન કરાવી શકીએ?"

આમ તો એ વાત પર કોઈ મનાઈ નથી. કોઈપણ મહિલા ગમે તેટલી વાર સી-સેકશન

કરાવી શકે છે, પણ એનો આધાર એ બાબત પર છે કે ગયા સી-સેક્શનમાં કેવો ચીરો થયો હતો? કેટલાં મોટો ચીરો થયો હતો? આ અંગે આ પહેલા આપના ડૉક્ટરનો અભિપ્રાય જાણો.

ચીરો કયાં અને કેવો થયો ? કેટલાં સમયમાં એને રૂઝ વળી? આ તમામ બાબતોના આધાર પર સી-સેક્શન થઈ શકે. કદાચ એ જોખમી પણ બની શકે. આપે આ ગર્ભાવસ્થા દરમિયાન થોડી કાળજી રાખવી પડશે. જેથી બધું જ હેમખેમ પાર ઉતરે.

સિજેરિયન પછી વૈજાઈનલ બર્થ :

"અગાઉની સુવાવડમાં મારૂં સિજેરિયન થયું હતું શું આ વખતે મારે યોનિમાર્ગથી શિશુને જન્મ આપવાની કોશિશ કરવી જોઈએ?"

આ અગાઉના ડૉક્ટરો અને દાયણો યોનિમાર્ગની જ સલાહ આપતા હતા,પરંતુ અભ્યાસોથી જાણ થઈ છે કે ચીરાવાળી જગ્યાથી નુકશાન થઈ શકે છે, એટલાં માટે બીજીવાર પણ સી સેકશન જ સલામત રહે છે. આમ તો ૬૦ ટકા મહિલાઓ સી-સેકશન પછી પણ યોનિમાર્ગથી શિશુને જન્મ આપી શકે છે. જો સાવચેતી રાખવામાં આવે, તો બે સી-સેકશન પછી પણ યોનિમાર્ગથી ડિલીવરી શક્ય છે. અધ્યયનોથી જોવાં મળેલો ડર માત્ર ૧૦ ટકા કિસ્સાઓમાં જ હતો.

જો આપે એનો નિર્ણય લીધો છે તો એવો ડૉક્ટર પસંદ કરો, જે આ બાબતમાં આપની પીઠ થપથપાવી શકે.જો પૂરા પ્રયત્નો છતાં એ શક્ય ન બને તો નિરાશ ન થાવ. બસ એટલું જ યાદ રાખો કે આપના માટે એ જ ઉતમ છે, જે આપના શિશુના માટે શ્રેષ્ઠ છે.

ગ્રુપ બી સ્ટ્રેપ

"મારા ડૉક્ટરે ગ્રુપ બી સ્ટ્રેપના ચેપની તપાસ માટે કહ્યું છે. આ શું છે?"

એનો મતલબ એ છે કે આપના ડૉક્ટર સલામતીની પૂરેપૂરી વ્યવસ્થા કરી લેવા માંગે છે. તેઓ ઈચ્છે છે કે શિશુને પેદા થતાં જ ગળાનું સંક્રમણ ન થઈ જાય.

જીવીએસ નામના એક જાતના બેકટેરિયા હોય છે, જે એક તંદુરસ્ત મહિલાની યોનિમાં હોય છે. ૧૦ થી ૩૫ ટકા મહિલાઓ આ સંક્રમણથી ગ્રસ્ત હોય છે. શિશુને એનાંથી ગળાનું ગંભીર સંક્રમણ થઈ શકે છે.

માન્યું કે આપને એનાં કોઈ લક્ષણની ખબર નહીં પડે, પરંતુ એટલું તો જાણમાં આવશે જ કે આપને તેનો ચેપ છે કે નહીં? ડૉક્ટર આપને અમુક દવાઓ આપશે, જેમાંથી સંક્રમણ સમાપ્ત થઈ જશે અને શિશુ સલામત રીતે જન્મ લઈ શકશે.

૩૫ થી ૩૭ સપ્તાહ વચ્ચે લગભગ આ તપાસ થાય છે. જો આપના ડૉક્ટર ના પાડે તો પણ આ તપાસ કરાવવી જરૂરી છે. એને પૈપ સ્મીયર ટેસ્ટની જેમ કરવામાં આવે છે. જો તપાસ પોઝેટિવ આવે તો એન્ટીબાયોટિક્સના ઈંજેકશન આપવામાં આવે છે. પેશાબની તપાસથી પણ તેની જાણ થઈ શકે છે. જો આપ ઈચ્છો તો એના માટે દવા પણ લઈ શકો છો.

જો પ્રસવના અમુક સમય પહેલાં તપાસ કરાવ્યા પછી રિપોર્ટ પોઝેટીવ આવે તો ઈલાજથી જોખમને ટાળી શકાય છે. જો આપના પહેલાં શિશુને પણ એ ચેપ લાગ્યો હતો તેવું ડૉક્ટરને જણાવશો તો તેઓ તપાસ વિના જ આપને તેને મટાડવાની દવા આપશે. જેથી કોઈ પ્રકારનું જોખમ ન રહે.

પેટ ભરીને ખાવ

આ દિવસોમાં આપને લાગી રહ્યું હશે કે આપ એક ગાયની જેમ આખો દિવસ વાગોળતા રહો છો. જો કે હકીકતમાં આપના તથા શિશુના પોષણ માટે અવાર-નવાર કંઈને કંઈ ખાતા રહેવું જરૂરી છે. દિવસમાં ઓછામાં ઓછું છ વાર ખાવાનો નિયમ બનાવી દો અને સંતોષથી ખાવ.

સ્નાન કરવું

"શું ગર્ભાવસ્થાના અંતિમ દિવસોમાં પણ સ્નાન કરવું યોગ્ય રહેશે?"

જી..હા..સાધારણ ગરમ પાણીથી સ્નાન કરવાથી રાહત મળશે. જો આપને લાગે છે કે નહાવાનું પાણી આપની યોનિમાં જશે તો એ ભય ખોટો છે. જો એને બળપૂર્વક નાંખવામાં આવે તો જ જાય અને માનો કે ગમે તે રીતે થોડું પાણી યોનિમાં પહોંચી ગયું તો સર્વાઈકલ મ્યૂક્સ ગર્ભાશયના મુખને બંધ કરી દેશે, જેથી કોઈપણ સંક્રમણ તત્વ અંદર જઈ ન શકે.

આપ ઈચ્છો તો લેબર દરમિયાન પણ સ્નાન કરી શકો છો. હાઈડ્રોથેરાપીથી લેબરના દર્દમાં ઘણી રાહત મળે છે. આપ શિશુને ટબના જન્મ આપવાનો વિકલ્પ પણ પસંદ કરી શકો છો.

બસ આપના ટબમાં મેટ પાથરેલું હોવું જોઈએ, જેથી આપ લપસી ન જાવ. હંમેશાની જેમ બબલ બાથથી તો દૂર જ રહો.

ગાડી ચલાવવી

"હું વ્હીલની પાછળ ફિટ નથી બેસી શકતી શું હું હજુ પણ ગાડી ચલાવી શકું ખરી?"

આપ જ્યાં સુધી ગાડીની સીટમાં વ્યવસ્થિત બેસી શકો ત્યાં સુધી ગાડી ચલાવી શકો છો. સીટ પાછળ લો અને સ્ટીયરીંગને ઉપરની તરફ લો. જેથી આપને બેસવાની પૂરેપૂરી જગ્યા મળે.

કારમાં એક કલાકથી વધારે મુસાફરી ન કરો. તમે પાછળની સીટમાં મોજથી બેઠા હો તો પણ કલાકની સફર પર્યાપ્ત છે. હવે માનો કે જો આપ લાંબા અંતરની યાત્રા કરો છો તો ગાડી ચલાવો કે ન ચલાવો પણ બેઠા બેઠા કંટાળી જશો અને થાક અનુભવશો. જો જવું ખૂબ જ અગત્યનું હોય તો દર એક કલાકે રસ્તામાં આરામ લો. જો ગરદન અને પીઠ જકડાઈ ગઈ હોય તો તેને મટાડવા માટે થોડો વ્યાયામ કરી લો.

લેબર દરમિયાન જાતે ગાડી ચલાવીને હૉસ્પિટલે ન જાવ. જો જોરથી સંકોચન થાય તો સડક પર જોખમ થઈ શકે છે. આપ ભલે પાછળ બેઠા હોય પણ સીટ બેલ્ટ બાંધવાનું ભૂલશો નહીં.

યાત્રા કરવી

"આ મહિને મારે એક જરૂરી બિઝનેસ ટ્રીપ પર જવાનું છે. શું આ દિવસોમાં યાત્રા કરવી યોગ્ય રહેશે કાં તો ટ્રિપ કેન્સલ કરી દઉં?"

પ્રવાસે જવાનું હોય એ પહેલાં આપના ડૉક્ટરને મળી લો. દરેક ડૉક્ટર આવી બાબતમાં જુદા જુદા મત ધરાવે છે. ડૉક્ટર આપની શારીરિક સ્થિતિ અને બીજા તથ્યો જોઈને નક્કી કરશે કે આપ સફર કરી શકો તેમ છો કે નહીં? જો ગર્ભાવસ્થા જટિલ નથી તો આપને જવાની રજા મળશે, જો જટિલ છે તો રજા નહીં મળે.

આવા સંજોગોમાં લાંબી મુસાફરી કરવાથી ગરદન અને પીઠનું દર્દ વધી શકે છે. શારીરિક અને ભાવનાત્મક દબાણમાં વૃધ્ધિ થઈ શકે છે. એટલાં માટે પહેલાં એ વાતની ખાતરી કરો કે આપને શું લાગે છે? આવી બિઝનેસ ટ્રીપને સુવાવડ સુધી ટાળી શકાય છે કે નહીં તે તમારે નક્કી કરવાનું છે. જો ન ટાળી શકાય તો આપના પર મુસાફરીનો થાક સવાર થશે. જો પ્લેનની યાત્રા છે તો એનાં તમામ નિયમોનું નિર્દેશોનું પાલન કરો. કેટલીય એરલાઈન તો નવમો મહિનો બેસી ગયો હોય તેવી મહિલાઓને ડૉક્ટરની મંજુરી વિના યાત્રા કરવા દેતી નથી.

જો ડૉક્ટરની રજા મળે તો પણ આપે ઘણી બધી બાબતોનું ધ્યાન રાખવું પડશે. આપના આરામ પર પૂરતું ધ્યાન આપો. જો લાંબા અંતરની મુસાફરી કરી રહ્યાં છો તો પતિને સાથે લઈ જાવ, જેથી કોઈપણ મુસીબતની ક્ષણોમાં હૂંફ મળે, શાંન્ત્વના મળે.

ગર્ભાવસ્થાનો છેલ્લો મહિનો અને સેક્સ

"મેં છેલ્લા મહિના અંગે તથા સેક્સ બાબતે જુદી જુદી વાતો સાંભળી છે, એટલાં માટે હું

મૂંઝવણમાં છું કયાંક એનાંથી પ્રસવ જલ્દી તો નહીં થાય ને?''

એવું નથી કે આ વિષયમાં સંશોધન થયું નથી, પણ આ બાબત આપ બંનેના (પતિ-પત્ની) પર નિર્ભર છે. આપે અને આપના પતિએ મળીને નક્કી કરવાનું છે કે આપ બંને એને ચાલુ રાખી શકે કે નહીં? સંભોગ કે ચરમસુખ સાથે લેબરને કોઈ લેવા દેવા નથી. જો અંદરથી પ્રસવની પૂરી તૈયારી થઈ ગઈ હોય તો એનાંથી થોડો ઘણો ફરક પડી શકે છે. આમ તો ડૉક્ટર એ દાયણો પોતાની સામાન્ય સગર્ભા મહિલાઓને છેલ્લે સુધી સેક્સની રજા આપે છે અને અનેક દંપત્તિ વિના વિઘ્ન એની મોજ પણ માણે છે.

ડૉક્ટર પાસેથી જાણો કે આપની હાલત પ્રમાણે એ આપના માટે સલામત છે કે નહીં? જો લીલી ઝંડી મળી જાય તો લહેરથી સેક્સ જીવનની મજા માણો પરંતુ જો લાલ ઝંડી મળે તો આપ સેક્સ કર્યા વિના, શારીરિક સ્પર્શ, ચુંબન અને હૈયા સરસા થઈને સાત્વિક પ્રેમનો પણ લ્હાવો લઈ શકો છો. તદ્ઉપરાંત એક રોમેન્ટિક કૈંડલ લાઈટ ડિનર કે પછી બંનેએ સાથે લટાર મારવા નીકળવું. બાથરૂમમાં બંને એકબીજા સાથે સ્નાન કરવાની મજા માણી શકો. એકબીજાનાં શરીરને માલિશ કરી શકો. જે પણ કરો, પણ ડૉક્ટરની ચેતવણીને ભૂલો નહીં. ડિલીવરી પછી તો એવાં અનેક મોકા મળવાનાં છે જ, જ્યારે તમારૂ શિશુ લહેરથી ઉંઘતું હશે.

આપ બંને

''શિશુ હજું જન્મ્યું પણ નથી અને અમારાં બંને વચ્ચેના સંબંધોમાં પહેલાં જેવી ઉષ્મા રહી નથી. બસ અમે બંને માત્રને માત્ર શિશુના જન્મ વિશે જ ચર્ચા કરીએ છીએ.''

નાના કુમળા બાળકો આપના જીવનમાં કંઈક જુદા પ્રકારની મબલખ ખુશીઓ લાવે છે. ખુશીઓ, ઉત્તેજના, ઉત્સાહ અને ઘણા બધા ગંદા ડાયપર, પરંતુ પોતાના નાનકડાં આકાર છતાં એને મોટો ફેરફાર લાવવામાં મોડું થતું નથી.

આપ બંનેને તમારા સંબંધોમાં પણ આવા જ ફેરફાર જોવા મળી રહ્યાં હશે? જયારે આપ બેમાંથી ત્રણ થશો તો ખરેખર આપ બંનેની પ્રાથમિકતાઓમાં પણ થોડું અંતર આવી જશે, પરંતુ આવા અંજપા તો દરેક દંપત્તિ ગર્ભાવસ્થામાં આવેલ કુદરતી ફેરફાર સમજીને અપનાવી લે છે. આપે એ ભૂલવું જોઈએ નહીં કે શિશુના આવતાં પહેલાનું આવું પરિવર્તન આપની તબિયત માટે પણ સાનુકૂળ છે. અમુક દંપત્તિ પહેલેથી જ જાણી લે છે કે હવે જિન્દગીને રોમાંચક બનાવવા માટેના સંજોગોમાં પણ બદલાવ આવશે, જેથી શિશુના લાલન-પાલનના પડકારોને સુપેરે નિભાવી શકાય.

એટલાં માટે પહેલાંથી જ વિચારો અને આવા બદલાવ માટે તૈયાર થઈ જાવ. હવે આપે આપની ભાવનાત્મક ઊર્જા શક્તિને નાના-કોમળ શિશુ માટે પણ બચાવવાની છે, જે આપના ઘરમાં મોજમસ્તી અને કિલ્લોલથી લથબથ ખુશીઓ લાવવાનું છે. હવે આપે શિશુની સાથોસાથ આપના શિશુ માટે તૈયારી કરતી વખતે જીવનના રોમાન્સને સેક્સજીવન તરફના લગાવને જાળવી રાખો. એમાં શિશુને કશું જ નુકશાન થવાનું નથી. વળી એક અઠવાડિયામાં ઓછામાં ઓછી એવી ક્ષણોને માણો, જેમાં શિશુની હયાતી ન હોય! જેમ કે એક સાથે ફિલ્મ જોવામાં શિશુ કયાંય નડવાનું નથી કે પજવવાનું નથી. શિશુ માટે ખરીદી કરો, પણ જોડે જોડે આપના જીવનસાથીની ભાવનાઓને પણ ન ભૂલો એમના માટે પણ તેમની પસંદગી વસ્તુ ખરીદી લો. ડિનર વખતે પહેલાંની જેમ જ પ્રેમાલાપથી જમો. શિશુ અગાઉની પહેલાંની મોજીલી યાદોને પંપાળો. તમારા બીજા હનીમૂનની યોજના ઘડો. ભલે તમારા જીવનમાં સેક્સ ન હોય પણ એકબીજાની હૂંફના હૈયાના હેતને પંપાળો. આપની જીવનસાથી ફરીથી પ્રેમની ઉષ્માથી આપને તરબત્તર કરી દેશે.

આ રીતે ખૂબ જલ્દી આપને બેનાં બદલે ત્રણના પરિવારનો રસાસ્વાદ માણતાં આવડી જશે.

સ્તનપાન

આપ છેલ્લાં ૩૦ અઠવાડિયાથી જોઈ રહી છો કે કેવી રીતે આપના સ્તનોના આકારમાં ફેરફાર થઈ રહ્યો છે. પહેલા કરતાં ઉચ્ચપ્રદેશ વધુ સુગઠિત

અને વિકસ્યો છે, આ ફેરફાર એમને એમ નથી થયો. એ અંગો એક ખૂબ મોટી જવાબદારી નિભાવવા માટેની તૈયારીઓ કરી રહ્યાં છે. કુદરતે સ્તનોને શિશુને દૂધ પીવડાવવાની જવાબદારી સોંપી છે અને તે એ સુપેરે પાર પાડવા માટે તૈયાર છે.

એ તો નક્કી જ છે કે સ્તનપાન માટે વક્ષ તૈયાર છે, પરંતુ હજુ આપે તેનાં વિશે ઘણું બધું જાણવાનું છે. ભલે આપ શિશુને દૂધ પીવડાવવા માટે સ્તનપાન સિવાય બીજા વિકલ્પ પણ અજમાવવા ઈચ્છો છો જેથી આપને સ્તનપાનથી થનારા ફાયદાની જાણકારી આપીએ છીએ.

સ્તનપાન જ સર્વોત્તમ શા માટે ?

જે પ્રકારે બકરીનું દૂધ એનાં બચ્ચાઓ માટે અમૃત છે, ગાયનું દૂધ વાછરડાં માટે અમૃત છે. એ જ પ્રકારે સ્તનપાન શિશુનો સર્વોત્તમ આહાર છે. એ કંઈ રીતે તેની જાણકારી નીચેના મુદ્દાઓથી મળે છે.

એ પૌષ્ટિક છે : આ દૂધ કુદરતી રીતે સ્ત્રીનાં આંચળમાં એવી રીતે બને છે કે એક નવજાત શિશુના પોષણ સંબંધી જરૂરિયાતો પૂરી થઈ શકે. એમાં ઓછામાં ઓછા ૧૦૦ પદાર્થ એવાં છે, જે ગાયના દૂધમાં જોવા મળતાં નથી. આ દૂધનું પ્રોટીન લેક્ટલબ્યૂમીન હોય છે, જેને પચાવવું સહેલું છે અને એ વધારે પૌષ્ટિક પણ છે. જો કે એમાં ગાયના દૂધ જેટલી જ ચરબી હોય છે, પરંતુ માતોનાં દૂધની વસા શિશુ માટે ખૂબ જ ઉત્તમ છે.

આ સલામત છે : આપ પૂરેપૂરી ચિંતા-ફિકર વગર શિશુને દૂધ પીવડાવી શકો છો. એ સંપૂર્ણ રીતે તૈયાર તથા જંતુરહિત હોય છે. એ ખરાબ કે વાસી નથી હોતું.

પેટ માટે ઉમદા : સ્તનપાન કરનાર શિશુઓને કબજિયાત થતી નથી. તેઓ ખૂબ જ સરળતાથી માતાનું દૂધ પચાવી લે છે. પાચન સંબંધી ગરબડ ઉપરાંત શિશુઓને ડાયરિયા પણ નથી થતું. જયાં સુધી તેને ખાદ્ય-પદાર્થ નક્કર આહાર આપવામાં આવતો નથી ત્યાં સુધી એના મળમાંથી દુર્ગંધ પણ આવતી નથી. જયારે છોકરૂં બહારનું જે તે ખાતું થાય ત્યારે તેનું મળ ગંધાય છે. આવા શિશુઓને ડાયપર રેશ પણ થતો નથી.

ચરબીને પાતળી કરે છે: આ રીતે સ્તનપાન કરાવવાથી બાળક બહુ જાડું પણ નથી થઈ જતું. જો બાળકને માત્ર છ મહિના સુધી માત્ર સ્તનપાનથી જ પોષણ અપાય તો એ બાળક કદી જાડાપણાનું ભોગ બનતું નથી કિશોરાવસ્થામાં કૉલેસ્ટ્રોલના ઘટેલાં સ્તરથી પણ એ તંદુરસ્ત રહી શકે છે.

બ્રેન બુસ્ટર : સ્તનપાનથી સહુથી મોટો ફાયદો શિશુને એ છે કે એની બૌધ્ધિક ક્ષમતાનો સંપૂર્ણ વિકાસ થાય છે. આ ઉપરાંત સ્તનપાનને દિમાગ બનાવનાર ફૈટી એસિડ ડીએચએ સિવાય મા અને શિશુની (મા-દીકરાની) નિકટતાથી પણ જોડાઈ શકે છે. સ્તનપાન દરમિયાન મા અને શિશુનાં સામિપ્યથી બૌધ્ધિક ક્ષમતા વિકાસ પામે છે.

એલર્જીથી બચાવ : જો શિશુને માતાના દૂધમાંથી મળતાં કોઈ આહાર વિશેષના લીધે એલર્જી ન હોય તો કોઈ પણ શિશુ પોતાની માતાના દૂધથી એલર્જિક નથી થતું. ગાયના દૂધમાંથી મળનારાં બીટા-લૅકટો-ગ્લોબ્યૂલિનના કારણે ગંભીર કે સામાન્ય એલર્જીનાં લક્ષણ હેરાન કરી શકે છે. અભ્યાસોથી જાણવા મળ્યું છે કે આ ફોર્મ્યૂલાથી દૂધ પીતાં શિશુઓની સરખામણીમાં સ્તનપાન કરતાં શિશુઓને દમ કે શ્વાસની તકલીફ ઓછી રહે છે.

સંક્રમણથી બચાવ : સ્તનપાન કરતાં શિશુઓ ડાયેરિયા અને એનાં જેવા બીજા અનેક સંક્રમણોથી બચી જાય છે, જેમાં યુટીઆઈ તથા કાનના સંક્રમણ પણ સામેલ છે. અભ્યાસોથી જાણવા મળ્યું છે કે સ્તનપાન કરતાં શિશુઓમાં વૅક્ટીરિયલ મૅનિનજાઈટિસ એ.આઈ.ઓ.એસ., ડાયાબિટિસ અને બાળકોમાં જોવા મળતો કેન્સરનો ખતરો પણ ઘણે અંશે ઘટી જાય છે. સ્તનપાનથી તેમને કૉલેસ્ટ્રોલ મળે છે જે અનેક રોગોથી બચાવે છે.

દાંતનાં પેઢુંઓ અને દાંતોની મજબૂતી :

બાટલીના બદલે માતાના આંચળથી દૂધ પાન કરતી વખતે શિશુને દૂધ (ખેંચવા) ચૂસવા માટે વધારે મહેનત કરવી પડે છે, જેનાંથી એનાં પેઢુ, દાંતો તથા તાળવાનો પૂરો વિકાસ થાય છે. તાજા અભ્યાસોથી એ પણ જાણવા મળ્યું છે કે સ્તનપાન કરતાં શિશુઓમાં ભવિષ્યમાં કોઈપણ પ્રકારની દાંતો સંબંધી મુશ્કેલી થતી નથી. થાય છે તો બહુ ઓછાં કિસ્સામાં.

<u>**સ્વાદેન્દ્રિયોનો વિસ્તાર :**</u> માતા જે ખાશે, તેનાં દૂધમાં તેનો સ્વાદ ભળશે. એનાંથી શિશુની સ્વાદની ઈન્દ્રિયો વિકાસ પામશે. આ રીતે તેને બાટલી દ્વારા બહારનું દૂધ પીતાં શિશુઓની સરખામણીમાં નવા સ્વાદોની જલ્દી ખબર પડી જશે. સંશોધનકર્તાઓનું માનવું છે કે આવા બાળકો થોડાં મોટા થયા પછી નવા સ્વાદોને હોંશેહોંશે અપનાવે છે. તેઓ ખાવા પીવા માટે જિદ નથી કરતાં. કોઈ ચીજ માટે ગમો-અણગમો હોતો નથી. સ્તનપાન કરાવવાથી મમ્માનું આરોગ્ય પણ જળવાઈ રહે છે. અને બાળક પર માતાની મમતાનાં હેત વરસતાં રહે છે.

<u>**સગવડ :**</u> સ્તનપાન માટે પહેલાંથી કોઈ આયોજન કરવાની જરૂર નથી, ના તો એના માટે કોઈ ખાસ ચીજવસ્તુઓ કે સમય. આપ તેને પાર્કમાં, મુસાફરી વખતે કે ઘરમાં અડધી રાત્રે સ્તનપાન કરાવી શકો છો. કયાંક બહાર જતી વખતે સ્તનપાન કરાવતી મહિલાઓને બીજી કોઈ ઝંઝટ રહેતી નથી. જેમ કે શિશુની બોટલ, નિપ્પલ, ફોર્મ્યૂલા અને બિબને યાદ રાખવાની જરૂર પડતી નથી. આપ તો ખુદ એની મિલ્ક બેંક સાથે લઈને જાવ છો. આપને અડધી રાત્રે ઊઠીને દૂધને ગરમ કરવાની ચિંતા રહેતી નથી. આપ શિશુનો પડખે લઈને સુતાં સૂતાં દુગ્ધપાન કરાવી શકો છો. માનો કે આપ અને શિશુ જોડે ન હોવ, આપ ઓફિસમાં હોવ તો પહેલાંથી જ દૂધને નીતારીને ફ્રીજરમાં મૂકીને જઈ શકો છો.બાળકને દુગ્ધપાનની ચિંતા રહેતી નથી અને સહુથી મોટી લાભની વાત એ છે કે આના પર કોઈ ખર્ચ પણ થતો નથી.

<u>**સુધારણાની ગતિ :**</u> ક્યારે શિશુ સ્તનપાન કરે છે ત્યારે ઓક્સીટોસિન નામનું હોર્મોન સ્રાવ થાય છે જેનાથી ગર્ભાશયને પોતાના મૂળ આકારમાં આવતાં ઘણો ઓછો સમય લાગે છે. ગર્ભાવસ્થા પછી થનારો રક્તસ્રાવ પણ ઘટે છે. શિશુને સ્તનપાન કરાવવાથી આપને પણ બેસવાથી વિરામનો સમય મળે છે. ગર્ભાવસ્થા પછી આવા આરામ પણ આપના માટે જરૂરી હોય છે.

<u>**ગર્ભાવસ્થા પહેલાનો આકાર :**</u> આપ દૂધ વધારવા માટે આહારમાં કેલેરીની જેટલી પણ માત્રા વધારશો એટલી એ શિશુના કામમાં આવશે. આપને આપનો પહેલા જેવો આકર્ષક અને નમણો દેખાવ ઝડપથી મળતો જશે. આમ આપ ખૂબ ઝડપથી ફરીથી આપની પાતળી થયેલી કમર જોઈને રાજી રાજી થઈ જશો.

<u>**માસિકધર્મમાં મોડું :**</u> આપને સ્તનપાનના કારણે માસિક ધર્મ પણ મોડું થશે. આનાથી કોઈને શું ફરિયાદ હોઈ શકે છે? જો આપ એક બાળકથી બીજા બાળક વચ્ચે અમુક વર્ષોનું અંતર રાખવા માગો છો તો પરિવાર નિયોજનને કોઈ ઉપાયને અજમાવો. અમુક માતાઓ માત્ર સ્તનપાન કરાવ્યાથી જ ગર્ભધારણથી બચી જાય છે, પરંતુ ચાર માસની અંદર માસિક ચક્ર શરૂ થઈ શકે છે અને જો ધ્યાન ન રાખો તો પહેલા પીરિયડથી વહેલા ગર્ભવતી બની શકો છો.

<u>**હાડકાંની મજબૂતી :**</u> સ્તનપાન કરાવવાથી આપની અસ્થિઓમાંના ખનીજકરણમાં સુધારો થાય છે. મેનોપૉજ પછી ટિપ ફ્રેકચરનું જોખમ ઘણું જ ઘટી જાય છે. જો આપ દૂધ બનાવવા માટે તથા આપની જરૂરિયાતોની પૂર્તિ માટે ભરપૂર કેલ્શિયમ લેશો તો સારૂં રહેશે.

<u>**આરોગ્યનો લાભ :**</u> શિશુને સ્તનપાન કરાવવાથી અનેક પ્રકારના કેન્સરોનું જોખમ ઘટી જાય છે.એવી મહિલાઓમાં ઓવરી તથા બ્રેસ્ટ કેન્સરની શક્યતા ઘટી જાય છે. આવી સ્ત્રીઓ ટાઈપ-ટુ ડાયાબિટિસનો પણ ભોગ બનતી નથી.

<u>**સહુથી મોટું બોનસ :**</u> સ્તનપાનના લીધે આપ તથા શિશુ દિવસમાં ઓછામાં ઓછા ૬ થી ૮ વાર એકબીજાના સામિપ્યમાં આવો છો. સ્નેહનો આ સેતુ માતા અને શિશુ વચ્ચેથી ભાવનાત્મકને તરોતાજા રાખે છે અને શિશુની બૌધ્ધિક ક્ષમતાનો વિકાસ થાય છે.

જો આપે જોડિયા બાળકોને જન્મ આપ્યો છે

સ્તનપાનની તૈયારી

કુદરતે એમની રીતે તમામ તૈયારી કર દીધી છે એટલા માટે આપે વધારે મહેનત કરવાની નથી. ગર્ભાવસ્થામાં અંતિમ દિવસોમાં નિપ્પલોની સાફ સફાઈ પર ધ્યાન આપો. જો એ સૂકાયેલી છે તો લેનોલીન બેસ્ડ ક્રીમ લગાવો. સમયથી પહેલાં નાના નિપ્પલોને હાથથી ખેંચવાની કે દબાવવાની ચેષ્ટા ન કરો. કેમ કે એનાંથી સોજાંની અને કોઈ ચેપની શક્યતા ઉભી થઈ શકે છે. જો આપની ડીંટડીઓ અંદરની તરફ દબાયેલી હશે તો શિશુને દૂધ પીવડાવવામાં મુશ્કેલી થઈ શકે છે. આ અંગે પહેલેથી જ ડૉક્ટરની સલાહ લઈને સંભવિત ઉપાય કરો.

વક્ષસ્થળ-સેક્સ્યુઅલ કે વ્યવહારિક?

કે પછી બંને હોઈ શકે છે? આપ આ બે રોલ નિભાવો છે. (પ્રેમિકા તથા માતા) એ બંને પોતપોતાની જગ્યાએ ખાસ છે. અમુકવાર સ્તનપાન પણ આપના સાથીને સેંસેશનલ લાગી શકે છે, એટલાં માટે સ્તનપાન કરાવવાનો નિર્ણય કરતાં એ પણ ધ્યાનમાં લો.

તો આપના માટે આ તમામ લાભો ડબલ થઈ જશે.

બાટલીની પસંદગી શા માટે

બની શકે છે કે આપે સ્તનપાન ન કરાવવાનો નિર્ણય કર્યો હોય કે પછી માત્ર સ્તનપાન કરાવી શકતી ન હોય ત્યારે બાટલીમાં દૂધ આપીને બાળકને તો પોષણ આપવું જ પડશે. જો કે એનાં પોતાના ફાયદા છે.

<u>જવાબદારીઓની વહેંચણી :</u> આ પ્રકારે પિતાને પણ દૂધની બોટલ ભરવાની જવાબદારી સોંપી શકાય છે. જો કે સ્તનપાન કરતાં શિશુઓને પણ પિતા સ્નાન કરાવે છે અને બીજા કામોમાં મદદ કરી શકે છે.

<u>વધારે સ્વતંત્રતા :</u> બોટલથી દૂધ પીતાં બાળકોની માતાઓ વધારે આરામ અને આઝાદી ભોગવી શકે છે. તેઓ ઘરની બહાર જઈને નોકરી કે બીજા કામો કરી શકે છે. તેમને બાળકને પોતાનું દૂધ પીવડાવવાની ચિંતા રહેતી નથી. તેઓ શિશુને એકલા મૂકીને કોઈને પણ સોંપીને બહાર જઈ શકે છે. એ બહારગામ રોકાઈ શકે છે. જો કે આ જ વિકલ્પ સ્તનપાન કરાવનારી માતાઓ પાસે પણ છે.

<u>રોમાન્સનો સમય :</u> બોટલથી દૂધ પીતું બાળક આપનાં રોમાન્સમાં ખલેલ નથી પાડતું વળી સ્તનપાન પણ રોમાન્સ માટે ઠીક નથી રહેતું. લૈકટેશન હૉર્મોન આપની યોનિને થોડી શુષ્ક

બ્રેસ્ટ સર્જરી પછી સ્તનપાન

ઘણી માતાઓ બ્રેસ્ટ સર્જરી પછી પણ શિશુને દૂધ પાય છે અમુકને તો પુરૂં દૂધ પણ બનતું નથી. આપના (ડૉક્ટર) સર્જન પાસેથી જાણો કે શું આપ સર્જરી પછી સ્તનપાન કરાવી શકશો? કે એની સાથે બાટલીનું દૂધ પણ આપવું પડશે? જો આપ એને પીવડાવવા લાગો તો એ વાતનું ધ્યાન રાખો કે કેટલું દૂધ બની રહ્યું છે? શિશુ સુધી કેટલું પોષણ તથા પ્રમાણ પહોંચી રહ્યું છે? એનાં ભીના ડાયપરથી અંદાજ લગાવી શકો છો. જો દૂધ પણ આપી શકો છો. યાદ રાખો કે માતાના દૂધનું થોડું પણ પ્રમાણ શિશુને ફાયદો કરી શકે છે.

આ બધુ ઘણાં અંશે બ્રેસ્ટની સર્જરી તથા એની પધ્ધતિ પર નિર્ભર કરે છે. આપે શિશુના વિકાસનું પણ ધ્યાન રાખવું પડશે, જેથી આપણે જાણ થઈ શકે કે એને પુરૂં દૂધ મળી રહ્યું છે કે નહીં?

બનાવી શકે છે. સ્તનોથી નીકળનારૂં દૂધ મૂંઝવણ પેદા કરે છે. બોટલથી દૂધ પીનારા શિશુઓની માતાઓ રોમાન્સ માટે પૂરો સમય ફાળવી શકે છે.

ખોરાકની આઝાદી : બાટલીથી દૂધ પીતાં બાળકોની માતા જે ભાવે તે ખાઈ શકે છે. બાળકને અમુક વસ્તુ નડશે એની ચિંતા રહેતી નથી. વળી સ્તનપાન કરાવતી માતાઓએ ખાવામાં કાળજી રાખવી પડે છે. વાસી અને ખૂબ જ તીખું તમતમતું ખાણું ખાઈ શકતી નથી. જ્યારે બાટલીથી દૂધ પીવડાવતી માતાઓ મોજથી વાઈન કે કોકટેલ પી શકે છે. આપને શિશુની પૌષ્ટિક્તા સંબંધી જરૂરિયાતો પૂરી કરવા માટે ચિંતિત થવું જોઈએ નહીં.

જનતામાં પ્રદર્શન નહીં : જો આપ લોકોની વચ્ચે શિશુને સ્તનપાન નથી કરાવી શકતી, શરમ-સંકોચ અનુભવો છો તો બાટલીનો વિકલ્પ જ યોગ્ય રહેશે. આમ તો સ્તનપાન કરાવનારી મહિલાઓ અમુક સમયમાં બધાની વચ્ચે પણ શિશુને કોઈ જુએ નહીં એ રીતે સ્તનપાન કરાવવાનું શીખી જ જાય છે.

તણાવમાં કમી : અમુક મહિલાઓને સ્તનપાન કરાવવાના નામથી જ સુગ ચડે છે કાં તો ગભરામણ થાય છે, તણાવ અનુભવે છે. પણ આપ એકવાર કોશિશ તો કરો થોડાં દિવસોમાં સારી રીતે બાળકને ધવડાવતાં શીખી જશો, જેથી આપની સુગ ગભરામણ કે તણાવ દૂર થઈ જશે.

સ્તનપાનની પસંદગી શા માટે ? : મોટાભાગની મહિલાઓ માટે એ પસંદગી બિલકુલ સ્પષ્ટ છે. તેઓ ગર્ભવતી થાય તે પહેલાં નક્કી કરી લે છે કે તેઓ શિશુને સ્તનપાન કરાવશે. અમુક મહિલાઓ સ્તનપાનના લાભાલાભ જાણ્યા પછી એને અપનાવી લે છે. અમુક મહિલાઓ એટલી સરળતાથી કોઈ નિર્ણય નથી લઈ શકતી. અમુક તો મનોમન માની લે છે કે સ્તનપાન કરાવવું એમનાં વશમાં નથી. ભલાઈ એમાં છે કે ભલે થોડા સમય માટે, પણ આપ શિશુને સ્તનપાનનો લાભ અવશ્ય આપો.

બની શકે છે કે શરૂઆતના થોડા અઠવાડિયામાં આ બધુ મૂંઝવણભર્યું લાગે. પહેલાં મહિને કે ૬ સપ્તાહમાં જ માને ખ્યાલ આવી જાય છે કે સ્તનપાન કરાવી શકશે કે નહીં?

બાટલી અને સ્તનપાન સાથે : એ જ ઉત્તમ રહેશે કે આપની જીવનશૈલીના હિસાબે જ જે તે નિર્ણય કરો. એને સ્તનપાન કરાવવાની સાથોસાથ ઉપરનું દૂધ આપો. શિશુને સ્તનપાન કરાવવા માટે અભ્યાસ કરાવવો પડશે, નહીંતર બાળકને એ સ્તનપાન નહીં કરે. કેમ કે સ્તનની ડીંટડી મોંમા લઈને ચૂસવામાં એને વધારે મહેનત પડે છે.

જ્યારે તમે સ્તનપાન નથી કરાવી શકતી અથવા તમારે ના કરાવવું જોઈએ

દઊર્ભાગ્યથી દરેક નવી માને સ્તનપાન કરાવવાનું સૌભાગ્ય નથી મળતું. અમુક માતાઓ ઘણું ઈચ્છતી હોય છે પણ શિશુને સ્તનપાન ભાવનાત્મક કે શારીરિક કારણોનાં લીધે અમુક માતાઓ તરત જ સ્તનપાન કરાવી શકતી નથી. **નીચેનાં કોઈપણ કારણથી માતા બાળકને સ્તનપાન કરાવી શકતી નથી.**

- કોઈ ગંભીર રોગ,જેમાં માતા શિશુને સ્તનપાન કરાવી શકે નહીં.
- કોઈ ગંભીર સંક્રમણ, જેમકે ટી.બી. વગેરે આવા કેસમાં ઘણીવાર શિશુને વક્ષમાંથી દૂધ કાઢીને પીવડાવી શકાય છે.

પપ્પા અને સ્તનપાન

સંશોધનકર્તા કહે છે કે જો પિતા સહકાર આપે તો ૯૬ ટકા માતાઓ સ્તનપાન કરાવવા રાજી હોય છે. નહીંતર આ આંકડો ૨૬ ટકા પર આવે છે. પપ્પા ખૂબ સહેલાઈથી મમ્માને મદદ કરી શકે છે, જેનાંથી પરસ્પર પ્રેમ વધે છે તો પિતા આ ટીમમાં સામેલ થવા તૈયાર થઈ જાય એ જ જરૂરી છે.

ધૂમ્રપાન અને સ્તનપાન

નિકોટીન આપના દૂધમાં ભળી જાય છે એટલાં માટે જો આપ શિશુને સ્તનપાન કરાવવા માંગો છો તો આપે સિગારેટ છોડવી પડશે. આ તાકીદ આપના અને શિશુના હિતમાં છે. જો આપ ધૂમ્રપાન નથી છોડી શકતી તો શિશુને સ્તનપાન કરાવવાના બદલે કોઈ બીજો વિકલ્પ શોધો, જેથી એને સેકન્ડ હેન્ડ સ્મોકના જોખમથી બચાવી શકાય. આ રીતે શિશુ પણ ભવિષ્યમાં ધૂમ્રપાનનો શોખીન બનતો અટકી જશે.

- સિગારેટોની સંખ્યા ઘટાડી દો.
- ઓછાં નિકોટીનયુક્ત બ્રાંડ લો.
- સિગારેટ પીધાની ઓછામાં ઓછી ૯૫ મિનિટ પછી સ્તનપાન કરાવો, જેથી આપના દૂધમાં નિકોટીનની માત્રા ન રહે.
- બાળકની હાજરીમાં ધૂમ્રપાન ન કરો. એનાંથી એને શ્વાસની તકલીફ થવાનું જોખમ વધી જાય છે.

- એન્ટી થાઈરૉઈડ, એન્ટી હાઈપરટેંસિવ ડ્રગ્સ કે એન્ટી કેન્સર દવાઓનું સેવન.
- જો આપ કોઈ દવા લાંબા સમયથી લો છો તો ડૉક્ટરને પૂછો કે શું સ્તનપાન દરમિયાન એ દવાઓ લેવી સલામત છે? જો ડૉક્ટર ના પાડે છે તો એની જગ્યાએ કંઈ દવા લઈ શકતી.
- કાર્યક્ષેત્રમાં કોઈ ઝેરી રસાયણ વચ્ચે કામ કરતાં હોવ.
- જરૂરથી વધારે દારૂ પીતાં હો.
- કોઈપણ પ્રકારનું ડ્રગ્સ લેતા હો.
- એચ.આઈ.વી. કે એઈડ્સ જેવું કોઈપણ સંક્રમણ.
- અમુકવાર નવજાત શિશુ પણ માતાનું દૂધ પીવામાં નબળાં હોય છે.
- સમય પહેલા, વહેલી ડીલીવરી થઈ હોય તેવા શિશુઓને સ્તન ચૂસવામાં તકલીફ પડે છે.

અનેકવાર શિશુને ચૂસ્ત સુરક્ષા યુનિટમાં રાખવામાં આવે છે. ત્યારે નર્સની મદદથી

- વક્ષનું દૂધ કાઢીને પીવડાવવામાં આવે છે.

લૅક્ટોઝ ઈનટૉલરેન્સઃ જયારે માનું દૂધ કે ગાયનું દૂધ હજમ નથી થતું ત્યારે જો લૅક્ટોઝને એની સાથે કોઈ બીજી ફોર્મ્યૂલાથી આપવામાં આવે તો એવાં બાળક માતાનુ દૂધ કે ગાયનું દૂધ પચાવી શકે છે.

- મોંની અમુક વિકૃતિઓ, જેમાં શિશુ સ્તનને ચૂસી શકતું નથી, એવાં બાળકને પણ સ્તનથી દૂધ કાઢીને પીવડાવી શકાય છે.
- અમુકવાર લાખ કોશિશ કરવા છતાં પણ દૂધ પુરું બની શકતું નથી અને બાળક ભૂખ્યું રહે છે.
- જો કોશિશ કરવા છતાં શિશુને આપ સ્તનપાન નથી કરાવી શકતી, તો મનમાં હીનભાવના કે અપરાધ ભાવ લાવશો નહીં. આપ શિશુને માની મમતા, પ્રેમ અને હુંફ તો આપી જ શકો છો ને!

નવમો મહિનો

લગભગ ૩૬ થી ૪૦ અઠવાડિયા

આખરે એ મહિનો આવી જ ગયો, જેની આપ લાંબા સમયથી રાહ જોઈ રહ્યાં હતા. એવામાં થોડી ચિંતા થવી તો સ્વાભાવિક છે. બની શકે છે કે આપ શિશુના સ્વાગત માટે સંપૂર્ણ રીતે તૈયાર હોય કાં તો પછી ના પણ હોવ. બની શકે છે અનેક પ્રકારની ગતિવિધિઓ, ડૉક્ટરને મળવું, દુકાનેથી શોપિંગ, પ્રોજેક્ટ, શિશુના ઓરડાના રંગની પસંદગી વગેરે છતાં આપને આ મહિનો સહુથી લાંબો લાગે. જો આપ યોગ્ય સમયે પ્રસૂતિ નથી કરતી તો કદાચ દસમો મહિનો વધારે લાંબો લાગી શકે છે.

આ મહિને આપના શિશુનો વિકાસ

૩૬મું અઠવાડિયું : અત્યારે આપના શિશુનું વજન લગભગ ૬ પાઉન્ડ અને લંબાઈ ૨૦ ઈંચ હશે. શિશુ આપની બાહુઓમાં ઝુલવા માટે લગભગ તૈયાર છે.અત્યારે શિશુનું માળખું બહારના જીવનને અપનાવતા તૈયાર છે. જો કે પાચનતંત્રનું કામ હજુ શરૂ થયું નથી. હજુ તે તેની નાળથી પોષણ મળી રહ્યું છે.એનાં માટે પાચનની જરૂર નથી. જ્યારે શિશુ સ્તનપાન માટે પાચનની જરૂર નથી. જ્યારે શિશુ સ્તનપાન કરશે કે બાટલી દ્વારા દૂધ પીશે ત્યારે તેનું પાચન તંત્ર કામ કરવા લાગશે અને ડાયપર ગંદા થવાના શરૂ થશે.

તમારું ૯માં મહીનાનું બાળક

૩૭ મું અઠવાડિયું : એક મજાની ખબર એ છે કે એ આ જે જન્મ લઈ લે તો એને ફૂલટર્મ જ માનવામાં આવશે. એનો મતલબ એ નથી કે એનો વિકાસ સંપૂર્ણ રીતે થઈ ગયો છે. આ સપ્તાહમાં એનું અડધું પાઉન્ડ વજન વધી શકે છે. અત્યારે સરેરાશ ભ્રૂણનું વજન લગભગ ૬-૧/૨ પાઉન્ડ હોઈ શકે છે. (જો કે ભ્રૂણનું વજન જૂદું જૂદું હોઈ શકે છે) આપ ના શિશુના ગાલોમાં, કોણીઓમાં, ખભા અને કાંડામાં વસા જમા થઈ રહ્યું છે.

૩૮મું અઠવાડિયું : શિશુનું વજન ૭ પાઉન્ડ અને લંબાઈ ૨૦ ઈંચ હશે. હવે તે આવનારા સમય માટે એકદમ તૈયાર છે. એણે હજુ થોડા કામો પૂરાં કરવાના છે. પોતાના ફેફસાઓને તૈયાર કરવાના છે અને પછી એ આપની બાહોમાં હશે.

૩૯ મું અઠવાડિયું : અત્યારે ડિલીવરી સુધી વિકાસ મંદ પડે છે. સરેરાશ વજન ૭ થી ૮ પાઉન્ડ

અને ઉંચાઈ ૧૯ થી ૨૧ ઈંચ વચ્ચે હશે. ગુલાબી ત્વચા સાધારણ સફેદ બની રહી છે, પરંતુ એની અસલી ચામડીનો રંગ તો પિગમેન્ટેશન પછી જ સામે આવશે. હવે એનું માથું આપની પેલ્વિસ સુધી આવી ગયું હશે. એનો મતલબ છે કે આપને શ્વાસ લેવામાં તો સરળતા થઈ જશે, પરંતુ આપને ચાલવામાં થોડીક તકલીફ હશે.

૪૦મું અઠવાડિયું : અભિનંદન! ગર્ભાવસ્થાનો અંત થવાનો એટલે કે સુવાવડનો સમય નજીકમાં છે. અત્યારે શિશુનું વજન ૬ થી ૯ પાઉન્ડ વચ્ચે અને લંબાઈ ૧૯ થી ૨૨ ઈંચની નજીક થઈ શકે છે. જો કે વજન તથા લંબાઈ વધ-ઘટ થઈ શકે છે. જનેતાને શિશુ પહેલીવાર જોશે. એ આપના અવાજને ઓળખે છે. હવે જોવાનું એ છે કે એ આપની ડયૂડેટથી પહેલા જન્મ લે છે કે પછી..!

૪૧મું અઠવાડિયું : લાગે છે એને ચેકઆઉટ કરવામાં સમય લાગી રહ્યો છે. ૫ ટકાથી પણ ઓછાં બાળક આપેલી તારીખે પેદા થાય છે. ૮૦ ટકા બાળક પોતાની ગર્ભાશય હૉટલને સહેલાઈથી છોડવાનું પસંદ કરતા નથી. યાદ રાખો. અમુકવાર ડેટ ઓવરડયૂ નથી થતી. આપે કઢાવેલી તારીખ પણ ખોટી સાબિત થઈ શકે છે. જન્મની તિથિનાં અમુક દિવસ પછી પેદા થનાર શિશુ કરચલીવાળા, શુષ્ક ત્વચાવાળા હોય છે. કેમ કે ડિલીવરી ડેટથી પહેલાં એમનું સુરક્ષા કવચ-આવરણ ખતમ ચૂકયું હોય છે. જો કે આ લક્ષણ અસ્થાયી હોય છે. એના નખ ઘણાં મોટા હોય છે. આંખો પૂરેપૂરી રીતે ખુલ્લી હોય છે. ડૉક્ટર આવાં શિશુઓની સારવાર માટે તૈયાર જ હોય છે.

એક નજર

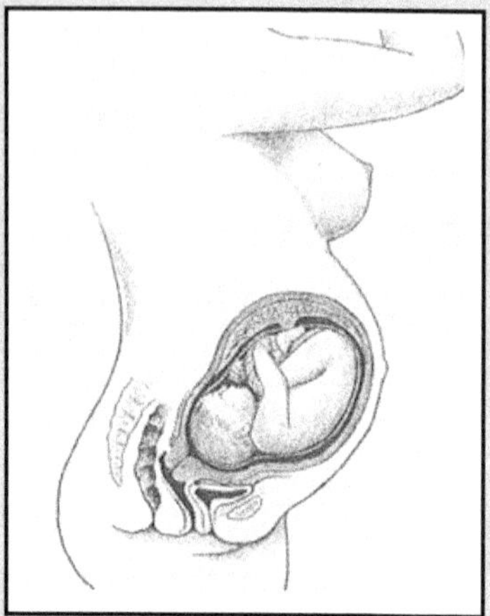

હવે આપનું ગર્ભાશય બરાબર પાંસળીઓની નીચે છે અને એનાં માપમાં પણ ખાસ ફેરફાર જોવા નથી મળતો. પ્યુબિક બોનથી ગર્ભાશયની ઉંચાઈ લગભગ ૩૦ થી ૪૦ સે.મી. છે. આપનું વજન ખાસ વધી રહ્યું નથી. આપના પેટનો ઊભાર વધુ થયો છે. કેમ કે શિશુ આ ધરતી પર પગલાં પાડવા માટેની તૈયારીઓ કરી રહ્યું છે.

આપ શું મહેસૂસ કરી રહી હશો?

બની શકે છે કે આપ બધા જ લક્ષણ એક સાથે અનુભવ કરી રહ્યાં હશો કે પછી અમુક લક્ષણ જ જોવા મળશે. થોડાં લક્ષણો ગયા મહિનાથી જોવાં મળી રહ્યાં હશે અને અમુક કદાચ નવા હશે. અમુક કદાચ ખૂબ જૂના થઈ ગયા હશે કે આપને એની ખબર પણ પડતી નહીં હોય! કાં તો પ્રસવથી પહેલાનાં અમુક સંકેત મળી રહ્યાં હશે.

શારીરિક

"ભ્રૂણની ગતિવિધિમાં થોડોક ફેરફાર અને શિશુનાં હલનચલનમાં કમી. કેમ કે એને ઉછળવા કૂદવાની જગ્યા ઓછી મળે છે."

- યોનિસ્ત્રાવ પહેલાં કરતાં વધારે ગાઢ બની જાય છે અને વધારે મ્યુક્સ બનવા લાગે છે, જે સંભોગ પછી કે પેલ્વિક પરીક્ષણ બાદ સાધારણ ગુલાબી કે લાલ હોઈ શકે છે.
- કબજિયાત.
- છાતીમાં બળતરાં, અપચો, આફરો.
- કયારેક કયારેક માથું ભમવુ, બેભાન થવું.

- નાક બંધ થવું તથા નાકમાંથી લોહી નીકળવું. કાનમાં મેલ.
- આળા-સંવેદનશીલ પેઢું.
- રાતના પગોમાં વળ-આમળ.
- પીઠમાં દર્દ અને ભારેપણું.
- નિતંબો તથા પેલ્વિકમાં બેચેની અને દર્દ.
- પેટમાં દુઃખાવો, નાભિનો ઊભાર.
- સ્ટ્રેચ માર્ક્સ.
- પગોમાં વૅરીકોઝ વેન્સ.
- હેમરોયડ્સ.
- બેબી ડ્રોપિંગ પછી શ્વાસ લેવામાં સરળતા.
- પેશાબાશય પર દબાણ વધતાં અવાર નવાર પેશાબની તકલીફ.
- બ્રેક્સટન હિક્સ કાન્ટ્રેકશન (અમુક અસહ્ય થઈ શકે છે)
- શરીરમાં ઢીલાશ.
- નિપ્પલથી કોલૅસ્ટ્રમનું ઝરવું.
- વધારે થાક કે વધારે ઊર્જા (બેસ્ટિંગ સિંડ્રોમ) કે પછી બંને.
- ભૂખ ઉઘડવી અને ભૂખમાં અછત.

ભાવનાત્મક :

- વધારે ઉત્તેજના, વધારે તણાવ, મગજનું ખાલીપણું.
- અહીંયા સુધી પહોંચવાની નિરાંત.
- સંવેદનશીલતા અને બેચેની.
- ધીરજનો અભાવ અને ચિડિયાપણું.
- શિશુ બાબતની કલ્પનાઓ અને સ્વપ્ના જોવાં.

આ મહિનાનું ચેકઅપ

આપ ડૉક્ટરની પાસે જરૂરથી વધારે સમય વીતાવશો. તમારી પાસે એવી ચોપડીઓ રાખી લો, જેને વેઈટિંગ રૂમમાં વાંચી શકાય. આ દિવસોમાં ડૉક્ટર શિશુની તપાસ કરીને જણાવશે કે આપ ડિલીવરીથી હવે કેટલી દૂર છે. આ માસના ચેકઅપ અંગે જણાવાયું છે. જો કે એ ઘણે અંશે આપની અવસ્થા તથા ડૉક્ટરની તપાસ પધ્ધતિ પર આધારિત છે.

- આપનું વજન વધવાનું બંધ થઈ જાય છે કાં તો ધીમું પડે છે.
- આપનું લોહીનું દબાણ વધી શકે છે.
- આપનું પેશાબ. (શુગર અને પ્રોટીનની તપાસ માટે)
- હાથ-પગમાં સોજાં થવાનાં કારણોની શોધ.
- આપનું સર્વિક્સ (અંદરની તપાસ એ જોવા માટે કે સર્વિક્સ) ગર્ભાશયનું મુખ ખુલવાનું શરૂ થયું કે નહીં.
- ગર્ભાશયની ઉંચાઈ
- ભ્રૂણના હૃદયના ધબકારા.
- ભ્રૂણનો આકાર (આપને થોડો ઘણો ખ્યાલ આવી શકે છે)
- અમુક પ્રશ્ન અને જિજ્ઞાસાઓ, જેનો આપને ખુલાસો જોઈએ.

ડૉક્ટર આપને પ્રસવ અને ડિલીવરી સાથે સંકળાયેલાં અમુક નિર્દેશો આપી શકે છે. જો એ ન આપે તો આપ એનાં વિશે પૂછપરછ કરી શકો છો.

આપ શું વિચારી રહી હશો?

વારંવાર પેશાબે જવું

"છેલ્લાં ઘણા અઠવાડિયાથી મારે વારંવાર પેશાબે જવું પડે છે. શું આ રીતે અવાર-નવાર પેશાબ માટે જવું સ્વાભાવિક છે?"

તમારા કિસ્સામાં પહેલાં ત્રૈમાસિકની સમસ્યા ફરીથી શરૂ થઈ છે. ગર્ભાશય ફરીથી પેશાબાશય પર દબાણ કરી રહ્યું છે. પરંતુ આ વખતે તેનો ભાર પહેલા કરતાં થોડોક વધારે છે. જો આ પેશાબની સાથે કોઈ પ્રકારનો ચેપ નથી તો આપણે એને સ્વાભાવિક માની શકીએ. આવો ચેપ ન લાગે તે માટે પ્રવાહી પદાર્થોની માત્રા ઘટાડશો નહીં. કેમ કે અત્યારે શરીરને એની ખૂબ જરૂર છે. જયારે પણ પેશાબ લાગે તો જરૂર જાવ. એને

બળપૂર્વક દબાવી ન રાખશો.

સ્તનોમાંથી ઝારણ

"મારી એક સહેલી કહી રહી હતી કે એનાં સ્તનોમાંથી નવમાં મહિનામાં દૂધનું ઝરવાનું શરૂ થયું હતું, પણ મારી સાથે એવું નથી થઈ રહ્યું, શું મારા શરીરમાં દૂધ નથી બની રહ્યું?"

કુદરતનો નિયમ છે કે સ્ત્રીઓનાં આંચળમાં દૂધ ત્યાં સુધી નથી બનતું, જ્યાં સુધી એને પીનાર બાળક ન આવી જાય. અમુકવાર તો ડિલીવરી થયા પછીનાં ત્રણ-ચાર દિવસ સુધી દૂધ બનતું નથી. આપની સહેલી કોલેસ્ટ્રમ અંગે કહી રહી હશે. આ સાધારણ પીળા રંગનો પ્રવાહી પદાર્થ હોય છે, જે સ્તનોમાં દૂધ ઉતરે એ પહેલાં બને છે. એમાં ઢગલો એન્ટીબૉડીઝ હોય છે. એ ઉપરાંત તેમાં વધારે પ્રોટીન, ઓછું વસા અને મિલ્ક શુગર જોવાં મળે છે એ પછી સ્તનોમાં દૂધ આવે છે.

કોલેસ્ટ્રમ નથી ઝરતું તો પણ એ આપના શરીરમાં બની રહ્યું છે. આપની ડીંટડીને હળવેથી દબાવો, આપને એની સાધારણ બુંદો જોવા મળશે. જો જોરથી દબાવશો તો નિપ્પલમાં જખમ પણ થઈ શકે છે. જો દૂધનાં ટીપા ન દેખાય તો ગભરાશો નહીં. શિશુ આવતાં જ પોતાના આહારનો બંદોબસ્ત કરી લેશે. દૂધ ન ઝરવાનો મતલબ એ નથી કે આપ એને પૂરતાં પ્રમાણમાં દૂધ નહીં પીવડાવી શકો.

જો કોલેસ્ટ્રમનું ઝરવાનું વધારે હોય, ફુવારાની જેમ દૂધ ઉછળતું હોય તો તમારી બ્રાની અંદર નર્સિંગ, પૅડ લગાવવું પડશે, જેથી વસ્ત્રો ખરાબ ન થાય. હવે આપે સામાન્ય ખુલતા ગાઉન, ટી-શર્ટ, બ્રા તથા નાઈટ ગાઉન પહેરવાની ટેવ પાડવી પડશે.

સામાન્ય ડાઘ પડવો

"આ જે સવારે સેક્સ પછી મને સાધારણ ડાઘ જોવા મળ્યો. શું લેબર શરૂ થવાનું છે?"

જો અંદરની તપાસ કે સંભોગ પછી સામાન્ય લાલ કે ભૂરો ડાઘ જોવા મળે તો એનો મતલબ પ્રસવની શરૂઆત નથી થતી. જો ગુલાબી કે વાદળી મ્યુક્સની સાથે સંકોચન પણ શરૂ થઈ જાય તો એ લેબરની શરૂઆત હોઈ શકે છે.પછી ભલેને ઈન્ટરકોર્સ કર્યો હોય કે નહીં. જો સંભોગ પછી એકદમથી લાલ રંગનો ઘાટો રક્તસ્ત્રાવ થવા લાગે તો ડૉક્ટરને જરૂર બતાવો.

પાણીની થેલી ફાટવી

"મને એ વાતનો ખૂબ જ ડર છે કે પાણીની થેલી લોકોની વચ્ચે ફાટી જશે તો?"

મોટાભાગની મહિલાઓ ગર્ભાવસ્થાના અંતિમ દિવસોમાં એ વાતથી ડરતી હોય છે કે ક્યાંય લોકોની સામે એમ્નિયોટિક દ્રવ્યની થેલી ફાટી ન જાય. ૮૫ ટકા મહિલાઓની સાથે તો આવું લેબરરૂમમાં પહોંચ્યા પછી થતું હોય છે. જેમની આ થેલી પહેલેથી જ ફાટી જાય છે પરંતુ આવું જાહેરમાં થતું નથી. એ ત્યારે થાય છે. જ્યારે આપ સૂતેલા હો! જો થેલી ફાટે છે તો એ બધું જ એક સામટું એક જ વહેણમાં નથી હોતું. જ્યારે આપ ઉભેલી કે બેઠેલી હોય છો તો શિશુનું માથું બોટલના કૉર્કનું કામ કરતાં કરતાં એમ્નિયોટિક દ્રવ્યને ગર્ભાશયની અંદર જ રાખે છે.

જો કદાચ આપના ખ્યાલ મુજબ થઈ પણ ગયું તો આપને કોઈ જોશે નહીં. તેઓ આપની આ હાલતને જોઈ ન જોઈ કરીને મદદ કરવાની કોશિશ કરશે. દરેક જણ જાણે છે કે આપ ગર્ભવતી છો. આનો લાભ એ છે કે આપ લેબરની ખૂબ નજીક પહોંચી જશો એટલે કે ૨૪ કલાકની અંદર શિશુનો જન્મ થઈ જશે. જો પ્રસુતિ શરૂ નથી થતી તો ડૉક્ટર એને આપના માટે શરૂ કરશે.

બની શકે તો અંતિમ દિવસોમાં સામાન્ય પેડ લગાવો, જેથી આપ સ્વયંને સલામત અનુભવી શકો. આપના ઘરમાં પણ ચાદરની નીચે ભારે ટુવાલ કે મીણિયું પાથરી દો. કેમ કે રાતના ઉંઘમાં પણ ગમે તે કારણોસર કોથળી ફાટી શકે છે.

શિશુનું ડ્રોપિંગ

"૩૮ અઠવાડિયા વીત્યા પછી પણ શિશુનું ડ્રોપિંગ નથી થયું તો શું મારી પ્રસૂતિ મોડી થવાની છે?"

જો શિશુ હજુ બહાર આવવાના માર્ગ સુધી નથી પહોંચ્યું તો તેનો મતલબ છે કે આ પ્રસવમાં મોડું થઈ શકે છે. ડ્રોપિંગ ત્યારે થાય છે જ્યારે શિશુ ખસીને માના પેલ્વિક એરિયામાં પહોંચી જાય છે. પહેલી ગર્ભાવસ્થામાં ડ્રોપિંગ ડિલીવરી બે ચાર સપ્તાહ મહિલાઓને લેબર સુધી નથી થતી. જો કે અપવાદ તો દરેક જગ્યાએ હોય છે. આપની ડ્રોપિંગ પહેલાં પણ થઈ શકે છે અને બાદમાં પણ. આપના બાળકનું માથું નીચે આવીને ફરીથી ઉપર થઈ શકે છે.

એમ તો આ પૂરકને આપ જાતે પણ મહેસૂસ કરી શકો છો. જેમ જેમ ડાયફ્રાગ્મથી ગર્ભાશયનું દબાણ ઘટશે, તેમ તેમ આપને શ્વાસ લેવામાં સરળતા રહેશે. આપ પહેલાં કરતાં વધુ સહેલાઈથી જમી શકશો. છાતીમાં બળતરાં અને અપચો પણ નહીં થાય. જો કે બીજી અનેક તકલીફો એની સાથે જોવા મળશે. જેમકે આપને વારંવાર પેશાબ જવું. સાંધાનો દુઃખાવો, શરીરનું સમતોલન ન જળવાવું.

અમુકવાર આવું બધું થતું હશે તો પણ કોઈ ફરક જોવા નહીં મળે. કેમ કે અમુક લક્ષણો આ બધા સાથે સંકળાયેલા હોવાથી એની તીવ્રતાની તરત જાણ થતી નથી.

ડૉક્ટર શિશુના માથાની સ્થિતિ જાણવા માટે અંદરની તપાસ કરશે કાં તો પેટને દબાવીને પણ એ સ્થિતિનો ખ્યાલ મેળવશે.

શિશુ પોતાની ગતિના હિસાબથી કોઈપણ સ્થિતિમાં હોઈ શકે છે. બની શકે છે કે એણે નીચે આવવાનું શરૂ કરી દીધું હોય! એ પણ બની શકે છે કે એનાં બિલકુલ નીચે આવ્યા પછી પ્રસવ થાય પણ ખરી. આવી અવસ્થામાં આપને થોડી ઓછી મહેનત કરવી પડે છે.

શિશુનું રડવું

જન્મ પછી સહુથી પહેલા શિશુના રડવાનો અવાજ સંભળાય છે, પરંતુ આપને વિશ્વાસ નહીં થાય કે શિશુ ગર્ભમાં પણ રડે છે. સંશોધનોથી એ જાણવા મળ્યું છે કે જોરથી અવાજ થવાથી શિશુના ચહેરા પર રડવાના ભાવ પથરાય છે. તે પહેલેથી જ રડવાની તૈયારી સાથે આવે છે, જેથી આપને બહુ પરેશાન કરી શકે.

શિશુના હલનચલનમાં પરિવર્તન

"મારૂં શિશુ ખૂબ ઝડપથી લાતો મારતું હતું અને હું હજુ પણ એની હલનચલનને અનુભવી શકું છુ, પરંતુ હવે તે પહેલાં જેવું સક્રિય નથી રહ્યું."

પાંચમાં મહિનામાં એની પાસે ગુલાંટ ખાવા અને પગને હલાવવાની વધારે જગ્યા હતી. હવે સ્થિતિ થોડી બદલાઈ ગઈ છે. એની પાસે વધારે જગ્યા નથી. એકવાર તેનું માથું પેલ્વિસ તરફ ચાલી ગયું તો એનું હલનચલન વધુ ઘટી શકે છે. અત્યારના સંજોગોમાં હલનચલનના વધવા ઘટવાથી કોઈ ખાસ ફરક નથી પડતો, પરંતુ જો આપને અચાનક એવું લાગે કે કોઈ ઝટકો પછી હલનચલન બિલકુલ બંધ થઈ ગયું છે તો તાત્કાલિક ડૉક્ટર પાસે પહોંચો.

"આ જે મને શિશુની હલનચલનની બિલકુલ જાણ નથી થઈ, એનો શો મતલબ છે?"

અમે આપને બેબી કિટ કાઉન્ટની ફોર્મ્યૂલા બતાવી છે. એનાં હિસાબથી શિશુના હલનચલન પર ધ્યાન રાખો. જો એ ફોર્મ્યૂલાના હિસાબે હલનચલન નથી કરતું તો આપના ડૉક્ટરને બતાવો. ડૉક્ટર એ ખામીનું કારણ જાણી લેશે, તો સારવાર થશે. જો કે ઓછું હલનચલન કરનારા (આળસુ) સુસ્ત શિશુ પણ નિરોગી જન્મે છે.

વજન ઘટવું

ગર્ભાવસ્થાના છેલ્લાં દિવસોમાં માતાનું વજન વધવાનું પણ બંધ થઈ જાય છે. એવું શા માટે થાય છે? ખરેખર તો આ સામાન્ય પ્રકારની વાત છે. એ વાતનો અર્થ એવો છે કે હવે શરીર પ્રસૂતિ માટે તૈયાર છે. આપના શરીરનું એમ્નિયોટિક દ્રવ્ય ઘટવા લાગ્યું છે. પરસેવો અને જાજરૂ પણ વજનને ઘટાડી રહ્યું છે. તો ડિલીવરીના દિવસની રાહ જુઓ. એ દિવસ અચાનક એટલું વજન ઘટશે કે આપને લાગશે આટલું બધું વજન જિન્દગીમાં કયારે પણ ઘટ્યું નથી.

આમ તો અનેકવાર આ હાલતમાં સંપૂર્ણ રીતે હલનચલન બંધ થવાનું કોઈ ગંભીર કારણ પણ હોઈ શકે છે. આવી શક્યતાને ધ્યાનમાં લઈને તરત જ ડૉક્ટરને મળો.

"મેં સાંભળ્યું છે કે ડિલીવરી નજીક આવતાં શિશુનું હલનચલન ઘટે છે, પરંતુ મારૂં શિશુ તો હજુ પણ સક્રિય જ છે ?"

દરેક શિશુ પોતપોતાની રીતે અલગ હોય છે. એની સક્રિયતાનું સ્તર પણ અલગ હોય છે. અમુક શિશુ સુસ્ત હોય છે તો અમુક પોતાની પૂરેપૂરી (ચંચળતા) ચૂસ્તી-સ્ફૂર્તિ જાળવી રાખે છે. એમ તો ડિલીવરીના અંતિમ દિવસોમાં એની પાસે જગ્યાની અછત હોવાના લીધે હલનચલન થોડું ઘટી જાય છે, પરંતુ જો આપ એની હલનચલનને સંપૂર્ણ રીતે પારખી શકો છો તો આપને ગભરાવાની જરૂર નથી.

તૈયાર થઈ જાવ

ચાઈલ્ડ બર્થ માટે તૈયારીથી વધારી બીજુ કંઈ અગત્યનું કામ હોતું નથી. આ અંગે પુસ્તક કે ડીવીડી વગેરે કોઈ જ પણ સ્ત્રોતથી જાણકારી મળે તો એને જરૂર વાંચો અને જુઓ. એ વખતે આપ પીડાથી આપનું ધ્યાન બીજે દોરવા શું કરશો?

જો ડૉક્ટર રજા આપે તો આ સંગીત સાંભળો. ટી.વી.જુઓ. સાથીની સાથે પોકરની રમત રમો. આપના લેપટોપ પર કામ કરો કાં તો ફોન પર ગપ્પાં મારો.

એવું પણ બની શકે છે કે આપને આવું કશું કરવાનો મોકો જ ન મળે, પરંતુ આપ આપનો જરૂરી સામાન સાથે લઈ જવાનું ભૂલશે નહીં.

નેસ્ટિંગ ઈંસ્ટિંક્ટ

"નેસ્ટિંગ ઈંસ્ટંક્ટ ઉપજાવી કાઢેલી વાત છે કે હકીકત છે?"

પક્ષીઓની જેમ મનુષ્યમાં પણ આવી ભાવના જોવા મળે છે. જે રીતે પક્ષી ઈંડા મૂકતાં પહેલાં માળો પહેલાં બનાવે છે એ જ પ્રકારે માણસના મનમાં પણ આવી વ્યગ્રતા આવે છે. ડિલીવરી પહેલાં માતાઓ ઘરનાં દરેક ખૂણાને કાળજીપૂર્વક સાફ સૂફ કરે છે. દરેક ચીજવસ્તુઓને વ્યવસ્થિત રીતે ગોઠવી દેવા માંગે છે. અમુક તો ઘરમાં છ મહિનાનું અનાજ ભરી દેવા માટે વ્યાકૂળ બની જાય છે. અમુક નર્સરીનો ખૂણેખૂણો સાફ કરે છે. રસોઈ ઘરને નવી ગોઠવણી પ્રમાણે સજાવે છે. કલાકો સુધી શિશુના સામાનને ગોઠવતી રહે છે.

અમુકવાર એડ્રેનલિનના સ્તરના લીધે પણ આવું થાય છે. યાદ રાખો કે આવું દરેકની સાથે થતું નથી. અમુક મહિલાઓ મોજથી ટી.વી. જોતાં ખાય છે, પીએ છે અને પોતાનો સમય વીતાવે છે. એને કોઈ એવી ઈચ્છા થતી નથી.

જો આપને પણ એવું લાગી રહ્યું છે તો મહેરબાની કરીને શિશુની નર્સરીને તમે સાફ સૂફ ન કરો. આપ સીડીઓ પરથી ગબડી શકો છો. તમારી જાતને ઘરકામથી થકવી ન દો. હજુ આપે ઘણી બધી ઊર્જા બચાવીને રાખવાની છે. આપની કામની મર્યાદા કદી ન ભૂલો. આપ એક સગર્ભા સ્ત્રી છો, જેથી આપ એકલાં જ તમામ કામ ન કરી શકો.

પ્રસૂતિ આરંભ માટે માટે જાતે શું કરવું ?

પ્રસવની શક્ય તારીખ વીતી જવા છતાં આપ હજુ ગર્ભવતી જ છો. ખબર નથી કે કુદરત કોણ જાણે બીજો કેટલો સમય લેશે? શું આપે આ બાબતે પ્રસવ શરૂ થાય તે માટેની કોઈ વિધિ કે ટેકનિકનો ઉપયોગ કરવો જોઈએ? શું એવાં પ્રયત્નો સફળ થશે ખરાં? શું દાયણોનાં ઉપાયો કામમાં આવે છે ખરાં?

ખરેખર તો આ બાબતમાં કંઈપણ કહેવું મુશ્કેલ છે. કેમ કે ઘણીવાર આવા નૂસખાં કરતી વખતે પ્રસૂતિ આપ મેળે પણ શરૂ થઈ જાય છે. તેમ છતાં આપ નીચે લખ્યા મુજબના ઉપાયો અજમાવી શકો છો.

આરામપૂર્વક ધીમેધીમે ચાલવાની ક્રિયા : ફરવાથી ગુરૂત્વાકર્ષણના કારણે શિશુને નીચેની તરફ આવવામાં સરળતા રહે છે. એનાંથી પ્રસવ શરૂ નથી થતો પરંતુ પ્રસૂતિ માટે શરીરને તૈયાર થવામાં મદદ મળે છે.

સેક્સ : માનીએ છીએ કે અત્યારે આપનો દેખાવ નાની દરિયાઈ ઘોડી જેવો થઈ ગયો છે, પરંતુ સેક્સની મજા લેવામાં શાનો ડર છે? કેમ કે સેક્સની સાથે બીજું કામ પણ થઈ જશે. અભ્યાસોથી જાણવા મળ્યું છે કે વીર્યના કારણે સંકોચન ઉત્તેજિત થાય છે.અમુક અભ્યાસો એવું કહે છે કે છેલ્લા દિવસ સુધી સેક્સ લાઈફ માણનારી સગર્ભાઓનાં શિશુ સામાન્ય મહિલાઓની સરખાણીમાં મોડાં જન્મે છે, જે સગર્ભા મહિલાઓ સેક્સ લાઈફ છેક સુધી ચાલુ નથી રાખતી તો એ મહિલાઓ તેમની રીતે બરાબર છે, કેમ કે સગર્ભાવસ્થામાં આપને જે ન ગમે તે ન કરો. આ ઉપરાંત સદીઓથી અમુક ઘરગથ્થું ઉપાયો ચાલ્યા આવે છે. જેને અજમાવતાં પહેલાં ડૉક્ટરનો અભિપ્રાય જરૂર લઈ લો.

નિપ્પલ ઉત્તેજના : સમય વીત્યા પછી આપ જાતે જલ્દી પ્રસૂતિ ઈચ્છતી હોય તો આપ જાતે જલ્દી પ્રસૂતિ ઈચ્છતી હોય તો આપ ડીંટડીને ઉત્તેજિત કરાવો.એનાંથી આપમાં શરીરમાં કુદરતી ઓક્સીટોસિન બને છે અને પ્રસવ પીડા શરૂ થાય છે. કહેવાય છે આ કામ દિવસમાં ઘણાં કલાકો સુધી ચાલુ રાખવું પડશે. એમ તો અમે જણાવી દઈએ કે એનાંથી ખૂબ જ આકરી અને લાંબી પ્રસવ પીડા થઈ શકે છે. આ ઉપાય અજમાવતાં પહેલાં ખૂબ જ વિચારી લેજો.

કેસ્ટર ઑઈલ : જો આપ ઑઈલ કેસ્ટર કૉકટેલથી પ્રસવ શરૂ કરવા માંગો છો તો વિચારી લે જો કે એનાંથી વારંવાર જાજરૂ જવું પડશે અને ગર્ભાશયનું સંકોચન શરૂ થઈ જશે. આ ઓઈલ લેવાથી આપને ડાયરિયા, પેટમાં વળ-આમળ કે ઉલટી થઈ શકે છે. એટલાં માટે આ ઉપાય અજમાવતાં પહેલાં થોડું વિચારી લેજો.

આયુર્વેદિક ચા અને ઉપચાર : રસભરીના પાંદડાની ચા વગેરે અનેક ઉપચાર દાદીમા બતાવે છે પરંતુ એ કેટલી સલામત છે એ અંગે કોઈ સંશોધન થયું નથી. ડૉક્ટરને પૂછીને આ ઉપાય અજમાવવો. એનાં કરતાં એકાદ સપ્તાહમાં આપ જાતે કે ડૉક્ટરની મદદથી સલામત ડિલીવરી કરશો.

નવ મહિના પૂરા થયા પછી પેદા થનારા શિશુ (ઓવરડ્યૂ ચાઈલ્ડ)

પ્રસૂતિકાળ વીત્યાને અઠવાડિયું થયું છે. શું મારી પ્રસૂતિ હજુ મોડી થશે?

આપ ખૂબ જ આતુરતાપૂર્વક ડૉક્ટરે કહેલી તારીખની રાહ જોઈ રહી હતી. એ તારીખ વીતી ગયાને અઠવાડીયું થયું પણ આપને હજુ પ્રસવ પીડા થતી નથી. આપની આશાઓ નિરાશામાં બદલાઈ ગઈ.

અભ્યાસોથી જાણવા મળ્યું છે કે ૭૦ ટકા કિસ્સાઓમાં આપ જેને ઓવરડયૂ કહો છો એવું થતું નથી કેમ કે હંમેશા પ્રસવની સંભવિત તારીખ નક્કી કરવામાં નક્કી કરવામાં ગરબડ થઈ જાય છે. હવે જો આપનો ખરેખર ઓવરડયૂનો કિસ્સો છે તો ડૉક્ટરે આટલી બધી રાહ ન જોવી જોઈએ. ૪૧માં અઠવાડિયામાં જ પ્રસૂતિ કરાવવાની પ્રક્રિયા શરૂ કરી દેવામાં આવે છે. કેમ કે અભ્યાસોથી જાણવા મળ્યું છે કે જો મોડું થાય તો એમ્નિયોટિક દ્રવ્યનું સ્તર ઘટવા લાગે છે અને શિશુના માટે ગર્ભાશયનું ઘર અયોગ્ય થવા લાગે છે.

"મેં સાંભળ્યું છે કે ઓવરડયૂ ચાઈલ્ડ અંદર યોગ્ય રીતે રહી શકતું નથી. મેં હમણાં જ ૪૦ અઠવાડિયા પૂરા કર્યા છે. શું મારા શિશુની ડિલીવરી થઈ જવી જોઈએ?"

૪૦ સપ્તાહ વીતી ગયાનો મતલબ એ નથી કે શિશુ ગર્ભાશયની બહાર નીકળવા માટે તડપવાનું શરૂ કરી દેશે.

જો ગર્ભાવસ્થા ખરેખર ૪૨ સપ્તાહની થઈ જાય તો એ ઘર એનાં માટે અયોગ્ય બનવા લાગે છે પ્લેસેંટાથી પૂરતું પોષણ તથા ઑક્સિજન નથી મળી શકતાં. એમ્નિયોટિક દ્રવ્યની માત્રા ઘટવા લાગે છે. આવા શિશુ પોસ્ટમૈચ્યોર કહેવાય છે. એની ત્વચા સૂકી, ઉતરેલી, ઢીલી અને કરચલીઓવાળી હોય છે, કેમ કે ચામડીનું સુરક્ષા કવચ (થર) પડ ઉતરી ગયું હોય છે. એનાં નખ અને વાળ પણ બીજા નવજાતોની તુલનામાં મોટા હોય છે. તેઓ બીજા બાળકોની સરખામણીમાં વધારે ચપળ-ચબરાક હોય છે. એમની આંખો પણ ઉઘાડી હોય છે. આવાં બાળકોને ઑપરેશન દ્વારા ડિલીવરી કરાવવી પડે છે. એનાં માથાનો ઘેરાવો પણ થોડો વધારે હોય છે. એને જન્મ પછીના થોડાં સમય માટે નર્સરીમાં રાખવામાં આવે છે. જો કે એ સંપૂર્ણ રીતે સ્વસ્થ હોય છે.

ડૉક્ટર ગર્ભાવસ્થાનું ૪૧ મું અઠવાડિયું થતાં જ પ્રસવ કરવા માંગે છે પણ અમુક ડૉક્ટર થોડી રાહ જોવા ઈચ્છતા હોય છે. તેઓ સતત શિશુ પર નજર રાખીને સાવધ રહે છે. એમની પૂરતી કોશિશ તો એ જ હોય છે કે આપનું શિશુ કોઈપણ મુશ્કેલી વિના પોતાની ગર્ભાશયની હૉટલમાંથી ચેકઆઉટ માટે રાજી થઈ જાય.

સાધારણ માલિશ

શિશુના જન્મની રાહ જુઓ છો ત્યારે બીજુ કશું કર્યા વિના માત્ર તમારા પૈરીનિયમની માલિશ કરો. એનાંથી આપની યોનિ અને ગુદા વચ્ચેનો માર્ગ શિશુના આગમન માટે થોડો તૈયાર થઈ જશે.

અમુક વિશેષજ્ઞો માને છે કે આ પ્રકારે આપ એપીસિયોટોમીથી પણ બચી શકો છો. પણ માલિશ કરતી વખતે આપના હાથ સ્વચ્છ અને નખ કાપેલા હોવા જોઈએ. હાથ પર સાધારણ કે-વાઈ જૈલી લગાવીને યોનિમાં નાખો. ગુદા તરફ દબાણ થાય એ રીતે માલિશ કરો. ગર્ભાવસ્થામાં અંતિમ દિવસોમાં દરરોજ પાંચ-સાત મિનિટ એ રીતે માલિશ કરો. જો આપ એવું ન કરવા માંગતી હોવ તો ગભરાવવાની જરૂર નથી. સમય થતાં શરીર ખુદ એનાં માટે તૈયાર થઈ જશે. જો આપ અગાઉ પણ માતા બનેલી છો તો પછી આ રીતની માલિશ કરવાની જરૂર નથી.

જો આપ માલિશ કરવા ઈચ્છો છો તો થોડાં હળવા હાથે આરામથી કરો. આપ પણ નહીં ઈચ્છો કે પ્રસવ પહેલાં જ ત્વચા પર કોઈ ઉઝરડો (માલિશ કરવાનું ચિહ્ન) અથવા તો સોજો ઉપસી આવે જેથી ખૂબ જ સાવચેતીપૂર્વક માલિશ કરો.

જન્મ સમયે બીજાઓને બોલાવવા

"હું શિશુ જન્મ બાબતે ખૂબ જ રાજી છું અને એ રાજીપાને હું મારી બહેનો તથા સહેલીઓની સાથે વહેંચવા ઈચ્છું છું. શું એ બધાને મારા પતિ સાથે બર્થ રૂમમાં બોલાવવાનું યોગ્ય રહેશે?"

આપ આપની સુવાવડની ખુશીઓ અને એનાં અનુભવને બીજાઓ વચ્ચે વહેંચવા ઈચ્છો છો. બીજા શબ્દોમાં કહું તો આપ સ્વજનોની હૂંફ અને સહકાર ઈચ્છો છો. આમાં કશું જ અયોગ્ય નથી.

ખરેખર ઍપીડ્યૂરલના ઉપયોગથી પ્રસવનું દર્દ ઘટી જાય છે એટલાં માટે મોટાભાગની મહિલાઓને એ પછી પીડા અનુભવાતી નથી અને તેઓ એ સમયને ખુશી ખુશી બધાની સાથે વહેંચવા ઈચ્છે છે. તેમાંની આપ પણ એક છો. અમુક દવાખાનાઓમાં સગા-સંબંધીઓને બેસવાની સગવડ હોય છે. અમુક હૉસ્પિટલોમાં તો પત્નીની સાથે પતિને રહેવાની છૂટ પણ હોય છે.

અમુક ડૉક્ટરોનું માનવું છે કે પોતાના સગા-વહાલાઓનો સથવારો મળવાથી ગર્ભવતી માની હિંમત જળવાઈ રહે છે. આપે આવાં સગા સંબંધીઓને કે મિત્રવર્તુળને બોલાવતાં પહેલાં કેટલીક બાબતો અંગે જાતે વિચારવાનું છે. શું આપને ખાતરી છે કે આપના ડૉક્ટર અને હૉસ્પિટલના નીતિ-નિયમ આવી લાગણીઓને યોગ્ય આરસી આપે છે ખરાં? શું આપ પોતે એવું ઈચ્છશો કે આપની એ ખરાબ હાલતમાં અનેક આંખો આપના પર મંડાયેલી રહે? ક્યાંક એમની અસ્વાભાવિક વર્તણુંકથી આપ પણ પરેશાન થાવ તો! ક્યાંક એમની અંદરોઅંદરની ગપશપ-ટોળટપ્પાથી ગભરાઈને શાંતિની ઝંખના તો નહીં કરવા લાગોને? ક્યાંક આપનું ધ્યાન શિશુના જન્મ પરથી હટીને એમનાં ચા-પાણીમાં તો વ્યસ્ત નહીં થાયને?

જો આપ કોઈનો સથવારો ઈચ્છો છો તો પણ એ લોકોને આપ જણાવી દો કે સી-સેકશન થાય ત્યારે બધાએ બહાર બેસીને રાહ જોવાની છે. જો આપ કોઈને બોલાવવા નથી માંગતી તો આપના પતિ સાથે બર્થરૂમમાં જાવ અને બાળકને સલામત રીતે ધરતી પર લાવો. એ બાદ સગા-વહાલા વગેરે ખબર અંતર લેવા આવવાના જ છે ને!

જમવાનું?

પ્રસવ સમયે શું ખાવું? જૂની દાયણો કહે છે કે અમુક તીખું ખાવું જોઈએ, જેથી પેટ સાફ થઈ જાય. વળી અમુક ટામેટાં કે અનાનસ ખાવાની પણ સલાહ આપે છે.

આપ જે પણ ખાવ, એ આપને તથા આપના શિશુને અનુકૂળ હોવું જોઈએ. બાકી તો બેકારની વાતોમાં છે શું?

એક બીજો લાંબો પ્રસવ ?

"પહેલીવાર મારો પ્રસવ ૩૦ કલાકનો હતો. તેમાંય ત્રણ કલાક સુધીના આકરાં પ્રયત્નો પછી એ પૂરો થયો હતો. જો કે સલામત ડિલીવરી હતી, પણ હવે હું આવી પ્રસવ પીડા બીજીવાર ભોગવવા ઈચ્છતી નથી."

આવી મોટી અને લાંબાગાળાની પ્રસૂતિ પછી કોઈ બાહોશ સ્ત્રી પણ બીજીવાર એ પીડા ન ઈચ્છે. જો કે આશા છે કે બીજીવારની પ્રસૂતિમાં એવું કશું નહીં બને. દરેક પ્રસૂતિ પોતપોતાની રીતે જુદીજુદી હોય છે. એક પ્રસૂતિ નોર્મલ હોય છે અને એ જ સ્ત્રીને બીજીવારની સુવાવડ સિઝેરિયનથી પાર પડે છે. આમાં કશુંક નક્કી હોતું નથી. આ બધું શિશુની સ્થિતિ અને બીજી અનેક બાબતો પર આધારિત હોય છે.

એમ તો કહેવાય છે કે બીજી ડિલીવરીમાં પહેલા થયેલી ડિલીવરી કરતાં ઓછો સમય લાગે છે. પહેલી સુવાવડથી ગર્ભાશય કે યોનિમાર્ગ અંદરની માંસ પેશીઓ ઢીલી પડી જવાના લીધે બીજી સુવાવડમાં સરળતા રહે છે. અનેકવાર તો કલાકોની ઘણી પીડા છતાં ડિલીવરી થતી નથી અને અનેક કિસ્સામાં મિનિટોમાં થઈ જાય છે.

થોડી ઘણી જાણકારી

આપ પ્રસવ પીડા શરૂ થયાનાં કેટલા સમય પછી ડૉક્ટરને બોલાવવા માગશો? શું થેલી ફાટવાની રાહ જોશો? કે પછી સામાન્ય જેવાં દર્દને પ્રસવડ પીડા માનીને હૉસ્પિટલ ફોન કરશો? આ તમામ સવાલોના જવાબ માટે પહેલેથી જ ડૉક્ટરનો અભિપ્રાય મેળવી લો. તેઓ જે સૂચન કરે તેને ડાયરીમાં નોંધી લો. આપને એ વાતની પણ જાણ હોવી જોઈએ કે હૉસ્પિટલ પહોંચવામાં કેટલો સમય લાગશે? વળી આપને હૉસ્પિટલ જવાનો માર્ગ યાદ હોવો જોઈએ. ઘરમાં અન્ય બાળકો અને વૃદ્ધો માટે પણ યોગ્ય ગોઠવણ કરી લો, જેથી એકાએક જવાનું થાય ત્યારે તેઓ હેરાન-પરેશાન ન થાય.

આપના સામાન વચ્ચે એક ચબરખીમાં બધું જ લખીને રાખો કાં તો એ સૂચનોની ચબરખીને ફ્રીજ પર ચોંટાડી દો.

માતૃત્વ

"હવે જ્યારે શિશુ આવવાનું છે તો મને એની સાર-સંભાળ બાબતે ચિંતા થવા લાગી છે.મેં આ જસુધીમાં કોઈ નવજાતને ગોદમાં નથી લીધું."

જગતની તમામ સ્ત્રીઓ જન્મથી જ માતા નથી હોતી, એતો આપ જાણો છો ને?

રડતાં બાળકને છાનું રખાવવું, ડાયપર

હૉસ્પિટલમાં કે બર્થિંગ સેન્ટરમાં શું લઈ જવું

આમ તો આપ ગમે ત્યારે ખાલી હાથે પણ હૉસ્પિટલ જઈ શકો છો, પણ એ રીતનું વલણ ઠીક નથી. આપની જરૂરતનો સામાન લઈ જવાથી આપને અનુકૂળતા રહેશે. જો કે સામાન એટલો બધો ન હોવો જોઈએ કે આખી શૂટકેસ ભરાઈ જાય. માત્ર એટલી જ ચીજવસ્તુઓ લો, જેની તમને જરૂર પડશે.

લેબર કે બર્થિંગ રૂમ માટે

- એક પેન અને પેડ લો, જેથી આપ ડૉક્ટરનાં સૂચન સાર-સંભાળ રાખનાર સ્ટાફના નામ-સરનામા નોંધી શકો.
- સંકોચનનું ધ્યાન રાખવા માટે એક કાંડા ઘડિયાળ. આપના સાથીને કહી દો કે આ દિવસોમાં એ ઘડિયાળ પહેરે.
- આપની મનગમતી ઓડિયો-વીડિયો સીડીની સાથે એમ.પી.થ્રી પ્લેયર તથા ટેપ રેકોર્ડર વગેરે.
- જો હૉસ્પિટલવાળા મંજૂરી આપે તો કેમેરો અને વીડિયો કેમેરો અને વધારાની બેટરીઓ લઈ જવાનું ભૂલશો નહીં.
- પીઠ દર્દથી રાહત મેળવવા મસાજર કે ટેનિસ બોલ, બોલ કાઉન્ટર પ્રેશરના કામમાં આવશે.
- આપનું મનપસંદ ઓશિકું.
- ખાંડ વિનાની લોલીપોપ કે કેન્ડી.
- ટૂથ બ્રશ, ટૂથપેસ્ટ, માઉથ વૉશ વગેરે.
- પગના મોજાં.
- આરામદાયક ચંપલો, જેથી ફરતી વખતે તકલીફ ન થાય.
- લાંબા વાળ ઓળવા માટે ક્લિપ અને હેન્ડ બ્રશ.
- આપના સાથીના માટે હળવો નાસ્તો.
- સેલફોન અને ચાર્જર.

પ્રસૂતિ પછી શું જોઈએ?

- રાતના પહેરવા માટે ગાઉન કે ખુલ્લાં કપડાં-વસ્ત્રો. સ્તનપાન માટે છાતીએ બટન હોય એવાં કમીજ અને નર્સિંગ બ્રા.
- અમુક પુસ્તકો (બાળકોના નામવાળી)
- થોડાંક સ્નેક્સ જ્યારે દવાખાનામાં ભૂખ લાગે ત્યારે ખાઈ શકાય (દવાખાનાના ખાણાની રાહ જોવી ન પડે.)
- ઘર અને પરિવારવાળાઓનાં ફોન નંબર.
- દવાખાનેથી રજા મળે ત્યારે પહેરવાના વસ્ત્રો, એ વખતે પણ આપનું શરીર પાંચ મહિનાની સગર્ભા જેવું લાગતું હશે.
- ઘરે જતી વખતે શિશુને પહેરાવવાના વસ્ત્રો,ટી-શર્ટ, બૂટ, ધાબળો, ડાયપર વગેરે.
- નાનકડી કાર સીટ, હૉસ્પિટલવાળા શિશુને કાર સીટ વિના જવા દેશે નહીં.

બદલવું અને નવડાવવું-ધોવડાવવું, આ તમામ કામ તો કુદરતી રીતે આવડી જાય છે. માતૃત્વ પણ એક કળા છે, જેનાં માટે થોડો અભ્યાસ, મહાવરો અને ધીરજ જોઈએ.

અત્યારે આખો યુગ પલટો થયો છે, પણ જૂના જમાનામાં, સંયુક્ત કુટુંબોમાં આ કળા આપોઆપ દેખાદેખીથી શિખાઈ જતી. આ જકાલની સ્ત્રીઓએ કદી આપની જેમ કોઈ નવજાત શિશુને ગોદમાં લીધું હોતું નથી. તેઓ શિશુના આવ્યા પછી જ શિશુને ઉછેરતાં શીખે છે. કામ કામને શીખવાડી દે છે. આપ પેરેટિંગના પુસ્તકો, વેબસાઈટ કે બેબી કેયર કલાસથી ઘણુ બધું શીખી શકો છો. પહેલાં એક-બે અઠવાડિયામાં થોડી મુશ્કેલી પડશે પરંતુ ધીમેધીમે શિશુની જરૂરતો જ આપને ઘણું બધું શીખવાડી દેશે. જેમ જેમ તમે સાર સંભાળ લેતાં જશો તેમ તેમ મહાવરો થતો જશે પછી તો આપ આખી રાત એની સાથે જાગશો અને આપને એક મમતાભરી જવાબદારીનો ખ્યાલ આવતો જશે.

દિવસના પણ આપ ખૂબ આરામથી શિશુને ગોદમાં લઈને કૉમ્પ્યૂટર પર કામ કરી શકશો. કાં તો તેને એક પડખે દબાવીને લઈને વેકયૂમ ક્લિનરથી ઘરને સાફ કરી શકશો. આપ એક બાળકની મા છો, આપનું નમણું બાળક છે. માની મમતાથી આપ એને હેતના હાલરડાંઓ સંભળાવશો, પરંતુ એમાં તકલીફ એટલી જ છે કે અત્યારે તમે એ ભાવ અને લાગણીઓને નહીં અનુભવી શકો. એ તો જાત અનુભવનો જ રસાસ્વાદ છે. આપ આ બધું શીખવા માટે જે માતાઓ બાળકનો ઉછેર કરી રહી છે તેને જુઓ. તેની નજીક જાવ. એમનાં અનુભવ જાણો. આપને બાળકના ઉછેરની પછી ચિંતા સતાવશે નહીં.

ઘરમાં બધું જ ભરેલું રાખો

આ દિવસોમાં પ્રસવ પછી કોઈ ચીજની તકલીફ ન પડે એ રીતની ખરીદી કરી લો. રસોઈ, બાથરૂમ તથા ઘરમાં કોઈપણ ખૂણામાં જોઈતાં સામાનની ગોઠવણી કરી દો. આપે અત્યારથી જ કાર સીટ અને ડાયપર લઈ લેવા જોઈએ. કેમ કે ડીલીવરી પછી શરીરમાં એટલી અશક્તિ વર્તાશે કે આપ શિશુને લઈને કયાંય જઈ નહીં શકો.

ફ્રિજમાં ખાવા-પીવાનો સૂકો અને પેકેટવાળો સામાન ભરી દો. વાપર્યા પછી ફેંકી દેવાના પ્લાસ્ટિક રબ્બરનાં સાધનો, ટુવાલ અને શિશુની ચડ્ડી વગેરે લઈ આવો. કદાચ આપ અમુક દિવસ સુધી જૂઠા-એંઠા વાસણો ધોવાના કે માંજવાના મૂડમાં નહીં હોવ!

અમુક વાનગીઓને સરસ રીતે બનાવીને ફ્રીજરમાં મૂકી દો. એ વાનગીઓને પછી ગમે ત્યારે માઈક્રોવેનમાં ગરમ કરીને ખાઈ શકાશે.

કૉર્ડ બ્લડ બેંક
(ગર્ભનાળની રક્તબેંક)

જો કે આ પ્રક્રિયા હજુ પ્રયોગશીલ અવસ્થામાં છે, પરંતુ અનેક માતા-પિતા પોતાના નવજાતની ગર્ભનાળનું લોહી કૉર્ડ બ્લડ બેંકમાં સુરક્ષિત રાખવા લાગ્યા છે, જેથી ભવિષ્યમાં કોઈપણ ગંભીર માંદગીનો સહેલાઈથી ઈલાજ થઈ શકે.

કૉર્ડ બ્લડ લેવાની પધ્ધતિ ખૂબ જ સફળ અને દર્દ વિનાની છે. જ્યારે શિશુની નાળને કાપવામાં આવે છે ત્યારે જે લોહી નીકળે છે એને લેવામાં આવે છે. આ પધ્ધતિ માતા અને શિશુ માટે સંપૂર્ણ રીતે સલામત છે, પરંતુ એની લોહી લેવાની પ્રક્રિયા ખર્ચાળી છે. લાભાલાભ પૂરેપૂરી રીતે સ્પષ્ટ નથી.

જેથી આ પધ્ધતિ હજુ વિશાળ ફલક પર લોકપ્રિય થઈ રહી નથી. જો બ્લડ હોય તો લ્યૂકેમિયા, લિક્ફોમા, ન્યટોબ્લસાસટોમા, સિક્લ સેલ એનીમિયા, સબલાસ્ટિક એનીમિયા તથા થેલેસિમીયા જેવા રોગોનાં નિદાનમાં મદદ મળે છે. જો આપને ત્યાં પણ કોર્ડ બ્લડ બેંકની સેવા હાજર છે અને આપ તેમાં ઈચ્છુક છો તો એને અપનાવવામાં કોઈ વાંધો નથી. હાનિ નથી, નુકશાન નથી.

પ્રી લેબર, ફાલ્સ લેબર,રિયલ લેબર

ટી.વી. પર તો બધું જ સુંદર અને આકર્ષક લાગે છે.જોઈએ ટી.વી.નો ડ્રામા : આ બાબત શિક્ષણ અંગેનોઃ તેમાં અરધી રાતના ૩ વાગે સગર્ભા પથારીમાંથી ઊભી થઈને પેટ પર હાથ મુકે છે અને બુંલદ અવાજમાં એનાં પતિને ડાયલોગ ફટકારે છે. હની સમય થઈ ગયો છે ડિલીવરીનો

આમાં આપણને આશ્ચર્ય એ વાતનું થાય છે કે એ સ્ત્રીને ડિલીવરીના સાચા સમયની ખબર કેવી રીતે પડી? એણે આટલા વિશ્વાસ સાથે પ્રસવ અંગે કેવી રીતે જાણ્યું? એ સ્ત્રી પહેલીવાર ગર્ભવતી થઈ છે અને ડિલીવરી માટે દવાખાને પહોંચી જાય છે. ખરેખર તો આ બધું પહેલેથી જ સ્ક્રિપ્ટરપાસે કોઈ સ્ક્રિપ્ટ હોતી નથી. આપણે રાતના ૩ વાગે ખબર હોતી નથી કે એ ખરેખર પ્રસૂતિની પીડા છે કે બ્રેક્સટન હિક્સ શું. મારે ઊઠીને લાઈટ કરવી જોઈએ? શું ખરેખર સાથીને જગાડવો જોઈએ? શું મારે ડૉક્ટરને અડધી રાત્રે જગાડવા જોઈએ? તેમને પૂછવું જોઈએ કે મને પ્રસવની ખોટી પીડા તો થતી નથી ને? શું હું એ મહિલાઓમાંની એક છું, જે ખરી પ્રસવ પીડા ન હોય તો પણ બુમો પાડવા માંડે છે. અવાર નવાર આવું થાય ત્યારે શું હું આમાની છું? કાં તો પછી ચાઈલ્ડ બર્થ કલાસમાં હું જ એવી સ્ત્રી છું, જેને લેબરની ઓળખ નથી. શું હું મોડી હૉસ્પિટલે પહોંચીશ અને રસ્તામાં જ શિશુનો જન્મ થઈ જશે? આવા સવાલ તો કોન્ટ્રક્શન કરતાં પણ ધ્રુતગતિથી મગજમાં ઘુમરાવા લાગે છે.

સચ્ચાઈ તો એ છે કે દરેક ગર્ભવતી સ્ત્રીને આવા કાલ્પનિક ભયનો સામનો કરવો પડે છે. પરંતુ આપને આ અંગે ચિંતા કરવાની જરૂર નથી. અમો આપને દરેક પ્રકારના લેબર સાથે જોડાયેલા સંકેતો અને લક્ષણો વિશે વિગતે જણાવીએ છીએ.

સમય થયા પહેલાં પ્રસવના ચિહ્નો

લેબરથી પહેલા સમય થયા પૂર્વ પ્રસવના લક્ષણ જોવા મળે છે, જેનો મતલબ છે કે મુખ્ય ઘટના શરૂ થવાની છે. સમયથી પહેલા પ્રસવનો શારીરિક ફેરફાર લેબરથી એક મહિના પહેલાં પણ જોવા મળી શકે છે કાં તો પછી એક કલાક પહેલાં પણ. ડૉક્ટર એ વખતે તપાસ કરીને જણાવી શકે છે કે ગર્ભાશયનું મુખ પહોળુ થઈ રહ્યું છે કે નહીં. એ સિવાય પણ અમુક લક્ષણ એવાં છે જેનાં પર આપ જાતે જ નજર રાખી શકો છો.

ડ્રોપિંગ: પહેલીવાર માતા બનનારી મહિલાઓમાં લેબર શરૂ થયાના ૨-૪ સપ્તાહ પહેલાં ભ્રૂણ પેલ્વિસની તરફ સરકી જાય છે. બીજા પ્રસવમાં આવું ત્યારે થાય છે જ્યારે પ્રસવ એકદમ શરૂ થવાનો હોય છે.

પેલ્વિસ (પેઢાના) અને ગુદામાર્ગ પર દબાણ : માસિક ધર્મના વળ-આમળની જેમ સામાન્ય પીડા જણાય છે. એ સિવાય પીઠના નીચેના ભાગમાં પણ દર્દ થાય છે.

વજન ઘટવું કે બિલકુલ ના વધવું: નવમા મહિનામાં પ્રસૂતિકાળ નજીક આવતાં વજન ધીમે ધીમે વધે છે. આપ ૨-૩ પાઉન્ડ વજન ઘટાડી પણ શકો છો.

ઊર્જાના સ્તરમાં ફેરફાર : અમુક મહિલાઓને ખૂબ જ થાક અનુભવાય છે. અમુક મહિલાઓ કહે છે કે તેમની ઊર્જા પહેલાં કરતાં વધી ગઈ છે પેસ્ટિંગ ઈંસ્ટિંક્ટના કારણે તેઓ શિશુને ઘરે લાવતાં પહેલા ઘરને સજાવી ધજાવી દેવા માંગે છે. ઘરના એકે એક ખૂણાને વ્યવસ્થિત કરી લેવા માંગે છે.

યોનિસ્ત્રાવમાં ફેરફાર : જો આપ નોંધ લેશો તો જાણવા મળશે કે સ્ત્રાવ પહેલાંથી વધી જાય છે અને ગાઢ થઈ જાય છે.

મ્યુક્સ પ્લગનું હટવું: સર્વિક્સ પાતળું થઈને ખુલવા લાગે છે તો ગર્ભાશય પર સીલની જેમ લાગેલા પ્લગ ત્યાંથી સરકવા લાગે છે. અસલી પ્રસવના એક બે સપ્તાહ પહેલાં આપને યોનિમાંથી મ્યુક્સના (ગંદકીના) નાના બિંદુ-બુંદ નીકળતાં જોઈ શકાય છે.

ગુલાબી કે લાલ ડાઘ-ધાબા : સર્વિક્સનું વિસ્તરણ થવાથી સાધારણ લાલ કે ગુલાબી મ્યુક્સ નીકળવા લાગે છે. અમુકવાર કેટલાંય દિવસો પહેલાં પણ શરૂ થાય છે.

બ્રેક્સટન હિક્સ કાન્ટ્રેક્શન : આ પહેલેથી જ વધારે તાકાતવાળા અને દર્દનાક બની જાય છે.

ડાયેરિયા : અમુક મહિલાઓને પ્રસવથી પહેલા પાતળા ઝાડા થવા લાગે છે.

ફાલ્સ લેબરના લક્ષણ

લેબર છે કે નહીં? જો એ બધું ન હોય તો

રિયલ લેબર શરૂ થતું નથી.

- ■ સંકોચન (પ્રસવપીડા) એકધારી થતી નથી. એની સંખ્યા પણ નથી વધતી. ખરી પ્રસવ પીડા ધીમેધીમેથી ઝડપી, લાંબી અને વધારે દર્દનાક હોય છે.
- ■ જો આપ સ્થિતિ બદલી નાખો કાં તો ઊભા થઈને હરો-ફરો તો કાંટ્રેક્શન થંભી જાય છે. એમ તો ઘણીવાર સમય પહેલાની ખરી ડિલીવરીમાં પણ એવું જ થાય છે.
- ■ ભૂરા રંગનો સ્રાવ, જે અંદરની તપાસ કે સંભોગના લીધે થઈ શકે છે.
- ■ સંકોચનની સાથે ભ્રૂણની ગતિવિધિઓ પણ ગંભીર-ગાઢ થઈ જાય છે.

યાદ રાખો કે જૂઠા-ખોટા લેબરથી પણ કોઈ નુકશાન થતું નથી. જો આપ સામાન સાથે હૉસ્પિટલ પહોંચી ગયા છો તો એવું જ માની લો કે આપ આવનાર ઘટના માટેની તૈયારી અને અભ્યાસ કરી રહ્યાં છો, જેથી સમય આવે આપને કોઈ તકલીફ ન પડે.

રિયલ લેબર (અસલી પ્રસૂતિ)ના લક્ષણ :

કોઈ નથી જાણતું કે અસલી-ખરી પ્રસૂતિ કેવી રીતે શરૂ થાય છે? પરંતુ એમાં અનેક જાતના કારકોને સામેલ કરી શકો છો. શિશુના મસ્તિકમાંથી માતાને સંદેશો મળે છે કે મા, મને અહીંથી બહાર કાઢો. આ સંદેશ મળતા જ માતાના શરીરમાં હૉર્મોનલ પ્રક્રિયા-પ્રતિક્રિયા થવા લાગે છે, જેમાં કારણે સંકોચન શરૂ કરનારા પ્રોસ્ટાગ્લૈંડિન્સ તથા ઓક્સીટોસિનનો સ્રાવ થવા લાગે છે.

- ■ પ્રી લેબરનું સંકોચન અસલી લેબરમાં બદલાય છે.
- ■ સંકોચન ઓછું હોવાના બદલે વધી જાય અને સ્થિતિ બદલવાથી પણ કોઈ ફરક ન પડે.
- ■ સંકોચન પહેલાંથી વધારે, સતત અને પીડાકારક થઈ જાય છે અને એકધારૂં નિયમિત થવા લાગે છે. જો કે દરેક સંકોચન લાંબુ તથા પીડાજનક (૩૦ થી ૭૦ સેકન્ડ) નથી હોતું પરંતુ એની ગંભીરતા વધવા લાગે છે. એ વધુ ગાઢ થતું જાય છે.
- ■ સહુથી પહેલાંની સંકોચાવાની ક્રિયા માસિક ધર્મના વળ આમળ કે ગેસની ગરબડ જેવી હોય છે, કાં તો પછી પેટના કે પીઠના નીચેના ભાગમા દબાણ થાય છે. પેટ કે પીઠના નીચેના ભાગમાંથી પસાર થતું સંકોચનનું દર્દ જાંઘો સુધી પહોંચી જાય છે, પરંતુ ઘણીવાર આભાસી-જૂઠા-ખોટા લેબરમાં પણ આવું બની શકે છે.
- ■ ગુલાબી કે સામાન્ય લાલ સ્રાવ થઈ શકે છે.

૧૫ ટકા લેબરમાં પાણીની થેલી લેબર શરૂ થાય તે પહેલાં ઝાટકા સાથે ફાટે છે. અમુક સ્ત્રીઓમાં એ લેબરની સાથોસાથ ફાટે છે કાં તો પછી ડૉક્ટર દ્વારા કૃત્રિમ રીતે ફાડવામાં આવે છે.

ડૉક્ટરને ક્યારે બોલાવવા ?

આમ તો ડૉક્ટરે આપને આ અંગે વિગતવાર સમજાવી દીધું હશે. જ્યારે સંકોચાવાની ક્રિયા પાંચ થી સાત મિનિટના સમય ગાળામાં શરૂ થવા લાગે ત્યારે આ પ્રકારના વચગાળાની રાહ ન જુઓ, કેમ કે એ જરૂરી નથી કે એવું જ થશે. જો સંકોચન થઈ રહ્યું છે અને આપને અસલી પ્રસવ છે કે આભાસી, તેનો ખ્યાલ નથી આવી રહ્યો તો ડૉક્ટરને ફોન કરવામાં મોડું ન કરો. એમને અડધી રાત્રે ઊઠાડવામાં પણ સંકોચ ન રાખો, પછી ભલેને આપના પ્રસવના સંકેત જૂઠાં હોય! આપ આવું કરનારી પહેલી કે છેલ્લી સગર્ભા નથી. ભલે આપને પ્રસવની ખાતરી ન હોય તો પણ સાવચેતી રાખવામાં શું નુકશાન છે?

જો આપની ડયૂડેટને હજુ અમુક સપ્તાહની વાર છે અને તેમ છતાં અચાનક પ્રસવ પીડા જેવું લાગે તો કાં તો થેલી ફાટી જાય તો ડૉક્ટરને બોલાવી લેવામાં સમજદારી છે. જો યોનિમાં લાલ રંગની લાલાશ જોવા મળે તો તરત જ ડૉક્ટરને બોલાવો.

તૈયાર છો આપ ?

શિશુના સ્વાગત માટે આપ તૈયાર છો કે નહીં? એનાં માટે આ પુસ્તકનું આગળનું પ્રકરણ વાંચો.

લેબર અને ડિલીવરી

શું આપ આ દિવસોમાં મહિનાઓની ગણતરીમાં વ્યસ્ત છો? શું આપ ફરીથી આપના પગને નિરખવા માટે ઉત્સુક છો? આપ ફરીથી નિરાંતે અને ફાવે એ પોઝિશનમાં ઉંઘવા ઈચ્છો છો? ચિંતા ન કરો. સુવાવડ થવાની તૈયારીમાં જ છે. એ સોહામણી ક્ષણો ખૂબ જ નજીક આવી રહી છે. જયારે શિશુ આપના પેટના બદલે હાથોમાં હશે. આપ કદાચ એ પ્રક્રિયા વિધી અંગે પણ વિચારી રહી હશો, જે શિશુને આપના હસ્ત કમળોમાં લાવશે. પ્રસવ પીડા ક્યારે શરૂ થશે, એ અંગે વિચારતાં જ મૂંઝાતા હશો? બીજી ખાસ વાત એ કે એ સુવાવડની વિધિ પૂરી કયારે થશે? શું આપ દર્દ વેઠી શકશો? શું આપને એપીડ્યૂરલની જરૂર પડશે? ભ્રૂણની દેખભાળ? એપીસિઓટોમી શું છે? આપ ઉભડક અવસ્થામાં પ્રસવ કરી શકશો? સવાલો જવાબો સાથી,નર્સો, દાયણ તથા ડૉક્ટરોથી ઘેરાયેલાં હોવાની સાથોસાથ આપ સુવાવડનો એ આકરો કાળ પણ પસાર કરી દેશો. બસ અહીં એટલું જ યાદ રાખો કે પ્રક્રિયા ગમે તેવી ભલે હોય એ જ આપને શિશુનો મેળાપ કરાવવામાં મદદરૂપ બનશે.

આપ શું વિચારી રહી હશો?

મ્યૂક્સ પ્લગ

"મને લાગે છે કે મારો મ્યુક્સ પ્લગ નીકળી ગયો છે. શું મારે ડૉક્ટરને ફોન કરવો જોઈએ?"

અમુક વાર સર્વિક્સના ફેલાવાના સમયે એ જિલેટિન જેવો ડૂબેલો મ્યુક્સ પ્લગ નીકળી જાય છે. અનેક મહિલાઓને ટોયલેટમાં જ એની જાણ થઈ જાય છે અને અમુકને એની ખબર પણ પડતી નથી. જો કે એનાં નીકળવાનો મતલબ છે કે આપનું શરીર સુવાવડ માટે તૈયાર થઈ રહ્યું છે, પરંતુ એ તૈયારી પણ એ બાબતની ખાતરી આપતી નથી કે ખરેખર સમય થઈ ગયો છે. આ સંજોગોમાં એવું પણ બની શકે કે સુવાવડ એક-બે દિવસ કે એનાંથી પણ વધુ સમય પાછી ઠેલાય, જેની સાથે દિન-બ-દિન આપનું સર્વિક્સ ધીમે-ધીમે ખૂલતું જશે. એટલાં માટે ડૉક્ટરને બોલાવવાની પળોજણમાં પડવાની કે ગભરાવાની કોઈ જરૂર નથી.

જો મ્યુક્સ પ્લગ નથી ખુલ્યું તો પણ એનાં માટે મૂંઝાવ નહીં. એને આપના પ્રસવના સમય સાથે કોઈ લેવા દેવા નથી.

રક્તસ્ત્રાવ

"મને ધીમો ગુલાબી મ્યૂક્સનો સ્ત્રાવ થઈ રહ્યો છે. શું સુવાવડનો સમય આવી ગયો છે?"

આપણે આવા સ્ત્રાવને પ્રસુતિ પહેલાની તૈયારી કહી શકીએ. લોહીની સાથે પહેલા ભૂરા રંગના સ્ત્રાવનો મતલબ છે કે સર્વિક્સની રક્ત નળિકાઓ ફૂટી રહી છે. કેમ કે એનુ વિસ્તરણ થઈ રહ્યું છે અને હવે ડિલીવરીની પ્રક્રિયા શરૂ થઈ ગઈ છે. આશા છે કે શિશુ એક-બે દિવસમાં આપની ગોદમાં હશે. જો કે પ્રસવનો સમય સંપૂર્ણ રીતે અનિશ્ચિત

હોય છે એટલાં માટે આપણે પ્રસવનું દર્દ શરૂ થાય એ પહેલા કશું કહી શકીએ નહીં.

જો એ સ્રાવ થોડીવારમાં કાં તો એકાએક ગાઢ લાલ રંગનો થવા માંડે તો ડૉક્ટરને ત્યાં ઝડપથી પહોંચી જાવ.

પાણીની થેલી ફાટવી

અડધી રાત્રે પથારીમાં ભીનાશ વર્તાતા મારી આંખ ઉઘડી ગઈ છે. મેં પથારીમાં પેશાબ કર્યો હશે કાં તો પાણીની થેલી ફાટી છે. ખરેખર શું હશે?

ચાદરને સૂંઘીને થોડો ઘણો ખ્યાલ આવી જશે. જો એ ગંધ પેશાબ જેવી (જલદ એમોનિયા) નથી તો તે એમ્નિયોટિક દ્રવ્ય હોઈ શકે છે. બની શકે છે કે આપના શિશુની સુરક્ષા કવચ જેવી પાણીની થેલી ફાટી હોય! આપને એક હલકા પીળા રંગનો સ્રાવ લગાતાર થતો જોવા મળશે, જે ડિલીવરી પછી જ બંધ થશે.

તેને બંધ કરવા માટે કીગલ વ્યાયામ કરો. જો એનાંથી એ પ્રવાહ રોકાઈ જાય છે તો એ પેશાબ છે. પેશાબ છે નથી રોકાતો તો એમ્નિયોટિક દ્રવ્ય જ છે.

જયારે સૂઈ જાવ તો એ વધારે પ્રમાણમાં નીકળે છે અને ઊભા રહો ત્યારે તો શિશુનું માથું આડું આવવાથી એ રોકાઈ જાય છે. આપના ડૉક્ટરે એ અંગે પહેલાંથી જ સૂચિત કર્યા હશે, પરંતુ જો કોઈ શંકા હોય તો એમને ફોન કરીને પૂછી જુઓ.

"પાણીની થેલી ફાટી જવા છતાં પ્રસવ પીડા શરૂ થઈ નથી. પ્રસવ કયાં સુધીમાં શરૂ થશે અને એ દરમિયાન મારે શું કરવું જોઈએ?"

પ્રસવ થવાનો જ છે. ઘણી મહિલાઓને થેલી ફાટ્યાના ૧૨ કલાકની અંદર પ્રસવ પીડા થવા લાગે છે અને અમુકને તો ૨૪ કલાક પણ થાય છે.

વળી દસમાંથી એક કિસ્સામાં ડિલીવરીનો સમય લંબાઈ પણ શકે છે એ સમય જેટલો વધતો જશે એટલું જ જોખમ પણ વધતું જશે. આ સંક્રમણના બચાવ માટે ડૉક્ટર ૨૪ કલાકની અંદર જ પ્રસવ શરૂ કરી દે છે. અમુક તો માત્ર ૬ કલાક જ રાહ જુએ છે.

ઘણી મહિલાઓ પણ આ સ્થિતિ પછી વધારે લાંબો સમય રાહ જોવાનું પસંદ કરતી નથી.

સહુથી પહેલાં તો પેડ કે ટુવાલ જોડે રાખીને ડૉક્ટરને ફોન કરો. યોનિને સ્વચ્છ કરી દો, જેથી ચેપની કોઈ શક્યતા ન રહે. લોહીને રોકવા માટે ટેમ્પૂનના બદલે પેડ લો. સેક્સ ન કરો. આમેય આ સમયે આપને પણ એ નહીં ગમે. તમે જાતે અંદરની કોઈ રીતે તપાસ ન કરો. ટોયલેટ જાવ તો આગળથી પાછળની તરફ લૂછો.

અમુકવાર એવું પણ થાય છે કે હજુ તો શિશુનું માથું પેલ્વિસ એરિયામાં આવ્યું હોતું નથી અને દ્રવ્યની સાથે નાળ યોનિ સુધી આવી જાય છે. આવું કશું અનુભવાય તો તરત જ ડૉક્ટરને જાણ કરો.

ગાઢ એમ્નિઓટિક દ્રવ્ય

"મારું પાતળુ પારદર્શક પડ ફાટી ગયું છે અને દ્રવ્ય ચોખ્ખું નથી. એ સામાન્ય ભૂરા રંગનું છે. એનો શું મતલબ છે?"

બની શકે છે કે એમ્નિયોટિક દ્રવ્યની સાથે સામાન્ય લીલા-ભૂરા રંગનું મીકોનિયમ પણ ઝરી રહ્યું છે. હકીકતમાં જોઈએ તો એ શિશુનો પહેલો મળ છે. ઝાડો છે, જે મોટાભાગે જન્મ પછી થાય છે. પરંતુ કયારેક કયારેક જયારે ભ્રૂણ કૂખમાં ખૂબ દબાણમાં હોય છે. કાં તો પછી સમય વધારે વીતી જાય છે ત્યારે જન્મ પહેલાં જ શિશુ જાજરૂ કરી જાય છે. આની સૂચના આપના ડૉક્ટરને જરૂર આપો. આનો મતલબ છે કે શિશુ દબાણમાં છે. ડૉક્ટર જેમ બને તેમ જલ્દી પ્રસવ કરી દેશે અને શિશુ પર સતત નજર રાખશે.

પ્રસવ દરમિયાન એમ્નિઓટિક દ્રવ્યની અછત

"મારા ડૉક્ટરે કહ્યું કે એમ્નિયોટિક દ્રવ્ય ખૂબ જ ઓછું છે, જેને પૂરું કરવું પડશે. શું આમાં ચિંતા કરવા જેવી કોઈ વાત છે?"

આમ જોઈએ તો કુદરત કહો કે ઈશ્વર એ આ દ્રવ્યની અછત થવા દેતા નથી. જો અછત થઈ પણ જાય તો મેડિકલ સાયન્સની મદદ લઈ શકાય છે. ગર્ભાશયમાં સર્વિક્સ દ્વારા એક કૅથેરેટરને અંદર નાખવામાં આવે છે, જેનાંથી એમ્નિયોટિક દ્રવ્યમાં સેલાઈન સોલ્યુશન નાંખે છે. આ પ્રક્રિયા એમ્નિયોઈફ્યૂજનના નામે ઓળખાય છે. આમાંથી ઑપરેશનની શક્યતા મોટાભાગે ઘણે અંશે ઘટી જાય છે.

સંકોચનમાં અનિયમિતતા

"ચાઈલ્ડ બર્થ કલાસમાં અમને શીખવાડ્યું હતું કે જયારે પ્રસવ પીડા નિયમિત બની જાય તથા દર પાંચ મિનિટ પછી સંકોચન થવા લાગે ત્યારે જ હૉસ્પિટલ જવું જોઈએ. મારૂં સંકોચન તો પાંચ મિનિટથી પણ ઓછાં સમયનું છે, હજુ પણ નિયમિત નથી. હું શું કરૂં?"

જે રીતે બે મહિલાઓની ગર્ભાવસ્થા એક સરખી હોતી નથી, એ જ રીતે એમનો પ્રસવ પણ એક સરખો હોતો નથી. પુસ્તકો, માઈલ્ડ બર્થ કલાસ કે ડૉક્ટર દ્વારા જણાવાયું હોય છે એ પ્રમાણે જ સઘળું બધાની સાથે થાય એ જરૂરી નથી હોતું. જો કે એ પણ સાચું છે કે સંકોચાવવાની ક્રિયા એકધારી અને નિયમિત હોવી જોઈએ.

જો આપને ૨૦ થી ૬૦ સેકન્ડનું ઝડપી સંકોચન થઈ રહ્યું છે અને તે ૫-૭ મિનિટના ઘેરાવ પર છે, પણ નિયમિત નથી તો રાહ જોયા વિના હૉસ્પિટલ કે બર્થ સેન્ટર પહોંચી જાવ. બની શકે છે કે ત્યાં પહોંચો એ દરમિયાન સંકોચન નિયમિત થઈ જાય અને આપ પ્રસવના સક્રિય માહોલનાં ફેઈસમાં આવી જાવ.

પ્રસવ વખતે ડૉક્ટરને બોલાવવા

"મારૂં સંકોચન દર ૩-૪ મિનિટ પછી થઈ રહ્યું છે. મને લાગે છે કે ડૉક્ટરને જાણ કરવી બેવકૂફી ગણાશે. કેમ કે એમણે તો કહ્યું હતું કે અમારે લેબરના શરૂઆતના અમુક કલાકો ઘરમાં વીતાવવા જોઈએ."

જણાવવામાં બેવકૂફી નથી, પણ અગમચેતી છે. એ પણ હકીકત છે કે પહેલીવાર માતા બનનારી મહિલાઓ પોતાના લેબરના શરૂઆતના અમુક કલાકોમાં ખૂબ જ આરામથી હૉસ્પિટલ જવાની તૈયારી કરી શકતી હોય છે અને શિશુના સામાનને યાદ કરીને લઈ જઈ શકતી હોય છે, પરંતુ લાગે છે કે આપનું લેબર એ માળખા સાથે મેળ ખાતું નથી. જો આપને દર પાંચ મિનિટમાં ૪૫ સેકન્ડ સુધીના ઝડપી સંકોચન થઈ રહ્યાં છે તો આપની પ્રસવ પીડાનો અંતિમ દોર ઝડપભેર શરૂ થઈ શકે છે. એ પણ બની શકે છે કે પ્રસવનું પહેલું પગથિયું વેદના વિનાનું બની શકે અને આ દરમિયાન સર્વિક્સનું મુખ ખુલી જાય. એનો મતલબ હશે કે આપને અચાનક હૉસ્પિટલ કે બર્થ સેન્ટર દોડી જવું પડશે.

આથી ડૉક્ટરને ફોન કરવામાં મોડું ન કરો. તેમને સંકોચનનો સમય તેનો ગાળો વગેરે વિગતવાર જણાવો. જો કે ડૉક્ટર ફોન પર આપના કેસની ગંભીરતાને સમજવાની કોશિશ કરશે. જો તેઓ બોલાવે તો તરત જ દર્દને સહન કરીને તાત્કાલિક દવાખાને પહોંચો.

જો કદાચ ડૉક્ટર ન માને તો એમને પૂછો કે આપ એમના દવાખાને પહોંચી શકો છો? હા, પાડે તો આપના સામાનની બેગ સાથે લઈ જાવ. ઓફિસમાં હોવ તો પણ ઘરે આવવામાં સંકોચ ન કરો. જો દવાખાને પહોંચ્યા પછી પ્રસવને વાર થાય તેમ હોય તો પણ હવે ડૉક્ટરની સારવાર હેઠળ દવાખાને જ રહો.

ખરા સમયે હૉસ્પિટલ પહોંચી ન શકવું

"મને ડર છે કે હું સમયસર દવાખાને નહીં પહોંચી શકું?"

આપને જણાવી દઈએ કે સૌભાગ્યવશ આપ ટી.વી.માં આ પ્રકારની જે પણ ડિલીવરી જુઓ છે, એ બધું ખોટું હોય છે. સામાન્ય રીતે પહેલીવાર માતા બનતી મહિલાઓને પ્રસવની જાણ પહેલાંથી જ થઈ જતી હોય છે. ખૂબ ઓછી તકો એવી આવે છે જ્યારે અચાનક જ નીચેની તરફ દબાણ થવા લાગે છે અને સગર્ભાને લાગે છે કે પેશાબે જવાની ઈચ્છા થઈ છે. આમાં તો સહુથી ઉત્તમ એ રહેશે કે આપ અને આપનો કોચ, બંને જણ જ ઈમરજન્સી ડિલીવરી અંગે જાણકારી લો. જેથી એવા સંજોગો ઊભા થાય તો પણ એમાં નિવારણમાં તકલીફ ન થાય.

જો આપ એકલી જ છો તો સંકટ સમયની ડિલીવરી

આમ જોઈએ તો કુદરતની કૃપાથી બહુ ઓછા કેસોમાં આવું બને છે પણ એનાં વિશેની જાણકારી આ રહી :

- શાંત રહેવાનો પ્રયત્ન કરો.
- લોકલ સંકટ સમયનો ટેલિફોન નંબર મેળવીને હૉસ્પિટલમાં વાત કરો.
- કોઈ પડોશીની મદદ માગી શકાય.
- ધકેલવાનું મન થવા છતાં પણ જોર ન કરો.
- આપની પથારીમાં સ્વચ્છ ટુવાલ કે ચાદર પાથરી દો. દરવાજો ખુલ્લો રાખો, જેથી સહેલાઈથી કોઈપણ પાડોશી મદદ કરવા આવી શકે.
- જો શિશુ બહાર આવવા તૈયાર થઈ જાય તો અને જ્યારે પણ પીડા થાય ત્યારે એની સાથે જોર લગાવો.
- જો શિશુનું માથું દેખાય તો જોર લગાવવાના બદલે પેરીનેયમ પર હળવા હાથે દબાણ આપો. માથાને એકદમ ખેંચવાના બદલે ધીમેધીમે જાળવીને બહાર કાઢો.
- જો એનાં ગળામાં નાળ ફસેયાલી જોવા મળે તો એને પણ ધીમેથી જાળવીને કાઢો.
- માથું નીકળી જાય પછી એક ખભો કાઢો.
- માથાને થોડું ઉઠાવો અને થોડું જોર કરો. જેથી બીજો ખભો નીકળે.
- પછી તો શિશુ સહેલાઈથી બહાર આવી જશે.
- નાળને કાપ્યા વિના શિશુને પેટ પર સુવાડી દો. એને કોઈ ચોખ્ખા ધાબળામાં કે ટુવાલમાં લપેટી લો. એનાં મો તથા નાકને કપડાંના સ્વચ્છ ટૂકડાથી સાફ કરો. માથાનું પગોની નીચે રાખો. જો શ્વાસ ચાલુ ન હોય તો આંગળીઓથી મોં સાફ કરો તથા મોં અને નાકમાં બે-ત્રણ વાર ફૂંકો મારો.
- પ્લેસેંટા જાતે ન કાઢો. જો બહાર આવી જાય તો કોઈ ટુવાલમાં લપેટીને, શિશુના સ્તરથી થોડુ ઉંચે મૂકો. આપે એને કાપવાની જરૂર નથી.
- મદદ આવી પહોંચે ત્યાં સુધી તમારી જાતને અને શિશુના શરીરને ગરમાવો આપતાં રહો. બેશક, ધાબળો કે ગરમ રજાઈ ઓઢીને.

પ્રસવનો સમય ઓછો હોવો

"હું હંમેશા એવી મહિલાઓ વિશે સાંભળું છું કે, જેમાં પ્રસૂતિ કાળ ખુબ જ ઓછો હોય છે. આ કેટલું સામાન્ય છે?"

આમ તો એ એટલો ઓછો પણ નથી હોતો, જેટલો આપે વિચારી લીધો છે.

ખરૂં જોતાં અમુકવાર માતાઓને કેટલાય કલાકો, દિવસો કે પછી સપ્તાહ સુધી દર્દ વિનાના સંકોચન થતાં રહે છે અને ગર્ભાશય ગ્રીવાનું મુખ ધીમેધીમે ઉઘડતું રહે છે. જ્યારે તેને એનો અણસાર થાય છે ત્યારે પ્રસવ એનાં આખરી તબક્કામાં આવી જાય છે.

ઘણીવાર સરેરાશ જે સર્વિક્સને ખુલવામાં કલાકો લાગે છે, એ અમુક જ મિનિટોમાં જ ઉઘડી જાય છે. આ પ્રકારના પ્રસવમાં કોઈ ખાસ સમય લાગતો નથી અને શિશુને પણ કોઈ નુકશાન નથી થતું.

જો આપને ખૂબ ઝડપથી સંકોચાવાની ક્રિયા

શરૂ થઈ જાય તો હૉસ્પિટલ કે બર્થસેન્ટર જલ્દી પહોંચી જાવ. દવાઓથી સંકોચનની અસરને ઘટાડી શકાય છે જેથી માતા અને બાળક પર દબાણ ન થાય અને સલામત રીતે આપ દવાખાને પહોંચી શકો.

બેક લેબર

"સંકોચન શરૂ થયું એ પછીથી મારી પીઠમાં નીચેના ભાગમાં એટલું દર્દ થાય છે કે જે સહન જ ન થઈ શકે. અસહ્ય દર્દનો ઉપાય શું?"

કદાચ આપને બેકલેબરની તકલીફ છે. ટેકનિકની રીતે આવું ત્યારે થાય છે જ્યારે ભ્રૂણ પોસ્ટીરિયર પોઝિશનમાં હોય છે. એનો ચહેરો ઉપર હોય છે અને એનાં માથાનો પાછળનો હિસ્સો પેલ્વિસની પાછળ દબાણ કરે છે. જ્યાં સુધી શિશુ યથાવત્ સ્થિતિમાં ન આવી જાય ત્યાં સુધી સતત પીડા ઝંપવા દેતી નથી. જ્યારે આ પ્રકારનું દર્દ શરૂ થાય ત્યારે તેનાં કારણો જાણવા કરતાં એને કેવી-રીતે મટાડી શકાય, એનાં પર ખાસ ધ્યાન આપવું જોઈએ. જો પીડા અસહ્ય હોય તો એપીડ્યૂરલની ફાકી લો. બની શકે છે કે આપને સામાન્ય ડોઝ કરતાં વધારે ડોઝની જરૂર પડે. અમુકવાર નારકોટિક્સ નામની દવાથી પણ રાહત મળે છે. જો આપ દવા લેવા ન ઈચ્છતી હોય તો અમુક ઘરગથ્થું નૂસખાં અપનાવી શકો છો.

<u>દબાણ ઘટાડવું :</u> આપની પોઝિશન બદલવાની કોશિશ કરો. પગપાળા ચાલો. જો કે ઝડપી સંકોચન થતાં હોય ત્યારે ચાલવું-હરવું ફરવું શક્ય નથી. શક્ય હોય તો ઉભડક જ બેસો. શરીરની કોઈ પણ આરામદાયક મુદ્રા બનાવો. ચોપગુની જેમ ઝુકો. જો સૂવા સિવાયનો કોઈ ઉપાય ન હોય તો પીઠને સારી રીતે પાથરીને સૂઓ.

<u>ઠંડુ કે ગરમ :</u> ઠંડુ કે ગરમ, આ બે પ્રકારના શેકમાં જે માફક આવે તે કરો. કાં તો પહેલાં ઠંડો શેક કર્યા પછી અનુકૂળતાએ બીજીવાર ગરમ શેક કરો.

<u>અવળું દબાણ કે માલિશ :</u> નર્સ કે કોઈ સાથીની મદદથી એ ભાગોને દબાવો, જેને દબાવવાથી આરામ થતો હોય!એના માટે બંને હાથ, ટેનિસ બોલ, બેક મસાજરથી મસાજ કરી શકો છો. હાથની માલિશથી પણ દર્દમાં રાહત મળશે. વારાફરતી ક્રીમ, તેલ કે પાઉડરથી માલિશ કરી શકાય છે.

<u>રિફ્લક્સોલૉજી :</u> બેક લેબર માટે આ થેરાપીમાં, પગના બોલની વચ્ચોવચ આંગળીઓ દ્વારા ઝડપથી મસાજ કરી શકાય છે.

<u>બીજા વૈકલ્પિક ઉપાય :</u> હાઈડ્રોથેરાપીથી વેદનામાં થોડી રાહત થઈ શકે છે. જો ધ્યાન, આત્મસંમોહન અથવા તો માનસિક ચિત્રણનો અભ્યાસ છે તો એને પણ અજમાવો. એક્યૂપંચર પણ કરાવી શકો છો, પરંતુ એનાં માટે પહેલાંથી એક્યૂપંચર નિષ્ણાંત સાથે ગોઠવણી કરી લેવી પડશે.

પ્રસૂતિ શરૂ કરાવવી

"મારા ડૉક્ટર પ્રસવ શરૂ કરાવવા માંગે છે જ્યારે સાચી વાત એ છે કે હજુ પ્રસવની તિથિ નક્કી પણ થઈ નથી. હું તો એવું વિચારતી હતી કે પ્રસવની તારીખ નક્કી થયા પછી જ પ્રસવ શરૂ કરાવવાથી જરૂર હોય છે. "

ક્યારેક ક્યારેક કુદરતને પણ કોઈ ગર્ભવતી મહિલાને માતા બનાવવા માટે મદદની જરૂર પડે છે. લગભગ ૨૦ ટકા કિસ્સાઓમાં આવું થતું જોવા મળ્યું છે. એની જરૂર ત્યારે પણ પડે છે જ્યારે પ્રસવની તિથિ નક્કી થઈ જાય. નીચે જણાવેલાં કિસ્સાઓમાં ડૉક્ટરને લાગે છે કે આપણે કુદરતના આ સર્જનમાં સાથ-સહકાર આપવો જોઈએ.

- આપનું પાતળુ પારદર્શક પર ફાટી જાય એનાં ૨૪ કલાક પછી પણ પ્રસવ પીડા થઈ ન હોય. અમુક ડૉક્ટર તો ૨૪ કલાકની રાહ પણ જોતાં નથી.
- ટેસ્ટોથી ખબર પડે કે ગર્ભાશય આપના શિશુ

માટે આરોગ્યપ્રદ ઘર રહ્યું નથી અથવા તો એવું જ કોઈ ગંભીર કારણ હોય!

- શિશુની દેખરેખથી જાણવા મળે કે શિશુ નોર્મલ ડિલીવરી માટે નબળું છે.
- આપને પ્રીકલેમ્પસિયા, ગેસ્ટેશનલ ડાયાબિટિશ કે પછી કોઈ ગંભીર અને લાંબી માંદગી હોય, જેમાં ગર્ભાવસ્થા જાળવી રાખવાનું જોખમ હોય.
- એવો ડર હોય કે આપ પ્રસવ શરૂ કર્યા પછી સમયસર હૉસ્પિટલ પહોંચી નહીં શકો અથવા આપનો ઓછા સમયમાં પ્રસવ થવાનો રેકોર્ડ હોય!
- આપ ચાહો તો ડૉક્ટરની પાસેથી આ અંગે ખુલાસાઓ માગી શકો છો. આમ તો આપને પણ સુવાવડની કામગીરીની જાણકારી હોવી જોઈએ.

પ્રસવ આરંભ (લેબર ઈંડક્શન) કેવી રીતે થાય છે?

લેબર ઈન્ડક્શન એક એવી કામગીરી છે, જેમાં ઘણો સમય લાગે છે. આ પ્રક્રિયામાં સામાન્ય રીતે અનેક પગથિયાં હોય છે, પણ એ જરૂરી નથી કે આપને એ તમામ પગથિયાં પસાર કરવા પડે.

- સહુથી પહેલા આપના ગર્ભાશયના મુખને નરમ કરવું પડશે. જો પહેલાંથી તૈયાર છો તો માની લો કે પહેલું પગથીયું પાર થઈ ગયું, પણ જો એનું વિસ્તરણ શરૂ થયું નથી તો ડૉક્ટર આપને વૅજાઈલ જૈલના રૂપમાં પ્રોસ્ટાગલૅનડિન ઈ જૈલ આપી શકે છે. એની એક મોટી ગોળી પણ આવે છે. આ દર્દ રહિત પ્રક્રિયામાં યોનિમાં સીરિઝ નાંખીને સર્વિક્સની પાસે જૈલને પહોંચાડે છે. અમુક કલાકોમાં જૈલ પોતાનું કામ શરૂ કરી દે છે. ડૉક્ટર તપાસ કરે છે કે જૈલની અસર થઈ છે કે નહીં? જો નથી થઈ તો જૈલનો બીજો ડોઝ આપવો પડે છે. જો ગર્ભાશયનું મુખ તૈયાર છે અને સંકોચન શરૂ નથી થયું તો ઈન્ડક્શનની કામગીરી ચાલુ રહે છે. અમુક ડૉક્ટર ગર્ભાશયનું મુખ ખોલવા માટે મિકેનીકલ એજન્ટ નામની ટેકનિકનો ઉપયોગ કરે છે. જેમ કે એક ફુગ્ગાની સાથે કેથેટર, ડાઈલેટર કે બોટેનિકલ વગેરે.
- જો એમ્નિયોટિક થેલી હજુ સાથે છે તો તેઓ કૃત્રિમ રીતે એને અલગ કરવાની કોશિશ કરે છે. જો કે આ કામગીરીમાં ગમે ત્યારે પાણીથી થેલી ફાટી પણ જાય છે.
- જો હજુ પણ પ્રસવ પીડા શરૂ થઈ ન હોય તો ઈંટ્રાવીનસ પિટોસિન નામની દવા આપવી પડે છે. આ હૉર્મોન ગર્ભાવસ્થામાં શરીરની અંદર બને છે અને ખૂબ જ મહત્વની ભૂમિકા નિભાવે છે. એ ઉપરાંત મીસોપ્રોસ્ટૉલ નામની દવા પણ આપવામાં આવે છે.
- અમુક અભ્યાસોથી જાણવા મળ્યું છે કે એને આપવાથી ઓક્સીટોસિનની જરૂરિયાતને એ થોડી ઓછી કરી દે છે અને પ્રસવની અવધિને પણ ઓછી કરે છે.
- પ્રસવ દરમિયાન આપના શિશુ પર લગાતાર ડૉક્ટર ટીમની ઈલેક્ટ્રોનિક ઉપકરણોની નજર હોય છે જ. આપના તરફ પણ ધ્યાન આપવામાં આવે છે કે કયાંક દવાના કારણે વધારે ઝડપી અને શક્તિશાળી સંકોચન તો નથી થઈ રહ્યું ને જો એમને એવું કંઈક લાગે તો દવાની માત્રા ઘટાડી દે છે કાં તો પછી સંપૂર્ણ કામગીરીને જ રોકી લે છે પ્રસવ આરંભ થયા પછી દવાને પણ રોકી લે છે, જેથી આગળની કામગીરી કુદરતી રીતે થાય.
- જો ૮ થી ૧૨ કલાક પછી પણ પ્રસવપીડા શરૂ ન થાય તો ડૉક્ટર આ પ્રક્રિયાને રોકી શકે છે કાં તો પછી ઑપરેશનની સલાહ આપી શકે છે.

પ્રસવ દરમિયાન ખાણી-પીણી

શું પ્રસવ દરમિયાન ખાણી-પીણી યોગ્ય રહે છે?

- આ સવાલનો જવાબ એ વાત પર આધારિત

છે કે આપ આ અંગે કોને પૂછી રહ્યાં છો. અમુક ડૉક્ટર એને યોગ્ય માને છે જ્યારે અમુક ડૉક્ટરનું માનવું છે કે આવું કરવાથી જનરલ એનેસ્થેસિયા આપવાની દશા આવી શકે છે. અમુક ડૉક્ટર માને છે કે ઓછા જોખમ વાળી ગર્ભાવસ્થામાં મહિલા સાત્વિક સાદું સીધું ભોજન લઈ શકે છે, જેથી એની ઊર્જાનું સ્તર જળવાઈ રહે અને શરીરને નબળાઈ ન વર્તાય.

- સંશોધનોથી જાણવા મળ્યું છે કે પ્રસવ પીડા દરમિયાન ખાવા-પીવાવાળી મહિલાઓનાં પ્રસવનો સમયગાળો ૯૦ મિનિટ સુધી ઘટી જાય છે અને દર્દ નિવારક દવાઓ વધારે લેવી પડતી નથી. આપ ડૉક્ટરને પૂછો કે, તેઓ આ અંગે શું કહે છે?
- જો ડૉક્ટરે ખાવા-પીવાની છૂટ આપી હોય તો પણ એ વખતે આપને ખાવાની રૂચિ જ ન હોય ત્યારે આપ પૉપસિકલ, જૈલ-ઓ એપલ સૉસ, પાકા તાજાં ફળ, સાદુ પેસ્ટ્રી, કાં તો જામવાળો ટોસ્ટ ખાઈને આપની એલર્જી જાળવી શકો છો.એ વખતે આપને ઉલ્ટી જેવું પણ થાય. અમુક મહિલાઓને તો કશું ખાય એ પહેલાં જ ઉલ્ટીઓ થતી હોય છે.
- આપે હૉસ્પિટલ જતી વખતે આપના પતિ પર પણ લક્ષ આપવું પડશે. એને પણ ભૂખ લાગી હોય તો ભલે પેટપૂજા કરી લે.

ઈમરજન્સી ડિલીવરી-સાથી કે કોચના માટે ટિપ્સ

ઘર કે ઓફિસમાં

- શાંત રહેવાનો પ્રયત્ન કરો અને સગર્ભાને સાંત્વના આપો. ભલે આપ સુવાવડ વિશે વધુ નથી જાણતાં પરંતુ શિશુ અને એની માતા જ એમનું કામ કરી લેશે.
- હૉસ્પિટલમાં ફોન કરીને ડૉક્ટરને બોલાવો.
- જો સમય છે તો આપના હાથ તથા પત્નીનાં યોનિપ્રદેશને કોઈ સારા એન્ટિબાયોટિક્સ સાબુથી સાફ કરો.
- જો સમય છે તો પત્નીને પથારીમાં એવી રીતે સુવાડો કે એ નિતંબોને નીચેથી પકડીને પથારીમાં આવી શકે. પગને ટેકો આપવા માટે ખુરશીઓ કે ટેબલ જે અનુકૂળ રહે તે મૂકો. અમુક કુશન અને ઓશિકાં પીઠની પાછળ ગોઠવો, જેથી એ ડિલીવરી માટે જાતે ઉભડક મુદ્રામાં આવી જાય. જો શિશુનું માથું હજું દેખાતું નથી અને આપ મદદની રાહ જોવા માંગો છો તો માતાને સીધી સુવાડી દો, જેથી ડિલીવરીની પ્રક્રિયા ધીમી પડી જશે.
- આપની પાસે ટુવાલ, સમાચારપત્ર, ચોખ્ખા કપડાંના પીસ, વગેરે રાખો. યોનિની નીચે કોઈ વાસણ કે ડિશપેન રાખો. જેથી એમાં એમ્નિયોટિક દ્રવ્ય રાખી શકાય.
- જો પથારી કે મેજ સુધી લઈ જવાનો સમય

ન હોય તો માતાની નીચે સમાચાર પેપર પાથરીને, ડિલીવરીના સ્થાનને સાફ રાખવાનો પ્રયત્ન કરો.

- શિશુનું માથું જોવા મળે તો માતાને કહો કે એ બહુ જોર ન કરે. માત્ર એનાં પેરીનિયમ પર સાધારણ દબાણ આપે. માથાને ધીમેધીમે નીકળવા દો. એને જોરથી ન ખેંચો. જો નાળ જોવા મળે તો એને શિશુની ગરદનમાંથી કાઢી લો.
- માથાને બંને હાથ વડે પકડીને નીચેની તરફ લાવો અને માતાને કહો કે એ જોર કરે, જેથી શિશુના ખભા બહાર આવી જાય. વારાફરતી બંને ખભા બહાર આવી જાય તો બાકીના શરીરને બહાર સરકવામાં વાર નહીં લાગે.
- શિશુને માતાના પેટ પર જ સૂવાડી દો. તેનો કોઈ સાફ (વસ્ત્ર) લુગડામાં કે ટુવાલમાં વીંટાળી દો.
- સ્વચ્છ કપડાંથી મોં અને નાકને સાફ કરો.
- માથાને માતાના પગોની દિશામાં રાખો. મોંઢાને આંગળીઓ નાંખીને સાફ કરો અને તેના મોંમા ફૂંક મારો, જેથી એનો શ્વાસ ચાલુ થઈ જાય.
- પ્લેસેંટાને ખેંચવાના બદલે આપોઆપ નીકળવા દો. આપે નાળ કાપવાની જરૂર નથી.
- માતા અને શિશુને ગરમ ધાબળા ઓઢાડી દો, જેથી ગરમાવો રહે.

<u>હૉસ્પિટલ લઈ જતી વખતે :</u>

- જો કારમાં કે કોઈપણ વાહનમાં લઈ જતી વખતે ડિલીવરી શરૂ થઈ જાય તો વાહનને કોઈ સલામત જગ્યાએ પાર્ક કરો. તમારો ફોન જોડે જ રાખો. કારની લાલ લાઈટ ચાલુ કરી દો. જો ટેક્સીમાં છો તો ડ્રાઈવરને હૉસ્પિટલ ફોન કરવા કહો.
- જો બની શકે તો કારમાં ધાબળો કે જેકેટ પાથરીને સગર્ભાને પાછલી સીટ પર સુવાડી દો. જો મદદ ન આવે તો શિશુની ડિલીવરી આપ મેળે થવા દો અને પછી ઝડપથી હૉસ્પિટલ પહોંચો.

રૂટીન આઈ.વી.

"શું એ સાચું છે કે પ્રસવ દરમિયાન હૉસ્પિટલમાં જતાં જ મને આઈ.વી.લગાવી દેશે?"

આપ જે હૉસ્પિટલમાં પ્રસવ માટે જઈ રહી છો, એ એનાં નીતિ-નિયમો પર નિર્ભર છે. અમુક હૉસ્પિટલોમાં તો જતાં જ આપના હાથની નાડીમાં એક પાતળું કૅથેટર લગાવી દે છે, જેથી કોઈ પણ દવા આપવામાં સરળતા રહે. આ રીતે ડી-હાઈડ્રેશનમાં પણ રાહત રહે છે અને ઈમરજન્સીના સમયે દવા આપવામાં પણ તકલીફ પડતી નથી. અમુક જગ્યાએ જરૂર પડે તો જ આઈ.વી.લગાવે છે. આપના ડૉક્ટરને આ અંગે પૂછો અને જો આપ એવું નથી ઈચ્છતી તો ડૉક્ટરને સ્પષ્ટ કહી દો.

જો એપીડ્યૂરલ લેવાનું છે તો આઈ.વી. લગાવવું જ પડશે. એપીડ્યૂરલ દરમિયાન અને એ પછી પણ આઈ.વી.થી ફ્લયૂડ આપવામાં આવે છે.

અને આપને જણાવી દઈએ કે એ એટલું વેદનાજનક નથી. સહુથી પહેલાં જે સોય અપાશે એની જ વેદના થશે અને પછી તો આપને પણ સ્વાભાવિક લાગશે. આપ એની સાથે બાથરૂમ જઈ શકો છો. વરંડામાં ફરી શકો છો. જો આપ તેને લગાવવા માંગતી નથી તો ડૉક્ટરને મળીને હીપારિન લૉક અંગે પૂછો. આ પધ્ધતિમાં લોહીની રગને પકડીને એક પાતળી કેથેટર લગાવીને દવા આપી શકાય છે, જેથી સંકટ સમયમાં નસ ખુલ્લી મળી જાય અને ઝડપથી ઈંજેકશન કે દવા આપી શકાય. આ રીતે આપને આઈ.ડી.ના ચકકરમાં પડવું પડશે નહીં.

શિશુ પર નજર

"શું પ્રસવ દરમિયાન શિશુની ગતિવિધિઓ હલનચલન પર પૂરેપૂરું ધ્યાન આપવામાં આવશે? એનો શો ફાયદો છે?"

જે શિશુએ ખૂબ જ આરામથી માતાની કૂખમાં નવ મહિના વીતાવ્યા હોય એનાં માટે જન્મની યાત્રા નક્કી કરીને બહાર આવવાનું સહેલુ હોતું નથી. અમુક શિશુ તો ખૂબ જ આરામથી આ સફર પાર પાડી લે છે, પરંતુ અમુક શિશુઓ હિંમત હારી જાય છે. અનેક લક્ષણોથી જાણ થાય છે કે તેઓ થાક અનુભવ કરે છે. એમના હૃદયના ધબકારા પણ ઓછાં થઈ જાય છે.

ડૉક્ટર સતત શિશુ પર નજર રાખે છે, જેથી તેમને શિશુની સાચી સ્થિતિનો ખ્યાલ આવે.

જો આપના કિસ્સામાં પણ ડૉક્ટરને લાગશે કે શિશુ પર નજર રાખવા જેવી છે તો ફેટલ મોનિટિરિંગ પર એમનું સતત નિરીક્ષણ હશે.

બહારની તપાસ : આમાં પેટ ઉપર બે પ્રકારના ઉપકરણ લગાવવામાં આવે છે. એક છે અલ્ટ્રા સાઉન્ડ ટ્રાંસડ્યૂસર, (આ હૃદયના ધબકારાઓનું પ્રમાણ વધારે છે) અને બીજું છે દબાણ સંવેદનશીલ યંત્ર, આ યંત્ર સંકોચનમાં ઉંડાણને અને તેનાં સમયને માપે છે. આ બંને ઉપકરણો મોનીટર સાથે જોડાયેલાં હોય છે અને કાગળ પર એમનાં રિપોર્ટ નીકળતાં રહે છે. આપ આ દરમિયાન પથારી કે ખુરશીમાં બેઠા હલન ચલન કરી શકો છો. પરંતુ આપને એ સિવાયની બીજી કોઈ છૂટ હોતી નથી.

લેબરની બીજી અવસ્થામાં જ્યારે સંકોચન શીલતા એટલી ઝડપી બની જાય છે કે શરૂઆત અને અંતની ખબર જ પડતી નથી. આવાં સમયે મોનીટરની મદદ લેવામાં આવે છે. જો આવાં સંજોગોમાં મોનીટરની સહાય શક્ય ન હોય તો ડોપલરથી ડૉક્ટર શિશુના ધબકારાની તપાસ કરે છે.

અંદરની તપાસ

જ્યારે નક્કર પરિણામોની જરૂર પડે છે ત્યારે આ પ્રકારની અંદરની તપાસ કરાય છે. આમાં યોનિમાર્ગથી શિશુની ખોપરી પર નાનકડું ઈલેક્ટ્રોડ લગાવી દેવાય છે. પછી આપના ગર્ભાશયમાં એક કેથેટર નાખવામાં આવે છે, કાં તો પેટ પર ઉપકરણ લગાવીને સંકોચનની ગહનતા (ઉંડાણ) અને (સમય) અવધિ માપવામાં આવે છે.

આવું ત્યારે જ કરવામાં આવે છે જ્યારે એની ખાસ જરૂરિયાત હોય. જેમ કે એનાંથી સંક્રમણ થવાનો ડર રહે છે. શિશુના માથામાં સામાન્ય લસરકા થઈ શકે છે, જો કે એ ઘસારો-થોડા દિવસોમાં ભરાઈ જાય છે અને શિશુને કોઈ હાનિ થતી નથી પરંતુ આ કામગીરીથી થોડાં નર્વસ થશો, પણ એની જરૂર નથી. આમ વચિંત રહો.

ટેલીમેટ્રી તપાસ

આ પ્રકારની તપાસ પણ ખાસ હૉસ્પિટલમાં જ ઉપલબ્ધ હોય છે. આની તપાસમાં એક ટ્રાન્સમીટર લગાવવામાં આવે છે, જેથી શિશુના હૃદયના ધબકારાની જાણ થતી રહે. આ તપાસ દરમિયાન આપ હરી-ફરી શકો છો.

આવી તપાસ દરમિયાન અમુક વખતે ખોટા સંકેત પણ મળે છે. શિશુ ફરી ગયું તો ઈલેક્ટ્રોડ હલી જશે અને મોનીટર પર ખરો રિપોર્ટ નહીં આવે, જેથી ડૉક્ટરો આવી તમામ બાબતોની કાળજી રાખીને જ નક્કી કરે છે કે શિશુ જોખમમાં છે કે નહીં? જો સતત શિશુ થાકી રહ્યાંના સંકેત આવે તો ડૉક્ટર ઑપરેશનની તૈયારી કરે છે.

પાતળું પારદર્શક પટ ફાટવું

"મને ડર છે કે મારી પાણીની થેલી આપ મેળે નહીં ફાટે. ડૉક્ટરે એને ચિરવી પડશે. શું એનાંથી મને વેદના થશે?"

નહીં થાય. ઘણીવાર તો એને કૃત્રિમ રૂપથી ફોડવા પર પણ અનેક સગર્ભાઓને ખબર પડતી નથી. એ તો પ્રસવ પીડાના વિચારોમાં એવી તો ગુમ હોય છે કે એને આ સામાન્ય નાની બાબત ધ્યાનમાં જ આવતી નથી. બસ આપને એકદમ વસ્ત્રોમાં ભીનાશ વર્તાય ત્યારે આશ્ચર્ય થાય છે. અમુકવાર શિશુની અંદરની તપાસ કરવી હોય ત્યારે પણ કૃત્રિમ રીતે ડૉક્ટરો અને પાતળા પારદર્શક પડને ભંગ કરે છે.

જો કે અભ્યાસોથી જાણવા મળ્યું છે કે એ

પડના ફાટવાથી પાણી વહી જવાથી પ્રસવકાળ જોખમી નથી બનતો. પ્રસવનો જે સમય ગાળો હોય છે એ પણ ઘટતો નથી. તેમ છતાં અમુક ડૉક્ટર આ જે પણ પ્રસવને ગતિ આપવા માટે એ પાણીને જરૂરી માને છે. જો કોઈ વ્યાજબી કારણ ન હોય તો ડૉક્ટર એને કુદરતી રીતે એનું કામ કરે એ માટેની તકો આપી શકે છે.

અમુકવાર તો શિશુ એ થેલીની સાથે બહાર આવે છે. એને જન્મ પછી જ ફોડી શકાય છે, જે યોગ્ય છે.

એપિસિઓટૉમી

"મેં સાંભળ્યું છે કે આ જકાલ એપિસિઓટૉમીનું ચલણ નથી રહ્યું. શું આ સાચું છે?"

આપે જે સાંભળ્યુ છે એ સાચું છે. આ જકાલ યોનિ અને ગુદામાર્ગની વચ્ચેના હિસ્સાને ફેલાવવા માટે ચીરો કરવામાં આવતો નથી.

પહેલાં આવી પ્રથા હતી. જૂના જમાનામાં ઘણી વારે યોનિ ચીરાઈ જવાના હિસ્સા આ જ છે. ગુદા અને યોનિ વચ્ચેની જગ્યા પહોળી થાય અથવા તો સામાન્ય ચીરો મૂકીને જગ્યા કરાવવામાં આવતી. જેથી સુવાવડ સહેલાઈથી થઈ જતી.

પરંતુ અભ્યાસોથી જાણવા મળ્યું કે સરેરાશ પ્રસવોમાં ચીરા વિના પણ કામ થઈ જતું હતું વળી માતા રક્તસ્ત્રાવ તથા ચેપથી પણ બચી શકે છે.

અમુકવાર તો એ ચીરા એટલાં મોટા થઈ જતાં કે યોનિ અને ગુદા દ્વાર વચ્ચે જોખમ થઈ જતું. જો કે આ જે પણ શિશુ મોટું હોય, ફોર સૅપ કે વૅક્યૂમ ડિલીવરી કરવાની હોય કે પછી સંકટ કાળ હોય, ત્યારે ચીરો મૂકવો પડે છે.

ચીરા પહેલાં આપને લોકલ દર્દ નિવારક ઈંજેકશન અપાશે. નીચેનો હિસ્સો બહેરો થવાના લીધે આપને કોઈ વ્યથા-વેદના નહીં થાય. શિશુ અને પ્લેસેંટાની ડિલીવરી પછી ડૉક્ટર એ ચીરા પર ટાંકા લઈ લેશે.

અમુક દાયણો આનાથી બચવા માટે પેરીનિયમ માલિશની સલાહ આપે છે. તેમનું માનવું છે કે પહેલીવાર માતા બનતી મહિલાઓએ પ્રસવના અમુક સપ્તાહ પહેલેથી એ ભાગની મસાજ કરવી જોઈએ.

જો કે ડિલીવરી દરમિયાન ડૉક્ટર આપના પેરીનિયમ પર ધીમેથી દબાવીને સહારો આપે છે, જેથી શિશુનું માથું અચાનક બહાર આવતા બીન જરૂરી ચીરા પડી ન જાય.

ફોર સૅપ

શું મારે ડિલીવરી વખતે ફોર સૅપની જરૂર પડશે?

ના. હવે ચીપિયા દ્વારા બાળકને સલામત રીતે બહાર કાઢવાના બદલે વૅક્યૂમની મદદ લેવાય છે. આપ બેફિકર રહો કે ફોર સેપ પણ વૅક્યૂમ કે ઑપરેશનની જેમ જ સલામત પધ્ધતિ છે.

જ્યારે સગર્ભા બળ કરી કરીને થાકી જાય અને શિશુનું માથું બહાર ન નીકળે ત્યારે તેની સલામતિ માટે ફોર સૅપની મદદ લેવામાં આવે છે.

આપના ગર્ભાશયનું મોં પૂરેપૂરી રીતે ખુલ્લું હોવું જોઈએ. પેશાબાશય ખાલી હોય અને પાણીની કોથળી ફાટી ગઈ હોય ત્યારે આપને લોકલ એનેસ્થેસિયા દ્વારા બેભાન કરાય છે. બની શકે છે કે યોનિમાર્ગમાં ચીરો પણ કરવો પડે. અમુકવાર એનાં લીધે શિશુના માથામાં ઈજા થઈ શકે છે અને સોજો પણ આવી શકે છે, જે થોડાં દિવસોમાં મટી પણ જાય છે.

જો ફોર સૅપનો પ્રયાસ પણ નિષ્ફળ ગયો તો છેલ્લે ઑપરેશન કરવું પડે છે.

વૅક્યૂમનું દબાણ

"મારી સહેલીએ શિશુની ડિલીવરી માટે વૅક્યૂમ એક્સટ્રેક્ટરની મદદ લેવી પડી. શું આ પણ ફોર સૅપના જેવું હોય છે?"

આમાં શિશુના માથા પર પ્લાસ્ટિકની એક કેપ લગાવવામાં આવે છે અને ધીમેથી એને બહારની

વૅક્યૂમ એક્સટ્રેક્ટર

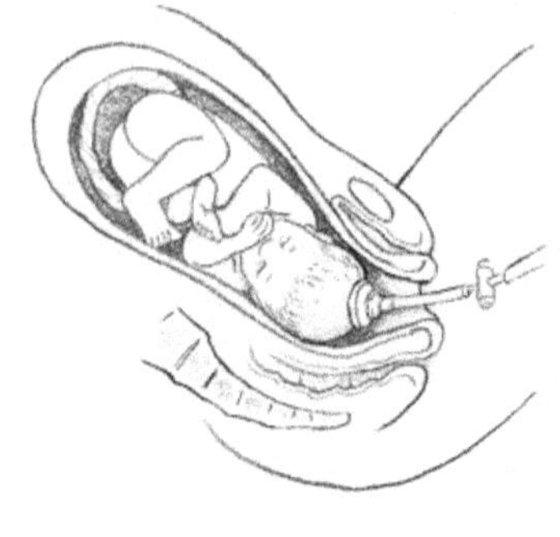

તરફ ખેંચવામાં આવે છે. આ ખેંચાણથી શિશુને બહાર આવવામાં મદદ મળે છે. અમુકવાર તો આ પધ્ધતિ આપને ફોર સૅપ અને ઑપરેશનથી પણ બચાવી લે છે.

ખેંચાણ દરમિયાન યોનિમાર્ગ પર ચીરા પણ નથી કરાવવા પડતાં. આ રીતે જન્મ લેનાર શિશુઓના માથા પર સાધારણ સોજો ઉપસી આવે છે, જે થોડોક દિવસોનાં ઉપચાર પછી મટી જાય છે.

જો વૅક્યૂમથી પણ ડિલીવરી ન થાય તો ઑપરેશન દ્વારા શિશુને જન્માવી શકાય છે.

અમુકવાર ડૉક્ટર દર્દ દરમિયાન આરંભ કરવાનું કહે છે, જેથી આપ પૂરી તાકાત અને ઊર્જા ભેગી કરીને ફરીથી જોર કરી શકો. આપ પોઝિશન બદલીને પણ ફરીવાર પ્રયાસ કરી શકો છો. કેટલીકવાર ગુરૂત્વાકર્ષણની મદદથી પણ ડિલીવરી પાર પડે છે.

પ્રસવ પીડા શરૂ થાય એ પહેલાં ડૉક્ટર પાસેથી જાણી લો કે કેવી સ્થિતિમાં કેવો નિર્ણય લઈ શકાય?

પ્રસવ મુદ્રાઓ

"હું જાણું છુ કે પ્રસૂતિ દરમિયાન સીધા ન સૂઈ શકાય, પરંતુ કંઈ પોઝિશન યોગ્ય ગણાશે?"

આપને પ્રસવ વખતે પથારીમાં સીધા સૂઈ જવાની જરૂર નથી. કેમ કે એ રીતે સુવાવડ માટે અનુકૂળ નથી. એ રીતે સૂવાથી અનેક રક્તકોશોને દબાણ થવાનો ડર છે અને એનાંથી ગુરૂત્વાકર્ષણની મદદ પણ નથી મળતી. આપ કોઈપણ પોઝિશનમાં પ્રસવ કરી શકો છો અને એને તમારી ઈચ્છા અનુસાર ફેરવી બદલી પણ શકો છો. આમ પોઝિશન બદલવાથી પ્રસવની ગતિ પણ ઝડપી બને છે અને ઉત્તમ પરિણામ જોવા મળે છે. તમે નિમ્નલિખિતમાંથી કોઈ પણ આરામદાયક મુદ્રા પસંદ કરી શકો છો.

ઊભા થઈને ચાલતી વખતની મુદ્રા : ઊભા થવાથી પીડા ઓછી થાય છે અને ગુરૂત્વાકર્ષણની મદદ પણ મળશે. શિશુને નીચે સરકી આવવામાં સરળતા રહેશે. જો કે પ્રસવ પીડા વધવાથી ચાલવાનું મુશ્કેલ લાગે તો બેશક સુઈ જાવ.

રોકિંગ : જો કે શિશુ હજુ ધરતી પર નથી આવ્યું, પરંતુ એને ઝુલવાનું તો ગમશે જ. સંકોચન શરૂ થયા પછી રોકિંગ ખુરશીમાં બેસીને આગળ પાછળ ઝુકો. બીજા શબ્દોમાં કહીએ તો ઝુલો. આનાથી નિતંબ પ્રદેશ ખુલશે અને શિશુ નીચેની તરફ આવશે. આ પ્રક્રિયામાં ગુરૂત્વાકર્ષણની મદદ પણ મળશે.

ઉભડક મુદ્રા : જયારે શિશુનો જન્મ સમય નજીક આવી જાય તો ઉભડક ખુલી જાય છે અને આના લીધે શિશુના પેલ્વિસ ખુલી જાય છે અને શિશુને નીચે સુધી આવવા માટે ખુલ્લી જગ્યા મળી જાય છે. આપ ઉભડક મુદ્રામાં બેસવા માટે સાથીની મદદ લઈ શકો છો કાં તો ત્યાં લગાવેલાં દંડાને પકડી શકો છો. આ મુદ્રામાં આપના પગોને પણ થાક નહીં લાગે.

બર્થિંગ બોલ : અહીં ચિત્રમાં દર્શાવેલી મોટા બર્થબોલ પર બેસવાથી કે ઝૂકવાથી પેલ્વિસ (કૂલા ઢીલા થાય છે) ખૂલે છે અને આપ લાંબા ગાળા સુધી ઉભડક મુદ્રામાં રહીને સલામત ડિલીવરીમાં મદદ કરી શકો છો.

બેસવાની મુદ્રા : આપ પથારીમાં પતિની બાહોમાં અથવા બર્થ બોલનો સહારો લઈને બેસી શકો છો. આમાથી ગુરૂત્વાકર્ષણનો લાભ મળશે.

પ્રસવ મુદ્રાઓ

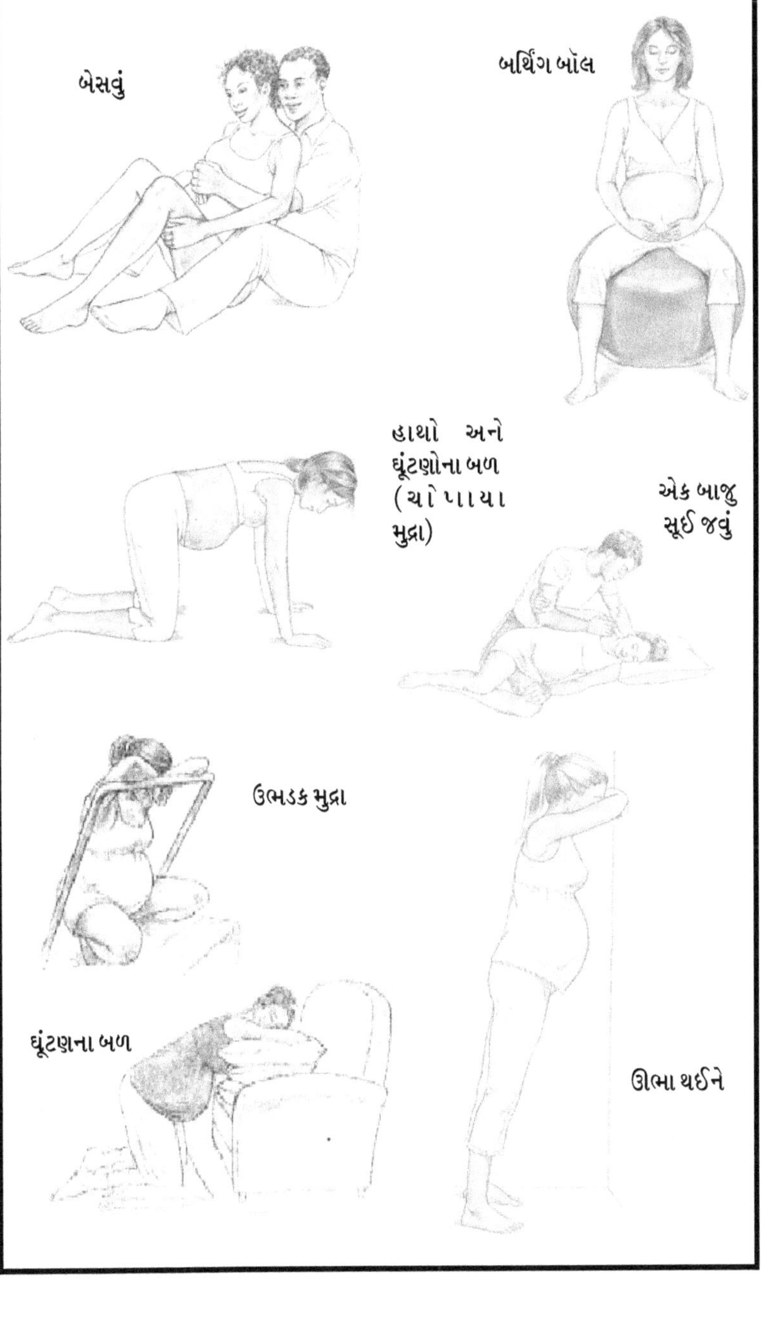
બેસવું
બર્થિંગ બૉલ
હાથો અને ઘૂંટણોના બળ (ચોપાયા મુદ્રા)
એક બાજુ સૂઈ જવું
ઉભડક મુદ્રા
ઘૂંટણના બળ
ઊભા થઈને

સંકોચનનું દર્દ ઘટશે. જો બર્થિંગ ખુરશી મળી શકે તો એનો પણ પ્રયોગ કરી શકો છો.

ઘૂંટણો ઉપર : બૅક લેબર છે? ઘૂંટણો ઉપર ઝૂકીને બે હાથ પણ જમીન પર ટેકવો, કાં તો ખુરશીને પકડીને ઘૂંટણો પર ઝૂકો અથવા તો પતિની ગોદમાં ઝૂકો. આ મુદ્રા ખાસ તો ત્યારે કામ આવે છે જ્યારે આપનું શિશુનું માથું કરોડરજ્જુ પર દબાણ આપશે અને શિશુ આગળની તરફ આવશે. આમાં જન્મના સમયે થનારી પીડા પણ મહ્દ અંશે ઘટી જાય છે.

હાથ અને ઘૂંટણ : બૅક લેબરમાં ચોપગી મુદ્રા પણ કારગત નીવડે છે. આ રીતે આપ આરામથી પેલ્વિક ટિલ્ટ કરી શકો છો. સાથોસાથ પીઠની માલિશ પણ કરી શકાય છે. પ્રસવ ભલે ગમે તેનો હોય પણ આ મુદ્રામાં ઘટશે અને ગુરૂત્વાકર્ષણની મદદ મળશે.

એક બાજુ- પડખાભેર સૂવું : બેસીને કે ઉભડક મુદ્રામાં થાકી ગઈ છો? તો એક તરફ પડખું બદલીને સૂઈ જાવ. આનાંથી અગત્યની રક્ત નળિકાઓ પર દબાણ નહીં થાય. સંકોચનનું દર્દ ઘટશે અને પ્રસવ પીડામાં મદદ મળશે. પ્રસવ પ્રક્રિયા ઝડપી બનશે.

યાદ રાખો, પ્રસૂતિની સહુથી ઉત્તમ પોઝિશન એ જ છે, જે આપને અનુકૂળ હોય! જ્યારે પણ મન થાય ત્યારે આપની પોઝિશનમાં પરિવર્તન લાવો. જો આપની એકધારી તપાસ થઈ રહી છે તો ચાલવાનું શક્ય હશે નહીં, પરંતુ આપ એક જ જગ્યાએ જાત જાતની પોઝિશન લઈ શકો છો. એપીડ્યૂરલ દરમિયાન પણ બેસીને પડખું ફરીને, સૂઈને કે રોકિંગ પોઝિશન બનાવી શકાય છે.

શિશુનો જન્મ અને સ્ટ્રેચ માર્ક્સ

"હું ડિલીવરી દરમિયાન જોવાં મળતાં સ્ટ્રેચ માર્ક્સના કારણે ચિંતામાં છું. શું મારી યોનિ પહેલાં જેવી થઈ જશે?"

પ્રકૃતિ હંમેશા માતાઓ વિશે વિચારતી હોય છે એમનું ધ્યાન રાખે છે. યોનિ સ્થિતિ સ્થાપક છે એ ભૂલવું જોઈએ નહીં. યોનિ શિશુના જન્મ વખતે ખૂબ જ આશ્ચર્યજનક રીતે પહોળી થઈ જાય છે, જેથી ૭-૮ પાઉન્ડનું શિશુ આરામથી બહાર આવી શકે. પછી અમુક સપ્તાહોમાં જ એની મૂળ સ્થિતિમાં આવી જાય છે.

જો આપ ગર્ભાવસ્થામાં પૅરીનિયમની માલિશ કરો તો એની લચકને પણ થોડી વધારી શકાય છે. કીગલ વ્યાયામ પણ યોનિને એની મૂળ સ્થિતિમાં લાવવામાં મદદ કરે છે.

અમુક મહિલાઓનું માનવું છે કે ગર્ભાવસ્થા પછી યોનિની પહોળાઈ એમનાં સેક્સને ખૂબ જ આનંદ દાયક બનાવી દે છે અને દર્દ પણ ઘણું મટી જાય છે. જ્યારે અમુક મહિલાઓમાં યૌન આનંદ ઘટી જાય છે. જો એવી સ્ત્રીઓ કીગલ વ્યાયામ કરે તો યોનિને એના યોગ્ય આકારમાં લાવવામાં સમય નથી લાગતો. જો ડિલીવરીનાં છ મહિના પછી પણ એ યોગ્ય ન લાગે તો ડૉક્ટરને મળીને ઈલાજ કરાવો.

લોહી જોવા મળે ત્યારે

"મને તો લોહી જોવું છુ ને ચક્કર આવી જાય છે. ખબર નથી પડતી કે હું મારી ડિલીવરી જોઈ શકીશ કે નહીં?"

ડિલીવરી વખતે એટલું જ લોહી વહે છે જેટલું માસિક ધર્મ વખતે એટલે તમારે ચિંતા કરવાની જરૂર નથી. બીજુ આપ એ વખતે એક દર્શકના બદલે પ્રસવમાં રમમાણ હશો. આપની તમામ શારીરિક તાકાત શિશુને બહાર કાઢવામાં લાગેલી હશે. આપ આ અંગે એ મહિલાઓને મળીને સુવાવડ બાબતે ચર્ચા કરી શકો છો, જેઓ માતા બની છે.

જો તેમ છતાં ગભરામણ થાય તો એ જ સમયે સામેના અરીસામાં જોવાનું બંધ કરી દો. તમે પેટના નીચેના ભાગ તરફ લક્ષ આપો, જ્યાંથી શિશુ જન્મધારણ કરતું જોવા મળશે. આપની ડિલીવરી જોતાં પહેલાં જ્યારે બીજાની ડિલીવરીની વીડિયો ફિલ્મ જોશો ત્યારે આપને ડર કરતાં વધારે વિસ્મય થશે. જો આપનો સાથી પણ આ બાબતે ચિંતિત હોય તો એમને પ્રસવથી જોડાયેલાં તમામ

પાસાઓની જાણ કરો.

શિશુનો જન્મ

શિશુને જન્મ આપવો એ એક મોટો પડકાર છે. આમાં ઘણી ભાવનાત્મક અને શારીરિક મૂંઝવણ પણ હોય છે. આ એક એનો અનુભવ છે, જેને પાર કર્યા પછી આપના હાથોમાં શિશુ રૂપે એક અદભૂત અને અદ્વિતિય ખુશીઓનું નજરાણું હોય છે. આપ નસીબદાર છો કે આ ખુશીઓને આપ કુટુંબના અન્ય સભ્યો સાથે વહેંચી શકશો.

શિશુના જન્મની અવસ્થાઓ અને ચરણ

આની ત્રણ અવસ્થાઓ હોય છે. (૧) લેબર (૨) શિશુની ડિલીવરી (૩) પ્લેસેંટાની ડિલીવરી. જો ઑપરેશન ન હોય તો સગર્ભાઓએ ત્રણેય અવસ્થાઓમાંથી પસાર થવું પડે છે. લેબરના ત્રણ પગથિયા હોય છે. એ ત્રણ પગથિયા દરમિયાન થનારી પીડા અને લક્ષણ પણ જુદાજુદા હોય છે. આંતરિક તપાસ પછી જ જે તે પ્રગતિકારક સ્થિતિનો અંદાજ લગાવી શકાય છે.

<u>પહેલી અવસ્થા:લેબર (અર્લી લેબર) :</u> આમાં ગર્ભાશયનું મુખ પહોળું થાય છે. સંકોચન ૩૦ થી ૪૫ સેકન્ડનું અને ૨૦ મિનિટ કાં તો એનાંથી ઓછા અંતરે હોય છે.

<u>સક્રિય લેબર :</u> ગર્ભાશયના મુખનું ૭ સે.મી.સંકોચન ૪૦ થી ૬૦ સેકન્ડમાં ૩ થી ૪ મિનિટનું અંતર.

<u>ટ્રાંઝીશનલ લેબર :</u> ગર્ભાશયનું મુખ પૂરેપૂરી રીતે ખુલી જાય છે. સંકોચન ૬૦ થી ૯૦ સેકન્ડ. ૨થી ૩ મિનિટના અંતરે.

<u>બીજી અવસ્થા :</u> શિશુની ડિલીવરી.

<u>ત્રીજી અવસ્થા :</u> પ્લેસેંટાની ડિલીવરી.

આપને આપના કોચ અને ડૉક્ટરની મદદ તો મળશે, પરંતુ સ્વયં પણ જાણકારી રાખવી ખૂબ જરૂરી હોય છે.

પૂરા નવ મહિના સુધીની ગર્ભાવસ્થામાં આપ ઘણું બધુ શીખી સમજી ગઈ છે, પરંતુ પ્રસવ પીડા અને ડિલીવરી વખતે શું થશે?

આમ તો એની ધારણા કરવી ખૂબ જ અઘરી છે. દરેક ગર્ભાવસ્થાની જેમ પ્રસવપીડા અને પ્રસૂતિ અલગ હોય છે, પરંતુ આ અંગેની જો આપને થોડી ઘણી પણ માહિતી હશે તો ડર અને ગભરામણ થોડા ઓછા થશે. જો કે આ બધું ખૂબ જ સામાન્ય હશે અને નાનકડું નમણુ શિશુ આપની ગોદમાં આવી જશે.

લેબર-પહેલું સ્ટેજ

પહેલું પગથિયું : લેબર જલ્દી થવું

આ પગથિયું ઘણું લાંબુ હોય છે, પરંતુ વધારે વિકટ હોતું નથી. એ ઘણા કલાકો દિવસો કે ઘણા અઠવાડિયાનું હોઈ શકે છે. બેથી છ કલાકમાં સંકોચન વિના ગર્ભાશયનું મુખ ઢીલું થઈને ૩ સે.મી.સુધી ખુલી શકે છે.

લેબરના આ પહેલાં પગથિયામાં સંકોચન કે પ્રસવપીડા ૨૦ થી ૪૫ સેકન્ડ સુધીની હોય છે. જો કે એ ઓછી પણ હોઈ શકે છે. એ સંકોચન ધીમું ઝડપી, નિયમિત કે અનિયમિત પણ હોઈ શકે છે. તે ધીમેધીમે નજીકનું પણ થઈ શકે છે.

અર્લી લેબરમાં નીચે મુજબના લક્ષણ જોવા મળી શકે છે.

- પીઠનો દુઃખાવો (સતત કે પછી સંકોચન સાથે)
- માસિક ધર્મની જેમ વળ-આમળ.
- અપચો.
- ડાયેરિયા.

- પેટના નીચેના ભાગમાં ગરમાવાનો અનુભવ.
- લોહીની સાથે મ્યુક્સનો સ્રાવ.
- એમ્નિયોટિક નામનું પાતળું પારદર્શક પડ ફાટવું. જ્યારે આ પળ ફાટે છે ત્યારે એ સક્રિય પ્રસવ વખતે ભાવનાત્મક રીતે આપ અનિયમિતતા, ભય કે ઉત્તેજના અનુભવ કરી શકો છો, જ્યારે અમુક મહિલાઓ એકદમ શાંત થઈ જાય છે.

આપ શું કરી શકો છો? : અત્યારે ઉત્તેજિત થવા અને ગભરાવાના બદલે શાંત રહો.

★ જો રાતનો સમય છે તો પ્રસવ પીડા ઝડપી બને એ પહેલા થોડી ઉંઘ લેવાની કોશિશ કરો. જો ઉંઘ ન આવે તો વ્યર્થ વિચારો કર્યા વિના કોઈ કામ કરો. કંઈક વાંચો. કશુંક રાંધીને ફ્રિજમાં મૂકી રાખો. શિશુના જે તે કપડાં ગોઠવીને તૈયાર રાખો. જો દિવસનો સમય છે તો રોજિંદા કામ સ્વાભાવિકપણે કરો. કોઈ ટેન્શન ન રાખો. જ્યારે બહાર જવાનું હોય ત્યારે મોબાઈલને જોડે રાખો. થોડું હરો-ફરો. ટી.વી. જુઓ. દોસ્તો અને પરીવારને સ્વજનોને ઈ-મેલ કરો. હૉસ્પિટલમાં લઈ જવાનો સામાન તૈયાર પેક કરીને રાખો.

★ જો સાથી જોડે નથી તો એને સૂચના આપો. જો આપ મદદ માટે કોઈ સગા-સંબંધીને બોલાવવા માંગો છો તો તેમને પણ જાણ કરી દો.

★ જો ભૂખ લાગી હોય તો હળવો નાસ્તો કરી લો, જેથી શરીરની ઊર્જાનું સ્તર જળવાઈ શકે. બને ત્યાં સુધી ભારે પડે તેવો ખોરાક ન લો. કેમ કે તેને પચાવવામાં તકલીફ પડશે. પાણી અવાર-નવાર પીધા કરો. સંતરાનું જ્યૂસ ન પીવો. લૅમનેડ પણ ન પીઓ.

★ બને ત્યાં સુધી આરામ કરો. સાધારણ ગરમ પાણીથી સ્નાન કરો. પીઠને હીટિંગ પેડથી શેકો. કોઈપણ દવાઓ ડૉક્ટરને બતાવ્યા વિના ન લો.

★ જ્યારે ડિલીવરીની સંકોચાવવાની ક્રિયા શરૂ થાય, પીડા લેવાનું શરૂ થાય ત્યારે એના પર ધ્યાન આપો. કાંડાએ બાંધેલી ઘડિયાળમાં સંકોચનની નોંધ લો.

★ મંદતાની એટલે કે ધીમા થવાની, ઢીલાશની ટેકનિકનો ઉપયોગ કરો, પરંતુ અત્યારથી શ્વાસ વ્યાયામ (કીગલ) ન કરો. નહીંતર આપ અત્યારથી જ કંટાળી જશો.

<u>**સાથીના માટે :**</u> જો આપ ત્યાં પહોંચી ગયા છો તો ભાવિ માતાને આરામ આપના માટે નીચે મુજબના ઉપાય અજમાવો.

★ સંકોચન સમયનો રેકોર્ડ રાખો. જ્યારે એ દસ મિનિટથી પણ ઓછા સમયમાં થવા લાગે ત્યારે એના પર વધુ ધ્યાન આપો.

★ શાંતિ જાળવો. આપના સાથીને આરામ કરવા દો. હળવા હાથે માલિશ કરો અને વાતાવરણ મોજીલું રાખો.

★ એને થોડી ધીરજ આપો. સહારો અને હૂંફ આપો. અત્યારે તેની ખાસ જરૂર છે.

★ સમય વીતાવવા માટે હાસ્ય-વિનોદભરી વાતો કરો.

★ વીડિયો ગેમ રમો. ટી.વી.જુઓ. હરો-ફરો કે કિચનમાં કશુંક રાંધો.

★ આપ પોતે પણ થોડું ખાઈ-પી લો, જેથી આપની તાકાત અને ઊર્જાનું સ્તર જળવાઈ રહે. આ જ રીતે આપે હૉસ્પિટલમાં પ્રોત્સાહન અને સાવધાની દાખવવાની છે. હૉસ્પિટલમાં આપે ખાવા-પીવામાં ધ્યાન રાખવાનું છે. કશુંક એવું ન ખાવ કે ધૂમ્રપાન પણ ન કરો, જેથી મોઢામાંથી ખરાબ વાસ ન આવે.

ડૉક્ટરને બોલાવો

જો દિવસ દરમિયાન ગમે તે વખતે પાતળું પારદર્શક પડ ફાટી જાય તો ડૉક્ટરને ફોન કરી દેવો જોઈએ. જો લાલ કે લીલા રંગનો સ્ત્રાવ જોવા મળે તો અથવા તો શિશુનું હલનચલન જોવા ન મળે તો તાત્કાલિક દવાખાને પહોંચો કાં તો ડૉક્ટરને બોલાવો અને માનો કે એ પ્રવાહીમાં એવું કશું નથી તો પણ ડૉક્ટરને ફોન કરીને તમારી અવસ્થા વિશે સ્પષ્ટતા કરી લો.

પ્રસવ પીડાનો વિસ્તાર

એ વાતમાં કોઈ શંકા નથી કે પ્રસવ પીડા દરેક સગર્ભાએ વેઠવી પડે છે, પરંતુ એ પીડાને એ વેદનાને, તેની માત્રાને અનેક કારણોથી ઘટાડી શકાય કે વધારી શકાય છે. એ માટે મોટાભાગનો આધાર આપના પર છે. આપે થોડીક યોજના બનાવવી પડશે.

પીડા વધી શકે છે	પીડા ઘટી શકે છે.
એકલા રહેવાથી	આપના કોઈ ખાસ સ્નેહી વિશ્વાસપાત્ર સાથી કે મેડિકલ નિષ્ણાંતની સાથે રહેવાથી.
થાક	થાક ન લાગે એની કાળજી રાખો. નવમા મહિનામાં શક્ય હોય એટલો શરીરને આરામ આપો.
ભુખ અને તરસ	પ્રસવ પહેલા થોડોક હળવો નાસ્તો કરી લો. જો રજા મળે તો પ્રસૂતિ વખતે પણ કંઈને કંઈ ખાવ.
પીડા વિશે વિચારવું	આપનું ધ્યાન પ્રસવ તરફથી હટાવીને બીજી કોઈ બાબત તરફ દોરો. સંકોચનના રિપોર્ટ પર લક્ષ ન આપો. એવું ન વિચારો કે એનાથી બહુ પીડા થશે. યાદ રાખો કે હવે બહુ જલ્દી તમામ દુઃખ દર્દમાંથી આપ મુક્ત થવાના છો.
તણાવ તથા ઉદ્વેગ-સંકોચન દરમિયાન તણાવગ્રસ્ત થવું, અજાણ્યો ભય	રિલેક્સ થવાની ધ્યાન ટેકનિક અપનાવો. આપના શ્વાસ તરફ ચિત્ત ન પરોવો. એવું ન વિચારો કે ખૂબ જ વેદના થશે. યાદ રાખો, આ પીડા બહુ જલ્દી મટી જવાની છે.
આત્મદયા	મનોમન આપ એવું વિચારો કે ભગવાન કેટલો દયાળુ છે! એણે આપનો ખોળો ભર્યો અને હવે ખોળાનો ખુંદનાર આવવાનો છે.
તમારે નિયંત્રણથી બહાર અને અસહાય ભર્યો અનુભવ કરવો	બાળકના જન્મ પહેલાંની જે તે તૈયારીઓ કરી લો, જેથી આત્મવિશ્વાસ અને આત્મનિયંત્રણ જાળવી શકો.

બીજુ પગથિયું : સક્રિય પ્રસૂતિ પીડા

આ સક્રિય પગથિયું પહેલાં પગથિયાથી ધીમું અને બેથી સાડા ત્રણ કલાકનું હોય છે. પ્રસવપીડા પહેલાં કરતાં વધુ આકરી અને એક સંકોચન હોઈ શકે છે, જો કે જરૂરી નથી કે એ સંકોચન એકધારા અને નિયમિત હોય! અમુક હિસ્સામાં ૪ મિનિટ સુધીનું પણ સંકોચન હોય છે. સંકોચન દરમિયાન અમુકવાર તો શ્વાસ લેવાનો એટલે કે રાહતભર્યો આરામ પણ નથી મળતો.

આપ કદાચ હૉસ્પિટલમાં કે બર્થ સેન્ટરમાં હશો અને વેદના વેઠી રહ્યાં હશો. જો એપીડ્યૂરલનો ઉપયોગ થશે તો દર્દ નહીં થાય.

- સંકોચન સાથે દર્દ અને બીજી તકલીફ વધશે.
- પીઠના દર્દમાં ઝડપ આવશે.
- પગોમાં તકલીફ અને ભારેપણું જોવા મળશે.
- થાક.
- રક્તસ્રાવ વધશે.
- જો થેલી નહીં ફાટી હોય તો ફાટશે કાં તો તેને ડૉક્ટર કૃત્રિમ રીતે ફાડશે.
- આપને ઘણી બેચેની થશે અને પ્રસવપીડા અસહ્ય બનશે. આપનો આત્મવિશ્વાસ ડગમગવા લાગશે. આપ સક્રિય રીતે થનારા કામ (ડિલીવરી) માટે જાતને તૈયાર કરશે.
- સક્રિય પ્રસવ પીડા દરમિયાન નર્સ કે ડૉક્ટર અવાર-નવાર આપને જોવા આવશે. એ વખતે કોઈ સાથી કે સંબંધી જ આપની પાસે હશે. તે તમારી નીચે દર્શાવ્યા મુજબની કાળજી રાખશે, તપાસ રાખશે.
- લોહીનું દબાણ લેશે.
- ડોપલર કે ફૅટલ મોનીટરથી શિશુની તપાસ.
- સંકોચનની શક્તિ અને સમયની તપાસ.
- રક્તસ્રાવનું પ્રમાણ અને ગુણવત્તા.
- એપીડ્યૂરલ લેવાનું છે તો આઈ.વી.લગાવશે.
- જો પ્રસવપીડા બરાબર નથી. ખૂબ જ સામાન્ય છે તો એને દવા દ્વારા ઝડપી બનાવાશે.
- ગર્ભાશયના મુખની તપાસ માટે અવાર-નવાર અંદરની તપાસ થશે.
- જો આપ ઈચ્છશો તો કોઈ દર્દ નિવારક આપવામાં આવશે.
- જો આપ કોઈ પ્રશ્ન પૂછવા માંગો છો તો તેનો જવાબ આપશે. આવા સમયે પૂછવામાં શરમ સંકોચ રાખવો નહીં.

હૉસ્પિટલ કે બર્થ સેન્ટર જવું

આપે આ દરમિયાન આપના સાથીને કે કોચને બોલાવી લેવા જોઈએ. જો આપે પહેલેથી જ બધી ગોઠવણ કરી હશે તો કોઈ તકલીફ નહીં પડે. ટેક્સી કે ગાડીમાં બેસીને આપની સીટ બેલ્ટ બાંધો અને ઠંડીથી બચવા માટે ધાબળો ઓઢી લો.

- હૉસ્પિટલ પહોંચતા જ રજિસ્ટ્રેશન થશે. આ ઔપચારિક કાર્યવાહી આપનો સાથી પૂરી કરશે. આમ તો આપે અનેક જાતના ફોર્મ ભરવાના હોય છે.
- નર્સ આપને પરિસ્થિતિ પામીને લેબર કે ડિલીવરી રૂમમાં લઈ જશે. ત્યાં આપના ગર્ભાશયના મુખ અને શિશુના હૃદયના ધબકારા તપાસશો. કેટલીય જગ્યાએ સાથે આવેલાં લોકોને ડિલીવરીરૂમમાં જવા દેતાં નથી. તેમણે બહાર વેઈટીંગ રૂમમાં જ બેસવું પડે છે. આપ જાણ કરી લો કે આપના પતિ અંદર આવી શકશે કે નહીં? આશા છે આપે પહેલેથી જ આ તમામ બાબતોની ગોઠવણી કરી હશે. જો આપ ઘરેથી ખાવાનું કશું નથી લાવી તો ફોન કરીને મંગાવી લો.બની શકે છે હૉસ્પિટલ આપને એક સ્વચ્છ ગાઉન અને આપના વસ્ત્રો પર પહેરવા આપે.

- નર્સ આપને જરૂરી સવાલ જવાબ કરશે, તમને દર્દ ક્યારે શરૂ થયું? સંકોચનનો સમય શું છે? આપે છેલ્લે કયારે ખાધું હતું વગેરે?
- એ આપના હૃદયના ધબકારા, રગો, ઉષ્ણાતામાન વગેરે જોશે. આપની પાસેથી પેશાબનું સેમ્પલ પણ લેવામાં આવશે. એમ્નિયોટિક દ્રવ્યની તપાસ કર્યા પછી શિશુની પણ કાળજીપૂર્વક તપાસ કરશે.
- હૉસ્પિટલના નીતિ-નિયમ મુજબ આપને ગરમ પાણી વહી જતું હોય એવો અનુભવ થશે.

અત્યારે આપ મૂંઝવતા સવાલો પૂછીને ડૉક્ટર દ્વારા સંતોષકારક જવાબ મેળવી શકો છો. આપનો સાથી પણ આપના વતી સવાલ જવાબ કરી શકે છે, જેથી આપને વધુને વધુ રાહત અને સાન્ત્વના મળે.

જયારે ડિલીવરી ધીમી થઈ જાય

આમ તો આપ એવું જ ઈચ્છશો કે ડિલીવરીની કામગીરી ઝટપટ પતી જાય, પરંતુ અમુકવાર ડિલીવરીની પ્રક્રિયા ધીમી થઈ જાય છે. ગર્ભાશયનું મુખ પૂરેપૂરૂં નથી ખૂલતું, શિશુ બહાર આવવા માટે તૈયાર નથી હોતું કાં તોઆપ સ્વાભાવિક રીતે જોર નથી કરી શકતી. અમુકવાર એપીડ્યૂરલ પછી પણ સંકોચન ધીમા પડી જાય છે. જો કે આમા ચિંતાની કોઈ વાત નથી.

- અર્લી લેબરમાં ડૉક્ટર આપને ચકકર મારવાની સલાહ દઈ શકે છે કાં તો શિથિલતા ઢીલાશની ટેકનિકો અજમાવવાનું કહી શકે છે. તેઓ એ જ સમયે જાણી લે છે કે તે ફાલ્સ લેબરના લક્ષણ તો ન હતાં ને?
- ગર્ભાશયનું મુખ ખૂલ્યું ન હોય તો એને અમુક દવાઓનાં ઈંજેકશન આપીને ખોલી શકાય છે.
- લેબરના સક્રિય ચરણમાં ગર્ભાશયનું મુખ પૂરેપૂરી રીતે ખૂલ્યું ન હોય કાં તો શિશુ નીચેની તરફ ન જાય કે સંકોચન ઓછું થઈ જાય તો ડૉક્ટરે કોઈ જુદો જ નિર્ણય કરવો પડે છે. તેઓ ઑપરેશન, વૅક્યૂમ કે ફોરસૅપની મદદ લઈ શકે છે.
- જો બે કલાક સુધી જોર લગાવ્યા પછી પણ ડિલીવરી ન થાય તો ડૉક્ટરને કોઈ બીજો નિર્ણય લેવો પડી શકે છે. તે ઑપરેશન, વેક્યૂમ કે ફોરસૅપની મદદ લઈ શકે છે.
- આપનું મુત્રાશય ખાલી રાખો. કેમ કે એ પ્રસવની ગતિમાં અવરોધક બને છે. આપનું પેટ પણ સાફ હોવું જોઈએ. ડિલીવરી માટે આપની પોઝિશન બદલતાં રહો. ધકેલવાના સમયે બળપૂર્વક જોર કરો.
- જો સક્રિય પ્રસવના ૨૦-૨૪ કલાકમાં પણ ડિલીવરી ન થાય તો ડૉક્ટર ઑપરેશનની સલાહ આપે છે. જો માતા અને શિશુની સ્થિતિ જોખમકારક ન હોય તો ડૉક્ટર અમુકવાર થોડી વધારે રાહ જુએ છે.

આપ શું કરી શકો છો?

આ બધું આપના આરામ માટે છે એટલાં માટેઃ

- જે પણ મન ઈચ્છે તે કરો. પીઠ પર માલિશ કરાવો. મોં સાફ કરવા માટે ભીનો ટુવાલ માગો, આપને મદદ કરનારા ખડેપગે છે પણ બોલવાનું આપે છે.
- જો આપે પહેલેથી જ વિચારી રાખ્યું છે તો શ્વાસ સાથે સંકળાયેલા વ્યાયામ શરૂ કરી દો. આપની નર્સને તે અંગે જાણ કરો. યાદ રાખો, અત્યારે આપે એ જ કરવાનું છે, જેનાથી શરીરને વધારેમાં વધારે રાહત-આરામ મળે. જો વ્યાયામથી કોઈ ફરક ન જણાય તો તેને બંધ કરી દો.
- જો આપ દર્દનાશક દવા ઈચ્છો છો તો જરાપણ

હાઈપરવેન્ટીલેટ ન હોય

અનેક મહિલાઓ જરૂર કરતાં વધારે શ્વાસ લઈ લે છે, જેનાંથી લોહીમાં કાર્બન ડાઈઓક્સાઈડનું સ્તર ઘટે છે. માથું ચકરાય છે. હાથ-પગ જડવત બની જાય છે. આવું થાય તો આપના ડૉક્ટર કે નર્સને જણાવો. તેઓ આપને એક પેપર બેગમાં શ્વાસ લેવાનું કહેશે. થોડો શ્વાસ અંદર લીધા પછી આપને સારૂં લાગશે.

સંકોચ રાખ્યા વિના કહો. આપને એની જરૂર છે એવું ડૉક્ટરને લાગતાં એપીડ્યૂરલ આપશે, જેથી આપને વારંવાર ઊભા થવું પડે નહીં જો આપ કોઈ દર્દ નિવારક દવા વિના પીડાને સહી રહી છો તો દરેક પીડ પછી પોરો ખાવ. કેમ કે એ જ્યારે ઝડપી અને આકરી બનશે ત્યારે આપને રાહતનો સમય નહીં મળે. શિથિલતાની ટેકનિકનો ઉપયોગ કરો, જેથી આપની ઊર્જા જળવાઈ રહે.

- આપના ડૉક્ટરને પૂછીને હળવા નાસ્તા જેવું લેતાં રહો. જો ડૉક્ટર ખાવાનું ના પાડે તો મોંમા ભીનાશ લાવવા માટે આઈસ ચિપ્સ ચૂસો.
- જો એપીડ્યૂરલ નથી અને આપ ચાલી શકો છો તો લટાર મારો. લટારમાં પણ ચાલવાની પોઝિશન બદલતાં રહો.
- પેશાબને રોકો નહીં. જ્યારે આવે ત્યારે જાવ પેલ્વિક (કૂલા) પર પડનારા દબાણના લીધે આપને પેશાબની ખબર નહીં પડે, જેથી પેશાબાશયને ભરવા દો નહીં. જો એપીડ્યૂરલ લગાવેલું હોય તો વારંવાર ઊભા થવાની જરૂર પડતી નથી. કેમ કે તેઓ પેશાબાશય ખાલી કરવા માટે કેથેટર લગાવી દે છે.

સાથી કે કોચ શું કરી શકે છે?

- આપને તમામ પ્રાથમિકતાઓની જાણ હોવી જોઈએ. જો માતાને દવાની જરૂર છે તો તે અપાવો. જો એ દવા નથી ઈચ્છતી તો એને એની રીતે એનું કામ કરવા દો.
- એ જેને મળવા માંગે એની સાથે મેળાપ કરાવવો જોઈએ. એની ઈચ્છા મિનિટે બદલાઈ શકે છે. એકાદવાર એ ટી.વી. જોવા બેસશે અને બીજી પળે તેને બંધ કરી દેશે.
- જો એ અત્યારે આપના તરફ ધ્યાન ન આપે કે આપની કોઈ વાતના વખાણ ન કરે તો એને અંગત રીતે ન લો.
- એ આવતી કાલે બધું જ ઠીકઠાક થઈ જતાં આપના તરફ ધ્યાન આપી શકશે.
- આપના એના મૂડને અનુસરો. ઓરડામાં ઝાંખી રોશની રાખો.
- જો એ ઈચ્છે તો હળવું સંગીત પણ સાંભળી શકો છો. સંકોચાવાની શરૂઆત વખતે શ્વાસ અને શિથિલતા ટેકનિક જાળવી રાખો. જો એ (પત્ની) એવું ન કરવા માંગે તો દૂરાગ્રહ ન કરશો. એનું ધ્યાન બીજે દોરવા માટે વાતચીત કરતાં રહો કાં તો વીડિયો ગેમ રમો. ધ્યાન એટલું જ બીજે દોરો જેટલું એ ઈચ્છે.
- એને સાન્ત્વના આપો. તેની હિંમત વધારો. કોઈ પણ પ્રકારની ટીકા-ટીપ્પણ ન કરો. તેને યાદ અપાવો કે એ દરેક પીડા સાથે પોતાના પેટના શિશુને જણવા જઈ રહી છે. જો એ વધારે દુઃખી જોવા મળે તો સહાનુભૂતિ દર્શાવો.
- સંકોચનનો સંપૂર્ણ રેકોર્ડ રાખો. નર્સની આમાં મદદ મળી શકે છે. મોનીટર જોઈને આપ એને બતાવી શકો છો કે દર્દ થવાનું છે. જો ત્યાં મોનીટર ન હોય તો નર્સ પાસેથી શીખો કે કેવી રીતે પેટ પર હાથ રાખીને પીઠાની અનુભૂતિ થઈ શકે છે.
- એની પીઠ કે પેટની માલિશ કરો, જેથી એને થોડી રાહત થાય. તેને પૂછો કે કેવી રીતે માલિશ

કરવાથી આરામ મળી રહ્યો છે? એ રીતને ચાલુ રાખો. જો તેને માલિશથી આરામ ન થાય તો માત્ર વાતોએ વળગાડીને એનું ધ્યાન બીજે દોરીને રાહત અપાવો. યાદ રાખો કે એક મિનિટ પહેલા સારૂ લાગી રહ્યું હતું તો બીજી મિનિટે એને વેદના વિકળ કરી દે છે.

- દર એક કલાક પછી તેને બાથરૂમ જવાનું યાદ કરાવો. પેશાબાશય ભરેલું રહેવાથી પ્રસવમાં મુશ્કેલી થઈ શકે છે.
- જો શક્ય હોય તો ફરવા અને પોઝિશન બદલવામાં એને મદદ કરો.
- જો તેને ખાવા-પીવાની રજા છે તો અમુક હળવા પ્રકારનું ખાવા આપો કાં તો પછી ચૂસવા માટે આઈસ-ચિપ્સ દો.
- ભીના કપડાંથી એના ચહેરાને તથા શરીરને લૂંછતા રહો.
- જો પગ ઠંડા પડી રહ્યાં હોય તો મોજા પહેરાવી દો.
- એ અત્યારના સંજોગોમાં ખૂબજ તકલીફમાં છે, જેથી એ ઊભા સાદે બોલી નહીં શકે. તેવી એક એક વાત સાંભળવામા અને તેનો જવાબ આપવામાં કાળજી રાખો. ડૉક્ટર જોડે એકએક દવા તથા કામગીરી અંગે પૂછપરછ કરતાં રહો, જેથી એ દવા કેવી રીતે આપવાની છે એની જાણકારી મળે. જો એની દવા માટે કોઈ વાત કરવાની છે તો રૂમની બહાર જઈને કરો, જેથી એને (સગર્ભાને) તકલીફ ન પડે.

ત્રીજું પગથિયું : સ્થાનાંતરીય પ્રસવ

સ્થાનના અંતરની પ્રસૂતી એટલે નક્કી કરેલા દવાખાને, હૉસ્પિટલ કે બર્થ સેન્ટરના બદલે અન્ય સ્થાને, ગમે ત્યાં સુવાવડની (ચિંતા) આશંકા થવી.

આ પગથિયું પ્રસવનું સહુથી મુશ્કેલ પણ ઓછા સમયનું હોય છે. અચાનક દર્દની તીવ્રતા વધી જાય છે. એ તીવ્રતા ૬૦ થી ૯૦ સેકન્ડ લાંબી હોય છે અને ૨થી૩ મિનિટમાં ફરીથી જોવા મળતી હોય છે. જે મહિલાઓ પહેલાં મા બની ગઈ હોય છે તેમને દર્દની અનેક લહેરોને એક સામટી વેઠવી પડે છે.આપને લાગવા માંડે છે કે પીડાની લહેરખીઓ કદી પૂરી નહીં થાય, જેથી આપને રાહતનો મોકો નહીં મળે. ૭ સે.મી.થી ૧૦ સે.મી.ના ફેલાવામાં સરેરાશ ૧૫ મિનિટથી એક કલાક સુધીનો સમય આવી વેદના વેઠવામાં સમય લાગી શકે છે. જો કે અમુક કિસ્સાઓમાં ત્રણ કલાક સુધીનો સમય લાગે છે.

જો આપે કોઈ દર્દ નિવારક દવા નથી લીધી તો આપ નીચે મુજબના લક્ષણો અનુભવ કરી શકો છો.

- સંકોચનની સાથે અસહ્ય પીડા.
- પીઠના પાછળના ભાગમાં અને પેરીનિયમમાં સખત દુઃખાવો.
- ગુદા પર દબાણ (આ દબાણ જાજરૂ જતી વખતથી થોડું જૂદું હોય છે)
- રક્તસ્ત્રાવમાં વધારો.
- ખૂબ ગરમી કે પછી ઠંડી લાગવી.
- પગોના વળ-આમળ, જે અસહ્ય હોય છે.
- સંકોચનમાં મધ્યમાં સામાન્ય નીંદરનું ઝોકું આવવું.
- ગળા અને છાતીમાં વિચિત્ર પ્રકારની જકડન (પકડ) સોજો.
- થાક.

ભાવનાત્મક રીતે આપને લાગશે કે સહનશીલતાની હદ આવી ગઈ છે. હજુ ધકેલવાનો સમય નથી થયો એટલા માટે આપના મનમાં થોડી નિરાશા, બેચેની કે ચિડિયાપણું પેદા થશે. આપ આ બધાથી વિપરિત શિશુની વધુ નજીક જવાના ઉમંગથી ઉત્સાહિત પણ થઈ શકો છો.

આપ શું કરી શકો છો?

આ પગથિયા પછી ગર્ભાશયનું મુખ સંપૂર્ણ રીતે ખુલી જશે અને આપને શિશુને બહાર લાવવા માટે જોર કરવું પડશે. હવેની આ પરિસ્થિતિઓની ચિંતા કરવાના બદલે એ જુઓ કે આપ કેટલુ લાંબુ અંતર પાર કરીને અહી સુધી પહોંચી છો.

જો મદદ મળતી હોય તો ખાસ ટેકનિકોને જાળવી રાખો. જ્યાં સુધી નિર્દેશ ન મળે ત્યાં સુધી વધારે જોર ન કરો. એનાથી એ ભાગમાં સોજો ઉપસી શકે છે અને ડિલીવરીમાં મોડું થઈ શકે છે.

જો સાથીનો હાથ અડવાથી આપેન બેચેની થઈ રહી છેતો એમને કહેવામાં સંકોચન ન કરો.

- હળવા લયયુક્ત શ્વાસની સાથે સંકોચનો વચ્ચે આરામ કરવાની કોશિશ કરો.
- આપનું ચિત્ત શિશુ પરજ રાખો. થોડીવારમાં જ એ આપના હાથોમાં હશે.

જ્યારે ગર્ભાશયનું મુખ પૂરેપૂરી રીતે ખુલી જશે ત્યારે આપને ડિલીવરી રૂમમાં લઈ જવામાં આવશે. જો આપ બર્થિંગ બેડ પર છો તો આપના પગોને પહોળા કરીને ડિલીવરી માટે અનુકૂળ કરવામાં આવશે.

સાથી કે કોચ : આપ શું કરી શકો છો?

જોએ એપીડ્યૂરલ પર છે તો એને પૂછો કે બીજો ડોઝ જોઈએ કે નહીં? ઈંજેકશન ખૂબ જ પીડાદાયક હોય છે જો દવાનો ડોઝ પૂરો ન મળ્યો તો પીડા થઈ શકે છે. જો દવા જોઈએ તો ડૉક્ટરને કહો જો દવા વિના પ્રક્રિયા ચાલી રહી છે તો કદાચ એને અત્યારે સહુથી વધારે આપની જરૂર છે.

- એની પાસે હાજર રહો, પણ એનાં પર હાવી ન થાવ. જો એ આપનો સ્પર્શ ન ઈચ્છે તો આગ્રહ ન કરો. પીઠ પર સાધારણ દબાણથી આરામ મળી શકે છે, પરંતુ તે ના ઈચ્છે તો કશું ન કરો.
- આ લાંબી વાતચીતના સંજોગો નથી. તેને ટૂંકમાં અને સ્પષ્ટ સૂચન કરો. આ રમુજી ટૂચકાંનો સમય નથી.
- જો તે ઈચ્છે તો સાન્ત્વના આપો. અત્યારે શબ્દોનાં બદલે પ્રેમભર્યો સ્પર્શ કે આંખોમાં આંખો પરોવીને ઘણું બધું કહી શકાય છે.
- જો સંકોચનો વચ્ચે કીગલ વ્યાયામથી આરામ મળતો હોય તો એમાં મદદ કરવાની કોશિશ કરો.
- એનાં પેટને સ્પર્શીને સંકોચનની જાણ મેળવો. એને સંકોચન વચ્ચે ધીમેથી લયબધ્ધ શ્વાસ ચાલું રાખવા વાતને યાદ કરાવો.
- જો સંકોચન ખૂબ ઝડપથી થવા લાગે અને એને ધકેલવાની મરજી હોય તો ડૉક્ટરને જણાવો. બની શકે છે કે ગર્ભાશયનું મુખ પૂરી રીતે ખૂલી ગયું હોય!
- એને પાણીનો ઘૂંટ કે આઈસ ચિપ્સ આપતાં રહો. એનાં મોંઢાને ભીના કપડાંથી (લૂંછો) પોશો. જો ઠંડી લાગી રહી હોય તો ધાબળો ઓઢાડો કાં તો પગોમાં મોજા પહેરાવો.
- બંને પોતાનું ધ્યાન એ આવનારી ક્ષણ પર કેન્દ્રિત કરો, જ્યારે ખુશીઓથી ભરેલી છાબડી આપના હાથોમાં હશે!

બીજી અવસ્થાઃ ધકેલવું અને ડિલીવરી

આ અવસ્થાના પગથિયા સુધી તો શિશુના જન્મમાં આપની કોઈ સક્રિય ભૂમિકા ન હતી. આપના ગર્ભાશયના મુખે સરસ રીતે કામ સરળ બનાવી દીધું છે, પરંતુ હવે આપે શિશુને બહાર લાવવામાં મદદ કરવાની છે. આ કામગીરીમાં અમુકવાર અર્ધાથી ૧ કલાકનો સમય લાગે છે, જ્યારે અમુક કેસોમાં ૧૦ મિનિટમાં પણ શિશુ બહાર આવી જાય છે અને કયારેક ૨-૩ કલાકનો વિલંબ પણ થાય છે. એ વિલંબ વેદનાદાયક હોય છે.

અત્યારની સંકોચાવવાની ક્રિયા પહેલાં પગથિયા કરતાં વધુ નિયમિત હોય છે. સંકોચનનો ગાળો ૬૦ થી ૯૦ સેકન્ડનો હોય છે પરંતુ કયારેક કયારેક પીડા વધી જાય છે અને કયારેક કયારેક ઘટી પણ જાય છે. જો કે આપને હજુ પણ એ સમજવામાં અવઢવ થઈ રહી હશે કે દર્દ કયારે થાય છે? હાલના સંજોગોમાં આપ નીચે દર્શાવેલા

લક્ષણો અનુભવી શકો છો.

- સંકોચનની સાથે દર્દ, પરંતુ થોડું ઓછું.
- ધકેલવાની તીવ્ર ઈચ્છા. (એપીડ્યૂરલની સાથે નહીં)
- ઊર્જાનો ઝડપી આવેગ કાં તો થાક.
- વધુ સ્ફૂર્તિ ઝડપી ગતિએ સંકોચન થવું અને તેની જાણ થવી.
- રક્ત સ્ત્રાવમાં વધારો.
- શિશુનું માથું નીકળવાના લીધે યોનિમાં સામાન્ય બળતરા, ખેંચાણ અને બેચેની (જેને અંગ્રેજીમાં રિંગ ઑફ ફાયર પણ કહે છે)
- ધીમેથી લપસવું અને ઢીલાશનો ભીનાશનો અનુભવ.

ભાવનાત્મક રીતે આપને સંતોષ થશે કે આપે ધકેલવાની કામગીરી શરૂ કરી દીધી છે. જો ધકેલવામાં અને જોર કરવામાં એક કલાકથી વધારે સમય વીતી ગયો છે તો આપ થાક અને ઝુંઘામણનો અનુભવ કરો છો. અત્યારે તો આપના મનમાં બસ એક જ વાત હશે. આ બધી કામગીરી ક્યારે પૂરી થશે?

આપ શું કરી શકો છો?

હવે શિશુએ બહાર આવવાનું છે જેથી આપે અને ડૉક્ટરે આરામના હિસાબથી જે પણ મુદ્રા નક્કી કરી હોય એમાં ખુબ જોર લગાવો. અરધા બેઠા હોય કે ઉભડક મુદ્રામાં સરળતા રહેશે. કેમ કે એમાં ગુરૂત્વકર્ષણની મદદ મળશે અને શિશુ નીચેની તરફ આવશે. આ પોઝિશનમાં આપની હડપચી છાતીએ જડી દો. જેથી આપ સંપૂર્ણ રીતે જોર લગાવી શકો. જો આપનાંથી જોર ન થઈ રહ્યું હોય તો આપની પોઝિશન બદલવાની કોશિશ કરો. ઉભડક મુદ્રામાં આવી જાવ કાં તો હાથ-પગના ટેકે બેસી જાવ.

જ્યારે જોર કરવાનું થાય ત્યારે બીજું બધું ભૂલીને જોર કરવા પર જ લક્ષ રાખો. આપ શિશુને ધકેલવામાં જેટલી ઊર્જા લગાવશો એટલું જલ્દી શિશુ બહાર આવી શકશે. જો આપ ખોટી રીતે ધકેલશો તો માત્ર શક્તિ-ઊર્જા વેડફાશે. અને થાક સિવાય કશું હાથમાં નહીં આવે.

- આપના શરીરને અને જાંઘોને ઢીલી કરીને એવું જોર કરો, જાણે શૌચ કરવા બેઠી ન હોય! આપનું પુરૂ ધ્યાન શરીરના ઉપરનાં અંગો પર દોર્યા વિના યોનિ અને ગુદા પર રાખો. ચહેરાને પણ જોર કરતાં તણાવમાં ન લો. જો એવું થશે તો સામાન્ય પ્રકારના લીલા ચિહ્ન ચહેરા પર ઉપસી શકે છે. આ રીતે શિશુ પણ બહાર નહીં આવી શકે. આ રીતે જોર કરવાથી ગુદામાંથી મળ પણ બહાર આવી શકે છે. જ્યારે આવું થાય ત્યારે શરમ-સંકોચ ન અનુભવો. ડિલીવરી વખતે મળ અને પેશાબનું નીકળવું એ સ્વાભાવિક બાબત છે બર્થરૂમમાં કોઈપણને એનાથી સૂગ થતી નથી કે એ બાબતે ઈસ્યુ પણ બનાવતાં નથી, જેથી આપે પણ કોઈપણ ચિંતા કે ફિકર કરવાની જરૂર નથી પેડથી એ બધુ ઝડપથી સાફ કરી લેવામાં આવશે.
- જ્યારે પીડ આવતી હોય તેમ લાગે ત્યારે ઉંડો શ્વાસ લઈને તમારી જાતને ધકકો મારવા માટે તૈયાર કરી લો અને પીડ ઉપડે એ સાથે જ શ્વાસ લેતાં જોર કરો. જો આપ નર્સ કે સાથીની શહાય ઈચ્છો છો તો તેમને કહો. ધકેલવાની ક્રિયા કેટલી લાંબી હોવી જોઈએ એનો કોઈ જાદુઈ માપદંડ નથી હોતો. આપે દરેક પીડે જોર કરીને બાળકને બહાર ધકેલવાની કોશિશ કરવાની છે. જ્યારે પણ ધકેલવાનું મન થાય ત્યારે પૂરા જોરથી ધકેલો એનાંથી બાળક જલ્દી બહાર આવી જશે. અમુકવાર કુદરતી રીતે પીડા ઉપડતી નથી અને જોર કરાતું નથી, ત્યારે ડૉક્ટર કે નર્સ આપની એકાગ્રતા જાળવી રાખવામાં મદદરૂપ બની શકે છે.
- જો શિશુનું માથું એકવાર યોનિદ્વાર સુધી આવી જાય અને પછી એકાએક પાછું સરકી જાય તો નિરાશ ન થશો. ઘણાને આવું થાય છે. તમારા માટે એ નવું નથી પણ આપે એટલું જ યાદ રાખવાનું છે કે આપ સારી રીતે જ પ્રયત્નો કરી રહી છો.
- સંકોચાવાનું થાય ત્યારે વચગાળાના સમયમાં આપને આરામ મળી શકે છે. જો આપ જોર કરી કરીને થાકી ગઈ છો તો ડૉક્ટરને જણાવો. તેઓ અમુક પીડા દરમિયાન જોર ન કરવાની સલાહ આપશે, જેથી આપ સ્વસ્થ બનીને ગુમાવેલી તાકાત પાછી મેળવી શકો.
- જ્યારે ધકેલવા માટે ડૉક્ટર મના કરે ત્યારે રોકાઈ જાવ. જો ધકેલવાની ઈચ્છા થાય તો

એક બાળકનો જન્મ

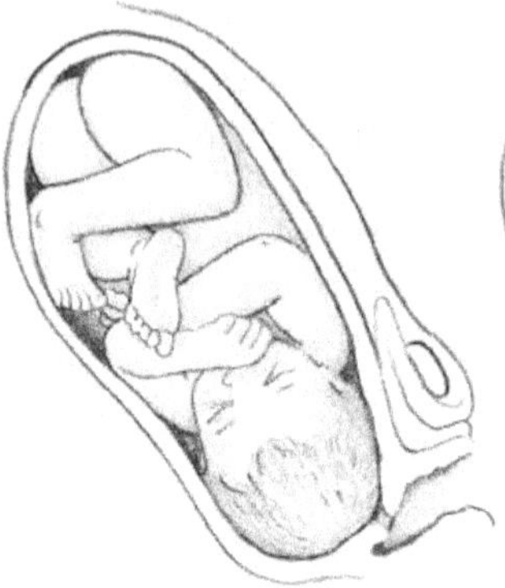

<u>૧ :</u> ગર્ભાશયનું મુખ થોડું ખૂલ્યું છે. પરંતુ તે પૂરેપુરૂ હજુ સુધી ખૂલી શક્યું નથી.

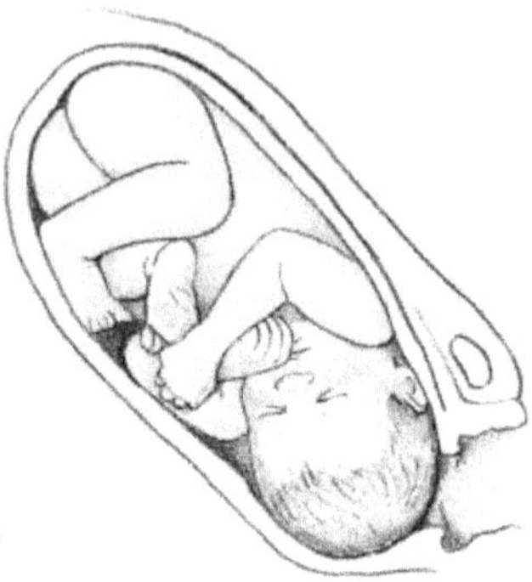

<u>૨ :</u> ઘણીવાર માતાના પેલ્વિસ (થાપાના) ક્ષેત્રમાં પોતાનું માથું કાઢવા માટે શિશુ પ્રસવ વખતે ધીમેથી સાધારણ ફરી જાય છે. અહીં આપએ જોઈ શકો છો.

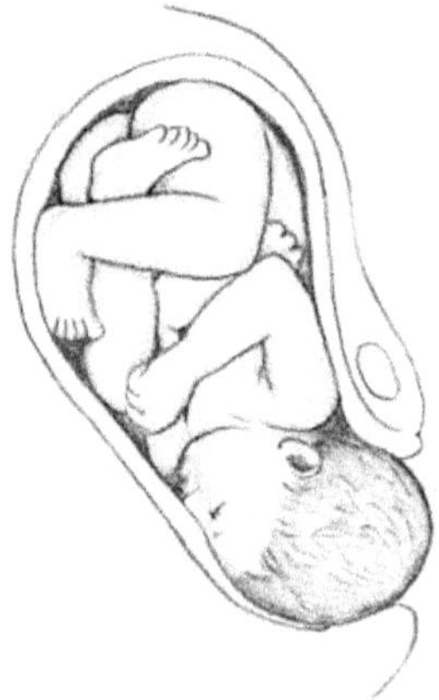

<u>૩ :</u> ગર્ભાશયનું મુખ પૂરેપૂરી રીતે ખુલી ગયું છે અને માથું યોનિમાર્ગ તરફ ધકેલાઈ રહ્યું છે.

<u>૪ :</u> શિશુનું માથું યોનિમાર્ગમાંથી બહાર નીકળ્યા પછી બાકીની ડિલીવરી ખૂબ જ જલ્દી અને સરળતાથી પતી જાય છે.

મોંમાથી શ્વાસ છોડો.

- સામેના અરીસા પર નજર રાખો. શિશુનું બહાર આવતું માથું આપને જોર કરવા બાળકને ધકેલવા માટે ઉત્સાહિત કરશે. જો આપ આ પ્રક્રિયાની ચીડીયોટેપિંગ નથી કરાવી રહી તો એનું રિપ્લે બીજીવાર જોવા નહીં મળે.

જયારે આપ બાળકને બહાર ધકેલવા માટે જોર કરી રહી હશો ત્યારે ડૉક્ટર આપને સહારો આપશે. મદદ કરશે. શિશુના ધબકારા પર ધ્યાન રાખશે. તેઓ પોતાની સર્જરીનો સામાન તૈયાર કરશે. એન્ટીસૈપ્ટિક દવા લગાવશે. જો જરૂર પડી તો સામાન્ય ચીરો કરી દેશે. વેક્યૂમ કે ફોર સૅપનો પણ ઉપયોગ કરી શકશે.

શિશુનું માથું દેખાવા લાગતા જ તેઓ શિશુના નાક અને મોંએથી ખરાબ-નકામાં મ્યુક્સ કાઢી નાખશે અને એને બહાર કાઢવાની કોશિશ કરશે. માથું નીકળવામાં જ વિલંબ થાય છે. એ પછી તો સાધારણ જોર જ પૂરતું હોય છે.એ પછી તો નાળને કાપીને શિશુને આપના હાથમાં આપવામાં આવશે કાં તો આપના પેટ પર સુવાડી દેશે. હવે આ શિશુને આપના હાથો વડે સ્પર્શી શકો છો.

અભ્યાસોથી જાણવા મળ્યું છે કે જન્મ લેતાં જ જે શિશુઓને પોતાની માતાઓનો હેત ભર્યો સ્પર્શ મળે છે. મમતાના અમીનો છંટકાવ થાય છે એવાં બાળકો શાંત અને ગાઢ નિદ્રા માણતાં હોય છે. તેઓ રડતા નથી અને શાંતિથી પારણામાં રમ્યા કરે છે.

માતાને બાળક સોંપ્યા પછી ડૉક્ટર શિશુની શારીરિક પરિસ્થિતિનો અભ્યાસ કરે છે. તેઓ અપગાર સ્કેલ નામના ઉપકરણ દ્વારા એક મિનિટ અને પાંચ મિનિટના હિસાબથી તપાસ કરશે તેની પીઠ હળવેથી થપથપાવશે. આપના કાંડા અને શિશુના ઘૂંટણે ઓળખ માટે એક બૈડ પહેરાવી દેશે. નવજાતની આંખોને સંક્રમણથી બચાવવા માટે દવાના ટીપા નાખશે. જો આપ ઈચ્છો તો પહેલા શિશુને હાથોમાં લેવા માટે કહી શકો છો. એ પછી એનું વજન થશે અને તેને ટુવાલમાં વીંટાળી દેવામાં આવશે. દરેક હૉસ્પિટલોમાં જુદીજુદી રીતે આવા કામ થાય છે.

પછી શિશુને સ્તનપાન માટે આપને સોંપશે.અમુકવાર શિશુને સંપૂર્ણ શારીરિક તપાસ માટે અને અમુક ટેસ્ટ કરવા માટે નર્સરીમાં પણ લઈ જવાય છે. એ બધુ પતી ગયા બાદ શિશુને આપની સોડમાં સૂવાડી દેવામાં આવે છે કાં તો પારણામાં.

સાથીના માટે : આપ શું કરી શકો છો?

- જોર કરીને બાળકને બહાર ધકેલતી વખતે શરીરની તમામ શક્તિ વપરાતી હોય છે. આવા સમયે આપ મમાને હિંમત આપો. તેનો ઉત્સાહ વધારો. જો આવા કપરાં સંજોગોમાં પત્નીનું ધ્યાન પતિ પર ન હોય તો પતિએ માઠું લગાડવું જોઈએ નહીં.

શિશુ પર પહેલી હેતભરી નજર

નવ નવ મહિના સુધી પોતાની માની કૂખમાં કાળજી પૂર્વક ઉછરેલાં શિશુને માની કૂખ છોડવાનું મન થતું નથી, એવું આપણે ભલે માનીએ. પણ એને બહાર આવવામાં કેટલાંક વૈજ્ઞાનિક અને શારીરિક કારણો નડે છે અને તેના જન્મમાં વિલંબ થાય છે તંદુરસ્ત, પૂર્ણ વિકસિત અને ગોળ-મટોળ બાળકને બહાર આવવામાં ખૂબ મહેનત કરવી પડે છે.આવી મહેનતના કારણે બાળકના રંગ-રૂપ પર પણ અસર થાય છે જો કે એ તમામ અસરો અસ્થાયી હોય છે. હૉસ્પિટલથી ઘર સુધી પહોંચવાના ગાળા દરમિયાન શિશુ પોતાના સુંદર, મનમોહક અને આકર્ષક રૂપમાં આવી જાય છે.

<u>વાંકુંચૂકું માથું</u> : અમુકવાર શિશુનુ માથું માથાનો ઘેરાવ એની છાતીથી પણ મોટો હોય છે અમુકવાર જન્મ વખતની કામગીરીમાં પણ માથું વાંકુચૂકુ થઈ જાય છે. જો માથું બહાર નીકળતી વખતે ખોટી રીતે દબાઈ જાય તો એ ભાગે સોજો ઉપસી આવે છે. અમુકવાર સોજો ગુમડા જવો પણ હોય છે પણ ચિંતાનું કોઈ કારણ હોતું નથી એ બે ત્રણ અઠવાડિયામાં મટી જાય છે અને બાળકનું માથું યોગ્ય આકારમાં આવવા લાગે છે.

<u>**નવજાતના વાળ**</u> : અમુક નવજાત શીશુ વાળ વિનાના હોય છે, તો અમુકને ગાઢ વાળ હોય છે. જો કે આ વાળ ધીમેધીમે ખરી પડે છે અને

નવા રંગ વાળા વાળ ઉગે છે.

શરીર પર મોમી પડળ : મોમી નામનું પડળ એના (બાળકના) શીરનો એમ્નિઓટિક દ્રવ્યની અસરથી બનાવે છે. અમુકવાર પ્રીમેસ્યોર બાળકોમાં પણ આ પડળ જોવા મળે છે. પોસ્ટમેચોર બાળકોમાં આવા પડ બિલ્કુલ હોતાં નથી.

જનનેન્દ્રિયોનો સોજો : નવજાત છોકરા તથા છોકરી બંનેની જનનેન્દ્રિયોમાં સોજો થઈ શકે છે છાતીમાં પણ સોજો થઈ શકે છે.જેનાં કારણે અમુકવાર છાતીમાંથી નજીવું દ્રવ્ય પણ નીકળતું જોવા મળે છે.છોકરીઓમાં માના હોર્મોનના લીધે બાળ યોનિમાંથી સાધારણ સ્રાવ થઈ શકે છે. આ તમામ પ્રકારની અસરો ૭ થી ૧૦ દિવસમાં મટી જતી જોવા મળે છે.

આંખોનો સોજો : શિશુ નજીવા સફેદ, ગુલાબી કે સ્લેટી રંગની ત્વચા સાથે પેદા થાય છે.જન્મ્યાના અમુક કલાકો સુધી પિગમેન્ટેશન શરૂ થયુ હોતુ નથી. જેથી ચહેરા પર નકામા ડાઘ-ધાબા પણ જોવા મળે છે. બાળકની ચામડી હવાના સંપર્કમાં આવવાના કારણે સૂકી-શુષ્ક અને બરછી પણ થઈ શે છે. જો કે આ અસરો અસ્થાયી હોય છે.સમયાંતરે બધુ ઠીક થઈ જાય છે.

લેંગો : ઘણીવાર નવજાતના ખભાઓ,પીઠ અને માથા પર ખૂબ વાળ હોય છે. જન્મના સમય પહેલા કે પછી જન્મ લેનાર શિશુઓમાં વધુ વાળ જોવા મળે છે. સમયસર જન્મનાર બાળકોમાં આવું જજવલેજ જોવા મળે છે. જો કે આવા વાળ અમુક બાળકોમાં કાયમીરૂપે રહેતાં નથી. ધીમેધીમે ખરી પડે છે. અમુકને કાયમીરૂપે છાતી અને ખભાએ રહે છે.

બર્થ માર્ક : શિશુઓનાં શરીર પર જન્મથી જ અમુક નિશાન હોઈ શકે છે, જેને બર્થ મર્ક કહેવામાં આવે છે. ચામડી પર નજીવું કે ગાઢ ચકમુ હોઈ શકે છે. બાવડા પર કે જાંઘ પર પણ કાળા ધાબા હોઈ શકે છે. અમુકવાર માના મસા જેવા પણ જોવાં મળે છે. ઘણીવાર તો આવા મસા આપોઆપ (સમયાંતરે) ખરી પડે છે.અમુકવાર શરીર પરના જુદાજુદા રંગના ચકમા ધીમેધીમે મટવા લાગે છે ખરા પણ પૂરા મટતાં નથી.

- મોઢાની ભીનાશ જાળવી રાખવા માટે, મોં સૂકાઈ ન જાય તે માટે આઈસ-ચિપ્સ ચૂસવા આપતાં રહો.
- એની પીઠને ટેકો આપો. મોંઢાને ભીના સ્વચ્છ કપડાંથી લૂંછો. જો એ પોતાની પોઝિશનમાંથી આડી-અવળી થઈ જાય તો એને મૂળ સ્થિતિમાં લાવવામાં મદદ કરો.
- એને જોડે જોડે અરીસામાં પણ જોવાનું સૂચવતાં જાવ. જો અરીસો ન હોય તો આપ તેને શું થઈ રહ્યું છે એ જણાવતાં જાવ. હિંમત અને હુંફ આપતાં રહો.

ત્રીજી અવસ્થા : પ્લેસેંટાની ડિલીવરી

કપરો કાળ વીતી ગયો અને સારો સમય આપનું સ્વાગત કરે છે. શિશુ જન્મના આ છેલ્લાં પગથિયે આપની કૂખમાંથી પ્લેસેંટા બહાર આવશે. સાધારણ સંકોચન જળવાઈ રહેશે પરંતુ આપ નવજાતમાં મગ્ન હશો, એટલે પ્લેસેંટાના બહાર આવવાના અણસારને પામી શકશો નહીં. ગર્ભાશય સંકોચાવાથી પ્લેસેંટા યોનિ સુધી આવી જશે, જેથી તેને બહાર કાઢી શકાય.

ડૉક્ટર આપને યોગ્ય સમયે જોર કરીને એને ધકેલવા માટે સૂમિત કરશે. તેમાં મદદરૂપ પણ બનશે. આપને ઈંજેકશનની મદદથી ઓક્સીટોસિન આપવામાં આવશે, જેથી સંકોચાવાનું ઝડપી બને અને પ્લેસેંટા બહાર આવી શકે. એનાંથી ગર્ભાશય જલ્દી જ પોતાના મૂળ આકારમાં થઈ જશે અને રક્તસ્ત્રાવ પણ ઓછો થશે. જો પ્લેસેંટા બહાર નહીં નીકળે તો ડૉક્ટર આપના ગર્ભાશયમાં એના ટૂકડાઓને જોશે.

પ્રસવની વિધિ પૂરી થઈ ગયા પછી આપ થાક અનુભવશો. શરીરમાં નબળાઈ જણાશે. અમુકવાર આનાથી ઉલટું થતું જોવા મળે છે. આપ ઉત્સાહિત બનો છો અને અશક્તિ કે થાકને પણ અનુભવતા નથી. અમુક મહિલાઓને સુવાવડ પછી ગડ ચડે છે અને અમુકને સામાન્ય ભૂખ વર્તાય છે.

આ સંજોગોમાં માસિક ધર્મની જેમ રક્તસ્રાવ પણ થતો જોવા મળે છે. શિશુના જન્મ પછી આપ ભાવનાત્મક રીતે શું અનુભવશો? આ સવાલના

જવાબમાં દરેક મહિલાઓ જુદોજુદો પ્રતિભાવ આપે છે. આપના મનમાં બાળક માટે માની મમતાનું અમી છલકાઈ શકે છે અને પતિ તરફ વધુ પ્યાર ઉમટી શકે છે. અમુક મહિલાઓ સાવ લોથ પોથ થયેલી જોવા મળે છે. જ્યારે અમુક માતાઓ તો બાળકને હેમખેમ પોતાના ખોળામાં જોઈને બધું જ ભૂલી જાય છે અને બાળકમાં જ ઓળઘોળ થઈ જાય છે.અમુક અસંમજસમાં અવઢવમાં પડેલી જોવા મળે છે, પણ દરેક માતાઓએ એ ભૂલવું ન જોઈએ કે ખોળાના ખુંદનારે આપના ખોળામાં આવતાં સુધીમાં ઘણી વિટંબણાઓ વેઠી છે. આપનો પ્રતિભાવ ભલે ગમે તેવો હોય પણ આપ મા છો. તમારા આ પેટના જણ્યાને તમે ખૂબ જ લાડ-લડાવશો.. હેત-પ્રેતથી રાખશો અને ખૂબ જ વહાલ કરશો એ હકીકત છે પણ એ તમામ માટે આપે સ્વસ્થ અને તંદુરસ્ત રહેવું જરૂરી છે અને હવે એ બાબતે જ ખાસ કાળજી રાખવાની છે.

આપ શું કરી શકો છો?

- આપના બાળકને હૈયે ચાંપો. દુગ્ધપાન કરાવો વહાલથી એના શરીરને હુંફ આપો. બાળક પોતાની જનેતાના અવાજને ઓળખી શકે છે. એ અવાજમાં ભળેલી મમતાની મીઠાશને માણી શકે છે. બને ત્યાં સુધી બાળક સાથે મોજ-મસ્તીથી વાતો કર્યા કરો. ધીમેથી એના કાનમાં કહો? વહાલા દીકરો, તું મને મધુર અને ધીમા અવાજે અવર નવાર સંપર્ક ચાલુ રાખવાથી એ આ જગતને અજાણ્યું નહીં સમજે.તેનાં માટે આ દુનિયા નવી છે એ દુનિયા સાથે એનો સતત હુંફાળો સાથ ચાલુ રાખો.
- જો બાળકને નર્સરીમાં લઈ જવામાં આવ્યું હોય તો તેની રાહ જુઓ.
- આપના પતિ સાથે પણ પ્રેમ અને પ્રોત્સાહનથી વર્તો. ચીડ અને જીદીપણુ આપને પજવશે. આવા સ્વભાવની બાળક પર પણ વિપરીત અસર થાય છે. હંમેશા હસતાં અને પ્રેમાળ રહો.
- પ્લેસેંટાને બહાર કાઢવામાં પણ આપ મદદરૂપ થઈ શકો છો. અમુકવાર તો તેને ધકેલવા માટે આપને જોર કરવાની પણ જરૂર પડતી નથી. ડૉક્ટર જણાવી દેશે કે આપને શું કરવાનું છે?
- ચીરો મૂકયો હોય તો એના ડ્રેસિંગ સુધી ચૂપચાપ સૂતેલાં જ રહો.
- આપ એક નવજાત શિશુને હેમખેમ જન્મ આપ્યાનું ગૌરવ અનુભવો. ઈશ્વરને પાડ માનો.
- આપ પેરીનિયમનો સોજો ઉતરવા માટે આઈસ પેક મંગાવો. નર્સ આપને પેડ લગાડવામાં મદદરૂપ બનશે, કેમ કે એ વખતે આપને રક્તસ્રાવ થશે. એ તમામ વિધિ પતી થયા બાદ આપને સ્વચ્છ ચોખ્ખા કરીને બેડ પર મોકલશે.

સાથીના માટે : આપ શું કરી શકો છો?

- આપની પાસે પત્ની અને બાળક સાથે પસાર કરવાનો ઘણો સમય અશે. નર્સ અને ડૉક્ટર એમનાં ભાગે આવતું કામ કર્યા કરશે.
- આપના નાના કુંમળા મહેમાન માટે અને એની મમ્મા માટે પ્રેમભર્યા બે શબ્દ કહો એન લાગણીસભર ધન્યવાદ આપો.
- શિશુ સાથે થોડો વાર્તાલાપ થઈ જાય તો કેવું રહેશે? એ આપનો સ્વર સમજે છે. એની સાથે વાર્તાલાપ કરવાથી એ ભલે કશું ન સમજે પણ એને આ અજાણ્યા વાતાવરણમાં આત્મીયતાનો પોતાપણાનો ભાવ અનુભવવા મળશે.
- હા, મમ્માને પણ થોડુ ઘણું પ્યાર-વહાલ કરવાનું ભૂલાય નહીં, એ જોજો.
- વહાલ સોઈ પત્ની માટે જ્યૂસ મંગાવો. જો આપ શેમ્પેન સાથે લાવ્યા છો તો ઉજાણી કરવામાં શું વાંધો છે?
- જો કેમરો અને વીડિયો જોડે છે તો નાના નટખટ નાનકાના ફોટા પાડવાનું શરૂ કરી દો.

સિઝેરિયન ડિલીવરી

આપ સિઝેરિયન ડિલીવરીમાં સામાન્ય ડિલીવરીની જેમ સક્રિય રીતે ભાગ નહીં લઈ શકો પરંતુ એના પણ પોતાના અમુક ફાયદાઓ છે. શિશુને ધકેલવો ની અને જોર કરવાની (કડાફૂડથી) તકલીફોથી સૂઈ ગયેલી હોય છે. આપે આ ડિલીવરી વિશે જાણવું જરૂરી છે. જાણકારી જેટલી વધારે હશે એટલા જ આપ નચિંત બની જશો. આપે પહેલેથી જ આ બાબતે જાણી લેવું જોઈએ.

કેમ કે સિઝેરિયન ડિલીવરીનો અચાનક નિર્ણય લેવાતો હોય છે. નોર્મલ ડિલીવરી અશક્ય બને ત્યારે આવા એકાએકના બદલાયેલા નિર્ણયથી અસંમજસમાં પડી જવાય છે.

પરંતુ એનેસ્થેસિયા અને હૉસ્પિટલોનાં પરિવર્તનશીલ નીતિ-નિયમોનાં લીધે હવે મોટાભાગની મહિલાઓ પોતાની સિઝેરિયન ડિલીવરીને જોઈ શકે છે. એ વખતે તે અમુક હદ સુધી શાંત પણ જોવા મળે છે. સિઝેરિયન ડિલીવરીમાં નીચે દર્શાવેલાં સ્ટેપ હોઈ શકે છે.

આપને એનેસ્થેસિયા આપવામાં આવશે કાં તો પછી શરીરના નીચેના ભાગમાં એપીડ્યૂરલ લગાવશે જો કટોકટીના સમયે શિશુનો જન્મ થવાનો હોય તો જનરલ એનેસ્થેસિયા આપી શકાય છે.

- પેટના નીચેના ભાગને એન્ટીસૈપ્ટિક સોલ્યૂશનથી ધોવામાં આવે છે. ડૉક્ટર કેથેટરથી આપના બ્લેન્ડરમાનું પેશાબ કાઢી નાખે છે.
- સ્ટ્રાઈલ ડ્રેપને પેટની આ જુબાજુ લગાવશે અને એક સ્ક્રીન એવી રીતે ગોઠવશે કે આપ પેટ કરવામાં આવેલા નાના ચીરોને જોઈ ન શકો.

એ વખતે સાથી કે કોચ આપને સાન્ત્વના આપી શકે છે. સહારો દઈ શકે છે અથવા તો એને સર્જરી જોવાનો મોકો પણ મળી શકે છે. જો આ ઑપરેશનનો નિર્ણય તાત્કાલિક લેવાયો હોય તો પણ ગભરાવાની કે કોઈ પણ પ્રકારની ચિંતા કરવાની જરૂર નથી. હૉસ્પિટલોમાં તો આવું રોજિંદુ બનતું હોય છે.

- એનેસ્થેસિયાની અસરથી આપનું પેટ બહેરૂં બની જશે. ત્યાં શું થાય છે એની આપને ખબર નહીં પડે. ચીરાની વેદના પણ થશે નહીં.

ઘે પછી ગર્ભાશયમાં બીજો ચીરો થશે. એમ્નિયોટિક થેલી ખોલવામાં આવશે અને તેમાનું દ્રવ્ય ખાલી કરાશે. આપને એનો અવાજ સંભળાઈ શકે છે પણ દર્દ થશે નહીં. આટલું કર્યા પછી ડૉક્ટર કાળજીપૂર્વક બાળકને ઉપરથી લઈ લેશે.તે વખતે એમનો સહાયક ગર્ભાશયને દબાવતો હશે. એપીડ્યૂરલની સાથે સાધારણ દબાણકે ખેંચાણને આપ અનુભવી શકશો. જો આપના શિશુના આગમનને જોવા ઈચ્છો છો તો ડૉક્ટરને સ્ક્રીન થોડું નીચે કરવા કહો. આ રીતે આપને માત્ર શિશુ જોવા મળશે, પણ બાકીનાં અંગ જોવા નહીં મળે.

- શિશુના મોઢામાથી અને નાકમાંથી મ્યુક્સ (ગંદકી) કાઢી નંખાશે અને નાળ કપાતાં જ આપ તેને જોઈ શકશો.
- જેવી રીતે યોનિમાર્ગથી જન્મનાર શિશુની કાળજી રખાય છે એવી જ સાર-સંભાળ આ શિશુની પણ લેવાશે. ડૉક્ટર પ્લેસેંટા કાઢી નાખશે.
- શિશુની રૂટીન તપાસ પછી આપના પ્રજનન અંગોની તપાસ થશે. ગર્ભાશયને આપમેળે ઓગળી જનારા ટાંકાથી સીવી દેશે અને પેટ પર કાપીને ખોલવાના ટાંકા થશે, લેવાશે.

ગર્ભાશયને સંકોચાવવા અને રક્તસ્રાવને રોકવા માટે ઓક્સીટોસિનનું ઈંજેકશન આપી શકાય છે. જાતજાતના એન્ટીબાયોટિક્સ પણ આપવામાં આવશે જેથી સંક્રમણનું જોખમ ન રહે.

બની શકે છે કે ડિલીવરી રૂમમાં જ હેત ઉભરાઈ આવે અને બાળકને વહાલથી ચુંમવાનો મોકો મળી જાય પરંતુ કેટલીય જગ્યાએ સિઝેરિયન પછી શિશુને સીધા જ નર્સરીમાં પહોંચાડીને ત્યાં તેની તપાસ થાય છે, એટલા માટે બાળકને હાથોમાં લેવાનો મોકો ન મળે તો નિરાશ ન થતાં આપને એ પછી શિશુને વહાલ કરવા માટે અગણિત મોકા મળવાના જ છે.

વધામણી...!ધન્યવાદ...!

આપે બાળકને જન્મ આપીને સ્ત્રીજીવનનું સાફલ્ય પ્રાપ્ત કર્યુ છે.

હવે આપના શિશુની સાથે, બંને જણ ગૃહસ્થજીવનનો આનંદ માણો.

આપની ગૃહસ્થી સુખમય બને અને દિન-બ દિન ઉજ્જવળ સુખની કેડીને કંડારે એવી ઈશ્વરને પ્રાર્થના.

શુભકામનાઓ સહ
- હેઈદી

★★★

ભાગ-૩

જોડિયાં, ત્રણ કે વધુ બાળક

(જ્યારે તમે એકથી વધારે બાળકોની માઁ બનવાની હોવ)

એકથી વધારે શિશુ

શું આપે એકથી અધિક શિશુઓનો ગર્ભ ધારણ કર્યો છે? આપને આ ખુશખબરી મળતાં જ દુ:ખ, હર્ષ અને હેરત જેવી અનેક લાગણીઓનાં આરોહ- અવરોહમાંથી પસાર થવું પડે છે. આ તમામ ભાવનાઓની વચ્ચે જ અમુક સવાલો પણ આપને પજવવા લાગ્યા હશે? શું મારા બધા જે બાળકો તંદુરસ્ત હશે? શું હું નિરોગી રહી શકીશ? શું મારે મારા ડૉક્ટરને તરછોડીને કોઈ વિશેષજ્ઞ નિષ્ણાંત પાસે જવું પડશે? મારે કેટલું જમવું અને કેટલું વજન વધારવાનું થશે? શું મારા પેટમાં (ગર્ભાશયમાં) બે શિશુઓને સમાવી શકે એટલી જગ્યા હશે શું મારા ઘરમાં બે શિશુઓને ઉછેરવા લાયક જગ્યા હશે? એવી જગ્યા કરી શકીશ? શું હું આવા ગર્ભને નવ મહિનાઓ સુધી જાળવી શકીશ? શું મારે આખો દિવસ પથારીમાં જ પસાર કરવો પડશે? શું બે શિશુઓની સુવાવડ આકરી હશે?

મલ્ટીપલ પ્રેગનેન્સી

હાલના માહોલમાં મલ્ટીપલ પ્રેગનેન્સીનું ચલણ ખુબ જ વધેલું જોવા મળે છે. એનું કારણ એ છે કે ૩૫ વર્ષથી વધારે ઉંમરની મહિલાઓ મા બની રહી છે. તેઓ હોર્મોનનાં ફેરફારોનાં લીધે વધારે જોડિયા બાળકોને જન્મ આપે છે. આ ઉપરાંત ફર્ટીલિટીનો ઉપચાર તથા મોટાપાને (જાડાપણાને) પણ એનું એક કારણ દર્શાવાય છે.

આપ શું વિચારી હશો ?

એક મલ્ટીપલ ગર્ભાવસ્થાથી જાણ મેળવવી

"મને હમણાં જ જાણ થઈ કે હું ગર્ભવતી છું અને લાગે છે કે કદાચ હું જોડિયા બાળકોની મા બનીશ આ બાબતની હું પાકી ખાતરી કેવી રીતે મેળવું?"

એક એ પણ જમાનો હતો જયારે ડિલીવરી રૂમમાં અચાનક જોડિયા બાળકને જોઈને મા-બાપ વિસ્મય પામી જતાં હતા, પણ આ જના જમાનાની મેડિકલ સાયન્સની મદદ સ્ત્રીઓ માટે આશીર્વાદરૂપ બની રહી છે. હવે તો મા-બાપને પહેલેથી જ જાણ થઈ જાય છે કે ખુશખબરી કેવી છે?

અલ્ટ્રાસાઉન્ડ : અલ્ટ્રાસાઉન્ડની તસ્વીરમાં પૂરાવો સામે જ હશે. જો આપ પાકી ખાતરી ઈચ્છો છો તો અલ્ટ્રાસાઉન્ડથી બીજું કોઈ પણ ઉપકરણ શ્રેષ્ઠ નથી. પહેલાં ત્રૈમાસિકમાં ૬ થી ૮ અઠવાડિયા વચ્ચે પહેલું અલ્ટ્રાસાઉન્ડ થાય છે, જેનાંથી આપના મલ્ટીપલ્સની (જોડિયાઓની) જાણ થઈ શકે છે, પરંતુ જો આપ આ બાબતમાં વધુ સ્પષ્ટ થવા માગો છો તો ૧૨ અઠવાડિયા સુધી રાહ જુઓ. કેમ કે પહેલા અલ્ટ્રા સાઉન્ડમાં બંને શિશુ એક સાથે જોવા

મળતાં નથી.

ડોપલર : લગભગ નવમા મહિના પછી ડૉક્ટર ડોપલરથી શિશુના હૃદયના ધબકારા તપાસે છે. જો કે એક જ ડોપલરથી બે શિશુઓનાં હૃદયના ધબકારા તપાસવાનું કામ થોડું અઘરું છે પરંતુ જો ડૉક્ટર અનુભવી હોય તો તેઓ બે શિશુના ધબકારા તપાસી શકે છે અને પછી અલ્ટ્રાસાઉન્ડથી ખબર પાકી થઈ શકે છે.

હોર્મોનનું સ્તર : ગર્ભધારણના ૧૦ દિવસ પછી આપના પેશાબમાં પ્રેગનેન્સી હોર્મોન એચસીજી આવી જાય છે, જે પહેલાં ત્રૈમાસિકમાં ખૂબ જ ઝડપથી વધે છે. અમુકવાર એનાં વધતાં સ્તરથી પણ એકથી વધારે શિશુ હોવાનું અનુમાન થઈ શકે છે, પરંતુ અમુક કિસ્સાઓમાં જોડિયા હોવા છતાં પણ હોર્મોનનું સ્તર સામાન્ય હોય છે, જેથી આપને પાકી ખાતરી થતી નથી.

આપનું માપ: બાળક જેટલાં વધુ હશે, એટલો જ ગર્ભાશયનો આકાર મોટો થતો જશે. દર વખતે ડૉક્ટરની તપાસથી આપના ગર્ભાશયનો આકાર એજ માપથી વધારે જણાતાં તેઓ પણ મલ્ટીપલ્સ પ્રેગનેન્સીનું અનુમાન કરી શકે છે. જો કે દર વખતે એવું બનતું પણ નથી.

આમ આપને આ તમામ પ્રયત્નોથી ખાતરી થઈ જશે કે આપ જોડિયા બાળકોને જન્મ આપવાની છે. વળી અલ્ટ્રાસાઉન્ડ પણ એની પૂર્તિ કરતાં આપને પાકી ખાતરી થઈ જશે. શંકાને કોઈ સ્થાન નહીં રહે.

ફ્રેટરનલ કે આઈડેંટિકલ

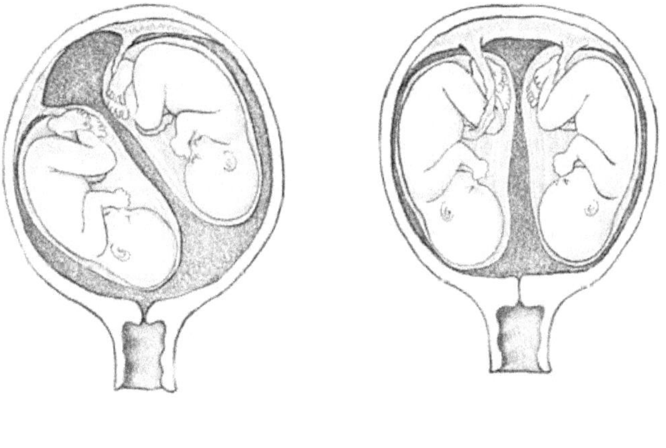

ફ્રેટરનલ જોડિયામાં બે ઈંડા એક સાથે ફર્ટીલાઈઝ થાય છે. આઈડેંટિકલ જોડિયામાં એક જ ઈંડું ફર્ટિલાઈઝ થઈને બે ભ્રૂણોમાં વહેંચાઈ જાય છે. આની પ્લેસેંટા એક સરખી પણ હોય છે અને જુદીજુદી પણ.

સામાન્ય રીતે ફ્રેટરનલ જોડિયા શિશુ જ વધારે હોય છે. જો આપના પરિવારમાં જોડિયા બાળકોનું ચલણ રહ્યું છે તો બની શકે છે કે આપ પણ જોડિયા બાળકોની માતા બનવાનું સદ્ભાગ્ય મેળવશો.

ડૉક્ટરની પસંદગી

"મને હમણાં જ ખબર પડી કે હું જોડિયા બાળકને જન્મ આપવાની છું. શું મારે મારા કાયમી પ્રસૂતિ વિશેષજ્ઞ પાસે જવું જોઈએ કે પછી કોઈ નામાંકિત સર્જનને બતાવું?"

જો આપ કાયમી ડૉક્ટરથી રાજી છો તો માત્ર જોડિયા બાળકોનાં લીધે ડૉક્ટરને બદલવાનો વિચાર અયોગ્ય છે. આપ ફેમિલી ડૉક્ટરને ચેક અપમાટે બોલાવી શકો છો કાં તો આપ નિયમિત રીતે ચેકઅપ કરાવવા જઈ શકો છો. શું આપ આ ઉપરાંતની થોડી વધુ સાર સંભાળ ઈચ્છો છો? અમુકવાર ડૉક્ટર પણ આવી સગર્ભાઓને વિશેષજ્ઞ પાસે મોકલતાં હોય છે. એવુ કારણ એ છે કે જોડિયા બાળકોને જણનારી જનેતાની અમુક વિશિષ્ટ અને આગવી જરૂરિયાતો હોય છે. આનાં માટે પ્રીનેટોલૉજિસ્ટની સલાહ કારગત નીવડે છે. જો આપની ગર્ભાવસ્થા જોખમકારક છે કે એવા ચિહ્ન ધરાવે છે તો આવી સલાહ ખૂબે જ ઉપયોગી અને લાભદાયી બની શકે છે.

આવા નિષ્ણાંતની પસંદગી કરતાં અગાઉ એની હૉસ્પિટલની સવલતો અંગે જાણકારી મેળવો. આપે એવી હૉસ્પિટલમાં ડિલીવરી કરાવવાની છે, જ્યાં પ્રીમેચ્યોર શિશુઓ માટે વિશેષ પ્રકારની સગવડો હોય!

ડૉક્ટર સાથે આ બાબતે સ્પષ્ટ વાત કરી લો. ચર્ચા કરી લો. શું ૩૭-૩૮ સપ્તાહમાં જ ડિલીવરી કરી શકાશે કાં તો પછી રાહ જોવાશે? શું યોનિમાર્ગથી ડિલીવરી થશે કે આવા કિસ્સાઓમાં સિજેરિયન જ કરવું પડશે? આપ લેબર કે ડિલીવરી રૂમમાં શિશુઓને જન્મ આપી શકશો કે સલામતી માટે પહેલેથીજ ઑપરેશન થિયેટરમાં જશો?

ડૉક્ટરની પસંદગી બાબતે આ પુસ્તકમાં અન્યત્ર જાણકારી પણ આપવામાં આવી છે.

ગર્ભાવસ્થાના લક્ષણ

"મેં સાંભળ્યું છે કે જોડિયા બાળકોનો ગર્ભ રહ્યાં પછી એના લક્ષણ સામાન્ય સુવાવડની સરખામણીમાં ખરાબ રીતે બેવડાઈ જાય છે. શું આ સાચું છે?"

અમુકવાર જોડિયા બાળકોનાં લીધે ગર્ભાવસ્થા આકરી બની જતી હોય છે, પરંતુ હંમેશા એવું બનતું નથી. સિંગલ પ્રેગનેન્સીની જેમ મલ્ટીપલ પ્રેગનેન્સી પણ એની રીતે નોખી-અનોખી છે. બની શકે છે કે એક બાળક વાળી માતા આખી સુવાવડ દરમિયાન ઉલટીઓ કરી કરીને થાકી જાય અને મલ્ટીપલ પ્રેગનેન્સીવાળી માતાનો જીવ એકવાર પણ ઉંચો ન થાય. મતલબ કે એને ઉલટીઓ ન પણ થાય. આવું જ બાકીના લક્ષણો સાથે પણ બની શકે છે.

જો કે આપે એવું ન માની લેવું જોઈએ કે પગોના વળ-આમળ, ઉલટીઓ, વૅરીકોજ વેન્સ વગેરે બમણાં થઈ જશે. આપ એની ગણતરીઓ કરી શકતી નથી પણ સરેરાશ પ્રેગનેન્સીમાં આવા લક્ષણ વધ-ઘટ થઈ શકે છે.

આવા મામલાઓમાં મોર્નિંગ સિકનેસ, ઉલટી તથા જીવ ગભરાવો જેવા લક્ષણ વધુ જોવાં મળી શકે છે, જે ઝડપથી શરૂ થતાં હોય છે તથા મોડા સુધી આપને પજવતાં રહે છે. આવું હોર્મોનનું સ્તર વધવાને લીધે થતું જોવા મળ્યું છે.

જેટલાં બાળક ગર્ભાશયમાં હશે એટલી અપચાની તકલીફ આપને વધારે પજવશે (જેમકે છાતીમાં રૂંધામણ અપચો અને આફરો વગેરે)

થાક...તો એનાં માટે શું કહીએ? આપ જેટલો ભાર ઉપાડશો એટલો થાક વધારે લાગશે. આપની શક્તિ બાળકોનાં વિકાસમાં વપરાતી હોવાના કારણે પણ આપ થાક અનુભવશો. પેટ મોટું થઈ ગયું હોવાના લીધે ઉંઘ પુરી નહીં લેવાય. ઉજાગરો અને અંજપો પણ એક પ્રકારનો થાક જ છે. આ સિવાયની બાકીની એક એક શારીરિક પજવણી દરેક ગર્ભાવસ્થા સાથે જોડાયેલી જ છે.

બની શકે છે કે જોડિયા ડિલીવરીમાં કશુંક

અણધાર્યું પણ થાય. જેટલા વધારે શિશુ ગર્ભમાં હશે એટલી વિપદાઓ વધવાની છે. જેમકે પેટમાં બળતરા, પગોમાં વળ-આમળ, પગોમાં સોજા, વેરીકોજ વેન્સ અને શ્વાસ લેવાની તકલીફ.

ખોટું ન લગાડશો. આપને ભલે થોડી વધુ તકલીફ વેઠવી પડે, પણ બદલામાં મળનારું ઈનામ પણ બમણું હશે ને બે નાનકા બાળ શિશુઓ.

મલ્ટીપલ પ્રેગનેન્સી અને ખાવું-પીવું

"મેં મારા ત્રણ બાળકો માટે અત્યારથી શ્રેષ્ઠ પ્રકારનાં ખાન-પાનનો નિર્ણય કરી લીધો છે, પરંતુ શું મારે ત્રણ ગણું ભોજન લેવું પડશે?"

ત્રણ શિશુઓનાં ગર્ભનો મતલબ છે કે મમ્મા હંમેશા કંઈને કંઈ ખાતી રહે. જો કે આપે પહેલાં કરતાં થોડું વધારે ખાવાની ટેવ પાડવી પડશે. એક સામટું વધારે ખાઈ ન શકાય તો થોડુ સમયાંતરે પેટમાં ઓરવું તો પડશે.

હવે પછી આવનારા દિવસોમાં દરેક શિશુના ઉછેરમાં વપરાતી કેલેરીના હિસાબે જોઈએ તો આપે ૧૫૦થી ૩૦૦થી ૬૦૦ કેલેરી અને ત્રણના કિસ્સામાં ૪૫૦ થી ૯૦૦થી વધુ કેલેરી લેવી પડશે. આપના ખાણામાં જેતે ફાલતુ ચીજ વસ્તુઓ સામેલ કરતાં પહેલાં, માત્રાની સાથોસાથ ગુણવત્તા પર ધ્યાન આપજો. સારું પોષણ એ કોઈપણ આકરી ડિલીવરીને સુગમ કરી દે છે.બીજી રીતે કહીએ તો મલ્ટીપલ પ્રેગનેન્સીને ઉત્તમ અને શ્રેષ્ઠ ભોજન સાથે ગાઢ સંબંધ છે. આપ આ જ પુસ્તકમાં પ્રેગનેન્સી ડાઈટ અંગેની માહિતી જાણી શકો છો.

<u>નાનાં હિસ્સાઓમાં :</u> પેટ જેટલું મોટું હોય એટલું ખાવાનું પ્રમાણ ઓછુ રાખો. ત્રણવારનાં ખાવાના ટાઈમને ફેરવી નાખો. છ વાર થોડું થોડું જમો. ભૂખ લાગે ત્યારે જમો. આ રીતે જમવામાં ફેરફાર કરવાથી ત્રણેયને ભરપૂર પોષણ પણ મળશે.

<u>કેલેરીની ગણતરી :</u> એવું ખાવાનું પસંદ કરો, જેમાંથી ભરપૂર પ્રમાણમાં કેલેરી મળી શકે. અભ્યાસોથી જાણ થઈ છે કે પોષ્ટિક કેલેરી લેવાથી આપ પણ સમયસર પૂરા મહિને આરોગ્યપ્રદ શિશુઓને જન્મ આપી શકો છો. જંક ફૂડથી પેટ ભરશો તો પૌષ્ટિક આહાર માટે પેટમાં જગ્યા નહીં રહે.

<u>વધારે પ્રમાણમાં પોષણ લો :</u> આપના ભોજનમાં પૌષ્ટિકતા વધે તે માટે પ્રોટીન, કેલ્શિયમ અને આયર્નની એક એક વધારાની સર્વિંગ લેવાનું શરૂ કરી દો, પણ એ પહેલાં ડૉક્ટરનો મત જરૂર જાણો.

<u>આયર્નની પૂર્તિ :</u> આપ કદાચ જાણતા હશો કે આયર્નની મદદથી શરીરમાં લાલ રક્ત કોશો બને છે. આનાંથી આપ એનિમિયાથી બચી શકશો. લાલ રંગનું મીટ, સૂકામેવા, કોળાના બી તથા પાલક આહારમાં લો. તેમાંથી પુષ્કળ પ્રમાણમાં આયર્ન મળે છે. વધારે આયર્નની જરૂર હોય તો ડૉક્ટર ટેબ્લેટ લખી આપશે.

<u>ખૂબ જ પાણી પીઓ :</u> મલ્ટીપલ પ્રેગનેન્સીમાં ડી-હાઈડ્રેશનની તકલીફ પણ થઈ શકે છે જેથી શક્ય હોય ત્યાં સુધી ઓછામાં ઓછા ૮ થી ૧૦ ગ્લાસ પાણી દિવસ દરમિયાન પીઓ.

વજન વધવું

"જોડિયા બાળકો માટે મારૂં વજન વધારે હોવું જોઈએ, પરંતુ કેટલું વધારે ?"

વજન વધારવા માટે આપે તૈયારી કરવી જ પડશે. ડૉક્ટરોનાં મત મુજબ માતાનું વજન ૩૫ થી ૪૫ પાઉન્ડ અને ત્રણ બાળકોને ગર્ભમાં ઉછેરી રહી હોય તેવી માતાનું વજન ૫૦ પાઉન્ડ સુધીનું તો હોવું જોઈએ. માનો કે આપનું વજન પહેલેથી જ ઘણું ઓછુ છે તો એમાં ફેરફાર થાય તે જરૂરી છે અને તે આપ જ કરી શકો તેમ છો. ગર્ભાવસ્થામાં વજન વધારતી વખતે ઘણાં પ્રકારના પડકારોનો સામનો કરવો પડે છે.

પહેલાં ત્રૈમાસિકમાં મોર્નિંગ સિકનેસ સહુથી મોટા પડકારરૂપ હશે. આપને રૂચિ હશે, ભૂખ લાગી હશે તેમ છતાં ખવાશે નહીં. એ વખતે એક અઠવાડિયામાં એક પાઉન્ડ વજન વધારવાનું લક્ષ રાખો. જો એ લક્ષ સફળ ન થયું તો નિરાશ ન

થશો. ડૉક્ટરે લખી આપેલી વિટામિનની દવાઓ તથા ટેબલેટ લેતાં રહો અને દિવસ દરમિયાન ખૂબ જ પાણી પીઓ.

બીજા ત્રૈમાસિકનો સમયગાળો થોડોક આરામદાયક બની જશે. એ વખતે આપ શિશુઓને અધિક માત્રામાં પૌષ્ટિકતત્વ આપીને આપનું વજન વધારી શકો છો.

જો પહેલાં ત્રૈમાસિકમાં વજન બિલકુલ ન વધે કાં તો પછી વજન ઘટી જાય છે તો આપને જોડિયાઓ માટે દર અઠવાડિયે ૧ ૧/૨ પાઉન્ડથી ૨ પાઉન્ડ અને ત્રણ બાળકો માટે ૨થી ૨/૧ પાઉન્ડ વજન વધારવાની સલાહ આપી શકાય છે. આપે પ્રોટીન કેલ્શિયમ અને (આખુ) સાબૂત અનાજનું વધારાનું સર્વિંગ લઈને વજન ઝડપથી વધારવું પડશે. જો અપચો અને છાતીમાં બળતરાથી હેરાન થાવ છો તો આપના આહારને છ ભાગોમાં વહેંચીને ખાવ.

ત્રીજા ત્રૈમાસિકના સાતમા મહિના સુધી ૧-૨ થી ૨ પાઉન્ડ વજન વધારવાનું ધ્યેય રાખો. ૩૨ અઠવાડિયા સુધીમાં આપનું દરેક બાળક ૪ પાઉન્ડ સુધી વજનનું થઈ જશે. હવે પેટમાં વધારે આહાર નાખવાની જગ્યા નથી રહી, તેમ છતાં આપ કંઈને કંઈ દિવસ દરમિયાન ખાધા કરો. તમારાં બાળકોનાં ઉછેર અને વિકાસ માટે ખાવું જરૂરી છે. સમતોલન પૌષ્ટિક આહારમાં પ્રમાણના બદલે ગુણવત્તા પર વધારે ધ્યાન રાખો. આપે એ પણ ભૂલવું ન જોઈએ કે મલ્ટીપલ પ્રેગનેન્સી ૪૦ અઠવાડિયા સુધીમાં પણ નથી થતી જેથી ચિંતા કરવી નહીં.

મલ્ટીપલ પ્રેગનેન્સીમાં વજન

ગર્ભાવસ્થાનું સ્તર	પહેલાં ત્રૈમાસિકનું વજન	બીજા ત્રૈમાસિકનું વજન	ત્રીજા ત્રૈમાસિકનું વજન	કુલવજન
જોડિયાની સાથે ઓછું વજન	૪-૬ પાઉન્ડ	૧૯-૨૩ પાઉન્ડ	૧૭-૨૧ પાઉન્ડ	૪૦-૫૦ પાઉન્ડ
જોડિયાની સાથે સામાન્યથી વધારે વજન	૩-૪ પાઉન્ડ	૧૯-૨૨ પાઉન્ડ	૧૩-૧૯ પાઉન્ડ	૩૪-૪૫ પાઉન્ડ
ત્રણ શિશુ	૪-૫ પાઉન્ડ	૩૦ પાઉન્ડ	૧૧-૧૫ પાઉન્ડ	૪૫ પાઉન્ડ

મલ્ટીપલ ટાઈમ લાઈન

આપે ૪૦ અઠવાડિયાની રાહ જોવી નહીં પડે. જોડિયા પ્રેગનેન્સી ૩૭ માં અઠવાડિયા સુધીમાં જ થઈ જતી હોય છે એટલે કે ૩ સપ્તાહ પહેલાં મલ્ટીપલ પ્રેગનેન્સી પણ છેલ્લે સુધી માતાપિતાને પજવતી જોવા મળી છે. એટલે કે કશું જ નક્કી હોતુ નથી. આપે માત્ર સાવચેત અને સતર્ક રહેવાનું હોય છે. જાગૃતિ અણધારી ઉપાધિમાંથી બચાવે છે. કેમ કે પ્રેગનેન્સી અમુકવાર ૩૯ માં અઠવાડિયા સુધી પણ લંબાઈ શકે છે કાં તો અમુક કેસોમાં ૩૭ માં અઠવાડિયે પણ મલ્ટીપલ શિશુઓનાં જન્મના દાખલાઓ મોજુદ છે. જો ૩૬ માં અઠવાડિયા સુધી બધું હેમખેમ રહે તો ડૉક્ટર ૩૮માં અઠવાડિયે પણ પ્રસૂતિ કરાવી શકે છે. આ અંગે ડૉક્ટરને મળીને ચર્ચા વિમર્શ કરીને પૂછી લો કે તેઓ મલ્ટીપલ પ્રેગનેન્સીમાં અંતિમ તબકકામાં કેવી તબીબી નીતિ અપનાવશે?

કસરત

"હું એક ધોબણ છું, પરંતુ શું હું જોડિયા બાળકોના ગર્ભની સાથે મારૂં કામ ચાલુ રાખી શકું ખરી?"

જરૂર ચાલુ રાખી શકાય. કપડાં ટીપવા અને નીચોવવા એ તો એક પ્રકારનો વ્યાયામ છે. કાળજી ઉઠવા બેસવામાં અને લપસી ન જવાય તે અંગે રાખવાની છે. એક વસ્તુ ખાસ સમજી લો કે ગર્ભાવસ્થામાં રોજિંદા કામો ચાલું રાખતી સ્ત્રીઓને ડિલીવરીમાં ખાસ તકલીફ પડતી નથી. કેમ કે ગર્ભાવસ્થાની મજબૂતી માટે વ્યાયામ જરૂરી છે. ડૉક્ટર આપને દોડવા માટે મના કરશે જો ગર્ભાવસ્થા દરમિયાન આપના વ્યવસાયનું કામ ચાલું ન રાખવુ હોય તો પણ શરીરને વ્યાયામ

આપવા માટેની સલાહ ડૉક્ટર આપશે. હવે બને ત્યાં સુધી એવું વર્કઆઉટ ન કરો, જેથી સર્વિક્સ પર દબાણ થાય. કાં તો શરીરનું ઉષ્ણતામાન વધી જાય. કેમ કે જો એવું થાય તો પ્રી-ટર્મ લેબરની શક્યતા વધી જાય છે. આપ તરી શકો. વોટર એરોબિક્સ કરી શકો. યોગ, સ્ટ્રેચિંગ કે સાઈકલિંગ પણ કરી શકો છો.એની સાથે કીગલ વ્યાયામ કરવાનું પણ શીખી લો. એનાંથી આપના પેલ્વિક ફ્લોરને મજબૂતી મળશે.

કોઈપણ વર્ક આઉટ દરમિયાન થાક લાગે તો રોકાઈ જાવ. થોડો આરામ કરો. પછી થોડું પાણી પીઓ. જો વધારે થાક વર્તાય તો ડૉક્ટરને ફોન કરો.

મિશ્રિત ભાવનાઓ

"હરકોઈને લાગે છે કે જોડિયા બાળકોની એક આગવી ખુશીઓ હોય છે, પરંતુ અમે બંને પતિ-પત્ની ખૂબ જ હતાશ અને ડઘાઈ ગયા છીએ અમને આવું ફિલિંગ શા માટે થઈ રહ્યું છે?"

આપની પાંગળી માનસિકતાનું આ ફિલિંગ છે.આમાં હતાશ થવાનું શું છે? અને શા માટે ડઘાઈ જવું જોઈએ?બીજુ કારણ એ છે કે આપે તો ગર્ભધારણ કર્યો ત્યારે એક શિશુનાં જ સ્વપ્ના જોયાં હતા. આપે એક પારણાની કલ્પના કરી હતી. આમ આપે શરૂઆતથી જ એક શિશુ માટે તમારી જાતને શારીરિક અને માનસિક રીતે તૈયાર કરી હતી અને ડૉક્ટરે એકાએક જાણ કરી કે આપ તો બે શિશુની માતા બનવાની છે! સ્વાભાવિક છે કે એથી આપ ડઘાઈ જાવ અને ઉદાસ પણ બનો. કેમ કે આતો અચાનક બબ્બે શિશુઓને ઉછેરવાની જવાબદારીઓ આવી છે ને?

જો કે અમુક માતા-પિતા આવી ખબર જાણીને ક્ષણેકવાર સ્તબ્ધ બનીને પછી બંને શિશુઓનાં માટે ખુશી વ્યક્ત કરે છે. આપને એ ખબર જાણીને ઝટકો લાગ્યો કેમ કે આપણે કદી પણ કલ્પનામાં બે બાળકોને ખવડાવતાં સુવડાવતાં કે ઝુલાવતાં નથી જોતાં. જ્યારે એકાએક જાણ થાય છે કે એક નહીં, બે કે ત્રણ શિશુ ગર્ભમાં છે ત્યારે નિરાશ થવું સહજ છે.

આપે આ બાબતમાં શરમ-સંકોચ રાખવાની જરૂર નથી. ડિલીવરી થાય એ પહેલાના અમુક મહિનાઓમાં આપના વિચારોને આગંતુક બાળકો બાબતે સ્થિર કરી દો. પતિ-પત્ની એકબીજા પ્રમાણિકતાપૂર્વક ખુલ્લા દિલે વાતો કરો. જે કોઈપણ આવી ડિલીવરી માટે જાણકારી ધરાવતું હોય તેમની પાસે જાવ કાં તો જોડિયા બાળકો હોય તેમને મળો. આનાથી આપને જાણકારી મળશે કે આપ પહેલાં માવતર નથી બનતાં જેમના ત્યાં એકથી વધારે શિશુ જન્મ લેશે! આ રીતે આપના મનમાં આપની ગર્ભાવસ્થા માટે ઉમંગ પેદા થશે અને આપને લાગશે કે જોડિયા બાળકોના આગમને જવાબદારીઓની સાથોસાથ ખુશીઓ પણ બેવડાઈજ છે ને!

અસંવેદનશીલ વાક્ય

"મેં મારી સહેલીને જોડિયા બાળકો અંગે જણાવ્યું તો એ ખૂબ જ તુમાખીભરી રીતે મને ઠેસ પહોંચે તેવું વ્યંગ વાક્ય બોલી. એણે આવું શા માટે કર્યું?"

બની શકે છે કે જોડિયા બાળકોની ગર્ભાવસ્થામાં આપની સાથે કદાચ પહેલીવાર આવો દુ:ખદ બનાવ બન્યો હશે, પરંતુ એને અંતિમ ન માનો. આપના સહકર્મચારીઓ, મિત્ર-વર્તુળમાંના અમુક હિતશત્રુ, પરિવારના અનેક સભ્યો પણ જુદીજુદી રીતે આ અંગે તેમના પ્રતિભાવો આપતાં જ રહેશે. અમુક તો જુદાજુદા પ્રકારની વાતચીતના છાંટા ઉડાડશે.

હકીકતમાં આવા લોકો એ વાતને જાણતાં જ હોતા નથી કે આવી ખબર માટે કેવો પ્રતિભાવ આપી શકાય આમ તો આપને ધન્યવાદ વધાઈ કે અભિનંદન જેવા શબ્દોથી ખુશ કરી શકાય પરંતુ આવા લોકોને લાગે છે કે આવી ખાસ ખબર માટે તો કોઈ આગવી જ વાત કહેવી જોઈએ. એમને સારી રીતે પ્રતિભાવ કેવી રીતે અપાય તેવું જ્ઞાન જ હોતુ નથી. જેથી તેઓ ખોટા પ્રતિભાવો આપીને રાજી થાય છે અને આપ દુ:ખી! એમની દૃષ્ટિએ એમનો પ્રતિભાવ કોઈને ચોટ પહોંચાડશે એવી તેમની દાનત હોતી નથી. આવી ઔપાચારિક્તાથી બચવાનો એકજ ઉપાય છે કે આપ તેને ગંભીર એ ન લો. તેને મહત્વ ન આપો. એટલું યાદ રાખો કે આપની ખબર કાઢવા આવેલ એકએક સ્વજન આપના શુભચિંતક છે. એમનાં પ્રતિભાવોમાં કટાક્ષવૃત્તિ ભળે તો પણ તેનું માઠું ન લગાડો. હસતાં હસતાં તેમની કોમેન્ટને સ્વીકારી લો અને બધું ભૂલીને આપના સંતાનમાં રમયાણ બની જાવ.

"લોકો મને હંમેશા એવાં સવાલ પૂછતાં રહે

> **મલ્ટીપલ કનેક્શન**
>
> **આપ મલ્ટીપલ કનેકશન સાથે જોડાઈ શકો છો એટલે કે એવી મહિલાઓને મળો, જેમણે જોડિયા શિશુઓને જન્મ આપ્યો હોય! આ રીતે આપનો ડર, શંકા અને જિજ્ઞાસાઓને મટાડી શકો છો. જયારે પણ ડૉક્ટરને મળો, ત્યારે આ અંગે સવાલ પૂછો, જેથી આપના મનમાં રહી સહી શંકા પણ નિર્મૂલ થાય.**
>
> **મલ્ટીપલ પ્રેગનેન્સી અંગેના પુસ્તકો કે ઓનલાઈન જાણકારી પણ આપને ઉપયોગી બની શકે છે.**

છે કે મારા પરિવારમાં જોડિયા જ પેદા થાય છે! મેં તેના માટે કોઈ ઉપચાર કરાવ્યો ? મને એવું જણાવતાં જરા પણ શરમ-સંકોચ થતો નથી કે મેં તો દવાઓ દ્વારા ગર્ભધારણ કર્યો છે, પરંતુ હું મારી આ સચ્ચાઈને અજાણ્યાઓ વચ્ચે નથી વહેંચવા માંગતી ?''

ગર્ભવતી મહિલા સહુના આકર્ષણનું કેન્દ્ર બને છે. જો આપ જોડિયાને જન્મ આપવાની છે તો આ ખબર વધારે અગત્યના બની જાય છે. આપ બધાના માટે કૂતુહલનો વિષય બની જાવ છો. અજાણ્યા લોકો પણ આપના અંગત જીવનમાં વારંવાર છુપી રીતે ડોકિયું કરવા લાગે છે. ખરેખર તો તેઓ માત્ર પોતાની જિજ્ઞાસાને સંતોષવા માટે આવા સવાલ પૂછે છે. તેમને આ બાબતે વાતચીત કેવી રીતે કરાય તેનું જ્ઞાન હોતું નથી. શિષ્ટાચાર કોને કહેવાય તે સમજતાં હોતા નથી. આવો કોઈ જણ મળી જાય તો એને આપના કિસ્સાની ઝીણામાં ઝીણી વાતો જણાવી દો. પહેલાં અમે ફલાણી દવા લીધી. ફલાણાં ડૉક્ટરને મળ્યા. તમે જેમ વાતોને લંબાવતા જશો તેમ તેમ એ કંટાળતો જશે. તે પછી સત્વરે આપનો પીછો છોડશે. કાં તો આવાં માણસોને તમે નીચે મુજબના જવાબ આપી શકો છો.

- હા, હવે તો અમારાં પરિવારમાં જોડિયા જ જન્મશે. એ રીતે તેને જવાબ મળી જશે અને તેઓ એમની રીતના અનુમાનો કરતાં રહેશે.
- અમે એક રાતમાં બે વખત સેક્સ જીવનનો લ્હાવો લીધો હતો. આપે કદાચ હનીમૂન વખતે બબ્બે વાર સંભોગ સુખ માણ્યું હશે, પણ અમે તો આપની વાત સાંભળીને એની બોલતી બંધ થઈ જશે.
- મેં ખૂબ જ પ્રેમથી એમને (બાળકોને) ગર્ભમાં ધારણ કર્યા છે.
- આપ શા માટે પૂછવા માંગો છો? બની શકે છે કે એના કૂતુહલમાં કોઈ વ્યાજબી કારણ હોય! જો એવું ન હોય તો એની કોઈ વાતનો જવાબ ન આપો.

જો કોઈપણ જવાબ કે પ્રતિભાવ આપવામાં મૂડમાં આપ ન હોતો માત્ર એટલું કહીને વાતનો પીંડલો વાળી લો કે એ તો અંદરની વાત છે. અમારી અંગત બાબત છે.

સલામતીનો સવાલ

''અમે ખૂબ મુશ્કેલીથી એ સચ્ચાઈનો સ્વીકાર કર્યો છે કે હું જોડિયા બાળકો પેદા કરવાની છું. શું આનાથી બાળકો માટે કે મારા માટે કોઈ જોખમ તો વધી જતું નથી ને?''

વધારે શિશુ, થોડાંક વધારે જોખમ સાથે જ આવે છે, પરંતુ એટલું બધું અધિક નહીં, જેટલાંની આપ કલ્પના કરો છો. જો કે આવી ગર્ભાવસ્થાને તબીબી ભાષામાં હાઈરિસ્ક પ્રેગનેન્સી નામ અપાયું છે. જો આપને એની સાથે જોડાયેલાં જોખમો અને દુર્ગમતાની જટીલતાની જાણ અગાઉથી હશે તો દરેક જોખમને ભરી પીવા આપ તત્પર રહેશો. એટલાં માટે આપ સંપૂર્ણ રીતે સલામત છો. ચિંતાની કોઈવાત નથી.

શિશુથી જોડાયેલા જોખમો :

<u>સમય પહેલાં, વહેલી ડિલીવરી :</u> જોડિયા બાળકો પુરા મહિનાઓ પહેલા અવતરવાનું પસંદ કરે છે. એક સાથે જન્મ લેનારા ત્રણ શિશુ તો હંમેશાથી જ પ્રીમેચ્યોર હોય છે. નોર્મલ ડિલીવરી ૩૯માં અઠવાડિયામાં થાય છે અને જોડિયાની ડિલીવરી ૩૫ થી ૩૬ અઠવાડિયામાં જ થઈ જાય છે. ત્રણ બાળકવાળી ડિલીવરી ૩૨ માં સપ્તાહમાં થાય છે. શિશુનો જેમ જેમ વિકાસ થાય છે તેમ તેમ ગર્ભાશયમાં એમનાં માટે જગ્યા સાંકડી પડવા લાગે છે. આપને પ્રીમેચ્યોર ડિલીવરીના લક્ષણોની

જાણ હોવી જોઈએ. પ્રસવ જેવો અણસાર જ ડૉક્ટરને ફોન કરવામાં સંકોચ ન અનુભવો.

જન્મજાત વજનમાં અછત : મલ્ટીપલ પ્રેગનેન્સીથી પેદા થનારા શિશુ ૫-૧/૨ પાઉન્ડથી પણ ઓછા વજનના હોય છે, પરંતુ તબીબી સારવારથી એમની તબિયતને ઉની આંચ આવતી નથી. જો બાળક ૫ પાઉન્ડથી પણ ઓછા વજનનું છે તો એનાં આરોગ્યને જાતજાતની મુશ્કેલીમાં પજવી શકે છે. એનાં માટે જોખમ ઘણું વધી જાય છે. આપ ગર્ભાવસ્થામાં આપના આહારને નિયમિત કરીને, પૌષ્ટિકતાવાળો ખોરાક ખાવ, જેથી અધિક વજનવાળા શિશુ જન્મી શકે.

ટ્વિન ટુ ટ્વિન ટ્રાંસફ્યૂઝન સિંડ્રોમ :- આઈડેન્ટિકલ ટ્વિન પ્રેગનેન્સીમાં શિશુઓની પ્લેસેંટા એક જ હોય છે. આનાં કારણે એક શિશુના શરીરમાં રક્તનો પ્રવાહ ખૂબ વધારે તથા બીજા શિશુમાં ઘણો ઓછો હોઈ શકે છે. આ સ્થિતિ શિશુઓનાં માટે ઘાતક હોય છે. જો આપની સાથે પણ આવું થયું તો ડૉક્ટર એમનિયોસેન્ટેસિસની મદદથી વધારાનું દ્રવ્ય કાઢી નાખશે, જેનાંથી પ્લેસેંટાના રક્તપ્રવાહમાં સુધારો થશે તથા પ્રીટર્મ લેબરની શક્યતા ઘટી જશે. ડૉક્ટર લેજર સર્જરીનો પણ ઉપયોગ કરી શકે છે. મલ્ટીપલ પ્રેગનેન્સીના લીધે માની તબિયત પર નીચે મુજબની અસરો જોવા મળે છે.

પ્રીકલેંપસિયા : જેટલા શિશુ હશે, એટલી જ પ્લેસેંટા હશે, જેનાંથી અમુકવાર હાઈ બ્લડપ્રેશર કે પ્રીકલેંપસિયાની ફરિયાદ થઈ શકે છે. જો એની પહેલાંથી જાણ થાય તો મેડિકલ દેખરેખ એને નિવારી શકે છે.

ગેસ્ટેશનલ ડાયાબિટિસ : આપને ગેસ્ટેશનલ મધુપ્રમેહ (મીઠી પેશાબ)નું જોખમ, બીજી માતાઓની સરખામણીમાં વધુ હોઈ શકે છે, કેમ કે હોર્મોનના થરની અધિકતાના કારણે ઈન્સુલિનના ઉત્પાદનમાં ઘટાડો થાય છે. ખોરાકથી રાહત મળી શકે છે પરંતુ ઘણીવાર વધુ ઈન્સુલિન પણ લેવું પડે છે.

પ્લેસેન્ટલ મુશ્કેલીઓ: આવી મહિલાઓને પ્લેસેંટા પ્રીવિયા (પ્લેસેંટા નીચે હોય) કે પ્લેસેંટલ એવરપ્શન (પ્લેસેંટાનું સમય પહેલા જૂદું થવું) ની ફરિયાદ થઈ શકે છે. સાવચેતીપૂર્વક કરવામાં આવેલી સારવારથી પ્લેસેંટલ પ્રીવિયાથી બચી શકાય છે. એવરપ્શનની તો પહેલાથી જાણ નથી થઈ શકતી તેમ છતાં સંભવિત આવનારી મુશ્કેલીઓને નિવારી શકાય છે.

બેડ રેસ્ટ

"શું જોડિયા બાળકોની ગર્ભાવસ્થાના લીધે મારે આખો દિવસ પથારીમાં પસાર કરવો પડશે?"

પથારીમાં આરામ કરવો છે કે નહીં? અનેક જોડિયા શિશુઓની ભાવિ માતાઓ આ જ સવાલ પૂછે છે અને ડૉક્ટર સરળતાથી જવાબ આપી શકતાં

મલ્ટીપલ ફાયદાઓ

મલ્ટીપલ પ્રેગનેન્સીને સલામત બનાવવા માટે મેડિકલ સાયન્સને ધન્યવાદ આપવા ઘટે. આપને ગર્ભાવસ્થાની શરૂઆતમાં એની જાણ થઈ જાય છે, જેથી પ્રસવ પૂર્વ સાર-સંભાળ રાખી શકો છો. આગંતુક શિશુઓ માટે તૈયારીઓનો પૂરતો સમય મળી જાય છે. આપ ડૉક્ટર પાસે જઈને આપને મૂંઝવતાં સવાલોનાં જવાબ મેળવી શકો છો. શિશુઓની તપાસ કરાવીને આપ નિશ્ચિંત બની શકો છો. આપે અનેક અલ્ટ્રાસાઉન્ડ પણ કરાવ્યા હશે, જેથી શિશુઓની યોગ્ય અવસ્થાઓની જાણકારી મળી શકે અને સારી ધારણા થઈ શકે. આપને પૂરી ગર્ભાવસ્થામાં નિરાંત રહેશે કે નાનો મહેમાન સંપૂર્ણ રીતે સલામત છે.

આપ તબિયતની કાળજી રાખો, જેથી પ્રેગનેન્સી જોડે સંકળાયેલી અનેક જટીલતાઓ (એનિમિયા, હાઈપરટેન્શન, પ્લેસેંટા એવરપ્શન વગેરે) ને ઉગતાં જ દાબી શકાય.

નથી. ડૉક્ટર હજુપણ એવું માને છે કે બેડ રેસ્ટથી અનેક પ્રકારની મૂંઝવણો-મુશ્કેલીઓ ઘટી જાય છે, જેથી તેઓ સંપૂર્ણ આરામ માટે સલાહ આપે છે. શિશુ જેટલા વધારે હશે તેટલી સલાહ પણ સાચી અને નક્કર હશે.કેમ કે જેટલાં શિશુ એટલાં જોખમ!

આપના ડૉક્ટર પાસેથી આ અંગે વિગતવાર અભિપ્રાય મેળવો,કેમ કે મલ્ટીપલ પ્રેગનેન્સીનો એકે એક કેસ એની રીતે વિશેષ અને આગવો હોય છે.

જો આરામનું સૂચન થાય તો નિષ્ઠાપૂર્વક એનું પાલન કરો. જો બેડ રેસ્ટની સલાહ ન મળે તો આપને કામના કલાકો ઘટાડીને પગને ઉંચો રાખીને આરામ કરવાનું કહેવાશે. એનાં માટે પણ આપ તૈયાર રહો.

વેનિશિંગ ટ્વિન સિંડ્રોમ શું છે?

અલ્ટ્રા સાઉન્ડમાં મલ્ટીપલ પ્રેગનેન્સીની પહેલેથી જાણ થઈ જવાના અનેક ફાયદાઓ હોય છે. કેમ કે એટલી ઝડપથી આપ તથા આપના ડૉક્ટર મળીને શિશુઓની સંભાળ શરૂ કરી શકો છો, પણ ઘણીવાર એનું નુકશાન પણ જોવા મળે છે. ૨૦ થી ૩૦ ટકા મલ્ટીપલ પ્રેગનેન્સીમાં આવું થતું જોવા મળ્યું છે. પહેલાં ત્રૈમાસિકમાં એક શિશુ ખતમ પણ થઈ શકે છે. (માએ જાણે કે એનાં ગર્ભમાં જોડિયા ઉછરી રહ્યાં છે) છેલ્લાં ઘણાં વર્ષોમાં આવા કિસ્સાઓનું પ્રમાણ ઘણું વધ્યું છે. ૩૦ વર્ષથી મોટી વયની મહિલાઓ સાથે આવું બને છે.

એનાં કોઈ ખાસ લક્ષણ પણ જોવા મળતાં નથી. માને મિસકેરેજની જેમ ધીમો રક્તસ્રાવ થાય છે કાં તો પેલ્વિક ક્ષેત્રમાં તકલીફ થાય છે. હોર્મોનનું સ્તર ઘટી જવાથી પણ જાણ થાય છે કે એક ભ્રૂણ સમાપ્ત થઈ ગયું છે.

પહેલાં ત્રૈમાસિકમાં આવું થવાથી ગર્ભાવસ્થા સામાન્ય બની જાય છે અને મા એક નિરોગી શિશુને જન્મ આપી શકે છે. જો આવું બીજા કે ત્રીજા ત્રૈમાસિકમાં થયું તો એ જીવંત શિશુના વિકાસ માટે જોખમરૂપ બની શેક છે કાં તો પ્રી-ટર્મ લેબરની શક્યતા વધી શકે છે. સંક્રમણ કે રક્તસ્રાવ પણ થઈ શકે છે. એ પછી બચી ગયેલાં શિશુ પર સંપૂર્ણ રીતે મેડીકલ નિરીક્ષણ રહે છે, જેથી કોઈપણ પ્રકારની જટિલતાને નિવારી શકાય.

મલ્ટીપલ શિશુઓનો જન્મ

આપ પણ આતુરતાપૂર્વક એ દિવસની ઝંખનામાં છે જયારે સામાન્ય જોડિયા કે ત્રણ શિશુઓને જન્મ આપી શકાય. આમ તો એકએક શિશુનો જન્મ એની રીતે અલગ હોય છે, એક વિશિષ્ટ ઘટનારૂપ હોય છે, પરંતુ આપનો કેસ એનાંથી જરા જુદો હશે. કેમ કે આપની સમક્ષ અનેક જાતની વિટંબણાઓ આવી શકે છે. આપના શિશુ જે પણ પ્રકારે આપના સુધી પહોંચે, એજ એનાં માટે સહુથી સલામત અને તંદુરસ્ત (પધ્ધતિ) ઉપાય ગણાવી શકાય.

જોડીયા કે એનાંથી વધુ શિશુઓનું લેબર

"આ સામાન્ય શિશુઓનાં લેબરથી જૂદું કેવી રીતે હોય છે?"

એ ધાર્યા કરતાં નાનું હશે? શું આપને જોડિયા શિશુઓ માટે બમણું દર્દ વેઠવાનું થશે? ના.મલ્ટીપલ પ્રેગનેન્સીમાં પ્રસવનો પહેલો સમય ગાળો ટૂંકો હોય છે. આપને શિશુને ધકેલવાનાં બિંદુ સુધી પહોંચવામાં ઘણો ઓછો સમય લાગે છે. યોનિ માર્ગથી પ્રસૂતિ કરાવતી વખતે છેલ્લો પડાવ જલ્દી આવી જાય છે.

- આ લેબરનો સમયગાળો લાંબો પણ હોઈ શકે છે. કારણ કે મલ્ટીપલ પ્રેગનેન્સીમાં ગર્ભાશય જરૂર કરતાં વધારે ખેંચાણવાળુ,તંગ હોવાથી સંકોચન ઓછું થાય છે અને ગર્ભાશયનું મુખ ખૂલતાં પણ વધારે સમય લાગે છે.
- આપની વધારે મેડિકલ દેખરેખ થાય છે. કેમ કે પ્રેગનેન્સીમાં જોખમની શક્યતાઓ વધુ હોય છે. પ્રસવ દરમિયાન બે મોનીટર જોડાયેલાં

રહે છે, જેથી શિશુઓના સંકોચન પર પ્રતિક્રિયાની જાણ થઈ શકે. એનાં હૃદયનાં ધબકારા પણ વચ્ચે વચ્ચે માપી શકાય છે.

- પ્રસવનો સમય થતાં પહેલાં બહાર આવનાર શિશુની અંદરની અને બીજા શિશુની બાહ્ય તપાસ થાય છે આપે પહેલેથી જ આવી પ્રતિક્રિયાઓ માટે તૈયાર રહેવું પડશે.
- આપની ડિલીવરી ઑપરેશન થિયેટરમાં જ થશે. જો સી-સેકશનની જરૂર ઉભી થઈ જાય તો ચિંતા ન કરશો. બની શકે છે કે પહેલાં અમુક કલાકો આલિશાન કમરામાં વીતે, પછી આપને ઑપરેશન થિયેટરમાં લઈ જવાશે.

પોઝિશન-પોઝિશન્સ

મલ્ટીપલ પ્રેગનેન્સીમાં શિશુઓની (ગર્ભાશયમાં સ્થિતિ) પોઝિશન ખાસ મહત્વ ધરાવે છે. જો એનું માથું નીચેની તરફ છે તો ખૂબ સહેલાઈથી જન્મ લઈ શકે છે, જો કે વિકટ સંજોગોમાં સી-સેક્શનથી જ બાળકો અને માતાને બચાવી શકાય છે.શિશુ **વર્ટેક્સ બ્રીચ પોઝિશન**માં પણ હોઈ શકે છે. આવી પોઝિશનમાં તો પહેલું શિશુ હોય છે, પરંતુ બીજા શિશુને બ્રીચથી વર્ટેક્સ પોઝિશનમાં લાવવું પડે છે. જોએ હાથો દ્વારા યોગ્ય સ્થિતિમાં ન આવી શકે તો એના માટે બ્રીચ એક્સટ્રક્શન કરવું પડે છે.

બ્રીચ/વર્ટેક્સ કે બ્રીચ/બ્રીચ : જો બંને શિશુ બ્રીચ હોય તો ડૉક્ટર સી-સેકશનની ભલામણ કરશે, કેમ કે આવી સ્થિતિમાં હાથોથી શિશુની પોઝિશન બદલવાનું કામ જોખમી બની શકે છે.

પહેલું શિશુ, ઓબ્લીક : જો પહેલાં શિશુનું માથું નીચે હોય, પરંતુ ગર્ભાશય તરફ ન હોય અને નિતંબ તરફ ફંટાઈ ગયું હોય તો એ સ્થિતિને ઓબ્લીક કહે છે. જો એક શિશુ હોય તો એને હાથ વડે સરખું કરી શકાય છે, પરંતુ જોડિયામાં એવું કરવું જોખમકારક બની શકે છે. અમુકવાર પ્રસવ પીડામાં જ શિશુ એની મૂળ સાચી સ્થિતિમાં આવી જાય છે કાં તો પછી ડૉક્ટર સી-સેકશનની સલાહ આપે છે, જેથી કોઈ પ્રકારનું જોખમ ન રહે.

ટ્રાંસવર્સ/ટ્રાસવર્સ : આવી સ્થિતિમાં બંને શિશુ ગર્ભાશયમાં ટ્રાંસવર્સની પોઝિશનમાં રહે છે, જેનાં માટે સી-સેકશન સિવાય બીજો કોઈ ઉપાય હોતો નથી.

જોડિયા શિશુઓની ડિલીવરી : આપ નીચે લખ્યા મુજબની આશાઓ રાખી શકો છો.

યોનિમાર્ગથી ડિલીવરી : અડધાથી વધુ જોડિયા શિશુ ચાલી આવતી પ્રથા પ્રમાણે જ જન્મે છે, પરંતુ એમનો અનુભવ એકલાં શિશુના જન્મ જેવો હોતો નથી. પહેલાં શિશુના જન્મમાં ત્રણ મિનિટથી લઈને અમુકવાર ત્રણ કલાક જેટલો સમય લાગે છે. આ જન્મ મોટા ભાગે બીજા શિશુની પોઝિશન પરક પણ ઘણો આધાર રાખે છે. ડૉક્ટર અમુકવાર વૅક્યૂમની મદદથી પણ ડિલીવરીની ઝડપને વધારવાની કોશિશ કરે છે. તે વખતે ડૉક્ટર આવી માતાઓને એપીડ્યૂરલની સલાહ આપે છે. ગર્ભાશયની અંદરથી શિશુને બહાર લાવવાનું હોય તે વખતે દર્દ નિવારક દવાઓ વિના કેવી રીતે ચાલે?

જોડિયાના જન્મનો સમય

આપના મલ્ટીપલના જન્મમાં કેટલું અંતર (સમયગાળો) હશે? યોનિમાર્ગથી જન્મનો સમય (જોડિયાના જન્મકાળમાં) ૧૦ થી ૩૦ મિનિટનો હોઈ શકે છે, જ્યારે સી-સેકશનમાં આ ફરક અમુક સેકન્ડ કે મિનિટોનો હોય છે.

મિશ્રિત ડિલીવરી : એવું ક્યારેક જ બને છે કે એક શિશુનો યોનિમાર્ગથી જન્મ થયા પછી બીજા માટે ઑપરેશન દ્વારા જ ડિલીવરી કરાવાય. આવું કટોકટી વખતે જ બને છે. જ્યારે બીજુ બાળક જોખમમાં હોય, જેમકે પ્લેસેંટલ એબરપ્શન કે કૉર્ડ પ્રોલૅપ્સ (ફેટલ મોનિટર) પર ડૉક્ટરને એ બધું જોવા મળે છે. આ સંજોગો માતા માટે જોખમી હોય છે યોનિમાર્ગથી ડિલીવરી પછી ઑપરેશનની

પળોજણ. પણ જ્યારે શિશુની સલામતીઓ સવાલ હોય ત્યારે બીજુ કશું સૂઝતું નથી.

સી-સેકશન : સી-સેકશનની તારીખ ડૉક્ટરને મળીને પહેલેથી જ નક્કી થઈ જાય છે. અમુક પ્રકારની સુવાવડની ઝંઝટ એવી હોય છે કે મલ્ટીપલ પ્રેગનેન્સીમાં સી-સેકશન કરવું જ સલામત ગણાય છે. આવી સ્થિતિમાં આપનો સાથી કે કોચ મદદ માટે ઑપરેશન થિયેટરમાં આવી શકે છે.આવી પરિસ્થિતિમાં શિશુઓના જન્મ સમયમાં સેકન્ડથી લઈને અમુક મિનિટોનું અંતર હોઈ શકે છે.

અચાનકનું સી-સેકશન : શિશુ આ રીતે અચાનકના ઑપરેશન દ્વારા પણ આ જગતમાં પગલાં પગલાં પાડી શકે છે. આવી સ્થિતિમાં આપ તપાસ કરાવવા જાવ છો અને જાણ થાય છે કે શિશુ તો એ દિવસે જ પ્રસવ માટે તૈયાર છે. આવું પ્રસૂતિની નક્કી થયેલી સંભવિત તારીખ પહેલાં પણ થઈ શકે છે. એટલાં માટે આપનો તમામ સામાન તૈયાર રાખો. જો શિશુઓનાં વિકાસમાં કોઈ અવરોધ આવે, આપ ઉંચા લોહીના દબાણનો ભોગ બનો કે પછી પ્રસવ પીડા લંબાવવા છતાં નોર્મલ ડિલીવરી ન થાય, ત્યારે સી-સેક્શન જ એક માત્ર ઉપાય હોય છે. અમુકવાર ૧૦ પાઉન્ડથી વધારે વજનવાળા શિશુઓ માટે સિજેરિયન જ કરવું પડે છે.

બે શિશુઓનું સ્તનપાન

આપ તો હવે માતા બની છો એથી આપનાં આંચળમાં મમતાના ધાવણ છલકતાં હશે! આપ એ પણ જાણો છો કે માનું દૂધ બાળકમાં શ્રેષ્ઠત્તમ ખોરાક છે, જેથી એને સમયાંતરે સ્તન પાન કરાવવું જરૂરી બને છે. આપ એ પણ જાણી લો કે સ્તનપાન કરાવનારી માતાઓ બહુ ઝડપથી પોતાનાં ગુમાવેલાં લાવણ્ય અને સૌંદર્યને મેળવી શકે છે. કહેવાનો અર્થ એ છે કે આપનું ફિગર સગર્ભા પહેલા જેવું સુંદર,સુડોળ અને આકર્ષક બની જશે વળી બીજો ફાયદો એ છે કે સ્તનપાનથી રક્તસ્રાવ ધીમેધીમે ઓછો થતા બંધ થઈ જાય છે. આપ બે શિશુઓને બંને આંગળે સ્તનપાન કરાવશો તો આપનાં શરીરમાંનો ખોટો મેદ-ચરબી ફટાફટ ઉતરવા લાગશે. ધારો કે એ બે બાળકો આઈસીયૂમાં હોય તો ગભરાશો નહીં. એમનાં માટે આપનું અમૃત સમાન દૂધ વાટકી કે ગ્લાસમાં કાઢીને રાખો. ધાવણ ચઢે ત્યારે આ રીતે દૂધને વ્યર્થ થતું બચાવી શકાય છે. બાળક આપની પાસે આવે ત્યારે ચમચી દ્વારા આપનું જ દૂધ પીવડાવો. આ રીતની કાળજી રાખવાથી સ્તનોમાં સતત દૂધ બનવાની પ્રક્રિયા ચાલુ રહેશે.

ત્રણ શિશુઓની ડિલીવરી : આ હાઈ-રિસ્ક ડિલીવરીમાં માત્ર સી-સેકશનની જ મદદ લઈ શકાય છે. અમુક ડૉક્ટરોનું માનવું છે કે આવા શિશુઓ કે ગર્ભાશયમાં યોગ્ય સ્થિતિમાં હોય તો યોનિમાર્ગથી પણ ડિલીવરી સંભવ છે. અહીં પણ એવું બહુ ઓછું જોવા મળે છે. જેમકે બે શિશુ યોનિમાર્ગથી જન્મે અને ત્રીજુ બાળક ઑપરેશન દ્વારા જન્મે. આમ જોઈએ તો ડિલીવરીની પધ્ધતિ ભલે ગમે તે હોય, પણ આપ ચારે જણ સહી સલામત ડિલીવરી રૂમમાંથી બહાર આવો છો તો એ પધ્ધતિ જ સહુથી સફળ ગણાશે.

મલ્ટીપલ ડિલીવરી પછી આરામ

આપની મલ્ટીપલ ડિલીવરીમાં પણ સિંગલ ડિલીવરી જેવો જ આરામ હશે. આ પ્રસવ પછી નીચે મુજબનું અંતર જોવા મળશે.

- પેટને પોતાના મૂળ સ્વરૂપમાં આવતાં થોડો સમય લાગશે.
- આપના યોનિમાર્ગથી વધારે સમય સુધી રક્તસ્રાવ થઈ શકે છે.
- મૂળ ફિગર થવામાં વિલંબ થશે. કેમ કે ગર્ભના છેલ્લાં મહિનાઓમાં આપના શરીરની સક્રિયતા મંદ પડી ગઈ હતી.
- આપના શરીરમાં પીડા થતી રહેશે.આપનું વજન વધ્યું હશે. પહેલાં કરતાં વજનમાં વધારો થયો હશે અને એ વજન જલ્દી નહીં ઘટે. વજન ઓછું થશે પણ સમય લાગશે.

ભાગ - ૪

શિશુના જન્મ પછી

પ્રસૂતિ પછી

પહેલું અઠવાડિયું

અભિનંદન ! આપ ચાલીસ સપ્તાહથી જે પળની પ્રતીક્ષામાં હતી, એ પણ અનેરો અવસર બનીને આવી ગઈ છે. ગર્ભાવસ્થાના લાંબા દોર અને પ્રસવ પીડાને આપ વેઠીને પાર ઉતર્યા છો. હવે આપ અધિકારપૂર્વક માતા છો અને ખુશીઓની એક નાનકડી છાબડી-પેટમાંથી નીકળીને આપના હાથોમાં આવી પહોંચી છે, પરંતુ આ કાળચક્ર શિશુ ઉપરાંત બીજુ પણ ઘણું બધું પોતાની સાથે લેતું આવે છે. અમુક નવા પ્રકારના લક્ષણ (પ્રેગનેન્સીની વિદાય સાથે જોડાયેલા દર્દો, તકલીફો વગેરે). અમુક નવા સવાલ, જેમ કે પરસેવો આટલો કેમ વળે છે? ડિલીવરી પછી પણ સંકોચન શા માટે થઈ રહ્યું છે? શું હું ફરીથી સહજ રીતે બેસી શકીશ? હજુ પણ મને છ મહિનાના ગર્ભ જેવું પેટ શા માટે લાગે છે? આ છાતીઓ કોની છે? મારી છાતીઓ તો આવી ન હતી! આશા છે કે આપની પાસે પહેલેથી જ આમાના અનેક સવાલોના જવાબ હશે. કેમ કે એકવાર મમ્મા બની ગયા પછી ઈતર વાંચનની કોને નવરાશ મળવાની છે?

આપ શું મહેસૂસ કરી રહી હશો?

ડિલીવરીના પ્રકાર અનુસાર જ પ્રસવ પછી પહેલા અઠવાડિયાની સ્થિતિ નિશ્ચિંત બને છે. આ સિવાય અમુક વ્યક્તિગત લક્ષણ પણ હોઈ શકે છે.

શારીરિક લક્ષણ :

યોનિમાંથી રક્તસ્ત્રાવ (માસિક ધર્મની જેમ) પેટના નીચેના ભાગમાં વળ આમળ. (ગર્ભાશય સંકોચાવવાના કારણે)

- થાક.
- ટાંકાવાળી જગ્યાએ ખેંચાણ,પીડા અને બેચેની.
- સી સેકશન પછી પેરીનિયલ બેચેની.
- ચીરાની આજુબાજુ દર્દ કે બહેરાપણું.
- ઉઠતાં-બેસતાં દર્દ અને કશુંક ભોંકાવાની પીડા.
- એક બે દિવસ પેશાબ-જાજરૂ જવામાં મુશ્કેલી.
- કબજીયાત, શરૂઆતના થોડા દિવસ શૌચમાં તકલીફ, પૂરા શરીરમાં પીડા.
- લાલ આંખો, આંખોની આજુબાજુ કાળા ધાબા.
- રાતનાં ખૂબ જ પરસેવો વળવો.
- છાતીઓમાં ખૂબ જ વેદના અને રક્ત સંકુલતા.
- સ્તનપાન દરમિયાન નિતંબોમાં દર્દ કાં તો ચીરો.

ભાવનાત્મક લક્ષણ :

- બંનેના વચ્ચે મૂડમાં આરોહ-અવરોહ ઉતાર-ચઢાવ.
- શિશુની દેખરેખ-સંભાળ માટેનું ટેન્શન.
- સ્તનપાન શરૂ કરાવવામાં પડતી તકલીફોથી નિરાશા-હતાશા.
- શારીરિક,ભાવનાત્મક પડકારોમાં પણ વિઘ્ન.

■ શિશુની સાથે નવું જીવન શરૂ કરવાની તાલાવેલી.

આપ શું વિચારી રહી છો?

"મેં ડિલીવરી વખતે ઓછા રક્તસ્રાવની આશા રાખી હતી પરંતુ જયારે હું પહેલીવાર પથારીમાંથી ઊઠી ત્યારે પણ રક્તસ્રાવ ચાલુ હતો, હું ગભરાઈ ગઈ."

આપની પાસે પેડ રાખો અને નિશ્ચિંત બની જાવ. ગર્ભાશયમાંથી નીકળતું લોહી, મ્યુક્સ તથા માંસપેશી, લોકિયા તરીકે ઓળખાય છે એ માસિકધર્મથી પણ વધુ પ્રમાણમાં નીકળે છે. શરૂઆતના દિવસોમાં સૂઈને ઊઠો ત્યારે ઝડપી સ્રાવની-વહેણની જાણ થાય છે. આ સ્રાવ શરૂઆતના થોડા દિવસોમાં ગાઢ લાલ રંગનો હોય છે પછી ધીમેધીમે ગુલાબી, ભૂરો, પછી સફેદ થઈ જાય છે. એ પ્રવાહને રોકવા માટે ટેમ્પૂનના બદલે પેડ વાપરો. એ લગભગ છ સપ્તાહ સુધી વાપરવા પડે છે. અમુક મહિલાઓમાં ત્રણ મહિના સુધી ધીમો સ્રાવ થતો રહે છે. દરેક સ્ત્રીનો સ્રાવ વહેણ અલગ અલગ હોય છે.

સ્તનપાન કે ઓક્સીટોસિનના કારણે આવો સ્રાવ ઘટે છે. ડિલીવરી પછી થનારૂં સંકોચન,ગર્ભાશયને એના મૂળ આકારમાં લાવવામાં સહાયક બને છે. જો હૉસ્પિટલમાં જ આપને લાગે કે રક્ત સ્રાવ વધી રહ્યો છે તો નર્સને જણાવો. જો ઘરમાં અસામાન્ય રીતે રક્તસ્રાવ થાય તો ડૉક્ટરને બતાવવામાં મોડું ન કરશો. જો દવાખાને કાં તો સંકય સમય માટેનાં સ્પેશિયલ રૂમમાં જાવ.

વેદનાઓ પછી

"જયારે હું સ્તનપાન કરાવું છું તો પેટના નીચેના ભાગમાં વળ-આમળ સાથે જ પીડા શા માટે થાય છે?"

દુર્ભાગ્યથી એ દર્દયુક્ત સંકોચન પ્રસવ પછી પણ મટતાં નથી. ગર્ભાશયને ૨-૧/૨ પાઉન્ડથી (સંકોચાઈને અમુક ઔંસ એટલે કે અઢી તોલાના માપમાં હોય છે)આવી આંતરિક કામગીરીમાં પીડા તો થવાની જ ! શિશુના જન્મ પછી શરીર ધીમેધીમે પોતાના જૂના આકારમાં આવે છે. આપ ગર્ભાશયના સંકોચનનો અંદાજ જાતે જ લગાવી શકો છો.

આ દર્દ એ જ તકલીફ છે, પરંતુ એ લાભદાયક પણ છે. એનાથી ગર્ભાશય સંકોચાવા લાગે છે, સાંકડુ થવા માંડે છે અને રક્તસ્રાવ પણ ઘટે છે. સ્તનપાન વખતે આવું દર્દ વધી શકે છે, કેમ કે એ સમયે સંકોચન વધારનારા ઓક્સીટોસિનનો સ્રાવ થાય છે.

ચારથી સાત દિવસમાં દર્દ આપોઆપ જ ઓછું થઈ જાય છે. ત્યાં સુધી ટાઈબીનોલથી રાહત મેળવી શકાય છે. જો રાહત ન મળે તો ડૉક્ટરને પુછો. કદાચ કોઈ ચેપ પણ હોઈ શકે છે.

પેરીનિયલનું દર્દ

"મારી એપીસિઓટૅમી નથી થઈ અને કોઈ ચીરો પણ નથી આવ્યો, તો પછી મારા નીચેના ભાગમાં આટલી પીડા શા માટે છે?"

આપ સાત પાઉન્ડના શિશુના આગમનને નજર અંદાજ કરો છો. ભલે કોઈ વાઢકાપ ન થયું હોય પરંતુ એ ભાગમાં ઈજા, ઘસારો કે સોજો થઈ શકે છે. ખાંસતાં કે છીંકતા આ દર્દ વધી જાય છે. અમુક દિવસો સુધી તો ઉઠવા-બેસવામાં પણ તકલીફ પડે છે.

આપ આ પુસ્તકનાં આગળના ભાગમાં દર્શાવેલાં ઉપાયો અજમાવી શકો છો. એ પણ થઈ શકે છે કે શિશુને ધકેલવાની પ્રક્રિયામાં આ ભાગમાં હીમરૉયડ્સ કાં તો ફિશર થઈ ગયા હોય, જે ખૂબ જ દુઃખદાયક હોય છે.

"ડિલીવરી વખતે મને ટાંકા આવ્યા છે. ક્યાંક એમાં સંક્રમણ તો નહીં થઈ જાય ને ?"

યોનિસ્ત્રાવથી ડિલીવરી થાય કે લાંબી પ્રસવ પીડાના કારણે પૈરીનિયલ ભાગમાં દર્દ તો થાય છે જ, પરંતુ કોઈ ટાંકા આવ્યા હોય તો સ્થિતિ વધારે પીડાદાયક બને છે. કોઈપણ તાજા ઘાની જેમ એને પણ રૂઝ આવતા ૭થી૧૦ દિવસનો સમય લાગે છે. એ દરમિયાન થતી થીડાનો મતલબ એ નથી કે આપને સંક્રમણ છે, ચેપ છે.

આમ પણ એ ભાગની એટલી સંભાળ લેવાય છે કે સંક્રમણનો સવાલ જ ઊભો થતો નથી. નર્સ દિવસમાં એકવાર સોજાની કે ત્યાંની લાલારાની તપાસ કરે છે. એ આપને ચેપથી કેવી રીતે બચી શકાય તેની સૂચનો પણ કરે છે. એજ સૂચનો આવા બધા કેસોને લાગુ પડે છે પછી ભલેને એ ભાગે ટાંકા આવ્યા ન હોય!

- દર ૪ થી ૬ કલાકમાં પેડ બદલીને નવું પેડ લગાવો.
- ડૉક્ટરે સૂચવેલ એ ભાગ પર એન્ટીવાયોરિટ
- સોલ્યુશનવાળા ગરમ પાણીથી શેક કરો. પેશાબ કરીને એ ભાગને સાફ કરો.પેડને સૂકવવા મૂકો ત્યારે આગળથી પાછળની તરફ રાખીને સૂકવો. એને રગડવાના ખેંચવાના બદલે આરામથી સૂકવો.
- એ ભાગોને હાથો વડે સ્પર્શ ન કરો.
- જો ટાંકાના લીધે વધારે દર્દ હોય તો.

બરફ ઘસો : સોજાને ઘટાડવા માટે અને દર્દથી રાહત મેળવવા માટે એ ભાગ પર હળવા હાથે બરફ ઘસો. બની શકે તો સર્જિકલ મોજામાં બરફને લઈને કાં તો મૈક્સીપેડમાં બરફ નાખને પેક બનાવી લો. દિવસમાં દર બે કલાકે એનાથી સોજા પર કે લાલાશ પર ઘસો.

ગરમાવો આપો : સિજબાથ લો. કટિપ્રદેશના નિતંબોને ગરમ પાણીના ટબમાં ડૂબાડીને બેસો અને બાકીના શરીરને (પાણીની) ટબની બહાર રાખો. દરરોજ ૨૦ મિનિટના ગરમ શેકથી પણ ઘણો ફાયદો થાય છે.

બહેરૂ કરો : સ્પ્રે.ક્રીમ કે ટ્યૂબનતી રીતે કોઈ દર્દ નિવારક દવા લગાવીને એ ભાગને સુન્ન કરી દો. આ અંગે આપના ડૉક્ટરના સૂચન મુજબ કરો.

(ભાર) વજન દૂર કરો : નીચેના ભાગ પર શરીરનો બને એટલો ઓછો ભાર આવે તેનું ધ્યાન રાખો. સીધા સુઈ જવાના બદલે પડખાભેર સૂવો. બેસતી વખતે નીચે કોઈ ઓશિકું રાખો. બજારમાં એવી ટ્યૂબ મળે છે, જેનાં પર બેસવાથી પેરીનિયમ પર દબાણ થતું નથી.

શરીરને હળવાશ રહે તેવા વસ્ત્રો : ફીટ પડે તેવા આંતર વસ્ત્ર ન પહેરો. એના ઘસારાથી પણ તકલીફ વધી શકે છે જો તંગ વસ્ત્રોથી એ કિસ્સો છોલાશે તો રૂઝ આવતાં વાર લાગશે.

વ્યાયામ કરો : ભલે એ હિસ્સામાં સુન્નપણું-બહેરાપણાના કારણે કીગલ વ્યાયામ કરવાથી જાણ ન થાય પરંતુ એનાંથી ફાયદો જરૂર થાય છે. એ હિસ્સાના લોહીના પ્રવાહમાં સુધારો થાય છે અને મસલટોન પણ સુધરે છે.

જો નીચેના ભાગમાં ભારે સોજો, દર્દ કે લાલાશ જોવા મળે અથવા તો કોઈ ખરાબ ગંધ આવે તો સંક્રમણની શક્યતા છે. આવા સમયે ડૉક્ટરને બતાવવું આપના હિતમાં છે.

ડિલીવરીની ઈજાઓ

"એવું લાગે છે કે હું કોઈ બર્થિંગરૂમમાંથી નહીં, પણ બોક્સિંગ રિંગમાંથી પાછી ફરી છુ આવું શા માટે લાગી રહ્યું છે?"

એ સિવાય એવું લાગી રહ્યું છે અને અનુભવાઈ રહ્યું છે કે આપને ખૂબજ માર પડયો છે. પ્રસૂતિ પછી આવું ફિલિંગ સ્વાભાવિક છે. કેમ કે આપે રિંગમાં લડતાં મલ્લબાજો કુસ્તીબાજો કરતાં પણ અધિક મહેનત કરી છે, ત્યારે તો શિશુ ધરતી પર આવ્યું છે. આપે એ આકરી પીડાઓ, પ્રસવ વેદનાઓને આ ધરતી પર વેઠી છે.આપના શરીરે નવ નવ મહિના બાળ ઉછેરમાં પોતાનું લોહી નીચોવો નાખ્યુ છે, જેના ફળ સ્વરૂઆપ આપનું સર્જન આપના હાથમાં સંતાનના રૂપે આવ્યું છે. વેદનાની એ ઈજાઓ કેવા કેવા સ્વરૂપે આપે વેઠી છે, તેની આપને જાણ છે આપની આંખોની નીચે કાળા ધાબા છે. આપે શારીરિક ઈજાઓનો માર વેઠયો છે, પણ બદલામાં જીતના ઉપહારરૂપ નાજુક નમણું કૂમળું ફૂલ આપની સોડમાં છે. આપના પ્રેમનું પ્રતિક અને નારી જીવનનું એક રૂટિન નજરાણું કહેવાય છે નારી સંતાન વિના અધૂરી

છે. આ જે આપ પત્ની અને મા છો. દુનિયાની કરોડો મા જેવી એક મા. આપ હવે આપના આરોગ્ય અંગે સાવચેત બનો. કાળજીપૂર્વક સારવાર લો. આપને જયાં જયાં સુવાવડની પીડા થતી હોય ત્યાં આ મુજબની સારવાર અને કાળજી રાખી શકો છો. બહાર જાવ તો તડકો હોય તો ગોગલ્સ પહેરો. આંખોના કાળા કુંડાળા દૂર કરવા માટે ઠંડા પાણીની અવાર નવાર છાલકોથી ધીમેધીમે રાહત મળશે. છાતીમાં દર્દ કે શ્વાસ લેવામાં પણ તકલીફ થઈ શકે છે. ગરમ પાણીનું સ્નાન કે હિટિંગપેડથી રાહત થઈ શકે છે. ટેલ બોનની આ જુબાજુ દર્દ હોય તો ગરમ શેક કરો.

શૌચ (પેશાબ)માં મુશ્કેલી

"ડિલીવરીમાં ઘણાં કલાકો વીતી ગયા પછી પણ હું પેશાબ કરી શકતી નથી."

- પ્રસવ પહેલા ૨૪ કલાકોમાં, ઘણી મહિલાઓને પેશાબની તકલીફ ઉભી થતી હોય છે. અનેક મહિલાઓને પેશાબ કરવાની ઈચ્છા થતી હોવા છતાં પેશાબ કરી શકતી નથી. કદાચ પેશાબ થાય છે તો ખુબ જ બળતરા અને પીડા થતી જોવા મળે છે. આવું અનેક કારણોથી થાય છે.
- બ્લેડરની પેશાબને રોકવાની ક્ષમતા વધી જાય છે, એટલા માટે આપને વારંવાર પેશાબ જવું પડતું નથી.
- બ્લેડર એટલે કે પેશાબાશય ડિલીવરી દરમિયાન સંકોચાઈ જાય છે અને એ ભરેલું હોવા છતાં પણ ખાલી થવાનો સંકેત આપી શકતું નથી.
- એપીડ્યૂરલના કારણે પણ પેશાબાશયની સંવેદનશીલતા ઘટી જાય છે.
- પૈરીનિયલનું દર્દ્ર્ય કે સોજો પણ પેશાબમાં તકલીફ પેદા કરે છે.
- ચીરા કે ટાંકાના લીધે પેશાબ કરતી વખતે બળતરા કે પીડા જોવા મળે છે. અમુકવા પેશાબની પોઝિશન બદલવાથી પણ બળતરા ઘટી શકે છે કાં તો પછી પેશાબ કરતી વખતે ગરમ પાણીની (ફુવારો) કરવાથી પણ આરામ મળે છે.
- જો આપે લાંબા પ્રસવ વખતે કોઈ પ્રવાહી પદાર્થ ન લીધો હોય તો ડીહાઈડ્રેશના લીધે પણ એવું થઈ શકે છે.
- અમુકવાર પીડાનો ડર, પ્રાઈવૅસીની અછત, બેચેની, બેડપેન કે બાથરૂમમાં કોઈની સાથે જવા જેવાં મનોવૈજ્ઞાનિક કારણ પણ જવાબદાર હોય છે.
- જો આપ ડિલીવરીના ૬ થી ૮ કલાકમા પેશાબ નથી કરતી તો સંક્રમણ હોઈ શકે છે. નર્સ આપની પાસેથી એવો આગ્રહ રાખી શકે છે કે આપ પહેલાં બેડપેન કે કોઈ સાધનમાં પેશાબ કરો, જેથી એનાં પ્રમાણને માપીને પેશાબાશયની શું સ્થિતિ છે એનું અનુમાન થઈ શકે.

આનાં માટે આપ નીચે મુજબના ઉપાય અજમાવો.

- ખાવા-પીવામાં બને ત્યાં સુધી પ્રવાહી ખોરાક લો.
- પથારીમાંથી ઊભા થઈને થોડું હરો-ફરો, જેથી ઢાળ અને પેશાબની પ્રક્રિયા સુપેરે થઈ શકે.
- જો બાથરૂમમાં નર્સની સાથે જતાં શરમ લાગે તો એને બહાર રાહ જોવાનું કહો. નર્સ આપને પૈરિનિયલની સાફ સફાઈ કેવી રીતે કરવી એ શીખવાડી દેશે.
- જો નબળાઈના લીધે બેડપેન લેવું પડે તો એ ભાગમાં ગરમ પાણીની ધાર કરો, જેથી પેશાબની ઈચ્છા થાય.પેન પર સૂવાના બદલે બેસવાની કોશિશ કરો.જો ઓરડામાં એકલા હશો તો વધારે અનુકૂળ રહેશે.
- આપના નીચેના ભાગને ગરમ કે ઠંડો શેક આપો.
- પેશાબ કરો ત્યારે પાણીનો નળ ચાલુ રાખો.
- આનાથી પણ પેશાબમાં સરળતા રહેશે.

જો તમામ ઉપાય ફેલ થઈ જાય ત્યારે ડૉક્ટરને મળો. તેઓ ટ્યૂબથી પેશાબાશય ખાલી કરશે.

"મારૂં પેશાબ પર નિયંત્રણ રહ્યું નથી એ આપોઆપ જ થવા લાગે છે."

શિશુના જન્મ સમયે શરીરને જે માનસિક અને શારીરિક દબાણ અનુભવાય છે એ શરીરની અનેક વ્યવસ્થાઓને અસ્ત વ્યસ્ત, એટલે કે અનિયમિત કરી દે છે. જેમકે અમુકને પેશાબ ન થાય અને અમુકને પેશાબ પર કાબૂ ન રહે અને આપોઆપ નીકળે. આવી અસરો માટે પૈરીનિયલની મસલટોન ઘટે છે, એ એમાં કારણભૂત છે.

પ્રસવ પછી કીગલ વ્યાયામ ખૂબ જ

પ્રસવ પછી ડૉક્ટરને ક્યારે બોલાવવા?

અમુક મહિલાઓ તો પ્રસવ પછી પોતાની જાતને શારીરિક અને માનસિક રૂપથી ખૂબ ફીટ કરી શકે છે અને જલ્દી જ એ નોર્મલ સ્ત્રી બની જાય છે, પરંતુ અમુક માતાઓ માટે તો તકલીફોનો અંત જ હોતો નથી. આવાં સંજોગોમાં ડૉક્ટરને ક્યારે બોલાવવા કે ફોન કરવો? જો અમુક કલાકોમાં બબ્બે પેડ બદલવા પડે એટલે કે રક્તસ્રાવ વધારે હોય તો નર્સને ફોન કરીને પૂછો કે હોસ્પિટલમાં દાખલ થવાની જરૂર છે? જો એવું શક્ય ન બને તો બરફનો પ્રયોગ કરી શકો છો.

- ■ પ્રસવના પહેલાં અઠવાડિયામાં ગાઢ લાલ રંગનો સ્રાવ થાય તો ડૉક્ટરને બતાઓ. માસિક ધર્મ જેવો સામાન્ય સ્રાવ તો ઘણા સપ્તાહ સુધી ચાલુ રહેશે. સ્તનપાન દરમિયાન એનો પ્રવાહ વધી શકે છે.
- ■ ગંદી દૂર્ગંધથી ભરેલો રક્તસ્રાવ! એની ગંધ સામાન્ય માસિક ધર્મ જેવી જ હોવી જોઈએ.
- ■ રક્તસ્રાવમાં લોહીનાં મોટો જામેલો થર આવવો. ક્યારેક ક્યારેક આવતી એકાદ લોહીની જામેલી પોપડી સામાન્ય ગણાય છે.
- ■ શરૂઆતનાં થોડા દિવસોમાં બિલકુલ રક્તસ્રાવ ન થાય.
- ■ સોજા વિનાની પીડા બેચેની અને ડિલીવરીનાં અમુક સમય પછી પેટમાં તેના નીચેના ભાગમાં વળ-આમળ.
- ■ શરૂઆતના થોડા દિવસો પછી પૈરીનિપલના ભાગમાં અવિરત વેદના.
- ■ ૨૪ કલાક પછી આખો દિવસ ૧૪૦ (ડીગ્રી) ફેરનકીટનો તાવ.
- ■ માથું ભમવું.
- ■ જીવ આકૂળવ્યાકૂળ થવો અને ઉલટી.
- ■ વક્ષ સ્થળના સંક્રમણનાં લક્ષણ અને વ્યથા.
- ■ ચીરાની આ જુબાજુ સામાન્ય સોજો, લાલાશ.
- ■ ૨૪ કલાક પછી પેશાબમાં તકલીફ, દુર્ગંધ મારતું પેશાબ, ડૉક્ટર પાસે જતાં પહેલાં પીવાય એટલું પાણી પીઓ.
- ■ છાતીમાં આકરૂ દર્દ, હ્રદયના ધબકારા ઝડપી. પગ ઉપાડવામાં પણ તકલીફ, ડૉક્ટરની પાસે જતાં પગને ઉંચો કરીને જે તે વાહનમાં બેસો.
- ■ જ્યારે હતાશા અને દુઃખનું જલ્દી નિવારણ નથી થતું ત્યારે બાળક પ્રત્યે અણગમો, ક્રોધની ભાવના જન્મે છે એવી કટઊભાવના જાગવા ન દો. શાંત ચિત્તે સારવાર લો.

અસરકારક બની શકે છે, તેમ છતાં રાહત ન મળે તો ડૉક્ટરની મદદ લો.

શૌચક્રિયામાં તકલીફ

"ડિલીવરીના બે દિવસ પછી પણ હું કુદરતી હાજતે જઈ શકી નથી. જવાની ઈચ્છા થવા છતાં એવી ચિંતા રહે છે કે ક્યાંક ટાંકા ચિરાઈ ન જાય!"

દરેક પ્રસૂતાએ આવી સ્થિતિનો સામનો કરવો પડે છે. જ્યાં સુધી આપ આ સ્થિતિમાંથી બહાર નહીં નીકળી શકો ત્યાં સુધી બેચેની અને કાલ્પનિકભય આપને પજવતો રહેશે. અમુકવાર આમાં મનોવૈજ્ઞાનિક કારણો પણ જવાબદાર હોય છે. અમુકવાર શિશુના જન્મ સમયે પેટની માંસપેશીઓ પર વધારે ખેંચાણ આવવાથી એમની કાર્યક્ષમતા ઘટી જાય છે અમુકવાર પ્રસવ પહેલાં એ પછી પણ શૌચક્રિયા સંપન્ન થઈ ચૂકી હોય છે, જેની અમુકવાર પ્રસૂતાને જાણ હોતી નથી. આપે કદાચ નક્કર ખાદ્ય પદાર્થ લીધો નહીં હોય! જ્યૂસ અને પ્રવાહી ખોરાક લેવાથી પણ શૌચક્રિયા વિલંબમાં પડે છે.

આમાં સહુથી મોટો ડર તો એ છે કે મળ ત્યાગ કરતી વખતે જોર કરવાથી પીડા થશે કાં તો ટાંકા તૂટી જશે એવો ભય વ્યાજબી છે. આપના કેસમાં એવું લાગે છે કે હીમરોયડ્સની હાલત વધારે ખરાબ થશે. હૉસ્પિટલમાં ગોપનીયતા પણ જળવાશે નહીં.

જો કે આપ સહેલાઈથી આવી હાલતનો અવસ્થાનો ઉપાય કરી શકો. **આ રહ્યાં એ ઉપાય**

<u>ચિંતા ન કરો :</u> આવા સંજોગોમાં માત્ર ચિંતા ફિકર કરવાથી કોઈ લાભ થતો નથી. એના બદલે આ ઉપાધિમાંથી ઉગરવાના ઉપાય કરો. જો થોડા દિવસ જાજરૂ ન આવે તો ચિંતા કરવાની નથી અને બળ જબરીપૂર્વક શૌચ જવાનું નથી.

<u>પાંદડાવાળી શાકભાજી ખાવ અને એવો જ ખાદ્ય પદાર્થ લો :</u> હૉસ્પિટલ કે બર્થ સેન્ટરમાં દાખલ છો તો આપના આહારમાં ફળ, શાકભાજીઓ અને અનાજથી બનેલાં ખાદ્ય પદાર્થ લો. સફરજન, નાશપતી, સૂકા-મેવા વગેરે લેવાથી પણ ફાયદો થશે. બને ત્યાં સુધી રેસાવાળું ભોજન કરો. આનાથી કબજિયાત નહીં થાય. બેડની કિનારીએ પડેલું ચોકલેટનુ પેકેટ લોભામણું તો છે પણ એને ખાવાથી કબજિયાત થઈ શકે છે.

<u>પ્રવાહી પદાર્થોની માત્રા :</u> ભારે પ્રમાણમાં પ્રવાહી પદાર્થ લો, જેથી કબજીયાત ન થાય.આમ તો પાણીથી જ પૂરો થશે પરંતુ સફરજનનું કે સંતરાનું જ્યૂસ પણ મદદગાર બની શકે છે ગરમ પાણીમાં લીંબુને નિચોવીને પીવું પણ ફાયદાજનક છે.

<u>ચાવીને ખાવ :</u> એક એક કોળિયો ચાવીને ખાવાથી એને પચવામાં વિલંબ થતો નથી. પાચનતંત્રને પણ વધુ મહેનત કરવી પડતી નથી, જેનાં કારણે એ પણ નિયમિત અને યોગ્ય રીતે કામ કરવા લાગશે.

<u>હરો - ફરો :</u> અમે જાણીએ છીએ કે આપ ડિલીવરી પછી દોડી શકો એવી હાલતમાં નથી, પરંતુ ધીમે ધીમે પ્રાંગણમાં હરી-ફરી શકો છો.અમુકવાર પથારીમાં બેઠા બેઠા કિંગલ વ્યાયામ પણ કરી શકો છો. નિયમિત કસરત લાભ કરે છે. એક-બે દિવસના વ્યાયામથી કોઈ લાભ થતો નથી. જો નિયમિત કીગલ વ્યાયામ કરશો તો ગુદામાર્ગને પણ લાભ થશે. ઘરમાં શિશુને તેડીને હરો-ફરો.

<u>તણાવને પોષો નહીં :</u> તણાવ,તણાવ કે કોઈપણ પ્રકારના ટેન્શનને હળવાશથી લો. તેને પોષો નહીં. જો ટેન્શન રાખશો તો ટાંકાને કોઈ નુકશાન નહીં થાય, પણ હીમરોયડ્સની હાલત વધારે બગડી શકે છે. કટિસ્નાન કરો. દવા લગાવો. ગરમ કે ઠંડો શેક કરો.

<u>મળને પાતળો કરવાની દવા :</u> હૉસ્પિટલમાં મળને પાતળો કરવાની દવા મળે છે જેથી શૌચક્રિયા વખતે તકલીફ ન પડે અને મળ સહેલાઈથી નીકળી શકે બહુ જોર ન કરવું પડે. જો કે દવા લીધા પછીની પહેલી શૌચક્રિયા વખતે થોડું દર્દ થઈ શકે છે પરંતુ ડરશો નહીં. મળ પાતળં થઈ જશે તો આપની મુશ્કેલી દુર થશે અને આપ પછી સ્વાભાવિક રીતે મળ પ્રવૃત્તિ કરી શકશો.

જરૂરથી વધારે પરસેવો થવો :

"હું રાતના એકાએક પરસેવે રેબઝેબ થઈને જાગી જાઉ છું. શું આ સામાન્ય છે?"

આ લક્ષણ આમ તો મૂંઝવણભર્યા હોવા છતાં સ્વાભાવિક છે. સામાન્ય છે.નવી માતાઓને અનેક કારણોવશ ખૂબ જ પરસેવો વળે છે. આપના હોર્મોનનું સ્તર ઘટવા લાગે છે, કેમ કે હવે આપ ગર્ભવતી નથી. વારંવારની શૌચ પ્રવૃત્તિથી પણ શરીરમાંનો બિનજરૂરી કચરો નીકળે છે. નકામુ દ્રવ્ય પણ નીકળી જાય છે, જેથી ખૂબજ પરસેવો થાય છે, જે આપને સતામણીરૂપ લાગે છે. આના ઉપાય માટે આપ ઓશિકા ઉપર રૂમાલ પાથરીને રાખો જેથી એ રાત્રે પલળે નહીં અને આપને નિરાંતની નીંદર આવે.

ભલે આપ શિશુને સ્તનપાન કરાવતી હોય કે ન કરાવતી હોય, પણ પરસેવા દ્વારા વહી જતાં શરીરનાં પાણીની પૂર્તિ માટે પ્રવાહી પદાર્થ વધારે પ્રમાણમાં લો.

તાવ

"હું હમણાં જ હૉસ્પિટલથી ઘરે આવી છું મને ૧૦૧ ડીગ્રી તાવ છે. શું મારે ડૉક્ટરને ફોન કરવો જોઈએ?"

જો ડિલીવરી પછી આપની તબિયત ઠીક ન હોય તો ડૉક્ટરને બતાવવામાં જ આપની ભલાઈ છે. આવો તાવ ઘણીવાર પ્રસવ પછી જોવાં મળતાં સંક્રમણના કારણે પણ હોઈ શકે છે કાં તો પછી એનું બીજુ કારણે પણ હોઈ શકે છે. અમુકવાર ઉશ્કેરાટ આવેશ અને થાકના લીધે પણ તાવ જોવા મળે છે. જો કે સ્તનપાનના શરૂઆતના દિવસોમાં પણ શરીરનું ઉષ્ણતામાન સાધારણ વધી જાય છે,પરંતુ પ્રસવના પહેલાં ત્રણ સપ્તાહમાં ડૉક્ટરને બતાવો. આકરા તાવની સાથે શરદી ઠંડી વાય કે ઉલટીઓ થાય તો તાત્કાલિક દવાખાને પહોંચો.

સ્તનોનું વિસ્તરણ

"મારી છાતીઓમાં દૂધ આવી આવી ગયું છે. મારી છાતીઓ સામાન્યથી ત્રણ ગણી ભરાવદાર બની છે. છાતીઓ પણ ઘણી કઠણ થઈ ગઈ છે.

એને અડવાથી એવી તો પીડા થાય છે કે હું બ્રા પણ પહેરી શકતી નથી.શું જયાં સુધી શિશુ સ્તનપાન કરતું રહેશે ત્યાં સુધી મારી હાલત આવી જ રહેશે?''

આપે વિચાર્યું ન હતું એવી અણધારી છાતીઓ વિસ્તરણ પામી છે. ખરેખર તો છાતીઓ ફેલાઈ નથી પણ એમાં સોજા આવી ગયા છે. સોજો પીડા કરે છે. તેને અડવાનું મન ન થાય તેવુ દર્દ થાય છે. જો સોજાના કારણે દૂગ્ધપાન માટેના નિપ્પલ પણ બહારની તરફ ઉપસી આવ્યા હોલય તો સ્તનપાનમાં દર્દ થતું નથી પણ એ સંકોચાઈને ભીતર સરકી ગયા હોય તો આપને સ્તનપાન કરાવતી વખતે પીડા થશે અને શિશુને પણ દુગ્ધપાન કરતી વખતે તકલીફ થશે. તે સંતોષથી દૂગ્ધપાન નહીં કરી શકે.

જો કે આપના માટે ખુશ ખબર એ છે કે આ વિટંબણા લાંબી નથી. દૂધની પૂર્તિ અને માંગનું બેલેન્સ બનતાં જ તમારી તકલીફો ચપટી વગાડતાંમાં જ દૂર થશે.

''હું સ્તનપાન કરાવવા નથી માંગતી, પણ મેં સાંભળ્યુ છે કે દૂધને સૂકવવામાં ઘણી તકલીફ પડશે?''

પ્રસવના બે-ત્રણ દિવસની અંદર જ સ્તનોની નસોમાં દૂધ ઉતરી આવે છે. સ્તનોની નસોમાં દૂધ ત્યારે જ બને છે જયારે આપને એની જરૂર હોય! જો બાળકને સ્તનપાન કરાવવામાં આવતું નથી તો દૂધ આપોઆપ બંધ થઈ જાય છે.જો કે અમુક દિવસો કે અઠવાડિયા સુધી દૂધ ઝરે છે, પરંતુ સ્તન થોડાં જ દિવસોમાં સામાન્ય બની જશે. અત્યારે આપ આઈસપેક કાં તો આધાર દેનારી, બ્રાનો ઉપયોગ કરી શકો છો. નિપ્પલને મસળશો નહીં. દૂધ કાઢશો નહીં અથવા તો ગરમ પાણીથી સ્નાન ન કરશો. કેમ કે જો આવું કરશો તો એનાંથી દૂધ બનશે અને તકલીફજનક પ્રક્રિયા ચાલુ રહેશે.

દૂધ કયાં ગયું ?

''ડિલીવરીના બે દિવસ પછી પણ મારા સ્તનોમાં કોલેસ્ટ્રોન સુધ્ધા બન્યું નથી. શું મારૂં બાળક દૂગ્ધપાન વિના ભૂખ્યું રહેશે?''

ના. શિશુ ભૂખ્યું નહીં રહે. હજુ એને ભૂખ પણ લાગી નથી. શિશુ જન્મથી જ ભૂખ્યા નથી હોતા પ્રસવના ત્રીજા-ચોથા દિવસ સુધીમાં જયારે એને ભૂખ લાગશે ત્યારે આપની છાતીઓમાં તેના માટે ઘણું બધુ દૂધ હશે.

અત્યારે પણ આપના સ્તનની નસો ખાલી નથી. તેમાં શિશુના પોષણ માટે જરૂરી કોલોસ્ટ્રોનના અંશ અવશ્ય હયાત હશે. અત્યારે તો શિશુને એક ચમચી જેટલું દૂધ પણ મળી જાય તો પર્યાપ્ત છે, પરંતુ જયાં સુધી સ્તન સંપૂર્ણ રીતે ભરાઈ ન જાય ત્યાં સુધી હાથોથી દબાવીને દૂધ કાઢવાનો પ્રયત્ન ન કરો. એક દિવસનું શિશુ જાતે જ સ્તનને ચૂસીને જ પોતાનું પેટ ભરી લેશે.

પરસ્પર પ્રેમ

''મને આશા હતી કે શિશુને નિરખતાં જ મારૂ માતૃત્વ ઉછળી પડશે, પરંતુ મને હજુ પણ બાળકને હૈયે ચાંપવાનું મન થતું નથી. બાળક પ્રત્યે વહાલ કેમ ઉભરાતું નથી?''

ડિલીવરી પછી જયારે આપના હાથોમાં કપડામાં લપેટેલી પોટલી આવે છે ત્યારે તો એમાં ઢંકાયેલાં સુંવાળા અને નવજાત બાલુડાને જોવા આંખો અધરી બની જાય છે.આપના પ્રેમના પ્રતિકને જોતાં જ આપ હરખપદુદી બનો છો એ આપની તરફ જુએ છે તો આપ એના મોં પર મમતાના અમી સમા સુંખનોની જડી વરસાવો છો અને એ પળથી જ માને દીકરા વચ્ચેનું પરસ્પર પ્રેમ અને મમતાનું એક અતૂટ બંધન રચાય છે.

દરેક ગર્ભવતી મા આવા જ સપના જુએ છે,પરંતુ હકીકતમાં આવું થઈ શકતું નથી. પ્રસવનો લાંબાગાળાનો થાક પછી લાલ રંગનું કરચલીઓ વાળુ, કે સૂજૈલાં ચહેરાવાળુ શિશુ આપની ગોદમાં આવે છે. આપને આંચકો લાગે છે. આપને એ શિશુના ચહેરામાં ઓળખની કોઈ ઝલક જોવા મળતી નથી. વળી જાહેરાતોમાં બતાવવામાં આવતાં ગોળમટોળ અને આકર્ષક ચહેરા જેવું કશું જ જોવા મળતું નથી આપની અનેકવારની કોશિશો છતાં એ દૂધ સ્તનમાંથી ચૂસી શકતુ નથી અને વિચિત્ર પ્રકારના સ્વરે રડયા કરે છે. આપને એવું જ લાગવા માંડે છે કે શું અમારા વચ્ચે પ્રેમનો કોઈ વિકલ્પ નથી.

ખરેખર તો દરેક મા અને શિશુ વચ્ચે પરસ્પર સ્નેહના સેતુને બનતાં વાર લાગે છે અમુક માતાઓ અને શિશુઓ વચ્ચે પરસ્પર પ્રેમ જાગતાં સમય લાગે છે. અમુક માતાઓની સુવાવડ હેમખેમ પાર

દવાખાનાથી ઘરે પાછા

આપની ડિલીવરી હેમખેમ પતી જાય મેં આકરી ડિલીવરીનું ઑપરેશન પતે સંપૂર્ણ સારવાર પછી હૉસ્પિટલમાંથી કયારે રજા લેવી કે ડૉક્ટર કયાં સુધી એડમિટ રાખે છે એ તમામ બાબતોનો મુખ્ય આધાર આપના શારીરિક અવસ્થા પર છે. જો આપને લાગે કે આપનું બાળક અને આપ બરાબર ફીટ છો, કોઈ તકલીફ નથી તો ડૉક્ટરને મળીને ઘરે જવાની વાત કરી શકો છો. જો રજા મળી જાય છે તો આપ ડૉક્ટર સાથે મળીને એ નક્કી કરી લો કે આપ આપના શિશુની સાથે કયારે તપાસ કરાવવા જશો. દિવસ અને તારીખ નક્કી કરી લો, જેથી ધરમનો ધક્કો ન પડે. ડૉક્ટર આપને ઘરે ગયા પછી તપાસ કરવા બોલાવે એ પહેલાં એવુ જાણવા અને જોવા ઈચ્છશો કે કયાંક શિશુને કમળાની અસર તો નથી ને અથવા તો એને પૂરતાં પ્રમાણમાં સ્તનપાન દ્વારા દૂધ મળી રહ્યું છે કે નહીં.

જો આપ ૪૮ થી ૯૬ કલાક હૉસ્પિટલમાં જ રહો છો તો સંપૂર્ણ આરામ કરવાની કોશિશ કરો. કેમ કે જયારે ઘરે પાછા ફરશો ત્યારે આપને ખૂબજ તાજગી અને સ્ફૂર્તિની જરૂર પડશે. શરીરની ઊર્જા જ એને જાળવી રાખશે.

પડે છે અને તેનો ઉત્સાહ-ઉમંગ અનેરો હોય છે.તેઓ જેવુ છે એવું બાળક લઈને હૈયે ચાંપે છે.જયારે અમુક કિસ્સાઓમાં જુદી જ પ્રતિક્રિયા જોવા મળે છે. જેમકે શિશુને જન્મ આપીને મા લોથપોથ થઈ જાય છે એવી માતાઓમાં શિશુને ગોદમાં લેવાની પણ શક્તિ બચી હોતી નથી.

આપે પણ આપની જાતને થોડો સમય આપવો પડશે. માતાનો કર્તવ્યના ભાગરૂપે આપ શિશુની બધી જરૂરતોને પૂરી કરો. એને હૈયે ચાંપીને હેતના ધાવણ ધવરાવો માની મમતાના અમૃતકુંભ એના પર ઢોળી દો. એના માટે હાલરડાંઓ ગાવ. એની સાથે વાતચીત કરો. તેના નમણા હાથ-પગને હળવે હાથે માલિશ કરો. ધીમે ધીમે આપ સ્વયંને એક સ્નેહી અને પરિપૂર્ણ માના રૂપમાં જોઈ શકશો.

"મારૂ બાળક પ્રીમેચ્યોર હતું, જેથી એને આઈ.સી.યુ.માં લઈ જવું પડયું. ડૉક્ટરે કહ્યું કે એને ત્યાં બે અઠવાડિયા સુધી રાખવામાં આવશે. શું એની સાથે માની મમતાનું સગપણ રચવામાં મોડું તો નહીં થાય ને?"

જો કે તાજા જન્મેલા નવજાત શિશુને વહાલ કરવાનુ સુખ જ અજબ ગજબનુ હોય છે એ સુખ કલ્પનાતીત હોય છે, પરંતુ એ માટે શિશુ આપનુ દુધ પીને તાજું માજું થવા આવવાનું જ છે. હાલમાં તો એની સાર-સંભાળ આઈસીયુમાં લેવાય છે એ એના અને આપના હિતમાં છે.

આપ શિશુને આઈસીયુમાં રાખ્યા પછી પણ એની સાથેનો, મમતાનો સંબંધ જાળવી શકો છો. આપ એને મળી શકો છો.સ્પર્શ કરી શકો છો. હૈયે ચાંપી શકો છો. હૉસ્પિટલોમાં માતા-પિતાને આવી રજા મળતી જ હોય છે. ત્યાં હાજર નર્સને પૂછો કે આપના શિશુ સાથે વધારેમાં વધારે સમય કેવી રીતે વીતાવી શકો છો?યાદ રાખો કે જયારે આપ શિશુની સાથે ઘરમાં રહેવાનું શરૂ કરશો ત્યારે પરસ્પર, શિશુ અને આપના વચ્ચે એક ગાઢ સ્નેહનું સગપણ રચાઈ ગયુ હશે.

ઓરડામાં શિશુ

"ગર્ભાવસ્થા દરમિયાન તો વિચારીને ખૂબ આનંદ થયો હતો કે પ્રસૂતિ પછી શિશુ મારા કમરામાં રહેશે, પરંતુ હું જાણતી ન હતી કે એ વખતે થાક અને અશક્તિથી મારી શું હાલત હશે? હવે હું શિશુને કોઈ બીજી જગ્યાએ લઈ જવાનું કહું છું, હું કેટલી ખરાબ માતા છુ?"

આપ ખરેખર તો એક સારી મા છો અને મા તરીકેના પડકારોને પાર કરીને, એક નારી જીવનનું ઉમદા કર્તવ્ય પુરૂ કર્યુ છે. હવે આપ એકબીજા પડકારને પાર કરવા ઈચ્છો છો. વાંધો નહીં,પણ એ દરમિયાન થોડો આરામ આપના માટે સામાન્ય છે અને જરૂરી પણ છે ડિલીવરીનાં થાકના લીધે આપ શિશુની સંભાળ ન રાખી શકો તો તેમાં શરમ-સંકોચ કરવાની કોઈ વાત નથી. પ્રસવ- ડિલીવરી પછી આપનું શરીર નબળુ છે લોથપોથ છે. આપને ઘણા કલાકોનો ઉજાગરો છે. દવાઓનો નશો પણ મગજને બોઝિલ બનાવતું હશે. એવામાં જો આપ થોડોક સમય નિરાંતની નીંદર લેવા માંગો છો તો તેમાં શું હાનિ છે?

આપના શિશુની સાથે વીતાવેલો કલાકોની ગણતરી ન કરો. જયારે શિશુને હૈયે ચાંપ્યું હશે ત્યારના પ્રેમ અને લાગણીઓની ગુણવત્તાને

સમજો. ઘરે જઈને તો એણે પછી આખો દિવસ રહેવાનું જ છે ને! હમણાં દવાખાને પૂરો આરામ કરો, કેમ કે પછી આરામનો આવો મોકો નથી મળવાનો.

સિજેરિયન ડિલીવરી

"સી સેકશન પછીમને કેટલાં સમયમાં સંપૂર્ણ આરામ થઈ જશે?"

કોઈપણ પેટના ઑપરેશન પછી અન્ય સગર્ભાઓને ઠીક થતાં કેટલોક સમય તો લાગે છે. આપને પણ એટલો જ સમય લાગવાનો છે. આમાં માત્ર ફરક એટલો હોય છે કે આપનું ગોળ બ્લેન્ડર કે એપેંડિક્સ નહીં નીકળે, પણ આપના હાથમાં એક નમણું ફૂલ જેવુ કૂમળુ બાળક આવશે. સર્જરીથી આરામની સાથોસાથ આપને શિશુના જન્મથી થનારી તકલીફોમાંથી (પ્રસવ પીડાથી) જ રાહત મળશે થાક, હોર્મોનલ ફેરફાર,પરસેવો વગેરેમાંથી પણ બચી શકાય છે.

ઑપરેશનથી નીચે મુજબના લક્ષણ જોવા મળે છે.

<u>**ચીરાની આ જુબાજુ વેદના :**</u> એનેસ્થેસિયાની અસર ઓછી થતી જશે તેમ તેમ આપના ચીરામાં પીડા થશરે. આવી પીડા અનેક કારકો પર નિર્ભર હોય છે. જેમકે ચીરો કેવી સ્થિતિમાં મૂકાયો છે? આ પહેલાં પણ આપનું સી-સેક્સન થયું છે કે નહીં?

ઑપરેશન વખતે આપને દર્દનાશક દવા આપવામાં આવશે, જેનાંથી આપને ઉંઘ આવશે. આપ શિશુને સ્તનપાન કરતાં ગભરાશો નહીં. એથી કોલોસ્ટ્રમ પર અસર નહીં થાય. પછી આપને ડિલીવરીની શરૂઆત જેવી ભારે દર્દ નિવારકોની જરૂર નહીં પડે. જો દર્દ ઘણા દિવસો સુધી જણાય તો આપ કયારેક કયારેક દર્દ નિવારક દવા લઈ શકો છો.ડિલીવરી પછીના થોડા અઠવાડિયામાં ભારે સામાન ન ઉપાડો.

<u>**ઉબકા-કે ઉલટી વિના જીવ વ્યાકૂળ થવો :**</u> બની શકે છે કે આપની સાથે એવું ન થાય પરંતુ જો જીવ ઉકાળે ચડયો તો આપને એની દવા આપવામાં આવશે.

<u>**થાક :**</u> ડિલીવરી દરમિયાન આપનુ લોહી પુષ્કળ પ્રમાણમાં વહી જવાથી શરીર નબળુ પડે છે. જો આપે ઑપરેશન પહેલા યોનિમાર્ગથી થનારી પ્રસુતિ પીડા ભોગવી છે અને એમાં સફળ ન થતાં ઑપરેશન પછી થાક અને અશક્તિ બેવડાય છે. વળી આપનું સી-સેકશન પહેલેથી નક્કી ન હતુ અને અચાનક આવી પડયું એથી પણ આપ ભાવનાત્મક રીતે હતાશા અનુભવો એ વ્યાજબી છે.

<u>**અવસ્થાની નિયમિત તપાસ :**</u> એક નર્સ દરરોજ સમયસર આપનું ઉષ્ણતામાન રગો-નસો અને લોહીનું દબાણ વગેરે તપાસતી રહેશે. આપના પેશાબ અને રક્તસ્ત્રાવની પણ તપાસ થશે.

આપના રૂમમાં આવ્યા બાદ આપ નીચે મુજબની અપેક્ષા રાખી શકો છો.

<u>**વધારે તપાસ :**</u> નર્સ સતત આપની સ્થિતિ તપાસતી રહેશે.

<u>**પેશાબ માટેની ટયૂબ કાઢવી :**</u> પેશાબ કરવા માટે નાખવામાં આવેલી ટયૂબને કાઢી નાખશે, જેથી આપને પહેલીવાર પેશાબમાં તકલીફ પડશે. એના માટે અમારી ટિપ્સને અજમાવો. જોએ ઉપાયો કારગત ન નીવડે તો પેશાબનળી ફરીથી નાખવી પડશે.

<u>**સર્જરીના ૮ થી ૨૪ કલાક પછી :**</u> સર્જરીના ૮ થી ૨૪ કલાક દરમિયાન આપે ધીમેધીમે ઊભા થઈને બેસવાનું છે. પછી જમીન પર ઊભા રહેવાનું સૂચવાશે. જો માથું ન ભમે, ચકકર જેવું ન લાગેતો આપ ઊભા થઈ શકો છો. પછી આપને અમુક પગલાં ચાલવાનું કહેવામાં આવશે. આ રીતે આપ ખૂબ ઝડપથી આપના સાથીના ટેકાથી ઉઠવા-બેસવા લાયક બની જશો.

<u>**સામાન્ય આહાર તરફ :**</u> કેટલીય જગ્યાએ સી સેકશનના ૨૪ કલાક પછી પણ આઈવી પર રાખવામાં આવે છે અને પહેલાં એક-બે દિવસ પ્રવાહી ખોરાક આપવામાં આવે છે.પછી ખાદ્ય પદાર્થ ધીમેધીમે શરૂ કરવામાં આવે છે. દરેક હૉસ્પિટલો અને ડૉક્ટરોની તબીબી નીતિ આ બાબતે વિભિન્ન હોય છે. આપની અવસ્થા પર એ વાતનો આધાર છે કે ખાદ્ય પદાર્થ કયારે શરૂ કરવા? પ્રવાહી પદાર્થો પછી આપને એવો ખોરાક આપવામાં આવશે, જે સહેલાઈથી પાચન થઈ શકે. ખાદ્ય પદાર્થો શરૂ કર્યા પછી પણ પ્રવાહી પદાર્થ તો ચાલુ જ રાખજો. કેમ કે એ આપના માટે ખૂબ જરૂરી છે.

<u>**ખભામાં પીડા :**</u> ઘણીવાર આપના ખભામાં અસહ્ય પીડા ઉપડી શકે છે, પણ દવાથી તેને નિવારી શકાય છે.

<u>**કબજીયાત :**</u> એનેસ્થેસિયા અને સર્જરીના લીધે આપની મળપ્રવૃતિ ધીમી પાડી જશે. ઘણાં દિવસો

સુધી શૌચક્રિયામાં તકલીફ પડી શકે છે. કબજિયાતને લીધે ગેસ-વાયુની પીડા થઈ શકે છે. એનાં માટે આપને કોઈ દવા આપવામાં આવશે. જેથી સહેલાઈથી મળપ્રવૃત્તિ થઈ શકે.

પેટની તકલીફ : પાચનતંત્ર કામ કરવાનું શરૂ કરશે તો પેટમાં જમા થયેલો ગેસ આપને પજવી શકે છે. હસવાથી ખાંસી લેવાથી અને છીંક ખાવાથી હાલત વધારે બગડી શકે છે.નર્સ કે ડૉક્ટર આરામ મળે તેવા ઉપાય કરશે. આપને જ્યાં ચીરો થયો છે એ ભાગે હાથ રાખીને ઉંડો શ્વાસ લેવાથી કે હરવા-ફરવાથી થોડી રાહત મળી શકે છે.

શિશુની સાથે સમય વીતાવો : જો હવે આપને લાગે છે કે તબિયત સુધરી રહી છે તો શિશુને દૂધપાન ઉપરાંત તેની સાથે સમય વીતાવો. તેને રમાડો વહાલ કરો. આપને તકલીફ જેવું હોય અને ચક્કર ક્યારેક આવી જતાં હોય તો કોઈને કોઈ ઘરના સભ્યને સાથે રાખો. તે એવું સ્વજન હોવું જોઈએ, જે ઘરકામ કરી લે અને આપ શિશુમય બની જાવ.

ટાંકા ખોલવા : જો ટાંકા આપ મેળે ઓગળી જાય તેવા નથી તો ડિલીવરીના ચાર-પાંચ દિવસ પછી ડૉક્ટરની સલાહ મુજબ ટાંકા ખોલવાનું કહેવામાં આવશે. ટાંકા ખોલતી વખતે દર્દ થતું નથી, પણ આપને થોડો રઘવાટ થઈ શકે છે.ટાંકા ખોલ્યા પછી ચીરાને ધ્યાનથી જુઓ અને ડૉક્ટરને પૂછો કે એને સંપૂર્ણ રૂઝ વળતા કેટલો સમય લાગશે?એની શું કાળજી રાખવાની છે અથવા તો એમાં કેવાં કેવા ફેરફાર થઈ શકે છે? આમ તો આપ પ્રસુતિ પછીના ત્રણ-ચાર દિવસ બાદ ઘરે જઈ શકો છો,પરંતુ ઘરે જઈને પણ આપને અને શિશુને સાર-સંભાળની જરૂર પડશે. શરૂઆતના થોડા અઠવાડિયા માટે કોઈને આપની દેખરેખ માટે રાખો.

શિશુની સાથે ઘરે પરત થવું

"હૉસ્પિટલમાં તો નર્સો મારા બાળકના ડાયપર બદલતી હતી, નવડાવતી હતી, મને બતાવતી હતી કે શિશુને દૂધ પીવડાવવાનો સમય થઈ ગયો છે. હવે હું ખૂબ જ અવઢવમાં છું હું એ બધુ કરી શકીશ?"

એ વાત સાચી છે કે શિશુ પોતાની સાથે નિત્યક્રિયાની યાદી લઈને નથી આવતું, પરંતુ ક્યારે આપ હૉસ્પિટલમાંથી ઘરે પાછા ફરો છો ત્યારે આપને શિશુને નવડાવવાના, ધોવડાવવાના અને ખવડાવવાના સૂચનોની યાદી આપવામાં આવે છે કાં તો મૌખિક સૂચન કરાય છે. કદાચ પહેલીવારર ડાયપર બદલતી વખતે આપનાથી થોડીક ગરબડ થઈ જાય,પરંત આ અંગે પુસ્તકોમાંથી અને ઓનલાઈનથી માહિતી મળી જાય છે બાળકોના નિષ્ણાંત પણ ઘણુ બધુ સમજાવી દેતાં હોય છે. આપના સવાલોની યાદી બનાવીને આપ જવાબો મેળવી શકો છો, જેથી કોઈ બાબતમાં શરતચૂક ન થાય.

જો કે એક સમજુ માતા-પિતા બનવામાં થોડોક સમય તો લાગે જ છે. આના માટે આપે ધીરજપૂર્વક બાળ ઉછેરનાં સૂચનોનો અભ્યાસ કરવો પડશે.

કદાચ શિશુ એ કામ માટે આપને માફ કરી દેશે કે ભલે આપે એનું ડાયપર અવળું પહેરાવ્યું કાં તો ભલે એને સ્નાન કરાવતાં કાનમાં સાબુનું જરા ફીણ રહી ગયું. આવી આપની ભૂલો માટે બાળક માઠુ લગાડતુ નથી. વળી તેઓ પોતાની ફીડબેડ દેવામાં પણ નથી શરમાતા ભૂખ લાગે ત્યારે જોરથી રડવા લાગે છે, જેથી માતાને ખબર પડે કે સ્તનપાનનો સમય થયો છે. જો સ્નાન કરાવતી વખતે પાણી વધારે ઠંડુ હોય અને વધારે ગરમ હોય ત્યારે પણ શિશુ સંમરાણ મચાવી દે છે, જો આવું થાય ત્યારે ઓછુ ઠંડુ કે સાધારણ ગરમ પાણીથી બાળકને નવડાવો.

શિશુ પાસે બીજી માતો હોતી નથી, જેથી સાથે આપની સરખામણી કરી શકે? આપ એનાં માટે

દુનિયાની ઉત્તમમાં ઉત્તમ, શ્રેષ્ઠતમ મા છો અને જીવનપર્યંત રહેવાના છો.

આપ થાકી જાવ તો આરામ કરો. શરીરની તાજગી અને સ્ફૂર્તિ જાળવી રાખવા માટે પેટ ભરીને ખાવ. બને તો ત્રણ ટાઈમ ખાવાના બદલે જયારે જયારે ભૂખ જણાય ત્યારે ત્યારે ખાવ. કેમ કે આપે આપના દુગ્ધપાનથી એક નમણાં ફૂલને ખીલવવાનું છે. એનાં વિકાસ અને ઉછેર માટે પૌષ્ટિક આહાર લો.ફળ-ફળાદિ ખાવ. મેવા-મીઠાઈ ખાવ- સૂકો મેવો ખાવ. જુદીજુદી જાતના શાક ખાવ. જેથી બાળક મોટું થઈને એમ ન કહે કે? મને આ ભાવતું નથી? માતાને જે નહીં ભાવતું હોય તે સંતાનને નહીં ભાવે. આપ બાળકને કાળજીપૂર્વક ઉછેરો. આપને બેબી કેરનો અભ્યાસ હોવો જોઈએ. જેથી ખૂબજ સહેલાઈથી શિશુને ગોદમાં રાખીને ઘરના કપડાં પણ ધોઈ શકશો અને ઘરની સાફ-સફાઈ વખતે પણ શિશ્ને દૂર રાખવાની જરૂર નહીં પડે. ગોદમાં બાળકને રાખીને વૈકયુમ કલીનર પણ ચલાવી શકશો. પછી આપને એક જ સમયે અનેક કામ પતાવવાનો હુન્નર આવડત પણ આવડી જશે.

સ્તનપાનની શરૂઆત

શિશુને સ્તનપાન કરાવવું એ એક સ્વાભાવિક સહજ પ્રવૃતિ છે, પરંતુ તેમ છતાં અમુક માતાઓ બાળકને યોગ્ય રીતે દુગ્ધપાન કરાવી શકતી નથી. સ્તનોમાં કુદરતી રીતે દૂધ બને છે, પૂરતાં પ્રમાણમાં સ્તનોની નસોમાં ઉતરી આવે છે,પરંતુ તેમ છતાં આપે બાળકને દૂધ સંતોષકારક રીતે પીવડાવવાની આવડત શીખવાની છે. મોટાભાગની માતાઓને પ્રોબ્લેમ એ હોય છે કે સ્તનની ડીંટડી (નિપ્પલ) શિશુના મોંમા કેવી રીતે જાળવી રખાય અને દૂધ બહાર વહી ન જાય!

આ કળાને શીખવી જ પડે છે. અમુકવાર અમુક શારીરિક તકલીફોનાં લીધે આ પ્રક્રિયા સુપેરે પાર પડતી નથી. કેમ કે બંને તરફથી અનુભવની અછત હોય છે. માતાને પોતાના સ્તન દ્વારા દૂધ પીવડાવતાં નથી આવડતું અને શિશુ તો હજુ હવે દૂધ પીવાનું શીખતું હોય છે, જેથી બાળકને દૂધ પીતાં આવડતું નથી.

જો આપને પહેલેથી જ આ અંગેની થોડી ઘણી માહિતી હશે તો ધીમેધીમે આપ શિશુને સ્તનપાન કરાવતાં શીખી જશો. આનાં માટે પુસ્તકો અને કલાસીસો ચાલે છે ત્યાંથી અથવા તો ઓનલાઈન જાણકારી મેળવો.

સ્તનપાન અને આઈસીયુમાં બાળક

જો નવજાત શિશુને કોઈ કારણવશ (ઈન્સેંટિવ કેર યુનિટ) આઈસીયુમાં રાખવામાં આવ્યું છે તો સ્તનપાન કરાવવાનું મૂકશો નહીં. જો પ્રત્યક્ષ રીતે હૈયે ચાંપીને સ્તનપાન ન કરાવી શકો તો પંપની મદદથી દૂધ કાઢીને બાટલી દ્વારા શિશુને આપો. પંપથી દૂધ કાઢવાથી દૂગ્ધ બનવાની સહજ ક્રિયા ચાલુ રહેશે.

- બર્થિંગરૂમમાં જ એની શરૂઆત કરો. જો શિશુ અને આપને પહેલા વહેલા સ્તનપાન કરાવવાનો મોકો નમળે તો નિરાશ થશો નહીં. એનો મતલબ એ નથી કે આપ એની શરૂઆત નહીં કરી શકો. આપ બંનેએ મા દીકરાએ જ આ અંગે ઘણુ બધુ શીખવાનું છે.
- શિશુને ભૂખ લાગે ત્યારે ને રડવા લાગે છે.આપ સમજી જાવ અને તેને સ્તનપાન કરાવવામાં વિલંબ ન કરશો. ગમે તેવી ઉંઘ આવી હોય પણ બાળક રડે ત્યારે ઉજાગરો વેઠીને પણ બાળકને ખવડાવો.
- શક્ય હોય ત્યાં સુધી ઘરના સભ્યોની કે નર્સની મદદ લો. લેક્ટેશન નિષ્ણાંત પણ આ બાબતે મદદ કરી શકે છે. જો આવી સવલત ન હોય તો અનુભવી નર્સ કે ડૉક્ટરની મદદ લઈ શકો છો. તેઓ આપને ઉપયોગી ટિપ્સ આપી શકે છે.
- સગા-વહાલાઓ, મિત્રો અને શુભચિંતકોની ભીડ ન થાય તેની કાળજી રાખો. કેમ કે મુલાકાતીઓ આપની અને શિશુની સ્તનપાનન પ્રવૃત્તિમાં અવરોધક બની શકે છે. આપ નિરાંત અને શાંતિથી રહી શકો એ માટે ખબર-અંતર પુછનારાઓને બહાર બેસાડી, અનુકૂળતા હોય ત્યારે બોલાવો. આપે પુરી એકાગ્રતા અને પ્રેમથી શિશુને સ્તનપાન કરાવવાનું છે, જેથી બંને તરફ ભરપૂર પરસ્પર સંતોષ મળી શકે છે.
- જો શિશુ શરૂઆતમાં ધીમેથી સ્તનપાન કરે, અવાર નવાર નિપ્પલ એના હૉટોમાંથી સરકી જાય કે એને ફાવે નહીં ત્યારે આપ હતાશ ન થાવ. ચિડાઈ ન જાવ. નવજાત શિશુને ઉંઘ પણ ખૂબજ આવે છે. એ દૂધ પીતાં પીતા ઉંઘી જાય તો ચિંતા ન કરો. એની પાસે પહેલેથી અમુક પોષણ (કેટલાક દિવસો ચાલે તેવું) હોય છે. નવજાતનું આપની કૂખમાં ઘડતર જ એવી

રીતે થયું હોય છે કે એ દૂધ ન પીવે તો પણ વાંધો આવતો નથી. એ ઉંઘી જશે પછી જયારે જાગશે ત્યારેતેને ભૂખ લાગતાં એ મોજથી પુરતાં પ્રમાણમાં સ્તનપાન કરશે.

- બને ત્યાં સુધી શિશુને (ઉપરનું દૂધ) બોટલથી બચાવો. જો બોટલની ટેવ પાડશો તો એનાંથી જ એનુ પેટ ભરાશે. આવું દૂધ બાળક માટે આરોગ્યપ્રદ નથી રહેતું. આના દૂધથી બાળકની ભૂખ શાંત નથી થતી, સંતોષ નથી થતો. આવા દૂધમાંથી માના દૂધમાંથી મળતાં ઉપયોગી કોલોસ્ટ્રમ પણ નથી મળતાં. જો આપ સપ્લીમેન્ટ ખોરાક આપી પણ રહી છો તો એને સ્તનપાન વખતે ન આપો. જો તેને બોટલનો ચસકો પડી ગયો તો તકલીફ થશે કેમ કે બોટલના દૂધને પીતી વખતે ઓછી મહેનત કરવી પડે છે. લાંબા ગાળે સ્તનપાનમાં એની રૂચિ ન પણ રહે.
- દિવસમાં ઓછામાં ઓછું ૮ થી ૧૨ વાર દૂધ પીવડાવો. આમાંથી દૂધ પણ પુરૂં બનશે. શિશુ પણ ષ્ટપુષ્ટ બનશે અને મોજમાં રહેશે. જો ચાર કલાક પછી દૂધ પીવડાશો તો દૂધ પણ નહીં બની શકે અને સ્તનોમાં રક્ત બનવા લાગશે,જેથી દુધ નિપ્પલમાં આવશે નહીં.શિશુને યોગ્ય અને વ્યવસ્થિત રીતે દૂધ પીવડાવો. જેથી નિપ્પલોમાં સોજો કે પીડા ન થાય. જો પોઝિશન બરાબર હશે તો આપ બાળકને લાંબા સમય સુધી આરામથી દૂધ પીવડાવી શકો છો.
- શિશુને બંને સ્તનોથી, વારાફરતી દૂધ પીવડાવો. એક સ્તનમાંથી દુધ ઓછુ આવતુ લાગે તો અથવા તો એ ખાલી થઈ જાય પછી બીજુ સ્તન શિશુના મોંમા આપો. આ રીતે એની ભૂખ પણ શાંત થશે અને પુરતુ પોષણ પણ મળશે. બને ત્યાં સુધી શિશુને એકજ સ્તનથી પૂરા સંતોષથી ખાઈ લેવા દો. જો એને સંતોષ થયો નહીં હોય તો એ રડશે તો એને બીજા સ્તનથી દૂગ્ધપાન કરવા દો, દૂગ્ધપાનમાં જબરજસ્ત કે ઉતાવળ ન કરો. આપ એ વાતને યાદ રાખો કે હવે પછી બાળકને ભરેલાં સ્તનથી દૂધ પીવાડાવવાનું છે. એજ ક્રમ કાયમ રાખો.

સ્તનપાન કેવી રીતે કરાવવું ?

- શાંત જગ્યાએ આપને પણ આરામ મળશે અને શિશુ પણ શાંતિથી પોતાનું પેટ ભરી શકશે.
- આપની પાસે કોઈ જયૂસનો ગ્લાસ રાખો. જો કૉફી ગરમ હોય તો દૂર મૂકો. કેમ કે અજાણતા કદાચ એ ધોળાઈ શકે અને શિશુને ઈજા પહોંચાડી શકે. જો સ્તનપાન દરમિયાન કશુક ખાવા ઈચ્છો છો તો પૌષ્ટિક સ્નેક્સ ખાઈ શકો છો. બાળકને દુગ્ધપાન કરાવ્યા પછી કૉફી કે જયૂસ પીવાથી આપનું સ્વાસ્થ્ય જળવાઈ રહે છે.
- આપની નજીક કોઈ પુસ્તકને રાખો. સ્તનપાન વખતે ઉમદા અને સંસ્કારી વાંચનથી આપને ખોટા વિચારો નહીં આવે અને બાળકને ગળથૂંથીમાંથી જ સંસ્કાર મળવા લાગશે. વાંચતી વખતે બાળકથી વિમુખ ન થઈ જાવ. એના પર હેતભરી નજર અને અમી ઝરતા હાથ ફેરવતા રહો. શરૂઆતના દિવસોમાં ટી.વી.ની શોખીન માતાઓને પોતાની મનપસંદ સિરિયલો ગુમાવવાનો અફસોસ વ્યાજબી છે પણ પ્રથમ અગ્રતા પેટના જણ્યાની હોઈ શકે એ ભૂલવું જોઈએ નહીં. પેલું આભાસી મનોરંજન છે, તમારા હાથમાં તો તમારૂં જીવતું જાગતું અણમોલ રતન છે. એનાંથી મોટું મનોરંજન બીજું

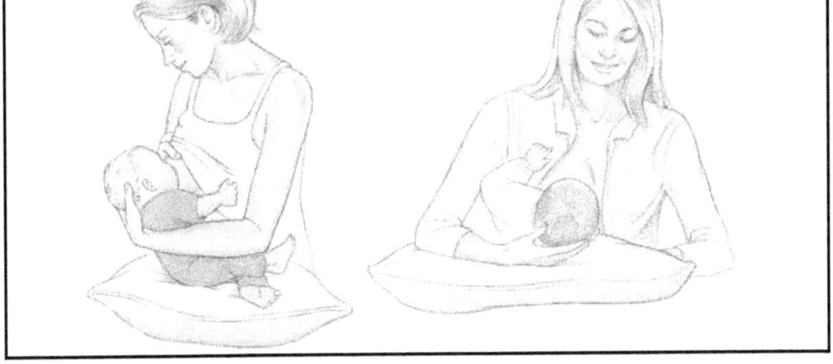

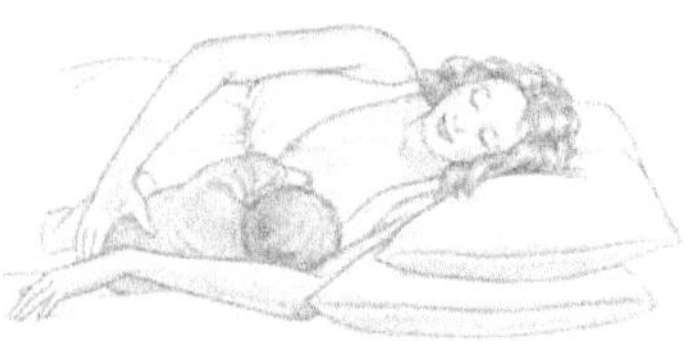

કોઈ ન હોઈ શકે. ફોન આવ્યો હોય તો ન ઉપાડો કાં તો એને વોઈસ મેલ પર નાખી દો કાં તો કોઈ બીજાને ફોન ઉઠાવવા દો.બાળકને સ્તનપાન કરાવતી વખતે જરાપણ ડિસ્ટર્બ થવા ન દો.

- શિશુને આરામદાયક રીતે સ્તનપાન કરાવવા માટે ગોદમાં ઓસિકુ લઈ લો. આધાર વિના શિશુને ગોદમાં લેવાથી અને દુગ્ધપાન કરાવવાથી બાવડાના સ્નાયુઓ ખેંચાઈ શકે છે અને પીડા થઈ શકે છે. જો બની શકે તો પગને પણ ઉંચા રાખો.
- શિશુનું મોં આપના નિપ્પલ તરફ રાખીને સૂવાડો. એનુ પૂરેપૂરુ શરીર આપના તરફ હોવું જોઈએ. તેનાં પગ કમર બાજુ બહારની તરફ હોવા જોઈએ, જેથી એ લાત મારે તો પેટમાં તકલીફ ન થાય. યોગ્ય અને પધ્ધતિસરની પોઝિશન હોવાથી આપ પણ સ્તનપાનથી થતી તકલીફોથી બચી શકશો.
- પહેલા અમુક સપ્તાહમાં સ્તનપાનની બે પોઝિશની યોગ્ય જણાવાઈ છે. પહેલી પોઝિશન છે કોસઓવર સહારો આપવાનો છે. બીજા હાથે વડે આપે એનાં પૂરા શરીરને સંભાળવાનું છે. શરીર સંભાળ્યા પછી એજ હાથથી આપે આપના નિપ્પલ એના મોમા રાખવાના છે. સ્તનને હળવેથી દબાવો, જેથી એનાં ભારથી શિશુનું નાક દબાઈ ન જાય. હવે આપ સ્તનપાન કરાવવા માટે તૈયાર છો.
- બીજી પોઝિશન ફૂટબોલ હોલ્ડના નામે ઓળખાય છે. એને અમુક લોકો કલચ હોલ્ડ પણ કહે છે. સી-સેકશન પછી આ પોઝિશન ખૂબજ ફાયદાકારક બને છે. કેમ કે એનાંથી પેટ પર વધારાનો ભાર નથી પડતો. જો આપની છાતીઓ મોટી છે કાં તો શિશુ પ્રીમેચ્યોર છે અથવા તો આપ જોડિયાને દૂધ પીવડાવી રહી છે તો શિશુને છાતી બાજુ ફેરવીને પડખાભેર સૂવાડો. એના હાથ-પગ આપના હાથની નીચે હોય એવી મુદ્રા. એક હાથથી એના માથાને સહારો આપો અને બીજા હાથે સ્તનને સંભાળો. જ્યારે આપને સારી રીતે સ્તનપાન કરાવવાનું આવડી જશે ત્યારે આપ ચિત્રમાં બતાવવામાં આવી છે એ સ્થિતિ અનુસાર કેડલ હોલ્ડ પણ અપનાવી શકે છે.
- નિપ્પલને શિશુના નાકની પાસેના નીચલા હૉટો સુધી લઈ જાવ,જેથી એ થોડુ-પહોળુ મોં ખોલી શકે. આ રીતે સ્તનપાન વખતે એનો નીચલો હૉટ નહીં દબાય. જો એ પોતાનું માથું ફેરવી લે તો એને પ્રેમથી હળવે હાથે મૂળ સ્થિતિમાં લાવો, પણ ચીડાઈને જોર કરશો નહીં.
- જ્યારે શીશુ મોં ખોલે ત્યારે સ્તનને આગળની તરફ લાવવાના બદલે એના મોંને સ્તન પાસે લાવો. જ્યારે મા બળપૂર્વક-પરાણે શિશુના મોંમા સ્તન નિપ્પલને આપે છે ત્યારે અનેક જાતની હેરાનગત થાય છે,જેથી આપની પીઠને સીધી રાખીને શિશુને સ્તનની પાસે લાવો. નિપ્પલ એના મોંઢામાં ધરો.
- શિશુને નિપ્પલ પોતાના મોઢામાં લઈને પણ દૂગ્ધપાન થતું નથી. નિપ્પલની આ જુબાજુનો હિસ્સો પણ થોડાંક પ્રમાણમાં શિશુના મોંમા જવો જોઈએ. કેમ કે એજ દૂધની ગ્રંથિઓ છે, જેને દબાવવાથી દૂધ નીકળે છે. અમુક શિશુ તો ભૂખ્યું થયું હોય ત્યારે સ્તનના કોઈપણ ભાગને ચૂસવા લાગે છે પછી ભલે ને દૂધ ન નીકળે. આનાંથી સ્તન પર ઈજા થઈ શકે છે.
- જો સ્તનથી શિશુનું નાક દબાય તો સ્તનને આંગળીથી દબાવો. શિશુને થોડુ ઉંચુ કરીને એને શ્વાસ લેવા દો,પરંતુ આ પ્રક્રિયામાં એરિઓનાથી એની પકડને ઢીલી પડવા ન દો.
- જો શિશુનું મોં ફૂલી રહ્યું છે તો જાણ થઈ જશે એના મોમા દૂધની પૂરી ધાર જઈ રહી છે.
- જો એ દૂધ પીવાનું બંધ કર્યા પછી પણ સ્તનને

રેકૉર્ડ રાખો

આપને દરેક વખતે ભરેલાં સ્તનથી શિશુને દૂધ પીવડાવવાનું છે. એનાં માટે આપના હાથમાં એક કડું પહેરો. જયારે એક સ્તનથી દુધ પીવડાવી લો તો કડાને બીજા હાથે પહેરી લો. જેથી આપને યાદ રહેશે કે હવે કડાવાળા હાથ બાજુના સ્તનથી દુગ્ધપાન કરાવવાનું છે.

થોડી ધીરજ રાખો

જી હા, સ્તન સાથે જોડાયેલી શરૂઆતની તકલીફો લાંબા સમય સુધી નથી રહેતી. માનું સ્તનપાન એ શિશુનો કુદરતી અધિકાર છે. તે ખૂબજ સહેલાઈથી એ નૈસર્ગિક અધિકારનો ભોગવટો કરે છે. ત્યાં સુધી આપે અમુક એવાં પ્રયાસ કરવાના છે. જેનાંથી દૂધના ઉત્પાદનમાં કોઈ અડચણ ન આવે.

ન છોડે તો બળપૂર્વક ખેંચવાથી નિપ્પલમાં પીડા થઈ શકે છે. શિશુના મોંમા એક ખૂણામાં આપની આંગળી નાખીને થોડી હવા નીકળવા દો. પછી ધીમેથી નિપ્પલ બહાર કાઢો.

- શિશુને ભૂખ્યા પેટે વધારે સમય સુધી ઉંઘવા ન દો. જો એ છેલ્લા ચાર કલાકથી ઉંઘી રહ્યું છે તો હવે તેને દૂગ્ધપાન કરાવવા માટે જગ્યાડવું પડશે. એનાં ઉપરના ભારે ઓછાડને હટાવી દો, જેથી એની નિદ્રા ઉડી જાય. એને ગોદમાં લઈને એની પીઠને માલિશ કરો, કાં તો હળવા હાથે દબાવો. હાથ-પગને પણ મસાજ કરો. માથા પર એક-બે ટીપા પાણી નાંખો આવું કરવાથી પણ એની નીંદર ઉડી જશે. જયારે એ જાગી જાય અથવા તો દૂધ પીવડાવવાની પોઝિશનમાં આવી જાય ત્યારે કાં તો સૂતેલાં શિશુને આપની છાતી પર સૂવાડો. આપની છાતીની ફોરમ જ એને જગ્યાડવા માટે પર્યાપ્ત હશે.
- બુમરાણ મચાવનારા શિશુને દૂગ્ધપાન ન કરાવો. ભૂખ્યા થઈને ઉંઘમાં રડતાં શિશુને શાંત કરવા માટે એને થોડુંક હલાવો.લાડ-પ્યાર કરો. મોંમા આંગળી નાખીને રાજી કરો. ત્યાં સુધીમાં એના મોંમા નિપ્પલ પહોંચી જશે અને પછી શાંત બનીને દૂગ્ધપાન કરશે.
- તમે સ્તનપાન કરાવતી વખતે બુમબરાડા ન પાડો. વાતો ન કરો. સમગ્ર ધ્યાન બાળકને સારી રીતે ખવડાવવામાં રાખો. જો તમે કોઈપણ પ્રકારનું ટેન્શન કે ગુસ્સાથી બાળકને ધવડાવશો તો દૂધની પ્રક્રિયામાં અવરોધ થઈ શકે છે. જો શિશુ પણ એથી બેચેન બની ગયું તો એ નિરાંતે પેટ ભરીને દૂધ પી નહીં શકે. તે ભૂખ્યું રહેશે. આપના ગુણ-અવગુણ એનામાં ઉતરશે. તમે શાંત હશો તો બાળકની પ્રકૃતિ શાંત રહેશે. તમે ગુસ્સાવાળા કે ચીડિયાપણું દાખવનારા હશો તો બાળકપણ એવું જ બનશે. એનું ઘડતર અને સંસ્કાર માતાના હાથોમાં છે. આપના લોહીમાંથી બનતું લોહી એને આપના જેવું બનાવશે.
- સ્તનપાન યોગ્ય રીતે શરૂ થઈ જાય તો શિશુના દૂધનો રેકોર્ડ રાખો. એનાં સૂકા અને પલાળેલા ડાયપર કેટલાં રહ્યાં? એણે દિવસમાં કેટલી વાર, કેટલા સમય સુધી દૂધ પીધુ? ડૉક્ટર એવા રેકોર્ડ જોઈને જ અનુમાન લગાવી શકશે કે એને પુરતાં પ્રમાણમાં પોષણ મળી રહ્યું છે કે નહીં?

એના વજનથી પણ આપને જાણ થઈ જશે કે એને પૂરેપૂરુ દૂધ મળી રહ્યું છે કે નહીં? દિવસના ઓછામાં ઓછા ૬ ડાયપર પેશાબના તથા ઓછામાં ઓછા ત્રણ મળ માટેના હોવા જોઈએ.

સ્તનોના લોહીનો સમૂહ

કોલોસ્ટ્રમ સુધી તો બધું બરાબર રહે છે, પરંતુ તે પછી જયારે છાતીઓમાં દૂધ ઉતરે છે તો એનો ઘેરાવ વધી જાય છે અને તે ઘણી કઠણ પણ બની જાય છે. એને અડવાથી દર્દ થાય છે. આ સ્થિતિ ૨૪ થી ૪૮ કલાકમાં સામાન્ય પણ બની જાય છે.આવા સ્તનોથી સ્તનપાન કરાવવાનું કામ મા અને શિશુ બંનેનાં માટે પીડાકારક બને છે. આ દરમિયાન થનારી તકલીફોથી બચવા માટે નીચે મુજબના ઉપાય અજમાવી શકાય.

- દૂધ પીવડાવતા પહેલાં સ્તનોનો શેક કરો. સાધારણ ગરમ પાણીમાં કપડાંને બોળીને સ્તનો પર રાખો. આવું બે ત્રણવાર કરવાથી એ ઢીલા થઈ જશે. નરમ પડી જશે.
- જે સ્તનથી શિશુ દૂધ પી રહ્યું હોય તેન હળવા હાથનની માલિશ કરો.
- સ્તનપાન પછી આઈસપેક લગાવો. સ્તનો પર કોબીજના ઉપરના પડના ઉખડતાં પત્તા-પાંદડા લગાવવાથી પણ રાહત મળે છે.
- સારામાં સારી નર્સિંગ બ્રા પહેરો, જે વધારે ફીટ ન હોય! એવા વસ્ત્રો ન પહેરો, જેનાથી સ્તનો ભીંસાઈ જાય.
- દર્દ થશે ના ડરે સ્તનપાન કરાવવાનું ટાળશો નહીં.

શિશુ જેટલું ઓછુ સ્તનપાન કરશે એટલું દર્દ વધશે એ ભૂલશો નહીં.

- બંને છાતીને આપના બંને હાથોથી દબાવીને થોડુ દૂધ કાઢો. એનાંથી નિપ્પલ પણ નરમ બનશે અને શિશુ સ્તન પર પોતાની પકડ રાખી શકશે.
- નર્સિંગ પોઝિશન બદલતાં રહો અને એક સ્તન ખાલી થાય પછી જ બીજુ સ્તન શિશુના મોંમા આપો.
- અસહ્ય વેદનાથી રાહત મેળવવા માટે ટાઈલીનોલ કે પછી કોઈ બીજી સામાન્ય દર્દ નિવારક લો.

સ્તનપાન સાથેનો ખોરાક

સ્તનપાન કરાવવાથી દરરોજની ૫૦૦ કેલેરી વપરાય છે. એટલાં માટે આહારમાંથી બીજી ૫૦૦ કેલેરી મળવી જોઈએ. ખોરાકમાં કેટલું ખાવ છો એ મહત્વનું નથી. પણ કેવું ખાવ છો એની અગત્યતા છે. મિન્સ પ્રમાણ કરતાં ગુણવત્તા ઉપર ધ્યાન રાખો. જો કે આપ છેલ્લાં નવ મહિનાઓમાં પૌષ્ટિક આહાર અંગે ઘણુ બધુ શીખી ચૂક્યા છો. જેથી એ પ્રમાણે જ આપનો આહાર હશે, પરંતુ અહીં સ્તનપાન સાથે સંકળાયેલા ખોરાક બાબતે કાળજી રાખવાની જરૂર છે.

દૂધનું નીતરવું

સ્તનપાન શરૂ થયાના થોડાં સપ્તાહમાં સ્તનોમાંથી ગમે ત્યારે પણ દૂધ આપોઆપ નીતરવા લાગે છે. એ આપના સ્તનમાંથી ફુવારાની જેમ પણ નીકળી શકે છે. દૂધની સેર સ્વંયભુ ઉડી શકે છે. આવું ગમે ત્યારે બની શકે છે. આપને એકાએક પલળ્યાનો, ભીનાશનો અનુભવ થાય છે. પેડ અને સ્વેટર લો એ પહેલા જ આપના છાતીના વસ્ત્રો પર ભીનાશ જોવા મળે છે. આવી સ્થિતિમાં ઝંખવાઈ જવાના બદલે કે શરમ સંકોચ અનુભવવાના બદલે સ્તનોમાંથી દુધ ન ઝરે એ માટેનો ઉપાય કરી લો. કેમ કે આ એક સામાન્ય પ્રક્રિયા છે. ઘણીવાર સૂતી વખતે ગરમ પાણીથી સ્નાન કરતાં કે શિશુ રડે ત્યારે પણ આપોઆપ નીકળવા માંડે છે. જો શિશુ નિયમિત રીતે દૂગ્ધપાન કરવા લાગ્યું છે તો નિયમિત વચગાળે અંતરાલે દૂધ નીતરી શકે છે. જો શિશુ એક સ્તનથી દૂગ્ધપાન કરે છે તો બીજા સ્તનેથી દૂધ ઝરી શકે છે. આવુ કાયમ થતુ નથી ક્યારેક ક્યારેક થતું જોવા મળે છે. પહેલીવાર મા બનતી મહિલાઓની સાથે આવું વધારે બને છે. સ્તનપાનનો સમય વ્યવસ્થિત થયા પછી આવા (દૂધ ઝરવાના) કેસોમાં ખૂબ ઘટાડો થાય છે. આપ એનાં માટે નીચે મુજબના ઉપાયો કરી શકો છો.

- આપની પાસે નર્સીંગ પેડ રાખો, જેથી દૂધ પીવડાવ્યા પછી એના વડે નિપ્પલ અને શિશુના મોંને લૂંછી શકાય. આવા પેડ ખૂબજ પલળી જાય તો તેને પણ ડાયપરની જેમ બદલી શકાય છે. એવા પેડ ન લો જે પ્લાસ્ટિક કે વોટરપ્રુફ લાઈનરવાળા હોય! કેમ કે એની આદ્રતા ભીનાશના કારણે નીપ્પલોમાં તકલીફ થઈ શકે છે. અમુક મહિલાઓ વાપરી નાખ્યા પછી ફેંકી દેવાના હોય તેવા પણ પેડ વાપરે છે તો કેટલીક મહિલાઓ સુતરની બનાવટની લંગોટ

શું ખાવું ?

<u>પ્રોટીનઃ ૩ સર્વિંગ</u>

કેલ્શિયમ ૫ સર્વિંગ, આયર્નવાળું ભોજન, જેમાં ૧ કે એનાંથી વધારે સર્વિંગ.

વિટામીન સી : ૨ સર્વિંગ લીલા પાંદડાવાળી તાજી શાકભાજી અને ફળ : ૩ થી ૪ સર્વીંગ અન્ય ફળો અને શાકભાજીઓ : એકથી વધારે સર્વિંગ. અનાજમાં ઘઉં, બાજરી, મેંદો અને કોમ્પલેક્સ કાર્બઃ ૩ થી વધારે ઉચ્ચ વસાયુક્ત આહાર, આઠ ગ્લાસથી વધારે પાણી અને જયૂસ વગેરે (દિવસ દરમ્યાન) શિશુના સર્વાંગી વિકાસ માટે ખાસ તો મગજના ઘડતર માટે ડીએન યુક્ત આહાર પ્રસવ પહેલાં દરરોજ શિશુના ઉછેરની સાથોસાથ કેલેરીની માત્રા વધારવી પડશે. જો એને ફોર્મ્યૂલા દેશો તો આપે કેલેરીનું પ્રમાણ ઘટાડવું પડશે.

<u>શું ન ખવાય ?:</u> સ્તનપાન વખતે મદિરા પાન (દારૂ) ન કરો. હા, શિશુને દૂધ પીવડાવ્યા પછી આપ એક પેગ લઈ શકો છો, જેથી બે-ચાર કલાકમાં એની અસર ઘટી જાય. આપ ઈચ્છો તો ફરીવાર કૉફી શરૂ કરી શકો છો. આ ઉપરાંત પેટમાં ગેસ થાય તેવો ખોરાક ન લો. જો આપના પરિવારમાં કોઈને અથવા તો આપને એલર્જી છે તો એવું ભોજન ન કરો, જેનાથી એલર્જી ફરીવાર પજવે. આપ કોઈ આયુર્વેદિક કે જડીબૂટી વાળો ખાદ્ય પદાર્થ ખરીદો છો તો એનાં પરનું લેબલ અચૂક વાંચો એક્સપાયર ડેટ ખાસ જુઓ.

<u>આપનું ભોજન અને શિશુ :</u> શિશુને માના દૂધમાંથી જ જાતજાતના સ્વાદ મળે છે. તીખા, મીઠો, સ્વાદિષ્ટ વગેરે. જો આપ ગમતં કે ન ગમતુ પણ જુદી જુદી જાતનું ભોજન કરશો તો મોટુ થઈને શિશુ પણ ખાવા-પીવામાં કોઈ જિદ કે આનાકાની નહીં કરે. આ ઉપરાંત એવો આહાર ન લો, જેનાથી આપને તકલીફ થાય અને શિશુના માટે પણ નુકશાન કારક બની શકે.

અને ચડીઓ પણ વાપરે છે જેને ધોઈને ફરીથી વાપરી શકાય છે.

■ આપની પથારીનું ધ્યાન રાખો. જો સૂતી વખતે દૂધ વધારે ઝમે છે અને ચાદર સુકા ભીની થાય છે તો તેને રોજ બદલો.

■ દૂધ આપ મેળે ઝરતું હોય, દૂધની સેર મારતી હોય તો એનાંથી બચવા માટે તેને પંપિગ દ્વારા બાટલીમાં ન કાઢો. એનાંથી દૂધ વધારે બનશે. માત્ર પેડ જ રાખો, જેથી એ થોડા સમય પછી આવતું બંધ થઈ જશે અમુકવાર દૂધ રોકવા માટેના ખોટા નુસ્કાઓથી સ્તનપ્રદેશમાં દૂધની ગઠો થઈ જાય છે. દૂધ રોકવા માટેના ખોટા નુસ્કાઓથી સ્તનપ્રદેશમાં દૂધની ગઠો થઈ જાય છે. દૂધ ગંઠાઈ જાય છે. એટલા માટે જ્યારે સ્તનપાનનો ક્રમ સમયસર ગોઠવાઈ જાય તો વધારાના વહેણને દૂધના રોકવા માટે આપ છાતીઓ તરફ હાથોને-બાવડાઓને બાંધી શકો છો કાં તો રૂમમાં એકલા હોય ત્યારે નિપ્પલને હળવા હાથે દબાવી શકો છો, જેથી દૂધ ન નીકળે.

નિપ્પલોમાં જખમ

નાજુક નિપ્પલોના કારણે સ્તનપાન ઘણીવાર પીડાદાયક બને છે. આમ તો મોટાભાગની સ્ત્રીઓના નિપ્પલ નવ મહિનાનાં ગર્ભાવસ્થાના ગાળા દરમિયાન સ્તનપાન કરાવવા યોગ્ય બની જાય છે. અમુક માતાઓ બાળકને યોગ્ય રીતે ઉપાડીને હૈયે વ્યવસ્થિત ગોઠવતી નથી અને જેમનાં બાળકો જોરથી દૂધ ચૂસવા લાગે છે, એવી માતાઓનાં નિપ્પલોમાં પીડા અને જખમ એટલે કે નિપ્પલ આળા થયાની ફરિયાદ રહે છે. આવું ન થાય, તેના માટે નીચે મુજબના ઉપાયો કરી શકાય છે :

■ સહુથી પહેલા તો શિશુને યોગ્ય રીતે ગોદમાં લો. શિશુનું મોં સ્તનની તરફ રાખો. સ્તનપાન કરાવતી વખતે આપની સ્થિતિને બદલતાં રહો. જેથી નિપ્પલની આ જુબાજુના ભાગ પર એક સરખું દબાણ થાય.

■ આપના નિપ્પલોને પણ થોડીવાર માટે ખુલ્લા રાખો. સાહિત્યિક ભાષામાં કહીએ તો એને પણ શ્વાસ લેવા દો. આપ દૂધ પીવડાવો છો અને બાળકને દૂગ્ધપાનમાં અતિ મહત્વપૂર્ણ ભૂમિકા ભજવતાં નિપ્પલ પણ પીડા અનુભવતાં હોય છે. એને દૂગ્ધપાન કરાવ્યા પછી મોકળાશ અપાવવા આપના ખંડમાં તેને મુક્ત કરી દો. થોડો સમય ઉઘાડા જ રહો. તરત જ વસ્ત્રો વડે ઢાંકી દેવાથી આળા થયેલા નિપ્પલને આપના વસ્ત્ર ઘસાવાથી વધારે આળા થવાની શક્યતા છે અને આપને નિપ્પલને સાફ રાખોફ જયારે નર્સિંગ પેડ ભીનું થાય ત્યારે બદલો. નર્સિંગ પેડમાં પ્લાસ્ટિકનું લાઈનરન હોવું જોઈએ. એનાંથી ભીનાશ વધી શકે છે. જો આપ બફારાવાળા વાતાવરણમાં રહો છો તો દૂધ પીવડાવ્યા પછી રાખો. એનાથી ઘણી રાહત થશે. જો કે એ કહેવું મુશ્કેલ છે કે એ વખતે કોઈ આવી ગયું તો કેવું હાથ હશે? પણ બંધ ખંડમાં એવું દૃશ્ય નહીં હોય!

■ દૂધ થી જ ઉપચાર કરોફ સ્તનોનું દૂધ જ નિપ્પલોના ઘસારાને, આળાપણાને મટાડી શકે છે. દૂધ પીવડાવ્યા બાદ આળા થયેલાં નિપ્પલો પરના દૂધને સાફ ન કરો. વસ્ત્ર વડે જોરથી લૂંછવાથી તો વધારે ઈજા થઈ શકે છે. ઘરમાં કોઈ ન હોય તો નિપ્પલોમાંથી અમુક દૂધના ટીપાને કાઢીને એના પર જ હળવા હાથે માલિશ કરો. બ્રા પહેરતાં પહેલાં નિપ્પલ પરના દૂધને સૂકાઈ જવા દો. નિપ્પલને સ્વાભાવિક થવા દો.

■ એને હળવા હાથે મસળો. માલિસની જેમ નિપ્પલોનો પરસેવો અને તેલગ્રંથિઓથી જ કુદરતી સલામતી મળે છે. તેઓ એને તૈલીય બનાવી રાખે છે, પરંતુ નિપ્પલો ચિરાઈ જાય ત્યારે બજારમાં મળતી દવા લેલોલિનની મદદ લઈ શકાય છે. દૂધ પીવડાવ્યા પછી લેનસિનોહ નામની દવાનો મલમ લગાવો, પરંતુ પૈન્શલિયમ જૈલીયુક્ત પદાર્થો અને વેસેલીનનો ઉપયોગ ન કરો. નિખલોએ સામાન્ય સાબુ, આલ્કોહોલ કે વાઈનથી ધોવાના બદલે માત્ર સ્વચ્છ અને ચોખ્ખા પાણીનો જ ઉપયોગ કરો. શિશુ કીટાણુઓથી સંપૂર્ણ રીતે સલામત છે અને આપનું દૂધ તેના માટે અમૃત સમાન છે.

■ આપ ઠંડા પાણીમાં બોળેલા ટી બેગનો ઉપયોગ કરો. એને નિપ્પલો ઉપર રાખો. ચાનુ તત્વ ઘામા રાહત દેશે અને જખમને પણ ભરી દેશે.

■ બંને સ્તનોને અવાર નવાર જુઓ અને એને ઈજા પહોંચી હોય તો ઉપાય કરો. જો આપે નિપ્પલોને મજબૂત બનાવવી હોય તો એકજ ઉપાય છે કે તેનો ઉપયોગ કરવામાં આવે. બંને સ્તનો બરાબર દૂધ બનાવે તે માટે જરૂરી છે કે બંનેને એક સરખો સમય આપવામાં આવે અને બંનેનો સરખો ઉપયોગ થાય. જો એક નિપ્પલમાં વધારે તકલીફ છે તો એનો ઉપયોગ ન કરો. થોડો આરામ થતાં જ બંને તરફથી દૂધ પીવડાવો કેમ કે એક જ તરફથી દૂધ પીવડાવવાથી દૂધ બનાવવામાં અછત થઈ શકે છે.

■ દૂધ પીવડાવતાં પહેલા થોડા શાંત થઈ જાવ, જેથી શિશુને દૂધ પીવા માટે નિપ્પલને જોરથી ચૂસવું નહીં પડે. જો આવી કાળજી રાખશો તો આપને વધારે પીડા નહીં થાય.

- આળાપણાને દૂર કરવા અને રાહત મેળવવા માટે સ્તનપાન પહેલા ટાઈલીનોલ લો.
- નિપ્પલોમાં પડેલાં ચીરાઓનું ધ્યાન રાખો. એના લીધે સંક્રમણ પણ થઈ શકે છે. જો ચીરાથી કોઈ દૂધની ગાંઠમાં કીટાણું ઘૂસી જાય તો એવું બની શકે છે.

જયારે સ્તનપાનમાં આવે મૂંઝવણ

એકવાર શિશુ વ્યવસ્થિત સ્તનપાન કરતું થઈ જાય તો કોઈ મૂંઝવણ રહેતી નથી, પરંતુ અમુકવાર નાની-મોટી મૂંઝવણો પજવતી હોય છે.

દૂધની ગાંઠ બનવી : ઘણીવાર દૂધની ગાંઠ બની જાય છે અને દૂધ ચઢે છે. આમાં સ્તન પર નાનું લાલ ગુંમડુ દેખાય છે. યોગ્ય સારવાર ન મળે તો સંક્રમણ પણ થઈ શકે છે. ઉત્તમ ઉપચાર તો એ જ છે કે શિશુને એજ સ્તનથી દૂધ પીવડાવો, જેથી એ પૂરેપૂરી રીતે ખાલી થઈ જાય. જો શિશુ એ કામ પૂર્ણ ન કરી શકે તો આપનાં હાથોથી કાં તો બ્રેસ્ટ પંપની મદદથી એને પુરૂ કરો.

આપની બ્રા એટલી ફિટ ન હોવી જોઈએ કે તે એવી ગાંઠો પર વધારે ઘસારો કે દબાણ કરે. આપ નર્સિંગની પોઝિશન પણ બદલતાં રહો ગરમ શેક કે માલિશથી પણ રાહત થઈ શકે છે. જો શિશુને સ્તનપાન વખતે યોગ્ય રીતે સુવાવડવામાં આવે તો એની હડપચીથી પણ દૂધ પીતાં પીતા સારી માલિશ થઈ શકે છે. શિશુ જેટલું વધારે દૂધ પીશે ગાંઠ એટલી સરળતાથી દૂર થશે.

છાતીનું સંક્રમણ : ઘણીવમર એક કે બે સ્તનોમાં સંક્રમણ પણ થઈ જાય છે. એવું સ્તનપાન વખતે ગમે ત્યારે થઈ શકે છે. ઘણીવાર નિપ્પલોની ચીરાડોથી પણ કીટાણુઓ સ્તનોમાં પ્રવેશી જાય છે. ગુસ્સાવાળી અને ચીડિયણ માતાઓ આવા ચેપનો જલ્દી શિકાર બને છે.

એનાં મુખ્ય લક્ષણો આ છે: અસહ્ય દર્દ, કઠણપણું, લાલાશ, ગરમાવો, સ્તનોનો સોજો, સાધારણ ઠંડી લાગવી, ૧૦૧ થી ૧૦૨ ડીગ્રી ફેરનહીટ તાવ.

આમાના કોઈપણ લક્ષણ જોવા મળે તો તરત જ ડૉક્ટરને મળો. એમાં આપને આરામ, એન્ટીબાયોટિક્સ, દર્દ નિવારક દવાઓ, પ્રવાહી પદાર્થોની અધિક માત્રા અને સાધારણ ગરમ શેકની જરૂર હશે.

દવાઓ લેવાની શરૂ કર્યાના ૨-૩ દિવસમાં ઘણો જ ફરક જણાશે અને આપ રાહત અનુભવશો. જો તેમ છતાં અમુક કિસ્સાઓમાં આરામ ન થાય તો ડૉક્ટરને બતાવીને એન્ટીબાયોટિક દવાઓ લો.

ઈલાજ દરમિયાન પણ શિશુને સ્તનપાન કરાવો. શિશુના કીટાણુઓથી જ સંક્રમણ થયું છે એટલાં માટે એનાથી હવે કોઈ હાની નહીં થાય. એન્ટીબાયોટિક દવાઓ પણ સલામત હોય છે. સ્તનોમાંથી દૂધ વપરાતું જશે કાં તો ખાલી થતું જશે, જેથી એની ગાંઠો પણ નહીં બને. જો દૂધ પીવડાવવાથી ખૂબજ પીડા થતી હોય તો ગરમ પાણીના ટબમાં સૂઈ જઈને પંપથી દૂધ કાઢો, એનાથી દર્દ ઘટી જશે. એ વખતે ઈલેકટ્રીક પંપનો ઉપયોગ ન કરશો. જો ઈલાજમાં મોડું થાય કે એને બંધ કરી દેવામાં આવે તો લક્ષણ વધારે પીડાકારક બની શકે છે.

સિજેરિયન પછી સ્તનપાન

સિજેરિયન પછી કેટલાં સમયમાં આપ શિશુને સ્તનપાન કરાવી શકશો, એ બાબતનો ઘણો બધો આધાર આપની અને શિશુની સ્થિતિ પર છે. જો આપ બંને ઠીક છો તો રિકવરી રૂમમાં જ સ્તનપાન કરાવી શકાય છે. જો આપને એનેસ્થેસિયા આપવામાં આવ્યું છે કાં તો શિશુને નર્સરીમાં રાખવામાં આવ્યું છે તો આપે રાહ જોવી પડશે. જો ૧૨ કલાક પછી પણ સ્તનપાન શરૂ ન થઈ શકે તો આપ પંપની મદદથી કોલોસ્ટ્રમ એક વાટકીમાં કાઢી શકો છો, જેથી એ દૂધ શિશુને શરૂઆતમાં થોડાં દિવસ શિશુને દૂધ પીવડા થતાં મૂંઝવણ થઈ શકે છે. આપ કોશિશ કરો કે ઑપરેશનના ચીરા પર ઓછામાં ઓછું દબાણ થાય. શિશુની નીચે ઓશિકુ મૂકો, પડખાભેર સૂવો કાં તો એને ફૂટબોલની જેમ ઉઠાવો. સ્તનપાન કરાવ્યાના થોડા દિવસો પછી બધી જ મૂંઝવણો દૂર થઈ જશે.

જોડિયા કે એનાંથી વધારે શિશુઓનું સ્તનપાન

બે બાળકોને સ્તનપાન કરાવવાનું કામ ખૂબજ પડકારજનક હોય છે. જો કે એકવાર આપને એની ફાવટ આવી ગઈ તો આપ બે-ત્રણ શિશુઓને સહેલાઈથી દૂગ્ધપાન કરાવી શકો છો.

ઉતમ હોય ખાણી-પીણી : ડેરી પ્રોડક્સના ખાદ્ય-પદાર્થો વધારે લો. શિશુ જેમ જેમ મોટું થતું જાય તેમ તેમ આપે પણ કૅલેરીની માત્રા વધારવી જોઈએ. જો આપ દૂગ્ધપાનની સાથોસાથ (ઉપરનું દૂધ) ફોર્મ્યુંલા દૂધ પણ આપી રહી છે તો એજ હિસાબથી કૅલેરીની માત્રા ઘટશે. આપના ભોજનમાં પ્રોટીન અને કેલ્શિયમની માત્રા પણ વધારો.

પંપનો ઉપયોગ કરો : જો શિશુ નર્સરીમાં છે અને સ્તનોમાં દૂધની માત્રા વધારવા ઈચ્છો છો તો ઈલેક્ટ્રીક પંપનો ઉપયોગ કરો. આવું કરવાથીઆપ નિરાંતની નીંદર લઈ શકશો અને બીજુ કોઈ (પતિ કે માતા,સાસુ) પંપનું દૂધ અન્ય બાળકને પીવડાવી શકશે. જો પંપથી વાત ન બને તો હતાશ ન થાવ. કેમ કે કોઈપણ પંપ શિશુનું સ્થાન લઈ શકતું નથી. જો કે ઘણીવાર પંપનો ઉપયોગ લાભદાયક બની શકે છે.

બે શિશુઓને એક સાથે સ્તનપાન : શું આપ બંને શિશુઓને એક સાથે સ્તનપાન કરાવવાં તૈયાર છો? નર્સિંગ ઓશિકાની મદદથી આ કામ ખૂબજ આસાનીથી થઈ શકે છે. રાત દિવસ અને વારંવાર શિશુઓને સ્તનપાન કરાવાની પળોજણમાં ન પડો, એથી આપ થાકી જશો. જો આપ બંનેને એક સાથે સ્તનપાન કરાવી ન શકો તો ચીંતા ન કરશો. બીજા શિશુને બાટલીથી આપનું દૂધ પીવડાવો. જયારે પહેલા શિશુને ધવડાવતાં હો ત્યારે વાટકીમાં કાઢેલા દૂધને ચમચી વડે પીવડાવો. જો આપનું શિશુ સ્ફૂર્તિલું છે તો તે ૧૦ થી ૧૫ મિનિટમાં પોતાનું પેટ ભરી લેશે અને એ બાબત આપના માટે કોઈ વરદાનથી ઓછી નહીં હોય!

શું ત્રણ શિશુઓને દૂધ પીવડાવવું છે? શિશુઓને દૂધ પીવડાવતી વખતે અવાર નવાર સ્તન બદલાવતાં રહો.

ઘરના કામમાં મદદ લો : બાળકોની સાથે ઘરના કામમાં કોઈની (પતિ,સાસુ,માતા) મદદ લો, જેથી આપની શારીરિક શક્તિ જળવાઈ રહે અને શિશુઓ માટે ભરપૂર માત્રામાં દૂધ બને.

ડિનરમાં વિવિધતા : આપના બંને શિશુઓની ભૂખ અને સ્વાદમાં અંતર હોય છે એટલાં માટે આપે બંનેની પૂર્તિ (સ્વાદ અને અંતરની) કરવાની છે. આપના પાનનો રેકોર્ડ રાખો, જેથી ખબર પડે કે બાળકો સંતોષથી પેટ ભરીને દૂગ્ધપાન કરી રહ્યાં છે કે નહીં?

મલ્ટીપલ નર્સિંગ

અમુક માતાઓ જોડિયામાંથી એકજ શિશુને એકજવાર દૂધ પીવડાવે છે, જયારે અમુક માતાઓ બંને એક સાથે દૂધ પીવડાવે છે, જેથી આખો દિવસ આ જ કામમાં વીતાવવો ન પડે. બંને સ્તનોથી વારા ફરતી દૂધ પીવડાવો, જેથી તેમાં બરાબર દૂધ બનતું રહે.

૧ : આપ એક પોઝિશનમાં બંને શિશુઓને ફૂટબોલ હોલ્ડની જેમ પકડી શકો છો.

૨ : બીજી પોઝિશનમાં ક્રેડલ હોલ્ડ અને ફૂટબોલ હોલ્ડનું મિશ્રણ થાય છે. સહારા આધાર માટે ઓશિકું ગોઠવો અને આપની અનુકૂળતા મુજબ પોઝિશન લો.

થોડો સમય લાગશે

અત્યારે આપ ખૂબજ અસ્ત-વ્યસ્ત છો. મન અને શરીરની હાલત નાજુક છે. આપને એ વાતનું જ્ઞાન કે શિક્ષણ નથી કે રડતાં નવજાત શિશુને કેવી રીતે શાંત કરાવી શકાય? આપને એમાં રડવાના કારણોની જાણ નથી. આપને શિશુને નવડાવતાં આવડતું નથી. ડાયપર બદલતી વખતે શિશુ પગોને હલાવીને મળની ગંદકીને ફેલાવે છે. જો કે હજુ આપને ખરા અર્થમાં મા બનતાં વાર લાગશે. જો કે એ પ્રક્રિયા થોડી અઘરી છે, પરંતુ થોડાં જ સમયમાં આપ બધું જ શીખી જશો. મમ્મા...! તમારી જાતને થોડો સમય આપો.

પ્રસૂતિ પછી
પહેલાં છ અઠવાડિયા

હવે તો આપને શિશુના ઉછેરની એની સાર સંભાળની દેખરેખ રાખવાની ફાવટ સુપેરે આવી ગઈ હશે! જોડે જોડે જો આપને આ શિશુ અગાઉના બાળકો હશે તો એમની પણ કાળજી રાખવી પડતી હશે. જો કે આપનું નિશદિન ધ્યાન તો નવજાત શિશુ તરફ જ રહેશે પરંતુ તે એવું પણ નથી કહેતું કે આપ પોતાની કાળજી રાખવાનું છોડી દો. મમ્મીની તંદુરસ્તી માટે પણ સાર સંભાળ જોઈએ. જો કે હજુ આપનાં અંતરમાં ઉદ્દ્ભવતાં એકે એક સવાલ શિશુને લગતાં છે પરંતુ આપે પોતે પણ સ્વાસ્થ્ય જાળવવાનું છે. આપને શિશુ સાથે જોડાયેલાં સવાલોના જવાબ મેળવવાનાં છે.

આપ શું મહેસૂસ કરી રહી હશો ?

આ રિકવરી પીરિયડ કહેવાય છે. સામાન્ય પ્રસૂતિ અને ડિલીવરી છતાં શરીરની માંસ પેશીઓમાં ઘણુ ખેંચાણ થયેલું છે અને તેને નોર્મલ થતાં થોડો સમય લાગશે. દરેક નવી મા પણ ભાવિ માતાની જેમ પોતાની રીતે અલગ હોય છે. દરેક માની રિકવરીમાં જૂદો જુદો સમય લાગે છે. આમાં આપના રેસ્ટની પણ અગત્યતા છે. આપને બીજાનો કેટલો સાથ-સહકાર મળી રહ્યો છે, આરામ માટે એનું પણ મહત્વ છે.

આપ નીચે મુજબના લક્ષણ અનુભવતાં હશો.

શારીરિક

- યોનિમાંથી ધીમો શ્વેલ સ્ત્રાવ થઈ રહ્યો હશે.
- થાક.
- સામાન્ય દર્દ, બેચેની કે ટાંકા લીધેલી જગ્યામાં કળતર.
- ચીરો થયેલી જગ્યાએ પીડા ઘટશે.
- કબજિયાત અને હીમરોયડ્સમાં આરામ-રાહત.
- વજનમાં ધીમેધીમે રાહત.
- છાતીઓ અને નિપ્પલોમાં તકલીફ.
- પેટની નબળી માંસ પેશીઓ અને શિશુને ગોદમાં લેવાના રાખવાના લીધે પીઠનો દુ:ખાવો.
- સાંધાનો દુ:ખાવો.
- બાવડા અને ગળામાં દર્દ.

ભાવનાત્મક લક્ષણ

- મૂડમાં ચઢ-ઉતર.
- જવાબદારીનો વધતો ભાર.
- સેક્સ તરફ ઉદાસીનતા.

પ્રસવ પછીની તપાસ

ડૉક્ટર પ્રસવના ૪ થી ૬ સપ્તાહ વચ્ચે તપાસ કરવા બોલાવી શકે છે. જો સી-સેક્શન થયું હશે તો ત્રણ અઠવાડિયા પછી ચીરાની તપાસ માટે બોલાવી શકે છે. એ તપાસમાં તેઓ એમની પધ્ધતિ શૈલીને અનુસરશે. આપ જેતે મૂંઝવતાં સવાલને લઈને ત્યાં જાવ અને જવાબ મેળવીને પાછા ફરો.તેઓ નીચે મુજબની સારવાનુ નિદાન કરી શકે છે.

- રક્તચાપ
- વજન, જે ૧૭ થી ૨૦ પૌંડ ઘટી શકે છે.
- ગર્ભાશયનો ઘટલો આકાર અને સ્થિતિ.
- ગર્ભાશયના મુખની તપાસ.
- યોનિની તપાસ.
- સી-સેકશનના ચીરા કે એપીસિયોટૉમીની તપાસ.
- આપની છાતીઓ.
- હીમરોયડ્સ, વૅરીકોજ વેન્સ વગેરે.
- આપનાં પ્રશ્ન અને જિજ્ઞાસાઓ.

આ મુલાકાતમાં આપ ડૉક્ટર પાસેથી કુટુંબ કલ્યાણ-કુટુંબ નિયોજનના ઉપાયોની માહિતી પણ મેળવી શકો છો. જો આપ ડાયફ્રાગમ લગાવવા ઈચ્છો છો તો અને ગર્ભાશયનું મુખ બરાબર નથી થયું તો અમુક સમય સુધી કંડોમ વાપરો. જો આપ ચાહો તો બર્થ કંટ્રોલ માટેની કોઈ ટેબ્લેટ પણ લખાવીને લઈ શકો છો.

આપ શું વિચારી રહી હશો?

થાક

"હું જાણતી હતી કે પ્રસૂતી પછી ખૂબજ થાક અનુભવાય છે, પરંતુ તે ઉપરાંત હું છેલ્લા ચાર અઠવાડિયાથી નિરાંતની નીંદર લઈ શકતી નથી. આ કોઈ મજાક નથી, હકીકત છે."

ના... આપની હાલત પર કોઈ પણ હસી રહ્યું નથી. બધા જાણે છે કે નવા નવા માતા-પિતાને કેવી કેવી વિકાટ પરિસ્થિતિઓમાંથી પસાર થવાનું હેત છે? શિશુને નવડાવવું, ધોવડાવવું, ખવડાવવું, સુવડાવું, રાજી રાખવું રડતાંને છાનું રાખવું વગેરે અનેક કામ આપના માથે છે. પરિવારના બાકીના સદ્દસ્ય પણ આપના હાથનું ખાણું ઈચ્છે છે. આપને ફરીથી શોપીંગ માટે જવાનું છે. આ બધા કામોની સાથે રાતનાં માંડ ત્રણ કલાકની ઉંઘ લઈ રહ્યાં છો અને હજુ તો પ્રસવનો થાક અને નબળાઈ પણ કવર થઈ નથી. થાક તો સ્વયં જ ભયંકર હશે ને! શું આ થાકનો કોઈ ઉપાય છે. ના. જયાં સુધી શિશુ રાતના ઉંઘવાની ટેવ નહીં પાડે ત્યાં સુધી તો આપે એની જેમ જાગવું જ પડશે. જોતે દિવસમાં અમુક સમય સુધી ઉંઘવાની આદત કેળવી લેશે તો આપ પણ રાતના ઉજાગરાને આ ઉંઘથી સરભર કરી શકશો.

<u>થોડી મદદ મેળવો</u> : આપને મદદરૂપ બને તે માટે કોઈ આયાને રાખો.તે શક્ય ન હોય તો નોકરાણી રાખો. કોઈ સહેલી મા કે સાસુમાને જોડે રહેવા બોલાવી લો. જયારે તેઓ શિશુને રમાડી રહ્યા હોય કે સાચવી રહ્યાં હોય ત્યારે ઉંઘી જાવ. તેઓ આપના શિશુનો જરૂરી સામાન પણ બજારમાંથી લાવી શકશે.

<u>કામને વહેંચો</u> : આપના જીવનસાથી સાથે કામ વહેંચી લો. જમવાનું, કપડાં ધોવાનું અને વાસણ માંજવાનું અને કચરા પોતા જેવાં કામોનો અંત નથી મળીને કામ વહેંચી લો.આપ એવાં કામ કરો,જેમાં વધારે થાક ન લાગે.

<u>થોડું ધ્યાન હટાવો</u> : માની લીધું કે આપને ઘરમાં ચોખ્ખાઈ પસંદ છે અને ગંદકી ગમતી નથી, જેનાં કારણે પથારીમાં બ્રેડ કે બિસ્કીટનો જેર (ભૂકકો) પડવાથી આપને ગુસ્સો આવે છે.આપનાં શરીરની નબળાઈ જયાં સુધી દૂર ન થાય ત્યાં સુધી આવી બાબતો તરફ આંખ આડા કાન કરો. જો આપ બેબીના જન્મની વધામણીના થેંક્યુ નોટ નથી મોકલી શકતી તો એની તસ્વીર સાથે બધાને ઈ-

મેલકરી દો. આપનો સમય અને શક્તિ બચશે.

માલની ડિલીવરી : હવે તો આપની ડિલીવરી થઈ ચૂકી છે. હવે એવાં સ્ટોર શોધો, જે આપના સામાનની ફ્રી હોમ ડિલીવરી કરી શકે. જો થોડાં નાણાં ખર્ચવા પડે તો પણ વાંધો નથી, પણ જરૂરી સામાન એક સાથે મંગાવી લો, જેથી નાની નાની જરૂરતો માટે બજારનાં ખોટાં ધક્કા ન થાય.

શિશુની સાથે સૂવો : જો કે શિશુના ઉંઘી ગયા પછી આપને ૩૦૦ કામ પૂરા કરવાનાં છે, પરંતુ નીંદર લેવાનો આનાથી ઉત્તમ બીજો સમય ન હોઈ શકે! કામને મૂકો એક કોરે અને ૧૫ મિનિટ પણ આરામ-નિરાંતની નિદ્રા લેશો તો શરીરને ઘણો આરામ મળશે.

શિશુની સાથોસાથ આપ પણ ખાવ : શિશુને દૂધ પીવડાવતી વખતે આપ પોતે પણ ખાવા-પીવાનું ભૂલો નહીં. પ્રોટીન તથા કોમ્પલેક્સ કાર્બયુક્ત સ્નૈક્સ ખાવ. તાજા ફળ, દહીંનો એક કટોરો, ચોકલેટ કે આરોગ્યપ્રદ સ્નૈક્સ પણ ઊર્જાનું સ્તર તરબતર કરે છે. આપના ઘરમાં હાથવગો ખાવા પીવાનો સામાન રાખી મૂકો, જેથી આસાનીથી ગમે ત્યારે ગમે તે ખાઈ શકાય. એવો આહાર ન લો જે ઊર્જામાં એકદમ વૃધ્ધિ કરે, જેનાંથી થોડીવાર પછી પાછો થાક વર્તાય છે. પ્રવાહી પદાર્થોનું ભરપેટ ભોજન કરો. એ ન ભૂલો કે આપને બીજા જીવને પણ ખવડાવવાનું છે. જો વધારે નબળાઈ અને થાક જણાય છે તો ડૉક્ટરને તરત જ મળો. તનાવ અને હતાશાથી બચો. ટેન્શનને નજીકમાં ફરકવા પણ ન દો. આવી સંભાળથી ખૂબ જલ્દી આપ રોજિંદા કાર્યો કરવા લાગશો.

વાળ ખરવા

"મારે વાળ એકાએક ખરવા લાગ્યા છે. શું હું ગંજેરી બની રહી છું?"

આપ ગંજેરી નથી થઈ રહ્યાં, પણ આપની મૂળ ફિગરમાં પરિવર્તિત થઈ રહી છો. આમ તો સરેરાશ દરરોજના ૧૦૦ વાળ ખરતાં હોય છે. તેને કેટલાંય દિવસોથી ખરવાનો મોકો મળ્યો ન હતો, એટલે તે એક સાથે ખરી રહ્યાં છે. ગર્ભાવસ્થાના હોર્મોનલ ફેરફારના લીધે પણ આવું રીએકશન જોવા મળે છે. હોર્મોનલ ફેરફારના કારણે ગર્ભાવસ્થામાં આપના વાળ ઘણાં ગાઢ અને મજબૂત થઈ ગયા હશે. હવે તે પોતાની સામાન્ય અવસ્થામાં આવી રહ્યાં છે.

આપના વાળને તાજા, સુવાળા અને મજબૂત કરવા માટે વિટામિનની ટેબ્લેટ લો. ખોરાકમાં પણ વિટામિન મળે એવાં ખાદ્ય પદાર્થ લો. વાળની કાળજી માટે બને ત્યાં સુધી ઓછું શેમ્પૂ કરો. શક્ય હોય તો કંડીશ્નરનો ઉપયોગ કરો, જેથી અસ્તવ્યસ્થ વાળ કે ગૂંચળા વળેલા વાળ ઓછામાં ઓછાં તૂટે. મોટા દાંતવાળા કાંસકાનો ઉપયોગ કરો. વાળની સાથે કોઈ ઉંટવૈદુ ન કરશો, તેમ છતાં જો વાળ ખરતાં બંધ ન થાય તો આપના ડૉક્ટરનાં સૂચન મુજબ સારવાર કરો.

પેશાબ પર નિયંત્રણ

"મેં વિચાર્યું હતું કે શિશુના જન્મ પછી હું પેશાબાશય પર નિયંત્રણ મેળવી શકીશ, પરંતુ હજુ પ્રસૂતિ થયાને બે મહિના વીત્યા પછી પણ હસતાં કે ખાંસી લેતી વખતે આપોઆપ પેશાબ થઈ જાય છે. શું કાયમ આવું રહેશે?"

જી..હા, ડિલીવરીના થોડાં મહિના પછી આવું થવું બિલકુલ સામાન્ય છે. હસતાં, ખાસતાં, છીંકતાં કાં તો કોઈ ભારે કામ કરતી વખતે પેશાબાશય પર દબાણ થાય છે અને પેશાબ આપોઆપ થઈ જાય છે. પ્રસવ તથા ડિલીવરી વખતે પેશાબાશય અને પેલ્વિકની આ જુબાજુની માંસપેશીઓ નબળી પડી જાય છે અને આપ આપોઆપ થતાં પેશાબને રોકી શકતી નથી. ગર્ભાશય સાંકડું થાય છે તો પેશાબાશય પર એની પણ અસર પડે છે. હૉર્મોનલ ફેરફાર પણ એનાં માટે કારણભૂત હોય છે.

આ પ્રક્રિયાને સમાપ્ત થવામા ૩ થી ૬ મહિનાનો સમય લાગે છે. ત્યાં સુધી આપ પેડ લગાવો. હા, ટેમ્પૂન લગાવવાથી કોઈ ફાયદો નહીં થાય. આ સિવાય નીચે મુજબના ઉપાય અજમાવી શકો છો.

કીગલ વ્યાયામ : કીગલ અને પેલ્વિક એરિયા સાથે સંલગ્ન વ્યાયામ ચાલુ રાખો. એ આપને ઘણા મદદરૂપ બનશે.

વજન ઘટાડો : ગર્ભાવસ્થાના સમયે વધેલું વજન ઘટાડવું પડશે. કેમ કે એવા વધારાના વજનના કારણે હજુ પણ પેશાબાશય પર દબાણ થઈ રહ્યું છે.

પેશાબાશયને તાલિમબધ્ધ કરો : દર અર્ધા કલાક પછી મરજી ન હોય છતાં પણ પેશાબ માટે જાવ. આ જ રીતે ધીમેધીમે વચગાળાનો સમય વધારો.

કબજિયાતથી બચો : કબજીયાતના કારણે પણ પેશાબાશય પર દબાણ વધી શકે છે. નિયમિત સમયે શૌચ પ્રવૃતિએ જાવ.

પ્રવાહી પદાર્થ લો : દિવસમાં ઓછામાં ઓછાં આઠ ગ્લાસ પાણી પીઓ. એવું ન વિચારો કે ઓછું પાણી પીશો તો પેશાબ ઓછો આવશે. પાણી ઓછુ પીશો તો ડી-હાઈડ્રેશનથી પેશાબનું સંક્રમણ થઈ શકે છે. (એવું ભેગુ થયેલું) સંક્રમિત પેશાબશયથી વધારે પેશાબ વહેશે અને વહેતાં પેશાબાશયમાં સહેલાઈથી સંક્રમણ ચેપ લાગશે.

ગેસ ટ્રબલ

"હમણાંથી મને ગેસ ટ્રબલ પજવી રહ્યું છે, જેનાથી મને લોકો વચ્ચે ખૂબ જ ભોંઠા પડવું પડે છે.આવું શા માટે થઈ રહ્યું છે?"

આપ નવી નવી મા બન્યા છો, જેથી આપને જાણ નથી કે શરીર હવે પોતાના મૂળ સ્વરૂપમાં આવી રહ્યું છે. શરીર ખરાબ વાયુઓને બહાર ફેંકે છે. પ્રસવ પછી તમારી જેમ અનેક માતાઓ વાછૂટ કરતી હોય છે. આમાં ભોંઠા પડવાની શરમ સંકોચની કોઈ વાત નથી. આપના પેલ્વિક ક્ષેત્રને અમુક માંસપેશીઓ ખેંચી ગઈ છે અને અમુક નષ્ટ થઈ ગઈ છે. જેનાંથી આપ ગેસ પસાર થવાની પ્રક્રિયા પર કાબૂ રાખી શકતી નથી.

અમુક અઠવાડિયા પછી જ્યારે માંસપેશીઓ પોતાની પહેલાંની સ્થિતિમાં ગોઠવાઈ જશે ત્યારે આપને ગેસ ટ્રબલ રહેશે નહીં.ત્યાં સુધી આરામથી ખાવ-પીવો, પણ હા, એકવાતની ખાસ કાળજી રાખજો. આપ જેટલી હવા અંદર લઈ જશો તેટલો ગેસ બનીને નીકળશે. કીગલ વ્યાયામ પણ કરતાં રહો. એનાંથી પણ આપને લાભ થશે.

ડૉક્ટરની મદદ લો

તમે તમારી તરફથી પૂરો પ્રયત્ન કરી લીધો પરંતુ હજુ પણ પેશાબનો રિસાવ બંધ નથી થઈ રહ્યો. કોઈ વાંધો નહીં, પોતાના ડૉક્ટર સાથે વાત કરો. તે કોઈ સારવાર બતાવશે જેથી જરૂર પડે તો સર્જરી પણ કરશે. બસ તમે હિમ્મત ના હારો.

પ્રસૂતિ પછી પીઠનો દુઃખાવો

"મને એવું લાગતું હતું કે ડિલીવરી પછી મારી પીઠના દુઃખાવામાં આરામ થશે, પરંતુ દુઃખાવો તો હજુપણ પજવે છે? શા માટે?"

ડિલીવરી પહેલાનો તમારો જૂનો પીઠનો દુઃખાવો તમને પજવે છે તો એનાં માટે સમય જ મોટો ઈલાજ છે. એવું કહી શકાય કે હોર્મોનના લીધે ઢીલા પડી ગયેલાં લિગામેંટ હજુ સુધી એવાં જ છે. તેમને પોતાની તાકાત મેળવવામાં કેટલાંય દિવસો અને સપ્તાહ લાગશે. પેટની નબળી માંસપેશીઓ પણ આપની પીઠ પર એની અસર બતાવી રહી છે શિશુને ઉપાડતા, ઝૂલાવતાં કે સૂવડાવતા પણ પીઠમાં દર્દ થવા લાગતું હશે. શિશુનો ઉછેર થઈ રહ્યો છે, તે દિન-બ-દિન મોટું થઈ રહ્યું છે, જેનાં કારણે તેના વજનથી પણ પીઠ પર દબાણ અને ખેંચાણ પણ વધતું હશે, પણ ચિંતા કરવાની જરૂર નથી. જૂનો પીઠનો દુઃખાવો છે. તેને મટાડવા માટે નીચે મુજબના ઉપાયો કરો.

- પેટ સાથે જોડાયેલા અમુક વ્યાયામ અને પેલ્વિક ટિલ્ટ કરો, જેથી પીઠને આધાર આપતી માંસ પેશીઓ મજબૂત થઈ શકે.
- સામાન ઉઠાવતી વખતે કાં તો ઝુકતી વખતે પીઠનો ખ્યાલ રાખો.
- આખો દિવસ પથારીવશ ન રહો. આપની

પીઠને ઓશિકાના ટેકે રાખો.

- જ્યારે પણ તક મળે ત્યારે પગોને થોડો આરામ આપો. જ્યારે ઊભા રહેવાનં હોય ત્યારે પગ નાના સ્ટુલ પર ધરો.
- આપના પોશ્ચર પર ધ્યાન રાખો. ખભા સીધા રહેશે તો પીઠ નહીં દુઃખે. શિશુ મોટું થઈ જાય તો તેને ઉપાડતી વખતે એકજ નિતંબ પર તમામ ભાર ન નાખો. કેમ કે એનાંથી પીઠમાં દર્દ થશે.
- ઘણીવાર મમ્મીઓ બાળકને એક હાથથી ઉંચકીને કેડે લે છે અને બીજા હાથથી કામ કરે છે. આપે અવાર નવાર હાથ બદલવા જોઈએ. બાળકને પણ એક કેડેથી બીજી કેડે લેવું જોઈએ. બાળકને તેડીને કામ કરતી સ્ત્રીઓ એ પણ હાથ બદલો કરવો જોઈએ.જો સમય મળે તો પીઠની માંસપેશીઓની માલિશ કરો. આમાં પતિની મદદ લઈ શકાય.
- શિશુને દૂધ પીવડાવતી વખતે પણ પીઠનો શેક કરી શકાય.

જ્યારે શિશુ થોડુ વ્યવસ્થિત થઈ જશે ત્યારે આપના શરીરે ગુમાવેલી તાકાત-શક્તિ પણ પાછી ફરશે. એ વખતે ડાયપરની બેગ ખાલી કરી દો અને તેને ત્યારે જ ભરો જ્યારે ખૂબ જરૂરી હોય!

શિશુ જન્મ પછી

"મને હતું કે હું મારા શિશુના જન્મથી ખૂબ જ રોમાંચિત થઈ જઈશ, પરંતુ હવે હું એને જન્મ આપ્યા પછી ખૂબજ ઉદાસ છું મને સમજાતું નથી કે હું આવુ ફિલિંગ શા માટે કરૂં છુ?"

આ જ સમય સહુથી શ્રેષ્ઠ હોય છે અને આ જ સમય કનિષ્ટ પણ. ખરાબ. ૬૦ થી ૮૦ ટકા મમ્મીઓ શિશુના જન્મ પછી આવું જ ફિલિંગ કરે છે ડિલીવરીના પાંચ દિવસમાં જ એનાં સપના ચૂર્ણ-વિચૂર્ણ થઈ જાય છે એનાં દિલોદિમાગ પર એક અજબ ગજબની ઉદાસી છવાઈ જાય છે. એને રડવાનું મન થાય છે. ખૂબ જ બેચેની એને ચેન લેવા દેતી નથી. એનામાં ચિડિયાપણું આવે છે.

ખરેખર આવું બધુ ફિલીંગ એટલાં માટે થાય છે, કેમ કે એજ વખતે હોર્મોનનું સ્તર બદલાતું હોય છે. ગર્ભાવસ્થાની થકવી દેનારી પ્રસૂતિ અને ડિલીવરી પછી ઘરે આવો છો. ઘરે પણ શિશુની ચિંતા, સ્તનપાનની તકલીફ આપના ચહેરાની બગડતી હાલત, ઘરમાં વ્યસ્ત-વ્યવસ્તતા આ તમામ બાબતો આપને પજવે છે અને આપ શિશુ જન્મની ખુશાલી માણી શકતી નથી પણ ચિંતા ન કરો. થોડા જ સપ્તાહમાં જ્યારે આપ આ નવા વાતાવરણથી ટેવાઈ જશો ત્યારે બધુ જ બરાબર થઈ જશે. ત્યાં સુધી નીચેના ઉપાય અજમાવો.

આપ આશા-અરમાનોને ઘટાડો: હજુ આપમાં એટલી શક્તિ નથી કે એક સંપૂર્ણ માની જેમ (તંદુરસ્ત માતાની જેમ) શિશુ અને ઘરની જવાબદારીઓ સંભાળી શકો. હજુ આપને થોડાં આરામની જરૂર છે. કોઈની મદદની પણ જરૂર છે. એન મળે ત્યાં સુધી બહુ ઈચ્છાઓ રાખો નહીં. ઉમેદ-આશા, અરમાનોને ઘટાડો. ફક્ત એવું કામ હાથ ધરો જે તે કરી શકવા માટે સક્ષમ છો.

એકલા ન રહો : ઘરમાં મેલા-ઘસવાના વાસણોનો ઢગલો, વસ્ત્રોનો પણ ઢગલો, રડતું શિશુ અને રાતોના ઉજાગરા...! આવા માહોલમાં કોઈની મદદ કેવી રીતે ચાલશે? આપના જીવનસાથી, મા, સાસુ, આયા, બહેન કે કોઈ સખી સહેલીની મદદ લો.

સુંદર દેખાવ: એ સાંભળવામાં અદ્ભૂત લાગે છે પણ હકીકત છે. થોડોક સમય તમે તમારી જાતને આપો, જેથી મનને સારૂં લાગે. સ્નાનાદિ ક્રિયા પતાવીને સ્વચ્છ અને સારા વસ્ત્રો પહેરો. વાળને સેટ કરો. કંસીલરથી ડાઘ-ધાબાને છૂપાવીને થોડો મેકઅપ કરો.

ઘરેથી નીકળો : હરવા-ફરવાથી મનની મૂંઝવણો દૂર થશે,જેથી થોડું બહાર નીકળવાનું રાખો. એથી આપની આંખો સામેથી કામનો બોજો દૂર થશે. અઠવાડિયામાં એકાદવાર તો બહાર ફરવાનો પ્રોગ્રામ કરો. કોઈ સહેલીને ત્યાં જાવ. સગાને ત્યાં જાવ. શિશુને બાગ-બગીચામાં ફેરવો. કોઈ મોલમાં પણ આંટો મારી આવો.

તમારી જાતને મહત્વ આપો : કોઈ ફિલ્મ જોઈ આવો. પોતાની જીવનસાથી સાથે રાતનું ખાણું બહાર હૉટલમાં ખાવ. મોજથી અને લાંબા ગાળા સુધી સ્નાન કરો. આ રીતે તમારી જાતને

મહત્વ આપો.

વ્યાયામ કરો : કસરત આપના શરીરને ફીટ રાખશે. નિયમિત કસરત કરો. કોઈ ડી.વી.ડી. જોઈને કસરત કરો. શક્ય હોય તો ચાલવાની કસરત તો કરી શકો છો ને મોર્નિંગ વોક કરો. એ પણ શક્ય ન હોય તો ઘરના કપાઉન્ડમાં તો હરી-ફરી શકો છો.

ખાવા-પીવામાં ખાસ કાળજી રાખો : આપે હંમેશા શરીરનું ઉષ્ણતામાન જાળવવાનું છે. શિશુનું પેટ ભરવાની સાથોસાથ તમારાં ખાવા-પીવામાં પણ કાળજી રાખો. શારીરિક અને ભાવનાત્મક સ્તરથી સંતુષ્ટિ માટે જરૂરી છે કે આપ પૌષ્ટિક આહાર લો. આપની તંદુરસ્તી માટે એવાં સ્નેક્સ ભુખ લાગે ત્યારે ખાવ, જેથી આપનું ઊર્જાનું સ્તર જળવાઈ રહે.

હસવું - રડવું : જો કયારેક આપને રડવાનું મન થાય ત્યારે મનભરીને રડી લો પછી જે બાબતે આપ રડયા હોય એનાં પર ખુલ્લા દિલે હસી લો, જે આપના વશમાં ન હતુ. દાખલા તરીકે બજારમાં અચાનક બાળકે મળપ્રવૃત્તિ કરી નાખી. આપનાં સ્તનોમાંથી એકાએક દૂધ નીકળવા માંડયુ વગેરે કારણોસર આપને રડવું આવ્યું હોય પણ પછી તેને હસી કાઢો. હાસ્ય એક ઉમદા દવા છે, જે ઉંડા જખ્મોને પણ ભરી દે છે. જેમ સમય દુઃખનું ઔષધ છે તેમ હાસ્ય પણ દુઃખનુ ઔષધ છે જો આપનું દુઃખ વધી પડે તો ડૉક્ટરની મદદ લો.

"જયારથી મારી ડિલીવરી થઈ છે ત્યારથી મારી ખુશીઓનો પાર નથી. મને અમુક વખતે થાય છે કે શું આ ખુશીઓ કોઈ નિરાશાથી તો પૂરી નહીં થાય ને?"

માન્યું કે બેબી બ્લ્યૂ પણ કોમન છે, પરંતુ દરેક મમ્મીઓ સાથે એવું થતુ નથી. આપે શરૂઆતથી જ તમામ પરિસ્થિતિઓને સુપેર સંભાળી લીધી છે. એ ઉમદા બાબત છે. આની સાથોસાથ આપે જીવનસાથી તરફ પણ ધ્યાન આપવું જોઈએ. ઘણીવાર નવા નવા પાપા પણ હતાશાથી ઘેરાઈ જાય છે અને પોતાની ભાવનાઓને છૂપાવવાની કોશિશ કરે છે.

પ્રસવ પછી ડિપ્રેશન

"મારૂં બાળક એક મહિનાનું થઈ ગયું છે અને હું હજુ સુધી ડિપ્રેશનની હાલતમાં છું, મારે એ સ્થિતિમાંથી કેવી રીતે બહાર આવવું?"

પ્રસવ પછી ડિપ્રેશન હતાશા અને બેબી બ્લ્યૂ એ બંને સ્થિતિઓમાં થોડું અંતર છે. જો કોઈ મહિલા પહેલેથી જ ડિપ્રેશનનો ભોગ બનેલી હોય, એને જટિલ ગર્ભાવસ્થા અને ડિલીવરીની યાતના ભોગવવી પડી હોય તો તેના માટે ડિપ્રેશનના ભોગ બનવું સ્વાભાવિક છે.

ડિપ્રેશનના હુમલામાં માણસને રડવાનું મન થાય છે. હતાશાથી ગદગધિત બનેલ કોઈ પણ શખ્સ હિબકા લેતો રહે છે .એને નીંદર નથી આવતી. ખરાબ કાલ્પનિક ભયથી ગ્રસ્ત બને છે. તેને ખાવા-પીવામાં પણ રસ રહેતો નથી. આપને આવી સમસ્યા હોય તો તેમાંથી જલ્દી બહાર આવો. ઉદાસી અને નિરાશાને ખંખેરી નાખો. જો આપ શિશુનુ બરાબર ધ્યાન ન રાખતી હોય તો ખોટું છે. શિશુ માટે મમતા ન જાગે અને આપ જાણે દુનિયાથી એકલી પડી ગયાની લાગણીમાંથી મુક્ત થાવ. ડિપ્રેશનથી યાદશક્તિ પણ ઘટે છે.

આપ બેબી બ્લ્યૂવાળા ટિપ્સનો પ્રયોગ કરો, તેમ છતાં જો આપ બિલકુલ જવામાં મોડું ન કરો. તેઓ આપના થાઈરૉઈડ ટેસ્ટ કરી શકે છે. ઘણીવાર થાઈરૉઈડ હોર્મોનના સ્તરમાં અનિયમિતતાના કારણે પણ આ પ્રકારની ભાવનાત્મક અસ્થિરતાનો ભોગ બનાય છે. જો એ તપાસ નોર્મલ હશે તો ડૉક્ટર ડિપ્રેશનની સારવાર માટે આપનો થેરેપિસ્ટની પાસે મોકલશે. થેરેપિસ્ટ નિદાન પછી એન્ટીડિપ્રેશન દવાઓ આપે છે, જે સ્તનપાનમાં પણ સલામત ગણાય છે. જો લક્ષણ ઉડા છે તો બ્રાઈટ લાઈટ થેરેપી આપવામાં આવે છે.આ પધ્ધતિમાં આપને આંખો ઉઘાડી રખાવીને એક એવા બોક્સમાં બેસાડવામાં આવે છે. જેમાંથી સૂર્યના પ્રકાશના કિરણો નીકળે છે. આનાથી આપના શરીરમાં એક સકારાત્મક પોઝેટીવ બાયોકેમિકલ ફેરફાર થાય છે, જેનાથી મગજ શાંત થાય છે. થેરેપિસ્ટ તબીબી ડિપ્રેશનની અવસ્થાઓનાં હિસાબથી મિશ્રિત ઈલાજ વિચારી શકે છે.

હતાશાના કારણે આપના સામાજિક જીવનમાં પણ એની માઠી અસર જોવા મળે છે.

આરોગ્ય કથળે છે. અમુક સ્ત્રીઓને તો કાલ્પનિક ભયના હુમલા થાય છે. શરીર પરસેવે રેબઝેબ થઈ જાય છે. છાતીમાં પણ દુઃખાવો પજવે છે. માથું ભમે છે અને ગભરામણ ઘેરી વળે છે. આ તમામ લક્ષણો જણાય ત્યારે તાત્કાલિક સારવાર એજ ઉત્તમ ઉપાય છે.

હતાશાનો ભોગ બનેલી ૩૦ ટકા મહિલાઓમાં પોસ્ટ મોર્ટમ ઓફ ઓબ્સેસિવ કમ્પલ્સિવ ડિઓડાર (પી.પી.ઓ.સી.ડી.)ના લક્ષણ પણ જોવા મળે છે. આવી મહિલાઓ દર પંદર મિનિટ પછી એવું જુએ છે કે શિશુ જીવે કે નહીં? તેનો શ્વાસ તો ચાલે છે ને? વારંવાર ઘરની સાફ-સફાઈ કરવા લાગે છે કાં તો કોઈ એનાં શિશુને મારી નાખશે કે ઉઠાવી જશે એવાં ભયમાં જીવે છે. અમુકવાર એને શિશુને (નુકશાન) હાનિ પહોંચાડવાના કે મારી નાખવાના વિચારો ઘેરી લે છે. આવું જ્યારે પણ થવા લાગે ત્યારે તાત્કાલિક ડૉક્ટર પાસે પહોંચી જાવ.

પોસ્ટમોર્ટમ સાઈકોસિસ નામના મનોરોગમાં ભ્રમણાની સ્થિતિ વધવા લાગે છે. આત્મહત્યા કે હિંસાના વિચાર મનમાં સળવળવા માંડે છે. અજબ ગજબની બાબતો જોવાં મળે છે અને સાંભળવા પણ મળે છે. સાઈકોસિસના લક્ષણ જણાતા ઈમરજન્સી રૂમમાં તરત જ પહોંચી જાવ.આપની ભાવનાઓને સામાન્ય ન સમજો. એને ગંભીરતાથી લો. મદદ આવી પહોંચે ત્યાં

થાઈરૉઈડિટિસ

અમુક નવી મા બનેલી યુવતીઓ ખૂબ જ થાકી જાય છે. તેમનું વજન ઘટવા માંડે છે કાં તો હતાશાથી વાળ ખરવા લાગે છે. પ્રસવ પછી થાઈરૉઈડિટિસ નામના રોગનો પગ પેસારો સ્વાભાવિક છે. આ રોગનાં લક્ષણોની જાણ ન હોવાના કારણે પણ એનાં ભોગ બનાય છે અને તેનો ઈલાજ થઈ શકતો નથી.

એનાં લક્ષણ ડિલીવરીના એકથી ત્રણ મહિનાના વચગાળામાં જોવા મળે છે. એનાં લીધે લોહીના પ્રવાહમાં ખૂબ જ મોટા પ્રમાણમાં થાઈરૉઈડ હોર્મોન ભળી જાય છે, જેનાં કારણે મહિલા થાક,બેચેની અને ગભરામણ અનુભવે છે. રાતના નીંદર નથી આવતી ખૂબજ પરસેવો વળે છે. એ પછી હાઈપોથાઈરોઈડિજમની સ્થિતિ સર્જાય છે. થાકની સાથે હતાશા, માંસપેશીઓમાં દર્દ, વાળ ખરવા, ત્વચાની બરછટતા તથા યાદશક્તિમાં કમી જેવા લક્ષણ જોવા મળે છે.

જો આપ પણ આવા લક્ષણોને અનુભવી રહી છો તો ડૉક્ટર પાસે પહોંચી જાવ.

અમુક મહિલાઓને તો ડિલીવરીના બારેક મહિનામાં જ રાહત થઈ જાય છે. પરંતુ અમુક મહિલાઓને કાયમ થાઈરૉઈડની દવા લેવી પડે છે અને ટેસ્ટ કરાવવા પડે છે. ઘણીવાર આરામ થઈ ગયા પછી બીજીવારની સુવાવડમાં એ જ પજવણી રહેતી હોય છે. જે મહિલાઓને પહેલાં આ રોગ થયો હોય તો તેમણે ડૉક્ટરને વિગતવાર એની જાણકારી આપવી જોઈએ. આવી જાણકારી પહેલેથી જ પ્રાપ્ત થતાં ગર્ભધારણ અને ગર્ભાવસ્થા દરમિયાનની અનેક તકલીફોને નિવારી શકાય છે ડૉક્ટરને એ વિગતો સારવારમાં ઉપયોગી બની છે.

સેધી આપની ખતરનાક કાલ્પનિક ભ્રમણાઓ પર કાબૂ રાખો. પાડોશી, સહેલી કે કોઈ સગા પાસે બાળકને સાચવવા સોંપી દો.

પ્રસવ પછી વજનનો ઘટાડો

"મને એ વાતની તો જાણ હતી કે હું ડિલીવરી પછી તરત જ બિકિની નહીં પહેરી શકુ, પરંતુ ડિલીવરીના બે અઠવાડિયા પછી પણ હું છ માસની ગર્ભવતી જેવી લાગુ છુ દેખાઉં છું શા માટે?"

આપણે જાણીએ છીએ કે શિશુના જન્મ સાથે જ દરેક પ્રસૂતાનું વજન લગભગ ૧૫ પૌંડ ઘટી જતું હોય છે, પણ મહિલાઓને એ પણ ઓછું જ જણાય છે. ખરેખર તો ડિલીવરી કક્ષમાંથી નીકળ્યા પછી પણ આપનું ગર્ભાશય ખૂબજ પહોળુ થયેલું હોય છે જે આગામી છ અઠવાડિયામા ધીમેધીમે સંકોચાઈને ઘટે છે. પેટમાં (ઓરેલાં) નાખેલા પ્રવાહી પદાર્થોનાં લીધે પણ આપની કમરનો ગાળો અને પેટ ઉપસેલા લાગે છે. આપના પેટ અને ત્વચાની માંસપેશીઓ પણ ખેંચાઈ ગઈ હોય છે, જે ધીમેધીમે જ સામાન્ય મૂળ સ્થિતિમાં આવે છે

માટે ધીરજ રાખો. અત્યારે ડાયટિંગ માટે વિચારવાનુ નથી. પહેલાં છ અઠવાડિયાથી આપ સ્તનપાન પણ કરાવી રહી છો. આપને પૂરતાં પ્રમાણમાં પોષણની જરૂર છે, જેથી સ્વાસ્થ્ય જળવાઈ રહે અને કોઈપણ પ્રકારના સંક્રમણનો ભય ન રહે. પૌષ્ટિક આહાર લો. જેથી આપનું વજન ધીમેધીમે ઘટી શકે. કૅલેરીનુંપ્રમાણ ઘટાડી દેવાથી દૂધનુંપ્રમાણ પણ ઘટશે અને જલ્દીથી મેદ ઘટાડવાની ઉતાવળમાં ઝેરી તત્વો આપના દૂધમાં ભળી શકે છે. જો આપ સ્તનપાન નથી કરાવતી તો છ સપ્તાહ પછી (અગાઉના) પહેલાંના સમતોલન ઉપાયથી વજન ઘટાડવાની કોશિશ કરી શકો છો.

ઘણીવાર સ્તનપાન કરાવવાથી પણ વજન ઘટવા લાગે છે. જો આપનું વજન તેમ છતાં ન ઘટે તો ચિંતા ન કરો. આપે ગર્ભાવસ્થામાં કેટલું વજન વધાર્યું હતુ, એનાં હિસાબે પણ આપનું વજન ઘટશે. જો આપે ૨૫ થી ૩૫ પૌંડ વજન વધાર્યં હશે તો પણ ડિલીવરી પછીના અમુક મહિનાઓમં એ ઓછ્ુ થઈ જશે. માનો કે આપે ૩૫ પાઉન્ડથી વધારે વજન વધાર્યુ હતુ તો તેને ઘટાડવામાં થોડી મહેનત કરવી પડશે. એવું વજન ઘટાડવામાં ૧૦ મહિનાથી લઈને ૨ વર્ષનો સમયગાળો લાગશે. આપ માત્ર એટલું જ યાદ રાખો કે આપને વજનમાં વૃધ્ધિ કરવામાં નવ મહિના લાગ્યા હતા તો તેને ઘટાડવામાં થોડોક સમય તો લાગવાનો ને!

સી-સેકશનથી લાંબા ગાળાનો આરામ

"સી-સેકશનને એકાદ વીક વીતી ગયું. હું શું આશા રાખી શકુ?"

માન્યું કે આપને સી-સેકશન પછી એકાદ સપ્તાહ વીતી ગયું છે, પરંતુ સંપૂર્ણ આરામ થતાં તો થોડો વધુ સમય લાગવાનો છે. યાદ રાખો કે ડૉક્ટરના સૂચનો માનવામાં અને આરામ કરવામાં જ આપનું ભલું છે. ત્યાં સુધી તમે નીચે મુજબના ઉપાય કરી શકો છો.

<u>થોડું અને બિલકુલ દર્દ ન થવું</u> : આમ તો હવે આપને પીડામાં ઘણી રાહત હશે. જો આરામ નથી તો ટાઈલીનોલ જેવી દવાઓ લો.

<u>પ્રગતિ સુધારો</u> : અમુક સપ્તાહ જખમોમાં દઈ એને સંવેદનશીલતા જોવા મળશે, પણ ધીમે ધીમે રાહત મળશે. સામાન્ય ડ્રેસિંગ અને ખુલ્લાં વસ્ત્રોથી બેચેની તથા દર્દ ઘટશે. આ પ્રક્રિયામાં ચીરાની આ જુબાજુ ધીમુ ખેંચાણ દર્દ કે ખંજવાળ થવી સામાન્ય છે. ડૉક્ટરને પૂછીને કોઈ મલમ લગાવી શકાય. ઈજા થયેલાં ભાગની માંસ પેશીઓની ગાંઠો મલમથી મટી જશે. એ જખમને રૂઝ વળે ત્યારે તે સાધારણ ગુલાબી થશે.

જો પીડા કાયમ રહે, આ જુબાજુ સોજો જણાય કે લાલાશ જોવા મળે, ઘામાંથી પરૂ નીકળે તો એનો મતલબ એ છે કે એને કોઈનો ચેપ લાગ્યો છે. જો કે આમેય થોડોક પ્રવાહી પદાર્થ તો ઝરે છે પણ એને ડૉક્ટરને બતાવો.

<u>સેક્સ માટે ચાર સપ્તાહ સુધીની પ્રતિક્ષા</u> :

જ્યાં સુધી આપના ચીરાનો ભાગ ભરાય નહીં,તેને રૂઝ વળે નહીં ત્યાં સુધી આપે સેક્સ માટે વાટ જોવી પડશે.

<u>કસરત</u> : દર્દ ઓછ્ુ થતા જ આપ કસરત કરી શકો છો. અત્યારના સંજોગોમાં પણ કસરત કરવાથી પેલ્વિક ક્ષેત્રની માંસ પેશીઓને રાહત મળશે. પેટની માંસપેશીઓને સુઘડ અને સજજડ બનાવવા માટે જાતજાતના વ્યાયામ કરો. આપનું લક્ષ નક્કી કરી લો અને તે મુજબ જ કરસત કરો. આપને પહેલાંના ફિગરને મેળવવામાં ઘણા સપ્તાહ લાગી શકે છે.

સેક્સ

"અમે અમારી સેક્સ લાઈફ ફરીથી કેવી રીતે શરૂ કરીએ?"

મોટાભાગે તો દંપત્તિઓને એવી જ સલાહ આપવામાં આવે છે કે, જ્યારે સ્ત્રી માનસિક રીતે એના માટે તૈયાર થઈ જાય ત્યારે જ સેક્સને સુપેરે માણી શકાય છે, પરંતુ એનું શારીરિક રીતે ફીટ હોવું પણ જરૂરી છે. લગભગ ચાર અઠવાડિયા

પછી એનાં માટે (સેક્સ) લીલીઝંડી આપી શકાય છે અમુક ડૉક્ટર છ સપ્તાહવાળો નિયમ અપનાવે છે. કેમ કે ઘણીવાર ઑપરેશનના (ચીરાને) જખમને રૂપ વળતાં વાર લાગે છે. ઘણીવાર સંક્રમણનો પણ ભય રહે છે.

આપે ડૉક્ટર પાસેથી આ અંગેનો મત જાણ્યા બાદ જે તે નિર્ણય લેવો જોઈએ. જો તેમની ના હોય તો શિશુની સાર-સંભાળમાં દિવસ રાત કયાં વીતી જશે એની ખબર નહીં પડે, ત્યાં સુધી પતિ-પત્ની એકબીજાને પરસ્પર સાત્વિક પ્રેમ અને સ્પર્શ સુખથી જ સંતોષ પામો. હૈયાની હુંફ ચર્મ સુખથી પણ ઉત્તમ પ્રણય ક્રીડા છે. ચર્મક્રીડા અને પ્રણય ક્રીડામાં ફરક છે. એક ભૌતિક સુખ છે, બીજુ સાત્વિક અલૌકીક સુખ છે.

"મારી દાયણે સૂચવ્યું કે હવે હું સેક્સ જીવન ભોગવી શકું છું, પરંતુ મને લાગે છે કે એથી મને તકલીફ થશે પણ મને માનતું નથી. શું કરૂં?"

સેક્સ હજુ ટુ ડૂ લિસ્ટમાં નથી તો કોઈ અફસોસ નથી. અત્યારે આપ સામાન્ય પ્રકારના કારણોથી ગ્રસ્ત છો. જો આપે યોનિમાર્ગથી શિશુને જન્મ આપ્યો છે તો એ અંગ અત્યારે અંદરથી ખેંચાયેલુ છે. તેમાં કોઈ ઘા કે ચીરો પણ હોઈ શકે છે. છોલાયાની ઈજા પણ હોઈ શકે છે. હજુ તો આપને બેસતા જ દર્દ થાય છે. શરીરની કુદરતી ચીકાસને હજુવાર છે. એસ્ટ્રોજનનું સ્તર ઘટવાથી યોનિની માંસપેશી પણ પાતળી થઈ ગઈ છે. ઢીલી પડી ગઈ છે.

અત્યારે તો આપનું સમગ્ર ધ્યાન શિશુની ભૂખ અને ડાયપર પર કેન્દ્રિત છે. આપની પથારીની ચાદર ગંદી મેલી છે. પગની નજીકમાં દુર્ગંધ મારતાં ધોવા માટેના કપડાંને ઢગલો છે. આવા માહોલમાં સેક્સનો મૂડ કેવી રીતે આવી શકે?

ધીમેધીમે તબિયત સુધરે અને આપની જિન્દગીમાં સ્થિરતા જેવું લાગે બધુ જ બરાબર અને અનુકૂળ હોય ત્યારે આપ પોતાની જાતને શારીરિક તથા માનસિક રીતે સેક્સ માટે રાજી કરી શકશો. એ વખતે કોઈ ચિંતા-ફિકર નહીં હોય. એ સમય આવે ત્યાં સુધી અમારી ટિપ્સને અનુસરો.

ચીકણાપણું-ચીકાશ : કે બાઈ નામની જૈલી વાપરો. એ સિવાય કોઈપણ લુબ્રીકેંટના વપરાશથી પણ પીડા ઓછી થશે.

થોડીક વાઈન : એક ગ્લાસ વાઈન પણ આપને એનાં (સેક્સ) માટે તૈયાર કરી શકે છે. શિશુને સ્તનપાન કરાવ્યા પછી જ વાઈન પીવો કાં તો તેનાંથી માલિશ કરાવો.

વાર્મઅપ : આપને અત્યારે ઘણાં ફોરીલેની જરૂર પડશે. સાથેની તમારી મરજી જરૂર અંગે જણાવો અને સેક્સ માટે એવો સમય પસંદ કરો જ્યારે શિશુ ઘસઘસાટ ઉંઘતું હોય! કયાંક એવું ન બને કે મેઈન ઈન્વેટ પહેલાં જ એની આંખો ખૂલી જાય.

દિલ ખોલીને કહો : આપના સાથીને જણાવો કે આપને શું ગમે છે અથવા તો કયાં ભાગને અડવાથી પીડા થાય છે? આ રીતે આપ બંને સેક્સનો પૂરો આનંદ મેળવી શકશો.

સાચી પોઝિશન : પ્રયોગ દ્વારા એવી પોઝિશન નક્કી કરો, જેમાં આપના નાજુક અંગો પર ઓછામાં ઓછું વજન પડે. ઉપરની કે સાઈડવાળી પોઝિશન પણ ઉત્તમ બની શકે છે. આપના આવેશ, ઉશ્કેરાટ અને ગતિશીલતાને હળવાશથી લો. આપના ચરમસુખને ધીમેથી જાણો.

કીગલ : જી..હા, આપ કીગલ વ્યાયામનો જ્યાં ત્યાં ઉલ્લેખ વાંચીને કંટાળી તો નથી ગઈ ને? કેમ કે કંટાળો વ્યર્થ છે, કીગલ વ્યાયામ (શ્વાસની કસરત) અહીં પણ ખૂબજ મોજદાયક સુખદાયક બને છે. સંભોગ દરમિયાન કીગલ વ્યાયામની પધ્ધતિ અજમાવો. એનાથી વ્યાયામનો વ્યાયામ અને આપ બંનેની અસીમ આનંદની ઉપલબ્ધિ.

વૈકલ્પિક સાધન : જો આપને ઈંટર કોર્સની રજા નથી મળી તો હસ્તમૈથુન કે મુખમૈથૂનનો રસાસ્વાદ માણી શકો છો. જો એવું નથી કરવું તો એકબીજા પથારીમાં આશ્લેષબધ્ધ થઈને હૈયાની હુંફ એટલે કે સાત્વિક પ્રેમનો લ્હાવો લો.

જો સેક્સ માણવામાં એક-બે વાર તકલીફ થાય તો નિરાશ ન થાવ. નિરાશ થઈને માંડી પણ ન વાળશો. પ્રયત્નમાં હંમેશા જીતાય છે જેથી આપ ખૂબ જલ્દી ફરીથી એજ આનંદની લિજજત માણી શકશો.

બીજીવાર ગર્ભવતી બનવું

"હું સ્તનપાનને ગર્ભ નિરોધક સમજતી હતી, (જ્યાં સુધી બાળકને દૂગ્ધપાન કરાવો ત્યાં સુધી

ગર્ભ ન રહે) પરંતુ હવે જાણવા મળ્યુ છે કે સ્તનપાન દરમિયાન પણ માસિકધર્મ શરૂ થાય એ પહેલા જ ગર્ભ રહી શકે છે."

જો આપ હમણાં લાંબા સમય સુધી ગર્ભવતી નથી બનવા માગતી તો સ્તનપાન જેવા ગર્ભનિરોધક પર વિશ્વાસ ન કરશો. એ સાચુ છે કે સ્તનપાન કરાવતી સ્ત્રીઓનો માસિકધર્મ બીજી મહિલાઓની સરખામણીમાં મોડેથી શરૂ થાય છે. સ્તનપાન ન કરાવતી માતાઓનો માસિકધર્મ ૬ થી ૧૨ સપ્તાહમાં અને અન્ય મહિલાઓનો ૪ થી ૬ માસમાં શરૂ થાય છે. જો કે એ વાતની ખાતરી કરવી મુશ્કેલ હોય છે. પહેલો માસિકધર્મ કયારે શરૂ થશે. સ્તનપાનની અવધિ અને અધિકતાથી પણ માસિકધર્મ પર અસર પડે છે.

આપે આ બાબતમાં બીજી કોઈ અવઢવમાં રહ્યાં કરતાં યોગ્ય એ માન્ય ગર્ભનિરોધક સાધનો અને ટેબ્લેટનો ઉપયોગ કરવો જોઈએ.

આપનો આકાર અથવા તો અસલ દેખાવ

ડિલીવરી પછી પણ આપ સગર્ભા જેવા દેખાવ એ આપને જ નહીં, કોઈપણ સ્ત્રીને ન ગમે. ડિલીવરી પછી પહેરવા માટે જે નવું જીન્સ લાવ્યા હતા એ ઉપયોગમાં લઈ શકાતું નથી. કેમ કે આપની કમર હજુ સુધી એવી જ મોટી છે. જેવી ગર્ભાવસ્થાએ હતી

નવી મા, હજુ કયાં સુધી ભાવિમાતા સ્વરૂપે દેખાશે?

આ સવાલનો જવાબ ચાર કારણો પર આધાર રાખે છે.

ગર્ભાવસ્થામાં કેટલું વજન વધ્યું હતુ?

કેલેરીના પ્રમાણમાં કેટલો અંકુશ છે?

આપ કેટલો વ્યાયામ કરો છો?

આપનું મેટાબૌલિક કેટલું છે?

વ્યાયામની શી જરૂર છે? શિશુની સાર સંભાળ સાથે જોડાયેલી દોડધામ અને થાકને કસરત માનવાની ભૂલ ન કરશો. જો એવી ભૂલ કરશો તો પૈરીનિયલ કે પેટની માંસપેશીઓ પોતાના મૂળ સ્વરૂપમાં નથી આવતી. આપની ગર્ભાવસ્થા પછી સૂચવેલાં વ્યાયામ વ્યવસ્થિત કરવા પડશે. એનાથી

પહેલાં છ સપ્તાહ માટેના નિયમ

- આરામદાયાક વસ્ત્ર અને બ્રા પહેરો.
- વ્યાયામના સત્રને બે-ત્રણ ભાગમાં વહેંચો. એક જ વખતે અત્યધિક વ્યાયામ કરવાથી નુકશાન થઈ શકે છે.
- હળવા અને સામાન્ય વ્યાયામથી સત્રની શરૂઆત કરો.
- ધીમેધીમે કસરત કરો અને થોડોક વિરામ લો.એ રીતે શાંતિથી કસરત કરો.
- શરૂઆતના છ હપ્તાઓમાં કોઈપણ પ્રકારનો ઝટકો. આંચકો, આઘાત કાં તો ઉતાવળા ન થાવ ખૂબજ ઝડપથી ચાલતાં વાહનથી સાચવો.
- બને ત્યાં સુધી સીટ-અપ કે ડબલ લેગ લિફ્ટ જેવા વ્યાયામથી દૂર રહો.
- આપનાં લોહીના દબાણની જાણકારી રાખો.
- વ્યાયામ પછી લગભગ ૨૦-૨૫ મિનિટ બાદ પૂરતાં પ્રમાણમાં પાણી કે પૌષ્ટિક પીણાં,જયૂસ વગેરે પીઓ.
- જરૂરથી વધારે વ્યાયામ ન કરો.થાક જણાય તો રોકાઈ જાવ, નહીંતર બીજા દિવસના વ્યાયામ માટે આપની શારીરિક હાલત અનુકૂળ નહીં હોય!
- પોતાનું પૂરું ધ્યાન રાખો. શિશુને પણ એ જ સારું લાગશે.

પહેલાં છ સપ્તાહમાં વર્કઆઉટ

- ટેકારૂપ બ્રા અને ખુલ્લા, આરામ મળે તેવા વસ્ત્રો પહેરો.
- વ્યાયામના સૈશનને દિવસમાં બે-ત્રણ વારના રીતે વહેંચો. વિભાગ પાડો.
- સામાન્ય વ્યાયામથી શરૂઆત કરો.
- ધીમેધીમે જે તે કસરત કરો. કસરતમાં શરીરને આંચકા કે ઝટકા લાગવા જોઈએ નહીં. કેમ કે આપના લિંગામેંટ ઢીલા છે, જેથી વ્યાયામમાં કાળજી રાખવી જરૂરી છે.
- પ્રવાહી પદાર્થોની ભરપૂર માત્રા લો, જેથી શરીરમાં પાણીની અછત ન થાય.
- જરૂર કરતાં વધારે વ્યાયામ ન કરો. થાક જણાતાં જ કસરત બંધ કરી દો.
- શિશુની સાથોસાથ આપની તંદુરસ્ત પણ જરૂરી છે, એ મુદ્રાલેખને કદી ભૂલશો નહીં. આપ નિરોગી તો બાળક નિરોગી.

બેઝિક પોઝિશન

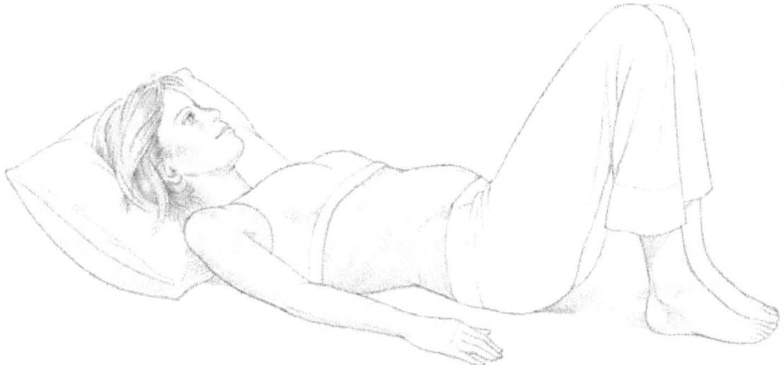

પથારીમાં કે નીચે ફરસ પર માથે ઓશિકું રાખીને ચિત્રમાં બતાવ્યા મુજબની પોઝિશનમાં પીઠ નીચે રાખીને સીધા સૂઈ જાવ. પછી પગના ઢીંચણને જોઈએ. પગના તળિયા ફરશ પર ગોઠવાયેલા રહે. બંને હાથ સીધા ફરશને અડેલાં રહેવા જોઈએ.

પેલ્વિક ટિલ્ટ

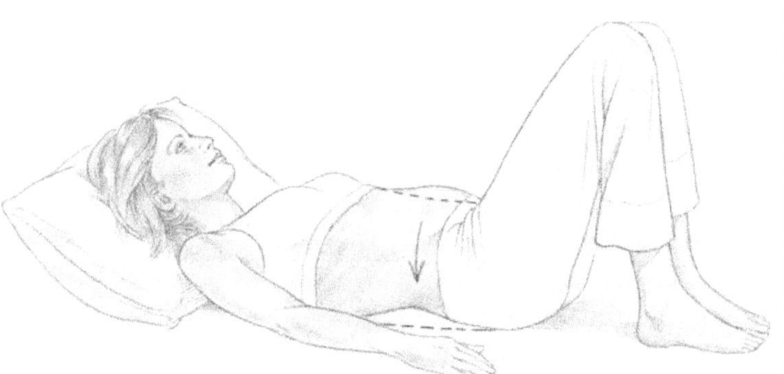

પીઠ ઉપર બેઝિક મુદ્રામાં સૂઈ જાવ. શ્વાસ લો. શ્વાસને છોડતા પીઠને ફરશ તરફ ધકેલો પછી આરામથી આ કસરત ત્રણ-ચારવાર કરતાં ૧૨ અને પછી ૨૪ વાર કરો.

પ્રસવ અને ડિલીવરીનો થાક ઉતરશે. આપની અગાઉની ફીગર મેળવી શકશો. કીગલ વ્યાયામથી મુત્રાશય પર અંકુશ રહેશે અને સેક્સ સાથે સંકળાયેલી સમસ્યાઓ પણ દૂર થશે. એટલું જ નહીં, વ્યાયામથી આપની કાર્યક્ષમતા વધશે અને હંમેશા ઉત્સાહી મૂડમાં રહેશો. આપને પછી કોઈ તણાવ કે ટ્રેસ રહેશે નહીં. જો આપની ડિલીવરી યોનિમાર્ગથી થઈ છે, તે વિકટ ન હતી તો આપ ડિલીવરીના થોડા સમય પછી જ વ્યાયામ શરૂ કરી શકો છો. પહેલાં ડૉક્ટરને પૂછી લેજો.

લેગ સ્લાઈડ

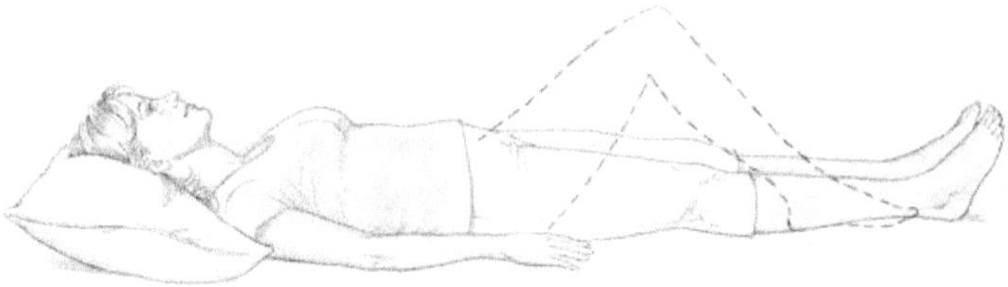

બેઝિક મુદ્રામાં સૂઈને પગોને ફરશ પર લાંબા કરો. શ્વાસ લેતાં જમણાં પગને ઉપરની તરફ ઢીંચણ ઉંચા થાય એ રીતે વાળો. પછી પગને નીચેની તરફ મૂળ સ્થિતિમાં લઈ જતાં શ્વાસ છોડો પછી ડાબા પગને એ રીતે વાળો. આ કસરતનો મહાવરો કરો. અમુક અઠવાડિયા પછી આપ આ જ કસરતમાં આપને અનુકૂળ ફેરફાર કરી શકો છો.

હેડ શોલ્ડર લિફ્ટ

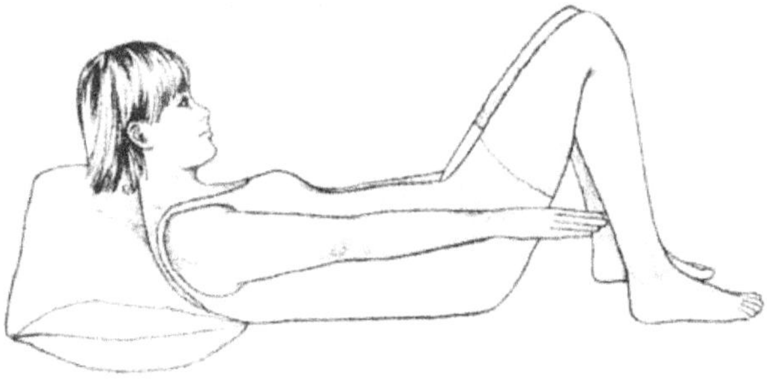

લેગસ્લાઈડની પધ્ધતિમાં ફરશ પર બેઝિક મુદ્રામાં સૂવો. ઉંડા શ્વાસ લેતાં માથાને ઉંચુ કરીને બંને હાથ ફેલાવો અને શ્વાસ છોડો. પછી માથાને ઓશીકે ધરીને મસ્તકને સીધુ કરીને શ્વાસ લો.દરરોજ વધારેમાં વધારે માથું ઉચકાય તેવી કોશિશ કરો. બળપૂર્વક માથાને ખેંચવાનું નથી. સહજ રીતે મસ્તકને આગળ લાવવાનું છે પહેલાં છ સપ્તાહ ધીમી ગતિએ કરો. આ કસરત કરતાં પહેલા પેટના સેપરેશનવાળા બિંદુ પર મનને પરોવો.

એક જ ઝટકામાં કે ઝડપથી વ્યાયામ ન કરો. આ વ્યાયામ કાળજીપૂર્વક કરવાના છે.કેમ કે આપનું શરીર હજુ ઘણુ નબળુ છે. અનુકૂળ કસરત કરકે શિશુની સાથે, તેને તેડીને આંટા-ફેરા મારો. નીચે લખ્યા મુજબના સૂચનોનું પાલન કરો.

પહેલું પગથિયું : ડિલીવરીના ચોવીસ કલાક પછી

<u>કીગલ :-</u> ડિલીવરી પછી આપ સરળતાથી કીગલ વ્યાયામ શરૂ કરી શકો છો. જો કે દવાની

ખુશખબરી

વ્યાયામથી આપની નિપ્પલો પર જે પરસેવો જોવા મળે છે, તેને સાફ ન કરશો. કસરત કર્યા પછી બાળકને દુગ્ધપાન કરાવો. તેને ડીંટડીના પરસેવાનો દૂધમાં પણ અનેરો સ્વાદ જણાશે. એટલે ડૉક્ટરનો મત જાણ્યા પછી વ્યાયામ કરો, પણ સ્તનોને ટેકારૂપ બ્રા પહેરવાનું ભૂલશો નહીં.

અસરથી આપ એને અનુભવી નહીં શકો, પરંતુ આપને એને લાભ જરૂર થશે. શિશુને સ્તનપાન કરાવતી વખતે તેનો મહાવરો કરો. અભ્યાસ કરો. દિવસમાં ચારથી છ વાર પછી ૨૫-૨૫ વાર કરો. એનાંથી આપની પેલ્વિકનું આરોગ્ય પણ જળવાશે અને સેક્સની ભરપૂર લહાણી લઈ શકાશે.

<u>ઊંડો શ્વાસ :</u> બેઝિક પોઝિશનમાં સૂઈને આપના પેટ પર હાથ રાખો, જેથી આપ નાકથી શ્વાસ લો ત્યારે હાથને ઉંચા થતાં કે પેટને ફૂલતું અનુભવી શકો. બે ત્રણ ઉંડા શ્વાસોથી શરૂઆત કરો અને ધીમેધીમે એને વધારતાં જાવ. જો વધારે પ્રમાણમાં અને બળપૂર્વક આ પ્રયોગ-કસરત કરશો તો માથું ચકરાવાના અને ગભરામણનાં ચિહ્ન જોવા મળી શકે છે.

બીજુ પગથિયું : ડિલીવરીના ત્રણ દિવસ પછી

જો આપનું આરોગ્ય બરાબર હોય તો આપ આસાનીથી હેડ/શોલ્ડર લિફ્ટ, લેગ સ્લાઈડ કે પેલ્વિક ટિલ્ક જેવી કસરતો કરી શકો છો.

આ કસરતો ચિત્રમાં બતાવ્યા મુજબ પહેલાં આપની પથારીમાં કરો. પછી કુશન યુક્ત ફરશ પર કરો. આ કસરત આપના ભાવિ-ભવિષ્યના આરોગ્ય માટે પણ લાભદાયી છે. જો વ્યાયામ માટે મેટ લઈ લેશો તો અત્યારે આપ તેનો ઉપયોગ કરી શકશો અને પછી આપનો લાડકુંવર એનાં પર ગુલાંટો ખાશે.

જગ્યા ભરવા દો

આપને આપની નાભિની પાસે પેટમાં એક સાધારણ પ્રકારની ખાલી જગ્યા જોવા મળી શકે છે, જેને મેડિકલ ભાષામાં ડાસ્સટેસિસ કહે છે. આવું હોય તો પેટ સાથે જોડાયેલા કોઈ વ્યાયામ ન કરો. એને રૂઝ વળતાં એકથી બે મહિનાનો સમય ગાળો લાગી શકે છે.

એ જગ્યાને ભરવાની એક રીત છે. પહેલા તો આપ બેઝિક મુદ્રામાં સૂઈ જાવ. પછી માથાને ઉંચુ કરો અને બંને હાથો વડે નાભિની આસપાસ સાધારણ દબાણ આપો. ત્યાં આપને એક ખાડા જેવી જગ્યાનો અનુભવ થશે. એને ભરવા માટે આપ કોઈ અનુભવી વ્યક્તિને પૂછીને કસરત પણ કરી શકો છો.

ત્રીજુ પગથિયું : પ્રસવની તપાસ પછી

ડૉક્ટરની તપાસ પછી આપ વર્કઆઉટ પ્રોગ્રામ નક્કી કરી શકો છો. જેમાં દોડવું ફરવું, સાયકલ ચલાવવી, તરવું, પાણીમાં કસરત, એરોબિક્સ, યોગ, વજન ઉપાડવો કાં તો પછી એવી જ કોઈ અનુકૂળ કસરતને સામેલ કરી શકો છો. આપ વ્યાયામ શાળામાં કે ક્લાસીસમાં જીમમાં પણ જઈ શકો છો, પણ કસરત કરવામાં સંયમ રાખવાનો છે. ઉતાવળ ઉપાધિ કરી શકે શાંતિથી અને શરીરને અનુકૂળ કસરત કરવાની છે.

★★★

ભાગ - ૫

પિતાઓ માટે

પિતા પણ ગર્ભ ધારણ કરે છે...

જો કે મેડિકલ સાયન્સ અને હોલીવૂડની ફિલ્મોનું માનવું છે કે આગામી સમય ખંડમાં કેવળ મહિલાઓ જ ગર્ભવતી નહીં બને, પણ જોડે જોડે પિતાઓ પણ ગર્ભધારણ કરી શકશે. ભાવિ પિતા થવાનાં સંબંધે આપ પણ શિશુના ઉછેરની તેની રચના સંબંધીએ ટીમના એક અભિન્ન અંગ છો. આગંતુક મહિનાઓમાં આપે પણ આ સંપૂર્ણ રોમાંચને જીવવાનો છે,માણવાનો છે અને એ દરમિયાન તથા એ પછી પણ એટલી જ રાહતની નિરાંતની જરૂરત છે, જેટલી કે આપના જીવનસાથીને...

આ પ્રકરણ ખાસ તો પિતાઓને સમર્પિત છે, જેમને ગર્ભાવસ્થાની આ કામગીરીથી અલિપ્ત કરી દેવાય છે. આપના માટે એ શ્રેષ્ઠત્તમ હશે કે આપ આ પ્રકરણની સાથોસાથ સંપૂર્ણ પુસ્તકને ધ્યાનથી વાંચો, જેથી આપને જાણ થાય કે આપની પત્ની/સાથી કેવી કેવી શારીરિક, માનસિક અને ભાવનાત્મક કપરી અને વિકટ પરિસ્થિતિઓની યાતનાઓમાંથી પસાર થઈ છે. એ રીતે આપ પણ પોતાને સ્વયંને પોતાની જવાબદારીઓ અદા કરવા માટે ઉતમ રીતે તૈયાર કરી શકશો.

આપ શું વિચારી રહ્યાં હશો?

એનાં લક્ષણોથી છૂટવું

"મારા પત્નીમાં એ તમામ લક્ષણ છે, કે આ પુસ્તકમાં જણાવેલ છે. જીવ ગભરાવો, કશું ન ગમવું, વારંવાર પેશાબ વગેરે મને સમજાતું નથી કે હું તેના માટે શું કરૂ?"

અત્યારે આપની પત્ની ગર્ભાવસ્થાના હોર્મોનની અસર તળે છે અને એજ હિસાબે એનાં શરીરમાં પરિવર્તન પણ થઈ રહ્યું છે. આ એક એવી ગર્ભાવસ્થાની નાજુક સ્થિતિ છે કે ન તો એ કશું કરી શકે તેમ છેકે ન તો આપ. જો કે આપ થોડી ઘણી મદદ કરી શકો છો. તેને શાન્તવના આપી શકો છો. પ્રેમની હુંફ આપી શકો છો.

અમારા પહેલા પ્રકરણમાં આ અંગે જણાવવામાં આવેલું જ છે. એની વિગતો જાણો અને ગર્ભાવસ્થાના નિયમોએ ધ્યાનમાં રાખીને સાંસરિક જીવન મોજથી જીવો.

<u>**મોર્નિંગ સિકનેસ :**</u> મોર્નિંગ સિકનેસ એક એવું લક્ષણ છે, જે એનાં નામ પ્રમાણે ગુણ ધરાવતું નથી. સિકનેસમાં માત્ર સવારનો સમય જ નથી હોતો. આપની પત્નીને આખા દિવસમાં ગમે ત્યારે બાથરૂમ તરફ દોડી જવું પડે છે. ઉબકા-ઉલટીની આ જ

થોડીક તૈયારી

હજુ શિશુના જન્મ અંગે વિચાર્યું નથી એ પહેલાં જ તમારે તમારા અને તમારા સાથી પર પૂરું ધ્યાન આપવું જોઈએ. અમારા પ્રથમ પ્રકરણમાં આ વિશે જણાવવામાં આવ્યું છે. એની જાણકારી લો અને તે નિયમો પ્રમાણે ચાલો.

તાસીર છે. આપ તેને સહારો આપી શકો છો. વોશબેસીન કે બાથરૂમ સુધી લઈ જઈ શકો છો. એ આફ્ટર શેવને ન લગાવે, જેની ગંધથી તેને ઉબકા-ઉલટી થાય, તે બાબતની કાળજી રાખો શકો.તેને પૂછીને એવું જમવાનું કે જ્યૂશ આપો કે તેને ઉલટી ઉબકા ન થાય. એવું થતું હોય ત્યારે પ્રેમથી હળવા હાથે પીઠને મસળો. થોડુ ઠંડુ પાણી પીવડાવો. તેને દિવસ દરમિયાન થોડુ થોડુ ખાવા માટે સૂચિત કરી શકો, પણ તેની તકલીફની મજાક ન ઉડાવશો કે ચિડાઈને ગુસ્સો ન કરશો.

ગમો-અણગમો : અંગે અત્યારના સંજોગોમાં એવું ખાવાનું ગમી શકે છે, જેને તે કદી ખાતી ન હતી. ઘણીવાર એને પોતાનું મનપસંદ ખાણું ન ગમે તેવું બની શકે છે. આપ તેને ગમતું જ ભોજન આપો. રાતના કદાચ એને આઈસ્ક્રીમ ખાવાનું મન થાય તો પગપાળા જઈને પણ લઈ આવો. ભીનાશને ઠંડા વાતાવરણમાં આઈસ્ક્રીમ ખાવી છે એવું કહીને તમારી નામરજી દર્શાવો નહીં. આઈસ્ક્રીમની તાસીર ગરમ છે એ ન ભુલો.

થાક : જો આપને લાગે છે કે સાંજ ઢળુ ત્યાં સુધીમાં પત્નીની સાર-સંભાળના કામમાં થાકી જાવ છો, કદાચ કંટાળો પણ આવતો હોય ત્યારે માત્ર આપ જીવનસાથીની સામે જુઓ. એના પેટમાં આપના પ્રેમનું પ્રતિક ઉછરી રહ્યું છે. પોતાના શરીરનું ટીપુ ટીપુ રેડીને ગર્ભને ઉછેરવાની જે યાતનાઓ વેઠી રહી છે, તેનાં કંટાળા કે થાક કરતાં તો તમે અમુક બાબતોથી મુક્ત છો. પત્નીને થાક લાગે તેવા કામ કરવા ન દો. ટોયલેટ ક્લિનરની ગંધથી પણ એનું માથું ચકરાઈ શકે છે. આવું કામ આપ જાતે કરી લો. એ વખતે આપની પત્ની સોફામાં બેઠી બેઠી એવુ વિચારતી હશે કે મને કેટલો પ્રેમ કરે છે મારો સાથી!એનું હૈયુ તરબતર થશે અને આપના માટે અસીમ પ્રેમનું ઝરણું એના હૈયામાં ઉછળશે.

અનિદ્રાની તકલીફ : અત્યારે એ એની કૂખમાં દામ્પત્ય જીવનના પ્રેમનાં પ્રતિકને કાળજીપૂર્વક ઉછેરી રહી છે, પરંતુ એની લાચારી એ છે કે એને શિશુની જેમ ગાઢ નિદ્રા માણવા મળતી નથી. ગર્ભના હલન ચલનથી સહજ નિદ્રા લેવાતી નાથી. પત્ની જયારે નીંદર માટે પડખા ફરી રહી હોય ત્યારે આપ નસકોરા બોલાવતાં ઉંઘી ન જાવ પણ પત્નીને પ્રેમથી હુંફ આપો. તેના મોં, ગાલે અને માથે અંતરના અમીથી છલકાતો હાથ ફેરવો. એની પીઠને મસળો. તેને એક કપ ગરમ દૂધ કે કશુંક ખાવાનું આપો. તેની સાથે વાતો કરો. તેને વહાલ કરો. આ રીતે આપની પત્નીનું ધ્યાન આપના તરફ દોરાતા એને પણ સારૂં લાગશે. તેને હાથના આલિંગનના નિરાંતની નીંદર આવી જાય. અત્યારે એવું તો વિચારશો જ નહીં કે પત્નીને આશ્લેષબધ્ધ કરવાથી એ સેક્સના મૂડમાં આવી જશે. આવી જાય તો પણ શું વાંધો ? તેની મરજી હોય તો માંહી પડયા મહાસુખ પાનેને યથાર્થ કરો. એની મરજી ના હોય તો પરસ્પરના સ્પર્શ સુખથી જ સંતોષ થશે અને બંનેને ગાઢ નિદ્રા આવી જશે. આ રીતે પત્નીની અનિદ્રાને દૂર કરી શકાય.

પેશાબ : પહેલા ત્રૈમાસિકમાં વારંવાર પેશાબ કરવાની ખૂબજ ઈચ્છા થાય છે. પેશાબને દબાવી ન રાખો. દિવસના તો ગમે ત્યારે જાજરૂ બાથરૂમમાં જઈ શકાય, પણ રાતના પતિએ એ કાળજી રાખવાની છે કે બાથરૂમ જવાના માર્ગમાં કોઈ સામાન મૂકાઈ ગયો ન હોય! સામાન હોય તો હટાવી લો. બને તો બાથરૂમની બહારની લાઈટ આખી રાત ચાલુ રાખો, જેથી રાતના એ કોઈ જગ્યાએ ઠોકર ન ખાય પતિએ બને તો પત્નીની સાથે જવું.બીજું એ કે માનો કે આપની પત્ની મૂવી જોતા જોતા ત્રણવાર કાં તો આપના માતા પિતાને ત્યાં ગયા હોય ત્યારે રસ્તામાં છ વાર પેશાબ જવા રોકાય તો પણ તમે નારાજ ન થતા. એની તકલીફોને સમજવામાં જ પતિની સમજદારી છે. પત્ની તરફનો પ્યાર છે.

સહાનુભૂતિના લક્ષણ

"મારી પત્નીએ ગર્ભધારણ કરેલ છે પણ મને મોર્નિંગ સિકનેસનો અનુભવ શા માટે થઈ રહ્યો છે."

આપ પણ સગર્ભા જેવી લાગણી અનુભવો છો, જેના પરિપાર રૂપે આપને મોર્નિંગ સિકનેસનો આભાસ દુઃખકારક બની રહ્યો છે આવા રીએકશન ઘણા કિસ્સાઓમાં જોવા મળે છે. જેમકે પતિ પણ પત્નીની ગર્ભાવસ્થાની અવસ્થા હેઠળ આવી જાય. આને તબીબી ભાષામાં સિંપેથેટિક પ્રેગનેન્સી કહે છે. પતિને પણ ઉબકા-ઉલટીઓ થવા લાગે છે ખાવામાં પણ ગમા-અણગમાની અસરો વર્તાય છે. થાક લાગવા માંડે છે અને મૂડમાં પણ ઉતાર-ચઢાવ રહે છે.

એનું કારણ એ છે કે આ દિવસોમાં આપ પત્નીના

અમારા આ પ્રકરણમાં

અમારા આ પ્રકરણમાં ગર્ભવતી મહિલાના પતિને સંબોધિત કરવામાં આવ્યા છે પરંતુ તમે એમના દોસ્ત પણ હોઈ શકો છો. તમે એ જ પ્રશ્ન વાંચો, જે તમારા સ્થિતિને અનુકૂળ હોય.

દુ:ખે દુ:ખી છો. આપને અવાર નવાર એવું લાગે છે કે કાશ આપ એની તકલીફોને ઘટાડી શકતા! ખરેખર તો આપમાં પણ એવા જ અમુક હોર્મોન માથું ઉંચકી રહ્યાં છે. જો કે એવું તો નહીં થાય કે આપનું પેટ ઉપસી આવે, છાતીઓ મોટી થઈ જાય કે પછી આપ પણ રાતના ફ્રિજને ખોલીને જમવાનું કશુંક શોધો પણ માતૃત્વની સ્ત્રી સહજ લાગણીઓ જરૂર અનુભવી શકો છો. જો આવી સહાનુભૂતિની લાગણીઓમાં પત્નીને મદદરૂપ થવાની ભાવનાઓ ઉમેરાશે તો સોનામાં સુગંધ ભળશે. ઘરની સાફ-સફાઈ રાખો. જમવાનું બનાવો. પત્નીને એકલી પાડીને મૂંઝાવા દીધા કરતા તેની સંગતમાં રહો. પ્રેમાલાપ કરો, જેથી આપ બંને આ કસોટીકાળમાંથી હેમખેમ પાર ઉતરો.

આપ ચિંતા ન કરશો, ડિલીવરી પછી આવા તમામ લક્ષણો મટી જશે, પરંતુ પ્રસવ પછી જોવા મળતાં અમુક લક્ષણોનો કદાચ આપને અનુભવ થાય. જો આપને એવા લક્ષણ જોવા ન મળે તો સારૂ છે. કેમ કે બની શકે છે કે આપ કોઈ બીજી રીતે પત્ની તરફની ભાવનાઓ વ્યકત કરતાં હશો. એકએક ભાવિ માતાની જેમ ભાવિ પિતા પણ અલગ હોય છે એ ભૂલવું જોઈએ નહીં.

એકાંતનો ડંખ

"મને એવું લાગે છે કે પત્નીની ગર્ભાવસ્થા સાથે જાણે મારે કોઈ લેણ-દેણ નથી. એકલતા મને ડંખ દઈ રહી છે?"

અત્યાધિક પિતાને એવું લાગે છે કે પત્નીની ગર્ભાવસ્થા પછી જાણે પોતાને એકલતાની કોટડીમાં પૂરી દેવામાં આવ્યા ન હોય! પત્નીના વિજોગની લાગણીઓથી પિતા વહવળ (હેરાન-પરેશાન) થાય છે. ગર્ભાવસ્થામાં તો પત્ની જ બધાનું કેન્દ્રબિંદુ હોય છે. પત્નીનું ધ્યાન પણ પોતાની કૂખમાં અંકુરિત થઈ રહેલાં શિશુમાં હોય છે. પતિપ્રેમ તો છે જ, પણ હવે પુત્રપ્રેમના કારણે પત્ની પણ પતિ તરફ ધ્યાનાકર્ષક થતી હોતી નથી. આવામાં પતિ સાવ એકલાં પડી ગયાની લાગણીઓ અનુભવે એન એકલતાના વીંછીઓ ડંખ દે એ સ્વાભાવિક છે.

આપ ચિંતા ન કરો. આપ પણ પતિ ઉપરાંત એક સંતાનના પિતા બનવાના છો અને તેનું ગૌરવ પત્નીએ આપ્યું છે.આપ પત્નીની ગર્ભાવસ્થાનો આનંદ માણો. તેને ખૂબ પ્યારથી શાન્ત્વના આપો. આપ જ તો એના મૂલાધાર છો. મુખ્ય આધાર સ્તંભ છો.

જો આપનો રૂક્ષ વહેવાર રહ્યો તો પત્નીને લાગશે કે એની ગર્ભાવસ્થામાં આપને કોઈ રસ નથી.

એના માટે આપે શું કરવાનું છે તે આપ નીચેના સૂચનોથી જાણો.

- ડૉક્ટર પાસે જવાનુ થાય ત્યારે પત્ની સાથે જાવ. એને હામ અને હુંફ આપો. ડૉક્ટરના સૂચનોને ધ્યાનથી ગ્રહણ કરો. કેમ કે આપે જ પૂરા નવ મહિના સુધી પત્ની અને આવનાર મહેમાનની કાળજી રાખવાની છે. આના લીધે આપને પત્નીના શરીરમાં થતાં ફેરફારોની પણ જાણકારી મળશે.
- પત્ની સાથે જશો તો આપ પણ અલ્ટ્રાસાઉન્ડમાં આપના શિશુના હૃદયની ધડકનો (ધબકારા) સાંભળી શકશો. આપની ગર્ભાવસ્થાના નિયમોનું પાલન કરો. આપને પેટ પર ઓશીકું બાંધવાની કે હું ગર્ભવતી છું નું લેબલ લગાવેલ ટી.શર્ટ પહેરવાની જરૂર નથી. હવે આપ દારૂ કે સિગારેટ પીવાનું છોડી દેજો. આપની પત્ની સાથે પૌષ્ટિક આહાર લેવાનું શરૂ કરી દો.
- ગર્ભાવસ્થા શિશુના જન્મ અને સાર સંભાળ સાથે સંકળાયેલી જાણકારીઓ મેળવો. કેમ કે અહીં આપની મોટી મોટી ડિગ્રીઓ અને હોદાઓ કામ આવવાના નથી. આપના દોસ્તો અને સહકર્મચારીઓ સાથે આપને મૂંઝવતા સવાલોનું સમાધાન થઈ શકે.
- આપના શિશુ સાથે સંપર્ક બનાવો. એ ભલે કૂખમાં રહ્યું પણ આપ તેને બહાર રહીને ગીતો અને હાલરડા સંભળાવી શકો છો. જેથી ડિલીવરી પછીના થોડા દિવસો બાદ એ અવાજથી જ પાપાને ઓળખી શકે.
- આપના સાથીને મળીને કોઈ નાનકડો ઝૂલો,પારણું કે પલંગ તૈયાર કરો. એના નામે પુસ્તકો લાવો અને તેના આગમનની તૈયારીઓમાં પરોવાઈ જાવ.

સેક્સ

"મારી પત્ની ગર્ભવતી થયા પછી ખૂબજ સેક્સી બની ગઈ છે. શું આ સામાન્ય વાત છે? હું ફરિયાદ નથી કરતો પણ સેક્સલાઈફ એના માટે જોખમી તો નહીં બને ને?"

ખરેખર તો હોર્મોનલના લીધે આપની પત્નીના શરીરના અંગો સુજી ગયા છે અને તેમાં લોહીનો પ્રવાહ વધી ગયો છે. એટલા માટે એ કામેચ્છા વ્યકત કરે તો ખોટું નથી. અમુક કિસ્સાઓમાં તમારાથી ઉલટુ જોવા મળે છે. પત્નીની કામેચ્છા જ જાગતી નથી. જો ડૉક્ટરે લીલીઝંડી બતાવેલી હોય તો કોઈ હાનિ નથી. જ્યારે પણ એની મરજી થાય ત્યારે આપ તૈયાર જ રહો.કા ગર્ભાવસ્થા શરૂ

સેક્સ અંગે વધુ

માન્યું કે આપ એને અગાઉ અનેકવાર માણી ચૂકયા છો, પરંતુ હવે આપે એ વાતનું ધ્યાન રાખવાનું છે કે જીવન સંગિની પ્રેગનેન્ટ છે. પ્રેગનેન્ટ અવસ્થામાં જે સ્ટાઈલથી તેને સેક્સ માણવાનું છે તેનાં વિશે આ રહી ટિપ્સ.

- બીજી તરફથી મૂડ બને ત્યાં સુધી ધીરજ રાખો. રાહ જુઓ. કેમ કે ગર્ભવતી મહિલાના મૂડને બગડતાં પણ વાર લાગતી નથી અને સુધરતા પણ મોડુ થતું નથી.
- વાર્મ અપ કરવું જરૂરી છે. આપે ફોરપ્લેથી પોતાના સાથીને સેક્સ માટે તૈયાર કરવો પડશે.
- એની શિખામણો સાવચેતીઓ પર ધ્યાન આપો. એના શરીરમાં કોઈપણ જગ્યાએ તકલીફ કે પીડા થઈ શકે છે. એને પૂછી પૂછીને આગળ વધો.
- એવી પોઝિશન પસંદ કરો, જે એના માટે અનુકૂળ હોય, જેમાં એના પેટ પર ઓછામાં ઓછુ વજન પડે. આપ બંને સ્પૂન મુદ્રામાં પણ સૂઈ શકો છો, જેથી પેટના ઊભાર નડે નહીં.
- બની શકે છે કે આપને સંભોગ માટે તક ન મળે તો આનંદ મેળવવા અમુક વૈકલ્પિક ઉપાયો શોધી કાઢો, જેમકે હસ્તમૈથુન, મુખમૈથૂન કાં તો બે તરફની માલિસ વગેરે.

થયાના ટૂંકાગાળામાં શરૂ થતાં સેક્સ જીવનમાં કાળજી એ રાખવાની છે કે હવે તમે બંને માતા-પિતા બનવાના છો. પત્ની પર જૂની ઢબે આક્રમણ ન કરશો. સુવાળપથી સેક્સને માણજો. આ મહિનાઓમાં પત્નીની કામેચ્છામાં પણ અનેક ફેરફાર જોવા મળશે અને એના હિસાબે જ આપે સેક્સલાઈફ માણવાની છે. શિશુ અંકુરિત ન થાય ત્યાં સુધી વાંધો નથી.

"પહેલા મારી પત્ની ખૂબ જ સેક્સી હતી, પરંતુ ગર્ભાવસ્થાની જાણ થયા પછી તો તેણે સેક્સમાં રસ લેવાનું જ છોડી દીધું છે?"

આ દિવસોમાં સામાન્ય રીતે સેક્સ સંબંધથી જીવનારા પતિ-પત્નીના સંબંધોમાં પણ ફેરફાર આવે છે. આમાં અનેક શારીરિક અને માનસિક કારણો સેક્સની ઈચ્છાઓ, આનંદ અને અભિવ્યક્તિને અસર કરે છે. બની શકે છે કે પત્નીનું અત્યાર રૂપ અને સૌંદર્ય નિખર્યુ હોય! છાતીઓ ભરાવદાર અને ઉન્નત બની હોય અને તે આપને લલચાવી રહી હોય! અમુકવાર સાહજિક રીતે પણ અંતરના પ્રેમનો ઉમળકો પત્નીના દેહને આલિંગન બધ્ધ કરીને લાડ લડાવવા ઉત્સુક બને! પણ તેની નિરસતા આપને મૂડલેસ કરી દે તો નારાજ ન થશો. જેવું આપને ફિલિંગ થાય છે એનાંથી ઉલટુ આપની પત્નીને થાય છે.

પત્નીની સેક્સની રૂચિ ઘટવાની પ્રક્રિયા પણ સ્વાભાવિક છે. કેમ કે ત્યારે પત્નીને ઉલટા ફિલિંગમાં આવું થતુ હોય છે. પીઠ એન પગોમાં દુઃખાવો, એની ઊર્જાનું સ્તર ઘટવુ અને પેટના ભારથી અકળામણ પણ અનુભવતી હોય ત્યારે ભાવિ માતા/પ્રેમિકાના રોલને સમતોલનમાં રાખી શકતી નથી. જોએ મૂડમાં ન હોય તો એને વ્યક્તિગત રીતે ન લો. તેનો મૂડ બને તેની રાહ જુઓ. એની નાને સાંભળ્યા પછી મોં ચઢાવી દેવાના બદલે હસો. હસીને કહો કોઈ વાંધો નહીં. એને ખાતરી કરાવો કે આપ હજુ પણ એને પહેલાની જેમજ ચાહો છો.યાદ રાખો કે અત્યારે તેનું મગજ ખૂબજ મૂંઝાયેલુ છે તે આપની સેક્સની ઈચ્છાને યોગ્ય આરસી નહીં આપી શકે.

બની શકે છે કે બીજા ત્રૈમાસિકમાં તેની સેક્સની ઈચ્છા સ્વાભાવિક રીતે જાગે પરંતુ આગામી મહિનાઓમાં પત્નીમાં કોઈપણ પ્રકારના ફેરફાર જોવા મળી શકે છે. આપે શારીરિક સંબંધ વિના પણ એકબીજા તરફની પ્રેમની લાગણીઓને જીવંત રાખવાની છે. પત્નીને ખાતરી કરાવવાની છે કે આપ બંનેનો પ્રેમ કેવળ ચર્મસુખથી જ નહીં પણ મનસુખથી પણ છે.રોમાન્સ તથા પરસ્પર પ્રેમાલાપ અને આલિંગનને ભૂલશો નહીં. એને (પત્ની) અત્યારે પતિના હૈયાની હુંફ એન હામની જરૂર છે. તેને મૂડમાં હોય ત્યારે એ કહેવાનુ ભૂલશો નહીં કે ડાર્લિંગ, તું ગર્ભવતી હોવા છતાં ખૂબજ આકર્ષક અને અતિ સુંદર લાગી રહી છો? આવા વેણ સાંભળીને એની ખુશીઓનો પાર નહીં રહે તેનું બોઝિલ દિલોદિમાગ હળવુ ફૂલ બની જશે.

"મારી પત્નીની ગર્ભાવસ્થાના આ દિવસોમાં મને સેક્સની બિલકુલ ઈચ્છા થતી નથી. શું આ સામાન્ય છે?"

ભાવિ માતાઓની જેમ ભાવિ પિતાને પણ સેક્સ બાબતમાં મૂડની વધ-ઘટો વેઠવી પડે છે. આપને સેક્સમાં શા માટે રસ રહ્યો નથી? આ સવાલના જવાબમાં આવા કારણો હોઈ શકે છે. બની શકે છે કે આપ બંનેએ ગર્ભધારણને ખૂબજ ગંભીરતાપૂર્વક લીધુ હોય અથવા તો આપનું સંપૂર્ણ કેન્દ્રબિંદુ શિશુ બન્યું હોય કાં તો આપના સાથીના બદલાયેલા આ નવા રૂપથી આપ કોઈ અવઢવમાં હોય! તેના શરીરના આકારથી પણ કદાચ આપની સેક્સવૃત્તિમાં પરિવર્તન થઈ શકે છે. આપને એનો ડર પણ મનમાં પેસી ગયો હોય કે કયાંક આપ સેક્સ કરો અને શિશુને ઈજા થાય તો? કાં તો આપનાં મનમાં એવી ગ્રંથિ પણ બંધાઈ ગઈ હોય કે માતૃત્વ પ્રાપ્ત કરનારી સ્ત્રી સાથે સંબંધ કેવી રીતે કરાય? ઘણીવાર ભાવિ પિતામાં આવનારા હોર્મોન પણ આવા લક્ષણ માટે નજવાબદાર હોય છે.

અમુકવાર પરસ્પર પ્રેમાભાવની પ્રક્રિયામાં ઓટ પણ એક કારણ બની શકે છે. આપને સ્ત્રી-પુરૂષની માનસિકતાની શરતચૂક પણ આમાં ભાગ ભજવે છે. આપને લાગે છે કે એને સેક્સમાં રસ નથી, જેથી આપ અવચેતનથી સેક્સની મરજીને મટાડી દો છો. જયારે તેને લાગે છે કે આપ સેક્સમાં રસ નથી લઈ રહ્યાં, જેથી એ આગળ વધતા રોકાઈ જાય છે.

આપના સંબંધોમાં સેક્સની માત્રાના બદલે ગુણવત્તા પર ધ્યાન આપો. ભલે થોડો હોય પણ પ્રેમભરપૂર સેક્સ તો આપે માણ્યો છે. તેમ છતાં હજુ પણ તકો છે. આપ અચાનક લેતાના આશ્લેષ આલિંગન, ચુંબન કે પ્રણયભાવનાઓ વ્યકત કરવાના નવા નવા ઉપાયો અજમાવીને પત્નીનાં મૂડને મહોબ્બતની મંઝિલ સુધી પહોંચાડી શકો છો.

ગર્ભાવસ્થાના શારીરીક અને ભાવનાત્મક ફેરફારો સાથે આપ બંને સમજૂતી કરીને પ્રણય મસ્તી માણી શકો છો.

એવું પણ બને કે આપની પત્ની પુરા નવ મહિના અને ડિલીવરી પછી પણ સેક્સમાં રસ ન લઈ શકે. આપ પણ એને અનુસરો. આમ છતાં એ ન ભૂલો કે આ બધુ કાયમી નથી. તેનો અંત આવે ત્યાં સુધી આપ પત્નીને મદદરૂપ બની શકો. તેની કાળજી રાખી શકો. પ્રેમભરી હુંફ અને હામ એને આપના તરફ ખેંચશે. તે રોમેન્ટીક બની શકશે.

આપ પત્ની માટે ટ્રેન્ડલ લાઈફ ડિનરનું ગોઠવો. એને પ્રેગનેન્સી સેક્સી નાઈટી પહેરાવી શકો છો. એને ફૂલોનો ગુલદસ્તો (પુષ્પગુચ્છ) ભેટ ધરી શકો છો. ચાંદની રાતના ફરવા જઈ શકો છો. શક્ય ન હોય તો પથારીમાં બેસીને ગરમાગરમ કોકોની મજા લઈ શકો છો. આપનો ડર અને ભાવનાઓ પત્ની સામે વ્યકત કરો અને એની વાતને પણ સાંભળો. આ દરમિયાન આલિંગન અને ચુંબનોની અમી વર્ષા ચાલુ રાખો. એ રીતે આપ બંનેમાં મનની ગેરસમજો દૂર થશે અને પ્રેમનાં ગાઢ આશ્લેષમાં રાત ગુજારી શકશો.

આપની પત્નીને ખાતરી કરાવો કે એની શારીરિક અને ભાવનાત્મક અવસ્થાના લીધે આપની સેક્સમાંની રૂચિ ઘટી નથી, કેમ કે એ પોતાની ગર્ભાવસ્થાથી જ રૂંધાયેલી હશે. એને વધારે પ્યાર અને સ્પર્શ, પ્રેમભર્યા વેણથી જીતી શકાય. તેને સાન્ત્વના આપી શકાય. આપ તેને કહી શકો કે ડાર્લિંગ, તું પહેલાથી પણ અત્યધિક રૂપાળી, મનમોહક અને આકર્ષક લાગે છે!

"જો કે ડૉક્ટરે કહી દીધું છે કે ગર્ભાવસ્થા દરમિયાન સેક્સ સલામત રહેશે પરંતુ મને ડર છેકે એનાથી મારા બાળકને કે પત્નીને હાનિ થશે?"

અનેક ભાવિ પિતાઓને લગભગ આવો ડર જ સેક્સથી વિમુખ કરી દે છે. જો કે આપની પત્ની સાથે શિશુની સાચવણીને પ્રાથમિકતા આપવી સ્વાભાવિક છે, પરંતુ અહીં ડરવાના બદલે ડૉક્ટરના સૂચનને સમજો. તેમણે તો તમને સ્પષ્ટ કહી દીધું છે પછી ચિંતા શાની ? શિશુ તો પોતાના ગર્ભાશયના ઘરમાં સંપૂર્ણ રીતે સલામત છે. એ ઘર સીલબંધ છે અને આપ પહોંચો એનાથી તેનાથી ઘણુ દૂર છે. એ આપની સેક્સ પ્રવૃત્તિથી પૂરેપૂરી રીતે અજાણ્યું છે. એને આપના સેક્સથી કોઈ હાનિ પહોંચી શકે તેમ નથી. આપની પત્નીને ચરમસુખ પછી જે ધીમુ સંકોચન થશે એ એટલું વેગમાં નહીં હોય કે સામાન્ય ગર્ભાવસ્થામાં જોવા મળતી સમય પહેલાની પ્રસૃતિ થઈ જાય!

જો કે સંશોધનકર્તાઓના અભ્યાસોથી જાણવા મળ્યું છે કે આ પ્રકારની ગર્ભાવસ્થામાં જે મહિલાઓ સેક્સમાં સક્રિય રહે છે તેમનો પ્રસવકાળ, સમય પહેલા આવતો નથી. આમ આપની પત્નીને પણ કોઈ હાનિ નહીં પહોંચે, પરંતુ આમા લાભ એ છે કે એની શારીરિક અને ભાવનાત્મક જરૂરિયાતની પૂર્તિ થશે. એને આપના

તરફ પોતાપણાની લાગણીઓ વધુ દ્રઢ થશે. અત્યારેતેને પતિની પ્યારભરી હુંફની વધારેમાં વધારે જરૂર છે.

જો હજુ પણ આ બાબતે આપ ચિંતામાં છો તો પત્ની સાથે પેટ છુટી વાત કરીને આપની ભાવનાઓને વ્યક્ત કરો.

ગર્ભાવસ્થા સાથે જોડાયેલાં સપનાઓ

"મને આજકાલ ઘણા જ વિચિત્ર શમણાંઓ પજવી રહ્યાં છે. હું સમજી શકતી નથી કે મારે શું કરવું જોઈએ?"

આ દિવસોમાં આપના સપનાઓની દુનિયા, હકીકત કરતાં અત્યધિક રસિક રોચક બની ગઈ છે ભાવિ માની જેમ પિતા માટે પણ ગર્ભાવસ્થા ગહન ગાઢ ભાવનાઓનો સમય હોય છે, જેમાં સારી નરસી અને સુંદર લાગણીઓ રોલર કોસ્ટરની જેમ દિલો દિમાગમાં ઘુમતી રહે છે. એમાંની ઘણી લાગણીઓ આપણા અરમાનો આશાઓ શમણાંઓમાં આવીને આપણને મોજ પણ કરાવે છે અને પજવે પણ છે. રૂપાળા-મજાના સપનાઓ આનંદદાયક હોય છે. વિહામણા અને ખતરનાક સપનાઓ ચિંતાદાયક હોય છે. જયારે અમુકવાર આપને સેક્સ સાથે જોડાયેલા શમણાં આવે છે, જયારે આપ ચિંતિત બનો છો. શિશુનાં આગમન પછી આપના સેક્સજીવન પર શું અસર પડવાની છે? આવા તમામ પ્રકારનો ભય-ડર કાલ્પનિક હોય છે. આપના વિચારોની છબી હોય છે. બની શકે છે કે હજુ પણ સપનાઓ આવતા હશે. ઘણીવાર એમાં આપનો પૂરો પરિવાર જોવા મળે. બની શકે છે કે આપ માતા-પિતા કે દાદા-દાદી અંગેના પણ સ્વપ્નાઓ નિરખો. આપનું અચેતન મન અતીતને ભાવિ પેઢી સાથે જોડીને પણ સપનાઓ જુએ. એવું પણ સ્વપ્ન આવી શકે કે આપની જાતને એક બાળ સ્વરૂપે પણ નિરખો.

આનો મતલબ એ છે કે આપ ફિકર વિનાના ભૂતકાળને યાદ કરો છો અને હવે પછી આપના માથે આવનારી વર્તમાન જવાબદારીઓથી છટકવાની કોશિશ કરો છો. આપ સ્વયંને પોતાને તમારી જાતને પણ સ્વપ્નામાં ગર્ભાવસ્થામાં જોઈ શકો છો. પિતાઓને આવા સપના ઘણીવાર આવતાં હોય છે અને તેનું કારણ પણ છે. પિતાઓ એકલતા અનુભવે છે, તેતો પત્ની તરફ સહાનુભૂતિ દર્શાવે છે. પત્નીને મદદરૂપ બને છે પણ પિતાની ભાવનાઓનં કોઈ પ્રતિબિંબ ખરૂં એની એકલતાને સાન્ત્વના આપનારું કોણ?આથી પિતાઓના આંતરિક મનમાં ઈર્ષા જન્મે છે.અદેખાઈ આકાર લે છે, પત્ની જ બધાનુ આકર્ષણ બિંદુ અને પોતાના માટે કશુ નહીં, જેનાં કારણે પિતાઓ શમણાઓમા સગર્ભા બને છે અને પત્નીની સુવાવડની યાતનાઓ અનુભવે છે તરતજ એમની ઈર્ષા-અદેખાઈ લુપ્ત થઈ જાય છે અને પત્ની અને શિશુ પ્રત્યે પ્રેમનો સાગર છલકે છે.

અમુકવાર આપનાં અંતરમાં શિશુ તરફ પિતૃપ્રેમ ઉભરાય છે અને તેને વ્યક્ત નથી કરી શકતા તે સ્વપ્નમાં જુઓ છો. કેવું જુઓ છો? આપ શિશુની કાર સીટનો બેલ્ટ બાંધવાનું ભૂલી ગયા છો. આવું સપનું એ વાતને પ્રતિપાદિત કરે છે કે આપ શિશુ બાબતે અસલામતી અનુભવો છો. સપનામાં જે રીતે શિશુની સાર સંભાળ રાખતાં હોય એ જોઈને વાસ્તવિક જીવનમાં આપ સ્વયંની સંભાળ રાખવાની નવી રીતે અને પધ્ધતિ માટે સજાગ થાવ છો. એકાંતપણાના અને નિરાશાના સપનાઓ પણ મૂંઝવી શકે છે.

આ ઉપરાંત આપ કોઈ બાળક સાથે બાગ-બગીચામાં ફરતાં હોય એવુ પણ સપનું જોઈ શકો છો. આનાથી આપના મનની ઉત્તેજના ઉશ્કેરાટની જાણ થાય છે. એક વાત તો નક્કી જ છે કે આપ પોતે એકલાં જ સપનાઓ જોતાં નથી, પણ આપની જીવન સહચરી પણ ચિત્ર-વિચિત્ર સપનાઓ જુએ છે. આમ તો એકબીજાના સપનાઓની પરસ્પર વહેંચણી કરવામાં મોજ આવે છે, એટલું જ નહીં પતિ-પત્નીનો પ્રેમ વધારે ગાઢ અને હૃદયસ્પર્શી બને છે. એનાં માટે આપ સપનાઓને મહત્વ ન આપો સપના તો સપના જ છે એ હકીકત નથી એ ન ભૂલો.

આ આપના હૉર્મોન છે?

અભ્યાસોથી જાણ થઈ છે કે ભાવિ પિતાના શરીરમાં પણ ફીમેલ સેક્સ હૉર્મોન બનવા લાગે છે. એમાં પણ ગર્ભાવસ્થાનાં એવાં જ લક્ષણ જોવા મળે છે, જેવા મહિલાઓમાં હોય છે. આનાથી પિતાઓમાં કોમળતા અને નરમાશ આવી જાય છે.

ડિલીવરીના ૩ થી ૬ મહિના પછી એ હૉર્મોન પોતાની સામાન્ય અવસ્થામાં પરિવર્તિન થાય છે. ફરીથી સેક્સજીવન એ જ પ્રકારે સામાન્ય રીતે ચાલવા માંડે છે અને સેક્સમાં રસ-રૂચિ વધી જાય છે.

મૂડનું વધવુ-ઘટવું

"મેં ગર્ભાવસ્થામાં મૂડના ઉતાર-ચઢાવ વિશે વાચ્યું હતુ, પરંતુ હું તેને માનવા તૈયાર ન હતો. હવે મારી પત્ની એક દિવસ મૂડમાં હોય અને બીજા

દિવસે તેનો મૂડ બગડી ગયો હોય! આ પરિસ્થિતિમાં મારે શું કરવું ?"

ગર્ભાવસ્થા હોર્મોનની અનોખી દુનિયામાં આપનું સ્વાગત છે. હોર્મોન આપની પત્નીના ગર્ભમાં અંકુરિત થઈ રહેલાં નાના શિશુની રચનામાં ઓળઘોળ છે હોર્મોને આપના સાથીના તન-મન પર અંકુશ ધરી લીધો છે, જેનાં કારણે આપની પત્ની એકાએક રડી શકે છે. ઉશ્કેરાઈ શકે છે. ગુસ્સે થઈ શકે છે. ચિડાઈ શકે છે, પણ થોડી ક્ષણો પછી એ કોઈ વાત પર ખૂબ હસી શકે છે. ખુશ થઈ શકે છે. વળી પાછી હતાશા-નિરાશા તેને ઘેરી વળી શકે છે.

આવું બીજા ત્રૈમાસિક સુધી રીએકશન રહેશે. પછી હોર્મોન્સ સેટ થઈ જશે તેમ છતાં આપે એનાં ભાવનાત્મક ઉતરાણને-ચઢાણને નજર અંદાજ કરવાના નથી. આવા સમયે સમજુ અને પ્રેમાળ પતિ નીચેની બાબતોને અનુસરે.

ધીરજ રાખો : ગર્ભાવસ્થા નવ મહિનામાં તો પૂરી થઈ જશે. એ વખતે આપના હાથમાં ખુશીઓની છાબથી ભરેલું શિશુ હશે! આ સમય આવવાનો જ છે.ધીરજ રાખો.સહન શીલતા કેળવો અને આશાવાદી બનો.

વ્યક્તિગત રીતે ન વર્તો : પત્ની કદાચ દર્દથી બુમ પાડે કે ચિચિયારીઓ કરે તો ધૂંધવાઈ ન જાવ. કેમ કે સહન શીલતાની હદ ઓળંગાય ત્યારે કશું જ વશમાં રહેતું નથી. આ બધુ હોર્મોનના લીધે છે. પત્ની પણ જાણે છેપણ એનિસહાય છે. તે વેદના વેઠે છે આપ તેના પર સહાનુભૂતિના મલમથી (દવા) રાહત આપો.

મદદ કરો : જી..હા, એને આપના સહારાની જરૂર છે. તેને મદદરૂપ બનો. જયારે પણ તેનો મૂડ બગડે ત્યારે તેને વહાલથી ખાવાનું આપો. વ્યાયામથી પણ લાભ થાય છે. તેને શાન્ત્વના આપો.હુંફ અને હામથી તેના મનનાં ડરને અને અસલામતિની ચિંતાઓને દૂર કરો. રાતના જમ્યા પછી બંને જણ ફરવા નીકળો.

ઘરના કામ : લોન્ડ્રી,વાસણ જેવા ઘરમાં કેટલાય કામ હોય છે. જેમાં પતિ મદદરૂપ બની શકે છે.આપની પત્ની આપના પ્રેમ અને સ્નેહભર્યા સહકારથી પ્રભાવિત થશે. આપના કામની પ્રશંસા કરશે અને આપને એનો સુંદર મૂડ જોઈને નિરાંત થશે. નિરાંત પણ એક પ્રકારનું સુખ છે.

પ્રેગનેન્સીમાં આપનો મૂડ

"જ્યારથી એની પ્રેગનેન્સીની જાણ થઈ છે ત્યારથી મારો સ્વભાવ ચિત્ર-વિચિત્ર પ્રકારનો બની ગયો છે. મને જાણ ન હતી કે પિતા પણ આવા સંજોગોમાં ડિપ્રેશનમાં આવે છે?"

એ હકીકત છે કે અમુક પિતાઓને પણ ડિપ્રેશનના ભોગ બનવું પડે છે. જો કે આપ સંપૂર્ણ રીતે આપના હોર્મોન્સને એનાં માટે જવાબદાર ઠેરવી શકો નહીં, તેમ છતાં મૂડમાં ઉતરાણ-ચઢાણ આવે છે. મનની વિચારોની ચઢ-ઉતર પરિસ્થિતિનો ભોગ બનાય છે. આમાં ડર, ગભરામણ અને બેચેની સતત રહ્યાં કરે છે.

આના માટેનો એક જ ઉપાય છે કે આપ મૌમને ત્યાગી દો. વાચાળ બનો. મનની ભાવનાઓ વ્યકત કરી દો. દરરોજ પતિ-પત્ની પરસ્પર પ્રેમાલાપ માટે સમય કાઢો. સામાજિક પ્રસંગોની ચર્ચા કરો. નવા પિતા-બનેલા પતિને આપનો મિત્ર બનાવો. એની સાથે ગર્ભાવસ્થા અંગેની ચર્ચા કરો. એવું ન બને તો આ વિષયના પુસ્તકો અને ઓનલાઈન જાણકારી દ્વારા મદદ મેળવો.

થોડુ વર્કઆઉટ લાભકર્તા બની શકે છે. આપના શરીરમાં બનતાં એન્ડોફિનથી મૂડમાં આવી જશો.

શિશુ આવવાનું છે. આપ તેના કપડા, રમકડા, પારણા વગેરે ખરીદવા બજાર પહોંચી જાવ.

આલ્કોહોલથી દૂર રહો. એટલું યાદ રાખો કે દારૂ પીવાથી જ આપની સવાર સુંદર, મદમસ્તી અને સોહામણી બનશે તો આપ હાલના સંજોગોમાં ગોથુ ખાઈ રહ્યાં છો, જેથી દારૂ ઉપરાંત બીજા માદક પીણાઓથી પણ છેટા રહો. આપની પત્ની અને શિશુનાં સ્વાસ્થ્ય માટે આવી કાળજી જરૂરી છે.

જો આ સૂચનોને અપનાવ્યા પછી પણ ડિપ્રેશન દૂર ન થાય તદ્ઉપરાંત એ આપના સાંસારિક સંબંધો પર માઠી અસર કરે એવું લાગે તો ડૉક્ટરને તરત મળો.

પ્રસવ તથા ડિલીવરીની ચિંતા

"હું શિશુના જન્મ બાબતે ખૂબજ ઉત્સાહમાં છુ, પરંતુ આનંદ-ઉમંગની સાથે મને ન સમજાય તેવી હું તણાવ અનુભવું છું. દિલોદિમાગ પર આ શેનું ટેન્શન છે?"

ઘણા ઓછા એવા પિતાઓ હોય છે,જેમને પત્નીની ગર્ભાવસ્થાનું ટેન્શન ન હોય! એટલે સુધી કે સેંકડો ડિલીવરી કરનારાં ડૉક્ટર પણ પોતાના શિશુના જન્મ વખતે ગભરાય છે, પરંતુ એ ડિલીવરીની પ્રક્રિયા જાણતાં હોવાથી પોતાની જાતને સંભાળી લે છે અને પોતાના સાથીને સુપેરે- હેમખેમ બધું પાર પડશે એવી હૈયાધારણ આપે છે. જો આપ

ચાઈલ્ડ બર્થ સેન્ટરમાં જાવ તો આપ ડર અને ચિંતાઓ પર કાબૂ મેળવી શકો છો.

આપે આ વિષયના થોડાંક તો જાણકાર બનવું પડશે. જો પૂરા નિષ્ણાંત બનો તો આપને અને આપના કુટુંબને ઉપયોગી બની શકશો. કોઈપણ વિષયની જાણકારી માણસને એના નિદન અંગે વિચલિત થવા દેતી નથી. રોગવિશેની માહિતી માણસનાં અરધા ડરને દૂર કરી શકે છે. બાકીના ડરના ડૉક્ટર દૂર કરે છે.

ઈન્ટરનેટ કે પુસ્તકોમાંથી જાણકારી મેળવો. લેબર અને ડિલીવરીની ડીવીડી જુઓ. હૉસ્પિટલ કે બર્થ સેન્ટરમાં સમય પહેલા પહોંચો, જેથી ત્યાંના વાતાવરણથી પરિચિત થઈ શકો. કોઈ પણ બાબતે અકળાઈ જવું એ પણ ટેન્શન જ છે. ત્યાં ડૉક્ટર, નર્સ, આયાઓ વગેરે હશે. જો કદાચ આપ કશું ભૂલી ગયા હશો તો પણ એ લોકો ચલાવી લેશે. પ્રસૂતિને પ્રાધાન્યતા આપશે, આપની પત્ની પણ એ વખતે એવી સ્થિતિમાં નહીં હોય કે આપની કોઈ વાતનું માઠું લગાડે કે નારાજ થાય. આપનું ત્યાં હોવુ અને આપનો સ્પર્શ જ એનાં માટે પૂરતો છે.

"લોહી જોતાં જ મારી હાલત બગડી જાય છે ડિલીવરી વખતે શું થશે?"

મોટાભાગના ભાવિ પિતા ડિલીવરી વખતે વહેતાં લોહીને જોતાં જ ગભરાઈ જતાં હોય છે, જયારે હકીકત એ છે કે તે તરફ તો આપનુ ધ્યાન સુધ્ધા નહીં હોય! શિશુને જોવાની એવી તો તાલાવેલી હશે કે આપને બીજું કશું નહીં દેખાય.

જો કદાચ આપનું ધ્યાન એ તરફ દોરાય તો તરત જ નજર ફેરવીને પત્નીની સામે જુઓ. બધુ જ હેમખેમ પાર પડી જશે. ચિંતા ન કરશો.

"મારા વાઈફની ડિલીવરી સી-સેકશનથી થવાની છે. મારે એ અંગે અગાઉથી શું શું જાણવું જોઈએ?"

સી-સેક્શન વિશે જેટલું જાણશો એટલું જ આપના માટે એ ઉત્તમ પૂરવાર થશે. આપના પ્રતિભાવની સાથી પર ઉંડી અસર પડે છે. જો આપ જ ભયભીત બનશો તો તેને સહારો કોણ આપશે? એ અંગે જાણકારી મેળવવી એજ ટેન્શનને ઘટાડવાનો રામબાણ ઈલાજ છે. બંને સાથે જ ચાઈલ્ડ બર્થ સેન્ટરમાં જાવ અને ડૉક્ટર સાથે બેસીને વાર્તાલાપ કરો.

સી-સેકશન સંપૂર્ણ રીતે સલામત હોય છે. હૉસ્પિટલોમાં એને વધારે સુલભ અને સરળ બનાવવાની કોશિશો થઈ રહી છે, જેથી આપ જેવા દંપત્તિઓ ઑપરેશનના નામથી જ ફફડાટ ન અનુભવે.

જીવનનાં ફેરફારો તરફ ઉત્કંઠા

"અલ્ટ્રાસાઉન્ડ જોયાં પછી હું દીકરાના જન્મ અંગે ખૂબ જ ઉત્સાહિત છું, પરંતુ મને એ વાતની ચિંતા પણ છે કે એનાં આવ્યા પછી અમારાં જીવનમાં કેટલો મોટો ફેરફાર થશે?"

એ વાતમાં કોઈ શંકા નથી કે નાના-કુમળા શિશુ ઘણીવાર આકરા અને ખૂબજ ઉંડાણપૂર્વકના મોટા મોટા ફેરફારો લઈને આવે છે. જેનાં કારણે દરેક પિતા આ વિષયમાં ચિંતાગ્રસ્યત હોય છે. જયારે તેઓ ગર્ભાવસ્થાની કુદરતી કામગીરીમાં ભાવનાત્મક રીતે જોડાઈ જાય છે ત્યારે એમનાં મનમાં આવો ભય રહેતો નથી. તેઓ આ પરિવર્તનોને અપનાવે છે. આપ પણ ધીમે ધીમે આ જિન્દગીની હકીકતોને જાણવા લાગશો. અમને લાગે છે કે આપ નિમ્નલિખિત બાબતોથી ચિંતિત હશો.

<u>શું હું એક સારો પિતા બની શકીશ ?</u>

અત્યારે આપે એ ભયથી બહાર નીકળીને તમારી જાતને ખાતરી કરાવવાની છે કે આપના સિવાય શિશુના માટે કોઈ ઉત્તમ પિતા બીજું કોઈ હોઈ જ ન શકે?

<u>કયા સંબંધોમાં પરિવર્તન થશે :</u> દરેક નવા માતા-પિતાના સંબંધોમાં થોડોક તો ફેરફાર આવે છે. બધાએ પ્રસૂતિ પછીની અનેક મૂંઝવણો અને વ્યસ્તતાઓ સામે ઝઝુમવું પડે છે. શિશુએ આપના ઘરમાં પ્રવેશ કરતાં જ રોમાન્સ કરનારો (મોજ-મસ્તી) કરી જાય અને આપ શિશુની જરૂરની ચીજ-વસ્તુઓ ખરીદવામાં લાગી જાવ! એ દિવસોમાં શિશુનું ખાવાનું પીવાનુ, નીંદર અને શૌચ ઉપરાંત બીજુ કશું સૂઝતુ નથી, પરંતુ જયારે આપ બંને માણસ

સાથે રહો

પિતાના રૂપમાં નવા જીવનની શરૂઆત કરી રહ્યાં છો ત્યારે શિશુની સાથે હળી-મળીને વધારેમાં વધારે સમય પસાર કરવાની કોશિશ કરો. બની શકે તો ઓફિસમાંથી રજા લઈ લો. જો રજા મંજૂર થાય તેમ ન હોય તો વાંધો નહીં, પણ ઓફિસનું કામ ઘરે ન લાવો. હમણાં ઓવર ટાઈમ ન કરો. ઓફિસથી છૂટી સીધા જ શિશુ અને પત્નીમય બની બની જાવ. આપનું અંગત કામ ગમે તેટલું જરૂરી હોય, પણ નવજાતની સાર સંભાળથી વધારે જરૂરી કોઈ કામ નથી. પ્રાથમિકતા શિશુને આપો. ઘરનાં કામકાજમાં મદદરૂપ બનવું પણ એટલું જ જરૂરી છે, જેનાંથી આપની પત્નીને રાહત મળશે અને શિશુની કાળજી સારી રીતે રખાશે. શિશુની સાથોસાથ તમારી પત્નીનાં ગમા-અણગમાને સમજો. તેને ખાતરી કરાવો કે ઓફિસે પણ આપ શિશુને અને તેને યાદ કરો છો. ઓફિસે ગયા બાદ પત્નીની અને શિશુની ખબર-અંતર પૂછવા ફોન કરો. પત્નીને દવા લેવાનું યાદ અપાવો. એને પુષ્પગુચ્છ દઈને કે કોઈ રેસ્ટોરન્ટમાં લઈ જઈને સરપ્રાઈઝ આપો.

આ રૂટીનમાં ગોઠવાઈ જશો ત્યારે આપને રાજલ સમય કાઢતા આવડી જશે. જ્યારે તેને બીજા બાળકો રમાડે અથવા તો આપનું શિશુ રાતના ઉંઘી જાય ત્યારે તમારા માટે સમય હોય છે. આ રીતે પતિ-પત્ની વચ્ચેના સંબંધ પહેલાં કરતાં પણ વધુ ગાઢ મજબૂત અને પ્રેમથી છલોછલ બનશે.

<u>કામને કેવી રીતે અસરકારક બનાવાય :</u> આનો આધાર આપના કામના રૂટિન પર છે. જો આપ કલાકો સુધી કામ કરો છો તો પિતાની જવાબદારી નિભાવવા માટે શિશુની કાળજીને પ્રાથમિકતા આપો ઘરના કામકાજમાં મદદરૂપ બનો. ઓફિસના કામ ઓફિસમાં જ રહેવા દો. ઘરે આપ પતિ અને પિતા છો, જેથી ગૃહસ્થ જીવનને અગત્યતા આપો. શિશુ જન્મ પહેલા કે પછી થોડા દિવસો સુધી કોઈપણ યાત્રા પ્રવાસ કે સગા-સંબંધીને ત્યાં જવાનું ટાળો. જો બની શકે તો શિશુ જન્મ પછી થોડાક દિવસોની રજા લો અને પત્ની અને શિશુની સાર સંભાળમાં પતિધર્મ અદા કરો.

<u>બાળકની દેખભાળની જવાબદારી :</u> શિશુની દેખભાળ માટે માતા-પિતા બંનેને જ આગળ આવવું પડે છે. શિશુનું પહેલું ડાયપર બદલતા સમયે આ વિશે વિવાદ કરવાને બદલે અત્યારે આ જવાબદારી વહેંચવાનું શરૂ કરી દો. આ વાતચીતમાં તમે બંનેનું મન હળવું થશે અને તમને વ્યવહારિક રૂપથી સમજમાં આવશે કે શિશુ માટે કયા-કયા કામ કરવા પડશે.

<u>જીવન શૈલીમાં પરિવર્તન લાવવું પડશે :</u> આપને સામાજિક કામકાજોમાંથી સંપૂર્ણ રીતે અલિપ્ત થવાનું નથી, પરંતુ થોડી-ઘણી બાંધછોડ અને સમજુતિઓ તો કરવી જ પડશે. એક નવું-નવજાત બાળક સહુના આકર્ષણનું કેન્દ્ર હોય છે. એવું થઈ શકે કે આપને અસ્થાયી રીતે આપની જૂની જીવનશૈલીને અલવિદા કરવી પડે. કેન્ડલ લાઈટ ડિનર કે પછી મનપસંદ રમતના બદલે આપને શિશુની નાની નાની જરૂરિયાતોમાં વ્યસ્ત રહેવું પડે છે. દોસ્તો સાથેના ડાયરા પણ બંધ થઈ શકે છે. હવે આવી વ્યર્થ મિત્રાચારી નિભાવવામાં બાળક અને પત્નીને એકલાં છોડી શકાય નહીં. પ્રાથમિકતાઓ નક્કી થયા પછી આપ ફરીથી આપની જૂની જીવનશૈલીમાં પાછા ફરી શકો છો.

<u>શું હું મોટા કુટુંબને સાચવી શકીશ ? :</u> શિશુ પાછળ વધતા ખર્ચાઓ અંગે વિચારીને ઘણા ભાવિ પિતાઓની રાતોની નીંદર હરામ બની જાય છે, પરંતુ આપ અમુક રીતે એ ખર્ચાઓમાં કાપ મૂકી શકો છો. જો મા શિશુને સ્તનપાન કરાવશે તો બાટલી અને પાવડરના ડબ્બાના દૂધનો ખર્ચ ઘટશે. આપના મિત્રો અને સગાઓ શિશુ માટે ભેટ-સોગાત લાવવાના હોય તો તેમને શિશુના કામનો સામાન લાવવા જણાવો. હાલમાં મામા, કાકા, ભાઈ-બહેનો વગેરેના શિશુ ઉપયોગી સામાનથી કામ ચલાવો. અતિશ્રમ કરીને ચાર પૈસા બચાવવાનાં ચકકરમાં ન પડશો. શિશુની સાથે પ્રેમથી સમય પસાર કરો.

સહુથી ખાસ વાત એ છે કે જેમને હજુ શિશુ

જન્મ્યું નથી એવા લોકોએ શિશુ વિશે વિચારવાનું શરૂ કરી દેવું જોઈએ, જેના આગમનથી જ આપના ઘરમાં ખુશીઓની મહેક પથરાઈ જશે.

પિતાના મનનો ડર

"હું એક સાચો પિતા બનવા માંગુ છું, પરંતુ મેં તો કદી કોઈ નવજાત શિશુને હાથમાં લીધું નથી. હું મારા શિશુની દેખભાળ રાખી શકીશ? આવાં સવાલોથી જ હું ડરી જાઉં છું."

કોઈપણ જન્મથી માતા-પિતા નથી હોતાં. જયારે શિશુ આવશે ત્યારે કુદરતી રીતે જ આપના અંતર મનમાં પિતૃવાત્સલ્ય છલકાવા લાગશે. આપને પણ પહેલી રાત એની સાથે ઉજાગરા કરવાનું આકરૂં નહીં લાગે. એને નવડાવવું, ધોવડાવવું તેના ડાયપર બદલવાં વગેરે કામ કદાચ આપને પડકાર જનક લાગે, પરંતુ ધીમે ધીમે આપ એ કામોમાં હોશિયાર-કાબેલ બની જશો. રાતોનાં ઉજાગરા, મહેનત અને લગનથી આપ એક સારા પિતા સાબિત થશો જ. જો કે આવા કામોની પૂરી ટ્રેનિંગ પહેલેથી જ મળતી નથી.આપની ભૂલોથી જ બધુ શીખશો. જો પહેલેથી જ થોડીક જાણકારી અને તૈયારી હશે તો તમને ઉત્તમ પિતા બનતાં કોઈ રોકી નહીં શકે. પત્ની પણ ખુશ થશે અને પિતૃ વાસ્તલ્યના અમીથી બાળક પણ ખુશ થશે અને પિતૃ વાત્સલ્યના અમીથી બાળક પણ આપને જલ્દી ઓળખતું થશે.

સ્તનપાન

"મારી પત્ની શિશુને સ્તનપાન કરાવવા અંગે વિચારી રહી છે, જો કે એ સારી વાત છે, પરંતુ હું એનાં વિચાર સાથે સહમત નથી, જેથી પરેશાન છું."

એ હકીકત છે કે આ જસુધી પત્નીનાં વક્ષ સ્થળ આપના માટે જાતીય સુખ માટેનાં અણમોલ રતન હતા. એનાં જતનની ચિંતા સ્વાભાવિક છે, પરંતુ આપે એ ન ભૂલવું જોઈએ કે સ્તનપાન એક કુદરતી દેન છે. સ્તનપ્રદેશ કેવળ રૂમ, સૌંદર્ય અને સેક્સ માટે નથી. એ બાળકનાં દૂગ્ધપાન માટેના આંચળ પણ છે. તેની રચના જ એવી છે કે યુવાવસ્થામાં ન છોરવી અવસ્થામાં એ પતિને આકર્ષે છે. તેનાં દ્વારા ભરપૂર સેક્સની મોજ માણી શકાય છે અને સંતાન થયા પછી એજ આંચળ સ્તનપ્રદેશ દ્વારા મા મમતાના અમીના ધાવણથી પોતાના પેટનાં જણ્યાનું પોષણ કરે છે. માનું દૂધ શિશુના માટે અમૃત સમાન છે. માના દૂધથી બાળક નિરોગી રહે છે. એનાં મગજનો ઝડપથી વિકાસ થાય છે. માને પણ પ્રસવ પછી પોતાની મૂળ ફિગરમાં આવતાં વાર લાગતી નથી. એનાંથી બ્રેસ્ટ કેન્સરનું જોખમ પણ મોટાભાગે દૂર થાય છે.

બેશક સ્તનપાનથી આપના શિશુ અને પત્નીના જીવનમાં નાટકીય પરિવર્તન આવવાનું છે અહીં આ વિષયમાં આપની સહમતિ એનાં માટે ઘણુ મહત્વ ધરાવે છે. અભ્યાસોથી જાણવા મળ્યું છે કે જે માતાઓ પોતાના પતિની સહમતિથી શિશુઓને સ્તનપાન કરાવે છે, તેમનાં માટે આ પ્રક્રિયા ઘણી જ સહજ અને સરળ હોય છે. આ અંગે આપ પણ જાણકારી મેળવો. જો કે આ એક કુદરતી પ્રક્રિયા છે, પરંતુ તેને શીખવામાં સમય લાગે છે. એમાં શિશુ અને માને મદદરૂપ થાવ. થોડાક દિવસ આપ બંનેને એમાં થોડી મૂંઝવણ રહેશે. પરંતુ પછી એ પ્રાકૃતિક અને એક ખાસ કામ છે એવું આપને લાગવા માંડશે.

"મારી પત્ની પુત્રને સ્તનપાન કરાવે છે એ બંને વચ્ચે જે પ્રેમભાવ અને નિકટતા છે એમાં હું સામેલ થઈ શકતો નથી. હું જાણે એકલો પડી ગયો હોઉ તેવું મને ફિલિંગ થાય છે?"

આપ ગર્ભધારણ નથી કરી શકતાં. શિશુ એ નવ મહિના કૂખમાં નથી રાખી શકતાં. પ્રસૂતાની પીડા ભોગવીને બાળકને જન્મ નથી આપી શકતાં. તેને સ્તનપાન નથી કરાવી શકતાં. પરંતુ તેમ છતાં આપ તેનાં પિતા છો. આપ તેની ઘણી નાની મોટી ખુશીઓ કે ગમમાં સામેલ થઈ શકો છો. આપ પત્નીની ગર્ભાવસ્થા પ્રસવ અને ડિલીવરી સાથેની યાતનાઓનાં સહાનુભૂતિ અને સ્નેહ તો દાખવી શકો છો. આપનો સક્રિય સાથ-સહકાર એનાં માટે પર્યાપ્ત છે.

જ્યારે શિશુ સ્તનપાન કરે : જ્યારે શિશુ સ્તનપાન કરે તો આપ કોઈ મદદ કરી શકતાં નથી એ સાચુ પણ ક્યારેક બોટલનું દૂધ બનાવવાનું થાય ત્યારે તો પિતા તરીકે મદદરૂપ બની શકો છો. તમે દૂધની બાટલી તૈયાર કરશો તો પત્નીને થોડોક આરામ મળશે. આપ બોટલથી શિશુને દૂધ પીવડાવશો તો શિશુનું સામીપ્ય મળશે. તેનાં કૂમળાં અને સુંદર શરીરનો સ્પર્શ પામશો. એ વખતે આપ શર્ટનાં બટન ખોલી દેજો, જેથી શિશુને પિતાનાં શરીરની મહેંક અને સ્પર્શ મળે. દૂધ પીવડાવતી વખતે બાટલીને કાળજીપૂર્વક પકડજો અને આપનું સમગ્ર ધ્યાન શિશુ પર રાખજો.

શિશુના પહેલાં ન ઉંઘો : માનીએ છીએ કે પિતા બાળકને સ્તનપાન ન કરાવી શકે, પણ રાતના બાળકનાં દૂધ પીવાના સમયે, એની સાથે જાગી શકો તો ખરાંને! રાતના એનાં ડાયપરને બદલો દૂધ પીવડાવવા માટે પારણામાંથી ઉઠાવીને માની ગોદમાં તો શિશુને સૂવાડી શકો છો. જ્યારે દૂગ્ધ પાનથી પરવારે ત્યારે ફરીથી પારણામાં સૂવાડી શકો છો આ રીતે તમે પત્નીને મદદરૂપ થાવ છો અને તેને થોડોક સમય નિરાંત મળે છે. એ નિરાંતમાં આપના તરફનો પ્રેમ છલોછલ હોય છે.

ભાવનાત્મક પરિવર્તન

માનીએ છીએ કે આપના જીવનમાં મોટુ પરિવર્તન આવ્યું છે. એક નાના શિશુએ આપ બંને પતિ-પત્નીના જીવનના પૂરેપૂરા રૂટીનને બદલી નાખ્યું છે અને ભાવનાત્ક રીતે થોડાંક નર્વસ છો. હતાશ છો, પણ હતાશાથી કામ નહીં થાય. હામ-હિંમત અને હુંફ એનો ઈલાજ છે. આવો ફેરફાર તો અનેક દંપતીઓનાં જીવનમાં આવે છે. આપ નિરાશાને ખંખેરી નાંખો. શિશુ સાથે સમય વીતાવો. હસો, ગીતો ગણગણો. જીવનનાં આવાં અનેક કપરાકાળની જેમ આ સમય પણ કાયમ રહેવાનો નથી. આપ ગમે તે પરિસ્થિતિઓમાં સમજુતિ સહકાર અને બાંધ-છોડ કરવાનું શીખી જાવ. તમારૂં ગૃહસ્થ જીવન રળિયામણું અને મોજીલું બની જશે.

બાકીના કામોમાં મદદ : આપ પત્નીને આરામ આપવા માટે શિશુને નવડાવી-ધોવડાવી શકો છો. તેને રમાડી શકો છો. સૂવાડી શકો છો.

સગપણ

"હું મારી દીકરી માટે ખૂબ જ ઉત્સાહિત છું. મને લાગે છે કે હું એના તરફ જરૂર કરતાં વધારે ઘેલો થયો છું."

જિંદગીમાં પ્રેમ અને લાગણીઓ જેટલી વધારે એટલી જ સુખની માત્રા વધારે. આપ શિશુ સાથે જેટલો વધારે સમય ગુજારશો, એટલી સંતાન અને આપના વચ્ચેની દોર મજબૂત બનશે. તમારા બંનેનાં સગપણને સ્નેહનું સામીપ્ય મળશે. પિતૃ વાત્સલ્યથી દીકરી ઓળઘોળ થઈ જશે. બાપ દીકરીનાં વાત્સલ્યભર્યા સગપણનો પાયો મજબૂત બનીને ભવિષ્યમાં પાંગરશે.

આમેય અભ્યાસોથી જાણવા તો મળેલ છે જ કે આપ પણ પિતાને દીકરી પર સ્વયંભૂ સ્નેહ હોય છે. પિતૃવાત્સલ્યની સાથોસાથ માતૃત્વ ભાવ પણ ધરાવે છે. આ સગપણનાં પોષણની સાથોસાથ પત્નીનાં પોષણની પણ ચિંતા કરશો તેને પણ અવાર નવાર ખાતરી કરાવતાં રહો કે આપ તેને હૃદયનાં ઉંડાણથી પ્રેમ કરો છો?

ડિલીવરી પછી

"મારા શિશુની ડિલીવરી ખૂબ જ કષ્ટદાયક રહી. લાગે છે કે તેનાં કારણે જ સેક્સમાં મને રૂચિ નથી રહી ?"

માણસની સેક્સની મરજી, રસ-રૂચિ એક નાજુક બાબત છે. વિચારવાનો વિષય છે. બની શકે છે કે એ સમયે શિશુની ડિલીવરીની યાતના જોયા પછી આપનું મન સેક્સતથી વિમુખ બની ગયું હોય! આપને થાક લાગ્યો હોય! શિશુની ઉંઘ હરામ થવાનો ડર હોય! આપની પત્નીને ઈજા પહોંચશે કે બીજી કોઈ તકલીફ થવાનો ભય હોય કાં તો પછી આપની જિન્દગીજાં આ બદલાતાં

પ્રસૂતિ પછી પ્રણયચેષ્ટા

માનીએ છીએ કે આપની પત્નીને સેક્સ માટે ડૉક્ટરે લીલીઝંડી આપી દીધી છે, પરંતુ હજુ પણ એનું શરીર સંપૂર્ણ રીતે સ્વસ્થ નથી. જયાં સુધી આપની પત્નીની મરજી ન હોય ત્યાં સુધી એને લાચાર ન કરશો. માનો કે આપની પત્નીની મરજી છે તો પણ ખૂબ જ ધ્યાન રાખીને સેક્સ માણવાનો છે. સહુથી પહેલાં તો પત્નીની ભાવનાઓને જાણો. નવ મહિના દરમિયાન એનાં શરીરમાં ઘણા ફેરફાર થયા છે, એટલાં માટે તેને થોડીક તકલીફ થઈ શકે છે. જો આપ એની મુશ્કેલી મૂંઝવણને સમજીને પ્રણયના ફાગ ખેલશો તો તેને તેમાં રસ પડશે અને એ પૂરતો સાથ-સહકાર આપશે. આમ બંને પરસ્પરની લાગણીઓને અનુકૂળ બનીને સેક્સજીવનનો પૂરો આનંદ લઈ શકશો.

દોરમાં, આપની ઊર્જા શક્તિને શિશુ સાથે જોડાયેલાં કામો પર જ કેન્દ્રિત કરવા માંગતા હોય! આમ કુદરતી રીતે આપના મનમાં સેક્સની ઈચ્છા ઘટી ગઈ છે, જેથી આપની પ્રાથમિકતા પર ધ્યાન આપી શકો છો.

બીજા શબ્દોમાં કહીએ તો આપની ઈચ્છા એટલાં માટે પણ મરી પરવારી છે. કેમ કે આપની પત્ની પણ માનસિક અને શારીરિક રીતે સેક્સ ઈચ્છતી નથી. આપ બંને એ માટે કયારે તૈયાર થશો એનું કોઈ અનુમાન થઈ શકે તેમ નથી, પણ ચિંતા કરવાની કોઈ જરૂર નથી. અમુક સમય પછી ધીમેધીમે બધુ સામાન્ય બનવા લાગશે. કેમ કે અત્યારે તો આપની પત્નીની યોનિએ સેક્સ સિવાય બીજુ ખાસ કામ પણ પુરૂ કરવાનું છે અને પોતાના એ કામ પછી તેને સેક્સ માટે તૈયાર થવામાં હજુ થોડો સમય લાગી શકે છે.

એ દરમિયાન આપ પત્ની સાથે ભાવનાત્મક સામીપ્ય જાળવી રાખવાની પૂરી કોશિશ કરો. જોએ સેક્સમાં રસ લેતી નથી તો પણ આપ તેને પ્રશંસાના બે શબ્દોથી તરબતર કરી શકો છો તું કેટલી આકર્ષક લાગે છે એકદમ સેક્સી...!

એ ઉંઘી જાય તો થોડીક સુગંધિત મીણબતીઓ પ્રગટાવો, જેથી ડાયપરની દુર્ગંધ દૂર થાય! હળવું સંગીત સાંભળો. એકબીજા સેક્સ વિના પણ પરસ્પરના દેહની માદકતાની હુંફમાં ઓળઘોળ બની શકો છો.

"મારી પત્ની શિશુને સ્તનપાન કરાવે છે જેથી હવે મને એનાં વક્ષ સ્થળ એટલાં સેક્સ નથી લાગતાં?"

બાળકના જન્મ પછી વક્ષ સ્થળ પોતાના વહેવારિક રૂપમાં છે. ઈશ્વરે રચેલા વક્ષ સ્થળ પહેલાં પ્રણય કુંભો હતો હવે તે શિશુ માટે દુગ્ધથી ભરેલાં અમૃતકુંભો છે. તે વધારે સુંગઠિત અને ભરાવદાર છે. અનેક દંપતીઓને આવા સ્તનોને સેક્સ માનવામાં પણ લાગે છે. તેમને લાગે છે કે પોતાના સેક્સ આનંદ માટે શિશુના ભોજનના સ્રોત સમાન સ્તનો સાથે રમત ન કરવી જોઈએ.

જો કે આ અમૃતકુંભો કામુક નથી જણાતાં તો આપની પત્ની સાથે શાંતિથી વાત કરો. ત્યાં સુધી શરીરના બીજા અંગોની રસિકતાને માણો પણ આ ક્ષુલ્લક કારણોસર આપ શિશુ તરફ અણગમો કે શેષ ઠાલવશો નહીં આપે થોડો સમય રાહ જોવી પડશે પરંતુ એ ન ભૂલો કે ગોળમટોળ અને સુંદર બાળક આપના પ્રેમનું પ્રતિક છે.

મૂડ પર ધ્યાન રાખો

જો નવી માતા શિશુના કામનાં ભારણથી એટલી દબાઈ જાય કે તેને પોતાના ખાવા-પીવાનું ભાન ન રહે, તેને ઉંઘવાનું પણ ન મળે તો તેને મદદ કરો. એનાં મૂડને બગડવા ન દો. જો તે ડિપ્રેશનમાં છે તો તેનું ખાસ ધ્યાન રાખો. તે ભલે ના પાડે પણ આપ તેને ડૉક્ટર પાસે લઈ જાવ અને ઈલાજ કરાવો, બની શકે છે કે ઉપચારથી તેને આરામ મળે. ત્યારે તે મનોમન આપનો આભાર માનશે અને આપના તરફ તેનાં અંતર મનની ધરા પર નવેસરથી પ્રેમ અંકુર ફૂટશે.

દાદા-દાદીનો મુદ્દો

"હું અને મારી પત્ની એ બાબત અંગે ચર્ચા કરીએ છીએ કે અમારે શિશુના જન્મ પછી નાના-નાનીને બોલાવવા જોઈએ કે નહીં?"

એ દિવસોમાં જો આપને કોઈ અનંભવી વૃધ્ધજન અને વૃધ્ધાનો સહારો મળી જાય તો ઉત્તમ રહેશે. આપ અનેક મૂંઝવણોથી બચી શકશો. ઉંમરલાયક પતિ-પત્ની વધારે અનુકૂળ રહેશે. બંને જણ ઘરના કામકાજમાં પણ મદદ કરશે અને ઘણી બધી એવી બાબતો છે જેમાં તેઓ અનુભવી હશે. આપને તેમનાં બાળ ઉછેરના જ્ઞાનનો લાભ મળશે. આપ બિન અનુભવી છો,કદાચ વાંચનથી માહિતગાર હશો પણ ઘરડા માણસો તો પ્રત્યક્ષ એમાંથી પસાર થઈ ચૂકેલાં હોય છે.

જો કે આમાં નુકશાન એ છે કે ભૂલો કરીને ઘડાવાની તકો તમે ગુમાવશો. કહેવાનો અર્થ એ છે કે આપ પોતાની રીતે શિશુનો ઉછેર નહીં કરી શકો આપને વડીલ પતિ-પત્નીનાં કક્ષા મુજબ ચાલવું પડશે. આમાં આપને નાતો ભૂલો કરવાનો મોકો મળશે અને ના તો તેમનાથી છૂટવાનો! ઘરમાં વધારે લોકોના કામનો બોજો વધશે. આપ થાકી જશો. આપની ગુપ્તતા જળવાશે નહીં અને નવા શિશુની મા પર બિનજરૂરી ટેન્શન વધશે. જો સગા સંબંધી દૂર રહે છે તો તેમને શિશુ જન્મ પછી થોડા સપ્તાહ કે મહિનાઓ ઠીક થાય. આપની શારીરિક સ્થિતિ સારી હશે તો આપ મહેમાનો માટે સમય પણ ફાળવી શકશો.

જો તેઓ સ્થાનિક છે તો તેમને કહો કે તેઓ દિવસના અમુક કલાકો માટે દરરોજ આવ્યા કરે. એ દરમિયાન તેઓ શિશુને સંભાળી લેશે અને આપ બંને એક સાથે મધુરપળોને માણી શકશો. કોઈ મૂવી જોવા પણ જઈ શકો છો.

આમ તો દાદા-દાદી, નાના-નાનીને સાથે રાખવાનો કે ન રાખવાનો નિર્ણય આપ બંને જ લઈ શકો છો. કેમ કે આ ઘણી બધી રીતે આપના પરિવારની જરૂરિયાતો પ્રાથમિકતાઓ અને હાલાત પર નિર્ભર કરે છે. આપના માતા-પિતા સાથેના મધુર સંબંધોની પહેલ ઘણું જ મહત્વ ધરાવે છે.

★★★

ભાગ - ૬

ગર્ભાવસ્થા અને તમારું સ્વાસ્થ્ય

જો તમે બીમાર પડી જાવ

બની શકે છે કે આપને ગર્ભાવસ્થા સાથે જોડાયેલાં કષ્ટદાયક લક્ષણો અપચો, ઉલટી, પગમાં વળ-આમળ અને થાક વગેરેના ભોગ બનવું પડે. આપ ખાંસી શરદી સળેખમથી હેરાન થાવ. કેમ કે આ દિવસોમાં શરદી સળેખમ ઉપરાંત ઈન્ફેક્શનના પણ ભોગ બની શકાય છે. આપનું રોગપ્રતિકારક તંત્ર થોડું નબળું પડી જાય છે. બીજી વાત એ પણ છે કે બે શિશુઓની સાથે માંદા પડવાથી સ્થિતિ વિકટ બને છે. આજ સુધી આપની બીમારીઓનો જે ઉપચાર કરતી હતી, તેને હવે અભરાઈએ ચડાવી દેવાં પડશે.

જો કે આવી નાની મોટી તકલીફોથી આપની ગર્ભાવસ્થા પર કોઈ માઠી અસર પડવાની નથી પરંતુ તેમ છતાં ઈલાજ કરતાં પરેજી શ્રેષ્ઠ છે. જયારે પરેજી ન પળાય, આપને શરદી-સળેખમ કે પછી કોઈ બીજુ ઈન્ફક્શન થઈ જાય ત્યારે તાત્કાલિક ઈલાજ અને ડૉક્ટરની સારવારથી આરામ મળે છે.

આપ શું વિચારી રહી હશો?

શરદી-ખાંસી

"હું છીંકો અને ખાંસીથી કંટાળી ગઈ છું. મારૂં માથું પણ દર્દથી ફાટી રહ્યું છે. શું આ પીડાદાયક ગંદી શરદીથી બાળકને માઠી અસર થઈ શકે છે?"

ગર્ભાવસ્થામાં તો રોગપ્રતિકાર ક્ષમતા ધીમી પડવાના કારણે મોટાભાગે શરદીના ભોગ બનાય છે. આમાં ખુશીની વાત એ છે કે માત્ર આપ પરજ એની અસર પડશે. શિશુને કોઈ નુકશાન નહીં થાય પરંતુ આપે એ દવાઓ અંગે સાવચેતી રાખવી પડશે, જે આપ શરદીને મટાડવા માટે લેવાની છે. કેમ કે એની અસર શિશુ પર થઈ શકે છે. કોઈપણ દવા લેતાં પહેલાં ડૉક્ટરને ફોન કરીને પૂછી લો કે ગર્ભાવસ્થામાં શરદી માટે કંઈ દવા સલામત રહેશે. તેઓ આપને અમુક વિકલ્પ કહેશે, જેમાંથી આપ કોઈ પણ ને અમલી બનાવી શકશો. જો આપે ડૉક્ટરને પૂછ્યા વિના, મનસ્વી રીતે દવાનો એકાદ ડોઝ કે ટેબ્લેટ લીધી છે તો ચિંતા ન કરશો, પરંતુ ડૉક્ટરને જણાવીને ખાતરી જરૂર કરી લો.

જો હજુ અતિ પજવતી શરદી નથી મટતી તો તેની સારવાર લો, નહીંતર એ ખૂબ જ પીડાદાયક સંક્રમણમાં પહોંચી જશે કાં તો આપને બંધ અને વહેતા નાક સાથે પથારી વશ થવું પડશે.

<u>આ રહ્યાં કેટલાક ઉપાયો :</u>

- જો આપને મજા ન હોય તો આરામ કરો. જો કે આરામથી શરદી જલ્દી નહીં મટે, પણ મન-મસ્તિષ્કને નિરાંત મળશે. આપને તાવ અને ખાંસી પણ નહીં થાય. આ ઉપરાંત થોડાં વ્યાયામથી પણ રાહત મળી શકે છે.
- શરદીની પજવણીથી આપ અને શિશુ ભૂખ્યા ન રહો. શિશુને આપનાં શરીરમાંથી પોષણ

મળવાનું છે જેથી અનિચ્છા છતાં ભાવતું પૌષ્ટિક ભોજ ન લો. વિટામિન સીયુક્ત ફળ અને જ્યૂસ જરૂર લો, પરંતુ વિટામીન સી વાળી દવા ન લો. જિંક અને એકનીશિયા અંગે પણ આ જ વાતનુ ધ્યાન રાખો.

- પ્રવાહી પદાર્થોના પ્રમાણમાં ઘટાડો થવા દેશો નહીં. તાવ,છીંકો કે શરદીનાં લીધે આપના શરીરમાં પ્રવાહી તત્વોની માત્રા ઘટી શકે છે. સાધારણ ગરમ પ્રવાહી પદાર્થોથી આરામ થઈ જશે. ગરમ સૂપ પીઓ. પાણી અને ઠંડા જ્યૂસ પણ લઈ શકાય.
- સૂતી વખતે આપના માથાને ઓશીકા ઉપર રાખીને ઉંચુ રાખો. આ રીતે નાક બંધ થવાથી પણ શ્વાસોશ્વાસની ક્રિયા ચાલુ રહેશે. શરદીના પ્રવાહીથી નાક ભરાઈ નહીં જાય. નેસલ સ્ટ્રિપ પણ બંધ નાકને ખોલવામાં મદદ કરે છે. તે બજારમાં મળે છે અને તેમાં કોઈ દવા હોતી નથી.
- આપના નાકમાં સેલાઈન નોઝ ટ્રોપ નાખીને તેને નરમ બનાવી રાખો. આ પણ સંપૂર્ણ રીતે સલામત છે.
- જો ગળામાં દર્દ, ઉઝરડો હોય, ખાંસી હોય તો સાધારણ ગરમ પાણીથી કોગળા કરો.
- જો તાવ હોય તો તેને ઝડપથી મટાડવાની કોશિશ કરો.
- ડૉક્ટરે સૂચવેલી દવા અચૂક લો. એવું ન માની લો કે ગર્ભાવસ્થામાં બધી જ દવાઓ હાનિકારક છે. માંદગીનો ઉપચાર અગત્યનો છે.
- જો શરદીના લીધે ખાવામાં અને સૂવામાં તકલીફ થાય છે તો અથવા ખાંસીની સાથે પીળાદમ્મ પર નીકળે, છાતીમાં દુઃખાવો થાવ, નાક આળુ થઈ ગયું હોય અને એક અઠવાડિયા સુધી ઉપરોક્ત લક્ષણ જોવા મળે તો ડૉક્ટરને તરત જ મળો. બની શકે છે કે શરદીએ સંક્રમણનું રૂપ લીધુ હોય! આવા સંજોગોમાં આપની તથા શિશુની સલામતી માટે દવા લેવી જરૂરી બને છે.

સાઈનસાઈટિસ

"મને એક અઠવાડિયાથી શરદી સળેખમ મારૂં માથું અને ગાલ ખૂબ જ કળે છે. મારે શું કરવું જોઈએ?"

લાગે છે કે આપની શરદીએ સાઈ સાઈટિસનું રૂપ લીધુ છે. એનાં લક્ષણ એજ છે કે માથું, ગળુ, જડબુ, સુધ્ધા કળવા લાગે છે. વળી નાકમાંથી ખુબજ ગંદો લીલો પીળો (લીલોછમ્મ) મ્યુક્સ નીકળે છે. ગર્ભાવસ્થામાં લગભગ આવું જ થાય છે. કેમ કે આપના હોર્મોન મ્યુક્સ મૈમ્બ્રેનમાં પણ સોજો કરે છે, જેનાંથી નાક બંધ થઈ જાય છે અને જીવાણુઓને મોજ પડી જાય છે. ઈમ્યૂન કોશિકાઓ સૂક્ષ્મ જીવજંતુઓનાં પડાવ સુધી પહોંચી શકતી નથી, જેથી સાઈનસની માંદગી લંબાય છે. સુરક્ષિત એન્ટીબાયોટિક દવાઓની મદદથી આ રોગને નિવારી શકાય છે.

ફ્લૂની ઋતુ

"જો મને ફ્લૂની બીમારી થઈ ગઈ તો? શું એ ગર્ભાવસ્થામાં નુકશાનકારક છે?"

આપે ફ્લૂના વાવરમાં તેનાંથી બચવા માટે ફ્લૂ ચોટ લઈ લેવો જોઈએ. ગર્ભાવસ્થામાં તો આમેય એ જરૂરી છે. આ અંગે ડૉક્ટરનો મત જાણો.

શરદી કે ફ્લૂ!

આપને આ બંને રોગ વચ્ચેનું અંતર જાણમાં હોવું જોઈએ. શરદી થવાથી ગળામાં દુઃખાવો થાય છે. ગળામાં પડેલા ઉઝરડાનો એ દુઃખાવો હોય છે. તદ્ઉપરાંત નાક સતત વહે છે છીંકો આવે છે. શરીરમાં સાધારણ નબળાઈ કળતર પણ થાય છે. ઘણીવાર જીર્ણ તાવ પણ જોવા મળે છે.

ફ્લૂમાં તો ૧૦૪ ડીગ્રી સુધીનો આકરો તાવ હોય છે, જેનાથી માંસપેશીઓ સુજી જાય છે.થાક અને નબળાઈ આવે છે. ઘણીવાર ઉલટીઓ પણ થાય છે. છીંકો અને ખાંસી પણ જોવા મળે છે. આપ ડૉક્ટરે સૂચવેલી દવાઓ લઈને સરળતાથી રાહત મેળવી શકો છો.

ફ્લૂ ફેલાય એ પહેલાં જ એનાંથી બચવાની દવા લેવી જોઈએ. જો કે એ દવાઓ પૂર્ણ રીતે અસરકારક પૂરવાર થતી નથી, પણ એ ફ્લૂ વાયરસથી બચાવ જરૂર કરે છે. એ રીતે આપ ફ્લૂનાં જોખમથી બચી શકો છો. ભલે સંક્રમણને રોકી ન શકાય પણ એનાંથી લક્ષણોની ગંભીરતામાં ઘટાડો થઈ શકે છે.

આપે નૈજલ સ્પ્રે વૈક્સીનના બદલે સોપથી દવા લેવી જોઈએ. જો ફ્લૂનું નિદાન લાગે તો ઈલાજ કરવામાં આળસ ન કરશો નહીંતર એ ન્યૂમોનિયામાં બદલાઈ શકે છે. આ દરમિયાન પુષ્કળ પ્રમાણમાં પાણી પીઓ આરામ કરો, જેથી ડીહાઈડ્રેશન ન થાય.

તાવ

"મને સાધારણ તાવ છે. મારે શું કરવું જોઈએ?"

ગર્ભાવસ્થા દરમિયાન શરીરના જીર્ણ જવરને વધારે મહત્વ ન આપો, તેમ છતાં તેનાં તરફ બેદરકારક પણ ન બનો. એટલે આપે તાવને મટાડવા માટે ફટાફટ કશું કરવું પડશે. સહુથી પહેલાં તો શરીરના ઉષ્ણતામાન પર નજર રાખો.

જયારે ૧૦૦.૪ ડીગ્રી ફેરનફીટથી વધારે શરીર તપતું હોય ત્યારે તાત્કાલિક ડૉક્ટર પાસે પહોંચી જવું જોઈએ. એ દરમિયાન તાવને ઉતરવા માટે ટાઈલીનૉલ લઈ શકો છો, પણ જાતે તાવની કોઈ દવા ન લો. સ્નાન, ઠંડા પીણા અને (સુતરાઉ) કપડાંથી ઉષ્ણતામાન ઘટી જાય છે. ગર્ભાવસ્થામાં ડૉક્ટરની દવા વિના બહારની એસ્પિથ કે ઈબૂફેન ન લો. જો આપને અગાઉ તાવ આવ્યો હતો તો તેના વિશે પણ ડૉક્ટરને જણાવો.

સ્ટૅપ થ્રોટ

"મારા ત્રણ વર્ષના બાળકને સ્ટ્રૅપ થ્રોટ નામનો રોગ થયો છે, શું એનાંથી મને અને મારા ગર્ભસ્થ શિશુને પણ ચેપ લાગી શકે છે?"

બાળકોને પોતાનાં ચેપી જંતુઓને બીજાઓ સુધી ફેલાવવામાં વાર નથી લાગતી. ગર્ભાવસ્થામાં તો આપ એનાં ચેપનો જલ્દી ભોગ બની શકો છો. આમાં કાળજી એ રાખવાની છે કે એ ત્રણ વર્ષનાં બાળકનું એંઠુ પાણી પીવુ નહીં. તેને રમાડો, ઉંચકો કે તેડો પછી હાથને બરાબર સાફ કરી લો. જો આપ પૌષ્ટિક સમતોલન આહાર લેશો તો આરામથી શરીરની રોગ પ્રતિકાર શક્તિ વધશે. જો આપને સંક્રમણનો ડર છે તો થ્રોટ કલ્ચર માટે ડૉક્ટર પાસે જાવ. જો આપ યોગ્ય રીતે એન્ટીબાયોટિક દવાનો ઉપયોગ કરશો તો શિશુના પણ સંક્રમણનો ભય દૂર થશે. એટલું ધ્યાનમાં રાખજો કે ઘરમાં બાળક અને કોઈ બીજા પરિવારના સભ્યો વાપરતાં હોય તેવી દવા ડૉક્ટરને બતાવ્યા વિના ઉપયોગમાં લેશો નહીં.

પેશાબાશય માર્ગનું સંક્રમણ : (યુટીઆઈ)

"મને શંકા જ નહીં, પણ એવો ભય છે કે પેશાબાશય માર્ગનું સંક્રમણ થયું છે?"

આપના બ્લેડરને ગર્ભાશયના વધી રહેલાં ભારથી દબાણ સહન કરવું પડે છે. આ દિવસો આવવાનો ઘણો જ અવકાસ રહે છે. એટલાં માટે (યુટીઆઈ) સંક્રમણ થતાં વાર લાગતી નથી. આમાં ગર્ભાવસ્થાના હોર્મોન પણ પોતાની આગવી ભૂમિકા ભજવે છે. ઘણી મહિલાઓમાં તો એનાં લક્ષણ સામાન્યથી જવાની ઈચ્છા થવી, પેશાબનું ઝરવું, પેશાબ કરતી વખતે બળતરા, દુ:ખાવો, પેટના નીચેના ભાગમાં અસહ્ય દર્દ અથવા તો દબાણ, ખેંચાણ, પેશાબ ગંધાતો પણ હોય છે.

પેશાબની તપાસ કરાવવાથી આવા સંક્રમણનું નિદાન ઝડપથી થાય છે. લાલ લોહીની વાહિનીઓની તપાસથી સંક્રમણની જાણ થાય છે. એન્ટીબાયોટિક્સનો પૂરેપૂરો કોર્સ કરીને આ રોગને નિવારી શકાય છે. આવા રોગમાં પ્રાથમિકતા તરત સારવારની હોવી જોઈએ. એ માટે આપ ગર્ભાવસ્થા દરમિયાન ઘણા સ્ટેપ લઈ શકો છો, જેનાં મુદાઓ નીચે મુજબ છે.

- અધિક માત્રામાં પ્રવાહી પદાર્થ અને પાણી લો, જેથી બેકટેરીયા પેશાબ-માર્ગથી બહાર

આવી શકે.આ પ્રયોગ કરી રહ્યાં હોય ત્યારે ચા, કૉફી અને આલ્કોહોલ લેવાનું બંધ કરી દો.

- યોનિમાર્ગને સારી રીતે સાફ કરો અને સેક્સ પહેલાં તથા પછી મત્રાશયને પણ સારી રીતે ખાલી કરી દો. મિન્સ કે પેશાબ રોકો નહીં અને વારંવાર પેશાબે જાવ.
- જ્યારે પણ પેશાબ માટે જાવ, ત્યારે અધૂરો પેશાબ ન કરો. પૂરો પેશાબ કરો, રોકાવ અને ફરી બીજીવાર કોશિશ કરો. જો પેશાબે જવામાં આળ સ કરશો અને નિરાંતે પેશાબ નહીં કરો તો ચેપની શક્યતા વધી જશે.
- આપના પૈરીનિયલ એરીયાને ચોખ્ખી હવા લેવા દો. સુતરના અધોવસ્ત્રો પહેરો. જો શક્ય હોય તો રાતના સૂતી વખતે પાયજામા સાથે અંદરના વસ્ત્ર ન પહેરો.
- શૌચક્રીયા પછી આગળથી પાછળની તરફ લૂછો, જેથી મળમાંના બેકટેરીનું યોનિમાંર્ગે ઈન્ફેકશન ન થાય. બબલબાથ અને પરફ્યુમયુક્ત પાવડર,સોવર જૈલ, સોય, સ્પ્રે,ડિટર્જટ અને ટોયલેટ પેપરનો ઉપયોગ ન કરો.જો પુલ ક્લોરીનવાળું ન હોય તો તેને પણ વપરાશમાં ન લો.
- પૌષ્ટિક આહાર લો. ભરપૂર પ્રમાણમાં આરામ કરો. વ્યાયામ કરો અને વધારે તણાવ ન રાખો.
- અમુક ડૉક્ટર આ દરમિયાન ખાવાની સલાહ આપે છે, જેથી એન્ટિબાયોટિક લેવાની સાથોસાથ લાભદાયી બેકટેરિયાનું સમતોલનપણું પણ જળવાઈ રહે. આ ઉપરાંત ડૉક્ટરને પૂછીને અન્ય પ્રોબાયોટિક્સ પણ લઈ શકો છો.

મુત્રાશય માર્ગના નીચેના ભાગનું સંક્રમણ ઘણું ગંભીર હોય છે પણ જો ઈલાજ ન થાય અને તે કિડની સુધી લંબાય તો પ્રીમેચ્યોર પ્રસૂતિ, જન્મથી જ ઓછા વજનનું શિશુ અને બીજી સમસ્યાઓ જન્મી શકે છે. એનાં લક્ષણ તો આગળ જણાવ્યા મુજબના જ હોય છે પરંતુ ગંભીર લક્ષણોમાં તાવ ૧૦૩ ડીગ્રી કે ફેરનફીટથી વધારે આવે છે ઠંડી લાગે છે. પેશાબની સાથે લોહી પણ નીકળતું જોવા મળ છે. પીઠનો દ:ખાવો, ઉલ્ટી કે ચકકર આવવાની તરલીફ પણ થઈ શકે છે આવા લક્ષણ જોવા મળતાં જ ડૉક્ટરને મળો.

યીસ્ટ સંક્રમણ

"મને લાગે છે કે મને યીસ્ટ ઈંફેકશન છે. શું મારે મારી મરજીથી કોઈ દવા લેવી જોઈએ કે કોઈ ડૉક્ટરને બતાવું?"

ગર્ભાવસ્થાની ખાસ કાળજી એ જ છે કે અન્ય સંજોગોમાં લેતાં હોય એમ આડેધડ ગમે તે દવા ન લઈ શકાય. જાતે ઈલાજ કરવામાં જોખમ છે. ડૉક્ટરો પોતે પોતાની પત્નીઓ માટે બીજા ઉતમ ડૉક્ટરોની મદદ લેતાં હોય છે યીસ્ટનું ઈંફેકશન કદાચ સામાન્ય સંજોગો વખતે અનેકવાર થયું હોય અને તેને મટાડવા આપે આપની મરજીની દવાઓ લીધી હોય તો ભલે પણ અત્યારે આપની ગર્ભાવસ્થા છે. આપને તેનાં તમામ લક્ષણ (પીળો, લીલો અને ગાઢ પદાર્થ યુક્ત સ્રાવ, દુર્ગંધ, બળતરા,સોજો અને ઉઝરડો) વગેરેની ભલે જાણ હોય, પણ આ વખતે આપ ડૉક્ટર પાસે જાવ.

આપની સારવાર કેવી રીતે થશે એ ડૉક્ટર નિદાન થયા પછી સમજાવશે. જો આપનું સંક્રમણ સામાન્ય યીસ્ટનું છે તો ડૉક્ટર યોનિ માટે જૈલ મલમ કે ક્રીમ લખી દેશે. ગર્ભાવસ્થામાં એટી પીસ્ટ સ્નેટ ફલૂકોનાજોલની દવા પણ આપી શકે છે પરંતુ એ દવા વધારે નહીં હોય! બે એક દિવસની જ હશે.

દુર્ભાગ્યથી આ ઈલાજ અસ્થાયી હોય છે, જેથી સંક્રમણ ફરીથી પણ ઉથલો મારે છે અને ડિલીવરી સુધી પણ રહી શકે છે જેનાં કારણે બીજીવાર પણ સારવાર લેવી પડતી હોય છે.

આપના ગુમાંગોને સાફ અને સ્વચ્છ રાખો. ફીટ આંત્ર વસ્ત્ર ન પહેરો. એ ભાગને થોડી ખુલ્લી અને તાજી હવા મળવા દો. ખાદ્ય પદાર્થમાં દહીં આપને લાભદાયી બની શકે છે. આપ ડૉક્ટરને પૂછીને કોઈ અસરકારક, આગળ જણાવીએ પ્રોબાયોટિક પણ લઈ શકે છો. ઘણા જૂનાં રોગીઓ-

દર્દીઓ માને છે કે ખાંડ,બેકડ ખાદ્ય પદાર્થ અને મેંદો વગેરે ન લેવાથી પણ જલ્દી રાહત મળે છે. ડ્રશ ન કરો, કેમ કે એનાંથી યોનિમાં બેકટેરિયાનું સામાન્ય સંતુલન ખોરવાઈ જાય છે.

પેટમાં ગરબડ

"મારા પેટમાં ઘણી ગરબડ છે, કયાંક એનાંથી શિશુને નુકશાન તો નહીં થાય ને ?"

પેટમાંની ગશબડનાં લક્ષણ મોર્નિંગ સિકનેસને એટલાં મળતાં આવે છે કે ઘણીવાર એને સમજવા મુશ્કેલ બને છે. જો કે એથી શિશુને કોઈ હાનિ નથી થતી, પણ એનો મતલબ એવો પણ નથી કે આપ સારવાર જ ન લો. ભલે આપના પેટમાં હોર્મોન વાયરસથી કે પછી ઈંડાની સલાડ ખાવાથી તકલીફ થઈ હોય! ઈલાજ તો એકજ હશે. પહેલો ઈલાજ બને એટલો આરામ લો. બીજો ઈલાજ પ્રવાહી પદાર્થોની માત્રા વધારી દો. જો ઉલ્ટી ઝાડા વધારે છે તો ડૉક્ટરની સારવાર લેવી જ પડશે.

બીજા લક્ષણોમાં જો આપને પેશાબ નથી આવતો કાં તો પેશાબ આવે છે ત્યારે તે ડહોળાયેલો ગાઢ રંગનો છે, વધારે પડતો પીળો છે, તો સમજી લોકે આપ ડીહાઈડ્રેશનનો ભોગ બની છો.

આમાં નિવારણ માટે દવાની સાથોસાથ પાણી પણ ધીમા ધીમા ઘૂંટડે પીવાનું શરૂ કરો. જયૂસને પણ વધારે પાતળુ કરીને પીઓ. સાધારણ ગરમ પાણીમાં લીંબુ નીચોવીને લો. જો પાણી ન પીવાય તો આઈસ ચિપ્સ લો. પોપપરીક્ષણ ચૂસો. ખાદ્ય પદાર્થ પ્રમાણસર લો. પેટની તકલીફમાં આંદુવાળી ચા કાં તો જમતી વખતે આદુના ટુકડાઓ દરેક કોળિયે લેવાથી પણ રાહત મળે છે. જયારે ઉલ્ટી થવાની નહીંવત આશંકા હોય ત્યારે આપ વિટામીનની દવા લો. જો અમુક દિવસ કશું જ નહીં લો તો પણ હાનિ નથી.

આટલા ઉપચારો છતાં રાહત ન મળે તો ડૉક્ટરને બતાવો. કેમ કે શરીરમાં પાણીની અછત થવાથી તકલીફ વધી શકે છે. એન્ટીએસિડ દવાઓ ઉપયોગી નીવડી શકે છે, પણ ડૉક્ટરને બતાવ્યા વિના ન લો.

આપ એ સનાતન સત્ય યાદ રાખો કે આવી બીમારીઓથી ઈલાજ કરાવ્યા પછી બચી શકાય છે. તે હંમેશા રહેતી નથી. બેદરકારી માંદગીનું ઘર છે એ ભૂલશો નહીં.

લિસ્ટીરિયોસિસ

"મારી એક સહેલીને ગર્ભાવસ્થા દરમિયાન કેટલાક પ્રકારના ડેરી ઉત્પાદનોથી દૂર રહેવાનું કહેવામાં આવ્યું છે કેમ કે તે બીમાર કરી શકે છે, શું એ સાચું છે ?"

પાશ્ચરાઈઝ ન થયું હોય તેવું દૂધ અને તેની બનાવટો, જેવી કે ચીઝ, ગર્ભાવસ્થામાં આપને નડી શકે છે અને માંદા થવાથી શક્યતા વધી જાય છે. અરધુ પડધુ પકાવવામાં આવેલું ભોજન, માંસ અને હૉટ ડોગ જેવી વાનગીઓમાં લિસ્ટીરિયા હોય છે.ઓછી રોગપ્રતિકાર ક્ષમતવાળા શિશુ અને ગર્ભવતી મહિલાઓ લિસ્ટીરીયોસિસ નામના રોગનો ભોગ બને છે. આ રોગનાં જંતુઓ લોહીના પ્રવાહમાં ભળીને શિશુ સુધી પહોંચે છે. તેને ઓળખવા ખૂબ મુશ્કેલ હોય છે. સંક્રમિત ભોજન લીધા પછીના ૧૨ થી ૩૦ કલાક દરમિયાન ગમે ત્યારે તેના ચિહનો જોવા મળે છે. (જેમકે પેટનો દુઃખાવો, તાવ, વળ-આમળ, માંસ પેશીઓમાં દર્દ, જીવ ઉકાળે ચડવો, ડાયેરિયા)

ઘણીવાર આ લક્ષણોને સમજવામાં મોડુ થઈ જાય છે. એન્ટીબાયોટિકની મદદથી એનો ઉપચાર થઈ શકે છે. આપની ભલાઈ એમાં છે કે આવા વાસી કે દૂધની બનાવટના પદાર્થોથી દર રહો, જેથી સંક્રમણ જ ન થાય. જો કે આપે ચિંતા કરવાની જરૂર નથી કે આપ આ પ્રકારના ખાણા કે પીણાં લઈ ચૂકી હોય!

ટૉક્સોપ્લાજમોસિસ

"જો કે મેં પાળેલી બિલાડીની સાર-સંભાળનું કામ તો મારા હસબન્ડ કરે છે, પણ હું બિલાડીથી અલિપ્ત રહી શકતી નથી, તે અવાર-નવાર મારી ગોદમાં બેસે છે, જેથી ટૉક્સોપ્લાજનોસિસ વિશે વિચારતાં મને ગભરામણ થવા માંડે છે. જો મને ટૉક્સોપ્લાજમોસિસ નામનો રોગ થયો તો હું કેવી

રીતે તેના લક્ષણ જાણી શકીશ?''

આશા છે કે આપને આવી માંદગી નહીં થાય. જો આપ લાંબા-ઘણા સમયથી બિલાડી સાથે રહો છો તો બની શકે છે કે આપને પહેલેથી જ ઈન્ફેકશન થઈ ગયું હશે અને આપના શરીરમાં એના રક્ષણ માટે એન્ટીબાયોડીઝ બની ચૂકી હશે.

જો આપને તેના લક્ષણ જોવા મળે તો તપાસ કરવામાં મોડું ન કરશો, પણ ઘરમાં તેની તપાસ ન કરો. એવી તપાસ કેવી રીતે વિશ્વાસપાત્ર હોઈ શકે! જો તબીબી તપાસમાં આ રોગની જાણ થાય તો આપને ડૉક્ટર એન્ટીબાયોટિક દવાઓ આપશે, જેથી રોગ શિશુ સુધી પહોંચી નહીં.

જો ઈન્ફેકશન માત્ર જ હોય તો ગર્ભાવસ્થાના શરૂઆતના દોરમાં એને નિવારી શકાય છે. એનાં કિસ્સાઓ ખૂબજ ઓછા જોવા મળે છે કે આ રોય શિશુ સુધી પહોંચી ગયો હોય!આ જના આ ઈન્ટરનેટ યુગમાં ભ્રૂણની તપાસમાં ઉમદા ઉપકરણો પ્રસ્તુત છે. એનાં દ્વારા જાણી શકાય છે કે ચેપ કયાં સુધી પહોંચ્યો છે?

આમ જોઈએ તો આવા રોગથી બચીને ચાલવું એ મોટામાં મોટો ઈલાજ છે.

સાઈટોમિગેલો વાયરસ (સીએમવી)

''મારું બાળક સ્કૂલમાંથી જાણી લાવ્યું છે કે એની શાળામાં સાઈટોમિગેલો વાયરસ ફેલાયો છે. શું એ વાયરસનું ભોગ મારૂ ગર્ભસ્થ શિશુ પણ બની શકે છે?''

આપના પહેલા બાળકથી લઈને ગર્ભસ્થ શિશુ સુધી (સીએમવી) વાયરસ પહોંચી શકે નહીં. આપને કદાચ બાલ્ય અવસ્થામાં જ કદાચ એનો ચેપ લાગ્યો હશે, તો બની શકે છે તે ફરીથી ઉથલો મારી શકે છે. માનો કે કદાચ સ્કૂલે જતાં બાળકના સંસર્ગથી આપ સીએમવીના સાણસામાં આવી જાવ, તેમ છતાં આપણું ગર્ભસ્થ શિશુ સલામત રહેશે. જો આ રોગ આપને બીજીવાર થાય તો પણ ખાસ જોખમ રહેતું નથી.

આપે તો બસ હવે આટલી જ કાળજી રાખવાની છે. જેમકે આપ સ્કૂલે જતા બાળકનાં એંઠા અન્નને ખાશો નહીં. એ બાળકનાં મળને સાફ કર્યા પછી આપના હાથને સારા સાબુથી ધોઈ નાખો.

આ રોગના લક્ષણો મુખ્યત્વે આ પ્રમાણે છે તાવ આવવો. થાક લાગવો. ગળામાં વેદના થવી. ગ્રંથિઓ સૂજી જવી વગેરે. આવા લક્ષણોનો ઉમેરો થતાં જ ડૉક્ટરી સારવાર લો. ઘરગથ્થુ ઉપાયો ન કરો.

ફિફ્થ ડિસીઝ

''મેં સાંભળ્યું છે કે ફિફ્થ ડિસીઝથી પણ ગર્ભાવસ્થામાં હેરાનગતિ વેઠવી પડે છે?''

ફિફ્થ ડિસીઝ એટલે છ પ્રકારના રોગનો સમુહમાં હુમલો. જે છ પ્રકારના રોગ છે તેમાં આ રોગનો પાંચમો ક્રમ છે. આ રોગનાં લીધે સહુ પહેલાં તાવ જોવા મળે છે. નાના બાળકો એનાં ભોગ જલ્દી બને છે. ચિકનપોક્સ અને મીજલ્સ એની ભગિનીઓ છે. ઘણીવાર તો આ રોગનાં લક્ષણ વર્તાતા નથી. સમજાતાં નથી. માત્ર ૧૫ થી ૩૦ ટકા કેસોમાં જ તાવની જાણ થાય છે. ઘણીવાર તો ફિફ્થ માની લેવામાં આવે છે.

જો કે મોટાભાગના શિશુઓને બાળપણમાં આ રોગનાં ભોગ બનવું પડયું હોય છે, જેથી એ બાળકને કિશોરીવસ્થામાં સંક્રમણની શક્યતાઓ જૂજ હોય છે. જો આપ બાળકના સંસર્ગથી આ રોગનાં ભોગ બનો છો અને ભ્રૂણ સુધી એને ચેપ પહોંચે છે તો ગર્ભસ્થ શિશુને એનિમિયા થઈ શકે છે. ડૉક્ટર તબીબી ઉપકરણની મદદથી (અલ્ટ્રા સાઉન્ડ) જોઈતાં નિદાનો મેળવી શકે છે.નિદાનના આધારે સારવાર સરળ બને છે.

જો ગર્ભાવસ્થાના શરૂઆતના સમયગાળામાં આવું સંક્રમણ હોય તો ગર્ભપાતની શક્યતા વધી જાય છે.

જો કે આ પ્રકારના સંક્રમણાના આપ ભોગ બનો એવી આશંકા નહીંવત્ છે, તેમ છતાં સગર્ભા અવસ્થામાં દરેક બાબતની કાળજી રાખવામાં જ

ડહાપણ રહેલું છે.

મીઝલ્સ

"મને અત્યારે તો યાદ નથી કે મેં મીઝલ્સની રસી લીધી હતી કે નહીં. શું હવે મારે એ રસી મૂકાવવી જોઈએ?"

જરૂર નથી. મોટાભાગે ગર્ભાવસ્થામાં એની (મીજલ્સ) રસી મૂકવામાં આવતી નથી. જો આપની મેડિકલ હિસ્ટ્રીથી કશું નિદાન થઈ શકતું નથી. અથવા તો આપના માતા-પિત્ને રસી મૂકાવ્યાનું યાદ નથી, તો વાંધો નહીં. ડૉક્ટર તપાસ કરી શકે છે કે આપ મીજલ્સ માટે ઈમ્યૂન છો કે નહીં?

માની લો કે આપને આગળ જણાવ્યું એ સંક્રમણ થાય છે, તો ડૉક્ટરને તેનાં લક્ષણ જણાતા સારવાર ચાલુ કરી દેશે. જો કે એ સારવારથી પ્રીમેચ્યોર લેબર કે ગર્ભપાતની આશંકા વધે છે પરંતુ જન્મજાત વિકૃતિનો ડર રહેતો નથી. જો પ્રસવ કાળમાં ગમે ત્યારે મીઝલ્સના ભોગ બનો તો શિશુને સંક્રમણ થવાનું જોખમ રહે છે. ગામા ગ્લોબ્યૂલિનની મદદથી સંક્રમણને ઘણી સારી રીતે ઘટાડી શકાય છે.જો કે એનાં ભોગ બનવાની શક્યતા નહીંવત્ છે.

મમ્સ

"મારી જોડે નોકરી કરતી એક મહિલાને મમ્સ છે. શું મારે બચાવ માટે એની રસી લેવી જોઈએ?"

એવું થવું અશકય છે. અમને ખાતરી છે કે આપને પણ એમ.એમ.આર.ની રસી મૂકાઈ હશે. આ અંગે આપના માતા-પિતા કે તમારા ફેમિલી ડૉક્ટરને પૂછપરછ કરીને નિશ્ચિંત બની જાવ.

જો આપને રસી મૂકાઈ હતી એ અંગે સંતોષકારક સ્પષ્ટતા ન થાય તો આપ રસી મૂકાવી શકો છો. એનાંથી ભ્રૂણને કોઈ નુકશાન નહીં થાય. હા..એક જોખમ છે. એનાંથી સમય પહેલાં પ્રસૂતિ થઈ જાય કાં તો ગર્ભપાત થઈ જાય. આ રોગના મુખ્ય લક્ષણો આ પ્રમાણે છે. તાવ, જમવાની (ભૂખની) અરૂચિ, કાનમાં દુઃખાવો, જમતી વખતે કોળિયો ચાવતાં મોંમા દર્દ વગેરે. ડૉક્ટરને આવી અસરોથી વાકેફ કરો, જેથી કોઈપણ પ્રકારની તકલીફ ન થાય.સલામતિની દ્રષ્ટીએ ગર્ભાવસ્થા

સ્વસ્થ રહો

ગર્ભાવસ્થામાં તો રોગના નિવારણને જ મુખ્ય મૂળ મંત્ર ગણાવી શકાય છે. સહુથી પહેલાં તો આપ નિયમિત પૌષ્ટિક ખોરાક જમો,જેથી આપની રોગપ્રતિકાર ક્ષમતા જળવાઈ રહે.પૂરેપૂરી નીંદર લો. વ્યાયામ કરો. ટેન્શનમાં ન આવો.માંદા માણસોથી દૂર રહો. કેમ કે આપ સહજ રીતે સંક્રમણનાં પંજામાં જકડાઈ શકો છો. જ્યારે ઘરની બહાર નીકળો ત્યારે મો અને નાકને કપડાથી ઢાંકી દો. જેમને શરદી-સળેખમ થયા હોય તેમની સાથે હસ્તધૂનન ન કરો. હાથો દ્વારા પણ સંક્રમણ ફેલાય છે,જેથી દિવસમાં અનેકવાર સાધારણ ગરમ પાણીથી હાથ સાફ કરો. જમતી વખતે ગરમ પાણીથી હાથને ખાસ ધોવા જોઈએ. ઘરમાં કોઈ માંદુ હોય. જેમકે બાળક,પતિ બંનેનુ એઠુ ન ખાવ. બાળકને અને પતિને ચૂમી પણ ન કરો. તેમના મેલાં કપડા ધોયા પછી ચોખ્ખા પાણીથી ઉમદા સાબુથી હાથને સ્વચ્છ કરો. તેમને ખાંસતા, છીંકતા મોં પર હાથ ધરવાના બદલે હાથની કોણીને ધરવાનું કહો. કેમ કે હાથો દ્વારા સંક્રમણનો ફેલાવો ત્વરિત થાય છે. જયાં જયાં તે હાથ અડાડે (ફોન, સ્વીચ બોર્ડ, રિમોટ) ત્યાં ત્યાં દવાનું સ્પ્રે કરો.

જો આપના પહેલાં બાળકને કોઈપણ પ્રકારના ચેપનાં લક્ષણો જોવા મળે તો ડૉક્ટરને તરત જ મળે. આપના પાળેલા કુતરા, બિલાડી વગેરેને ચોખ્ખા રાખો. અનુકૂળતાએ એમને પણ ઢોરોનાં ડૉક્ટર પાસે લઈ જઈને ઈન્જેકશન અપાવો. જો આપે બિલાડીને પાળેલી છે તો ટોક્સો પ્લામોસિસ નામના ઢોરોને થતાં રોગથી બચો.

જો લાઈમડિસીઝનું જોખમ છે તો એનાંથી બચવાના ઉપાયો કરો. ટૂથબ્રશ જેવી ચીજનો ઘરના સભ્યો વારાફરતી ઉપયોગ ન કરો. પોતપોતાના અલગ બ્રશ રાખો. કોગળા કરવા માટે ડિસ્પોજેબલ કપ વાપરો. બજારમાં ઉઘાડા રાખેલા ખાદ્ય પદાર્થને લેશો નહીં.

પહેલાં જ એમએમઆરની રસી લગાવો.

રૂબેલા

"દેશમાંથી નીકળીને બહારનાં રાષ્ટ્રની મુસાફરી પર્યટનથી રૂબેલા નામનો રોગ થઈ શકે છે? શુ મારે આ અંગે ચિંતા ફિકર કરવી જોઈએ?"

મને લાગે છે કે આપે આ અંગે વધારે ચિંતા-ફિકર કરવાની બિલકુલ જરૂર નથી. જો તમે રસી વિશે આશ્વસ્ત નથી તો એક તપાસથી જાણ કરી લો. રૂબેલા એન્ટીબૉડી હિટરથી શરીરમાં એન્ટીબૉડીઝના સ્તરની તપાસ કરવામાં આવે છે. ડૉક્ટર સાથે પ્રથમ મુલાકાતમાં આની તપાસ કરાવી લો. જો હજુ સુધી તમે આ તપાસ નથી કરાવી તો હવે કરાવી લો.

જો તમને ગર્ભાવસ્થામાં આનું સંક્રમણ થયું પણ તો શિશુ પર આની અસર એ જ વાત પર નિર્ભર કરે છે કે તમારે કયા સમયમાં આ સંક્રમણ થયું. પહેલા મહીનામાં શિશુમાં જન્મજાત વિકૃતિ હોવાનો ડર વધારે છે. ત્રીજા મહીના પછી જોખમ થોડું ઘટી થાય છે.

જો આપ ગર્ભધારણ પહેલા રસી લઈ લો છો તો આપને એક માસ સુધી સગર્ભા થવું નહીં, એવી ડૉક્ટર તાકીદ કરે છે. માનો કે રસી લીધા પછીના પંદર-વીસ દિવસમાં આપ ગર્ભધારણ કરો છો તો પણ ગભરાવવાની કોઈ જરૂર નથી. આમાં કોઈ ડર નથી.

ચિકન પોક્સ (અછબડાં)

"મારા પહેલા શિશુને બહારના કોઈ બાળકના ચેપથી ચિકનપોક્સ થયું છે. શું એનાથી મને કે મારા ગર્ભસ્થ શિશુને જોખમ થઈ શકે છે?"

શિશુને કેવળ પોતાની જનેતાથી જ ચેપ લાગી શકે છે. ઉમેદ છે કે આપ બાળપણમાં આવા ઈન્ફેકશનના ભોગ બન્યા હશો અને ચિકન પોક્સની રસી પણ લીધી હશે. આપના ડૉક્ટર અને માતાપિતા દ્વારા તેની માહિતી મેળવો. જો આપને કોઈથી ઈન્ફેકશન થઈ પણ જાય તો ૯૬ કલાકની અંદર ચિકનપોક્સની રસી લઈ લો. એનાંથી ફાયદો એ થશે કે ઘણી મુશ્કેલીઓમાંથી આપ બચી શકશો. જો આપના લક્ષણ વધારે ગંભીર જણાય તો તેને મટાડવા માટે એન્ટીવાયરસ દવા લઈ શકો છો.

જો ગર્ભાવસ્થાના પ્રારંભ કાળમાં આવું સંક્રમણ થયું અને બેકાળજી રાખી. તો ગર્ભસ્થ શિશુને જન્મજાત વિકૃતિનું જોખમ છે પણ ગર્ભાવસ્થાના બે-ત્રણ મહિના પછી થાય તો કોઈ ખતરો રહેતો નથી. જો ડિલીવરીની નજીકમાં સંક્રમણ થાય તો શિશુ તેનું ભોગ બની શકે છે, જેનાં માટે શિશુની સલામતી ખાતર ડૉક્ટર સહુથી પહેલા એન્ટીબૉડીઝ દવા આપશે.

જો હર્પ્સ જોસ્ટરનું ઈન્ફેકશન થઈ જાય તો તેનાંથી વધારે ડરવાની જરૂર રહેતી નથી કેમ કે આપને પહેલેથી જ એન્ટીબૉડીઝ દવા અપાઈ ગઈ હશે.

જો આપને આ રોગની રસી નથી મૂકાઈ તો ડિલીવરી પછી તરત જ લઈ લેશો, જેથી આગામી ગર્ભાવસ્થા સલામત રહે. રસી લીધામાં એક મહિના પછી ગમે ત્યારે ગર્ભધારણ કરી શકાય એ ભૂલશો નહીં.

લાઈમ ડિસીઝ

"મારા રહેણાંક વિસ્તારમાં લાઈન ડિસીઝનો વાવર મોટા પ્રમાણમાં છે. શું એ ગર્ભાવસ્થાને માઠી અસર પહોંચાડી શકે છે?"

ખરેખર તો વન-વગડાના ક્ષેત્રોમાં વસવાટ કરતાં લોકો આ રોગના વધુ શિકાર બને છે. હરણ, ઉંદર અને અન્ય જનાવરોમાં (પશુઓના) સંસર્ગથી થતો આ રોગ છે, પણ આપ શહેરી વિસ્તારમાં રહેતી હોવા છતાં આ રોગનો ભોગ બની શકો છો. એનું કારણ એ છે કે આપના ઘરમાં ખેડૂતોએ ઉગાડેલી શાકભાજીઓ આવતી હોય છે.

રક્ષણ જ સહુથી મોટો મંત્ર છે. ડુંગળીનો પાક જયાં થતો હોય એવા ખેતરમાં જતાં અગાઉની સાવચેતીઓ આ રોગના ઈન્ફેકશનથી રક્ષણ કરે છે. બચાવ માટે લાંબુ પેટ, જોડા અને મોજા પહેરો. આ વાતનું ધ્યાન રાખો કે ખેતરમાં લટાર મારતાં આપના પગોમાં કોઈ જળો કે ટિક નામનાં જંતુ ન

વળગે. જો એ ડંખ મારી દે કે કરડી જાય તો આપને થાક,માથાનો દુ:ખાવો, ગરદન જકડાવવી અને તાવ જેવાં લક્ષણ જોવા મળે છે. તાત્કાલિક ડૉક્ટરી સારવાર લો, કેમ કે એ લક્ષણો ગંભીર સ્વરૂપ ધરીને આપને હેરાન-પરેશાન કરી શકે છે. જો આપ સમયસર પધ્ધતિસરની સારવાર લેશો તો લાઈમ સંક્રમણને નિવારી શકાશે અને બાળક પણ સુરક્ષિત બનશે.

હેપેટાઈટિસ એ

"શિશુ ઘરમાં એક બાળકને હેપેટાઈટિસ થઈ ગયો. હું ત્યાં કામ કરૂ છુ.શું મારા ગર્ભસ્થ શિશુને કોઈ હાનિ થઈ શકે છે?"

આના લક્ષણ પ્રાંય : લગભગ જોવા મળતાં નથી. બીજુ કે એ રોગ ભ્રૂણ સુધી પણ પહોંચતો નથી. જો આપને તેનું ઈન્ફેકશન થયુ હશે તો પણ ગર્ભાવસ્થામાં કોઈ ખલેલ નહીં પહોંચાડે, તેમ છતાં આપ એમાંથી બચીને કામ કરો. આપ આવા શિશુઓની સાર-સંભાળની જવાબદારી અદા કર્યા પછી હાથને સાબુથી ધોઈ નાખો. જમતાં પહેલા પણ હાથને ચોખ્ખા પાણીથી સ્વચ્છ કરો. આપ એની રસી બાબતે ડૉક્ટરને પૂછી શકો છો. ડૉક્ટર કહે તો રસી લઈ લો ના પાડે તો તેમની સૂચવેલ દવાઓ અને શરીરની કાળજી રાખો.

હેપેટાઈટિસ બી

"મને બી પ્રકારનો હેપેટાઈટિસ છે, હું ગર્ભવતી છુ. એનાંથી મારા બાળકને કોઈ નુકશાન થઈ શકે છે?"

એનું સંક્રમણ ડિલીવરી સમયે શિશુ સુધી પહોંચે છે. જો કે ડૉક્ટર એવું થવા નહીં દે અને રક્ષણ માટેની દવાઓ આપશે. એ દવાઓ નવજાતના જન્મનાં ૧૨ કલાકની અંદર જ અપાશે, જેથી એને ચેપ ન લાગે. એને જયારે તમામ રસીઓ અપાઈ જશે ત્યારે ૧૨ થી ૧૫ મહિના પછી એક બીજી તપાસ થશે જેથી જાણી શકાય કે ઈલાજ બરોબર થયો છે કે નહીં. કોઈ ઈન્ફેકશન તો નથી ને!

હેપેટાઈટિસ સી

" શું મારે ગર્ભાવસ્થામાં હેપેટાઈટિસ સીની ચિંતા કરવી જોઈએ ?"

આ રોગ ડિલીવરી દરમિયાન મા દ્વારા શિશુ સુધી પહોંચી શકે છે. જો કે આમાં આપને ઈન્ફેકશન થવાની શક્યતા નહીંવત છે. આ સંક્રમણની સારવાર ગર્ભાવસ્થા પછી જ થાય છે.

બૈલ્સ પાલ્સી

"સવારે ઊઠી તો કાનની પાછળ દુ:ખનવો અને જીભ જાણે બહેરી થઈ હોય તેમ લાગ્યું. મેં અરીસામાં ચહેરો જોયો તો એક બાજુનો ભાગ જાણે લટકી રહ્યો હોય તેમ અનુભવાયું. આ શું છે?"

આ અવસ્થામાં ચહેરાની માંસપેશીઓને નુકશાન થયું હોય ત્યારે એક બાજુનો ભાગ લકવાગ્રસ્ત બને છે. ગર્ભાવસ્થાના ત્રૈમાસિક કે પ્રસવ વખતે એની શક્યતા વધી જાય છે. આ રોગ અચાનક થાય છે અને ઉંઘીને સવારે ઉઠીએ ત્યારે જાણ થાય છે.

આ રોગ પણ કાયમી નથી. આ અસ્થાયી રોગના લક્ષણ કે કારણની ખબર પડતી નથી એવું માનવામાં આવે છે કે બૈકટેરિયાનું સંક્રમણ આ રોગને પેદા કરે છે. ઘણીવાર લકવાની સાથોસાથ કાનની પાછળ દર્દ, માથાનો દુ:ખાવો,મોં સૂકાવું કે બોલવામાં તકલીફ જેવા લક્ષણો જોવા મળે છે.

આ રોગ વધારે ગંભીર નથી. તેને નિવારી શકાય છે. છ મહિનાની એકધારી સારવારથી આ રોગ મટી જાય છે. એનાંથી શિશુને કોઈ વાંધો આવતો નથી, તેમ છતાં આ રોગનાં દર્દીએ ડૉક્ટરને બતાવવું જોઈએ.

ગર્ભાવસ્થા અને દવાઓ

તમે કોઈપણ દવા લો પણ એના પર ચેતવણી હોય છેકે ગર્ભવતી મહિલાઓએ ડૉક્ટરને બતાવ્યા વિના દવાનો ઉપયોગ ન કરવો. જો આપ પણ જાતે પોતાની મરજીની દવાઓ સીધા કેમિસ્ટ પાસેથી લો છો તો જાણ કેવી રીતે થશે કે દવા સલામત છે કે નહીં?

માની લઈએ કે કોઈપણ દવા સીધેસીધી ન

લેવામાં જ ૧૦૦ ટકાની સલામતી છે, પરંતુ અમુક દવાઓ જ સગર્ભાને નુકશાનકારક નીવડે છે. અનેક દવાઓ એવી છે, જેનાંથી આપને આપના શિશુને કોઈ નુકશાન થવાની સંભાવના નથી. ખરેખર તો અમુકવાર હાલાત એવા વળાંકો લે છે કે ગર્ભાવસ્થામાં દવાઓ લેવી જરૂરી બને છે.

કોઈપણ દવા લેતાં પહેલાં એના ફાયદાઓની સાથોસાથ નુકશાન પણ અટકળ કરી જુઓ. ડૉક્ટરને આપના દરેક નિર્ણયમાં સામેલ કરી શકો તો ઉતમ રહેશે. ઘણીવાર દવાઓને તેમના ગુણધર્મો મુજબ એ.બી.સી.ડી.ઈ.ની શ્રેણીમાં વહેંચી દેવામાં આવે છે. જો કે આપે આવી ગડમથલમાં પડવાની જરૂર નથી. બસ એટલી જ કાળજી રાખો કે આપના ડૉક્ટર કે આયાને પૂછયા વિના કોઈપણ એલોપેથી, હોમિયોપેથિક અને આયુર્વેદિક દવાઓ લેવાય નહીં.

સામાન્ય દવાઓ

ઘણી બધી દવાઓ એવી છે જે ગર્ભાવસ્થામાં સંપૂર્ણ રીતે સલામત છે. એવી દવાઓ ચપટી વગાડતામાં જ નાકને વહેતું બંધ કરી શકે છે. માથાનો દુઃખાવો મટાડી દે છે.

વળી અમુક દવાઓ એવી પણ છે, જે પહેલા ત્રૈમાસિકમાં નુકશાનકારક બની શકે છે અમુક દવાઓ તો પૂરેપૂરી ગર્ભાવસ્થામાં બિલકુલ લેવાતી નથી.

ટાઈલીનોલ : એસીટૈનિનો ફેનને ગર્ભાવસ્થામાં થોડીક સલામત માનવામાં આવે છે, પરંતુ આપ પહેલીવાર તેનો ઉપયોગ કરો ત્યારે પહેલાં ડૉક્ટરને બતાવવાનું ભૂલશો નહીં.

એસ્પ્રિન : આપે ત્રીજા ત્રૈમાસિકના ગાળામાં આ દવા લેવી નહીં, કેમ કે એનાંથી નવજાતને તકલીફ પડી શકે છે. ડિલીવરી સમયે અતિ રક્તસ્રાવ થઈ શકે છે.અભ્યાસોથી જાણવા મળ્યું છે કે એસ્પ્રિનની થોડીક માત્રાથી માત્ર પ્રીકલૈંપસિયામાં લાભ થઈ શકે છે, પરંતુ આ અંગે ડૉક્ટર જ જણાવશે કે આપે એને લેવી જોઈએ કે નહીં. જો તેને લોહી પાતળુ કરવાની દવા સાથે ભેળવી દેવામાં આવે તો ગર્ભપાતનું જોખમ રહેતુ નથી. બસ આપની શારીરિક ગર્ભપાતનું જોખમ રહેતું નથી. બસ આપની શારીરિક સ્થિતિના હિસાબે અને ડૉક્ટરના સૂચન મુજબ વર્તો.

> ### હર્બલ દેખભાળ
>
> **માન્યું કે ગર્ભાવસ્થામાં આરામ આપતી અને આશ્વાસન આપતી બધી જ વસ્તુઓ સારી લાગે છે પરંતુ દરેક કુદરતી દવાને સુરક્ષિત નથી માની શક્તા. જ્યારે પણ હર્બલ દવા લો તો વધારાની સાવધાની રાખો. એને ત્યારે જ લો, જ્યારે ડૉક્ટરે એ લેવાની સલાહ આપી દીધી હોય.**
>
> **જો તમને કુદરતી સારવાર એટલી જ પસંદ હોય તો દવાઓને બદલે વૈકલ્પિક સારવાર પદ્ધતિઓ પર ધ્યાન આપો. એનાથી કોઈ નુક્સાન થવાનો ડર નથી.**

એડવિલ કે મોટ્રીન : પહેલા અને ત્રીજા ત્રૈમાસિકમાં ઈબ્રૂફેનનો ઉપયોગ સમજી-વિચારીને કરો. એની પણ એસ્પ્રિનની જેમ નકારાત્મક અસરો હોઈ શકે છે. ડૉક્ટરની જાણકારી વિના તેનો વપરાશ ટાળો.

એલીવ : આ દવા આપ ગર્ભાવસ્થામાં બિલકુલ લઈ શકો નહીં.

નૈઝલ સ્પ્રે : બંધ નાક ખોલવા માટે આપનો પ્રયોગ કરી શકાય. ડૉક્ટરને પૂછીને યોગ્ય ઉમદા બ્રાંડનું નામ લખાવી લો. બાકીતો નૈજલ સ્ટ્રિપ પણ ઠીક રહેશે.

એન્ટી-એસિડ : છાતીમાં બળતરા થાય ત્યારે આપ એન્ટીએસિડ પણ લઈ શકો છો પણ તેનાં પ્રમાણ વિશે ડૉક્ટરને પૂછી લો.

ગેસ એસિડ : કયારેક કયારેક ગેસ થઈ જાય ત્યારે આ દવા લઈ શકાય છે.

એન્ટીહિસ્ટેમાઈન : અમુક એન્ટીહિસ્ટેમાઈન એવી છે જેને ગર્ભાવસ્થામાં સલામત મનાય છે. બેનેફિવને પણ લઈ શકાય. ઘણા ડૉક્ટરો કલોર-

ટ્રીમસેન પણ લખી આપે છે.

<u>ઉંઘવાની દવા :</u> ગર્ભાવસ્થામાં યૂની સોજા, ટાઈજલીનોલ, સોમીનેક્સ તથા નાઈલીટોલ જેવી દવાઓને પણ સલામત માનવામાં આવે છે. ડૉક્ટર એ દવાઓ કયારેક કયારેક લેવા માટે લખી આપતાં હોય છે.

<u>ડીકાંજેસ્ટેંટ :</u> જો જરૂર પડે તો ડૉક્ટરના સૂચન મુજબ સીમિત માત્રામાં સૂડા ફેડ નામની દવા પણ લઈ શકો છો.

<u>એન્ટીડાયરિયલ :</u> આમાં બધી જ દવાઓ ગર્ભાવસ્થા માટે અનુકૂળ સલામત નથી હોતી જેથી ડૉક્ટરને પૂછીને લો.

<u>એન્ટીબાયોટિક્સ :</u> જો ડૉક્ટરે બેકટેરિયાના લીધે એન્ટીબાયોટિક્સ સૂચવેલ છે તો તેમાં તેઓ પેન્શિલીન કે એન્ટીપ્રોમાઈસિનની દવા આપી શકે છે. આપ એજ ડૉક્ટર પાસેથી એન્ટીબાયોટિક લો, જેને આપની ગર્ભાવસ્થાની રજેરજની જાણકારી છે.

<u>એન્ટીડીપ્રેસેંટ :</u> જો ડિપ્રેશનની સાચી રીતે સારવાર ન થઈ શકે તો શિશુ પર ખરાબ અસર પડી શકે છે. આ દવાઓ શિશુની વૃદ્ધિના હિસાબથી સમય સમય પર પદલવી પડે છે.

<u>એન્ટીનાઝિયા :</u> અમુક દવાઓનાં મિશ્રણથી મોર્નિંગ સિકનેસ તો ઘટે છે, પરંતુ દવાઓની અસર આપને ઘેનમાં નાખે છે. દિવસના પણ આંખો ઘેરાવા માંડે છે માટે સમજી-વિચારીને જ ઉપયોગ કરવો.

<u>ટોપીકલ એન્ટીબાયોટિક્સ :</u> વૈકટીરેસિન કાં તો નિયોસપોરિન જેવા ટોપિકલ એન્ટીબાયોટિક્સ પ્રમાણસર લઈ શકો છો. (ડૉક્ટરના સૂચન મુજબ)

<u>ટોપિકલ સ્ટીરૉયડ્સ :</u> ડૉક્ટરના સૂચન મુજબ ટોપીકલ હાઈડ્રોકાર્ટિમેનની મર્યાદિત માત્રા લઈ શકો છો.

ગર્ભાવસ્થા દરમિયાન દવાઓ લેવા બાબતની કાળજી

જો ડૉક્ટરગર્ભાવસ્થામાં કોઈ દવા લઈ આપે તો તેનો વધારે ફાયદો કેવી રીતે થાય અને તેની આડ અસરોનું જોખમ કેવી રીતે ટાળી શકાય તે માટેની આ રહી કેટલીક ટિપ્સ :

- ડૉક્ટરને પૂછો કે આપ ઓછા સમય માટે દવાના થોડા પ્રમાણથી ચલાવી લેશો.
- દવા ત્યારે લો, જ્યારે એ વધારેમાં વધારે ફાયદો કરે, જેમકે શરદીની દવા રાતના સૂતી વખતે જ લો.
- સૂચનોનું પાલન કરો. ડૉક્ટરના સૂચનોને વાંચી લો કે એ દવા પાણીમાં લેવાની છે કે દૂધમાં એની સાઈડ ઈફેકટની પણ જાણ મેળવો. જો એ દવાના રેપર પર ગર્ભાવસ્થામાં ન લેવાની ચેતવણી હોય તો ગભરાવ નહીં. મોટાભાગની દવાઓ પર એવું લખેલુ હોય છે, પણ તે સલામત હોય છે. ડૉક્ટર પણ સમજયા વિચાર્યા વિના તો લખી ના આપે ને?
- ઘરમાં એલર્જી વધારનારી ચીજ-વસ્તુઓ કે પદાર્થો દૂર કરો. દવાઓ નિયમિત લો, જેથી એની અસરના પરિણામ ત્વરિત જોવા મળે. હર્બન દવાઓ આમ તો સલામત છે, પણ ડૉક્ટરને પૂછીને લેવી હિતાવહ છે.
- દવા પીતા પહેલા એક ઘૂંટ પાણી પહેલા પીઓ. જેથી બીજા ઘૂંટથી દવા લો તો ગળામાંથી તરત જ નીચે સરકી જાય. પછી તેના ઉપર એક ગ્લાસ પાણી પીઓ. શરીરમાં ગયેલા પાણી સાથે દવા ઓગળી જશે.
- આપની દવાઓ કાયમ એકજ કેમિસ્ટના ત્યાંથી લો. દવાનું નામ અને તે કેવી રીતે લેવાની છે એ વાંચીને લો. એક્સપાપટ ડેટ વાંચી લો. દવા લીધા પછી જાતે જ દવાઓના લિસ્ટ મુજબ તપાસી લો. કેમ કે ઘણીવાર નામની શરતચૂકથી ભળતી દવા કેમિસ્ટથી અપાઈ જતી હોય છે. કેમિસ્ટની ભૂલનાં ભોગ ન બનાય તે માટે કાળજી રાખો.

જયારે કોઈ દવા ગર્ભાવસ્થામાં પૂરેપૂરી રીતે સલામત છે તો તેને લેવામાં વાંધો નથી. ડરવાની કોઈ જરૂર નથી. કેમ કે એનાંથી શિશુને કોઈ નુકશાન નહીં થાય અને આપની તબિયત પણ સારી રહેશે.

★★★

જો તમે કોઈ જૂના રોગનાં ભોગ બનેલાં છો

લાંબા ગાળાના રોગના ભોગી એટલે કે ક્રૉનિક અવસ્થામાં રહેનારની જિંદગી ખૂબ જ વિકટ બની જાય છે. એને વિશેષ આહાર, દવા અને તપાસના સહારે જીવવું પડે છે. જો એમાં ગર્ભાવસ્થા હોય તો ખોરાક, દવા તથા તપાસ, આ ત્રણેયના રૂટીનમાં ફેરફારો, સુધારા-વધારા પણ કરવા પડે છે. ઈશ્વરની દયા છે કે થોડીક સાવચેતી અને સાર સંભાળથી આવી ગર્ભાવસ્થાને પણ પુરેપૂરી રીતે સલામત બનાવાય છે. ગર્ભાવસ્થાના રોગ તથા રોગની ગર્ભાવસ્થા પર શી અસર થશે એ બાબત અનેક કારણો પર નિર્ભર છે, અવલંબિત છે. આ પ્રકરણમાં એવાં જ કેટલાંક મુદ્દાઓ પર ચર્ચા કરવામાં આવી છે. આ ગાઈડનો લાભ લો, પરંતુ કોઈપણ નિર્ણયનો અમલ કરતાં પહેલાં ડૉક્ટરનો અભિપ્રાય અચૂક જાણો. કેમ કે તેઓ આપની વ્યક્તિગત જરૂરતોના હિસાબે જ સલાહ આપશે. દવાઓ આપશે

આપ શું વિચારી રહી હશો?

દમ

"મને નાનપણથી જ દમ પજવે છે. જયારે શ્વાસ ચઢે ત્યારે લેવાતી દવાઓ ગર્ભાવસ્થામાં સલામત ગણાય?"

અમે સમજીએ છીએ કે આપે આ સ્થિતિમાં આપની થોડીક કાળજી વધારે રાખવી જોઈએ એ વાત સાચી છે કે દમની માંદગીની ગર્ભાવસ્થા જોખમી મનાય છે પણ એ જોખમને સંપૂર્ણ રીતે નાબૂદ પણ કરી શકાય છે કારણ કે આ જનું તબીબી શાસ્ત્ર ખૂબજ વિકાસ પામ્યું છે અને અનેક અસાધ્ય રોગોને નિવારી શકયાના અનેક કેસો ડૉક્ટરોની ફાઈલમાં મોજુદ છે. આપે ચિંતા કરવાની બિલકુલ જરૂર નથી. જો આપ કોઈ અનુભવી વિશેષજ્ઞ સ્ત્રીરોગ નિષ્ણાંત અને અન્ય નીવડેલા ડૉક્ટરોની ટીમની દેખરેખમાં છો તો ગર્ભાવસ્થા પણ નોર્મલ રહેશે અને આપ એક તંદુરસ્ત શિશુને હેમખેમ જન્મ આપી શકશો.

જો દમની બીમારી સંપૂર્ણ રીતે નિયંત્રણમાં હોય તો ગર્ભાવસ્થા પર બહુ સામાન્ય પ્રકારની અસર થાય છે. એ અસર દરેક ભાવિ મા પર જુદીજુદી રીતે જોવા મળે છે. સુધારો થાય છે. અમુક કેસોમાં પરિસ્થિતિ યથાવત પૂર્વવત રહે છે. આપ નોંધી શકો છો અને અનુભવ પણ કરી શકો છો કે શું ગર્ભાવસ્થામાં પણ દમ અગાઉની જેમ પજવે છે? જો જવાબ હા છે તો ભલાઈ એમાં છે. કે આપે ગર્ભધારણ ન કર્યો હોય તો સહુથી પહેલા પ્રાથમિકતા દમનાં નિવારણને આપો. જો ગર્ભધારણ થઈ ગયો છે તો પણ દમની બીમારીમાંથી મુકત થવું જરૂરી છે. એ આપના અને આવનારા શિશુ માટે ઉતમ નીતિ છે. જો આપે નિમ્નલિખિત પગલાઓ ભર્યા નથી તો પહેલા એનું પાલન કરો.

- પર્યાવરણમાં દમ કે એલર્જી ફેલાવનારા તત્વોને ઓળખો.આપને તો એ વાતની પહેલેથી જાણ હશે કે આપને કંઈ ચીજ વસ્તુથી વધારે એલર્જી છે આપ એ ચીજ-વસ્તુથી દૂર રહો, જેથી આપ ગર્ભાવસ્થામાં મોકળાશથી

શ્વાસ લઈ શકો. આમ તો પરાગકણ, પશુઓના વાળ, ધૂળ વગેરે દમ માટે જવાબદાર હોય છે. તમાકુનો ધૂમાડો એટલે કે ધૂમ્રપાન, અત્તર કે ઘરને સ્વચ્છ રાખનાર ડીટર્જટ વગેરેથી પણ પરિસ્થિતિ બગડે છે. આપે અને આપના સાથીએ ધૂમ્રપાન છોડી દેવું જોઈએ. જો આપને એલર્જીની દવા આખામા આવી છે તો એને આપ ગર્ભાવસ્થામાં પણ ચાલુ રાખી શકો છો.

- વ્યાયામ અનુકૂળતા મુજબ કરો. વર્કઆઉટ પહેલાં દવા લઈ લો, જેથી શ્વાસ ચઢવાને હુમલો પજવે નહીં. આ અંગે ડૉક્ટરને પણ પુછી લો.
- શ્વાસની બીમારીમાં ધ્યાન એ રાખવાનું છે કે જોડેજોડે શરદી, સળેખમ,ફ્લૂ અને શ્વાસ સાથે જોડાયેલી તકલીફો પજવે નહીં. ફ્લૂ જેવું લાગે તો આપ ડૉક્ટરના સૂચન મુજબ એની પણ સારવાર કરી શકો છો. કોઈપણ રોગની સારવારમાં આળસ રાખશો નહીં. જો આપને સાઈન સાઈટિસ કે રિફ્લેક્સની સમસ્યા છે તો ડૉક્ટરને પૂછીને સારવાર લઈ શકો છો, નહીંતર દમના નિવારણ માટે ડૉક્ટરે ગોઠવેલા બંદોબસ્તમાં મુશ્કેલી ઉભી થઈ શકે છે.
- ડૉક્ટરોની ટીમના સૂચનોનો પ્રમાણિકતાથી અમલ કરો, જેથી આપને અને શિશુને પૂરતાં પ્રમાણમાં ઓક્સિજન મળે. આપ પીક ફલો નામના મીટરથી પણ જાતે તપાસ કરી શકો છો.
- આપની દવાઓ પર નજર રાખ્યા કરો. ગર્ભાવસ્થામાં એજ દવા લો, જેની રજા ડૉક્ટરે આપી હોય! જો લક્ષણ સામાન્ય છે તો દવાની જરૂર નથી, પરંતુ સામાન્યથી ગંભીર લક્ષણ જણાતાં, એવી દવા આપી શકાય છે, જે ગર્ભાવસ્થામાં સલામત ગણાય છે. એમ તો નામ દ્વારા અપાતી દવા ખૂબજ રાહત આપે છે. દવા લેવામાં આળસ ન કરશો,કેમ કે હવે આપે બે જણ માટે શ્વાસને લેવાનો છે.

દમનો હુમલો થાય તો ઈલાજ કરવામાં મોડું કરવું નહીં પાલવે કેમ કે શિશુને ઓક્સિજનની અછત થઈ શકે છે. એના લીધે આમ તો સાધારણ સંકોચનની અનુભવાય છે પણ શ્વાસ નીચો બેસતાં જ સંકોચન મટી પણ જાય છે.

> ## કેન્સર
>
> **ગર્ભાવસ્થામાં કેન્સરનું અસ્તિત્વ સામાન્ય નથી, પણ એ જવલ્લેજ જોવા મળે છે. જો કેન્સરનું નિદાન થાય તો ઈલાજનુ યોગ્ય સંતુલન બેલેન્સ જરૂરી બની જાય છે. ગર્ભકાળ, કેન્સરનો પ્રકાર તેની સ્થિતિ આપની રોગ પ્રતિકાર ક્ષમતા વગેરે પર સારવારનો મોટો મદાર રહે છે. પહેલાં ત્રૈમાસિકમાં કેન્સરના ઉપચારથી ભ્રૂણને જોખમ થઈ શકે છે, જેથી ડૉક્ટર બીજા ત્રૈમાસિક ગાળા સુધી રાહ જુએ છે. જો કેન્સરનું નિદાન મોડેથી થાય તો ડૉક્ટર ડિલીવરી પછી ઈલાજ કરે છે, જેથી શિશુનો હેમખેમ અવતાર થાય.**

ગર્ભાવસ્થાના અંતિમ દિવસોમાં દમના આવા હુમલા થોડીક અટપટી આશંકાઓ ઉભી કરી શકે છે, પરંતુ એ એટલી જોખમકારક હોતી નથી. બસ આપ એટલો જ ખ્યાલ રાખો કે એ વખતે દમનો હુમલો લંબાઈ જાય નહીં.

દમનાં હુમલાની અસર પ્રસુતિ અને ડિલીવરી પર કેવી હશે? દમમાં ઘણીવાર દવા વિના પણ વાંધો આવતો નથી જેથી આપ ગર્ભાવસ્થામાં દમની દવા ન લો તો પણ ચિંતા નથી. એપીડ્યૂરલમાં પણ કોઈ તકલીફ થતી નથી, પરંતુ ડૈમીરોલ જેવાં નારકોટિક દર્દ નિવારકોના કારણે દમના હુમલાની શક્યતા છે. જો એ વખતે દવા અસરકારક ન બને તો ડૉક્ટર આપને આઈવીસ્ટીરોપડ નામની દવા આપી શકે છે. આમાં ઓક્સીજિનેશનની પણ તપાસણી થશે. જો એનુ ઓછુ પ્રમાણ જોવા મળ્યું તો એની દવા આપવામાં આવશે. આવી માતાઓનાં શિશુઓની જન્મ પછી શ્વાસની ગતિ ઘણી ઝડપી જોવા મળે છે પણ એ તકલીફ અસ્થાયી હોય છે. ડિલીવરીના ત્રણ મહિના પછી દમના એ જ લક્ષણ જોવા મળશે, જે ગર્ભાવસ્થા પહેલાં હતા.

સિસ્ટિક ફાઈબ્રોસિસ

"મને સિસ્ટિક ફાઈબ્રોસિસ છે. એનાથી ગર્ભાવસ્થામાં કોઈ વિટંબણાઓ ઉભી થઈ શકે ખરી ?"

આપ તો પહેલીથી જ જાણો છો કે સીએફ (સિસ્ટિક ફાઈબ્રોસિસ) સાથે જીવવું કેટલું પડકારજનક છે. જો કે ગર્ભાવસ્થામાં એ પડકાર વધારે જરૂરી બની જાય છે, પરંતુ આપ અને આપના ડૉક્ટર મળીને ગર્ભાવસ્થાને સુખદ અને સલામત બનાવી શકો છો.

એનાં માટે સહુથી પહેલાં તો આપે વજન વધારવું જોઈએ. એનાં માટે કોઈ આહાર વિશેષજ્ઞની સલાહ લઈ શકો છો. આપ બંનેએ (શિશુ) શારીરિક વિકાસ અંગેની જાણ મેળવવા માટે ડૉક્ટર પાસે છાશવારે જવુ પડશે. આપની શારીરિક કામગીરી સીમિત હોઈ શકે છે, કેમ કે અહીં સમય પહેલાં થઈ જતી સુવાવડનો ખતરો રહે છે. એ જોખમને ઘટાડવા માટેના ડૉક્ટર તબીબી ઉપચારો કરે છે, જેથી શિશુની પ્રસૂતિ સમયસર જ થાય. ઘણીવાર ડૉક્ટરની સંભાવિત પ્રસવ તારીખ પહેલાં પણ હૉસ્પિટલમાં એડમિટ થવું પડે છે. જેનેટિક કાઉન્સલિંગથી જાણ થાય છે કે ગર્ભસ્થ શિશુ સીએફનુ ભોગ બન્યું છે કે નહીં? જો આપના સાથીને આ માંદગી નથી તો શિશુને કદાચ ન હોય! પણ માનો કે એને આ તકલીફ છે તો જોખમ થોડું વધી શકે છે.

ડૉક્ટર સારવાર વખતે એ વાતનું પુરૂં ધ્યાન રાખશે કે આપને પલ્મોનરીનું પણ સંક્રમણ છે કે નહીં? અમુક મહિલાઓમાં આ અવસ્થામાં ફેફસાનું પણ સંક્રમણ વધતું જોવા મળે છે. જો કે એનો કોઈ સ્થાયી નકારાત્મક પ્રભાવ હોતો નથી.

જો ડૉક્ટરની પૂરેપૂરી દેખરેખમાં ગર્ભાવસ્થા હેમખેમ પાર ઉતરે તો આપની ગોદમાં એક નાજુક નમણુ ફૂલથી કોમળ શિશુ આવે છે અને પછી કોઈપણ પ્રકારની સમસ્યા રહેતી નથી.

વિષાદ-ડિપ્રેશન

"મને છેલ્લા ઘણા વર્ષોથી ક્રૉનિક ડિપ્રેશન (લાંબા ગાળા સુધી પજવતી હતાશાની સ્થિતિ) છે. હું ત્યારથી જ ડૉક્ટરે સૂચવેલી એન્ટીડિપ્રેસેંટ દવા લઉં છું. શું ગર્ભવતી થયા પછી મારાથી એ દવા લઈ શકાય ?"

ઘણી મહિલાઓ ગર્ભાવસ્થાના સમયે ડિપ્રેશનનો ભોગ બને છે. વ્યવસ્થિત અને યોગ્ય ઈલાજથી એમની ગર્ભાવસ્થા નોર્મલ બની શકે છે. દવાઓની બાબતમાં થોડી સમજદારીથી પ્રમાણ જાળવી શકાશે. આપે આપના ડૉક્ટર અને મનોરોગ નિષ્ણાંતને પૂછીને નક્કી કરવું પડશે કે કેવી રીતે દવાઓનું સેવન થાય.

શિશુની શારીરિક અને આપની ભાવનાત્મક વ્યવસ્થા,એમ બંનેનું બેલેન્સ રાખવું ખૂબ જરૂરી છે. ગર્ભાવસ્થા હોર્મોન શરૂઆતમાં આપની ભાવનાત્મક અવસ્થાને પ્રભાવિત કરી શકે છે. જે મહિલાઓના મૂડમાં ચડ-ઉતર ન થઈ હોય, એવાં પણ આ હોર્મોનનાં લીધે હતાશાનો ભોગ બની શકે છે જે પહેલેથી જ ખેદજનક છે, એવાં માટે સ્થિતિ અત્યાધિક નાજુક બની જાય છે. જો આવા સંજોગોમાં દવા લેવાની પણ એવી મહિલાઓ બંધ કરી દે તો એમની હાલતની તમે કલ્પના કરી જુઓ!

ડિપ્રેશનની સ્થિતિ સગર્ભાના શિશુ પર પણ માઠી અસર કરી શકે છે. વિષાદયુક્ત માતા સગર્ભા સ્ત્રી વ્યવસ્થિત ખાઈ-પી શકતી નથી. તેને પોતાના શિશુની ચિંતા પણ હોતી નથી. તે હતાશાનાં ઘેરાવમાંથી મુકત થવા દારૂ પીએ છે. ધુમ્રપાન કરે છે. જો સગર્ભા સ્ત્રી અત્યધિક હતાશાનો ભોગ બની જાય તો ઘણીવાર શિશુનો જન્મ સમય પહેલા થઈ જાય છે. બાળક અધૂરા મહિને જન્મ્યું હોઈ નબળુ હોય છે, જેથી એ જન્મ પછી અનેક બાળ રોગોનું ભોગ બને છે.

ખરેખર તો ડિપ્રેશન વિચિત્ર રોગ છે. તેનાં ઈલાજ માટે ખૂબજ ધૈર્ય દાખવવું પડે છે. જો તેનો યોગ્ય રીતે ઉપચાર થાય તો મા સગર્ભા સ્ત્રી પોતાની અને ગર્ભસ્થ શિશુ માટેની કાળજીઓ રાખી શકે છે.

ડિપ્રેશનવાળા દવાઓ લેતા નથી. જો ગંભીર પ્રકારનું ડિપ્રેશન ન હોય તો ડૉક્ટરને પૂછીને દવા નક્કી થશે. ગંભીર ડિપ્રેશનમાં પણ પતિ કાળજી રાખી શકે. ડૉક્ટરને પૂછીને જે તે એન્ટીડિપ્રેસેંટ દવાઓ લઈ શકે.જો કોઈ દવાઓની થોડી ઘણી અસર લાભદાયી લાગે તો દવા ચાલુ રાખો, નહીંતર આ એવી માંદગી છે કે યોગ્ય ઈલાજ ન થાય તો (કાયમી) ક્રૉનિક ડિપ્રેશનમાં ભોગ બની શકો છો.

ડિપ્રેશનમાં કેસોમાં દવાઓ કરતા અમુકવાર મનો સારવાર લાભકારક બને છે. આમાં વૈકલ્પિક ચિકિત્સા પધ્ધતિઓ પણ કારગત બને છે. વ્યાયામ,

ધ્યાન અને પૌષ્ટિક આહારની પણ આગવી અને વિશિષ્ટ ભુમિકા રહેલી છે.

મધુપ્રમેહ- ડાયાબિટીસ

"હું મધુપ્રમેહગ્રસ્ત છું. શું શિશુ પર તેની માઠી અસર થઈ શકે છે?"

હાલના સંદર્ભમાં ડાયાબિટીસનો ભોગ બનેલી ગર્ભવતી મહિલાઓ માટે અનેક શુભ અને ખુશ કરી દે એવા સમાચારો છે. મેડીકલ અને જાતે કાળજી રાખીને આપ પણ તંદુરસ્ત બાળકની મા બની શકો છો.

સંશોધનોથી જાણવા મળ્યું છે કે ડાયાબિટીસ ટાઈપ-૧ હોય કે ટાઈપ-૨ હોય! પણ ગર્ભધારણ પહેલાં સામાન્ય લોહી ગ્લુકોજના સ્તર પર આવી જાય છે અને પૂરો નવ મહિના સુધી બરાબર જ રહે છે. આપ પહેલેથી જ ડાયાબિટીસથી પીડાતા હોય કે આપ ગર્ભાવસ્થા દરમિયાન ગેસ્ટેશનલ ડાયાબિટીસનો ભોગ બનેલી હોય તો નીચેના મુદાઓની મદદથી સુરક્ષિત ડિલીવરી અને સ્વસ્થ શિશુની મા બની શકો છો.

__માન્ય ડૉક્ટરની પસંદગી :__ આપના પ્રસૂતિ વિશેષજ્ઞને ડાયાબિટીસની જાણકારી હોવાની સાથોસાથ આપના મધુપ્રમેહનો ઉપચાર કર રહેલ ડૉક્ટરની સાથે પણ વિરતમ્ય જાળવવું પડશે. આપને બીજી સગર્ભા મહિલાઓની સરખામણીમાં ડૉક્ટરોને ત્યાં વધારે આવ-જાની તકલીફ વેઠવી પડશે.

__સારા ભોજનની વ્યવસ્થા :__ આપે કોઈ ડૉક્ટર કે પોષણ નિષ્ણાતની મદદથી આપના ભોજનની ગોઠવણી કરવી પડશે, જેથી શિશુ અને આપના માટે પૌષ્ટિક તત્વોનો અભાવ ન પજવે. આવી ગોઠવણીમાં કોમ્પલૈક્સ કાર્બોહાઈડ્રેટની માત્રા વધારે પ્રોટીનની માત્રા મર્યાદિત તથા વસા કે કોલેસ્ટ્રોલની માત્રા ઓછી રાખવી પડશે. રેશાદાર ભોજનની પૂરતી માત્રા પણ આગવું મહત્વ ધરાવે છે.

જો કે કાર્બોહાઈડ્રેટની અનિયમિતતાને ઈન્સૂલિનની મદદથી સરભર કરી શકો છો. આમાં જોવાનું એ છે કે આપનું શરીર અમુક નિશ્ચિત કાર્બોહાઈડ્રેટયુક્ત પદાર્થો માટે કેવો પ્રતિભાવ આપે છે?

મોટાભાગના દર્દીઓ ફળોનાં બદલે શાકભાજીઓ, દાણાદાર પદાર્થો, જેમકે કઠોળ, સાબૂત અનાજથી જ એની ભરપૂર માત્રા મેળવી લે છે બ્લડસુગરનું સામાન્ય સ્તર જાળવી રાખવા માટે સવારના સમયે કાર્બોહાઈડ્રેટને પુરતાં પ્રમાણમાં લો.સ્નૈક્સમાં પણ કોમ્પલેક્સ કાર્બન અને પ્રોટીનનું અધિક પ્રમાણ હોવું જોઈએ. ભોજન ન લેવાથી બ્લડશુગરનુ સ્તર ઘટી શકે છે. દિવસ દરમિયાન બબ્બે-ત્રણ ત્રણ કલાકનાં ગાળામાં કંઈને કંઈ ખાવ. નિયમિત રીતે સ્વચ્છ અને પૌષ્ટિક સ્નેક્સ ખાવાથી આપ અનેક તકલીફોથી બચી શકશો.

__વજનમાં વૃધ્ધિ :__ ગર્ભધારણ અગાઉથી જ આપનું આદર્શ વજન જાણી લો. જો આપનું વજન વધારે છે તો તેને ઓછું કરવાના વ્યાયામ કરો. ડૉક્ટરની સલાહ મુજબ ધીમે ધીમે વજન વધારો કે ઘટાડો. એકલા એકલા કોઈ વ્યાયામ ન કરો. ડૉક્ટરની રાહબરી નીચે જતાં વ્યાયામની સાથોસાથ ડૉક્ટર ગર્ભસ્થ શિશુના વિકાસની જાણ આપને અલ્ટ્રાસાઉન્ડની મદદથી કરશે.

__કસરત :__ જો આપ ટાઈપ-૨ ડાયાબિટસથી ગ્રસ્ત છો તો કસરતને સીમીત માત્રામાં અપનાવવી પડશે. એનાથી આપને વધારે ઊર્જા મળશે. બ્લડશુગરનુ પ્રમાણ જળવાઈ રહેશે.ડિલીવરી પછી આપની મૂળ ફિગરને દેખાવને મેળવવામાં વધારે સમય નહીં લાગે. કસરતને આપના તબીબી મેડિકલ પ્લાનની સાથે મેળવીને બેવડો લાભ લો. જો આપની ગર્ભાવસ્થામાં કોઈ તકલીફ નથી તો આપ ધીમેથી ચાલી શકો છો. તરણને પણ વર્ક આઉટમાં ઉમેરી શકો છો. જો શિશુનાં ઉછેર કે વિકાસ સંબંધીકોઈ સમસ્યા જોવા મળે તો ડૉક્ટર કદાચ આપને વધારે વ્યાયામ કરવાની રજા નહીં આપે.

તેમ છતાં વર્ક આઉટ થોડીક સાવચેતીઓ રાખવી જરૂરી છે. વર્કઆઉટ પહેલા થોડુંક ખાઈ લો. થાક લાગે તેવી કસરત ન કરો. જો આપ ઈન્સૂલિન લો છો તો તેને શરીરમાં એ ભાગે ન લો, જયાંથી વર્કઆઉટ કરો છો. જેમકે હરવું-ફરવું અને તેમાં પગની મહત્વની ભૂમિકા છે. વ્યાયામ પહેલા ઈન્સૂલિનની માત્રા ઘટાડવો નહીં.

આરામ : ત્રીજા ત્રૈમાસિકમાં પૂરતો આરામ ખૂબ જરૂરી છે. બપોરના સમયે પગને થોડો ઉંચો રાખીને સૂવો કાં તો થોડીક ઉંઘ ખેંચી લો. જો નોકરીમાં હાર્ડવર્ક હોય તો આપ પહેલીથી જ રજા મંજુર કરાવી લો.

દવાઓ : જો વ્યાયામ અને ખોરાકથી આરામ ન જણાય તો આપે ઈસ્યૂલિન લેવું જ પડશે. આની દવા સમયાંતરે ડૉક્ટર ચેન્જ કરી શકે છે આપનું અને શિશુનુ વજન વધે છે એવું જણાતા ડૉક્ટર દવાઓમાં ફેરફાર કરી શકે છે કાં તો નવેસરથી એની ગોઠવણ કરશે. અભ્યાસોથી જાણવા મળ્યં છે કે ગ્લાઈબુ રાઈડ નામની દવા લેવાથી વત્તા-ઓછા ગંભીર કેસોમાં ઈન્સ્યૂલિનની ખપત ઘટાડી શકાય છે. ઈન્સ્યૂલિન લેતી વખતે બાકીની દવાઓને નજર અંદાજ ન કરો. કેમ કે એ પણ ઈન્સ્યૂલિનનાં સ્તરને પ્રભાવિત કરી શકે છે. આપના ડૉક્ટરના સૂચન મુજબ માત્ર સલામત દવાઓ જ લો.

બ્લડ શુગર : આપને દિવસમાં ચારથી દસ વાર બ્લડ શુગરની તપાસ કરાવવી પડે છે. જો આપને ટાઈપ-૧ મધુપ્રમેહ છે તો ગ્લાઈકોસિલેટિડ હીમોગ્લોબીન માટે પણ આપનાં લોહીનો ટેસ્ટ થઈ શકે છે. એનું ઉંચુ દબાણનો મતલબ છે કે શુગરનું સ્તર નિયંત્રિત નથી. બ્લડ ગ્લૂકોઝનું સામાન્ય પ્રમાણ જાળવવા માટે આપે નિયમિત સમયસર જમવું પડશે. જરૂર પડે તો ખોરાક,વ્યાયામ અને દવાઓમાં ફેરફાર કરી શકાય. જો આપ ગર્ભાવસ્થા પાર કરી શકાય. જો આપ ગર્ભાવસ્થા અગાઉથી ઈન્સ્યૂલિન લેતી હતી તો આપ હાઈપોગ્લા ઈસીમિયા નામના રોગનો ભોગ બની શકે છે. એટલાં માટે પહેલા ત્રૈમાસિકમાં તપાસ કરાવી લો. ઘરથી નીકળતી વખતે ખાવા-પીવાની અમુક ચીજવસ્તુઓનું પેકેટ લેવાનું ભૂલો નહીં, તેનું ખાસ ધ્યાન રાખજો.

પેશાબની તપાસ : આપના શરીરમાં કીટોન બની શકે છે એટલાં માટે પેશાબની તપાસ પણ કરાવવી પડશે.

સાવચેતીપુર્વકની તપાસણી : ટેસ્ટો અંગે વિચારીને વિમાસણમાં ન મૂકાશો. આપને ડિલીવરી પહેલા કદાચ હૉસ્પિટલમાં એડમિટ કરવામાં આવે, એવું બની શકે છે. એનો અર્થ એ નથી કે કરતક ગરબડ છે. કશુંક ખોટું છે. એવુ કશું જ નથી. માત્ર ડૉક્ટર આપની સલામતી અંગે જાગૃત છે. તેઓ કોઈ જોખમ લેવા ઈચ્છતાં નથી. ટેસ્ટોનાં રિપોર્ટમાં આપની અને શિશુ અંગેની વધુ સ્પષ્ટ અને તાજી જાણકારીઓ મળતી રહેશે, જેથી ડૉક્ટર જરૂર પડતાં જ યોગ્ય સારવારની તજવીજ કરી શકશે.

આપે આંખોની પણ નિયમિત રૂપે તપાસ કરાવવી પડશે. ઘણીવાર ગર્ભાવસ્થામાં રેટીના અને કિડનીની તકલીફ વધી જાય છે. જો ગર્ભાવસ્થામાં ગર્ભાશયમાં શિશુનું કદ વધી જાય કાં તો શિશુ મોટું જણાય તો યોનિમાર્ગથી ડિલીવરી ઉપરાંત બીજા વિકલ્પ પણ વિચારવા પડે છે. ૧૦ માં અને ૨૨ માં અઠવાડીયામાં અલ્ટ્રાસાઉન્ડની મદદથી ભ્રૂણની બારીકાઈથી તપાસ થાય છે જેથી જે તે જોખમને નિવારી શકાય.

૨૧ માં સપ્તાહમાં કે એ પછી આપને દિવસમાં ત્રણવાર શિશુ હલન ચલનની નોંધ રાખવાનું કહેવામાં આવશે. મધુપ્રમેહથી પીડાતી મહિલાઓને પ્રીકલૈંપસિયાનો પણ ડર રહે છે, એટલાં માટે ડૉક્ટરનાં સૂચન મુજબ સારવાર લેવામાં જ માતાની અને શિશુની ભલાઈ છે.

ઈલેક્ટિવ અર્લી ડિલીવરી : ગેસ્ટેશનલ મધુપ્રમેહ ડાયાબિટીસમાં ઓછા ગંભીર લક્ષણો ધરાવતી ગર્ભવતી મહિલાઓ પૂરા મહિને બાળકને જન્મ આપે છે, પરંતુ જયારે પ્લેસેંટા જલ્દી ક્ષીણ થવા લાગે છે કાં તો માના લોહીમાં શર્કરાનું પ્રમાણ સામાન્ય નથી રહેતું ત્યારે જ શિશુ પૂરા મહિનાના એક-બે સપ્તાહ વહેલુ જન્મે છે. ડૉક્ટર જ તપાસ પછી બતાવી શકે છે કે સી-સેક્શન કરવું પડશે કાં તો ડિલીવરી નોર્મલ રીતે થાય તે માટે રાહ જોવાય.

જો શિશુને જન્મ્યા પછી આઈસીયૂમાં રખાય તો ગભરાશો નહીં. આવા ઘણા શિશુઓને આ રીતે સલામત રખાય છે. તેમની દરેક પ્રકારની કાળજી લેવાય છે. કાળજીમાં શિશુના ફેફસાઓમાં તપાસ થાય છે. બાળકમાં ડાયાબિટીસના લક્ષણો છે કે નહીં, તેની તપાસ થાય છે. આપે શિશુને સ્તનપાન કરાવવું હોય તોતેની પણ વ્યવસ્થા થઈ જાય છે.

એપીલૅપ્સી

"મને એપીલૅપ્સી છે, પરંતુ હું મા બનવા માંગુ છુ. શું મારી ગર્ભાવસ્થા સલામત રહી શકશે?"

યોગ્ય સાર સંભાળની સાથે આપ પણ એક નિરોગી શિશુની મા બની શકો છો. ગર્ભધારણ પહેલાં આપના ડૉક્ટર કાં તો ન્યુરોસર્જનને મળો એમની દેખરેખનાં એપીલૅપ્સીની સારવાર કરાવો. તેમણે સૂચવેલી દવાઓ લો અને સાવચેતી રાખો.

મોટાભાગની ગર્ભવતી મહિલાઓનો અનુભવ છે કે એપીલૅપ્સી ગર્ભાવસ્થામાં વધારે પજવતી નથી. રોગમાં કોઈ ખાસ સુધારો પણ જોવા નથી મળતો. કેવળ એટલું જ જોવામાં આવ્યું છે કે આવી અસરગ્રસ્ત મહિલાઓને ઉલટી થવી અને માથું ચકરાવાની વધારે ફરિયાદ રહી છે, જેના કોઈ ગંભીર પરિણામ પણ જોવા મળ્યાં નથી.

આવી માતાઓનાં શિશુઓમાં સામાન્ય પ્રકારની જન્મજાત વિકૃતિ જોવા મળી શકે છે પરંતુ તે માટે આપ એપીલૅપ્સીને દોષિત ઠેરવી શકો નહીં. કેમ કે તેને આપ ગર્ભાવસ્થા દરમિયાન લેવાયેલી એન્ટીકંવલસેંટ દવાઓની આડઅસર માની શકો છો.

ગર્ભધારણ પહેલાં જ ડૉક્ટર સાથે એની દવાઓ અંગે ચર્ચા કરો. આપના રોગને નિવારાયા પછી જ નિવારણ માટે એક કે અનેક જાતની દવાઓનો મેળ કરીને લિસ્ટ બનાવી આપશે, જેથી ગર્ભાવસ્થા સલામત રહે અને રોગ પર નિયંત્રણ જળવાઈ રહે. શિશુને દવાઓથી જોખમ સમજીને દવા લેવામાં આળસ ન કરશો. કેમ કે દવા ન લેવાથી શિશુને જોખમ થઈ શકે છે.

આ દરમિયાન અલ્ટ્રાસાઉન્ડ દ્વારા ઝીણવટ પૂર્વકની તપાસ કાં તો ગર્ભાવસ્થા પૂર્વ સ્ક્રીનિંગના સૂચન થઈ શકે છે. જો આપ વૈલ્પોહક એસિડ નામની દવા લેતી હશો તો ડૉક્ટર ન્યૂરલ ટ્યૂબ ડિફેક્ટની પણ તપાસ કરવા ઈચ્છશે.

આપે પૂરતી નીદર અને પૌષ્ટિક આહાર લેવામાં આળસ કરવી નહીં. પ્રવાહી પદાર્થો પુષ્કળ પ્રમાણમાં લો, જોડે જોડે વિટામીન ડીની ટેબ્લેટ પણ લો. ગર્ભાવસ્થાના છેલ્લા ચાર અઠવાડિયામાં વિટામીન કેની દવા આપી શકાય છે.પ્રસવ કે ડિલીવરીમાં પણ આ રીતેની સારવારથી કોઈ તકલીફ થતી નથી અને આપ વંચિત બનીને શિશુને સ્તનપાન પણ કરાવી શકો છો. દૂધમાં દવાઓની જૂજ પ્રમાણમાં અસર આવે છે, જેથી ચિંતા જેવું હોતું નથી.

ફાઈબરોમાઈલગિયા

"મને થોડાં વર્ષો પહેલા ફાઈબરોમાઈલગિયા નામનો રોગ થયો હતો. એની મારી ગર્ભાવસ્થા પર શી અસર થશે ?"

જો આપને આપની કોઈ અવસ્થા અંગે પહેલેથી જાણ હોય તો તેનાંથી ઘણો ફાયદો થઈ શકે છે. તમે જણાવેલાં રોગના લક્ષણોમાં દર્દ, બળતરા, માંસ પેશીઓમાં દર્દ-વેદના વગેરે મુખ્ય છે. ગર્ભાવસ્થામાં થાકના લીધે એ સહેલાઈથી પરખાતા નથી. એનાંથી ઉત્પન્ન તણાવને પણ ગર્ભાવસ્થાનું જ એક લક્ષણ માની લેવામાં આવે છે. આપના શિશુ પર આ રોગની કોઈ અસર નહીં થાય. જો કે ગર્ભાવસ્થા આપના માટે થોડીક આકરી થઈ શકે છે. આપના શરીરમાં વધારે પ્રમાણમાં થાક વર્તાય છે અને કળતર પણ થાય છે. એનાંથી બચવા માટે સહુથી પહેલાં તો કોઈપણ પ્રકારનું ટેન્શન ન રાખો. તણાવ મુકત થાવ. યોગ, ધ્યાન અને વ્યાયામ દ્વારા શરીરને રાહત આપો. વજનને વધવા ન દો. ડૉક્ટરને પૂછીને આવી અવસ્થામાં લેવાતી દવાઓ લખાવી દો, જે ગર્ભાવસ્થામાં સંપૂર્ણ રીતે સલામત હોય!

ક્રૉનિક ફૅટીગ સિંડ્રોમ

આ રોગને ગર્ભાવસ્થા અને સ્વસ્થ શિશુ સાથે કોઈ લેવા દેવા નથી. એની જાણ થઈ શકી નથી કે આ સિંડ્રોમમાં ગર્ભાવસ્થા પર કેવી અસર થાય છે? અમુક મહિલાઓનાં લક્ષણ યથાવત (એટલે કે પહેલા જેવા) રહે છે. અમુક લક્ષણ ઘણા જ વિકટ જોવા મળે છે. જો આપ પણ આ સિંડ્રોમનો ભોગ બનેલી છો તો આપના ડૉક્ટરને ગર્ભાવસ્થાની જાણ કરી દો, જેથી તેઓ પહેલાંથી અપાતી દવાઓમાં ફેરફાર કરી શકે. તેઓ આપને બીજી કોઈ સલાહ આપી શકે છે, જેથી આપને શિશુની પ્રસૂતિમાં પ્રસુતી પછીની દેખરેખમાં તકલીફ ન પડે.

દવાઓથી લાભ

જો આપ લાંબી માંદગીથી બચવા માટે દવાઓ લો છો તો એમાં થોડી કાળજી રાખો. એવી દવાઓ રાતના સૂતી વખતે લો, જેથી એ આપના શારીરિક માળખાને સંપૂર્ણ રીતે આરામ આપી શકે. સવારના સમયે એવું બની શકે કે ઉલટીના કારણે લીધેલી દવાઓ બહાર નીકળી જાય. ઘણીવાર માસિક ધર્મના સમય દરમિયાન દવાઓમાં ફેરફાર કરવાની ફરજ પડે છે. આ બાબતે આપ ડૉક્ટરને અવાર-નવાર મળીને દવાઓની ચકાસણી અને ગોઠવણીઓ વ્યવસ્થિત કરતાં રહો. આપને કોઈ દવાથી અવળી અસરો વર્તાય છે, રીએકશન જેવુ લાગે તો ડૉક્ટરને ફોન કરીને પૂછી લો.

હાઈપરટેન્શન

"મને ઘણાં વર્ષોથી હાઈપરટેન્શનની બીમારી છે. મારું ઉંચુ લોહીનું દબાણ ગર્ભાવસ્થામાં મુશ્કેલી તો નહીં સર્જેને?"

જેટલી પણ મોટી ઉંમરની મહિલાઓ ગર્ભ ધારણ કરી રહી છે એ તમામને લગભગ ઉંચા લોહીના દબાણની ફરિયાદ હોય છે. એ સ્થિતિ વયના વધવા સાથે વધતી જાય છે.

તબીબી ભાષામાં આપની પ્રેગનેન્સીને હાઈરિસ્ક ગણવામાં આવે છે. આમાં ડૉક્ટરો આપની આ જુબાજુ સતત ધ્યાન રાખતાં રહેશે અને કાળજીપૂર્વકની સારવારમાં કચાસ રાખશે નહીં. ડૉક્ટરોની ટીમની નજર સતત લોહીનાં દબાણ પર રહેશે. આમ આપની ગર્ભાવસ્થા સંપૂર્ણ રીતે સલામત રહેશે અને આપ પણ તંદુરસ્ત બાળકને જન્મ આપી શકશો, તેમ છતાં ડૉક્ટરની સારવાર ઉપરાંત આપે પણ નીચેના મુદ્દાઓનું પાલન કરીને પોતે-જાતે કાળજી રાખવી પણ જરૂરી છે.

<u>યોગ્ય મેડિકલ ટીમ :</u> આપના ડૉક્ટરને હાઈપર ટેન્શન અંગે સંપૂર્ણ જાણકારી હશે તો સરસ સારવાર થશે. આ ઉપરાંત આપ પ્રસૂતિના સર્જન સાથે બ્લેડપ્રેશરનાં નિષ્ણાંત સાથે મુલાકાત ગોઠવો.

<u>મેડિકલ દેખરેખ :</u> આપે અવાર નવાર ચેકઅપ માટે ડૉક્ટર પાસે જવું પડશે. જાત જાતના ટેસ્ટ થશે. પ્રેગનેન્સીમાં અનેક જટીલતાઓ ઉપરાંત પ્રીકલૈપસિયાનો પણ ભય રહે છે માટે ડૉક્ટર પુરા ૪૦ અઠવાડિયા સુધી આપની તબિયતના સુધારા-વધારાની નોંધ લેશે.

<u>રિલેક્સેશન :</u> હાઈપર ટેન્શન મહિનાઓની હોય વર્ષોથી હોય તો તેનાં માટે રિલેક્સેશન ટેકનિકો ખૂબજ ઉપયોગી નીવડે છે. અભ્યાસોથી જણાયું છે કે આવી ટેકનિકોના માધ્યમો દ્વારા લોહીના દબાણને ઘટાડી શકાય છે.

<u>બીજા વૈકલ્પિક ઉપચાર :</u> આપના ડૉક્ટરના અભિપ્રાયથી બાયોફીડબેક, એક્યૂપંચર કે માલિશ જેવા વૈકલ્પિક ઉપચારોની પણ સહાયતા લો.

<u>આરામ :</u> માનસિક કે શારીરિક દબાણ ઉંચા લોહીના દબાણનું કારણ બને છે, જેથી કોઈ પણ કામનું ટેન્શન રાખ્યા વિના જેટલું થાય તેટલું નિરાંતે કામ કરો. દિવસના આરામ કરતી વખતે પગ ઉંચા રાખીને સૂવો, એટલે પગને ઢીંચણથી વાળીને સૂવો. જો નોકરીમાં કામના ખૂબજ ભરાવો છે તો થોડાક દિવસ માટે રજા લઈ લો. કેમ કે આપના માટે આરામ જ મોટામાં મોટો ઈલાજ છે જો ઘરમાં બીજા બાળક છે તો કામકાજમાં એમની મદદ લો.

<u>લોહીના દબાણની તપાસ :</u> આપને ઘરમાં આપનાં લોહીના દબાણના સ્તરની નોંધ રાખવી પડશે. જયારે સંપૂર્ણ રીતે રિલેક્સ હોય ત્યારે જ લોહીનું દબાણ માપો.

<u>સારો ખોરાક :</u> પ્રેગનેન્સી દરમિયાન સારો પોષક ખોરાક લો. ડૉક્ટરના મત મુજબ એમાં ફેરફાર પણ કરી શકો છો. ફળો અને શાકભાજીઓનું પ્રમાણ વધારવાની સાથે ઓછા વસાવાળા ખાદ્ય પદાર્થ ખાસ લો. જુદાજુદા અનાજની બનાવટો લેવાથી આપના લોહીના દબાણમાં ઘટાડો જોવા મળી શકે છે.

<u>પ્રવાહી પદાર્થ :</u> દિવસ દરમિયાન ઓછામાં ઓછા આઠ ગ્લાસ પાણી તો જરૂર પીઓ જેનાથી પગો અને ઘૂંટણના સોજા ઘટી શકે.

<u>યોગ્ય દવા :</u> પ્રેગનેન્સીમાં આપની દવા બદલાશે કે નહીં, એ ડૉક્ટરની મરજી અને સંજોગો પર આધારિત છે. કેમ કે અમુક દવાઓ

ગર્ભાવસ્થામાં સલામત માનવામાં આવતી નથી.

ઈરિટેબલ બાઉલ સિંડ્રોમ

"મને ઈરિટેબલ બાઉલ સિંડ્રોમ છે. શું ગર્ભાવસ્થામાં એના લક્ષણ વધારે પજવણીરૂપ તો નહીં બને ને?"

આ સિંડ્રોમ જુદીજુદી મહિલાઓ પર અલગ અલગ અસર પહોંચાડે છે. કહી ન શકાય કે આપના પર એ કેવા પ્રકારની અસર પહોંચાડી શકે છે. આ સિંડ્રોમના લક્ષણ અમુક મહિલાઓને પરખાતા નથી. અથવા તે ઈરિટેબલ બાઉલ સિંડ્રોમની ભોગ બની છે એજ સમજી શકતી નથી ઘણી મહિલાઓ એનાંથી હેરાન પરેશાન થતી પણ જોવા મળ્યાના દાખલાઓ મૌજુદ છે.

આમ ગર્ભાવસ્થામાં અમુક રોગના લક્ષણ તો પહેલેથી હોવા છતાં પણ ઓળખી શકાતાં નથી. તેને ગર્ભાવસ્થાના માઠા લક્ષણો માનવામાં આવે છે જેમાં કબજિયાત થવી, પાતળા ઝાડા થઈ જવા, ગેસના કારણે અકળામણ થવી વગેરે. ગર્ભાવસ્થાના હોર્મોન એટલા અસરકારક હોય છે કે પ્રસ્તુત સિંડ્રોમની જાણ શુધ્ધા થતી નથી. ડાયરિયાગ્રસ્ત મહિલાને અચાનક અપચો અને કબજિયાત થઈ શકે છે અને કબજિયાતવાળી મહિલાને શૌચક્રિયાએ જવામાં સરળતા થઈ શકે છે.

આ દિવસોમાં આપે ખાવા-પીવામાં એ કાળજી રાખવાની છે કે એક સામટું પેટ ભરીને ન ખાવ. થોડુ થોડુ અંતરાલે ખાવ. રેશાયુક્ત આહાર વધુ લો. પર્યાપ્ત માત્રામાં પ્રવાહી પદાર્થો પણ લો. બની શકે તો મસાલેદાર ભોજન ન લો તે તમારા હિતમાં છે. બહુ ટેન્શનમાં પણ ન રહો. આપના ભોજનમાં થોડાંક પ્રોબાયોટિક્સને પણ સામેલ કરો.

આ સિંડ્રોમના લીધે પ્રીમેચ્યોર ડિલીવરીનું જોખમ થઈ શકે છે. આ હાલતમાં સી-સેકશનનો ખતરો પણ સંભવી શકે છે.

લૂપસ

"કયાંક લૂપસનાં લીધે મારી ગર્ભાવસ્થા પ્રભાવિત તો નહીં થાય ને?"

ગર્ભાવસ્થામાં અનેક મહિલાઓ માટે એના લક્ષણ ઘણાં જ વિકટ હોય છે. જયારે ઘણી મહિલાઓને એની જાણ પણ થતી નથી. વળી એવું પણ જરૂરી નથી કે એક પર પડેલી અસર જેવી સ્થિતિ બીજી ગર્ભસ્થ સ્ત્રીઓની પણ થાય. અમુક સ્ત્રીઓમાં લક્ષણ અસ્પષ્ટ જોવા મળે છે. આપના માટે શ્રેષ્ઠ એ છે કે આપ રોગના મટી ગયા પછી ગર્ભધારણ કરો, પણ જે સ્ત્રીઓ ગર્ભવતી થઈ ચૂકી છે તેણે ડૉક્ટરની પાસે જવું જોઈએ એન ડૉક્ટરી તમામ ટેસ્ટ કરાવીને સ્થિતિને ગંભીર બનતી રોકવા માટે પધ્ધતિસરની સારવાર લેવી જોઈએ. આપના લૂપસ નામના રોગની સારવાર કરતાં ડૉક્ટરને પ્રસૂતિ સર્જન સાથે મેળાપ કરાવીને યોગ્ય નિર્ણય પણ લઈ શકાય અને સારવાર થઈ શકે.

મલ્ટીપલ સ્કલીરોસિસ

"મને ઘણાં વર્ષો પહેલા મલ્ટીપલ સ્કલીરોસિસ નામનો રોગ થયો હતો મને બેવાર સામાન્ય પ્રકારનો એમ.એસ.અપાયો હતો. શું એનાં લીધે મારી ગર્ભાવસ્થાને હાનિ થઈ શકે છે?"

આપ બંનેના માટે શુભ સમાચાર છે. આ ખબરથી આપની ગર્ભાવસ્થાને કોઈ નુકશાન નથી. પ્રસવ પહેલા સારી દેખરેખ અને ન્યૂરોલોજીસ્ટની સલાહથી ઉત્તમ પરિણામ જોવા મળશે. આ રોગની લેબર તથા ડિલીવરી પર કોઈ અસર થતી નથી. આપ ગર્ભાવસ્થા દરમિયાન એપીડ્યૂરલ અને દર્દનાશક દવાઓ વપરાશ પણ કરી શકો છો. આમ જોઈએ તો આ રોગના લક્ષણોને ઓળખવામાં મોટાભાગની માહિલાઓ ગોથૂ ખાઈ જતી હોય છે, પરંતુ અમુક મહિલાઓને વજન વધી જાય છે અને તેના કારણે થતી તકલીફથી આ રોગના ભોગ બન્યાની શંકા જતાં ટેસ્ટ કરાવે છે પણ લક્ષણોને ઓળખવામાં થાપ ખાતી મહિલાઓએ ઈલાજ તો કરાવવો જ જોઈએ, પરંતુ સાથોસાથ પરેજી પણ પાળવી જોઈએ.

દવાઓની સાથે આપે પણ કિંમત દાખવવાની છે. આત્મવિશ્વાસ વધારવાનો છે. આપની ગર્ભાવસ્થાને કોઈજ હાનિ નહીં થાય તેવો અડગ વિશ્વાસ રાખવાનો છે. તેનાં માટે ટેન્શન મંકત બનો. બને તેટલો આરામ કરો. આપના શરીરનું ઉષ્ણતામાન વધવા ન દો. પેશાબ માર્ગનાં ચેપથી

સાવચેત રહો.

ફિનાઈલ કીટોનયૂરિયા

"મને જન્મથી જ પી.કે.યૂ.રોગ હતો. ડૉક્ટરે મને કિશોરી અવસ્થામાં લો-ફિનાઈલાલેનાઈનની ડાયેટ પર રાખેલ અને હું સારી થઈ ગયેલ. હવે હું ગર્ભવતી છુ ત્યારે ડૉક્ટર એ જ ડાયેટ લેવાનું કહે છે. શું આ જરૂરી છે?"

તમે જે ડાયેટની વાત કરો છો તેમાં દવાઓની સાથે ફળો, શાકભાજીઓ અને બ્રેડ વગેરે આહારનું ઓછુ પ્રમાણ હોય છે. આમાં હાઈ-પ્રોટીનયુક્ત ખોરાક લેવાતો નથી. આ પ્રકારની ડાયેટમાં રહેવું જો કે સરળ નથી પરંતુ ગર્ભાવસ્થામાં આપના માટે એ ખૂબ જરૂરી છે. જો આપે આ ડાયેટનું પાલન ન કર્યું તો શિશુને ઘણા પ્રકારના મેડીકલ જોખમોનાં ભોગ બનવું પડશે. આપને ગર્ભ ધારણના ત્રણ માસ પહેલાં જ આ ડાયેટ લેવાનું ચાલું કરી દેવું જોઈએ, જેથી રોગ અંકુશમાં રહે. જો કે ઘણા વરસો પછી ડાયેટ પર રહેવું થોડુક મુશ્કેલ હશે,પરંતુ બાળકના આરોગ્ય માટે એ એટલું જ જરૂરી છે. આ અંગે આપ આહાર વિશેષજ્ઞનો અભિપ્રાય સલાહ લેશો તો ઉત્તમ રહેશે.

શારીરિક અપંગતા

"હું સ્પાઈનલ કૉર્ડની ઈજાથી વ્હીલચેર પર છું. હું અને મારા પતિ ઘણા સમયથી બાળક ઈચ્છતા હતા. હવે હું ગર્ભસ્થ છું હવે શું થશે?"

સહુથી પહેલાં તો આપે યોગ્ય ડૉક્ટરની પસંદગી કરવી પડશે. (જે આપ જેવા દર્દીઓનો નિષ્ણાંત સર્જન હોય)આ જે તો અનેક હૉસ્પિટલોમાં અદ્યતન તબીબી સુવિધાઓ ઉપલબ્ધ છે.

આપની શારીરિક અપંગતાને ધ્યાનમાં રાખીને ડૉક્ટરોએ નક્કી કરશે કે ગર્ભાવસ્થાને સ્વસ્થ અને સુખદ બનાવવા માટે શું કરવુ જોઈએ?

આપના શરીરના વજનને નિયંત્રણમાં રાખશો.એવો આહાર લો. જેનાંથી ગર્ભાવસ્થાની તકલીફોને ઘટાડી શકાય. વ્યાયામથી જરૂરને મજબૂત બનાવવામાં પ્રયત્નો કરો. એમાં આપના માટે વોટરથેરેપી સલામત રહેશે.

જો કે બીજી સ્ત્રીઓની સરખામણીમાં ગર્ભાવસ્થા આપના માટે જૂજ પ્રમાણમાં કષ્ટદાયક બની શકે છે, પરંતુ શિશુ માટે કોઈ જોખમ નથી. એવા કોઈ પૂરાવા મળ્યા નથી કે સ્પાઈનલ કોર્ડ અથવા તો કોઈ અન્ય કારણોસર અંપગમાના ત્યાં અપંગ બાળક જન્મ્યું હોય જો કે આપને કિડની સંક્રમણ, બ્લેંડર સાથે સંકળાયેલી તકલીફો, પરસેવો વળવો અને અનિમિયાની ફરિયાદ રહી શકે છે. આપની ઈજાના લીધે આપની પ્રસૂતિ પીડા વિનાની હશે, એટલે આપે બીજા લક્ષણો જોઈને પ્રસૂતિનાં સમયને સમજવો પડશે. જો કે ડૉક્ટર-નર્સોની ટીમ આપને ચેક કરતાં રહેશે. પ્રસૂતિના સમયે પણ ખડેપગે ધ્યાન રાખશે અને જેતે સૂચન કરીને આપને પીડા લેવાનું કહેવાશે, જેથી હેમખેમ બાળકને જન્મ આપી શકાય.

હૉસ્પિટલમાં આપે પણ આપનું ધ્યાન રાખવાનું છે, જેથી ડિલીવરી વખતે આપને અનુકુળ હોય તે રીતે પ્રસવ કરાવી શકાય.

શિશુ જન્મથી પહેલાનાં અમુક સપ્તાહ તો આમેય પડકારજનક હોય છે જ, પણ આપ અને આપના શિશુ માટે થોડીક મુશ્કેલ સ્થિતિ થઈ શકે છે, પણ ડૉક્ટરો એના નિવારણ માટે હાજર હશે એટલે કોઈ ટેન્શન લેવાની જરૂર નથી. માત્ર આપ આપના પતિને સૂચિત કરીને ઘરને વ્યવસ્થિત કરાવી લો અને જો કોઈની મદદ લેવાની હોય તો તેની પણ ગોઠવણી કરાવી લો,જેથી દવાખાનેથી રજા મળતાં ઘરે આપના શિશુની ૧ર સંભાળમાં કોઈ તકલીફ ન પડે.

ર્યૂમેટાયડ આર્થરાઈટિસ

"મને ર્યૂમેટાયડ આર્થરાઈટિસ છે. એનાંથી મારી ગર્ભાવસ્થાને કોઈ અસર થશે?"

આપની અવસ્થાની ગર્ભાવસ્થા પર કોઈ અસર નહીં થાય પરંતુ ગર્ભાવસ્થા પર કોઈ અસર નહીં થાય પરંતુ ગર્ભાવસ્થા આપની અવસ્થાને બેશક પ્રભાવિત કરી શકે છે.હાલમાં સંજોગોમાં આપના સાંધાઓનો દુ:ખાવો અને સોજા ઘટી શકે છે, જો

કે પ્રસૂતિ પછી આ તકલીફ થોડી વધી પણ શકે છે.

આપની ગર્ભાવસ્થાનાં દિવસોમાં પણ ઘણા પરિવર્તનો જોવા મળી શકે છે. આના ઉપાય માટે સાવચેતીના પગલારૂપે આપે જૂની દવાઓ ત્યાગીને નવી સલામત દવાઓ લેવી પડશે. લેબર વખતે એવી મુદ્રા પસંદ કરો, જેનાથી સાંધાઓ પર દબાણ ન પડે. આપના ડૉક્ટર આ બાબતે શ્રેષ્ઠ સલાહ આપી શકે છે.

સ્કૉલિઓસિસ

"મને કિશોરાવસ્થામાં સ્કૉલિઓસિસ થયેલ મારી કરોડરજ્જુના (પાંસળીના) વળાંકની ગર્ભાવસ્થા પર શું અસર પડી શકે છે."

મોટાભાગે આપ જેવી મહિલાઓ તંદુરસ્ત બાળકોને જન્મ આપે છે. અભ્યાસોનું તારણ દર્શાવે છે કે સ્કૉલિઓસિસથી કોઈ મુશ્કેલી થતી નથી. જે મહિલાઓને સ્કોલિઓસિસમાં નિતંબ-થાપા, પેલ્વિસ અને સાંધાઓ પણ સામેલ હોય છે, તેમને શ્વાસ લેવામાં તકલીફ પડે છે. ગર્ભાવસ્થાના છેલ્લા દિવસોમાં વજન ઉપાડવામાં પણ તકલીફ થાય છે.જો એ દિવસોમાં પીઠનો દુઃખનવો ઘણો વધી જાય તો તાત્કાલિક રાહત માટે પગને ઉપર ઉઠાવો,સૂઈને પછી સાધારણ ગરમ પાણી પીઓ. પીઠની હળવા હાથે માલિશ કરાવો. આમાં આપ કોઈ ફિઝિયોથેરેપિસ્ટની મદદ પણ લઈ શકો છો, પણ તેમને આપ ગર્ભવતી છો એ અંગે સૂચિત કરો. જો આપ લેબર દરમિયાન એપીડ્યૂરલ લેવા ઈચ્છો તો આ રોગના વિશેષજ્ઞની સલાહ અને સારવાર લો. અનુભવી વિશેષજ્ઞ આ કામને વધારે ઉત્તમ રીતે કરી શકશે.

સિકલ સેલ એનિમિયા

"મને સિકલ સેલ એનિમિયા છે અને હમણાં મને જાણ થઈ કે હું ગર્ભવતી છું. શું મારૂં શિશુ ઠીક રહેશે ને?"

હવે આવી ખબરો ડરામણી નથી રહી. જટીલ રોગ છતાં આપ નિરોગી બાળકની મા બની શકો છો. આમ જોઈએ તો આપની ગર્ભાવસ્થા હાઈરસ્ક ગણાઈ શકે. કેમ કે આ રોગનાં કારણે મિસકેરેજ, પ્રીટર્મ લેબર, પ્રીકલૈંપસિયા અને શિશુનાં વિકાસનું જોખમ થઈ શકે છે.

આપે અનેકવાર ડૉક્ટર પાસે તપાસ માટે જવાનું બનશે. આપના ડૉક્ટરને પણ સિકલસેલ અંગે જાણ થઈ શકે. આપ પણ બીજુ અનેક સગર્ભાઓની જેમજ યોનિમાર્ગથી જ શિશુને જન્મ આપી શકશો. પ્રસવ પછી સંક્રમણથી બચવા માટે આપને એન્ટીબાયોટિક્સ આપવામાં આવશે.

આપ બંને પણ આ રોગના ભોગ બનેલાં છો તો શિશુમાં આ રોગ તો આપને કોઈ જેનેટિક સલાહકારને મળીને એમનિઓસેંટિસિસ કરવવું પડશે.

થાઈરૉઈડ

"કિશોરી હતી ત્યારે હું હાઈપોથાઈરૉઈડનો ભોગ બની હતી અને હવે હજુ પણ હું થાઈરોડની દવા લઉ છુ ગર્ભાવસ્થાના એ જોખમી તો નથી ને?"

દવા નિયમિત લો છો જેથી આપ જ નહીં, પણ આપનું શિશુ પણ એનું આરોગ્ય જાળવી શકશે. જો હાઈપોથાઈરૉઈડનો ઈલાજ ન થાય તો મિસકેરેજનું જોખમ વધી શકે છે. શિશુના મગજનાં વિકાસ માટે પણ થાઈરૉઈડ હૉર્મોન જરૂરી છે. પહેલાં ત્રૈમાસિકમાં શિશુને આવા હૉર્મોન ન મળે તો એને જન્મજાત ન્યૂરો સમસ્યાઓ કનડી શકે છે. પહેલાં ત્રૈમાસિક પછી એનાં શરીરમાં જાતે આવાં હૉર્મોન બનવા લાગે છે. થાઈરૉઈડનું સ્તર ઓછું હોવાના લીધે હતાશાની સંભાવના પણ વધી શકે છે, એટલાં માટે આપે આપના ચાલુ ઈલાજને જાળવી રાખવો જોઈએ.

શરીરના થાઈરૉઈડ હૉર્મોનની જરૂરના હિસાબે દવાઓનાં પ્રમાણમાં વધ-ઘટ થઈ શકે છે. ડૉક્ટર અવાર નવાર તપાસ કર્યા પછી દવાના ડોઝ નક્કી કરશે. આપ તો માત્ર એટલી જ નોંધ રાખો કે થાઈરૉઈડ વધે છે કે ઘટે છે,જેથી ડૉક્ટરને સૂચિત કરી શકાય. જો કે આ રોગનાં લક્ષણોને ગર્ભાવસ્થાના ચિહનોથી થોડા અલગ તારવવા

મુશ્કેલ છે.

આપે આયોડીનની પૂર્તિ માટે આયોડીન યુક્ત મીઠું અને સી-ફૂડનું સેવન કરવું જોઈએ.

"મને ગ્રેવ્સ નામનો રોગ છે. શું એથી મારી ગર્ભાવસ્થાને નુકશાન ખરૂં?"

આ રોગમાં થાઈરૉઈડ ગ્રંથિથી વધારે પ્રમાણમો થાઈરૉઈડ હોર્મોન બનવા લાગે છે. અમુક આવા કેસો ગર્ભાવસ્થા દરમિયાન થોડાક નોર્મોલ બની જાય છે. જો કે યોગ્ય રીતે સારવાર ન થાય તો મિસકેરેજ કે પ્રીટર્મ બર્થની શક્યતા વધી જાય છે. યોગ્ય રીતે ઈલાજ થાય તો બેશક આપ એક નિરોગી શિશુની મા બની શકો છો.

સારી સારવારમાં આપને એન્ટીથાઈરૉઈડ દવા આપવામાં આવે છે. જો દવાથી ફાયદો ન જણાય તો એ ગ્રંથિને કાઢી નાખવા માટે સર્જરી કરવી પડે છે, જેને બીજા ત્રૈમાસિકમાં જ કરાય છે, જેથી પહેલાં ત્રૈમાસિકમાં મિસકેરેજનો ડર ન રહે.

ગર્ભાવસ્થામાં રેડિયો એક્ટિવ આયોડીનનો વપરાશ આપનાં હિતમાં નહીં હોય! જો આપ ગર્ભવતી થતાં પહેલા રેડિયો એકિટવ આયોડીન ઉપચાર કરી ચૂકયા છો તો થાઈરૉઈડ રિપ્લેસમેન્ટ થેરેપી ચાલુ રાખવામાં જ આપની ભલાઈ છે. કેમ કે આ થેરેપી માત્ર સલામત જ નથી, પરંતુ શિશુના વિકાસ માટે જરૂરી પણ છે.

મદદ મેળવો

જો કે દરેક ગર્ભવતી માને કોઈના પણ સહારાની જરૂર પડે છે, પરંતુ જૂની અને લાંબી માંદગીવાળી ગર્ભવતીને તેની વધારે જરૂર પડે છે. જો કે આપ રોગના વિશે બધુ જ જાણો છો, પરંતુ ગર્ભાવસ્થામાં એ રોગના તમામ નિયમ કાનૂન અને દવાઓ બદલાઈ જાય છે. આપને નીચે મુજબની મદદની જરૂર પડી શકે છે.

મેડિકલ સપોર્ટ : આપને ગર્ભધારણ પહેલાં જ ડૉક્ટરની પાસે પહોંચીને તેમની સલાહ લેવી પડશે, જેથી આપના રોગને નિવારી શકાય, કાં તો તેને કંટ્રોલમાં રાખી શકાય. આની સાથોસાથ આપે પ્રસુતિ વિશેષજ્ઞ ઉપરાંત બીજા ડૉક્ટરોને પણ તમારી ટીમમાં સામેલ કરવા પડશે. એ તમામ મળીને આપનો શિશુનો ખ્યાલ રાખશે. દરેક ડૉક્ટરોએ એકબીજા દ્વારા કરાયેલાં ટેસ્ટ તથા રિપોર્ટને મેળવાશે. દરેક ડૉક્ટર આ રીતે આપના રોગથી પરિચિત હશે, દવાઓ અંગે સર્વ સહમત હશે, જેથી આપની ઉત્તમ સારવાર થશે. આમાં એવું પણ બને કે કોઈ ડૉક્ટરે નવી દવા લઈ આપી હશે તો પણ આપના બીજા ડૉક્ટરોની સલાહ લઈને લઈ શકશો.

ઈમોશનલ સપોર્ટ : અત્યારનાં સંજોગોમાં આપને ઘણાં જ ઈમોશનલ સર્પોટની જરૂર હશે. જ્યારે આપ જાત જાતની દવાઓ, ટેસ્ટ અને ડાયેટ પ્લાનથી ગભરાઈ જાવ ત્યારે આપને મનનો ડૂમો કાઢવા માટે ખભો જોઈએ. આપના પતિથી વિશેષ બીજો કોનો ખભો હોઈ શકે? આપ પતિની મદદ લઈ શકો છો. ઉપરાંત આપના મા-બાપ, ભાઈ-બહેન, સગા સંબંધીઓ અને સખીઓ પણ મદદરૂપ બની શકે છે. આપ કોઈ એવી માનો મળો, જે આપની જેમ આ પ્રકારની વિકટ પરિસ્થિતિઓ વચ્ચે ઝઝુમીને હેમખેમ પાર ઉતરી હોય! એની પાસેથી આપને નવું બળ મળશે, પ્રેરણા મળશે. એમ સ્ત્રી આપને એવી શીખ અને સમજ આપશે જે આપને ખરેખર ઉપયોગી બનશે.

ફિઝિકલ સપોર્ટ : આપને ઢગલાબંધ ફિઝિકલ સપોર્ટ પણ જોઈએ એટલે કે કોઈ આપના માટે શોપીંગ કરે, ઘરમાં રસોઈ બનાવે, વાસણ ઉટકી દે, કપડાં ધોઈ દે. આવી મદદ લેવામાં સંકોચ ન કરશો. જો આપ કોઈ નોકરાણી કે આયાને રાખી લેશો તો વધારે ઉત્તમ રહેશે.

★★★

ભાગ - ૭

જટિલ સમસ્યાઓ

જટિલ ગર્ભાવસ્થા માટેની વ્યવસ્થા

જો આપની ગર્ભાવસ્થા અટપટી છે, ગૂંચવાયેલી છે તો એનાં દરેક લક્ષણ તથા સંકેત આપને આ પ્રકરણમાં જાણવા મળશે. જો આપની ગર્ભાવસ્થા સામાન્ય છે તો આપે આ પ્રકરણને વાંચવાની જરૂર નથી. કેમ કે એની જાણકારીથી આપને કોઈ ફાયદો થવાનો હોય કે ન હોય પણ તણાવ તો જરૂર દૂર થઈ જશે. આ પ્રકરણને ના વાંચો અને બીનજરૂરી નકામી ચિંતાથી બચો.

ગર્ભાવસ્થાની જટીલતાઓ

મોટાભાગે કોઈ સામાન્ય ગર્ભાવસ્થામાં આવી જટીલતાઓ જોવાં મળતી નથી. આપે આ પ્રકરણને ત્યારે જ વાંચવું જોઈએ જયારે ડૉક્ટર તરફથી અટપટી ગર્ભાવસ્થામાં કોઈ સંકેત મળે કાં તો આપને પોતાને એવા કોઈ લક્ષણ જોવાં મળે. આ પ્રકરણને વાંચ્યા પછી એ વિષય વિશે પણ જાણકારી મેળવો, પણ યોગ્ય સલાહ માટે તો કોઈ વિશેષજ્ઞનો જ સંપર્ક કરો.

અર્લી મિસકેરેજ

આ શું થયું? ગર્ભાશયનો અનિયોજીત અંત એટલે ગર્ભપાત થઈ જવો, જેને મિસકેરેજ પણ કહેવાય છે. પહેલાં ત્રૈમાસિકમાં એને મિસકેરેજ કહે છે ૮૦ ટકા ગર્ભપાત બનાવો પહેલાં ત્રિમાસિકમાં જ બને છે. પહેલાં ત્રૈમાસિકમાં અંતમાં, મિસકેરેજ કહેવાય છે.

અર્લી મિસકેરેજ, ભ્રૂણમાં કોમોસોમલ એટલે કે જેનેટિક વૃકિતના લીધે થાય છે, પરંતુ એ હોર્મોનલ અમે બીજા કારણોથી પણ થઈ શકે છે. અમુક કેસોમાં તો તેનાં કારણોની જાણ થઈ શકતી નથી.

આ કેટલું સામાન્ય છે ? : અર્લી પ્રેગનેન્સીની પોતાની એક અલગ ગૂંચવણ છે.

આ ક્ષેત્રના તબીબી સંશોધકોએ અનુમાન લગાવ્યું છે કે ૪૦ ટકા ગર્ભધારણ મિસકેરેજમાં જલ્દી ગર્ભપાત થઈ જાય છે કે ગર્ભાવસ્થા હોવાનો કોઈને ખ્યાલ પણ ન આવે. મિસકેરેજનો ભોગ ગમે તે મહિલા બની શકે છે. પછી ભલેને એ હાઈ પ્રકારની શ્રેણીમાં આવતી હોય કે નહીં! જો કે અમુક કારણોથી મિસકેરેજનું જોખમ વધી શકે છે.

પહેલું કારણ છે વધારે ઉંમર હોવી બીજુ કારણ છે વિટામિનની અછત. વજન ઓછુ કાં તો અધિક હોવુ ધૂમ્રપાન, હોર્મોનલ સમતોલનનો અભાવ, એસ.ટી.ડી અને ક્રૉનિક અવસ્થા.

સંકેત અને લક્ષણ શું છે?: મિસ કેરેજના સંકેત અને લક્ષણોમાં નીચે મુજબની અસરોને પણ સામેલ કરી શકાય છે.

- ખેંચાણ કે વેદના, પેટના નીચેના ભાગમાં કે પીઠમાં અસહ્ય પીડા પણ થઈ શકે છે.

- પીરિયડની જેમ યોનિમાંથી ભારે રક્તસ્રાવ.
- ત્રણેક દિવસ પછી રક્ત સ્રાવ બંધ થઈ જાય માત્ર સાધારણ લોહીના ધાબા પડે.
- ગર્ભાવસ્થાના લક્ષણ (ચિહન) પૂરા થવા.

<u>આપ અને ડૉક્ટર શું કરી શકો છો? :-</u> દરેક રક્તસ્રાવનોન મતલબ એ નથી કે આપને મિસકેરેજ થયું છે. બીજી અનેક એવી સ્થિતિઓ છે જેનાં લોહી જોવા મળી શકે છે. કોઈવાર લોહી વહેતું જોવાં મળે તો મોડું ન કરો. તરતજ ડૉક્ટરને મળો. તેઓ અલ્ટ્રાસાઉન્ડનાથી એનુ નિદાન કરશે. જો ગર્ભાવસ્થાના લક્ષણ હશે તો આપને થોડાં સમય માટેનો બેડરેસ્ટ લેવા માટે ડૉક્ટર કહેશે. જો ગર્ભાવસ્થાની કજુ શરૂઆત છે તો હોર્મોનના સ્તરની સતત ચકાસણી શરૂ થશે. તેમને સારવારથી રક્તસ્રાવ બંધ થઈ જશે.

જો ડૉક્ટરને લાગે કે ગર્ભાશયનું મુખ ખલ્લું છે કાં તો ભ્રૂણના હૃદયના ધબકારા નથી વર્તાતા તો એને મિસકેરેજ માની લેવામાં આવશે અને દઊર્ભાગ્યવશ એના બચાવનો કોઈ ઉપાય હોતો નથી.

મિસ કેરેજના પ્રકાર

જો કે આપ એનો ભોગ બની ચૂકેલી છે તો આપને નીચેના અન્ય નામથી શું ફરક પડવાનો છે? આપ તો આપના શિશુને ગુમાવી ચૂકી છો તેમ છતાં આપને એની જાણકારી હશે તો હવે પછીની સુવાવડમાં ઉપયોગી બનશે.

<u>કેમિકલ પ્રેગનેન્સી :</u> જયારે ગર્ભ ફર્ટીલાઈઝ થવા છતાં ગર્ભાશયમાં ઈમ્પલાન્ટ થઈ શકતું નથી. ત્યારે પણ આ પ્રકારની પ્રેગનેન્સી થઈ શકે છે. આમાં મહિલાનો માસિકધર્મ ચાલુ નથી હોતાં અને એની તપાસ પણ પોજીટિવ આવે છે. આમાં પ્રેગનેન્સી હોર્મોન પણ જોવા મળે છે પરંતુ અલ્ટ્રાસાઉન્ડથી જાણ થાય છે કે કોઈ પ્લેસેંટા તો છે જ નહીં.

<u>બ્લાઈટેડ ઓવમ :</u> આ સ્થિતિમાં ફર્ટીલાઈઝડ એગ યુટેરસવોલથી જોડાણમાં આવે છે, પણ આમાં ભ્રૂણ નથી બની શકતુ. એટલે એમાં ખાલી ગેસ્ટેશનલ સૈક જ રહી જાય છે.

<u>મિસ-મિસકેરેજ :</u> ભ્રૂણ નિર્જીવ બની ગયા પછી પણ ગર્ભાશયમાં જ હોય છે. એ લોહીથી સિંચાયેલું હોઈ તેમાંથી ભૂરા રંગનો સ્રાવ ગર્ભાશયમાંથી થયા કરે છે .આમાં પણ અલ્ટ્રાસાઉન્ડ દ્વારા જ સાચી સ્થિતિ જાણી શકાય છે.

<u>ઈનકમ્પલીટ મિસકેરેજ :</u> જયારે પ્લેસેંટાની અમુક માંસપેશીઓ ગર્ભાશયમાં રહે છે ત્યારે અમુક યોનિના રક્તસ્રાવની સાથે બહાર આવી જાય છે.અલ્ટ્રા સાઉન્ડમાં પ્રેગનેન્સીના અંશોને જોઈ શકાય છે.

<u>થ્રેટનડ મિસકેરેજ :</u> જયારે યોનિમાંથી રક્ત સ્રાવ છતાં સાર્વિક્સ બંધ રહે છે. હૃદયગતિની જાણ થયા કરે છે ત્યારે અમુક આવા કિસ્સાઓમાં પ્રાય ગર્ભાવસ્થા સામાન્ય બની જતી પણ જોવા મળે છે.

આપ જાણવા માંગશો

સામાન્ય ગર્ભાવસ્થામાં વ્યાયામ, સેક્સ ભારે સામાન ઉપાડવો, ભાવનાત્મક તણાવ, પડી જવાનો ડર કે પેટ પર વજન ભાર લાગવાથી આ તમામ કારણોથી મિસકેરેજ નથી થતું. મોર્નિંગ સિકનેસથી પણ થતું નથી. જો એકવાર મિસકેરેજ થઈ પણ જાય તો એ પછીની બીજી ગર્ભાવસ્થામાં જોખમ રહેતું નથી. એ ગર્ભાવસ્થા સામાન્ય જ હોય છે.

આપ શીખવા ઈચ્છશો ?

ઘણીવાર સ્વસ્થ ગર્ભાવસ્થામાં પણ અલ્ટ્રાસાઉન્ડથી શિશુની હૃદયગતિની જાણ થવામાં એટલે કે હૃદયના ધબકારા ગણવામાં વાર લાગે છે. જો સર્વિક્સ બંધ છે અને સાધારણ લોહીના ડાઘા દેખાય છે, જે અલ્ટ્રાસાઉન્ડમાં ધાબા જેવાં જણાય છે, એને વળી મોનોગ્રાફથી સાફ અને સ્પષ્ટ રીતે જોઈ શકાય છે. આમાં આપના એચજીસીનું સ્તર પણ ધ્યાનમાં રાખવામાં આવે છે.

જો અગાઉ આપનું મિસકેરેજ થયેલ છે તો...

જો કે અર્લી મિસકેરેજમાં ભ્રૂણ સામાન્ય જીવન જીવવા લાયક નથી હોતું, પરંતુ મા-બાપ માટે આ કોઈ કારમાં આઘાતથી ઓછી દુઃખદ ઘટના નથી હોતી. આ એક કુદરતી પ્રક્રીયા છે,જેમાં જીવવા લાયક ન હોય એવું ભ્રૂણ જાતે જ નાશ પામે છે.

જો કે એથી માની વેદનાનો પાર રહેતો નથી માની સ્થિતિ કફોડી બને છે. ભલે આમાં આપની કોઈ ભૂલ નથી હોતી, તેમ છતાં પેટના જણ્યાને જગતમાં લાવતા પહેલા જ એનાથી વિમુખ થવાનું દુઃખ એક જનેતા સ્ત્રી જ સમજી શકે છે. આપે એ પીડામાંથી બહાર આવવાનું છે. આપની તબિયતની સંભાળ રાખવાની છે. પ્રકરણ - ૨૩ માં દર્શાવેલાં ઉપાયો પર અમલ કરો.

અમુમક મહિલાઓને ગર્ભપાત પછી ફરીથી પ્રેગનેન્ટ ઝડપથી બનવાનું ઘેલુ લાગે છે. આ ઘેલછા પહેલા ડૉક્ટરની સલાહ અગત્યની છે દરેક મહિલાઓને વારંવાર ગર્ભપાત નથી થઈ જતાં એટલે આપ ફરીથી ગર્ભસ્થ થવાની છે હવે પછી આપ પૂરી ગર્ભાવસ્થા ભોગવો અને સુંદર બાળકને જન્મ આપો એવુ પણ બની શકે છે.

કસુવાવડના કારણ કોઈપણ હોય ડૉક્ટર ગર્ભધારણ માટે બે-ત્રણ મહિના રોકાઈ જવાની સલાહ પણ આપે છે. ઘણાં કહે છે કે શરીરને એની મરજી મુજબ ચાલવા દો.ત્યાં સુધી આપ વિશ્વાસપાત્ર ગર્ભનિરોધક સાધનનો કે ગોળીઓનો ઉપયોગ કરો. ડૉક્ટરે સૂચવેલુ સમયગાળા દરમિયાન શરીર પણ આરામ મેળવશે. શરીરમાં આવેલી નબળાઈ દૂર થશે અને નવી તાકાત જોમ અને તાજગી ઉભરાશે. તબિયત લીલીછમ બની જશે.

જો આ રીતની કાળજી રાખશો તો ફરીવાર આપ અચૂક મા બનશો. આમાં કસુવાવડએ વાતનો પણ પૂરાવો છે કે આપમાં મા બનવાની સંપૂર્ણ ક્ષમતા છે. એવા વહેમમાં ન જીવશો કે બીજી સુવાવડ પણ કસુવાવડ બની તો...! નિરાશાવાદી વિચારથી કોઈ લાભ નથી. આશાવાદી બનો. દ્રઢમનોબળ અને દ્રઢઈચ્છા શક્તિથી આપ જરૂર મા બનશો.

આમ સંશોધન પણ સુચવે છે કે મિસકેરેજ પછી મહિલાઓ પોતાની નોર્મલ ડિલીવરીને જીતી શકી છે અને શિશુઓને જન્મ પણ આપી શકી છે.

જો વળ-આમળના લીધે દર્દ વધી ગયું હોય તો ડૉક્ટર કોઈ દર્દનાશક દવા આપશે. આપની સાચી સ્થિતિ કહેવામાં શરમ-સંકોચ ન રાખશો.

શું આનાથી બચાવ થઈ શકે છે ? : આવુ ભ્રૂણની વિકૃતિના કારણે થાય છે, જેથી એનો કોઈ ઉપાય થઈ શકતો નથી. જો કે જોખમને ઘટાડવા માટે નીચે મુજબના પગલા ભરી શકાય છે.

- ગર્ભધારણ પહેલા ક્રોનિક અવસ્થા પર અંકુશ મેળવો.
- ફોલિક એસિડ અને વિટામીન બીની દવા લો. સંશોધનોથી જાણવા મળ્યું છે કે અનેક મહિલાઓને આ જ કારણે ગર્ભાવસ્થામાં મુશ્કેલીઓ ભોગવવી પડે છે, પણ યોગ્ય દવાઓ નિયમિત લેવાથી એમની ગર્ભાવસ્થા સામાન્ય બની જાય છે.
- ગર્ભધારણ પહેલા આપના વજનને સપ્રમાણ રાખવાની કાળજી રાખો. વધારે વજન અને પ્રમાણસરથી ઓછુ વજન પણ ગર્ભાવસ્થાને અસર કરે છે.
- દારૂ અને ધુમ્રપાનનો સદંતર ત્યાગ કરો.
- દવા લેવામાં પણ કાળજી રાખો. કેવળ એવી જ દવાઓ લો, જેને ગર્ભાવસ્થા માટે બિલકુલ સલામત માનવામાં આવે છે.
- સંક્રમણથી બચવાના ઉપાય કરો.

જો બેથી વધારે મિસકેરેજના આપ ભોગ બનેલાં છો તો સહુથી પહેલાં એ માટેના સંજોગો અને કારણોને જાણવાની કોશિશ કરો, જેથી આગામી સુવાવડમાં આપની વધુ સારી રીતે કાળજી લઈ શકાય.

ક્સુવાવડની તબીબી વ્યૂહરચના

ઘણીવાર પહેલા ત્રૈમાસિકમાં જયારે ક્સુવાવડ પૂરેપૂરી રીતે નથી થતી ત્યારે પ્રેગનેન્સીનાં અંશ વચ્ચે જ રહી જતાં હોય છે. શિશુના હૃદયના ધબકારાની ખબર પડતી નથી અને રક્તસ્રાવ પણ થતો નથી. એનાં સંજોગોમાં આપના માટે એકજ ઉપાય રહે છે કે આપનું ગર્ભાશય ખાલી કરાવો.

એની જુદીજુદી પધ્ધતિઓ નીચે મુજબ છે.

<u>**એક્સપેક્ટેંટ મેનેજમેન્ટ :**</u> આપ ગર્ભાવસ્થામાં કુદરતી રીભે ભ્રૂણના અમુક અંશોનો નામ થાય ત્યાં સુધી રાહ જોઈ શકો છો. આમાં થોડાક દિવસોથી લઈને ઘણીવાર ત્રણ-ચાર સપ્તાહ જેટલો સમય લાગે છે.

<u>**દવાઓ :**</u> દવાઓનાં માધ્યમથી ભ્રૂણની માંસપેશીઓ અને પ્લેસેંટાને કાઢવાની કોશિશ થાય છે. રક્તસ્રાવ થવામાં થોડાક દિવસનો વિલંબ થઈ શકે છે. આપવામાં આવેલી દરાઓથી આપને ઉલટીઓ થઈ શકે છે. જીવ મૂંઝાતો હોય તેવું પણ લાગે છે વળ-આમળ અને ડાયેરિયા પણ થઈ શકે છે.

<u>**સર્જરી :**</u> આ ઑપરેશનમાં ડીએન્ડસી પધ્ધતિ દ્વારા ડૉક્ટર નિરાંતે ગર્ભાશયનું મુખ ખોલે છે. તેઓ પ્રેગનેન્સીનાં અંશ બહાર કાઢી નાખે છે. એ પછી એક અઠવાડિયા સુધી રક્તસ્રાવ પજવે છે. એમાં સંક્રમણનો થોડોક ભય રહે છે.

આપ કેવી રીતે નક્કી કરશો કે આપે શું કરવું જોઈએ ? એવા આપના સવાલનો જવાબ નીચે મુજબ છે.

- ક્સુવાવડ કેટલા સમયમાં થઈ? મહિના, બે મહિનામાં કે ! જો હજુ પણ રક્તસ્રાવ અને વળ આમળ ચાલુ છે તો એનો મતલબ છે કે એમાં હજુ અમુક અંશ જીવંત છે. ઝડપી આવી સ્થિતિમાં ડીએન્ડસી જ એક માત્ર ઝડપી ઉપાય છે કાં તો લાંબા ગાળા માટે દવાઓ લઈ શકો છો.
- ગર્ભાવસ્થાને કેટલાં મહિના થયા છે? ને ભ્રૂણની માંસપેશીઓ વધારે છે તો ડીએન્ડસી અપરેશન કરવાનું જરૂરી બને છે, જેથી અંદરની પૂરેપૂરી સફાઈ થઈ શકે.
- આપની શારીરિક અને ભાવનાત્મક અવસ્થા કેવી છે? એને ધ્યાનમાં રાખીને જેતે નિર્ણય લેવાશે.
- જોખમ અને ફાયદો : ડીએન્ડસી ઑપરેશનથી સંક્રમણ થઈ શકે છે. જો કુદરતી રીતે ગર્ભાશય ખાલી થશે એવું માનીને બેદરકારી રખાઈ ગર્ભાશય ખાલી ન થયું અને બીજા ઈન્ફેકશન થયા તો! જેથી ડીએન્ડસી કરાવવું જ લાભદાયક છે.
- ડીએન્ડસી ઑપરેશન દ્વારા એ વાતની પણજાણ થાય છે કે ક્સુવાવડનું કારણ શું હતુ?
- પધ્ધતિ ગમે તે પણ હોય, કિન્તુ ક્સુવાવડથી દ્ુ:ખ તો જરૂર થાય છે.

લેટ મિસકેરેજ :

<u>**આ શું છે ?**</u> પહેલા ત્રૈમાસિક તથા ૨૦ મા સપ્તાહના અંતમાં થનારા મિસકેરેજને લેટ મિસકેરેજ કહેવાય છે. ૨૦ માં અઠવાડિયા પછી એને સ્ટિલબર્થ કહે છે. આ મિસકેરેજનો સંબંધ માની તબિયત સર્વિક્સ કે ગર્ભાશયની દશા, અમુક ખાસ દવાઓપ, ઝેરીતત્વો અને પ્લેસેંટાની તકલીફથી થાય છે.

<u>**એ કેટલું સામાન્ય છે ?**</u> ૧૦૦૦ માંથી એક ગર્ભાવસ્થામાં ક્સુવાવડ થાય છે.

ચિહ્ન અથવા લક્ષણ શું છે ? પહેલા ત્રૈમાસિક પછી ઘણા દિવસો સુધી પજવતો ગુલાબી અને ભૂરા રંગનો સ્રાવ ક્સુવાવડનો સંકેત હોઈ શકે છે. જો ભારે રક્તસ્રાવની સાથે આંચકી ચૂંક હોય તો શંકાને સ્થાન નથી. ક્સુવાવડ બિલકુલ સ્પષ્ટ છે. જો કે પ્લેસેંટા પ્રવીવિયા, પ્લેસેંટા એબરપ્શન, પ્રીમેસ્યોર લેબર અથવા યૂટેરાઈન લાઈનિંગમાં ટિયરનાં કારણે પણ રક્તસ્રાવ થઈ શકે છે.

<u>**આપ અથવા ડૉક્ટર શું કરી શકો છો? :**</u> આવા કોઈપણ સ્રાવને જોતાં જ ડૉક્ટર પાસે પહોંચી જાવ. તેઓ રક્તસ્રાવ શાના કારણે છે તે જાણવા માટે અલ્ટ્રાસાઉન્ડ કરશે અથવા તો ગર્ભાશયના મુખની

તપાસ કરશે. પછી બેડ રેસ્ટની સલાહ આપશે. બે સ્રાવ રોકાઈ જાય તો તેનો મતલબ છે કે આ મિસકેરેજ ન હતું. ઘણીવાર આંતરિક તપાસ અથવા તો સંભોગના લીધે પણ આવું થઈ જતું હોય છે. એનો અર્થ એ છે કે આપ રોજિંદા કામકાજો કરી શકો છો. જો કોઈ દર્દ અથવા સ્ત્રાવ વિના ગર્ભાશયનું મુખ ખુલી રહ્યું છે તો એને ઈન કંપીટેન્ટ સર્વિક્સનો કેસ ગણવામાં આવશે. આમાં એને સ્ટિચ કરીને લેટ મિસકેરેજને રોકી શકાય છે પણ જો ખૂબજ રક્તસ્રાવ સાથે આંચકી ચૂંકનું પ્રમાણ વધુ છે તો એ મિસકેરેજ છે. આમાં ડૉક્ટર કશું જ નહીં કરી શકે. એમાં ડૉક્ટર આપની ડીએન્ડસી કરશે, જેથી ગર્ભાવસ્થાનો કોઈપણ સડો ગર્ભાશયમાં રહી ન જાય.

શું એને રોકી શકાય છે? : જો એની શરૂઆત થઈ ગઈ હોય તો ક્સુવાવડને રોકવી અશકય છે. જો અગાઉ પણ ક્સુવાવડના ભોગ બન્યા હોય તો બીજીવાર એનાંથી બચવાના કારણોનું સંશોધન કરીને ડૉક્ટરો એને રોકી શકે છે. માનો કે અગાઉની ક્સુવાવડ ઈનકંપીટેંટના લીધે થઈ હોય તો એને રોકવાના ઉપાય કરી શકાશે. વળી જો એ હાઈપરટેન્શન, ડાયાબિટિશ અથવા તો થાઈરૉઈડ જેવી ક્રૉનિક અવસ્થા (જૂના રોગથી ગ્રસ્ત)ના લીધે થઈ હતી તો તેને ગર્ભધારણ પહેલાં જ રોકવાના પ્રયત્નો થશે. ગંભીર સંક્રમણનો ઈલાજ પણ થઈ શકે છે. સર્જરી દ્વારા ગર્ભાશયનાં બગડેલા આકારને પણ સુધારી શકાય છે. એન્ટીબૉડીઝના લીધે એસ્પ્રિન અથવા હિપેરિનના હળવા ડોઝ આપી શકાય છે. આ રીતની સારવારથી ક્સુવાવડને નિવારી શકાય છે.

મિસ કેરેઝનું પુનરાવર્તન

જો કે એકવાર મિસકેરેજનો ભોગ બન્યા તેનો મતલબ એવો નથી કે બીજીવાર પણ આપની સાથે એવું જ થશે, પરંતુ માનો કે આપને અનેકવાર ક્સુવાવડ થઈ છે તો એનાં કારણો પણ હશે ને! એનાં માટે મેડિકલ ટેસ્ટ-તપાસ જરૂરી છે. હવે તો એવાં અનેક ટેસ્ટ પણ થાય છે, જેનાંથી ક્સુવાવડના કારણોની જાણ થઈ શકે છે. પતિ-પત્નીની પણ તપાસ થઈ શકે છે. અલ્ટ્રાસાઉન્ડ, એમઆઈઆઈ અથવા સી.ટી. સ્કેનની મદદથી ઘણા પ્રકારના અસાધારણ ખાસ તત્વોની જાણકારી મળી શકે છે. આ રીતે કારણ જાણ્યા પછી ડૉક્ટરને સારવારનાં વિકલ્પો પૂછો. ઘણીવાર ઈલાજમાં સર્જરી કરવી પડે છે.

થાઈરૉઈડની દવા અથવા વિટામનની દવાથી પણ લાભ થઈ શકે છે. આવી સારવારમાં હોર્મોન ટ્રીટમેન્ટની મદદ પણ મળે છે.આપને ભલે બે-ત્રણવાર ક્સુવાવડ થઈ હોય પણ પધ્ધતિસરની સારવારથી હવે તેમાંથી ઉગરી શકો છો અને આપ નિરોગી બાળકને જન્મ પણ આપી શકો છો. આવી સારવારમાં પરિવારના સાથ-સહકારની પણ જરૂર પડે છે. આપ બંનેએ હળીમળીને આવી સારવારમાં રસ ધરાવવા પડશે. કેમ કે આ પ્રક્રિયામાં તમે બંને ભાગીદાર છો.

ઈક્ટોપિક પ્રેગનેન્સી

આ શું છે? : આ સુવાવડને ટયૂવલ પ્રેગનેન્સી પણ કહે છે. આમાં ભ્રૂણ ગર્ભાશયમાં અંકુરિત થવાના બદલે ફેલોપિયન ટયૂબમાં અંકુરિત થવા માંડે છે અથવા સર્વિક્સ, ઓવરી અથવા તો પેટમાં પણ ઉછરી શકે છે. આપણી કમનસીબી એ છે કે એને વ્યવસ્થિત કરવાની કોઈ તબીબી તરકીબો નથી. માત્ર એટલુંજ કરી શકાય છે કે પાંચ સપ્તાહમાં જ અલ્ટ્રા સાઉન્ડની મદદથી તેની સ્થિતિ જાણી શકાય છે, પણ સ્થિતિને બદલી શકાતી નથી, પરંતુ પહેલેથી જ એની બગડેલી સ્થિતિની જાણ ન હોઈ ફર્ટીલાઈઝડ એગ ફેલોપિયન ટયૂબમાં જ ઉછરતાં રહે છે.અથવા તો ગર્ભાશયને નકામુ કરી દે છે.જો આની સારવાર ન થાય તો આંતરિક સ્રાવ અથવા આઘાત જીવલેણ બની શકે છે.જો કે સર્જરી દવાથી તાત્કાલિક રાહત થઈ શકે છે, જેના કારણે મહિલા બીજીવાર મા બનવાની સ્થિતિમાં રહી શકે છે.

આ કેટલું સામાન્ય છે ? લગભગ બે ટકા ગર્ભાવસ્થાઓ (સામાન્ય) એવી હોય છે. આવાં કિસ્સાઓમાં એવી મહિલાઓને ઉમેરી શકાય છે, જેમને એન્ડો મૈટ્રુઓસિસ, પેલ્વિક ઈન્કલાઈમેટ્રી જેવાં રોગ અથવા ટયૂબલ જેવી સર્જરીનું જોખમ

હોય! જેમાં મહિલાઓ આઈયુડી લગાવેલ હોવા છતાં ગર્ભવતી બની જાય છે. એસટીડી નામના રોગનો ભોગ બને છે. અથવા ધૂમ્રપાન કરે છે. જો કે આ જકાલના (લગાડવામાં આવતાં) આઈયુડીમાં કોઈ જોખમ હોતું નથી.

ઈક્ટોપિક પ્રેગનેન્સી

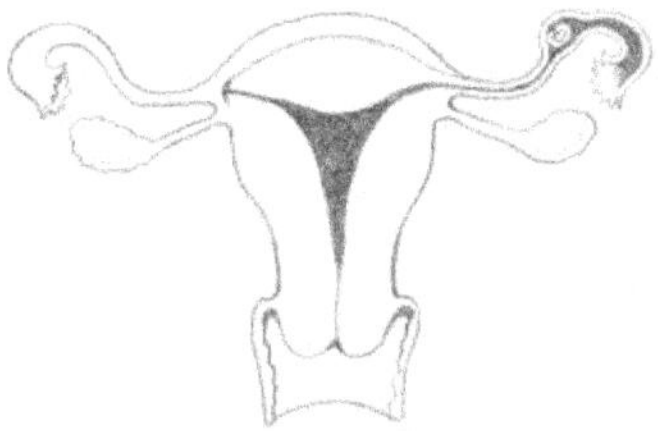

આ પ્રેગનેન્સીમાં ફર્ટીલાઈજડ એગ ગર્ભાશયનાં બદલે કયાંક બીજે ઈમ્પલાન્ટ થઈ જાય છે. ઉપરોકત ચિત્રમાં એગ ફૈલોપિયન ટયૂબમાં અંકુરિત થયેલ છે.

ચિહ્ન અથવા લક્ષણ કેવાં છે? : એના સંકેત અથવા લક્ષણ નીચે મુજબ છે.

- પેટના નીચેના અને છીંક લેવાથી વેદના વધી જાય છે.
- અસામાન્ય રક્તસ્ત્રાવ એટલે કે વધુ રક્તસ્ત્રાવ.
- જો એની જાણ ન થાય અને ફૈલોપિયન ટયૂબ ફાટી જાય તો.
- જીવ ગભરાવવો, અકળામણ થવી, ઉલ્ટી થવી.
- નબળાઈ.
- નીંદર આવવી અથવા બેહોશ-બેભાન, મૂર્છા
- પેટના નીચેના ભાગમાં સખત દુઃખાવો.
- ગુદા પર દબાણ.
- ખભાઓમાં દર્દ.
- યોનિમાંથી રક્તસ્ત્રાવ.

આપ અથવા આપના ડૉક્ટર શું કરી શકે છે?

ગર્ભાવસ્થાની શરૂઆતમાં સાધારણ વળ-આમળ એટલે કે આંચકી ચૂંક અથવા સ્ત્રાવથી કોઈ જોખમ નથી, પરંતુ આપ ડૉક્ટરને જરૂર બતાવો. જો ઈકટોપિક પ્રેગનેન્સીનું કોઈ લક્ષણ જણાય તો ડૉક્ટરને બતાવવામાં મોડુ ન કરો. જો એની શરૂઆત થઈ ગઈ હશે તો તેનો અગાઉ જણાવ્યું તેમ કોઈ તબીબી તરકીબ-ઈલાજ નથી. આપે માત્ર દવા લેવી પડશે અથવા તો સર્જરી કરાવવી પડશે. અમુકવાર એવાં પણ કેસો જોવા મળ્યા છે, જેમાં ઑપરેશનની જરૂર પડતી નથી. ટયૂબમાં ગર્ભનો કોઈ અંશ ન રહી જાય તે માટે એચસીજીનું સ્તર તપાસવા માટે એક ટેસ્ટ થાય છે. એનાંથી ખબર પડે છે કે ટયૂબલ પ્રેગનેન્સી ખતમ થઈ ગઈ છે કે નહીં?

આપ જાણવા માગશો...

પેટના નીચેના ભાગમાં સામાન્ય આંચકી અથવા તો ચૂંક ઈમ્પલાન્ટેશનના લીધે છે લિગામેન્ટના ખેંચાણનો મતલબ એ નથી કે આપને ઈકટોપિક પ્રેગનેન્સી છે.

સબ કોરિઓનિક બ્લીડ

આ છે શું? આને સબ કોરિઓનિક ટીમાટોમા પણ કહે છે. એમાં યૂટેરાઈન લાઈનિુગ અથવા કોરિયનના વચ્ચે અથવા પ્લેસેંટાની નીચે લોહી જામી જાય છે. જો કે આવા કેસોમાં પણ મોટાભાગની મહિલાઓ સ્વસ્થ શિશુઓને જન્મ આપે છે, પરંતુ પ્લેસેંટાની નીચે લોહી જામી જવાના કારણે ઘણી જાતની સમસ્યાઓ ઉદ્ભવી શકે છે.

આ કેટલું સામાન્ય છે? લગભગ એક ટકા કિસ્સાઓમાં એવું બને છે. પહેલા ત્રૈમાસિકમાં થનારા રક્તસ્ત્રાવમાં ૨૦ ટકા કેસો આવાં જ હોય છે.

એનાં ચિહન અથવા લક્ષણ શું છે? પહેલાં ત્રૈમાસિકમાં રક્તસ્ત્રાવ એનું લક્ષણ હોઈ શકે છે,પરંતુ અમુકવાર તો કોઈપણ ચિહનો વિના પણ રૂટીનના અલ્ટ્રાસાઉન્ડ દ્વારા જાણ થઈ જાય છે.

આપ જાણવા માંગશો

બસ કોરિઓનિક રક્તસ્ત્રાવથી બાળકને હાનિ થતી નથી. આ ટીમાટોના આપો આપ જ મટી જાય છે.

આપ અથવા આપના ડૉક્ટર શું કરી શકો છો ?

જો આવો કોઈ રક્તસ્રાવ થતો હોય તો ડૉક્ટરને બોલાવો. તેઓ તપાસશે કે શાના લીધે અને કઈ જગ્યાએથી રક્તસ્રાવ થઈ રહ્યો છે.

હાઈપર મેસિસ ગ્રેવીડેરમ

આ શું છે ? આ રોગ મોર્નિંગ સિકનેસને મળતો, એનાં જેવા લક્ષણોવાળો છે, પરંતુ આમાં સ્થિતિ મોર્નિંગ સિકનેસ રક્તાં વધારે ગંભીર હોય છે. આ રોગ ૧૨ થી ૧૬ સપ્તાહ વચ્ચે થાય છે, જો કે આ સંપૂર્ણ ગર્ભાવસ્થા સુધી પીછો છોડતો નથી. આના લીધે વજન ઘટે છે. શરીરકૃશ બને છે અને ડીહાઈડ્રેશન થઈ શકે છે. આ રોગમાં હૉસ્પિટલમાંથી આઈવીફ્લ્યૂડ અથવા એન્ટીનાજિયા નામની દવા લેવી પડે છે. કેમ કે ઉલટી અથવા જીવ ગભરાવો જેવાં લક્ષણ આ કેસમાં ઘણાં તીવ્ર હોય છે. આના નિવારણ પછી આપનું શિશુ સલામત બની શકે છે.

આ રોગ કેટલો સામાન્ય હોય છે? આવા ૨૦૦ કેસો હોતા નથી, પણ ૨૦૦ માંથી એકાદ કેસમાં આ રોગ જોવા મળે છે. પહેલીવાર મા બનનાર મહિલાઓમાં આ રોગની તકલીફ વધારે જોવા મળે છે. તદઉપરાંત નાની ઉંમર, અધિક વય, મલ્ટીપલ ગર્ભાવસ્થાવાળી મહિલાઓ અથવા વળી એવી મહિલાઓમાં આ રોગની તકલીફ વધારે જોવા મળે છે. તદઉપરાંત નાની ઉંમર, અધિક વય,મલ્ટીપલ ગર્ભાવસ્થાવાળી મહિલાઓ અથવા વળી એવી મહિલાઓમાં વધારે જોવા મળે છે, જેમને અગાઉની સુવાવડમાં પણ આવી સ્થિતિમાંથી પસાર થવું પડયું હોય! ભાવનાત્મક તણાવથી એનું જોખમ ઓર વધી શકે છે. એન્ડો ફાઈનનું અસમતોલપણું અથવા વિટામીન બીની અછત પણ એનું એક કારણ બની શકે છે.

આમાં સંકેત અથવા ચિહન કેવાં છે ?

- ખૂબ વધારે જીવ અકળાવો અથવા ઉલટીઓ થવી.
- કોઈપણ ખાદ્ય પદાર્થનું પાન ન થવું.
- ડી હાઈડ્રેશનના લક્ષણ.
- ૫ ટકા વજનમાં ઓછપ.
- ઉલ્ટીઓમાં લોહી ભળવું.
- આપ અથવા ડૉક્ટર શું કરી શકો છો?

તમે અને ડૉક્ટર શું કરી શકો છો ? : જો લક્ષણ અત્યાધિક નથી તો મોર્નીંગ સિકનેસના ઉપચારની જેમ ઘરગથ્થુ ઉપાય કરી શકાય છે, જેમકે આદુ,એક્યૂપંચર અથવા એક્યૂપ્રેસરથી લાભ ન થાય તો ડૉક્ટરની દવા લો. દવા લીધે પછી પણ રાહત ન મળે અને આપનું વજન ઝડપથી ઘટી રહેલું જણાય તો આપે હૉસ્પિટલમાં દાખલ થઈને સારવાર કરાવવી જોઈએ .ત્યાં આપને એન્ટીનોજિમા નામની દવા અપાશે. સારવાર દરમિયાન આપે ખાવા-પીવામાં કાળજી રાખવી પડશે. જેમકે ખૂબજ મસાલાદાર,તળેલું, ભારે ભોજન લેવું નહીં. તેનાં બદલે પૂરતાં પ્રમાણમાં પ્રવાહી ખાદ્ય-પદાર્થ લો. એક સામટું પેટ ભરીને ન ખાવ પણ એટલાં જ ભોજનને અમુક હિસ્સામાં વહેંચીને બબ્બે-ત્રણ ત્રણ કલાકે ખાવ, પાણી પણ પુષ્કળ પીઓ.

આપ જાણવા ચાહશો

હાઈપરમોસિસના લીધે શિશુ પર કોઈ અસર થતી નથી અને એના આરોગ્ય પર પણ કોઈ માઠી અસર પડતી નથી.

ગેસ્ટેશનલ ડાયાબિટીસ

આ શું છે ? આ પ્રકારનો મધુપ્રમેહ ગર્ભાવસ્થામાં જ જોવા મળે છે. એનું કારણ એ છે કે શરીરમાં પૂરતાં પ્રમાણમાં ઈન્સ્યુલિન બનતું નથી. આ રોગ ગર્ભાવસ્થાના ૨૪ માં સપ્તાહથી શરૂ થઈને ૨૮ માં સપ્તાહ સુધીમાં ખાસ જોવા મળે છે. કારણ કે એ વખતે ગ્લૂકોજ સ્ક્રીનીંગના ટેસ્ટથી એની પરખ થઈ જાય છે અને તે ડિલીવરી સુધી પજવતો રહે છે.

મધુપ્રમેહ રોગમાં જે પ્રકારો છો, તેમાનાં કોઈપણ પ્રકાર ગર્ભધારણ પહેલાંથી જ સગર્ભા મહિલાઓમાં હોય છે, પણ જો તેને કંટ્રોલ કરાય તો મા અથવા ભ્રૂણને કોઈ હાનિ થતી નથી, પરંતુ જો માના લોહીમાં જરૂરથી વધારે શર્કસ ભળે તો એ પ્લેસેંટા સુધી પહોંચીને મા અને શિશુ એમ બંનેના માટે ઘાતક બની શકે છે.

અમુક કિસ્સાઓમાં ગર્ભસ્થ શિશુઓ જરૂરથી વધારે વિકાસ પામે છે. એ વખતે ગર્ભાવસ્થા અટપટી બની જાય છે. એમાં વળી પ્રીકલૈંપસિયા નામના રોગનો ડર ઉમેરાય છે. આમ મધુપ્રમેહનો યોગ્ય ઈલાજ ન થાય તો શિશુને જન્મ પછી કમળો,શ્વાસ લેવામાં તકલીફ અથવા લો બ્લડ સુગરના ઘટેલા સ્તરની સમસ્યાઓ પજવી શકે

છે. આમાં એવું પણ બનવાની શક્યતા છે કે બાળકને મોટાપાનહ્ય એટલે કે શરીર જાડુ થઈ જવાની અથવા તો ટાઈપ- ૨ ડાયાબિટીસના ભોગ બનવાની શક્યતા હેરાન કરી શકે છે.

આ રોગ કેટલો સામાન્ય છે ? ડાયાબિટીસ ૪ થી ૭ ટકા ગર્ભવતી મહિલાઓમાં જ જોવા મળ્યો છે. મોટાપાના લીધે આ રોગ જલ્દી એનાં પાશમાં લે છે.જો કુટુંબમાં પહેલેથી જ ડાયાબિટીસનો ઈતિહાસ રહ્યો હોય તો જી.ડી.નું જોખમ વધી જવાની શક્યતા છે.

એનાં ચિહ્ન અથવા લક્ષણ શું છે? આમ તો એના લક્ષણ સ્પષ્ટ હોતાં નથી.

- અચાનક તરસ લાગવી.
- વારંવાર પેશાબે જવું.
- થાક (ગર્ભાવસ્થાના થાકથી જરા જુદો)
- પેશરાબમાં શુગર (તપાસથી જાણ થશે)

આપ અથવા ડૉક્ટર શું કરી શકો છો?

૨૮ માં અઠવાડિયામાં આપના ગ્લૂકોઝનું સ્ક્રીનિંગ તપાસવાય છે. જો વધારે જરૂરી લાગે તો ત્રણ કલાકના ગ્લૂકોઝ ટોલરેન્સ નામનો ટેસ્ટ પણ કરી શકે છે. જો એ તપાસથી જી.ડી.ની જાણ થાય તો ડૉક્ટર આપને વિશેષ ડાયેટ અથવા વ્યાયામ માટે ભલામણ કરશે. આપે ઘરે જ ગ્લૂકોઝ મીટરથી આપના ગ્લૂકોઝના પ્રમાણને તપાસી રહેવું પડશે.

જો ડાયેટ અથવા કસરતથી બ્લડ શુગરનું પ્રમાણ જળવાઈ રહે તો ગર્ભાવસ્થાની જટીલાઓને દૂર કરી શકાય છે. આપે કાળજી પૂર્વક તબિયતનો ખ્યાલ રાખવો જરૂરી છે.

> **આપ જાણવા ઈચ્છશો**
>
> **જો ગેસ્ટેશનલ ડાયાબીટીસ કાબૂમાં રહે તો ચિંતાની કોઈ વાત નથી. આપની ગર્ભાવસ્થા સામાન્ય રહેશે અને શિશુને કોઈપણ જાતનું નુકશાન નહીં થાય.**

શું એનાથી બચાવ થઈ શકે છે ? ગર્ભાવસ્થા પહેલા અથવા તો એ દરમિયાન આપના વજનને પ્રમાણસર રાખો. ડાયાબિટીસને અનુકૂળ ઉમદા અને પૌષ્ટિક ભોજન લો. પોષક આહારની સાથે વ્યાયામ પણ વિસરાય નહીં તે જોજો. સવારના અનુકૂળતાએ આગળના પ્રકરણોમાં દર્શાવેલ ગર્ભાવસ્થાની કસરતો ખૂબજ લાભદાયી બનશે.

તદ્ઉપરાંત ફોલિક સીસુ નામના વિટામીનની દવા લો. આટલી કાળજી રાખશો તો ભવિષ્યમાં આપના બાળકને કદી ડાયાબિટીસ પજવશે નહીં.

હંમેશા યાદ રાખો કે ગર્ભાવસ્થામાં જી.ડી. થવાથી, ગર્ભાવસ્થા પછી ટાઈપ-૨ ડાયાબિટીસનું જોખમ વધી જાય છે, જેથી તેનાથી બચવા માટે આપનો ખોરાક પણ એને અનુકૂળ હોવો જોઈએ વજન પણ વધ-ઘટ થવું ન જોઈએ પણ જળવાયેલું હોવું જોઈએ.શિશુના જન્મ પછી પણ કસરત ચાલુ રાખો જેથી કોઈપણ ખતરાની ચિંતા ન રહે.

પ્રીક્લૈંપસિયા

આ શું છે ? આ ગર્ભાવસ્થામાં ૨૦ માં સપ્તાહ પછી જોવા મળતો રોગ છે. આ રોગમાં લોહીનું દબાણ ખૂબજ ઉંચુ જોવા મળે છે. જરૂર અથવા તો એમ કહી શકાય કે શરીર વધારે સૂજાઈ જાય છે. આ રોગમાં યુરીનમાં પ્રોટીન જવા લાગે છે. જો આનો સમયસર ઉપચાર ન થાય તો એ જોખમી બની શકે છે. આનાં કારણે ગર્ભાવસ્થાની અન્ય તકલીફો ગંભીર બની શકે છે.

> **આપ જાણવા ઈચ્છશો**
>
> **યોગ્ય સારવારથી પ્રીકલૈંપસિયા નામના રોગને મટાડી શકાય છે, જેથી ગર્ભવતી મહિલાનું દબાણ પણ સામાન્ય સ્તરનું બની રહે છે.**

આ રોગ કેટલો સામાન્ય છે ? લગભગ આઠ ટકા મહિલાઓમાં આ રોગ જોવા મળે છે. ૪૦ વર્ષથી મોટી વયની મહિલાઓ, મલ્ટીપલ શિશુઓની માતાઓ અથવા મધુપ્રમેહ અથવા લોહીના દબાણના રોગનો ભોગ બનેલી મહિલાઓને પ્રીકલૈપસિયાનેં જોખમ વધારે રહે છે. જો આપને અગાઉની ડિલીવરીમાં પહેલી સુવાવડમાં આ રોગે પજવ્યા હોય તો હાલની ગર્ભાવસ્થામાં એની શક્યતા વધુ છે.

એના સંકેત અથવા લક્ષણ કેવાં છે?

- આ રોગમાં નીચે મુજબના લક્ષણને ઉમેરી શકાય છે.
- હાથ અને પગમાં ગંભીર સોજા.
- ઘૂંટીઓનાં સોજા, જે ૧૨ કલાકના આરામ પછી પણ ઉતરતા નથી.
- ઓચિંતુ વજન વધવા માંડવું.

- માથાનો દુઃખાવો, જે દર્દનાશક દવાઓથી પણ દૂર ન થાય. રાહત ન મળે.
- પેટના ઉપરના ભાગમાં પીડા.
- આંખોમાં ઝાંખપ થવી.
- પેશાબમાં પ્રોટીન તત્વ જવું.
- હૃદયના ધબકારા વધી જવા.
- દુર્ગંધ મારતો પેશાબ થવો.
- કિડનીની કાર્યક્ષમતામાં અનિયમિતતા.
- રિલેક્સ રિએકશનમાં વધારો.

આપ અથવા આપના ડૉક્ટર શું કરી શકો છે?

આ રોગની શરૂઆતથી જ કાળજીપૂર્વકની તબીબી દેખરેખ જરૂરી છે. જો કુટુંબમાં આ રોગ વારસાગત ચાલ્યો આવતો હોય તો આપે વધારે સાવભેત રહેવાની જરૂર છે આપે વધારેમાં વધારે બેડરેસ્ટ લેવો જોઈએ. ઘરમાં પણ લોહીના દબાણની તપાસ ચાલુ રહેવી જોઈએ. જો હાલત વધારે કફોડી બને તો ત્રણ દિવસમાં આંતરિક ડિલીવરી કરવી પડે છે. જો કે ડૉક્ટર બને ત્યાં સુધી થોડાંક દિવસ દવાઓથી રોગને કંટ્રોલ કરવાની કોશિશ કરે છે, તેમ છતાં જોખમ જણાય તો આનો અંતિમ ઈલાજ ડિલીવરી જ છે. જો શિશુ ગર્ભમાં શારીરિક રીતે પરિપકવ થઈ ગયું હોય તોજ ડૉક્ટર ડિલીવરી કરાવે છે. ડિલીવરી પછી ૯૭ ટકા મહિલાઓનું લોહીનું દબાણ સામાન્ય થઈ જાય છે.

હાલમાં અનેક વૈજ્ઞાનિકો અથવા તો અભ્યાસુ સંશોધનકારો પેશાબ અને લોહીની તપાસના એવાં પ્રયોગો કરી રહ્યાં છે, જેનાંથી રોગની પહેલેથી જ જાણ થઈ શકે. જો આ પ્રયોગો સફળ થશે તો પ્રીકલૈંપસિયા નામના રોગને આસાનીથી નાથી શકાશે. ઈલાજમાં સરળતા થઈ શકશે.

શું એનાથી બચી શકાય છે? અધ્યાયનોથી જાણ થઈ છે કે આવા કેસોમાં એન્ટીકલોટીંગ દવાઓથી ફરક પડી શકે છે. આ ઉપરાંત ભરપૂર માત્રામાં પોષણ આહાર લેવામાં આવે, જેનાં એન્ટીઓક્સીડેન્ટ, મેગ્નેશિયમ, વિટામીન તથા ખનીજ વગેરે તત્વો ભળેલા હોય! દાંતો સાથે સંકળાયેલી સારવાર પણ આમાં સામેલ છે.

પ્રીક્લૈંપસિયાનું કારણ

- કોઈ જેનેટિક સંબંધ, વારસાગત કારણોથી પણ પ્રીક્લૈંપસિયા થઈ શકે છે.
- લોહીની રગોમાં વિકૃતિ. રક્ત નલિકાઓના બગાડના કારણે પણ અમુક મહિલાઓ આ રોગનો ભોગ બને છે.
- જો ગર્ભવતી મહિલાને જડબાનો રોગ હોય તો એનાં ચેપના લીધે પણ આ રોગ જોવા મળે છે.જો કે એને નકકર પૂરાવાના આધારે ઓળખી શકાયો છે એમ કહી શકાતું નથી.
- ઘણીવાર માનું શરીર શિશુ અથવા તો પ્લેસેંટા માટે એલર્જિક બની જાય છે. એની રૂધિર કોશિકાઓને નુકશાન થાય છે.

હેલ્લપ સિંડ્રોમ

આ શું છે ? આ અવસ્થા વ્યક્તિગત રીતે અથવા પ્રીકલૈંપસિયાના સંયોજનથી છેલ્લા ત્રૈમાસિક એટલે કે નવા મહિને જોવા મળે છે. એમાં લાલ લોહીના કણોનું પ્રમાણ ઘટવા લાગે છે તથા લીવરના એન્ઝાઈમ વધી જાય છે. લોહીના કણો બની શકતાં નથી, જેથી લીવરની કાર્યક્ષમતા પર પણ માઠી અસર પડે છે.

આ સિંડ્રોમથી મા અથવા શિશુ કાં તો બંનેના જીવનું જોખમ થઈ શકે છે. જો સમયસર સારવાર ન લેવાઈ તો ગંભીર પ્રકારની તકલીફો જન્મી શકે છે. લીવરનાં ફેઈલ થવાની શક્યતા રહે છે.એનાં ત્રીજા ત્રૈમાસિકમાં સંકેત તથા લક્ષણ શું છે.

- એના નીચે મુજબના લક્ષણો જોવા મળે છે.
- જીવ ગભરાવવો.
- ઉલટી થવી.
- માથાનો દુઃખાવો.
- પેટના ઉપરના જમણા ભાગમાં દર્દ.
- વાયરલ જેવા ચેપનાં લક્ષણ.

રૂધિરની તપાસમાં લોહીના કણોની અછત જાણવા મળે છે. આવી અવસ્થામાં લીવર પણ જલ્દી નાશ પામ છે, તાત્કાલિક ડૉક્ટર પાસે જવું

જોઈએ.

એ કેટલું સામાન્ય છે : હેલ્લપસિંડ્રોમ પ્રીક્લૈંપસિયાની સાથે ૧૦ કેસોમાંથી એકમાં જોવા મળ છે અને નોર્મલ ડિલીવરીનાં (૫૦૦) પાંચસો કેસોમાંથી માંડ એકમાં જોવા મળે છે.

આપ અથવા આપના ડૉક્ટર શું કરી શકે છે? સહુથી યોગ્ય ઈલાજ છે શિશુની ડિલીવરી લક્ષણોની જાણ થતાં જ ડૉક્ટરને મળો. આપને ડૉક્ટર તપાસીને સ્ટીરોઈડ અથવા તો મેગ્નેશિયમ સલ્ફેટ આપશે.

શું એનાંથી બચી શકાય છે? જો પહેલા પણ આના આપ ભોગ બનેલા હોય તો મેડિકલ દેખરેખ ખૂબજ જરૂરી બને છે. કમનસીબીથી આ અવસ્થાથી બચાવનો કોઈ ઉપાય નથી.

ઈન્ટ્રાયૂટેરાઈન ગ્રોથ રિસટ્રિક્શન

આ શું છે ? આઈયુજીઆર એ શિશુ માટે વપરાય છે. કહેવાય છે, જે સામાન્ય શિશુઓની સરખામણીમાં નાનું હોય છે. જો શિશુનું વજન એના ગર્ભાશયથી ૧૦ ટકાથી પણ ઓછા વજનનું હોય તો આઈયુજીઆરની જાણ થાય છે. જો વજનનું પાતળુ અને નાનુ રહે છે.

આ કેટલું સામાન્ય છે ? આવી તકલીફ લગભગ ૬૦ ટકા ગર્ભાવસ્થામાં જોવા મળે છે. પહેલી, પાંચમી અથવા એનાં પછીની સુવાવડમાં ૧૭ થી ઓછી વયની અથવા એથી વધુ ઉંમરની મહિલાઓ અથવા પહેલા ઓછા વજનનાં બાળકને જન્મ આપી ચૂકેલી પ્રસૂતાઓ અથવા પ્લેસેંટા અથવા યૂટેરાઈનની અસમાનતાઓ હોય તેવી મહિલાઓમાં આ રોગ જોવા મળે છે. જો મહિલાનુ વજન પણ જન્મ વખતે ઓછુ હોય તો એને ઓછા વજન પણ જન્મ વખતે ઓછુ હોય તો એને ઓછા વજનવાળા બાળકના જન્મનું જોખમ વધી જાય છે. જો શિશુના પિતાનુ વજન પણ શિશુના જન્મ વખતે ઓછુ હશે તો જોખમ ઓર પણ વધી જાય છે.

> **આપ જાણવા માગશો**
>
> **એકવાર ઓછા વજનના બાળકને જન્મ આપનાર મા માટે બીજી સુવાવડમાં પણ એ વાતું જોખમ રહેલું છે. જો કે પહેલાં શિશુના વજન કરતાં બીજીવારમાં શિશુના વજનમાં સાધારણ ફરક જોવા મળે છે, જેથી આપે ખાસ કાળજી રાખવાની જરૂર છે.**

એના સંકેત અથવા લક્ષપણ શું છે ? ભ્રૂણની લંબાઈ-ઉંચાઈ માપતી વખતે ડૉક્ટરને ખબર પડે છે કે શિશુ પોતાની ગર્ભાવધિ (ગર્ભના પ્રમાણ મુજબ) ની તુલનામાં નાનુ (જણાય) છે. અલ્ટ્રાસાઉન્ડથી પણ ઓછા વજનના શિશુની ખબર પડી શકે છે.

આપ અથવા ડૉક્ટર શું કરી શકો છે?

જન્મના વજનથી જ શિશુને રોગમાંથી મુક્તિ મળ્યાની જાણ થાય છે. જો શિશુનુ વજન ઓછુ હશે તો એને અનેક પ્રકારના સંક્રમણ થઈ શકે છે, એથી જ આ સમસ્યાની પહેલેથી જાણ હોવી જરૂરી છે, જેથી શિશુના આરોગ્યનું ખાસ ધ્યાન રાખી શકાય. જો દરેક પ્રકારના પ્રયત્ન અથવા દવાઓનાં સેવન પરિપકવ થવા દઈને જ ડિલીવરી કરાવી દેવામાં આવે છે, જેથી એની ઉત્તમ રીતે દેખરેખ રાખી શકાય, સારવાર આપી શકાય.

શું એનાથી બચાવ થઈ શકે છે ?

બાળકને યોગ્ય પ્રમાણમાં પોષણ આપો. આપ ખોટી આદતો ત્યાગી દો. જેમકે ધૂમ્રપાન, મદિરાપાન, માદક દ્રવ્યોનું સેવન અથવા તો લોહીનું દબાણ વગેરે. આ રીતે પરેજી અથવા સારવાર ઉપરાંત પણ ઓછા વજનનું શિશુ પેદા થાય તો નિયોનેટલ નામની તબીબી દેખરેખ સારવારથી બાળકની હાલત સુધરી શકે છે.

આપ જાણવા ઈચ્છશો

જન્મતી વખતે ઓછા વજનવાળા જોવું શિશુઓ એક-બે વરસમાં જ અન્ય સામાન્ય શિશુઓ જેવું વજન મેળવી લે છે.

પ્લેસેંટા પ્રીવિયા

આ શું છે? આ અવસ્થામાં પ્લેસેંટા (ગર્ભાશય મુખને) અર્વિક્સને થોડું અથવા તો પુરેપૂરુ ઢાંકી દે છે. અર્લી પ્રેગેન્સીમાં પ્લેસેંટા નીચે જ હોય છે, પરંતુ જેમ જેમ ગર્ભાવસ્થાની સાથોસાથ ગર્ભાશયનો આકાર વધે છે તેમ તેમ પ્લેસેંટા સર્વિક્સ આગળથી હટી જાય છે. જો એ ત્યાંથી ન હટે અથવા સર્વિક્સને થોડુ ઢાંકી દે તો એ પાર્શિયલ પ્રીવીયા કહેવાય છે. જોએ વળી સર્વિક્સને પૂરેપુરૂં ઢાંકી દે તો એને ટોટલ પ્રીવિયા કહે છે.આ બંનેનાં લીધે શિશુનો જન્મ યોનિમાર્ગથી નથી થઈ શકતો. બાળક યોગ્ય ડિલીવરીની પોઝિશનમાં હોવા તાં. આવી સ્થિતિનાં કારણે ગર્ભાવસ્થાના અંતમાં અથવા ડિલીવરીના સમયે રક્તસ્ત્રાવ પણ થઈ શકે છે. પ્લેસેંટા ગર્ભાશયના મુખની પાસે જેટલું વધારે હશે, એટલો વધારે રક્તસ્ત્રાવ થઈ શકે છે.

આ કેટલું સાધારણ છે? : દર (૨૦૦) બસો ગર્ભાવસ્થાઓમાંથી એક કિસ્સો આ પ્રકારનો હોય છે. આવી તકલીફ મોટાભાગે ૨૦ વર્ષથી ઓછી અથવા તો ત્રીસ વર્ષથી મોટી વયની મહિલાઓમાં જોવા મળે છે. અથવા કાં તો એ મહિલાનું ડીએન્ડસી ઑપરેશન થયું હોય કાં તો સી-સેકશન થયું હોય! ધૂમ્રપાન અથવા જોડિયા બાળકોના જન્મથી પણ આવી જોખમ વધી જાય છે.

એનાં ચિહન અથવા લક્ષણ શું છે? આ પ્રીવિયા લક્ષણોથી ઓળખાતો નથી. બીજા ત્રૈમાસિક એટલે કે છ મહિનામાં થતાં અલ્ટ્રાસાઉન્ડથી એની જાણ થાય છે.ઘણીવાર ત્રીજા ત્રૈમાસિક એટલે કે નવમા મહિનામાં રક્તસ્ત્રાવ એનું એકમાત્ર લક્ષણ છે, જેનાં વહેણથી કોઈ પીડા થતી નથી.

આપ અથવા આપના ડૉક્ટર શું કરી શકે છે?

પ્લેસેંટા પ્રીવિયા

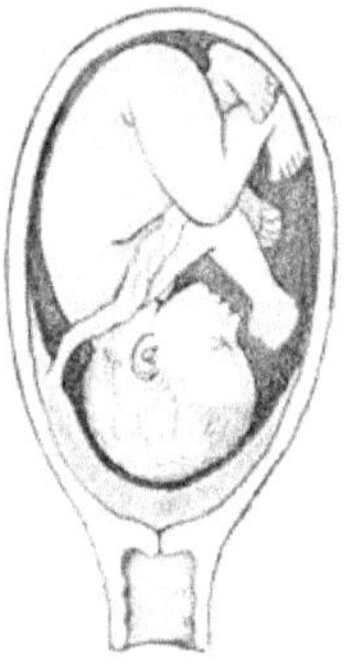

અહીં પ્લેસેંટાએ સર્વિક્સને (ગર્ભાશયના મુખને) પૂરેપૂરી રીતે ઢાંકી દીધુ છે,એટલે જનનેંદ્રિય માર્ગથી ડિલીવરી થવી સંભવ નથી.

આપે કશુંજ કરવાની જરૂર નથી. ત્રીજા ત્રૈમાસિક એટલે કે નવમા મહિના દરમિયાન પ્લેસેંટા પ્રીવિયાની અનેક બાબતોની મૂંઝવણો સ્વયંજઉકેલાઈ જાય છે. જો પ્રીવિયાની સાથે રક્સ્ત્રાવ ન હોય તો ઘણીવાર કોઈ ઈલાજની પણ જરૂર પડતી નથી. જો રક્તસ્ત્રાવ હોય તો બેડરેસ્ટની સલાહ મળશે. સેક્સ માટે મનાઈ હશે અને આપની વધારે સારી રીતે સારવાર થશે. જો આપની ડિલીવરી સમય પહેલાં થવાની આશંકા જણાઈ તો આપના શિશુના ફેફસાને મજબૂત કરવા માટે સ્ટીરોયડના ઈંજેકશન આપશે. ભલે આપને શિશુની ડિલીવરી સી સેકશનથી જ થશે.

પ્લેસેંટલ એબરપ્શન : જયારે પ્લેસેંટા ડિલીવરી પહેલાં, ગર્ભાવસ્થા દરમિયાન જ યૂટેરાઈન વોલથી જૂદું પડે છે અલગ થાય છે તો એને પ્લેસેંટલ એબરપ્શન કહે છે. જોએ વધારે પ્રમાણમાં નથી તો થોડીક સારવાર અને કાળજી રાખવાથી મા અને બાળકને વધારે જોખમ નથી

રહેતું. જો એ ગંભીર હોય તો શિશુ માટે ખતરો રહે છે. આનો મતલબ છે કે પ્લેસેંટા અલગ થયા પછી શિશુને ઓક્સિજન અને પોષણ નહીં મળે.

એ કેટલું સામાન્ય છે? સામાન્યતા એક ટકાથી પણ ઓછી ગર્ભાવસ્થામાં જોવા મળે છે. આ ખાસ કરીને ત્રીજા ત્રૈમાસિકમાં કે એની આ જુબાજુના સમયગાળામાં હોય છે. એ કોઈને પણ થઈ શકે છે, પરંતુ જે મહિલાઓને ત્યાં જોડિયા જન્મવાના હોય, બીજું કે અગાઉની ડિલીવરીમાં આવુ થયું હોય, ધૂમ્રપાન અથવા તો ગૈસ્ટેશનલ મધુપ્રમેહ રોગિષ્ટ મહિલાઓને આ ઉપરાંત પ્રીકલેંપસિયા અથવા લોહીના દબાણ વગેરે કારણોથી પી.એ. રોગના ભોગ બનાય છે.

એનું ચિહન અથવા લક્ષણ શું છે?

- ભારે અથવા ઓછો રક્તસ્રાવ.
- પેટના નીચેના ભાગમાં વળ-આમળ એટલે કે આંચકી ચૂંક.
- પીઠ અથવા પેટમાં દુઃખાવો.

આપ અથવા આપના ડૉક્ટર શું કરી શકો છો?

ગર્ભાવસ્થાની વચોવચ આવો કોઈ રક્તસ્રાવ અથવા પેટમાં આંચકી-ચૂંક જણાતાં જ ડૉક્ટરને જાણ કરો. દર્દીની મેડિકલ હિસ્ટ્રી, એની શારીરિક સ્થિતિ, સંકોચન અથવા શિશુની પ્રતિક્રિયા જોવા પછી જ કોઈ નિર્ણય લઈ શકાય છે. અલ્ટ્રાસાઉન્ડથી મદદ મળી શકે છે, પણ એમાં માત્ર ૨૫ ટકા એબ્રોપ્શન જ જાણી શકાય છે. જો પણ થઈ જાય કે પ્લેસેંટા સંપૂર્ણ રીતે અલગ નથી થયું તો આપને ફકત આરામની સલાહ મળશે.

જો રક્તસ્રાવ ચાલુ રહે તો આઈડી ફ્લ્યૂડ આપવું પડે. જો ડિલીવરી જલ્દી કરવાના સંજોગો ઊભા થાય તો સ્ટીરોયડના ઈંજેકશન લેવા પડે, જેથી શિશુના ફેફસા મજબૂત બની શકે. જો એબ્રોલિશન ચાલુ રહે તો પછી સી સેકશન જ આખરી ઉપાય છે.

કોરિયોએમનિઓનિટિસ

આ શું છે? આ એમ્નિયોટિક મૈમ્બ્રેન અથવા દ્રવ્યનું સંક્રમણ છે, જે હકીકતમાં શિશુની સુરક્ષા કરે છે. એ બેકટેરિયાના લીધે હોય છે. આને જ પ્રીમેચ્યોર ડિલીવરી અથવા મૈમ્બ્રેન કરવાનું કારણ માનવામાં આવે છે.

આ કેટલું સામાન્ય હોય છે? આ એકથી બે ટકા ગર્ભાવસ્થામાં હોય છે. મૈકબ્રેન જલ્દી ફાટી જાય પછી આ સંક્રમણનું જોખમ વધી શકે છે. કેમ કે જનનેન્દ્રિય માર્ગથી બેકટેરિયા ત્યાં પ્રવેશ કરી શકે છે. જે મહિલાઓને પ્રથમ ગર્ભાવસ્થામાં આવું સંક્રમણ થઈ ચૂક્યું છે એમને દ્વિતિય ગર્ભાવસ્થામાં પણ પુનરાવર્તન થવાની શક્યતાઓ વધી જાય છે.

આનાં સંકેત અથવા લક્ષણ શું છે? સંક્રમણની છે કે નહીં, તેની હયાતીની તપાસ માટે કોઈ સાદો ટેસ્ટ થતો નથી. તેનાં લક્ષણ નીચે મુજબ હોઈ શકે છે.

- તાવ.
- ગર્ભાશયમાં પીડા.
- શિશુ અથવા આપના હૃદયના ધબકારા વધવા.

> **આપ જાણવા ઈચ્છશો**
>
> **જો યોગ્ય સમયે કોરિમોએમનિઓનિટિસના સંક્રમણને ઓળખીને ઈલાજ થાય તો મા અને શિશુ બંને માટે જોખમ ટળી શકે છે.**

- મૅમ્બ્રેન ફાટવાથી એમ્નિયોનિક દ્રવ્યનું નીતરવું.
- મૅમ્બ્રેન ફાટ્યું ન હોય તે દરમિયાન દૂર્ગંધયુક્ત યોનિસ્રાવ.
- સફેદ રક્તકણોની સંખ્યા વધવી.

આપ અથવા આપના ડૉક્ટર શું કરી શકે છે?

કોઈપણ પ્રકારના દુર્ગંધ મારતાં સ્રાવની જાણ થતાં જ ડૉક્ટરને બતાવો, જેથી સંક્રમણ રોકવા માટે એન્ટીબાયોટિક્સ દવા આપી શકાય. ઝડપથી ડિલીવરી થશે. એ પછી પણ શિશુ અને આપને

એન્ટીબાયોટિક્સ અપાશે, જેથી આપને અને શિશુને બીજીવાર સંક્રમણ થઈ ન શકે.

ઓલિગોહાઈડ્રામનિઓસ

આ શું છે ? આ અવસ્થામાં શિશુની આ જુબાજુના એમ્નિયોટિક દ્રવ્યની અછત થાય છે. આવું વહેલુ પણ થઈ શકે છે. આમ તો આવી મહિલાઓની ગર્ભાવસ્થા નોર્મલ હોય છે બસ ફક્ત ગર્ભનાળના લીધે થોડી હેરાનગતી થઈ શકે છે.ઘણીવાર એના લીધે એવું પણ જાણવા મળે છે કે શિશુના ઉછેરમાં વિકાસમાં કોઈ ખામી છે.

એ કેટલું સામાન્ય છે ? લગભગ ચારથી આઠ ટકા ગર્ભવતી મહિલાઓમાં આ રોગ જોવા મળે છે.જો પ્રસૂતિની નક્કી કરેલી સંભવિત તારીખ વીતી જાય તો આવા કેસોની સંખ્યા બાર ટકા સુધી પહોંચી જાય છે.

એનાં સંકેત અથવા લક્ષણ શું છે ? માતામાં કોઈ લક્ષણ જોવા મળતાં નથી, પરંતે ગર્ભાવસ્થાનો આકાર સામાન્યથી નાનો જોવા મળે છે, ગર્ભાશયનો પૂર્ણ વિકાસ ન થવાના કારણે એમ્નિયોટિક દ્રવ્યની માત્રા પણ ઓછી હોય છે. અમુક કિસ્સાઓમાં તો શિશુનું હલન ચલન પણ થોડુ ઓછુ થતું જોવા મળ્યું છે.

આપ અથવા આપના ડૉક્ટર શું કરી શકે છે? આમાં સહુથી શ્રેષ્ઠ સારવાર પૂરતો આહાર છે. અત્યધિક પાણીનું સેવન પણ લાભદાયી છે. ડૉક્ટર એમ્નિયોટિક દ્રવ્યના પ્રમાણનું ધ્યાન રાખશે, જો તેમ છતાં ગૂંચવણ સારવારથી ન ઉકેલાય તો ડૉક્ટર ત્વરિત ડિલીવરી કરાવી શકે છે.

હાઈડ્રમનિઓસ

આ શું છે ? જ્યારે શિશુ ગર્ભાશયમાં હોય છે ત્યારે તેની આ જુબાજુ એમ્નિયોટિક દ્રવ્ય જે રક્ષણ કરતું હોય છે. તેનું પ્રમાણ વધી જાય ત્યારે હાઈડ્રમ નિઓસ કહેવાય છે. જો કે આવા વધેલા દ્રવ્ય સારવાર વિના આપોઆપ જ નિયમિત બની જાય છે, પણ જો એનો સતત વધારો થતો રહે તો એ શિશુ માટે જોખમી બની શકે છે, જેમકે સ્નાયુતંત્ર, ગેસ્ટેશનલ વિકૃતિ અથવા તો જન્મ લેવાની ક્ષમતામાં ઓછપનુ એ દ્રવ્ય સૂચક બની શકે છે. દ્રવ્યની વૃધ્ધિથી મૈમ્બ્રેનનું (કોથળી) જલદી ફાટવુ પ્રીટર્મ લેબર પ્લેસેંટલ એબારેપ્શન, બ્રીચ કાં તો ગર્ભનાળના પ્રોબ્લેમની શક્યતા વધી જાય છે.

આ કેટલું સામાન્ય છે ? આ હાઈડ્રમનિઓસ ચાર ટકા ગર્ભાવસ્થાઓમાં જોવા મળે છે. જો શિશુ જોડિયા હોય અથવા માતાને ડાયાબિટીસના રોગની યોગ્ય સારવાર મળી ન હોય તો એના ભોગ બનાય છે.

આના ચિહ્ન અથવા લક્ષણ શું છે ? એના અમુક ખાસ લક્ષણ નથી હોતા.

- શિશુના હલનચલનની ઝડપથી જાણ થતી નથી.
- ગર્ભાશયનો આકાર ખુબ જ વધી જાય છે.
- પેટના નીચેના ભાગમાં તકલીફ.
- અપચો.
- પગોના સોજા.
- શ્વાસ લેવામાં મુશ્કેલી.
- ગર્ભાશયનું સંકોચન (ખેંચાણ)

ડૉક્ટર દ્વારા આંતરિક તપાસ અથવા અલ્ટ્રાસાઉન્ડ દરમિયાન એની જાણ થઈ શકે છે.

આપ અથવા આપના ડૉક્ટર શું કરી શકે છે?

જ્યાં સુધી એમ્નિયોટિક દ્રવ્યનો ભરાવો વધારે જણાય,ગર્ભાશયમાં ખેંચાણ લાગે ત્યાં સુધી આપે સતત ડૉક્ટરી ટ્રીટમેન્ટ લેવી પડશે. જો દ્રવ્યનો ભરાવો ગંભીર રૂપ લે તો આપને એમ્નિયોસેંટેસિસ સારવાર કરાવવી પડશે. જો લેબર પહેલાં જ પાણીની થેલી (એમ્નિયોટિડ દ્રવ્ય જેમાં છે) ફાટી જાય ત્યારે સુવાવડમાં પાણી નીકળી ગયુ એમ કહેવાય છે પણ આવા સમયે તાત્કાલિક ડૉક્ટર પાસે પહોંચવુ જોઈએ. સુવાવડમાં સરળતા કરી આપતા આવા દ્રવ્યના વહી જવાથી ડિલીવરીમાં જોખમ ઉભુ થઈ શકે છે.

પ્રીટર્મ પ્રીમેચ્યોર રપ્ચર ઑફ મૈમ્બ્રેન

જો ૩૭ સપ્તાહ પહેલાં એટલે કે નવમા મહિના અગાઉ પાણીની થેલી (મૈમ્બ્રેન) ફાટી જાય તો એ ઘટનાને તબીબી ભાષામાં પીવીઆરઓ એમ કહે

છે. એનાં લીધે શિશુનો ડૉક્ટરે સૂચવેલી સંભાવિત તારીખ પહેલાં જન્મ થઈ જાય છે અથવા કરાવવામાં આવે છે.આવા કેસોમાં શિશુને કોઈપણ પ્રકારનું સંક્રમણ થઈ શકે છે.

આ કેટલું સામાન્ય છે ? આ ત્રણ ટકાથી પણ ઓછા કેસોમાં જોવા મળે છે. ધૂમ્રપાન કરનારી મહિલાઓ, એસટીડી રોગોથી ગ્રસ્ત મહિલાઓ, જનનેન્દ્રિયથી રક્તસ્ત્રાવ થવાનો રોગ અથવા તો પ્લેસેંટલ એબ્રૉપ્શનગ્રસ્ત મહિલાઓને એનું વધારે જોખમ રહે છે. જો જોડિયા શિશુઓ હોય અથવા બૈક્ટેરિયલ વૈજિનિઓસિસ હોય તો જોખમ ઓર વધી જાય છે.

આપ જાણવા ઈચ્છશો

જો પ્રીમેચ્યોર શિશુને આઈસીયૂમાં રાખવામાં આવે તો આપ થોડાં જ દિવસોમાં એક સુંદર, ગોળમટોળ અને તંદુરસ્ત નવજાત શિશુ સાથે આપના ઘરે પહોંચી શકશો.એનાં માટે તબીબી ક્ષેત્રનાં નિષ્ણાંત તબીબોનો અને અદ્યતન તબીબી ઉપકરણોનો જેટલો આભાર માનીએ એટલો ઓછો છે.

આપ જાણવા ઈચ્છશો

પીપીઆર ઓએમને યોગ્ય સમયે પરખવું પારખીને સારવાર કરવાથી મા અને શિશુનું આરોગ્ય જળવાય છે. શિશુનો સમય પહેલાં જન્મ થાય કે જન્મ કરાવવામાં આવે, તેમ છતાં એની જાળવણી માટે આઈસીયુમાં અદ્યતન સારવાર અપાય છે જેથી માતાઓ નિશ્ચિત બને છે.

એનાં સંકેત અથવા લક્ષણ શું છે ? યોનિમાંથી દ્રવ્યનો સ્ત્રાવ થાય છે. પેશાબ અને એમ્નિયોટિક દ્રવ્યમાં ફરક જાણવા માટે એને સૂંઘી જુઓ. પેશાબની વાસ એમોનિયા જેવી હશે. જો દ્રવ્ય સંક્રમતિ ન હોય તો એની વાસ વધારે ખરાબ હોતી નથી. જો આપને એ અંગે કોઈપણ જાતની શંકા-કુશંકા હોય તો ડૉક્ટરને બતાવવામાં વિલંબ ન કરશો.

આપ અથવા આપના ડૉક્ટર શું કરી શકે છે ?

જો ૩૪ સપ્તાહ વીતી ગયા એટલે કે આઠમા મહિલા ઉપર પંદર દિવસ વીતી ગયા પછી મૈમ્બ્રેન ફાટયું છે તો શિશુની ડિલીવરી કરાવી લેવાશે, પણ જો ડિલીવરી કરવી શક્ય નથી તો આપને હૉસ્પિટલમાં રખાશે અને સંક્રમણથી બચવા માટે આપને એન્ટીબાયોટિક્સ દવાઓ અપાશે. શિશુના ફેફસાં મજબૂત કરવા માટે સ્ટીરોયડ પણ અપાશે. જો શિશુ ડિલીવરી માટે ખૂબજ નાનુ છે તો આ પ્રક્રિયાને રોકવાની દવાઓ અપાશે.

એવું બધુ ઓછુ બને છે કે મૈમ્બ્રેન (દ્રવ્યની કોથળી) એની જાતે સરખી થઈ જાય અને દ્રવ્ય નીતરવાનું આપોઆપ બંધ થઈ જાય. જો એવું હશે તો આપને ઘરે જવાનું કહેવાશે. આપને થોડુંક ધ્યાન રાખવાનું સૂચન પણ મળશે.

શું આનાથી બચાવ થઈ શકે છે ?

જલ આપ પીપીઆરઓએમથી બચવા ઈચ્છો છો તો યોનિ સંક્રમણથી ચેતો અને સારવાર લો. કેમ કે એનાં કારણે આવું થાય છે.

પ્રીટર્મ અથવા પ્રીમેચ્યોર લેબર આમાં એવી પ્રસૂતી હોય છે, જે વીસમાં સપ્તાહ પછી, પરંતુ ૩૭ માં સપ્તાહ પહેલેથી શરૂ થતી હોય એને પ્રીટર્મ લેબર કહેવાય છે.

એ કેટલી સામાન્ય છે ? આ પ્રકારનં પ્રસવ સામાન્ય જ હોય છે, તેમાં સામાન્ય સમસ્યા હોય છે સમસ્યા પેદા કરતાં આ પ્રમાણેના કારણો હોય છે. ધૂમ્રપાન, દારૂનું સેવન, માદક દ્રવ્યોની આદત,ઓછુ વજન, અપૂરતો પૌષ્ટિક આહાર, દાંતના પેઢુનું સંક્રમણ, એસટીડી, લેકટેરિયલ, મુત્રાશય માર્ગ અથવા તો એમ્નિયોટિક દ્રવ્યનું સંક્રમણ, અક્ષમ સર્વિક્સ, યૂટેરાઈનની ગરબડ, માની લાંબી માંદગી, પ્લેસેંટલ એબ્રૉપ્શન અથવા પ્લેસેંટા પ્રીવિયાના લીધે પણ સુવાવડમાં જોખમ વધી જાય છે. ૧૭ થી ઓછી ઉંમરની અને ૩૫ થી અધિક વયની મહિલાઓ, મલ્ટીપલ શિશુઓની માતાઓ અને પ્રીમેચ્યોર ડિલીવરીનો ઈતિહાસ રચનારી મહિલાઓમાં પણ વહેલી સુવાવડનું જોખમ વધી જાય છે.

આના ચિહ્ન અથવા લક્ષણ શું છે ? આમાં નીચે મુજબના લક્ષણ સામેલ થઈ શકે છે.

- માસિક ધર્મની જેમ આંચકી-ચૂક.
- નિયમિત પ્રસવ પીડા, જે સ્થિતિ બદલાતાં જ ઝડપી બની શકે છે.
- પીઠ પર દબાણ.
- પેલ્વિક પર દબાણ.
- યોનિમાંથી રક્તસ્ત્રાવ.

- મૈમ્બ્રેન ફાટવું.
- સર્વિક્સનું ખૂલવું.

(અલ્ટ્રાસાઉન્ડથી જણાશે)

આપ અથવા આપના ડૉક્ટર શું કરી શકે છે?

શિશુ જેટલા દિવસ ગર્ભાશયમાં એટલે કે માની કૂખમાં રહે એ એનાં સ્વાસ્થ્ય અને સલામતી માટે સારૂં છે, એટલા માટે આવા કેસોમાં પ્રસૂતિને રોકવાની બાબતને પ્રાથમિકતા અપાય છે. જો સંકોચન પણ થઈ રહ્યું છે. તો ડૉક્ટર સ્થિતિની સામાન્યતા એન ગંભીરતાને સમજીને નિર્ણય લેશે. સામાન્યતાની સ્થિતિમાં ડૉક્ટર આપને રજા આપી દેશે અથવા તો હૉસ્પિટલમાં જ રાખીને તેમની દેખરેખમાં સારવાર થશે. આપની સ્થિતિના હિસાબ દવા અથવા તો ઈન્જેકશન આપશે. જો ડૉક્ટરને સ્થિતિ ગંભીર લાગશે. આપને અથવા તો શિશુને જોખમ થઈ શકે છે.તેવું લાગતાં જ તેઓ એ પ્રસૂતિને રોકવાની કોશિશ નહીં કરે.

શું એનાંથી બચાવ થઈ શકે છે ? બધી જ પીટર્મ બર્થ રોકી શકાતી નથી. કેમ કે એના કારણો ડૉક્ટરના જ્ઞાનથી અલગ હોઈ શકે છે. જો કે પ્રસુતિ પહેલાં સારી દેખરેખ, ઉતમ આહાર, દાંતોની સ્વચ્છતા, કોકેન અથવા દારૂ જેવા નશીલા પીણાઓનો ત્યાગ, તપાસ અને સંક્રમણથી બચાવના ઉપાય અપનાવીને, ડૉક્ટરના એકે એક સૂચનનું પાલન કરીને, અમુક હદ સુધી પ્રીટર્મ બર્થને રોકી શકાય છે. જે મહિલાઓને પહેલેથી જ આવી તકલીફ રહી હોય, અગાઉ એમાંથી પસાર થવાયું હોય તો તેમનાં માટે પણ કોઈને કોઈ ઉપાય ડૉક્ટરો શોધી કાઢે છે.

પ્રી-ટર્મ લેબરની જાણકારી મેળવવી

આ જકાલ તો અનેક પ્રકારનાં ટેસ્ટો દ્વારા પ્રીટર્મ લેબર છે કે નહીં એ જાણી શકાય છે. ગર્ભાશય અથવા તો યોનિસ્રાવ તબીબી ઉપકરણ એફએફ એનની મદદથી એની જાણ મેળવી શકાય છે. જો ટેસ્ટમાં પોજેટિવ પરિણામ આવે તો પ્રીટર્મ લેબરને રોકવાના તબીબી પગલા લેવાવા જોઈએ. જેમને આવા પ્રસવનું જોખમ હોય એવી મહિલાઓનાં આવો ટેસ્ટ થાય છે. તદ્‌ઉપરાંત સર્વિક્સની લંબાઈ માપવા માટે સ્ક્રીનિંગ ટેસ્ટ પણ થાય છે. આમાં અલ્ટ્રાસાઉન્ડની મદદથી સર્વિક્સની લંબાઈ મપાય છે. જો એ લંબાઈ ઓછી હોય અથવા તો લંબાઈ વધી રહી હોય તો એને રોકવાના ઉપાયો ડૉક્ટર ટીમ કરે છે.વૈકલ્પિક ઉપચાર પધ્ધતિ અપનાવો. ઘણીવાર એનાં લીધે જનનેદ્રિય માર્ગથી ડિલીવરી કરાવવી મુશ્કેલ બને છે, જેથી પછી ડૉક્ટર સી-સેક્શનની જ સલાહ આપે છે. જો ડિલીવરી પછી પણ લિગામેન્ટ સામાન્ય સ્થિતિમાં ન આવે તો ડૉક્ટર પાસેથી દવા લેવી પડશે.

સિંફિસિસ પ્યૂવિસ ડિસફંક્શન

આ શું છે ? ઉપરોક્ત અવસ્થાનું નામ લાંબુ છે પણ તેને ટૂંકમાં એસપીડી પણ કહે છે, જેનો અર્થ એ છે કે આપની પેલ્વિક બોનમાં તેના લિગામેન્ટમાં લાંબા ગાળાનું ખેંચાણ આવી જાય છે, જેના કારણે એમાં પીડા અનુભવાય છે.

આ કેટલું સામાન્ય છે ? લગભગ ૩૦૦ કેસોમાં આવો કેસ માત્ર એકાદ જ જોવા મળે છે. જો કે વિશેષજ્ઞો નિષ્ણાતો માને છે કે બે ટકાથી અધિક ગર્ભવતી મહિલાઓના આવું દર્દ જોવા મળે છે, પરંતુ એને ઓળખી શકાતું નથી કે કયાં પીડા થાય છે?

આના ચિહ્‌ન અથવા લક્ષણ શું છે ?

પેલ્વિક ક્ષેત્રમાં સખત દુઃખાવો થાય છે અને સગર્ભાને ચાલવામાં પણ તકલીફ પડે છે. ઘણીવાર આવી વેદના ઉપરની જાંઘો અને પૈરીનિયમ સુધી પણ પ્રસરે છે.જો પગપાળા ચાલો. ભારે વજન ઉપાડો કાં તો કોઈપણ કામ કરતી વખતે જો એક પગ ઉંચો જાય તો પણ એ દર્દ વધારે પીડાદાયક બને છે. અમુક કેસોમાં એવી હાલત પણ બની જાય છે, જેમાં પેલ્વિઝ નિતંબ પ્રદેશ અને નિતંબો સુધ્ધામાં સખત દુઃખાવો ઉપડે છે.

આપ અથવા આપના ડૉક્ટર શું કરી શકો છો? કોઈપણ ભારે વજન ઉપાડો નહીં અને વધારે હરી-ફરીને સ્થિતિને વધુ વણસવા ન દો. પેલ્વિકને આધાર દેવા માટે બેલ્ટ પહેરો અને આરામ કરો.

કિંગલ વ્યાયામ -૯ થી અને પેલ્વિક ટિલ્ટથી માંસ પેશીઓને મજબૂતી મળશે. દર્દ અસહ્ય લાગે તો ડૉક્ટરને પૂછીને દર્દનાશક દવા લો અથવા તો વૈકલ્પિક ઉપચાર પધ્ધતિ અપનાવો. ઘણીવાર એના લીધે જનનેન્દ્રિય માર્ગથી ડિલીવરી કરાવવી મુશ્કેલ બને છે, જેથી પછી ડૉક્ટર સી-સેકશનની જ સલાહ આપે છે. જો ડિલીવરી પછી પણ લિગામેન્ટ સામાન્ય સ્થિતિમાં ન આવે તો ડૉક્ટર પાસેથી દવા લેવી પડશે.

કાર્ડ નૉટ્સ અને ટૈંગલ્સ

આ શું છે? ઘણીવાર ગર્ભનાળમાં ગાંઠ પડી જાય છે અથવા તો એ બાળકની આ જુબાજુ (વળગી) લપેટાઈ જાય છે. અમુક ગાંઠો ડિલીવરી દરમિયાન અથવા તો ગર્ભાવસ્થામાં શિશુનાં હલન-ચલનથી પણ પડે છે. જો એ ગાંઠ ઢીલી છે તો કોઈ તકલીફ રહેતી નથી, પરંતુ જો એ ખેંચાય ફીટ થાય તો શિશુને રક્તપ્રવાહ અને ઓક્સિજન મળવામાં અવરોધ થાય છે. જો કે આવું જવલ્લેજ થાય છે, પરંતુ એ ત્યારે જ થાય છે જયારે શિશુ બર્થ કેનાલમાંથી (ગર્ભાશયના માળખામાંથી) બહાર આવતું હોય!

એ કેટલું સ્વાભાવિક છે? દર સોકેસોમાં એક કેસ આવો હોય છે, જેમાં ગાંઠ ઢીલી હોય છે. એજ રીતે દર ૨૦૦૦ કેસોમાં એક કેસ એવો હોય છે, જેમાં ગાંઠ ફીટ થવાના લીધે હેરાનગતિ ભોગવવી પડે છે. જો કે એનાંથી શિશુને કોઈ જોખમ હોતું નથી. જે શિશુ પોતાની ગેસ્ટેશનલ આયુષ્યથી મોટા હોય છે અથવા જેમની ગર્ભનાળ મોટી હોય છે, તેમનાં માટે આવી સ્થિતિનું જોખમ વધારે હોય છે.

સંશોધનકારોએ તારણ કાઢયું છે કે પૂરતાં પોષણની ઓછપ, માદક દ્રવ્યોનું સેવન, જોડિયા બાળક ઓવા વગેરેથી પણ ખતરો વધી જાય છે.

આનાં ચિહ્ન અથવા લક્ષણ શું છે? ૩૭ માં અઠવાડિયા પછી એટલે કે પૂરા નવ મહિનામાં શિશુના હલન ચલનની ઘટના જ એનુ સહુથી મોટુ લક્ષણ છે. જો શિશુની પ્રસૂતિ વખતે ગર્ભનાળની સમસ્યા સર્જાશે તો મોનીટર પર શિશુના અનિયમિત ધબકારાની ડૉક્ટર ટીમને જાણ થઈ જશે.

આપ અથવા આપના ડૉક્ટર શું કરી શકો છો? જો આપ શિશુની ગતિવિધિઓ પર નજર રાખશો તો ઉત્તમ ગણાશે. જો ડિલીવરી દરમિયાન એવી ગાંઠ પડી જાય તો ડૉક્ટર શિશુની સલામત ડિલીવરી માટે કોઈને કોઈ નિર્ણય સત્વરે લેશે. ઘણીવાર સી-સેકશન ઑપરેશન જ સહુથી શ્રેષ્ઠ ઉપાય હોય છે.

ટુ-વૈસલ કૉર્ડ

આ શું છે? એક સામાન્ય ગર્ભનાળમાં ત્રણ રૂધિશ કોશિકાઓ હોય છે. પહેલી કોશિકા એવી છે જે શિશુ સુધી ઓક્સિજન અને પોષણ પહોંચાડે છે. બાકીની બે કોશિકાઓ વ્યર્થ-નકામા પદાર્થોને માના લોહી પ્રવાહ અને પ્લેસેંટા સુધી પહોંચાડે છે. અમુક બાબતોનાં એક વેઈન (શિરા) તથા એક આર્ટસ ધમની હોય છે.

આ કેટલુ સામાન્ય છે? એક ટકો સીંગલ અથવા પાંચ ઠકા મલ્ટીપલ પ્રેગનેન્સીના કેસોમાં એવું થાય છે. જો માની ઉંમર ૪૦ વર્ષથી વધુ હોય અથવા એને ડાયાબિટિસ હોય તો જોખમ અત્યાધિક વધી જાય છે.

આના ચિહ્ન અથવા લક્ષણ શું છે? એનાં કોઈ સંકેલ કે લક્ષણ હોતાં નથી. માત્ર અલ્ટ્રાસાઉન્ડ ટેસ્ટથી જ તેની જાણ થઈ શકે છે.

આપ અથવા આપના ડૉક્ટર શું કરી શકો છો? આવું થવા છતાં પણ ગર્ભાવસ્થા સ્વાભાવિક જ રહે છે અને શિશુને કોઈ હાનિ થતી નથી, જેથી ચિંતા કરશો નહી. માત્ર આપની ગર્ભાવસ્થા અને શિશુના વિકાસ પર તેનાં શરીરની વૃધ્ધિ પર ધ્યાન રખાય છે.

અસામાન્ય પ્રેગનેન્સીની મુશ્કેલીઓ

એવી અસામાન્યતાઓ બહુધા વિરલ હોય છે. અનોખી હોય છે. સરેરાશ ગર્ભવતી મહિલાઓને એમાંથી પસાર થવું પડતું નથી. જો આપને નીચે લખેલ કોઈપણ સ્થિતિ અથવા રોગગ્રસ્ત હોય તો જ એને વાંચો અને ધ્યાન આપો કે ડૉક્ટર પોતાની રીતે એનો ઈલાજ કરી શકે છે. એ સારવાર સાથે આપણે લેવા-દેવા નથી. આપણે પુસ્તક દ્વારા સારવાર વિશે જાણવા માગીએ છીએ, એ ભૂલવું જોઈએ નહીં.

મોલર ગર્ભાવસ્થા

આ શું છે ? આ અવસ્થામાં પ્લેસેંટા (ઓળ) એક સિસ્ટની (પરપોટાની) જેમ અસામાન્ય રીતે વધે છે. ઘણીવાર ભ્રૂણની માંસપેશીઓ હોય છે અને ઘણીવાર હોતી નથી.આવું ત્યારે થાય છે જ્યારે પિતાના બે સેંટ કોમોસોમનુ મિશ્રણ માતાના એક સેંટ કોમોસોમથી (જનીન કોષ) થાય છે. અથવા માના કોમોસોમથી બિલકુલ મેળ ખાતું નથી. ગર્ભધારણના અમુક અઠવાડિયા પછી જ એની જાણ થાય છે. દરેક મોલર પ્રેગનેન્સીનો અંત મિસકેરેજના રૂપે જ થાય છે.

આ કેટલું સામાન્ય છે? આવા ૧૦૦૦ કેસોમાં માત્ર એકજ કેસ જોવા મળે છે, એથી જ એ દુર્લભ છે. ૧૫ થી ઓછી વયની અને ૪૫ વર્ષથી વધુ ઉંમરની મહિલાઓ અથવા જેમને મલ્ટીપલ મિસકેરેજ થયું હોય તેવી મહિલાઓ માટે મોલર પ્રેગનેન્સીનું જોખમ વધી જાય છે.

આપ જાણવા ઈચ્છશો

એકવાર મોલર પ્રેગનેન્સીનો મતલબ એ નથી કે બીજીવાર પણ એવું જ થશે. ફકત એકથી બે ટકા કેસોમાં જ એવું પુનરાવર્તન જોવા મળે છે.

એના ચિહન અથવા લક્ષણ શું છે?

એનાં લક્ષણ નીચે મુજબ છે.

- સતત ભૂરા રંગનો સ્રાવ.
- સખત ગભરામણ થવી, જીવ ઉકાળે ચઢવો અને ઉલટી.
- આંચકી-ચૂંકના લીધે તકલીફ.
- હાઈ બ્લડપ્રેશર - લોહીનું ઉંચુ દબાણ.
- ગર્ભાશયનું કદ વધી જવું.
- ગર્ભાશયનું નરમપણું-ઢીલાપણું.
- ભ્રૂણ માંસપેશીઓની અછત.
- માના શરીરમાં થાઈરોઈડ હોર્મોનની વધુ માત્રા.

આપ અથવા આપના ડૉક્ટર શું કરી શકે છે?

આવા કોઈપણ લક્ષણ જણાય તો તરત જ ડૉક્ટરને બતાવો. ઘણીવાર એ લક્ષણોને નોર્મલ ડિલીવરીથી ભિન્ન દૃષ્ટીકોણથી જોવું થોડું મુશ્કેલ હોય છે, પરંતુ આપ સહજ સ્વાભાવિક બુધ્ધિ પર ભરોશો રાખો. જો આપને કશુંક ખોટુ થઈ રહ્યાનું ફિલિંગ થાય તો ખાતરી માટે ડૉક્ટરની સલાહ લો.

જો અલ્ટ્રાસાઉન્ડથી મોલર પ્રેગનેન્સી હોવાનું જણાય તો ડીએન્ડ સીની મદદ લેવામાં આવશે.કદાચ આપને વધુ તકેદારી માટે એક વર્ષ સુધી સગર્ભા ન બનવાની ડૉક્ટર ભલામણ પણ કરે.

કોરિયોકારસિનોમા

(ડાઈલેટેશન એન્ડ ક્યૂરેટાજ)

આ શું છે ? કોરિયોકાર-સિનોમાએ ગર્ભાવસ્થાના કેન્સરનું નામ છે, જે મોટાભાગે પ્લેસેંટાની કોશિકાઓમાં થતું જોવા મળે છે. આવા રોગનો ભય મોલર પ્રેગનેન્સી મિસકેરેજ અથવા એબોર્શન પછી પણ દેખા દે છે. આમાં ભ્રૂણ વિના પ્લેસેંટાની અમુક માંસ પેશીઓ અંકુરિત થવા લાગે છે. ફકત ૧૫ ટકા કેસોમાં જ નોર્મલ ડિલીવરી પછી આવું જોખમ ઉભું થાય છે.

આપ જાણવા ઈચ્છશો

કોરિયોકારસિનોમા નામના કેન્સરનો રોગ યોગ્ય સમયે પરખાતો નથી. પરખાય તો એના ઈલાજથી ગર્ભની ફળદ્રુપતા જોવા મળતી નથી જેથી એક વર્ષ પછી ગર્ભધારણની સલાહ અપાય છે.

આ કેટલું સામાન્ય છે ? આ ઘણુ જ દુર્લભ છે. માત્ર ૪૦૦૦ પ્રેગનેન્સીમાંથી કોઈ એકાદ કેસ આવો હોય છે.

આના ચિહ્‌ન અથવા લક્ષણ શું છે ?

આના લક્ષણ નીચે મુજબ છે.

- મિસકેરેજ અથવા મોલરપ્રેગનેન્સી પછી આંતરિક રક્તસ્રાવ.
- પ્રેગનેન્સી પૂરી થયા પછી પણ એચસીજીનું સ્તર ઘટે નહીં.
- યોનિ, ગર્ભાશય અથવા ફેફસામાં ટયૂમર (ગાંઠ)

આપ અથવા આપના ડૉક્ટર શું કરી શકે છે?

આવું કોઈપણ લક્ષણ જણાય તો ડૉક્ટરને બતાવો પરંતુ યાદ રાખો કે આ રોગને કીમોથેરેપી અથવા રેડિએશનથી જ સારી રીતે નાથી શકાય છે.

ઈક્લૈંપસિયા

આ શું છે? ઈકલૈંપસિયા નામનો રોગ ઈક્લૈંપસિયાનું રૂપ ધારણ કરે છે. માતાને કેવી અવસ્થામાં આ માંદગી વળગી, એ હિસાબે નક્કી થાય છે કે તત્કાળ ડિલીવરી કરવી કે નહીં? આ રોગમાં કાળજી ન રખાય તો એ જીવલેણ બની શકે છે. યોગ્ય અને પધ્ધતિસરની મેડિકલ ટ્રીટમેન્ટથી કફોડી હાલતમાં પણ સ્વસ્થ અને સલામત ડિલીવરી થઈ શકે છે.

આ કેટલું સામાન્ય છે? ૨૦૦૦ થી ૩૦૦૦

> **આપ જાણવા ઈચ્છશો**
>
> **જો પ્રસૂતિ પહેલા યોગ્ય તબીબી સારવાર મળે તો પ્રીકલૈંપસિયા અથવા ઈકલૈંપસિયા નામના રોગનો ભોગ બનવાની સ્થિતિ ન સર્જાય.**

ડિલીવરીનાં કેસોમાં એકાદ કેસ જ આવો જોખમી હોય છે. તેનું કારણ એવું હોઈ શકે કે એ એક કેસની સગર્ભાને પ્રસૂતિ પહેલાની પધ્ધતિસરની દેખરેખ અને સારવાર મળી ન હોય!

એનાં સંકેત અથવા લક્ષણ શું છે? ડિલીવરીની આસપાસ અથવા ડિલીવરીના ૨૪ કલાક પછી એનો હુમલો તેનું સહુથી મોટું લક્ષણ છે.

આપ અથવા આપના ડૉક્ટર શું કરી શકે છે? જો આપને પહેલેથી પ્રીકલૈંપસિયા છે તો ડૉક્ટર એનાં નિવારણ માટે દવા અથવા ઓક્સિજન આપશે. પ્રસવ કરાવશે અથવા સી-સેકશન કરશે. જો પરિસ્થિતિ સુધરી જાય તો નોર્મલ ડિલીવરી પણ કરાવી શકાય છે.

શું એનાંથી બચાવ થઈ શકે છે? યોગ્ય સાર-સંભાળ અને નિયમિત તપાસથી આપ પ્રીકલૈપસિયાના જોખમમાંથી ઉગરી શકો છો. જો આ રોગની પહેલેથી જ જાણ થઈ જાય તો બચાવના તમામ પ્રયત્નો કરાશે, જેથી ઈકલૈપસિયાનો ડર સમૂળગો દૂર થાય.

કોલિસટેસિસ

આ શું છે? આ પ્રકારની ગર્ભાવસ્થામાં લીવરમાં આમાશય રસ બનવા લાગે છે તથા રક્તપ્રવાહમાં ભળી જાય છે. જયારે એ અંતિમ ત્રૈમાસિકમાં હોય છે ત્યારે હોર્મોન પોતાની ચરમસીમા પર હોય છે. એ (લીવર) ડિલીવરી પછી બરાબર થઈ જાય છે.

લીવરની આ ગરબડથી ભ્રૂણનો થાક, પ્રીટર્મ અથવા તો સ્ટિલ બર્થનું જોખમ વધી જાય છે, જેથી સમયસરનો ઈલાજ જોખમને નિવારે છે.

આ કેટલું સામાન્ય છે? આ પ્રકારની વિટંબણા ૧૦૦૦ માંથી એક-બે કેસોમાુ જ જોવા મળે છે મલ્ટીપલ પ્રેગનેન્સી લીવરના રોગી અથવા પરિવારમાં એવી (ઈતિહાસવાળી) હિસ્ટ્રીવાળી મહિલા માટે પણ એનું જોખમ વધારે રહે છે.

આના સંકેત અથવા ચિહ્ન શું છે? ગર્ભાવસ્થાના આખરના દિવસોમાં હાથ-પગમાં ખંજવાળ પજવે છે.

આપ અથવા આપના ડૉક્ટર શું કરી શકે છે? અમુક દવાઓ અથવા લોશનની મદદથી તેમાં (ખુજલીના) પ્રમાણને ઘટાડી શકાય છે. ઘણીવાર એ આમાશય રસોમાં ઉપચાર માટે પણ દવા આપવી પડે છે. જો એનાં લીધે મા અથવા શિશુને કોઈ જોખમ હોય તો ડિલીવરી જલ્દી કરવી પડે છે.

ડીપ વીનૅસ થ્રમ્બોસિસ

આ શું છે ? ડીવીટીમાં ડીપવેનમાં લોહીની પોપડી જામી જાય છે. આવું ડિલીવરી સમયના ગાળામાં અને પ્રસૂતિ પછી પણ જાંઘોની આ જુબાજુની જગ્યાએ થતું જોવા મળે છે. આવું એટલા માટે થાય છે કે કુદરતને પણ ચિંતા છે કે શિશુના જન્મ વખતે પ્રસૂતાને પુષ્કળ રક્તસ્રાવ થશે, જેથી એ અંગોમાં લોહીની પોપડી જમાવી દે છે, પણ આ રીતે શરીરનાં નીચેના ભાગનું લોહી હૃદય સુધી પહોંચી શકતું નથી. ગર્ભાશયનાં વધેલા કદથી પણ રૂધિરાભિસણની નિયમિતતામાં અવરોધ સર્જાય છે. જો ડીલીવરીની તાત્કાલિક સારવાર ન થાય તો ફેફસાઓમાં રક્તની પોપડીનો જમાવ થવાથી આ રોગ જીવલેણ બની શકે છે.

આ કેટલું સામાન્ય છે ? આવું ૧૦૦૦ થી ૨૦૦૦ કિસ્સાઓમાં એકાદ કેસ જોખમનો હોય છે.આવું પ્રસૂતિ પછી પણ થઈ શકે છે. જો ઉંમર અધિક હોય,પ્રસૂતા ધૂમ્રપાન કરતી હોય,પરિવારમાં આવા કેસો અગાઉ બની ગયાનો ઈતિહાસ હોય, હાઈપર ટેન્શન,ડાયાબિટીસ વગેરે હોય તો એનાં જોખમમાં વધારો થઈ શકે છે.

આના સંકેત અથવા લક્ષણ શું છે ? એનાં લક્ષણ નીચે મુજબ છે.

- પગોમાં ભારેપણું અથવા પીડાનો અનુભવ.
- પીંડીમાં અથવા જાંઘોમાં ભારેપણું
- સામાન્યથી લઈને ગંભીર સોજો.
- પગોમાં ખેંચ, આંચકી કે ચૂંક.
- જો લોહીની જામેલી પોપડીઓ ફેફસા સુધી આવી જાય તો.
- છાતીમાં દર્દ.
- શ્વાસ લેવામાં મુશ્કેલી.
- કફની સાથે ખાંસી અથવા કફમાં લોહી.
- હૃદયનાં ધબકારા અથવા શ્વાસ ચઢવો.
- હોંઠ અથવા આંગળીઓમાં વેઢા વાદળી થવા.
- તાવ.

આપ અથવા આપના ડૉક્ટર શું કરી શકે છે ? જો આપને પહેલાં પણ આ રોગ થઈ ચૂક્યો હોય તો ડૉક્ટરને તેની જાણકારી આપો. જો એક પગમાં સોજો અથવા પીડા છે તો ડૉક્ટરને સત્વરે મળો.

અલ્ટ્રાસાઉન્ડ અથવા એમઆરઆઈથી લોહીની જામેલી પોપડીઓની જાણ થાય છે.જો એવું છે તો આપને લોહીને પાતળુ કરવાની દવા આપી શકાય છે. જો પ્રસૂતિનો સમય નજીકમાં છે તો ડૉક્ટર દવાઓ બંધ કરી દેશે. મોનીટર દ્વારા ડૉક્ટર પળેપળની તકેદારી રાખશે. જો એ લોહીનો જામેલો થર ફેફસાં સુધી પહોંચી જાય તો તાત્કાલિક સારવારની જરૂર પડી શકે છે.

શું આનાથી બચાવ થઈ શકે છે ? પૂરતાં પ્રમાણમાં વ્યાયામ કરો અથવા તો શરીરને ગતિશીલ રાખો. શારીરીક રીતે મજબૂત બનો, જેથી લોહીના થર ન બને. જો એનું જોખમ વધારે જણાય તો પગોમાં સ્પોર્ટ મોજા પહેરો.

પ્લેસેંટા એક્રીટા

આ શું છે ? જયારે પ્લેસેંટા અસામાન્ય રીતે યુટેરાઈન (ગર્ભાશયની) વોલ સાથે જોડાયું હોય ત્યારે તેને તબીબી (પ્લેસેંટા એક્રીટા એટલે જયારે ઓળ ગર્ભાશયની દિવાલ સાથે ચોંટી ગયેલી હોય છે તે સ્થિતિને આવું નામ આપવામાં આવ્યું છે) તબીબી ભાષામાં પ્લેસેંટા એક્રીટા એના લીધે પ્લેસેંટાની ડિલીવરી ઓળના બહાર નીકળવા ભારે રક્તસ્રાવ થઈ શકે છે.

આ કેટલું સામાન્ય છે ? ૨૫૦૦ કેસોમાં આવો કેસ એકાદ જ હોય છે. પ્લેસેંટા એકીટામાં પ્લેસેંટા (ઓળ) યૂટેરાઈનની (ગર્ભાશય) દિવાલમાં ઘણુ ઉંડાણ સુધી એ પ્રસરે છે, પરંતુ એની માંસપેશીઓને નથી ભેદી શકતું, જયારે પ્લેસેંટા એકીટામાં એ માંસપેશીઓને પણ ભેદી દે છે.

પ્લેસેંટા પ્રીવિયામાં એ યુટેરાઈન દિવાલને તો ભેદે છે, પરંતુ એ દિવાલના બીજા ભાગોને પણ ભેદતું શરીરનાં બીજા અંગો સાથે જોડાઈ જાય છે.

જો આપને પહેલા સી-સેક્શન ઑપરેશન થયેલું હોય અથવા અગાઉ પ્લેસેંટા પ્રીવિયાના ભોગ બન્યા હોય તો એનું જોખમ વધી જાય છે.

આના ચિહન અથવા લક્ષણ શું છે ? આવા

કોઈ લક્ષણ હોતા નથી. આ અવસ્થા ડોપલર અલ્ટ્રાસાઉન્ડ અથવા ડિલીવરીથી ઓળખી શકાય છે.

આપ અથવા આપના ડૉક્ટર શું કરી શકે છે?

કમનસીબીથી આપ આવા સંજોગોમાં કશું કરી શકતી નથી. ડિલીવરી પછી પ્લેસેંટાને સર્જરી દ્વારા કાઢી નાખવી જોઈએ, જેથી રક્તસ્ત્રાવ રોકી શકાય. ઘણા આવા કેસોમાં જ્યારે રક્તસ્ત્રાવ કોઈપણ રીતે બંધ ન થાય ત્યારે પુરેપુરૂ ગર્ભાશય કાઢી નાખવામાં આવે છે.

વાસા પ્રીવિયા

આ શું છે? આ અવસ્થામાં શિશુ અને મા સાથે સંયોજિત અમુક રૂધિર કોશિકાઓ ગર્ભનાળમાંથી બહાર આવીને સર્વિક્સની (ગર્ભાશય મુખ) પાસે અટકી જાય છે. જ્યારે પ્રસૂતિ દરમિયાન પ્રસવ પીડાથી ગર્ભાશયનું મુખ ખૂલે છે ત્યારે કોશિકાઓ ફૂટી જાય છે, જેનાંથી શિશુને નુકશાન થઈ શકે છે.જો ડિલીવરી અગાઉથી આવી કફોડી સ્થિતિની જાણ થઈ જાય તો ૧૦૦ ટકા શિશુનું સી-સેક્શનથી આ જગતમાં અવતરણ થઈ શકે છે.

આ કેટલું સામાન્ય છે? લગભગ ૫૨૦૦ કેસોમાં એકજ કેસ આવો હોય છે. જે મહિલાઓને પ્લેસેંટા પ્રીવિયા હોય, યુટેરાઈન (ગર્ભાશયની) સર્જરી થઈ હોય અથવા મલ્ટીપલ પ્રેગનેન્સી રહેલી હોય એવી મહિલાઓ માટે આનો ખતરો વધારે હોય છે.

આના ચિહ્ન અથવા લક્ષણ શું છે? આના કોઈ લક્ષણ હોતા નથી. જો કે બીજા/ત્રીજા ત્રૈમાસીકમાં રક્તસ્ત્રાવ થઈ શકે છે. એટલે કે છઠ્ઠા મહિને અથવા નવમા મહિને પુષ્કળ લોહી નીકળવા માંડે છે.

આપ અથવા આપના ડૉક્ટર શું કરી શકે છે?

કલર ડોપલર અલ્ટ્રાસાઉન્ડની મદદથી એની જાણ થઈ શકે છે. આવી મહિલાઓનું ૩૭ માં અઠવાડિયા પહેલાં જ સી-સેક્શન દ્વારા બાળકનો જન્મ કરાવાય છે અને આવા ઑપરેશનથી પ્રસવ પીડાની પણ ખબર પડતી નથી.પ્રસૂતાનું નીચેનુ શરીર બેહોશ હોય છે અને ડૉક્ટર એમનું કામ સુપેરે પતાવે છે.

તાજેતરમાં તબીબી સંશોધનકારો શોધી રહ્યાં છે કે લેજરથેરેપીની (લેસર કિરણો દ્વારા કરવામાં આવતી) મદદથી વાસા પ્રીનિયાનો ઈલાજ શક્ય છે કે નહીં?

શિશુનો જન્મ અને એ પછી ઉભી થનારી અટપટી મુશ્કેલીઓ

એમાંની અનેક સમસ્યાઓ પ્રસૂતિ અથવા ડિલીવરી અગાઉ જોવા મળતી નથી, એટલાં માટે આપ પણ એના વિશે જાણીને નાહકની ચિંતા કરશો નહીં. મોટાભાગે આવી અટપટી મુશ્કેલીઓ શિશુના જન્મ પછી જોવા મળે છે. અહીં એવી તકલીફોનો ઉલ્લેખ એટલા માટે કરાયો છે કે આપને કદાચ એ મુશ્કેલીઓ પજવતી હોય તો જાણકારી જરૂરી છે. જેથી આપ યોગ્ય રીતે માવજત કરી શકો છો. સારવાર લઈ શકો.

ફેટલ ડિસ્ટ્રેસ

(નવજાત શિશુને થતી ગૂંગળામણ)

આ શું છે? જ્યારે ગર્ભાશયમાં શિશુની પાસે ઓક્સિજનની ખપત હોતી નથી. ત્યારે એ સ્થિતિને ફેટલ ડિસ્ટ્રેસ કહે છે.બાળક માટે પ્રાણવાયુની અછત પ્રસુતિ અગાઉ અથવા પ્રસૂતિ દરમિયાન જોવા મળે છે.આવી સ્થિતિ સર્જાવા પાછળના કારણો આ મુજબ છે. બેકાબૂ ડાયાબિટીસ, પ્રીક્લૈંપસિયા, એમ્નિયોટિક પ્રવાહની અછત અથવા વધારે પ્રમાણ ગર્ભનાળ ઘટે કે વધે અથવા માતા દ્વારા રૂધિરકોશિકાઓ પર દબાણ થવાની પરિસ્થિતિ આના કારણે શિશુને ઓક્સિજનની માત્રા પ્રમાણસર મળતી નથી. ઓક્સિજનનાં ઘટેલાં પ્રમાણ અથવા શિશુનાં હૃદયના ધબકારાથી જાણ થતાં જ તાત્કાલિક સી સેકશન કરવું પડે છે, નહીંતર એનાં માટે જોખમ બની શકે છે.

આ કેટલું સામાન્ય છે? પ્રત્યેક ૧૦૦ માંથી એક કેસ આવો જોવા મળે છે.

એના લક્ષણ શું છે? જો શિશુને પૂરેપૂરો પ્રાણવાયુ (ઓક્સિજન) નહીં મળે તો એના હૃદયના ધબકારા ઘટી જશે. તેનું હલન ચલન

ઓછુ થશે અને એ ડિલીવરી સમયે ગર્ભાશયમાં જ મળ (મૈકોનિયમ) કરી દેશે.

આપ અથવા આપના ડૉક્ટર શું કરી શકો છો? જો શિશુના હલનચલનમાં ફેરફાર થાય, તેનું હલવાનું ઓછુ થતુ જાય તો તાત્કાલિક ડૉક્ટરને બોલાવો અથવા સત્વરે હૉસ્પિટલ પહોંચી જાવ. ત્યાં ફેટલ મોનીટરથી તપાસ થશે. જો ફીટલ ડિસ્ટ્રેરના લક્ષણ જણાયા તો આપને ઓક્સિજન પર લેશે. એમાં આપને આઈ.બી.નામનું પ્રાણવાયુ માટેનું સાધન નાકે લગાડવામાં આવશે, જેથી શિશુનાં હૃદયના ધબકારા નિયમિત બની શકે. ડાબી બાજુ પડખાભેર સૂવાથી પણ રક્તનળીઓ લોહીની રગો પરનું દબાણ ઓછુ થશે. જો આ રીતે સારવાર મળવા છતાં ફાયદો ન જણાય તો ડિલીવરી છેલ્લો ઉપાય છે.

કૉર્ડ પ્રોલૈપ્સ

આ શું છે? કૉર્ડ પ્રોલેપ્સ ત્યારે થાય છે જ્યારે ગર્ભનાળ (ગર્ભાશયમાં) સર્વિક્સમાં ફસાઈને બર્થ કેનાલમાં (પ્રસવ માર્ગ) આવી જાય છે. આવી અવસ્થામાં ડિલીવરી વખતે શિશુને પ્રાણવાયુની અછત થઈ શકે છે.

આ કેટલું સામાન્ય છે? ૩૦૦ ડિલીવરીમાંથી એકાદ કેસ આ રીતે બગડે છે.અમુક ગર્ભાવસ્થાની અટપટી પરિસ્થિતિઓથી કોર્ડ પ્રોલૈટસનું જોખમ વધી જાય છે, જેમાં હાઈડ્રમજિમોસ બ્રીચ બીચ ડિલીવરીમાં બાળકનો જન્મ માથાના બદલે પગ પહેલાં બહાર આવે અથવા પ્રીમૈચ્યોર ડિલીવરીને (અધૂરા માસે થતી પ્રસૂતિ) સામેલ કરી શકાય છે. આવા કપરા સંજોગો ઘણીવાર બીજીવારના જોડિયા બાળકોની ડિલીવરી વખતે પણ જોવા મળે છે. જો શિશુનું માથું બર્થ કેનાલમાં સેટ થયા પહેલાં જ પાણીની થેલી ફાટી જાય તો પણ જોખમ વધી જાય છે.

એનાં ચિહ્‌ન અથવા લક્ષણ શું છે? જો એ ગર્ભનાળ યોનિ સુધી આવી જાય તો આપ તેને જોઈ શકો છો અથવા સ્પર્શ પણ કરી શકો છો. જો એ શિશુના માથા નીચે દબાશે તો આપ ફેટલ મોનીટર (નવજાત શિશુની હાલત ઉપર જજરપાત્ર) ફીટલ ડિસ્ટ્રેસનાં લક્ષણ જોઈ શકશો.

આપ અથવા આપના ડૉક્ટર શું કરી શકો છો? આ બાબતે અગાઉથી જાણવાનું કોઈ બિલકુલ આધુનિક તબીબી ઉપકરણ નથી ફેટલ મોનીટર વગર તો એનાં વિશે જાણી પણ ન શકાય. જો આપને ઘરે આવી સ્થિતિનો અનુભવ થાય તો આપના હાથો અને ઘૂંટણોનાં ટેકે બેસી જાવ, જેથી પેલ્વિક ક્ષેત્રમાં વધારે દબાણ ન પડે. જો એ યોનિમાર્ગથી જોવા મળે તો એને સ્વચ્છ ટુવાલથી સંભાળો. આપના શરીરનો નીચેનો ભાગ ઉંચો કરીને સૂવો. ડૉક્ટર આપની અવસ્થા પ્રમાણે કોઈ બીજી મુદ્રામાં સૂવાનું કહી શકે છે. એ પછી સત્વરે સી-સેક્શન કરવું પડશે.

શોલ્ડર ડિસ્ટોકિયા

(ખભાનું હાડકું ખસી જવું)

આ શું છે? આ અવસ્થામાં લેબર અથવા ડિલીવરી દરમિયાન શિશુના બંને ખભામાની પેલ્વિક બોનમાં ફસાઈ જાય છે અથવા શિશુ બર્થ કેનાલમાં નીચેની તરફ સરકવા લાગે છે. આ સ્થિતિને શોલ્ડર ડિસ્ટોકિયા કહે છે.

આ કેટલું સામાન્ય છે? આવુ પ્રાય ઘણુ ખરૂ વધારે વજનવાળા શિશુઓના કિસ્સામાં જોવા મળે છે. કાબુમાં ન હોય એવાં ગૈસ્ટેશનલ ડાયાબિટીસથી ગ્રસ્ત (ગર્ભાવસ્થામાં મધુપ્રમેહ) મહિલાઓ આવી સ્થિતિનો ભોગ બની શકે છે. જો આપની ડિલીવરી દર્શાવેલી સંભવિત તારીખ (સમય) પછી પણ ન થાય અથવા આપની સાથે અગાઉ પણ આવુ થયું હોય તો જોખમ વધી શકે છે. જો કે એવાં કારણો ન હોય તો પણ પ્રસુતિ દરમિયાન શોલ્ડર ડિસ્ટોકિયા થઈ શકે છે.

એનાં ચિહ્‌ન અથવા લક્ષણ શું છે? આવી સ્થિતિ અચાનક જ પ્રસૂતિ વખતે જ પેદા થાય છે.

આપ અથવા આપના ડૉક્ટર શું કરી શકે છે?

પ્રસૂતાના પેટને દબાવીને અથવા એની પ્રસૂતાની મુદ્રાઓને બદલીને અનેક ટેકનિકો અપનાવાય છે.જેથી શિશુની સલામત ડિલીવરી થઈ શકે.

શું એનાથી બચી શકાય છે? આપના વજનને પણ જરૂર કરતાં વધુ થવા ન દો. ડાયાબિટીસને કંટ્રોલમાં રાખો. પ્રસવ વખતે એવી મુદ્રા પોઝિશન બનાવો, જેથી શોલ્ડર ડિસ્ટોકિયાની નોબત જ ન આવે.

સિરીયસ પૈરીનિયલ ટીયર્સ

(પ્રસુતિ સમયે ચીરો પડવો)

આ શું છે ? જ્યારે ડિલીવરી દરમિયાન શિશુનું મોટુ માથું સહુ પહેલાં બહાર આવે છે ત્યારે યોનિ અને ગુદામાર્ગ વચ્ચેના ભાગ પર ખેંચાણ થવાના કારણે ચીરો પડે છે અથવા તો ચિરાઈ જાય છે. આમાં ફર્સ્ટ ડિગ્રી ટીયર્સમાં ત્વચાની સાથે યોનિની માંસપેશીઓ પણ ફાટે છે પરંતુ ગંભીર ટીપર્સમાં યોનિની ચામડી માંસપેશી અને પૈરીનિયલની માંસપેશીઓ પણ ચિરાય છે. એનાંથી પ્રસવ પછી ખૂબજ પીડા થાય છે. વળી પેલ્વિક સાથે સંકળાયેલી અન્ય સમસ્યાઓ પણ કનડે છે. ગર્ભાશયના મુખ પર પણ ચીરો (કાપો) થઈ શકે છે.

આ કેટલું સામાન્ય છે ? યોનિમાર્ગથી થનારી ડિલીવરીમાં એવું થોડું ઘણું તો જોખમ રહે છે જ. જો કે ગંભીર પ્રકારના કટ (કાપા) નો ભોગ બહોળી સંખ્યાની મહિલાઓ નથી બનતી.

એનાં લક્ષણ અથવા ચિહ્ન શું છે ?

રક્તસ્ત્રાવ થાય છે. ઈજાને રૂઝવળે પછી સાધારણ ખંજવાળ રહ્યાં કરે છે અને દર્દ પણ થાય છે .

આપ અથવા ડૉક્ટર શું કરી શકે છે ? આવા ચીરાઓમાં ટાંકા લગાવી દેવામાં આવે છે. એનાં માટે પહેલા લોકલ એનસ્થેસીયા અપાય છે.

જો ચીરો પડયો છે તો કમરનો પ્રદેશ, આઈસપેક, એન્ટીસૈપ્ટિક સ્પ્રે,દવા અને જખમને ખુલ્લી હવામાં રાખવાથી જલ્દી આરામ થઈ જશે.

શું આનાંથી બચાવ થઈ શકે છે ? પ્રસવ પહેલા કિંગલ વ્યાયામ અને પૈરીનિયલની (ખેંચાણ) કરી શકો છો. પ્રસવ દરમિયાન ગરમસેક અને માલિશ પણ ઉત્તમ રહેશે.

યુટેરાઈન રપ્ચર

(ગર્ભાશયનું ફાટી જવું)

યુટેરાઈનની દિવાલમાં જો અગાઉ કોઈ સર્જરી,સી-સેકશનમાં (સિઝેરીયન ઑપરેશન) (ગર્ભાશયમાં થયેલી ગાંઠને દૂર કરવાની પ્રક્રિયા) ફાયબ્રાયડ રિમૂવલના લીધે નબળુ કાણુ (બિંદુ) હોય, ત્યારે લેબર અને ડિલીવરી દરમિયાન એ ભાગમાં ચીરો થઈ શકે છે. એનાંથી પેટમાંનો નિયંત્રણ વિનાનો રક્તસ્ત્રાવ થવા લાગે છે તથા એ હિસ્સા તરફ જવા લાગે છે. જયાંથી પ્લેસેંટા પેટમાં પ્રવેશ કરે છે.

આ કેટલું સામાન્ય છે? જો કોઈ મહિલાને પહેલેથી સી-સેકશન અથવા યૂટેરાઈન રપ્ચર થયું ન હોય તો તેને વાંધો આવતો નથી, પણ જે મહિલાઓ સી-સેકશન પછી બીજી સુવાવડમાં યોનિ માર્ગથી ડિલીવરી કરાવે છે અથવા જેની ભ્રૂણની સ્થિતિ અથવા પ્લેસેંટાની જટીલતાઓ નડતી હોય છે. એમના માટે જોખમ વધી જાય છે જે મહિલાઓને છથી વધારે સંતાનો હોય અથવા મલ્ટીપલ પ્રેગનેન્સીમાં હોય તેવા સંજોગોમાં પણ તેમના માટે જોખમ હોય છે.

એનાં ચિહ્ન અથવા લક્ષણ શું છે?

પેટમાં સખત દુઃખનવો થાય છે. ફેટલ મોનીટર (નવજાત શિશુની હાલત પર નજર રાખતુ મંત્ર) પર શિશુના ઘટતા હૃદયના ધબકારા જોવા મળે છે માતાના લોહીનું દબાણ અને હૃદયના ધબકાર પણ ઘટી જાય છે. શ્વાસ લેવામાં તકલીફ થાય છે અને બેભાન પણ થઈ જવાય છે.

આપ અથવા ડૉક્ટર શું કરી શકે છે ?

જો આપ અગાઉ સી-સેકશન અથવા સર્જરી કરાવી ચૂકેલ હોય અને ત્યારે યૂટેરાઈનની વોલને પૂરેપૂરી રીતે કાપી નાખવામાં આવી હોય તો લેબર અથવા ડિલીવરી યોગ્ય રીતે કરાવવી પડશે. જો કેસ બગડી જાય તો પણ સી-સેક્સનથી મા અને શિશુને બચાવી લેવાય છે અને પછી ગર્ભાશયને થયેલ નુકશાનની ભરપાઈ માટેના તબીબી ઉપચારો થાય છે. આમ ગર્ભાશયને પણ બચાવી શકાય છે. આપને સંક્રમણથી બચાવવા માટે એન્ટીબાયોટિક્સ દવાઓ આપવામાં આવે છે.

શું એનાંથી બચાવ થઈ શકે છે ?

જે મહિલાઓને એનું જોખમ હોય, તેમના માટે ફેટલ મોનિટરિંગ જરૂરી બની જાય છે, જેથી કોઈપણ ગૂંચવણની જાણ થઈ શકે. જો અગાઉ સી-સેક્શન ડિલીવરી થઈ હોય અને હાલમાં યોનિમાર્ગથી ડિલીવરી કરાવી રહ્યાં હોય તો પ્રસૂતાના પ્રસૂતિની શરૂઆત કરાવવા માટેની દવાઓનો ઉપયોગ નહીં કરે. સહજ અને સ્વાભાવિક ડિલીવરી જ કરાવશે.

યુટેરાઈન ઈન્વર્ઝન

(ગર્ભાશય ઉલટું થઈ જવું)

આ શું છે? એવું ત્યારે થાય છે જયારે યુટેરાઈન વોલ તૂટી જાય છે તથા અંદરનો ભાગ બહાર નીકળી આવે છે. ઘણીવાર એ સર્વિક્સ અને યોનિમાર્ગથી બહાર પણ નીકળી આવે છે. જો કે

એનાં બધા કારણોની જાણ થઈ શકી નથી, પરંતુ એની સારવાર ન થાય તો હેમરેજ અને ધકકો (આઘાત) લાગી શકે છે. જો કે એવું પણ શક્ય નથી કે કોઈ એને જોયા પછી પણ અણદેખ્યું કરી દેશે અને ઈલાજ નહીં કરાવે.

આ કેટલુ સામાન્ય છે? ૨૦૦૦ કેસોમાં આવો કેસ એકાદ હોય છે. જો છેલ્લી ડિલીવરીમાં એવું થઈ ગયું હોય અથવા તો પ્રસૂતિનો સમય લંબાય, પ્રીટર્મ લેબર રોકવાની દવાઓ અપાય, જો પહેલાં બે-ત્રણ ડિલીવરી યોનિમાર્ગથી થઈ હોય તો એનું જોખમ વધી જાય છે. જો ગર્ભાશય જરૂરથી વધારે ઢીલુ હોય તો એ પણ બહાર આવી શકે છે અથવા શિશુ જન્મના ત્રીજા પગથિયામાં કોર્ડને (ગર્ભનાળને) વધારે જોરથી ખેંચવામાં આવે છે.

એનાં સંકેત અથવા લક્ષણ શું છે?

- પેટમાં પીડા.
- ખૂબજ રક્તસ્ત્રાવ.
- માને આઘાતના લક્ષણ.
- ઘણીવાર ગર્ભાશય પણ યોનિમાર્ગથી જોવા મળે છે.

આપ અથવા ડૉક્ટર શું કરી શકો છો?

જોખમના કારણને ઓળખ્યા પછી ડૉક્ટરને તેની જાણ કરો. જો આપની સાથે એવું થયું તો ડૉક્ટર એ હિસ્સાને (ગર્ભાશયના) પોતાના હાથો વડે એની યોગ્ય જગ્યાએ ગોઠવવાની કોશિશ કરશે. માંસપેશીઓનાં સંકોચન માટે દવા આપશે. જો એ રીતે પણ તેમને નિષ્ફળતા મળશે તો સર્જરી કરાવવી પડશે. આપને લોહી પણ ચઢાવવામાં આવશે. સંક્રમણને રોકવા માટે એન્ટીબાયોટીક્સ આપવામાં આવશે.

શું એનાથી બચી શકાય છે? જો આપને આગળની ડિલીવરી વખતે પણ આવો પ્રોબ્લેમ નડયો હોય તો ડૉક્ટરને જરૂર જણાવો. કેમ કે આપના માટે આ વખતે પણ મોટુ જોખમ નડી શકે છે.

પ્રસૂતિ પછી વધારાનો રક્તસ્ત્રાવ

આ શું છે? ડિલીવરી પછી થનારો રક્તસ્ત્રાવ તો સામાન્ય છે, પરંતુ ઘણીવાર ગર્ભાશય શિશુના જન્મ બાદ એટલું સંકોચાતું નથી, જેટલું તેણે સંકોચાવુ જોઈએ, જેના લીધે એ જગ્યાએથી ખૂબ જ રક્તસ્ત્રાવ થવા લાગે છે, જ્યાં પ્લેસેંટા જોડાયેલ હતું. જો ગર્ભાશયમાં પ્લેસેંટાનો અંશ રહી જાય તો પણ રક્તસ્ત્રાવ સતત ચાલુ રહે છે. એનાં લીધે ડિલીવરી પછી તરતજ સંક્રમણ પણ થઈ શકે છે.

એ કેટલું સામાન્ય છે? એ ૨થી૪ ટકા ગર્ભાવસ્થા કિસ્સાઓમાં જોવા મળે છે. જો લાંબા પ્રસવકાળ પછી ગર્ભાશય એની મૂળ જગ્યાએ ન જાય, મલ્ટીપલ ડિલીવરીનાં લીધે એ ઢીલું પડી ગયું હોય, એમ્નિયોટિક દ્રવ્યનો વધારો થયો હોય, પ્લેસેંટાનો આકાર અસામાન્ય થઈ ગયો હોય, કોઈ ફાયબ્રાયડ હોય અથવા ડિલીવરીનાં સમયે મા ખૂબ જ નિર્બળ હોય તો પોસ્ટપાર્ટમ હેમરેજનું જોખમ થઈ શકે છે.

એનાં સંકેત અથવા લક્ષણ શું છે? એનાં નીચે મુજબના લક્ષણ હોઈ શકે છે.

- નિરંતર કલાકો સુધી ભારે રક્તસ્ત્રાવ.
- ઘણાં દિવસો પછી પણ લાલ રક્તસ્ત્રાવ થતો રહે.
- લોહીનાં જામેલા થરનાં મોટા પ્રમાણમાં કુંચા નીકળે.
- પેટના નીચેનાં ભાગમાં સોજો અથવા સતત ઝીણું દર્દ ચાલુ રહે.

ઘણીવાર લોહીની અછતનાં કારણે બેહોશી દોરી વળે છે. અમુક કિસ્સાઓમાં માત્ર માથું ચકરાય છે. કેટલાક કેસોમાં શ્વાસ લેવાની તકલીફ થાય છે.

આપ અથવા આપના ડૉક્ટર શું કરી શકો છો? જ્યારે પ્લેસેંટાની ડિલીવરી થઈ જશે ત્યારે ડૉક્ટર આંતરિક તપાસથી જાણશે કે એનો કોઈ અંશ અંદર તો નથી રહી ગયો ને! ડૉક્ટર આપને પિટોસિન આપશે અથવા ગર્ભાશયની માલિશ કરશે, જેથી એ સંકોચાઈ જાય અને રક્સ્ત્રાવ વધુ ન થાય. શિશુને સ્તનપાન કરાવવાથી પણ ગર્ભાશયના સંકોચનમાં મદદ મળશે. જો પ્રસવ પછી પહેલાં અઠવાડિયામાં રક્તસ્ત્રાવ બંધ ન થાય તો ડૉક્ટરને બતાવો. કેમ કે ખૂબજ લોહી વહી જવાનાં

વારંવાર ઓછા વજનવાળા શિશુનો જન્મ

એક મા, જે પહેલા ઓછા વજનનાં શિશુને જન્મ આપી ચૂકી છે એથી એવું જરૂરી નથી કે તેનું બીજુ સંતાન પણઓછા વજનનું હશે.

સંશોધનકર્તાઓનાં અભ્યાસોથી જાણવા મળ્યું છે કે બીજુ સંતાન પહેલાં શિશુની સરખામણીમાં થોડુક વજનદાર હોય છે. ભારે હોય છે. પહેલું શિશુ ઓછા વજનનું નબળુ કેમ હતું, એનાં કારણની જાણ થઈ જાય તો ઓછા વજનનાં શિશુઓનો પ્રશ્ન ખૂબ જ જલ્દી હલ થઈ શકે છે. એ કારણની શોધ માતા જ કરી શકે છે. કેમ કે આવા નબળાં શિશુઓને જન્મ આપતી માતાઓએ પહેલા શિશુ પછી બીજા શિશુને જન્મ આપતાં અગાઉ તેમાં સંભવિત જોખમો જોડે સંકળાયેલાં તમામ કારણો પર વિચાર કરી લેવો જોઈએ,જેથી નબળા શિશુનાં જન્મ અંગેનું કારણ જાણીને યોગ્ય સારવાર થઈ શકે.

કારણે આપને લોહીના બાટલા ચઢાવવા પડે.

શું આનાંથી બચાવ થઈ શકે છે ?

અંતિમ ત્રૈમાસિકમાં અથવા પ્રસૂતિ પછી એવી કોઈ દવા ન લો. જેનાંથી લોહીનાં સ્રાવને રોકાવામાં, એટલે કે રક્ત જામવામાં કોઈ નડતર થાય. આ રીતે અસામાન્ય રક્તસ્રાવની શક્યતા ઘટી શકે છે.

શિશુના જન્મ પછી સંક્રમણ

આ શું છે ? ઘણીવાર મહિલાઓને શિશુના જન્મ પછી સંક્રમણ પણ થાય છે. કેમ કે આપનાં શરીરનું આંતરિક અંગ પૂરેપૂરી રીતે બંધ થયું હોતું નથી. કોઈમાં ટાંકા ઢીલા પણ હોઈ શકે છે. કેથેટરનાં લીધે બ્લેડર અથવા કિડનીમાં ચેપ લાગી શકે છે. ગર્ભાશયમાંથી છૂટુ પડેલ પ્લેસેંટાના અંશથી પણ ચેપ લાગી શકે છે, પરંતુ એમાના એન્ડોમેટ્રીટિસનું (યગૂટેરસની લાઈનિંગ) સંક્રમણ સહુથી વધારે સામાન્ય છે.

જો આવા સંક્રમણોનો ઉપચાર ન થાય તો એ જીવલેણ બની શકે છે. એનું કારણ એ છે કે આ તમામ સંક્રમણો શરીરની કામગીરીની સંપૂર્ણ ઊર્જા (શક્તિ)ને શોષી લે છે, જેનાંથી આપને નબળાઈ ઘેરી વળે છે. આપ પ્રસૂતિ પછી સાવ નંખાઈ જાવ છો. શરીર ખૂબજ થાક અનુભવે છે, જેથી આપ શિશુનું પણ પુરતું ધ્યાન રાખી શકતી નથી.

આ કેટલું સામાન્ય છે? : લગભગ ૮ ટકા ગર્ભાવસ્થાઓમાં સંક્રમણ જોવા મળે છે. સી-સેકશન અથવા મૈમ્બ્રેનનું રપ્ચર થયું તો સંક્રમણનું જોખમ વધી શકે છે.

એનાં સંકેત અથવા લક્ષણ શું છે ?

લક્ષણ નીચે મુજબ છે.

- તાવ.
- સંક્રમિત હિસ્સામાં દર્દ.
- દૂર્ગંધયુક્ત સ્રાવ.
- શરદી થવી.

આપ અથવા ડૉક્ટર શું કરી શકે છે ?

જો ૧૦૦ ફેરનકીટથી વધારે આકરો તાવ છે તો ડૉક્ટરને બોલાવવામાં મોડું ન કરો. એન્ટીબાયોટિક દવાઓ લેવાની તો છે જ, પણ સંપૂર્ણ આરામ પણ એટલો જરૂરી છે. પ્રવાહી પદાર્થોનું પ્રમાણ વધારી દો.શિશુને સ્તનપાન કરાવો છો તો ડૉક્ટરને જણાવી દો, જેથી તેઓ આપના માટે દવા નક્કી કરતા સાવચેતી રાખે.

શું એનાથી બચાવ થઈ શકે છે ?

સહુથી પહેલાં તો આપે સ્વચ્છતા અંગે જાગૃતિ રાખવી પડશે, એટલું જ નહીં, પણ આપે શરીરની કાળજી માટે ડિલીવરીની ઈજાઓ પર નિયમિત દવા લગાવવી પડશે. રક્તસ્રાવમાં ટેમ્પૂનની જગ્યાએ પેડ વાપરો. આ રીતની સાર-સંભાળથી આપ નિશ્ચિત રીતે સંક્રમણથી બચી શકો છો.

જો આપને બેડરેસ્ટનું સૂચન થયું છે તો...

બેડરેસ્ટ કંટાળાજનક લાગે છે. આખો દિવસ પથારીમાં રહીને અકળાઈ જવાય છે. આપની આ મૂંઝવણનો ઈલાજ છે. પથારીમાં જાત જાતનાં મેગેજીનોનો ઢગલો અને ટી.વી.નું રિમોટ હાથમાં હોય અને એઈનિરાંતે વાંચવાનું કે ટી.વી.જોવાનું..! આ કલ્પના કેટલી મજાની મધુર લાગે છે ખરૂં ને..!પણ આપની અવઢવનો આ

સાચો ઈલાજ નથી. કેમ કે આપ સગર્ભા છો. આપને તથા શિશુને કેમ કે આરામ અપાયો છે તો આરામનાં કેટલાંક ચોકક્સ સૂચનો પણ છે અને તેનો અમલ કરતાં વાંચન કે મનોરંજન થઈ શકે.

મોટાભાગનાં ડૉક્ટરોનું માનવું છે કે બેડરેસ્ટ લેવાથી અનેક અટપટી ગર્ભાવસ્થાની તકલીફો પણ ઘટી જાય છે.બેડરેસ્ટ લેવાથી સર્વિક્સ પર વધારે દબાણ થતું નથી. હૃદય પર દબાણ થવાથી કિડની માટે રક્તપ્રવાહ વધે છે, જેનાથી નકામા પ્રવાહી પદાર્થ નીકળવામાં સરળતા રહે છે. શિશુને પૂરતાં પ્રમાણમાં ઓક્સિજન અને પોષણ મળે છે. આપના લોહીના પ્રવાહમાં તણાવના હોર્મોન ઘટે છે, જેનાંથી સંકોચન થઈ શકે છે.

જો માતાઓ, ૩૫ વર્ષથી વધારે ઉંમરની હોય,જેમને મિસકેરેજનો ભૂતકાળ રહ્યો હોય, મલ્ટીપલ પ્રેગનેન્સી હોય, પ્રેગનેન્સીમાં આટાપાટા હોય, અથવા તો કોઈ જૂનો રોગ હોય, એવી તમામ સુવાવડી સ્ત્રીઓને બેડરેસ્ટની સલાહ અપાય છે.

આવા સંપૂર્ણ આરામથી પ્રીટર્મ લેબરની શક્યતા ઘટે તો છે, પણ સાથોસાથ બીજા અન્ય જોખમો પણ ટળી જાય છે.જો કે વધારે પડતાં આરામનું પણ નુકશાન હોય છે. લાંબા સમય સુધીનાં બેડરેસ્ટ લેનારી મહિલાઓને નિતંબો અને માંસપેશીઓની પીડા સહન કરવી પડે છે. ત્વચામાં બળતરા, માથાનો દુઃખાવો અથવા તો ડીપ્રેશન (હતાશા) પણ થઈ શકે છે. સંપૂર્ણ આરામમાં શરીરનું હલન ચલન ઓછુ થવાથી છાતીમાં બળતરા, કબજિયાત, પગોમાં સોજા અથવા પીઠમાં દર્દની ફરિયાદ થઈ શકે છે. ભૂખ પણ કકડીને લાગતી નથી. અરૂચિના કારણે ઓછું ખવાય એ પણ શિશુનાં આરોગ્ય માટે બરાબર નથી.

આપ નીચે મુજબની ટિપ્સ દ્વારા ઘણી બધી મૂંઝવણોને ઉકેલ મેળવી શકો છો.

- પથારીમાં હલન ચલન કરો. પડખાભેર સૂઈ જાવ. અમુક સમય પછી પડખુ બદલો. આપના શરીરનું યોગ્ય સમતોલન જળવાઈ રહે તે માટે તકિયો લગાવી દો.
- ડૉક્ટરને પૂછીને હાથોને (બાવડાને) હલાવવાની કસરત કરો. પથારીમાં બેઠાબેઠા શરીરનાં જે અંગોને હલાવી શકો, તેને ધીમેથી અને હળવાશથી હલાવો. જોર ન કરશો.
- ડૉક્ટરને પૂછો કે શું આપ સ્ટ્રેચિંગ વ્યાયામ કરી શકો છો? પથારીમાં સૂતાં કે બેઠા પગોને પગોને ધીમેથી અકડાવો અથવા પગોને ઘુમાવો, જેથી પગની પીંડાઓમાં લોહી જામી ન જાય. આ કસરતથી (સ્નાયુઓ) પણ મજબૂત બને છે.
- એ વાતની નોંધ રાખો કે આપ શું ખાવ છો અને કેટલું ખાવ છો? જો આપ પોષકઆહાર લેવાનાં બદલે સ્નૈક્સથી સંતોષ માની રહી છે તો શિશુના વજન પર એની માઠી અસર પડી શકે છે. એ રીતે જરૂરથી અધિક ભોજન પણ વધુ વજનનું કારણ બનીને પજવી શકે છે. એટલાં માટે હંમેશા જે તે ખાવાનું ટાળો તે તમારા હિતમાં છે.
- આપે જમવામાં બને ત્યાં સુધી વધારેમાં વધારે પ્રવાહી ખોરાક લેવાનો છે, જેથી પજવણીઓથી બચી શકો. આપની પથારી પાસે પાણી અને પીણાંઓ હાથવગા રાખો, જેથી ઈચ્છા થાય ત્યારે પી શકાય.
- વધારે સૂવાથી છાતીમાં વધારે બળતરા થઈ શકે છે. જો બની શકે તો જમતી વખતે કે કશુંક ખાતા કે પીતાં પથારીમાં બેસો.
- ડિલીવરી પછી આપને ઊભા થઈને હરવા-ફરવામાં હજુવાર લાગશે, જેથી વધારે આશાઓને પંપાળો નહીં. આપની માંસપેશીઓની ગુમાવેલી મજબૂતાઈ ધીમેધીમે જ કવર થશે. આપ તબિયતનો ખ્યાલ રાખો. અનુકૂળતાએ પથારીમાંથી ઊભા થઈને પથારીના ટેકેટેકે ચાલો દિવાલનાં સહારે ઘરમાં હરોફરો.પ્રસૂતિ પછી યોગ અને તરણની કસરતથી જ આરોગ્યનાં સુધારામાં મદદ મળશે.
- આપની પાસે ફોન હોય તો સારું મોબાઈલને તકિયે જ રાખો. કંટાળો તો સગા-સહોદરો સાથે વાતચીત કરો. જો આપની પાસે લેપટોપ હશે તો ઈ-મેઈલની સવલત પણમળશે. આ રીતે પથારીવશ હોવા છતાં આપનો સંપર્ક બધા સાથે ચાલુ રહેશે.
- સવારે પતિ નોકરી-ધંધો જાય એ પહેલાં બધો જ જરૂરી સામાન પથારી પાસે મૂકાવી દો. આપના નાના ફ્રિજમાં પાણી, ફળ, દહી, ચીઝ અને સેન્ડવીચ રાખી મૂકો. ભૂખ લાગે ત્યારે ખાઈ શકાય.આપે વારંવાર ઊભા થવું ન પડે

બેડરેસ્ટના પ્રકાર

જયારે ડૉક્ટર આપની કામગીરીઓને મર્યાદીત કરવા ઈચ્છે ત્યારે એ સૂચનને બેડરેસ્ટ કહે છે. ડૉક્ટર આપને બતાવે છે કે આપ શું કરી શકે છે અને શું નથી કરી શકતી. આવો આપને એના વિશે જણાવીએ.

શીડયૂલ રેસ્ટિંગ : ઘણી માતાઓને દરરોજ જુદા જુદા સમયગાળામાં આરામ કરવાની સલાહ અપાય છે, જેથી આવનારાં જોખમોને ટાળી શકાય.અમુક ડૉક્ટર કામકાજ ઘટાડવા,સીડીઓ પર ઉતરવા-ચઢવાની અથવા તો મોડા સુધી ઊભા રહેવાની મના ફરમાવે છે.

મોડીફાઈડ બેડરેસ્ટ : આપને ઘરના કામકાજ,ગાડી ચલાવવી અથવા ઓફિસ જવા માટે ડૉક્ટરની મનાઈ હોય છે. આપ થોડું ઘણુ હળવુ કામ કરી શકો છો. પથારીમાંથી સોફા સુધી ચાલીને જવાની છૂટ હોય છે. વળી આપ સૈંડવિચ પણ બનાવી શકો છો પરંતુ આપને સીડીઓ પર ચઢ-ઉતરની પરવાનગી નહીં મળે.

સ્ટ્રિક્ટ બેડરેસ્ટ : આપને સખ્તાઈથી આરામ કરવાની સલાહ અપાઈ છે. એટલે કે નહાવા-ધોવાના કામ સિવાય આપે પથારીમાં જ રહેવાનું છે. આપનો જરૂરી સર-સામાન પથારીની નજીકમાં જ મૂકાવો, જેથી કોઈની મદદ ન મળવાના કારણે આપને વારંવાર ઉઠવું ન પડે.

હૉસ્પિટલમાં બેડરેસ્ટ : જો આપને અવિરત ચીજની સાથે આઈ.વી.ની પણ જરૂર છે, તો આપને હૉસ્પિટલમાં આરામ કરવો પડશે. આપના પગ માથાની થોડા ઉંચા કરી દેવામાં આવશે, જેથી શિશુ થોડાક સમય સુધી કૂખમાં રહે અથવા પોતાનો વિકાસ પૂરો કરી લે.

તે માટે ફોન નજીકમાં જ રાખો. પથારીમાં મેગેઝીન અને પુસ્તકો રાખો,ટી.વી.નું રિમોટ પણ પાસે જ રાખો.

- આખા દિવસનું રૂટીન બનાવી લો, જેથી આપને કંટાળો ન આવે.
- જો આપને ઘરમાં રહીને થોડુ ઘણું ઘરકામ કરવાની ડૉક્ટરે રજા આપી છે તો આપનાં બોસને આપની મર્યાદા જણાવી દો. જેથી આપનાં પર કામનો બોજો જરૂર કરતાં વધે નહીં.
- જો આપ ઈચ્છો તો મોજથી શિશુના માટે ઓનલાઈન ખરીદી કરી શકો છો. એના વસ્ત્રો પારણુ, પલંગ અને બેબી સિટરનો બંદોબસ્ત પણ કરી શકો છો.

  ઓનલાઈન ડિનર ઓર્ડર કરો, જેથી સાંજના પતિ ઘરે આવે ત્યારે તેને સબરપ્રાઈઝ આપી શકાય.
- મેલ સર્વિસથી ડી.વી.ડી. મંગાવો. પછી એ તમામ ફિલ્મો જુઓ, જેને આપ વ્યસ્ત જીવનનાં લીધે આ જસુધી જોઈ શકી ન હતી. યાદ રહે કે સુવાવડમાં જ બધુ વાંચી જોઈ શકાશે, કેમ કે પછી ટાઈમ મળવાનો નથી.

  મોજ મસ્તીમાં રહો. તે માટે મિત્ર-વર્તુંળને બોલાવીને પિઝા પાર્ટી કરો, પણ ઘરની સાફ-સફાઈ તેમણે જ કરવી પડશે, એની મીઠી ટકોર (સરત) સાથે ગોઠવણી કરો.
- આપના નાના મુન્ના માટે અમુક સ્વેટર અને મોજા ગૂંથો. ટાઈમ પણ પાસ થશે અને આપને ખુશી પણ મળશે.
- તમામ ફોટો આલ્બર વ્યવસ્થિત કરો. આપની ફોન બુકને કોમ્પ્યુટરમાં નાખો. શિશુનાં વધામણા,થેંક્સ, અભિનંદન નોટ વગેરે તમામ કામ કોમ્પ્યુટરથી કરો.
- આપ આનંદ-મોજમાં રહો. વાળને ઓળો. મેકઅપ કરો. બ્યુટીપાર્લરથી કોઈને ઘરે બોલાવીને બ્યુટી કેર કરાવો. એવું ન વિચારો કે આવી હાલતમાં મને કોણ જોવાનું છે ? આપ સુંદર દેખાશો તો આપનાં અંતર મનને પણ આનંદ થશે.
- આપના વિચારોને ડાયરીમાં વ્યકત કરો. એ ડાયરી આપના અજંપિત અંતરને શાંત કરશે અને આપને એકલતા સતાવશે નહીં.
- જયારે પણ મન ઉદાસ બની જાય ત્યારે શિશુની અલ્ટ્રા સાઉન્ડની તસ્વીરો જુઓ અને તમારી જાતને યાદ દેવડાવો એને આ દુનિયામાં લાવવા માટે જ આપ આરામ કરી રહી છે.

★★★

ગર્ભાવસ્થામાં થયેલાં નુકશાનનો સામનો કરવો

ગર્ભાવસ્થાને એક એવી મોજીલી સફર માનવામાં આવે છે, જેમાં રહસ્ય છે, રોમાંચ છે, ઉત્તેજના છે, ઉમંગ છે, શિશુ સાથે જોડાયેલાં રંગીન સપનાઓ છે, ભય છે, અવઢવ છે. જો કે એવું હંમેશા શક્ય હોતું નથી. જો આપને ગર્ભાવસ્થામાં કોઈ ઈજા થઈ છે અથવા આપે નવજાત શિશુને ગુમાવી દીધું છે, તો આપ સારી રીતે જાણો છો કે એ દુઃખ શબ્દોની સીમાથી પર છે. આ પ્રકરણ આપને જ સમર્પિત છે, જેથી આપ આટલાં વસમા આઘાતમાંથી બહાર આવવાની બાહોશી બતાવી શકો.

મિસ કેરેજ

જો કે આ ગર્ભાવસ્થાની શરૂઆતમાં જ થાય છે. એનો મતલબ એવો નથી કે એનું કોઈ દુઃખ નથી થતું. આપે ભલે ખૂબ મમતાનાં આંસુ કેવી રીતે રોકાઈ શકે? અંતરના આઘાતને કોણ મટાડી શકે? ભલે આપે અલ્ટ્રા સાઉન્ડમાં પણ શિશુને જોયું ન હોય, પણ તેની સાથે એક મમતાનો સંબંધ તો હતો જ ને!

ગર્ભાવસ્થાની ખબર જાણતાં જ આપ શિશુનાં સ્વપ્નાઓ જોવા લાગો છો. તમારી જાતને મા-જનેતા માનવા લાગે છે. મહિનાઓથી આતુરતા, ઉત્તેજના અને ઉમંગનાં ફુગ્ગાઓ ક્ષણેકવારમાં જ ફૂટી જાય છે. આપ ઉદારની અને નિરાશાની સાગરમાં ડૂબી જાવ છો. આપને ગુસ્સો આવે છે કે મારી સાથે જ આવું શા માટે થયું? આપ એ મિત્રો અથવા પરિવારજનોથી જાણે સ્વયંને વિમુખ (અલગ) માનો છો, જેમના ત્યાં શિશુનો જન્મ થયો હોય! શરૂઆતમાં તો કશું પણ ખાવા પીવાનું અને સુવા સુધ્ધાથી અલિપ્ત થઈ જાવ છો. આપ ખૂબ જ રડી શકો છો અને બની શકે છે કે આપ આઘાતનાં આંસુઓને પી જાવ અને એક ટીપુ આંસુ ન વહેવડાવો. આપે એક સનાતન સત્યને જાણવું જોઈએ કે આ બધી કુદરતી પ્રક્રિયા છે. તે સામાન્ય અને અસામાન્ય હોઈ શકે છે. ઈશ્વરને જે ગમ્યું તે રીતે ખરૂં ની રીતે આશ્વાસન લેવું સહેલું નથી, પણ કોઈપણ જખમનો ઈલાજ સમય છે.

ખરેખર તો અમુક દંપત્તિઓ માટે ગર્ભપાતની હાનિ વેઠવી ખૂબજ દુષ્કર બને છે. શા માટે?ઘણા લોકો ત્રીજા મહિના સુધી તો આ ખબરને જાહેર કરતાં નથી, એથી મિસકેરેજમાં તેમને સાન્ત્વના આપનાર કોઈ હોતુ નથી. તેમ છતાં માનો કે ગર્ભ રહ્યાંની જાણ અંતરંગ મિત્ર સગા-સહોદરોને કરી હોય તો પણ લોકોની દિલસોજીથી મન માનતું નથી. તેમની સહાનુભૂતિ મોળી લાગે છે. જેમકે હશે! બીજીવાર કોશિશ કરજો. દુઃખી થવાની શું જરૂર છે?

આપને દુઃખ એ વાતનું છે કે શિશુનું કોઈ સ્મરણ રહે તેવી તસ્વીર પણ નથી. બીજુ દુઃખ એ વાતનું છે કે એની અવ્વલ મંજિલની કોઈ સંસ્કાર

એક વ્યક્તગત પ્રક્રિયા

આવી ખેદજનક પરિસ્થિતિમાં કોઈ ભાવનાત્મક ફોર્મ્યુલા ઉપયોગી નીવડતી નથી દરેક વ્યક્તિ પોતાનું દુઃખ પોતાની રીતે વેઠવા ઈચ્છે છે. બની શકે છે કે આપને આવા દુઃખમાંથી બહાર આવતા વધારે સમય લાગે અથવા એવું પણ બની શકે છે કે આપ જલ્દી જ એ આઘાતમાંથી મુકત થઈ જાવ. પરિસ્થિતિને સ્વીકારી લો અને આપ બીજીવાર ગર્ભવતી બનવા માટે વ્યાકૂળ બનો, પણ એ વાતનું ધ્યાન રાખવાનું છે કે અહીં આ જ પ્રતિક્રિયા સામાન્ય છે, જે આપને સામાન્ય લાગે. તમારી જાતને સાંભળવા માટે આપને જે પણ અનુકૂળ લાગે એને જ ઉતમ સમજો અને એ જ કરો.

વિધિ નથી. અહીં એ યાદ રાખવાનું છે કે આ મિસકેરેજના લીધે આપને આપની મરજી પ્રમાણેનુ દુઃખ વ્યકત કરવાની અથવા તો દુઃખી ન થાવ તો એની પણ પૂરેપૂરી છૂટ છે. આપ કોઈપણ રીતે આપના મનનો ભાર હળવો કરી શકો છો.

કદાચ આપ બંને કોઈ નજીકનાં પરિવારજનની મદદ લેવા માગો, જો આપ કોઈની સાથે આપનું દુઃખ વહેંચવા ઈચ્છો તો આપને જાણવા મળશે કે મોટાભાગની મહિલાઓને એમનં પ્રજનન વર્ષોમાં આવાં મિસકેરેજને વેઠવા પડયાં છે, પરંતુ આપને એ અંગે કોઈ જ જાણ ન હતી. જો આપ કોઈ પણ સાથે આપનું દુઃખ વહેંચવા નથી માંગતા તો એને આપના સુધી જ રાખો.

યાદ રહે કે આપ એ દિવસના શોકને હંમેશા યાદ રાખી શકો છો અથવા તો એ દિવસને દર વર્ષે યાદ કરી શકો છો. એ દિવસે આપનાં મકાનનાં બાગ-બગીચામાં કોઈ નવું ઝાડ-છોડ ઉગાડો. એક શાંત પિકનિક કરો. તમારા પતિ સાથે કયાંક બહાર જમવા જાવ.

આપને આપનાં ગમને મનાવવાનો પૂરો હકક છે. જો આવું થશે તો જ આપ ધીમેધીમે એ શોકમગ્ન હાલતમાંથી મુકત બની શકશો નહીંતર એ દુઃખ આપને ચેન લેવા નહીં દે. આપ સમયસર બરાબર ખાઈ-પી નહીં શકો રાતનાં નીંદર વેરણ બનશે. કુટુંબથી જાણે અલગ પડી ગયાની લાગણી અનુભવશો.જો તમારી આવી હાલત થાય તો વ્યવસાયિક સલાહ પણ લેવી પડશે. તમે તમારી જાતને ખાતરી કરાવો કે આપ બીજીવાર ગર્ભવતી બનીને મા બનવાની ક્ષમતા ધરાવો છો.

મિસ કેરેજનું પુનરાવર્તન

જો બીજીવારની સુવાવડમાં પણ મિસ કેરેજ થાય તો દુઃખ બેવડાઈ જાય છે. આપ નિરાશ,નિરૂત્સાહી અને ચીડિયણ બની જાવ છો. આપના દિલોદિમાગને અને શરીરને એ આઘાતમાંથી બહાર નીકળતા ખાસ્સો સમય લાગી શકે છે. ઘણાં શારીરિક લક્ષણો પણ જોવા મળે છે.

જો આવું થાય તો આપના દુઃખને હળવું કરવા માટે બીજાઓ સાથે મનની વાતો કરો. તમારી જાતને સમજાવો કે એમાં આપની કોઈ ભૂલ નથી. આપ તે માટે દોષિત નથી. ડૉક્ટરની સલાહ લો. આપના જીવન-સાથીની મદદથી મનનું દુઃખ ઓછુ કરો. એવી ભાવનાઓને અંતર-મનમાંથી કાઢીને વિચારો કે આપે ગમે તેવા સંજોગોમાં એક બાળકની મા બનવાનું છે.

ગર્ભાશયમાં જ મૃત્યુ

જયારે આપને અનેક કલાકો સુધી શિશુની કોઈ હલચલ જોવા મળતી નથી ત્યારે આપ આકુળ-વ્યાકૂળ બની જાવ છો. જયારે આપને જાણ થાય છે કે આપનું બાળક જીવતું રહ્યું નથી, શિશુના ધબકારા સંભળાતાં નથી. તે ગર્ભાશયમાં જ મૃત્યુ પામ્યુ છે ત્યારે આપને કારમો આઘાત લાગે છે અને આપ એ વાત પણ એકદમ વિશ્વાસ કરતી નથી. આપની અવસ્થાના હિસાબે જ ડૉક્ટર નક્કી કરે છે કે હવે શું કરવું જોઈએ? આપનું દુઃખ પણ એવા માતા-પિતાથી ઓછુ હોતું નથી, જેમણે શિશુ જન્મ દરમિયાન અથવા જન્મ્યા પછી તરત જ બાળકને ગુમાવ્યું હોય છે.

જન્મતી વખતે અથવા જન્મ્યા પછી શિશુનું મૃત્યુ

ઘણીવાર ડિલીવરી પછી પણ શિશુ મૃત્યુ પામે છે. મહિનાઓ સુધી શિશુની આતુરતા પૂર્વક રાહ જોતી આપ ખાલી હાથે ઘરે પાછી ફરો છો. આ એક એવો કારમો આઘાત છે, જેને કોઈ જ મટાડી શકતું નથી. આપે આ શોકમાંથી બહાર આવવા માટે જાતે જ હિંમત દાખવવી પડશે.

■ મૃત શિશુને ગોદમાં લો. તેને મનોમન કોઈ નામ કોઈ નામથી સંબોધો અને પીડાને સ્વીકારો. આપ કોઈ નામ વગરના જીવ માટે દુઃખ કેવી રીતે વ્યકત કરી શકો છો, જેથી શિશુને ત્યાં જ કોઈ નામ આપી દો. ભલે ડૉક્ટરના મત મુજબ તે નિરખવા લાયક નથી. કેમ કે બની શકે છે કે એ શિશુ આપની કલ્પના મુજબના દેખાવનું ન હોય! પરંતુ એને જોયાં પછી એના મૃત્યુને સ્વીકારવાનું સહેલુ થઈ પડશે. આપને તેના અંતિમ સંસ્કાર કરવાનો અથવા તેને અલવિદા કરવાનો મોકો મળી જશે. જો આપ તેને કોઈ જગ્યાએ દફનાવો છો તો આપ દર વર્ષે આ જ તિથિએ એને શ્રધ્ધસુમન ચઢાવવા જઈ શકશો.

■ તેની કોઈ યાદગાર પગની છાપ જેવી ચીજ આપની પાસે રાખો. એની નમણાશને મનમાં વસાવો. જેમકે નાજુક વાળ, નમણી પાતળી આંગળીઓ અથવા તો ગુલાબી ગાલ વગેરે.

પ્રસૂતિ પછી હતાશા તથા મૃત્યુ

પ્રસવ પછી વિષાદ અને ઉત્તેજનાથી દુઃખ વધારે અસહ્ય બને છે. જો કે એને શિશુના કારણે થનાર હતાશાથી અલગ કરીને ઓળખવું થોડુ મુશ્કેલ છે, પરંતુ ઉપચાર તો બંનેનો જ થવો જોઈએ. જરૂર પડે તો વ્યાવસાયિક મદદ લેવામાં સંકોચ ન કરવો આપના ડૉક્ટરની સલાહથી કોઈ મનોચિકિત્સકને મળો. થેરેપી અને દવાની મદદથી આઘાતમાં રાહત મળશે.

શિશુના મૃત્યુ પછી દૂધ સૂકાવું

જો શિશુ હવે રહ્યું નથી તો પણ આપની પાસે એની એક યાદગાર ચીજ તો મોજુદ છે અને એ છે આપના સ્તનોમાં તેના માટેનુ દૂધ જો શિશુ હતયાત નથી તો સ્તનોમાં ઉતરી આવેલું દૂધ આપને માનસિક અને શારીરિક રીતે ખૂબજ કષ્ટદાયક બની શકે છે. જો આપને શિશુને જન્મ્યા પછી સ્તનપાન કરાવવાની તક મળી જ નથી તો હવે સ્તનોમાં રક્ત સંકુલતા (લોહીનો ભરાવો) ની તકલીફ થઈ શકે છે.આમાં હવે કાળજી એ રાખવાની છે કે ગરમ પાણીથી સ્નાન ન કરશો. નિપ્પલોને મસળશો નહીં. સ્તનોમાંથી દૂધ કાઢશો પણ નહીં. દૂધ કાઢશો તો એની બનવાની પ્રક્રીયા ચાલુ રહેશે.

જો થોડાંક દિવસ સ્તનપાન કર્યા પછી શિશુનું મૃત્યુ થયું હોય તો આપ નર્સ કે ડૉક્ટરની સલાહ લો. આપને હાથ કે પંપથી દૂધને કાઢી નાંખવાની સલાહ અપાશે, જેથી સ્તનોમાં દૂધ કેટલા પ્રમાણમાં બને છે, એ એટલું જ ફરીથી બની જશે. આપના સ્તનોમાં દૂધનું પ્રમાણ કેટલુ બનવાનું છે એ મૃત શિશુએ કરેલા સ્તનપાનની માત્રા પર શિશુએ કરેલા સ્તનપાનની માત્રા પર આધારિત છે. સ્તનપાન છોડાવવા અથવા પંપનો ઉપયોગ બંધ કર્યા પછી પણ ઘણાં અઠવાડિયા, મહિનાઓ સુધી સ્તનોમાંથી દૂધની બુંદો નીકળી શકે છે.

જો આપની પાસે પૂરતા પ્રમાણમાં દૂધ બનતું રહે છે તો તેને આપ મિલ્ક બેંકમાં દાન કરી શકો છો. એનાંથી આપના મનને શાંતિ મળશે.

■ ડૉક્ટર પાસેથી શિશુની ફાઈલ લો, જેથી આપમાં હકીકતને સ્વીકારવાની હિંમત આવે. આપને ડિલીવરી રૂમમાં જ ઘણુ બધુ જણાવાયું તથા આઘાતના લીધે આપ એને બરાબર સમજી શકી નહીં હોય!

■ દોસ્તો અને સંબંધીઓને કહો કે આપનાં ઘરે શિશુના સ્વાગતની જે તૈયારીઓ થઈ હતી તેને હવે મૂલતવી રાખે. નહીંતર ઘરે ગયા પછી આ નગ્ન હકીકતને સ્વીકારવામાં વધારે હેરાનગતિ થશે.

■ યાદ રાખો કે ગમ ભૂલાવવાની આ પ્રક્રિયામાં આપને એકલાપણુ હોય ક્રોધ અને વિષાદની અવસ્થામાંથી પસાર થવું પડે. દરેક જણ જુદાજુદા પ્રતિભાવો આપશે. બની શકે છે કે આપ કંઈક જૂદું જ અનુભવી રહી હોય!

■ એ સમયગાળો ઘણો જ આકરો કે હશે. વિધષમ હશે. આપની નીંદર વેરણ બનશે. ખાવા-પીવાનું ગમશે નહીં. આપ દુઃખ અને વિષાદથી ઘેરાઈ જશો. પતિ, બાળક કે અન્ય પર વિના

કારણ ચિડાઈ જશો. આપને મધ્યરાત્રિએ મૃત શિશુના રૂદનનો આભાસ થશે. આપ સ્વજનો વચ્ચે હોવા છતાં સ્વયંને વિખૂટી પડેલી અનુભવશો આપને થશે કે આપ પોતે એક બાળક બની જાય. જેને કોઈ લાડ કરે, પ્યાર કરે અને ખભે ઉંચકે આવુ ફિલીંગ જો કે સામાન્ય છે.

- રડો. જેટલુ મનમાં આવે એટલુ રડો.રડવાથી અંતરનો આઘાત આંસુઓ સાથે વહી જાય છે અને પછી મન શાંત બને છે.
- તમે માત્ર એકલાં જ દુઃખી નથી. આપના પતિની આંખોમાં વેદના છે. અંતરમાં ડૂમો છે. ભલે તેમણે શિશુને નવ મહિના પોતાની કૂખમાં ઉછેર્યુંનથી તેમ છતાં આપના જેટલું જ દુઃખ પતિ અનુભવી રહ્યાં છે. તેણે ભીતરની પીડાને છૂપાવીને આપની પાસે મજબૂત બનીને આવવું પડે છે આપ બંને એકબીજાના દુઃખને વહેંચો, જેથી મનનો ભાર ઓછો થઈ જાય. એકબીજાનો લાગણીભયો સહારો જ આવા સમયમાં કામ આવે છે.
- એકબીજાનું ધ્યાન રાખો. આપનાં ગમમાં એટલા મગ્ન ન થાય કે બીજાઓનો ખ્યાલ ન રહે. આવી સ્થિતિમાં ઘણીવાર સંબંધોમાં તિરાડ પડી જાય છે. માનીએ છીએ કે આપ કયારેક એકાંત ઈચ્છશો પણ જીવનસાથીનું દુઃખ સમજવું પણ જરૂરી છે.
- દુનિયાદારીનો વ્યવહાર સાચવવો ખૂબજ અઘરો છે. જો આપ પહેલીવાર ખબર અંતર લેવા આવનારના સવાલ જવાબથી ધૂંધવાઈ રહી છે તો તમારી સાથે ખાસ સહેલીને રાખો. એ મામલો સંભાળી લેશે. આપ મૌન રહો. દુનીયા દો રંગી છે. સારું પણ બોલે અને નરસુ પણ બોલે.
- ઘણીવાર આવા બનાવો વખતે દોસ્તો અને સંબંધીઓને અફસોસ વ્યકત કરવાનું ન આવડે, તે શક્ય છે. તેઓ પણ અવઢવમાં હોય છે કે શું બોલે? તે લોકો એવી વાતો કહી શકે છે. જે દિલને વધારે પીડા આપે. જેમકે મને ખબર છે કે તું કેવું મહેસૂસ કરી રહી છે. સારૂં થયું કેમાયા બંધાય એ પહેલાં જ શિશુ ચાલ્યું ગયુ! આમાં તેમનો કહેવાનો મતલબ એ જ છે કે આપના તરફ સહાનુભૂતી અને અફસોસ વ્યકત કરાય છે. પરંતુ તે લોકોને યોગ્ય રીતે શોક પ્રદર્શિત કરતાં આવડતું નથી અને આપને અપરોક્ષરૂપે દુઃખી કરે છે.
- આપના ખાસ સગા-સંબંધીઓ અથવા મા-બાપના સાનિધ્યમાં રહો. તેઓ આપના દુઃખને સમજશે અને આપની કાળજી રાખશે.
- આપ બહુ ભાવવિભોર ન બનો. ભાવવિભોરતા આપની શારીરિક અવસ્થાને નુકશાન પહોંચાડી શકે છે. યોગ્ય સમયે ખાવ-પીવો અને સૂઈ જાવ.વ્યાયામ પણ ખૂબજ અસરકારક રહેશે. જમવાની ઈચ્છા ન હોય તો પણ ભાણુ તૈયાર કરીને બેસો. થોડુ ઘણુ જે ભાવે તે ખાવ. તમારે સુવાવડમાંથી હવે ઊભા થવાનું છે. રોજિંદી કામોમાં પલોટાવાનું છે. જેથી શરીરની જાતે કાળજી રાખો. દરરોજ સાધારણ ગરમ પાણીથી સ્નાન કરો. રાતના જમ્યા પછી થોડુંક હરો ફરો. આપના દુઃખને ભૂલાવવા માટે કોઈ ફિલ્મ જુઓ. કોઈ મિત્રને ત્યાં પગફેરો કરી આવો. જિન્દગી તો એજ એની રફતારે ચાલે છે અને આપે એની સાથે જીવવાનું છે એ ભૂલાય નહીં.
- આપના અંતર-મનમાં શિશુના મૃત્યુની પીડા હજુ પણ છે તો આપ ભલે પીડાને પીતી જીવનનાં કઠિન ડગર પર ચાલો આપને કોઈ રોકવાનું નથી પણ આપ જીવનસાથી અને આપના ગૃહસ્થ જીવનના ભાવિ વિશે પણ વિચારો.
- આપના મૃત બાળકની યાદમાં કોઈ ભલાઈનું કામ કરો. ચાઈલ્ડ કેર સેન્ટર માટે પુસ્તકો ખરીદો. અનાથાશ્રમમાં ફંડ-ફાળો આપો. આપના ઘરે આવવા કોઈ પાર્કમુ શિશુની યાદમાં છોડ રોપો.
- ધર્મ અને આધ્યાત્મિકતામાં પણ આપના મનને શાંતિ મળશે.
- ગમની ગર્તામાંથી બહાર આવ્યા પછી જ બીજીવાર ગર્ભવતી થવા અંગે વિચારી શકાય, જેથી ભાવિ શિશુની દેખરેખમાં આંચ ન આવે.
- યાદ રહેશે નહીં ભૂલાય જેવી આ ઘટનાને છ બાર મહિના વીતી ગયા પછી પણ આપની આંતરિક વેદના શોક દૂર ન થાય, ઘરના કામકાજમાં એકાગ્રતા જાળવી ન શકો, મૃત શિશુના ખ્યાલમા જ રમમાણ રહો તો આપે કોઈ મનોચિકિત્સકની સારવાર લેવી જોઈએ. કોઈપણ આઘાતને કળ ન વળે અને તે મનોરોગ બનીને પીડે ત્યારે આવી સારવાર જરૂરી બની જાય છે.

■ ઘણીવાર અપરાધભાવ પણ આવી પ્રસૂતાને પીડે છે. જો આપના કિસ્સામાં આવું હોય અને તમે શિશુના મૃત માટે આપને જવાબદાર ઠેરવતાં હોય તો આપે પણ મનોચિકિત્સકની સારવાર લેવી જોઈએ, જેથી આપનો ખ્યાલ આવે કે એમાં આપની કોઈ ભૂલ ન હતી. આપ મનને મનાવવા માટે મૃત શિશુના કાલ્પનિક નામે ચિઠી પણ લખી શકો છો, જેમાં આપની તમામ પીડા, દુઃખ, આત્મસંદેહ અને અપરાધભાવ આવી જાય.

જોડિયામાંથી એક શિશુનું મૃત્યુ

જે માતા પિતાને ત્યાં જોડિયા શિશુઓમાંથી એકનું મૃત્યુ થાય છે તો તેમને અફસોસ અને ખુશીઓનાં માહોલમાંથી પસાર થવું પડે છે. અફસોસ એટલાં માટે કે એક સંતાન ગુમાવ્યું અને ખુશીઓ એટલા માટે કે એક શિશુની ઉપલબ્ધિ થઈ છે.આવા સમયે ઔર ગમનો ઉત્સવ ઉજવાય છે.

આ ખુશી અને દુઃખનું વિશ્લેષણ નીચે મુજબ છે

■ એક શિશુ બચી જાય છે તેની પ્રસન્નતા હોય છે, જોડેજોડે એક શિશુને ગુમાવ્યાનું દુઃખ અને અફસોસ ઓછો હોતો નથી. આપનું દિલ ચૂર્ણ-વિચૂર્ણ થઈ જાય છે .આપને એ લાડકા શિશુના મોતને શોક પાળવાનો પૂરો હકક છે. એ શિશુના મૃત્યુને વાસ્તવિક રીતે સ્વીકારવું પડશે. એવું ફરી એ તો આપ એ આઘાતને પચાવી શકશો કારમાં આઘાતને પચાવી રીકવર થઈ શકે છે.

■ આપના હયાત શિશુ માટે મનમાુ ઉછળતા મમતામાં અમીને રોકશો નહીં. એ શિશુના મૃત્યુ પામેલા ભાઈ કે બહેનનાં શોકમાં જીવંત શિશુને પ્રેમથી વંચિત ન રાખશો. જીવતાં શિશુની સારી તંદુરસ્તી માટે પણ જરૂરી છે કે આપ એકને અંતરના ઉમળકાથી હૈયે ચાંપો.

■ ખુશખબર ખેદની સાથે આવી છે. એનો મતલબ એ નથી કે આપ તેને ઉજવો નહીં. જોએ કામ મુશ્કેલ લાગે તો પહેલાં આપ મૃત શિશુનો શોક મનાવો, પછી હયાત શિશુની ખુશી માટે મિત્ર,સગા-સહોદરોને નોતરીને મિજબાની રાખો.

■ બની શકે છે કે આપ સ્વયંને મિસકેરેજ માટે દોષિત માનો. આપને એવા ખ્યાલ પરેશાન કરે કે આપે જ કાળજી ન રાખી. છોકરો આવશે કે છોકરીની અવઢવમાં રહી. આ માત્ર કાલ્પનિક વિચારો છે. હકીકત એ છે કે મૃત્યુ પર કોઈનો અધિકાર નથી. આપનો પણ નહીં. આપ મૃત બાળક માટે આપને દોષિત ગણો અને દુઃખી થાવ તો એમા બીજા કોઈ શુ કરી શકે?

■ અમે માનીએ છીએ કે આપ મહિનાઓથી જોડિયાના આવવાના ઈંતેજારમાં હતી પરંતુ કમનસીબીથી એકજ બાળકને ઘરે લઈ જઈ શકશો. આવા સંજોગોમાં નિરાશા સ્વાભાવિક છે, પરંતુ એ હતાશાને નિરાશાને તમારા પર હામી થવા દેશો નહીં.

દુઃખનો બંદોબસ્ત

ઘણીવાર ડૉક્ટર કહી શકે છે કે મલ્ટીપલ પ્રેગનેન્સીમાં કોઈ એક શિશુને બચાવી શકાય તેમ છે. બીજુ શિશુ જીવી નહીં શકે.એના લીધે બીજા શિશુનું પણ મૃત્યુ થઈ શકે છે. આવા સંજોગોમાં આપના મન પર અપરાધ ભાવને ફરકવા દેશો નહીં. ડૉક્ટરની સલાહ મુજબ જ ચાલો. ડૉક્ટર કહે તેમ કરવામાં જ આપની ભલાઈ છે. જે પણ નિર્ણય લો એ શાંતચિત્તે અને ઠંડા દિમાગથી લો.

આપના મિત્રો અને સાથીઓની મદદ લો. જો રૂદન રોકાતું ન હોય તો મન ભરીને રડી લો. આ રીતે વેદનાનો ડૂમો નીકળી જવાથી આપને ઘણી રાહત જણાશે. આપ હવે વિચારી શકશો કે બીજા શિશુને બચાવવું જરૂરી છે. આપ નબળા શિશુને બલિની વેદી પર મૂકો છો એવો અપરાધ ભાવ નીકળી જશે. આવા સમયે ધર્મ અને આધ્યાત્મિકતા મદદરૂપ બની શકે છે. એક બાળકનો ભોગ જરૂર છે? આપણો મામલો છે અને આપણે જ નિપટવાનો છે.

■ જો જોડિયામાંથી એક શિશુના મોતની ખબર

કેમ ?

કેમ ? શા માટે ? જેવા સવાલનો હંમેશા કોઈ જવાબ હોતો નથી, પરંતુ આપે નવજાતના મૃત્યુનું સાચુ કારણ જાણવું જોઈએ. શિશુની સંપૂર્ણ તપાસ અને ગર્ભાવસ્થા હિસ્ટ્રીથી જ જાણી શકાય છે કે એવુ કેમ થયું ? જો શિશુ ભ્રૂણમાં જ મરી જાય અથવા તો સ્ટિલબર્થ હોય તો કોઈ નિષ્ણાંત પેથોલોજિસ્ટ દ્વારા પ્લેસેંટાની તપાસ થવી જોઈએ. આ રીતે આપ ભવિષ્યની ગર્ભાવસ્થાને સલામત બનાવી શકશો.

સ્વયં આપવા ન ઈચ્છો તો આપની કોઈ સહેલીને સાથે રાખો. ઘરનાં સ્વજન પણ મદદરૂપ બની શકે. જ્યારે ઘરની બહાર નીકળો ત્યારે સહેલીને સાથે લો, જેથી આપને લોકોનાં સવાલોના જવાબ આપવા ન પડે. સહેલીને સમજાવી રાખો કે તે બધુ સંભાળી લે.

- લોકો આપને આશ્વાસન આપવા અને જીવંત શિશુને આશીર્વાદ આપવાના અતિ ઉત્સાહમાં અમુક એવી વાતો કહી શકે છે, જેનાંથી આપનાં હૃદયને પીડા પહોંચી શકે છે. એવા સંજોગોમાં આપ આપ્તજન સાથે આપની ભાવનાઓને વ્યક્ત કરો. તેમને જણાવો કે જીવતાં-હયાત શિશુ માટે આનંદ વ્યક્ત કરવાની સાથોસાથ આપ સ્વર્ગસ્થ શિશુ માટે પણ દુઃખી છે.
- વિષાદને તમારા પર સવાર થવા ન દો. જો એવું થશે તો આપની અને શિશુની દેખભાળમાં ઓછપ આવી શકે છે. આપના શિશુની માનસિક અને શારીરિક આવશ્યકતાઓની પૂર્તિ માટે હિંમત ધરવામાં જ શાણપણ છે.

બીજીવાર પ્રયત્ન કરો

આવા આઘાત પછી બીજીવાર ગર્ભવતી બનવાની ઈચ્છા કરવી એ સામાન્ય બાબત નથી. આવો વ્યક્તિગત નિર્ણય ખૂબ કષ્ટદાયક પણ બની શકે છે.

- આવા જોખમી બીજીવારના ગર્ભધારણના નિર્ણય માટે સહુથી પહેલા આપ સ્વયંને અભિનંદન આપો. એનું કારણ એ છે કે આવો નિર્ણય લેવા માટે મન મજબૂત અને તન સાબૂત જોઈએ.
- ખરો સમય એ જ છે જે આપને ઠીક લાગે. આપને ભાવનાત્મક રીતે તૈયાર થવામાં થોડો અથવા તો વધારે સમય પણ લાગી શકે છે. આપના દિલની વાત જ સાંભળો. કોઈના કહેવામાં ન આવો. આપ સંપૂર્ણ રીતે તૈયાર હોય ત્યારે જ ગર્ભધારણ કરો.
- આપના ડૉક્ટરને પૂછો કે શું આપ શારીરિક રીતે મા બનવા માટે લાયક છે? જો આપ એ માટે હજુ યોગ્ય નથી એનો ડૉક્ટરનો અભિપ્રાય મળે તો ગર્ભધારણ માટે શારીરિક રીતે ફીટ થાવ.
- બની શકે છે કે આ ગર્ભાવસ્થા અગાઉ કરતાં અત્યાધિક ચિંતા અને દબાણવાળી હોય! આપ તો જાણો છો કે દરેક ગર્ભાવસ્થાનો અંત સુખદ નથી હોતો.આપના અંતર મનમાં અણચિંતવ્યું બનવાની દહેશત છે. આપ કદાચ નવા શિશુને ઉમળકાથી હૈયે ચાંપતા પણ ડરશો. આપને શરીરનાં દરેક નાના-મોટા ફેરફારથી ચિંતાનાં વીંછીઓ ડંખ દેશે. આવી માનસિકતા સ્વાભાવિક છે. આપ તો બસ એટલું જ ધ્યાન રાખવાનું છે કે એ ભાવનાઓનાં લીધે શિશુના પોષણમાં ખામી રહી ન જાય. આપ નોંધી રાખો કે ગર્ભાવસ્થામાં એક શિશુના મૃત્યુ છતાં મોટાભાગની માતાઓ નિરોગી શિશુઓને જન્મ આપે છે અને તેમની ગર્ભાવસ્થા પણ સંપૂર્ણ રીતે સામાન્ય હોય છે.

★★★

ભાગ - ૮

તમારું હવે પછીનું શિશુ

આગલા શિશુની તૈયારી

કેટલું સારૂં હોત જો આપણે આપણી મરજીથી જિન્દગીનુ પ્લાનિંગ કરી શકતા! મોટાભાગે તો આપના સપનાઓનો મહેલ ક્ષણેક વારમાં વિખરાઈ જાય છે અને આપણે એના પર કોઈજ નિયંત્રણ રાખી શકતા નથી.

કેટલુ સારૂ હોત કે આપણે પૂરી યોજના બનાવીને ગર્ભધારણ કરતા અને શિશુને હેમખેમ જન્મ આપતા. એ રીતે આપણને રોજિંદી જીવનકાળમાં જરૂરી સુધારા-વધારા કરવાનો મોકો મળી જતો, પરંતુ આવી સુવિધાઓ કેટલી મહિલાઓને મળી શકે છે ?

માસિકર્ધમની ગરબડ અને બર્થ કંટ્રોલના ઉપાય વગેરે કારણોથી એવી સવલતો મેળવવી શક્ય હોતી નથી. આ પુસ્તકમાં પણ ગર્ભધારણ પૂર્વની તૈયારીઓ પર ભરપૂર દિશા સૂચનો થાય છે. જો કે તમામ મહિલાઓ શરૂઆતથી જ એટલુ ધ્યાન ન રાખી શકે તેમ છતાં તંદુરસ્ત શિશુઓને જન્મ્ આપે છે એ હકીકત છે.

વળી હવે તો પરિવાર નિયોજનનાં અમુક ઉપાયો ખૂબજ કારગત નીવડે છે એટલા માટે આપ ખૂબજ નિરાંતે આપની પ્રેગનેન્સીની યોજના ઘડી શકો છો. જે દિવસથી એના અમલની શરૂઆત કરવાની હોય તે અગાઉ આપની ફીટનેસને જાણી લો.

ભાવિ માતાપિતા અનેક પ્રકારે પ્રજનન ક્ષમતા વધારી શકે છે. જેથી આગામી શિશુ સંપૂર્ણ રીતે સ્વસ્થ હોય! જો આપ પહેલેથી જ ગર્ભવતી બનેલી છે તો ગભરાશો નહીં. બસ આ પ્રકરણ છોડીને પહેલા પ્રકરણથી વાંચવાનું શરૂ કરો.

ગર્ભધારણ કરતાં પહેલાં માતાએ શું કરવું ?

સંપૂર્ણ શારીરિક તપાસ : આપના ફેમીલી ડૉક્ટરને મળો. સંપૂર્ણ તપાસથી જાણ થઈ જશે કે પહેલેથી જ કોઈ ઈલાજની જરૂર તો નથી ને?

દંત તબીબને મળો : જી..હા, ડેંન્ટિસ્ટને મળીને દાંતોની બરાબર તપાસ કરાવી લો. એક્સ-રે ફિલિંગ, દાંતની સર્જરી વગેરે જે ટેસ્ટો કે તપાસ કરાવવી હોય તે અત્યારે જ કરાવી લો. કેમ્ કે ગર્ભાવસ્થા દરમિયાન આવી તપાસો થઈ શકશે નહીં. આપનાં દાંતના પેઢાં પણ સ્વસ્થ હોવા જોઈએ.

અભ્યાસોથી જાણવા મળ્યું છે કે દાંતના પેઢુની બીમારીથી પ્રીટર્મબર્થનું જોખમ વધી જાય છે.ઘરે જ દાંત અને દાંતના પેઢુની દેખરેખ શરૂ કરી દો.

ડૉક્ટરને મળીને ગર્ભધારણ પહેલાં તપાસ કરાવો :- અત્યારે કોઈપણ પ્રકારનો રઘવાટ નથી એટલા માટે સરળતાથી ડૉક્ટરની પસંદગી થઈ શકે છે. આપની નજીકના અને ઓળખીતા ડૉક્ટરને શોધો, જેથી આપની પસંદગીનો ઉતમ ડૉક્ટર મળી પણ જાય.ડૉક્ટર નક્કી કર્યા પછી એમની મુલાકાત લો, ભલે આપ કોઈ દાયણથી સુવાવડ કરાવવા ઈચ્છતા હોય પણ ડૉક્ટર પાસે તપાસ કરાવી લેવી જરૂરી છે. જો આપ તપાસ પછી હાઈ-રિસ્ક ગ્રુપમાં નથી આવતી તો તમારી ઈચ્છાનુસાર ડૉક્ટર, દાયણ અને પ્રસૂતિ અંગે વિચારી શકો છો, પણ જો આપ હાઈ-રિસ્ક ગ્રુપમાં છો તો મા-શિશુના સ્વાસ્થ્યને ધ્યાનમાં રાખીને કોઈ નિષ્ણાંત ડૉક્ટરની રાહબરી હેઠળજ ગર્ભાવસ્થાનો પીરીયડ પૂરો કરવો જોઈએ.

આપની પ્રેગનેન્સી હિસ્ટ્રીનો ખ્યાલ કરો :

આપને આ અગાઉ ગર્ભપાત અથવા તો સમયથી પહેલાની પ્રસૂતીની ફરિયાદ તો ન હતી ન? અથવા ગર્ભાવસ્થામાં કોઈ બીજી કોઈ મુશ્કેલી તો આવી ન હતી ને! ડૉક્ટરને પૂછો કે આ વિષયમાં શું શું સાવચેતીઓ રાખવી જોઈએ?

આપની માતાની પ્રેગનેન્સી હિસ્ટ્રીને તપાસો :

હિસ્ટ્રીમાંથી જાણકારી મેળવો કે આપ પણ ડેશ બેબી તો ન હતી ને? સન ૧૯૭૧ સુધી ગર્ભપાત રોકવા માટે હાઈથાઈઈજટિલ સેજીસટ્રલ નામની જે દવા આપવામાં આવતી હતી, એ પ્રજનન અંગોને નુકશાન પહોંચાડી શકતી હતી. જો આપની મમ્માએ એ દવા લીધી હતી તો આપને પણ યોનિ અને ગર્ભાશય મુખની કોલોપોસ્કોપી કરાવી લેવી જોઈએ.

ટેસ્ટ કરાવો : ગર્ભધારણ પહેલાં નીચે મુજબના ટેસ્ટ કરાવવાની સલાહ છે.

- હિમોગ્લોબિન અથવા હીમેટોક્રીટ (એનિમિયાની તપાસ)
- આર (ફોર) ફેક્ટર, જો આપ નેગેટિવ છે તો પતિની તપાસ થશે. જો તે પણ નેગેટિવ જણાયાં તો પછી વધારે વિચારવાની જરૂર નથી.
- રૂબેલા ટિટર.
- બેરીમેલા ટિટર.
- ડાયાબિટીસની તપાસ માટે પેશાબ.
- ટ્યૂબરકલો સ્થિતિ.
- હેપેટાઈસિસ બી જો આપ હાઈ-રિસ્કમાં સમૂહમાં આવો છો.
- સાઈટોમિગેલો વાઈરસ-એન્ટીબૉઝ (જો આની તકલીફ હોય તો ઉપચાર કર્યા પછીના છ માસ જવા દો. એ પછી ગર્ભધારણ કરો.)
- ટોમનોપ્લાજ મોસિસ ટિટર. (જો આપની બિલાડી કાચુ માંસ ખાય છે તો અથવા આપ હાથમાં મોજા પહેર્યા વિના કંપાઉન્ડના બાગ-બગીચાની સાફ-સૂફી કરો છો તો અથવા પાશ્ચ્યુરાઈઝ ફ્રી દૂધ લો છો તો આ પુસ્તકમાં સૂચવેલા દિશાનિર્દેશોનો અમલ કરો.
- માનસિક ક્ષમતા પ્રભાવિત બની શકે છે. ગર્ભધારણ પહેલા એની તપાસ અવશ્ય કરાવો. જો પરિવારમાં કોઈને અગાઉ આ રોગ થયો હતો તો તપાસ કરાવવી જરૂરી બની જાય છે.
- જાતીયતાનો કોઈ રોગ (એસ.ટી.ડી.) છે કે નહીં તે માટે ગર્ભવતી મહિલાઓએ આ એસ.ટી.ડી તપાસ ખાસ કરાવવી જોઈએ. આ તપાસમાં સિફલિસ, વાયરસ, વૈકટેરિયલ બેંજીનેસિસ, ગારડનરેલા વેજનીટિસ અને એચ.આઈ.વી. સામેલ છે. ભલે આપને લાગે કે, મને કોઈ રોગ નથી પણ તપાસ કરાવી લેવી તંદુરસ્તી માટે ઉત્તમ બાબત છે. આપણું શરીર અતિ કિંમતી છે એની આગળ પૈસા ગૌણ છે.

ઉપચાર કરાવો : - જો ટેસ્ટમાં કોઈ રોગની જાણ થાય તો સારવાર કરાવવામાં મોડું ન કરશો. કોઈપણ પ્રકારની સર્જરી અથવા મેડીકલ ઈલાજથી આનાકાની ન કરશો. હવે તો આપે જનનેન્દ્રિઓ સાથે સંકળાયેલી નાનામાં નાની તકલીફનો ઉપચાર કરી લેવો જોઈએ. જેમકે

- યૂટેરાઈન પોલિપ્સ, ફાઈબ્રાઈસ, સિસ્ટ, ટ્યૂમર.
- એન્ડીમેટ્રિઓસિસ.
- પેલ્વિક સાથે જોડાયેલાં રોગ.
- પેશાબાશયનું સંક્રમણ.
- યૌનજનિત રોગ.

જો કોઈ બાબતમાં સર્જરી કરાવવામાં સંજોગ બને તો ગર્ભધારણ માટે છ મહિના પછી વિચારી શકાય, એ વાતને ખાસ નોંધી રાખજો.

રસીકરણનો પૂરો લાભ લો:

જો આપે છેલ્લા દસ વર્ષોમાં ટિટનેસ-ડિપથીરીયા બૂસ્ટર નથી લીધુ તો હવે જરૂર લો. એમ.એમ.આર. વેક્સીન લો તો ગર્ભધારણ માટે ત્રણ મહિનાની વાટ જુઓ. ત્રણ મહિના પછી જ ગર્ભધારણ કરો. હેપેટાઈટિસ અંગે પણ સાવચેત રહો અને યોગ્ય સમયે સારવાર કરાવો.

ક્રૉનિક રોગો પર કાબૂ મેળવો

જો આપ દમ, ડાયાબિટીસ, વાઈ, હૃદયરોગ વગેરે ગમે તે રોગથી લાંબાગાળાથી હેરાન-પરેશાન છો તો ગર્ભધારણ પહેલાં જ ડૉક્ટરને પૂછીને

આપના જે તે રોગનું નિવારણ કરો. જો એલર્જીની કોઈ દવા લેવાની જરૂરીયાત છે તો એને અત્યારથી જ શરૂ કરી દો. ડ્રિપેશન પણ આપના ગર્ભધારણમાં વિઘ્નરૂપ બની શકે છે. એટલાં માટે ગર્ભાવસ્થાનો પ્લાન ઘડતાં પહેલા આવી તમામ બાબતો પર કાબૂ ધરવો જરૂરી છે.

જેનેટિક સ્ક્રીનિંગ : જો આપને અથવા આપના જીનસાથીને કોઈ જેનેટિક ડિસઓર્ડર (સિકલ તેલ, યેલાસીમિયા, હીમોફીલિયા, સિસ્ટિમ હાઈબ્રોસિસ, પ્રસ્કયુલર ડિસ્ટ્રોફી અથવા એક્સ સિંડ્રોમ વગેરે) છે અથવા ડાઉન સિંડ્રોમ જેવી કોઈ બીજી જન્મજાત વિકૃતિ છે, અથવા આ બંનેના કુટુંબમાં પહેલેથી જ આવો કોઈ રોગના ભોગ બનેલાંનો ઈતિહાસ છે તો જેનેટિક નિષ્ણાંતોને વિશેજ્ઞને મળો.

જો આપ કોકેશિયન છે તો સિસ્ટિક હાઈબ્રોસિસ યહુદી-યુરોપિયન છે તો ટે-શેક, ફ્રેંચ-કેનેડિયન કે આઈરિકા અમેરિકન છે તો સિકલ-સેલ, ગ્રીલ ઈટાલિયન અથવા તો દક્ષિણ-પૂર્વના એશિયન અથવા ફિલિપાઈન મૂળનાં છે તો થેલાસીમીયાની તપાસ કરાવો. જો અગાઉની ગર્ભાવસ્થામાં પણ આવી કોઈ જેનેટિક પજવણી થઈ છે તો ડૉક્ટરને અવશ્ય મળો અને તેમનો અભિપ્રાય લઈને જ આગળ વધો.

બર્થ કંટ્રોલનો ઉપાય : જો કોઈ કુટુંબ નિયોજનના ઉપાયોથી ગર્ભાવસ્થાને માઠી અસર થતી હોય તો એને રોકી દો. જો આપ ગર્ભનિરોધક ગોળીઓ લો છો તો તેને બંધ કરી દો. ગર્ભધારણ કરતાં પહેલાં આવા તમામ પ્રતિબંધોનું પીંડલુ વાળી દો અને વ્યવસ્થિત ગર્ભધારણની યોજના ઘડો. સહુથી પહેલા તો કોશિશ કરો કે ગર્ભધારણ પહેલા જો માસિક ધર્મ નિયમિત આવી જાય. જો માસિકધર્મ નિયમિત થવામાં સમય લાગે તો નિરાશ ન થશો. જો આપ આઈયુડી વાપરો છો તો તેને કઢાવી દો. કોઈ પણ પ્રકારની ગર્ભનિરોધક દવાનો પ્રયોગ બંધ કરી દો. જો આપ ચાહો તો સ્ચર્મી સાઈડ વિનાના કંડોમનો ઉપયોગ કરી શકો છો.

ખોરાકમાં સુધારો : સહુથી પહેલી અને ખાસ વાત એ છે કે ભોજનમાં ફોલિક એસિડની માત્રા વધારો. સંશોધન કર્તાઓનાં અભ્યાસનાં તારણ સૂચવે છે કે ગર્ભધારણ પહેલા એન ગર્ભાવસ્થામાં શરૂઆતનાં ચરણમાં એનું પુરતુ પ્રમાણ લેવાથી ન્યૂટલ ટયુબની ખામી ઘણી જ ઘટી જાય છે .એ આખા અનાજ અને લીલા પાંદડાવાળી શાકભાજીઓમાં ભરપૂર માત્રામાં હોય છે. એની સાથોસાથ ફોલિક એસિડની દવા પણ લઈ શકાય છે.

જંક, ફુડ અને રિફાઈન્ડ શુગરનુ પ્રમાણ ઓછુ કરી દો. આખુ અનાજ, ફળ-સબ્જીઓ અને ઓછા વસાયુક્ત ડેરી પ્રોડકટસ લો. સેન્ચૂરેટિડ વસાની પણ માત્રા ઘટાડી દો. કેમ કે એનાંથી ગર્ભાવસ્થામાં જીવ ગભરાવો અને ઉલ્ટીની સમસ્યા વધી શકે છે. ગર્ભધારણ પહેલા દરરોજ પ્રોટીન તથા ત્રણ કેલ્શિયમ સર્વિગ અવશ્ય લો.

જો આપની ખાવા-પીવાની આદતો સ્વસ્થ નથી અથવા કોઈ બીજી જાતની ઈંટિંગડિસઓર્ડરથી આપ ગ્રસ્ત છે તો આપના ડૉક્ટરના સૂચન મુજબનો આહાર લો.

આદર્શ વજન : જરૂરથી વધારે અથવા ઓછુ વજન ગર્ભધારણમાં સમસ્યા બની શકે છે. જો જરૂર જણાય તો કેલેરીની માત્રા ઘટાડી દો. વજન ઘટાડતી વખતે ઉતાવળ ન કરો. ધીમેધીમે વજન ઘટે એ રીતનું આયોજન કરો. આવું વજન ઘટાડતાં જો આપને લાગે તો ગર્ભધારણને પાછુ ઠેલી શકો છો. કુપોષણથી પણ ગર્ભધારણ કરવું મુશ્કેલ બની શકે છે. જો આપ કૈશડાઈટ પર હતી, તો સામાન્ય રીતે જમતાં હોઈએ એ રીતે જમીને શરીરને એના સ્વાભાવિક માળખામાં આવવા દો. એ પછી ગર્ભધારણ કરો.

વિટામિન અને મિનરલ એપ્લીમેન્ટ લો : ભોજનમાં ફેરફારની સાથોસાથ વિટામિન અને મિનરલયુક્ત એપ્લીમેન્ટ પણ જરૂર લો. અભ્યાસોથી જાણ થઈ છે કે ગર્ભધારણ પહેલાથી વિટામિન અને મિનરલનું એપ્લીમેન્ટ લેનારી મહિલાઓમાં ઉલ્ટી, જીવ ઉંચો થવો. અથવા મોર્નિંગ સિકનેસ જેવી ફરિયાદો ઓછી જોવા મળી છે. જિંક લેવાથી પણ લાભ થાય છે. આ ઉપરાંત પોષક સપ્લીમેન્ટ ન લો. કેમ કે એની અધિક માત્રા પણ ઘાતક બની શકે છે.

શેપ બનાવો પણ આરામથી : જો આપ કસરતને દિનચર્યામાં સામેલ કરશો તો શરીર નિરોગી રહેશે અને આગામી સમય માટે સ્વયંને યોગ્ય રીતે તૈયાર પણ કરી શકશો. નકામુ વજન પણ ઘટી જશે, પરંતુ કસરતમાં એ કાળજી રાખવાની છે કે વધારે પ્રમાણ પણ નુકશાનકારક બને છે. વધારે મહેનત પડે તેવી કસરત કરશો નહીં. ઘણીવાર શરીરનું ઉષ્ણતામાન વધારે થવાથી પણ ગર્ભધારણમાં અડચણ આવી શકે છે. મર્યાદા બહારનું કોઈપણ કામ જ મજા છે, નહીંતર કરે છે. મર્યાદિત રહેવામાં જ મજા છે, નહીંતર સજા છે. એટલે વ્યાયામ પણ ખૂબજ આરામથી અને શરીરને અનુકૂળ હોય તે રીતે કરો.

ડ્રગ્સની બચો : કૉફીન, કેફ, મરિજુઆના, હેરોઈન વગેરે પ્રકારમાં ડ્રગ્સ ગર્ભાવસ્થામાં જોખમકારક બની શકે છે. ગર્ભધારણમાં મુશ્કેલી તો સર્જે જ છે, પરંતુ જો ગર્ભાવસ્થા શરૂ થઈ જાય તો પણ એ ભ્રૂણને હાનિ પહોંચાડી શકે છે. મિસકેરેજ અને સમય પહેલા ડિલીવરીનું જોખમ વધે છે. ભલેને આપ શોખ પૂરતાં કયારેક કયારેક આવા ડ્રગ્સ લેતી હોય, પણ હવે બિલકંલ ન લો. ઠેઠ ડિલીવરી સુધી આવા શોખો પર કંટ્રોલ કરો એ આપના હિતમાં છે. જો આપ તેને બંધ કરવામાં સ્વયંને અસમર્થ સમજો છો તો વ્યસન-મુક્તિનાં નિષ્ણાંતને મળો.

નકામી દવાઓથી સાચવો : ગર્ભધારણનું નક્કી કર્યા પછી કોઈપણ દવા આપના ડૉક્ટરને બતાવ્યા વિના સીધેસીધી કેમિસ્ટથી ન લો. યોનિમાર્ગમાં મૂકવાની કોઈ પણ પ્રકારની દવા પણ ડૉક્ટરને બતાવ્યા પછી જ ઉપયોગમાં લો. ડૉક્ટરની મના હોય તો અમલ કરો.

દવાઓને તપાસો-ઓળખો : જો આપ કોઈપણ તકલીફ માટે વર્ષોથી જે દવા લેતાં રહ્યાં હોય તો તેના માટે જાણકારી મેળવો કે એ ગર્ભાવસ્થામાં ઘાતક તો નહીં બને ને? ઓછામાં ઓછા છ મહિના પહેલા આવી કોઈપણ દવાનું સેવન બંધ કરી દેવું જોઈએ. શિશુના જન્મ પછી પણ ધ્યાન રાખો. કેમ કે સ્તનપાન કરાવવાથી પણ દવાની અસર શિશુ સુધી પહોંચી શકે છે.

અમુકવાર તો કેટલીક દવાઓ ખૂબજ ખતરનાક સાબિત થઈ શકે છે, જેથી છાશવારે ડૉક્ટરને મળીને તેમનાં સૂચનનો અમલ કરો.

હર્બલ અથવા વૈકલ્પિક દવાઓ : એવું નક્કી નથી હોતુ કે બધી જ હર્બલ દવાઓ સલામત જ હશે. અમુક દવાઓ ગર્ભધારણમાં નડતરરૂપ બની શકે છે. એવી કોઈપણ હર્બલ અથવા વૈકલ્પિક દવાઓ કોઈપણ રીતે હાનિકારક બની શકે છે, જેથી અપેક્ષિત સાવચેતી રાખો.

કૉફીની માત્રા ઘટાડો : ચા, કૉફી વગેરેનું પ્રમાણ અત્યારથી જ ઘટાડવાનું શરૂ કરી દો, જેથી તે આગળ મુશ્કેલીરૂપ ન બને.

અમુક અધ્યયનોથી જાણવા મળ્યું છે કે કૉફીની વધારે માત્રા પણઆપને નુકશાન પહોંચાડી શકે છે. એટલે કે ગર્ભધારણમાં પજવણીરૂપ બની શકે છે. આમ પણ તેનું વધુ પ્રમાણ બીજી અન્ય રીતે પણ શરીરને હાનિ તો પહોંચાડે છે જ.

દારૂ ન પીઓ : ગર્ભધારણનું નક્કી કર્યા પછી દરરોજ દારૂ પીવાથી નુકશાન થઈ શકે છે. માસિક ધર્મનું ચક્ર પણ ચકરાવવામાં પડી શકે છે એટલે કે ભૂલાવામાં પાડી શકે છે, જેથી દારૂ પીવાનું સદંતર બંધ કરવું આપના હિતમાં છે.

ધૂમ્રપાન ન કરો : તમાકુથી શિશુને પણ કેન્સરનું જોખમ થઈ શકે છે. આપને ગર્ભધારણ કરવામાં અડચણ થઈ શકે છે. આપના શિશુને ધૂમાડા વિનાનુ, સ્વચ્છ પર્યાવરણ પ્રદાન કરો.

રેડિએશનમાં વધુ સંપર્કમાં ન આવો : જો એક્સ-રે કરાવવું જરૂરી છે તો પ્રજનન અંગને ઢાંકીને રેડિએશનથી બચો.યાદ રાખો કે ગર્ભધારણનો નિર્ણય લઈ લીધા પછી આપ ગમે ત્યારે ગર્ભવતી થઈ શકો છો. એટલે પહેલે થી જ સાવચેતી રાખવી સારી. આપના ડૉક્ટરને એ અંગે સૂચના આપો જેથી તેઓ પણ એ બાબતે સાવધાની રાખે. ગર્ભધારણ પછી રેડીએશન ત્યારે જ કરાવો જયારે એ વિના ચાલે તેમ ન હોય!

જોખમી રસાયણોથી બચો : અમુક રસાયણ ગર્ભધારણ અને ભ્રૂણના વિકાસમાં અડચણરૂપ બની શકે છે.આપ કામકાજ દરમિયાન એ બાબતનું ખાસ ધ્યાન રાખો. મેડિસિન, આર્ટ, ફોટોગ્રાફી અને લેન્ડસ્કેપિંગ, હેયર ડ્રેસિંગ તથા કોસ્મેટોલોજી, હાઈક્લીનીંગ તથા કારખાના વગેરે જગ્યાએ ખાસ કાળજી રાખો. જો શક્ય હોય તો અમુક સમય માટે એવા સ્થળોથી દૂર રહો. આપની સર્વિસ હોય તો બદલી કરાવી લો.

ઘણીવાર લૈડનું વધારે પ્રમાણ પણ નુકશાન

કરે છે. વારંવાર એવી જગ્યાએ જવાનું ટાળો. રસાયણની એલર્જી ઘરમાં અથવા પાણીમાંથી પણ થઈ શકે છે. ઘરમાં ઝેરી રસાયણોનાં વધારે સંપર્કમાં ન રહો. જેમકે ઉધઈની દવા, મચ્છર-માંકડની દવા. જો આપનાં લોહીનું સ્તર ઉંચુ છે તો નિષ્ણાંતથી સારવાર લો, જેથી તેઓ શરીરમાં લેડનું પ્રમાણ ઘટવાની દવા કરશે.

ખર્ચનું બજેટ બનાવી લો : શિશુનાં આગમન પૂર્વ જ આપનું નાણાંકીય બજેટ પણ બનાવી લો. કેમ કે આગામી સમયમાં આપને નાણાંની પુષ્કળ જરૂરત રહેશે. આપનુ હેલ્થ ઈન્સ્યુરન્સ કરાવો, જેથી પ્રસૂતિનો ખર્ચ રીકવર થઈ શકે. આપ જયાં જોબ કરો છો ત્યાં ઓફિસમં મેટરનિટી લીવ મળશે કે નહીં તેની તપાસ કરી લો, જેથી આપ પછીથી અનેક પ્રકારની મુશ્કેલીઓથી બચી શકશો.

આપની ગર્ભધારણની યોજના પર ધ્યાન આપવાનું શરૂ કરો : એકવાર બધી જ અપેક્ષિત કાળજી રાખ્યા પછી તમારી ગર્ભધારણની યોજના પર ધ્યાન કેન્દ્રિત કરવાનું શરૂ કરી દો. જો આપ માસિકધર્મનાં સહુથી ફર્ટીકલ પીરિયડમાં શારીરિક સંબંધ કરો છો તો ઝડપથી ગર્ભ રહેવાની શક્યતાઓ વધી જાય છે. કોઈ ડાયરીમાં પ્રત્યેક માસિક ચક્રનો પહેલો દિવસ નોંધી લો. એવીપણ જાણકારી મેળવો કે આપ ઓવ્યૂલેશન કયારે થઈ હતી ? લગભગ ચક્રની વચ્ચમાં જ એવ્યૂલેશન થાય છે, પરંતુ અનિયમિત માસિક ધર્મવાળી મહિલાઓ માટે માસિક ધર્મથી પહેલા દસમા તથા પછી સત્તરમાં દિવસે ગર્ભધારણની સંભાવના વધી જાય છે. અમુક મહિલાઓને ઓવ્યૂલેશનની સ્પષ્ટ રીતે જાણ થાય છે, જયારે અમુક મહિલાઓ એને ઓળખી શકતી નથી. એ દરમિયાન આપની યોનિનો સ્ત્રાવ, ઈંડાની સફેદીની જેમ અને ખૂબજ ચીકણો હોય છે, જેને ખેંચી શકાય છે. એ એની સાથે જ પેટના નીચેના ભાગમાં અથવા પીઠની એક તરફ હળવુ-સામાન્ય દર્દ પણ અનુભવાય છે. જો આપ નોંધ કરો તો વૈસલ તાપમાનમાં અંતર-મનથી પણ જાણ થઈ શકે છે. તેનાં માટે આપને વી.વી.ટી.થર્મોમીટર લેવુ પડશે. સવારે પથારીમાંથી ઊભા થતાં પહેલા આપનુ ઉષ્ણતામાન તપાસી લો. ઓવ્યૂલેશન ચક્ર શરૂ થાય તે પહેલાં એ તાપમાન ન્યૂનતમ હોય છે. પછી ઝડપથી વધે છે .જો આપ અવા ફેરફારની જાણ મેળવી શકતી નથી, આપનું માસિકધર્મ અનિયમિત છે અથવા આપ કોઈ સહેલો ઉપાય અજમાવવા માગો છો તો એના માટે બજારમાં હોમ ઓવ્યૂલેશન પ્રીડિક્ટર કિટ પણ મળે છે. એની મદદથી આપ ગર્ભધારણની યોજનાને સફળ બનાવી શકો છો. આમાં ડિલીવરીની સાચી તારીખ જાણવામાં પણ સરળતા રહેશે.

આરામ કરો : જી..હા, આ કદાચ સહુથી ખાસ અગત્યની વાત છે. કોઈપણ પ્રકારના માનસિક ટેન્શનથી વાત બગડે છે. આપ રિલેક્સેશન ટેકનિકો શીખો. યોગ-ધ્યાન દ્વારા પણ દબાણથી બચી શકો છો.

પૂરતો સમય આપો : કોઈપણ તંદુરસ્ત ગર્ભાવસ્થાની શરૂઆત થવામાં સામાન્ય રીતે ૬ મહિના લાગી શકે છે. જો ઝડપથી ગર્ભધારણ ન કરી શકો છો તો ખોટી ચિંતાઓના ટેન્શનમાં ન ઘેરાશો. ડૉક્ટરની પાસે જતાં પહેલા તમારી જાતને પૂરેપૂરો સમય આપો. જો આપ ૩૫ વર્ષથી વધુ વયની છે તો ઓછામાં ઓછા છ મહિના કોશિશ કર્યા પછી જ ડૉક્ટરનો મત જાણો.

ગર્ભધારણ કરાવતાં અગાઉ પિતા શું કરે ?

ડૉક્ટરને મળો : આપની શારીરિક તપાસ કરાવીને નક્કી કરી લો કે આપ ટેસ્ટીકલ સિસ્ટ, ટ્યૂમર અથવા ડિપ્રેશન જેવા કોઈ રોગના ભોગ તો બનેલા નથી ને! અથવા તો આપને એવો કોઈ રોગ નથી ને જે આપની પત્નીની સ્વસ્થ ગર્ભાવસ્થામાં અડચણ પેદા કરી શકે છે.

કોઈપણ પ્રકારની દવા લેતાં પહેલાં એ જાણી લો કે એ દવાની કોઈ માઠી અસર યૌનક્ષમતા પર તો નહીં પડે ને! ઘણીવાર આવી બેદરકારીથી સ્પર્મની સંખ્યા ઘટી પણ જાય છે. આશા છે કે આપ આવું તો નહીં જ ઈચ્છો.

જેનેટિક સ્ક્રીનિંગ કરાવો, જો જરૂર લાગે તો...! :- જો પરિવારમાં અગાઉ આવું બની ચૂકેલુ છે તો ગર્ભધારણ પહેલા જેનેટિક સ્ક્રીનિંગ જરૂર કરાવી લો.

બર્થ કંટ્રોલના ઉપાયો પછી દો : જો આપની

પત્ની બર્થ કંટ્રોલની કોઈ ટેકનિક અપનાવી રહી છે અથવા તો કોઈ ગોળીઓ લે છે તો તેને બંધ કરાવી દો. ઓછામાં ઓછા બે માસિકધર્મને બરાબર થવા દો. જો ઈચ્છો તો એ દરમિયાન સ્પર્મી સાઈડ વગરના કંડોમનો ઉપયોગ કરો.

ભોજનમાં સુધારો: ખોરાક જેટલો ઉત્તમ હશે, ગર્ભધારણ માટે સ્પર્મ પણ એટલાં જ સ્વસ્થ હશે. ગર્ભધારણ પૂર્વ માતા પિતા એમ બંનેએ પૌષ્ટિક આહાર લેવો જોઈએ. આપના ભોજનમાં વિટામિન સી,ઈ તથા જિંક, કેલ્શિયમ અને વિટામિન ડીનું ભરપૂર પ્રમાણ હોય તે જરૂરી છે. ગર્ભધારણ કરાવતાં પહેલાં વિટામીન-મિનરલનું સપ્લીમેન્ટ લો. એમાં થોડુંક ફોલિક સીસું પણ હશે તો એ ખૂબ જ ફાયદામંદ રહેશે. જો આપ ડાયાબિટીસના રોગી છો તો બ્લડશુગરને કંટ્રોલમાં લો.

જીવનશૈલીમાં સુધારો : સંશોધનો અને અભ્યાસોથી જણાયું છે કે જો ગર્ભધારણ કરાવતાં પહેલા જીવનસાથી કોઈપણ પ્રકારનું ડ્રગ્સ લે છે તે એનાથી એની યૌનક્ષમતાને માઠી અસર થાય છે. ડ્રગ્સ અને દારૂથી માત્ર સ્પર્મની સંરચના અને ગુણવત્તા જ પ્રભાવિત થતી નથી, પણ સાથોસાથ ટેસ્ટો સેહરાનનું સ્તર પણ ઘટી જાય છે. શિશુમાં જન્મજાત દોષ પણ આવી શકે છે. શિશુનું વજન ઘટી શકે છે. જો આપ ડ્રગ્સ અને શરાબ છોડી શકો તો આપની પત્ની માટે પણણ એને અનુસરવું સરળ થઈ શકે છે.

ધૂમ્રપાન ન કરો: ધૂમ્રપાન કરવાથી સ્પર્મની સંખ્યા ઓછી થઈ જાય છે તથા ગર્ભધારણ કરાવવામાં તકલીફ થઈ શકે છે. સિગારેટનો ધુમાડો આપના આગંતુક શિશુ અને તેની માતા માટે પણ જોખમકારક છે, જેથી એનાથી બચવુ ખૂબજ જરૂરી છે.

એનાથી બચો

જી..હા, પેઈન્ટ, વાર્નીશ,મેટલ ડીગ્રીસર અથવા પેસ્ટી સાઈડ વગેરેમાં એવા હાનિકારક રસાયણ જોવા મળે છે, જેના કારણે આપને ગર્ભધારણ કરવામાં મુશ્કેલી થઈ શકે છે. એનાથી એવા રસાયણથી બચો, બને ત્યાં સુધીએના સંપર્કમાં જવાથી બચો.

એને રાખો ઠંડુ : જી...હા, અમે આપનાં વૃષણો (ટિસ્ટીકલ) વિશે જણાવીએ છીએ, જો તેને જરૂર કરતાં વધારે ગરમી મળે તો પણ સ્પર્મની સંખ્યામાં ઘટાડો થઈ શકે છે .વૃષણોને બાકીના શરીરના ઉષ્ણતામાનથી થોડુ ઠંડુ રાખવું જ ઉત્તમ રહેશે. એ માટે હૉટ ટબ, હૉટબાથ, સોનાબાથ ન કરો. ટાઈટ વસ્ત્રો અને આંત્ર વસ્ત્રોનો વધારે ઉપયોગ પણ ન કરો.સેંથેટિક પેન્ટ અને અંડરવિયર પણ ગરમીના દિવસોમાં વૃષણોને ગરમ રાખી છે.

એને રાખો સલામત : જો આપ ફૂટબોલ, સોફ્ટ-એ-બાસ્કેટ બોલ અથવા ઘોડે સવારી જેવી રમતો રમો છો તો શરીરના આ નાજુક અંગોની સાચવણીનું પુરૂ ધ્યાન રાખો.જરૂરથી વધારે સાઈકલિંગ પણ હાનિ પહોંચી શકે છે. કેમ કે એમાં અવિરત નીચલા અંગો પર દબાણ પડે છે. જો એ ભાગ સાઈકલ ચલાવતી વખતે જડ કે બહેરો લાગે તો ગર્ભધારણના દિવસોમાં સાયકલિંગ ન કરવામાં જ શાણપણ છે. જો સાઈકલિંગથી તકલીફ જેવું લાગે તો તરત જ ડૉક્ટરને મળો.

શાંત રહો : શાંત રહેવું પતિ-પત્ની બંને માટે ખૂબજ અગત્યનું છે. કેમ કે અશાંત થવાથી ટેન્શન વધશે. દબાણથી કામની ક્ષમતા ઘટશે એતો ખરુ પણ સાથોસાથ સ્પર્મની સંખ્યામાં પણ અછત ઉભી થશે. આ બાબતે વધારે વિચાર્યા વિના બધુ જ સારુ જ થશે એવી હૈયાધારણ દ્વારા શાંત રહો. કેમ બધુ જ કુદરતી રીતે સહજ થઈ જશે.

એ પછી : આ એક નવી શરૂઆતનો સમય છે. ગર્ભધારણ પહેલાંની આપની યોગ્ય તૈયારી પછી ગર્ભધારણવાળું પ્રકરણ વાંચવાનું શરૂ કરી દો અને તેનો ભરપૂર આનંદ લો.

★★★

પરિશિષ્ટ

ગર્ભાવસ્થા દરમિયાન થનારા સામાન્ય ટેસ્ટ

ડૉક્ટર તમારી અવસ્થા મુજબ અમુક ટેસ્ટ ઘટાડી-વધારી શકે છે. એનો ઘણો મોટો મદાર તમારી મેડીકલ હીસ્ટ્રી અને એના વ્યાવસાયિક મત પર આધારિત છે. વધારે જાણકારી માટે આ યાદીને જુઓ.

ટેસ્ટ અને તે ક્યારે લેવાશે	પ્રક્રિયા	કારણ
બ્લડ ટાઈપ. પહેલી વાર	બાવડાંથી લોહી લઈને તપાસ થશે.	આરએચ ટાઈપ કે કૈલ ફેક્ટરી તપાસ થશે.
હોમેટોક્રિટ તથા હીમોગ્લોબિન પહેલી વાર. પછી ૨૦ અઠવાડિયા બાદ	બાવડાથી લોહી લઈને તપાસ થશે.	એનાથી આયર્નની અછત, લોહીની ઓછપ અને આયર્ન સપ્લીમેન્ટની જાણકારી મળશે.
રૂબેલા ટિટર, પહેલો ટેસ્ટ	બાવડેથી લોહી લઈને તપાસ થશે	રૂબેલા (જર્મન મીજલ્સ)ના માટે રોગપ્રતિકારક ક્ષમતાની તપાસ
સિફલિસ ટેસ્ટ. પહેલી વાર	બાવડેથી લોહી લઈને ચકાસણી થશે.	સિફલિસનું સંક્રમણ હશે તો તાત્કાલિક ઈલાજથી ભ્રૂણને નુક્સાન નહીં થવા દે.
એચઆઈવી. ટેસ્ટ. પહેલી વાર	બાવડેથી લોહી લઈને ચકાસણી થશે.	જાણ થવાથી માતાના ઈલાજમાં સફળતા રહેશે અને બાળક સુધી ચેપ પહોંચશે નહીં.
હીપેટાઈટિસની સ્ક્રીન. પહેલીવાર	બાવડેથી લોહી લઈને ચકાસણી થશે	જો હીપેટાઈટીસ-બીનો ચેપ છે તો માતાની તપાસથી ભ્રૂણની સારવાર થશે.
પેપ સ્મીયર. પહેલી વાર	સર્વાઈકલથી સ્રાવ લઈને કોશિકાઓની તપાસ થશે.	સર્વાઈકલ કેન્સર અથવા કોઈ બીજી અનિયમિતતાની તપાસ માટે.

ટેસ્ટ અને તે ક્યારે લેવાશે	પ્રક્રિયા	કારણ
ગોનોરિયા કલ્ચર અને જેનીટલ હર્પીઝ. પહેલી વાર	યોનિસ્ત્રાવનો લૅબમાં કલચર થશે.	સંક્રમણ થયું તો સારવાર થશે.
ક્લામીડિયા ટેસ્ટ. પહેલી વાર	સર્વિક્સ, યૂરેથ્રા અથવા રેક્ટમની આ જુબાજના ભાગમાં તપાસ થશે.	જો ચેપ હશે તો તપાસ કરવામાં આવશે.
પેશાબમાં બૅક્ટેરિયા. પહેલી વાર	પેશાબની તપાસ	આ સંક્રમણના ચિહ્ન છે, તો તેની સારવાર થશે.
ડ્રગ સ્ક્રીન. પહેલી વાર	પેશાબના નમૂનાની તપાસ.	ગર્ભાવસ્થામાં માદક દવાઓનું સેવન જોખમકારક છે. તેની સારવાર ખૂબ જ જરૂરી છે.
બ્લડ પ્રેશર. દર વખતે	એને બ્લડ પ્રેશર માપક યંત્રથી અથવા કોઈ પણ ઈલેટ્રૉનિક યંત્રથી માપી શકાય છે.	હાઈપરટેન્શન અથવા પ્રીક્લેમ્પસિયાની જાણ થાય છે.
પેશાબમાં ગ્લૂકોઝ. દર વખતે.	પેશાબની તપાસ એક ડિપ સ્ટિકથી થાય છે.	વધારે પ્રમાણમાં પેશાબનું ગેસ્ટેશનલ ડાયાબિટીસનો સંકેત આપે છે.
પેશાબમાં પ્રોટીન	પેશાબની તપાસ એક ડિપ સ્ટિકથી થાય છે.	પેશાબની અધિક માત્રા પેશાબાશયમાં ચેપના લક્ષણ અથવા પ્રીક્લેમ્પસિયરના ચિહ્ન દર્શાવે છે.
ટ્રિપલ સ્ક્રીન. ૧૫ થી ૧૮ સપ્તાહમાં ગ્લુકોઝ ટોલરન્સ ટેસ્ટ. ૨૮માં સપ્તાહમાં.	બાવડેથી લોહી લઈને તપાસણી થશે. એક ગ્લૂકોઝ ટ્રિક પીવડાવ્યા પછી બાવડેથી લોહી લઈને તપાસ થશે.	ભ્રૂણની સ્ક્રીનિંગથી ખામીઓની જાણ થશે. ગેસ્ટેશનલ ડાયાબિટીસની પણ તપાસ કરાશે.
ગ્રુપનો સ્ટેપ ટેસ્ટ. ૩૭માં અઠવાડિયાની આ જુબાજુ	યોનિ અને કાલબાટની આસપાસ તથા પેશાબની તપાસ.	પ્રસૂતિ દરમિયાન સારવાર થઈ શકે છે, જેથી નવજાતની સુરક્ષા થઈ શકે.

ગર્ભાવસ્થા દરમિયાન વૈકલ્પિક ઉપાય

લક્ષણ	પ્રક્રિયા	રક્ષણના ઉપાય
પીઠનો દુ:ખાવો	ગરમાવો	સાધારણ ગરમ પાણીથી સ્નાન કરો. એક રૂમાલમાં હીટિંગ પેડ લપેટીને ૧૫ મિનિટ રાખો. એવું દિવસમાં ૩ થી ૪ વખત કરો. કસરત અનુકૂળ શારીરિક સ્થિતિમાં કરો.
વાગવાથી ઢીમણું ઉપસવું	આઈસપેક	બજારમાં તૈયાર આઈસપેક લઈ આવો. જો ઘરમાં ફળોનું પેકેટ હોય તો તેમાં બરફ નાખીને ઠંડું કરી દો. અડધો કલાક તેનો શેક લો.
	ઠંડો શેક	ઠંડા બરફના પાણીમાં ગરમ કપડું પલાળો. એને નીચોવીને વાગેલા ભાગે દબાવો. થોડીવાર રહેવા દો. આવો શેક વારાફરતી કરી શકાય.
બાવડું, કાંડું અથવા પગોમાં ઢીમણું	ઠંડા પાણીમાં પલાળો.	ટબમાં ભરેલા પાણીમાં બરફને ઓગાળી દો. પછી તેમાં હાથ-પગ અને બાવડાં તથા કાંડાને બોળો. જો તમે ઈચ્છશો તો આ શેક અડધો કલાક કરી શકો.
બળતરાં ઠંડી લાગવી	ઠંડો સેક સેલાઈન નોઝ ડ્રૉપ્સ	ઉપર મુજબ ઠંડો શેક કરી શકાય. કેમિસ્ટના ત્યાંથી સેલાઈન નોઝ ડ્રૉપ્સ લો. અથવા ૧/૪ નાની ચમચીમાં એક ઔંસ જેટલું મીઠું પાણીમાં ભેળવીને બંને નસકોરામાં એનાં થોડા ટીપા નાખો. ૫-૧૦ મિનિટ રહેવા દઈને નાકને ખંખેરો.
	વિક્સ વેપોરબ વધારે દ્રવ્યોની માત્રા	દર્શાવેલા સૂચનો પ્રમાણે ઉપયોગ કરો. પ્રતિ કલાક ૮ ઔંસ દ્રવ્યની માત્રા લો જેમ કે જ્યૂસ પાણી અને ચિકન સૂપ વગેરે. દૂધની માત્રા થોડાં દિવસો માટે ઘટાડી દો.
	ઈન્હેલેશન	ઈન્હેલેશનમાં ગરમ પાણીનો નાસ લો. સ્ટીમ વેપોરાઈઝર વગેરે લો અથવા તો માથે કપડું બાંધીને નાસ લો. દિવસમાં ૩-૪ વાર ૧૫-૧૫ મિનીટ સુધી વિક્સ વેપોરેબનો નાસ લો. જો વધારે ગરમાવો લાગે તો રોકાઈ જાવ.

લક્ષણ	પ્રક્રિયા	રક્ષણના ઉપાય
	નેઝલ સ્ટ્રિપ	આપેલા નિર્દેશાનુસાર
ખાંસી (શરદી-સળેખમ અથવા લૂ થી)	ઈન્હેલેશન દ્રવ્યની વધારે માત્રા	શરદી-સળેખમ (જુઓ) શરદી-સળેખમ (જુઓ)
ડાયેરીયા	વધારે માત્રા	દર એક કલાકે ૮ ઔંસ પાણી પીઓ. જ્યૂસ અથવા ક્લીયર સૂપ પણ લઈ શકાય.
(તાવ) ૧૦૦ ડિગ્રી ફેરનહીટ હોય ત્યારે ડૉક્ટરને	ઠંડા પાણીથી સ્નાન	સાધારણ ગરમ પાણીના ટબમાં બેસો. એમાં આઈસ ક્યૂબ નાખીને પાણીને ઠંડું કરતાં રહો.
બોલાવો. ૧૦૨ અંશથી વધારે હો તો તાત્કાલિક દવાખાને પહોંચે કે ડૉક્ટરને બોલાવો. પ્રાથમિક સારવારમાં તાવની દવા લઈ લો.	સ્ટ્રિઝ બાથ	ધ્રૂજારી અનુભવાય તો સ્નાન કરવાનું બંધ કરો. આઈસ ક્યૂબમાં અને ઢમૂન રવિંગ આલ્કોહોલ મેળવીને રૂમાલને પલાળો અને તેનાથી શરીરને લૂછો.
હીમરૉથડ્સ	સ્ટ્રિઝ બાથ	સાધારણ ગરમ પાણીના ટબમાં દિવસ દરમિયાન ૨ થી ૩ વખત બેસો.
પેટ અથવા ચામડીમાં ખંજવાળ	રક્ષણના ઉપાય	સામાન્ય કે બરછટ સાબુ વાપરશો નહીં. વધારે સમય પાણીમાં નહાશો નહીં. ભીના શરીર પર મૉશ્ચરાઈઝર લગાવો.
આંખોમાં ખંજવાળ, પાણી આવવું.	ગરમ શેક	સાધારણ ગરમ પાણીમાં રૂવાલને ભીનો કરીને શેક કરો.
માંસપેશીઓ સૂજી જવી. વાગવું.	આઈસ પેક, ઠંડો શેક ઠંડા પાણીમાં પળલવું. (૨૪ થી ૪૮ કલાક)	ઢીમણું (જુઓ)
માંસપેશીઓ સૂજી જવી. વાગવું.	૪૮ કલાક પછી ગરમ પાણીમાં બોળો, ગરમ પાણીથી સ્નાન હીટિંગ પેડ	ગરમ પાણીમાં ટુવાલ પલાળીને શરીરે લપેટો. એને પ્લાસ્ટિકની બેગથી ઢાંકીને ઉપર હીટિંગ પેડ લગાવો. દિવસમાં બે વખત લગાવીને રાખો અને કલાક સુધી રહેવા દો.

લક્ષણ	પ્રક્રિયા	રક્ષણના ઉપાય
નાક બંધ થવું		શરદી-સળેખમ (જુઓ)
સાઈનસિટિસ	વારંવાર ગરમ અને ઠંડો શેક કરો.	ગરમ પાણીમાં ટુવાલને બોળો, નીચોવો પછી દુઃખતું હોય ત્યાં મૂકો. પછી ઠંડો શેક કરો. વારંવાર ગરમ-ઠંડો શેક કરો.
ગળામાં પીડા. ઉઝરડો	કોગળા	સાધારણ ગરમ પાણીમાં થોડુંક મીઠું મેળવીને પાંચ મિનિટ સુધી કોગળા કરો. જરૂર પડે તો દર કલાક-બે કલાક પછી કોગળા કરો.

ગર્ભાવસ્થાનાં કેલેરી અને વસાની જરૂરિયાત

કોઈ વ્યક્તિનું વજન કાર્યસ્તર અને મેટાબોલિજમ મુજબ જ એના માટે વસા અને કેલેરી નક્કી થતી હોય છે. જો કે નીચે મુજબની સૂચિથી આપ આ વિષયમાં મોટું અનુમાન લગાવી શકો છો.

તમારું સ્વાભાવિક વજન (પાઉન્ડમાં)	ગતિવિધિનું સ્તર	દરરોજ કેલેરીની જરૂરિયાત	અત્યાધિક વસાની જરૂરિયાત	વધારે પૂર્વ વસાની જરૂરિયાત
૧૦૦	૧	૧૫૦૦	૫૦	૨-૧/૨
૧૦૦	૨	૧૮૦૦	૬૦	૩-૧/૨
૧૦૦	૩	૨૫૦૦	૮૩	૫
૧૨૫	૧	૧૮૦૦	૬૦	૩-૧/૨
૧૨૫	૨	૨૧૭૫	૭૨	૪
૧૨૫	૩	૩૦૫૦	૧૦૧	૬
૧૫૦	૧	૨૧૦૦	૭૦	૪
૧૫૦	૨	૨૫૫૦	૮૫	૫
૧૫૦	૩	૩૬૦૦	૧૨૦	૭-૧/૨

આપના કામકાજ પ્રમાણીત નીચે મુજબની શ્રેણીમાં માપ નીકળી શકે છે.

૧. આરામદાયક

૨. મધ્યમ સક્રિય

૩. સંપૂર્ણ સક્રિય

(ઘણી ઓછી મહિલાઓ ત્રીજી શ્રેણીમાં આવે છે)

શું કરવું જ્યારે માઁ બનો

★ મારા સવાલ

★ મારા અનુભવ

★ મારી યાદગાર પળો

દર અઠવાડિયે તમારું વજન

સપ્તાહ ૧ :

સપ્તાહ ૨ :

સપ્તાહ ૩ :

સપ્તાહ ૪ :

સપ્તાહ ૫ :

સપ્તાહ ૬ :

સપ્તાહ ૭ :

સપ્તાહ ૮ :

સપ્તાહ ૯ :

સપ્તાહ ૧૦ :

સપ્તાહ ૧૧ :

સપ્તાહ ૧૨ :

સપ્તાહ ૧૩ :

સપ્તાહ ૧૪ :

સપ્તાહ ૧૫ :

સપ્તાહ ૧૬ :

સપ્તાહ ૧૭ :

સપ્તાહ ૧૮ :

સપ્તાહ ૧૯ :

સપ્તાહ ૨૦ :

સપ્તાહ ૨૧ :

સપ્તાહ ૨૨ :

સપ્તાહ ૨૩ :

સપ્તાહ ૨૪ :

સપ્તાહ ૨૫ :

સપ્તાહ ૨૬ :

સપ્તાહ ૨૭ :

સપ્તાહ ૨૮ :

સપ્તાહ ૨૯ :

સપ્તાહ ૩૦ :

સપ્તાહ ૩૧ :

સપ્તાહ ૩૨ :

સપ્તાહ ૩૩ :

સપ્તાહ ૩૪ :

સપ્તાહ ૩૫ :

સપ્તાહ ૩૬ :

સપ્તાહ ૩૭ :

સપ્તાહ ૩૮ :

સપ્તાહ ૩૯ :

સપ્તાહ ૪૦ :

સપ્તાહ ૪૧ :

સપ્તાહ ૪૨ :

સપ્તાહ ૪૩ :

સપ્તાહ ૪૪ :

સપ્તાહ ૪૫ :

સપ્તાહ ૪૬ :

પહેલો મહીનો

મારા સવાલ

મારા અનુભવ

મારી યાદગાર પળ

પહેલો મહીનો

મારા સવાલ

મારા અનુભવ

મારી યાદગાર પળ

બીજો મહીનો

મારા સવાલ

મારા અનુભવ

મારી યાદગાર પળ

બીજો મહીનો

મારા સવાલ

મારા અનુભવ

મારી યાદગાર પળ

ત્રીજો મહીનો

મારા સવાલ

મારા અનુભવ

મારી યાદગાર પળ

ત્રીજો મહીનો

મારા સવાલ

મારા અનુભવ

મારી યાદગાર પળ

ચોથો મહીનો

મારા સવાલ

મારા અનુભવ

મારી યાદગાર પળ

ચોથો મહીનો

મારા સવાલ

મારા અનુભવ

મારી યાદગાર પળ

પાંચમો મહીનો

મારા સવાલ

મારા અનુભવ

મારી યાદગાર પળ

પાંચમો મહીનો

મારા સવાલ

મારા અનુભવ

મારી યાદગાર પળ

છઠ્ઠો મહીનો

મારા સવાલ

મારા અનુભવ

મારી યાદગાર પળ

છઠ્ઠો મહીનો

મારા સવાલ

મારા અનુભવ

મારી યાદગાર પળ

સાતમો મહીનો

મારા સવાલ

મારા અનુભવ

મારી યાદગાર પળ

સાતમો મહીનો

મારા સવાલ

મારા અનુભવ

મારી યાદગાર પળ

આઠમો મહીનો

મારા સવાલ

મારા અનુભવ

મારી યાદગાર પળ

આઠમો મહીનો

મારા સવાલ

મારા અનુભવ

મારી યાદગાર પળ

નવમો મહીનો

મારા સવાલ

મારા અનુભવ

મારી યાદગાર પળ

નવમો મહીનો

મારા સવાલ

મારા અનુભવ

મારી યાદગાર પળ

પ્રસવ પીડા અને જન્મ

મારા સવાલ

મારા અનુભવ

મારી યાદગાર પળ

પ્રસવોત્તર

મારા સવાલ

મારા અનુભવ

મારી યાદગાર પળ

www.ingramcontent.com/pod-product-compliance
Lightning Source LLC
Chambersburg PA
CBHW070543030726
47505CB00001B/135
* 9 7 8 8 1 2 8 8 3 6 6 5 7 *